મહા-અસુર શ્રેણી (ભાગ-૨)

નાગપાશ

લેખક

પરખ ભટ્ટ
રાજ જાવિયા

Publisher

નવભારત સાહિત્ય મંદિર

જૈન દેરાસર પાસે, ગાંધી રોડ, અમદાવાદ - ૩૮૦ ૦૦૧

૨૦૨, પેલિકન હાઉસ, ગુજરાત ચેમ્બર ઓફ કોમર્સના કંપાઉન્ડમાં,
આશ્રમ રોડ, અમદાવાદ - ૩૮૦ ૦૦૯

☎ (૦૭૯) ૨૨૧૩૯૨૫૩, ૨૨૧૩૨૯૨૧
૯૮૨૫૦ ૩૨૩૪૦
e-mail : info@navbharatonline.com
www.navbharatonline.com
fb.com/NavbharatSahityaMandir

NAAG-PAASH (MAHA-ASUR VOL.2)
by **Parakh Bhatt & Raj Javiya**
(Mythological Fiction)
Published by Navbharat Sahitya Mandir, Ahmedabad, 2023
ISBN : 978-93-95339-41-4

Disclaimer
This book is work of fiction. Names, Characters, places, and events are either the products of the author's imagination or used in fictitious manner. Any resemblance to actual person living or dead, or actual events is purely coincidental. No claim regarding historical or theological accuracy is either made or implied. Historical, religious, or mythological characters, events or places are always used fictitiously and deviation from the accepted record also occur. While care has been taken to respect diffrent religions and ideologies, the characters in this novel are representative of diferent views in the world today.

Cover Illustration by **V. R. Ramanuj & Team**

Cover Text by **Mauli Buch Munshi**

First Edition : March, 2023

જેમના દિવ્ય-આદેશથી આ પવિત્ર ગ્રંથનું સર્જન થયું છે,

એવા...

દેવદેવોત્તમ શાંતસ્વરૂપ પરમાનંદ યોગમૂર્તિ

અખિલકોટિબ્રહ્માંડનાયક

રાજાધિરાજ ભગવાન શ્રી અનંતપદ્મનાભસ્વામીના

ચરણકમળમાં આર્તહૃદય અને અશ્રુભીની આંખે સાષ્ટાંગ સમર્પિત...

* * * * * * * * * * * * * * *

ઋણ-સ્વીકાર

fortune designing studio
DESIGNING LANDMARKS

સાંજ સમાચાર

SKY KIDZ
PRE-SCHOOL
ECC · PLAY GROUP · NURSERY · JUNIOR · SENIOR

Ramanuj

ખાસ આભાર

'નાગપાશ' નવલકથાને પોતીકી ગણીને જેઓ પોતાના સમય, શક્તિ અને સામર્થ્ય ખર્ચીને પણ સતત અમારી પડખે ઊભા રહ્યા, એવા સજ્જન...

શ્રી પ્રદીપભાઈ શાહ

શ્રી કરણભાઈ પી. શાહ

શ્રી અંકુરભાઈ પી. શાહ

શ્રી વિમલભાઈ પંખાણિયા

શ્રી હિમાંશુભાઈ જોષી

શ્રી કિશનભાઈ જોષી

શ્રી સિદ્ધાર્થભાઈ રામાનુજ

શ્રી ધૈવતભાઈ રામાનુજ

આપનો અમે અંતઃકરણપૂર્વક આભાર વ્યક્ત કરીએ છીએ.

शान्ताकारं भुजगशयनं पद्मनाभं सुरेशं
विश्वाधारं गगनसदृशं मेघवर्णं शुभाङ्गम् ।
लक्ष्मीकान्तं कमलनयनं योगिभिर्ध्यानगम्यं
वन्दे विष्णुं भवभयहरं सर्वलोकैकनाथम् ॥

જેમનું સ્વરૂપ અત્યંત શાંત છે, જેઓ ધીર-ક્ષીર-ગંભીર છે, જેઓ શેષનાગરૂપી શય્યા ઉપર શયન કરી રહ્યા છે; એવા ઈશ્વરોના પણ ઈશ્વર લક્ષ્મીપતિ શ્રીવિષ્ણુને હું વંદન કરું છું. જેમની નાભિમાં કમળ છે, જેઓ સમસ્ત વિશ્વનો આધાર છે અને સર્વત્ર વ્યાપ્ત છે, એવા સૌંદર્યવાન શુભ અંગો ધરાવનારા મહાવિષ્ણુ કમળ સમાન નેત્રો ધરાવે છે. મહાયોગીઓ પણ જેમને પામવા માટે સદૈવ ધ્યાનમગ્ન રહે છે... જેઓ જન્મ-મરણરૂપી ભવચક્ર અને સર્વ પ્રકારના ભયનો નાશ કરે છે, એવા મેઘવર્ણી શ્રી અનંતપદ્મનાભસ્વામી જ ચરાચર વિશ્વ અને સર્વલોકના નાથ છે!

આ નવલકથા વિશે...

શરૂઆત આપ સૌની ક્ષમા માંગવા સાથે કરી રહ્યો છું! વર્ષ ૨૦૨૧માં પ્રકાશિત નવલકથા 'મૃત્યુંજય' (ભાગ-૧, મહા-અસુર શ્રેણી)ના અંતે અમે વચન આપ્યું હતું કે આ સીરિઝનો બીજો ભાગ 'નાગપાશ' વર્ષ ૨૦૨૨માં પ્રકાશિત થશે, પરંતુ એ શક્ય ન બનવા પાછળ કેટલાક પરિબળો કામ કરી ગયા. ફિલ્ડ-રીસર્ચ માટે હું અને રાજ સર્વપ્રથમ શ્રીલંકાની યાત્રા ખેડવા માંગતા હતા, પરંતુ કૉવિડ-૧૯ને કારણે ત્યાંની સરકારે ખાસ્સો સમય ટૂરિઝમ બંધ રાખ્યું. ઇચ્છા હોવા છતાં અમે પ્રવાસ ન કરી શક્યા.

માંડ માંડ બધું થાળે પડ્યું. કર્ણાટક, તમિલનાડુ, કેરળ, વારાણસી અને અંતે શ્રીલંકામાં 'નાગપાશ'ના શબ્દદેહનું સંશોધનકાર્ય પૂર્ણ થયું. ઑક્ટોબર ૨૦૨૨ (દશેરા)ની ડેડલાઇન નક્કી કરીને અમે પ્લૉટ, સ્ટૉરીબોર્ડ સહિત તમામ પાસાં પર કામ કરવાની શરૂઆત કરી. એપ્રિલ ૨૦૨૨માં નવલકથાનું લેખનકાર્ય વિધિવત્ રીતે આરંભાયું. છ મહિના - એપ્રિલથી સપ્ટેમ્બર ૨૦૨૨ના સમયગાળા - દરમિયાન લેખનકાર્ય સમાપ્ત કરી દેવાની અમારી ઇચ્છા હતી... પરંતુ આદિનારાયણ પ્રધાનપુરુષેશ્વર શ્રી મહાવિષ્ણુએ વિધાતાને જરાક જુદો જ આદેશ આપ્યો હતો!

જ્યારથી મહા-અસુર શ્રેણીનું વિચારબીજ અમારા મસ્તિષ્કમાં રોપાયું, ત્યારથી - વર્ષ ૨૦૧૭થી - જ અમે કથાને નહીં, પરંતુ આ મહાગાથા અમને દોરી રહી છે! પાછલાં પાંચ વર્ષોમાં અમારી અનુભૂતિઓ અને સર્જનકાર્ય સાથે સંકળાયેલી અલૌકિક ઘટનાઓનું અલાયદું પુસ્તક બની શકે એમ છે, પરંતુ અત્યારે એ અંગે વાત નહીં કરીએ. મુદ્દો એ છે કે 'નાગપાશ'નો કથાપ્રવાહ લંબાતો ગયો અને સપ્ટેમ્બરમાં તેની પૂર્ણાહુતિ સમીપ હતી, ત્યારે મારી સાથે

એક એવી ઘટના બની જેણે મને જડમૂળથી હચમચાવી મૂક્યો... અને, હું 'નાગપાશ'નાં પીડાદાયી બંધનોમાં જકડાઈ ગયો.

૨૬મી સપ્ટેમ્બર - આસો નવરાત્રિના પહેલાં નોરતાં - ની વહેલી સવારે સાડા ત્રણ વાગ્યાની આસપાસ હું એક પ્રકરણ પૂરું કરીને ઊભો થવા ગયો ને બીજી જ ક્ષણે ડાબા પગમાં ઉપડેલી કાળી બળતરાને કારણે ધબ્બ દેતાંક જમીન ઉપર ફસડાઈ પડ્યો. હલનચલન કે બેસવાની વાત તો દૂર, પરંતુ હું પડખું ફરવાને પણ લાયક ન રહ્યો. સવારે છેક નવ વાગ્યા સુધી હું જીવિત લાશની માફક પથારી ઉપર પડ્યો રહ્યો.

નિદાન થયા બાદ જાણ થઈ કે આજથી છ વર્ષ પહેલાં ૨૦૧૬ની સાલમાં કમરના જે ભાગમાં ઑપરેશન કરાવ્યું હતું, ત્યાંના પાંચમા મણકાંની ગાદી ફરી ખસી ગઈ છે! L5 - S1નાં ભાગે સ્લિપ-ડિસ્ક. ડૉક્ટરે દોઢ મહિના સુધી સંપૂર્ણ બેડ-રેસ્ટની કડક સૂચના આપી. ત્યાં સુધીમાં 'નાગપાશ'ની અનાઉન્સમેન્ટ થઈ ચૂકી હતી. લગભગ એક હજારથી વધારે વાચકમિત્રોએ પ્રિ-બૂકિંગ કરાવી લીધું હતું. નવેમ્બર મહિનાની કાગડોળે રાહ જોવાઈ રહી હતી.

દિવસો વીતતાં ગયાં. જેમ તેમ કરીને ભયંકર પીડા વચ્ચે પણ 'નાગપાશ'નું લેખનકાર્ય ચાલતું રહ્યું, પણ સમયસર પૂર્ણ તો ન જ થઈ શક્યું. મુદતો પડતી ગઈ! તારીખ પે તારીખ, તારીખ પે તારીખ. આમ છતાં, મોટાભાગના વાચકમિત્રોએ મનમાં કટુભાવ રાખ્યા વગર અમને પૂરો ટેકો આપ્યો.

ત્રણ મહિનાના અંતે, છેક જાન્યુઆરી ૨૦૨૩માં કુલ ૮૦૮ પૃષ્ઠ ધરાવતાં 'નાગપાશ'ની મેનુસ્ક્રિપ્ટ પૂરી થઈ. આ નવલકથાનું સર્જન મારા માટે સૌથી પડકારજનક પુરવાર થયું. ઈશ્વરે અસંખ્ય કપરી કસોટીઓ લીધી. ઘણી બધી વખત મનોમન ભાંગી પડાતું હતું, પણ આપ સૌ વાચકમિત્રોનો પ્રેમ મને સતત આગળ વધતાં રહેવાની પ્રેરણા આપતો રહ્યો.

'મૃત્યુંજય' પ્રકાશિત થયાના બે વર્ષ પછી આખરે આ નવલકથા આપના હાથમાં પહોંચી રહી છે. આટલી સુદીર્ઘ પ્રતિક્ષા કરાવવા બદલ હું હ્રદયપૂર્વક માફી માંગુ છું.

પાછલાં પાંચ મહિના દરમિયાન અનેક મિત્રો અને સ્નેહીજનોએ મને સાચવ્યો, લાડ લડાવ્યાં, ફરી બેઠો થવામાં મદદ કરી. શરૂઆત મારી પ્રિય દોસ્ત દર્શિતા જાનીનાં ઉલ્લેખ સાથે કરવી પડે. હું પથારીવશ થયો, એના બીજા જ દિવસે તેણે મને વાયરલેસ કી-બૉર્ડ મોકલાવી દીધું જેથી મારી લેખનયાત્રા અટકે નહીં. અત્યારે આ પ્રસ્તાવના પણ એ કી-બૉર્ડ પર જ ટાઇપ રહી છે!

દર્શિતા, આઈ લવ યુ સો મચ. મારો આધારસ્તંભ બનવા માટે હું તારા પ્રત્યે કૃતજ્ઞતા વ્યક્ત કરું છું.

આ નવલકથાના સર્વપ્રથમ વાચક, મારા ઉપર જેમને અપાર સ્નેહ છે એવા જ્યોતિ ઉનડકટનો આભાર માનવાની સાથે એમના ચરણોમાં હું નમન કરું છું. પોતાના વ્યસ્ત સમયપત્રકની વચ્ચે, ખૂબ ઓછા દિવસોમાં એમણે આખી નવલકથા વાંચીને અત્યંત મહત્ત્વના સૂચનો આપ્યા, ભાષા અને જોડણીની ક્ષતિઓ તરફ પણ ધ્યાન દોર્યું. હું તમારો ઋણી રહીશ, જ્યોતિબહેન.

મારા બહેન-બનેવી ધરા અને નિરવ ઠાકર, માર્ગદર્શક આદરણીય કૃષ્ણકાંત ઉનડકટ; તેમજ મિત્રો શૈલી જાની, ઋષભ શાહ, હેમાંગ પારેખ, અમિ-હેતલ પટેલ, તુષાર દવે, માનસી દેસાણી, ભૂમિકા ચોટલિયા, હેમાંગ પારેખ, સ્ટેનલી ચાવડા, વિમલ પંખાણિયા, વર્ષા પોપટ, ભરતસિંહ ઝાલા (કેનેડા), હિમાંશુ જોષી, જિયા જોષી, કિશન જોષી, યશ પરમાર, ડૉ. પ્રિયંકા જસાણી, ડૉ. મહિમા મહેતા - વ્યાસ, ઉમંગ મોદી, ઝાકળભાઈ (કિરીટ સોની), અશ્વિની જોષી શાહ, સૃષ્ટિ શાહ, નિકેત ભટ્ટ, મીત દાણીધારિયા, શીતલ પંડ્યા, ભાવિન ચોટલિયા, અંકિત ચોટલિયા, પરિમલ ભટ્ટ, સિદ્ધાર્થ રામાનુજ, ધૈવત રામાનુજ, મૌલિ બુચ મુનશી, કરણ પી. શાહ, અંકુર પી. શાહ અને પ્રદીપ સરનો જેટલો આભાર માનું એટલો ઓછો છે. આ સિવાયના હજુ અસંખ્ય નામો રહી ગયા છે!

સુપ્રસિદ્ધ સંગીતકાર અને મારા ભાઈથી પણ વિશેષ એવા હેમંત જોષીએ એક અલૌકિક મંત્ર નિઃસ્વાર્થભાવે પ્રેમપૂર્વક કમ્પૉઝ કરી આપ્યો. લવ યુ, દોસ્ત! મારો જેના ઉપર પ્રેમાધિકાર છે, એવા સહલેખક રાજ જાવિયા અને મિત્તલ જાવિયાને ભાવભીનું વહાલ. મહેન્દ્ર શાહ, કૃણાલ શાહ, રોનક શાહ અને 'નવભારત સાહિત્ય મંદિર' ટીમનો વિશેષ આભાર. મારા પરફેક્શનિસ્ટ સ્વભાવને સહન કરવા ઉપરાંત ત્રણ મહિના સુધી વાચકમિત્રોના ક્રોધ અને નિરાશાને કુનેહપૂર્વક સંભાળવામાં મારા આ પ્રકાશકોનો સિંહફાળો છે. ફૉર્ચ્યુન ડિઝાઇનિંગ સ્ટુડિયો, સાંજ સમાચાર મીડિયા-હાઉસ, સ્કાય કિડ્સ પ્રિ-સ્કૂલ, પાર્કસન્સ ગ્રાફિક્સ (મુંબઈ)ની આખી ટીમનો ખોબલાં ભરીને આભાર.

ઈશ્વર સમા મમ્મી-પપ્પા સરોજ ભટ્ટ અને યોગેશ ભટ્ટ તેમજ સ્વયં રાજરાજેશ્વરી મહાત્રિપુરસુંદરી જેમના હૃદયમાં બિરાજમાન છે, એવા પરમગુરુ ઓમ સ્વામીના ચરણોમાં હું સાષ્ટાંગ દંડવત્ પ્રણામ કરું છું. આ ત્રણેય મહાન આત્માઓ થકી જ મારું અસ્તિત્વ ટકેલું છે! તેઓ મારો શ્વાસોચ્છ્વાસ છે, જીવાદોરી છે, ઉરનો ધબકાર છે!

... અને અંતે, બે વર્ષ દરમિયાન જેમની કૃપા મારા ઉપર સતત વરસતી રહી એવા શંખ-પદ્મ-ગદા-ચક્રધારી સર્વભૂતેશ્વર - પરમાત્મા - અનંતાનંત બ્રહ્માંડોના સ્વામી, મુક્તિક્ષેત્ર બદ્રિકા આશ્રમમાં પ્રાણ-પ્રતિષ્ઠિત ત્રિપુરારી શ્રીહરિને સજળ નેત્રો સાથે હું વંદન પાઠવું છું. મારા અશુદ્ધ ચિત્ત, અશુદ્ધ મન, અશુદ્ધ દેહને એમણે પોતાના શુદ્ધાતિશુદ્ધ પાવન પવિત્રોત્તમ ચરણોમાં સ્થાન તથા સેવાની તક આપીને જન્મ-જન્માંતરોના મારા પાપકર્મોને એકઝાટકે હણી નાંખ્યા. મારી લાયકાત કરતાં ઘણું વધારે આપે મને આપ્યું છે, દેવદેવોત્તમ! આ બદલ હું કયા શબ્દોમાં આપના પરત્વે કૃતજ્ઞતા વ્યક્ત કરું? મારા જેવા અબૂધ, અણસમજુ, અણઘડ આત્માને આપનું સ્મરણ કરવાનો મોકો મળ્યો, એનાથી મોટી પ્રસાદી બીજી કઈ હોઈ શકે?

पितांबर वैजयंती माला ।
मेघवर्ण भुज नयन विशाला ॥

जय परब्रह्म जय विश्वविहारी ।
शक्ति तुम्हीं, तुम्हीं शंभु संहारी ॥

શ્રીહરિ ભગવાન કી જય! ગોવિંદા, ગોવિંદા, ગોવિંદા... નમો પાર્વતીપતયે હર હર મહાદેવ હર!

— પરખ ભટ્ટ

'પુષ્પમ્', બ્લૉક નં - ૧/૪૫, સરકારી કર્મચારી સોસાયટી,
'ઓમકારેશ્વર મહાદેવ મંદિર' સામે,
રૈયા સર્કલ પાસે, ૧૫૦ ફૂટ રિંગ રોડ,
રાજકોટ - ૩૬૦૦૦૫

મોબાઇલ: **૯૭૨૬૫૨૫૭૭૨**
ઈ-મેઈલ: **bhattparakh@yahoo.com**

મારી વાત...

'મૃત્યુંજય'એ અમારી ધારણા બહારનો પ્રેમ પામ્યો. વાચકોના હૃદયમાં કાયમ માટે સ્થાન ગ્રહણ કરનારી આ કૃતિની સુવાસ દેશના સીમાડા વટાવીને વિદેશો સુધી પહોંચી. આજથી લગભગ બે વર્ષ પહેલાં ધડકતા હૈયે અમારી પહેલીવહેલી નવલકથા આપ સૌ સમક્ષ વહેતી થઈ. થોડી જાતઅનુભૂતિ, થોડી સંવેદના, અપાર શ્રદ્ધા, અઢળક સંશોધન અને અંશતઃ કલ્પનાના મિશ્રણની શાહી વડે લખાયેલી 'મૃત્યુંજયઃ મૃત જીવાત્માનો અજેય રાગ' એ કુલ પાંચ ભાગમાં વહેંચાયેલી સનાતન ગાથા 'મહા-અસુર શ્રેણી'નો પ્રથમ ખંડ હતી... અને આજે તેનો દ્વિતીય ખંડ 'નાગપાશઃ કાલાતીત કલ્પાંતનું વિષચક્ર' આપના હાથમાં સોંપતી વેળા અનહદ આનંદની અનુભૂતિ થાય છે.

મૃત્યુંજયની અલખે સિદ્ધિઓની સાથોસાથ અસંખ્ય એવા અપરિચિત સંબંધોના તંતુઓને અમારી સાથે જોડ્યા, જે હવે ભવોભવના સાથી બનીને રહેવાના છે... હું વાત કરી રહ્યો છું વાચકમિત્રોની! પાછલાં બે વર્ષની અંદર દેશ-વિદેશના વાચકોનો અગાધ પ્રેમ અમને મળ્યો છે. આપ સૌના સાથ-સહકાર, શુભેચ્છાઓ અને આશીર્વાદને કારણે જ મૃત્યુંજય સફળતાનાં શિખરો સર કરી રહી છે.

'મહા-અસુર શ્રેણી'ના આ દ્વિતીય અધ્યાયનાં પડઘમ વાગી રહ્યાં છે, ત્યારે સર્વપ્રથમ તો આ કથાનો પ્રાદુર્ભાવ જેમના થકી સંભવ બન્યો એવા દેવાધિદેવ મહાદેવનાં પાવન ચરણોમાં અંતઃકરણપૂર્વક હું નમન કરું છું. મહા-અસુર શ્રેણીની યાત્રાએ મારા જીવનમાં પણ એક નવા ઉપન્યાસનો આરંભ કર્યો. ઉપલબ્ધિઓની વણઝારમાં 'મૃત્યુંજય'એ મારા કલ્પનાતીત જગતને એક એવો આયામ આપ્યો છે, જેની ખેવના પ્રત્યેક શબ્દારાધકને હોય છે. આધ્યાત્મિકતાને વરી ચૂકેલા

મારા અસ્તિત્વને ગુજરાતના અગ્રગણ્ય દૈનિક અખબાર 'સંદેશ'માં સાપ્તાહિક કૉલમ લખવાનો અવસર પ્રાપ્ત થયો. દર બુધવારની અર્ધસાપ્તાહિક પૂર્તિમાં 'માયથોલોજી' કૉલમ થકી હું અધ્યાત્મના અવનવા પાસાં ખેડી રહ્યો છું, જેના પથપ્રદર્શક તરીકે કૃષ્ણકાંત ઉનડકટ સર અને જ્યોતિબહેન ઉનડકટ પરત્વે હું કૃતજ્ઞતા વ્યક્ત કરું છું. તેઓ મારા અને પરખના જીવનના એ વાત્સલ્યમૂર્તિ સ્નેહીજન છે, જેમણે ડગલે ને પગલે અમારી આંગળી ઝાલીને અમને પડતાં-આખડતાં અટકાવ્યાં છે તેમજ મુક્ત ગગનમાં વિહરવા માટે મોકળું આકાશ પૂરું પાડ્યું છે.

'મહા-અસુર શ્રેણી'ના આ દ્વિતીય સોપાનનું નિર્માણ ખાસ્સું પડકારજનક રહ્યું. ખરું પૂછો તો, 'મૃત્યુંજય'ના જયઘોષે અમારા બંને લેખકોને 'નાગપાશ' માટે વધુ સભાન અને સજ્જ બનાવ્યા. આમ છતાં, મહાવિષ્ણુના ચરણોમાં આરંભાયેલી આ કથા એની સાથે અલૌકિક દૈવી તત્ત્વ લઈને જન્મી હતી, જેનો અનુભવ અમને બંનેને સમય-સમયાંતરે થતો રહ્યો છે.

વાચકોના પ્રતિભાવને આધારે પ્રથમ ભાગમાં રહી ગયેલી ચૂક દ્વિતીય ભાગમાં પુનરાવર્તિત ન થાય, એ માટે અમે ઘણી મહેનત કરી. વાચકોના પ્રતિભાવો અને ગમા-અણગમાએ 'નાગપાશ'ના બંધારણને વધુ મજબૂત બનાવ્યું. તદુપરાંત, દક્ષિણ ભારતના પ્રવાસ અને રાવણની લંકામાં પથરાયેલી ભૂલભૂલૈયાએ આ નવલકથામાં પ્રાણ ફૂંક્યા.

આ સમયગાળા દરમિયાન મારા અંગત જીવનમાં પણ ધરમૂળથી પરિવર્તન આવ્યું. મૉર્નિંગ-વૉક દરમિયાન જેની સાથે 'નાગપાશ'નું પ્રથમ પ્રકરણ આરંભાયું અને જેના સહયોગ વિના નવલકથાનું સર્જન મુશ્કેલ હતું, એવી મારી અર્ધાંગિની મિત્તલનો સાથ મને મળ્યો, જેણે મને સતત આગળ વધતા રહેવાની પ્રેરણા આપી. મિત્તલે મને પોતાના મોહપાશમાં ન બાંધીને નાગપાશ માટે સમય ફાળવવાની જે સ્વતંત્રતા આપી, એ માટે હું હંમેશા એનો આભારી રહીશ.

બીજી બાજુ, મારાં માતા-પિતાના આશીર્વાદ થકી હું અસ્ખલિત પ્રવાહે નવલકથામાં ઓતપ્રોત રહી શક્યો. બંનેના ચરણોમાં હૃદયપૂર્વક વંદન.

જેમણે ફક્ત મૃત્યુંજય જ નહીં, પરંતુ મારા કાવ્યવિશ્વ અને કલાકારીને પણ સતત બિરદાવ્યાં છે, એવા મિત્રો - ચિરાગ સોરઠિયા, વિશાલ વઘાસિયા, નિખિલ સાવલિયા અને વિશાલ ઠુમ્મર - મારા જીવનના એવા ખૂણા છે, જેમણે મારા સ્વપ્નોની પતંગને આભ સુધી પહોંચાડવા માટે પોતાનાથી બનતા પ્રયત્નો કર્યા છે.

... અને અંતે, જેના વિના હું અધૂરો છું, એવા મિત્ર પરખ ભટ્ટની હવે વાત. જેની ધાક-ધમકી મારા માટે પ્રેમ છે, જેનો ગુસ્સો મારા માટે શિખામણ છે, જે કૃષ્ણની માફક પોતાના સખા અર્જુનને જીવનપથનું દર્શન કરાવી શકે એ છે, પરખ ભટ્ટ! આ વ્યક્તિનું સ્થાન મારા જીવનમાં સહલેખક તરીકેનું નહીં, પરંતુ 'શ્વાસપોર્ટ' તરીકેનું છે!

'મૃત્યુંજય'ને માત્ર એક નવલકથા નહીં, પરંતુ પાવન ગ્રંથ માનનારા દરેક વાચકમિત્રોનો હું ફરી વખત આભાર વ્યક્ત કરું છું. આ લખતી વેળા ઘણાંબધાં નામો યાદ આવી રહ્યાં છે, પરંતુ યાદી બનાવવાનો મોહ ટાળી રહ્યો છું, જેથી કોઈને અન્યાય ન થાય. આપ સૌએ કથાનાં પાત્રો સાથે આત્મીયતા કેળવી લીધી છે, વિવાન આર્યની માફક ખુલ્લી છાતીએ લડત આપી છે, વિરોધીઓનાં મોં બંધ કર્યાં છે, મસ્તક ઉપર આ ગાથાને ધારણ કરી છે... એ માટે ખરા હૃદયે કોટિ કોટિ વંદન.

આવનારા સમયમાં પણ મહા-અસુર શ્રેણીને આપનો અવિરત પ્રેમ મળતો રહે એવી અભિલાષા અને અપેક્ષા સાથે વિરમું છું.

- રાજ જાવિયા

૧૩૨, પુનિતધામ સોસાયટી,
લજામણી ચોક, સેટેલાઇટ રોડ,
મોટા વરાછા, સુરત-૩૯૪૧૦૧
ફોન: **૯૫૩૭૪ ૦૪૧૮૨**

જરૂરી સૂચના

'નાગપાશ' નવલકથા એ મહા-અસુર શ્રેણીનો દ્વિતીય ખંડ છે. મહા-અસુર શ્રેણીના કુલ પાંચ ખંડો એકબીજા સાથે ગૂઢ રીતે સંકળાયેલા છે. આથી, પાંચેય ભાગને એમના ક્રમાનુસાર વાંચવા આવશ્યક છે. જો આપે મહા-અસુર શ્રેણીનો પ્રથમ ખંડ 'મૃત્યુંજય' હજુ ન વાંચ્યો હોય, તો આ પૃષ્ઠ પર અટકી જવા વિનંતી છે. 'મૃત્યુંજય' વાંચ્યા વગર 'નાગપાશ'ના કથાપ્રવાહ સાથે જોડાઈ શકવું સંભવ નથી.

* * *

ગરુડવંદનમ્

ઈસવીસન ૨૦૦૦

તમિલનાડુ-કર્ણાટક સરહદ

તેનો લોહી નીતરતો દેહ ઓલવાઈ રહેલા દેતવાના ઢગલા પર ફસડાઈ પડ્યો! ભારે જહેમત બાદ હાથ લાગેલા શિકારને તેઓ આસાનીથી છટકવા દેવા નહોતા માંગતા! ચારે દિશાઓને વીંધતી બંદૂકની ગોળીઓ ગીચ વનરાજીમાંથી સોંસરવી પસાર થઈને મૃત લક્ષ્યના શરીરમાં ધાંય-ધાંય કરતી ઘૂસી રહી હતી. ઈજાગ્રસ્ત છિદ્રોમાંથી વછૂટી રહેલા લોહીના ફુવારા તાપણાની આગ પર રક્તાભિષેક કરવા લાગ્યા. આખું સત્યમંગલમ્ જંગલ નિશાચરોની ગર્જનાઓથી ગુંજી ઊઠ્યું.

ગણતરીની ક્ષણોમાં ઝાડી-ઝાંખરાંને ઝનૂનપૂર્વક બાજુમાં ખસેડતાં આતંકવાદીઓ ત્યાં આવી ચડ્યા. પોતાની ગોળીઓથી વીંધાયેલાં સિંહની નિષ્પ્રાણ કાયાને જોઈને એમના મુખમાંથી શિકાર છટકી ગયાનો નિઃસાસો સરી પડ્યો.

‘ભાગી ગયા સાલાઓ! આગ હજુ ઠંડી નથી પડી. નજીકમાં જ ક્યાંક હોવા જોઈએ.’ સૂતેલા અજગરે ફૂંફાડો માર્યો હોય એમ, જૂની તમિલ ભાષામાં એણે પોતાની ટોળકીના સાથીદારોને આદેશ આપ્યો, ‘જનાબને જાણ કરી દો!’

ભાગેડુઓનું પગેરું શોધતાં તેઓ ચારે દિશામાં ફેલાઈ ગયા.

પરંતુ ઘટાટોપ અરણ્યની જમીન પર પથરાયેલાં સૂકાં પાનનો ખખડાટ પણ અવાજ પેદા ન કરે, એટલી તકેદારી રાખતાં હેમરાજ અને સુમતિ ફૂંકી ફૂંકીને ડગ માંડી રહ્યાં હતાં. દુશ્મનના પ્રત્યેક પ્રપંચથી એ બંને બરાબર વાકેફ હતાં. એમને ખ્યાલ હતો કે એક નાનકડી ભૂલ સમસ્ત 'આર્ય' વંશ માટે દુષ્કર પુરવાર થઈ શકે એમ છે! ફક્ત ભારતનું જ નહીં, પરંતુ વિશ્વનું ભવિષ્ય એમના હાથોમાં હતું.

હંમેશાં શિકારની શોધમાં ખાંખાંખોળાં કરતાં રહેતાં જંગલી કૂતરાની આંખો પણ હેમરાજ અને સુમતિના એક-એક ડગલાંને માપી રહી હતી. ચૈત્ર મહિનાના શુક્લ પક્ષની નોમના ચંદ્રનો આછો અજવાસ એમના માટે પથપ્રદર્શક હતો! ઉબડખાબડ રસ્તા અને વૃક્ષોની ગીચતાને વટાવીને આગળ ધપી રહેલી સુમતિની લચીલી કમર પર બંધાયેલા નાનકડા લંબચોરસ બૉક્સ પર ચંદ્રપ્રકાશ પડ્યો. પાછલા કેટલાય કલાકોથી કમર સાથે બૉક્સ સતત ચીટકેલું હોવાને લીધે ચામડી પર તેની સળ ઊપસી આવી હતી! બ્રહ્માંડની પરમ ચેતનાના એ મહાન રહસ્યને અકબંધ રાખવા માટે ચંદ્ર ફરી વાદળાં પાછળ સંતાઈ ગયો. દોઢ-બે વેંત જેવડી એ લંબચોરસ પેટીમાં કંઈક તો એવું હતું, જેનો સીધો સંબંધ માનવજાતના અસ્તિત્વ સાથે હતો... અને એને બચાવવા માટે જ આ હોડ જામી હતી.

... અને, અચાનક સુમતિનો પગ એકાદ ફૂટ ઊંડા ખાડામાં જઈને ઢચકાયો. શિકારી તાકીને જ બેઠા હોય એમ, જે દિશામાંથી સૂકાં પાનનો ખખડાટ થયો હતો એ દિશામાં નિશાન તાકી બંદૂક તાગવામાં આવી! હેમરાજે સહેજ ઝૂકીને સુમતિને પોતાના તરફ ન ખેંચી હોત તો ગોળી સીધી તેની પાતળી સરખી ડોકને વીંધીને આરપાર નીકળી ગઈ હોત!

હજુ તેઓ કંઈ વિચારે એ પહેલાં જ ઝાડીઓને વીંધતી બીજી ગોળી સુમતિના વક્ષ:સ્થળ પર છરકો મારતી ગઈ! તેના સફેદ કમીઝ પર લોહીના મોટાં મોટાં ધબ્બા ઊપસવા માંડ્યા. હેમરાજ સુમતિના મોં પર મુઠ્ઠી દાબીને તેની ચીસ રોકવાનો પ્રયત્ન કરે, એ પહેલાં ઘણું મોડું થઈ ચૂક્યું હતું!

સુમતિના શ્વાસ હિલોળે ચઢ્યા અને મચકોડાઈ ગયેલો પગ તેમની દોડવાની ગતિને ધીમી પાડવા લાગ્યો. ઘાયલ અવસ્થામાં ભાગવું હવે અસંભવ જણાતું હતું. આમ છતાં, શરીરમાં હતું એટલું બળ એકઠું કરીને બંને ભાગ્યાં.

'મહામહોપાધ્યાય વંશના ઉત્તરદાયિત્વનું વહન કરવું એ આપણી ફરજ છે, હેમ! મારી ચિંતા ન કર. ભાગતો રહેજે. મને કંઈ થઈ જાય તો વિવાનનું

ધ્યાન રાખજે!' સુમતિની નજર સમક્ષ ૮ વર્ષના વિવાનનો માસૂમ ચહેરો તરવરી ઊઠ્યો, 'એને મા અને બાપ બંનેનો પ્રેમ આપજે!'

'તને કંઈ નહીં થવા દઉં, સુમતિ! બસ, હિંમત ન હારતી. હાઈ-વે નજીક જ છે... આપણને ત્યાંથી મદદ મળી રહેશે. શ્રી અનંતશયનમ્ પર શ્રદ્ધા રાખ!' હેમરાજના હાંફી રહેલા શ્વાસોચ્છ્વાસમાં મહાવિષ્ણુ માટેની અડગ આસ્થાનો રણકાર હતો.

થોડી ક્ષણો પહેલાં કોલાહલ મચાવી રહેલું જંગલ એકાએક શાંત થઈ ગયું! સુમતિએ પાછળ ફરીને પ્રગાઢ રાત્રિના ખોળામાં પોઢી ગયેલા જંગલ પર એક નજર નાંખી. તોફાન પહેલાંની આ ભયાવહ શાંતિ તેને સહેજ ખટકી, પરંતુ હાઈ-વે પર એક રૉલ્સ રૉયસ કારને ધસમસતા વેગે પોતાની તરફ આવતી જોઈને તેનામાં જોમ ઉમેરાયું.

કારની બરાબર સામે ઊભા રહી, બંનેએ હાથ ઊંચા કરીને કારચાલકને ગાડી રોકવા માટે વિનંતી કરી.

ચીઈઈઈ... અવાજ સાથે ગાડીના ટાયર રસ્તા સાથે ઘસડાયાં. કારચાલક દ્વારા જો બ્રેક મારવામાં સહેજ પણ મોડું થયું હોત, તો અકસ્માત નિશ્ચિત હતો.

સુમતિના હાથ અને છાતી પરથી ઊતરી રહેલા લોહીના રેલા જોઈને કારચાલકે કશું જ પૂછ્યા વગર રૉલ્સ રૉયસનો પાછલો દરવાજો ખોલી આપ્યો.

હેમરાજ અને સુમતિ આભારસૂચક નજર સાથે ફટાફટ પાછલી સીટ પર ગોઠવાયાં. કારની ડાબી અને જમણી બાજુની બારીએથી ફૂંકાતો ઉનાળુ પવન એમના ચિત્તમાં ટાઢકને બદલે ઉચાટ પેદા કરી રહ્યો હતો.

૬ જેટલા ભયાનક હેર-પિન બેન્ડ વટાવીને ૨૭મા આખરી હેર-પિન બેન્ડ પર રૉલ્સ રૉયસે તીખો વળાંક લીધો. દુશ્મનોની પકડમાંથી છૂટ્યાની નિરાંત અનુભવાય, એ પહેલાં જ કાળમીંઢ અંધકારમાં જાણે ઉલ્કાપિંડ પડ્યો હોય એમ સંતુલન ગુમાવવાને કારણે કાર ધડાકાભેર ટેકરી સાથે અથડાઈ ને હવામાં બે-ત્રણ ફૂટ જેટલી ઊંચે ફંગોળાઈ! કોઈ ફિલ્મી દૃશ્ય સ્લૉ-મોશનમાં ભજવાઈ રહ્યું હોય એમ, ગાડી જમીન પર પડતાંવેંત એક જોરદાર ધમાકા સાથે બ્લાસ્ટ થઈ ગઈ.

ઘટનાથી થોડે જ દૂર, કર્ણાટકની સરહદ પર ઊભેલી મારુતિ ફ્રન્ટીનો દરવાજો ઊઘડ્યો. એવું લાગતું હતું કે પ્રતીક્ષા કરનારી વ્યક્તિ રૉલ્સ રૉયસના આગમનની જ રાહ જોઈ રહી હતી!

ભડભડ ભડકે બળી રહેલી રૉલ્સ રૉયસની સાવ નજીક સળગતી લાશ પાસે જઈને આગંતુક ઉભડક બેઠો. અડધા ખાખ થઈ ગયેલાં ગાડીનાં પૈડાં, પતરાં, ચામડાંની સીટ અને સળગતા દેહની અસહ્ય દુર્ગંધ વચ્ચે તમરાં પણ ભયના લીધે ચુપ્પી સાધી ચૂક્યાં હતાં! સામાન્ય માણસ માટે અરેરાટી પેદા કરે એવાં આ દૃશ્ય વચ્ચે સાવ નિર્લેપ થઈને બેઠેલાં આગંતુકે ખિસ્સામાંથી સિગારેટ કાઢી. સળગતા ટાયરની આગનો લાઇટર તરીકે ઉપયોગ કરી, તેણે સિગારેટ બે હોઠ વચ્ચે ખોસી! એક ઊંડો કશ ખેંચીને તેણે સુમતિની કમર પરથી દૂર ફંગોળાયેલી બે વેંતની દાબડી હાથમાં લીધી. તેના પર ચોંટેલા માંસના નાના ટુકડાને તેણે બે ઘડી જોયે રાખ્યો! અને પછી ઊભા થઈને કેરમ-બોર્ડના સ્ટ્રાઇકરની માફક અંગૂઠા અને બીજી આંગળી વડે ઉછાળી દૂર ફેંક્યો!

સુમતિના નાક પર જઈને તે ટુકડો ચોંટ્યો. તેના ધીમા શ્વાસ હવે અટકવાની તૈયારીમાં હતા. હૃદયના ધબકવાની ગતિ સાવ મંદ થઈ ચૂકી હતી. પા ભાગનું ઉપલું શરીર બળી ચૂક્યું હતું. એમાંથી દેખાતા માંસના લોચા જુગુપ્સાપ્રેરક હતા. તેની અર્ધખુલ્લી આંખોની પાંપણ પર પરાજયનાં આંસુ ઝળૂંબી ઊઠ્યાં. જીવનની અંતિમ ક્ષણોમાં તેના દૃષ્ટિપટલ પર દીકરા વિવાન અને પિતા સમાન સસરા સુધીર બાબાનો લાગણીશીલ ચહેરો તરવરી ઊઠ્યો.

આગંતુકની નજર સુમતિ પર ચોંટી. ચહેરા પર ક્રૂર સ્મિત સાથે તે બોલ્યો, **'ગઝવા-એ-હિન્દ થઈને રહેશે! અલ્લાહ કી હુકૂમત બેશક આયેગી. કાફિરોં કો અબ કોઈ નહીં બચા પાયેગા.'**

ત્રેતાયુગ

લંકાછાવણી

સીતાવધને કારણે છાવણીમાં સર્વત્ર અકળ મૌન અને વિલાપ વ્યાપ્ત હતાં! ક્રોધ, પીડા, વિષાદ, વિરહ અને વેદનાની અનુભૂતિ ફક્ત દશરથનંદન રામને જ નહીં, પરંતુ હનુમાન, લક્ષ્મણ, સુગ્રીવ, નલ, જાંબવંત સહિત તમામ સ્વજનો અને સમસ્ત વાનરસેનાને પણ થઈ રહી હતી.

'મા સીતાના દેહમાંથી વહી ચૂકેલા રક્તના પ્રત્યેક કણનો પ્રતિશોધ લઈશું, ભ્રાતા!' લક્ષ્મણે આવેશમાં આવીને મોટા ભાઈ રામના ખભે હાથ મૂકતાં કહ્યું, 'લંકા ધ્વસ્ત થશે!'

'એ પાપીને એના કર્મનો દંડ અવશ્ય મળશે.' હનુમાનના હાથની મુઠ્ઠી ગદા ફરતે વધુ બળપૂર્વક ભીંસાઈ, 'ઇન્દ્રજિતનો વધ નિશ્ચિત છે, પ્રભુ!'

છાવણીના આ તંગ વાતાવરણમાં અચાનક વિશ્રવાપુત્ર વિભીષણનો પ્રવેશ થયો. ત્યાં ઊભેલાં તમામના મુખારવિંદ અને મધ્યમાં સ્થિત પાષાણશિલા પર રાખવામાં આવેલું સીતા માતાનું કપાયેલું મુખ જોઈને તેણે પરિસ્થિતિનું આંકલન કરી લીધું.

'તમે રાવણપુત્ર ઇન્દ્રજિતની માયાજાળમાં સપડાશો એવું મેં નહોતું ધાર્યું, મહારાજ!' વિભીષણે સહાનુભૂતિ દાખવતાં કહ્યું, 'તમે જેને માતા સીતાનું મુખ માની રહ્યા છો, એ ફક્ત એક છળ છે!'

વિભીષણના આ વિધાનથી સર્વે ચોંકી ઊઠ્યા.

'છળ?' હનુમાને પૃચ્છા કરી.

'ઇન્દ્રજિતને મેં ખોળામાં રમાડ્યો છે, દેવ! તેનાં સઘળાં છળકપટ અને દાવપેચથી હું સારી પેઠે માહિતગાર છું.' વિભીષણે માતા સીતાના મુખને હથેળીમાં લેતાં કહ્યું, 'રામ અને એમની વાનરસેના યુદ્ધમાં હતોત્સાહ થઈ જાય, એ માટે તેણે લંકાના મહાન માયાવી અસુર વિદ્યુતજ્જિહ્વાની મદદ લીધી છે. મારા ગુપ્તચરો હમણાં જ જોઈને આવ્યા. માતા સીતા હજુ પણ અશોકવાટિકામાં જ છે!'

'પરંતુ આમ કરવાનું તાત્પર્ય?' વિભીષણનો ખુલાસો સાંભળીને રામ સ્તબ્ધ હતા.

'તાત્પર્ય...' વિભીષણની આંખમાં ડર ડોકાયો, 'માતા નિકુમ્ભિલા અર્થાત્ દૈત્યોની કુળદેવી અનિષ્ટાત્રીનો કાળયજ્ઞ... જે ચૈત્યપ્રાસાદમાં થવા જઈ રહ્યો છે.'

ૐ ક્લીં... વિભીષણે મહાકાલીના બીજમંત્રનો પ્રયોગ કર્યો. બીજી જ ક્ષણે, તેની હથેળીમાં રહેલું માયાવી મસ્તક રાખ થઈ ગયું.

'એનો અર્થ એમ કે, જો ઇન્દ્રજિત અને રાવણનું આ અનુષ્ઠાન પૂર્ણ થયું તો...' લક્ષ્મણે આગળનું અનર્થકારી વિધાન ઉચ્ચારવાનું ટાળ્યું.

'... તો સમસ્ત બ્રહ્માંડના મહાનતમ આત્માઓ પણ એમને હરાવી નહીં શકે, સ્વયં ત્રિદેવ પણ નહીં!' અનુસંધાન સાધીને રામે કહ્યું.

'યથાર્થ વચન.' વિભીષણે હોંકારો ભણ્યો અને લંકાનો નકશો પાષાણશિલા પર પાથરતાં કહ્યું, 'આ યજ્ઞમાં ભંગાણ થાય એ સર્વાધિક મહત્ત્વપૂર્ણ છે, પરંતુ સાથોસાથ એ વાતનું પણ ધ્યાન રાખવાનું છે કે સૃષ્ટિને લંકાના એ મહાન

રહસ્યની જાણ કદી ન થાય, જેના માટે આપ, લક્ષ્મણ અને હનુમાન લંકા પધાર્યા છો.'

'સીતાનું અપહરણ તો વિધિચક્ર દ્વારા પૂર્વનિર્ધારિત હતું, પરંતુ કાલાતીત કલ્પાંતના વિષચક્રનું શમન આવશ્યક છે! દેવી નિકુમ્ભિલાના ચૈત્યપ્રાસાદમાં રાવણ દ્વારા છુપાવવામાં આવેલા મહાન રહસ્યને પ્રાપ્ત કરવું જરૂરી છે, જેથી ભવિષ્યમાં તે અનિષ્ટ તત્ત્વોના હાથમાં ન પહોંચે!' તેજોમય મુખારવિંદ ધરાવતા રામે દૃઢ સ્વરે કહ્યું.

'પરંતુ એ મહાન અષ્ટસિદ્ધિઓમાંની એક દિવ્ય સિદ્ધિને રાવણ પાસેથી છીનવવા માટે મોટું બલિદાન આપવું પડશે, પ્રભુ!' વિભીષણે ચિંતા વ્યક્ત કરી.

'ઇક્ષ્વાકુનો વંશજ છું, વિભીષણ! સમર્પણભાવ અને વચનબદ્ધતા મારા રક્તના કણ-કણમાં વ્યાપ્ત છે...' રામની આંખ સામે પિતા દશરથનો ચહેરો તરવરી ઊઠ્યો.

એમનાં વેણ સાંભળીને વિભીષણનું મસ્તક આદરભાવ સાથે ઝૂકી ગયું. મનોમન તેણે રઘુકુળના આ દિવ્યાત્માને સાષ્ટાંગ દંડવત્ કર્યા,

रघुकुल रीत सदा चली आई
प्राण जाई पर वचन न जाई।

ઈસવીસન ૧૭૫૦

ત્રાવણકોર રાજ્ય

ભક્તિરસમાં ઘોળાઈ ચૂકેલી કાળરાત્રિ તેના નિર્ણાયક મુકામ પર પહોંચી ચૂકી હતી. નૈમિષારણ્યના મધ્યમાં સ્થિત શ્રી અનંતપદ્મનાભસ્વામીના ગર્ભગૃહમાં મધરાતે કંઈક ભેદી હિલચાલ થઈ રહી હતી. ત્રાવણકોર રાજવંશના મહારાજા માર્તંડ વર્મા પોતાના આદ્યદેવ સામે નતમસ્તક ઊભા હતા. એમના મુખેથી વિષ્ણુ સહસ્રનામમાળાના અખંડ જાપ સ્ફુર્યા. ભારતવર્ષના પ્રકાંડ પંડિતો અને ત્રાવણકોર રાજજ્યોતિષી મહામહોપાધ્યાય સત્યેન્દ્રનાથની પાવન ઉપસ્થિતિમાં ઇતિહાસમાં સર્વપ્રથમ વખત નાગપાશમ્ તંત્રપ્રયોગ થવા જઈ રહ્યો હતો.

આવનારી કેટલીક સદીઓ માટે શ્રી અનંતશયનમ્ ત્રેતાયુગના એ મહાન રહસ્યને પોતાની નિશ્રામાં સમાવી લેવાના હતા!

'મારો આ નિર્ણય સાચો છે કે ખોટો, એની મને જાણ નથી... નાથ! માનવસભ્યતાની રક્ષા કાજે હું આ પગલું ઉઠાવી રહ્યો છું. બ્રહ્મહત્યાના પાપમાંથી હું કયા ભવમાં મુક્ત થઈશ, એનો પણ મને અંદાજ નથી!' માર્તંડ વર્માએ શ્રી મહાવિષ્ણુની અનંતશયનમ્ મુદ્રામાં કાદુશર્કરા યોગવિધિથી પ્રાણપ્રતિષ્ઠિત ૧૮ ફૂટની વિશાળ તેજોમય મૂર્તિ સામે મસ્તક નમાવ્યું.

પદ્મ અર્થાત્ કમળના આસન ઉપર બિરાજેલા પરમપિતા બ્રહ્માનો પ્રાદુર્ભાવ મહાવિષ્ણુની નાભિમાંથી થયો હોવાને લીધે એમના આ સ્વરૂપને ભક્તો 'પદ્મનાભસ્વામી' તરીકે આદિકાળથી પૂજતા હતા. ક્ષીરસાગરમાં યોગનિદ્રા અવસ્થામાં શયન કરી રહેલા મહાવિષ્ણુના મસ્તક પર ફેણ ફેલાવીને છત્ર આપતા અનંત શેષનાગને માર્તંડ વર્માએ નમન કર્યાં. પાલનહારના જમણા હાથ નીચે શિવલિંગ અને મધ્યમાં બિરાજેલાં ભૂદેવી તથા લક્ષ્મીદેવીને વારાફરતી વંદન કર્યાં બાદ મહારાજા ગર્ભગૃહની પાછળની તરફ જવા રવાના થયા.

સિદ્ધક્ષેત્રનો આ પ્રતિબંધિત ભાગ આસ્થાવાન લોકો માટે હંમેશાંથી અચરજ અને રહસ્યનો વિષય રહ્યો હતો. મંદિરની આજુબાજુ અને નીચે આવેલા આઠમાંથી સાત તયખાનાંઓમાં અમૂલ્ય દેવદ્રવ્યનો સંગ્રહ કરવામાં આવ્યો હતો, પરંતુ ગર્ભગૃહની બરાબર પાછળની તરફ સહેજ ડાબી બાજુ જોવા મળતું બાકીનું એક ભોંયરું ત્રાવણકોર રાજપરિવાર સિવાય તમામ માટે કોયડા સમાન હતું.

હાથમાં મશાલ સાથે ભોંયરામાં ઊતરી રહેલાં રાજા માર્તંડ વર્માએ રસ્તામાં આવતી જતી દીવાલો પરની મશાલો પ્રજ્વલિત કરવાનું શરૂ કર્યું. મંદિરની નજીકમાં જ દરિયો હોવાને લીધે તેનું પાણી છતમાંથી ચૂઈને ટપકી રહ્યું હતું અને ભેજને લીધે ભોંયરાની આબોહવા બંધિયાર જણાતી હતી. બસ્સો ડગલાં જેટલું ચાલ્યા બાદ સામે છેડે એક પાષાણદ્વાર દશ્યમાન થયું. રાજાએ પોતાના હાથમાં રહેલી મશાલને દીવાલના ટેકે મૂકી બંને હાથના બળ વડે દ્વાર ખોલ્યું.

'અનંતસંઘના સિદ્ધયોગીઓને પદ્મનાભદાસ માર્તંડ વર્માના શત શત નમન સ્વીકાર હો!' દ્વારની બીજી બાજુના ખંડમાં પહેલેથી ઉપસ્થિત આઠ તેજસ્વી સાધકોને રાજાએ પ્રણામ કર્યા. મહામહોપાધ્યાય મત્સ્યેન્દ્રનાથના પુત્ર અનંતનાથે પાંચમી સદીમાં સ્થાપેલા ગૂઢ 'અનંતસંઘ'ના તેઓ અનુયાયીઓ હતા.

'અનંતસંઘ વતી હું, મહામહોપાધ્યાય સત્યેન્દ્રનાથ... આપની ભીતર બિરાજતા પરમ ચૈતન્યને નમસ્કાર કરું છું, મહારાજ!' આઠેય યોગીઓએ

બે હાથ જોડી વિનમ્રભાવે માર્તંડ વર્માના અભિવાદનને ઝીલ્યું, 'અનંતકોટિ બ્રહ્માંડના સૌથી પવિત્ર અને સર્વશક્તિશાળી રહસ્યને નિશ્ચિત કાળખંડ માટે માનવસમાજથી દૂર લઈ જવાનો સમય થઈ ગયો છે!'

માર્તંડ વર્મા મૂક સંમતિ આપીને ખંડના એક ખૂણામાં હાથ જોડીને ઊભા રહી ગયા. ભોંયરાની મધ્યમાં સ્થિત ઊર્જાબિંબમાંથી રેલાતા ભૂખરા રંગના પ્રકાશનું તેજ, આઠેય સિદ્ધયોગીઓની આંખોમાં પ્રતિબિંબિત થઈ રહ્યું હતું.

વિધિ આરંભાઈ.

મહામહોપાધ્યાય સત્યેન્દ્રનાથ સિવાયના સાત મહાયોગીઓ પ્રકાશસ્રોતની આજુબાજુ વર્તુળાકારે પદ્માસનમાં ગોઠવાઈ ગયા. એમની હથેળીમાં રહેલા અસ્થિકળશને જમીન ઉપર પાથરેલા લાલ આસન પર મૂકવામાં આવ્યા. કળશના અગ્રભાગે નાડાછડી વડે બાંધવામાં આવેલું કાપડ છોડી નાંખવામાં આવ્યું.

સમસ્ત બ્રહ્માંડને પોતાની મંત્રશક્તિ વડે બાંધવા માંગતા હોય એ રીતે, મહામહોપાધ્યાય સત્યેન્દ્રનાથના બંને હાથ ઊંચા થયા. અન્ય સાત યોગીઓએ પણ પોતાનો જમણો હાથ કળશ ઉપર ઢાંકી રાખી, ડાબા હાથ હવામાં ઝાટકાભેર અધ્ધર કર્યા. એકસામટા ઘેરા નાદ સાથે અતિપ્રભાવશાળી **નાગપાશમ્ મંત્ર**ના ઉચ્ચારણનો પ્રારંભ થયો. આખું ભોંયરું એમના દિવ્યાતિદિવ્ય તેજથી ઝગમગી ઊઠ્યું. આખા શરીર ઉપર ચોળાયેલી સ્મશાન-ભસ્મ એમના વાઘા બનીને શોભી રહી હતી.

કાળની ગર્તામાં ખોવાઈ ચૂકેલા નાગપાશમ્ તંત્રનો સર્વપ્રથમ વખત પ્રયોગ થઈ રહ્યો હતો. મંત્રની તીવ્રતા વધતાંની સાથે જ સાતેય યોગીઓએ જમણો હાથ અસ્થિકળશ પરથી હટાવી લીધો. એમાંથી સુગંધી ધૂમ્રસેર નીકળવાની શરૂઆત થઈ, જે ખંડના મધ્યમાં સ્થિત પ્રકાશસ્રોતની આજુબાજુ વીંટાળાવા લાગી.

રાજા માર્તંડ વર્મા દિગ્મૂઢ બનીને આખો નજારો જોઈ રહ્યા હતા. એમના અંતરમાં વ્યાપ્ત અજંપો અને અપરાધભાવ હવે વિલીન થઈ ચૂક્યા હતા.

ત્રાવણકોર રાજ્યનું આકાશ કોઈ અદૃશ્ય તાકતોને આહ્‌વાન આપી રહ્યું હોય એમ, મદનાતુર બનીને વરસવા લાગ્યું. કાવેરી નદી બે કાંઠે વહેવા લાગી. પ્રજાના રહેઠાણની બહાર ટંગાયેલાં ફાનસ એકસાથે બુઝાઈ ગયા! આખા પ્રદેશમાં અંધારપટ છવાઈ ગયો. તમરાં એકાગ્રચિત થઈને શબ્દબ્રહ્મની સાધનાને સફળ બનાવવા માટે યોગદાન આપી રહ્યાં હતાં. સમસ્ત સૃષ્ટિ મહાવિષ્ણુના સંમોહનપાશમાં બંધાઈને મંત્રમુગ્ધ થઈ ચૂકી હતી.

'તત્કાળ ખંડમાંથી બહાર નીકળી જાઓ, મહારાજ!' મહામહોપાધ્યાય સત્યેન્દ્રનાથે સત્તાવાહી અવાજે માર્તંડ વર્માને આદેશ આપ્યો.

સહસા, ખંડમાં કેટલાક ઝેરીલા સરિસૃપોનું આગમન થયું. શા માટે સત્યેન્દ્રનાથે પોતાને ખંડની બહાર ચાલ્યા જવાનો આદેશ આપ્યો, એની પાછળનું તાત્પર્ય માર્તંડ વર્મા સમજી ગયા. બહારની બાજુ દોટ મૂકી, દ્વાર પાસે ઊભા રહીને તેઓ આખી પ્રક્રિયા જોવા લાગ્યા.

કળશમાંથી ધીરે ધીરે અત્યંત નાના, પરંતુ વિશ્વના સૌથી ઝેરી કહી શકાય એવા સર્પો બહાર આવવા માંડ્યા. મહામહોપાધ્યાય સહિત આઠેય સિદ્ધયોગીઓના દેહ ફરતે એમણે ભરડો લીધો, પરંતુ યોગીઓને તો જાણે કોઈ ફર્ક જ ન પડ્યો હોય એમ એમનાં ચક્ષુ બિડાયેલાં રહ્યાં!

માર્તંડ વર્મા મનોમન સાધકોની સલામતી માટે પ્રાર્થના કરી રહ્યા હતા, પરંતુ તેમને ખ્યાલ હતો કે હવે એ શક્ય નથી. અનંતસંઘના સાધુઓની નિયતિ નક્કી થઈ ચૂકી હતી... મૃત્યુ!

એમની નજર સામે પાષાણદ્વાર આપોઆપ બંધ થવા લાગ્યું.

એ ઘડી આવી પહોંચી!

...અને, એકાએક મહાયોગીઓના દેહ ફરતે વીંટળાઈ ચૂકેલા સર્પોએ દંશ મારવાની શરૂઆત કરી. નાગપાશમ્ મંત્ર પોતાની અસર દેખાડી રહ્યો હતો! સર્પોના અધિપતિની ઇચ્છા નહોતી કે આ વિધિ પૂર્ણ થાય, પરંતુ અનંતસંઘ પોતાનો ઉદ્દેશ્ય પૂરો કર્યા વગર જંપશે નહીં એ સ્પષ્ટ થઈ ચૂક્યું હતું. વર્ષોથી લોહીતરસ્યા હોય એ રીતે સર્પો યોગીઓનું રક્ત ચૂસવા લાગ્યા. નાકનાં ફણગાં, કાનનાં છિદ્રો, આંખના ખૂણાઓ અને મોં વાટે પ્રવેશ મેળવીને વેંત જેવડાં સરિસૃપોએ ધીરે ધીરે શરીરના આંતરિક અંગો પર આધિપત્ય જમાવ્યું!

બિડાઈ રહેલાં દ્વારની બહાર ઊભા રહીને આ દૃશ્ય નિહાળી રહેલા માર્તંડ વર્માના શરીરમાંથી ભયનું લખલખું પસાર થઈ ગયું. સિદ્ધયોગીઓના શરીર પરની ચામડી કે અંગ સુધ્ધાં પણ ન દેખાય, એટલા બધા સર્પોનો સમૂહ એમને વીંટળાઈ ચૂક્યો હતો. આખા ખંડમાં ફેલાયેલા સેંકડો સર્પોએ મહામહોપાધ્યાય સત્યેન્દ્રનાથને નિશાન બનાવ્યા હોવા છતાં તેઓ પોતાના મૂળ સ્થાનેથી ખસવાનું નામ નહોતા લઈ રહ્યા.

નાગપાશમ્ તંત્રવિધિનું છેલ્લું ચરણ પૂર્ણ થતાં સુધીમાં સાત યોગીઓ સર્પદંશને કારણે મૃત્યુ પામી ચૂક્યા હતા.

એટલામાં, સૃષ્ટિએ સદીઓથી જેમની પ્રતીક્ષા કરી હતી, એમનો પ્રાદુર્ભાવ થયો.

... શ્રી અનંત શેષનાગ!

'नागबंधम् सर्वोपरि ।' મહામહોપાધ્યાયે પોતાની મંત્રવિધિની સફળતા માટે મહાવિષ્ણુના ચરણોમાં વંદન કર્યા અને જિહ્વા પર સરિસૃપો સરકતા હોવા છતાં ભાવવાહી સ્વરે જીવનની અંતિમ આરાધના કરી!

शान्ताकारं भुजगशयनं पद्मनाभं सुरेशं

विश्वाधारं गगनसदृशं मेघवर्णं शुभाङ्गम् ।

लक्ष्मीकान्तं कमलनयनं योगिभिर्ध्यानगम्यं

वन्दे विष्णुं भवभयहरं सर्वलोकैकनाथम् ॥

મૃતઃપાય સત્યેન્દ્રનાથના ભૌતિક શરીરની ઊર્જા અત્યાર સુધીમાં ખર્ચાઈ ચૂકી હતી. એમના મોંમાંથી સફેદ ફીણ નીકળી રહ્યાં હતાં. દેહ ભૂરો પડી ચૂક્યો હતો. એમના હોઠ પરથી સરી પડેલા શબ્દો કળિયુગના અંતિમ મહાયુદ્ધ માટે દિશાસૂચક પુરવાર થવાના હતા,

'હે પદ્મનાભદાસ માર્તંડ વર્મા... ત્રાવણકોર રાજવંશના મહાન શાસક... મારા સહિત અનંતસંઘના આઠ સિદ્ધયોગીઓએ નાગપાશમ્ તંત્રના ઉપયોગથી, આ ખંડને હંમેશાં માટે અમારી દૈહિક ઊર્જા વડે બાંધી દીધો છે, જેને ફક્ત સિદ્ધગરુડ મંત્રના પ્રયોગથી જ ઉઘાડી શકાશે...'

સત્યેન્દ્રનાથ ભૂમિ પર ચત્તાપાટ ફસડાઈ પડ્યા,

'આવનારી પેઢીઓને મહાવિધ્વંસમાંથી ઉગારવા માટે અપાયેલું આ બલિદાન કદાપિ વિફળ નહીં જાય. જે વ્યક્તિ બળપૂર્વક ખંડને ઉઘાડવાનો પ્રયત્ન કરશે, તે નર્કતુલ્ય પીડા ભોગવીને મૃત્યુ પામશે! મહામહોપાધ્યાય વંશનો છેલ્લો વારસદાર જ્યાં સુધી રક્ત-બલિદાન નહીં આપે, ત્યાં સુધી આ સર્પદ્વાર બંધ રહેશે!'

... અને, આ સાથે પાષાણદ્વાર આવનારી કેટલીય શતાબ્દીઓ માટે બંધ થઈ ગયું. તેના પર નાગબંધમ્ આકૃતિ ઊપસી આવી અને ભીતરથી મહામહોપાધ્યાય સત્યેન્દ્રનાથે મહાવિષ્ણુને છેલ્લી વાર પ્રણામ કર્યા...

यादवेन्द्रकुलदैवम् श्री अनंतशयनम् नमो नमः ॥

कालो हि दुरतिक्रमः ।

૧

વર્તમાન દિવસ

રાષ્ટ્રપતિ ભવન, નવી દિલ્હી

ઢળી રહેલી સાંજના નિતનવા રંગોમાં ઘોળાતા દિલ્હીના કેટકેટલા મિજાજ અદબભેર આળસ મરડીને બેઠા થઈ રહ્યા હતા. જાજરમાન માર્ગો સત્તાધીશોના ક્ષણે ક્ષણે પલટાતા દાવપેચથી વાકેફ હોવા છતાં રાજતંત્રની ગતિવિધિઓના મૂક સાક્ષી તરીકે ઠાઠથી હાજરી પુરાવી રહ્યા હતા. ચમેલી અને મદિરા મિશ્રિત ગંધમાં તરબોળ આ શહેર રાજકારણના બાહુબલિઓનો અખાડો હતું!

નવી દિલ્હીના પ્રેસિડન્ટ્સ એસ્ટેટ સ્થિત રાષ્ટ્રપતિ ભવનમાં આજે દરરોજ કરતાં સહેજ વધારે ચહલપહલ હતી. ગેટ નં-૩૭ પર પદ્મ-ઍવૉર્ડ્ર્સના વિજેતાઓ અને એમના સ્વજનોની ગાડીઓના થપ્પા લાગવા માંડ્યા હતા. ભારતના ખૂણેખૂણાથી પસંદગી પામેલાં ૧૦૮ પદ્મ-વિજેતાઓને આજે ભારતના ૧૪મા રાષ્ટ્રપતિ હરિનાથ કોવિંદના વરદ હસ્તે પુરસ્કાર પ્રાપ્ત થવાનો હતો.

નકાબપોશોની દુનિયામાં પ્રવેશી ચૂકેલા વિવાને ચોખ્ખી હવાનો અનુભવ કરવા માટે ઑડી ક્યુ-૭ના ગ્લાસને સહેજ નીચે સરકાવ્યો. અચાનક શરૂ થયેલા

કમોસમી વરસાદનાં અમીછાંટણાં બેક-સીટ પર વિવાનની ઠીક બાજુમાં બેસેલી રિયાની પાંપણો સુધી ઊડ્યા! વિવાને તેની સામે જોયું. પાંપણો પર પથરાયેલાં પાણીનાં છૂટાછવાયાં ટીપાંની સાથે માર્ગ પર બિછાવવામાં આવેલી ઝાકઝમાળ, એકમેક સાથે સંમિશ્રણ પામીને તેની આંખો ઉપર મેઘધનુષી ઝાંય પેદા કરતી હતી, જેની સામે વિવાન અપલક નયને તાકી રહ્યો. જીવનના તમામ રંગો તેને પોતાની પ્રેમિકાની આંખોમાં ઊપસી રહ્યા હોવાનો ભાસ થયો. કેટલા સાત્ત્વિક અને અનન્ય સાત રંગો હતા એ... લાગણી, પ્રેમ, હૂંફ, સુખ, શાંતિ, સમૃદ્ધિ અને પોતીકાપણાના!

'બાબાના જીવનભરના કઠોર પરિશ્રમનો પુરસ્કાર... અને એ મેળવવા માટે એમની જ હાજરી નથી!' વિવાનના ગળે સહેજ ડૂમો ભરાયો, 'ભારતનો ભવ્ય ઇતિહાસ ઉજાગર કરવામાં એમણે જાત ઘસી નાંખી, પણ...'

'તને લાગે છે સુધીર બાબાને ક્યારેય પરિણામમાં રસ રહ્યો હોય?' બાજુમાં બેઠેલી રિયાએ વિવાનના ખભે હાથ પસવારતાં કહ્યું, 'એ તો અલગારી જીવ હતા, વિવાન! સન્માન કે પુરસ્કારોનો મોહ એમના જેવા વ્યક્તિત્વને ક્યારેય ન હોય. એ તો લોકકલ્યાણ અને સમાજોત્થાનમાં વિશ્વાસ ધરાવતા હોય!'

સાહિત્ય, સિનેમા, યોગાભ્યાસ, સમાજસેવા, શિક્ષણ વગેરે સહિત જુદા જુદા ક્ષેત્રના પદ્મપુરસ્કૃત મહાનુભાવોમાં એક નામ હતું... દિવંગત સુધીર આર્ય, જેમને ભારત સરકાર દ્વારા વર્ષ ૨૦૨૨નો મરણોપરાંત પદ્મશ્રી પુરસ્કાર એનાયત થયો હતો.

એમના સ્વર્ગવાસને ત્રણ મહિના વીતી ચૂક્યા હોવા છતાં વિવાન હજુ સંપૂર્ણપણે આઘાતમાંથી બહાર નહોતો આવ્યો. વસંતનિવાસમાં બનેલી દુર્ઘટના, સોમનાથનો ઘટસ્ફોટ, મધ્યપ્રદેશના બુરહાનપુરમાં થયેલા ખુલાસા અને માતા-પિતાના મૃત્યુનું રહસ્ય વિવાન માટે અસહ્ય બની ચૂક્યું હતું. રાજકોટમાં પસાર થતી પ્રત્યેક ભેંકાર રાતો તેને વિહ્વળ બનાવી મૂકતી!

'આપણે જવું જોઈએ. સમારોહનો સમય થવા આવ્યો છે.' રિયામાં હવે પરિપક્વ યુવતીની સાથોસાથ એક સમજદાર જીવનસાથીની ઝલક પણ દેખાતી હતી. પદ્મસમારોહ માટે આજે તેણે સબ્યસાંચી મુખર્જીનું ડિઝાઇનર રેડ-ગાઉન પહેર્યું હતું. ઘૂંટણથી સહેજ વધુ લાંબા રાઉન્ડ-નેક સ્લીવલેસ ગાઉનમાં તેની દાગ વગરની ગોરી ત્વચા ઝગારા મારતી હતી. સ્વરોવ્સ્કીના માદક પર્ફ્યુમની સુવાસ ભલભલા પુરુષને તરબતર કરી શકવા સક્ષમ હતી. તેણે વિવાન સામે બિસ્લેરી ધરી.

રિયાના હાથમાંથી બૉટલ લઈને વિવાને એક મોટો ઘૂંટ ભર્યો. ગળું સહેજ સાફ થયું. તે વ્યક્ત ભલે નહોતો કરતો, પણ વીતેલા મહિનાઓમાં તેને રિયાની આદત પડી ચૂકી હતી.

'સાહિલ, વિઝિટર્સ માટે ગેટ નંબર ૩૭ ઉપર પાર્કિંગની વ્યવસ્થા છે.' વિવાને પોતાના ડ્રાઇવરને સંબોધીને કહ્યું, 'અમે અહીંયાં ઊતરી જઈએ છીએ. કાર્યક્રમ પૂરો થયા બાદ તને ફોન કરીએ ત્યારે ફરી અહીં આવી જજે!'

'જી!' સાહિલે બેક-મિરરમાં જોઈને એકાક્ષરી પ્રત્યુત્તર આપ્યો.

બેક-સીટના દરવાજા ખોલીને બંને નીચે ઊતરવા જાય એ પહેલાં રિયાનો ફોન રણકી ઉઠ્યો.

'અશરફ વીજળીવાળા!' રિયાએ ગુચીના પર્સમાંથી ફોન કાઢીને કૉલરનું નામ વાંચતાં કહ્યું, 'તેઓ અત્યારે દુબઈથી દિલ્હીની ફ્લાઇટ પકડવાના હતા. કંઈક અર્જન્ટ હોવું જોઈએ, તો જ એમનો ફોન આવે!'

વિવાનના હોઠ સિવાઈ ગયા. રિયાના પિતા આલોક ચૌધરીના ગાયબ થયા બાદ અશરફ વીજળીવાળાએ એમનો સંપર્ક કરવાની ઘણી કોશિશ કરી, પણ વ્યર્થ! દુબઈમાં એ બંને મળ્યા પછી આલોક અલવિદા કહ્યા વગર જ ભારત આવી ગયો હતો, એ અશરફને ખટક્યું હતું. અધૂરામાં પૂરું, આલોકે ગુપ્ત રીતે તેની પાસે જેમની તપાસ કરાવી હતી, એ ફૈઝા હુસૈન અને વસીમ ખાનનો પણ કેટલાય મહિનાઓથી કોઈ અત્તોપત્તો નહોતો! ધરતી એમને ગળી ગઈ કે આસમાન ભરખી ગયું? કોઈ નહોતું જાણતું. એટલે જ, હકીકતથી વાકેફ થવા માટે અશરફ દુબઈથી ભારત આવી રહ્યો હતો.

આલોક અંકલ હવે કદાચ ક્યારેય નહીં મળે, રિયા!

વિવાનનો વિચાર પડઘાયો અને શબ્દો ગળામાં જ અટવાઈ ગયા. હજુ સુધી તે રિયાને આલોક ચૌધરીની હકીકત નહોતો જણાવી શક્યો. શુક્રાચાર્ય દ્વારા આલોકના શરીર ઉપર કરવામાં આવેલા કબજાની વાત જાણ્યા પછી રિયાના મગજ પર તેની કેવી ભયાનક અસરો દેખાશે, એ અંગે વિવાનને સતત બીક રહેતી. વળી, આલોક ચૌધરી જીવિત છે કે મૃત, એ અંગે પણ કોઈ વાવડ નહોતા.

'એક કામ કર, તું કાર્યક્રમ માટે રવાના થા, નહીંતર મોડું થશે.' રિયાના વર્તનમાં થોડો હડબડાટ દેખાયો, 'હું અશરફ અંકલ સાથે વાત પતાવીને તરત આવું છું.'

'સારું.' વિવાને ઝાઝી દલીલ ન કરી, 'સાહિલ... મેમસાહબને લઈને આવી જજે.'

સાહિલે ફરી હકારમાં માથું ધુણાવ્યું.

વિવાન કારમાંથી ઊતરી ગયો અને રાષ્ટ્રપતિ ભવનના મુખ્ય પ્રવેશદ્વાર તરફ ડગ માંડે એ પહેલાં તેને કંઈક યાદ આવ્યું.

'અરે રિયા, લિસન...' વિવાને ફરી કારનો દરવાજો ઉઘાડ્યો અને ચહેરા પર પ્રેમભર્યુ સ્મિત આપતાં કહ્યું, 'આઇ લવ યુ!'

રિયાના ગાલ ઉપર લાલાશ તરી આવી. તેણે વળતું સ્મિત આપીને વિવાનને સમારોહમાં જલદી પહોંચવા માટે ઇશારો કર્યો.

ડ્રાઇવિંગ-સીટ ઉપર બેઠેલો સાહિલ ચૂપચાપ આ બધું જોતો હતો. વિવાન જેવો રાષ્ટ્રપતિ ભવન તરફ જવા રવાના થયો કે તરત તેના હોઠ ઉપર શૈતાની સ્મિત ફરક્યું!

આજની રાત તમને બંનેને બરાબર યાદ રહી જવાની છે! તે મનોમન બબડ્યો.

પાછળની સીટ ઉપર બેસીને ફોનમાં વાત કરી રહેલી રિયા તરફ નજર નાંખીને તેણે ગેટ નં-૩૭ તરફ સ્ટિયરિંગ ઘુમાવ્યું.

૩૩૦ એકરની જમીન પર પથરાયેલું રાષ્ટ્રપતિ ભવન વિશ્વના સૌથી મોટા બંધારણીય ભવનોમાં ટોચનું સ્થાન ધરાવતું હતું. ઇટાલીના રોમ સ્થિત ક્યૂરનલ પેલેસ બાદ વિશ્વના સૌથી મોટા નિવાસસ્થાનોની યાદીમાં દ્વિતીય ક્રમે ભારતના રાષ્ટ્રપતિ ભવનનો સમાવેશ થતો હતો. મહેમાનો માટે ૩૪૦ ભવ્યાતિભવ્ય ઓરડાઓ અને દુનિયાભરના પુષ્પોના મઘમઘાટ સાથેનો ૧૯૦ એકરનો બાગ તેની શોભામાં વધારો કરતા હતા.

લગભગ અઢી કિલોમીટર લાંબો કૉરિડોર વટાવીને વિવાન દરબાર હૉલમાં પહોંચ્યો, જ્યાં દર વર્ષે પદ્મસમારોહનું આયોજન થતું હતું. છ ફૂટની ઊંચાઈ, હેર-જેલ નાંખીને ઓળેલા ભૂરા અને કાળા રંગના મિશ્રણ સમા વાળ,

પાતળું, તીણું અને થોડું લાંબુ કહી શકાય એવું નાક, ક્લિન-શેવ દાઢી અને ઘઉંવર્ણી ત્વચા. બ્લેક સૂટ, બ્લ્યુ ટાઇ અને બ્લેક ફૉર્મલ-પેન્ટ તેના દેખાવને વધુ હાઈ-પ્રોફાઇલ બનાવતાં હતાં. આંખોમાં એવું અજબ આકર્ષણ કે પળવારમાં સામેવાળી વ્યક્તિને મોહી લે! જ્ઞાનનું તેજ પણ એટલું કે જેવી તેવી વ્યક્તિ લાંબો સમય સુધી તેની સામે નજર સુધ્ધાં ન મિલાવી શકે!

પ્રેસ સેક્રેટરી સુહાની સિંહા વિવાનના સ્વાગત માટે ખંડની બહાર જ ઊભી હતી.

'ગૂડ ઈવનિંગ, મિસ્ટર આર્ય!' સુહાનીએ છટાદાર અંગ્રેજીમાં અભિવાદન પાઠવતાં કહ્યું, 'હું સુહાની સિંહા, પ્રેસ સેક્રેટરી ઑફ પ્રેસિડન્ટ ઑફ ઇન્ડિયા.'

લૉ-નેક ટી-શર્ટ ઉપર ફૉર્મલ બ્લેઝર, બ્લેક જિન્સ અને કાંડા પર નાજુક એપલ-વૉચ. કાચ જેવા પારદર્શક ગળામાં લટકતા આઇ-કાર્ડની દોરી પણ આછા લાલ ઘસરકા પાડતી જાય એટલી સુંવાળી ત્વચા! શિલ્પકારે નિરાંતની ક્ષણોમાં ઘડ્યો હોય એવો સૌંદર્યની પરાકાષ્ઠા ધરાવતો ચહેરો. માથા ઉપર પૉની-ટેઇલ ને કાનમાં નાનાં ઝૂમખાં! ભરાવદાર ગુલાબી હોઠ પર લિપબામનું પાતળું આવરણ તેના દેખાવને વધુ આકર્ષક બનાવવાનું કામ કરતું હતું.

પાછલા વર્ષે ભારતના નાણામંત્રી આનંદ આહુજાના ખૂન સમયે તેણે વિવાનની ચેનલ *ન્યૂઝ ટાઇમ્સ*ના પત્રકાર રાકેશ અગ્રવાલને સ્ફોટક વિગતો આપી હતી. મૂળે તો એ વિવાન આર્યની નીતિમત્તા અને પત્રકારત્વના વાસ્તવિક મૂલ્યો સાથે થતા સંચાલનથી પ્રભાવિત હતી. મલ્ટિનેશનલ કંપનીનો માલિક હોવા છતાં વિવાન આર્યની મીડિયા ચેનલ સિદ્ધાંતોને નેવે મૂકીને ક્યારેય રિપૉર્ટિંગ નહોતી કરતી, એ બાબતે તેને ખૂબ માન હતું. સામે પક્ષે, વિવાન માટે સુહાનીનો ચહેરો તદ્દન અજાણ્યો હતો.

'હેલ્લો સુહાની, ફોન પર આપની સાથે જ મારી વાત થઈ હતી?' વિવાનના પ્રશ્નમાં વિવેક હતો.

'જી, બિલકુલ.' સુહાનીએ વિવાનને દરબાર હૉલમાં પ્રવેશવા માટે આમંત્રણ આપ્યું, 'પદ્મસમારોહ ૨૦૨૨માં તમારું હાર્દિક સ્વાગત છે.'

પદ્મપુરસ્કૃતોથી આખો દરબાર હૉલ ખીચોખીચ ભરાયેલો હતો. દેશ-વિદેશથી આવેલી વિભૂતિઓ પોતપોતાનું સ્થાન ગ્રહણ કરી ચૂકી હતી. ભૂતકાળમાં *થ્રોન રૂમ* તરીકે ઓળખાતા દરબાર હૉલમાં બ્રિટિશ શાસનકાળ દરમિયાન વાઇસરૉય અને વાઇસરિન બેસતાં. એ સ્થાન પર આજે રાષ્ટ્રપતિનું મુખ્ય સિંહાસન રાખી દેવામાં આવ્યું હતું.

વિવાને હૉલમાં પગ મૂક્યો કે નજર સામે રાષ્ટ્રપતિનું ભવ્ય સિંહાસન જોવા મળ્યું. એની બરાબર પાછળ ભગવાન બુદ્ધની ઊંચી સફેદ પ્રતિમા શોભાયમાન હતી, જેનું નિર્માણ પાંચમી સદીમાં કરવામાં આવ્યું હતું. સફેદ માર્બલની ૪૨ ફૂટ ઊંચી દીવાલો ધરાવતાં આ ગોળાકાર ખંડમાં મુખ્યત્વે ૩ પ્રવેશદ્વાર હતાં. ભારતના જૂજ બાંધકામોમાં જોવા મળે, એવું બેલ્જિયમ-ગ્લાસ શેન્ડેલિયર દરબાર હૉલની વચ્ચોવચ્ચ છતની શોભામાં વધારો કરતું હતું. હાલ, સિવિલ અને ડિફેન્સ કાર્યક્રમોના આયોજન દરબાર હૉલમાં થતાં હતાં.

પોતાની બેઠક પર જઈને વિવાને સ્થાન ગ્રહણ કર્યું. ડાબી બાજુની બેઠક રિયા માટે ખાલી છોડવામાં આવી અને જમણી બાજુ સુહાની આવીને બેઠી. ઇટાલી અને ભારતના અલવાર, મકરાણા, જેસલમેર, વડોદરા, અજમેર, હરિપાસ, મારવાર જેવા પ્રદેશોમાંથી ખાસ મંગાવવામાં આવેલા ભાતભાતના – પીળા, ભૂખરા, ગુલાબી, લીલા, સફેદ, કથ્થઈ – માર્બલના ફ્લૉરિંગ તથા સ્તંભો પર વિવાનની નજર ચોંટી ગઈ હતી. ભારતના રાષ્ટ્રપતિ ભવનને શા માટે અમેરિકાના વ્હાઇટ હાઉસની સમકક્ષ ગણવામાં આવતું હતું, એનું કારણ તેને હવે સમજાયું.

‘વડાપ્રધાન વીરેન્દ્ર મોદી, ગૃહમંત્રી નમિત શાહ, ઉપરાષ્ટ્રપતિ વેંકટ નાયડુ અને રક્ષામંત્રી રાજનામ સિંઘ?’ વિવાને પોતાનાથી આગળની હરોળની ખાલી ખુરશીઓ જોઈને પ્રશ્નાર્થ કર્યો.

‘છેલ્લી ઘડીએ એમને બહુ અગત્યના કામ માટે જવાનું થયું હોવાથી તેઓ કાર્યક્રમમાં હાજર રહી શકે એમ નથી.’ સુહાનીએ સાવ ધીમા સ્વરે કાનમાં ગણગણાટ કર્યો.

એટલામાં, *જાટ રેજિમેન્ટલ સેન્ટર*ના મિલિટરી બેન્ડએ સંગીતના સૂર છેડ્યા... જે સૂચવતા હતા કે મહામહિમ પધારી રહ્યા છે!

રિયા હજુ સુધી ન આવી હોવાને લીધે વિવાનના મોટા કપાળ પર ચિંતાની રેખાઓ ઊપસી આવી. સુહાનીના ઑફિશિયલ ફોનમાંથી વિવાને રિયાનો નંબર ડાયલ કર્યો, પરંતુ તે બંધ હતો!

... અને, જેવું રાષ્ટ્રપતિ હરિનાથ કોવિંદનું ૬ મીટર ઊંચા સાગના પ્રવેશદ્વારમાંથી આગમન થયું કે તરત દરબાર હૉલમાં બેઠેલા સહુ કોઈ એમના સન્માનમાં ઊભા થઈ ગયા. મહાત્મા ગાંધી, સી. રાજગોપાલાચારી, પંડિત જવાહરલાલ નેહરુ, ડૉ. રાજેન્દ્ર પ્રસાદ વગેરેના વિશાળ કદનાં ચિત્રો પાસેથી પસાર થઈને મહામહિમે પોતાનું સ્થાન ગ્રહણ કર્યું.

માથે આછી ટાલ, આંખે ચશ્મા, શ્યામવર્ણી ત્વચા અને એકવડિયો બાંધો ધરાવતા હરિનાથ કોવિંદનો રાષ્ટ્રપતિ તરીકેનો કાર્યકાળ સમાપ્ત થવાને ગણતરીના મહિના શેષ હતા! ઉત્તરપ્રદેશની ચૂંટણીમાં *ભારતીય જનસેવક પક્ષ* - ભાજપક્ષ - ને પ્રચંડ બહુમતી મળી હતી. આથી, ૧૫મા રાષ્ટ્રપતિ ઉત્તરપ્રદેશના વયોવૃદ્ધ રાજ્યપાલ સાનંદીબહેન પટેલને બનાવવામાં આવે, એવી પૂરી શક્યતા દેખાતી હતી. જોકે, કેટલાકનો મત એવો પણ હતો કે ઓબીસી મહિલા નેતા અગ્નિજા મુર્મૂ ઉપર પસંદગીનો કળશ ઢોળાય તો નક્કી નહીં!

રાષ્ટ્રપતિની સાથે પડછાયાની માફક રહેતા પ્રેસિડન્ટ્સ બોડીગાર્ડ્સ - પીબીજી - રેજિમેન્ટના ચાર મુખ્ય ઑફિસર્સ - કર્નલ બોમ્માન્ડા નીરજ ચેંગપ્પા, મેજર જનરલ આર. કોરિયપ્પા, પીબીજી સેકન્ડ-ઇન-કમાન્ડ લેફ્ટનન્ટ કર્નલ ધનંજય ગાંગુલી, રિસાલદાર મેજર ગોકુલ શર્મા - તેમજ અજિતાભ પૂર્ણૈયા સહિત ૨૦ જુનિયર કમિશન્ડ ઑફિસર્સ પણ પોતપોતાના નિયત સ્થાને ગોઠવાઈ ગયા.

રાષ્ટ્રગાન પૂર્ણ થયા બાદ પણ રિયા દરબાર હૉલમાં ન આવી હોવાને લીધે વિવાનની નજર મુખ્ય પ્રવેશદ્વાર તરફ જ ચોંટી હતી.

'હું જોઈને આવું છું.' તેના મનોભાવ સમજી ચૂકેલી સુહાનીએ બેઠક પરથી ઊભા થતાં કહ્યું, 'મિસ રિયાને હું મારી સાથે લઈને જ આવીશ, ડૉન્ટ વરી.'

વિવાને આભારદર્શક સ્મિત આપતાં સુહાની દરબાર હૉલની બહાર જવા રવાના થઈ.

રાષ્ટ્રપતિ પાસેથી પદ્મસમારોહનો આરંભ કરવાની અનુમતિ મળ્યા બાદ સર્વપ્રથમ બનારસમાં દાયકાઓથી યોગાશ્રમ ચલાવતા ૧૨૫ વર્ષીય યોગગુરુ સ્વામી શિવાનંદને પદ્મશ્રી અનાયત થયો. આટલી મોટી ઉંમરે પણ જેમના નખમાંય રોગ નહોતો એવા, શ્વેત ઝભ્ભા-ધોતીના પારંપરિક પહેરવેશમાં પધારેલા શિવાનંદજી ઊભા થયા. ધીમા છતાં મક્કમ ડગલે, ઉઘાડા પગે ચાલીને રાષ્ટ્રપતિના હસ્તે અવૉર્ડ સ્વીકાર્યા બાદ સ્વામી શિવાનંદ શાંતિથી પોતાના સ્થાન પર આવીને બેસી ગયા. એમની ચુસ્તી-સ્ફૂર્તિ જોઈને ખંડમાં બેઠેલા યુવાનોને પણ બે ઘડી પોતાના ઉપર શરમ આવી!

વિવાનને સ્વામી શિવાનંદમાં સુધીર બાબાની ઝલક દેખાઈ! તેણે મનોમન એમને વંદન કર્યાં.

'પદ્મશ્રી, પ્રોફેસર સુધીર આર્ય... મરણોપરાંત. પુરાતત્ત્વીય સંશોધન.' માઇકમાં બાબાના નામની જાહેરાત થઈ અને વિવાન ચોંક્યો. બે દિવસ પહેલાં

તેને પદ્મશ્રીપુરસ્કૃતોની જે યાદી મોકલવામાં આવી હતી, તે મુજબ સુધીર આર્યનું નામ છેલ્લેથી દસમા ક્રમ પર જાહેર થવાનું હતું... તો પછી, અચાનક આ બદલાવ કેમ થયો?

તેની છઠ્ઠી ઇન્દ્રિય હૉલમાં કંઈક ગરબડ થઈ રહી હોવાની ચેતવણી આપી રહી હતી. રિયા અને સુહાની બંનેમાંથી એક પણ વ્યક્તિના દૂર દૂર સુધી કોઈ અણસાર નહોતા! આમ છતાં, પ્રસંગ સાચવી લેવા માટે તે પોતાની હરોળમાંથી બહાર આવીને મધ્યમાં પથરાયેલી રેડ-કાર્પેટ ઉપર પહોંચી ગયો અને મહામહિમ હરિનાથ કોવિંદને ઝૂકીને નમસ્કાર કર્યા.

જેમ જેમ રાષ્ટ્રપતિ અને તેના વચ્ચેનું અંતર ઘટતું જતું હતું, એમ એમ વિવાનને લાગતું હતું કે કેટલીક તીવ્ર નજરો આ બધું ધ્યાનપૂર્વક માપી રહી છે! ખંડમાં પાછલી કેટલીય મિનિટોથી પોતાની માતાના ખોળામાં રડી રહેલું નવજાત બાળક અચાનક શાંત થઈ ગયું.

તે પોતાની જાતને ચારેબાજુથી ઘેરાયેલી મહેસૂસ કરવા લાગ્યો!

મારો વહેમ હશે, કદાચ...! તેણે વિચાર્યું.

રાષ્ટ્રપતિ પાસે પહોંચીને સર્વપ્રથમ તેણે એમની સાથે હાથ મિલાવ્યા અને પદ્મશ્રી પુરસ્કાર ગ્રહણ કર્યો. હરિનાથ કોવિંદે અત્યંત ઉમળકાભેર કહ્યું, 'સુધીરજીએ દેશ માટે ઘણો ભોગ આપ્યો છે, વિવાન! ભગવાન એમની આત્માને...'

... અને, તેઓ વાક્ય પૂરું કરવા જાય એ પહેલાં કશુંક અણધાર્યું બન્યું!

રાષ્ટ્રપતિ દ્વારા અપાતા સન્માનપત્રનો ફોટો ક્લિક થાય, એ પહેલાં વિવાનને મહામહિમના હાથમાં ધ્રુજારીનો અનુભવ થયો. હરિનાથ કોવિંદના ચહેરાના સ્નાયુ તરડાવા લાગ્યા. જીભમાં લોચા વળવા લાગ્યા, નાકમાંથી લોહીની સર ફૂટી! એમણે અચાનક પોતાનું માથું પકડી લીધું, આખું શરીર થરથર ધ્રૂજવા લાગ્યું.

તેઓ ફસડાઈ ન પડે એ હેતુથી વિવાને એમને ખભેથી પકડ્યા.

'અરે... આઆઆઆઆ બંધ કરો કોઈક..!' મહામહિમે દાંત કચકચાવીને ત્રાડ પાડી, પરંતુ કોઈને સમજાયું નહીં કે મહામહિમ શું બંધ કરાવવાનો આદેશ આપી રહ્યા છે! કોઈકની પકડમાંથી છૂટવાની કોશિશ કરી રહ્યા હોય એમ, એમના કપાળ પર સ્નાયુ ઊપસી આવ્યા.

આગળ કંઈ કહેવા જાય એ પહેલાં જ મહામહિમની આંખોના ડોળા ફૂટ્યા! કરોળિયાના જાળામાં ફસાયેલો મંકોડો જે રીતે બહાર નીકળવા માટે

તરફડિયાં મારતો હોય, એ રીતે એમના હાથની નસો ચામડી સોંસરવી તરડાઈ! મોઢામાંથી લોહીની ઊલટીઓ શરૂ થઈ ગઈ, જે સીધી વિવાનના બ્લેક-સૂટ પર જઈને ઊડી! જોરથી ભીંસાયેલા દાંત વચ્ચે આવી ગયેલી જીભના બે કટકા થઈ ગયા. બીજી જ ક્ષણે, ભોંયભેગા થઈ ગયેલાં હરિનાથનું જડબું ફર્શ સાથે ટકરાયું અને દાંત સહિત દાઢીનાં હાડકાં જોરદાર કડાકા સાથે તૂટ્યા!

વિવાને ચીસ પાડી, 'સમબડી પ્લીઝ હેલ્પ...'

પીબીજી રેજિમેન્ટના સંરક્ષકો મામલો સંભાળવા જાય એ પહેલાં આખો દરબાર હૉલ ચિચિયારીઓથી ભરાઈ ગયો. વિવાને પાછળ ફરીને જોયું તો તમામ મુલાકાતીઓ પણ મહામહિમની માફક માથું પકડીને જમીન પર ઢળી પડ્યા હતા. સફેદ માર્બલનો ફર્શ લોકોના નાકમાંથી નીકળી રહેલા લોહીનાં ટીપાંથી ઊભરાવા લાગ્યો.

ઘડીના છઠ્ઠા ભાગમાં બની ગયેલી આ ઘટનાને કોઈ સમજી શકે એ પહેલાં જ પીબીજી ઑફિસર્સ સહિત દરબાર હૉલમાં હાજર તમામ લોકો માર્બલની દીવાલોમાં જઈને પોતાનું માથું અફળાવવા લાગ્યા! મેજર જનરલ આર.કોરિયપ્પા, પીબીજી સેકન્ડ-ઇન-કમાન્ડ લેફ્ટનન્ટ કર્નલ ધનંજય ગાંગુલી, રિસાલદાર મેજર ગોકુલ શર્મા તેમજ અજિતાભ પૂર્ણૈયા જેવાં ઑફિસર્સે તો અન્ય જુનિયર કમિશન્ડ ઑફિસર્સે હાથમાં પકડેલાં તીર પોતાના કપાળમાં ભોંકી દીધાં! કર્નલ બોમ્માન્ડા નીરજ ચેંગપ્પાએ તો પોતાની રાઇફલને કાન ઉપર રાખીને ટ્રિગર દબાવી દીધું!

'સર...' વિવાનની ચીસ પૂરી થાય એ પહેલાં તો *સનનનનનનન...* કરતી એક ગોળી કર્નલના મસ્તિષ્કની આરપાર થઈને દીવાલમાં ખૂંપી ગઈ! એની સાથોસાથ ઊડેલા માંસના લોચા અને લોહીના રેગાળા દીવાલ પરથી નીચે લસરવા માંડ્યા.

હિસ્સ્સ્સ્સ... અચાનક વિવાનને પોતાના કાનમાં હિસકારો સંભળાયો. મહાકાય અજગર કાન પાસે આવીને ફૂંફાડા મારતો હોય એટલો સ્પષ્ટ હિસ્સકાર હતો એ! ધીરે ધીરે આ હિસ્સકાર એટલો તીવ્ર બનતો ગયો કે વિવાને પણ પોતાના કાન આડા હાથ રાખી દેવા પડ્યા!

ઘૂંટણભેર બેસી ગયેલા વિવાનની નજર ખંડમાં ઉપસ્થિત નવજાત બાળક અને તેની માતા પર પડી. માતાની લબડી પડેલી ડોક જોઈને તેને સ્તનપાન કરી રહેલા બાળકની દયા આવી ગઈ. જેમ તેમ ઊભો થઈને જેવો એ સ્ત્રીની ખુરશી પાસે પહોંચ્યો કે તરત તેની આંખમાં લોહી થીજી ગયું!

વિવાને જેવો સ્તનપાન કરી રહેલા બાળકના માથે ઢંકાયેલો સાડીનો છેડો સહેજ ખસેડ્યો, કે તરત શિશુની ધાવણ નીતરતી નાનકડી જીભ તેના પગ પાસે લસરી પડી! જેવું તેણે બાળકને પોતાના હાથમાં લેવાની કોશિશ કરી, એની બીજી જ ક્ષણે એના ત્રાંસા થઈ ગયેલાં ગલોફાંમાંથી દૂધ મિશ્રિત લોહીનો કોગળો ઉભરાયો!

વિવાન હતપ્રભ બની ગયો.

પુરસ્કૃતોની કાળી ચીસો વચ્ચે એકાએક એવી દુર્ઘટના બની, જે જોઈને તેને કમકમાં આવી ગયાં!

ઊકળતા તેલમાં ફાટી રહેલા મરચાંની તમતમાટીનો જે અવાજ આવે, એવો જ અવાજ રાષ્ટ્રપતિ હરિનાથ કોવિંદના કરોડરજ્જુના મણકા ફાટતી વેળા આવ્યો! તેમણે કાન ફાડી નાંખતી પીડાદાયક બૂમ પાડી, 'આઆઆઆઆઆ...' કોઈકે બૉમ્બ મૂક્યો હોય એમ અચાનક એમના પેટના ચીંથરેચીંથરાં ઊડ્યાં! અંદરથી લબડી પડેલાં લોહિયાળ આંતરડાંના લોચા જોઈને વિવાનને ઉબકો આવી ગયો.

હરિનાથ કોવિંદ ભયંકર રીતે તરફડ્યા બાદ સ્થિર થઈ ગયા. એમના પેટ અને મોઢામાંથી નીકળેલા લોહીને લીધે સિંહાસન પાસે લાલ ખાબોચિયું ભરાઈ ગયું.

વિવાનના શૂઝનું તળિયું રાષ્ટ્રપતિના રક્તથી લથબથ હતું!

૨

ત્રેતાયુગ

દંડકારણ્ય, આર્યાવર્ત

શબની માફક પાષાણશિલા પર તંગ થઈને પોતાના નસીબને ધિક્કારી રહેલા એરાવણીના બે પગ વચ્ચે પીડાદાયક કર્મ કરવામાં આવી રહ્યું હતું! અણછાજતું... સૃષ્ટિ વિરુદ્ધનું કર્મ! સ્રૈણ પ્રકૃતિ ધરાવતા અર્ધનારીશ્વર કિન્નરના શરીરને ચૂંથવામાં દંડકે કોઈ કસર નહોતી છોડી. તેનું વાસનાંધ મગજ ખરા-ખોટાનો ભેદ ભૂલી ચૂક્યું હતું. તેના સ્નાયુબદ્ધ બાવડાં કિન્નરના બંને માંસલ પગને બળજબરીપૂર્વક હવામાં અધ્ધર કરીને પોતાની તૃષ્ણા સંતોષવામાં રત હતાં!

સમસ્ત માનવજાતને શર્મસાર કરતી ઘટનાને નિહાળતું દંડકનું પોતાનું અરણ્ય - દંડકારણ્ય - એકાએક મુશળધાર વરસી પડ્યું. આહત થયેલાં એરાવણીના રક્તમિશ્રિત અશ્રુ વર્ષાના ટીપાં સાથે ભળીને વિલાપ કરવા માંડ્યાં. શૂળની માફક દંડકની પીઠ પર સાંબેલાધારે વરસતો વરસાદ તેના પ્રતાડનને રોકવાનો અથાગ પ્રયત્ન કરી રહ્યો હતો, પરંતુ ગીચ વનરાજી વચ્ચે ચાલી રહેલું આ પાશવી કૃત્ય એ બળાત્કારીને વિકૃત આનંદ આપી રહ્યું હતું! નિઃવસ્ત્ર

કિન્નરની ઉઘાડી પીઠ પર પાષાણશિલા સાથેના ઘર્ષણને કારણે છાલાં પડી ગયાં હતાં, જેમાંથી લોહી નીતરી રહ્યું હતું... પરંતુ દંડક તો એ રુધિર જોઈને બમણા જોશ અને ખુન્નસભેર બળજબરી કરવા મચી પડતો હતો.

સતયુગમાં જે પાશવી અપરાધની કલ્પના પણ નહોતી થઈ શકતી, એ હવે ત્રેતાયુગમાં દંડક દ્વારા હકીકતમાં આકાર પામી રહી હતી. કિન્નરોને વાસ્તવમાં શિવ અને શક્તિનું સ્વરૂપ ગણીને અત્યંત આદરભાવ સાથે રાજદરબારમાં સ્થાન આપવામાં આવતું હતું. એમની આમન્યા જળવાય અને અસુવિધા ન થાય એ માટે રાજવીઓ સતર્ક રહેતા. સામે પક્ષે, કિન્નરો પણ પોતાની વિશિષ્ટ દિવ્યદૃષ્ટિ વડે રાજપરિવારોનું ભવિષ્ય ભાખી આપતાં, ઓવારણાં લઈને સંકટ ટાળી અને એમના વંશને ખોબલે-ખોબલે આશીર્વાદ આપતાં, પરંતુ દંડકની હીનભાવનાએ તેને આજે આંધળો કરી નાંખ્યો હતો!

અયોધ્યાના રાજા ઇક્ષ્વાકુના દરબારમાં જેમનું નામ અત્યંત માનપાન સાથે લેવામાં આવતું હતું, એવા એરાવણી કિન્નર માટે દંડકને ઘૃણા હતી. એરાવણીને કારણે જ, દંડકનાં દુષ્કૃત્યો પરથી પડદો ઊઠી શક્યો હતો. ઇક્ષ્વાકુના ત્રીજા અને સૌથી નાના પુત્ર - દંડક - એ અયોધ્યાની કેટકેટલી નિર્દોષ બાળકીઓનું કૌમાર્ય લૂંટ્યું હતું. એરાવણીના કાન સુધી આ વાત પહોંચતાં જ તેણે પીડિત કુમારીઓને રાજા સમક્ષ પ્રસ્તુત કરી એમને ન્યાય આપવાની માંગ કરી હતી.

પરિણામસ્વરૂપ ન્યાયપ્રેમી, ઈમાનદાર અને પ્રજાદક્ષ રાજા ઇક્ષ્વાકુએ દંડકના નામનું શ્રાદ્ધ કરાવી, તેને અયોધ્યામાંથી હાંકી કાઢ્યો! ઇક્ષ્વાકુ સ્વયં સપ્તર્ષિ કશ્યપ અને દેવમાતા અદિતિના પ્રપૌત્ર હોવાને કારણે એમના કુળ માટે આ અત્યંત ક્ષોભજનક બાબત હતી.

કશ્યપ અને અદિતિને ત્યાં વિવસ્વાન નામનો પુત્ર જન્મ્યો, જેણે પોતાના પુત્ર મનુને માનવસૃષ્ટિ આગળ ધપાવવા તથા ધર્મગ્રંથોને લોકભોગ્ય બનાવવા માટેનું કાર્ય સોંપ્યું. મનુએ શતરૂપા સાથે લગ્ન કર્યાં બાદ તેમને ત્યાં દસ પુત્રો જન્મ્યા, જેમાંના એક એટલે ઇક્ષ્વાકુ!

દેવકુળમાં જન્મીને આસુરી પ્રવૃત્તિમાં રચ્યાપચ્યા રહેતા દંડકને કારણે સમસ્ત અયોધ્યામાં મહારાજા ઇક્ષ્વાકુ અંગે સાચી-ખોટી વાતો ફેલાઈ રહી હતી. આથી, ભારે હૈયે એમણે પુત્ર સાથેના તમામ કર્મબંધન કાપીને દંડકને મૃત ઘોષિત કરી દીધો!

આ અપમાનને દંડક ભૂલી નહોતો શક્યો અને તેણે અયોધ્યાની દક્ષિણે આવેલાં જંગલમાં પોતાના સાથીદારો સાથે સામ્રાજ્ય ઊભું કર્યું, જેને સમસ્ત

આર્યાવર્તમાં હવે દંડકારણ્યને નામે ઓળખવામાં આવતું હતું. દંડકનો એટલો ત્રાસ હતો કે એના જંગલની સીમામાં પગ મૂકવાની વાત તો દૂર, પ્રજાજનો એનાથી ચાર-પાંચ યોજનનું સુરક્ષિત અંતર રાખીને જ દક્ષિણ આર્યાવર્ત સુધીની યાત્રા ખેડતા હતા.

પરંતુ પંખીનું બેસવું ને ડાળનું તૂટવું! એરાવણીને આવનારા પચીસ દિવસની અંદર આર્યાવર્તની દક્ષિણે આવેલી મરુભૂમિના સૌથી સમૃદ્ધ રાજ્ય - કુમારીકંદમ - પહોંચવું પડે એમ હતું. દંડકારણ્યના રસ્તેથી કુમારીકંદમ પહોંચવામાં ફક્ત ૨૦ દિવસ લાગે એમ હતા, પરંતુ એ સિવાયના માર્ગેથી ૩૦ દિવસ!

દંડકની વેરવૃત્તિ અને ઘૃણાભાવથી પરિચિત હોવા છતાં, સમયપાલનના આગ્રહી એવા એરાવણીએ દૃઢ મનોબળ સાથે દંડકારણ્યમાં પગ મૂક્યો હતો. તેને વિશ્વાસ હતો કે દંડક ભલે દુષ્ટ માણસ હોય, પણ એક કિન્નર — જેને સ્વયં શિવશક્તિનું અર્ધનારીશ્વર સ્વરૂપ માનવામાં આવે છે એની — સાથે દુર્વ્યવહાર કરવાની ચેષ્ટા તો નહીં જ કરે! ઇક્ષ્વાકુના વંશજ પર તેને આટલો ભરોસો તો હતો જ... જે દંડકારણ્યમાં પ્રવેશ કર્યા બાદ ખોટો ઠર્યો!

'મા બહુચરાના પ્રકોપથી તારી રક્ષા કોઈ નહીં કરી શકે!' દંડકના રાક્ષસી દેહ નીચે અડધા પ્રહરથી રગદોળાઈ રહેલા કિન્નરના મુખમાંથી ધિક્કાર વરસ્યો. ચીસો પાડીને છોલાઈ ગયેલા તેના ગળામાંથી અવાજ સુધ્ધાં નહોતો નીકળી રહ્યો. આમ છતાં, છેલ્લી વખત તેણે દંડકને બળપૂર્વક પોતાનાથી દૂર હડસેલવાનો પ્રયત્ન કર્યો, તેની છાતી પર મુક્કા માર્યા, પરંતુ બાહુબળશાળી દંડકે કોઈ મચક ન આપી. પાંપણ ફરકાવ્યા વગર દંડકના આગળ-પાછળ થતા દેહને કિન્નર આહતભાવે નિહાળતો રહ્યો. પોતે કયા કાળ ચોઘડિયે દંડકારણ્યનો માર્ગ પસંદ કર્યો હશે, એ વિચારતાં વિચારતાં જ અચાનક તે જોરથી કણસી ઊઠ્યો.

એકાએક ઝડપી થઈ ગયેલી ક્રિયા તેના ગંતવ્ય સુધી પહોંચવાની તૈયારીમાં હોય એમ જણાતું હતું. ચરમસુખનો અનુભવ કરવા જઈ રહેલા મોહાતુર દંડકે એરાવણીની ડોક પર મોટું બટકું ભર્યું! તેના તીક્ષ્ણ દાંત જેવા એરાવણીની ડોકમાં ભીંસાયા કે તરત ત્યાંથી રક્તસ્રાવ શરૂ થયો.

'આહ..!' વીર્યસ્ખલન થતાંની સાથે જ દંડકના હોઠ પરથી ઉદ્‌ગાર સરી પડ્યો. પોતાના લલાટ પરથી પ્રસ્વેદબિંદુઓને આંગળી પર લઈને તેણે કિન્નરના મોં પર છાંટ્યાં! ક્રૂર અને બીભત્સ સ્મિત આપી, તેણે પોતાની વરસાદી ભીની ધોતી પગથી કમર સુધી ચડાવીને નાડી બાંધી. તે હજુ પણ હાંફી રહ્યો હતો.

બીજી બાજુ, એરાવણીએ પોતાના પગ વચ્ચેથી કોઈકે ધગધગતો કોલસો હટાવ્યો હોય, એવી રાહત અનુભવી! બરફના કરા સાથે વરસતા વરસાદમાં તેનો નગ્ન દેહ થરથર ધ્રૂજી રહ્યો હોવા છતાં થોડી ક્ષણો સુધી શબવત્ તે શિલાને ચોંટી રહ્યો. ઠંડા પાણીની ભીનાશ કદાચ તેના ગુપ્તાંગને સાંત્વના આપતી હતી!

'વિરાધ...!' દંડકે બૂમ પાડી.

ઝાડી-ઝાંખરામાંથી દોડતો આવીને વિરાધ દંડકની સામે ઊભો રહી ગયો. દંડકે જમીન પર પડેલી તલવાર તેના હાથમાં સોંપતાં ઇશારો કર્યો.

વિરાધ તો ચિઠ્ઠીનો ચાકર હતો!

ઘચ્ચ... ઘચ્ચ... ઘચ્ચ... ક્ષણનો પણ વિલંબ કર્યા વગર વિરાધે એરાવણીના હૃદયમાં તલવાર ઘોંપી દીધી. મૃતઃપાય હાલતમાં તરફડી રહેલા એરાવણી માટે આ પ્રહાર જીવલેણ પુરવાર થયો. બીજી જ ઘડીએ, તેનું પ્રાણપખેરું ઊડી ગયું!

એરાવણીની મરણચીસ સાંભળીને દંડકનું રૂંવાડું સુધ્ધાં ન ફરક્યું. તે સાફ થઈ રહેલા નભ તરફ મીટ માંડી રહ્યો. પ્રતિશોધ પૂર્ણ થઈ ગયો હોવા છતાં તેને ચેન નહોતું પડી રહ્યું. જૂની ટેવ મુજબ, તેનું શરીર યુવાન સ્ત્રીના કૌમાર્યનું ભૂખ્યું હતું!

'આખરે ક્યાં સુધી, વિરાધ?' તેના હોઠ ઊઘડ્યા, 'અરણ્યમાં સ્થળાંતર કર્યા પછી કેટકેટલા દિવસો સુધી શિકારની રાહ જોવી પડે છે! આજુબાજુનાં ગામો કે રાજ્યોમાંથી સ્ત્રીઓ આ તરફ ફરકતી સુધ્ધાં નથી. ક્યાં સુધી હું ચરબીયુક્ત માંસના જાડાં ચીંથરાં સમાન કિન્નરને પીંખતો રહીશ?'

વિરાધે ભાંગ અને ગાંજાના મિશ્રણને નાગરવેલના પાનમાં વીંટાળીને એક નશાકારક ભૂંગળી તૈયાર કરી. બે પથ્થર વચ્ચે ઘર્ષણ પેદા કરીને તે એમાં આગ પેટાવવા માંગતો હતો. શરીરસુખ માણ્યા બાદ દંડકને જ્યાં સુધી માદક પદાર્થ ન આપવામાં આવે, ત્યાં સુધી આરામ નહોતો મળતો એ વાતની તેને ખબર હતી... નાનપણથી જ!

'તાજા ઊગેલા મોગરાની સુવાસ લીધાને વર્ષો વીતી ગયાં! સુગંધી પુષ્પ સમાન મઘમઘી રહેલી યુવતીનો સ્પર્શ માણવાની તીવ્ર ઇચ્છા થઈ રહી છે!' વિરાધના હાથમાંથી ભૂંગળી સ્વીકારતાં દંડકે કહ્યું.

કશ ખેંચવા માટે તેણે ફરી ઉપરની તરફ મોં કર્યું કે તરત તેની નજર દૂરથી ઊડીને આવતા પોતાના ગુપ્તચર પક્ષી પર પડી. ધુમાડારૂપે ફેફસાંમાં જઈ રહેલો માદક પદાર્થ તેના મગજ પર ધીરે ધીરે અસર દેખાડવા માંડ્યો.

'પધારો... પધારો, દુર્મુખ!' દંડકે પોતાની જમણી ભુજા ફેલાવીને કાગડાને તેના પર બેસવાનું આમંત્રણ પાઠવ્યું. દંડકારણ્યમાં આવા અસંખ્ય કાગડાઓને દંડકે પોતાના ગુપ્તચર તરીકે તાલીમ આપી રાખી હતી. વનમાં પ્રવેશ કરનારા વટેમાર્ગુ કોણ છે, કેટલા છે તે અંગે જાણકારી મેળવવામાં તેમનો ઉપયોગ થતો હતો.

જેવો કાગ દંડકના બાજુબંધ પર આવીને બેઠો, કે તરત ઇક્ષ્વાકુના પુત્રની નજર દુર્મુખની ચાંચમાં લટકતા રેશમી લાલ કપડાં પર ગઈ! નાગરવેલની ભૂંગળીમાંથી છેલ્લો કશ ખેંચ્યા બાદ દંડક દ્વારા ડાબા પગની શાહી મોજડી નીચે તેને કચડી નાંખવામાં આવી. દુર્મુખની ચાંચમાંથી રેશમી વસ્ત્રનો ટુકડો ડાબા હાથમાં લઈને તેણે નિરીક્ષણ આદર્યું.

'રક્ત!' રેશમી વસ્ત્રની લાલાશ તેના રંગને લીધે નહીં, પણ રક્તને કારણે છે એવી તેને ખબર પડી.

એ કાપડનો તાગ મેળવવા માટે દંડકે તેને નાક સુધી લાવીને સૂંઘ્યું! નાસિકાની નળીમાં તેની ગંધ ઊંડી ઊતરતાંની સાથે જ દંડકના ચહેરા પર ફરી એક વખત વિકૃત સ્મિત તરી આવ્યું! આ ગંધને તે બરાબર પારખતો હતો.

'દંડકારણ્યમાં રજસ્વલા સ્ત્રીએ પ્રવેશ કર્યો છે, વિરાધ!' દંડકે પોતાના બે પગ વચ્ચેના ભાગમાં ફરી ઉત્તેજના અનુભવી, 'આજની રાતે તારો સ્વામી... દંડકારણ્યનો સર્વેસર્વા, પુનઃ એક કુમળી યુવતીનું કૌમાર્ય લૂંટશે!' તેના અટ્ટહાસ્યથી જંગલ ફફડી ઊઠ્યું.

આજ્ઞાકારી સેવકની માફક મસ્તક ઝૂકાવીને વિરાધ એ રજસ્વલા સ્ત્રીની ભાળ મેળવવા માટે રવાના થયો.

પોતાના સ્વામીનાં દુષ્કૃત્યોમાં સહભાગી બનવા જઈ રહેલી કાળરાત્રિ, ત્રેતાયુગ અને ઇક્ષ્વાકુના વંશનું ભવિષ્ય નિશ્ચિત કરવા માટે તલપાપડ હતી!

3

વર્તમાન દિવસ
નવી દિલ્હી

ગેટ નંબર-૩૭ પરથી તપાસ કરીને પરત ફરી રહેલી સુહાની દરબાર હૉલ તરફ આગળ ધપી. રિયા તો દૂર, તેની ઑડી ક્યુ-૭ કારનો પણ કોઈ અત્તોપત્તો નહોતો. વિવાનને આ અંગે તાત્કાલિક જાણ કરવી પડે એમ હતી, પરંતુ એ પહેલાં તેણે સિક્યોરિટી રૂમમાં જઈને સીસીટીવી કૅમેરાની ફૂટેજ ઉપર નજર નાંખી લેવાનો નિર્ણય કર્યો.

'બની શકે કે ગેટ નંબર-૩૭માં પાર્કિંગની જગ્યા ન મળવાને લીધે તેઓ વિઝિટર્સ માટેના અન્ય ગેટ નં-૨ પર ગયાં હોય!' સુહાની પોતાની જાત સાથે જ સંવાદ સાધી રહી હતી, 'સીસીટીવી ફૂટેજ જોઈને ખ્યાલ આવી જશે.'

... પરંતુ સિક્યોરિટી રૂમનો નજારો જોઈને તેના પગ નીચેથી જમીન સરકી ગઈ! માદક ગંધથી આચ્છાદિત ઓરડામાં ચીફ સિક્યોરિટી ઑફિસર સહિત અન્ય ચાર સિક્યોરિટી ઑફિસર્સ અને ગાર્ડ્સ લગભગ બેભાન અવસ્થામાં પડ્યા હતા. વેન્ટિલેશન-ગ્રીલમાંથી હજુ પણ ધુમાડો આખા ખંડમાં પ્રસરી

રહ્યો હતો, જેની મીઠી ગંધનો પ્રકાર ઓળખી ગયેલી સુહાનીને એ સમજતાં વાર ન લાગી કે વેન્ટિલેશન-પાઇપમાંથી ક્લૉરોફૉર્મ છોડવામાં આવી રહ્યું છે!

ઑફિસર્સને ખબર પડે અને તેઓ અન્યોને સાવધ કરે એ પહેલાં ક્લૉરોફૉર્મ સમગ્ર ખંડમાં ફેલાઈ ગયું હોવું જોઈએ!

સુહાનીએ ઘડીના છઠ્ઠા ભાગમાં ઇમરજન્સી-અલાર્મ દબાવ્યો, પરંતુ તેની સર્કિટ પણ ફેઇલ કરી નાંખવામાં આવી હોવાને લીધે કંઈ ફર્ક ન પડ્યો. રાષ્ટ્રપતિ ભવનમાં બહુ મોટું ષડયંત્ર આકાર લઈ રહ્યું હોવાની તેને ગંધ આવી. વધારે પડતું ક્લૉરોફૉર્મ નાકમાં પ્રવેશે એ પહેલાં જ તેણે શ્વાસોચ્છ્વાસ રોકી દીધા. ભૂતકાળમાં સ્ટેટ-લેવલ સ્વિમિંગ ચેમ્પિયનશિપમાં અવ્વલ દરજ્જાની સ્વિમર રહી હોવાનો ફાયદો તેને હવે દેખાઈ રહ્યો હતો.

સળંગ પાંચ મિનિટ સુધી વાંધો નહીં આવે! સુહાનીના મગજમાં જોખમભર્યો વિચાર ઝળક્યો.

પાંચ મિનિટ્સ સુધી શ્વાસ રોકી શકવાની ક્ષમતાને કારણે તે સુરક્ષિત હતી. તુરંત જ મોં પર એન-૯૫ માસ્ક બાંધીને તેણે ઓરડામાં પ્રવેશ કર્યો. સામેની દીવાલ પર લાગેલાં પંદર-વીસ ટીવી-સ્ક્રીન પર તેની નજર ચોંટી. એક-બે ટીવીને બાદ કરતાં બાકીના તમામ સ્ક્રીન્સ પર ઝરમરિયાં દેખાતાં હતાં. દરબાર હૉલના સીસીટીવી ફૂટેજનું પ્રસારણ પણ અચાનક બંધ થઈ ગયું હતું.

ભારતીય સેનામાં છેક સુધી સુહાનીની પહોંચ હોવાને લીધે તેને ખબર હતી કે આખા રાષ્ટ્રપતિ ભવનમાં હિડન-કૅમેરા પણ રાખવામાં આવ્યા છે, જેથી આપાતકાલીન પરિસ્થિતિમાં તેનો ઉપયોગ કરી શકાય, પરંતુ તેનું એક્સેસ ચીફ સિક્યોરિટી ઑફિસર પાસે જ હતું.

સુહાનીએ ખંડમાં બેભાન પડેલા ઑફિસર્સ તરફ નજર ફેરવી. હવે તે જે પગલું ઉઠાવવા જઈ રહી હતી, તે સરકારની નજરમાં ગુનો હતો!

અત્યારે સાચું-ખોટું વિચારવાનો સમય નથી, સુહાની! યુ હેવ ટુ ડુ ઇટ!

અડધી જ ક્ષણમાં તેણે નિર્ણય લઈ લીધો. સિક્યોરિટી ચીફના ભોંયભેગા થયેલા કદાવર શરીર પાસે જઈને તે ઊભી રહી. એમના ડાબા હાથની હથેળી પર તેની નજર હતી. સિક્યોરિટી ચીફનું આઇપેડ ત્યાં પડ્યું હતું, જેમાં એક્સેસ-કોડ અંગે જાણકારી હતી. નીચે ઝૂકીને આઇપેડ હાથમાં લીધા બાદ તેને અનલૉક કરવાની કોશિશ કરવામાં આવી, પરંતુ ફિંગર-પ્રિન્ટ લૉકને લીધે તે શક્ય ન બન્યું.

તેણે ચીફના અંગૂઠાનો ઉપયોગ કરીને ફિંગર-પ્રિન્ટ લૉક ખોલ્યું. દરબાર હૉલના ખૂફિયા કેમેરાનું એક્સેસ મેળવીને તેણે સીસીટીવી ઑન કર્યા.

... અને એ સમયે આઇપેડમાં જોવા મળેલું દરબાર હૉલનું દૃશ્ય તેના માટે વીજળીના ઝાટકા સમાન નીવડ્યું! તેની નજર સામે રાષ્ટ્રપતિ પોતાના સિંહાસન પાસે લોહીની ઊલટી કરી રહ્યા હતા અને વિવાન એમની બરાબર સામે ઊભો હતો!

સુહાનીએ ક્ષણનો પણ સમય ગુમાવ્યા વગર સિક્યોરિટી ખંડમાંથી બહાર નીકળવા માટે દોટ મૂકી, પરંતુ દરવાજા પાસે પહોંચે એ પહેલાં જ દીવાલ પરના ટીવી-સ્ક્રીન્સ પર તેને કેટલીક ભેદી હિલચાલ દેખાઈ. દરબાર હૉલની બરાબર બાજુમાં આવેલી લાઇબ્રેરીમાં એક યુવાન ચોરીછૂપીથી કંઈક ખાંખાંખોળાં કરી રહ્યો હોય એવું જણાતું હતું! શરૂઆતમાં તેણે ત્યાંના કમ્પ્યુટર્સ પર કશુંક શોધવાનો પ્રયત્ન કર્યો, પણ સફળતા હાથ ન લાગતાં એ પુસ્તકોના કબાટ તરફ ફર્યો. રાજા-રજવાડાં અને બ્રિટિશકાળના લગભગ ૨૦૦૦થી વધારે ઐતિહાસિક તેમજ અલભ્ય કહી શકાય એવાં પુસ્તકો-દસ્તાવેજોનો ભંડાર અહીં સાચવીને રાખવામાં આવ્યો હતો.

એ આદમીના ચહેરા પર સુહાનીની આંખો સજ્જડ ચોંટી ગઈ! ચહેરો જાણીતો જણાયો.

ખાતરી કરવા માટે તેણે પોતાના મોબાઇલ પર ગેસ્ટ-કેટલોગ અને એમના ડ્રાઇવર્સની વિગતો ખોલી. અદ્દલ એ જ ચહેરો! ટ્રીમ થયેલી મૂછો, ભરાવદાર દાઢી, ડાબા ગાલ ઉપર બાજુબાજુમાં મસાની જોડી, માથે સફેદ ટોપી, લીલો ઝભ્ભો.

સાહિલ કુરેશી? વિવાન આર્યનો ડ્રાઇવર? સુહાનીને આઘાત લાગ્યો.

રાતના આ સમયે લાઇબ્રેરી હાઈ-ટેક બાયોમેટ્રિક સિસ્ટમથી બંધ રહેતી, આમ છતાં સાહિલ કુરેશી એ ખંડમાં કેવી રીતે ઘૂસી ગયો તેની સુહાનીને નવાઈ લાગી. પરંતુ અત્યારે વિચારવા બેસવાનો વખત નહોતો. તેનું મન સ્પષ્ટ અંદેશો આપતું હતું કે ૧૩ ડિસેમ્બર, ૨૦૦૧ના રોજ અફઝલ ગુરુના વડપણ હેઠળ રાષ્ટ્રપતિ ભવન ઉપર જે પ્રકારે આતંકવાદી હુમલો થયો હતો, એના કરતાં પણ વધુ ભયાનક આ હુમલો છે!

તે લાઇબ્રેરી તરફ દોડી.

લાઇબ્રેરીના અર્ધખુલ્લા દરવાજાને હડસેલો મારીને તે જેવી અંદર ઘૂસી, કે તરત તેના કપાળ ઉપર જોરથી પેપરવેઇટ ફેંકવામાં આવ્યું. સાહિલે કદાચ

કોઈક પોતાની તરફ આવી રહ્યું છે, એ માપી લીધું હોવું જોઈએ. તેના મોઢા પર ખંધુ હાસ્ય રેલાયું.

'કમજાત!' જમીન ઉપર ફસડાયેલી સુહાનીના ચહેરા પાસે જઈને તે તેના લીસ્સા ગાલ પર થૂંક્યો!

બીજી જ ઘડીએ, સુહાનીએ પોતાની ફૌલાદી મુઠ્ઠી વડે સાહિલની આંખ ઉપર મુક્કો માર્યો. બેહોશ થયાનું નાટક કરી રહેલી સુહાની વાસ્તવમાં એક મોકો શોધી રહી હતી.

સાહિલ એક ક્ષણ માટે તમરી ખાઈ ગયો! તેને થોડી ખબર હતી કે સુહાની કોઈ નમાલી કે કાચીપોચી યુવતી નહીં, પણ નાનપણથી જુડોમાં તાલીમ પામેલી કુશળ ફાઇટર હતી... અને એ પણ, શહીદ પિતા રાયબહાદુર સિંહાની એકની એક દીકરી, જેનો ઉછેર લાડકોડમાં નહીં પણ ભીષણ સંઘર્ષ વચ્ચે થયો હતો!

આંખના ચમકારામાં સુહાની ઊભી થઈ ગઈ. તેની તીરછી નજરોએ સાહિલના હાથમાં રહેલી તામ્રપત્રની ગડી જોઈ લીધી.

પોતાની મર્દાનગી ઉપર પ્રહાર થયો હોય એમ ગિન્નાયેલા સાહિલે ઊભા થઈને સુહાનીને બાવડેથી પકડીને તેના પેટ પર જોરથી લાત મારી! સુહાની પોતાનો બચાવ કરવા જાય એ પહેલાં જ તેણે તેના બંને હાથ પકડીને પાછળની બાજુ બળપૂર્વક મરોડ્યા!

સામે પક્ષે, સુહાની પણ એમ કંઈ આસાનીથી હાર સ્વીકારી લે એવી નહોતી. તેણે પોતાના ડાબા પગ વડે સાહિલના જનનાંગ ઉપર જોરથી ઊંધી લાત ફટકારી! બર્બરતાને વરેલા એ શખ્સના મોંમાંથી તીણી ચીસ નીકળી ગઈ. સુહાનીના હિલ્સની તીખી અણી સીધેસીધી તેની વૃષણકોથળી પર વાગી હતી, જેના લીધે બે પગ વચ્ચેના ભાગમાંથી લોહીની ધારા વહેવાની શરૂ થઈ... જેણે આખા લેંઘામાં લાલ ધાબા બનાવ્યા.

સાહિલ બેવડો વળી ગયો. તેના હાથમાંથી તામ્રપત્રની ગડી સરકીને પુસ્તકાલયના બીજા ખૂણે રહેલાં ટેબલ તરફ ઢળવા લાગી. ટેબલની નીચેની કોરમાંથી તે અંદર સરકી જાય એ પહેલાં જ સુહાનીએ ગડી પકડી પાડી અને પોતાના બ્લેઝરમાં સરકાવી દીધી. તેને એ સમજાતું નહોતું કે રાષ્ટ્રપતિ ભવનની લાઇબ્રેરીમાં રાખવામાં આવેલા સદીઓ જૂના તામ્રપત્ર પર એવું તે કયું રહસ્ય લખાયું હોઈ શકે, જેની સાહિલ કુરેશીને જરૂર પડે?

સુહાનીની તાકાતને ઓછી આંકીને સાહિલે મોટી ભૂલ કરી નાંખી હતી,

જે હવે કોઈ રીતે ભરપાઈ થઈ શકે એમ નહોતી. તે ફરી વખત સુહાની તરફ ધસ્યો, પરંતુ આ વખતે તે પહેલેથી જ સાવધ હતી.

'સાલ્લી... રાં...' એ નરાધમ પોતાનું વાક્ય પૂરું કરે એ પહેલાં જ તેની છાતી પર ફરી સુહાનીની બંધ મુઠ્ઠીનો પ્રહાર થયો અને પાંસળી તૂટવાનો અવાજ આવ્યો! સાહિલના મોંમાંથી થૂંક અને લોહી ટપકવા લાગ્યાં. પોતાની છાતી પકડીને તે જમીન પર ચત્તોપાટ પડી ગયો. સુહાનીએ તેના પેટ ઉપર પગ મૂક્યો અને ત્રાડ પાડતાં કહ્યું, 'આજ પછી કોઈ પણ સ્ત્રીને કમજાત કહેતાં પહેલાં સો વખત વિચાર કરજે! ભારતીય શીખ છું, સિંહ અને સિંહણની ઔલાદ છું... તારા જેવા કેટલાયને મારા પિતાએ એલ.ઓ.સી. - લાઇન ઑફ કન્ટ્રોલ - પર ભોંય ચાટતા કર્યા છે! બોલ, મિસ રિયા ચૌધરી ક્યાં છે અને રાષ્ટ્રપતિ ભવનમાં આ બધું શું ચાલી રહ્યું છે?'

... સાહિલનું મોં ખૂલે એ પહેલાં જ આખા રાષ્ટ્રપતિ ભવનમાં અનાઉન્સમેન્ટ ગૂંજી ઊઠી...

'ઇવેક્યુએટ ધ પ્રેસિડેન્ટ હાઉસ!' અધમૂઆ સાહિલને પડતો મૂકીને સુહાની દરવાજા તરફ ભાગી, 'ધેર ઇઝ એન ઇમરજન્સી ઇન ધ હાઉસ! વી આર ઇન ગ્રેવ ડેન્જર. ભવનમાં આપાતકાલીન સ્થિતિ નિર્માણ પામી છે, સૌનો જીવ ખતરામાં છે!'

સુહાનીના મગજમાં વિવાનનો ચહેરો આવતાં તેણે દરબાર હૉલ તરફ દોટ મૂકી.

દરબાર હૉલમાં સ્થિર થઈ ગયેલા વિવાન માટે સમય જાણે થંભી ગયો હતો. તેને સમજાતું નહોતું કે તે શું કરે! પોતાની નજર સામે તેણે ભારતના ૧૪મા રાષ્ટ્રપતિ, એમના સંરક્ષકો, ૧૦૮ પદ્મપુરસ્કૃતો અને એમના સગાં-વ્હાલાની આંખોના ડોળા તેમજ આંતરડાના લીરેલીરા ઊડતા જોયા હતા. સૂગ ચડે એવાં દૃશ્યો જોઈને તેનું માથું ફાટફાટ થતું હતું.

શું કોઈ બાયોલોજિકલ હુમલો થયો હતો? જાનલેવા નાગરસ કે પછી બીજું કોઈ? યક્ષપ્રશ્ન તો એ હતો કે તે એકલો કેવી રીતે બચી ગયો?

‘ઇવેક્યુએટ ધ પ્રેસિડેન્ટ હાઉસ!’ આખા ભવનમાં સિક્યોરિટી ફોર્સ સહિત તમામને જગ્યા ખાલી કરવાનો આદેશ મળી ચૂક્યો હતો.

અનાઉન્સમેન્ટ સાંભળી વિવાન વિચારોના ગૂંચળાને કોરાણે મૂકી, દરબાર હૉલના મુખ્ય દ્વાર તરફ ભાગ્યો. સામે છેડે, કેટલાય સૈનિકોનાં ધાડાં પીપીઈ - પર્સનલ પ્રૉટેક્ટિવ ઇક્વિપમેન્ટ - કિટ પહેરીને હૉલમાં અંદર આવ્યા. તેઓ વિવાનને કોણીએથી પકડીને બહાર લઈ ગયા.

‘ઑફિસર... આમને ક્વૉરન્ટાઇન કરો!’ એન-૯૫ માસ્ક અને પ્રૉટેક્ટિવ ગ્લાસ-શિલ્ડની પાછળ ઢંકાયેલા ચહેરાએ સત્તાવાહી અવાજમાં અન્ય ઑફિસર્સને આદેશ આપ્યો.

એટલામાં પુસ્તકાલયમાંથી કૉરિડોરમાં દોડતી દોડતી આવી રહેલી સુહાની પર વિવાનની નજર પડી. એકાએક તેને રિયા યાદ આવી.

રિયાનું શું થયું હશે? તે સુરક્ષિત તો હશે ને?

વિવાનનું માથું ભમી ગયું!

‘વિવાન...’ દરબાર હૉલમાંથી હેમખેમ બહાર આવી રહેલા વિવાનને જોઈ સુહાનીએ હાંફતા સ્વરે કહ્યું.

‘રિયાની કંઈ ભાળ મળી?’ વિવાને વ્યાકુળ થઈને પ્રશ્ન પૂછ્યો.

‘આમને પણ માસ્ક પહેરાવીને ક્વૉરન્ટાઇન સેન્ટરમાં લઈ લો.’ સુહાની જવાબ આપે એ પહેલાં જ, ટોળામાંના એક ઑફિસરે આદેશ આપ્યો.

‘પણ કેમ?’ સુહાનીએ સામો પ્રશ્ન કર્યો.

‘અમને શંકા છે, મેડમ...’ ઑફિસરે બંનેને માસ્ક આપવાની સાથોસાથ ટૂંકો જવાબ દેવાનું પસંદ કર્યું, ‘કે રાષ્ટ્રપતિ ભવનમાં જીવલેણ વાયરસ ફેલાયો છે! દરબાર હૉલમાં હાજર એક પણ વ્યક્તિ જીવિત નથી... સિવાય મિસ્ટર વિવાન આર્ય! અને... તમે!’

સુહાનીના પેટમાં ફાળ પડી, ‘તો એનો અર્થ એમ કે રાષ્ટ્રપતિ હરિનાથ કોવિંદ પણ...’ તે પોતાનું વાક્ય પૂરું ન કરી શકી.

ઑફિસરે માથું ધુણાવ્યું, ‘ભવનની દરેક વ્યક્તિ સંક્રમિત હોઈ શકે છે માટે, અમે કોઈ જોખમ ઉઠાવવા નથી માંગતા. આપનું બૉડી ચેક-અપ અને તમામ મેડિકલ ટેસ્ટના રિપૉર્ટ્સ આવી જાય, એ પછી જ ભવનની બહાર જવાની મંજૂરી મળશે!’

ગણતરીની મિનિટોમાં તો તેઓ ભવનની બહાર કૉવિડ-૧૯ સમયે

બનાવવામાં આવેલાં ખાસ ક્વૉરન્ટાઇન સેન્ટર પર પહોંચી ગયા. બંનેને બાયોમેટ્રિક લૉક ધરાવતી એક ચેમ્બરમાં બંધ કરી દેવામાં આવ્યા.

બારણું જેવું બંધ થયું કે તરત સુહાનીએ વિવાનને કહ્યું, 'રિયા ક્યાંય નથી! ગેટ નંબર-૩૭ ઉપર ઑડી ક્યુ-૭ કાર પહોંચી જ નથી.'

'મતલબ?' વિવાન માટે ઉપરાઉપરી આ બીજો આંચકો હતો, 'તેઓ ગયાં ક્યાં?'

'લૂક!' સુહાનીએ વિવાનના ખભે હાથ મૂકીને એને આવનારા તોફાન માટે તૈયાર કર્યો, 'તારો ડ્રાઇવર...'

'સાહિલ!'

'હા... સાહિલને મેં દરબાર હૉલની બાજુમાં સ્થિત પુસ્તકાલયમાંથી ચોરી કરતાં રંગે હાથ પકડ્યો છે! અને...' સુહાની અટકી.

'અને શું, સુહાની?' આપત્તિના સમયે વ્યક્તિ ઔપચારિકતા ભૂલી એકબીજાની વધુ નજીક આવે છે. વિવાન અને સુહાની બંને અજાણતાં જ તુંકારા પર આવી ગયા હતાં, 'તું કહેવા શું માંગે છે?'

'સાહિલ કોઈ કાળે સામાન્ય ડ્રાઇવર ન હોઈ શકે.' સુહાનીએ ઘટસ્ફોટ કર્યો, 'એ તાલીમબદ્ધ માણસ લાગ્યો મને! એની આંખોમાં આતંકનો ઓછાયો હતો. પોતાનું બધું નેવે મૂકીને દુનિયા બરબાદ કરવા નીકળ્યો હોય, એટલી બેફિકરાઈ અને દરિંદગી એના હાવભાવમાં હતી!'

'નેશનલ આર્મીને આ ઘટના અંગે તાત્કાલિક જાણ કરવી જોઈએ!' વિવાને કહ્યું.

'હા...' સુહાનીએ બ્લેઝરના ખિસ્સાંમાંથી *વન પ્લસ સિક્સ* મોબાઇલ-ફોન કાઢીને જેવો કૉલ-લૉગ ખોલ્યો, ત્યાં તેને પ્રાઇવેટ નંબર પરથી સામો કૉલ આવ્યો!

સુહાનીએ બે ઘડી સ્ક્રીન સામે તાકીને વિવાન સામે જોયું. રાતના અગિયાર વાગી રહ્યા હતા અને તેઓ અત્યારે જે પરિસ્થિતિમાં સપડાયાં હતાં, એમાં સ્વાભાવિક રીતે આવા અણધાર્યા કૉલની અપેક્ષા તો ન જ હોય!

સુહાનીએ બીજી જ ક્ષણે ફોન ઉપાડ્યો.

'હાય-હેલ્લોની પળોજણમાં પડવાની જરૂર નથી, મોહતરમા!' સામે છેડેથી બરફ જેવો ઠંડો અને આરી જેવો કર્કશ અવાજ સંભળાયો, 'વિવાનને ફોન આપ!'

સુહાની પાંપણ ફરકાવ્યા વગર થોડો સમય વિવાન સામે તાકતી રહી અને પછી હળવેકથી એના હાથમાં ફોન પકડાવ્યો.

વિવાને ધડકતા હૈયે ફોન કાને માંડ્યો, 'હલ્લો!'

'બરખુરદાર!' એનો અવાજ સાંભળીને વિવાનને એવું લાગ્યું જાણે કોઈક કાનમાં શૂળ ભોંકી રહ્યું છે, 'સીધી વાત કરવા ટેવાયેલો છું, એટલે લાંબુ નહીં ખેંચું.'

સામે છેડેથી બે ઘડી સુધી એ વ્યક્તિ કંઈ ન બોલી. વિવાન કાન દઈને સાંભળે છે કે નહીં, એ ચકાસવા માટે જ કદાચ તે થોભી હોય એવું લાગ્યું.

'રિયાને જીવતી જોવા માંગતો હોય તો નેશનલ આર્મી પાસે જવાનો વિચાર ત્યજી નાંખજે!' એ વ્યક્તિના અવાજમાં ક્રૂરતા ભળી, 'સાહિલ વિશે એક પણ શબ્દ સરકારને કહ્યો છે, તો ખેર નથી એ યાદ રાખજે.'

'તને ખરેખર લાગે છે કે હું તારી વાત માની જઈશ?' વિવાનના પ્રશ્નમાં વ્યંગ હતો.

'પર્દે મેં રહને દો, પર્દા ન ઉઠાઓ...' સામે છેડેથી વાત કરી રહેલા માણસે આશા ભોંસલેનું ગીત ગણગણ્યું, 'પર્દા જો ઉઠ ગયા, તો ભેદ ખૂલ જાયેગા!'

'શટ અપ! વ્હોટ નૉનસેન્સ?' વિવાને રાડ પાડી. તેનો ચહેરો ક્રોધાગ્નિથી લાલ થઈ ગયો.

'અલ્લાહ મેરી તૌબા... અલ્લાહ મેરી તૌબા!' પેલી વ્યક્તિ ખડખડાટ હસી પડી, 'ઇતના ગુસ્સા સેહત કે લિયે હાનિકારક - બહુત હાનિકારક - હોતા હૈ, વિવાનબાબુ!'

વિવાનના મગજનો બાટલો હવે ફાટવાની તૈયારીમાં હતો, પણ એ કંઈ બોલે એ પહેલાં જ સામે છેડેથી અજનબી બોલ્યો :

'મૃતસંજીવની વિદ્યાનું આટલું ગુમાન સારું નથી, બચ્ચા! દર વખતે તું રિયાને પુનર્જીવિત નહીં કરી શકે.' એ માણસે પોતાની જાળ પાથરી, 'મૃતસંજીવની પણ ત્યારે જ કામ આવશે, જ્યારે તારી પાસે રિયાનું શરીર હશે! હવે ધારી લે કે, હું એના શરીરના બસ્સો નાના-નાના ટુકડા કરીને હિંદ મહાસાગરમાં ફેંકી દઉં તો? કેવી રીતે એને પુનઃજીવન આપીશ, વિચાર્યું છે ક્યારેય?'

વિવાનની હાલત કાપો તો લોહી ન નીકળે, એવી થઈ ગઈ!

'એટલે હવે વધુ પડતી હોશિયારી દેખાડ્યા વગર ચૂપચાપ હું કહું એમ કર, એ જ તારા અને રિયા બંનેના હિતમાં છે!'

૪

ત્રેતાયુગ

દંડકારણ્ય, આર્યાવર્ત

સમસ્ત સૃષ્ટિની કામવાસના જાણે દંડકની દાસ બનીને અરણ્યને પોતાનો કોળિયો બનાવવા આતુર બની ગઈ હતી. અડધા પ્રહર પહેલાં થયેલી ધમધોકાર જળવર્ષાને કારણે શમી ગયેલા અગ્નિ પર અડધાપડધા શેકાયેલાં માંસનો દુર્ગંધમિશ્રિત ધુમાડો દંડકારણ્યના નિશાચરોને ભોજન માટેનું આમંત્રણ પાઠવી રહ્યો હતો. થોડી થોડી વારે પોતાના પ્રકાશથી ભૂમિને અજવાળવાના પ્રયત્નો કરતી વીજળી પણ વનની ગીચતા તળે ઘેરા અંધકારમાં ખોવાઈ જતી હતી!

એકાએક જોરથી ફૂંકાયેલાં પવનને કારણે દંડકારણ્યની વચ્ચોવચ આવેલી પર્ણકુટિરના છાપરાનો એક નાનો ભાગ હવામાં ઊઠી રહેલી આંધીમાં સમાઈ ગયો. એકલદોકલ જાનવર પણ જ્યાં ભટકવાની હિંમત ન કરે, એવા પ્રગાઢ અંધકાર વચ્ચે અડીખમ ઊભેલી એ કુટિર પોતાનું અસ્તિત્વ જાળવી રાખવાનો પ્રયત્ન કરી રહી હતી!

'છન્ન... છન્ન... છન્ન...' ઝાંઝર સાથે જોડી બનાવીને બેઠેલાં કોમળ

પગના હલનચલન સાથે ઊઠેલો સ્વર, દીવડાના આછા પ્રકાશથી ટમટમતી કુટિરમાં રણકી ઊઠ્યો.

છાપરા પર પડી ગયેલાં બાકોરાંમાંથી તેણે વરસીને કોરાધાકોર થઈ ગયેલા નભને નિહાળ્યું. અચાનક જ, સામે દેખાતાં વૃક્ષની ડાળખી પર મીઠા સૂર રેલાવતાં પક્ષીયુગલ પર તેની નજર ચોંટી ગઈ. એમની નયનરમ્ય ક્રીડાઓ જોઈને તેની કેટલીક સ્મૃતિઓ સજીવન થઈ ઊઠી. એ સાથે જ, આકાશના વાદળમાં સંઘરાયેલું વર્ષાજળ યુવતીની અણિયાળી આંખોની પાંપણ પરથી બહાર ધસી આવ્યું.

... આવી જ એક મધ્યરાત્રિએ તેને કચ સાથે પ્રણય થયો હતો.

'દેવયાની... તારાથી વધુ સુંદર સ્ત્રી મેં સમગ્ર આર્યાવર્તમાં ક્યાંય ભાળી નથી!' કચ અપલક નેત્રે તાકતા કહેતો, 'મારો વિદ્યાભ્યાસ પૂર્ણ થાય અને ગુરુ શુક્રાચાર્ય પાસેથી મને મૃત સંજીવની મહાવિદ્યાનું જ્ઞાન પ્રાપ્ત થાય ત્યારબાદ, એમના આશીર્વાદથી હું તારું પાણિગ્રહણ કરવા માંગું છું.'

કચની તેજસ્વી-પાણીદાર આંખો, ભવ્ય લલાટ, ગંધર્વ સમાન દેહસૌષ્ઠવમાં મંત્રમુગ્ધ રહેતી દેવયાની તેની સાથે પરિણય બાદની મધુરજનીઓના સ્વપ્નોમાં રત રહેવા લાગી હતી.

એ બિચારીને ક્યાં ખબર હતી કે કચ વાસ્તવમાં પ્રણયફાગ નહીં, પરંતુ દ્રોહફાગ રમવામાં મશગૂલ હતો! દેવગુરુ બૃહસ્પતિના ષડયંત્ર હેઠળ મોકલવામાં આવેલાં કચએ શુક્રાચાર્ય પાસેથી મૃત સંજીવની વિદ્યા પ્રાપ્ત કર્યા બાદ દેવયાની સાથે પરણવાની વાત તો દૂર, પરંતુ તેને પ્રેમિકા તરીકે સ્વીકારવાનો પણ નનૈયો ભણી દીધો હતો!

ક્રોધિત દેવયાનીએ કચને મૃત સંજીવની મહાવિદ્યાની વિસ્મૃતિનો શાપ આપ્યો અને સામે પક્ષે, કચએ તેને ચારિત્ર્યહીન પતિ સાથે વિવાહનો!

બંનેની પ્રેમકહાણીનો કરુણ અંત આવી ગયા બાદ શુક્રાચાર્ય હવે પોતાની પુત્રી સાથે દંડકારણ્યના રસ્તે થઈને દક્ષિણ આર્યાવર્ત તરફ જવા નીકળ્યા હતા, જ્યાં દૈત્યજનની દિતિની પૌત્રી કૈકેસી અને પ્રજાપતિ બ્રહ્માના પૌત્ર વિશ્રવાનો વિવાહ-સમારોહ યોજાવા જઈ રહ્યો હતો. આ વિવાહ સમષ્ટિ માટે નિર્ણાયક પુરવાર થશે, એ ભવિષ્યવાણી શુક્રાચાર્યના પિતા મહર્ષિ ભૃગુએ અગાઉથી જ કરી દીધી હતી.

સુમેરુ પર્વત પર જઈને ઘોર તપસ્યા કર્યા બાદ, મહર્ષિ ભૃગુએ તાજેતરમાં જ્યોતિષવિદ્યાનું જે જ્ઞાન અર્જિત કર્યું હતું, એને ઝાઝો સમય નહોતો થયો.

મનુષ્યો, દેવ, દાનવો, ગંધર્વો, અપ્સરાઓ સહિત સમસ્ત સૃષ્ટિનું ભવિષ્ય ભાખી શકવા સક્ષમ મહર્ષિ ભૃગુએ *ભૃગુસંહિતા* નામક મહાન ગ્રંથની રચના કરી હતી, જેમાં જ્યોતિષવિદ્યાનાં તમામ પ્રમુખ રહસ્યો આલેખીને માનવજાત ઉપર એમણે કૃપાવૃષ્ટિ કરી હતી.

દિતિની પૌત્રી કૈકેસી ઉપર મહર્ષિ ભૃગુને નાનપણથી અપાર હેત હતું, આથી જ જ્યારે તેના વિવાહ નક્કી થયા ત્યારે એમણે મહર્ષિ વિશ્રવાની લગ્નકુંડળી બનાવીને કૈકેસીની લગ્નકુંડળી સાથે સરખાવી જોઈ હતી.

બંનેના ગ્રહો અને લગ્નયોગના સુમેળથી અભિભૂત થયેલા મહર્ષિ ભૃગુ દૂર અવકાશમાં કંઈક નિહાળી રહ્યા હોય, એમ શૂન્યમાં ખોવાઈ ગયા હતા. આંગળીના વેઢે કેટલીક ગણતરીઓ કર્યા બાદ એમના મુખમાંથી સરી પડ્યું હતું,

'કૈકેસી અને વિશ્રવા – દૈત્ય સ્ત્રી અને બ્રાહ્મણ પુરુષ – ના સમાગમથી જન્મ લેવા જઈ રહેલી બંનેની સંતાનમાં અપાર તેજ, વિદ્વત્તા અને શક્તિઓ હશે. ત્રિભુવન તેના નામમાત્રથી થરથર ધ્રૂજશે! આવનારા યુગયુગાંતરો સુધી તેની યશોગાથાનાં ગાન થશે... દેવાધિદેવ મહાદેવનો એ પરમ ભક્ત અસુરોની ખોવાયેલી પ્રતિષ્ઠાને આર્યાવર્તમાં પુનઃસ્થાપિત કરશે... દસ મસ્તિષ્કનું મહાજ્ઞાન જેમાં સમાયેલું હશે, એને બ્રહ્માંડ ઓળખશે... દશાનન તરીકે!'

ભાવસમાધિમાંથી પરત ફર્યા પશ્ચાત્, ભવિષ્યવેત્તા ભૃગુએ પ્રસન્નચિત્ત અને માર્મિક સ્મિત આપતાં એટલું જ કહ્યું હતું કે,

। कालो हि दुरतिक्रमः ।

વાસ્તવમાં દેવયાનીની કોઈ ઇચ્છા જ નહોતી કે તે વિશ્રવા અને કૈકેસીના વિવાહ-સમારોહમાં ભાગ લે! પ્રેમમાં ભંગાણ પડ્યા બાદ તેના હૃદયના ટુકડે-ટુકડા થઈ ચૂક્યા હતા. કચએ જે રીતે તેની લાગણીઓ સાથે રમત રમી હતી, એ જોઈને દેવયાનીને હવે પુરુષજાત ઉપર ભરોસો જ નહોતો રહ્યો. આમ છતાં, પિતા શુક્રાચાર્યની લાગણી અને બહેન સમી કૈકેસીના ભાવભીના

નિમંત્રણને વશ થઈને દેવયાની પણ મરુભૂમિ છોડીને થોડા મહિના માટે પિતા અને પિતરાઈ ભાઈ બલિ સાથે આર્યાવર્તનો પ્રવાસ ખેડવા નીકળી પડી હતી.

દિવસના ભાગમાં સતત પ્રવાસ અને સુરક્ષિત સ્થળ પર રાતવાસો! પાછલા એકાદ માસથી એમનો આ નિત્યક્રમ બની ગયો હતો. દંડકારણ્યમાં બે દિવસથી તેઓ પ્રવાસ કરી રહ્યાં હતાં અને આજે એમની છેલ્લી રાત હતી. આવતીકાલે તેઓ જંગલની સીમારેખામાંથી બહાર નીકળીને દક્ષિણ આર્યાવર્ત સુધીની યાત્રા આગળ ધપાવવાનાં હતાં.

કામચલાઉ પર્ણકુટિરના ઊડી ગયેલાં છાપરાંને કારણે પડેલાં બાકોરાંને જોતાં દેવયાનીએ નિઃસાસો નાંખ્યો. ભૂતકાળની પીડાદાયક સ્મૃતિઓને તેણે ખંખેરી નાંખી. તાપણું સળગાવવા માટે શુષ્ક લાકડાં લેવા ગયેલા પોતાના પિતા અને નાના ભાઈની વાપસીના કોઈ એંધાણ છે કે નહીં, એ તપાસવા તેણે હવાબારીમાંથી બહાર નજર કરી... પરંતુ કાળાડિબાંગ અંધકાર સિવાય તેને કોઈ નજરે ન ચડ્યું. માનવ તો છોડો, વન્યજીવ સુધ્ધાં નહીં!

કુટિરદ્વાર પાસે પડેલા સૂકા ઘાસના ઓછા વજનદાર પૂળાને બાકોરાની વચ્ચે ફસાવી તેણે જગ્યા પૂરી. બંધ થતાં બાકોરાંમાંથી રૂપસુંદરીના દેહલાલિત્યને આકસ્મિક રીતે નિહાળી ગયેલું ઘુવડ હબક ખાઈ ગયું!

બીજી બાજુ, આગિયાની માફક તગતગતી દંડકની આંખોએ પર્ણકુટિરની હવાબારીમાંથી ફરી અંદર નજર નાંખી! આકાશમાં વારેઘડીએ ચમક્યા રાખતાં વીજળીના ચમકારા વચ્ચે ક્યાંક એની હાજરી છતી ન થઈ જાય, એ માટે તે અત્યંત સાવધ હતો! કુટિર અને તેની આસપાસ અન્ય કોઈની હાજરી તો નથી ને, એ તપાસ કર્યા પછી હવે તેનામાં હિંમત ઉમેરાઈ હતી.

આ જ મોકો છે! દંડકે વિચાર્યું.

એકાએક, ચેતવણી પાઠવતાં આકાશી વાદળોની ગર્જનાથી દંડકારણ્ય ગાજી ઊઠ્યું. દેવયાનીના શરીરમાંથી પણ ભયનું લખલખું પસાર થઈ ગયું.

કડડભૂસ... અવાજ સાથે પર્ણકુટિરનું કાષ્ઠદ્વાર દંડકની લાતથી જમીનદોસ્ત થઈ ગયું. પિતા અને ભાઈ માટે ઘાસની પથારી તૈયાર કરી રહેલી દેવયાની ઝાટકા સાથે ઊભી થઈ ગઈ. અજાણ્યા આગંતુકને જોતાં જ તેના પગ જમીન સાથે સજ્જડ ચોંટી ગયા.

'કોણ છે તું?' દેવયાનીએ કુટિરના ખૂણામાં પડેલી લાકડી ઉઠાવતાં કહ્યું, 'અહીંયાં શું કરે છે?'

પોતાની જાત બચાવવા માટે સજ્જ થઈ રહેલી હરણીને જોઈને દંડકના અંતઃસ્રાવો વધુ ઝડપથી ઝરવા માંડ્યા! સામાન્ય શિકાર કરવામાં હવે તેને કશો આનંદ નહોતો આવતો. લાંબા પ્રતિકાર બાદ હાથમાં આવેલી કન્યાનું યૌવન લૂંટવામાં તે રાક્ષસી સુખ અનુભવતો!

નજર સમક્ષ મધનીતરતી યૌવનાને જોઈને તેના શરીરની ઊર્મિઓ હવે નિયંત્રણની બહાર હતી, ત્રાહિમામ્ પોકારી રહી હતી! જાળમાં ફસાયેલી દુર્લભ માછલીને જોઈને જેમ માછીમારના મોંમાંથી લાળ ટપકી ઊઠે, એવી જ રીતે દંડક પણ દેવયાનીના શરીરમાંથી આવતી અત્તરની સુવાસ પર ઓળઘોળ થઈ ચૂક્યો હતો. પોતાની હથેળીમાં પકડેલા મોગરાના પુષ્પને તેણે અંગૂઠા વડે મસળી નાંખ્યું. કુટિરમાં ઘૂસી આવેલા પક્ષીચાકર કાગ - દુર્મુખ - ને તેણે ઇશારો કર્યો. નાયકના આદેશને પામી ગયો હોય એમ, દુર્મુખે પર્ણકુટિરમાં પ્રજ્વલિત તમામ દીવડાઓને પાંખો ફફડાવીને એકઝાટકે ઓલવી નાંખ્યા.

'તને જરાસરખો પણ અણસાર છે કે તું કોની સાથે રમત રમી રહ્યો છે?' કુટિરમાં વ્યાપી ગયેલા અંધકારથી વિચલિત થવાને બદલે દેવયાનીએ લાકડી પર પોતાની પકડ મજબૂત કરતાં પૂછ્યું.

'રમત?' દંડકે વાસનાથી ભરેલું સ્મિત આપતાં કહ્યું, 'હું તો તને કૃતકૃતજ્ઞ કરવા આવ્યો છું, યુવતી! પુરુષત્વના રૂપક ગણાતા દંડક સાથે સમાગમ કરીને તારા જીવનને ધન્ય કર!'

દંડકનાં તુંડમિજાજી વેણ સાંભળીને દેવયાની તમતમી ઊઠી.

'કાન ખોલીને સાંભળી લે!' તે બરાડી ઊઠી, 'દેવયાની નામ છે મારું! મને તારા અન્ય શિકારોની જેમ કાચી-પોચી ગણવાની ભૂલ નહીં કરતો.'

'છેવટે...' દંડકે દેવયાનીની આસપાળ ગોળાકાર ચક્કર કાપતાં કહ્યું, 'વર્ષો બાદ એવી યુવતીનો ભેટો થયો છે, જે અપ્સરા સમાન સુંદર હોય અને સિંહણ સમાન ખૂંખાર!'

દેવયાનીની કમર પર તેણે હળવેકથી જમણા હાથની પહેલી આંગળી ફેરવીને પોતાની જીભ વડે ચાટી.

ગુરુપુત્રીથી આ કુચેષ્ટા સહન ન થઈ. અંધારામાં તગતગતી દંડકની આંખો પરથી નિશાન સાધીને તેણે હાથમાં પકડેલી લાકડી એના માથા પર જોરથી ફટકારી, પરંતુ લોહધાતુ સાથે થતી અથડામણની માફક લાકડીના બે કટકા થઈ ગયા!

'ઇક્ષ્વાકુના લોહીને પૌરુષહીન સમજી બેઠી હતી, દેવયાની?' દંડકે મોટેથી અટ્ટહાસ્ય કરતાં કહ્યું. તેના પ્રશ્નમાં કટાક્ષ હતો.

દેવયાની બીજો પ્રહાર કરવાનો વિચાર કરે, એ પહેલાં જ દંડકે તેના બંને બાવડાં પકડીને કુટિરની દીવાલ તરફ ધકેલી. ઘાસના તણખલાની માફક ખેંચાયેલી દેવયાનીએ પ્રતિકાર કરવા માટે બળ લગાવ્યું, પરંતુ તમામ શસ્ત્ર અને બાહુબળ સંબંધિત વિદ્યાઓમાં પારંગત દંડક સામે તેનું જોર ન ચાલ્યું.

સામે પક્ષે, દંડક માટે દેવયાનીનો તરફડાટ ચરમસુખ સમાન પ્રતીત થઈ રહ્યો હતો. શાલીનતા અને સાત્ત્વિકતા સાથે તો તેને દૂર દૂર સુધી કોઈ નાતો નહોતો. દેવયાનીના ઉન્નત સ્તનયુગ્મો વચ્ચે પડેલી ભાત જોઈને તે ગાંડોતૂર બની ગયો હતો.

સમગ્ર શક્તિ એકઠી કરીને વીજળીએ એક છેલ્લી વખત કુટિરમાં અજવાસ પાથરવાની કોશિશ કરી. એ નાનકડી ક્ષણમાં દેવયાનીએ દંડકની વાસનાથી તરબોળ આંખોમાંથી નીતરી રહેલાં ભાવ માપી લીધા. તેની મજ્જામાંથી ડરનો તીવ્ર લિસોટો પસાર થઈ ગયો. લાંબી-કાળી મૂછ, કપાળ પર ઘાનું નિશાન, કાનમાં કુંડળ, ખરબચડા ગાલ ઉપર પાંચ-છ દિવસની વધેલી દાઢી, વિખરાયેલા-પીંખાયેલા માથાના વાળ, વરસાદને કારણે શરીર સાથે ચોંટી ગયેલું અંગવસ્ત્ર, આરસપહાણનાં ચોસલાં ગોઠવીને કંડારી હોય એવી કસરતબદ્ધ છાતી, લીલા નારિયેળના કદ જેવડા સ્નાયુબદ્ધ બાવડાં અને પાતળા કાપડની બનેલી મેલીઘેલી અર્ધપારદર્શક ધોતીમાંથી આરપાર દેખાતું ઉત્તેજિત...

હે ઈશ્વર... દેવયાનીનો માંહ્યલો ધ્રૂજી ઊઠ્યો. વીજળીના ચમકારે જોયેલા દૃશ્યને કારણે તેના મનમાં અપરાધભાવ પેદા થઈ ચૂક્યો હતો.

'રજસ્વલા યુવતી સાથે બળાત્કાર કરવાનું જઘન્ય પાપ તારે જન્મ-જન્માંતરો સુધી ભોગવવું પડશે, એ યાદ રાખજે.' દેવયાનીના સ્વરમાં નરમાશ ભળી, 'હજુ પણ સમય છે, રોકાઈ જા નહીંતર...'

'અરે, તારા જેવી રૂપસુંદરી માટે તો એક નહીં, સો જીવન પણ નર્કમાં સડવું પડે તોય મને મંજૂર છે, રાણી!'

તેણે જે રીતે દાઢમાં *રાણી* ઉચ્ચાર્યું, એ સાંભળીને દેવયાનીનો ક્રોધ ચરમસીમાને પાર કરી ગયો. ઝાટકો મારીને દંડકની પકડમાંથી પોતાનો ડાબો હાથ છોડાવી, તેણે અડધી બટકેલી લાકડીનો આગલો અણીદાર ભાગ દંડકની જાંઘમાં ઘોંપી દીધો.

ખચ્ચાક... અવાજ સાથે લોહીની સેર તેની જાંઘમાંથી ઊડી.

અણધાર્યા હુમલાથી અસાવધ દંડકના બીજા હાથની પકડ જાંઘની પીડાને કારણે થોડી ઢીલી પડતાં જ દેવયાની તેનો હાથ છોડાવીને કુટિરની બહાર ભાગી.

આક્રોશમાં ભળેલી પીડા સાથે દંડકે પણ દેવયાની પાછળ જંગલની વાટ પકડી. મનોમન તે હસી પડ્યો, કારણ કે દેવયાની જેનાથી બચવાનો પ્રયાસ કરી રહી હતી, એ વાસ્તવમાં આ અરણ્યનો રાજા હતો અને એક-એક વૃક્ષો તથા ઝાડી-ઝાંખરાનો જાણતલ પણ!

પોતાનું શીલ બચાવવા માટે દેવયાની ભાગતી જ રહી. આખરે જ્યારે એના શ્વાસોચ્છ્‌વાસ ખૂટ્યા, ત્યારે તે તીવ્ર હાંફ સાથે વૃક્ષને ટેકે હાથ દઈને ઊભી રહી.

... અને, સહસા તેને પોતાના એક હાથ પર ભીંસ વર્તાઈ. પોતાની જાત પર નિયંત્રણ મેળવીને પ્રતિકાર કરવા જાય, એ પહેલાં જ બાજુના વૃક્ષ વડે બંધાયેલ દોરડા સાથે બીજા હાથને પણ કચકચાવીને બાંધી દેવામાં આવ્યો. દેવયાનીએ શક્ય એટલી ડોક મરડીને પાછળની તરફ ત્રાંસી નજર કરી, ત્યાં તેને અજાણ્યો પુરુષ દેખાયો.

ઠીંગણો, રંગે શ્યામવર્ણ, મોટાભાગનાં અંગો વાંકાચૂંકાં, શારીરિક ખોડખાંપણ ધરાવતો વક્ર મનુષ્ય!

'તું જ મારો સાચો સાથીદાર છે, વિરાધ!' દૂરથી પડઘાયેલા દંડકના અવાજે વિરાધને પાછળ જોવા મજબૂર કર્યો. પોતાના સ્વામી દ્વારા થયેલી પ્રશંસાને તેણે માથું નમાવીને સ્વીકારી.

દંડકના ભારે અને ઈજાગ્રસ્ત પદચાપ જેમ જેમ નજીક આવતાં જતાં હતાં, એમ એમ દેવયાનીના હૃદયના ધબકારા ઝડપી થઈ રહ્યા હતા.

વૃક્ષની એકદમ નજીક પહોંચી ગયેલા દંડકે દેવયાનીના ખભેથી સાડીનો પાલવ ખસેડી ત્યાં હળવું ચુંબન ચોડી દીધું. સમસમી ગયેલી દેવયાનીએ મુશ્કેટાટ બંધાયેલા પોતાના હાથ છોડાવવાના ખૂબ પ્રયત્નો કર્યા... પરંતુ વ્યર્થ! ડાબી અને જમણી બાજુના વટવૃક્ષના થડ ફરતે દોરડું પસાર કરીને બંને બાજુથી વિરાધે તેને એવી રીતે બાંધી હતી કે, તેના બંને હાથ થડ સાથે બંધાયેલાં રહે અને શરીર બે થડની વચ્ચોવચ!

અર્ધવર્તુળાકાર ફરીને સામેની બાજુ આવી ગયેલા દંડકે દેવયાનીનું મોં પોતાના લોખંડી પંજા હેઠળ પકડીને હોઠ પર બળજબરીપૂર્વક તસતસતું ચુંબન

આપ્યું! નાગરવેલની ચિલ્લમ ફૂંકી-ફૂંકીને ખરબચડા થઈ ગયેલા હોઠ સહન ન થતાં, દેવયાનીએ પોતાના જમણા પગ વડે જોરથી દંડકના બંને પગ વચ્ચે જનનાંગ પર એક લાત ઠોકી દીધી.

'આઅહ્હ્હ..!' દંડક કણસી ઊઠ્યો. વિરાધથી એના સ્વામીનું અપમાન સહન ન થતાં તેણે વૃક્ષની આગળ આવીને દેવયાનીના કેશ ખેંચ્યા, ત્યાં જ...

'વિરાઆઆ.. ધ!' દંડક બરાડ્યો.

બીજી જ ક્ષણે, વિરાધે દેવયાનીના કેશ છોડીને દંડક સામે જોયું. લાલચોળ થઈ ગયેલી આંખો સાથે દંડકે ડોકું ધુણાવીને વિરાધને કશું જ કરવાની ના પાડી. વિરાધ મોટાં મોટાં ડગ ભરતો જંગલના અંધકારમાં ઓગળી ગયો. દંડકની આંખો જોઈને તેને ખ્યાલ આવી ગયો હતો કે આજની રાત દેવયાની માટે કેટલી દુષ્કર અને નિર્મમ પુરવાર થવાની છે!

૫

વર્તમાન દિવસ

દિલ્હી

રાષ્ટ્રપતિ ભવનમાં દાખલ થયેલી ગાડીએ સૌને બમણી ઝડપે દોડતાં કરી દીધાં! 'રેન્જ રોવર'નો દરવાજો ખૂલ્યો. નેશનલ સિક્યોરિટી એડ્વાઇઝર અજય ડોભાલે ખુમારીભેર ગાડીની બહાર પગ મૂક્યો. આજુબાજુ ચાલી રહેલી ભાગદોડ સામે અછડતી નજર નાંખીને એમણે ઊંડો શ્વાસ લીધો. તેઓ જાણતાં હતા કે આવનારી રાતો કેટલી દોડધામભરી પુરવાર થવાની છે!

ભૂતકાળમાં ઇન્ટેલિજન્સ બ્યુરોના ડિરેક્ટર અને ઇન્ડિયન પોલીસ સર્વિસના નિવૃત્ત સભ્ય એવા અજય ડોભાલના નામમાત્રથી પાકિસ્તાની આતંકવાદીઓ જ નહીં, પરંતુ સમગ્ર વિશ્વમાં છુપાયેલાં ભારતવિરોધી તત્ત્વો સુધ્ધાં થરથર કાંપી ઊઠતાં! અફઘાનિસ્તાન, પાકિસ્તાન, ચીન, રશિયા, અમેરિકા, બ્રિટન, આફ્રિકા અને યુક્રેન સહિત દુનિયાભરમાં એમના એજન્ટ્સ કંઈ કેટલાય ખૂફિયા મિશનને અંજામ આપી ચૂક્યા હતા. તદુપરાંત, કરોળિયાના જાળાંની માફક મોટા-મોટા દેશોમાં છૂપી ઓળખાણ સાથે જીવતા એમના જાસૂસો

સમય સમયાંતરે ઇન્ટેલ આપતા રહેતા, પરંતુ આ વખતે ખુદ ગબ્બર ઊંઘતો ઝડપાયો હતો!

ભવનના પરિસરમાં જ તાત્કાલિક ઊભા કરવામાં આવેલા વૉરરૂમમાં પહોંચીને એમણે પોતાના આસિસ્ટન્ટ પાસેથી ધડાધડ અપડેટ્સ લેવાની શરૂ કરી, 'અમિત, શું છે સ્ટેટસ? તપાસમાં ક્યાં પહોંચ્યા?'

'હુમલો કઈ રીતે કરવામાં આવ્યો, એ જાણવાની કોશિશ થઈ રહી છે... સર!' અમિતે ટ્રિગરમાંથી ગોળી છૂટે એટલી ત્વરાથી જવાબ આપ્યો. અજય ડોભાલ અનુશાસનપ્રિય અને શિસ્તબદ્ધ આર્મીમેન કરતાં પણ વધુ ચપળતા અને ચીવટનો આગ્રહ રાખે છે, એ હકીકતથી તે સારી પેઠે વાકેફ હતો.

'ઇન્ટેલિજન્સ શું કહે છે?' ટેબલ ઉપર પથરાયેલી રિપૉર્ટ-ફાઇલ્સ ઉપર નજર ફેરવતાં તેમણે પૃચ્છા કરી. એમના ગોળમટોળ ચહેરા પર ગોઠવાયેલાં પાતળી ફ્રેમનાં ચશ્માંમાંથી ફાઇલ્સ સ્કેન થઈ રહી હતી!

અમિત થોથવાયો, 'ફ્રેન્કલી સ્પીકિંગ, આપણે હજુ સુધી સાવ અંધારામાં છીએ!'

નાકની દાંડી ઉપર ઊતરી આવેલાં ચશ્માને બરાબર ગોઠવ્યા વગર અજય ડોભાલે અમિત સામે તીક્ષ્ણ નજરે જોયું. ઑવરહેડ લાઇટ્સને કારણે એમની અડધી ટાલ ચમકી રહી હતી. એમના દિમાગની અંદર ઘણી બધી કેમિકલ પ્રક્રિયાઓ એકસાથે થઈ રહી હતી.

'ઑકે... ધિસ ઇઝ સીરિયસ! વર્ષ ૨૦૦૮ના મુંબઈ-અટેક કરતાં પણ એક કદમ આગળ કહી શકાય એવો આ હુમલો છે! વિશ્વની સૌથી મોટી લોકશાહીના સીમાચિહ્નરૂપ ભવન ઉપર થયેલો આ હુમલો ભારતના ગાલ ઉપર એક લપડાક છે!' સમય બગાડ્યા વિના એમણે તત્કાળ આદેશો છોડ્યા, 'એક વાત કાન ખોલીને સાંભળી લો! આ ક્ષણથી મારા આદેશ વગર ધૂળની બારીક રજ પણ રાષ્ટ્રપતિ ભવનની બહાર ન જવી જોઈએ.'

એમના ધીમા પરંતુ અત્યંત સત્તાવાહી અને ધારદાર શબ્દોએ વૉર-રૂમમાં ઉપસ્થિત તમામ અધિકારીઓને દોડતા કરી મૂક્યા.

વિવાનને શું ચાનક ચડી કે તેણે ધડાધડ દરવાજો પીટવાનું ચાલુ કર્યું!

'ઑપન, ડેમ ઇટ!' તે બરાડ્યો અને દરવાજે જોરથી મુક્કાબાજી ચાલુ કરી, 'રિયા ક્યાં છે? એને શોધો પહેલાં! નહીંતર મને અહીંથી જવા દો.'

અડધી મિનિટ પહેલાં કિડનેપર સાથે પૂર્ણ થયેલી ટેલિફોનિક વાતચીતને લીધે વિવાન રઘવાયો થઈ ગયો હતો. માંડ માંડ બધું થાળે પડી રહ્યું હતું... બંને પુણેમાં શાંતિપૂર્વક જીવન જીવી રહ્યાં હતાં, ભૂતકાળમાંથી બહાર આવીને એક નવા ભવિષ્ય તરફ મીટ માંડીને બેઠાં હતાં, સુખી-સંપન્ન પરિવારનું શમણું જોઈ રહ્યાં હતાં... એવામાં ફરી કોઈકની નજર લાગી!

'વિવાન... શાંત..' સુહાનીએ દિલાસો આપતાં કહ્યું. વિવાનની મુઠ્ઠીમાં ઊપસી આવેલાં લોહીના ટશિયા તેનાથી જોવાતાં નહોતાં.

'ટેક મી બેક ટુ ધ ટાઉન, ફોર ગૉડ સેક!' વિવાને આક્રોશ ઠાલવતાં કહ્યું, 'તું તો વર્ષોથી અહીં જ કામ કરે છે ને, સુહાની? મને કોઈ પણ ભોગે રાજભવનમાંથી બહાર કાઢીને શહેરમાં લઈ જા. મારા સ્રોતો પાસેથી હું સરળતાપૂર્વક કિડનેપરની માહિતી અને લૉકેશન કઢાવી શકીશ... અથવા તો, મારો ફોન પાછો અપાવ, જેથી હું મારા સંપર્કોનો ઉપયોગ કરી શકું.'

'ફોન પરત મળે એવી શક્યતા હાલપૂરતી દેખાતી નથી, કારણ કે સિક્યોરિટીનાં કારણોને લીધે અત્યારે તમામ મુલાકાતીઓના ફોન રીસર્ચ-ડેટાલેબમાં મોકલવામાં આવશે, જેમાં તારો ફોન પણ સામેલ હશે. ટૂંક સમયમાં મારો ફોન પણ છીનવી લેવામાં આવે, તો નવાઈ નહીં!' સુહાનીએ ચિંતા વ્યક્ત કરતાં કહ્યું.

'ટુ હેલ વિથ યૉર પ્રોટોકોલ્સ!' વિવાનનો પિત્તો છટક્યો, 'મારી ગર્લફ્રેન્ડને કથિત સુરક્ષાગઢ સમા રાષ્ટ્રપતિ ભવનમાંથી તમારો જ સરકારી ડ્રાઇવર ઉઠાવીને ચાલ્યો ગયો, ત્યારે પ્રોટોકોલ્સ યાદ ન આવ્યા?'

... અને, એ જ ઘડીએ વિવાનના મગજમાં એક વિચાર વીજળીની માફક ચમકી ગયો. થોડા જ મહિના પહેલાંના ભયાવહ ભૂતકાળની ઝલક અને ફૈઝાનો ચહેરો તેની આંખો સામેથી પસાર થઈ ગયો. તે બરાડી ઊઠ્યો, 'ક્યાંક એવું તો નથી ને કે તું પણ હુમલાખોરોની સાથે જ કામ કરે છે? હમ્મ.. હવે સમજાય છે!' આવેશમાં આવીને તે છેક સુહાનીના મોઢા સુધી ધસી આવ્યો, 'હુમલો થયાની બે મિનિટ પહેલાં જ તું શા માટે દરબાર હૉલમાંથી બહાર નીકળી ગઈ? નક્કી તને આ વિશે પહેલેથી જ બાતમી હોવી જોઈએ.'

ફૈઝા હુસૈનના કિસ્સામાં એક વખત છેતરાઈ ગયેલો વિવાન હવે કોઈપણ વ્યક્તિ ઉપર સરળતાથી ભરોસો નહોતો મૂકી શકતો! દૂધનો દાઝ્યો છાશ પણ ફૂંકી ફૂંકીને પીએ, એવી તેની માનસિકતા બની ગઈ હતી!

સુહાનીએ તેને બંને હાથથી ધક્કો મારીને દૂર હડસેલતાં કહ્યું, 'તું શું બોલી રહ્યો છે, એનું કંઈ ભાનબાન છે કે નહીં?' પોતાના પર લગાવવામાં આવેલા આરોપને લીધે તે ધૂંધવાઈ ગઈ હતી, 'અને, એક મિનિટ! અમારો સરકારી ડ્રાઇવર? તું કહેવા શું માંગે છે?'

'સાહિલ કુરેશી!' વિવાન તાડૂક્યો, 'એને રાષ્ટ્રપતિ ભવનની વ્યવસ્થા-સમિતિએ જ અમને ઍરપૉર્ટ પર લેવા માટે મોકલ્યો હતો ને?'

'વ્હોટ રબ્બીશ? અમે સાહિલને મોકલ્યો જ નથી. આ જો તારો મેઇલ!' સુહાનીએ ફટાફટ પોતાના સરકારી મોબાઇલનું ઇ-મેઇલ ઇનબૉક્સ ખોલીને વિવાન સામે ધર્યો, 'તેં ચોખ્ખું લખ્યું છે કે તમે બંને તમારી પોતાની કારમાં આવવા ઇચ્છો છો, માટે રાષ્ટ્રપતિ ભવનમાંથી કાર ન મોકલવા માટે વિનંતી! અને અટેચમેન્ટમાં સાહિલના ફોટો, આઇ-ડી પ્રૂફ, કાર નંબર અને જરૂરી કાગળિયાં પણ છે!'

વિવાને ધ્યાનપૂર્વક આખો મેઇલ વાંચ્યો. ટૉપ-કૉર્નરમાં પોતાનું મેઇલ-એડ્રેસ પણ તપાસ્યું, પરંતુ નવાઈની વાત એ હતી કે તેણે આવો મેઇલ ક્યારેય સુહાનીને મોકલ્યો જ નહોતો!

ઘડીના છઠ્ઠા ભાગમાં વિવાન આખી રમત સમજી ગયો.

'સમગ્ર યોજના બે મહિના પહેલાંથી અમલમાં મૂકી દેવામાં આવી છે, સુહાની!' વિવાનને અહેસાસ થયો, 'કોઈકે મારું ઈ-મેઇલ હૅક કરીને તમારા ઑફિશિયલ્સ સુધી આ મેસેજ પહોંચાડ્યો.'

સુહાનીએ પણ તાણાવાણા જોડવાની શરૂઆત કરી, '... અને, તમને બંનેને તો એમ જ કે એરપૉર્ટ પર જે ઑડી ક્યુ-૭ સાથે ડ્રાઇવર ઊભો છે, તેને રાષ્ટ્રપતિ ભવનમાંથી જ મોકલવામાં આવ્યો છે!'

'એક્ઝેટલી!' વિવાનના નાકનાં ફણગાં ફૂલી ગયાં, 'નકલી આઇ-કાર્ડ, નકલી આધારકાર્ડ. નકલી પ્લે-કાર્ડ. નકલી ઓળખાણ.'

સુહાનીની કુશાગ્ર બુદ્ધિક્ષમતા આ પ્રકારની વિષમ પરિસ્થિતિઓમાં અત્યંત તેજ થઈ જતી. તેણે પોતાની પાસે રહેલા આઇપેડમાં કશુંક સર્ચ કર્યા બાદ

ધ્યાનથી જોયું. પ્રતિ સેકન્ડ તેની પહોળી થતી જતી આંખો કહી રહી હતી કે કંઈક નક્કર હાથ લાગ્યું છે!

'આઇ-કાર્ડ પરના બારકોડથી માંડીને યુનિફૉર્મ સુધીની તમામ વિગતોનું પૂર્ણતઃ ધ્યાન રાખવામાં આવ્યું છે. જેનો અર્થ એમ કે...' સુહાની વિવાનના હાવભાવ જોવા અટકી.

વિવાને તેનું અધૂરું વાક્ય ઝીલી લીધું, '... જેનો અર્થ એમ કે આ હુમલો કોઈ જેવા તેવા સંગઠનનું કામ નથી! નક્કી આની પાછળ એવા લોકોનો હાથ છે, જેમની પહોંચ રાષ્ટ્રપતિ ભવન સુધી છે!'

'ફક્ત એટલું જ નહીં, પરંતુ રાજભવનની અંદરની જ ઉચ્ચ હોદ્દા પર બેઠેલી કોઈ વ્યક્તિ - રાજકારણી અથવા સિક્યોરિટી પર્સનલ - આ હુમલામાં ભાગીદાર હોવી જોઈએ!' સુહાની બોલી.

વિવાનની નજર સામે વર્ષ ૨૦૦૧ની સાલમાં સંસદ ભવન ઉપર થયેલાં હુમલાના માસ્ટર માઇન્ડ અફઝલ ગુરુનો ચહેરો તરી આવ્યો. પાછલાં થોડાં વર્ષોથી દિલ્હીની જવાહરલાલ નેહરુ યુનિવર્સિટી - જે.એન.યુ. - માં જે પ્રકારે અફઝલ ગુરુના સમર્થકોની સંખ્યામાં વધારો થયો હતો, તે ચિંતાજનક હતો! ભારત બહારની કોઈપણ આતંકવાદી તાકાત આવીને જે.એન.યુ.ના વિદ્યાર્થીઓનું બ્રેઇનવૉશ કરી શકે, એટલી હદે દેશવિરોધી વિચારધારાઓનું ત્યાં આધિપત્ય હતું. જૈશ-એ-મોહમ્મદ અથવા આઇ.એસ.આઇ.એસ.નો આતંકવાદી છડેચોક જે.એન.યુ.માં આવીને રહેતો હોય, તો પણ કોઈને ખ્યાલ ન આવે એટલી ખરાબ હાલત ત્યાં હતી!

'ઘર કા ભેદી લંકા ઢાએ!' વિવાને સુહાનીની વાતને સમર્થન આપતાં કહ્યું, 'પણ મને એ નથી સમજાતું કે જો ખરેખર આ બાયો-અટેક હોય, તો પછી હું અને તું બંને આમાંથી કેવી રીતે બચી ગયાં? દરબાર હૉલમાં આપણા બંનેની હાજરી પણ તો હતી જ ને? વાયરસ આપણા બંનેના શરીરમાં પણ પ્રવેશ્યો જ હોવો હોઈએ ને?'

'મારા ગયા પછી દરબાર હૉલમાં બનેલી સમગ્ર ઘટના તું મને શબ્દશઃ વર્ણવી શકીશ?' સુહાનીએ પૂછ્યું.

બંનેને ક્ષણવાર માટે આવેલો ક્રોધનો ઊભરો હવે શાંત થઈ ગયો હતો, અને મગજ બમણી ગતિએ દોડવા માંડ્યાં હતાં.

'બિલકુલ.' વિવાને ઘટનાને ક્રમબદ્ધ વર્ણવવા માટે થોડી ક્ષણોનો વિરામ લીધો. ક્વૉરન્ટાઇન સેન્ટરના બીજા ખૂણે રાખવામાં આવેલી બિસ્લેરી બૉટલમાંથી બે ઘૂંટ ગળે ઉતારી તેણે શરૂ કર્યું, 'ઇનફેક્ટ, આ ઘટનાક્રમ વચ્ચે એક બહુ જ અગત્યની માહિતી તારી સાથે વહેંચવાનું હું ભૂલી ગયો છું!'

સુહાનીના કાન સરવા થયા.

'તેં મોકલી હતી એ યાદીમાં સુધીર બાબાનું નામ છેલ્લેથી દસમા ક્રમે ઘોષિત થવાનું હતું, પરંતુ સમારોહમાં તો સ્વામી શિવાનંદ બાદ તરત બીજા જ ક્રમે એમના નામની ઘોષણા થઈ.' વિવાન સહેજ અટક્યો, 'આ ક્રમ છેલ્લી ઘડીએ બદલ્યો હતો કે પછી...'

'ના.. આ ક્રમ બદલ્યો જ નહોતો.' વિવાનના વાક્યને અડધેથી કાપી નાખતાં સુહાની બોલી.

'હું જેવો મહામહિમ પાસે પુરસ્કાર લેવા પહોંચ્યો અને એમની સાથે હાથ મિલાવ્યા, ત્યારે જ અચાનક એમના શરીરમાં આછી ધ્રુજારી સાથે આ સમગ્ર ઘટનાક્રમની શરૂઆત થઈ!' વિવાને ખુરશી પર બેસતાં કહ્યું.

'મતલબ કે હુમલાખોર એવું ઇચ્છતો હતો કે તું રાષ્ટ્રપતિ પાસે પહોંચે, ત્યારે જ લોહિયાળ રમત શરૂ થાય!' સુહાનીએ તંતુ જોડ્યા, 'પણ કેમ?'

બંને ઊંડા વિચારમાં ગરકાવ થઈ ગયા. ઘટનાનો છેડો એમને નહોતો મળી રહ્યો. એવું લાગતું હતું જાણે રહસ્ય એમની આંખોની સામે હોવા છતાં પણ અદશ્ય છે!

'દરબાર હૉલની સીસીટીવી ફૂટેજ મળી જાય, તો કંઈક ખબર પડી શકે એમ છે.' વિવાને કહ્યું.

અચાનક સુહાનીએ ચપટી વગાડી, 'દરબાર હૉલના હિડન કેમેરા!'

'એટલે?' વિવાને પૂછ્યું.

બીજી જ સેકન્ડે, તેની કોમળ આંગળીઓ આઇપેડ પર દરબાર હૉલના હિડન કેમેરાની ફૂટેજ જોવા માટે ફરી રહી હતી. નજર આઇપેડની સ્ક્રીન સામે રાખતાં તે બોલી, 'તને ખબર છે, હું જ્યારે સિક્યોરિટી રૂમમાં પહોંચી, ત્યારે પણ દરબાર હૉલની બાજુમાં સ્થિત લાઇબ્રેરી સિવાય બાકીના તમામ કેમેરાનું કનેક્શન કપાઈ ચૂક્યું હતું.'

આટલું કહીને સુહાનીએ સિક્યોરિટી ખંડમાં બનેલી આખી ઘટના, બેહોશ

સિક્યોરિટી ચીફ પાસેથી લઈ લીધેલું આઇપેડ અને રાષ્ટ્રપતિ ભવનના હિડન કેમેરા અંગે વિવાનને વિસ્તારપૂર્વક જણાવ્યું.

'હમ્મ...' વિવાનની નજર આઇપેડ પર જ સ્થિર હતી.

'યુરેકા!' ફૂટેજ મળી ગઈ હોવાથી સુહાનીના ચહેરા પર સ્મિત રેલાયું, 'પણ આપણે શોધીએ છીએ શું?'

'કડી!' વિવાને ફૂટેજમાં થતી પ્રત્યેક હલનચલનનું બારીકાઈથી નિરીક્ષણ કરતાં કહ્યું, 'કંઈક એવું, જે આપણને હુમલાના મૂળિયાં સુધી પહોંચવામાં મદદરૂપ થઈ શકે! એ પછી વ્યક્તિ હોય કે વસ્તુ.'

વિવાનની અંદરનો ઇન્વેસ્ટિગેટિવ જર્નલિસ્ટ આળસ મરડીને બેઠો થઈ રહ્યો હતો. સુહાની પાસેથી આઇપેડ પોતાના હાથમાં લઈને તેણે ધ્યાનપૂર્વક પ્રત્યેક ગતિવિધિઓ નિહાળવાનું શરૂ કર્યું.

સુહાનીનું વિવાનની સાથે હૉલમાં પ્રવેશવું, બંનેનું એકસાથે બેઠક પર બેસવું, રાષ્ટ્રપતિનો પ્રવેશ, એમના સન્માનમાં સહુનું ઊભા થવું, રાષ્ટ્રગાન વાગવું અને ફરી ખંડમાં ઉપસ્થિત લોકો દ્વારા પોતપોતાનું સ્થાન ગ્રહણ કરવું, સુહાનીનું રિયાને શોધવા માટે બહાર જવું, સ્વામી શિવાનંદ દ્વારા અવૉર્ડનો સ્વીકાર અને સુધીર આર્યના નામની ઘોષણા.

એક પછી એક ફૂટેજ એમની નજર સામેથી પસાર થઈ રહી હતી, પરંતુ કંઈ અજુગતું જણાય એવું ધ્યાનમાં નહોતું આવી રહ્યું.

વિવાને રાષ્ટ્રપતિ સાથે હાથ મિલાવ્યા અને બીજી જ સેકન્ડે એ ખૂની ખેલ શરૂ થયો. સુહાની આ નજારો પહેલી જ વખત જોઈ રહી હોવાથી તેના શરીરે અરેરાટી છૂટી ગઈ! રાષ્ટ્રપતિનું પેટ ફાટવાનું દૃશ્ય જોઈને તેણે પોતાની આંખો બંધ કરી દીધી.

'ધેર હેઝ ટુ બી સમથિંગ!' વિવાન બબડ્યો, 'કંઈક તો મળવું જ જોઈએ.'

તેણે એકને એક ફૂટેજ ફરી ફરીને ત્રણ વખત જોઈ કાઢી. તેની અંદરનો પત્રકાર-જીવ ચીસો પાડીને કહી રહ્યો હતો કે તું જે શોધી રહ્યો છે, એ તારી નજર સામે જ છે... થોડું વધારે ધ્યાન આપ!

'બની શકે કે દરબાર હૉલમાં હુમલાખોરે કોઈ સુરાગ છોડ્યો જ ન હોય!' સુહાનીએ તર્ક રજૂ કર્યો.

'શક્ય નથી.' વિવાને આઇપેડ પરથી નજર હટાવ્યા વગર પોતાનું મંતવ્ય આપ્યું, 'દરેક ગુનેગાર ઘટનાસ્થળ પર ક્યાં તો અજાણતાં કોઈ પુરાવો મૂકીને

જાય, અથવા તો જાણીજોઈને! અને આપણે જેની વાત કરી રહ્યા છીએ, એ કોઈ જેવો તેવો હુમલાખોર નથી. આ એ વ્યક્તિ છે, જેણે રાષ્ટ્રપતિ સહિત દેશના સર્વોચ્ચ સન્માનપ્રાપ્ત નાગરિકોની નિર્મમ હત્યા કરી છે!'

સુહાની કંઈક બોલવા જાય એ પહેલાં જ...

'જો...' ફૂટેજમાં કંઈક ધ્યાનમાં આવતાં વિવાન ખુરશી પરથી લગભગ અડધો ઊભો થઈ ગયો, 'આ જો!'

વિવાને રાષ્ટ્રપતિની બરાબર પાછળ ઊભેલાં પ્રેસિડન્ટ્સ બોડીગાર્ડ - પીબીજી - રેજિમેન્ટના જુનિયર કમિશન્ડ ઑફિસર તરફ આંગળી ચીંધી.

સુહાનીએ આંખ ઝીણી કરીને ફૂટેજ પર ધ્યાન આપ્યું. રાષ્ટ્રપતિની પાછળ ઊભેલાં ૩૧ વર્ષીય યુવાન ઑફિસરનો ચહેરો ઓળખવામાં તેને જરાય સમય ન લાગ્યો.

'મેજર અજિતાભ પૂર્ણૈયા!' તેના હોઠ પરથી શબ્દો સરી પડ્યા.

રાષ્ટ્રપતિ ઊભા થઈને વિવાન સાથે હાથ મિલાવવા જતા હતા, એટલામાં અજિતાભ પૂર્ણૈયાએ પોતાનો હાથ રાઇફલ પરથી હટાવીને છાતી પર મૂક્યો. બીજી જ ક્ષણે, રાષ્ટ્રપતિના શરીરમાં કંપન આવ્યું અને ઘટનાક્રમ શરૂ થયો.

'પરંતુ આનાથી કંઈ પુરવાર નથી થતું! છાતી પર હાથ મૂકવાની ક્રિયા તો સંજોગ પણ હોઈ શકે ને?' સુહાનીએ પૂછ્યું, 'અને, અજિતાભ પોતે પણ આ ઘટનામાં માર્યો ગયો છે! તો પછી એના પર શંકાની સોય કેમ?'

'થોડું વધારે ધ્યાનથી જો.' વિવાને તેના પ્રશ્નનો સીધો જવાબ આપવાને બદલે ફૂટેજ ફરી રિવાઇન્ડ કરી.

... અને સહસા, સુહાનીને પણ એ દેખાયું જેની તરફ વિવાન આંગળી ચીંધતો હતો!

મેજર અજિતાભ પૂર્ણૈયા મૃત્યુ પામી રહ્યો હતો, એ વેળા તેણે પોતાના હાથમાંથી એક વીંટી કાઢી અને હિડન કૅમેરા સામે નજર કરી... જાણે કંઈક સૂચવી ન રહ્યો હોય! તેનો આખો ચહેરો તંગ થઈ ગયો હતો અને એના પર ઊપસી આવેલી લોહીની નસો ગમે ત્યારે ફાટી પડશે, એવું લાગતું હતું. પળનો પણ વિલંબ કર્યા વગર મૃતઃપાય અજિતાભે પોતાની વીંટી રાષ્ટ્રપતિના સિંહાસનની પાછળ રાખવામાં આવેલી ભગવાન બુદ્ધની અલભ્ય પ્રતિમાના પગ પાસે સરકાવી દીધી!

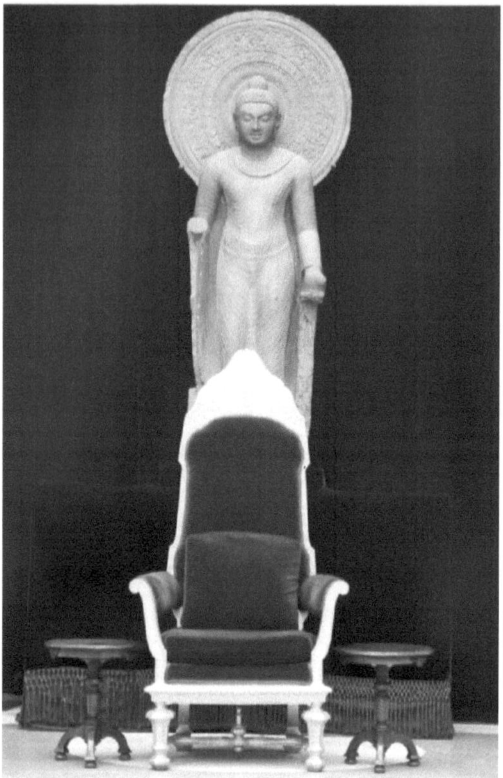

'મરતાં પહેલાં આ માણસ... આઇ મિન, અજિતાભ પૂર્ણૈયાએ કૅમેરા સામે જોયું!' સુહાનીને વિવાનની નિરીક્ષણશક્તિ માટે માન નીપજ્યું, 'અને એ પણ એવા કૅમેરા સામે, જેની જાણ રાષ્ટ્રપતિ ભવનના ગણ્યાગાંઠ્યા ઑફિસર્સને જ હતી! મૂર્તિના પગ પાસે વીંટી સરકાવીને તે કોઈ ઇશારો કરી રહ્યો છે, વિવાન! પણ શું?'

'એ તો ફરી દરબાર હૉલમાં ગયા પછી જ જાણી શકાશે!' વિવાને માર્મિક જવાબ આપ્યો.

'શક્ય જ નથી.' સુહાનીએ માથું ધુણાવ્યું, 'દરબાર હૉલમાં પગ મૂકવાની વાત તો દૂર, નેશનલ આર્મી આપણને અહીંથી બહાર પગ સુધ્ધાં નહીં મૂકવા દે!'

વિવાને એની વાતનો જવાબ આપ્યા વગર ક્વૉરન્ટાઇન સેન્ટરના દરવાજાની વચ્ચોવચ્ચ રહેલી નાનકડી પારદર્શક બારીની બહાર નજર કરી. તેના ચહેરા પર સ્મિત ફરક્યું.

'બહાર નીકળવા માટે તૈયાર થઈ જા.' પોતાના મગજમાં ચાલતી આંટીઘૂંટીને પાટા પર લાવીને વિવાને ધીરે રહીને સુહાનીને આખો પ્લાન સંભળાવ્યો.

સુહાની તેની સામે મોં વકાસીને જોતી જ રહી ગઈ!

વર્તમાન દિવસ

રાજકોટ

ટિંગ... ટૉંગ... ડૉરબેલ વાગી.

લાલુએ ઘડિયાળમાં સમય જોયો.

રાતના દસ વાગ્યે વળી કોણ આવ્યું હશે? તેણે વિચાર્યું.

કેરટેકર અને આર્ય પરિવારનો વર્ષો જૂનો વિશ્વાસપાત્ર માણસ - લાલુ ગોસ્વામી - સુધીર આર્યના દેહાંત બાદ એક દિવસ માટે પણ વસંત નિવાસથી દૂર નહોતો ગયો! વિવાન અને રિયા હવે પૂણે રહેતાં હોવાથી લાલુનું કામ જ રાજકોટ ખાતેની આ મિલ્કતની વ્યવસ્થિત જાળવણી કરવાનું હતું. વારે-તહેવારે તેનો પરિવાર અમુક દિવસો માટે ગોધરાથી રાજકોટ આવતો, ત્યારે વસંત નિવાસના સ્ટાફ ક્વાર્ટરમાં એમની તમામ સગવડો સચવાઈ રહેતી.

દરવાજો ખૂલ્યો.

'લાલુભાઈ.. તમે લૉન્ડ્રીમાં જે કપડાં આયપા તાં, ઈ લ્યો.' લૉન્ડ્રીમૅનએ કહ્યું.

'એલા ભાઈ, ગજબ છો તું! આવા ટાણે કોણ દેવા આવે?' લાલુએ કપડાંની ઢગલી હાથમાં લઈને નકલી ગુસ્સો ઠાલવતાં કહ્યું.

'લૉન્ડ્રીના ધંધામાં શું ટાણું ને શું ઘડિયાળ?' લૉન્ડ્રીમૅનએ હસતાં-હસતાં કહ્યું, 'હારું લ્યો ત્યારે, અઠવાડિયાની અંદર આવીશ, શેઠાણીના સાડલા લેવા!'

'કેમ અઠવાડિયું?' લાલુએ પૂછ્યું.

'અમારે બૈરાં હોય કે નહીં, ભાઈ?' સામેથી જવાબ મળ્યો, 'ગામડે જાઉં છું.'

'હારું હારું, લે!' કહીને લાલુએ લૉન્ડ્રીના પૈસા ચૂકવ્યા, 'આવજે તંયે!'

જેવો ઘરનો દરવાજો બંધ થયો કે લૉન્ડ્રીમૅન ડેલામાંથી બહાર નીકળી ગયો. કપાળની ડાબી બાજુએ પડેલા મોટા ચીરાના જૂના નિશાન ઉપર હાથ ફેરવીને તેણે કાનના ઇયરપીસમાં આદેશ આપતાં કહ્યું, 'હું આવું છું... તૈયારી કરીને રાખજો.'

તેના કર્કશ સ્વરમાં આખા ગામની ખંધાઈ ઉમેરાઈ ગઈ હોય એવું લાગ્યું!

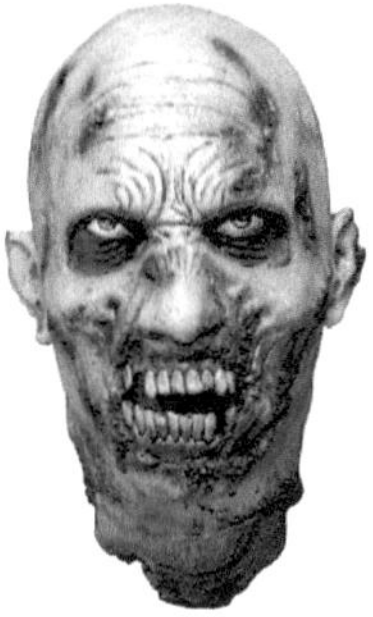

૬

ત્રેતાયુગ

દંડકારણ્ય, આર્યાવર્ત

દેવયાનીની કાળી ચીસોથી દંડકારણ્ય કકળી ઊઠ્યું. તેના પગને વેલ વડે મુશ્કેટાટ બાંધીને દંડક એક પછી એક વસ્ત્રો ઉતારીને દૂર ફેંકી રહ્યો હતો! તે ચંદ્રચૂડ મહાદેવનું સ્મરણ કરવા લાગી.

'હે શૂલપાણિશ્વર, તું આટલો નિર્દયી ક્યારથી થઈ ગયો? મારી આટલી બધી પરીક્ષાઓ?' દેવયાનીનો આર્તનાદ નભને ચીરી રહ્યો હતો. પ્રતિસાદ સ્વરૂપે વાદળાંએ પોક મૂકી. દ્વાપરયુગમાં થવા જઈ રહેલાં દ્રૌપદીના ચીરહરણને પ્રકૃતિ ત્રેતાયુગમાં પણ અપરાધભાવે નિહાળી રહી હતી!

... અને, બીજી બાજુ, દંડકે તેના સ્તનયુગ્મો પર ટકી રહેલું પાતળું અંગવસ્ત્ર પણ ફાડી નાંખ્યું. પોતાની જાંઘ પરથી વહી રહેલી રક્તધારાને બંને હથેળી પર ઝીલી તેણે દેવયાનીના સંપૂર્ણ નગ્ન દેહ પર ચોળી.

દેવયાનીએ રાતીચોળ આંખો સાથે એ પરમ શક્તિને આહ્‌વાન આપતાં કહ્યું, 'મહાઆઆ..દેવ... જો તું ખરેખર હોય, તો પ્રમાણ આપ! પ્રગટ થા..

અને રક્ષા કર તારા સંતાનની! નહીંતર હું માની લઈશ કે તું આ સૃષ્ટિનું સૌથી મોટું ભ્રામક તૂત છે!'

દંડકે અટ્ટહાસ્ય કર્યું, 'મને હસવું આવે છે, તારી મૂર્ખતાપૂર્ણ યાચના પર!' તેણે પોતાની જાંઘ પર હાથ ફેરવતાં કહ્યું, 'કોઈ મહાદેવ નથી! હું જ છું... સર્વશક્તિમાન દંડક!' આટલું કહીને તેણે દેવયાનીના કેશ ખેંચીને મસ્તક પાછળની તરફ ઝુકાવ્યું અને ભૂખ્યા-વિકરાળ માંસભક્ષીની માફક તેના ગળે બચકાં ભરવાની શરૂઆત કરી.

દેવયાનીનો તરફડાટ શાંત થઈ ગયો. દંડકે બળજબરીપૂર્વક પકડી રાખેલા કેશને કારણે તેની નજર આકાશ તરફ હતી અને મીન સમી કાજળભરી આંખોમાંથી એક અશ્રુબિંદુ ગાલ ઉપર સરકી પડ્યું. મનોમન તે મહાદેવ પરત્વેની પોતાની આસ્થાનું શ્રાદ્ધ કરી રહી હતી!

જોરદાર કડાકા સાથે આકાશમાં વીજગર્જના થઈ. સ્વયં પ્રકૃતિ જાણે કોપાયમાન બની હોય, એમ પ્રચંડ આંધીને કારણે વૃક્ષો આમથી તેમ ફંગોળાઈને તોફાન મચાવવા માંડ્યા. દેવયાનીની લાજ બચાવવા માટે તેના ઉઘાડા દેહ પર પર્ણોનો જાણે વરસાદ થયો!

બરાબર એ જ ક્ષણે,

ઘચ્ચ... ઘચ્ચ... ઘચ્ચ.. દંડકની પીઠ પર એક પછી એક ત્રણ તીર ઘૂસી ગયાં.

તેની કામપિપાસામાં ઓટ આવી અને દેવયાનીના શરીરથી તે સહેજ અળગો થયો, પાછળ ફર્યો. વેગવંતા તીરોની ગતિએ એમનું કામ પૂરી નિષ્ઠાથી કર્યું હતું. દંડકની પીઠ પરથી ઊડેલી લોહીની સેરો દેવયાનીની નાભિ વાટે પસાર થઈને તેના યોનિમાર્ગ સુધી લંબાઈ.

દંડક હજુ સજ્જ થવા જાય એ પહેલાં જ વર્ષાબિંદુઓને ચીરીને આવતાં અણીદાર તીર તેના ખભા, છાતી અને જાંઘ ઉપર ખૂંપવા લાગ્યા. પોતાના ઈજાગ્રસ્ત શરીરને સંભાળતાં સંભાળતાં તેણે વૃક્ષની બાજુમાં પડેલ તીર-કામઠાં ઉઠાવીને અંધકારમાં નિશાન સાધવાનો પ્રયત્ન કર્યો, પરંતુ તીર હજુ ધનુષની પણછમાંથી છૂટે એ પહેલાં જ *મણિધર* નામક અમોઘ અસ્ત્રના પ્રહારે તેને ત્રણ ટુકડામાં વિભાજિત કરી નાંખ્યુ!

'વિરાધાઆઅ.. ધ!' દંડકે પોતાના સાથીને બૂમ પાડી, પરંતુ વ્યર્થ! આજુબાજુમાં વિરાધની હાજરીના કોઈ અણસાર નહોતા જણાતા.

આવું તો પહેલાં ક્યારેય થયું નથી! વિરાધ આખરે ગયો ક્યાં? અને રાત્રિના ગાઢ અંધકારમાં આટલી નિપુણતા સાથે તીર કોણ ચલાવી રહ્યું છે?

દંડકના વિચારઅશ્વો અટકવાનું નામ નહોતા લઈ રહ્યા.

પ્રતિદ્વંદ્વીને શોધવા માટે તેણે તીક્ષ્ણ નજરે વૃક્ષોની આરપાર નજર કરી. કંઈ જ દૃષ્ટિગોચર નહોતું! પ્રકૃતિ તેના ભયાવહ સ્વરૂપમાં હતી!

... અને, તેઓ દેખાયા!

કાળી ધોતી, અઘોરીઓ બાંધે એવો જટાઅંબોડો, ગળા અને હાથમાં રુદ્રાક્ષની માળા, મહાકાળના હાજરાહજૂર હોવાનું પ્રમાણ આપતી કમર સુધી ઝૂલતી મુંડમાળા, સ્મશાનભસ્મથી લિપ્ત છાતી, ક્રોધથી તમતમતી લાલઘૂમ આંખો, લાંબી-બરછટ સફેદ દાઢી અને હાથમાં મહાશક્તિશાળી આયુધદંડ!

દૈત્યગુરુ શુક્રાચાર્ય!

કઠોર તપસ્યાના ફળરૂપ દિવ્ય આભા ધરાવતી એ પડછંદ કાયા જેમ જેમ દંડકની નજીક આવતી જતી હતી, એમ એમ તેના હૃદયમાં અજ્ઞાત ભય પેદા થઈ રહ્યો હતો. તેના પગ તળેથી જમીન ખસી ગઈ હતી! ગમે એટલો કુશળ યોદ્ધા પણ ભયગ્રસ્ત થાય, ત્યારે નીતિ-રીતિનું ભાન ભૂલીને કશીક એવી ચૂક કરી બેસે, જે કાળરૂપ સાબિત થાય!

દંડક પણ આવો જ મૂઢમતિ હતો! તેણે લીમડાના વૃક્ષને થડ સહિત ઉખાડીને શુક્રાચાર્યની દિશામાં ફેંક્યું. તે ક્યાં જાણતો હતો કે આ એ શુક્રાચાર્ય હતા, જેમણે સાક્ષાત્ મહાકાળને પ્રસન્ન કરીને એમની પાસેથી સૃષ્ટિની આઠ મહાનતમ સિદ્ધિ - અષ્ટસિદ્ધિઓ - નું વરદાન શુક્રયંત્ર સ્વરૂપે પ્રાપ્ત કર્યું હતું. એક એવો બ્રાહ્મણ, જેની ભુજાઓમાં અસંખ્ય હાથીઓનું બળ સમાયેલું હતું... જેમની નજરમાત્રમાં પ્રખર વિદ્વત્તા ઝળકતી હતી!

પોતાની સામે ફેંકાયેલા થડના એમણે હવામાં અધવચ્ચે જ બે ભાગ કરી નાંખ્યા! શોકાતુર ગગનમાંથી ત્રાટકેલી વીજળીએ વૃક્ષના બંને ભાગને સળગાવી નાંખ્યા! કોઈ ઘી-તેલ વગર જળવર્ષા વચ્ચે પણ અવિરતપણે વધી રહેલી આગએ દાવાગ્નિનું સ્વરૂપ ધારણ કરી લીધું. પ્રકૃતિ સ્વયં જાણે દેવયાની અને શુક્રાચાર્યની વહારે આવી હોય એમ સંહારતાંડવ કરી રહી હતી! આખું જંગલ ભડભડ ભડકે બળવા માંડ્યું!

'દુષ્ટ!' શુક્રાચાર્યની જિહ્વા ઉપરથી જ્વાળામુખી ફાટ્યો, 'કામવાસનામાં અંધ થયેલાઓને મનુષ્યની શ્રેણીમાં ન મૂકી શકાય! તું પ્રાણી છે... અને, આજે તારો વધ થઈને રહેશે. દૈત્યગુરુની પુત્રીને પ્રતાડિત કરનાર નરાધમ... આ અરણ્યની પ્રત્યેક લતાઓ અને પર્ણો ઉપર તારા રક્ત વડે અભિષેક થશે!'

એમના સ્વરમાં દંડકને પોતાનો કાળ પડઘાઈ રહ્યો હોય, એવી અનુભૂતિ

થઈ આવી. તેની ઉત્તેજના અત્યાર સુધીમાં સાવ ઓસરી ચૂકી હતી. બળશાળી હોવાનો ખોટો દેખાડો કરનાર મનુષ્ય આદિકાળથી ડરપોક જ હોવાના, એ માન્યતા આજે ફરી એક વખત વાસ્તવિકતામાં પરિણમી રહી હતી!

એ જ સમયે... દંડકનું ધ્યાન શુક્રાચાર્યની પાછળ પાછળ ચાલી રહેલાં નવ-દસ વર્ષના બાળક પર ગયું. માથે શિખા, તેજોમય લલાટ, એના પર પ્રલયંકારી શિવનું ત્રિપુંડ, છાતી પર ઝૂલતી જનોઈ, આંખ આંજી નાંખતું વ્યક્તિત્વ અને ક્ષાત્રધર્મને છાજે તેવી મોભાદાર છટા! તેના ડાબા હાથમાં તલવાર અને જમણા હાથમાં કપાયેલું મસ્તક હતું! ખોડખાંપણયુક્ત દેખાવ ધરાવતા એ ચહેરાને ઓળખવામાં દંડકને ક્ષણનો પણ સમય ન લાગ્યો!

દંડકના ગળામાંથી તીણી ચીસ નીકળી ગઈ, 'વિરાધ!'

તેના માનવામાં નહોતું આવતું કે આટલું નાનું બાળક વિરાધ જેવા બાહોશ યોદ્ધા અને વિચક્ષણ રણનીતિકારને મહાત કરી શકે!

આ કોઈ સામાન્ય બાળક ન હોઈ શકે! દંડકે વિચાર્યું.

અર્ધજાગૃત અવસ્થામાં બે વૃક્ષો વચ્ચે બંધનમાં જકડાયેલી દેવયાનીએ પોતાના પિતા અને પિતરાઈ ભાઈ બલિ સામે દૃષ્ટિપાત કર્યો. બલિના હાથમાં કપાયેલું મસ્તક જોઈને તેના હૃદયને થોડી શીતળતા પ્રાપ્ત થઈ હોય એવું લાગ્યું!

બલિએ શિરમાંથી ટપકી રહેલા રક્તનો તલવાર પર અભિષેક કરાવીને દંડક તરફ ફેંક્યું! ગભરાટને કારણે જમીન પર ફસડાઈ પડેલાં દંડકના ઘૂંટણ પાસે વિરાધનું મસ્તક આવી પડ્યું.

'ક્ષમા... અસુરાચાર્ય, ક્ષમા!' દંડકે દોડીને પોતાનું અંગવસ્ત્ર દેવયાનીના નગ્ન દેહ પર ઢાંકી દીધું. તેના ચરણોમાં આળોટતાં તેણે કહ્યું, 'મારાથી ઘોર પાપ થયું છે, દેવી!'

જેવો તે દેવયાનીના ચરણસ્પર્શ કરવા ગયો કે તરત શુક્રાચાર્યના હાથમાંથી વછૂટેલો આયુધદંડ તેની હથેળીની આરપાર થઈ ગયો.

'આઅહ્હ્હ!' દંડક ચિત્કારી ઊઠ્યો.

'સાવધાન!' પુત્રીપ્રેમમાં ઓળઘોળ શુક્રાચાર્ય આજે ન તો અસુરોના ગુરુ હતા, ન કોઈના સ્વામી! તેઓ આજે માત્ર એ દીકરીના બાપ હતા, જેના દેહ ઉપર બળજબરીપૂર્વક આધિપત્ય જમાવવાની કુચેષ્ટા દંડકે કરી હતી, 'મારી પુત્રીને સ્પર્શવાની ચેષ્ટા તો દૂર, તેની તરફ દૃષ્ટિપાત પણ કર્યો છે તો તેનું પરિણામ અકલ્પનીય હશે!'

હજુ થોડાં વર્ષો પહેલાં જ તો શુક્રાચાર્યએ પોતાની જનની કાવ્યમાતાને

ગુમાવ્યાં હતાં. આર્યાવર્ત ઉપર ઇન્દ્રનું આધિપત્ય સ્થાપિત થયા બાદ શુક્રાચાર્યને હવે સામાન્ય મનુષ્યો સાથે પણ સંબંધ રાખવાની કોઈ ઇચ્છા નહોતી થતી! એવામાં કચ દ્વારા દેવયાનીને દગો મળ્યા બાદ એમનો મનુષ્ય પરત્વેનો ઘૃણાભાવ ઘણો વધી ગયો હતો! લાગવા માંડ્યું હતું જાણે મનુષ્યજાતિ તરફથી અસુરોને ક્યારેય નિર્મળ પ્રેમ નહીં મળે.

તેમને થોડી ક્ષણ પહેલાં બનેલી ઘટનાનું સ્મરણ થઈ આવ્યું.

શુષ્ક કાષ્ઠ લઈને પર્ણકુટિરમાં પરત ફરેલા શુક્રાચાર્ય અને બલિએ દેવયાનીને ત્યાં ન જોતાં કંઈક અનિષ્ટ બન્યાનો આભાસ થઈ આવ્યો હતો. પોતાની યોગવિદ્યા વડે એમણે ઘડીના છઠ્ઠા ભાગમાં માપી લીધું હતું કે એમની રજસ્વલા પુત્રી સાથે શું દુષ્કર્મ થઈ રહ્યું છે! ઝાટકા સાથે એમણે પોતાની આંખો ખોલી. નાનકડા બલિને એના ગુરુની આંખમાં અંગારા દેખાયા!

'ગુરુજી?' બલિના પ્રશ્નાર્થમાં ચિંતા ભળેલી હતી.

અસુરગુરુએ બલિ સામે જોયું. એમની આંખોમાં આદેશ હતો. તેના મસ્તક પર હાથ મૂકીને શુક્રાચાર્યએ તેને દિવ્યદૃષ્ટિ પ્રદાન કરી, જેની સહાય વડે તે વિરાધને શોધી શકે એમ હતો.

ઉંમર નાની હોવા છતાં બલિની સમજદારી અને યુદ્ધકૌશલ્ય ઉપર શુક્રાચાર્યને કોઈ શંકા નહોતી. તેમને ગળા સુધીનો વિશ્વાસ હતો કે બલિ જ એ અસુર છે, જે ત્રેતાયુગમાં અસુરાધિપત્યની સ્થાપના કરશે... કારણ કે તેનો ઉછેર નિષ્પાપ, સદાચારી અને ધર્મપ્રિય વાતાવરણમાં કરવામાં આવી રહ્યો હતો. અસ્ત્રો-શસ્ત્રો અને વિદ્યાઓમાં તે નિપુણ હતો. સંસ્કાર અને સદ્‌ગુણો તેના લોહીમાં હતાં.

... આખરે એ જ તો હતો, દૈત્યજનની દિતિના ગર્ભમાંથી જન્મ લઈ ચૂકેલા મહા-અસુર મરૂતનો વંશજ!

૭

વર્તમાન દિવસ

નવી દિલ્હી

ભેજવાળા અંધારા ઓરડામાંથી આવતી તીખી બંધિયાર દુર્ગંધને કારણે રિયાને ખાંસી ઊપડી. અલબત્ત, મોઢા ઉપર ચપોચપ બંધાયેલી પટ્ટીને કારણે તે છીંક કે ઉધરસ ન ખાઈ શકી, જેના કારણે તેના નાકમાં ભયંકર ખંજવાળ આવવાની શરૂઆત થઈ. આંખોમાંથી પાણી નીકળવા માંડ્યાં. તે કશું સમજી શકે એ પહેલાં તો માથામાં સણકો ઊપડ્યો! ક્લોરોફૉર્મની ગંધ નાકમાં ઊંડે સુધી ઘૂસી ગઈ હોવાને લીધે માથું અતિશય ભારે લાગી રહ્યું હતું, કપાળ લવકારો નાંખતું હતું.

તેણે હળવેકથી આંખો ઉઘાડી. પાંપણ ઉપર ઘઉંની ગૂણ લાદી દેવામાં આવી હોય, એટલું વજન અનુભવાયું. તસુભાર પ્રકાશ પણ જ્યાં પ્રવેશી નહોતો શકતો, એવી કારાવાસ સમી આ જગ્યા કેટલી લાંબી અને પહોળી હશે તેનો અંદાજ લગાવવો લગભગ અશક્ય હતો.

પાર્કિંગ-લૉટમાં ઘરર... ઘરર.. ગાડીઓના અવાજ! સાહિલ દ્વારા દરવાજો ખૂલવો અને રિયાના નાકે ડૂચો! ઘડીના છઠ્ઠા ભાગમાં છવાઈ ગયેલો અંધકાર...

બસ, તેને આટલું જ યાદ હતું.

પોતાના શરીરને જરાક હલનચલન આપવાના પ્રયત્નોમાં રિયાને સમજાયું કે તેને લાકડાંની જૂની ખુરશી સાથે ચપોચપ બાંધી દેવામાં આવી છે! ઝીપ-કેબલ થકી પાછળની તરફ બંધાયેલા હાથ ખભાના ભાગેથી જકડાઈ ગયા હતા. પગની પણ એ જ હાલત હતી. આખું શરીર જાણે લૉકલ એનેસ્થેસિયાના પ્રભાવ હેઠળ હોય, એવી રીતે નિષ્ક્રિય પડી ચૂક્યું હતું.

બંધનોમાંથી મુક્ત થવાના ચક્કરમાં બધું બળ એકસામટું વાપરી નાંખવાને લીધે રિયાને હાથના ભાગે સાંદ્ર બળતરા થવા લાગી. પોતાના ધમપછાડાને તેણે બીજી જ સેકન્ડે શાંત કરી દીધા. અંતે, તેણે ઘ્રાણેન્દ્રિય અને શ્રોત્રેન્દ્રિયને કામે લગાડી. એકાએક તેના નાકમાં પકવેલાં માંસની સાથોસાથ દૂર ક્યાંક સળગી રહેલા ઉકરડાંની ગંધ પ્રવેશી. એટલું તો નિશ્ચિત થઈ ગયું કે આ જગ્યા માનવવસાહતથી ખાસ્સા અંતરે હોવી જોઈએ.

એટલામાં, અઝાનના સ્વર ગુંજ્યા.

નજીકમાં કોઈ મસ્જિદ હશે? હું દિલ્હીમાં જ હોઈશ કે દિલ્હીની બહાર? ક્લોરોફૉર્મની અસર ઝાઝો સમય સુધી ન રહે, એટલે દિલ્હીના આસપાસના વિસ્તારોમાં જ મને રાખવામાં આવી હોવી જોઈએ. પણ કેમ? આ ફૈઝાનું કામ હોઈ શકે? કે પછી વસીમ ખાનનું?

પ્રશ્નોની ભરમાર!

સહસા તેની આંખ ફફડી. ઓરડાની અંધારી ચાદરને ઉથલાવીને કોઈક વ્યક્તિ ખંડમાં પ્રવેશ કરી રહી હોવાનો તેને ભાસ થયો.

ફૉર્મલ શૂઝ સાથે ફ્લૉર પર ચાલી રહેલી ટકાટક લયબદ્ધ સ્વરને જન્મ આપી રહી હતી.

દરવાજો ખૂલ્યો. અંધારાને જોવા ટેવાઈ ગયેલી રિયાની આંખો પ્રકાશના ધોધથી અંજાઈને સંકોચાઈ ગઈ. એ પછી નજરે ચડેલું દૃશ્ય તેના માટે જેટલું અપરિચિત હતું, એટલું જ બિહામણું પણ! ૩૦-૩૧ વર્ષની યુવતીને ઢસડતાં-ઢસડતાં અંદર લાવવામાં આવી. પોતાને ગુંડાની પકડમાંથી છોડાવવા માટે તે ઉધમ મચાવી રહી હતી, પરંતુ મોઢા ઉપર કાળા રંગનું નિન્જા-માસ્ક પહેરીને અંદર આવેલો હૃષ્ટપુષ્ટ માણસ તેને મચક નહોતો આપી રહ્યો.

... અને, ત્યાં રિયાનું ધ્યાન દરવાજાની બરાબર બાજુમાં કાચની એક પારદર્શક કેબિન બનાવવામાં આવી હતી, એના પર ગયું... જેની અંદર પેલી યુવતીને કચરાની થેલીની માફક ફેંકી દેવામાં આવી!

પોતાની તમામ કોશિશો નિષ્ફળ નીવડતાં યુવતીએ આખરે ઓરડામાં પથરાયેલા શૂન્યાવકાશ સમક્ષ પોતાના શરીરને ઢીલું મૂક્યું.

ઓરડાની મધ્યમાં એક હેલૉજન લાઇટ સળગી ઊઠી. તેના પીળા પ્રકાશમાં અજવાસની સાથોસાથ કોઈકને બાળી નાંખવાની તીવ્રતા વધુ જણાતી હતી. રિયાની ચકળવકળ નજર આખી જગ્યા ઉપર ફરી વળી. મેલીઘેલી દીવાલો ઉપર જામેલાં કરોળિયાંના જાળાં, ઠેર-ઠેર વિખેરાયેલો સામાન, સિમેન્ટની મોટી મોટી કોથળીઓ જોઈને તેણે અંદાજ લગાવી દીધો કે આ જગ્યાનો ઉપયોગ ગોડાઉન તરીકે થતો હોવો જોઈએ.

બંને ત્રાહિત વ્યક્તિઓની નજર એકબીજા સાથે ટકરાઈ. પળવારમાં જ એકમેકની પીડાનો એમને અહેસાસ થઈ આવ્યો. પાંપણો ઉપર ઝળૂંબી આવેલાં આંસુ એની સાબિતી આપતાં હતાં.

સૈનિકો જેવા લાગતા કેટલાક હથિયારબંધ ગણવેશધારીઓ ઓરડામાં પ્રવેશ્યા. એકસરખા કાળા રંગના નિન્જા-માસ્ક અને કાળો પહેરવેશ! તેમની ચાલવાની ઢબ ઉપરથી સ્પષ્ટ હતું કે તેઓ તાલીમબદ્ધ ત્રાસવાદીઓ હોવા જોઈએ. એમના ગળામાં અર્ધચંદ્રાકાર મેટલ-બેઝ ઉપર શુક્રનો તારો બેસાડવામાં આવ્યો હોય, એવું લૉકેટ લટકી રહ્યું હતું. લગભગ એકસરખી કદકાઠી ધરાવતાં એ તમામ લોકોએ પીટર ઇંગ્લૅન્ડના કાળા રંગનાં જેકેટ પહેર્યાં હતાં.

જેવા તેઓ ઓરડામાં આવીને ઊભા રહી ગયા કે તરત જમીન પર ફસડાઈ પડેલી યુવતીએ એમને આજીજી કરી, પરંતુ તેઓ તો જાણે મીણના પૂતળાની માફક સ્થિર થઈ ગયા હતા!

બ્લેક-સ્ક્વૉડના પ્રવેશ બાદની બીજી જ મિનિટે પડછંદ કાયાનો એક છાયાપ્રકાશ ઓરડાની દીવાલ પર પથરાયો. સૌ કોઈ જાણે એમની જ પ્રતીક્ષા કરી રહ્યા હોય એમ, મસ્તક ઝુકાવીને એમણે સલામ ભરી. આખા ઓરડામાં ગુંજી રહેલાં યુવતીનાં ડૂસકાં સહેજ થોભ્યાં, પરંતુ સાવ બંધ તો ન જ થયાં.

તેણે હીબકાં ભરતાં કહ્યું, 'બિલાલ... મને માફ કરી દે! હું તો તારી વફાદાર છું ને?'

યુવતીની ફરતે ગોળાકાર ચક્કર ફરતાં ફરતાં બિલાલ નામના એ શખ્સે જવાબમાં કેટલીક પંક્તિઓ ગણગણી,

'યહાં કૌન તેરા, મુસાફિર... જાયેગા કહાં?
દમ લે લે, દમ લે લે... ઘડીભર!'

બિલાલના ગાંડપણ પાછળ છુપાયેલા ક્રૂર ત્રાસવાદીને એ યુવતી જોઈ રહી. ભૂતકાળમાં પોતાની નજર સામે તેણે એવા લોકો જોયા હતા, જે બિલાલની ઝપટમાં આવતાં પહેલાં આત્મહત્યા કરી લેવાનું પસંદ કરતાં હતાં!

તેના કાનમાં ભરાવેલા જે.બી.એલ.ના હેડફોન પર એક ધૂન વાગવા માંડી. બિલાલના પગ એ ધૂન પર થરકી રહ્યા હતા. હાથમાં પકડેલાં રૂબિક ક્યુબને તે આમથી તેમ ઘુમાવી રહ્યો હતો. તેણે પોતાના ચહેરા પરથી નિન્જા-માસ્ક હટાવીને ઊંડો શ્વાસ ફેફસાંમાં ભર્યો. કપાળના ડાબા ભાગે દેખાતા લાંબા ચીરાના નિશાનને જોઈ ભલભલા માણસને તેની ક્રૂરતાનો અંદાજ આવી જાય! આ ચહેરા પાછળ છુપાયેલી શૈતાનિયત ભાળી ગયેલા લોકો ધરતી પર ફરી જન્મ ન લેવો, એવી દુઆ માંગતાં! કોઈને કશું સમજાય એ પહેલાં તો અસંખ્ય ખૂની ખેલ રમીને તે ગીધની માફક હવામાં ભળી જતો.

જમીન ઉપર ફસડાયેલી યુવતીનું બાવડું પકડીને બિલાલે કૅબિનના ખૂણામાં પડેલી એક ખુરશી ઉપર બેસાડી. કાચના પારદર્શક આવરણની પેલે પારથી રિયા ધડકતા હૈયે આ દૃશ્ય નિહાળી રહી હતી. તેના શ્વાસ અધ્ધર થઈ ગયા હતા.

બિલાલ યુવતીના ઘૂંટણિયે બેસી ગયો. આંખો પર ચડાવેલા ટૉમી હિલફિગરના ચશ્મા સહેજ નીચે ઉતારીને તેણે ડચકારો ભરતાં કહ્યું, 'અરરર... બિચારી! કોઈ ઐસા કરતા હૈ ભલા?'

ખિસ્સામાંથી કાઢેલા રૂમાલ વડે યુવતીના હોઠ પરથી લોહી લૂછતાં તે બોલ્યો, 'સિર્ફ ગુનેહગાર હૈ યે... કોઈ પેશાવર કાતિલ નહીં!'

ઊભા થઈને તેણે પોતાના હેડફોન યુવતીના કાન પર પહેરાવ્યા.

'માફ કરજે, જાનકી!' તે બોલ્યો, 'પણ મારું નામ મોહમ્મદ બિલાલ છે, અને મારે ત્યાં બેદરકારીની એક જ સજા છે... મોત!'

મોહમ્મદ બિલાલ!

આ નામ પહેલા ક્યાંક સાંભળ્યું હોય, એવું લાગતું હતું. રિયાએ મનમાં ને મનમાં છ-સાત વખત એ નામનું ઉચ્ચારણ કર્યું. કંઈ યાદ ન આવતાં તેણે ફરી વખત ધ્યાનથી બિલાલનો ચહેરો જોયો.

... અને સહસા, વર્ષો પહેલાં વિશ્વભરના બ્રેકિંગ ન્યૂઝમાં જોવા મળેલા એક ખૂંખાર આતંકવાદીનું નામ તેના મગજમાં ગૂંજી ઊઠ્યું.

અમેરિકા પર થયેલા ૯/૧૧ના આતંકવાદી હુમલા પાછળ જવાબદાર અલ-કાયદા લીડર ઓસામા બિન લાદેન અને ભારતમાં મુંબઈ ખાતે થયેલા ૨૬/૧૧ના આતંકવાદી હુમલાના માસ્ટર માઇન્ડ સાજિદ માજીદ મીર જેવા ઇસ્લામિક ત્રાસવાદીઓનો જમણો હાથ એટલે મોહમ્મદ બિલાલ!

આ એ માણસ હતો, જેની દુનિયાભરમાં ધાક હતી! ઇન્ટરપોલથી માંડીને દુનિયાભરની સરકારો તેને વર્ષોથી શોધી રહી હતી. મોસાદ હોય કે પછી રૉ, મોહમ્મદ બિલાલ દરેક ગુપ્તચર સંસ્થાઓની પકડથી જોજનો દૂર હતો!

મુંબઈમાં ૨૬ નવેમ્બર, ૨૦૦૮ના રોજ થયેલા હુમલા બાદ મોહમ્મદ બિલાલનો કોઈ અત્તોપત્તો નહોતો. એવું લાગતું હતું જાણે ધરતી તેને ગળી ગઈ અથવા તો આકાશ ભરખી ગયું! કેટલાક લોકો તો એવું પણ માનવા લાગ્યા હતા કે અમેરિકાએ જ્યારે ઓસામા બિન લાદેનને પાકિસ્તાનમાં ઠાર માર્યો ત્યારે મોહમ્મદ બિલાલનું પણ મોત નીપજ્યું હતું, પરંતુ લાશ ન મળવાને કારણે આ સમાચારની પુષ્ટિ કરી શકાય એમ નહોતી.

'મારે તારો સાથ નહોતો આપવો જોઈતો!' જાનકી બરાડી ઉઠી. કદાચ તેને ખ્યાલ આવી ગયો હતો કે આગળ શું થવાનું છે!

'સાથ તો આપ્યો...' કહીને બિલાલે અટ્ટહાસ્ય કર્યું, 'એ પણ ચાર-ચાર વર્ષ! અને છતાં તું આવી ભૂલ કરે, એ મારા માન્યામાં નથી આવતું.'

'મારાથી અજાણતાં જ...'

'અજાણતાં જ?' બિલાલે ત્રાડ પાડી, 'રાષ્ટ્રપતિ ભવનની તમામ સીસીટીવી ફૂટેજ ડિલીટ કરવાનું કામ તને સોંપ્યું હતું, છતાં દરબાર હૉલના હિડન કૅમેરાની ફૂટેજ તેં કેમ ડિલીટ ન કરી?'

તેની હથેળીમાંના રૂબિક ક્યુબની તમામ બાજુઓ સમરંગી થઈ ચૂકી હતી. પોતાના સાગરીતો તરફ તેનો ઘા કરીને બિલાલે દીપડાની માફક તરાપ મારી. કોઈ કશું એ સમજે એ પહેલાં તો તેણે જાનકીના હાથને ચપોચપ બાંધી દીધા!

જાનકી મોં ખોલીને બિલાલના પ્રશ્નનો જવાબ આપવા જાય એ પહેલાં જ...

'એનું કારણ હું તને જણાવું!' બિલાલે જોરથી જાનકીના મોં પર લાફો મારતાં જણાવ્યું, 'તને એમ હતું કે હિડન કૅમેરાની ફૂટેજ જો સરકાર પાસે પહોંચી જાય તો, તારા દેશના કાફિર-પ્યાદાઓ આસાનીથી મારા સુધી પહોંચી શકે!'

કસાઈખાનામાં જઈ રહેલા બકરાની માફક જાનકી થરથર ધ્રૂજવા લાગી, કારણ કે બિલાલનો તર્ક સાચો હતો. પાંપણ ફરકાવ્યા વગર એકીટશે સઘળો ખેલ જોઈ રહેલી રિયાના હોઠ પરથી સિસકારો નીકળી ગયો.

બિલાલે પોતાના સાગરીતના હાથમાં રહેલું લેપટોપ ચાલુ કર્યું. એ જોઈને જાનકીએ ઊંડો શ્વાસ ભર્યો. તે ઉચ્છ્વાસ છોડે, એ પહેલાં આખા શરીરમાં ધ્રુજારી આવી!

'સૉરી ડાર્લિંગ!' બિલાલે ક્રૂર સ્મિત આપતાં કહ્યું. કાચની પારદર્શક કેબિનમાંથી બહાર આવીને તે રિયાની બાજુમાં ઊભો રહી ગયો. જાનકીના મુખમાંથી અંતિમ હૃદયદ્રાવક ચીસ નીકળે, એ પહેલાં તેના મોં પર ડૂચો દઈ દેવાયો.

લગભગ પાંચમી-છઠ્ઠી સેકન્ડે જાણે તેને આંચકી આવી હોય, એમ આખું શરીર હણહણવા માંડ્યું! તેના રોમેરોમમાં અસહ્ય પીડાનો પ્રસવ થયો. પેટ ધીરે ધીરે ફુગ્ગાની માફક ફૂલવા માંડ્યું. આંખની નસો ફાટી! તેમાંથી અશ્રુધારા નહીં, પરંતુ રક્તસેરો ફૂટી.

રિયાથી આ જુગુપ્સાપ્રેરક દૃશ્ય ન જોઈ શકાયું. તેણે મોં ફેરવી લીધું, પરંતુ બાજુમાં ઊભેલાં બિલાલે તરત તેની હડપચીને બળપૂર્વક જાનકીની દિશામાં ફેરવી. તે હજુ પણ ગીત જ ગણગણી રહ્યો હતો,

'યહાં કૌન તેરા, મુસાફિર... જાયેગા કહાં?

કહે કિસકો તૂ મેરા, મુસાફિર... જાયેગા કહાં?'

... અને, જાનકીના ફૂલી ગયેલા પેટમાંથી સ્નાયુ અને ચામડી ફાડીને આંતરડાંઓ બહાર આવી ગયાં. તેનો તરફડી રહેલો દેહ ક્રમશઃ શાંત થયો ગયો. તેની આજુબાજુના કાચ અને કાનમાં ભરાવેલા હેડફોન પરથી લોહીની ધાર નીતરી રહી હતી.

૮

ત્રેતાયુગ

દંડકારણ્ય, આર્યાવર્ત

વિરાધનો વધ કર્યા બાદ બલિ પણ શુક્રાચાર્યની પાછળ પાછળ ચાલી નીકળ્યો હતો. જો દેવયાની સુધી પહોંચવામાં થોડો વધુ સમય લાગ્યો હોત, તો કદાચ અનર્થ થઈ ચૂક્યો હોત! પોતાની પાસે રહેલું ભીનું ઉપવસ્ત્ર દેવયાનીના ધ્રૂજતા દેહ ફરતે ઓઢાડીને બલિએ મોટી બહેનને દાવાનળની અગ્નિથી રક્ષણ પૂરું પાડવાનો પ્રયાસ કર્યો. જેવા દેવયાનીના બંને હાથ બંધનમુક્ત થયા કે તરત તેની પાંપણ પર આંસુ ઝળૂંબી ઊઠ્યાં.

'તું ક્ષમાને લાયક નથી, દંડક!' શુક્રાચાર્યએ પોતાનો આયુધદંડ દંડકની હથેળીમાંથી ખેંચી કાઢતાં કહ્યું. તેની હથેળીમાંથી લોહીની સેરો ફૂટી, પરંતુ દાવાનળની અગ્નિ વચ્ચે ગણતરીની ક્ષણોમાં એ રુધિર બાષ્પ થવા માંડ્યું!

એટલામાં, આજુબાજુનાં વૃક્ષો પરથી તેની કાગસેના પણ કર્કશ અવાજે કણસીને ટપોટપ મરવા લાગી. દાવાનળની અગ્નિમાં સ્વાહા થઈ ગયેલાં આ ગુપ્તચરોના મૃતદેહો ખરતાં ફળોની માફક દંડકની ફરતે ઢગલો થવા માંડ્યા.

... અને, સૌથી છેલ્લે તરફડીને ભડથું થઈ ગયેલો દુર્મુખનો દેહ દંડકના તપી ગયેલા માથા પર પડ્યો!

'તારી દુર્દશા જો આનાથી પણ વધુ ખરાબ ન કરું, તો મારું પિતૃત્વ લાજે!' શુક્રાચાર્ય બરાડ્યા.

દંડકના હાંજા ગગડી ગયા હતા. તેની સ્વરપેટીએ સાથ છોડી દીધો હતો. કાળનું આટલું વિકરાળ સ્વરૂપ તેણે કદાચ આજ સુધી નહોતું જોયું. એરાવણીએ મૃત્યુ વેળા જે આર્તનાદ કર્યો હતો, એની જ કદાચ આ અસર હતી!

શુક્રાચાર્યએ દેવયાનીની બાજુમાં ઊભેલાં બલિને આદેશાત્મક સ્વરે કહ્યું, 'સમય થઈ ગયો છે!'

ગુરુની આજ્ઞા શિરોમાન્ય રાખીને બલિએ એમના હાથમાં નાનકડી માટલી સોંપી, જે તેણે અત્યાર સુધી કમર પર લટકાવી રાખી હતી.

શુક્રાચાર્યએ એ પાત્ર સીધું દંડકના માથાં પર ઊંધુ કર્યું. તેમાંથી ચીકાશ ધરાવતાં અર્ધપારદર્શક ઘટ્ટ પ્રવાહીની ધારા વહી. ઈજાગ્રસ્ત દંડક પોતાની પીઠ પરનું નિયંત્રણ લગભગ ગુમાવી ચૂક્યો હોવાને લીધે હલનચલન નહોતો કરી શકતો, આમ છતાં મહાપ્રયત્ને તેણે પોતાની લોહીથી ખરડાયેલી હથેળી નાક પાસે લાવીને સૂંઘી!

તેલ!

બીજી જ ક્ષણે, તેના ચહેરાનો રંગ ઊડી ગયો. કોઈકે અચાનક તેના શરીરનું બધું લોહી ચૂસી લીધું હોય એટલી ખરાબ હાલત થઈ ગઈ! શુક્રાચાર્યની ક્રૂર યોજના તે પામી ગયો હતો.

'અગ્નિસ્નાન!' શુક્રાચાર્યનું અટ્ટહાસ્ય સમસ્ત દંડકારણ્યમાં ગુંજી ઊઠ્યું.

બલિએ પણ માર્મિક સ્મિત આપીને દેવયાની સામે જોયું, પરંતુ એના ચહેરાના હાવભાવ જોઈને બલિને ફાળ પેઠી.

આઘાતમાં સરી પડેલી દેવયાની થરથર ધ્રૂજતાં દેહ સાથે શુક્રાચાર્ય તરફ આગળ વધી. તેની તીક્ષ્ણ નજર દંડકને તાકી રહી હતી, જેમાં પુરુષજાત માટે ભારોભાર દ્વેષભાવ ભરેલો હતો.

'નહીં, દૈત્યગુરુ!' દેવયાનીએ નજર નીચી રાખીને પિતાને સંબોધતાં કહ્યું, 'દંડકને એના પાપોની સજા તમે નહીં, હું આપીશ!'

શુક્રાચાર્યએ પોતાની પુત્રી સામે જોયું. તે જે મક્કમતા સાથે દંડક પાસે

જઈ રહી હતી, એ જોઈને એમને દેવયાની ઉપર ગૌરવ પેદા થયું. આમ છતાં, તેમના મનમાં સ્વભાવવશ ચિંતા ઉમેરાઈ.

'પરંતુ ભવિષ્યની પેઢીઓ શું કહેશે, પુત્રી?' પળવાર પહેલાં ક્રોધિત શુક્રાચાર્યએ શાંત ચિત્તે દેવયાનીને પ્રશ્ન પૂછ્યો, 'તું સમાજના પ્રહાર સહન કરી શકીશ?'

'કયા સમાજની તમે વાત કરો છો, પિતાશ્રી?' દેવયાનીનો અવાજ તરડાયો, 'એ સમાજ, જે આર્યાવર્તમાં વસે છે? કે પછી એ સમાજ, જે અમરાવતીમાં વસે છે? એ સમાજ, જેણે દેવોને પોતાના સર્વસ્વ માન્યા? કે પછી એ સમાજ, જેણે દૈત્યોને અંદરોઅંદર લડાવીને મારી નાંખ્યા?'

બલિએ આગળ આવીને દેવયાનીને સધિયારો આપવાનો પ્રયત્ન કર્યો, 'બહેન...'

પરંતુ એ વધુ કંઈ કહે એ પહેલાં જ...

'જુઓ છો ને બલિને?' દેવયાની પાંપણ ફરકાવ્યા વગર શુક્રાચાર્યને વેધક પ્રશ્નો પૂછી રહી હતી, 'આજે એક જ રાતમાં તેનું બાળપણ છીનવાઈ ગયું, પિતાશ્રી! તેની બહેન ઉપર થયેલો બળાત્કારનો પ્રયત્ન અને આ સઘળાં દશ્યો તેને જીવનભર સુખેથી નિદ્રા નહીં લેવા દે! તે અશાંતિ, વ્યાકુળતા અને ઉપાધિ વચ્ચે ઘેરાયેલો રહેશે અને તમે હજુ પણ સમાજની વાત માંડો છો? જે સમાજ એક ઋષિપત્ની અને તમારી સગી જનેતાની કરપીણ હત્યા પર ચૂપ રહ્યો, એનાથી શાનો ડર?'

'એક પિતા માટે પુત્રીના વિવાહ-સમારોહ અને પૌત્ર-પૌત્રીઓને ખોળામાં રમતાં જોવાના સુખથી વધારે મહત્ત્વનું બીજું કશું નથી હોતું, દેવયાની!' શુક્રાચાર્યએ છેવટે પોતાના વિચારોને વાચા આપી, 'જે હત્યાનું પાપ મારા લલાટમાં આલેખાયેલું છે, એ તું શા માટે ભોગવે? ઇતિહાસ તો એમ જ લખાશે ને કે સર્વપ્રથમ પોતાની જનેતા અને ત્યાર પછી દીકરીની રક્ષા કરવામાં શુક્રાચાર્ય પાછા પડ્યા?'

'ના, તાત!' દેવયાનીના સ્વરમાં કોમળતા ઉમેરાઈ, 'આ ઘટના પછી જગતને સંદેશ મળશે કે પોતાના શીલ, સત્ત્વ અને સન્માનની રક્ષા સ્વયં સ્ત્રીએ જ કરવી પડશે. ફક્ત **કાર્યેષુ દાસી, કરણેષુ મંત્રી, ભોજ્યેષુ માતા** અને **શયનેષુ રંભા** જ નહીં, પરંતુ સમય આવ્યે **રક્ષેષુ મહાકાલી** પણ બનવું પડશે!'

તેના ચહેરા પર અલૌકિક તેજ વ્યાપ્ત હતું. અપમાનનો પ્રતિશોધ લેતા માટે દેવી પોતાનું સૌમ્ય સ્વરૂપ ત્યજીને રૌદ્ર રૂપ ધારણ કરી રહ્યાં હતાં.

વિખરાયેલા કેશ, દંડકના લોહીથી ચોળાયેલું શરીર, ગળા પર ઊપસી આવેલાં લાલ ચકામા, હાથના કાંડા પર અડધીપડધી તૂટેલી બંગડીઓ, ધમણની માફક ચાલતાં શ્વાસોચ્છ્વાસ અને આંખની રક્તનલિકાઓમાં ઊપસી આવેલી રાતીચોળ લાલાશને કારણે દેવયાનીનો દેખાવ જગતનો સંહાર કરવા આતુર થયેલી મહાભયંકર ભદ્રકાળી સમાન ભાસતો હતો!

'પરંતુ દંડકને તેના કર્મોનું ફળ તો ભોગવવું જ પડશે.' શુક્રાચાર્યે જમણા હાથમાં જળની અંજલિ ભરીને શાપ આપતાં કહ્યું,

'ધિક્કાર છે તને, તારા કુળને અને તારા પિતા ઇક્ષ્વાકુના તમામ પૂર્વજોને! પક્ષપાતી ઋષિ કશ્યપ અને મમત્વમાં અંધ દેવજનની અદિતિના વંશજ, તારા આ કુકર્મનું દુષ્પરિણામ તારી આવનારી પેઢીઓએ ભોગવવું પડશે. તારા વંશની પ્રત્યેક નારીઓને અપમાન અને ઘૃણાનો ઘૂંટ પીવાનો વખત આવશે! જે પીડા મારી પુત્રીએ આ અંધારી રાત્રિમાં ભોગવી છે, એવી જ કાળરાત્રિઓ ઇક્ષ્વાકુ વંશની પુત્રવધૂઓએ પણ ભોગવવી પડશે.'

સમસ્ત ઘટમાળ નિ:શબ્દ બનીને શુક્રાચાર્યનું ભવિષ્યકથન સાંભળી રહી હતી. પિતૃશાપથી આજે કોઈ બચી નહોતું શકવાનું! કડાકાભેર ગર્જી ઊઠેલું ખિન્ન આકાશ એમના વેણનું સાક્ષી બન્યું,

'દિવસના અજવાળામાં તારા વંશની પ્રત્યેક પુત્રવધૂઓએ ચારિત્ર્યહીન થવું પડશે. મારી પુત્રીએ જે પ્રકારે સામાજિક કુદૃષ્ટિનો આગામી સમયમાં સામનો કરવાનો છે, એવી જ રીતે તારા ઘરની સ્ત્રીઓએ પણ અગ્નિપરીક્ષાઓ આપવી પડશે! કાળક્રમે દંડકારણ્ય મહાનતમ અસુરો-રાક્ષસોનું નિવાસસ્થાન બનતું જશે!'

અસુરગુરુનો અભિશાપ સાંભળી દુ:ખી થવાને બદલે દંડકે અટ્ટહાસ્ય કર્યું! ક્ષણભર પહેલાં તેના ચહેરા પર જોવા મળેલી જીવનરક્ષાની ભીખ બાષ્પ બનીને ઊડી ગઈ. ભાવતું'તું ને વૈદ્યે કહ્યું, એવો ભાવ તેના મનોમસ્તિષ્કમાં જન્મ્યો. જમીન પર બેઠાં બેઠાં જ તે મદમાં બોલ્યો, 'મારા પિતા સામેનો મારો પ્રતિશોધ આજે પૂર્ણ થયો, દૈત્યગુરુ! એમની સાથે યુદ્ધભૂમિ પર સામી છાતીએ લડવાનું મારા માટે કદાચ શક્ય નહોતું, પરંતુ આપના અભિશાપ થકી હવે એમના તમામ વંશજોએ અસહ્ય વિષાદ સહન કરવો પડશે!'

આટલું કહીને તે શુક્રાચાર્યના ચરણોમાં લાંબો થઈ ગયો!

'વિનાશકાળે વિપરીત બુદ્ધિ!' દેવયાનીએ પિતાના હાથમાંથી આયુધદંડ લઈ લીધો. ધીમા પરંતુ અત્યંત દૃઢ ડગ માંડતી તે દંડક પાસે પહોંચી.

ઘચ્ચ... અવાજ સાથે આયુધદંડ દંડકની ખોપરીમાં ઘૂસી ગયો. દંડકની પીઠ પર એક પગ રાખીને ઊભેલી દેવયાની મહિષાસુરમર્દિની સમાન ભાસી રહી હતી!

થોડી વાર સુધી તરફડાટ ભોગવ્યા બાદ દંડકનું શરીર શાંત પડી ગયું અને એના રક્તનો રેલો દેવયાનીના કોમળ પગની પાનીને અંતિમ ચરણસ્પર્શ કરવા આવી પહોંચ્યો!

ત્યાં હાજર એક પણ વ્યક્તિને એ વાતની જાણ નહોતી કે સમગ્ર ઘટનાક્રમ જોઈને આહત થયેલા બાળક બલિના ઉરમાં અસુરાધિપત્યની સ્થાપનાની મહેચ્છા કેટલી તીવ્ર બની રહી હતી!

યોગનિદ્રા પૂર્ણ કર્યા બાદ સંપૂર્ણ જાગૃત અવસ્થામાં આવી ચૂકેલા મહાવિષ્ણુએ ઐશ્વર્યસ્વામિની મહાલક્ષ્મી સામે માર્મિક સ્મિત આપ્યું. મત્સ્ય-કૂર્મ-વરાહ અને નરસિંહ બાદ સાતમા મનવંતરનો પાંચમો, પરંતુ સર્વપ્રથમ માનવ-અવતાર ધારણ કરવાનો સમય અત્યંત સમીપ આવી ચૂક્યો હતો!

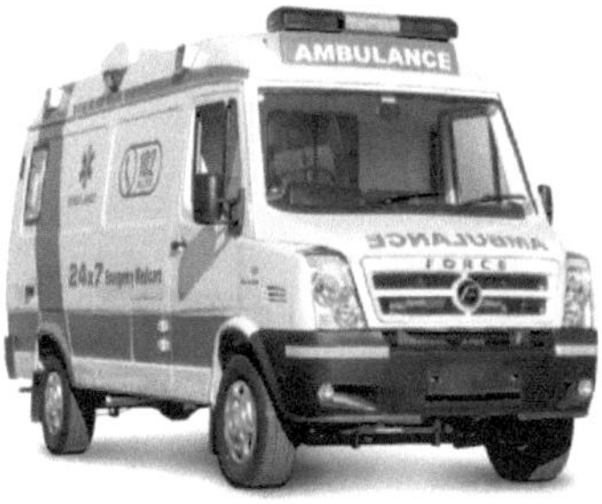

૯

વર્તમાન દિવસ

નવી દિલ્હી

ફૉરેન્સિક ટીમના બે સભ્યો ક્વૉરન્ટાઇન સેન્ટરમાં આવ્યા. વિવાન અને સુહાનીના લોહીમાં કોઈ અજ્ઞાત વાયરસની હાજરી છે કે કેમ, તે અંગેની તપાસ કરવા માટે બ્લડ-સેમ્પલથી શરૂ કરીને યુરિન-સેમ્પલ, સ્વૉબ-સેમ્પલ લેવાં જરૂરી હતાં.

લગભગ પંદર મિનિટ સુધી ચાલેલી પ્રક્રિયાના અંતે ક્વૉરન્ટાઇન સેન્ટરનો દરવાજો ખૂલ્યો અને ફૉરેન્સિક ટીમના બંને સભ્યો બહાર નીકળ્યા. બંનેએ સિક્યોરિટી ગાર્ડ્સની સામે કામ પૂર્ણ થયાનો ઇશારો કર્યો અને ક્વૉરન્ટાઇન સેન્ટર પૂર્વવત્ બંધ થઈ ગયું, જેને બાયોમેટ્રિક લૉક વગર ઉઘાડવું સંભવ નહોતું.

ગ્લાસ-શિલ્ડ, ફેસ-માસ્ક અને સફેદ એપ્રન સાથે પીપીઈ કિટમાં સજ્જ ફૉરેન્સિકના એ બંને સભ્યોની નજરો એકબીજા સાથે મળી. એમની આંખોમાં ચમકારો હતો અને હોઠ પર સ્મિત!

સિક્યોરિટી ગાર્ડ્સને ક્યાં ખબર હતી કે તેઓ જેને ફૉરેન્સિક ટીમના

સભ્યો માની રહ્યા હતા, એ વાસ્તવમાં વિવાન અને સુહાની હતાં! સેમ્પલ લેવા આવેલાં બંને ડૉક્ટર્સ હકીકતે ક્વૉરન્ટાઇન ખંડમાં બેભાન હાલતમાં પડ્યા હતા!

'માફી, હૂર... માફી!' બિલાલે રિયાના કાનમાં ફૂંક મારતાં કહ્યું, 'તારે આ બધું જોવું પડ્યું! પણ શું થાય?'

રિયાના સ્લીવલેસ ખભા ઉપર બિલાલે પોતાની ખરબચડી દાઢી ઘસી. જેવો તે એના કાન પર ચુંબન આપવા જાય, એ પહેલાં જ રિયાએ ઝાટકો મારીને મોં ફેરવી નાંખ્યું.

'ઇન્ટરેસ્ટિંગ, ઇઝન્ટ ઇટ? તારે હોવું જોઈતું હતું રાષ્ટ્રપતિ ભવનમાં... વિવાનની સાથે! પણ આવી ચડી અહીંયાં, અમારા ગરીબખાનામાં!

વિવાનનું નામ બિલાલના મોઢેથી સાંભળતાં જ રિયાની મુઠ્ઠી ભીંસાઈ ગઈ.

'ના... ગુસ્સે થવાને બદલે શાંતિથી પહેલાં આ નજારો જોઈ લે!' બિલાલે ખંધુ સ્મિત આપતાં રિમોટની ચાંપ દબાવી.

સામેની દીવાલ પરના વિશાળ સ્ક્રીનમાં રાષ્ટ્રપતિ ભવનના દરબાર હૉલમાં થયેલા લોહિયાળ કાંડની ફૂટેજ ચાલુ થઈ. હિડન કેમેરામાંથી કેપ્ચર થયેલો આ વીડિયો ડેટાબેઝમાંથી ડિલીટ કરતા પહેલાં બિલાલે પોતાના અંગત રેકૉર્ડ માટે સાચવી રાખ્યો હતો.

દરબાર હૉલમાં પથરાયેલા લાશોના ઢગલા અને લોહીની ઊલટીઓ કરતા નિર્દોષ લોકો વચ્ચે વિવાનને શૂન્યમનસ્ક હાલતમાં ઘેરાયેલો જોઈને રિયાની આંખો છલકાઈ ઊઠી. બીજી જ ઘડીએ, તેણે રીતસર બિલાલ તરફ છલાંગ લગાવી. ખુરશીના પાછળના બંને પાયા ઊંચા થઈ ગયા!

'વિવાનનો વાળ પણ વાંકો થયો છે ને તો...'

રિયા પોતાનું વાક્ય પૂરું કરે એ પહેલાં જ બિલાલે તેને અધવચ્ચેથી કાપી, 'ડૉન્ટ વરી. કશું નહીં થવા દઉં! કહાની કા અસલી મઝા તો ઉસકે કિરદાર સે હી હૈ! હજુ તો એણે ઘણું સહન કરવાનું બાકી છે.'

રિયાના ગાલ પરથી આંસુનું ટીપું સરી પડ્યું.

'અરે... અરે... અરે...' બિલાલે ખડખડાટ હસતાં કહ્યું, 'તું તો અત્યારથી જ રડવા માંડી!'

તેણે રિયાની સામે જાનકીના લોહીથી ખરડાયેલો રૂમાલ ધર્યો અને પોતાના બંને દાંતને વિચિત્ર રીતે કકડાવીને વિકૃત સ્મિત આપતાં કહ્યું,

'આંસુ આયે તો ખુદ પોછિયેગા...
લોગ પોછને આયેંગે તો સોદા કરેંગે!'

રિયાના મગજમાં પાછલી ૩૦ મિનિટથી એક જ વાત ઘૂમી રહી હતી...

૨૦૦૮ના હુમલા બાદ આટલાં વર્ષે ભારતમાં ફરી પગ મૂકવા પાછળ બિલાલનો મનસૂબો શો હોઈ શકે? રાષ્ટ્રપતિ ભવન પર આતંકવાદી હુમલો કરવાનું તેનું ષડયંત્ર પૂર્ણ થઈ ચૂક્યું હોય, તો હવે બાકી શું રહ્યું? ક્યાંક એવું તો નથી ને કે રાષ્ટ્રપતિ ભવન ફક્ત શરૂઆત હોય?

... અને, આ એક વિચારથી રિયાના શરીરમાંથી ભયનું લખલખું પસાર થઈ ગયું.

'તને ખાતરી છે, તું આ પગલું ઉઠાવવા માંગે છે?' સુહાનીના સ્વરમાં આશંકા હતી, 'અહીંયાંથી આગળ વધ્યા પછી પરત ફરવાનો મોકો નહીં મળે, વિવાન. ભારત સરકાર અને દેશવાસીઓ તને ગુનેગાર તરીકે ઓળખશે.'

રાષ્ટ્રપતિ ભવનના અઢી કિલોમીટર લાંબા કૉરિડોરમાં મક્કમ ડગલે આગળ વધી રહેલા વિવાન અને સુહાની ફરી દરબાર હૉલ તરફ જઈ રહ્યાં હતાં.

કિડનેપર સાથે ફોન પર થયેલી વાતચીત સુહાનીથી છુપાવી રહેલા વિવાને નિઃસાસો નાંખ્યો, 'દુનિયાની કોઈ સરકાર આ કેસ હેન્ડલ નહીં કરી શકે! રાષ્ટ્રપતિ ભવનમાં થયેલા હુમલા પાછળ જે પણ વ્યક્તિ અથવા સંગઠન છે, એનો ઉદ્દેશ્ય ભારતમાં ફક્ત આતંક ફેલાવવાનો નહીં, પરંતુ એનાથી ઘણો વિશેષ છે.'

એટલું તો સ્પષ્ટ હતું કે જેણે રિયાનું અપહરણ કર્યું હતું, એ અષ્ટ-સિદ્ધિ સાથે વિવાનના સંબંધથી બરાબર રીતે વાકેફ હતો.

'ત્રણ મહિનાના સમયગાળામાં ભારતની કરોડરજ્જુ પર આ બીજો હુમલો છે!' ગયા વર્ષે અબુધાબીમાં ભારતના નાણામંત્રી આનંદ આહુજાનું ખૂન સુહાનીની નજર સમક્ષ તરવરી ઊઠ્યું, 'પહેલાં ફાઇનાન્સ મિનિસ્ટર અને હવે રાષ્ટ્રપતિ! મને તો એ વિચારતાં જ કંપારી છૂટી જાય છે કે વડાપ્રધાન વીરેન્દ્ર મોદી, ગૃહમંત્રી નમિત શાહ અને રક્ષામંત્રી રાજનામ સિંઘ પણ જો કાર્યક્રમમાં હાજર રહ્યા હોત તો..'

સુહાનીના ગળામાં અટવાઈ ગયેલા શબ્દો વિવાનના દિમાગ સુધી પહોંચી ગયા...

તો... ભારતમાં અત્યારે અફડાતફડી મચી ગઈ હોત! દેશના વડાની હત્યા અને મજબૂત નેતૃત્વના અભાવમાં ચીન અને પાકિસ્તાને કદાચ હુમલો સુધ્ધાં કરી દીધો હોત!

બંનેએ ફરી દરબાર હૉલમાં પગ મૂક્યો. આખું ફ્લૉરિંગ ઘટ્ટ લોહીથી ખરડાયેલું હતું. ફૉરેન્સિક ટીમના વીસ સભ્યો આખા ખંડમાં ફેલાઈ ચૂક્યા હતા. શબના ફૉટોગ્રાફ લેવાથી શરૂ કરીને ડેડબૉડી બહાર લઈ જવાની મથામણ ચાલુ હતી. સૌથી મોટી સમસ્યા તો ત્યાં નડી રહી હતી કે આંતરડાંના લોચા આમથી તેમ રખડતા હતા, જેના લીધે ડેડબૉડીની સાથોસાથ છૂટક માંસના લોચા પણ ભરવા પડતા હતા. આમ-તેમ ગબડી રહેલાં આંખોના ડોળાની તો કોઈને દરકાર પણ નહોતી! ફૉરેન્સિક સ્વીપર લોહીનો કદળો સાફ કરવામાં પડ્યા હતા. મોટી મોટી ડોલ-બાલ્ટીઓમાં પોતાં નિચોવાઈ રહ્યાં હતાં, છતાં ફ્લૉરિંગ પરની સફેદી પાછી ફરવાનું નામ નહોતી લઈ રહી.

સુહાનીને ઉબકો આવ્યો, પણ ખંડમાં હાજર અન્ય સભ્યોને એમની વાસ્તવિકતાનો ખ્યાલ ન આવે એ માટે તેણે ઊલટીનો કોગળો ફરી ગળા નીચે ઉતારી દીધો!

'આપણી પાસે વધુ સમય નથી.' વિવાને ધીમા સ્વરે સુહાનીના કાનમાં કહ્યું.

બંને એકસાથે ન રહેતાં વિભાજિત થઈ ગયાં. યોજના એ હતી કે કોઈને શંકા ન જાય એ રીતે, બુદ્ધની પ્રતિમા નીચેથી વીંટી લઈને બહાર નીકળી જવું! ક્વૉરન્ટાઇન સેન્ટરમાં બેભાન ડૉક્ટર્સને હોંશ આવવામાં ઓછામાં ઓછી પંદરેક મિનિટ તો લાગી જાય એમ હતી. એક વખત ભાનમાં આવી ગયા પછી પણ તેઓ ત્યાં સુધી કશું કરી શકે એમ નહોતાં, જ્યાં સુધી કોઈક વ્યક્તિ બાયોમેટ્રિક લૉક ખોલીને ખંડમાં અંદર ન જાય!

એકાદ-બે મિનિટ સુધી વિવાને પોતાના નોટપેડમાં કશુંક લખવાનો ઢોંગ કર્યો. સુહાની પણ શરૂ શરૂમાં આડુંઅવળું કામ કર્યા બાદ રાષ્ટ્રપતિના સિંહાસન પાસે જઈને ઊભી રહી ગઈ. ઊભા ઊભા જ તેણે બુદ્ધની પ્રતિમાના પગ પાસે પડેલી વીંટીને જોવાનો પ્રયાસ કર્યો, પરંતુ કંઈ દેખાયું નહીં. છેવટે સિંહાસનના પાયા પરથી ફિંગર-પ્રિન્ટ લેવાના બહાને તે ઝૂકી.

૫૦ ગ્રામની દળદાર વીંટી ભગવાન બુદ્ધની પૌરાણિક પ્રતિમાના પગની પાની પાસે પડી હતી. સુહાનીએ નિરાંતનો શ્વાસ લીધો, કારણ કે જો સહેજ વધારે મોડું થયું હોત તો કદાચ તે ફૉરેન્સિક ટીમના અન્ય સભ્યોના ધ્યાનમાં આવી ગઈ હોત!

પરંતુ ત્યાં જ...

'તમે અહીંયાં શું કરો છો?' ફૉરેન્સિક હેડનો સત્તાવાહી અવાજ સુહાનીના કાનમાં પડઘાયો, 'રાષ્ટ્રપતિના સિંહાસન પાસે આવવાની મેં ના પાડી હતી ને?'

એમના ગળામાં લટકતું ખાસ આઇ-ડી કાર્ડ બધાંથી અલગ હતું. નેશનલ સિક્યોરિટી એજન્સી સાથે તેઓ સીધા સંપર્કમાં હતા અને પળે-પળની ખબર રાષ્ટ્રીય સુરક્ષા સલાહકાર - નેશનલ સિક્યોરિટી એડ્વાઇઝર, એન.એસ.એ. - અજય ડોભાલ સુધી પહોંચાડતા હતા. બે ઘડી સુધી તેમણે ફેસ-માસ્કની પાછળ છુપાયેલા ચહેરાને ઓળખવાની કોશિશ કરી! તેમની આંખોમાં શંકાના વાદળો ઘેરાય એ પહેલાં જ સુહાનીએ કહ્યું, 'સૉરી, સર... હું માલિની આચાર્ય!'

'અરે, માલિની... ટેક ધિસ સેમ્પલ!' અચાનક પાછળથી આવી ચડેલા વિવાને પરિસ્થિતિ સંભાળવાનો પ્રયત્ન કર્યો, 'ત્યાં પડેલાં બે મૃતશરીરોને ઑટોપ્સી માટે મોકલવાના છે, ભુલાય નહીં!'

'માલિની... ડુ નોટ કમ નીયર બાય ધ થ્રોન!' ફૉરેન્સિક હેડએ ચેતવણી આપી, પરંતુ સુહાની કોઈને ગાંઠે એવી નહોતી.

તે ધબ્બ દેતાંક સિંહાસનની પાછળ જમીન પર ફસડાઈ પડી. બાજુમાં ઊભેલો વિવાન ઘડીના છઠ્ઠા ભાગમાં સુહાનીના મગજમાં આવેલો ખુરાફાતી વિચાર પામી ગયો.

'ડૉ. માલિની...' ફૉરેન્સિક હેડની બરાબર સામે આવીને ઊભા રહી ગયેલા વિવાને સુહાનીને કવર આપ્યું, જેથી બેભાન હોવાનું નાટક કરી રહેલી સુહાની પ્રતિમાના પગ પાસે પડેલી વીંટીની ચોરી કરી શકે!

ફૉરેન્સિક હેડના કપાળ ઉપર ચિંતા અને ક્રોધમિશ્રિત રેખા ઊપસી આવી, 'લોહી જોઈ ન શકાતું હોય તો ફૉરેન્સિક ક્ષેત્રે પગ શા માટે માંડતાં હશે? અહીંયાં ટેન્શન ઓછું છે? ને એમાં ટીમના જ સભ્યને હોશમાં લાવવામાં સમય બગાડવાનો? અરે યાર, કોઈક આને ફૉરેન્સિક વ્હીકલ સુધી લઈ જઈ હૉસ્પિટલ પહોંચાડો!'

'યસ્સ.. યસ, સર!' વિવાને થોથવાઈ જવાનું નાટક કરતાં કહ્યું, 'હું લઈ જઉં છું!'

બસ! આટલી જ ક્ષણો પૂરતી હતી સુહાની માટે! તેણે હળવેકથી ૨૨ કેરેટ સોનાની વીંટી પોતાના સફેદ એપ્રનના ખિસ્સામાં સરકાવી દીધી.

વિવાન લોહીથી લથબથ થઈ ચૂકેલા એપ્રન સાથે સુહાનીને ઉઠાવીને એમ્બ્યુલન્સ પાસે લઈ આવ્યો. હાથનાં સફેદ મોજાં રક્તની લાલાશથી તરબતર થઈ ચૂક્યાં હતાં. તેના સ્નાયુબદ્ધ બાવડાંની નસોમાં લોહી ધસમસતા વેગે દોડી રહ્યું હતું.

'આમને જલદીથી હૉસ્પિટલ લઈ જવાં પડશે.' વિવાને એમ્બ્યુલન્સના સ્ટાફને આદેશાત્મક સ્વર સાથે કહ્યું.

ફૉરેન્સિક હેડ સાથે વૉકી-ટૉકીમાં વાત કર્યા બાદ એમ્બ્યુલન્સના ડ્રાઇવરે દરવાજો ખોલીને સુહાનીને સ્ટ્રેચર પર સુવડાવી. રાષ્ટ્રપતિ ભવન છોડવા માટે જરૂરી ક્લિયરન્સ મળી ચૂક્યું હતું, પરંતુ સુહાની અને વિવાન બંનેના હૃદયમાં ફડકો એ વાતનો હતો કે ભવનનું પરિસર છોડતાં પહેલાં જો પેલા બે ડૉક્ટર્સને ક્વૉરન્ટાઇન સેન્ટરમાં હોશ આવી ગયો, તો ખેલ ખલાસ!

'જલદી ભગાવ!' વિવાને સ્ટ્રેચર ચડાવી અને ડ્રાઇવરને એમ્બ્યુલન્સ ચાલુ કરવામાં ઉતાવળ દાખવવા કહ્યું, 'એક એક સેકન્ડ કીમતી છે!'

એમ્બ્યુલન્સના પાછળના ભાગમાં રાખવામાં આવેલા ફ્રીઝમાંથી વિવાને *પ્રોપોફોલ* નામના રસાયણનું *ઇન્ટ્રાવિનસ જનરલ એનેસ્થેટિક* પોતાની પાસે રાખી લીધું. રિયા સાથે આટલા મહિનાઓના વસવાટ દરમિયાન તેને અમુક

જરૂરી મેડિકલ ટર્મિનોલૉજી અને એમના ઉપયોગ અંગે ખબર પડવા માંડી હતી. પ્રોપોફોલનો ઉપયોગ લૉકલ એનેસ્થેસિયા આપવા માટે થતો હતો. નાની સર્જરીમાં દર્દીને થોડા સમય માટે ઊંઘ આવી જાય, પરંતુ તેના શ્વાસોચ્છ્વાસ રાબેતા મુજબ ચાલતા રહે એ માટે આજકાલ મેડિકલ આલમમાં *પ્રોપોફોલ, કેટામાઇન* અને *એટોમાઇડેટ* ખાસ્સા ચલણમાં હતાં.

ડ્રાઇવર જેવો પોતાના સ્થાન ઉપર બેઠો કે તરત વિવાને તેની બાજુની સીટ ઉપર બેઠક જમાવી. જરૂર પડે ત્યારે ડ્રાઇવરને પ્રોપોફોલથી બેભાન કરી દેવાના ઇરાદા સાથે ઇંજેક્શન પકડેલો હાથ તેણે એપ્રનના ખિસ્સામાં રહેવા દીધો અને બહાર નજર કરી. એમ્બ્યુલન્સ તરફ કોઈનું ધ્યાન સુધ્ધાં નહોતું. સહુ કોઈ રાજભવનમાં ચાલી રહેલી ભાગદોડને સંભાળવામાં વ્યસ્ત હતા. તમામ ચહેરાઓ ઉચાટમાં જણાતા હતા. તેઓ કામ તો કરી રહ્યા હતા, પણ મનમાં એક અજ્ઞાત ભય સાથે! રખેને એમને પણ વાયરસની અસર થઈ ગઈ તો?

એટલામાં ક્વૉરન્ટાઇન સેન્ટરની બહાર વિવાનને હલચલ દેખાઈ! એમ્બ્યુલન્સના પાછળના ભાગમાં સૂતેલી સુહાની તરફ તેણે જોયું.

ડ્રાઇવરે એમ્બ્યુલન્સ ભગાવી મૂકી અને બીજી બાજુ ક્વૉરન્ટાઇન સેન્ટરના સિક્યોરિટી ગાર્ડ્સ દરબાર હૉલ તરફ ભાગ્યા!

વિવાનનો જીવ તાળવે ચોંટી ગયો. ગમે તે ઘડીએ ડ્રાઇવરના વૉકી-ટોકીમાં એમ્બ્યુલન્સ રોકવાનો આદેશ આવશે, એ નિશ્ચિત હતું. ઇન્જેક્શન ફરતે વિવાનના હાથની પકડ અજાણતાં જ વધુ મજબૂત થઈ ગઈ.

સામાન્ય સંજોગોમાં સંધ્યાકાળ બાદ પોઢી જતું રાજભવન આજે મધરાત થઈ ગઈ હોવા છતાં કોલાહલથી ઘેરાયેલું હતું. બારી બહારનો નજારો ભયાવહ હતો. આખું રાષ્ટ્રપતિ ભવન લશ્કરી છાવણીમાં તબદીલ થઈ ગયું હોય એવું લાગતું હતું. મિલિટરીના ઊંચા દરજ્જાના ઑફિસર્સનાં વાહનો એક પછી એક અંદર આવી રહ્યાં હતાં. એન્ટ્રી અને એક્ઝિટ ગેટ ઉપર સઘન તપાસ ચાલી રહી હતી. હુમલાના સમાચાર સાંભળીને ગભરાઈ ચૂકેલા સામાન્ય નાગરિકોને શાંત કરવાના વ્યર્થ પ્રયાસો થઈ રહ્યા હતા. દિલ્હી પોલીસ, સેન્ટ્રલ રીઝર્વ પોલીસ ફૉર્સ - સી.આર.પી.એફ., ઇન્ટલિજન્સ બ્યુરો, સ્પેશિયલ પ્રૉટેક્શન ગ્રૂપ - એસ.પી.જી., નેશનલ સિક્યોરિટી ગાર્ડ - એન.એસ.જી. સહિત અલગ અલગ ટુકડીઓનાં ધાડેધાડાં ઊતરી રહ્યાં હતાં, પરંતુ ભીડ કાબૂમાં નહોતી આવી રહી.

રાજભવનની અંદર અને બહારના રસ્તા ઉપર નાગરિકોનો મેળાવડો જામી ચૂક્યો હતો. આખા દિલ્હીનો માનવમહેરામણ જાણે રાજભવન પાસે જ

હિલોળા લઈ રહ્યો હતો! દેશભરની મીડિયા ચેનલો અને એમની સેટેલાઇટ વાન ઘેરો ઘાલીને ઊભી રહી ગઈ હતી. બ્રેકિંગ ન્યૂઝ અને ટી.આર.પી. ટાઉન બની ગયેલા રાષ્ટ્રપતિ ભવનની ઝીણામાં ઝીણી વિગતોને પત્રકારો પોતાના દર્શકો સુધી પહોંચાડવા માટે તલપાપડ હતા.

'સ્ટૉપ ધ એમ્બ્યુલન્સ!' ભવનના એક્ઝિટ-ગેટ પાસે તૈનાત સિક્યોરિટી ગાર્ડએ ડ્રાઇવરને વાહન ઊભું રાખવાનો આદેશ આપ્યો.

હાથમાં રાઇફલ સાથે ખુમારીભેર ઊભેલા ગાર્ડએ ડ્રાઇવરને તેનું માસ્ક ઉતારવાનો હુકમ આપ્યો. આ બાજુ, વિવાનનું હૃદય એક ધબકારો ચૂકી ગયું. આઇ-કાર્ડ અને બારકૉડ સ્કેન કર્યા બાદ ગાર્ડ જો માસ્ક તથા ફેસ-શિલ્ડ કાઢવાનો આદેશ આપે તો શું કરવું, એ સવાલના અસંખ્ય વૈકલ્પિક જવાબો તેના મગજમાં વીજળીવેગે દોડવા માંડ્યા, પરંતુ એકેય ઉત્તર એવો નહોતો જે એમને બચાવી શકે!

ગેટ પાસે તૈનાત બે સિક્યોરિટી ગાર્ડ્સમાંથી એકે એમ્બ્યુલન્સનો પાછળનો દરવાજો ખોલ્યો અને બીજાએ એમ્બ્યુલન્સની ડાબી બાજુએ આવીને વિવાનને ઇશારામાં નીચે ઊતરવા કહ્યું.

'અરે સાહેબ... ડૉ. માલિની આચાર્ય અને આ સાહેબ દરબાર હૉલમાંથી જીવિત પરત ફરેલાં બે શંકાસ્પદ દર્દીઓ મિસ્ટર વિવાન આર્ય અને મિસ સુહાની સિંહાના બ્લડ-સેમ્પલ એકઠાં કરવા ગયાં હતાં.' વિવાન કશું કહેવા જાય એ પહેલાં જ ડ્રાઇવર બોલી ઊઠ્યો, 'ખાસ તો ડૉ. માલિનીથી દૂર રહેજો. એ બેભાન અવસ્થામાં છે, શક્ય છે કે તેમને પણ સંક્રમણ લાગુ પડ્યું હોવું જોઈએ!'

એમ્બ્યુલન્સમાં આવી ચડેલાં સિક્યોરિટી ગાર્ડના પગ થંભી ગયા. બેહોશ સુહાનીનું ફેસ-માસ્ક ઊંચકવા આગળ વધી રહેલો તેનો હાથ હવામાં જ અટકી ગયો. તે ખચકાયો. આમ પણ ભયનો માહોલ ફેલાયેલો હતો, ને ફૉરેન્સિક ટીમ પર શંકા કરવાનું કોઈ દેખીતું કારણ નહોતું. આથી, તે ફક્ત આઇ-કાર્ડ તપાસ્યા બાદ બારકૉડ સ્કેન કરીને નીચે ઊતરી ગયો.

વિવાન પણ હવે નિર્ભીકપણે એમ્બ્યુલન્સમાંથી નીચે ઊતરી ગયો. તેણે માસ્ક ઉતારવાની ચેષ્ટા આદરી, એટલામાં સિક્યોરિટી ગાર્ડ થોડો ગભરાઈ ગયો. તેણે વિવાનનો સ્પર્શ કરવાને બદલે પોતાની રાઇફલ વડે દૂરથી જ તેનો હાથ મોં તરફ આગળ વધતો અટકાવી દેતાં કહ્યું, 'ઇટ્સ ઓકે! તમારું આઇ-ડી સ્કેન કરાવી લો પછી તમે જઈ શકો છો!'

બે વર્ષ પહેલાં શરૂ થયેલી કોરોનાની મહામારીએ સૌને માસ્ક અને છ ફૂટના અંતરનું મહત્ત્વ સમજાવી દીધું હતું. કેન્દ્રીય સંસ્થાનોમાં તો વળી તમામ નિયમોને કાળજીપૂર્વક અનુસરવામાં આવતા હોવાથી પેન્ડેમિક-પીરિયડમાં કયા પ્રોટૉકૉલ્સનું પાલન કરવું, એની ગાર્ડ્સને બરાબર જાણ હતી.

વિવાને પોતાનું આઇ-ડી સ્કેન કરાવ્યું અને ફરી એમ્બ્યુલન્સમાં બેસી ગયો.

... પરંતુ, ખરી પરેશાની તો હવે શરૂ થવા જઈ રહી હતી!

એક બાજુ, ઊઘડી રહેલા મુખ્ય દ્વારમાંથી ડ્રાઇવરે એમ્બ્યુલન્સ બહાર ભગાવી... અને બીજી બાજુ, સિક્યોરિટી ઑફિસના વૉકી-ટૉકી અને ડ્રાઇવરના વૉકી-ટૉકીમાં શોરબકોર સંભળાયો.

'સિક્યોરિટી કમ-ઇન! સ્ટૉપ ધેટ એમ્બ્યુલન્સ રાઇટ નાવ!' સિક્યોરિટી ગાર્ડે બૂમ પાડી, પરંતુ મોડું થઈ ચૂક્યું હતું.

આ તરફ, એમ્બ્યુલન્સ ચલાવી રહેલા ડ્રાઇવરે પોતાના ખોળામાં પડેલું વૉકી-ટૉકી, મોં પરના ફેસ-શિલ્ડ અને માસ્ક બારીની બહાર ફેંકીને ગળું ખોંખારતાં કહ્યું, 'તમારા ખિસ્સામાં જે ઇન્જેક્શન છે, એને બહાર કાઢવાનું વિચારતા પણ નહીં!'

વિવાન સ્તબ્ધ બની ગયો. અત્યાર સુધીની દોડાદોડીમાં તે ડ્રાઇવરના ચહેરાને ધ્યાનથી જોઈ નહોતો શક્યો, પરંતુ આ અવાજ તો કેમ ભુલાય?

'નહીંતર, આ બાજુ હું બેભાન થઈશ... અને પેલી બાજુ રિયાનું ગળું ધડથી અલગ થઈ જશે!' હમણાં સુધી ઘોઘરા અવાજમાં બોલતા ડ્રાઇવરે પોતાના મૂળ અવાજમાં વિવાનને ધમકી આપતાં કહ્યું.

એમ્બ્યુલન્સમાં પાછળ સ્ટ્રેચર પર સૂતેલી સુહાની ડ્રાઇવરનો અવાજ સાંભળી સફાળી બેઠી ગઈ. તેના મોંમાંથી બે શબ્દો સરી પડ્યા, 'સાહિલ કુરેશી!'

સાહિલે લીવર ઉપર વજન આપીને એમ્બ્યુલન્સ ભગાવી મૂકી. કેટલાક પત્રકારો એની અડફેટે આવી જતાં એમના હાથ-પગ સુધ્ધાં છોલાઈ ગયા.

૧૦

ત્રેતાયુગ

કાશી નગરી, આર્યાવર્ત

ચારે દિશાઓમાંથી ગુંજી રહેલા શરણાઈના સૂર, મૃદંગ-ઢોલક-સિતાર-વીણા સહિતના સંગીતવાદ્યોમાંથી રેલાઈ રહેલું સુમધુર સંગીત અને એકસાથે સેંકડો ભૂદેવો દ્વારા ઉચ્ચારાતાં પવિત્ર મંત્રોના દિવ્યાતિદિવ્ય પ્રચંડ ધ્વનિને કારણે વાતાવરણમાં અલૌકિક ઊર્જા અનુભવી શકાતી હતી. ત્રેતાયુગના સર્વપ્રથમ ચક્રવર્તી સમ્રાટનો રાજ્યાભિષેક સમારોહ ચાલી રહ્યો હતો.

અસુરસમ્રાટ બલિ!

દંડકારણ્યમાં બની ચૂકેલી ઘટનાને વીસ વર્ષનાં વ્હાણાં વીતી ચૂક્યાં હતાં. દેવયાની પર થયેલું પ્રતાડન હજુ પણ ત્રીસ વર્ષીય ખડતલ બલિની નજર સામેથી હટવાનું નામ નહોતું લઈ રહ્યું. પાછલાં વીસ વર્ષોમાં તેણે રાત-દિવસ આયુધો અને શસ્ત્રવિદ્યા પર ધ્યાન કેન્દ્રિત કર્યું હતું. ત્રણ લોકમાં તેનો સામનો કરી શકે, એવો એક પણ વીરલો પાક્યો નહોતો. અસુરગુરુ અને દૈત્યોના પરિવારોને સુખ-સગવડથી ભરેલું જીવન આપવા માટે તેણે પોતાના બાળપણ, કિશોરાવસ્થા અને યુવાનીનો ભોગ આપી દીધો હતો.

અને આખરે, ઇન્દ્ર સહિતની દેવસેના સાથે અમરાવતીની ભૂમિ પર થયેલાં યુદ્ધમાં બલિની અસુરસેનાએ વિજય પ્રાપ્ત કર્યો હતો. અસુરગુરુ શુક્રાચાર્યનું દાયકાઓ જૂનું સ્વપ્ન અંતે બલિએ સાકાર કર્યું હતું. એમની નજરમાં બલિ ફક્ત એક કુશળ યોદ્ધો જ નહીં, પરંતુ અસુરોનો ઉદ્ધારક પણ પુરવાર થયો હતો. અમરાવતી પર વિજયપતાકા ફરકાવ્યા બાદ બલિએ તત્કાળ મહાઅશ્વમેધ યજ્ઞનો આરંભ કરવાની ઘોષણા કરી દીધી હતી. સમગ્ર આર્યાવર્તના એક પણ રાજવીઓમાં એટલી હિંમત નહોતી કે બલિએ છોડેલા અશ્વને રોકી અસુરસેનાને યુદ્ધનું આહ્વાન આપે!

પરિણામે, મહાઅશ્વમેધ યજ્ઞની પૂર્ણાહુતિ સમયે કાશીનગરીમાં પરત ફરેલા અશ્વને વધાવવાની અને બલિના મસ્તક પર ચક્રવર્તી સમ્રાટનો રાજમુગટ પહેરાવવાની તૈયારી ચાલી રહી હતી.

કાશી નગરીને સુવર્ણથી મઢી દેવામાં આવી હતી. જ્ઞાનવાપી અને વિશ્વનાથ બાબાના દરબારનો શણગાર તો હીરા અને નીલમજડિત તોરણોથી થયો હતો. બલિની સ્પષ્ટ સૂચના હતી કે કાશીના એક પણ પ્રજાજનને ઘરે આજે ચૂલો નહીં સળગે! નગરીના અબોલ જીવના ભોજનની પણ વ્યવસ્થા કરવામાં આવી હતી. ફક્ત એટલું જ નહીં, કામધેનુ સ્વરૂપ ગાય માતાના પૂજન બાદ ગૌપાલકોને સોનામહોરોનું દાન અપાઈ રહ્યું હતું. આર્યાવર્તના ખૂણે-ખૂણામાંથી પધારેલાં ભૂદેવોને મોં માંગી દક્ષિણા આપવાનો બલિનો આદેશ હતો. નગરની ગલીઓમાં રાજાની શાહી સવારી માટે પુષ્પકેડી બનાવવામાં આવી હતી. અસુરસમ્રાટના એકચક્રી શાસન-મહોત્સવમાં હાજર રહેવા માટે અમરાવતી, મરુભૂમિ અને આર્યાવર્તના તમામ રહેવાસીઓને નિમંત્રણ પાઠવવામાં આવ્યું હતું. સમૂહભોજનમાં છપ્પન ભોગ પીરસાઈ રહ્યા હતા. સર્વત્ર આનંદોલ્લાસ અને હકારાત્મકતાનું વાતાવરણ હતું.

આખું નગર અત્યારે ભાગીરથીના કિનારે એકઠું થયું હતું. પ્રાચીનતમ દશાશ્વમેધ ઘાટ પર જાણે કીડિયારું ઊભરાયું હતું. મહાઅશ્વમેધ યજ્ઞની પૂર્ણાહુતિ પર કાશી પરત ફરેલા પાણીદાર શ્વેત અશ્વની તેજતોખાર આંખો પોતાના સ્વામી અર્થાત્ સમ્રાટ બલિને શોધી રહી હતી. પ્રકાંડ પંડિતોના મુખેથી સ્વસ્તિ વાચનના સ્વર સમષ્ટિને અલૌકિક આભા પ્રદાન કરી રહ્યા હતા. યજ્ઞની અંતિમ આહુતિઓમાંથી ઊઠતી ઊંચી અગ્નિજ્વાળા સૂર્યકિરણો સાથે એકાકાર થઈ જતી હતી. નગરજનોના નેત્રો એમના સમ્રાટને નિહાળવા માટે તલપાપડ હતા. એ કોણ હતું, જેણે આદિકાળથી ચાલ્યા આવતા ઇન્દ્રના શાસનનો અંત કરી પોતાની સત્તા સ્થાપી હતી?

... અને, અચાનક ભાગીરથીના લયબદ્ધ જળપ્રવાહની સપાટી પર કશીક હલનચલન જોવા મળી. એક પડછંદ કાયા ભાગીરથીમાં શુદ્ધોદક સ્નાન પશ્ચાત્ ક્રમશઃ સપાટી ઉપર આવી રહી હતી. તેની બંધ આંખો કોઈ મહાન તપસ્વીની માફક સૃષ્ટિનાં રહસ્યો સાચવીને બેઠી હતી. નતમસ્તક થઈને હજુ પણ તે કાળભૈરવાષ્ટકના નિરંતર જાપ કરી રહ્યો હતો. લોહતત્ત્વ સમાન ભાસતી હથેળીઓએ નમસ્કાર મુદ્રા ધારણ કરી રાખી હતી. સદીઓથી તપ્ત અખંડ પાષાણશિલા સમાન ઉઘાડી છાતી પર ઝૂલતી જનોઈ તેની દિવ્યતામાં વધારો કરી રહી હતી. તેજોમય લલાટ, ગળામાં ૧૦૮ એકમુખી રૂદ્રાક્ષની માળા, સિંહનખનો હાર, સોનાના દળદાર બાજુબંધ, કાનમાં કુંડળ અને હાથની આંગળીઓમાં શોભાયમાન નવગ્રહ વીંટી બલિને સર્વશક્તિમાન ઘોષિત કરતાં પરિબળોમાં અભિવૃદ્ધિ કરતાં હતાં. તેના લાંબા ભીના કેશમાંથી ટપકતી ભાગીરથીની બુંદો પુનઃ પોતાના સ્રોત સાથે એકાત્મકતા સાધવા લાગી.

'નમામિ ગંગે... હર હર ગંગે...!' મહાઅશ્વમેધ યજ્ઞમાં આહુતિ હોમી રહેલા પંડિતોના સ્વર હવામાં પડઘાયા.

નગરજનો જાણે બલિના સંમોહનપાશમાં બંધાઈ ગયા હોય, એ પ્રકારે પાંપણ ફરકાવ્યા વગર એકીટશે તાકી રહ્યા. ગંગાનો પ્રવાહ પણ મંત્રમુગ્ધ થઈને ક્ષણવાર માટે થંભી ગયો હતો! સમય અત્યંત સૂક્ષ્મ ગતિએ ચાલી રહ્યો હોય એવી અનુભૂતિ થઈ રહી હતી.

એકાએક નદીમાં હળવેથી, દબાયેલા પગે પોતાના શિકાર તરફ આગળ વધી રહેલાં મકર યાઝીની હલનચલનને બલિએ માપી લીધી. તેનાથી થોડા જ અંતરે થંભી ગયેલું યાઝી બલિ પર ત્રાટકવાની તૈયારી કરતું હતું, એટલામાં સમ્રાટે આંખો ખોલી. તે પાછળ ફરીને પરિસ્થિતિનો ક્યાસ કાઢવા જાય, એ પહેલાં તો ખાસ્સું મોડું થઈ ચૂક્યું હતું. અર્ધ શરીર મગરનું અને અર્ધ સિંહદેહ ધરાવનારા મકર યાઝીએ પાણીની સપાટીથી ત્રણ હાથ ઊંચે છલાંગ લગાવીને બલિ પર તરાપ મારી!

નગરજનોના હોઠ પરથી ચિત્કાર સરી પડ્યા. પંડિતોના મંત્રોચ્ચાર સહસા થંભી ગયા. રાજાના સૈનિકોએ સમયનો વ્યય કર્યા વગર હાથમાં ભાલા અને તીરકમાન સાથે ભાગીરથીમાં ઝંપલાવ્યું, પરંતુ બલિ કિનારાથી સહેજ દૂર હોવાને કારણે તેના સુધી પહોંચવામાં સૈનિકોને અમુક ક્ષણો લાગી.

ક્ષણોની જ તો રમત હતી આ!

સૂર્ય આડે આવી ગયેલા મકર યાળીના કદાવર શરીરને કારણે બલિ ઉપર જાણે પડછાયારૂપી ગ્રહણ લાગી ગયું. દસ માણસોના કદનો સરવાળો કરીએ ત્યારે એક યાળી બને! એક હાથ જેટલી લંબાઈ ધરાવતાં તીક્ષ્ણ દાંત, લબકારા મારતી તદ્દન પાતળી લાલચટ્ટક જિહ્વા, મગર સમાન ખરબચડો અગ્રભાગ અને સિંહના દેહ સમાન માંસલ પાર્શ્વભાગ! ત્રાડ પાડે તો ત્રિભુવન ધ્રૂજે! વજનદાર પૂંછમાં એટલી શક્તિ કે સ્પર્શમાત્રથી પણ વ્યક્તિના હાડકાં ભાંગીને ભુક્કો થઈ જાય! હજાર હાથીઓનું બળ જાણે એકલા મકર યાળીમાં જ સમાયું હતું. માથાનાં શિંગડાં એટલાં અણીદાર કે સિંહ જેવા ખૂંખાર પ્રાણીના શરીરમાંથી પણ એક જ પ્રહારમાં માંસના લોચા કાઢી નાંખે! ઉત્તર-પૂર્વીય આર્યાવર્તમાં મોટેભાગે મકર યાળી, ગજ યાળી; જ્યારે પશ્ચિમ આર્યાવર્તમાં પેરી યાળી, યમલ યાળી અને દક્ષિણ આર્યાવર્તમાં સિંહ યાળી વધુ જોવા મળતાં હતાં.

બલિ પણ કંઈ કાચોપોચો રાજવી થોડો હતો? વિંધ્યાચલ પહાડ સમાન વિશાળ અને મહાબળશાળી ભુજાઓ વડે રાજાએ યાળીના શરીરને હવામાં જ ઝીલી લીધું. એને પોતાના બાહુપાશમાં જકડીને બંને ફરી પાણીમાં ગરકાવ થઈ ગયા! સૈનિકો એમને શોધતા જ રહી ગયા. અંધારી ગુફામાં મશાલ સળગાવતાંની સાથે જ જેમ ચામાચીડિયાં ચિચિયારીઓ કરતાં ઊડવા માંડે, એવી જ રીતે ઘડીભર પહેલાંનો ઉમંગ હવે ચીસો અને આક્રંદમાં પરિવર્તિત થઈ ગયો! પ્રજાજનોમાં ગભરાટ વ્યાપી ચૂક્યો હતો.

દશાશ્વમેધ ઘાટના એક શાંત ખૂણે દીવાલને અઢેલીને ઊભેલા ઇન્દ્રના હોઠ પર કુટિલ સ્મિત છવાઈ ગયું.

'મારી સામે બાથ બીડવા નીકળ્યો હતો... અસુર!' તે બબડ્યો, 'તારા રાજ્યાભિષેકના દિવસે જ તને કાળના ખપ્પરમાં ન હોમું, તો મારું નામ પણ દેવરાજ ઇન્દ્ર નહીં!'

મનોમન તેણે મંત્રોચ્ચારની ગતિ વધારી. ઘાટ પર છૂપા વેશે આવીને તેણે મકર યાળી પર સંમોહનાસ્ત્રનો પ્રયોગ કર્યો હતો, જેના પરિણામસ્વરૂપે સામાન્યતઃ સંજોગોમાં શાંતિપ્રિય યાળી અત્યારે ગાંડોતૂર થઈને પોતાના શિકાર પર ત્રાટકી રહ્યો હતો.

બલિ અને યાળી જ્યાં અદૃશ્ય થઈ ગયા હતા, એ ભાગમાં એકાએક સર્જાયેલાં વમળ તરફ સૌનું ધ્યાન ખેંચાયું. વમળમાંથી યાળીનું શરીર ઝાટકાભેર હવામાં ઊંચે ફંગોળાયું અને બલિએ ઊંડો શ્વાસ ફેફસાંમાં ભરવા માટે પોતાનું ડોકું

પાણીની બહાર કાઢ્યું. ચામડી પરનાં પ્રસ્વેદબિંદુની ખારાશ અને ભાગીરથીના જળની મીઠાશને એમની ચામડી પરથી અલગ તારવવા મુશ્કેલ હતાં.

એની આસપાસ એકઠા થઈ ગયેલા સૈનિકોને બલિએ આંખના ઇશારે જ થંભી જવા કહ્યું. ખચકાટભરી નજરે સૈનિકોએ અસુરગુરુ શુક્રાચાર્ય સામે મીટ માંડી. દૈત્યગુરુનું નિર્ભીક મુખારવિંદ જોઈને એમને આશ્ચર્ય થયું. શુક્રાચાર્યએ કશું જ બોલ્યા વગર ચહેરા પર આછા સ્મિત સાથે સૈનિકોને કિનારે પરત ફરી જવાનો આદેશ આપ્યો! બલિ માટે સમર્પિત કરેલું જીવન અને પોતાની દાયકાઓની તપસ્યા વ્યર્થ તો નથી ગઈ ને, એ ચકાસવા માટે જ કદાચ તેમણે આ પગલું ઉઠાવ્યું હતું!

ફંગોળાયા બાદ વધુ ક્રોધે ભરાયેલા યાઝીએ ખુન્નસભેર બલિ પર તરાપ મારી, પરંતુ સમ્રાટે સામી છાતીએ તેના પર વળતો પ્રહાર કર્યો. યાઝીના અગ્રભાગના ડાબા-જમણા પગ મગર સમાન હતા, અને તેને યાઝીની નબળાઈ માનવામાં આવતાં હતાં. આથી, રાજાએ પોતાની ડાબી બાહુને યાઝીના ડાબા-જમણા પગ ફરતે વીંટાળીને જોરથી કસી! ચિત્કારી ઊઠેલા યાઝીએ પોતાના તીક્ષ્ણ નખ બલિના શરીરમાં ઘોંપવાનો પ્રયત્ન કર્યો, પરંતુ બલિની ચપળતાએ તેને ફાવવા ન દીધો!

તકનો લાભ ઉઠાવીને બલિએ જમણા હાથની લોખંડી મુઠ્ઠી આક્રમકતા સાથે યાઝીના જડબા પર મારી! જોજનો દૂરથી ફંગોળાયેલો ભારેભરખમ પથ્થર તીવ્ર ગતિ સાથે ઝીંકાયો હોય, એમ યાઝીના જડબાના હાડકાં તૂટવાનો અવાજ સંભળાયો. તેની કાળી ચીસોથી નગરજનોના હાંજા ગગડી ગયા!

પૂર્ણ સામર્થ્ય સાથે પાણીમાં પાછળના બે પગ વીંઝી રહેલા આ જળચર જીવએ બલિની પકડમાંથી છૂટવા માટે ઉધામા મચાવ્યા, જેને લીધે બલિના પેટ અને છાતીના ભાગે યાઝીના નખ ભરાયા!

ઊંડે સુધી ખૂંપી ગયેલા તેના નહોરને કારણે બલિની પકડ સહેજ ઢીલી પડી, એટલામાં યાઝીને મુક્તિનો માર્ગ મળી ગયો. આમ છતાં, જડબામાંથી વહી રહેલા રક્તને પરિણામે તેને સંતુલન સાધવામાં ઘણો સમય લાગ્યો.

છાતી પરથી વહી રહેલા રક્તને હથેળી પર લઈને બલિએ એના વડે પોતાના લલાટ પર ત્રિપુંડનું નિશાન બનાવ્યું. ઈજાગ્રસ્ત હોવા છતાં તેના શ્વાસોચ્છ્વાસની ગતિવિધિ અને યુદ્ધકૌશલ્યમાં કોઈ તફાવત જોવા નહોતો મળ્યો.

દૂરથી આ સઘળાં દૃશ્યો જોઈ રહેલાં ઇન્દ્રના કપાળ પર કરચલીઓ ઊપસી આવી. તેના હોઠ પરથી સ્ફુરી રહેલાં મંત્રોની ઝડપમાં વધારો થયો.

યાઝી પર અંતિમ પ્રહાર કરીને તેનું ઢીમ ઢાળી દેવા તત્પર બલિએ ફરી એક વખત પાણીમાં ઝંપલાવ્યું, પરંતુ તે ભૂલી ગયો કે યાઝી કોઈ સામાન્ય પ્રાણી નહોતું. તેનામાં સિંહ જેવી ચપળતા, હાથી સમાન મેધા અને મગર સમાન બળનો સમન્વય થયેલો હતો.

જેવો બલિ યાઝીની નજીક પહોંચ્યો કે તરત જળચર જીવ પોતાના પાછલા બે પગનો આધાર લઈને અદ્દલોદ્દલ મનુષ્યની જેમ ટટ્ટાર થઈ ગયો. બીજી જ ક્ષણે, પોતાના આગળના બે પગ વડે તેણે બલિના શરીરને પોતાની છાતી સરીખું ભીંસ્યું! તે જે પ્રકારે બલિના દેહને કચડી નાંખવા માટે બળ કરી રહ્યો હતો, એ જોઈને લાગતું હતું કે થોડા જ સમયમાં સમ્રાટના પ્રાણપખેરું ઊડી જશે!

નગરજનોના શ્વાસ રોકાઈ ગયા. તેમનો જીવ તાળવે ચોંટી ગયો હતો. સૈનિકોના નગ્ન ભાલા અને તીરકમાન હજુ પણ સમ્રાટના આદેશની પ્રતીક્ષા કરી રહ્યા હતાં, પરંતુ બલિનો હુકમ ન થાય ત્યાં સુધી દ્વંદ્વમાં અન્યોનો હસ્તક્ષેપ તેને પસંદ નહોતો.

યાઝીની ભીંસને કારણે બલિના નાક અને મોંમાંથી લોહીની ધાર વહી! માથે કપડું નાંખીને, મોં ઢાંકીને ઊભેલા ઇન્દ્રના હરખની કોઈ સીમા ન રહી. દેવરાજને ક્યાં ખબર હતી કે બલિનો દેહ કઈ માટીથી ઘડાયો છે!

દૈત્યોની કુળદેવી અને અનિષ્ટની અધિષ્ઠાત્રી - અનિષ્ટાત્રી - ના વરદાનને કારણે દિતિના ગર્ભમાંથી જન્મેલા મરૂતના વંશજ તરીકે તેનામાં પણ મહા-અસુરનું રક્ત વહી રહ્યું હતું.

બલિ સરળતાથી પરાજય સ્વીકારી લે એમાંનો નહોતો! તેનું આખું શરીર કારમી પીડા ભોગવી રહ્યું હોવા છતાં તેણે બળપૂર્વક પોતાની બંને ભુજાઓને યાઝીની ભીંસમાંથી છોડાવી. તત્ક્ષણ સમય બગાડ્યા વગર તેણે યાઝીની ડોકના ભાગે મુષ્ટિપ્રહાર શરૂ કર્યા. પરિણામસ્વરૂપ, તાળવા વચ્ચે ચોંટી ગયેલી જિહ્વા પર પોતાના જ દાંત ખૂંપી જતાં યાઝીએ ગર્જના કરી. તકનો લાભ ઉઠાવીને બલિ યાઝીની પીઠ પર ચડી ગયો અને તેના અર્ધખુલ્લા મોંને બંને હાથે પહોળું કર્યું. પાતળી સરખી જીભને બહારના ભાગે ખેંચી રાખીને સમ્રાટે યાઝીના આંખ અને મોઢા પર ધડાધડ પ્રહારો કર્યા.

બલિએ ચાલુ યુદ્ધે પોતાના સેનાપતિ સામે નજર કરી. ઇશારામાં જ જાણે આદેશની આપ-લે થઈ ગઈ હોય એમ, સેનાપતિએ ઘાટ પાસે ઊભા ઊભા જ પોતાના હાથમાં પકડેલો ભાલો બલિની દિશામાં ફેંક્યો. હવામાં છલાંગ લગાવીને બલિએ ભાલો ઝીલી લીધો અને અધ્ધર રહીને જ યાઝીની ડોક તરફ ઘા કર્યો.

'ઘચ્ચ...' ભાલાની આગળનો તીક્ષ્ણભાગ યાઝીના ડોક અને મોંની આરપાર થઈ ગયો. તેના મોંમાંથી કપાયેલી જીભ અને માંસના લોચા હવામાં ઊડ્યા અને ભાગીરથીમાં જળમગ્ન થઈ ગયા! કાન ફાડી નાંખતી મરણચીસ સાથે મકર યાઝીનું કદાવર શરીર પાણીમાં ગરકાવ થવા માંડ્યું. લોહીથી ખરડાયેલા બલિએ બે હાથ જોડીને ઘાટ પાસે ઊભેલા શુક્રાચાર્ય સામે આદરભાવે મસ્તક નમાવ્યું... અને બીજી નજર નાંખી, ઘાટના ખૂણે ઊભેલા ઇન્દ્ર પર!

બલિની આંખોમાં ઝળકી રહેલો વ્યંગ ઇન્દ્રથી અછાનો ન રહ્યો! તેણે દાંત ભીંસીને કાશીની શેરીઓ તરફ ડગ માંડ્યા. પગ તળે કચડાતાં પુષ્પો તેને ધગધગતા અંગાર સમી પીડા આપી રહ્યાં હતાં.

'મહાન ચક્રવર્તી અસુરસમ્રાટ બલિની જય હો!' પીઠ પાછળથી પ્રજાજનોનો જયઘોષ સાંભળીને ઇન્દ્રનું લોહી ઊકળી ઊઠ્યું.

'આર્યાવર્ત અને અમરાવતી મારાં હતાં, છે અને હંમેશાં રહેશે!' ઇન્દ્રના મસ્તિષ્કમાં નવું ષડયંત્ર આકાર લેવા માંડ્યું!

૧૧

વર્તમાન દિવસ

નવી દિલ્હી

સાહિલનો ચહેરો જોઈને વિવાન ઉપર કાળ સવાર થઈ ગયો. તેણે કશું સમજ્યા-વિચાર્યા વગર ખિસ્સામાંથી પ્રોપોફોલનું ઇન્જેક્શન કાઢીને તેના ડાબા સાથળમાં ઘોંપી દીધું. સાહિલના મોઢામાંથી તીણી ચીસ નીકળી ગઈ.

'તું આની બહુ મોટી કિંમત ચૂકવીશ, યાદ રાખજે!' સાહિલ બરાડ્યો.

'તને જીવતો રહેવા દઈશ તો ને?' વિવાનના માથા પર ઝનૂન સવાર થઈ ચૂક્યું હતું, 'બોલ! રિયા ક્યાં છે?'

સાહિલનો ડાબો પગ ધીમે ધીમે ખોટકાવા લાગ્યો, પરંતુ એમ્બ્યુલન્સનું સ્ટિયરિંગ તેના હાથમાં હોવાથી કોઈ જોખમ લઈ શકાય એમ નહોતું. શસ્ત્રધારી પોલીસ-વાન એમનો પીછો કરી રહી હતી. દિલ્હી પોલીસની ટુકડીના એક ઑફિસરે એમ્બ્યુલન્સનાં પૈડાં પર નિશાન સાધી ગોળી ચલાવી, પરંતુ એ સહેજ માટે નિશાન ચૂકી ગઈ અને ભીડમાં ઊભેલા નાગરિકના પગના અંગૂઠામાં ખૂંપી ગઈ!

'ડૉન્ટ શૂટ!' દિલ્હી પોલીસના વડા દિનેશ ભાટિયાએ મોટેથી આદેશ આપ્યો, 'ગોળીબાર કરતા નહીં. તેઓ સિવિલિયન્સ વચ્ચેથી પસાર થઈ રહ્યા છે. જો નિશાનો ચૂક્યા, તો અસંખ્ય નિર્દોષ નાગરિકો ઘવાશે અને મૃત્યુ પામશે!'

રાષ્ટ્રપતિ ભવનની બહાર પણ હવે અફડાતફડી મચી ગઈ. ગોળીનો અવાજ સાંભળીને સૌ કોઈ બઘવાઈ ગયા હતા. જીવ બચાવવાના ચક્કરમાં કેટલાય લોકો એકબીજાને હડસેલો મારવા લાગ્યા. નાનાં બાળકો એમના મા-બાપથી વિખૂટાં પડી ગયાં. કેટલાય કચડાયા, કેટલાય ઈજાગ્રસ્ત થયા, કેટલાય બેભાન થઈ ગયા! ધૂળની ડમરીઓ વચ્ચે રોકકળ અને ચીસાચીસો સિવાય બીજું કશું સંભળાતું કે દેખાતું નહોતું. પ્રદૂષણ અને ધુમ્મસથી આચ્છાદિત દિલ્હી મધરાતે ઘમરોળાઈ રહ્યું હતું. પોલીસ માટે પણ આ ઘમાસાણની વચ્ચે એમ્બ્યુલન્સનો પીછો કરવાનું કામ લોઢાના ચણા ચાવવા જેટલું અઘરું બની ગયું હતું!

સાહિલે પરિસ્થિતિનો ક્યાસ કાઢી લીધો હતો. પાછળ આવી રહેલી પોલીસ વચ્ચે માનવ-મહેરામણ હવે અવરોધ બનીને દોડાદોડી કરી રહ્યો હતો. માણસો જ ખરેખર તો એમ્બ્યુલન્સ અને પોલીસ-વાન વચ્ચેના સ્પીડ-બ્રેકર હતાં.

વિવાન સાહિલની રમત સમજી ગયો. તે જેવો પોતાની બાજુનો દરવાજો ખોલીને એમ્બ્યુલન્સમાંથી કૂદવા જાય, એ પહેલાં વિવાને તેના વાળ પકડી લીધા.

'સુહાની... જલદી, *પ્રોપોફોલ* લાવ!' વિવાને મોટેથી બૂમ પાડી.

સુહાનીએ સ્ટ્રેચરને બાજુ પર હડસેલીને ફ્રીઝમાંથી કેટલાક કેમિકલ્સની બૉટલ કાઢી, પણ તેને ખ્યાલ નહોતો કે એમાંથી પ્રોપોફોલ કયું હશે!

સાહિલના બંને હાથ હજુ એકદમ સાબૂત હતા, પણ તેની આંખોમાં ઘેન ચડવા માંડ્યું હતું. માથું ખૂબ ભારે અને પગ થાંભલા જેવા વજનદાર થઈ ગયા હતા. આમ છતાં, કેરળના આતંકવાદી કેમ્પ્સમાં તેને આ પ્રકારની પરિસ્થિતિઓ સામે ઝઝૂમવાની વિશેષ તાલીમ આપવામાં આવી હોવાને લીધે તે સરળતાથી હાર સ્વીકારે એવો નહોતો.

પોતાનું માથું તેણે જોરથી વિવાનના કપાળ સાથે અથડાવ્યું. વિવાનને તમરી ચડી ગઈ. આક્રોશમાં આવીને તેણે સાહિલના નાક પર ધુંબો માર્યો, પેટ પર જોરથી લાત મારી. એમ્બ્યુલન્સનું સંતુલન ખોરવાયું અને હવે તે હરાયા ઢોરની જેમ રાજપથ પર દોડી રહી હતી! સાહિલ જેમ તેમ કરીને લીવર, બ્રેક, ગિયર અને સ્ટિયરિંગ વચ્ચે સંતુલન સાધીને બેઠો હતો. મોકો મળતાં જ તે એમ્બ્યુલન્સમાંથી કૂદી પડશે, એ સ્પષ્ટ હતું! પણ વિવાન આ વખતે એટલી આસાનીથી સાહિલને છટકવા દે એમ નહોતો.

વિવાનના લોખંડી સકંજામાંથી પોતાની જાતને છોડાવવા માટે સાહિલે નજર સામે દેખાતા ગિયર-બૉક્સમાંથી મોટી કાતર ઉઠાવીને દુશ્મનના જમણા ઘૂંટણ પર ઘોંપી દીધી.

વિવાનના ચહેરા ઉપર લોહી ધસી આવ્યું, પણ એના હોઠ પરથી એકેય સિસકારો બહાર ન આવ્યો. એક હાથ વડે તેણે ઘૂંટણના ભાગમાંથી કાતર ખેંચી કાઢી. તક ઝડપી લેવામાં કુશળ સાહિલે વિવાનના મોં પર ફેંટ મારીને તેનો જમણો હાથ મરડી નાખ્યો. પાછળની બાજુ ડોક ફેરવીને તે સુહાની સામે ખંધુ હસ્યો! તેની નજરમાં વાસના નીતરતી હતી. સુહાની સામે તેણે એ રીતે જોયું જાણે નજરથી જ બળાત્કાર કરવાનો હોય!

સુહાનીએ રસાયણોની શીશીઓનો ઘા કરી બાજુમાં પડેલું સ્ટેથોસ્કોપ ઉઠાવ્યું. ખબર નહીં કેમ, પણ સાહિલનો ચહેરો જોઈને તેને ઘૃણા થવા લાગી હતી. તેની મલિન વિચારસરણીમાં ઝળકતો સ્ત્રીદ્વેષ સુહાનીથી કોઈ કાળે સહન થઈ શકે એમ નહોતો.

સાહિલ જમણી બાજુના દરવાજેથી બહાર કૂદવા જાય એ પહેલાં જ, સુહાનીએ સ્ટેથોસ્કોપ વડે તેના ગળાનો ભરડો લીધો! સુહાનીમાં સાક્ષાત્ યમદૂત પ્રવેશી ચૂક્યા હોય, એમ તે સાહિલને ખતમ કરી નાંખવા માંગતી હતી. ગણતરીની સેકન્ડ્સમાં સ્વસ્થતા ધારણ કરી ચૂકેલા વિવાને એક પગ ગિયર-બૉક્સની બીજી બાજુ નાંખીને લીવર અને બ્રેક સંભાળ્યા, જ્યારે બીજા હાથે સ્ટિયરિંગ!

સાહિલ સ્ટેથોસ્કોપની ભીંસમાંથી બચવા માટે હવાતિયાં મારી રહ્યો હતો. પોતાના બંને હાથ પાછળની બાજુ હવામાં વીંઝીને તે સુહાનીના માથાના વાળ પકડવાની કોશિશો કરી રહ્યો હતો, પણ સુહાની પકડમાં નહોતી આવી રહી. તેનો શ્વાસ ફૂલવા લાગ્યો. આંખોમાં લાલ નસ ઊપસી આવી.

'સુહાની... સ્ટૉપ!' એમ્બ્યુલન્સને સંતુલિત રીતે ચલાવવાનો પ્રયાસ કરી રહેલા વિવાને બૂમ પાડી, પણ સુહાનીના કાન જાણે બહેરા થઈ ગયા હતા. તેના મગજ ઉપર સવાર થયેલું ઝનૂન જોઈને વિવાને કહ્યું, 'સાહિલ મૃત્યુ પામશે, તો રિયાની ભાળ આપનારું કોઈ નહીં રહે અને રાષ્ટ્રપતિ ભવનમાં થયેલા હુમલા પાછળ કોનો હાથ છે, એ પણ ખબર નહીં પડે!'

એની વાત સાંભળીને પીડાગ્રસ્ત સાહિલે ખિખિયાટો કરતાં કહ્યું, 'એ... એ.. એવા ભ્ર..મ..માં ન રહીશશશ..' શ્વાસ ખૂટી પડવાને લીધે થોડી ક્ષણો અટક્યા બાદ તે ફરી બોલ્યો, 'હું નહીં, તો કોઈ બીજો આવશે! તને અંદાજ પણ નથી... કે... તને કેટલા ભયંકર વિષચક્રમાં લાવવામાં આવ્યો છે!'

કેન્દ્ર સરકારે લાગુ પાડેલા ત્રણ કિસાન કાયદાઓને પાછા ખેંચાવવા માટેનો વિરોધ ચાલી રહ્યો હતો, એ વિસ્તારમાં હવે એમ્બ્યુલન્સ દોડી રહી હતી. પંજાબ, હરિયાણા અને ઉત્તરપ્રદેશથી આવેલા ખેડૂતો કેટલાય મહિનાઓથી ધરણાં પર બેઠા હતા, ત્યાં અચાનક ગાંડાતૂર હાથીની માફક ધસી આવેલી એમ્બ્યુલન્સ જોઈને છાવણીમાં નાસભાગ મચી ગઈ.

'રાષ્ટ્રપતિ ભવન જ ન..હીં.. આખું ભા..ર..ત.. ખતમ થશે!' સાહિલના ચહેરા પર કાળમીંઢ ક્રૂરતાએ સ્થાન લઈ લીધું, 'ગ..ઝવા.. એ હિન્દ.. થઈને...'

... અને, 'ગઝવા-એ-હિન્દ' સાંભળતાં જ ફૌજીની દીકરીનું લોહી ઊકળી ઊઠ્યું.

સુહાનીએ સ્ટેથોસ્કોપને ઝાટકો મારીને ખેંચ્યું, જેના પરિણામે પોપટની ડોક કપાઈ આવે એ રીતે સાહિલનું ઢીમ ઢળી ગયું અને તેના મોંમાંથી લોહીનો કોગળો બહાર આવી ગયો. ચહેરા ઉપર સહેજ કાળાશ છવાઈ ગઈ. તેની આંખોમાં થીજી ગયેલો નફરતભાવ જોઈને વિવાનને એટલી તો ખબર પડી ગઈ કે આ માણસ અને એનું સંગઠન કોઈ બહુ મોટા આયોજનનો ભાગ હોવું જોઈએ!

એમ્બ્યુલન્સ હવે ઝોલાં ખાવા માંડી. વિવાન એક પગે તેને કાબૂમાં રાખી શકે એમ નહોતો. વળી, જે પગથી તે લીવર-બ્રેક સંભાળી રહ્યો હતો, તે પગના જ સાથળમાં સાહિલની કાતર થકી થયેલા ઘામાંથી લોહી વહી રહ્યું હતું. તેણે તાત્કાલિક એમ્બ્યુલન્સનો દરવાજો ખોલીને સાહિલની લાશને ધક્કો મારીને બહાર ફેંકી દીધી.

'હું એમ્બ્યુલન્સ ધીમી પાડું, એટલે પાછળના દરવાજેથી બહાર નીકળી જજે!' વિવાને ડ્રાઇવર-સીટ પર બેસતી વેળા સુહાનીને કહ્યું.

'પણ તું કેવી રીતે બચી શકીશ?' સુહાનીના અવાજમાં ડર ભળ્યો, 'પાછળ આવી રહેલી પોલીસ આ ભીડભાડ ધરાવતા વિસ્તારમાંથી બહાર નીકળતાંવેંત અંધાધૂંધ ફાયરિંગ શરૂ કરી દેશે!'

'પ્લીઝ, દલીલ નહીં કર!' વિવાન અકળાઈ ગયો હતો. રિયા સુધી પહોંચવાની એકમાત્ર કડી સુહાનીના ક્ષણિક આવેશના લીધે મૃત્યુ પામી હતી, 'સવાર પડે એ પહેલાં ગમે એમ કરીને આપણે દિલ્હીમાંથી બહાર નીકળી જવું પડશે!'

'મારી મા અને ભાઈને સુરક્ષિત જગ્યાએ પહોંચાડ્યા વગર હું ક્યાંય નહીં જાઉં!' સુહાનીએ મક્કમ સ્વરે કહ્યું.

વિવાને એક ક્ષણ માટે સુહાનીની આંખોમાં જોયું.

મા.. અને ભાઈ... મને તો આ શબ્દો ઉચ્ચારવાનું સુખ ક્યારેય મળ્યું જ નહીં!

પોતાની લાગણીઓ ઉપર નિયંત્રણ રાખીને તેણે સુહાનીને કહ્યું, 'બરાબર એક કલાક પછી હું તારા ઘરની બહાર આવી ગયો હોઈશ. તારા ભાઈ અને મા બંનેની વ્યવસ્થા થઈ જશે. તૈયાર રહેજે.'

'કલાભવન, સેક્ટર-૮, શાંતિનિકેતન નગર, સાઉથ દિલ્હી.' સુહાનીએ માથું ધુણાવીને પોતાનું સરનામું આપ્યું, જે વિવાનને ક્ષણવારમાં કડકડાટ યાદ રહી ગયું.

એમ્બ્યુલન્સ ધીમી પડી.

'ફાસ્ટ!' વિવાને આદેશાત્મક અવાજે કહ્યું.

બીજી જ ઘડીએ, સુહાનીએ એમ્બ્યુલન્સનો પાછળનો દરવાજો ખોલીને નીચે કૂદકો માર્યો. ધૂળની ડમરીઓ વચ્ચે કોઈને ખ્યાલ ન રહ્યો કે એમ્બ્યુલન્સનો દરવાજો ખૂલ્યો છે! આમ પણ, દોડ-ભાગમાં કેટકેટલા લોકો એકબીજાને કચડી ચૂક્યા હતા.

ડ્રાઇવર-સીટ ઉપર બેઠેલા વિવાને પાછળના કમ્પાર્ટમેન્ટમાં પડેલાં ગ્લુકોઝ-સ્ટેન્ડ તરફ હાથ લાંબો કર્યો. એમ્બ્યુલન્સ સાથે કોઈ અથડાઈ ન જાય, એની તકેદારી રાખવામાં તેને ખાસ્સી તકલીફ પડી રહી હતી. આમ છતાં, જેમ તેમ કરીને સ્ટેન્ડ હાથમાં લઈ તેને પોતાના પગ પાસે સરકાવ્યું. હૉર્ન ઉપરથી તેનો હાથ અત્યાર સુધી ખસ્યો નહોતો. ઊંડો શ્વાસ લઈને તેણે જોરથી બે-ત્રણ વખત હૉર્ન દબાવ્યું, જેના લીધે લોકો વધુ આઘા ખસતા ગયા.

લીવર દબાયેલું જ રહે એ રીતે, સીટના ટેકે ગ્લુકોઝ-સ્ટેન્ડ મૂકીને વિવાન પણ દરવાજો ખોલીને એમ્બ્યુલન્સમાંથી નીચે કૂદી પડ્યો. એમ્બ્યુલન્સ પૂરપાટ વેગે રસ્તા પર ધસમસતી રહી! જ્યાં સુધી હવે તે કોઈ મોટા અવરોધ સાથે ટકરાય નહીં, ત્યાં સુધી ઊભી રહેવાની નહોતી!

રાતના અંધારામાં કશેકથી કંસારીઓના ગણગણાટ સિવાય સર્વત્ર શાંતિ હતી. તમામ પરેશાનીઓને કોરાણે મૂકીને નિઃસ્પૃહભાવે ઊંઘી જવાના દિલ્હીવાસીઓના મૂળ સ્વભાવનો આછકલો પરિચય અત્યારે મળી રહ્યો હતો.

પોતાના શ્વાસોચ્છ્વાસનો અવાજ પણ કોઈને સંભળાય નહીં, એટલી સાવધાની સાથે સુહાનીએ નૉબ ખોલવા માટે હાથ લાંબો કર્યો, પરંતુ દરવાજો તો પહેલેથી જ ખુલ્લો હતો!

તેના હૃદયમાં ફાળ પેઠી.

મા કદીય આમ અડધી રાતે દરવાજો ખુલ્લો મૂકીને સૂઈ ન શકે! સુહાનીએ વિચાર્યું.

લલિતાબહેનની અનિદ્રાની બીમારીથી તે વાકેફ હતી. રાષ્ટ્રપતિ ભવનના કામકાજને લીધે સુહાનીને મોડું થતું. ઘણીવાર મધરાત થઈ જતી! પરંતુ લલિતાબહેન જ્યાં સુધી સુહાની ઘરે ન આવે, ત્યાં સુધી ચાતક નજરે એની રાહ જોતાં. એમની રોજબરોજની ટેવ મુજબ, એ મુખ્ય દરવાજો અચૂકપણે લૉક રાખતાં અને જેવી સુહાની પોતાની પાસે રાખેલી ડુપ્લિકેટ ચાવી વડે દરવાજો ખોલે કે તરત સોફા પરથી ઊભા થઈને એન્ટ્રન્સ એરિયામાં આવી જતાં. ચહેરા પર સ્મિત સાથે તેઓ જેવો આવકાર આપતાં કે તરત સુહાનીનો અડધો થાક તો ત્યાં જ ઊતરી જતો.

આજે એવું કશું થયું નહીં!

'મા...' સુહાનીએ બૂમ પાડી.

હળવે પગલે તેણે ઘરની અંદર પગ મૂક્યો. દરવાજાની લગોલગ બેસાડવામાં આવેલું *ફેસ રેકગ્નિશન* મશીન નિષ્ક્રિય પડેલું જોઈને તેને વધુ ચિંતા થઈ. કોઈક તો ઘરમાં ઘૂસ્યું હતું! તેણે સાવધાનીપૂર્વક ડગ માંડ્યા.

'કૃપી?' સુહાનીએ પોતાના નાના ભાઈ કૃપાલને અવાજ કર્યો, પરંતુ કોઈ પ્રતિસાદ ન સાંપડ્યો.

સુહાની પોતાના હાથોમાં કંપન અનુભવી રહી હતી. મા સાથે કશુંક અશુભ બન્યું હોવાના એંધાણમાત્રથી તે થથરી ગઈ હતી. ઝાઝો સમય નહોતો! વિવાન ગમે તે ઘડીએ આવી પહોંચે એમ હતો. સામાન કે જરઝવેરાતની ચિંતા કર્યા વગર જે પણ જીવનજરૂરિયાતની દવાઓ અને સામગ્રી હાથમાં સમાય એ લઈને ભાગી છૂટવાનું હતું!

... અને, ધડકતા હૈયે લિવિંગ રૂમમાં પગ મૂકતાંની સાથે જ વિસ્ફારિત

આંખે તે ફર્શ પર તાકી રહી! એટલામાં ઓછામાં ઓછી સાતથી આઠ પોલીસ જીપના સાયરન એકસાથે કલાભવનની બહાર ગાજી ઊઠ્યાં!

કલાભવનની બરાબર પાછળના દરવાજે વિવાને ટૅક્સી ઊભી રાખી. એમ્બ્યુલન્સમાંથી કૂદકો માર્યા બાદ તેના હાથ-પગ ખાસ્સા છોલાયા હતા. ચહેરા પર ઠેકઠેકાણે ચીરા પડી ગયા હતા, પરંતુ હાલ ઈજાની ગણના કરવા જેટલો અવકાશ તેની પાસે ક્યાં હતો? ફક્ત સાથળના ભાગે કાતરને કારણે પડી ગયેલા ઊંડા ઘા ઉપર તેણે ડેટોલ-મિશ્રિત રૂ મૂકી દીધું હતું, જેથી ઇન્ફેક્શનનો ભય ન રહે.

કનૉટ પ્લેસ માર્કેટમાંથી કાળા રંગનો બુરખો પહેરીને તે દિલ્હીના રસ્તા પર રેઢી પડેલી ટૅક્સી શોધવા નીકળી પડ્યો હતો. જોકે, તેને ઝાઝો પરિશ્રમ ન કરવો પડ્યો. કનૉટ પ્લેસ પાસે જ ટૅક્સી-સ્ટેન્ડ પર તેને જૂની મારુતિ-કાર નજરે ચડી, જેનો માલિક આસપાસ કશે દેખાતો નહોતો. પોતાના બુરખામાં છુપાવેલા પતરા વડે તેણે લૉક તોડ્યું અને ઈગ્નિશન-વાયરના સ્પાર્ક વડે એન્જિન ઑન કરી, કાર સાઉથ દિલ્હી તરફ ભગાવી મૂકી.

કલાભવનની પાછળની ગલીના નાકે સહેજ અંદરની બાજુ, અંધકારના અંચળા હેઠળ મારુતિ ઊભી રાખીને તેણે પરિસરનું નિરીક્ષણ કર્યું.

ભૂત રુવે ભેંકાર!

બે-ત્રણ મિનિટ્સ વીતી ગઈ. એક કલાક ને માથે દસ મિનિટ થઈ ગઈ હોવા છતાં સુહાનીનાં કોઈ એંધાણ જણાતાં નહોતાં. કલાભવનની પાછળના સ્લાઈડિંગ-વિન્ડો આડે મખમલી પડદા હોવાને કારણે અંદરનું દશ્ય તો જોઈ શકાતું નહોતું, પરંતુ બત્તીઓ સળગતી હતી!

એટલામાં વિવાનને દૂરથી પોલીસ-સાયરનનો અવાજ સંભળાયો.

વીજળી ઝડપે તે પાછળના દરવાજા તરફ દોડ્યો. જો આવનારી કેટલીક સેકન્ડ્સમાં તેઓ અહીંથી ભાગવામાં સફળ ન થયાં, તો પોલીસ ગમે તે ઘડીએ જેલના સળિયા પાછળ ધકેલી દેશે!

પચાસેક ફૂટ લાંબો બૅકયાર્ડ વટાવીને એ જેવો અંદર પહોંચ્યો કે તેના પગ નીચેથી જમીન ખસી ગઈ.

લોહીના ખાબોચિયામાં લથબથ સુહાની એકીટશે પોતાની માતાના શબ પાસે ઘૂંટણ વાળીને બેઠી હતી! તેના હાથમાં મોટું ખંજર હતું.

'સુહાની...' વિવાનના સ્વરમાં ભારોભાર આઘાત હતો, 'વ્હૉટ હેવ યુ ડન?'

સુહાનીએ હબકી જઈને વિવાન સામે જોયું. તેની પાંપણો ઊભરાઈ આવી. લલિતાબહેનના પેટમાં વારંવાર હુલાવવામાં આવેલા ખંજરને કારણે મોટાં બાકોરાં પડી ગયાં હતાં, જેમાંથી દડદડ વહી ચૂકેલા રક્તની ધારા સમય સાથે મંદ પડી ગઈ હતી. એમની ફાટી ગયેલી આંખોમાં ભય થીજી ચૂક્યો હતો. અંતિમ સમયમાં એમને ઘણી પીડા ભોગવવી પડી હશે, એ સ્પષ્ટપણે દેખાતું હતું. હત્યારાએ કત્લ કરતા પહેલાં મારપીટ કરી હોવાનાં નિશાન પણ શરીર પર ઠેકઠેકાણે જોઈ શકાતાં હતાં.

ઘડીના છઠ્ઠા ભાગમાં વિવાને લિવિંગ રૂમનું બારીકાઈપૂર્વક નિરીક્ષણ કરી લીધું. સિત્તેર ફૂટ જેટલી વિશાળ જગ્યા, સ્કિન-વ્હાઇટ રંગમિશ્રિત દીવાલો ઉપરની ઍન્ટિક તસવીરો, કલાત્મક ફ્રેમ્સની વચ્ચે જડાયેલા ફોટોગ્રાફ, ભવ્યાતિભવ્ય શેન્ડેલિયર, કમરાની વચ્ચોવચ જૂની રાજસ્થાની ભાતનો હિંડોળો, ઇટાલિયન માર્બલનો ફ્લૉર, કન્વર્ટિબલ સૉફા અને હૉમ-થિયેટર!

ક્યાંયથી કશું ચોરાયાની કે તૂટ્યું હોવાની નિશાની વિવાનને જોવા ન મળી. એટલામાં કલાભવનની આગળના ભાગે પોલીસ-સાયરનનો કોલાહલ સંભળાયો.

'સુહાની...' વિવાને સ્તબ્ધ સુહાનીને બાવડેથી પકડીને ઊભી કરી, 'આપણે જવું પડશે.'

'પણ મમ્મી...' સુહાનીના મગજ અને બુદ્ધિક્ષમતા પર જાણે પડદો પડી ગયો હતો. તે બબડાટ કર્યે જતી હતી, 'મમ્મી અને કૃપીને સાથે લઈ જવાનાં છે, વિવાન!'

'લૂક એટ મી..' વિવાને સુહાનીને ખભેથી હચમચાવતાં કહ્યું, 'આન્ટી હવે નથી રહ્યાં. એમનું ખૂન થયું છે! અને, કદાચ તે જ...'

'શટ અપ!' સુહાનીની આંખોમાં લોહી ઊભરાઈ આવ્યું. તે બરાડી ઊઠી, 'હું મારી માનું ખૂન કરું?'

'તો પછી, આ ખંજર તારા હાથમાં કઈ રીતે?' વિવાને વેધક પ્રશ્ન પૂછ્યો.

બીજી જ સેકન્ડે, લોહીથી લથબથ ખંજર સુહાનીના હાથમાંથી છટકીને જમીન ઉપર પડ્યું.

'મેં... મેં... કશું નથી કર્યું! હું તો અહીં આવી, ત્યારે એમના પેટમાં ખંજર હતું અને તેઓ કણસતાં હતાં. એમની પીડા ઓછી થાય, એ માટે અનાયાસે જ મારાથી ખંજર ખેંચાઈ ગયું અને... ત્યાં તું આવી ગયો.' સુહાની જાણે કોર્ટરૂમમાં ઊભી રહીને ન્યાયાધીશ સામે પોતાની નિર્દોષતા પુરવાર કરતી હોય એમ, એકશ્વાસે બોલી ગઈ.

... અને, ફ્રન્ટ-ડૉર પર પોલીસે ટકોરા માર્યા, 'મિસિસ સિંહા... દિલ્હી પોલીસ!'

વિવાને કશો જ પ્રત્યુત્તર આપ્યા વગર સુહાનીને બેકયાર્ડના દરવાજા તરફ ખેંચી.

સુહાની ઢસડાતી ચાલે વિવાન સાથે ખેંચાતી ગઈ. તેની નજર લલિતાબહેનના ચહેરા તરફ જ ખોડાયેલી રહી! ચાવી દીધેલા રમકડાની માફક તે પોતાના ઘરમાંથી ચોરની માફક બહાર નીકળી.

વિવાને બેકયાર્ડનો દરવાજો ખોલતાં પહેલાં વાડની આડશમાંથી બહાર નજર કરી. પોલીસને કદાચ ખ્યાલ નહોતો કે કલાભવનની પાછળની બાજુ ખુલ્લી શેરી છે!

વિવાને હાશકારો અનુભવ્યો.

ચોરી કરેલી મારુતિ-ટૅક્સીમાં બેસીને તેણે બને એટલી ઝડપથી કાર ભગાવી મૂકી!

જોકે, બેકયાર્ડમાંથી ચોરીછૂપે બહાર નીકળેલાં વિવાન અને સુહાનીનો વીડિયો કોઈક અજાણ્યા શખ્સે રેકૉર્ડ કરી લીધો છે, એની જાણ બંનેમાંથી એકેયને નહોતી!

૧૨

ત્રેતાયુગ

કાશી નગરી, આર્યાવર્ત

ધ્રબાંગ... ધ્રબાંગ... ઢોલકનાદ સમસ્ત વારાણસીમાં પડઘાયો. યજ્ઞની અંતિમ આહુતિ સ્વરૂપે ઘી તેમજ જવ-તલ હોમાયા અને બીડું હોમવાની ક્રિયાનો પ્રારંભ થયો.

યાઠીનો વધ કર્યા પછી બલિએ રક્તરંજિત વસ્ત્રો બદલાવ્યા. રાજવૈદ્યો પાસેથી ઔષધિ ગ્રહણ કરીને તેણે સમ્રાટને શોભે એવા વસ્ત્રો ધારણ કર્યાં. તેઓ ખુલ્લા પગે જ્યારે યજ્ઞવેદી તરફ ચાલીને આવ્યા, ત્યારે નગરજનોએ મોંમાં આંગળાં નાંખી દીધાં! બલિના મુખ પર જે પ્રસન્નતા અને તેજ વ્યાપ્ત હતું, એ જોઈને કોઈ ન કહી શકે કે થોડા સમય પહેલાં જ વિશ્વના સૌથી ખૂંખાર પ્રાણી સાથે તેનું યુદ્ધ થયું હશે!

બીડું હોમાયા બાદ બલિએ યજ્ઞકુંડ સમીપ પોતાના એક ઘૂંટણને જમીન પર કાટખૂણે ટેકવ્યો. બંને હાથ હવામાં ઊંચા કરી તેણે ઋચાઓનું ગાન શરૂ કર્યું. તેના મુખમાંથી સરી રહેલાં વેદમંત્રો ગુરુ શુક્રાચાર્ય તરફથી પ્રાપ્ત ધર્મજ્ઞાન તરફ દિશાનિર્દેશ કરી રહ્યા હતા.

યજ્ઞમાં આચાર્યપદ પર બિરાજમાન બ્રાહ્મણે સરસ્વતી અને ગંગા સહિત આર્યાવર્તની તમામ પવિત્ર નદીઓનું જળ જેમાં સંમિશ્રિત હતું, એવા રક્તચંદનનું તિલક બલિના લલાટ પર કર્યું.

બલિની આંખો સહેજ ભીની થઈ હોય, એવું શુક્રાચાર્યને પ્રતીત થયું. તેઓ આની પાછળનું કારણ જાણતા હતા.

'દિતિ... જુએ છે ને?' શુક્રાચાર્યે મનોમન દિવંગત દિતિ સાથે વાર્તાલાપ સાધ્યો, 'તારી સાધના એળે નથી ગઈ. દેવી અનિષ્ટાત્રીના વરદાનનો પ્રભાવ ત્રેતાયુગથી જ દેખાવાનો શરૂ થઈ ચૂક્યો છે. તારી સાથે થયેલા અન્યાયનો પ્રતિશોધ આજે બલિએ લઈ લીધો છે! અસુરાધિપત્ય નિશ્ચિત છે.'

દૈત્યગુરુના મનોભાવ કળી ગયેલા બલિએ પણ મનોમન દિતિના આશીર્વાદ માંગ્યા, 'અસુરોની આદિજનની, હે દિતિ માતા... આપના વંશને પુનઃ ક્યારેય ઘૃણા, નફરત અને તિરસ્કારનો સામનો ન કરવો પડે એ માટે હું સદાય પ્રયત્નશીલ રહીશ. અસુરસામ્રાજ્યના પાયા સ્થપાવાની પ્રક્રિયાને મળેલી સફળતા આપના ચરણોમાં અર્પણમસ્તુ.'

શુક્રાચાર્યે આગળ આવીને બલિના હાથમાં તેની તલવાર સોંપી, જેના તીક્ષ્ણ અગ્રભાગ પર મુઠ્ઠી ભીંસતાંની સાથે જ બલિની હથેળીમાંથી રક્ત વહેવા લાગ્યું.

મહાઅશ્વમેધ યજ્ઞના શ્વેત અશ્વ પાસે જઈને તેના મસ્તક પર બલિએ પોતાના રુધિર વડે તિલક કર્યું.

તત્પશ્ચાત્ પંડિતો દ્વારા પંચામૃત - દુગ્ધ, દહીં, ઘી, મધ, સાકર - વડે તેનો રાજ્યાભિષેક શરૂ થયો. નૃત્યાંગનાઓની અતિસુંદર પ્રસ્તુતિ થકી આ પ્રસંગ ઝળહળી ઊઠ્યો. સાથોસાથ, શુક્રાચાર્યએ ભાવવાહી સ્વરે રાજ્યાભિષેક મંત્રનું ઉચ્ચારણ શરૂ કર્યું. કાશી વિશ્વનાથ મંદિરમાં ઘંટારવ શરૂ થયો અને મધ્યાહ્ન આરતીની ઝાલરો-ઢોલ-નગારાંએ રાજ્યાભિષેક મંત્રને દિવ્યાતિદિવ્ય પાર્શ્વસંગીત આપવાનું કાર્ય કર્યું, જેમાં સમસ્ત નગરજનો અને પંડિતોના સ્વર પણ ભળ્યા,

ॐ राजाधिराजाय प्रसह्यसाहिने नमो वयं
वैश्रवणाय कूर्महे समे कामान्कामकामाय मह्यम्
कामेश्र्वरो वैश्रवणो दधातु
कुबेराय वैश्रवणाय महाराजाय नमः ॥

'ત્રિલોકાધિપતિ પરાક્રમબાહુ અતિબળવાન અપરાજેય ચક્રવર્તી સમ્રાટ બલિ

અમર રહે...' સેનાપતિએ લગાવેલાં જયઘોષને પ્રજાએ ઝીલી લીધો, 'અમર રહે... અમર રહે...'

શુક્રાચાર્યએ કૌસ્તુભ મણિથી સુશોભિત ભવ્ય રાજમુગટ બલિના મસ્તક પર મૂકીને તેની સામે કરુણાસભર દૃષ્ટિ કરી. સતયુગમાં અસુરોએ મરુભૂમિમાં કરેલું વિસ્થાપન, માતા ઉષ્ણાનો વધ અને દેવયાની સાથે થયેલી બળજબરીનાં દૃશ્યો એમના મનમાં એકસાથે ઊપસી રહ્યાં હતાં. વર્ષો પછી સર્વપ્રથમ વખત આજે એમના હૃદયે શીતળતા અનુભવી હતી.

બલિએ પોતાનો જમણો હાથ ઊંચો કર્યો, જેની અસરરૂપે પ્રજામાં ચાલી રહેલો આછો ગણગણાટ સાવ શાંત થઈ ગયો. નગરજનો સામે કૃતજ્ઞભાવે નિહાળી રહેલા બલિનો કર્ણપ્રિય ઘેઘૂર અવાજ દશાશ્વમેધ ઘાટ પર ગુંજી ઊઠ્યો,

'શ્રી રાજાધિરાજ મહારાજ અખિલકોટિ બ્રહ્માંડાધિપતિ, દેવોના દેવ... વિશ્વેશ્વર મહાદેવ... આપની નિશ્રામાં હું, ત્રેતાયુગનો સર્વપ્રથમ ચક્રવર્તી અસુરસમ્રાટ બલિ ધર્માચરણ સાથે સદાચારના માર્ગે ચાલવાની પ્રતિજ્ઞા લઉં છું.

મા ભાગીરથી, અષ્ટદિક્પાળ - રુદ્રભૈરવ, ચંદ્રભૈરવ, ઉન્મત્તભૈરવ, કપાલીભૈરવ, ભીષણભૈરવ, સંહારભૈરવ, અસિતાંગભૈરવ - અને કાશીનગરીના પ્રમુખ કોટવાળ કાળભૈરવની સાક્ષીએ હું આપને વચન આપું છું કે, જાણતાં-અજાણતાં પણ ક્યારેય ત્રિલોક - અમરાવતી, આર્યાવર્ત અને મરુભૂમિ - ના એક પણ નિર્દોષ આત્માને કષ્ટ પહોંચે એવું કૃત્ય નહીં કરું.'

બલિનાં વેણ સાંભળતાં જ પ્રજામાં હર્ષોલ્લાસની લાગણી વ્યાપી ગઈ. આમંત્રણને માન આપીને ખાસ અમરાવતીથી પધારેલાં આદરવંતા મહેમાનો અને દેવસેના સામે નજર કરીને બલિએ પોતાની વાત આગળ ધપાવી,

'ઇન્દ્રએ અસુરવંશ સાથે જે કંઈ કર્યું, એનો દંડ સ્વયં ભૂતનાથ એમને આપશે. કર્મચક્રમાં હસ્તક્ષેપ કરીને સૃષ્ટિનું સંતુલન ખોરવવાનો મને કોઈ અધિકાર નથી. સાથોસાથ, ફક્ત મેઘરાજના તાંકે સમસ્ત દેવ પ્રજાતિએ વિસ્થાપનની પીડા ભોગવવી પડે, એવું હું કદાપિ નહીં થવા દઉં. આથી હું, ત્રિલોકાધિપતિ બલિ

ઘોષણા કરું છું કે તમામ દેવો માટે અમરાવતીમાં એક અલાયદા ભવ્યાતિભવ્ય ભવનનું નિર્માણ કરવામાં આવશે, જેમાં સૃષ્ટિની તમામ સુખ-સુવિધાઓ તથા ઐશ્વર્યની વ્યવસ્થા કરવામાં આવશે.'

... અને અંતે, બલિએ પોતાના ગુરુ શુક્રાચાર્યના ચરણકમળમાં સાષ્ટાંગ દંડવત્ કરતાં કહ્યું,

'આ સદ્કાર્ય માટે પ્રેરણા આપનાર તેમજ તમામ અસ્ત્ર-શસ્ત્ર, શાસ્ત્ર અને મહાવિદ્યાઓમાં મને પારંગત બનાવનાર આદરણીય અસુરગુરુ શુક્રાચાર્યના ચરણોમાં મારા શત્ શત્ નમન સ્વીકાર હો!'

ત્રેતાયુગના સૌથી મહત્ત્વપૂર્ણ અધ્યાયનો આરંભ થઈ ચૂક્યો હતો, પરંતુ બલિને ક્યાં જાણ હતી કે ઇન્દ્રનાં વિષચક્રો પણ ગતિમાન થઈ ચૂક્યાં હતાં!

१३

વર્તમાન દિવસ

કોઈમ્બતૂર

બરાબર મધરાતે એમના આગમનની સાથે જ ‘આદિયોગિની અલયમ્’માં શ્રી લલિતાસહસ્રનામમાળાના હજારો સ્વર એકસાથે ગુંજી ઊઠ્યા. શિસ્તબદ્ધ રીતે શાંભવી મહામુદ્રામાં જમીન પર બિરાજમાન ૧૦,૦૦૦થી વધુ શિષ્યોએ ભાવવાહી સ્વરે પોતાનાં ગુરુ માતાને નમન કર્યાં.

श्रीमाता श्रीमहाराज्ञी श्रीमत्-सिंहासनेश्वरी ।
चिदग्निकुण्डसम्भूता देवकार्यसमुद्यता ॥

‘માનસચિત્તના અગ્નિ-કુંડમાંથી જેમનો પ્રાદુર્ભાવ થયો છે, જેઓ દેવોના કાર્યને સંપન્ન કરવા માટે પ્રગટ થયાં છે એવાં... હે શ્રીમાતા, બ્રહ્માંડસમ્રાજ્ઞી શ્રીમત્-સિંહાસનેશ્વરી... અમારાં વંદન સ્વીકાર હો!’

વેલ્લિયંગિરી પર્વતોની તળેટીમાં પથરાયેલા ૪૦૦ એકરના વિશાળ ‘શક્તિ આશ્રમ’ ખાતે તાજેતરમાં ઉદ્‌ઘાટન પામેલાં ‘આદિયોગિની અલયમ્’ની પધ્યોવધ્ય તેઓ ચાલી રહ્યાં હતાં...

હજારો શ્રદ્ધાળુઓની જનમેદની મંત્રમુગ્ધ થઈને એમને નિહાળી રહી હતી. છ ફૂટ જેટલી ઊંચાઈ, સપ્રમાણ દેહ! સમષ્ટિનું તેજ જાણે એમના લલાટમાં સમાહિત હતું. કંકુ સમાન જાજરમાન રક્તવર્ણી સાડીમાં તેઓ ભક્તોની ભીડ વચ્ચેથી પસાર થઈને પોતાના સિંહાસન સુધી પહોંચી રહ્યાં હતાં. કોઈ અલંકાર કે દોરા-ધાગા વગરના એમના બંને હાથ નમસ્કાર મુદ્રામાં જોડાયેલાં હતા. કમળના પુષ્પ જેવી સુંદર આંખોમાંથી નીતરતો સ્નેહ અને હોઠ પરથી સ્ફુરી રહેલા સિદ્ધ કુંજિકાસ્તોત્રના પ્રભાવમાં સમાધિને લગોલગ પહોંચી ગયેલાં શ્રદ્ધાળુઓની આંખમાંથી અવિરત અશ્રુધારા વહેવાની શરૂ થઈ ગઈ હતી.

ભૈરવી મા!

ગૌરવર્ણી ત્વચા, નિતંબ સુધી પહોંચે એટલા લાંબા અને કાળા કેશ, ભવ્ય લલાટ પર શાક્તપંથીય લાલ તિલક, સામેવાળાની આંખો અંજાઈ જાય એવો કોઈ પ્રકારના મેક-અપ વગરનો ઝળાંહળાં ચહેરો! અતિસુંદર અને સહેજ લાંબુ કહી શકાય એવું નાજુક નાક, ચરબી વગરના ભરાવદાર ચમકતા ગાલ, ગુલાબની પાંદડી જેવા કોમળ હોઠ!

દિવ્યાતિદિવ્ય આભા અને કલ્પનાતીત સુંદરતાના તેઓ સ્વામિની હતાં! પચાસી વટાવી ચૂક્યા હોવા છતાં તેમના શરીર કે મોં પર ઉંમરની કોઈ અસર વર્તાતી નહોતી. બ્રહ્મચર્યનું પાલન કરનાર એ મહાસાધ્વીના આખા વિશ્વમાં કરોડો ભક્ત હતા.

ભૈરવી મા વિશે કહેવાતું કે, એમના આહ્‌વાનમાત્રથી સ્વયં યંત્રાધિષ્ઠાત્રી રાજરાજેશ્વરી મહાત્રિપુરસુંદરીને પણ સાક્ષાત્ પ્રગટ થવું પડતું! કેટલાક ખૂબ અંગત કહી શકાય એવા શ્રદ્ધાળુઓ તો ત્યાં સુધી માનતા હતા કે ભૈરવી મા સ્વયં જગતજનની પરામ્બિકાનો અંશ છે, જેમણે માનવદેહ ધારણ કર્યો છે!

સત્ય જે પણ હોય, એટલું તો નિશ્ચિત હતું કે તેમની ઉપસ્થિતિમાં વાતાવરણ અત્યંત તેજોમય બનીને દીપી ઊઠતું હતું.

માતૃસહજ ભીની આંખોએ સૌને નિહાળતાં ભૈરવી મા પોતાના સિંહાસન પર આવીને બિરાજ્યાં. એમનાં નેત્રો બિડાયાં. સિદ્ધકુંજિકાસ્તોત્રના નવાર્ણ મંત્રનું ઉચ્ચારણ કરીને એમણે પણ બ્રહ્માંડસમ્રાજ્ઞીને આહ્‌વાન આપ્યું,

ऐं ह्रीं क्लीं चामुण्डायै विच्चे ।

ॐ ग्लौं हुं क्लीं जूं सः ज्वालय ज्वालय ज्वल ज्वल प्रज्वल प्रज्वल ऐं ह्रीं क्लीं चामुण्डायै विच्चे ज्वल हं सं लं क्षं फट् स्वाहा ।।

આખા સભાખંડમાં અણીશુદ્ધ શાંતિ વ્યાપી ગઈ. લોકો એકબીજાના સુદીર્ઘ શ્વાસોચ્છ્‌વાસનો અવાજ પણ સાંભળી શકતા હતા.

શ્રીવિદ્યા તંત્રસાધના-શિબિરની આજે સર્વપ્રથમ રાત્રિ હતી. ભારતની મહાનતમ પ્રાચીન વિદ્યાનું જ્ઞાન મેળવવા માટે દેશ-વિદેશમાંથી હજારો આસ્થાવાન લોકોએ એમાં ભાગ લીધો હતો.

'આપ સૌના અંતરાત્મામાં બિરાજમાન શ્રીમાતાને મારા સાષ્ટાંગ નમસ્કાર!' ભૈરવી માની મધ ઝબોળેલી વાણીએ ત્યાં બેઠેલાં સૌને પોતાના મોહપાશમાં બાંધી લીધા. એમના કંઠમાં સાક્ષાત્ મહાસરસ્વતીનો વાસ હતો.

'શ્રીવિદ્યા ઉપાસનાના જે સર્વપ્રથમ આવરણ અંગે આપણે આજે માહિતગાર થવાના છીએ, એમાં કુલ બત્રીસ શક્તિઓની પૂજા કરવામાં આવે છે. ચક્રનું નામ છે: ત્રૈલોક્યમોહન ચક્ર!' એમના આસનની બરાબર બાજુમાં મૂકવામાં આવેલા દસ ફૂટના વિશાળ સ્ક્રીનમાં શ્રીયંત્રની આકૃતિ ઊપસી આવી.

'શ્રીયંત્રનાં કુલ નવ આવરણો છે, જેને ચક્ર તરીકે સંબોધવામાં આવે છે. આથી જ, શ્રીયંત્રને શ્રીચક્ર પણ કહેવામાં આવે છે. સાધક જ્યારે સૃષ્ટિક્રમ પૂજા કરે છે, ત્યારે મધ્યમાં સ્થિત બિંદુ તેના માટે સર્વપ્રથમ આવરણ બની જાય છે. એ જ રીતે, સંહારક્રમ પૂજા કરનાર સાધક માટે બાહ્ય ચોરસ આવરણ એ તેની ઉપાસનાનું સર્વપ્રથમ પગથિયું અને આવરણ છે, જેને ત્રૈલોક્યમોહન ચક્ર નામ આપવામાં આવ્યું છે. હું આપને સંહારક્રમ સાધના-પદ્ધતિના માર્ગ પર લઈ જઈ રહી છું.'

હજારો લોકો સામે દૃષ્ટિપાત કરી રહેલાં ભૈરવી મા સહેજ અટક્યાં. એમને પોતાના શરીરમાં કંપન અનુભવાયું. આગળની પ્રથમ હરોળમાં બેઠેલાં સાધ્વી સામે તેમણે નજર કરી. ભૈરવી માનો ઇશારો સમજી ગયાં હોય એમ, એ સાધ્વી ત્યાંથી ઊભાં થઈને કોઈને ખલેલ ન પહોંચે એમ બહાર નીકળી ગયાં.

'પ્રત્યેક આવરણ એટલે કે ચક્રની એક યોગિની હોય છે અને એક અધિષ્ઠાત્રી અર્થાત્ ચક્રેશ્વરી હોય છે, જેને વિશેષ સંજ્ઞા આપવામાં આવી છે. તદુપરાંત, પ્રત્યેક ચક્રની શક્તિઓ હોય છે!' ભૈરવી માએ સ્ક્રીન સામે જોઈને ભક્તોને સમજાવતાં કહ્યું, 'ત્રૈલોક્યમોહન ચક્ર!'

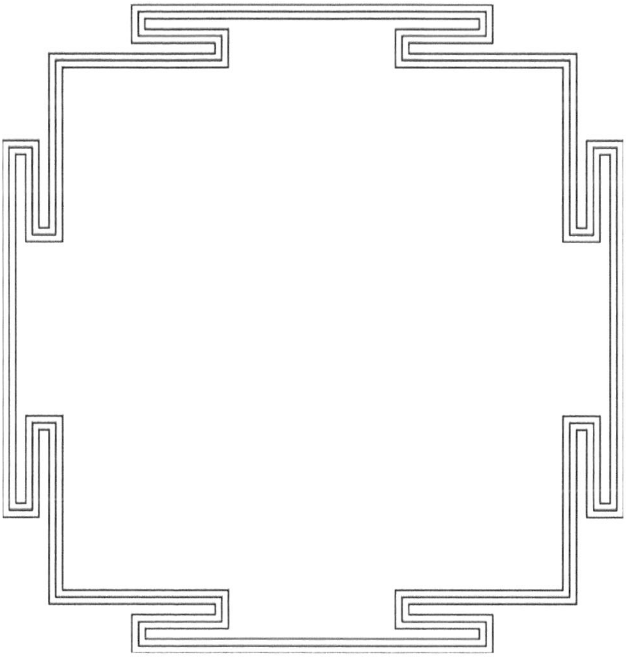

'દેવી છે, ત્રિપુરા; જેની યોગિની પ્રગટ છે! ત્રૈલોક્યમોહન ચક્રની અધિષ્ઠાત્રી છે, મહામહેશ્વરી! આ આવરણમાં શક્તિઓ ઉપરાંત તમામ સિદ્ધિઓની પણ પૂજા કરવામાં આવે છે: અણિમાસિદ્ધે, લઘિમાસિદ્ધે, ગરિમાસિદ્ધે, મહિમાસિદ્ધે, ઈશિત્વસિદ્ધે, વશિત્વસિદ્ધે, પ્રાકમ્યસિદ્ધે, ભુક્તિસિદ્ધે, ઇચ્છાસિદ્ધે, પ્રાપ્તિસિદ્ધે, સર્વકામસિદ્ધે, બ્રાહ્મી, માહેશ્વરી, કૌમારિ, વૈષ્ણવી, વારાહી, માહેન્દ્રી, ચામુંડે, મહાલક્ષ્મી, સર્વસંક્ષોભિણી, સર્વવિદ્રાવિણી, સર્વાકર્ષિણી, સર્વવશંકરી, સર્વોન્માદિની, સર્વમહાંકુશે, સર્વખેચરી, સર્વબીજે, સર્વયોને, સર્વત્રિખંડે, ત્રૈલોક્યમોહન ચક્રસ્વામિની, પ્રગટ યોગિની!'

પ્રથમ હરોળમાંથી ઊભાં થઈને ચાલ્યાં ગયેલાં સાધ્વી થોડી ક્ષણો બાદ પરત ફર્યાં. એમના હાથમાં મોબાઇલ હતો. તેઓ મંચ પર જઈને ભૈરવી માને કશુંક કહેવા માંગતા હતાં, પરંતુ એમનું પ્રવચન પૂરું ન થઈ જાય ત્યાં સુધી કંઈ થઈ શકે એમ નહોતું.

'પ્રથમ આવરણની સાધના કર્યા બાદ મનુષ્યને જે સિદ્ધિઓ પ્રાપ્ત થાય છે, એ સમાજ માટે દેખીતી હોય છે. ગુરુ વગર પણ આ ચક્રની પૂજા થઈ શકે, કારણ કે તેની યોગિની પ્રગટ છે! દીક્ષાની અહીં આવશ્યકતા નથી.'

એમણે બે હાથ જોડીને શ્રીચક્રના પ્રથમ આવરણ અંગેની સમજૂતી પૂરી થઈ હોવાનો અંદેશો આપ્યો. એ જોઈને 'આદિયોગિની અલયમ્'ના એક ખૂણે ઊભેલાં સાધ્વી મા ત્વરાથી મંચ પર ચડ્યાં અને ભૈરવી માના આસન પાસે પહોંચીને મોબાઇલની સ્ક્રીન એમની સામે ધરી, જેમાં બ્રેકિંગ ન્યૂઝ ચમકી રહ્યા હતા,

'ટોચના નેતાઓ, ઑફિસર્સ અને પદ્મપુરસ્કૃતો સહિત ૧૦૦થી વધારે લોકોનું દેશના સૌથી સુરક્ષિત ગણાતા રાષ્ટ્રપતિ ભવનમાં રહસ્યમય મોત! મલ્ટિ-નેશનલ કંપનીના માલિક વિવાન આર્ય પર દેશના રાષ્ટ્રપતિ હરિનાથ કોવિંદના ખૂનનો આરોપ! પ્રેસ સેક્રેટરી અને કથિત સાગરીત સુહાની સિંહા સાથે વિવાન આર્ય ફરાર! એમની ગર્લફ્રેન્ડ રિયા ચૌધરીના કોઈ વાવડ મળ્યા નથી.'

ભૈરવી માના ચહેરા પર અત્યંત માર્મિક અને ગૂઢ સ્મિત તરી આવ્યું. સાધ્વી મા પુનઃ એમને પ્રણામ કરીને સભાખંડની બહાર ચાલ્યાં ગયાં!

૧૪

ત્રેતાયુગ

અમરાવતી

હાંફી રહેલાં અંક અને લોચનએ અમરાવતીના પશ્ચિમ ભાગે સમુદ્રમાં ભળી જતી સરસ્વતી નદીના કિનારે પહોંચી, હાથમાં જળની અંજલિ ભરી. ઇન્દ્રના આ બંને ગુપ્તચરો આર્યાવર્તના ગુપ્તચરોથી લપાતાં-છુપાતાં માંડ માંડ અમરાવતી સુધી પહોંચી શક્યાં હતાં. બલિએ દેવો માટે અમરાવતીમાં ફાળવેલાં નવાનક્કોર રાજભવનના નિર્માણનું કામકાજ પૂર્ણ થયાને ચાર માસ થવા આવ્યા હતા.

વાયુ, વરૂણ, અગ્નિ, ઇન્દ્ર સહિત સમસ્ત દેવસેના અને સપ્તર્ષિઓ માટે હવે આ રાજભવન જ નવું નિવાસસ્થાન હતું. જોકે, સપ્તર્ષિઓ તો વર્ષનો મોટાભાગનો સમય સુમેરુ પર્વત પર સાધનામાં લીન રહીને વ્યતીત કરતા હોવાથી રાજભવનમાં બહુ ઓછા દિવસો તેમણે પસાર કર્યા હતા. બલિએ જ્યારથી ત્રિલોકની ધુરા સંભાળી હતી, ત્યારથી તમામ પ્રજાજન સુખેથી જીવન પસાર કરી રહ્યા હતા. સપ્તર્ષિ પણ અસુરસમ્રાટ બલિની ધર્મપરાયણતા અને રાજનૈતિક કૌશલ્યનાં વખાણ કરતા થાકતા નહોતા.

સતયુગમાં સમુદ્રમંથન બાદ દેવસેના, રાહુ-કેતુ, સપ્તર્ષિઓ અને અદિતિએ અમૃતકુંભમાંથી દિવ્ય પેયનું પાન કર્યું હોવાથી એમને દીર્ઘાયુનું વરદાન મળી ચૂક્યું હતું. પેયના પ્રતાપે તેમની વયવૃદ્ધિ અટકી ચૂકી હતી. આથી, ઇન્દ્ર હવે નિર્ભીકપણે અપરાધ આચરી શકતો હતો. અધૂરામાં પૂરું, દૈત્યજનની દિતિ કાળક્રમે વૃદ્ધ થઈને મૃત્યુ પામ્યાં હતાં, જેને કારણે અસુરોના મસ્તક ઉપર હવે શુક્રાચાર્ય સિવાય અન્ય કોઈનો હાથ નહોતો! દૈત્યગુરુ અને એમનો પરિવાર મૃત સંજીવની મહાવિદ્યાને કારણે પોતાનું જીવન ટકાવી શક્યાં હતાં.

સૌના મનમાં એ જ ભ્રમ હતો કે ઇન્દ્ર હવે જૂની શત્રુતા ભૂલી ચૂક્યો છે! સત્ય એનાથી જોજનો દૂર હતું. વાસ્તવિકતા એ હતી કે, આટલાં વર્ષો સુધી અમરાવતી અને આર્યાવર્ત ઉપર રાજવટો ભોગવ્યા પછી પણ ઇન્દ્રનું પોતાની સત્તાલાલસા ઉપર કોઈ નિયંત્રણ નહોતું. તે અનંતકાળ સુધી આ ધરતી ઉપર એકહથ્થુ શાસન કરવા માંગતો હતો, જે શક્ય નહોતું. સતયુગમાં હિરણ્યકશિપુ અને હિરણ્યકશ્યપ તથા હવે ત્રેતાયુગમાં બલિના આગમનને કારણે ત્રીજી વખત તેની સત્તા છીનવાઈ ચૂકી હતી. તે કોઈપણ ભોગે પોતાનું સિંહાસન પાછું મેળવવા માંગતો હતો અને એ માટે તમામ હદરેખાઓ પાર કરી શકે એમ હતો!

આજની રાત નિર્ણાયક હતી! અંક અને લોચનને બલિના અંગત રાજભવનની જાણકારી પ્રાપ્ત કરવા માટે મોકલવામાં આવ્યા હતા.

પાછલા એકાદ પ્રહરથી અમરાવતીની આબોહવામાં વિચિત્ર દુર્ગંધ ભળી હતી! અમરાવતીની સીમામાં પગ મૂક્યા બાદ અંક અને લોચનની નાસિકાઓમાં પણ ઊંડે ઊંડે સુધી આ દુર્ગંધ પ્રસરી ચૂકી હતી. આર્યાવર્તના ગુપ્તચરોથી પીછો છોડાવવા અને પોતાની તૃષા શાંત કરવા માટે તેઓ સરસ્વતીને કિનારે જળપાન કરવા રોકાયા હતા.

આ એ સ્થાન હતું, જ્યાં મરુભૂમિનો સમુદ્ર સરસ્વતી નદી સાથે સંગમ રચતો હતો. રેતાળ પ્રદેશ મરુભૂમિની લગોલગ આવેલાં ખારા સમુદ્રને કારણે જળમાર્ગથી અમરાવતી અને આર્યાવર્તમાં પ્રવેશ મેળવી શકાતો હતો. જોકે, સામાન્ય પ્રજાજન પાસે મજબૂત વહાણો ન હોવાથી રાજા-મહારાજાઓ સિવાય અન્યો માટે તો જળયાત્રા લગભગ અશક્ય હતી.

હાથમાં ભરેલી અંજલિમાંથી પાણી પીને તૃપ્ત થયા બાદ, અંકએ આંખો ઉઘાડી. જળની મીઠાશમાં ઓતપ્રોત થયેલો લોચન તો હજુ પણ અવિરતપણે જળપાન કરી રહ્યો હતો.

બરાબર એ જ સમયે, પૂર્ણ ચંદ્રના પ્રકાશથી ઝળહળતી સરસ્વતીની સપાટી ઉપર તરતા પદાર્થ તરફ અંકનું ધ્યાન ગયું. તેના અર્ધખુલ્લા મોંમાંથી જળમિશ્રિત લાળ નદીમાં ટપકે, એ પહેલાં જ તેણે ચીસ પાડી. લોચનએ હાંફળાફાંફળા થઈને આંખો ખોલી. તેને પાણીનો સ્વાદ આજે સહેજ વિચિત્ર જણાયો હતો.

'શું... શું થયું, અંક?' લોચને અંકનો ખભો હચમચાવતાં પૂછ્યું.

'ત્યાં...' અંકનો અવાજ તરડાયો.

તેણે ચીંધેલી દિશામાં નજર કરતાં જ લોચનની આંખો પણ ફાટી પડી. સમુદ્રના પ્રવાહ સાથે તણાઈ આવેલો એક મૃતદેહ એમના પગ પાસે ધસી આવ્યો હતો! અંકએ હિંમત દાખવીને મૃતદેહની પીઠ ફેરવી તેને સીધો કર્યો, જેના લીધે પાણીની હાલકડોલક થતી સપાટી પર લોચનનું ધ્યાન ગયું.

... આઘાત પામવાનો વારો આ જ વખતે તેનો હતો! તે ઝાટકાભેર પાછળની તરફ ઊંધા પગે ધકેલાયો.

નદીની સપાટી ઉપર ફક્ત એક નહીં, સેંકડો મૃતદેહો તરી રહ્યા હતા! માથા પરથી કપાયેલી શિખા અને નદીમાં તણાઈને આવેલી જનોઈનો ગઠ્ઠો જોઈને બંનેને સમજ પડી ગઈ કે મૃતદેહો આર્યાવર્તના મૂળનિવાસી બ્રાહ્મણોના છે!

પૂર્ણ ચંદ્રની હાજરી હોવા છતાં અમરાવતી પર લાગેલા આ ગ્રહણની અસર હેઠળ તેમણે ઇન્દ્રના રાજભવન તરફ દોટ મૂકી!

૧૫

વર્તમાન દિવસ

દિલ્હી

ભેંકાર અંધારામાં જમીન પર રેલાયેલાં લોહીની ગંધ હજુ પણ અકબંધ હતી. ખુરશી પર જ ફાટી પડેલા જાનકીના મૃતદેહને ત્યાં ને ત્યાં રાખવામાં આવ્યો હતો. તેમાં સડો પેસવાની શરૂઆત થઈ ચૂકી હતી. તેનું અચાનક આ રીતે ફાટી પડવું, એ રિયાને ગળે નહોતું ઊતરી રહ્યું.

કોઈ દવા, વાયરસ કે પછી ઉપકરણની મદદ વિના માણસની રક્તશિરાઓ કેવી રીતે ફાટી શકે? ક્યાંક એવું તો નથી ને કે અહીંયાં લાવતાં પહેલાં જ જાનકીને કશું ખવડાવી કે પીવડાવી દેવામાં આવ્યું હોય?

કંઈ સમજાતું નહોતું. એક બાજુ વિવાનની સુખાકારીની ચિંતા અને બીજી બાજુ આ વણઉકેલાયેલી ગુથ્થી!

તેણે પોતાની આંખો બંધ કરી. સમયના દુર્ગમ પથને વટાવી રહેલા ઘડિયાળના કાંટાના અવાજ સિવાય ઓરડામાં શાંતિ યથાવત્ હતી. નાહકના ધમપછાડાથી કંઈ વળે એમ નહોતું. એટલું તો નક્કી હતું કે અહીંયાંથી ભાગી છૂટવા માટે બળ નહીં, પણ કળ જોઈશે.

મનોમન તેણે કશોક નિશ્ચય કરીને બંને પગના અંગૂઠા સહિતની આંગળીઓને જમીન પર ખોડી, તેના પર વિશેષ ભાર આપ્યો. ખુરશીને પગના જોરે સહેજ આગળ ઝુકાવ્યા બાદ, બમણા વેગે પાછળની તરફ તેણે પોતાના શરીરને હવામાં ઉછાળ્યું. પરિણામસ્વરૂપ, પીઠના ભાગે ફર્શ ઉપર ખુરશી *ધડામ...* કરતી પછડાઈ.

જૂની તકલાદી લાકડાંની ખુરશીનો એક પાયો તૂટીને ઓરડામાં દૂર ફંગોળાયો અને બીજો એના મૂળિયા સાથે લટકી રહ્યો!

પગ ઉપર ને માથું નીચે! તમ્મર ચડેલી હાલતમાં રિયા થોડી મિનિટો માટે સૂતી રહી. ત્યારબાદ, ફરી એક વખત જોમ એકઠું કરીને ખુરશી સાથે બંધાયેલા બંને હાથ તેણે જમીન પર પછાડ્યા. સિમેન્ટની ફર્શ પર લાકડાંના હાથા તો તૂટ્યા, પરંતુ સાથોસાથ રિયાની કોમળ ત્વચા પર ચાર-પાંચ ચીરા પણ પાડતા ગયા, જેને ગણકાર્યા વગર રિયાએ ફટાફટ હાથ-પગ ઉપર લબડી રહેલાં દોરડાં છોડી નાંખ્યાં.

ત્વરિતતા દાખવીને તેણે દીવાલ પર કાન માંડ્યા. ભીંતની પાછળથી પસાર થતા પાઈપમાંથી વહી રહેલા પાણીના પ્રવાહની સાથોસાથ દૂર ક્યાંક ઘરેરાટી કરતાં રેલવે-એન્જિનનો ધ્વનિ એને સંભળાયો. જે દીવાલ પર ઘડિયાળની ટક-ટક સંભળાતી હતી, એ તરફ તૂટેલા લાકડાના ટુકડાનો તેણે ઘા કર્યો. હૂક પર ટીંગાઈ રહેલી ઘડિયાળ ધડામભેર નીચે પછડાઈ અને તેમાંથી કાચની કણીઓ ફર્શ પર વિખેરાઈ ગઈ.

ઘડિયાળનો અણીદાર મિનિટ-કાંટો કાઢીને તેણે પોતાના માથાના અંબોડામાં ખોસી દીધો, જેથી સમય આવ્યે કામ આવે! કાચની કણીઓને હાથેથી એકઠી કરીને પોતાની ખુરશીની બરાબર સામે પાથરી દીધી. હાથમાં ઠેકઠેકાણે કાચની બારીક કણીઓ ઘૂસી ગઈ હોવા છતાં તેના મોંમાંથી ઉંહકારો ન સર્યો.

... એટલામાં, ફરી વખત ઓરડાની બહાર પગલાંની આહટ સંભળાઈ. ઊંધી પડેલી અને તૂટેલી ખુરશીને જેમ તેમ બેઠી કરી, રિયા એના ઉપર ગોઠવાઈ.

બિલાલની ચુંગાલમાંથી ભાગી છૂટવા માટે તેની પાસે આ પહેલો અને છેલ્લો મોકો હતો!

આશ્ચર્ય એ વાતનું હતું કે સુહાની જરા પણ ઢીલી નહોતી પડી! આંસુ તો દૂર, તેની આંખોમાં પણ ગમગીની નહોતી. ઊલટું, તેના ચહેરા પર મક્કમતા ઉમેરાઈ હતી.

'આર યુ ઑલરાઇટ?' વિવાને પૂછ્યું.

'શું જવાબની અપેક્ષા રાખે છે મારી પાસેથી?' સુહાનીએ વળતો પ્રશ્ન પૂછ્યો.

વિવાનના હોઠ સિવાઈ ગયા. હજુ થોડા જ મહિના પહેલાં તેણે પણ સુધીર બાબાનો દેહાંત જોયો હતો, પરંતુ સગી જનેતાની ખૂનથી લથબથ લાશ જોયા બાદ કોઈ વ્યક્તિ આટલી સ્થિતપ્રજ્ઞ કેવી રીતે રહી શકે? તેણે સહેજ તીરછી નજર કરીને સુહાની સામે જોઈ લીધું. તે બારીની બહાર તાકી રહી હતી. પાછલી ૧૦ મિનિટથી સડસડાટ દોડી રહેલી કાર ક્યાં જઈ રહી છે, એ પૂછવાની તસ્દી પણ સુહાનીએ નહોતી લીધી. તેના મગજમાં ચાલતું દ્વંદ્વ ચહેરા પરની રેખાઓમાં ડોકાઈ આવતું હતું.

અચાનક ડોકને ઝાટકો મારીને તેણે વિવાન સામે જોયું. આંખોમાં કઠોરતા અને હાવભાવમાં ભીતિ પમાડનારી ખૂંખાર દૃઢતા જોઈને વિવાન અંદરથી હચમચી ગયો.

'જ્યાં સુધી મારી માના હત્યારાને શોધીને તેની હત્યા ન કરું, ત્યાં સુધી એમની મોત પાછળ એક આંસુ સુધ્ધાં નહીં વહેવા દઉં!' સુહાનીના અવાજમાં કાતિલ ઠંડક હતી.

'કૃપાલનું શું? તે ક્યાં હશે?' વિવાને સુહાનીના ભાઈ અંગે પૃચ્છા કરી.

'ગાંજો ફૂંકીને ક્યાંક પડ્યો હશે, નશેડી!' સુહાનીએ થૂંકમાં આવી ગયેલી કડવાશ ગળે ઉતારી, 'એને તો ખબર પણ નહીં હોય કે માનું ખૂન થયું છે અને બહેન આખા ભારતની મૉસ્ટ વૉન્ટેડ ક્રિમિનલ જાહેર થઈ ચૂકી હશે!'

આટલું કહીને તેણે કૃપાલને લગભગ દસમી વખત કૉલ લગાડ્યો, પરંતુ સામે છેડે ફક્ત રિંગ જ વાગતી રહી. જામા મસ્જિદ તરફ આગળ વધી રહેલાં વિવાનના દિમાગમાં એક ખુરાફાતી વિચાર રમી રહ્યો હતો, પરંતુ જેવું તેનું ધ્યાન સુહાનીના મોબાઇલ પર ગયું કે તરત તેણે તેના હાથમાંથી ફોન ઝાટકી લઈ બારીની બહાર ફેંકી દીધો!

'વ્હોટ ધ હેલ?' સુહાનીની આંખોમાં તમતમાટ દેખાયો. પરંતુ બીજી જ ઘડીએ તેને સમજાયું કે વિવાને આમ કેમ કર્યું!

વિવાન એકીટશે સુહાની સામે તાકી રહ્યો.

'આઇ એમ સૉરી!' સુહાનીએ પોતાના ગળામાં પહેરેલા ડાયમન્ડ નૅકલેસ પર હાથ ફેરવતાં કહ્યું. એ જ ક્ષણમાં તેને ભાન થયું કે હવે તે કોઈ પ્રેસ-સેક્રેટરી નહીં; પણ સરકારની નજરમાં એવી ગુનેગાર છે, જે રાષ્ટ્રપતિ ભવનની ચાલુ તપાસમાંથી ફૉરેન્સિક એમ્બ્યુલન્સ લઈને નાસી છૂટી હતી!

તમામ સરકારી એજન્સીઓ હવે આદું ખાઈને એમની પાછળ પડી જવાની હતી! પોતાની પાસે રહેલાં પ્રત્યેક ઇલેક્ટ્રોનિક ગેજેટ્સ તેને જેલની વધુ ને વધુ નજીક તથા માતાના કાતિલથી અત્યંત દૂર લઈ જવા સક્ષમ હતા.

'દરેક સમયે આપણે હવે એ યાદ રાખવું પડશે કે સરકાર અને આતંકવાદી બંનેની નજર તારા અને મારા ઉપર છે!' વિવાને ચેતવણીજનક સૂરમાં કહ્યું.

સુહાનીએ ડોકું ધુણાવીને તેની વાતને સંમતિ આપી.

ટનન... ટનન.. એકધારી વાગતી ઘંટડીએ હૉટેલ આયેશાના સાવ નિર્જન પડી ગયેલાં રિસેપ્શનને ધણધણાવી મૂક્યું!

'કોઈ છે કે નહીં?' વિવાને જરાક મોટા અવાજે બૂમ પાડતાં કહ્યું.

જામા મસ્જિદ નજીક માટિયા મહલ રોડ પર એક સૂમસામ જગ્યાએ ટૅક્સી-કારને પડતી મૂકીને તેઓ હૉટેલ આયેશામાં આવી પહોંચ્યાં હતાં. સુહાની તેની સાથે જ હતી, પરંતુ તેને હજુ સુધી ગતાગમ નહોતી કે વિવાનના મગજમાં શું ચાલી રહ્યું છે! અલબત્ત, જે વ્યક્તિએ થોડી મિનિટો પહેલાં તેને પોલીસની ચુંગાલમાંથી બચાવી હતી, તેના ઉપર ભરોસો મૂકવો વધુ સરળ બની ગયો હતો.

સાવ જર્જરિત કહી શકાય એવી આ હૉટેલને સુહાની જોઈ રહી. જૂનું બાંધકામ, ખવાઈ ગયેલી દીવાલો, ગંધ મારતો કૉરિડોર! દુનિયાના તમામ ગોરખધંધા અહીં થતા હોવા જોઈએ, એવું અનુમાન લગાવવું મુશ્કેલ નહોતું. રિસેપ્શનની બાજુમાં એક નાનકડો ઓરડો હતો, જ્યાં નીચે ગાદલું પાથરીને એક જુવાનિયો ઊંઘ લઈ રહ્યો હતો. મોં ખુલ્લું અને વાળ વિખરાયેલા! ફાટેલું ગંજી અને ટ્રેક-પેન્ટ જોઈને એ કળી શકાતું નહોતું કે તે રિસેપ્શનિસ્ટ હતો કે પછી કામદાર!

તંદ્રામાં ઝોલાં ખાતો તે રિસેપ્શન પર આવ્યો. કાનમાંથી લોહીની ધાર વહી જાય એવી તીણી ઘંટડી આટઆટલી વખત વગાડ્યા પછી પણ તેની ઊંઘ ઊડી નહોતી. રિસેપ્શનની લાઇટ ઑન થઈ. લાલ-પીળા-લીલા બલ્બ ઝગારા મારવા માંડ્યા.

હૉટેલ છે કે કૂટણખાનું? વિવાને વિચાર્યું.

'કાન ફાડેગા કા, બહન***?' બત્રીસ-તેત્રીસ વર્ષનો લાગતો એ છોકરડા જેવો યુવાન બિહારી છાંટ ધરાવતી હિન્દીમાં તાડૂક્યો, 'રૂમ જોઈએ છે?'

આવી ભદ્દી ગાળ સાંભળીને વિવાનનો પિત્તો છટક્યો, પરંતુ અત્યારે ગુસ્સો કરવો પોસાય એમ નહોતો.

તેણે સુહાની સામે જોઈને ઇશારો કરતાં કહ્યું, 'હા... રૂમ જોઈએ છે!'

રિસેપ્શનિસ્ટ તેનો ઇશારો સમજી ગયો. ભેજવાળા પીળા પાનાં ધરાવતું રજિસ્ટર ખોલીને તેણે વિવાનની સામે પેન ધરતાં કહ્યું, 'તમારું અને આમનું નામ લખો.'

'અરે, સમજો ને!' વિવાને આંખ મારતાં કહ્યું, 'ઑફિશિયલ એન્ટ્રી થઈ શકે એમ નથી. બે-ત્રણ કલાક માટે રૂમ જોઈએ છે... બસ!'

'પણ પૈસા ડબલ થશે.' વિવાનનું નરમ વલણ જોઈને રિસેપ્શનિસ્ટ તેનો ફાયદો ઉઠાવી રહ્યો હતો, 'અડધી રાત થઈ ચૂકી છે ને પોલીસનો ડર પણ ખરો!'

'સારું... ડબલ નહીં, ત્રણ ગણા પૈસા લઈ લે!' કહીને વિવાને ખિસ્સામાંથી બે-બે હજારવાળી ત્રણ નોટ રિસેપ્શનિસ્ટ સામે ધરી, 'પણ રૂમ હું કહું એ આપવાનો અને અંદર હોઉં ત્યારે કોઈ ડિસ્ટર્બન્સ ન જોઈએ.'

રિસેપ્શનિસ્ટ તો ગુલાબી નોટોની ચમક જોઈને જ અંજાઈ ગયો.

'અરે, નેકી ઔર પૂછ પૂછ?' તેણે હળવેથી છ હજાર રૂપિયા પોતાના ખિસ્સામાં સરકાવ્યા, 'રૂમ નંબર ૧ થી ૪ ગ્રાઉન્ડ-ફ્લૉર પર છે અને ૫ થી ૮ સેકન્ડ-ફ્લૉર પર! કયો રૂમ આપું?'

વિવાને મોં મલકાવતાં કહ્યું, 'સેકન્ડ ફ્લૉર! કોઈ પણ રૂમ ચાલશે.'

રિસેપ્શનિસ્ટે ફટાફટ ચાવીના ઝૂડામાંથી ૭ નંબરની ચાવી કાઢીને વિવાનના હાથમાં સોંપી અને બીભત્સ સ્મિત આપતાં કહ્યું, 'એન્જોય! સેકન્ડ ફ્લૉર પર કોઈને પગ નહીં મૂકવા દઉં, સાહેબ.'

વિવાને ચાવી હાથમાં લીધી અને સુહાનીનું બાવડું પકડીને પ્રેમિકાની માફક સીડી ચઢીને સેકન્ડ ફ્લૉર પર લઈ ગયો, પરંતુ રૂમ નંબર ૭માં

ઘૂસવાને બદલે તેણે પોતાના ખિસ્સામાંથી બીજી ચાવી કાઢીને રૂમ નંબર ૬ ખોલી નાંખ્યો!

જેવા એ બંને દરવાજો ખોલીને અંદર ગયાં કે તરત સુહાની એના ઉપર વરસી પડી, 'તું દિલ્હીમાં રાત પસાર કરવા માંગે છે? પાગલ થઈ ગયો છે? અત્યાર સુધીમાં અજય ડોભાલ આદું ખાઈને આપણી પાછળ પડી ચૂક્યો હશે. જો એક કલાકની અંદર દિલ્હી ન છોડ્યું, તો બીજી જ કલાકે આપણે જેલના સળિયા ગણતાં હોઈશું!'

'મેં એવું ક્યાં કહ્યું કે રાત પસાર કરવાની છે? આપણું કામ પતે, એટલે રવાના!' વિવાને કમરામાં નજર ફેરવતાં જવાબ આપ્યો.

દારૂ અને સિગારેટની ગંધ જાણે એ ઓરડાની દીવાલોમાં પેસી ગઈ હતી! વીસ બાય વીસ ફૂટનો એ રૂમ, જેના ફર્નિચર ઉપર કાળની થપાટ સ્પષ્ટપણે દેખાતી હતી. અટેચ્ડ બાથરૂમનો દેખાવ જ એટલો ગંદો હતો કે ચોખ્ખાઈપ્રેમી વ્યક્તિને ત્યાં પગ મૂકતાંવેંત હાર્ટ-અટેક આવી જાય! મેલીઘેલી ફ્લૉરલ બેડ-શીટ, એની ઉપર ઠેર-ઠેર દેખાતાં ડાઘ અને ચોળાઈ ગયેલાં ઓશીકાં પરથી ત્યાં આવનાર મહેમાનોનો કાર્યહેતુ સાફ સાફ દેખાઈ આવતો હતો.

'કયું કામ?' સુહાની હબક ખાઈ ગઈ.

વિવાને દરવાજામાં ભરાવેલી ચાવીનું કી-ચેઇન કાઢીને સુહાનીના હાથમાં સોંપતાં કહ્યું, 'સાહિલ સાથેની મૂઠભેડ દરમિયાન એના ખિસ્સામાંથી આ ચાવી મળી હતી, જેના કી-ચેઇન ઉપર હૉટેલનું નામ લખાયેલું હતું.'

'તારું મગજ તો ઠેકાણે છે ને?' સુહાની બરાડી, 'તું આપણને એ વ્યક્તિના હૉટેલ-રૂમમાં લઈ આવ્યો, જે ભારતના રાષ્ટ્રપતિના ખૂનમાં સંડોવાયેલો છે?'

'ના...' વિવાનના ગળે સહેજ ડૂમો ભરાયો હોય એવું લાગ્યું, 'હું આપણને એ વ્યક્તિના હૉટેલ-રૂમમાં લઈ આવ્યો, જેણે મારી રિયાનું અપહરણ કર્યું!'

આ સાંભળતાં જ સુહાનીના ગુસ્સા ઉપર બરફનો આછો થર પથરાઈ ગયો. અચાનક તેનું ધ્યાન રૂમમાં વેરવિખેર પડેલા સામાન અને સૂટકેસ પર ગયું. વિવાન ખોટો નહોતો. રિયા અને તેના કિડનેપરની ભાળ મેળવવા માટેની આખરી કડીને સુહાનીએ પોતાના હાથે ખતમ કરી નાંખી હતી, એ હકીકત અનાયાસે જ તેના માનસપટ પર તાજી થઈ ગઈ.

તેણે કશું જ કહ્યા વગર મૂક સંમતિ ભણતી નજરો સાથે વિવાન સામે જોયું.

'વિશ્વાસ રાખજે, સુહાની... મારા કારણે તને મુશ્કેલીમાં નહીં સપડાવા દઉં.' વિવાને ફરી પોતાની જાતને સજ્જ કરતાં કહ્યું, 'તારી મા અને અન્ય નિર્દોષ લોકોની હત્યા માટે જવાબદાર વ્યક્તિને હું સજા અપાવીને રહીશ.'

દિલ્હી પોલીસને સાહિલ કુરેશીની લાશ અને લાવારિસ એમ્બ્યુલન્સ મળી ચૂકી હતી. તેમની ધારણા હતી કે વિવાન અને સુહાની એક પછી એક તમામ પુરાવા અને સાક્ષીઓને સાફ કરવા માંડ્યા છે!

'સર...' અજયનો આસિસ્ટન્ટ અમિત લગભગ હાંફતા-હાંફતા વૉરરૂમમાં આવ્યો, 'બ્રેકિંગ ન્યૂઝ!'

અજય ડોભાલે તાત્કાલિક ન્યૂઝ-ચેનલને અન-મ્યુટ કરી. બૂમો પાડી રહેલાં સંવાદદાતા પોતાના મોબાઇલમાં આવેલી વીડિયો-ક્લિપને કૅમેરા સામે દર્શાવી રહ્યા હતા,

'ગણતરીની સેકન્ડ્સ પહેલાં અમારા ન્યુઝરૂમને આ વીડિયો અજાણ્યા સૂત્રો પાસેથી પ્રાપ્ત થયો છે, જેમાં રાષ્ટ્રપતિ ભવનમાંથી નાસી છૂટેલા બે અપરાધીઓ વિવાન આર્ય અને સુહાની સિંહા લોહીથી ખરડાયેલાં વસ્ત્રોમાં જોવા મળી રહ્યાં છે. સૂત્રોનું માનીએ તો, સુહાની સિંહાના સાઉથ દિલ્હી ખાતેના ઘર - કલાભવન - ના બેકયાર્ડમાંથી ભાગતી વેળાનો આ વીડિયો છે.

પોલીસ પાસેથી પ્રાપ્ત જાણકારી મુજબ, સુહાની સિંહાનાં માતા લલિતા સિંહાની લાશ એમના જ ઘરમાંથી બરામત કરવામાં આવી છે. ખૂન કરવા માટે ઉપયોગમાં લેવાયેલા ખંજર ઉપર સુહાની સિંહાના ફિંગર-પ્રિન્ટ મળી આવ્યાં છે!

આનો સીધો અર્થ એ થયો કે વિવાન આર્ય અને સુહાની સિંહા રાષ્ટ્રપતિ ભવનમાં થયેલા નરસંહાર ઉપરાંત સાહિલ કુરેશી અને

લલિતા સિંહાની હત્યા પાછળ પણ જવાબદાર છે! દિલ્હી પોલીસ અને નેશનલ સિક્યોરિટી કાઉન્સિલ ઊંઘી રહી છે? અજય ડોભાલ શું કરી રહ્યા છે? પૂછ રહા હૈ ભારત!'

ધુંધવાયેલા અજય ડોભાલે ટેલિવિઝન પર રિમોટનો છુટ્ટો ઘા કરીને પોતાના ફોનમાં એક નંબર ડાયલ કર્યો, 'આખી દિલ્હી-પોલીસ ફૉર્સને કામે લગાડ! જો આગામી એક કલાકની અંદર વિવાન આર્ય અને સુહાની સિંહા મારા હાથમાં ન આવ્યાં, તો તારી નોકરી ગઈ... કમિશનર!'

૧૬

ત્રેતાયુગ
અમરાવતી

અમરાવતીમાં વહેલી સવારથી શરૂ થયેલી ધાંધલ અને દેવભવનમાં લોકોની ભીડ એકઠી થતી જોઈને ઇન્દ્રએ સભાખંડ તરફ જવા ડગ માંડ્યા. ખભા પરથી વારંવાર સરકી રહેલો ખેસ તેના મલિન થઈ ચૂકેલાં માંહ્યલાનું રૂપક હતો!

સપ્તર્ષિઓમાંના છ ઋષિઓ - કશ્યપ, ગૌતમ, ભારદ્વાજ, વિશ્વામિત્ર, વશિષ્ઠ, અત્રિ - સભાખંડમાં ઇન્દ્રની પ્રતીક્ષા કરી રહ્યા હતા. તેણે લગાવેલો આરોપ ફક્ત સપ્તર્ષિઓ પર નહીં, પરંતુ મહર્ષિઓના સાતત્ય પર હતો!

સવારનાં હૂંફાળાં સૂર્યકિરણો થોડા થોડા સમયે સભાખંડને સોનેરી રંગથી પ્રકાશિત કરી રહ્યાં હતાં. મંદ મંદ વહી રહેલા પવનની ગતિમાં વિષાદની હાજરી પ્રતીત થતી હતી. પક્ષીઓનો કલબલાટ એકાએક શાંત થઈ ગયો હતો. વાદળો ઘેરો ઘાલીને અમરાવતી ઉપર ત્રાટકવાની તૈયારી કરતાં હતાં. પ્રજાજનો અને દેવતાઓએ પોતપોતાનું સ્થાન ગ્રહણ કરી લીધું હતું. બ્રહ્મહત્યાના મહાપાપ

માટે જવાબદાર વ્યક્તિને સપ્તર્ષિઓ સમક્ષ ઉપસ્થિત કરવાના હતા અને જો તેઓ દોષી પુરવાર થાય તો સૌની વચ્ચે જ એમને દંડ આપવાની તૈયારી આટોપી લેવામાં આવી હતી! કુદરતને પણ આવનારા ભવિષ્યની અનુભૂતિ થઈ ગઈ હોય, એમ વાતાવરણમાં સર્વત્ર કાળપ છવાયેલી હતી.

ઇન્દ્રની ચાખડીનો સ્વર સભાખંડમાં પડઘાતાં જ સર્વત્ર શાંતિ વ્યાપી ગઈ. તેણે બે હાથ જોડીને સપ્તર્ષિઓને વંદન કર્યાં. જોકે, એમાં આદરભાવને બદલે ઔપચારિકતા વધુ છલકાતી હતી!

'સપ્તર્ષિ પર લગાવેલા આરોપની તને ગંભીરતા તો છે ને?' મહર્ષિ ભારદ્વાજે પૂછ્યું.

'જી, ગુરુવર!' ઇન્દ્રએ પોતાના વાક્ચાતુર્યની રમત શરૂ કરી, 'તમારી આજ્ઞા હોય તો હું આરોપીને સભાખંડમાં પ્રસ્તુત કરવા માંગુ છું!'

સપ્તર્ષિઓએ ભગ્ન હૃદયે હકારમાં માથું ધુણાવ્યું.

ફરી એક વખત સભાખંડનું વિશાળ કાષ્ઠદ્વાર ઊઘડ્યું અને બે સૈનિકો પોતાની સાથે આરોપીને જાડી સાંકળથી ઢસડતા ઢસડતા અંદર લાવવા માંડ્યા. જેમ જેમ એમનો ચહેરો સ્પષ્ટ થતો ગયો, એમ એમ પ્રજાજનો પોતાની બેઠક પરથી ઊભા થઈને સિસકારા બોલાવવા માંડ્યા. એમના બંને હાથ આપોઆપ નમસ્કાર મુદ્રામાં જોડાઈ રહ્યા હતા. આંખોમાં આંસુ અને હૃદયમાં ઊઠેલી પીડાની ટીસ સાથે તેઓ પોતાની જાતને અપશબ્દો ભાંડવા માંડ્યા. આ દૃશ્યના સાક્ષી પોતે શા માટે બન્યા, પાછલા જન્મમાં એવાં તે શાં પાપકર્મ કર્યાં હશે કે એમણે આ દિવસ જોવાનો વખત આવ્યો, એ વિચારી વિચારીને જ તેમનો જીવ ઊકળી ઊઠ્યો.

ઇન્દ્રના ઇશારે સૈનિકોએ કથિત આરોપીને સભાખંડની બરાબર વચ્ચે લાવીને ઊભા રાખી દીધા. એમના મુખારવિંદ પર જ્ઞાન અને તપસ્યાનું તેજ ઝળકતું હતું. લલાટ પર હજારો સૂર્યની કાંતિ અને આંખોમાં આકાશગંગા સમાન ઊંડાણની પ્રતીતિ થતી હતી.

'પ્રણામ... મહર્ષિ ભૃગુ!' ઇન્દ્રએ વ્યંગાત્મક શૈલીમાં નમસ્કાર કરતાં કહ્યું.

સભાખંડમાં સૌ કોઈ મહર્ષિ ભૃગુને આ સ્થિતિમાં જોઈને અવાચક થઈ ગયા હતા. એમને સ્વપ્નેય કલ્પના નહોતી કે ઇન્દ્ર મહર્ષિ ભૃગુને બ્રહ્મહત્યાના આરોપી તરીકે પ્રસ્તુત કરશે! એમને હવે છેક સપ્તર્ષિઓના વિધાનનો મર્મ સમજાયો.

... કારણ કે મહર્ષિ ભૃગુ સપ્તર્ષિઓમાંના એક હતા!

થોડા દશકા પહેલાં બ્રહ્માના પુત્ર પુલસ્ત્યએ જ્યારે અસુરોનો સાથ આપવાનું નક્કી કર્યું, એ વેળા એમને સપ્તર્ષિઓની હરોળમાંથી નિષ્કાસિત કરવામાં આવ્યા હતા. મૂળ તર્ક એટલો જ કે અસુરોના શુભેચ્છક અથવા સ્વયં અસુરનો સમાવેશ સપ્તર્ષિની યાદીમાં ન કરી શકાય! પુલસ્ત્યના સ્થાને મહર્ષિ ભૃગુને સપ્તર્ષિ તરીકે ઘોષિત કરવામાં આવ્યા. જ્યોતિષવિદ્યા સંબંધિત એમણે અર્જિત કરેલા મહાજ્ઞાન અને *ભૃગુસંહિતા* ગ્રંથની રચનાને કારણે ત્રિલોકવાસીઓ એમને અત્યંત સન્માનનીય દૃષ્ટિકોણથી નિહાળતા હતા.

ઇન્દ્રની મધમિશ્રિત કુટિલ વાણી સભાખંડમાં પડઘાઈ, 'અસુરગુરુના પિતા હોવા છતાં આપને સપ્તર્ષિઓની હરોળમાં મહત્ત્વપૂર્ણ સ્થાન આપવામાં આવ્યું... એનું આપે આ ફળ આપ્યું, તપસ્વી?'

છેલ્લા શબ્દ ઉપર તેણે જાણી-જોઈને મૂકેલો ભાર વિદ્વાનોથી અછાનો ન રહ્યો!

'ન્યાયમંદિરના કાર્યમાં હસ્તક્ષેપ કરવાનો અધિકાર તારી પાસે નથી, ઇન્દ્ર!' ઋષિ કશ્યપે પોતાના પુત્રને ટોક્યો, 'મહર્ષિ ભૃગુનો અપરાધ હજુ પુરવાર નથી થયો!'

'ભૃગુ જ્યાં સુધી પોતાની નિર્દોષતા પુરવાર નથી કરતા, ત્યાં સુધી તો તેઓ દોષિત જ છે... અને એ જ અમરાવતીનું ન્યાયશાસ્ત્ર છે!' ઇન્દ્રએ મહર્ષિને સન્માનવાચક સંબોધનને બદલે તુંકારો આપ્યો, એ વાત સભામાં હાજર ઘણા દેવો માટે આંચકાજનક હતી.

સામે પક્ષે, ક્રોધ-વેદના-અપમાનનો ઘૂંટડો હસતા મોંએ ગળે ઉતારી જનારા મહર્ષિ ભૃગુના મુખારવિંદ પર અલૌકિક શાંતિ પથરાયેલી હતી. આરોપ-પ્રત્યારોપની જેમને અસર નહોતી થતી, તેવા ભૃગુ અત્યંત સૌમ્ય વદન અને તેજસ્વી આભા સાથે સ્થિતપ્રજ્ઞ અવસ્થામાં ઊભા હતા.

એમણે શાંત ચિત્તે ફક્ત એક જ વળતો પ્રશ્ન પૂછ્યો, 'કાશીના મારા નિવાસસ્થાનેથી સાંકળનાં બંધનોમાં મને અપરાધીની જેમ અમરાવતી લઈ આવવા પાછળની કુચેષ્ટાનું કારણ શું, મેઘરાજ?'

અત્યંત શાલીનતા સાથે ઉચ્ચારાયેલા શબ્દોને કારણે ઇન્દ્ર વધુ છંછેડાયો. તેની દુઃખતી નસ ઉપર મહર્ષિએ પગ મૂકી દીધો હતો. એમના પર લગાવવામાં આવેલો આરોપ પુરવાર ન થાય તો, ઇન્દ્રને છડેચોક મૃત્યુદંડ આપવામાં આવે, એવી જોગવાઈ હતી! નાનું બાળક લાકડાના પાટિયા પર લસરપટ્ટી ખાતું હોય,

એમ પરસેવાનું ટીપું તેના લીસ્સા બરડા ઉપરથી સરકી ગયું. જોકે, મહર્ષિ ભૃગુને હજુ બ્રાહ્મણોના મૃતદેહો અંગે કોઈ વિગત પ્રાપ્ત નથી થઈ, એ જાણીને ઇન્દ્રએ હાશકારો અનુભવ્યો.

થોડી ક્ષણો માટે સભાખંડમાં પથરાઈ ચૂકેલી શાંતિને ડહોળતાં ઇન્દ્રએ સહેજ ઊંચા સ્વરે કહ્યું, 'બ્રહ્મહત્યાનો અપરાધ, મહર્ષિ!'

મોરપીંછ જડિત સિંહાસન પર બિરાજમાન સપ્તર્ષિઓનાં નેત્રો શરમને કારણે ઝૂકી ગયાં. સભામાં હાજર દેવગણ અને પ્રજાજનોના હૃદયમાં કોઈકે તીક્ષ્ણ શૂળ ભોંક્યું હોય એવો અનુભવ થયો.

'ઇન્દ્ર, ટુકડાઓમાં વાત કરવાને બદલે મુદ્દા ઉપર આવ!' વધુ ક્ષોભજનક સ્થિતિમાં ન મુકાવું પડે, એટલા માટે ઋષિ કશ્યપે ઇન્દ્રને આદેશાત્મક સ્વરમાં કહ્યું.

તેમને મનોમન ખાતરી હતી કે મહર્ષિ ભૃગુ જેવા મહાન યોગી અને દેવાધિદેવના પરમ આરાધક આવું હિચકારું કૃત્ય ક્યારેય ન કરે! ભૃગુ પોતાનો પક્ષ વ્યક્ત કરીને શીઘ્રાતિશીઘ્ર આ અપમાનજનક અવસ્થામાંથી બહાર આવે, એવી તેમની ઇચ્છા હતી.

'અવશ્ય!' ઇન્દ્રએ પોતાની લાક્ષણિક છટામાં કહ્યું, 'આપને તો એ વાતની જાણ છે જ કે, મહર્ષિ ભૃગુએ કેટલાક વિદ્વાન કર્મકાંડી પંડિતોને મરુભૂમિમાં આવીને વસી જવા માટે આમંત્રણ પાઠવ્યું હતું. એમને ત્યાં અસુરોના વ્યક્તિગત, સામાજિક, માંગલિક તેમજ માઠા પ્રસંગોમાં વિધિ-વિધાન સાથે શાસ્ત્રોક્ત પૂજા કરાવી શકે એવા બ્રાહ્મણોની સંખ્યા નહિવત્ હતી.'

'સત્ય.' મહર્ષિ ભૃગુએ માથું ધુણાવ્યું, 'મેં દોઢસો બ્રાહ્મણોને સપરિવાર મરુભૂમિમાં આવીને વસી જવા આમંત્રણ આપ્યું હતું. એમને યોગ્ય રહેઠાણ તેમજ સીધુંસામાન મળી રહે, એ માટે વ્યવસ્થા પણ...'

એમના વિધાનને અધવચ્ચેથી કાપી નાંખતાં ઇન્દ્ર બોલ્યો, 'સાથોસાથ, એમના અપમાનની વ્યવસ્થા પણ આપે કરી રાખી હતી, એ સભાને કેમ નથી જણાવતા?'

'અપમાન?' ભૃગુએ જરા પણ વિચલિત થયા વગર પૃચ્છા કરી.

'બ્રાહ્મણોની જીવાદોરી અને પ્રાણ સમાન શિખા કાપીને અસુરો દ્વારા કરાયેલું અપમાન, ભૂદેવ!' મહર્ષિની સ્થિરતા જોઈને ઇન્દ્રને કીડીઓ ચડવા માંડી હતી, 'અસુરરાજ બલિના હાથમાં સત્તા આવી જતાં આપ હવે ભૂતકાળની

ઘટનાઓનો પ્રતિશોધ લઈ રહ્યા છો. આર્યાવર્તના મનુષ્યોએ સતયુગમાં કળિનો નહીં, પરંતુ મારો સાથ આપ્યો એનો પ્રતિશોધ! મહાવિષ્ણુએ આપની ભાર્યા ઉષ્ણાનો નહીં, પરંતુ મારો પક્ષ લીધો એનો પ્રતિશોધ! દૈત્યગુરુ શુક્રાચાર્યના પિતા હોવાને નાતે આપની પાસે પણ અમર્યાદ સત્તા આવી ગઈ છે, જેનો આપે દુષ્કાર્ય માટે દુરુપયોગ કર્યો! શિખા કપાઈ ગઈ હોવાને લીધે પંડિતોને પોતાનું બ્રાહ્મણત્વ ગુમાવવા જેવી અનુભૂતિ થઈ અને જીવનની નિરર્થકતા સમજાઈ જતાં એમણે સામે ચાલીને આત્મવિલોપનનો માર્ગ પસંદ કર્યો.'

ઇન્દ્ર એકશ્વાસે જે બોલી ગયો, એ સાંભળીને મહર્ષિ ભૃગુ આશ્ચર્યમાં મુકાઈ ગયા. એમણે આંખો બંધ કરી દીધી. આ આરોપ ખરેખર ખૂબ ગંભીર હતો! અસુરોની સ્વચ્છ થઈ રહેલી છબીને ખરડાવવા માટે ઇન્દ્ર કઈ હદ સુધી જઈ શકે છે, એ અંગે તેઓ માહિતગાર હતા.

બંધ નેત્રોએ જ તેમણે પોતાની જ્યોતિષવિદ્યાની મદદ વડે સત્ય જાણી લીધું.

'આ સત્ય નથી!' થોડી ક્ષણો બાદ જ્યારે એમણે નેત્રો ઉઘાડ્યાં, ત્યારે એમના હોઠ પરથી સત્ય સ્ફુર્યું.

'તો પછી સમુદ્રના માર્ગે અમરાવતી સુધી તણાઈને આવેલા દોઢસો બ્રાહ્મણોના શિખાહીન મૃતદેહો પાછળનું સત્ય તમે જ જણાવો, અસુરોના તારણહાર!' ઇન્દ્રએ પાસા ફેંક્યા.

'એમની શિખા કપાઈ એ સત્ય છે, પરંતુ અસુરોએ નથી કાપી!' મહર્ષિએ નિર્ભીકપણે પ્રત્યુત્તર આપ્યો.

'આપની સત્યનિષ્ઠા ઉપર અમને પૂરો વિશ્વાસ છે, મહર્ષિ!' ઋષિ વિશ્વામિત્રએ ભૃગુને ટેકો આપતાં કહ્યું, 'શું આપ જણાવી શકો કે બ્રાહ્મણોના આત્મવિલોપન પાછળ કોણ જવાબદાર છે?'

ઇન્દ્રના કપાળ પર અપરાધભાવની સળ ઊપસી આવી!

'જ્યોતિષવિદ્યાની પણ એક સીમા છે...' ભૃગુએ કહ્યું, 'ભગવાન શિવ દ્વારા અપાયેલા શાપની તો આપને જાણ હશે જ, મહર્ષિ!'

ભૃગુ સત્ય વચન જણાવી રહ્યા હતા.

ભૃગુસંહિતા સર્જન પામી, એ પછી મહર્ષિ ભૃગુ મહાદેવ પાસેથી આશિષ લેવા માટે સુમેરુ પહોંચ્યા હતા. દેવાધિદેવની અકળ લીલા એવી તે આરંભાઈ, જેનાથી સ્વયં ભૃગુ પણ બચી ન શક્યા. ભૃગુની જ્યોતિષવિદ્યાની પરીક્ષા લેવા

માટે મહાદેવએ એમને માતા પાર્વતી વર્તમાનમાં શું કરી રહ્યાં છે, એ અંગે માહિતી આપવાનું કહ્યું.

વિરૂપાક્ષની અકળ લીલાથી અજાણ ભૃગુએ જેવી આંખો બંધ કરીને ગણતરીઓ શરૂ કરી, ત્યાં તેમને ખ્યાલ આવી ગયો કે માતા સ્નાનાગારમાં પોતાની નિત્યાઓ સાથે સ્નાનાદિ કર્મ પૂર્ણ કરી રહ્યાં છે!

શિવને આ વાતની જાણ થતાં જ તેઓ મહર્ષિ ભૃગુ પર ગુસ્સે થઈ ગયા અને શાપ આપ્યો કે 'પૃથ્વી પરનો એક પણ મનુષ્ય ભૃગુસંહિતાનો ઉપયોગ કરીને સંપૂર્ણપણે સચોટ ભવિષ્ય ક્યારેય નહીં ભાખી શકે! જ્યોતિષીઓનું ભવિષ્યકથન હંમેશાં ત્રુટિયુક્ત જ રહેશે.'

એમના આ શાપથી આહત થયેલા મહર્ષિ ભૃગુ પણ ત્યાર પછી ક્યારેય મહાદેવના શરણે ગયા નહીં. એમને એવું લાગવા માંડ્યું હતું કે મહાદેવ પણ સમયની સાથે દેવો માટે વધુ આસક્તિ ધરાવતા થઈ ગયા છે. એ સમયથી જ ભૃગુની જ્યોતિષવિદ્યા મોટેભાગે સાચી, પરંતુ કેટલાક કિસ્સામાં ભ્રામક અથવા અંશતઃ મિથ્યા પુરવાર થવા લાગી.

વાસ્તવિકતા એ હતી કે સૃષ્ટિના તમામ જીવો ફક્ત જ્યોતિષીઓના ભવિષ્યકથન પર નહીં, પરંતુ કર્મ કરવામાં વધુ આસ્થા ધરાવે એવું મહાદેવ ઇચ્છતા હતા.

'આવું બહાનું આપી દેવાથી આપ નિર્દોષ સાબિત નહીં થઈ શકો, ગુરુવર!' ભૃગુની જ્યોતિષવિદ્યાને કારણે ક્ષણભર માટે ચિંતામાં મુકાઈ ગયેલા ઇન્દ્રએ રાહત અનુભવતાં ફરી જુસ્સાભેર પ્રહાર કર્યો.

'ઇન્દ્ર.. પુરાવાઓની ગેરહાજરીને કારણે મહર્ષિને દોષી ન ઠેરવી શકાય!' ઋષિ વશિષ્ઠે ધુરા સંભાળી.

'ભૃગુ પાસે પુરાવાઓ નહીં હોય, પણ મારી પાસે તો છે, હે સપ્તર્ષિ!' ઇન્દ્રના આ ઘટસ્ફોટ બાદ સભાખંડમાં ભૂકંપ આવી ગયો.

૧૭

વર્તમાન દિવસ

દિલ્હી

સાહિલના રૂમમાં ખાંખાંખોળાં શરૂ કર્યાને લગભગ પંદરેક મિનિટ વીતી ગઈ હતી. કેટલાંક કપડાં, બેરિયમ સલ્ફેટના કેમિકલ્સની બૉટલ્સ અને કન્નડ ભાષામાં લખાયેલી ફોન-ડાયરી સિવાય એમને કશું હાથ નહોતું લાગ્યું.

ડાયરીના દરેક પાનાં બે-ત્રણ વખત ધારી-ધારીને જોયા બાદ, હવે વિવાનના કપાળ ઉપરથી વહેતી પરસેવાની ધાર નિરાશાના વાદળોનું આગમન સૂચવી રહી હતી. વર્ષોથી ધૂળ ખાઈ રહેલાં મેલાઘેલાં ગાદલાં પર તે ધબ્બ કરતો બેસી ગયો.

રૂમ નંબર-૬માં ગોઠવાયેલી તમામ ચીજ-વસ્તુઓને વિવાને મનમાં ને મનમાં વાગોળી. એકાએક તેના શરીરમાં વીજળી ઝબૂકી હોય એમ એ બાથરૂમ તરફ દોડ્યો. પગ મૂકવાની ઇચ્છા સુધ્ધાં ન થાય, એવા વૉશરૂમમાં જઈને તેણે ઇટાલિયન કમોડની ધાર પાસે એકાગ્રતાપૂર્વક નિરીક્ષણ કર્યું. સુહાની તેની પાછળ પાછળ વૉશરૂમની બારસાખ પાસે આવીને અટકી ગઈ. અંદરથી આવતી ખાટી દુર્ગંધ તેનાથી સહન નહોતી થઈ રહી.

દસેક સેકન્ડ્સ બાદ વિવાન બાથરૂમમાંથી બહાર નીકળ્યો. આંખમાં ચમક સાથે તેણે સુહાનીને કહ્યું, 'સાહિલે રૂમમાં ચા મંગાવી તો ખરી, પણ પીધી નહીં!' તેણે કમોડ ફરતે દેખાતાં ચાનાં સૂકાયેલા ડાઘ તરફ આંગળી ચીંધી, 'ચાનો કપ ખાલી કરતી વેળા કેટલાંક ટીંપાં કમોડની આસપાસ પણ પડ્યાં.'

'એમાં શું? ચા ખરાબ હોઈ શકે અથવા તેને પીવાની ઇચ્છા ન હોય એવું પણ બને!' સુહાનીએ તર્ક રજૂ કર્યો.

'બની શકે, પરંતુ જો ખરેખર એમ થયું હોય તો તે ચા અહીંયાં ન રેડે! એના બદલે આખેઆખો કપ જ કમોડમાં ફેંકીને ફ્લશ કરી નાંખે!'

વિવાને સ્ટડી-ટેબલ પર પડેલો ચાનો નાનો કપ હાથમાં લઈ, ઊંધો કરીને નીચેની ધાર તપાસી. ગુંદર વડે ચોંટાડવામાં આવેલી ચબરખીનો એક બારીક ટુકડો હજુ પણ ત્યાં જ હતો! કોઈ ગુપ્ત સંદેશો આપવા માટે કપને રૂમમાં ડિલિવર કરવામાં આવ્યો હતો, એ સ્પષ્ટ થઈ ગયું.

એટલામાં હૉટેલની બહાર કશીક ચહલપહલ સંભળાઈ. સુહાનીએ બારીની બહાર નજર કરી, ત્યાં તેને અંધારા ઓળા આયેશાની ઇમારત તરફ સરકતા દેખાયા. તેની બાજનજરે પોલીસની વર્દી જોઈ લીધી.

'પોલીસ!' તેના કપાળ પર ચિંતાની રેખાઓ ખેંચાઈ ગઈ, 'નીકળવું પડશે!'

'હાથમાં આવેલા સુરાગને છોડી દેવાનો કોઈ અર્થ નથી.' વિવાન વધુ ઝનૂનપૂર્વક રૂમ ફંફોળવા માંડ્યો, 'હવે આર યા પાર!'

સુહાનીએ મેઇન-ડૉર પર કાન રાખીને બહાર ચાલતી ચહલપહલ સાંભળવાની કોશિશ કરી. પોલીસ હજુ નીચે રિસેપ્શન પર ધાક-ધમકીભર્યા સ્વરે પેલા યુવકની કડક પૂછપરછ કરી રહી હતી.

આ બાજુ, વિવાનની નજર ઊંધી પડેલી કચરા-ટોપલીમાંથી બહાર ડોકાતી કેળાની છાલ પર પડી. તેણે ઝડપથી આખી ટોપલી ખાલી કરીને કચરાનો ઢગલો ફંફોસવાનું શરૂ કર્યું. કાગળિયાંના ડૂચા, બિસ્કિટનાં રેપર, સૉફ્ટ-ડ્રિન્ક બૉટલ્સ, કિંગફિશરના કેન, ફળોનાં છોતરાં અને સ્લીપ!

બધું જ ચકાસી લીધા બાદ સ્લીપનો વારો આવ્યો, ત્યારે ખ્યાલ આવ્યો કે સાહિલે સ્લીપ વાંચ્યા બાદ તેને ફાડી નાંખી હતી... જેના ચાર અલગ-અલગ ટુકડા કચરાના ઢગમાં હતા.

વિવાને ઝટપટ ચારેય ટુકડાને જિગ્સો-પઝલની માફક યોગ્ય ક્રમમાં ગોઠવી જોયા. તે ડિલીવરી-સ્લીપ હતી, જેના ઉપર રેસિપિયન્ટ તરીકે સાહિલ કુરેશીનું નામ કોતરાયેલું હતું. પાર્સલ બેંગ્લોરથી મોકલવામાં આવ્યું હતું.

'બેંગ્લોર!' વિવાનના હોઠ પરથી ઉદ્ગાર સરી પડ્યો.

એટલામાં *ધડામ્....* અવાજ સાથે દરવાજો તૂટ્યો! વિવાન અને સુહાની બંને હબક ખાઈ ગયાં. નસીબજોગે, રૂમ નંબર-૬ નહીં પરંતુ રૂમ નંબર-૭ ખૂલ્યો હતો! એમ કહો ને કે, પોલીસ દ્વારા લાત મારીને ખોલવામાં આવ્યો હતો.

વિવાને ક્ષણનો પણ બગાડ કર્યા વગર ડાયરી, સ્લીપ અને કપની નીચે ચીપકેલ ચબરખીના ટુકડાને પોતાના ખિસ્સામાં નાંખ્યા. પલંગ પરથી બેડ-શીટ ખેંચીને તેનો એક છેડો તેણે સીધો બારીની બહાર નાંખ્યો.

'સુહાની... જલદી!' વિવાને બેડ-શીટ પલંગના એક ખૂંટા સાથે બાંધતાં આદેશ આપ્યો.

બીજી જ ઘડીએ, બારણે ટકોરા સંભળાયા. સુહાનીએ તરત જ ઓછાડનો છેડો પકડીને નીચે કૂદકો માર્યો.

ઠક... ઠક... ઠક... ટકોરામાં આતુરતા નહીં, ખુન્નસ વર્તાયું.

જેવી સુહાની કૂદીને નીચે પહોંચી ગઈ, કે તરત વિવાને પલંગના ખૂંટા સાથે બાંધેલી બેડ-શીટ છોડીને બારીની બહાર ઘા કરી દીધો. ઊંડો શ્વાસ લઈને તેણે દોટ મૂકી અને લગભગ ૧૨-૧૩ ફૂટની ઊંચાઈ ધરાવતા એ બિલ્ડિંગની બહાર કોઈ સપોર્ટ વગર ઝંપલાવી દીધું.

જેવો તે કૂદ્યો કે તરત તેની પાછળ બારણું તૂટવાનો અવાજ સંભળાયો.

દિલ્હી પોલીસના વડાએ ઓરડામાં પહોંચીને સૌથી પહેલું કામ બારીની બહાર નજર કરવાનું કર્યું. નીચે જમીન પર એમને ઘા થયેલી બેડ-શીટ દેખાઈ. ત્યારબાદ, એમણે બાથરૂમમાં નજર નાંખી જોઈ!

'સર... વી લોસ્ટ ધેમ, અગેઇન!' તેણે પોતાનું વૉકી ચાલુ કરીને અજય ડોભાલને સંદેશો પહોંચાડતાં કહ્યું, 'તેઓ ફરી છટકી ગયાં!'

તેની પાછળ પાછળ આવેલા સાથીદારો મોં વકાસીને ઉંદર-બિલાડીની રમત જોતાં રહી ગયા! એમને ક્યાં જાણ હતી કે વિવાન હજુ પણ બારીની નીચે બનેલી એક એવી આડશ પાસે લટકીને ઊભો હતો, જ્યાં ઓરડાની અંદર ઊભા રહીને બહાર નજર કરનાર વ્યક્તિની નજર સુધ્ધાં ન જાય!

આગંતુકે દરવાજો ઉઘાડ્યો.

આવનાર માણસ બિલાલ નહોતો, એ જાણીને રિયાને હાશકારો થયો.

હાથમાં ભોજનની થાળી લઈને આવેલી નિન્જા-માસ્કધારી એ વ્યક્તિએ સર્વપ્રથમ ઓરડાના ખૂણામાં રાખેલા ટેબલ પર ડિશ મૂકી. રિયાને બસ એક જ ફડક હતી કે જો ઓરડાની લાઇટ્સ ચાલુ થઈ ગઈ, તો તૂટેલી ઘડિયાળ, તેની કરચો અને ખુરશીનો ભાંગેલો પાયો દૃશ્યમાન થઈ જશે!

એના શ્વાસ અધ્ધર થઈ ગયા હતા.

બારણું ફરી બંધ થઈ ગયું, પરંતુ લાઇટ ન થઈ. આગંતુકે થાળી મૂકીને રિયાના મોં અને હાથ ખોલવા માટે તેની દિશામાં પગ માંડ્યા. જેવો તે ખુરશીની નજીક પહોંચ્યો કે તરત તેના શૂઝ નીચે કાચની કણીઓ ચગદાઈ. પગ નીચેથી આવેલો ક્રિસ્પ અવાજ શું છે, એ જાણવા માટે સહેજ નીચા નમીને તેણે જમીન પર હાથ ફેરવ્યો.

બસ... આ જ મોકો હતો!

રિયાએ પોતાના બંને પગ જોરથી તેના મોં પર માર્યા, પરંતુ આમ કરવા જતાં તે પણ ફરી પીઠના ભાગે ફસડાઈ પડી, કારણ કે ખુરશી પહેલેથી જ તૂટેલી હતી.

એકાએક રિયાના પગની લાત વાગતાં જ આગંતુક પાછળની તરફ ફેંકાયો. આ પ્રહાર તેના શરીર માટે ઘાતક તો નહીં, પણ આઘાતજનક જરૂર હતો! તે પરિસ્થિતિનો તાગ મેળવે એ પહેલાં જ રિયાએ ખુરશીના તૂટેલા પાયા વડે તેના માથા ઉપર એક જોરદાર ફટકો માર્યો.

ત્યારબાદ, આગંતુકની કમર ઉપર ખોસેલી ઇલેક્ટ્રિક શૉક-ગન કાઢીને તેના ગળે ચાંપી દીધી. પરિણામસ્વરૂપ, હાઇ-વૉલ્ટેજ વીજળીનો ઝાટકો લાગવાને કારણે એ ઘડીભર ધ્રૂજીને બેભાન થઈ ગયો. રિયાએ સમય ગુમાવ્યા વગર તેનું માસ્ક, આઇ-ડી, એક્સેસ કાર્ડ અને ઉપરનું કાળું જેકેટ ઉતારી લીધા. હાથ-પગને રસ્સી વડે મુશ્કેટાટ બાંધીને મોં પર સેલોટેપ મારી દીધી. હાઈ-વૉલ્ટેજ ઇલેક્ટ્રિક શૉકરને જેકેટના મોટા ખિસ્સામાં મૂક્યું અને અંબોડો બાંધીને માથા ઉપર આગંતુકે પહેરેલી ટોપી પહેરી.

એક ઊંડો શ્વાસ લઈને તેણે એક્સેસ કાર્ડ વડે દરવાજા પર સ્કેનિંગ કર્યું.

ક્લિક... અવાજ સાથે દરવાજો ખૂલ્યો. બહાર બે બુકાનીધારી માણસો

હાથમાં રાઇફલ સાથે ચોકીપહેરો ભરતા હતા, જેની સામે નજર મેળવ્યા વગર જ રિયા અંદાજે સોએક ફૂટ લાંબા કૉરિડોરમાં મર્દાની ચાલ સાથે આગળ વધી.

તેના મગજમાં અજ્ઞાત ડર વ્યાપી ગયો. રખે ને ગાર્ડ્સને ખ્યાલ આવી ગયો તો? બિલ્ડિંગમાં કુલ કેટલા ફ્લૉર્સ છે, પોતે કેટલામાં ફ્લૉર પર છે, એક્ઝિટ કઈ બાજુ છે, બિલાલે કુલ કેટલા માણસો અહીં રાખેલા છે એ તમામ પ્રશ્નો તેના આગળ વધી રહેલાં ડગલાંની સાથે મગજમાં ઘુમરાવા લાગ્યા.

એટલામાં કૉરિડોરના છેડા પાસે ડાબી બાજુ, કાચની મોટી સ્લાઇડિંગ વિન્ડો અને જમણી બાજુ આવેલી લિફ્ટ પર તેનું ધ્યાન ગયું. જોગાનુજોગ, લિફ્ટ બોલાવવાની નોબત ન આવી, કારણકે તે ફ્લૉર પર જ હતી.

ફ્લૉર નંબર - ૩!

રિયાને એટલો તો ખ્યાલ આવી ગયો કે એને બિલ્ડિંગના ત્રીજા ફ્લૉર પર રાખવામાં આવી હતી. ફટાફટ લિફ્ટનું બટન દબાવીને તે અંદર ઘૂસી ગઈ. ત્યાં પણ એક્સેસ કાર્ડની જરૂર પડે એમ હતી. લિફ્ટ પર ત્રણ ટૉપ-ફ્લૉર અને એક ગ્રાઉન્ડ-ફ્લૉર સહિત કુલ ચાર બટન ઉપલબ્ધ હતાં. હજુ તો તે કોઈ બટન દબાવવા જાય એ પહેલાં જ ગ્રાઉન્ડ ફ્લૉર પરથી કોઈકે લિફ્ટ બોલાવી!

રિયાનું હૃદય ધબકારો ચૂકી ગયું!

વિવાન અને સુહાની હૉટેલ આયેશામાંથી ભાગ્યા, એની બરાબર પંદરમી મિનિટે અજય ડોભાલ રૂમ નંબર-૬ની તલાશી લેવા માટે પહોંચી ચૂક્યા હતા.

આખા રૂમનું અવલોકન કર્યા બાદ પહેલી નજરે તો એમને પણ કંઈ હાથ લાગ્યું નહોતું, પણ એમ આસાનીથી પરાજય માની લે તો તેઓ અજય શાના? જે બાબત નોંધવામાં દિલ્હી પોલીસ નિષ્ફળ નીવડી હતી, એ અજય ડોભાલની ચકોર નજરથી છૂપી ન રહી.

રૂમ નંબર-૬ની બારીની સાંકળ પરથી એમને સફેદ મેડિકલ-એપ્રનનો ફાટેલો ટુકડો મળી આવ્યો. એપ્રનનું એ ઉપલું ખિસ્સું હતું, જેના પર 'એફ'

મૂળાક્ષર કોતરાયેલો હતો. અજય ડોભાલે તાત્કાલિક વાયરલ-વીડિયો તપાસ્યો, જેમાં કલાભવનના બેકયાર્ડમાંથી ભાગતી વેળા વિવાને અદ્દલોદ્દલ એ જ એપ્રન પહેર્યું હતું.

દસમી મિનિટે અજય ડોભાલનો આસિસ્ટન્ટ અમિત સેહગલ ડૉગ-સ્ક્વૉડ સાથે હૉટલ પહોંચી ગયો હતો. કપડાંની ગંધ પરથી તેના લૉકેશન સુધી લઈ જનાર ત્રણ સ્નિફિંગ-ડૉગ્સને ફાટેલા એપ્રનનો ટુકડો સૂંઘાડવામાં આવ્યો.

'હવે બચીને ક્યાં જઈશ?' અજય ડોભાલ બબડ્યા.

શહેરમાં એમણે ચારેકોર નાકાબંધી કરાવીને રાખી હતી. બસ-સ્ટેશન, એરપૉર્ટ, રેલવે-સ્ટેશન, મેટ્રો-સ્ટેશન સહિત દરેક પબ્લિક-ટ્રાન્સપૉર્ટ પર કડક ચેકિંગ શરૂ કરી દેવાયું હતું. વિવાન અને સુહાનીના ફોટોગ્રાફ વાયરલ કરી દેવામાં આવ્યા હતા. દિલ્હીમાંથી એમના બહાર નીકળવાની દરેક શક્યતાઓ પર અજય ડોભાલે ચોકડી મારી દીધી હતી.

એપ્રનનો ટુકડો સૂંઘીને ત્રણેય સ્નિફિંગ-ડૉગ્સ એક જ દિશામાં ભાગ્યા...

નવી દિલ્હીના અજમેરી ગેટ નજીક કમલા માર્કેટ પાસે આવેલા રેલવે સ્ટેશન તરફ!

પોલીસ-ફૉર્સ પોતપોતાની જીપમાં બેસીને કૂતરાઓની પાછળ ભાગી. અજય ડોભાલ ખુદ પોતાની રેન્જ-રૉવરમાં બેસીને રવાના થઈ ગયા. એમણે જુદી જુદી જગ્યાએ તૈનાત પોલીસ-ફૉર્સને ન્યુ દિલ્હી રેલવે સ્ટેશનની આસપાસના વિસ્તારોમાં ઘેરો ઘાલવાનો આદેશ આપ્યો.

મોડી રાતના ત્રણ વાગી ચૂક્યા હતા. રોજિંદા સ્વભાવથી વિપરીત નવી દિલ્હી રેલવે સ્ટેશન અત્યારે મુસાફરોથી ઊભરાઈ રહ્યું હતું. રાષ્ટ્રપતિ ભવન પર હુમલાની વિગતો દાવાનળની માફક ફેલાઈ ચૂકી હતી. લોકોમાં ગભરાટનો માહોલ હતો. બહારનાં શહેરો, રાજ્યો કે ગામડાંઓમાંથી દિલ્હી આવીને વસેલાં રહેવાસીઓ બિસ્તરાં-પોટલા બાંધીને પોતપોતાના મૂળ વતન ભણી રવાના થઈ રહ્યાં હતાં. કોરોના વાયરસ સમયે જોવા મળેલી અફડાતફડી

અને મજૂરોના સ્થળાંતરનાં દશ્યો પુનઃ સજીવન થઈ ઊઠ્યાં હતાં. ટ્રેનોમાં તો ઊભા રહેવાની પણ જગ્યા નહોતી બચી! લોકો દરવાજે લટકવા મજબૂર થઈ ચૂક્યા હતા.

દરેકના મનમાં બસ એક જ ભય પેસી ગયો હતો... અજ્ઞાત વાયરસનો!

એમાં પણ ન્યુઝ-ચેનલ્સમાં તો અવનવી થિયરીઓ, વાયરસના પ્રકારો અને તેના લક્ષણો અંગે ડિબેટ શરૂ થઈ ચૂકી હતી. પરિણામસ્વરૂપ, સામાન્ય નાગરિકો માટે દિલ્હીની હવા ઝેરીલી બની ચૂકી હતી!

માનવ મહેરામણથી ઊમટી પડેલ ન્યુ દિલ્હી રેલવે-સ્ટેશન આટલી મધરાતે કેટકેટલાં સ્વપ્નો, મહત્ત્વાકાંક્ષાઓ અને ઇચ્છાઓને ભારે હૈયે વિદાય આપી રહ્યું હતું.

... એટલામાં મોં પર માસ્ક અને હાથમાં બંદૂકો સાથે પોલીસ-ફૉર્સનાં ધાડેધાડાં સ્ટેશનના પ્રત્યેક પ્લેટફૉર્મ્સ પર ઊતરી આવ્યાં. સ્નિફિંગ ડૉગ્સનો પીછો કરતાં કરતાં અજય ડોભાલ પ્લેટફૉર્મ નંબર-૩ પર આવી પહોંચ્યા.

દિલ્હી-પોરબંદર એક્સપ્રેસના ડિપાર્ચરનો સમય થવા આવ્યો હતો. આગામી પાંચેક મિનિટમાં ટ્રેન પોતાના પાટા પર પૂરપાટ દોડવા માંડે એવી શક્યતા હતી. અજય ડોભાલે તાત્કાલિક સ્ટેશન-માસ્ટરને આદેશ આપીને ટ્રેનને એક કલાક માટે સ્થગિત કરાવી નાંખી, જેની જાહેરાત આખા રેલવે-સ્ટેશનમાં ગુંજી ઊઠી.

ટ્રેન મોડી થવાને કારણે આક્રોશ ઠાલવી રહેલા મુસાફરોની અવગણના કરીને અજય ડોભાલે પોલીસ-ફૉર્સને ટ્રેનનો ખૂણે-ખૂણો તપાસવાનો આદેશ આપ્યો. ઘડીના છઠ્ઠા ભાગમાં તો ટ્રેનના તમામ ડબ્બાઓ ખાખી રંગના ગણવેશધારી ફૉર્સથી ભરાઈ ગયા. પ્રત્યેક આબાલ-વૃદ્ધ અને સ્ત્રીઓની તપાસ થવા માંડી. લેડી કૉન્સ્ટેબલ, મહિલા ઑફિસર્સ પણ 'લેડીઝ કમ્પાર્ટમેન્ટ'માં પૂરજોશથી આરોપીઓની ભાળ શોધવામાં મચી પડ્યા.

'સર..!' જનરલ ડબ્બામાં તપાસ કરી રહેલા કૉન્સ્ટેબલે રાડ પાડીને અજય ડોભાલને બોલાવ્યા, 'આ જુઓ!'

અજય ડોભાલમાં પીટી ઉષાનો આત્મા આવી ગયો હોય, એમ તેઓ જનરલ ડબ્બા તરફ દોડ્યા. એમના ચહેરા પર ચમક હતી!

જનરલ ડબ્બામાં પહોંચીને કૉન્સ્ટેબલે જે દિશામાં આંગળી ચીંધી, ત્યાં નજર કરતાં જ અજય ડોભાલનો પિત્તો છટક્યો. ડબ્બાના દરવાજા પાસે એક

ભિખારી જેવો દેખાતો માણસ સાવ લઘરવઘર અવસ્થામાં કોકડું વળીને સૂતો હતો. તેના શરીર ઉપર ચાદરની માફક એપ્રન ઓઢાડવામાં આવ્યું હતું!

ત્રણેય સ્નિફિંગ-ડૉગ એ ભિખારી પાસે ઊભા રહીને એપ્રન સૂંઘી રહ્યા હતા!

'બાસ્ટર્ડ્સ...' કાનમાંથી કીડા ખરી પડે એવી ગાળો અજય ડોભાલના હોઠ પરથી સરી પડી, 'બનાવી ગયા સાલાઓ!'

૧૮

ત્રેતાયુગ

અમરાવતી

અત્યાર સુધી એકદમ શાંત બેસેલાં પ્રજાજનો અને દેવગણ વચ્ચે ગણગણાટ શરૂ થઈ ગયો. મહર્ષિ ભૃગુ વિરુદ્ધ બ્રહ્મહત્યાનો અપરાધ પુરવાર થાય તો, સૃષ્ટિ કેવાં ધરખમ દુષ્પરિણામોની સાક્ષી બને એની તો કલ્પના પણ થઈ શકે એમ નહોતી!

'માનવજાતિના ઉદ્ધારક તરીકેની ભૂમિકા વીસરી જવા ઉપરાંત આપે સપ્તર્ષિઓની ગરિમાપૂર્ણ છબીનું પણ ખંડન કર્યું છે, મહર્ષિ!' ઇન્દ્રના પ્રત્યેક પાસા પોબારા પડતા જતા હતા, 'પિતૃહૃદયને વશ થઈને આપ નીતિ-નિયમો અને આમન્યા ચૂક્યા છો. શું શુક્રાચાર્યને આપના આ ષડયંત્ર અંગે જાણ છે ખરી?'

ભૃગુ ઋષિના ચહેરાના હાવભાવ નિહાળવા માટે ઇન્દ્ર સહેજ રોકાયો. તે નહોતો જાણતો કે તેના દ્વારા ઉચ્ચારાતું એક એક વિધાન મહર્ષિના ચિત્તમાં ધીરે ધીરે ક્રોધાગ્નિ પેદા કરવાનું કામ કરી રહ્યું હતું!

'ઇન્દ્ર! કોઈ પ્રકારના પુરાવા વગર તું દેવાધિદેવના આ ચારિત્ર્યવાન ભક્ત પર આરોપ લગાવી રહ્યો છે... આના દુષ્પરિણામનો જરાસરખો પણ અંદાજ છે તને?' ભૃગુના અવાજમાં સહેજ તીખાશ ભળી.

એમનો પ્રશ્ન સાંભળીને ઇન્દ્રને પાછલી રાત યાદ આવી ગઈ, જ્યારે તેના બે ગુપ્તચરો અંક અને લોચનએ પણ તેને વેધકતા સાથે આ જ પ્રશ્ન પૂછ્યો હતો.

પૂર્ણ ચંદ્રરાત્રિની અંધકારમય મહત્ત્વાકાંક્ષાના પગરવને ઓગાળતાં કેટલાક લયબદ્ધ સૂર ઇન્દ્રભવનમાં ગુંજી રહ્યા હતા. સરસ્વતી નદીમાં બ્રાહ્મણોના મૃતદેહો જોઈને ગભરાયેલાં અંક અને લોચન દેવભવનનું મુખ્યદ્વાર પસાર કરી, દોડતાં દોડતાં ઇન્દ્રના કક્ષ સુધી આવી પહોંચ્યા.

ધડામ... અવાજ સાથે ઊઘડેલાં દ્વારે ઇન્દ્રના રંગારંગ જલસામાં ભંગ પાડ્યો!

'અનર્થ, મહારાજ...!' થરથર ધ્રૂજી રહેલા અંકના મુખમાંથી ધાણીની માફક શબ્દો ફૂટ્યા.

કામણગારી નૃત્યાંગનાઓના થીરકી રહેલાં ઝાંઝરધારી પગ અટક્યા. ચોક્કસ અંતરે ગોઠવાયેલી મશાલોના આછા અજવાસથી પ્રકાશિત ખંડ ઇન્દ્રના રંગીન મિજાજની ચાડી ખાતો હતો. સત્તાવિહીન થઈ ચૂક્યા બાદ પણ ઇન્દ્રએ ઊભા કરેલા અલભ્ય ઠાઠને અંક અને લોચન ફાટી આંખે નિહાળી રહ્યા. મદિરાની માદક ગંધને પારખવામાં એમને જરા પણ સમય ન લાગ્યો.

એકાએક લોચનનું ધ્યાન નૃત્યાંગનાના પગ તળે કચડાઈ રહેલાં તૈલચિત્ર પર ગયું.

'મહર્ષિ ભૃગુ?' તેના હોઠ પરથી ઉદ્‌ગાર સરી પડ્યા. મહર્ષિ ભૃગુના તૈલચિત્રને આ રીતે અપમાનિત કરવા પાછળ ઇન્દ્રનો શો હેતુ હોઈ શકે, એ વાત લોચનને ન સમજાઈ... પરંતુ એટલું નક્કી હતું કે ઇન્દ્ર કોઈ બહુ મોટા ષડયંત્રને પાર પાડી રહ્યો હતો.

'બ્રાહ્મણોના મૃતદેહો જ ને?' ઇન્દ્રએ સોમરસનું પાન કરતાં પૂછ્યું. જોકે, તેના અવાજમાં પ્રશ્નાર્થ નહીં, દઢતાનો રણકાર હતો!

'ઓછામાં ઓછા દોઢસો પંડિતોના મૃતદેહોના ભારથી સરસ્વતી ખદબદી રહી છે, મહારાજ!' અંક બ્રહ્મહત્યાના વિચારમાત્રથી જ થથરી ગયો હતો, 'આ દુર્ઘટના પાછળ ક્યાંક આપનો હાથ...'

તે પોતાનું વિધાન પૂર્ણ કરે એ પહેલાં જ...

'બિલકુલ નહીં!' ઇન્દ્રએ પોતાની શય્યા પરથી ઊભા થતાં કહ્યું, 'તારા સ્વામી આવું હિચકારી કૃત્ય ક્યારેય ન કરે, અંક!'

ઇન્દ્રએ ઉચ્ચારેલા વિધાનમાં ભારોભાર અભિમાનની સાથોસાથ રાજરમતની દુર્ગંધ આવી રહી હતી.

'જે દોઢસો બ્રાહ્મણોને મહર્ષિ ભૃગુ કર્મકાંડ માટે મરુભૂમિ લઈ ગયા હતા, એમની મેં શિખા કપાવી નાંખી અને આરોપ ચડાવ્યો અસુરોને માથે!' ઇન્દ્રએ મદિરાના પાત્રને મોઢે માંડતાં કહ્યું, 'હું તો ફક્ત એવું જ ઇચ્છતો હતો કે બ્રાહ્મણો આર્યાવર્ત પરત ફરીને પોતાની સાથે થયેલા દુર્વ્યવહારની ચર્ચા સપ્તર્ષિને કરે, જેથી સૌને ખ્યાલ આવે કે કથિત સંસ્કારી અસુરોની વાસ્તવિકતા શું છે! પ્રજાજનોને એવું લાગે કે મરુભૂમિમાં બ્રાહ્મણો સાથે થયેલી આ વર્તણૂકનું પુનરાવર્તન આવતીકાલે કદાચ એમની સાથે પણ થઈ શકે! રાજા બલિ તરફ સૌ શંકાશીલ દૃષ્ટિથી જુએ. મને ખબર નહોતી કે પોતાની શિખા કપાઈ જવાને લીધે બ્રાહ્મણો આત્મવિલોપન કરશે!'

'પરંતુ પરોક્ષ રીતે લાગેલા બ્રહ્મહત્યાના પાપમાંથી કેવી રીતે મુક્ત થશો?' લોચનના પ્રશ્નમાં આક્રોશની સાથોસાથ ક્રોધ પણ ભળ્યો હોય, એવું લાગ્યું.

'સાવધાન..!' ઇન્દ્ર મદિરાનું પાત્ર ફેંકતાં બરાડ્યો, 'મોં પર લગામ રાખજે, લોચન! આર્યાવર્ત અને અમરાવતીમાં ધર્મશાસન સ્થપાય, એ માટે અધર્મનો આશરો લેવામાં કંઈ ખોટું નથી!'

ઇન્દ્રના દરેક સારા-નરસા કાર્યમાં દાયકાઓથી સાથ-સહકાર આપનાર લોચન પણ એમ કંઈ ગાંજ્યો જાય એવો નહોતો.

'ધર્મ અને અધર્મની વ્યાખ્યા નક્કી કોણ કરશે, મહારાજ? આ કૃત્યના દુષ્પરિણામનો જરાસરખો પણ અંદાજ છે આપને?' લોચને વળતો પ્રશ્ન પૂછ્યો, 'બલિના રાજ્યમાં તમને અશાંતિ અને અધર્મ ક્યાં નજરે ચડ્યો? પ્રજા ઉપર કોઈ અત્યાચાર થયો? કે આપત્તિ આવી?'

તેના પ્રશ્નોમાં રહેલાં અતિતીક્ષ્ણ અને ઝેરીલાં બાણો ઇન્દ્રથી સહન ન થયાં. લોચન દ્વારા જે પૃચ્છા થઈ હતી, એનો ઉત્તર ઇન્દ્ર પાસે હતો જ નહીં!

આમ છતાં, તેના ચહેરા પર સ્મિત અકબંધ જ રહ્યું કારણ કે તે જાણતો હતો કે એ બંને પાસે પોતાનાં કુકર્મોની કાળી ચિઠ્ઠી સચવાયેલી છે! જો પોતાની કડવી અને ત્વરિત પ્રતિક્રિયાને કારણે નારાજ થઈ ગયેલા બંને ભાઈઓએ સપ્તર્ષિને એની જાણ કરી દીધી, તો અનર્થ થઈ જશે. સિંહાસન તો જશે જ જશે, સાથોસાથ મહારાજની પદવી પણ હંમેશાં માટે છીનવાઈ જશે.

'તમે બંને જઈ શકો છો!' પોતાના મગજ પર નિયંત્રણ રાખીને ઇન્દ્રએ અંક-લોચનને ભવનમાંથી ચાલ્યા જવાનો આદેશ આપ્યો.

સપ્તર્ષિઓ સામે ચાલીને મારા માર્ગમાંથી ખસી જાય તો?

... અને, એ જ વખતે તેના મલિન મસ્તિષ્કમાં આ પરિસ્થિતિનો સપ્તર્ષિઓ વિરુદ્ધ લાભ ઉઠાવવાનું ષડયંત્ર ઘડાયું, જેમાં તેના પિતા ઋષિ કશ્યપનો પણ સમાવેશ થતો હતો!

બીજી જ ક્ષણે, ઇન્દ્ર વર્તમાનમાં પરત ફર્યો.

ભૃગુના ક્રોધને ક્રમશઃ સપાટી પર આવતો ભાળીને ઇન્દ્ર સમજી ગયો કે ગરમ લોખંડ ઉપર પ્રહાર કરવાનો સમય પાકી ગયો છે! તેણે સૈનિકોને આંખના ઇશારામાં એક આદેશ આપ્યો.

થોડા સમયમાં સૈનિકો પોતાના હાથમાં એક નાનકડી ઝોળી લઈને સભાખંડમાં ઉપસ્થિત થયા. જેવી એમણે ઝોળી ખોલીને સપ્તર્ષિઓના સિંહાસનની સામે ધરતી ઉપર મૂકી, કે તરત કેટલીક કપાયેલી શિખાઓ અને કેશના ગુચ્છા બહાર લસરી પડ્યા.

સભાખંડમાં ઉપસ્થિત તમામ લોકોની આંખો ફાટી ગઈ, હૃદય એક ધબકારો ચૂકી ગયું, આખા શરીરમાં અજ્ઞાત ભયની ઝણઝણાટી વ્યાપી ગઈ. મહર્ષિ ભૃગુ ઇન્દ્રની આખી રાજરમત સમજી ગયા.

'શિખાઓ?' ઋષિ કશ્યપના મનમાં દ્વંદ્વ શરૂ થઈ ચૂક્યું હતું, 'આ પુરાવો કઈ રીતે હોઈ શકે?'

સપ્તર્ષિઓને તો હજુ પણ વિશ્વાસ નહોતો કે ભૃગુ આવું ઘોર પાપ આચરી શકે!

'કાશીમાં મહર્ષિ ભૃગુના આશ્રમ જઈને તપાસ કરી આવેલા મારા બે ગુપ્તચરો અંક અને લોચનને એમની કુટિરમાંથી આ ઝોળી મળી છે, સપ્તર્ષિઓ!' ઇન્દ્રએ છેલ્લો ઘા માર્યો, 'પોતાના પ્રતિશોધની સ્મૃતિઓ સાચવી રાખવા માટે મહર્ષિ ભૃગુએ બ્રાહ્મણોની શિખા કાપ્યા બાદ એમને પોતાની કુટિરમાં સંતાડી રાખી હતી. મારા સૈનિકો જ્યારે એમને તેડવા માટે ગયા, એ જ સમયે એમણે આ ઝોળી પણ પુરાવા તરીકે પોતાની સાથે ઘોડાગાડીમાં સરકાવી દીધી!'

'હળાહળ મિથ્યા!' મહર્ષિ ભૃગુનું શરીર ક્રોધથી તપવા માંડ્યું.

ઇન્દ્ર એમની આ અવસ્થાને બરાબર પિછાણતો હતો. પોતાની નજર સામે મહર્ષિ ભૃગુ દ્વારા સ્વયં મહાવિષ્ણુને અનંત યુગચક્રો સુધી જન્મ-જન્માંતરના ફેરામાં બાંધનારો અભિશાપ આપતાં તેણે નિહાળ્યા હતા.

બસ... એ ક્ષણ આવી પહોંચી! ઇન્દ્રએ વિચાર્યું અને એક એવું વ્યંગાત્મક વિધાન ઉચ્ચાર્યું, જેણે ભૃગુની સંયમપાળ તોડી નાંખી,

'જો આ પણ મિથ્યા હોય, તો શિખાથી ભરેલી ઝોળી તમારા આશ્રમ સુધી હવામાં ઉડ્ડયન કરતી પહોંચી કે શું, ગુરુવર?'

ખલ્લાસ..!

પ્રકૃતિનો પ્રત્યેક કણ પુનઃ મહર્ષિ ભૃગુના એ દિવ્ય અભિશાપનો સાક્ષી બનવા જઈ રહ્યો હતો, જે સાતમા મનવંતરના કાળચક્રને બદલી નાંખવાનો હતો!

૧૯

વર્તમાન દિવસ

કોઈમ્બતૂર

'આદિયોગિની અલયમ્'ની સ્ક્રીન પર શ્રીયંત્રના બીજા આવરણનું ચિત્ર ઊપસ્યું, જેના વિશે ભૈરવી મા વિસ્તારપૂર્વક સમજૂતી આપી રહ્યાં હતાં.

'દ્વિતીય આવરણમાં સ્થિત આ ત્રણ વૃત્તની પૂજા અમુક જ પરંપરાઓમાં કરવામાં આવે છે, બાકીની અધિકતર પરંપરાઓમાં ચક્રની પૂજા નથી થતી. ચક્ર અર્થાત્ જીવન-મરણના ફેરામાંથી બહાર આવવા માટે જ તો સાધક શ્રીચક્ર-સાધનાનો આરંભ કરતો હોય છે, આથી વૃત્તની પૂજાને કેટલાક સંપ્રદાયો નિરર્થક માને છે.'

સભાખંડની વિશાળ વૉલ-ક્લૉક પર એમણે નજર કરી. વહેલી સવારના ચાર વાગવામાં દસ મિનિટ બાકી હતી. બે હાથ જોડીને એમણે આજની શિબિર પૂર્ણ થયાનો સંદેશો આપ્યો,

'ॐ पूर्णमदः पूर्णमिदं पूर्णात्पूर्णमुदच्यते ।

पूर्णस्य पूर्णमादाय पूर्णमेवावशिष्यते ॥'

તમામ શ્રદ્ધાળુઓ શિસ્તબદ્ધ રીતે ઊભા થઈને પોતપોતાના આવાસ તરફ જવા રવાના થયા. આશ્રમના ૧ હજાર સ્વયંસેવકો એમની વ્યવસ્થા જાળવવામાં વ્યસ્ત થઈ ગયા. આખી રાતનો ઉજાગરો હોવા છતાં તેમની આંખોમાં ઊંઘનું નામોનિશાન નહોતું. ભૈરવી માના સાંનિધ્યનો આ પ્રતાપ હતો.

'મનસ્વી...' ભૈરવી માએ મંચ પરથી નીચે ઊતરતી વેળા અત્યંત સ્નેહપૂર્વક કોઈકને સાદ પાડ્યો.

'જી, અમ્મા...' અંદાજે ૨૫ વર્ષની જણાતી એક યુવતી પ્રસન્નવદને એમની પાસે દોડતી આવી પહોંચી. જેના સ્મિતમાત્રમાં ભલભલી પીડાઓને ભુલાવી દેવાની ક્ષમતા હતી, એવી મનસ્વીએ ભૈરવી માના ચરણસ્પર્શ કર્યા.

થોડી ક્ષણો માટે ભૈરવી મા મનસ્વી સામે તાકી રહ્યા.

લલાટ ઉપર લાલ ચાંલ્લો, નમણાં નેણ ને પાતળું નાક, ચમકતી ત્વચા, ખભા સુધી લહેરાતા વાળ અને હકારાત્મકતા ઊર્જાથી ભરેલું વ્યક્તિત્વ. રક્તવર્ણી સાડી પહેરેલી એ સુશીલ અને ચારિત્ર્યવાન યુવતીના જમણા હાથ ઉપર એમનું ધ્યાન જતાં જ એમના ચિત્તમાં ફરી વખત વિષાદ છવાઈ ગયો.

આગને કારણે સળગી ગયેલા એ હાથની ચામડી ઉપર હજુ પણ નિશાન અકબંધ હતાં... જાણે પૂર્ણ ચંદ્ર પર આછા ડાઘ!

'બેટા... મહારાજ માટે પ્રાતઃ થાળ તૈયાર છે ને?' ભૈરવી માએ વિષાદગ્રસ્ત વિચારોને ખંખેરતાં પૃચ્છા કરી.

'બસ, આપની જ પ્રતીક્ષા હતી, અમ્મા...' ઝાંઝરની માફક રણકતા સ્વરમાં મનસ્વીએ પ્રત્યુત્તર આપ્યો, 'પધારો!'

સભાખંડમાંથી બહાર આવીને પોતાની કુટિર તરફ આગળ વધવાને બદલે તેમનાં ડગલાં આશ્રમની બીજી બાજુ વળ્યાં.

પ્રકૃતિમાં હળવો સળવળાટ થઈ રહ્યો હતો. પક્ષીઓ થોડી જ વારમાં ખોરાકની શોધમાં ઊડી જશે, એ સ્પષ્ટ હતું. મધરાતનું કાળુંડિબાંગ અંધારું ધીરે ધીરે ઓગળી રહ્યું હતું. આકાશમાં આછા સોનેરી રંગની ભીનાશ પથરાવાની તૈયારી હતી.

ભૈરવી મા, સાધ્વી મા, મનસ્વી અને એમના દસ અંગત શિષ્યો ૧૧૨ ફૂટ ઊંચી ભવ્યાતિભવ્ય આદિયોગિની પ્રતિમા પાસે પહોંચ્યા. સૌએ ૬૪ યોગિનીઓના રૂપક સમી એ મહાયોગિની સમક્ષ મસ્તક નમાવ્યું.

'ૐ નમશ્ચન્ડિકાયૈ...' ભૈરવી માએ બે હાથ જોડીને પોતાના શિષ્યો પરત્વે કૃતજ્ઞતા વ્યક્ત કરતાં કહ્યું, 'આપ સૌ હવે વિશ્રામ કરો!'

સાધ્વી મા અને મનસ્વી સિવાયના તમામ દસ શિષ્યો ભૈરવી માને પ્રણામ કરીને પોતપોતાની કુટિર તરફ જવા રવાના થયા.

બીજી બાજુ ભૈરવી મા, સાધ્વી મા અને મનસ્વીની ત્રિપુટી એક કિલોમીટરનો પથ કાપીને આશ્રમના સૌથી ગુપ્ત અને રહસ્યમય ભાગમાં પહોંચી, જ્યાં આવવા માટેની મંજૂરી આશ્રમના એક પણ સ્વયંસેવક કે શિષ્ય પાસે નહોતી.

વિશાળ 'નાગબંધમ્'ની આકૃતિ ધરાવતાં ગોપુરમ્ સમા સર્પદ્વારમાંથી પસાર થઈને તેઓ મંદિર જેવા જણાતાં બાંધકામ પાસે પહોંચ્યાં, જેની બરાબર બાજુમાં નાનકડી કુટિર બનાવવામાં આવી હતી. અસંખ્ય વૃક્ષોથી ઘેરાયેલાં આ મંદિરના પ્રાંગણમાં ૬ ફૂટ ઊંચુ ત્રિશૂળ ૪૫ ડિગ્રીના ખૂણે માટીમાં ખોડવામાં આવ્યું હતું.

મંદિરનાં પ્રવેશદ્વાર લાકડાનાં બનેલાં હોય એવું જણાતું હતું... ચાર-પાંચ વ્યક્તિ ભેગા મળીને દ્વારને ધક્કો મારે તો જ ખૂલે એટલા મજબૂત! બંને દ્વાર ઉપર ૐની આકૃતિ જોવા મળતી હતી.

ભૈરવી માએ મનસ્વી અને સાધ્વી મા સામે મર્મસૂચક દૃષ્ટિ કરી.

તેઓ એમના આદેશને પામી ગયાં હોય એ રીતે કુટિરની અંદર જઈને વિશાળ થાળ લઈ આવ્યાં જેમાં જુદા જુદા પ્રકારનાં ફળો રાખવામાં આવ્યાં હતાં. સાત-આઠ કિલોનું વજન ધરાવતાં એ થાળને મનસ્વી અને સાધ્વી માએ બંને હાથો વડે ઊંચક્યો હતો.

કાષ્ઠદ્વાર પાસે જઈ, ભૈરવી માએ યોનિમુદ્રા ધારણ કર્યા બાદ કુંડલિની બીજમંત્રોનું ઉચ્ચારણ શરૂ કર્યું,

'लँ... वँ... रँ... यँ... हँ... ॐ...'

એમની સાથે સાધ્વી મા અને મનસ્વીએ પણ બીજમંત્રોનું પુનરાવર્તન કર્યું,

'लँ... वँ... रँ... यँ... हँ... ॐ...'

કુલ ત્રણ વખત ઉચ્ચારણ પૂર્ણ થતાંની સાથે જ ભૈરવી માએ બંને હાથ હવામાં ઊંચા કર્યા અને કોઈ પ્રકારના બાહ્યબળ વગર કાષ્ઠદ્વાર આપોઆપ ઊઘડી ગયું. ત્રણેય સ્ત્રીઓએ મંદિરમાં પગ મૂકતાં પહેલાં મસ્તક ઝુકાવ્યું.

દરરોજ વહેલી સવારનો આ એમનો નિત્યક્રમ બની ચૂક્યો હતો. મનસ્વી અને સાધ્વી મા બંને ભૈરવી માનું એક એવું રહસ્ય જાણતાં હતાં, જે અંગે એમના ભક્ત-સમુદાયને અંદાજ સુધ્ધાં નહોતો!

'સંભાળજો, અમ્મા...' મનસ્વીના સ્વરમાં સહેજ ચિંતા ભળી, 'હમણાંથી તેઓ અત્યંત વ્યાકુળ છે!'

થોડા ડગલાં ચાલ્યા બાદ તેઓ જ્યાં આવીને ઊભાં રહ્યાં, ત્યાંથી લગભગ પાંચેક મીટરના અંતરે 'શક્તિ આશ્રમ'નું ગૂઢાતિગૂઢ અને સર્વશક્તિશાળી મહાતત્ત્વ પાછલા આઠ કલાકોથી એમની રાહ જોઈ રહ્યું હતું!

વર્તમાન દિવસ

દિલ્હી

લિફ્ટ આછા થડકા સાથે નીચે ઊતરવા લાગી. એટલા સમયમાં રિયાએ જેકેટ ઉપર બ્રોચની માફક લાગેલી નાની તકતીમાં આગંતુકનું નામ વાંચી લીધું... હામિદ અબ્બાસ.

જીવનમાં કઈ ક્ષણે માણસને નવી ઓળખ મળી જાય, એ નક્કી નથી હોતું! મહત્ત્વનું છે, નવી ઓળખનો સ્વીકાર!

એકાએક રિયાને તેના પિતા આલોક ચૌધરીની શીખ યાદ આવી ગઈ. પોતાના કેસના ખૂફિયા તપાસ વેળા એમણે કંઈ કેટલાંય ગુપ્ત નામો અને ઓળખનો સ્વીકાર કર્યો હતો!

'માણસનું વાસ્તવિક મૃત્યુ ક્યારે થાય છે, ખબર છે રિયા?' આલોકના શબ્દો તેને યાદ આવી ગયા, 'જ્યારે વ્યક્તિ પોતાની પરિસ્થિતિનો સામનો કર્યા વગર હથિયાર હેઠાં મૂકી દે ત્યારે!'

... અને, આ એક વાક્યએ રિયાને અંદરથી ધક્કો માર્યો. આગામી લડાઈનો સામનો કરવા માટે તે સજ્જ બની. એક-એક સેકન્ડ્સ જાણે યુગ સમાન ભાસી રહી હતી. ગ્રાઉન્ડ ફ્લૉર પર પહોંચેલી લિફ્ટનો દરવાજો ખૂલ્યો.

સામે કદાચ બિલાલનો ભેટો પણ થઈ શકે, એ તૈયારી સાથે તેણે પોતાનો એક હાથ જેકેટના ખિસ્સામાં જ રાખ્યો હતો, જેથી સમય આવ્યે ઇલેક્ટ્રિક-શૉકરનો ઉપયોગ થઈ શકે! પરંતુ એની જરૂર ન પડી. સામે છેડે, પોતાના જેવા જ પોશાકમાં અન્ય ગાર્ડને જોઈને રિયાને ક્ષણભર માટે રાહત મળી. તેણે લિફ્ટમાંથી બહાર નીકળીને સામેની દિશામાં ચાલતી પકડી.

'સલામ, હામિદ મિયાં!' લિફ્ટમાં જતાં પહેલાં એ ગાર્ડે પોતાના સાથીનું અભિવાદન કર્યું, પરંતુ રિયા હજુ એ નામથી ટેવાઈ નહોતી, એટલે તેના કાનને તો જાણે કોઈ અસર જ ન થઈ. ગ્રાઉન્ડ ફ્લૉરનું અવલોકન કરવામાં વ્યસ્ત રિયા આ અભિવાદન ચૂકી ગઈ.

ગાર્ડ ભારે વિમાસણમાં મુકાઈ ગયો. આજ સુધી ક્યારેય આવું બન્યું નહોતું કે હામિદ અબ્બાસે સામી સલામ ન આપી હોય! તેણે લિફ્ટમાં ઘૂસી, સૌથી પહેલાં એક્સેસ કાર્ડનો ઉપયોગ કરીને ત્રીજા ફ્લૉર પર જવા માટેનું બટન દબાવ્યું.

ગ્રાઉન્ડ ફ્લૉરનું દૃશ્ય જોઈને રિયા આશ્ચર્યચકિત હોવાની સાથોસાથ સ્તબ્ધ પણ હતી! જાણે કોઈ મલ્ટિનેશનલ કંપની હોય, એ સ્તર પર અહીં બધું કામકાજ ચાલી રહ્યું હતું. એકસરખા નિન્જા-માસ્ક પહેરેલા લોકો નાની-મોટી ટ્રૉલીમાં સામાન હેરફેર કરી રહ્યા હતા. ૫૦૦ મીટર સ્ક્વેરફૂટ જેટલું ક્ષેત્રફળ ધરાવતા વિશાળ હૉલની સફેદ લાઇટ્સમાં બધું જ સ્પષ્ટ જોઈ શકાતું હતું. ચૂનાથી ધોળેલી દીવાલો, પીળાશ પડતાં વ્હાઇટ ઇટાલિયન માર્બલની ફર્શ, ડાબી-જમણી બંને બાજુ પાંચ-પાંચ ઓરડા, એમાંથી ટ્રૉલી સાથે બહાર નીકળી રહેલા કામદારો અને સુપરવાઇઝર્સની ટોળકી!

આયોજનબદ્ધ રીતે આખું મિશન પાર પાડવામાં આવી રહ્યું હતું.

ટ્રૉલીમાં નાની-મોટી સાઇઝના બૉક્સ ગોઠવાયેલાં હતાં, જેના પરના અક્ષરો વાંચીને રિયા ફાટી પડી!

RDX - દારૂગોળો!

મશીનોના બીપ-બીપ અવાજ વચ્ચે પણ રિયાના મગજમાં સૂનકાર વ્યાપી ગયો. આટલા કિલોગ્રામ દારૂગોળાને ક્યાં લઈ જવામાં આવી રહ્યો હતો? શા માટે? રાષ્ટ્રપતિ ભવન બાદ આતંકવાદીઓનો બીજો ટાર્ગેટ શું હતો?

પોતાની ચાલમાં નિર્ભીકતા ઉમેરીને તેણે મર્દની માફક આગળ આગળ ચાલ્યે રાખ્યું. જોકે, તેને બિલકુલ ખ્યાલ નહોતો કે પોતે ક્યાં જઈ રહી છે! તે એટલું જ જાણતી હતી કે, જો આ ખૂંખાર દીપડાઓને અંદાજ સુધ્ધાં આવી ગયો કે એમનો શિકાર ભાગવાની ફિરાકમાં છે, તો ઘડીના છઠ્ઠા ભાગમાં તેને ચીંથરેહાલ કરી નાંખશે.

બહુ જ સાવધાનીપૂર્વક અને સજાગપણે ડગલાં માંડી રહેલી રિયા સુરેખ લીટીમાં ચાલતાં ચાલતાં હૉલના સામેના છેડા સુધી પહોંચી. સદ્ભાગ્યે, કામમાં વ્યસ્ત એક પણ ગાર્ડ અથવા કામદારે તેની પૂછપરછ નહોતી કરી. ઊલટું, લોકો તેના નામની તકતી વાંચીને સલામ ઠોકતા હતા. અલબત્ત, આ બધો હામિદના યુનિફૉર્મનો કમાલ હતો!

હામિદ અબ્બાસ કોઈ મોટા હોદ્દા ઉપર હોવો જોઈએ! રિયાએ વિચાર્યું.

એટલામાં તેની નજર *કંટ્રોલ-રૂમ* લખેલા ડિજિટલ બોર્ડ પર પડી. આજુબાજુ નજર કરીને કોઈનું ધ્યાન પોતાના પર છે કે નહીં, એ તપાસ્યા બાદ તેણે ખિસ્સામાંથી એક્સેસ કાર્ડ કાઢ્યું. મનમાં ભીતિ હતી કે કંટ્રોલ-રૂમ કદાચ હામિદના કાર્ડ વડે ન પણ ખૂલે!

પરંતુ તેનો વિચાર ખોટો ઠર્યો.

ક્લિક... અવાજ સાથે કંટ્રોલ-રૂમ ખૂલી ગયો. તેણે અંદર નજર કરી. કોઈની હાજરી વર્તાતી નહોતી. પ્રવેશ કર્યા પછી તેણે દરવાજો ફરી બંધ કરી દીધો અને ઘડીભર નિરાંતનો શ્વાસ લીધો.

ત્રીજા ફ્લૉર પર તપાસ કરીને પરત આવી ગયેલો ગાર્ડ તેને કંટ્રોલ-રૂમમાં જતી જોઈ ગયો છે, એ વાતની જો રિયાને ખબર હોત, તો કદાચ તે આટલા નિરાંતે શ્વાસ ન લઈ રહી હોત!

૨૦

ત્રેતાયુગ

અમરાવતી

મહર્ષિ ભૃગુએ આંખો બંધ કરી પોતાના ક્રોધ પર નિયંત્રણ લાવવાનો પ્રયત્ન કર્યો. કાવ્યમાતાના દેહાંતની ક્ષણે આવેશમાં આવીને એમણે જે પ્રકારે સૃષ્ટિનો મહાપ્રચંડ શાપ સ્વમુખેથી ઉચ્ચાર્યો હતો, એ ઘટનાનું પુનરાવર્તન કરવા માટે તેઓ તૈયાર નહોતા. એમણે મનોમન બ્રહ્માસ્તુતિ, શિવપંચાક્ષર સ્તોત્ર અને વિષ્ણુસહસ્રનામના પાઠ આરંભી દીધા.

ઋષિ ભૃગુના હૃદયમાંથી ઉઠેલાં આર્તનાદનો ઘેરો સ્વર સભાખંડમાં પડઘાયો,

'હે ત્રિદેવ... જો વાસ્તવમાં આપ નિષ્પક્ષ થઈને ન્યાય તોળવામાં માનતા હો, તો આજે મારી સહાય કરો! સમષ્ટિના મહાજ્ઞાની આત્માઓમાં જેમની ગણના થાય છે, એવા સપ્તર્ષિઓની સભામાં થઈ રહેલા આ અપમાનનો કડવો ઘૂંટડો ગળે ઉતારીને પણ હું આપનું સ્મરણ કરી રહ્યો છું.

સમસ્ત ઘટનાક્રમમાં આપના દિવ્ય હસ્તક્ષેપ થકી મુજ મૂઢમતિને નિર્દોષ પુરવાર કરવાનું ઉત્તરદાયિત્વ હવે આપના હાથોમાં છે, દેવ! જીવનમાં માત્ર એક ક્ષણ માટે પણ જો મેં શ્રદ્ધાપૂર્વક આપની સેવાભક્તિ કરી હોય, તો આજે મને એનું ફળ આપો.'

મહર્ષિ ભૃગુને આસ્થા હતી કે આપત્તિમાં મુકાયેલા શ્રદ્ધાળુની સહાય માટે એમના ઇષ્ટદેવ અવશ્ય પધારશે!

ત્રેતાયુગ
વૈકુંઠ

ક્ષીરસાગર હિલોળા લેવા માંડ્યો! આદિશેષનાગ ઉપર યોગનિદ્રામાં સરી પડેલા મહાવિષ્ણુનાં નેત્રો ઊઘડ્યા. ચૌદ લોકમાં સ્વર્ણકાંતિ વ્યાપી જાય, એટલું તેજ એમની આંખોમાં સમાહિત હતું. બ્રહ્માંડની સર્વશ્રેષ્ઠ પવિત્ર ઊર્જાઓ એમની સેવામાં રત હતી. એમના ચરણકમળ પાસે બિરાજમાન મહાલક્ષ્મીને સ્વામીના નિદ્રાભંગથી આશ્ચર્ય થયું. હજુ થોડા સમય પહેલાં જ તેઓ નરસિંહ અવતાર ધારણ કરીને પ્રહ્લાદની રક્ષા કાજે ભૂલોક પર ગયા હતા. એવી તે કઈ ઘટના હતી, જેણે એમના વિશ્રામના સમયમાં ખલેલ પહોંચાડી હતી?

અર્ધાંગિનીની દુવિધા પામી ચૂકેલા શ્રીહરિએ મર્મસૂચક દૃષ્ટિ સાથે શ્રીસિદ્ધિની આંખોમાં ત્રાટક કર્યું. મહાલક્ષ્મી તુરંત જ જાણી ગયા કે મહાવિષ્ણુને ફરી આહ્વાન આપવામાં આવ્યું છે!

'મારે જવું પડશે, કમલાત્મિકા!' અનંતશયનમ્ મુદ્રાનો ત્યાગ કરીને બેઠા થઈ રહેલા મહાવિષ્ણુના મુખમાંથી ઘેરો પ્રણવનાદ સરી પડ્યો, 'સપ્તર્ષિની શાખનો પ્રશ્ન છે. જો ઇન્દ્રની રક્ષા કાજે હું માતા ઉષ્ણાનો વધ કરી શકું, તો નિર્દોષ ભૃગુ ઋષિના માનભંગની ઘટનાને નજર સમક્ષ બનતી જોઈને શાંત શી રીતે રહી શકું?'

ત્રિભુવનસ્વામીની વાત સાંભળીને મહાલક્ષ્મી સહેજ ક્રોધિત થઈ ગયાં, 'આપ એ વ્યક્તિને ન્યાય અપાવવા માંગો છો, જેમણે સૃષ્ટિના પાલનહાર, સાક્ષાત્ મહાવિષ્ણુને શાપ આપ્યો હતો... આર્ય?'

વિષ્ણુપ્રિયાનું દુઃખી હોવાનું કારણ અત્યંત વાજબી હતું. શ્વશુર ભૃગુએ વિષ્ણુને પત્નીવિયોગનો શાપ આપતાં પહેલાં એ પણ નહોતું વિચાર્યું કે આમ કરવાથી તેઓ વાસ્તવમાં એમની જ પુત્રી શ્રીલક્ષ્મીને પણ કર્મચક્રના બંધનમાં બાંધી રહ્યા છે!

'આપના પિતાએ જે શાપ આપ્યો એ વિધાતાના લેખ હતા...' વિષ્ણુએ કહ્યું, 'પરંતુ પ્રિયે, એમના શાપને કારણે ભૂલોકને કેટલું પુણ્યશાળી વરદાન મળ્યું, એ અંગે આપ કેમ વિચાર નથી કરતા?'

'ક્ષમા, દેવ! પરંતુ પ્રત્યેક ક્ષણ માત્ર ભૂલોકના જીવો અંગે જ આપ ચિંતિત રહો છે... આપની અર્ધાંગિની માટે ક્યારેય નહીં!' દેવી લક્ષ્મી કોઈ કાળે મહાવિષ્ણુ સામે નમતું જોખવા નહોતાં માંગતાં, 'ઋષિ ભૃગુ ભલે મારા પિતા હોય, પરંતુ જે વ્યક્તિએ પોતાના જમાઈને શાપ આપતાં પહેલાં એક ક્ષણનો પણ વિચાર ન કર્યો, એમના માટે મારા હૃદયમાં હવે કોઈ સ્થાન નથી!'

'તો જગત સમક્ષ હું પક્ષપાતી અને અન્યાયપ્રિય પુરવાર થાઉં, એવું આપ ઇચ્છો છો?' મહાવિષ્ણુએ વેધક પ્રશ્ન પૂછ્યો.

'અહીંયાં વાત મારા સ્વમાન અને સન્માનની છે, શ્રીકાંત!' મહાલક્ષ્મીએ પોતાનો અંતિમ નિર્ણય સંભળાવ્યો, 'જો આજે આપ વૈકુંઠ છોડીને મહર્ષિ ભૃગુની વહારે ગયા, તો હું સમસ્ત ઐશ્વર્ય અને રિદ્ધિ-સિદ્ધિ સહિત ભૂલોકમાંથી ગમન કરી જઈશ... અલક્ષ્મી અર્થાત્ ધૂમાવતીનો કાળો કેર આપના પ્રિય ભૂલોક પર વરસશે. સમસ્ત સૃષ્ટિ શ્રીહીન થઈ જશે!'

મહાદેવીના અપવચનોએ શ્રીહરિના હૃદયને ઘેરો આઘાત પહોંચાડ્યો. જે ક્ષણનો ભય હતો, એ આવી પહોંચી હતી!

ભગવાન નારાયણથી નિઃશ્વાસ નંખાઈ ગયો, 'દેવી... આપના આ નિર્ણયને કારણે સાતમા મનવંતરની જીવસૃષ્ટિ કેટલા મોટા જોખમમાં મુકાવા જઈ રહી છે, એનું આપને અનુમાન સુધ્ધાં નથી! કાળચક્રનું પૈડું અધર્મની છાયા હેઠળ કચડાઈ જશે!'

અચ્યુત કેશવની ચેતવણીને અવગણી રહેલાં મહાલક્ષ્મીએ બીજી દિશામાં જોઈને પોતાની નારાજગી વ્યક્ત કરી, જોકે સત્ય એમનાથી પણ ક્યાં છૂપું હતું!

આવનારા કળિયુગની ઝાંખી થઈ આવતાં જ મહાવિષ્ણુએ ફરી પોતાની આંખો બંધ કરી દીધી. એ જ ક્ષણે, રાહુ સૂર્યને ગળી ગયો.

સર્વપ્રથમ વખત વૈકુંઠમાં પણ ગ્રહણની અસર દેખાઈ!

ત્રેતાયુગ

અમરાવતી

'ધુતારાઓની વહારે ત્રિદેવ ક્યારેય ન પધારે, મહર્ષિ!' ઇન્દ્રએ ઉપહાસ કરતાં કહ્યું, 'કારાવાસને આપે અંતિમ ગંતવ્યસ્થાન તરીકે સ્વીકારી લેવું જોઈએ.'

ત્રણ પગથિયાં ઊંચે ભગવાં વસ્ત્રોમાં મોરપીંછ-સિંહાસન ઉપર બિરાજમાન છ સપ્તર્ષિઓએ એકબીજા સામે નજર કરી. એમના ચિત્તમાં ચાલી રહેલો વલોપાત સભાખંડમાં ઉપસ્થિત પ્રત્યેક વ્યક્તિએ અનુભવ્યો.

'મેં આપેલાં વચન મુજબ પુરાવા સાથે મહર્ષિ ભૃગુ દોષિત પુરવાર થયા છે, સપ્તર્ષિઓ!' ઇન્દ્રએ સિંહાસન બાજુ મોં કરીને સપ્તર્ષિઓને સંબોધતાં કહ્યું, 'ત્રિલોકને તમારી પાસેથી નિષ્પક્ષ નિર્ણયની અપેક્ષા છે. આદિકાળથી ચાલી આવતી ન્યાયપ્રણાલીને પુનઃસ્થાપિત કરવાનો સમય પાકી ચૂક્યો છે!'

ઇન્દ્રની બરાબર બાજુમાં ઊભેલા વાયુદેવના ગળે ડૂમો બાઝી ગયો. પરિણામસ્વરૂપ, પ્રાણવાયુની ઓછપને કારણે રૂંધાઈ રહેલી સૃષ્ટિએ શ્વાસના વિનિમયને સંતુલિત કરવા પ્રયત્ન આરંભ્યો.

'હે નાથ, રક્ષા કરોતુ!' ભૃગુ ઋષિની અપમાનજનક અવસ્થા જોઈને વાયુથી નિઃસાસો નંખાઈ ગયો.

વાયુના ઉચ્છ્‌વાસથી પ્રકૃતિના ફેફસાંમાં માંડ માંડ પુરાયેલ પ્રાણવાયુને કારણે સમષ્ટિની ક્રિયાઓ તો સામાન્ય થવા લાગી, પરંતુ અમરાવતીમાં રચાયેલું પ્રપંચ તેના અંતિમ સૂક્ત સુધી પહોંચી ચૂક્યું હતું.

મહર્ષિ ભૃગુએ ઇન્દ્રના ઉપહાસને પચાવી જઈ, છેલ્લી વખત પોતાની મદદ માટે પુકાર લગાવી, 'હે મહાદેવ... હે અનંતશયનમ્... હે પરમપિતા બ્રહ્મા... મારી સત્યનિષ્ઠા અને આસ્થાની લાજ રાખવા માટે હું મહર્ષિ ભૃગુ આપને આહ્‌વાન આપું છું, ત્રિદેવ!'

મનોમન જ સપ્તર્ષિઓએ જાણે મૂકસંવાદ સાધી લીધો હોય, એમ તેઓની આંખમાં ગ્લાનિપૂર્ણ નિર્ધાર ઝળક્યો. આરાધ્ય દેવ અનાદિ-અનંત-અવિનાશી શિવનું સ્મરણ કરીને એમણે પોતાને દ્વિવિધામાંથી મુક્ત કરવા માટે પ્રાર્થના કરી. તેઓ એક એવો નિર્ણય લેવા જઈ રહ્યા હતા, જે સામાન્ય સંજોગોમાં વર્જિત ગણી શકાય. પોતાને સાંસારિક બંધનોમાંથી ક્ષણભર માટે મુક્ત કરવા માટે એમણે પરાશક્તિ ભુવનેશ્વરી પાસે બળ માંગ્યું,

'ન પિતા, ન માતા, ન મિત્ર, ન દાતા, ન પુત્ર, ન પુત્રી, ન દાસ, ન પતિ, ભાર્યા-વિદ્યા અને વૃત્તિ પણ નહીં... હે પરાશક્તિ... હવે તું જ એકમાત્ર અમારી તારણહાર છે, આદિભવાની!'

न तातो न माता न बन्धुर्न दाता
न पुत्रो न पुत्री न भृत्यो न भर्ता ।
न जाया न विद्या न वृत्तिर्ममैव
गतिस्त्वं गतिस्त्वं त्वमेका भवानि ॥

ઋષિ કશ્યપે જગતજનનીના ચરણોમાં પોતાના સાચા અથવા ખોટા તમામ નિર્ણયોનું ઉત્તરદાયિત્વ સ્વીકારતાં સભાખંડમાં ઘોષણા કરી,

'સપ્તર્ષિઓના પ્રતિનિધિ તરીકે હું, દેવાસુર જનક, મહર્ષિ કશ્યપ ઘોષણા કરું છું કે મહર્ષિ ભૃગુને તત્કાળ સપ્તર્ષિના પદ પરથી નિષ્કાસિત કરવામાં આવે! અમરાવતીમાં એમના પ્રવેશ ઉપર આજથી પ્રતિબંધ થોપવામાં આવે છે અને...'

તેઓ આગળ કશું કહેવા જાય એ પહેલાં જ સભાખંડના પ્રવેશદ્વારને ધક્કો મારીને દેવજનની અદિતિ દોડતા અંદર આવ્યા.

'આર્ય, થોભી જાઓ!'

અદિતિના શ્વાસોચ્છ્‌વાસ અત્યંત વેગીલા બની ચૂક્યા હતા. તેમના ચહેરા પર ઉચાટ અને તાણ સ્પષ્ટપણે દેખાતાં હતાં. પોતાની જાત ઉપર નિયંત્રણ મેળવવાના પ્રયાસમાં ક્યાંક સમય ન વહી જાય, એ હેતુથી તેમણે તરત જ

પોતાના આ રીતે અહીં પધારવાનો હેતુ સ્પષ્ટ કર્યો, 'મહર્ષિ ભૃગુ દોષી નથી. કાશીના મારા ગુપ્તચરો પાસેથી મેં જાણકારી પ્રાપ્ત કરી, અને એમનું કહેવું છે કે જે સમયે મરુભૂમિમાં બ્રાહ્મણો સાથે દુર્ઘટના બની, ત્યારે મહર્ષિ તો કાશીના આશ્રમમાં સાધનામાં લીન હતા! આ જુઓ... મારા કપોત અર્થાત્ કબૂતર પાસેથી પ્રાપ્ત થયેલ ગુપ્ત સંદેશ!'

અદિતિએ ક્રોધમાં સળગતી લાલચોળ આંખો ઇન્દ્રના સફેદ પૂણી જેવા થઈ ગયેલા ચહેરા તરફ ફેરવી. એમના દૃષ્ટિપાતને સહન ન કરી શકનારા ઇન્દ્રના શરીરમાંથી ભયનું લખલખું પસાર થઈ ગયું. આજે વહેલી સવારે સભાખંડમાં પધારતાં પહેલાં, માતા અદિતિ સાથે થયેલો વાર્તાલાપ તેના મનોમસ્તિષ્કમાં પ્રેતની માફક ચકરાવો લેવા માંડ્યો...

'નગર ત્રાહિમામ્ બન્યું છે, ઇન્દ્ર!' સભાખંડના રસ્તે પીઠ પાછળ પડઘાયેલા અદિતિના સ્વરે ઇન્દ્રને રોક્યો. તેણે પાછળ ફરીને માતા સામે જોયું.

તેની નજરમાં ઝળકેલી સત્તાલાલસા અદિતિના હૃદય સોંસરવી ઊતરી ગઈ! આ નજરને તેઓ કેવી રીતે ભૂલી શકે? સતયુગમાં અસુરોને અંદરોઅંદર લડાવી મારવાના ષડયંત્રની આગલી રાતે ઇન્દ્રની આંખોમાં જે કુટિલતા દેખાઈ હતી, એ જ અત્યારે ફરી ફૂંફાડો મારી રહી હતી. કશુંક અશુભ થવાના એંધાણ હતાં.

'તને મારા સોગંદ છે, ઇન્દ્ર!' અદિતિએ પોતાના પુત્ર સમક્ષ હાથ જોડતાં કહ્યું, 'એવું એક પણ કાર્ય ન કરતો, જેના કારણે યુગો યુગો સુધી સમષ્ટિ તને માફ ન કરી શકે!'

મદિરાના હળવા મદમાં રહેલા ઇન્દ્રએ માતાના ખભે હાથ મૂકતાં કહ્યું, 'તેં જ તો કહ્યું હતું કે, કાળ સર્વસ્વ છે! અને એ મનુષ્યને કર્મ કરવા પ્રેરે છે. સૃષ્ટિના કલ્યાણ માટે, ઉન્નતિ માટે, ઉજ્જવળ ભવિષ્ય માટે જે કંઈ કરવું પડે એ હું કરીશ... મા!'

પરંતુ આ જ વખતે અદિતિ ઇન્દ્રની માયાજાળમાં સપડાઈ જાય, તેવા કાચાપોચા નહોતા.

'અધર્મના માર્ગ પર ચાલીને તારી મતિ સંપૂર્ણપણે ભ્રષ્ટ થઈ ચૂકી છે, ઇન્દ્ર!' અદિતિના સ્વરમાં પુત્રસહજ પ્રેમ નહીં, પરંતુ દંડ આપવા જઈ રહેલી માતાનો આર્તનાદ હતો, 'તારી સત્તાલાલસાને કારણે જો ફરી વખત સૃષ્ટિનું સંતુલન ખોરવાયું, તો તારી અધોગતિનો ખાડો હું સ્વયં મારા હાથોથી ખોદીશ, એ યાદ રાખજે!'

તુંડમિજાજી ઇન્દ્રનું ઉદ્ધત, ખંધુ અને વિકૃત સ્મિત જોઈને અદિતિને ખ્યાલ આવી ગયો કે તેમની ચેતવણી ખોખલી પુરવાર થઈ છે!

૨૧

વર્તમાન દિવસ
દિલ્હી-બેંગ્લોર રેલવે-ટ્રૅક

અડધી કલાક પહેલાં જ રેલવેના પાટા પર દોડવા માંડેલી ગૂડ્સ-ટ્રેનના પાછળના એક ડબામાં સવાર વિવાન અને સુહાની મનોમન મલકાઈ રહ્યાં હતાં. એમનો પ્લાન કારગત નીવડ્યો હતો.

હૉટેલ આયેશામાંથી ભાગતાં પહેલાં વિવાને પોતાના એપ્રનનું ઉપલું ખિસ્સું ફાડીને ત્યાંની બારીના હૂકમાં ભરાવી દીધું હતું, જેથી ફૉરેન્સિક ટીમ અને ડૉગ-સ્ક્વૉડને ગેરમાર્ગે દોરીને તેઓ બેંગ્લોર ભણી રવાના થઈ શકે.

'હવે શું?' સુહાનીને એ સમજ નહોતી પડી રહી કે બેંગ્લોર પહોંચીને તેઓ આખરે સંપર્ક કોનો કરશે? 'રીસિપ્ટ પર ફક્ત બેંગ્લોરનું સરનામું વાંચીને ત્યાં સુધી આંધળુકીયાભરી સફર કરવાનો શો અર્થ? તારા મગજમાં શું ચાલે છે?'

'આયેશા હૉટેલમાં સાહિલની રીસિપ્ટ જોઈને જ મેં બેંગ્લોર સુધી જવાનું સાહસ ખેડી નાંખ્યું છે, એતું જો તું માનતી હોય તો તું ભ્રમમાં છે!' વિવાને ચાલતી ટ્રેનના અવાજથી સહેજ ઊંચા વૉલ્યુમમાં સુહાનીને જણાવ્યું.

તેઓ બંને જે કંપાર્ટમેન્ટમાં બેઠાં હતાં, ત્યાં ઈ-શૉપિંગ વેબસાઈટ્સના ઑર્ડર તેમજ અન્ય હૉમ-અપ્લાયન્સિસને ઠાંસી-ઠાંસીને ભરવામાં આવ્યા હતા. સાંકડમોકડ વચ્ચે બે વ્યક્તિ માંડ માંડ પગ પસારી શકે એટલી જ જગ્યા હતી. જો એમાંની કોઈ એક વ્યક્તિને સૂવાની ઇચ્છા હોય, તો બીજી વ્યક્તિએ એટલો સમય ઊભા ઊભા જ પસાર કરવો પડે એવી સ્થિતિ હતી.

વિવાને બંને હાથમાં વ્હાઇટ મેડિકલ-ગ્લૉવ્ઝ પહેર્યાં.

'આ વીંટીને ધ્યાનથી જોઈ?' વિવાને રાષ્ટ્રપતિ ભવનમાંથી મળેલી સોનાની દળદાર વીંટીને પોતાની જમણી હથેળી પર મૂકી.

સુહાનીએ વીંટીને અડક્યા વગર અત્યંત કાળજીપૂર્વક તેનું નિરીક્ષણ કર્યું. વહેલી સવારના સૂર્યકિરણોના આછા પ્રકાશમાં તેને વીંટીની ઉપરની સપાટી પર કોતરાયેલી આકૃતિ નજરે ચડી.

ખાસ્સો સમય વીંટીને ધ્યાનથી નિહાળવા છતાં સુહાનીને જ્યારે કોઈ ગતાગમ ન પડી, ત્યારે વિવાન સામે માથું ધુણાવતાં કહ્યું, 'તું જ કહે!'

'કર્ણાટકનું મૈસૂર જ્યારે ટીપુ સુલતાનના શાસન હેઠળ હતું, એ સમયકાળમાં આવા સિક્કાનો ઉપયોગ આર્થિક આદાન-પ્રદાન માટે થતો!' વિવાને વિગતવાર સમજાવતાં કહ્યું, 'અહીંયાં જે કોતરણી છે, એ પચાસ પૈસાના તાંબાના સિક્કાની છે!'

સુહાની વિવાનના જ્ઞાનને મંત્રમુગ્ધ બનીને સાંભળી રહી હતી.

'ટીપુ સુલતાને વર્ષ ૧૭૮૨ થી ૧૭૯૯ની વચ્ચે મૈસૂર પર રાજ કર્યું.

કુલ ચારમાંથી ત્રણ ઍંગ્લો-મૈસૂર વૉર એના શાસનકાળ દરમિયાન ફાટી નીકળી હતી!' વિવાને કહ્યું.

'હા... બ્રિટિશર્સ સાથેની સર્વપ્રથમ ઍંગ્લો-મૈસૂર વૉર વર્ષ ૧૭૬૭થી ૧૭૬૯ની વચ્ચે છેડાઈ હતી, જેમાં ટીપુ સુલતાનના પિતા હૈદર અલી વિજયી બન્યા હતા.' સુહાનીએ તેની વાતમાં ટાપસી પુરાવતાં કહ્યું, 'ત્યારબાદનાં ત્રણ યુદ્ધો - વર્ષ ૧૭૮૦થી ૧૭૮૪, વર્ષ ૧૭૯૦થી ૧૭૯૨ અને વર્ષ ૧૭૯૮-'૯૯માં ખેલાયા.'

'કરેક્ટ! અને ચોથી ઍંગ્લો-મૈસૂર વૉરમાં ટીપુ હણાયો.' વિવાને જણાવ્યું.

'પરંતુ આ આખી વાતને આપણા બેંગ્લૉર જવા સાથે શું સંબંધ?' સુહાનીએ ફરી મૂળ મુદ્દો છેડ્યો.

'મેજર અજિતાભ પૂર્ણૈયા પાસે આ વીંટી હોવા પાછળ જરૂર કોઈક નક્કર કારણ હોવું જોઈએ.' વિવાનની મુખમુદ્રા ગંભીર થઈ, 'નામ ઉપરથી તો તેઓ પોતે પણ દક્ષિણ ભારતીય હોય, એવું જણાઈ આવે છે. એટલું તો સ્પષ્ટ છે કે આ વીંટીનો મૈસૂર સાથે કોઈક અજ્ઞાત સંબંધ છે. બેંગ્લૉરથી મૈસૂર વચ્ચે ફક્ત ચાર કલાકનું અંતર છે. બેંગ્લૉરની ફૉરેન્સિક લેબોરેટરીમાં રિયાનો મિત્ર કામ કરતો હતો, જેણે હવે પોતાની અલાયદી પ્રયોગશાળા બનાવી છે. આ વીંટી એને ફૉરેન્સિક-ટેસ્ટ માટે સોંપ્યા બાદ આપણે મૈસૂર જવા રવાના થઈશું.'

'પણ મૈસૂર સાથે આ વીંટીનું શું કનેક્શન છે, એની તપાસ કઈ રીતે કરીશું?' એક બાજુ જ્યાં આખા દેશની પોલીસ તેમની પાછળ આદું ખાઈને પડી હતી, એવામાં સુહાનીનો પ્રશ્ન તદ્દન યોગ્ય હતો.

'એ મારા ઉપર છોડી દે!' વિવાને સહેજ મલકીને જવાબ આપ્યો. આ સમસ્યાનું નિરાકરણ તેને મળી ચૂક્યું હતું!

પાટા પર ભાગી રહેલી ટ્રેનની ખટાખટી વચ્ચે એમના મનોદ્વંદ્વનો પડઘો પણ ખાસ્સો જોરથી પડઘાતો હતો.

અફસોસ... એ બંનેને જરાસરખો પણ અંદાજ નહોતો કે બેંગ્લૉર રેલવે-સ્ટેશન પર કઈ નવી મુસીબત ચાતક નજરે એમની રાહ જોઈ રહી છે!

વર્તમાન દિવસ
દિલ્હી

કંટ્રોલ-રૂમની દીવાલો પર ૧૫ વિશાળ એલ.ઈ.ડી. ટીવી ચાલુ હતાં, જેના ઉપર આખા ગોડાઉનના એકે-એક ખૂણાની સીસીટીવી ફૂટેજનું જીવંત પ્રસારણ થઈ રહ્યું હતું.

દરેક ટીવીના ઑડિયો-વિઝ્યુલ કંટ્રોલ્સ જે-તે ટેલિવિઝન-સેટની બરાબર નીચે રાખવામાં આવ્યા હતાં, જેથી ઇચ્છા પડે ત્યારે કોઈ પણ ફૂટેજને ઝૂમ ઇન-આઉટ તથા વૉલ્યુમ અપ-ડાઉન કરી શકાય. રૂમના એક ખૂણે મોબાઇલ-બાસ્કેટ્સ રાખવામાં આવ્યાં હતાં. બિલાલના માણસો કામે ચડતા પહેલાં અહીં પોતપોતાના મોબાઇલ જમા કરાવતા હોવા જોઈએ, એ વિચાર રિયાના મગજમાં ઝળકી ગયો.

કદાચ, મારો મોબાઇલ પણ...

ફટાક દઈને રિયાએ મોબાઇલ-બાસ્કેટ ફેંદવાની શરૂઆત કરી. શંકા સાચી ઠરી. તેના આઇફોન-૧૨ને સ્વીચ-ઑફ્ફ મૉડમાં એક અલાયદા બૉક્સમાં પૅક કરીને રાખવામાં આવ્યો હતો, જેના ઉપર તેનું નામ કોતરાયેલું હતું!

આતંકવાદી સંગઠનનું મેનેજમેન્ટ આટલું વ્યવસ્થિત કઈ રીતે હોઈ શકે? આ લોકો ધાર્યા કરતાં વધુ સંસાધનો અને એડ્વાન્સ્ડ ટેક્નૉલોજીથી સજ્જ છે!

રિયાના મગજમાં આવેલું વિચારોનું ઘોડાપૂર શમે, એ પહેલાં જ તેણે સ્ક્રીન પર બિલાલને કોઈક હરકત કરતો જોયો!

સ્ક્રીનની નજીક જઈને તેણે કંટ્રોલર પોતાના હાથમાં લીધું. કાનમાં હેડ-ફોન પહેરી લીધા. બિલાલ ઉપર ઝૂમ-ઇન કર્યા બાદ તેણે વૉલ્યુમ વધાર્યું. તે ઊંધો ફરીને ઊભો હતો. પીઠ કૅમેરા તરફ અને મોં દીવાલ તરફ! એવું લાગતું હતું, જાણે તે કોઈકને બોલાવી રહ્યો છે, પરંતુ સામે કોઈ નહોતું. સફેદ રંગની દીવાલ પર કદાચ કોલસા વડે એક યંત્રની આકૃતિ ચીતરેલી હતી! રિયાએ એ આકૃતિ પર ઝૂમ-ઇન કર્યું...

અદ્દલોઅદ્દલ આવી જ આકૃતિ ફૈઝા હુસૈનના ખભે, 'હુસૈન હાઉસ'ની દીવાલ અને સોમનાથના ગર્ભગૃહની પાષાણભીંત ઉપર જોવા મળી હતી!

રિયા સ્તબ્ધ થઈ ગઈ.

તેને ક્યાં જાણ હતી કે બિલાલ જેની સામે મોં રાખીને ઊભો છે, એ કોઈ સામાન્ય આકૃતિ નહીં પરંતુ શુક્રયંત્ર હતું!

બિલાલે પોતાનો કાળો અંચળો ઉતારી નાંખ્યો. કમરના ભાગે પાતળું પહેરણ અને તદ્દન ખુલ્લી પીઠ! ફૈઝાના ખભા પર રિયાએ જે ટેટ્ટુ જોયું હતું, એ બિલાલની પીઠ પર પણ હતું... દીવાલ પર કોતરેલા યંત્ર જેવું!

બંદગી કરવા માટે ઊઠેલા બિલાલના બંને હાથ દીવાલની દિશામાં લાંબા થયા. તેના હોઠ એક જ મંત્રનું વારંવાર ઉચ્ચારણ કરવા લાગ્યા! ફૈઝાને પણ મુશ્કેલીના સમયે આવો જ કોઈક મંત્રોચ્ચાર કરતાં તેણે સાંભળી હતી!

हिम कुन्द मृणालाभां दैत्यानां परमं गुरूम् ।
सर्वशास्त्रप्रवक्तारं भार्गवम् प्रणमाम्यहम् ॥

રિયાને સમજાઈ નહોતું રહ્યું કે તેની જિંદગીમાં શી ઊથલપાથલ શરૂ થઈ છે! પહેલાં ફૈઝા હુસૈન, વસીમ ખાન અને હવે મોહમ્મદ બિલાલ... મુસ્લિમ ધર્મ પાળતા એક પણ વ્યક્તિના મોઢે સંસ્કૃત મંત્રના આટલાં શુદ્ધ ઉચ્ચારણો આજ સુધી તેણે નહોતાં સાંભળ્યાં! ઉચ્ચારણો તો દૂર, સંસ્કૃત ભાષા જાણનાર મુસ્લિમો પણ આંગળીને વેઢે ગણી શકાય એટલા જ હશે કદાચ!

જેમ જેમ બિલાલના મંત્રોચ્ચારણની તીવ્રતા વધતી જતી હતી, એમ એમ દીવાલ પર અંધારિયો ઓછાયો ચકરાવો લેવા માંડ્યો હતો.

... અને, થોડી ક્ષણો બાદ એ સ્થિર થઈ ગયો, માનવ-આકૃતિ સ્વરૂપે! એવો ભાસ થતો હતો જાણે બિલાલનો જ પડછાયો દીવાલ પર સ્થાન જમાવી ચૂક્યો છે!

‘આદાબ, ગુરુવર!’ બિલાલે પડછાયાને નમન કરતાં કહ્યું, ‘આપના હુકમ મુજબ જ બધું કામ થઈ રહ્યું છે. આ દિવાળીએ ભારતના ઘર-ઘરમાં ફટાકડા ફૂટશે... ઉમંગ-ઉલ્લાસના નહીં, પરંતુ દહેશત અને લોહીના!’

‘મને તારા ઉપર વિશ્વાસ છે, બિલાલ!’ અચાનક બિલાલ ઊભો હતો, એ ખંડમાંથી રિયાને અવાજ સંભળાયો, ‘ગયા વર્ષે મળેલી નિષ્ફળતા બાદ હવે આમ પણ કોઈ જોખમ ઉઠાવી શકાય એમ નથી. અષ્ટ-સિદ્ધિઓની પ્રાપ્તિ જ હવે તારું પ્રમુખ ધ્યેય હોવું જોઈએ.’

એ અવાજ સાંભળીને રિયાના પગ નીચેથી જમીન ખસી ગઈ.

આ અવાજ તો પપ્પાનો છે...! પણ એ ક્યાંય દેખાતા કેમ નથી?

રિયાને પોતાના કાન ઉપર વિશ્વાસ નહોતો બેસતો! તેણે હેડ-ફોન પર સહેજ ભાર આપીને પોતાની શંકા દૂર કરવાનો પ્રયત્ન કર્યો.

‘વિવાનને નિયંત્રણમાં લાવવો એ આપણા કાર્યની પ્રાથમિક શરત છે!’

ફરી આલોક ચૌધરીનો જ સ્વર!

રિયાને લાગ્યું કે પોતાને વહેમ થઈ રહ્યો છે! પપ્પાની યાદમાં તેને અવાજો સંભળાઈ રહ્યા છે. ઉચાટભાવે તેણે આગળની વાતચીત પર ધ્યાન કેન્દ્રિત કર્યું.

‘આપને નિરાશ નહીં કરું, ગુરુદેવ!’ બિલાલે દૃઢતા સાથે કહ્યું, ‘દંડકારણ્યમાં શરૂ થયેલી એ ગાથાનું અંતિમ પ્રકરણ નૈમિષારણ્યમાં જ લખાશે, એની હું ખાતરી આપું છું!’

‘તથાસ્તુ!’ ખંડમાં એક પડઘો ઊઠીને શમી ગયો.

બિલાલે પણ મસ્તક ઝુકાવીને અંતિમ વેણ ઉચ્ચાર્યાં, ‘યાદવેન્દ્રકુલદૈવમ્ અનંતશયનમ્ ખંડિત થઈને રહેશે!’

પોતે આલોક ચૌધરીનો જે અવાજ સાંભળ્યો, એ ભ્રમ હતો કે વાસ્તવિકતા? વધુ વિચાર કરે એ પહેલાં રિયાને બીજા ટીવીમાં પોતાના ઓરડાનું લાઇવ-ફીડ દેખાયું, જ્યાં તેને કિડનેપ કરીને રાખવામાં આવી હતી. આઘાતજનક વાત એ હતી કે ઓરડો અત્યારે સાવ ખાલી હતો!

રિયાએ તરત ગ્રાઉન્ડ-ફ્લૉર પરના એક્ઝિટ-ગેટનું લૉકેશન અને ગાર્ડ્સની સંખ્યા જોઈને અબઘડી ત્યાંથી ભાગી જવાનો નિર્ણય કરી લીધો. હવે વધુ સમય સુધી અહીંયાં રોકાવું તેને પાલવે એમ નહોતું. ભાનમાં આવી ગયેલા હામિદે જો કોઈકને કંઈ કહી દીધું હશે, તો બિલાલના માણસો થોડી જ ક્ષણોની અંદર એક્ઝિટ-ગેટ જડબેસલાક બંધ કરી દેશે!

જેવો તેણે પોતાનો મોબાઇલ ખિસ્સામાં મૂકીને કંટ્રોલ-રૂમનો દરવાજો ખોલ્યો કે તરત તેના હોશ ઉડી ગયા! ગળામાં અચાનક સોસ પડવા લાગ્યો, બરડામાં ભયની ભીનાશ નીતરી આવી!

દરવાજા સામે બીજું કોઈ નહીં, બિલાલ પોતે ઊભો હતો... આંખોમાં કરડાકી અને ચહેરા પર વિકૃત સ્મિત સાથે! તેના હોઠ પર આશા ભોંસલેનું ગીત રમવા માંડ્યું,

'આઓ હુઝૂર તુમકો, સિતારોં મેં લે ચલૂં;

દિલ ઝૂમ જાયેં ઐસી, બહારોં મેં લે ચલૂં...'

૨૨

ત્રેતાયુગ

અમરાવતી

ઋષિ કશ્યપના હાથમાં તામ્રપત્રની ગડી સોંપવામાં આવી, જેને વાંચ્યા બાદ સપ્તર્ષિના મુખ પર કાળપ છવાઈ ગઈ, પરંતુ મોડું થઈ ચૂક્યું હતું. પણછમાંથી તીર છૂટી ચૂક્યું હતું.

તામ્રપત્ર પર લિખિત સંદેશ વાંચીને ઋષિ ભારદ્વાજનું મસ્તક પણ ઝૂકી ગયું. સાથોસાથ, તમામ સપ્તર્ષિઓની આંખોમાં અપરાધભાવ ઝળકી ઊઠ્યો. મહર્ષિ ભૃગુની કાર્યનિષ્ઠા અને પ્રામાણિકતા પર એમણે માત્ર આંગળી જ નહોતી ચીંધી, પરંતુ સમસ્ત અમરાવતીના પ્રબુદ્ધ પ્રજાજનોની સાક્ષીમાં એમને હળાહળ અપમાનિત પણ થવા દીધા હતા. સૌ કોઈ આ ષડયંત્રનો ભોગ બન્યા હતા અને અધૂરું સત્ય જાણ્યા બાદ ભૃગુસંહિતાના રચયિતાને સપ્તર્ષિની હરોળમાંથી નિષ્કાસિત કરવાનો પાપાચાર એમણે આદર્યો હતો.

ઋષિ કશ્યપ તત્કાળ ઊભા થઈને મહર્ષિ ભૃગુ પાસે દોડી ગયા. એમના ચરણોમાં સાષ્ટાંગ દંડવત્ કરીને ક્ષમાયાચના માંગી, 'અમે અપરાધી છીએ, ગુરુદેવ! આપના ધર્માચરણ...'

તેઓ આગળ કંઈ ઉચ્ચારે, એ પહેલાં જ મહર્ષિ ભૃગુએ પોતાનો જમણો હાથ હવામાં ઉઠાવીને એમને બોલતાં અટકાવ્યા.

હળવેકથી ઊઘડેલાં સજળ નેત્રોમાં પીડાશ્રુ હતાં. જે ભાઈઓ સાથે એમણે આજથી સદીઓ પહેલાં આદિનાથ શિવ સમક્ષ કઠોર સાધના આરંભી હતી, એ જ ગુરુભાઈઓએ એમના પર લગાવેલા આરોપથી તેમનું હૃદય ચિરાઈ ગયું હતું! એમાંથી વહી રહેલી વેદનાનો ધોધ હવે ક્રોધ સાથે ભળીને આંખોમાં લાલચોળ રતાશ બનીને ઊપસી આવ્યો હતો.

સમષ્ટિના સંચાલનના ઉત્તરદાયિત્વ સાથે જેમને ભૂલોક ઉપર મોકલવામાં આવ્યા હતાં, એવા સપ્તર્ષિઓની હરોળમાંથી પોતાને નિર્દોષ હોવા છતાં આ રીતે હડધૂત કરીને કાઢી મૂકવામાં આવશે, એવું તો મહર્ષિ ભૃગુએ સ્વપ્નેય ધાર્યું નહોતું. સૌથી વધુ પીડા તો એમને ત્રિદેવની અનુપસ્થિતિથી જન્મી હતી! આખું જીવન જેમના માટે સમર્પિત કરી દીધું હતું, એવા બ્રહ્મા-વિષ્ણુ-મહેશને એમની સાથે થઈ રહેલા અન્યાય સાથે જાણે કોઈ લેવાદેવા જ નહોતાં.

હજુ પણ ઋષિ ભૃગુના ચરણ પકડીને દંડવત્ મુદ્રામાં રહેલા ઋષિ કશ્યપને અચાનક સભાખંડનું તાપમાન વધતું જણાયું. બીજી જ ક્ષણે, દાહક અગ્નિનો સ્પર્શ થયો હોય એમ એમના હાથ પાછા ખેંચાઈ ગયા. ભૃગુનું શરીર આહતાગ્નિમાં તપી રહ્યું હતું. દેહમાં તીવ્ર કંપનો સાથે પેદા થઈ રહેલા હુંકારથી સપ્તર્ષિઓ પણ સહેજ ભયભીત થઈ ગયા.

અંધારી ગુફાના ઊંડાણમાંથી પડઘાતા આર્તનાદને વાચા ફૂટી હોય એમ મહર્ષિ ભૃગુએ કમંડળમાંથી પાવન નીર જમણા હાથની હથેળીમાં લેતાં કહ્યું,

'ત્રિલોક પરના સર્વાત્માઓ... ચૌદ લોકના પરાત્માઓ... વૈકુંઠમાં બિરાજમાન ત્રિદેવો... આજે તમે એક મહાયોગીને તમારી નગ્ન આંખે ભરી સભામાં અપમાનિત થતો નિહાળ્યો છે! સમસ્ત જીવન શ્રદ્ધાપૂર્વક કરેલી ભક્તિ, કઠોર તંત્રયોગ તેમજ કપરી મંત્રસાધના પશ્ચાત્ પણ મારી નિખાલસતા અને પવિત્રતા આપને દૃષ્ટિગોચર ન થઈ... કદાચિત્ મારા તપમાં જ કશીક ખોટ રહી ગઈ હશે!

હજારો વર્ષો સુધી ભૂલોકનું હિત ઇચ્છ્યું હોવા છતાં પણ જો આજે મારા પર હત્યાનો આરોપ લાગતો હોય, એતમ્ મારા જ ગુરુભાઈઓ એ આરોપને સત્ય પણ માનતા હોય તથા ત્રિદેવ

આ ઘટનામાં હસ્તક્ષેપ કરવાનું યોગ્ય ન માનતા હોય, તો મારા અસ્તિત્વનું પંચમહાભૂત - જળ, વાયુ, અગ્નિ, પૃથ્વી અને આકાશ - માં વિલીન થઈ જવું જ યોગ્ય રહેશે!

પરંતુ આ દેહનો ત્યાગ કરતા પહેલાં હું મારા તપોબળની પરીક્ષા લેવા વિવશ થયો છું! જો આયખા દરમિયાન મેં કરેલી ભક્તિમાં સહેજ પણ સત્ત્વ હોય, તો હવે પછી મારા મુખમાંથી ઉચ્ચારાતાં પ્રત્યેક વચનને આગામી ભવિષ્યમાં સત્ય પુરવાર થતાં કોઈ નહીં રોકી શકે!'

મહર્ષિ ભૃગુના શરીરને કોઈકે આગ ચાંપી દીધી હોય, એમ તીવ્ર જ્વાળા સાથે તે પ્રજ્વલિત થઈ ઊઠ્યું. સભાખંડમાં ઉપસ્થિત સૌ કોઈ પ્રજાજનોની આંખો એના તેજથી બિડાઈ ગઈ. સ્વયં અગ્નિદેવ પણ ભૃગુની દિવ્યાગ્નિ સામે ઝાંખા પડી ગયા!

'હે મહા-ઋષિ બ્રહ્મા... આપ સ્વયં તપસ્વી હોવા છતાં અન્ય તપસ્વીનું અપમાન થતું જોઈને મૌન રહ્યા. મારા ઉરમાંથી ઊઠેલો આર્તનાદ અને સ્તુતિ પણ આપને પ્રસન્ન ન કરી શક્યા. સંકટના સમયે કરવામાં આવેલી યાચનાથી પણ જો આપના ચિત્તમાં ભક્ત માટે સ્પંદનો ન ઊઠતાં હોય, તો આપ અનંતકાળ સુધી સદૈવ અપૂજ રહો, એ જ યોગ્ય છે!

આથી, હે સર્જનહાર... આજથી શરૂ કરીને સાતમા મનવંતરના અંત સમય સુધી એક પણ મનુષ્ય આપની ભક્તિ નહીં કરે! સમસ્ત વિશ્વમાં આપના વિગ્રહની પ્રાણપ્રતિષ્ઠા નહીં થાય... નહીં હોય આપનાં ધર્મસ્થાનો કે નહીં આદરવામાં આવે આપના કોઈ પણ યજ્ઞો!'

આટલું કહીને ભૃગુએ પ્રથમ અંજલિ સપ્તર્ષિઓની બરાબર સામે ધખી રહેલાં યજ્ઞકુંડ ઉપર છાંટી, જ્યાં આદિકાળથી સાતે-સાત ઋષિઓએ મહાયજ્ઞો કર્યા હતા. આ એ કુંડ હતો, જેમાં અપાતી આહુતિઓ સીધી ત્રિદેવ સુધી પહોંચતી હતી! એની જ્વાળા ક્યારેય ઓલવાતી નહોતી કે મંદ પણ નહોતી થતી! સતયુગના આરંભથી પ્રજ્વલિત આ કુંડ સમષ્ટિની સૌથી સિદ્ધ યજ્ઞવેદીઓમાંનો એક હતો!

છમ્મ્મ... જેવી પ્રથમ અંજલિ યજ્ઞકુંડની જ્વાળાને સ્પર્શી કે તત્ક્ષણ તેનો અગ્નિ છમકારા સાથે સહેજ મંદ પડ્યો. તરત જ, મહર્ષિ ભૃગુના પગથી ઘૂંટણ સુધીનો ભાગ રાખ બનીને હળવે હળવે હવામાં ભળવા લાગ્યો, જેની દાહકપીડા ક્ષણવાર માટે જ્યોતિષવિદ્‌ના ચહેરા પર ઝળકી... પણ એને ગણકાર્યા વગર જ ભૃગુએ દ્વિતીય અંજલિ હથેળીમાં લેતાં સૃષ્ટિના પાલનહારને બીજો મહાશાપ આપ્યો,

'હે ચતુર્ભુજ મહાવિષ્ણુ, સત્ય જાણતા હોવા છતાં આપ આદિશેષનાગ ઉપરનું અનંતશયનમ્ સ્વરૂપ ત્યાગીને ધરતી ઉપર એક નિર્દોષ સંન્યાસીની સહાય માટે ન આવ્યા! આઘાત એ વાતનો લાગ્યો કે નિષ્પક્ષ થઈને ન્યાય તોળવાને સ્થાને આપે ફરી એક વખત અમરાવતીના દેવો પરત્વે આસક્તિ દર્શાવી.

આથી, સમસ્ત દૈહિક ઊર્જાનો ઉપયોગ કરીને હું આપને શાપ આપું છું કે કળિયુગમાં આપનું શ્રીઅનંતશયનમ્ સ્વરૂપ જ અસુરાધિપત્યની સ્થાપના માટે કારણભૂત બનશે!'

જેવો દ્વિતીય અંજલિનો છંટકાવ યજ્ઞકુંડની અગ્નિ પર થયો કે તરત મહેલના ઊંચા ઊંચા શિખરોને આંબતી જ્વાળા વધુ મંદ પડી! અડધા ભાગનો કુંડ હવે ઓલવાઈ ચૂક્યો હતો.

સપ્તર્ષિઓ પાસે મહર્ષિ ભૃગુને રોકવાનો કોઈ ઉપાય નહોતો, કારણ કે હૃદયના એક ખૂણે ક્યાંક તેઓ પણ જાણતા હતા કે એમનો વલોપાત ખોટો નથી. તમામ સપ્તર્ષિઓ નીચા વદને સૃષ્ટિને અંધકાર પ્રતિ લઈ જતાં વચન સાંભળવા વિવશ થઈ ગયા હતા.

દ્વિતીય અંજલિના ફળસ્વરૂપે કમર સુધીનો ભાગ રાખ થઈ જવાને કારણે ઋષિ ભૃગુ ચિત્કારી ઊઠ્યા, 'શુક્ર... પુત્ર, ક્યાં છે તું?' બંધ નેત્રોએ જ એમણે શુક્રાચાર્યને પુકાર લગાવી, 'તારા પિતા અંતિમ શ્વાસ લે, એ પહેલાં તારું મુખ જોવાની ઇચ્છા છે...'

આ દૃશ્ય જોઈ રહેલા દેવોની આંતરડી કકળી ઊઠી. મશાલોનો અગ્નિ પણ ફફડવા માંડે, એટલી તીવ્ર ગતિ સાથે હવા ચાલવા માંડી. વાયુદેવ હચમચી ગયા હતા અને તેઓ બેશુદ્ધ થાય એ પહેલાં અગ્નિદેવે દોડીને એમને ટેકો આપ્યો.

બ્રહ્માંડની બે સર્વોચ્ચ મહાશક્તિઓ - બ્રહ્મા અને વિષ્ણુ - ને શાપ આપ્યા બાદ ભૃગુ ઋષિ ભાંગી ચૂક્યા હતા. એમણે કદાપિ વિચાર્યું નહોતું કે પોતાના જ બે આરાધ્યોને તેઓ આ પ્રકારે મૃત્યુવેળા શાપ આપશે! તૃતીય નીરાંજલિ હથેળીમાં ભરીને એમણે દૃઢ નિર્ધાર સાથે ત્રીજી મહાશક્તિ, મહાભયંકર પ્રલયંકર દેવાધિદેવ શિવને શાપ આપતાં કહ્યું:

'હે યોગેશ્વર મહાકાળ, ભૃગુસંહિતાને આપે શાપિત વિદ્યા ઠેરવી ત્યારે મને આઘાત જરૂર લાગ્યો હતો, પરંતુ આપના માટેની મારી આસ્થામાં ઓટ નહોતી આવી. એ આપની લીલા હશે, એવું માનીને જેટલું મળ્યું એમાં સંતોષ માન્યો... પરંતુ આજે જાણ થઈ કે અસુરગણ, ભૂતગણ અને શુક્રાચાર્ય માટે આપનો પ્રેમ એક આડંબરમાત્ર છે! જે પ્રકારે નીંભર થઈને આપ મારી પ્રાર્થના સાંભળતા રહ્યા, એ જ સ્વરૂપમાં સૃષ્ટિ હવે આપને પૂજશે.

આપનો પરમ ભક્ત, સર્વપ્રથમ શિષ્ય, અષ્ટાંગ યોગ અને અઘોરવિદ્યાના રહસ્યોને ભૂલોક પર ચલણમાં લાવનાર હું, જ્યોતિષવિદ્યાનો પ્રણેતા, મહર્ષિ ભૃગુ... શાપ આપું છું કે અનંતકાળ સુધી આપના પથ્થરસ્વરૂપ શિવલિંગની જ પૂજા થશે, જે મારી સાથે થયેલા અન્યાયની હરહંમેશ યાદ અપાવશે.'

... અને, આટલું કહેતાં જ એમના નેત્રોમાંથી અશ્રુધારા વહી ગઈ. છાતી સુધીનું પોણા ભાગનું શરીર ભડકે બળીને ખાખ થઈ ગયું. એમના જીવાસ્મિની ધૂમ્રસેર સમસ્ત સભાખંડમાં પ્રસરી ગઈ. યજ્ઞકુંડની અગ્નિમાં તૃતીય અંજલિનો છંટકાવ કર્યા બાદ, મહર્ષિના ડાબા અને જમણા હાથમાં અગ્નિ પ્રસરતાંની સાથે જ એમની આંગળીઓમાં જકડાયેલું કમંડળ છટક્યું, પરંતુ તે ભૂમિ પર ટકરાય એ પહેલાં જ અદિતિએ પોતાની બંને હથેળી વચ્ચે તેને ઝાલી લીધું.

'પુત્રી..!' તપોબળનો તેજાગ્નિ ભૃગુ ઋષિના છાતીના ઉપલા ભાગ સુધી પહોંચી ગયો હતો. હવે એમની ડોક અને મુખ જ ભસ્મીભૂત થવાના શેષ હતાં. અદિતિની આંખોમાં પશ્ચાત્તાપનાં અશ્રુ જોઈને ભૃગુ બોલી ઊઠ્યા, 'હું ક્ષમાપ્રાર્થી છું, દેવજનની! હવે મોડું થઈ ચૂક્યું છે.'

અદિતિના ગળે ડૂમો ભરાઈ આવ્યો. તેઓ કશું જ ન બોલી શક્યાં. ડોકું ધુણાવીને તેમણે મહર્ષિને વંદન કર્યાં અને વિધાતાને સહયોગ કરવાનો નિર્ણય

કર્યો. મહર્ષિના કમંડળમાંથી એમના વતી જળની અંજલિ ભરીને તેઓ ભૃગુના અંતિમ શાપની પ્રતીક્ષા કરવા લાગી.

મહેલનાં તમામ કાષ્ઠદ્વાર *ધડામ્... ધડામ્...* અવાજ સાથે આપોઆપ ઉઘડીને બંધ થવા લાગ્યાં. સૃષ્ટિની રોકકળ પ્રકૃતિના તમામ જીવો અનુભવી રહ્યા હતા. વાસ્તવમાં આ ત્રણેય શાપ ત્રિદેવોને જ નહીં, પરંતુ ધરતીલોક પર ધબકતી તમામ આત્માઓને પણ અસરકર્તા હતા. સપ્તર્ષિઓને જ્ઞાત હતું કે અત્યારે માત્ર ભૃગુ ઋષિ જ નહીં, પરંતુ આત્મવિલોપન કરી ચૂકેલા દોઢસો બ્રાહ્મણોની પુણ્યાત્માઓનું તપોબળ પણ સમષ્ટિને શાપ આપી રહ્યું છે!

મહર્ષિ ભૃગુએ સજળ નેત્રે પોતાના ગુરૂભાઈઓ અર્થાત્ સપ્તર્ષિઓ તરફ દૃષ્ટિપાત કર્યો. એ જોઈને મહેલના મધ્યભાગમાંથી ચોર પગલે સ્થળાંતરિત થઈ, ખંડના ખૂણે ગુપચુપ રીતે આવીને ઊભા રહી ગયેલા ઇન્દ્રએ બંને હાથની હથેળી ઘસી. આખી સભામાં જો કોઈ એક વ્યક્તિ રાજીપો અનુભવતી હતી, તો એ હતો - ઇન્દ્ર! જે ક્ષણની તેણે આતુરતાપૂર્વક પ્રતીક્ષા કરી હતી, તે આવી પહોંચી હતી.

ઋષિ ભૃગુએ કહ્યું,

'સમયની સાથે સપ્તર્ષિઓની ન્યાયપ્રણાલીમાં જોવા મળેલી વિસંગતિ મારા માટે અસહનીય બની ગઈ છે, સપ્તર્ષિઓ! દેવરાજ ઇન્દ્રની ભ્રમજાળમાં સપડાઈને ભ્રામક પુરાવા થકી આપે ઉતાવળમાં આવીને જે નિશ્ચય કર્યો, એ સૂચવે છે કે પરાપૂર્વથી પ્રસ્થાપિત સપ્તર્ષિઓના ન્યાયતંત્રનો અંત કરવાનો સમય આવી ચૂક્યો છે.

ત્રેતાયુગના મધ્યાંતર સુધીમાં સપ્તર્ષિઓ માટે ભૂલોક વસવાટલાયક નહીં રહે. જેવી રીતે દોઢસો બ્રાહ્મણો સાથે થયેલા અન્યાયને કારણે એમણે આત્મવિલોપન કરવું પડ્યું, જેવી રીતે મારો દેહ આત્મવિલોપનની અગ્નિમાં ભસ્મીભૂત થઈ રહ્યો છે, એવી જ રીતે આપ સૌ સપ્તર્ષિઓ પણ દેહ ત્યાગીને વૈકુંઠવાસી બની જશો! સૃષ્ટિના સંચાલન અને ન્યાયપાલનની ભૂમિકા ત્યારબાદ ક્રમશઃ માનવોના હાથમાં આવી જશે...'

મહર્ષિ ભૃગુના શ્વાસ ખૂટી રહ્યા હતા. એમના ગળાની રક્તવાહિનીઓમાં વહી રહેલું રુધિર બાષ્પ બનવા માંડ્યું હતું. એમણે માતા અદિતિ સામે સૂચક દૃષ્ટિ કરી. દેવજનનીએ તરત જ હાથમાં ભરેલી અંજલિ યજ્ઞકુંડની સાવ મંદ પડી ચૂકેલી જ્વાળા પર છાંટી, જેના પરિણામે બ્રહ્માંડના રચનાકાળથી પ્રજ્વલિત પાવનાગ્નિ સંપૂર્ણપણે ઓલવાઈ ગયો!

... એ સાથે જ, સભાખંડમાં અંધકારના ઓછાયા સમી કાળીડિબાંગ ધૂમ્રસેર પ્રસરી ગઈ. પ્રજાજનો અને દેવતાઓને તીવ્ર ઉધરસ આવવા માંડી. સપ્તર્ષિઓ સ્તબ્ધ હતા, કારણ કે ભૃગુ ઋષિએ અત્યંત માર્મિક રીતે એમના મૃત્યુની ભવિષ્યવાણી કરી દીધી હતી! ભૂલોકના રહેવાસીઓ માટે સપ્તર્ષિ અમર હતા, પરંતુ આજે ભૃગુની વાણીએ સૃષ્ટિનાં તમામ સમીકરણો બદલી નાંખ્યાં હતાં.

આ બધાની વચ્ચે એકમાત્ર ઇન્દ્ર જ એવો હતો, જેને ત્રિદેવોને અપાયેલાં શાપ કે સપ્તર્ષિઓના મૃત્યુની વાત સાંભળીને કોઈ આઘાત નહોતો લાગ્યો! વાસ્તવમાં, તે આ જ તો ઇચ્છતો હતો. આજ સુધી પ્રત્યેક મહત્ત્વના નિર્ણયોમાં સપ્તર્ષિઓની મંજૂરી લેવી આવશ્યક હતી, એ વાતથી ઇન્દ્ર નાખુશ હતો. તેનાં ષડયંત્રો અને ચાલાકીભરી રમતોને નિયંત્રણમાં રાખનાર સપ્તર્ષિઓ વૈકુંઠગમન પામે, તો તે દેવતાઓના આધિપત્યને પ્રપંચ અને કૂટનીતિથી પ્રસ્થાપિત કરી શકવા સક્ષમ હતો.

મહર્ષિ ભૃગુએ મનોમન હરખાઈ રહેલાં ઇન્દ્ર તરફ વેધક નજરે જોયું. મેઘરાજને તો મનમાં એવું જ હતું કે ભૃગુ ઋષિનો અંત સમીપ છે... પરંતુ મહર્ષિ આ સમસ્ત ઘટમાળ માટે જવાબદાર વ્યક્તિને તેના દુષ્કૃત્યનો દંડ આપ્યા વિના મોક્ષ પામે, એવી કોઈ શક્યતા નહોતી.

ભૃગુનો આદેશ થાય એ પહેલાં જ અદિતિએ પોતાના હાથમાં જળની અંતિમ અંજલિ ભરીને તેનો છંટકાવ ઇન્દ્ર પર કર્યો.

ઇન્દ્રની દશા કાપો તો લોહી ન નીકળે એવી થઈ ગઈ. કોઈકે તેના ઉપર સ્તંભનક્રિયાનો પ્રયોગ કર્યો હોય, એમ તેના પગ જમીન સાથે જકડાઈ ગયા.

વર્ષોથી મહર્ષિ ભૃગુના હૃદયમાં રાંધરાયેલી આંતરવેદનાને આખરે પ્રગટ થવાનો માર્ગ મળ્યો,

'અસુરવંશ અને મારા પરિવારનું અહિત કરવામાં તે કંઈ બાકી નથી રાખ્યું, ઇન્દ્ર! તમામ મર્યાદારેખાઓ વટાવીને સત્તાપ્રાપ્તિ

માટે તેં જે હિચકારી કૃત્યો કર્યાં છે, એ જ શાસનધુરા તારા હાથમાંથી સરકતી રહેશે. તું ક્યારેય એને ભોગવી નહીં શકે.

તારા સ્વમાન પર વારંવાર પ્રહારો થશે. ઇતિહાસ તને ક્યારેય સજ્જન દેવતા તરીકે નહીં જુએ. તું બળજબરીપૂર્વક કદાચ પૂજા-અર્ચના કે યજ્ઞમાં તારી આહુતિઓ ભલે અપાવે, પરંતુ સૃષ્ટિમાં તારા નામે ધર્મસ્થાનોનું નિર્માણ કદાપિ નહીં થાય. યુગ યુગાંતરો પશ્ચાત્ મનુષ્યો તારી ભક્તિ ત્યાગી દેશે અને વર્ષાપ્રાપ્તિ માટે પણ તને કોઈ યાદ નહીં કરે! માનવસ્મૃતિમાંથી તારું અસ્તિત્વ ક્રમશઃ ભૂંસાતું જશે!'

ઇન્દ્ર હચમચી ગયો. નિર્જીવ શબની માફક તે ધરતી પર ફસડાઈ પડ્યો. મહર્ષિ ભૃગુએ તેની પાસેથી જીવવાનું મૂળભૂત કારણ જ છીનવી લીધું હતું. માતા અદિતિ સાથે થયેલા વાર્તાલાપનાં અંતિમ વિધાનો તેના ચિત્તમાં પડઘાવા લાગ્યાં,

તારી સત્તાલાલસાને કારણે જો ફરી વખત સૃષ્ટિનું સંતુલન ખોરવાયું, તો તારી અધોગતિનો ખાડો હું સ્વયં મારા હાથોથી ખોદીશ, એ યાદ રાખજે!

ઇન્દ્રને તેનું ષડયંત્ર ભારે પડ્યું હતું! વચનબદ્ધ અદિતિએ દૃઢપણે સ્વધર્મનું પાલન કર્યું હતું.

ભૃગુના જડબાં સુધી પહોંચી ગયેલી અગનજ્વાળાઓ એમના મસ્તિષ્કને રાખ બનાવે, એ પહેલાં સમષ્ટિ એમના મુખેથી ઉચ્ચારાયેલાં અંતિમ વચનોની સાક્ષી બની...

'હે દેવજનની અદિતિ, એક સપ્તર્ષિ અને મહાયોગીની નિર્દોષતા પુરવાર કરીને તેં મને તારો ઋણી બનાવ્યો છે. હું તને વરદાન આપું છું કે માત્ર ત્રેતાયુગ જ નહીં, પરંતુ આવનારા તમામ યુગોમાં મહાવિષ્ણુના પ્રત્યેક માનવ-અવતારો તારા ગર્ભમાં જ ઉછેર પામશે. સૃષ્ટિ તને કપટી ઇન્દ્રની માતા તરીકે નહીં, પરંતુ પરમ કલ્યાણકારી અને મોક્ષદાયી વિષ્ણુ-અવતારોની જનની તરીકે પોતાની સ્મૃતિમાં અંકિત કરશે.'

॥ कालो हि दुरतिक्रमः ॥

અદિતિ ભાવવિભોર થઈને ધ્રુસકે ધ્રુસકે રડી પડી. ભૂમિ પર વિખરાયેલી રાખને તેમણે પોતાના મસ્તક પર ચડાવી.

મહર્ષિના જીવાસ્મિને હથેળીમાં લઈ અદિતિએ તેને અસ્થિકુંભમાં ભર્યા. સૃષ્ટિના સર્વપ્રથમ સપ્તર્ષિની વિદાયને આંખમાં સંઘરી, આવનારા કપરા સમય માટે તેમણે સ્વયંને તૈયાર કરી! સપ્તર્ષિ અને સમસ્ત દેવગણ ફાટી આંખે આ કલ્પનાતીત દૃશ્ય નિહાળી રહ્યા.

... અને, ત્યાં જ...

ધડાઆઆમ્મ્મ... દેતાંક સભાખંડનું પ્રવેશદ્વાર જમીનદોસ્ત થઈ ગયું. વાવાઝોડાંની માફક અંદર ધસી આવેલા દૈત્યગુરુ શુક્રાચાર્ય સપ્તર્ષિઓ સામે દૃષ્ટિ સુધ્ધાં કર્યા વિના પોતાના પિતાની રાખના ઢગ પાસે ગયા.

'હે તાત...' શુક્રાચાર્યના કંઠમાંથી ચીસ નીકળી ગઈ, 'હું આપની અંતિમ ઇચ્છા પૂર્ણ ન કરી શક્યો, ક્ષમા પિતાશ્રી...'

થોડી ક્ષણો પશ્ચાત્ લાલઘૂમ આંખો અને ગળા ઉપર ઊપસી આવેલી રક્તવાહિનીઓ સાથે એમણે સભાખંડની ચારે દિશાઓમાં દૃષ્ટિપાત કર્યો. એમના હાથની મુઠ્ઠીઓ ભીંસાઈ ચૂકી હતી.

'સર્વનાઆઆઆઆઆ...શ...!'

યાઝીની માફક એમણે કરેલી વિકરાળ ગર્જનાથી સપ્તર્ષિઓ અને દેવગણ થથરી ઊઠ્યા.

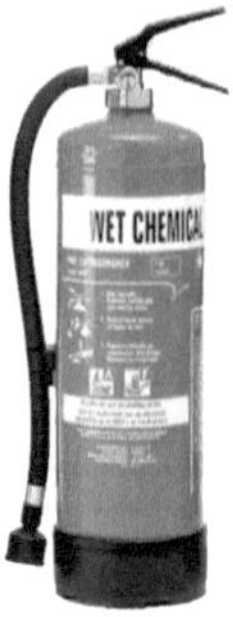

૨૩

વર્તમાન દિવસ
દિલ્હી

બિલાલને નજર સામે જોઈને રિયા અંદરથી હચમચી ગઈ હોવા છતાં તેના ચહેરા ઉપર ડરનો ભાવ ડોકાયો નહીં. વ્યક્તિને વારંવાર ભયભીત કરવામાં આવે, તેને સતત કોઈક ચીજનો ડર દર્શાવવામાં આવે ત્યારે એક સમય એવો પણ આવે, જ્યારે એ પોતાના ભયની આંખોમાં આંખ નાંખીને તેનો સામનો કરતાં શીખી જાય! રિયા સાથે એ જ ઘટના બની રહી હતી.

દાંત કચકચાવીને બિલાલે ભીંસાયેલી બંધ મુઠ્ઠી રિયા તરફ ઉગામી, જેનો પ્રતિકાર કરવા માટે રિયાએ પોતાના ચહેરા આડે હાથ ધરી દીધો. અલબત્ત, તેનો નાજુક હાથ બિલાલની પહાડી મુઠ્ઠી સામે ટકી શકવા સક્ષમ નહોતો!

... પરંતુ એટલામાં કંઈક જુદી જ ઘટના બની.

મુઠ્ઠી ઉગામ્યાને કેટલીક સેકન્ડ્સ વીતી ગઈ હોવા છતાં એનો પ્રહાર રિયાના ચહેરા સુધી પહોંચ્યો નહીં, ત્યારે રિયાએ પોતાનો હાથ હટાવીને સામે નજર કરી.

બિલાલ ગાયબ હતો!

એકાએક તેના ખભાની પાછળના ભાગે કોઈકે ટપલી મારી!

'થપ્પો...' પીઠના ભાગે આવીને ઊભો રહી ગયેલો બિલાલ તાલી વગાડતાં વગાડતાં પાગલોની માફક ખડખડાટ હસવા માંડ્યો, 'દીદી મિલ ગઈ... દીદી મિલ ગઈ!'

બીજી જ સેકન્ડે, તેણે રિયાના માથા ઉપર તીક્ષ્ણ ચીજની મદદથી જોરદાર ફટકો માર્યો! માથાના ભાગે જાણે હજાર વીંછી એકસાથે કરડ્યા હોય, એટલી તીવ્ર પીડા રિયાએ અનુભવી. તે માથું પકડીને જમીન ઉપર બેવડી વળી ગઈ. હાથમાં ભીનાશ અનુભવાઈ એટલે તેણે હથેળી આંખ સામે લાવી...

લોહી જ લોહી!

તેની આંખો ઘેરાવા માંડી. આ ક્ષણે તેને એટલો તો ખ્યાલ આવી ગયો કે બિલાલ કોઈ જેવો તેવો આતંકવાદી નહીં, પણ સાઇકો-કિલર છે!

વર્તમાન દિવસ

દિલ્હી

અજય ડોભાલના ટેબલ ઉપર પૉસ્ટ-મૉર્ટમ અને ઑટોપ્સી રિપૉર્ટ્સની ફાઈલો જમા થવા માંડી હતી. દરબાર હૉલમાં મૃત્યુ પામેલા લોકોનાં શબ પર થનારા ચિકિત્સકીય પૃથક્કરણોના અહેવાલો એક પછી એક આવવા માંડ્યા હતા.

અજય ડોભાલના કેટલાક હાઈ-પ્રોફાઇલ ઑફિસર્સ અને દેશના સૌથી ખ્યાતનામ પેથોલોજિસ્ટ ડૉ. વિજય નડ્ડા વૉરરૂમમાં હાજર હતા. સૌની બોલતી બંધ હતી. કલાકોની તપાસ અને વારંવાર ચૂંથાયેલાં મૃતદેહોમાંથી એમને કોઈ કડી હાથ નહોતી લાગી!

'કોઈ મને કારણ કહેશે?' અજય ડોભાલનો બાટલો ફાટવાની તૈયારીમાં હતો, 'મારે પ્રધાનમંત્રી અને મીડિયાને શું જવાબ આપવાનો? રાષ્ટ્રપતિ સહિત તમામ લોકોને કોઈકે જાદુટોણા થકી મારી નાંખ્યા?'

ડૉ. વિજય નડ્ડાએ પાતળા રિમલેસ ચશ્માંની ફ્રેમને નાકની દાંડી પર ગોઠવી ભાવવિહીન સ્વરે કહ્યું, 'સર, અત્યારે એટલું જ કહી શકાય એમ છે કે એક પણ વ્યક્તિનું મોત અજ્ઞાત વાયરસ, બેક્ટેરિયા અથવા રોગને કારણે નથી થયું. તદુપરાંત, એમના શરીરમાંથી કોઈ ઝેરીલાં તત્ત્વો મળ્યાં નથી.'

'મિસ્ટર નડ્ડા, તમે સમાધાન નહીં.. સમસ્યા દર્શાવી રહ્યા છો!' અજય ડોભાલ તાડૂકી ઊઠ્યા, 'તમારા આ જવાબથી આપણે ઘટનાની આટલી કલાકો બાદ પણ શૂન્ય પર જ ઊભા છીએ! એટલિસ્ટ એટલું તો કહો કે આ આતંકવાદી હુમલો છે કે પછી કંઈક બીજું જ?'

'વી હેવ નો આઇડિયા, સર!' વિજય નડ્ડાએ પથ્થર જેવા કોરાસપાટ અને બરછટ હાવભાવ સાથે જવાબ આપ્યો, 'મારી ટીમનો એક પણ સભ્ય પાછલા આઠ કલાકોથી પલાંઠી વાળીને બેઠો નથી. અરે, આરામ અને ભોજનની વાત તો છોડો, એમણે પાણી સુધ્ધાં નથી પીધું!'

અજય ડોભાલને એમણે સભ્ય ભાષામાં સમજાવી દીધું કે તેઓ પણ મૃત્યુનું કારણ શોધવાનો પ્રયત્ન કરી જ રહ્યા છે... નવરા નથી બેઠા!

ડૉ. વિજય નડ્ડાને આમ પણ હવે સરકારી ઑફિસર્સ સાથે કામ કરવાની ફાવટ આવી ગઈ હતી. અધિકારીઓના બૂમ-બરાડા કે ધાક-ધમકીઓની હવે એમને અસર નહોતી થતી. બીજી બાજુ, સરકારમાં બેઠેલા બાબુઓને પણ ખ્યાલ હતો કે ડૉ. વિજય નડ્ડા આખા દેશના સર્વશ્રેષ્ઠ ડૉક્ટર્સમાંના એક છે... આથી વિકલ્પો પણ ઘટી જતા હતા!

અજય ડોભાલે પોતાના ગુસ્સા પર નિયંત્રણ મેળવ્યું. ડૉક્ટર્સ પણ કંઈ અંતર્યામી નહોતા! વળી, દેશના રાષ્ટ્રપતિ ભવન ઉપર હુમલો થયો હોય, એનો અર્થ જ એવો થાય કે મહિનાઓ અથવા વર્ષોના બારીક આયોજન બાદ આ ખેલને અંજામ આપવામાં આવ્યો છે! સરકારી સિસ્ટમમાં પોતાના માણસોને પ્લાન્ટ કર્યા વગર કે પછી ઉચ્ચ હોદ્દા ઉપર વામપંથી વિચારધારા ધરાવતી વ્યક્તિને બેસાડ્યા વગર આ કામ થઈ શકે એમ નહોતું!

આમ પણ, વર્ષ ૨૦૧૪માં વીરેન્દ્ર મોદીની સરકાર કેન્દ્રમાં આવી ત્યારથી શરૂ કરીને આજ સુધીમાં એમના કત્લની અસંખ્ય ધમકીઓ ઇન્ટેલિજન્સ બ્યુરોને મળી ચૂકી હતી. ખુદ અમેરિકા અને ઇઝરાયલ સ્વીકારતું હતું કે વીરેન્દ્ર મોદીને પતાવી દેવા માટે વિશ્વનાં મોટાં મોટાં આતંકવાદી સંગઠનો સક્રિય છે! ભારતની મૂળ પરંપરા અને સનાતન સંસ્કૃતિના પુનરુત્થાનમાં વિશ્વાસ ધરાવનારા તેમજ રાજકારણનાં શરૂઆતી વર્ષોથી જ એ માટે સક્રિય

વીરેન્દ્ર મોદી ચીન-પાકિસ્તાન-અફઘાનિસ્તાન અને અમેરિકાની આંખમાં કણાની માફક ખૂંચી રહ્યા હતા!

એમાંય ખાસ તો વર્ષ ૨૦૧૯માં જે પ્રચંડ બહુમતી સાથે એમણે કેન્દ્રમાં વિજય હાંસલ કર્યો હતો, એનાથી તો વિપક્ષો પણ આઘાતમાં હતા!

શક્ય છે કે કેબિનેટમાં બેઠેલા વિપક્ષીય ગઠબંધનના કોઈ નેતાએ આ કાવતરામાં ભાગ લીધો હોય? અજય ડોભાલને અચાનક મગજમાં એક વિચાર ઝળક્યો.

'અમિત!' પોતાના પર્સનલ આસિસ્ટન્ટને એમણે આદેશ આપતાં કહ્યું, 'હુમલો થયો એ વખતે દરબાર હૉલમાં ગેરહાજર સરકારી નેતાઓની આખી યાદી મને દસ મિનિટમાં ટેબલ પર જોઈએ!'

હું એ જાણીને રહીશ કે ભારતના રાજતંત્રમાં કયા સાપને દૂધ પાઈને ઉછેરવામાં આવી રહ્યો છે!

તેઓ મનોમન બબડ્યા.

વર્તમાન દિવસ

દિલ્હી

રિયાના માથામાંથી ખાસ્સું લોહી વહી ચૂક્યું હતું, પરંતુ બિલાલે પ્રહાર કરતી વેળા એ વાતનું ધ્યાન રાખ્યું હતું કે તેનું મોત ન નીપજે!

અર્ધખુલ્લી આંખે રિયા પોતાની જાતને લિફ્ટમાં ઢસડાતી જોઈ રહી. તેની પાંપણો અજ્ઞાત વજનને કારણે વારંવાર બંધ થઈ જતી હતી. માથામાં ભારેભરખમ હથોડા વડે માર મારવામાં આવી રહ્યો હોય એમ સણકા વાગી રહ્યા હતા.

બિલાલના માણસો દ્વારા તેને વાળથી પકડીને ઢસડતાં ઢસડતાં લઈ જવાઈ રહી હતી. રિયાએ જાગવાનો પ્રયત્ન કરવાને બદલે ઘડીભર આંખ મીંચીને પોતાની નિયતિનો સ્વીકાર કરી લીધો. ત્યાં તેના મસ્તિષ્કમાં ફરી આલોક

ચૌધરીનો અવાજ પડઘાઈ ઉઠ્યો, 'હારી રહેલા દુશ્મન કરતાં જીતી રહેલા પ્રતિસ્પર્ધીને પરાસ્ત કરવો વધુ સરળ હોય છે, રિયા!'

... અને, એકઝાટકે રિયાની આંખ ખૂલી ગઈ. ઘેનને ફગાવી તેણે પોતાની આસપાસ ચાલી રહેલા બુકાનીધારી માણસોનું નિરીક્ષણ કર્યું. સ્ટિરોઇડ લઈને બનાવેલી બોડીમાંથી ફાટ-ફાટ થતી નસોને જોઈને રિયાને ખ્યાલ આવી ગયો કે બિલાલે ફક્ત દેખાવે ખતરનાક લાગે, એવા માણસોને જ કામ પર રાખ્યા છે!

વર્ષોથી ફિટનેસ અને હેલ્થકેર-ઇન્ડસ્ટ્રીના નિષ્ણાત લોકો સાથે તેનો ઘરોબો હોવાથી રિયા એકદમ ખાતરીપૂર્વક આવા અનુમાનો લગાવી શકતી.

લિફ્ટ ફરી થર્ડ ફ્લૉર પર આવીને ઊભી રહી. દરવાજો ખૂલ્યો. ધાબડા જેવાં જેકેટ અને નિન્જા-માસ્કને કારણે બંને ગાર્ડ્સ કોઈ શારીરિક પરિશ્રમ કર્યા વગર પણ પરસેવે રેબઝેબ હતા.

થર્ડ ફ્લૉર પરથી નીચે ઊતરતાં પહેલાં તેણે કૉરિડોરની ડાબી બાજુ જે વિશાળ ગ્લાસ-વિન્ડો જોઈ હતી, એ અત્યારે લિફ્ટના દરવાજાની બરાબર સામે દેખાઈ રહી હતી. બારીથી એકાદ ફૂટ દૂર ફાયર એક્સ્ટિન્ગ્યુશર - અગ્નિશામક ઉપકરણ - ને આપાતકાલીન સ્થિતિ માટે કાચની પેટીમાં રાખવામાં આવ્યું હતું.

રિયાના મગજમાં એક વિચાર ઝબક્યો!

જેવી રીતે દીવડો ઓલવાતાં પહેલાં બમણી તીવ્રતા સાથે સળગે, એવી જ રીતે રિયાએ છેલ્લી વખત પોતાનું નસીબ અજમાવી જોવાનું નક્કી કર્યું. આમ પણ, બિલાલની કેદમાં રહેનારી વ્યક્તિના ભાગ્યમાં જો જીવતા રહેવાનું સુખ લખાયું જ ન હોય, તો જીવ-સટાસટીનો ખેલ રમી લેવામાં ખોટું શું?

પોતાના શરીરમાં જેટલી ઊર્જા શેષ બચી હતી, એને એકત્ર કરીને રિયાએ જમણી બાજુ ચાલતા ગાર્ડના ઘૂંટણ પર જોરથી લાત મારી! પ્રહાર એટલો ચોટદાર હતો કે એ માણસ જમીન ઉપર ફસડાઈ પડ્યો. ડાબી બાજુ ચાલનારો ગાર્ડ કંઈ સમજી શકે એ પહેલાં રિયાએ તેનું માથું ધડાકાભેર અગ્નિશામક ઉપકરણની કાચની પેટી પર અથડાવ્યું, જેના પરિણામે કાચ તૂટ્યો અને તેની કણીઓ એના માથામાં ઘૂસી ગઈ. પોતાની જાત બચાવવાના માનવસહજ સ્વભાવને કારણે એની પકડમાંથી રિયા છૂટી ગઈ.

જમીન ઉપર ફસડાઈ પડેલો ગાર્ડ ઊભો થઈને રિયાને પકડવા માટે આવે, એ પહેલાં જ તેણે પોતાના અંબોડામાં ભરાવેલો ઘડિયાળનો મિનિટ-કાંટો તેની

ગરદન પર ઘોંપી દીધો! અમુક જ સેકન્ડ્સમાં લિફ્ટ પાસેનો આખો વિસ્તાર લોહીનાં ટીપાંથી ઊભરાવા માંડ્યો.

પોતાને મળેલી માઇક્રો-સેકન્ડ્સનો ફાયદો ઉઠાવીને રિયાએ અગ્નિશામક ઉપકરણનો પાઈપ ખેંચીને બારીમાંથી બહાર ઝંપલાવી દીધું. ગાર્ડ ફાટેલી આંખોથી રિયાને ત્રણ માળ ઉપરથી છલાંગ મારતાં જોઈ રહ્યો. એને વિશ્વાસ નહોતો આવી રહ્યો કે ગરીબડી ગાય જેવી દેખાતી છોકરી આટલું મોટું જોખમ કેવી રીતે ખેડી શકે?

એને ક્યાં ખબર હતી કે મૃત્યુનો સ્પર્શ કરીને આવી ગયેલી રિયાનું મનોબળ કેટલું મજબૂત હતું!

ક્ષણની ગંભીરતા સમજી ગયેલાં ગાર્ડએ બંદૂક લૉડ કરી હવામાં ફાયર કર્યું, પરંતુ ધડધડાટ નીચે જઈ રહેલી રિયાના કાન પાસેથી ગોળી સ્પર્શ્યા વગર પસાર થઈ ગઈ. પાઇપ પૂરો થયો અને ટીંગાઈ રહેલી રિયાએ લગભગ છ ફૂટ ઉપરથી નીચે કૂદકો માર્યો.

પાસા પોબારા પડ્યા! તે જ્યાં કૂદી હતી, એ પાર્કિંગ-એરિયા હતો. નજર સામે તેને વિવાનની ઑડી ક્યુ-૭ કાર દેખાઈ, જેમાં કિડનેપ કરીને તેને અહીં સુધી લાવવામાં આવી હતી. ચાવી હજુ પણ કારમાં જ લટકતી હતી.

ગાર્ડએ વૉકી-ટૉકી થકી પોતાના સાથીદારોને એલર્ટ કર્યા, પરંતુ તેઓ ભાગીને પાર્કિંગ-લૉટ સુધી પહોંચે એ પહેલાં જ રિયાએ કાર ભગાવી મૂકી! તેનું માથું ભમવા માંડ્યું હતું, પરંતુ આ છેલ્લો મોકો હતો. જો હવે તે બિલાલની ચુંગાલમાં ફસાઈ, તો મોત નિશ્ચિત હતું! પોતાની જાત ઉપર કાબૂ મેળવીને તેણે ઉબડખાબડ રસ્તા પર પૂરપાટ વેગે કાર હંકારી મૂકી!

આ બાજુ, પાર્કિંગની સીસીટીવી ફૂટેજમાંથી રિયાને ભાગતી જોઈ રહેલા બિલાલે ગાર્ડના લમણા પર ટ્રિગર દાબતાં ત્રાડ પાડી, 'વી કાન્ટ લૂઝ હર! રિયા... તું બચી નહીં શકે!'

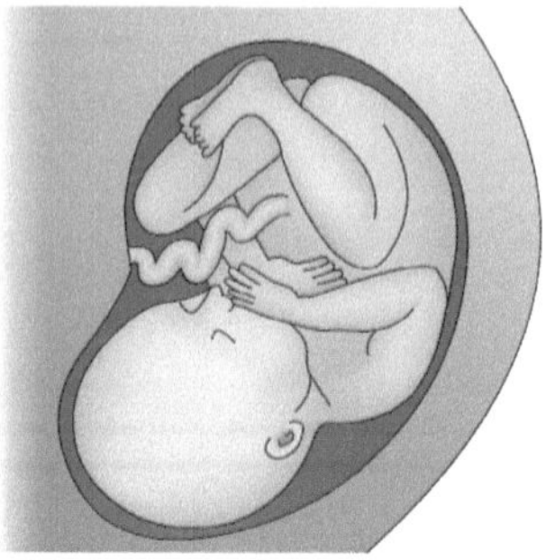

૨૪

ત્રેતાયુગ
અમરાવતી

એ સંધ્યા કંઈક અલગ હતી. મહર્ષિ કશ્યપની કુટિરમાં હર્ષોલ્લાસની છોળો ઊડી રહી હતી. ભૃગુ ઋષિના દેહાંત પશ્ચાત્, ઘણા મહિના પછી અમરાવતીમાં આનંદની લાગણી પ્રવર્તમાન હતી. દેવજનની અદિતિ પુનઃ ગર્ભવતી હતાં. સીમંતનો પ્રસંગ પૂરો થયા બાદ પતિ-પત્ની કુટિરની બહાર વૃક્ષો પાસે વડવાઈઓથી નિર્મિત હિંડોળે બેસીને ઝૂલી રહ્યાં હતાં.

શેષ છ સપ્તર્ષિઓના આશીર્વાદ પ્રાપ્ત થયા બાદ અદિતિ અત્યંત પ્રસન્ન હતાં. માથામાં વેણી, બંને હાથ પર ગુલાબની પાંખડીઓનો શૃંગાર, સૌભાગ્યની નિશાની સમી લાલ સાડી અને પગમાં ઝાંઝર! માતૃત્વ જાણે સોળે કળાએ અદિતિમાં ખીલ્યું હતું. ઋષિ કશ્યપ પણ દેવજનનીના ગર્ભને વાત્સલ્યભરી દૃષ્ટિએ નિહાળી રહ્યા હતા. દાંપત્યજીવનનું સંતાનરૂપી ચરમસુખ પ્રાપ્ત થવા આડે એકાદ મહિનો શેષ બચ્યો હતો!

સૌ કોઈ જાણતાં હતાં કે માતા અદિતિના ગર્ભમાંથી જન્મ લેનારાં સંતાનો ક્યારેય સામાન્ય ન હોઈ શકે. સૃષ્ટિના સંચાલનકર્તા દેવો વાયુ-અગ્નિ-વરૂણ-ઇન્દ્ર વગેરેને જન્મ આપવા ઉપરાંત ૧૨ આદિત્યો, ૧૧ રૂદ્રો, ૮ વસુઓ અને બે અશ્વિનીકુમારોના પણ તેઓ માતા હતાં. ગ્રહો-નક્ષત્રોની સ્થિતિ જોતાં એવું લાગી રહ્યું હતું કે આ જ વખતે પણ અદિતિનું આવનારું સંતાન અદ્વિતીય સામર્થ્ય અને અલૌકિક જ્ઞાનનું અધિપતિ હશે, જેને વિશ્વ યુગ-યુગાંતરો સુધી યાદ કરશે!

આકાશમાં લાલ, કેસરી અને પીળા રંગના મિશ્રણ પર કાળાશ છવાતી જતી હતી. જેમ જેમ રાત ઢળતી જતી હતી, એમ એમ અદિતિના અંતરમાં હરખના સ્થાને ઉચાટ વ્યાપી રહ્યો હતો.

'સ્વામી... આજે મને સમજાય છે કે બહેન દિતિના ગર્ભ ઉપર ઇન્દ્રએ વજ્રાસ્ત્રનો પ્રહાર કર્યો હશે, ત્યારે એમણે કેટલી અસહ્ય પીડા ભોગવવી પડી હશે! મારી બહેન તેના અંતિમ શ્વાસ સુધી પોતાની સંતતિને સુખી થતાં જોઈ શકી નહીં.' અદિતિના લલાટ પર ભ્રમરથી શરૂ કરીને સેંથાના ભાગ સુધીની રેખા તણાઈ આવી. તેમનાથી નિઃશ્વાસ નંખાઈ ગયો, 'આપણા તમામ પુત્રો સમય અને ઉંમરની સાથે સમજદાર-સંતોષી બનતાં ગયા, પરંતુ ઇન્દ્ર કેમ નહીં?'

અદિતિનો પ્રશ્ન સાંભળી ઋષિ કશ્યપ ગંભીર વિચારમાં પડી ગયા. પ્રગાઢ મૌન બાદ એમણે કહ્યું, 'જેવી રીતે અસુરોમાં બલિ અપવાદ છે, એવી રીતે દેવોમાં ઇન્દ્ર!'

ઋષિ કશ્યપે ઊભા થઈને ચાખડી પહેરી અને વડવાઈ ઝુલાવતાં કહ્યું,

'તમે અને હું બંને જાણીએ છીએ દેવી કે ઇન્દ્રના ગર્ભસંસ્કાર વેળા આપણાથી ચૂક રહી ગઈ હતી, જેના પરિણામે મેઘરાજમાં તામસી ગુણોનો પ્રાદુર્ભાવ થયો. દુર્ભાગ્યવશ, ભાઈઓનો પ્રેમ અને માતા-પિતાનું વ્હાલ પણ તેના સ્વાર્થી સ્વભાવમાં પરિવર્તન લાવી શક્યું નહીં.'

અદિતિએ પતિની આંખોમાં ત્રાટક કરતાં પૂછ્યું, 'મારા પુત્રની જ અધોગતિનો માર્ગ નિશ્ચિત કરીને મેં ભૂલ તો નથી કરી ને, આર્ય? સમષ્ટિ મને કુમાતા તો નહીં માને ને?'

'પુત્ર જ્યારે પતનના પંથ ઉપર અગ્રેસર હોય ત્યારે માતા-પિતા સર્વપ્રથમ તેને શાંત ચિત્તે સમજાવવાનો આગ્રહ રાખે છે... ત્યારબાદ કડક શબ્દોમાં ચેતવણી આપે છે, અને છતાં પણ સંતાનની પ્રકૃતિમાં પરિવર્તન ન જણાય તો દંડ આપવા સિવાય અન્ય કોઈ ઉપાય શેષ બચતો નથી.' ઋષિ કશ્યપના

સ્વરમાં પિતૃસહજ વાત્સલ્યભાવ ભળ્યો, 'અન્ય સંતાનોના ભવિષ્યને સુદઢ કરવા માટે માતા-પિતાએ કેટલીક વખત કઠોર નિર્ણયો લેવા પડે છે, અદિતિ! હંમેશાં સ્મૃતિમાં રહે કે પુત્ર કદાચ કુપુત્ર થઈ શકે, પરંતુ માતા કદાપિ કુમાતા ન થાય!'

कुपुत्रो जायेत क्वचिदपि कुमाता न भवति ॥

'પરંતુ પ્રકૃતિના ન્યાયરૂપી ત્રાજવાને પોતાના હાથમાં લેવાનો અધિકાર માતા-પિતાને છે, સ્વામી?' દેવજનનીએ યથોચિત પૃચ્છા કરી.

'જો પ્રકૃતિએ મનુષ્યને પ્રજનનનો અધિકાર આપ્યો હોય, તો તેના સંતાનની સુખાકારી માટે સમય-સમયાંતરે ન્યાયચક્રની ધુરા પોતાના હાથમાં લેવાનો અધિકાર કેમ ન આપે?' મહર્ષિએ વળતાં પૂછી લીધેલા પ્રશ્નમાં જ ઉત્તર સમાહિત હતો.

માતા અદિતિએ હકારમાં મસ્તક ધુણાવ્યું.

'જો હવે ઇન્દ્રનાં દુષ્કાર્યો પર રોક ન લાગી, તો સમસ્ત દેવગણ માટે તે વિજર્જર-શીર્ણ ફળ સમાન પુરવાર થાય એમ છે.' ઋષિ કશ્યપના મુખારવિંદ પર સહેજ કઠોરતા દેખાઈ, 'એક શીર્ણ ફળને કારણે અન્ય ઉત્કૃષ્ટ ફળો પર તેનો દુષ્પ્રભાવ પડે, એવું જન્મદાતા ક્યારેય ન ઇચ્છે.'

'બલિના શાસન હેઠળ આર્યાવર્ત, અમરાવતી અને મરુભૂમિની પ્રજા સુખી છે, અદિતિ.' ઋષિ કશ્યપે ભાર્યાના ખભા પર હાથ મૂકીને આશ્વાસન આપતાં કહ્યું, 'આમ છતાં, એમના અસુર-મંત્રીમંડળના વિરોધમાં જે સ્વર ઊઠી રહ્યો છે; એ ઇન્દ્રને પુનઃ કોઈ નવું દુષ્કૃત્ય કરવા પ્રેરશે, એવું જણાઈ આવે છે.'

'તો પછી આ નિરંતર ચાલતી રહેતી સમસ્યાનો ઉકેલ શું?' અદિતિએ પૂછ્યું, 'મા તરીકે હું ઇન્દ્રનું ક્યારેય ખરાબ ન વિચારી શકું. કોઈ એવો ઉપાય સૂચવો સ્વામી, જેના લીધે ઇન્દ્ર માટે લોકમાનસમાં ઘૃણા ન નીપજે!'

ઋષિ કશ્યપે અદિતિના ગર્ભ પર મર્મસૂચક દૃષ્ટિપાત કરતા કહ્યું, 'ઇન્દ્ર હવે દેવ નહીં, પરંતુ પદ બની જશે! ત્રિલોકની ધુરા સંભાળનાર શાસક જ હવેથી ઇન્દ્ર તરીકે ઓળખાશે, દેવી.'

૨૫

વર્તમાન દિવસ

દિલ્હી

વારેઘડિયે રિયર-મિરરમાં નજર નાંખીને કોઈ તેનો પીછો તો નથી કરી રહ્યું ને, એ ચકાસી રહેલી રિયાના મગજમાં એકસાથે અસંખ્ય વિચારોનું વાવાઝોડું ઊમટ્યું હતું. દિલ્હી એક્સપ્રેસ હાઈ-વે પર પૂરપાટ ભાગતી કાર જયસિંઘ રોડ પર આવેલાં પૉલીસ હેડક્વાર્ટર્સની દિશામાં આગળ ધપી રહી હતી. દિલ્હી કમિશનર સમક્ષ ઉપસ્થિત થઈને બિલાલ અને તેના આતંકી મનસૂબાનો ભાંડો ફોડવો જરૂરી હતો.

રાષ્ટ્રપતિ ભવનમાં બિછાયેલી લાશો જોઈને તેને એટલો તો ખ્યાલ આવી ગયો કે આખા દેશમાં અત્યારે અફડાતફડીનો માહોલ હોવો જોઈએ, પરંતુ વાસ્તવિક ચિત્ર શું છે એ જાણવા માટે સાંપ્રત સમયમાં ચાલી રહેલાં સમીકરણો સમજવા જરૂરી હતાં. તેણે રેડિયો ઑન કર્યો, જેમાં રેડિયોજૉકી અત્યંત ગંભીર સ્વરે હાલ દિલ્હીની સ્થિતિ જણાવી રહ્યા હતા...

'ટોચના નેતાઓ, ઑફિસર્સ અને પદ્મપુરસ્કૃતો સહિત ૧૦૦થી વધારે લોકોની દેશના સૌથી સુરક્ષિત ગણાતાં રાષ્ટ્રપતિ ભવનમાં રહસ્યમય મોત! મલ્ટિ-નેશનલ કંપનીના માલિક વિવાન આર્ય પર દેશના રાષ્ટ્રપતિ હરિનાથ કોવિંદના ખૂનનો આરોપ! પ્રેસ સેક્રેટરી અને કથિત સાગરીત સુહાની સિંહા સાથે વિવાન આર્ય ફરાર! એમની ગર્લફ્રેન્ડ રિયા ચૌધરીના કોઈ વાવડ મળ્યા નથી.'

વિવાન પર ખૂનનો આરોપ? સુહાની સિંહા? પ્રેસ સેક્રેટરી ઑફ પ્રેસિડન્ટ? વિવાન એની સાથે ફરાર શા માટે થાય?

આઘાતમાં સરી પડેલી રિયાને પોતાની છાતીના ડાબા ભાગે ભયંકર ભીંસ અનુભવાઈ. વિવાનના સમાચાર સાંભળીને તેની હથેળીમાં પરસેવો વળવા માંડ્યો. જાણે કોઈક તેના હૃદયને મુઠ્ઠીમાં પકડીને મસળી નાંખવા તત્પર હોય એવો અનુભવ થઈ રહ્યો હતો. તર્ક-વિતર્કથી ભરચક તેના દિમાગમાં નવા પ્રશ્નોનો ઉમેરો થયો!

'શક્ય જ નથી કે વિવાનનો આમાં કોઈ હાથ હોય! નક્કી તેને ફસાવવામાં આવી રહ્યો છે. ક્યાંક ફૈઝાની માફક સુહાની પણ ગુનેગારો સાથે ભળેલી નહીં હોય ને?' જેમ સનેપાત ઊપડેલા માણસનો બબડાટ શરૂ થઈ જાય, એવી રીતે રિયા પણ પોતાની જાત સાથે સંવાદ સાધવા લાગી હતી, 'સોમનાથની ગુફામાં ફૈઝા જે એકાક્ષ અઘોરીની વાત કરી રહી હતી, એનો આ નરસંહારમાં કોઈ ફાળો હોઈ શકે? મોહમ્મદ બિલાલની પીઠ અને દીવાલ પર જે આકૃતિ જોવા મળી હતી, એ સાબિત કરે છે કે સમગ્ર ઘટનાક્રમ પૂર્વનિયોજિત છે!'

રિયાનાં વિચારચક્રો ગતિમાન થઈ ચૂક્યાં હતાં.

'જો વિવાનને ભારત સરકાર આરોપી તરીકે જોઈ રહી હોય, તો એને નિર્દોષ સાબિત કરવા માટે મારે બિલાલના સંગઠનની પ્રવૃત્તિનાં મૂળિયાંમાં ઊતરવું જ પડશે! પણ પુરાવા?'

રાતનું કાળુંડિબાંગ અંધારું ભેંકાર ભાસતું હતું. કારની ડિજિટલ ઘડિયાળ મધરાત ૧:૧૫ વાગ્યાનો સમય દર્શાવી રહી હતી. રિયાનું ધ્યાન તો ડામરના સુરેખ રસ્તા પર હતું, પણ ચિત્તમાં કચવાટ અને મૂંઝવણનો પાર નહોતો.

'હું દિલ્હી પોલીસને એના આ છૂપા અડ્ડા સુધી લઈને આવું, ત્યાં સુધી બિલાલ અહીંયા જ બેઠો રહે એટલો ભોળો તો નથી જ! આટલાવારમાં તો કદાચ એણે ગોડાઉન ખાલી કરી નાંખીને બીજે સ્થળાંતર સુધ્ધાં કરી લીધું

હશે.' રિયા પોતાની પાસે રહેલાં વિકલ્પો ઉપર નજર દોડાવી રહી હતી, 'જો અત્યારે હું કમિશ્નર પાસે પહોંચી ગઈ, તો વિવાનને મદદ કરવાને બદલે સરકારી વિષચક્રમાં જ અટવાઈને રહી જઈશ!'

એણે તાત્કાલિક પોતાનો નિર્ણય બદલી નાંખ્યો. જયસિંઘ રોડને બદલે આઝાદ મંડી તરફ ગાડીનું સ્ટિયરિંગ ઘુમાવીને તેણે સર્વપ્રથમ ઑડી કારને રસ્તામાં રેઢી મૂકવાનો નિર્ધાર કર્યો, જેથી બિલાલના માણસો તેના સુધી પહોંચી ન શકે.

... અને, એકાએક તેને બિલાલ દ્વારા ઉચ્ચારાયેલા શબ્દો આવી ગયા, 'યાદવેન્દ્રકુલદૈવમ્ અનંતશયનમ્ ખંડિત થઈને રહેશે!'

યાદવેન્દ્રકુલદૈવમ્ અનંતશયનમ્... આ શબ્દો ભૂતકાળમાં સાંભળ્યા હોય, એવું લાગે છે...

વર્તમાન દિવસ

બેંગ્લોર, કર્ણાટક

ઈમરજન્સી રેડ-સિગ્નલ જોઈને બેંગ્લોર રેલવે-સ્ટેશનનો સ્ટાફ દોડતો થઈ ગયો. દરરોજના સવા બે લાખથી વધુ મુસાફરોની આવન-જાવનના સાક્ષી બનતા આ સ્ટેશનનું મૂળ નામ - ક્રાંતિવીર સાંગોલ્લી રાયન્ના - કે.એસ. આર. હતું! આખા દિવસમાં ૬૩ એક્સપ્રેસ-ટ્રેન સહિત કુલ ૮૮ રેલગાડીઓ સ્ટેશનની મહેમાન બનતી.

લંચ-બૉક્સનાં ઉઘાડા ઢાંકણને જેમના તેમ પડતાં મૂકીને રેલવે-અધિકારીઓ બહાર ભાગ્યા.

'પૉઝિશન!' ત્રણ કલાક પહેલાં જ પોતાના ચોપરમાં દિલ્હીથી બેંગ્લોર આવી પહોંચેલા અજય ડોભાલના આદેશાત્મક સ્વરમાં ઉત્તેજના હતી! દિલ્હીથી બેંગ્લોર રવાના થયેલી માલગાડી આખરે ૧ દિવસ અને ૧૧ કલાક બાદ બેંગ્લોર સ્ટેશન પર પહોંચવાની હતી.

વિવાનની બુદ્ધિક્ષમતાથી કદાચ એક ડગલું આગળ ચાલી રહ્યા હતા, અજય ડોભાલ!

દિલ્હી સ્ટેશન ઉપર વિવાન આર્યની યોજનામાં સપડાઈને બેવકૂફ બન્યા બાદ એમના મગજમાં તરત બીજો ખુરાફાતી વિચાર ઝળકી ગયો હતો. સુહાની સિંહાના ઘર - કલાભવન - માંથી તેનું સરકારી બ્લેઝર મંગાવીને સ્નિફિંગ-ડૉગને સૂંઘાડવામાં આવ્યું હતું. પરિણામ એ આવ્યું કે ડાઘિયા કૂતરાઓ અજય ડોભાલને ફરી દિલ્હીના રેલવે-ટ્રેક પર લઈ આવ્યા... પરંતુ આ જ વખતે જ્યાંથી બેંગ્લૉરની માલગાડી રવાના થઈ રહી હતી ત્યાં!

એ જ ઘડીએ, અજય ડોભાલે સૌને આદેશ આપી દીધો હતો કે જ્યાં સુધી બેંગ્લૉર સ્ટેશન પર માલગાડી પહોંચે નહીં, ત્યાં સુધી મીડિયામાં આ વાત લીક ન થવી જોઈએ. વિવાન અને સુહાનીને પણ એ અંધારામાં રાચવા દેવાના હતાં કે તેઓ હવે સુરક્ષિત છે!

બેંગ્લૉર સ્ટેશન અને તેની આસપાસ અજય ડોભાલે પોતાની બસ્સો લોકોની ટુકડી ઊભી કરી દીધી હતી, જેમની ગણના ડિપાર્ટમેન્ટના બાહોશ ઑફિસર્સમાં થતી હતી! આખી તૈયારી એટલી ચુપકીદી સાથે બંધ બારણે કરવામાં આવી કે કોઈને તેની કાનોકાન ખબર સુધ્ધાં ન પહોંચે.

વિવાનની બેંગ્લૉર નીકળ્યા હોવાની બાતમી મળતાં જ અજય ડોભાલે કર્ણાટકના પ્રત્યેક રેલવે-સ્ટેશન પર કડક ચોકીપહેરો રાખવાની સૂચના આપી દીધી હતી. યાત્રીઓ, રેલવે-સ્ટાફ, સફાઈકર્મીઓ અને અધિકારીઓ સહિત એક પણ વ્યક્તિ બાકી નહોતું, જેની નેશનલ સિક્યોરિટી એજન્સીએ તપાસ ન કરી હોય! પ્લેટફૉર્મ ઉપર આવનારા અને જનારા પ્રત્યેક વ્યક્તિ પર નજર રાખવામાં આવી રહી હતી. કંટ્રોલ-રૂમમાં કેમેરાની લાઇવ-ફૂટેજને નિહાળી રહેલા અજય ડોભાલ હવે બીજી કોઈ ચૂક કરવા માંગતા નહોતા. સ્ક્રીન પર જ એમણે એક માલગાડીને સ્ટેશન તરફ આવતાં જોઈ લીધી હતી.

'એ બંનેને કોઈપણ ભોગે પકડી પાડવાના છે!' અજય ડોભાલે પોતાની વૉકી-ટૉકીમાં આદેશ આપતાં કહ્યું. હાથમાં પકડેલા પેપર-વેઇટને ગોળ-ગોળ ફેરવતાં ફેરવતાં તેમના મગજમાં અસંખ્ય પ્રશ્નો પેદા થઈ રહ્યા હતા.

વિવાનનો બેંગ્લૉર આવવા પાછળનો હેતુ શો હોઈ શકે? આ કક્ષાનો કોઈપણ આરોપી અપરાધ કર્યા બાદ સર્વપ્રથમ દેશ છોડીને જવાનો પ્લાન બનાવે... અન્ય રાજ્યમાં ભાગવાનો નહીં! સુહાની સિંહા જેવી પ્રતિષ્ઠિત કર્મચારી

આખરે શા માટે તેનો સાથ આપી રહી છે? કંઈક તો એવું છે, જે નજર સામે હોવા છતાં સ્પષ્ટ નથી.

વર્તમાન દિવસ
બેંગ્લૉર રેલવે-ટ્રેક

વિવાનની આરસપહાણના ચોસલા સમી મજબૂત અને સ્નાયુબદ્ધ છાતી સાથે પરસેવાને કારણે ચોંટી ગયેલું ટેન્ક-ટૉપ હવે ધીરે-ધીરે ફાટી રહ્યું હતું! એક જાડું દોરડું તેની છાતીના ભાગે ઘસરકા પાડી રહ્યું હતું. સુસવાટાભેર વાતો પવન એનો પરસેવો સૂકવે, એ પહેલાં જ પુષ્કળ શારીરિક પરિશ્રમને કારણે ચામડી ઉપર નવાં પ્રસ્વેદબિંદુઓ ઉપસી આવતાં હતાં.

તે ૯૦ કિલોમીટરની ઝડપે દોડી રહેલી ટ્રેનના બે ડબ્બાઓને જોડતા શાફ્ટ પર બેઠો હતો, જેનું દોરડું તેઓ જે ડબ્બામાં છુપાઈને બેંગ્લૉર સુધી પહોંચ્યા હતાં એના દરવાજા સાથે બંધાયેલું હતું!

ખટ્ટાક... ખટ્ટાક... ટ્રેનએ પોતાના પાટા બદલ્યા. ઘણા સમયથી એકધારા દોડી રહેલા વ્હીલ સાથે જોડાયેલાં એક્સેલએ બેંગ્લૉર રેલવે-સ્ટેશનના ટ્રેક તરફ પોતાની દિશા બદલી.

'વિવાન...' અચાનક બદલાયેલા ટ્રેકને લીધે બે ડબ્બા વચ્ચેના જોઇન્ટ-સ્ટેન્ડ ઉપર બેઠેલા વિવાને સંતુલન ગુમાવ્યું, એ જોઈને સુહાનીના શ્વાસ અધ્ધર થઈ ગયા હતા!

પરંતુ ચિત્તા જેવી ચપળતા સાથે વિવાને પોતાનો પગ ટ્રેન નીચે આવીને કચડાઈ જાય, એ પહેલાં જ ઉપર લઈ લીધો. સદ્‌ભાગ્યે, તેના હાથમાં શાફ્ટ આવી જતાં તે પોતાની જાતને બચાવી શક્યો!

માંડ માંડ પોતાના શરીરને તેણે ફરી સંતુલનમાં લાવ્યું. પાછલી વીસ મિનિટથી તે આ રીતે બે કમ્પાર્ટમેન્ટ વચ્ચે અધ્ધર લટકીને કોઈક કામ પાર પાડવાની કોશિશ કરી રહ્યો હતો.

સહેજ નીચે વળીને તેણે સી-બી-સી કપ્લરની મૂળ સ્થિતિને તપાસી જોઈ. બપોરના ત્રણ વાગ્યાનો તાપ અને ટ્રેનની ગતિના કારણે એકદમ ગરમ થઈ ગયેલા કપલિંગને અડકી શકવું પણ અસંભવ જણાતું હતું. ગળે વીંટાળેલાં શર્ટ વડે તેણે કપલિંગનો સ્પર્શ કરીને જોરથી દબાવ્યું.

જો આ કામમાં એક નાનકડી સરખી ભૂલ થાય, તો પૂરપાટ દોડી રહેલી ટ્રેનના પૈડાં નીચે તેના પ્રાણ હોમાઈ જાય એમ હતા!

સુહાની ધડકતા હૈયે આખો ખેલ જોઈ રહી હતી.

પોતાના ઘૂંટણ પર બેસીને વિવાને એડીચોટીનું જોર લગાવ્યું. એક હાથે શાફ્ટનો ટેકો લીધો અને બીજા હાથે સી-બી-સી કપ્લર સાથે જોડાયેલી એક ફૂટ લાંબી પીનને સિફતથી ખેંચી કાઢી.

ખટ્ટાક... અવાજ સાથે એમનો ડબ્બો મુખ્ય ટ્રેનથી અલગ થઈ ગયો! માલગાડી બેંગ્લૉર-સ્ટેશન તરફ આગળ ધપતી રહી અને તેઓ જે ડબ્બામાં હતા, એની ગતિ ધીમી પડતી ગઈ.

વિવાનને પહેલેથી જ શંકા હતી કે બેંગ્લૉર-સ્ટેશન ઉપર જો પોલીસ-બંદોબસ્ત ગોઠવી દેવામાં આવ્યો હોય, તો ત્યાંથી છટકી શકવું અશક્ય થઈ જશે! આથી, મુખ્ય સ્ટેશનથી ૧૦ કિલોમીટર દૂર કૃષ્ણરાજપુરમ્ સ્ટેશન પાસે જ એમણે પોતાનો ડબ્બો ટ્રેનથી અલગ પાડી નાંખ્યો!

વિવાને પાછળ ફરીને સુહાની સામે જોયું. તેના કપાળ ઉપર બાઝેલાં પરસેવાના ટીપાંમાંથી તેને આશાનું કિરણ પરિવર્તિત થતું દેખાયું!

વિવાન બીજી વખત અજય ડોભાલને માત આપવા જઈ રહ્યો હતો!

વર્તમાન દિવસ

કોઈમ્બતૂર, તમિલનાડુ

'તેઓ દિલ્હીથી કોઈમ્બતૂર આવવા માટે નીકળી ચૂક્યા છે!' મનસ્વીએ ભૈરવી માને કહ્યું. 'આદિયોગિની અલયમ્'માં શ્રીવિદ્યા સાધના-શિબિરના બીજા

દિવસની શરૂઆત થાય, એ પહેલાં સાધ્વી મા, મનસ્વી અને ભૈરવી મા અત્યંત ભેદી ચર્ચામાં મશગૂલ હતાં.

'સમયની કટોકટી છે, મનસ્વી!' ભૈરવી માએ સત્તાવાહી સ્વરે કહ્યું, 'તેઓ અહીં આવી પહોંચે, એટલે મને તરત જાણ કરજે.'

સાધ્વી મા સવારથી એકદમ ચૂપ હતાં. એમના ચહેરા ઉપર ચિંતાનાં વાદળો ઘેરાયેલાં હતાં. તેમણે ભૈરવી મા સામે જોયું.

'મા...' સાધ્વી મા કંઈ બોલવા જાય એ પહેલાં જ...

ભૈરવી માએ એમને અધવચ્ચે અટકાવ્યાં. કશું જ કહ્યા વગર એમણે સાધ્વી માને આલિંગન આપ્યું. એમના સ્પર્શ થકી સાધ્વી માના ચિત્તમાં ઉમટેલો વિષાદ એક પળમાં શમી ગયો.

'તમે મને મા તરીકે સંબોધવાને બદલે મારું નામ લઈને તુંકારે બોલાવશો તો પણ ચાલશે... મેં પહેલાં પણ તમને જણાવ્યું છે!' ભૈરવી માએ એકદમ હળવાશથી સાધ્વી માની આંખોમાં હેતભરી નજરે જોતાં કહ્યું.

સાધ્વી માએ રાબેતા મુજબ, એમની વિનંતીને આંખ આડા કાન ધરી મંચ ઉપર ભૈરવી માનું આસન વ્યવસ્થિત કર્યું. સામે પક્ષે, ભૈરવી મા પણ હેતાળ સ્મિત આપીને પોતાના આસન પર ગોઠવાયાં.

એમની સામે ૧૦,૦૦૦ શ્રદ્ધાળુઓ નમસ્કાર મુદ્રામાં હાથ જોડીને બેઠાં હતાં. તેઓ ભૈરવી મા પાસેથી શ્રીયંત્રના દ્વિતીય આવરણનું રહસ્ય જાણવા માટે અત્યંત આતુર હતાં.

આસનની બરાબર સામે રાખવામાં આવેલાં તેજોમય મેરુ શ્રીયંત્ર પર વિનિયોગ અને ન્યાસવિધિની સમાપ્તિ બાદ, ભૈરવી માએ લલિતાસહસ્રનામનું ધ્યાન ધરી યંત્રાધિષ્ઠાત્રી રાજરાજેશ્વરી મહાત્રિપુરસુંદરીને સભામાં બિરાજમાન થવા માટે યાચના કરી,

सिन्दूरारुण विग्रहां त्रिनयनां माणिक्यमौलि स्फुरत्ता
रा नायक शेखरां स्मितमुखी मापीन वक्षोरुहाम् ।
पाणिभ्यामलिपूर्ण रत्न चषकं रक्तोत्पलं बिभ्रतीं
सौम्यां रत्न घटस्थ रक्तचरणां ध्यायेत् परामम्बिकाम् ॥

'જેમનો વિગ્રહ અર્થાત્ દેહ સિંદૂરમય લાલ છે, એ ત્રિનેત્રધારી બ્રહ્માંડસ્વરૂપાએ મસ્તક ઉપર મણિઓથી સુશોભિત અતિસુંદર મુગટ

ધારણ કર્યો છે. જેઓ સ્વયં બીજના ચંદ્ર સમાન દીપી રહ્યાં છે, એ મહાત્રિપુરસુંદરીના મુખ પર કરુણાસભર મધુર સ્મિત છલકે છે. જેમના એક હાથમાં અમૃતથી છલોછલ રત્નજડિત સુવર્ણકળશ છે, અને દ્વિતીય કરકમળમાં લાલ કમળનું પુષ્પ છે... એવા કલ્પનાતીત સૌંદર્યવાન દેવી પરામ્બિકાનું હું ધ્યાન ધરું છું.'

એમના કંઠમાંથી સ્ફુરેલી માધુર્યથી પરિપૂર્ણ સ્તુતિ સાંભળીને સૌ ભાવકો જાણે સમાધિમાં સરી પડ્યા હોય, એ રીતે સ્વમાં એકાકાર થઈ ગયા.

ભૈરવી માએ શ્રીયંત્રને નમસ્કાર કર્યા. બીજી બાજુ, 'આદિયોગિની અલયમ્'માં ઠેર ઠેર લગાવવામાં આવેલી વિશાળ સ્ક્રીન્સમાં શ્રીયંત્રના દ્વિતીય આવરણની આકૃતિ ઊપસી આવી.

'ષોડશદલ...' રક્તવર્ણી સાડીમાં દૈદીપ્યમાન ભૈરવી માના ચહેરા પર અલૌકિક તેજ વ્યાપ્ત હતું. તેમણે શ્રીયંત્રના દ્વિતીય આવરણની સમજૂતી આપતાં કહ્યું, 'કમળની સોળ પાંખડીઓ! દ્વિતીય આવરણ અથવા ચક્રનું નામ છે: સર્વાશાપરિપૂરક ચક્ર! સાધક જ્યારે શ્રીચક્રના સર્વપ્રથમ આવરણ - ત્રૈલોક્યમોહન ચક્ર - ને સિદ્ધ કરી લે છે, ત્યારે તે સમસ્ત જગતને પોતાની વાણી, દેખાવ સહિત તમામ પ્રકારે મોહી શકવા સક્ષમ બની જાય છે. જે કાર્ય એ વ્યક્તિ હાથમાં લે, એ પરિપૂર્ણ થઈને જ રહે એવા પ્રકારનું વરદાન તેને પ્રથમ આવરણની પૂજા કરવામાત્રથી મળી જાય છે.'

ભૈરવી માએ સર્વાશાપરિપૂરક ચક્ર અંગે વિસ્તૃત સમજૂતી માંડી,

'દ્વિતીય ચક્રની સાધના કરનાર વ્યક્તિના મનમાં જો આશાનું બીજ ઉત્પન્ન થઈ જાય, તો તે અવશ્ય પૂર્ણ થાય છે! યોગિની અને ચક્રેશ્વરી સહિત ૧૬ શક્તિઓનો સરવાળો કરીએ તો, દ્વિતીય આવરણમાં કુલ ૧૮ દેવીઓની પૂજા કરવામાં આવે છે; જેની ચક્રેશ્વરી છે: ત્રિપુરેશી... અને યોગિની ગુપ્ત છે!'

શ્રદ્ધાળુઓને શ્રીવિદ્યા સાધનાનું આ મહત્ત્વનું અંગ સમજાઈ રહ્યું છે કે નહીં, એ જોવા માટે ભૈરવી મા સહેજ અટક્યાં. એમની મુખમુદ્રા જોઈને તેઓ સમજી ગયા કે ભાવકોને ગુપ્ત યોગિનીનું તાત્પર્ય સમજાયું નથી!

'પ્રથમ આવરણને સિદ્ધ કરવા માટે સાધકને કોઈ ગુરુની આવશ્યકતા નથી! આથી, તેની યોગિની પ્રગટ છે. બીજું એ કે, શ્રીચક્રનું પ્રથમ આવરણ સફળતાપૂર્વક સિદ્ધ કર્યા બાદ આમ પણ સાધક સુખ-સમૃદ્ધિ-સંસાધન અને ઐશ્વર્યના મોહમાં પડી જાય છે. સમાજમાં લોકો તેને માનપાન આપે છે. તેના ઘરમાં શ્રી અર્થાત્ લક્ષ્મીની કૃપા સદૈવ બની રહે છે. આથી સ્વાભાવિક રીતે, મોટાભાગના સાધકો દુન્યવી સિદ્ધિઓમાં અટવાઈને દ્વિતીય આવરણને સિદ્ધ કરતા નથી. સુખનો ત્યાગ કરીને સાધનાના માર્ગે આગળ ધપનારા લોકો બહુ ઓછા હોય છે. મહત્ત્વપૂર્ણ એ છે કે, બીજા ચક્રની પૂજાનો આરંભ કરતા પહેલાં શ્રીવિદ્યાના સિદ્ધ ઉપાસક પાસેથી દીક્ષા લેવી આવશ્યક છે. ત્યાર પછી જ તે, ગુપ્ત યોગિનીના ક્ષેત્રને સમજી શકવા સક્ષમ થાય છે.'

ભાવકોના ચહેરા પરથી મૂંઝવણ દૂર થતી જોઈને ભૈરવી માના હોઠ પર માર્મિક સ્મિત તરી આવ્યું.

'દ્વિતીય આવરણને જે વિશેષણ આપવામાં આવ્યું છે, એ છે: મહામહારાજ્ઞી!' એમણે સર્વાશાપરિપૂરક ચક્રની તમામ મહાશક્તિઓના નામ શ્રોતાગણને જણાવ્યા, 'કામાકર્ષિણી, બુદ્ધયાકર્ષિણી, અહંકારાકર્ષિણી, શબ્દાકર્ષિણી, સ્પર્શાકર્ષિણી, રૂપાકર્ષિણી, રસાકર્ષિણી, ગંધાકર્ષિણી, ચિત્તાકર્ષિણી, ધૈર્યાકર્ષિણી, સ્મૃત્યાકર્ષિણી નામાકર્ષિણી, બીજાકર્ષિણી, આત્માકર્ષિણી, અમૃતાકર્ષિણી, શરીરાકર્ષિણી, સર્વ-આશાપરિપૂરક ચક્રસ્વામિની, ગુપ્ત યોગિની!'

૨૬

ત્રેતાયુગ

અમરાવતી

ભાદ્રપદ માસના શુક્લ પક્ષની દ્વાદશી તિથિ! અમરાવતીના આભામંડળમાં અજંપો વ્યાપ્ત હતો. દેવજનની અદિતિને પ્રસવપીડા શરૂ થઈ ચૂકી હતી. પર્ણકુટિરમાં ઉપચારિકાની આવનજાવન વધી ગઈ હતી. ગરમ પાણીના કુંભ, ચિકિત્સા દરમિયાન ઉપયોગમાં લેવાતાં કીટાણુરક્ષક શ્વેત કાપડ, માટીનાં પાત્રો, બાળકની નાડને માતાની નાભિમાંથી અલગ કરવા માટે કર્ત્તરી વગેરે આવશ્યક સાધન-સામગ્રીની વ્યવસ્થા કરવામાં આવી રહી હતી.

આકાશમાં શ્રાવણ નક્ષત્રનો આરંભ થઈ ચૂક્યો હતો. અદિતિની પ્રસવપીડા ક્ષણે-ક્ષણે વધી રહી હતી. કુટિરની બહાર ધ્યાનમાં બેઠેલા ઋષિ કશ્યપ મનોમન કશીક ગણતરી કરી રહ્યા હતા. ભૃગુસંહિતાના આધારે તેઓ અદિતિ અને એમના આવનાર સંતાનનું ભવિષ્ય જોઈ રહ્યા હતા.

ઝાટકા સાથે એમની આંખો ખૂલી ગઈ!

'હે પરમેશ્વર...' ઋષિ કશ્યપના હોઠ પરથી ઉદ્‌ગાર સરી પડ્યા, 'વિધિની આ તે કેવી વિડંબણા?'

હર્ષ અને શોકમિશ્રિત ભાવ એમના ચહેરા પર તરી આવ્યા. એટલું તો નિશ્ચિત હતું કે અદિતિના ગર્ભમાંથી કોઈ સામાન્ય બાળક નહીં, પરંતુ સ્વયં દૈવીય શક્તિનું અવતરણ થવા જઈ રહ્યું હતું. ઉદ્વેગ એ વાતે હતો કે મા અને બાળક બંનેમાંથી કોઈ એકનો જ જીવ બચી શકે એવી સંભાવના હતી!

પરંતુ અદિતિના વર્તમાન સ્વાસ્થ્યને જોતાં તો એવું લાગતું હતું કે તે અત્યંત સરળતાપૂર્વક બાળકને જન્મ આપશે! આમ છતાં, જ્યોતિષશાસ્ત્રનું કથન વાસ્તવિક પરિસ્થિતિથી આટલું વિપરીત કેમ?

તેઓ કુટિરમાં જઈને અદિતિના સ્વાસ્થ્ય અંગે પૃચ્છા કરે એ પહેલાં જ, કુટિરથી થોડે દૂર એમને કોલાહલ સંભળાયો. ઈજાગ્રસ્ત વ્યક્તિઓ રુદન કરી રહ્યા હોય, એવો એ સ્વર હતો. કરુણા અને પ્રેમ જેમના હૃદયમાં નિવાસ કરતાં હતાં, એવા ઋષિ કશ્યપ દયાભાવને વશ થઈને સ્વરની દિશામાં દોરાયા.

એમણે માંડ વીસેક ડગલાં ભર્યાં હશે, ત્યાં એમની નાસિકામાં ધુમાડો પ્રવેશ્યો. તેઓ કંઈ સમજી કે વિચારી શકે એ પૂર્વે એમની આંખો ભારે થવા માંડી.

કશ્યપ પામી ગયા કે કોઈ સિદ્ધપુરુષ દ્વારા મહાસંમોહન-પ્રયોગ કરવામાં આવ્યો છે... એક એવી પ્રચંડ અને સર્વશક્તિશાળી તંત્રક્રિયા, જે સ્વયં આદિનાથ શંકરના મુખેથી પ્રાદુર્ભાવ પામી હતી!

મહાસંમોહનની અસરને ખાળવા માટે એમણે પ્રતિકાર-મંત્રનું ઉચ્ચારણ કરવું પડે એમ હતું. તંત્રની અધિષ્ઠાત્રી દેવી - મહાકાળી - ના બીજમંત્ર **ક્લીં**નું ઉચ્ચારણ કરવા માટે એમણે હોઠ ઉઘાડવાની કોશિશ કરી, પરંતુ સંભવ ન બન્યું. કોઈક અજ્ઞાત શક્તિએ એમના હોઠ સીવી દીધાં હોય એવી અનુભૂતિ થઈ રહી હતી. તેઓ તત્ક્ષણ સમજી ગયા કે એમના ઉપર ફક્ત એક નહીં, પરંતુ પાંચ વર્જ્ય કહી શકાય એવા - મહાસંમોહન, મહાસ્તંભન, ઉચ્ચાટન, મારણ અને વશીકરણ - તાંત્રિક પ્રયોગ કરવામાં આવ્યા છે.

સ્વયં સપ્તર્ષિ પર આવો મહાભયંકર તાંત્રિક પ્રયોગ કોણ કરી શકે? ઉત્તર મેળવવા માટે એમને ઝાઝી પ્રતીક્ષા ન કરવી પડી.

આયુધદંડ સાથે દૈત્યગુરુ શુક્રાચાર્ય એમની સમક્ષ પ્રગટ થયા! શરીરે સ્મશાનભસ્મ, બીજા હાથમાં માનવ-કપાલ, ગળામાં મુંડમાળા, લલાટ પર

રક્તવર્ણી તિલક અને એમની લાક્ષણિકતા સમો જટાઅંબોડો! ઊંડી ઊતરી ગયેલી કાળીડિબાંગ આંખોમાં પ્રતિશોધનો અગ્નિ તપ્ત હતો, જે તમામ દુન્યવી મર્યાદાઓને ઓળંગી જનાર વિધ્વંસક નરસંહારની સૂચના આપતો હતો. એમના મુખારવિંદ પર ભારોભાર ઘૃણા અને તિરસ્કારભાવ છલકતાં હતાં.

'કાળચક્ર એના નિશ્ચિત સ્થાન પર પહોંચી ચૂક્યું છે, કશ્યપ...' શુક્રાચાર્યના સ્વરમાં અતિશય કડવાશ હતી, 'મારાં માતા અને પિતા બંનેના અપમૃત્યુના પ્રતિશોધનું મુહૂર્ત આવી ગયું છે! તારું અને દેવજનની અદિતિનું મૃત્યુ નિશ્ચિત છે.'

મહર્ષિ કશ્યપે લથડતા ડગલે મનોમન શુક્રાચાર્ય સાથે સંવાદ સાધતાં કહ્યું, 'પરંતુ અદિતિનો શું વાંક, દૈત્યગુરુ? એક ગર્ભવતી સ્ત્રીની પ્રસૂતિ વેળા આપ ઘોર અપરાધ આચરવા જઈ રહ્યા છો.'

શુક્રાચાર્યએ પણ એમના વિચાર-તરંગોનો વળતો જવાબ આપતાં કહ્યું, 'તારા પુત્ર ઇન્દ્રએ અસુરવંશના પ્રત્યેક જીવો સાથે અન્યાય કર્યો છે. જેવી રીતે મેઘરાજે મારી પુત્રી સમાન દિતિ પર વજ્રાસ્ત્રનો પ્રહાર કરતાં પહેલાં એક ક્ષણનો પણ વિચાર નહોતો કર્યો, એ જ પ્રકારે અદિતિ પણ કારમી પીડા અને ગર્ભપાતનો ભોગ બનશે!'

ઋષિ કશ્યપ શુક્રાચાર્યનો પ્રતિકાર કરવા જાય એ પહેલાં જ બેશુદ્ધ થઈ ગયા.

૨૭

વર્તમાન દિવસ

દિલ્હી

ચારેકોર ફરકી રહેલા અશાંતિના વાવટા વચ્ચે પથરાયેલી કૃત્રિમ ઠંડી આજે નવી દિલ્હી માટે રોમાંચક નહીં, પરંતુ ભય પમાડનારી પુરવાર થઈ રહી હતી. સામાન્ય સંજોગોમાં મધરાતે એકદમ શાંત પડી જનારી આઝાદ મંડી અત્યારે બકાલું વેચનારાઓની આજીજીથી ગુંજી રહી હતી. કંઈ કેટલાય ગરીબો, મજૂરો, કામદારો, વેપારીઓ અને ફેરિયાઓ નાના-મોટા ટ્રક, ટેમ્પો, આઇસર અથવા માલવાહક ટ્રક વગેરે જે કોઈ વાહન મળે, એમાં લટકીને આ ઝેરીલા શહેરથી દૂર ભાગવા મથતાં હતાં.

ઑડીને લગભગ એકાદ કિલોમીટર દૂર રેઢિયાળ અવસ્થામાં મૂકી આવેલી રિયા દિલ્હીના આ બદલાયેલાં સ્વરૂપને જોઈ રહી. નવીસવી પરણેલી દુલ્હન લગ્ન બાદ ગણતરીના કલાકોમાં જ જાણે વિધવા થઈ ગઈ હોય, એ રીતે ચારેબાજુ રોકકળ અને આક્રંદ સિવાય બીજું કશું જોવા નહોતું મળી રહ્યું.

હે ઈશ્વર... સૌની રક્ષા કરજે!

આવી સ્થિતિમાં પણ રિયાના અંતરમાંથી અન્યો માટે પ્રાર્થના સ્ફુરી, એ તેના હૃદયમાં રહેલી કરૂણા, સારપ અને દયાભાવ દર્શાવતું હતું.

ઘરવખરી, સરસામાન તેમજ અન્ય કીમતી ચીજ-વસ્તુઓનો મોહ ત્યાગીને લોકો પોતપોતાની બેગમાં સમાય એટલા દાગીના, સૂકો નાસ્તો અને જીવન જરૂરિયાતનો સામાન લઈને નીકળી પડ્યા હતા.

આઝાદ મંડીની શરૂઆતમાં જ આવેલી કોલ્ડ્રિંક્સની દુકાન પાસે જઈને રિયાએ અંદર ડોકિયું કર્યું. આજુબાજુ ચાલી રહેલા કંકાસથી અલિપ્ત એવો એક ઘરડો ડોસો પગ ઉપર પગ ચડાવીને પુસ્તક વાંચી રહ્યો હતો. પાછલી દસ મિનિટમાં તેણે પહેલો એવો માણસ જોયો હતો, જેના ચહેરા ઉપર ઉચાટ નહીં, પણ શાંતિ હતી.

'પ્રણામ કાકા...' રિયાના સ્વરમાં ભયનો પમરાટ હતો, 'પ્રાથમિક સારવાર માટે એન્ટિ-સેપ્ટિક અથવા ડેટૉલ જેવું કંઈ પડ્યું હશે?'

રિયાના જેકેટ ઉપર ઠેકઠેકાણે લોહીના ધબ્બા હતા. માથામાં થયેલા ઘાને લીધે તેને અશક્તિ પણ વર્તાતી હતી. તે માંડ માંડ ઊભી રહી શકતી હતી.

વૃદ્ધ વ્યક્તિએ પોતાના ચશ્મા નીચે કરીને ક્ષણવાર માટે રિયાનું નિરીક્ષણ કર્યું અને પછી તરત ઊભા થઈને અંદરથી ડેટૉલ અને રૂ લઈ આવ્યા. દુકાનની પાછળના ભાગમાં જ એક માણસ સૂઈ શકે એવડી ઓરડી અને સામાન્ય ઘરવખરીનો સામાન હતો!

'પલંગ ઉપર ઘડીક આરામ લે.. હું તારી પટ્ટી કરી આપું.' વૃદ્ધ વ્યક્તિએ ડેટૉલનું પોતું તૈયાર કરતાં કહ્યું.

રિયા ખચકાઈ. અંદરની ઓરડી સુધી ડગ ભરવામાં તેનો જીવ નહોતો ચાલતો.

'બેટા... આને તારું જ ઘર સમજ!' વૃદ્ધ વેપારીના સ્વરમાં કરુણા ભળી, 'આવા સમયે જો માણસ જ માણસને કામ ન આવે, તો જીવતરનો ફાયદો શું?'

એમના અવાજમાં પિતાતુલ્ય હૂંફ વર્તાતાં રિયા ઢચુંપચું થતાં જર્જરિત પલંગ ઉપર નિશ્ચિંતપણે સૂઈ ગઈ.

'હું, શ્યામસુંદર!' વૃદ્ધે એકદમ હળવા હાથે રિયાના માથે ડેટૉલનું પોતું મૂકતાં પરિચય આપ્યો, 'પાછલા બે દાયકાથી આઝાદ માર્કેટ મારું ઘર છે!'

એન્ટિ સેપ્ટિક દ્રવ્યનો સ્પર્શ ઈજાભાગે થતાંની સાથે જ રિયાના મોંમાંથી હળવો સિસકારો સરી પડ્યો. પીડાની અસરને ઓછી કરવા માટે તેણે પણ

વાતચીતનો આશરો લીધો, 'કાકા, બીજા લોકોની જેમ તમે દિલ્હી છોડીને જવા માટે આતુર નથી દેખાઈ રહ્યા... કોઈ કારણ?'

શ્યામસુંદર મલક્યા. આ ઉંમરે પણ એમના ગાલ ઉપર ખાડા પડતા હતા. કપાળ પરની કરચલીઓમાં અનુભવનું ભાથું ભરાયેલું હતું! એમણે રિયાના માથા ફરતે સોફ્રામાઇસિન-મિશ્રિત સફેદ કૉટન-પટ્ટી લગાવતાં જવાબ આપ્યો, 'જે શહેરે આખી જિંદગી મને સાચવ્યો એને છોડીને તો કેમ જાઉં, દીકરી?'

'તમને વાયરસનો ભય નથી લાગતો?' રિયાને માથામાં આછીપાતળી રાહત લાગી રહી હતી. દવાની અસર હતી કે પછી શ્યામસુંદરના વાત્સલ્યસભર સ્પર્શની? ખબર નહીં.

'સંતાન માંદું પડે ત્યારે મા-બાપ એનાથી દૂર ભાગે? કે પછી એની સારવારમાં ખડેપગે રહે?' શ્યામસુંદર બોલ્યા, 'આ શહેર મારું સ્વજન છે. અહીંયાં જ જન્મ્યો, ઉછર્યો અને વૃદ્ધ પણ થયો! છેલ્લા શ્વાસ પણ અહીંયાં જ લઈશ.'

એમના આછા સ્મિતમાં રિયાને ઈશ્વરના અસ્તિત્વની અનુભૂતિ થઈ.

'એક જ જીવતર મળ્યું છે...' માટલાંમાંથી પાણી ભરીને શ્યામસુંદરે ચમચી વડે રિયાને પીવડાવતાં કહ્યું, 'મારા કાન્હા પાસે પહોંચું, ત્યારે કેટલાના દુઃખડા હર્યાં એવો સવાલ ચોક્કસપણે પુછાશે! એ સમયે થોથવાવું ન પડે, એ કારણોસર અત્યારે માનવસેવાનો લ્હાવો લઈ લેવા માંગું છું.'

એ બંને વાત કરી રહ્યાં હતાં, એ જ વખતે દુકાનની બહારથી કોઈકે સાદ પાડ્યો,

'અરે.. કોઈ છે?'

ઘેન અને અશક્તિગ્રસ્ત અવસ્થામાં પણ રિયા સફાળી બેઠી થઈ ગઈ...!

'આ તો હામિદનો અવાજ!' રિયા બબડી. તેણે શ્યામસુંદર સામે વિનવણીભરી નજરે જોયું અને પોતાની ઈજા ઉપર હાથ ફેરવ્યો.

શ્યામસુંદર ઘડીના છઠ્ઠા ભાગમાં રિયાનું મૂક કહેણ સમજી ગયા અને ડોકું ધુણાવીને આશ્વાસન આપતાં ઊભા થયા.

'બોલો ભાઈ...' ઓરડીમાંથી બહાર આવીને તેઓ દુકાનના કાઉન્ટર પાસે આવ્યા.

હામિદે ખિસ્સામાંથી એક ફોટો કાઢીને શ્યામસુંદરની સામે ધરી દીધો, 'આ છોકરીને જોઈ છે?'

એ રિયાનો ફોટો હતો.

શ્યામસુંદરે માથું ધુણાવીને ના પાડી. હામિદે તેમના ચહેરાનું નિરીક્ષણ કર્યું. તેનું ધ્યાન શ્યામસુંદરની પાછળ ઓરડીમાં ચાલુ બત્તી પર પડ્યું.

'અંદર કોણ છે?' તેના અવાજમાં કડકાઈ ભળી.

'એક વાર કહ્યું ને તમને કે હું નથી ઓળખતો આ બહેનને!' શ્યામસુંદરે કહ્યું, 'હવે તમે જાઓ.'

આ બાજુ રિયાના ધબકારા વધી ગયા હતા.

હામિદ એમની વાત અવગણીને દુકાનનું કાઉન્ટર ઠેકી અંદર આવવાનો પ્રયત્ન કરવા લાગ્યો, પણ શ્યામસુંદરે બંને હાથો વડે તેને બહાર ધકેલી દીધો.

'આમ જબરદસ્તીથી તમે અંદર ન ઘૂસી શકો!' શ્યામસુંદરે પોતાના શરીરમાં હતું એટલે બળ એકઠું કરીને હામિદને રોકી રાખ્યો, 'પોલીસમાંથી હો તો વૉરંટ લેતા આવો, પછી તલાશી લેવા દઈશ.'

'ઓ ચાચા...' હામિદ તાડૂક્યો, 'ટપકી જવાની ઉંમરે પોલીસની ધાકધમકી કોને આપો છો?'

શ્યામસુંદરે એની વાતનો જવાબ આપ્યા વગર હાથમાં ફોન લઈને પોલીસ-સ્ટેશનનો નંબર ડાયલ કર્યો. સામે છેડે રિંગ વાગતી રહી! ત્યાં આઝાદ મંડીના નાકે નાઇટ-પેટ્રૉલિંગ કરતી પોલીસ-જીપનું સાયરન સંભળાયું.

'હવે તો પોલીસને સોંપ્યા વગર તને જવા નહીં દઉં!' શ્યામસુંદરે તેનો કૉલર પકડી રાખ્યો.

હામિદ ભડક્યો. તેણે પોતાની જાતને છોડાવવા માટે ઘણી કોશિશ કરી, પણ શ્યામસુંદર કંઈ ગાંજ્યા જાય એમ નહોતા. એમણે હામિદને બંને હાથો વડે કચકચાવીને પકડી રાખ્યો હતો. પોલીસ-સાયરન જેમ જેમ નજીક આવતું જતું હતું, એમ એમ હામિદના શ્વાસ અધ્ધર થઈ રહ્યા હતા.

બીજી જ ક્ષણે, તેણે કુર્તામાં છુપાવી રાખેલું ખંજર વૃદ્ધના પેટમાં હુલાવી દેતાં કહ્યું, 'મર જા, બુઢ્ઢે!'

'આહહહ...' શ્યામસુંદરના મોંમાંથી ચિત્કાર સરી પડ્યો. એમના પેટમાંથી લોહીની ધારા શરૂ થઈ ગઈ. જેવી એમની પકડ ઢીલી પડી કે તરત હામિદ જીવ બચાવીને ભાગ્યો.

શ્યામસુંદરનો ચિત્કાર સાંભળી ગયેલી રિયાએ પોતાના મોં પર હાથ દાબી રાખ્યો, જેથી અવાજ બહાર ન જાય. તેની આંખો ઊભરાઈ આવી.

જેવો હામિદ નજર સામેથી ઓઝલ થયો કે તરત શ્યામસુંદરે પેટ ઉપર હાથ રાખીને લોહીનો પ્રવાહ રોકવાનો નિષ્ફળ પ્રયાસ કરતાં-કરતાં દુકાનનું શટર પાડ્યું અને લાઇટ બંધ કરી દીધી!

લથડાતા પગે ઓરડીમાં આવીને તેમણે રિયાને કહ્યું, 'દીકરી, તારે ગમે એમ કરીને ભાગવું પડશે. પોલીસ-પેટ્રોલિંગ પૂરું થતાંની સાથે જ આ ગુંડાઓ ફરી અહીં આવશે. તારો જીવ બચાવ!'

તેઓ હાંફી રહ્યા હતા. ગભરાયેલી રિયાએ શ્યામસુંદરને ટેકો આપીને પલંગ ઉપર સુવડાવ્યા અને હાંફળાફાંફળા સ્વરે કહ્યું, 'પણ કાકા.. તમારું શું? તમારે દવાખાને દાખલ થવું પડે એમ છે. ઘા ખૂબ ઊંડો લાગે છે. જો થોડીવારમાં સારવાર ન મળી, તો તમારા જીવને જોખમ છે.'

તેણે ફર્સ્ટ-એઇડ બૉક્સ ફંફોસ્યું, પણ શરદી-ઉધરસની સામાન્ય દવા સિવાય એમાં બીજું કશું નહોતું.

શ્યામસુંદરને હાંફ ચડ્યો. તેમણે કણસતાં કણસતાં રિયાને અવાજ કર્યો, 'મારી... ચિંતા... નહીં કર!'

... અને ત્યાર પછી, શ્યામસુંદર જે બોલ્યા એ સાંભળીને રિયાનું મગજ સુન્ન પડી ગયું.

'તારો જન્મ એક વિશેષ કાર્ય માટે થયો છે... મને દેખાઈ રહ્યું છે! તું મૃત જીવાત્માનો અજેય રાગ છે.. તું મૃત્યુંજય છે! સમસ્ત વિશ્વ માટે નિઃસ્વાર્થપણે વિષપાન કરી રહેલા મહાયોગીના કંઠમાં હળાહળને સ્થિર કરવા માટે ફરી એક વખત પરાશક્તિની આવશ્યકતા ઊભી થઈ છે..' તેમણે રિયાના માથે હાથ પસવારતાં કહ્યું, 'સમય ખૂબ ઓછો છે! તારા કૃષ્ણને તારી જરૂર છે, રાધા...'

ઓરડીની એક મેલીઘેલી દીવાલ ઉપર લટકતી ભગવાન કૃષ્ણની ફ્રેમ તરફ આંગળી ચીંધીને તેઓ બોલ્યા, 'જો... કેવો હરખાય છે, મારો કાનુડો! મને લેવા માટે એ પોતે આવ્યો છે!'

આટલું કહેતાં જ એમની ડોક એક બાજુ ઢળી પડી અને મોં વાટે આત્માએ દેહ છોડી દીધો.

શ્યામસુંદરે ઉચ્ચારેલા આખરી શબ્દોમાં તેમના ઇષ્ટ સાથે એકાકાર થવાનો હરખ છલકાતો હતો અને રિયાની આંખોમાં ઝળઝળિયાં!

તેણે શ્યામસુંદરના મૃતદેહ સામે મસ્તક નમાવી એ મહાન ચેતનાને વંદન

કર્યાં. મનોમન એમના માટે શાંતિ મંત્રનું ઉચ્ચારણ કરીને દૃઢ નિર્ધાર સાથે ઊભી થઈ અને આંસુ લૂછતાં કહ્યું, 'તમારું બલિદાન એળે નહીં જવા દઉં!'

ઓરડીની બહાર આવી, અવાજ ન થાય એ રીતે શટર સહેજ ઊંચું કરીને તેણે આસપાસ નજર કરી. કોઈનું ધ્યાન તેના પર નથી, એવી ખાતરી થતાં તેનો જીવ હેઠો બેઠો. થોડી વાર સુધી ત્યાં જ લપાઈને રહ્યા બાદ તે વિવાનની ભાળ મેળવવા માટે ફરી સક્રિય થશે, એવું વિચારીને તે દુકાનની બાજુમાં પાર્ક થયેલા ટ્રકમાં બેસી ગઈ, જેમાં અનાજની મોટી મોટી ગૂણીઓએ જગ્યા રોકી હતી.

આખા દિવસના થાક, દોડધામ અને ઈજાને લીધે તેનું શરીર જવાબ દઈ ચૂક્યું હતું. પાંપણો હવે કોઈ કાળે ખુલ્લી રહી શકે એમ નહોતી. છેવટે, રિયાએ ઊંઘની શરણાગતિ સ્વીકારી લીધી.

નિયતિ રિયાને એવા પડાવ પર લઈ આવી હતી, જ્યાં તેની સફર સીધી *વસંત નિવાસ* ભણી દોરાવાની હતી!

... કારણ હતું, એ ટ્રક પર લાગેલી GJ-03 નંબર પ્લેટ!

વર્તમાન દિવસ

બૅંગ્લોર, કર્ણાટક

બૅંગ્લોર-સ્ટેશન ઉપર પહોંચી ચૂકેલી માલગાડી હજુ પોતાના પ્લૅટફૉર્મ પર ઊભી રહે, એ પહેલાં તો પોલીસ-યુનિટે તેને ઘેરી લીધી હતી! એકે-એક ડબ્બાઓની અંદર પોલીસે જાણે રેઇડ પાડી દીધી હતી, પરંતુ ટ્રેન ઊભી રહેતાંની થોડી સેકન્ડ્સમાં ખાસ કંઈ હિલચાલ ન જણાતાં અજય ડોભાલનું મગજ ચકરાવે ચડ્યું.

તેમણે આખી ટ્રેન ઉપર નજર કરી. કંઈક તો અજુગતું હતું!

બીજી જ સેકન્ડે એમણે પોલીસ-યુનિટને આદેશ આપી દીધો, 'સર્ચ-ઑપરેશન અટકાવી દો! તેઓ ટ્રેનમાં નથી.'

'સર?' અજય ડોભાલના આસિસ્ટન્ટ અમિતના હોઠ પરથી આશ્ચર્યોદ્ગાર સમો પ્રશ્નાર્થ સરી પડ્યો.

જેના જવાબમાં અજય ડોભાલ તાત્કાલિક કંટ્રોલ-રૂમ તરફ ભાગ્યા. અમિત પણ એમની સાથે જ ભાગ્યો.

'આપણા ધાર્યા કરતાં ક્યાંય વધુ ચાલાક નીકળ્યા બંને!' નેશનલ સિક્યોરિટી એડ્વાઇઝરના કપાળ પરથી પરસેવાના રેલાં નીતરી રહ્યા હતા, 'પણ આ વખતે એમને છટકવા નહીં દઉં!'

અમિતને હજુ પણ નહોતું સમજાઈ રહ્યું કે અજય ડોભાલ કઈ દિશામાં ઇશારો કરી રહ્યા છે!

કંટ્રોલ-રૂમમાં પહોંચીને અજય ડોભાલે સૌથી પહેલું કામ એક્સેલ-ટ્રેકરને ફંફોસવાનું કર્યું.

તેમણે અમિત સામે જોઈને કહ્યું, 'એક્સેલ-ટ્રેકર અંગે ખ્યાલ છે?'

આસિસ્ટન્ટના ચહેરા પર દુવિધા જોઈને અજય ડોભાલને એમનો જવાબ મળી ગયો.

'રેલવે-ટ્રેક ઉપર નિયત અંતરાલે એક્સેલ-ટ્રેકર પેટી ગોઠવવામાં આવે છે, જે સમય-સમય પર સ્ટેશન-કંટ્રોલ રૂમને રેલના પાટા ઉપરથી પસાર થતી ગાડીઓના એક્સેલ એટલે કે કમ્પાર્ટમેન્ટની જાણકારી આપે છે.' અજય ડોભાલ એકશ્વાસે બોલી રહ્યા હતા, 'દિલ્હીથી બેંગ્લૉર આવવા રવાના થયેલી આ ગૂડ્સ-ટ્રેનમાં કુલ ૫૦ એક્સેલ એટલે ૫૦ ડબ્બાઓ હતા, પરંતુ...'

અમિત બે ઘડીમાં આખી રમત સમજી ગયો. ઉત્સાહમાં આવીને તેણે અજય ડોભાલની વાતને કાપતાં કહ્યું, '... પણ, અત્યારે સ્ટેશન ઉપર આવેલી ટ્રેનમાં ફક્ત ૪૨ બૉગી જ છે!'

'ધેટ્સ માય બૉય!' અજય ડોભાલે ફરી વાતની ધુરા પોતાના હાથમાં લીધી, 'આખું એક કમ્પાર્ટમેન્ટ ગાયબ કરી દેવામાં આવ્યું છે! આની પહેલાંના સ્ટેશન એટલે કે કૃષ્ણરાજપુરમ્ જંક્શન પર ડબ્બા અલગ કરવામાં આવ્યા છે!'

'ઓહ!' અમિતના કપાળ ઉપર કરચલીઓ પડી, 'તો શું ફરી એ બંને ભાગી ગયાં?'

'હોતું હશે?' અજય ડોભાલનું સ્વમાન ઘવાયું હોય એમ એમનો અવાજ સહેજ ઊંચો થયો, 'મને આવું કંઈક થવાની શંકા હતી જ! એટલે સાવચેતી દાખવીને મેં પહેલેથી જ કૃષ્ણરાજપુરમ્ સ્ટેશન પરના અધિકારીઓને સૂચના

મોકલી આપી છે. ફક્ત એટલું જ નહીં, આપણી ટીમ પણ ત્યાં બે કલાકથી તૈનાત છે! એ બંને ભાગી નહીં શકે...'

'ગાડી નિકાલો...' અમિતે શુદ્ધ હિન્દીમાં પોલીસ-ટીમને આદેશ આપ્યો.

અજય ડોભાલે પોતાની બંને હથેળી સામસામે મસળી. એમના બંને શિકાર હવે ફક્ત હાથવેંત છેટા હતાં!

૨૮

ત્રેતાયુગ

અમરાવતી

અદિતિના કપાળ ઉપરથી પ્રસ્વેદ-ધારા અવિરતપણે વહી રહી હતી, જેના કારણે લાંબા કાળા કેશ ભીંજાઈ ચૂક્યા હતા. એમના બંને હાથની મુઠ્ઠીઓ દર્દને કારણે ભીંસાઈ જતી હતી.

પાંચેક ઉપચારિકાઓ એમની સેવામાં રત હતી. પેટના ભાગે હળવું દબાણ આપીને બાળકને બહાર લાવવાનો પ્રયત્ન કરવામાં આવી રહ્યો હતો, પરંતુ ગર્ભ ઊંધો થઈ ચૂક્યો હતો. તેના મસ્તકને બદલે બંને પગ યોનિમાર્ગ પાસે આવી ગયા હતા, આથી બાળકને સીધું કરવું અત્યંત આવશ્યક હતું.

'આઆહહહ...' શરીરના તમામ હાડકાં એકસાથે ભાંગી રહ્યાં હોય, એટલી અસહ્ય પીડા અદિતિ અનુભવી રહ્યાં હતાં. એમના કપાળ ઉપર નસ ઊપસી આવી હતી.

'હિંમત રાખો, મા...' ઉપચારિકાએ સાંત્વના પાઠવતાં કહ્યું, 'ઊંડા શ્વાસોચ્છ્વાસ લો! થોડી જ ક્ષણોમાં સઘળી પીડા શમી જશે.'

અદિતિના આંખના ખૂણામાંથી અશ્રુબુંદ સરી પડ્યું. આજ સુધીમાં તેઓ કંઈ કેટલીય પ્રસૂતિઓમાંથી પસાર થયાં હતાં. ૩૩ સંતાન અર્થાત્ ૩૩ કોટિ દેવતાના જન્મ સમયે થયેલી પ્રસવપીડા અત્યારની સરખામણીમાં કંઈ જ નહોતી.

આશ્ચર્યની વાત એ હતી કે, એમના દેહને મિશ્ર અનુભૂતિઓ થઈ રહી હતી. પ્રસવપીડાની સાથોસાથ સમય-સમયાંતરે ક્ષણવાર માટે આખા શરીરમાં ચંદ્ર જેવી શીતળતા વ્યાપી જતી હતી! આવનારું સંતાન પણ જાણે પોતાની માતાની પીડાને ઓછી કરવા માટેના પ્રયત્નો કરી રહ્યું હોય, એવું લાગતું હતું.

'આર્ય!?' તેમણે ઋષિ કશ્યપને મોટેથી સાદ પડ્યો, પરંતુ સામેથી કોઈ પ્રતિસાદ ન સાંપડતાં ઉપચારિકાને તપાસ કરવા માટે ઇશારો કર્યો.

ઉપચારિકા દોડતી દોડતી બહાર ગઈ.

'અદિતિ મા...' એકાએક તેની કાળી ચીસ સંભળાઈ, 'સાવધાન!'

કુટિરમાં ઉપસ્થિત ચાર ઉપચારિકાઓ અને દેવજનની સ્તબ્ધ થઈ ગયાં. રાત્રિના આ પ્રહરમાં શી વિપદા આવી પડી હતી?

એમના પ્રશ્નનો કોઈ જવાબ મળે એ પહેલાં જ ચાર અસુરોનું ઝુંડ કુટિરની અંદર ધસી આવ્યું. એમના હાથમાં તલવાર અને ગદા હતી, જે લોહીથી નીતરી રહી હતી!

અદિતિ અને ઉપચારિકાઓ સમજી ગયા કે એ શસ્ત્રો ઉપર કોનું રક્ત નીતરી રહ્યું હતું!

બે ઉપચારિકાઓ અસુરોની સામે ધસી જઈને આજીજી કરવા લાગી, 'માતાની પ્રસૂતિ થઈ રહી છે! ધર્મને ખાતર પ્રકૃતિસ્વરૂપાની લાજ રાખી લો! અમે આપને વિનંતી કરીએ...'

એનું વિધાન પૂર્ણ થાય, એ પૂર્વે જ મદિરાના મદમાં ભાન ભૂલી ચૂકેલા અસુરે તેની ડોક મસળી નાંખી. બીજા અસુરે પોતાની મહાકાય ગદા અન્ય ઉપચારિકાના કપાળ પર ઉગામી.

કડડડડ... તેની ખોપરી ફાટવાનો અવાજ આખી કુટિરમાં પડઘાયો!

'મા...' શેષ પરિચારિકાઓ અદિતિની આસપાસ આવીને ઊભી રહી ગઈ, 'આપ ચિંતા ન કરતાં. અમે આપને કંઈ નહીં થવા દઈએ.'

પરંતુ અદિતિને જાણ હતી કે જાત પરનું નિયંત્રણ ગુમાવી ચૂકેલા અસુરોનો પ્રતિકાર કરી શકવાની ક્ષમતા ઉપચારિકાઓમાં નહોતી.

'હે અસુરો...' અદિતિએ સૂતાં સૂતાં જ બે હાથ જોડીને યાચના કરી,

'અત્યંત નમ્રભાવે ચેતવી રહી છું... મારા માન ખાતર આ નરસંહાર અટકાવી દો, નહીંતર પરિણામ અત્યંત ગંભીર હશે!'

'હવે તો તારા અજન્મા બાળક અને તારી હત્યા પશ્ચાત્ જ આ નરસંહાર અટકશે, દેવજનની!' ચારેય અસુરોએ એકસાથે અટ્ટહાસ્ય કર્યું.

અદિતિની બાજુમાં ઊભેલી બે ઉપચારિકાઓમાંથી એકને અસુરોએ માથાના કેશ પકડીને ખેંચી. પાંપણના પલકારે એમણે તેના ગળા ઉપર તલવાર ફેરવી દીધી.

કુટિરમાં માત્ર એક વૃદ્ધ ઉપચારિકા શેષ રહી! અદિતિની આંખોમાં લોહી ઊભરાઈ આવ્યું. તેમનો ક્રોધ તમામ સીમા વટાવી ચૂક્યો હતો.

'મારી સગી બહેન દિતિના તમે વંશજો છો, એવું વિચારીને હમણાં સુધી હું શાંત હતી, પરંતુ તેં એક પ્રસૂતાને છંછેડી છે, દુષ્ટ!' અદિતિનો દેહ ધ્રૂજી રહ્યો હતો, 'પોતાના સંતાનની રક્ષા કરવા માટે મા સમય આવ્યે સૌમ્યરૂપ ત્યજીને રૌદ્રિણી પણ બની શકે છે, એ તું વીસરી ચૂક્યો છે! તારી આ ધૃષ્ટતાનું પરિણામ સમગ્ર અસુરવંશે ભોગવવું પડશે.'

... અને, એ સાથે જ આકાશમાં વીજળીનો કડાકો સંભળાયો. જગતનાં તમામ મંદિરો અને કુટિરોમાં એકસાથે ઘંટારવ થવા લાગ્યો.

પોતાના ગર્ભ ઉપર હાથ મૂકીને તેમણે મંત્રોચ્ચાર શરૂ કર્યા. આપત્તિકાળમાં અનાયાસે જ તેઓ એક એવા કવચનું નિર્માણ કરવા જઈ રહ્યાં હતાં, જે સમસ્ત સૃષ્ટિ અને માનવજાત માટે સૌથી શક્તિશાળી દેવી-કવચ પુરવાર થવાનું હતું,

'મહાન ભયનો નાશ કરનારી હે શક્તિસ્વરૂપા... આપના મહાબળવાન, મહાપરાક્રમી એવા મહારૌદ્ર અવતારને હું નમન કરું છું. પ્રગટ હો, પુરુષિકા..'

नमस्तेऽस्तु महारौद्रे महाघोरपराक्रमे ।
महाबले महोत्साहे महाभयविनाशिनि ॥

બ્રહ્માંડમાં વિદ્યમાન તમામ શક્તિસ્વરૂપા - માતૃકાઓ, નિત્યાઓ, યોગિનીઓ, દસ મહાવિદ્યાઓ તથા નવ દુર્ગાને આહ્વાન આપ્યા બાદ, એમણે પોતાની આસપાસ દસે દિશાઓમાં રક્ષાકવચનું નિર્માણ શરૂ કર્યું,

'શત્રુઓના ભયમાં વધારો કરનારી હે જગદંબા, રક્ષા કરો! પૂર્વ દિશામાં ઐન્દ્રી, અગ્નિકોણમાં અગ્નિ-શક્તિ, દક્ષિણે વારાહી,

નૈઋત્યમાં ખડ્ગધારિણી, પશ્ચિમે વારુણી અને વાવવ્યકોણમાં મૃગવાહિની... મારી રક્ષા હેતુ વિદ્યમાન હો...'

त्राहि मां देवि दुष्प्रेक्ष्ये शत्रूणां भयवर्धिनि ।
प्राच्यां रक्षतु मामैन्द्री आग्नेय्यामग्निदेवता ॥

दक्षिणेऽवतु वाराही नैऋत्यां खड्गधारिणी ।
प्रतीच्यां वारुणी रक्षेद् वायव्यां मृगवाहिनी ॥

... અને એ સાથે જ, અદિતિની આજુબાજુ એક દિવ્ય તેજોપુંજનો પ્રાદુર્ભાવ થયો. આજ સુધી માનવોએ અદિતિના ઓજસ અંગેની ફક્ત કથાઓ જ સાંભળી હતી. એમનું વાસ્તવિક સ્વરૂપ કોઈએ જોયું નહોતું. સંસારના સિદ્ધયોગીઓનું કહેવું હતું કે બ્રહ્માંડ-ઊર્જાની સ્વામિની અદિતિના તપોબળમાં એ શક્તિ છે કે તેઓ ધારે એ કરી શકે! સમષ્ટિના ૩૩ કોટિ ઉચ્ચ-દેવતાઓનો ઉછેર જેમના ગર્ભમાં થયો હોય, એ સ્ત્રી સામાન્ય ન હોઈ શકે!

તેઓ સાક્ષાત્ બ્રહ્મસ્વરૂપિણી હતાં, જેમના હુંકારમાત્રથી ત્રિલોકનું સંતુલન ખોરવાઈ જતું! જીવનપર્યંત કરેલી સાધનાને કારણે સર્જન અને સર્વનાશ એમના ખોળે રમતાં! તેઓ જ્યારે માતૃભાવમાં હોય, ત્યારે સૃષ્ટિમાં પાનખર હોવા છતાં વસંત ઋતુની અનુભૂતિ થઈ શકતી... અને જ્યારે તેઓ રૌદ્ર સ્વરૂપ ધારણ કરે ત્યારે એમના ક્રોધની જ્વાળા એટલી દહનશીલ રહેતી કે હિમશિલાઓમાં પણ દાવાગ્નિ ફાટી નીકળતો!

... પરંતુ, વિનાશકાળે વિપરીત બુદ્ધિ! ચારમાંના એક અસુરે આગળ આવીને અદિતિની આજુબાજુ નિર્માણ પામી રહેલાં ઊર્જામય રક્ષાકવચ ઉપર તલવાર વડે પ્રહાર કર્યો. સૌના આશ્ચર્યની વચ્ચે, એ તલવારના બે કટકા થઈ ગયા અને એ અસુરને જાણે વીજળીનો ઝાટકો લાગ્યો હોય એમ એ ધડાકાભેર દૂર ફેંકાયો!

અદિતિના અસ્ખલિત મંત્રોચ્ચાર ચાલુ રહ્યા,

'ઉત્તરે કૌમારી, ઈશાન ખૂણામાં શૂલધારિણી, ઊર્ધ્વ દિશામાં બ્રહ્માણી અને અધો દિશામાં વૈષ્ણવી... મારી રક્ષા હેતુ વિદ્યમાન હો! હું આપને આહ્વાન આપું છું...'

उदीच्यां पातु कौमारी ऐशान्यां शूलधारिणी ।
ऊर्ध्वं ब्रह्माणि मे रक्षेदधस्ताद् वैष्णवी तथा ॥

દેવજનની અદિતિ હવે સ્વયંપ્રભા બની ચૂક્યાં હતાં. સહસ્ર સૂર્યનો પ્રકાશ એમના દેહમાંથી સ્ફુરી રહ્યો હતો. થોડી ક્ષણ પહેલાં વિહ્વળ બની ચૂકેલી ઘોરરાત્રિ આદિશક્તિમાં નિઃમગ્ન થઈ ચૂકી હતી. ઉપચારિકાએ બે હાથ જોડીને માતા અદિતિને વંદન કર્યાં. સહસ્ર શતાબ્દીઓમાં જેને ફક્ત કથાઓ અથવા ચમત્કારોમાં ખપાવી દેવામાં આવી હતી, એવી બ્રહ્માંડની તમામ પાલક-ઊર્જાઓ અત્યારે વાસ્તવમાં આવિર્ભાવ પામી રહી હતી.

અદિતિ જે-જે દિશાઓમાં જગદમ્બિકાનાં જુદાં જુદાં સ્વરૂપોને આહ્વાન આપી રહ્યાં હતાં, એ તમામ દિશાઓમાં ભિન્ન ભિન્ન શક્તિઓ દેવજનનીની આસપાસ ધ્રુવ તારક સમાન પ્રચંડ કવચનું નિર્માણ કરતી જતી હતી.

અંતિમ મંત્રનાં ઉચ્ચારણનો આરંભ કરતાં પહેલાં અદિતિએ પોતાના પેટના ભાગે સ્પર્શ કરીને બળપૂર્વક ઉચ્છ્વાસ છોડ્યો, જેને પરિણામે બાળકની સ્થિતિ સામાન્ય થઈ. એમના યોનિમાર્ગમાંથી બાળકના મસ્તિષ્કનો નાનો ભાગ સહેજ બહાર આવ્યો. રક્ષાકવચની અંદર નમસ્કાર મુદ્રામાં હાથ જોડીને ઊભી રહેલી ઉપચારિકાએ સમય ગુમાવ્યા વગર, બાળકને હળવેથી બહાર લાવવા માટેના પ્રયત્નો આરંભી દીધા.

ચિંતા એ વાતની હતી કે માતા અદિતિ રક્ષાકવચના નિર્માણકાર્યમાં વિપુલ પ્રમાણમાં પોતાની શારીરિક અને આધ્યાત્મિક ઊર્જા ખર્ચી રહ્યાં હતાં. આથી, બાળકના જન્મ પહેલાં જ જો અદિતિ બેભાન થઈ જાય તો એમનું બાળક ગર્ભમાં જ મૃત્યુ પામે, એવી શક્યતા હતી. માતાના ઉદર ઉપર કાપો મૂકીને બાળકને બહાર લાવવા માટે શસ્ત્રક્રિયા કરવી પડે એમ હતી, પરંતુ એ માટે ચિકિત્સકીય સામગ્રી તથા ઉપચારિકાઓનો સમૂહ જોઈએ! અને, રક્ષાકવચની બહાર પગ મૂકીએ તો પ્રાણ ગુમાવવા પડે!

'દાઈ મા... મારી વાત ધ્યાનપૂર્વક સાંભળો!' પીઢ ઉપચારિકાની મનોવ્યથા પામી જતાં અદિતિએ કહ્યું, 'અમરત્વનો ત્યાગ કરીને હવે હું જે મંત્રનો પ્રયોગ કરવા જઈ રહી છું, એ મારા દેહ અને આત્માની તમામ ઊર્જા શોષીને મહાશક્તિશાળી રક્ષાકવચનું નિર્માણ કરશે... પરંતુ એ કવચ મારી નહીં, આપની આસપાસ વિદ્યમાન થશે અને આવનારા આઠ પ્રહર સુધી તેને કોઈ ખંડિત નહીં કરી શકે! અસ્ત્ર-શસ્ત્ર અને તાંત્રિક ક્રિયાઓ સહિત અનંતાનંત બ્રહ્માંડની એકપણ શારીરિક કે ચેતસિક ઊર્જા એનું વિભેદન નહીં કરી શકે. અતઃ બાળકને લઈને આપ અહીંથી દૂર ચાલ્યાં જજો.'

એમની આંખોમાં અશ્રુ ઝળકી ઊઠ્યાં, 'મારા શિશુના રક્ષણનું ઉત્તરદાયિત્વ હું આપને સોંપું છું. એનો ઉછેર અત્યંત લાડકોડ અને પ્રેમથી કરજો. એને મા અને પિતા બંનેનું વાત્સલ્ય મળી રહે, એ સુનિશ્ચિત કરજો. એ બાળક જ્યારે ૭ વર્ષનું થશે, ત્યારે ત્રિલોકમાંથી અસુર-સામ્રાજ્યને સમાપ્ત કરી દેવ સંસ્કૃતિના પુનરુત્થાનમાં મહત્ત્વપૂર્ણ ભૂમિકા ભજવશે!'

વૃદ્ધ ઉપચારિકાએ અત્યંત આર્તહૃદયે અને સજળ નેત્રે માતા અદિતિના માથામાં હાથ ફેરવીને આશ્વાસન આપ્યું, 'અવશ્ય, પુત્રી... નિશ્ચિંત થઈને વૈકુંઠગમન કરજે! ભગવાન સામ્બ સદાશિવ અને દેવી લલિતામ્બિકાના આશીર્વાદ તારા ઉપર રહે, એવી આ પામર જીવની અભ્યર્થના..'

મક્કમ મનોબળ સાથે અદિતિએ અંતિમ મંત્રોચ્ચાર આરંભ્યા,

'મુખભાગે જયા અને પૃષ્ઠભાગે વિજયા આ રક્ષાકવચમાં વિદ્યમાન થાઓ! વામભાગમાં અજિતા, દક્ષિણભાગમાં અપરાજિતા, શિખાભાગે ઉદ્યોતિની અને મસ્તકના ભાગે સ્વયં આદિ મહેશ્વરી ઉમા વિદ્યમાન હો!

અંતે, શબને પોતાનું વાહન બનાવનારી પ્રચંડ મહાશક્તિ ચામુંડા પ્રગટ હો અને દસેય દિશાઓમાંથી આ કવચને રક્ષણ આપો...'

एवं दश दिशो रक्षेच्चामुण्डा शववाहना ।
जया मे चाग्रतः पातु विजया पातु पृष्ठतः ॥
अजिता वामपार्श्वे तु दक्षिणे चापराजिता ।
शिखामुद्योतिनि रक्षेदुमामूर्ध्नि व्यवस्थिता ॥

... અને સહસા, અદિતિના દેહમાં પ્રચંડ વિસ્ફોટ થયો હોય એટલો મોટો સ્વર સંભળાયો. એમની કુંડલિની મહાઊર્જા ક્ષણના ચમકારામાં જ મૂળાધાર ચક્રમાંથી જાગૃત થઈને સહસ્રાર સુધી પહોંચી ગઈ હતી! સહસ્રાર ચક્રમાં બિરાજમાન અનાદિ શૈવઊર્જા સાથે કુંડલિનીનું સાયુજ્ય રચાતાં જ એક તેજોમય વૃત્તનો આવિર્ભાવ થયો અને ઉપચારિકાના દેહની આસપાસ વીંટળાઈ ગયો!

ક્રોધે ભરાયેલાં ત્રણેય મૂઢમતિ અસુરોએ ત્રાડ પાડી. એમની સહનશક્તિની સીમા આવી ગઈ હતી! આંખોમાં ને આંખોમાં કશોક ઇશારો કરીને એમણે એકસાથે ઉપચારિકા અને અદિતિ ઉપર પ્રહાર કરવા માટે ગદાઓ ઉગામી, પરંતુ બ્રહ્માંડની સર્વોચ્ચ સત્તા સમક્ષ એમનું કંઈ ચાલે એમ નહોતું. જેવો એમણે

રક્ષાકવચના વૃત્તમાં પગ મૂક્યો કે તત્ક્ષણ એમના દેહમાં કોઈકે આગ ચાંપી દીધી હોય એમ ભડભડ બળવા લાગ્યા! જોતજોતામાં તો તીણી ચિચિયારીઓ પાડતાં તેઓ કુટિરની બહાર નીકળી ગયા અને ભડથું પણ થઈ ગયા!

એક મા જ્યારે પોતાના સંતાનના રક્ષણની જવાબદારી લે, ત્યારે તેની સામે બાથ ન ભીડવાની હોય એટલી સામાન્ય સમજ એમની પાસે હોત તો કદાચ જીવ બચી ગયો હોત!

આ તરફ, અદિતિના ગર્ભમાંથી બાળક હળવેથી બહાર સરકી આવ્યું.

એના ચહેરા પર અલૌકિક આભા હતી. બંધ આંખોથી પણ તે જાણે સમસ્ત સૃષ્ટિને નિહાળી શકતો હતો. તેના સ્મિતમાં ત્રિભુવનને મોહી શકવાની ક્ષમતા હતી. કદ સામાન્ય કરતાં થોડું નાનું, ને વજનમાં પણ એકદમ હળવુંફૂલ! ખોળામાં લઈએ તો પુષ્પ સમાન કોમળ ભાસે એટલું સૌમ્ય!

સહેજ પણ રુદન કર્યા વગર બાળકે પોતાની નાજુક આંખો ખોલીને અદિતિ સામે જોયું. એની આંખોમાં દેવજનનીને સમસ્ત બ્રહ્માંડ દેખાયું! અસંખ્ય આકાશગંગાઓ, નક્ષત્રો, તારાનાં ઝૂમખાં અને સૌરમંડળના અગાધ ઊંડાણ અને અંધકારને પોતાના દિવ્ય તેજમાં સમાવીને બેઠેલાં એ બાળકે એની મા સામે માર્મિક સ્મિત આપ્યું.

અદિતિના શ્વાસ ઉપર-નીચે થઈ રહ્યા હતા, આમ છતાં તેમના ચિત્તમાં અદમ્ય શીતળતા અને શાંતિ વ્યાપ્ત હતી. તેમણે ત્રુટક અવાજે બાળકનું નામકરણ કર્યું,

'જેના ત્રણ ડગલાંમાં સમસ્ત ત્રિભુવન સમાહિત છે, એવો મારો તેજસ્વી દીકરો... ત્રિવિક્રમ! તારું વામન સ્વરૂપ સમસ્ત ભૂલોકને અસુરોના દુઃશાસનમાંથી મુક્તિ અપાવશે... યશસ્વી ભવ!'

મહાવિષ્ણુના સર્વપ્રથમ માનવ-અવતારના નાના ચરણકમળોને પોતાના મસ્તકનો સ્પર્શ કરાવીને અદિતિએ પ્રાણ છોડ્યા!

તેમના મૃતદેહમાંથી તાજા ખીલેલા ગુલાબની સુવાસ આખી કુટિરમાં પ્રસરી ગઈ.

૨૯

વર્તમાન દિવસ

દિલ્હી-ગુજરાત ધોરીમાર્ગ

ચીઈઈઈઈ... કરતો ટ્રક ઊભો રહ્યો. ડ્રાઇવરે જોરદાર બ્રેક મારી હતી!

ઘઉંની એકાદ કિલોની ગૂણ રિયાના માથા ઉપર ફસડાઈ પડી, જેના કારણે એ ઝબકીને જાગી ગઈ. પૂર્વમાં સૂર્યોદય થઈ ચૂક્યો હતો. પંખીઓનો કલબલાટ અને હાઈ-વે પરના વાહનોના હૉર્ન એકસાથે અજબ ધ્વનિ પેદા કરતાં હતાં.

ટ્રકના પાછલા પાટિયામાંથી ડોકિયું બહાર કાઢીને રિયાએ પરિસ્થિતિનો તાગ મેળવવાની કોશિશ કરી.

જયપુરી ઢાબા!

સામે દેખાતા ધાબાની બહાર પાટિયામાં મોટા અક્ષરે નામ લખાયેલું હતું, જે વાંચીને રિયાને ફડકો પડ્યો. ટ્રક જયપુર હાઈ-વે પર હતો! ટ્રકનું મોં જે દિશામાં પાર્ક કરવામાં આવ્યું હતું, એ પરથી રિયાને ખ્યાલ આવી ગયો કે સવારી ગુજરાત તરફ આગળ ધપી રહી છે!

તો એનો અર્થ એમ કે હું ચાર કલાકો સુધી સૂતી જ રહી! વિવાન સૂઈ શક્યો હશે કે નહીં? દિલ્હી પોલીસ એના સુધી પહોંચી તો નહીં ગઈ હોય ને? મારે અબઘડી અહીંથી રિટર્ન થઈ જવું જોઈએ.

તેના મનમાં અપરાધભાવ પેદા થઈ રહ્યો હતો. ભૂખ અને તરસને કારણે હાલત ખરાબ હતી. શ્યામસુંદરની દુકાનમાંથી સાથે રાખેલી પાણીની બોટલનું ઢાંકણું ખોલીને તેણે બે ઘૂંટ ભર્યા. ગળું સહેજ ભીનું થયું અને મગજને થોડી નિરાંત અનુભવાઈ. તે ટ્રકમાં જ લપાઈને બેઠી રહી.

પાછું જવું કેવી રીતે? દિલ્હીમાં હાલ જે સ્થિતિ હતી, એ જોતાં અહીંથી ત્યાં સુધી તો હવે કોઈ વાહન જતું હશે કે કેમ, એ પણ મોટો પ્રશ્ન હતો.

૧૨ કલાકની અંદર તેના જીવનને તોફાન ઘેરી વળ્યું હતું! બિલાલનો ચહેરો મગજમાં ઝળકી જતાં રિયાએ દાંત કચકચાવ્યા. આખરે એ શું ઇચ્છતો હતો? ભારતની લોકશાહીના આધારસ્તંભ સમા રાષ્ટ્રપતિ ભવન ઉપર થયેલો હુમલો જો ફક્ત ટ્રેલર હતું, તો એમનો મુખ્ય હેતુ શો હતો?

રિયાને ફરી ફરીને તેના શબ્દો યાદ આવી જતા હતા, 'દંડકારણ્યમાં શરૂ થયેલી એ ગાથાનું અંતિમ પ્રકરણ નૈમિષારણ્યમાં જ લખાશે. યાદવેન્દ્રકુલદૈવમ્ અનંતશયનમ્ ખંડિત થઈને રહેશે!'

તે વારંવાર પોતાના મગજ ઉપર ભાર આપીને એ યાદ કરવાનો કરી રહી હતી કે *યાદવેન્દ્રકુલદૈવમ્* અને *અનંતશયનમ્* જેવા શબ્દો તેણે ભૂતકાળમાં ક્યારે અને કોની પાસેથી સાંભળ્યા હતા!

સુધીર બાબા!

અચાનક રિયાને એ નામનો સ્પાર્ક થયો, જેમના મુખેથી એણે નાનપણમાં આખી ગાથા સાંભળી હતી. જેમ જેમ એ એકાગ્રતા સાથે પ્રયત્ન કરી રહી હતી, એમ એમ તેના સ્મૃતિપટલ પર આખી વાત ફરી તાજી થવા લાગી!

ઈસવીસન ૨૦૦૦

રાજકોટ

વસંત નિવાસના ઝૂલે બેસીને સુધીર આર્ય બંને ભૂલકાઓ - વિવાન અને રિયા - ને કેરળના પાટનગર તિરુઅનંતપુરમ્‌ના ઇતિહાસની રોમાંચક વાતો જણાવી રહ્યા હતા. બાળકોને રમતાં-રમતાં જ્ઞાન આપી દેવાની એમની શૈલી એટલી રસપ્રદ હતી કે ઇતિહાસ જેવો ભારે ભરખમ વિષય પણ અત્યંત સરળ લાગવા માંડતો!

'બંનેને એક પ્રશ્ન...' સુધીર આર્યએ પગની ઠેંસી મારીને હિંચકો ઝુલાવ્યો, 'ઐતિહાસિક કાળમાં તજ અને મસાલાના હબ તરીકે કયા રાજ્યને જોવામાં આવતું હતું?'

'કેરળ!' રિયાએ ફટાક દઈને જવાબ આપી દીધો, એ જોઈને ૮ વર્ષના વિવાને તેની સામે મોં બગાડ્યું.

'અને, કેરળનું પાટનગર?' સુધીરે ફરી પ્રશ્ન પૂછ્યો.

'તિરુઅનંતપુરમ્, બાબા!' ક્ષણનો પણ સમય બગાડ્યા વગર વિવાને પ્રત્યુત્તર આપ્યો.

'તમને એ ખબર છે ખરા કે તિરુઅનંતપુરમ્‌ના ગ્રામદેવતા કોણ છે?' બંને બાળકો તરફ સુધીરે વારાફરતી નજર કરી.

વિવાન અને રિયા બંનેનાં મોં પડી ગયાં. આનો જવાબ તો નહોતી ખબર! બહુ જ મોટી સ્પર્ધા હારી ગયા હોય, એ રીતે તેઓ સુધીર આર્ય સામે વિલા મોંએ તાકી રહ્યા.

'શ્રી પદ્મનાભસ્વામી...' બાબાએ અત્યંત શ્રદ્ધાભાવ સાથે કહ્યું, 'જેઓ અનંતશયનમ્ મુદ્રામાં ત્યાં પ્રાણ-પ્રતિષ્ઠિત છે!'

'બહુ જૂનું મંદિર છે?' વિવાનને જિજ્ઞાસા થઈ.

'હા, ૫૦૦૦ વર્ષ જૂનું! કહેવાય છે કે કળિયુગ શરૂ થયો એના ૯૫૦મા દિવસે દિવાકર મુનિ દ્વારા તેની પ્રાણ-પ્રતિષ્ઠા કરવામાં આવી હતી. તિરુઅનંતપુરમ્‌ના મોટાભાગના રાજવીઓના તેઓ કુળદેવતા રહ્યા છે.'

'એ રાજાઓ વિશે વધુ જણાવો ને, બાબા!' રિયાને પણ રસ પડવા લાગ્યો હતો.

'તિરુઅનંતપુરમ્ અંગ્રેજોના કાળમાં ત્રાવણકોર રાજ્ય તરીકે ઓળખાતું, જેના રાજપરિવારનો ભૂતકાળ *ચેરા રાજવીઓ* સાથે જોડાયેલો છે.' સુધીર આર્યએ કહ્યું, 'પ્રોફેસર જેસુદાસન જેવા વિદ્વાન અભ્યાસુઓના મતે ઈસવીસન પૂર્વે ત્રીજી સદીથી શ્રી અનંતશયનમ્ ભગવાનનો ઇતિહાસ ત્યાંના *એય રાજવીઓ* - Ay Kings - સાથે સંલગ્ન છે!'

'કઈ રીતે?' વિવાને ટગર-ટગર જોતાં પૂછ્યું.

'એય રાજવીઓ અને ચેરા રાજવીઓ શ્રી અનંત પદ્મનાભસ્વામીને યાદવેન્દ્રકુલદૈવમ્ તરીકે સંબોધતા હતા.' સુધીર આર્યએ કહ્યું, 'એ પ્રથાને ત્રાવણકોર રાજપરિવારના વર્તમાન વંશજો પણ અનુસરે છે!'

'પરંતુ યાદવેન્દ્રકુલદૈવમ્ જ કેમ? તેનો અર્થ શું થાય?' પૂછવાનો વારો હવે રિયાનો હતો.

'યાદવેન્દ્રકુલદૈવમ્ ત્રણ શબ્દો - યાદવ, ઇન્દ્ર, કુલદૈવમ્ - નો બનેલો સંધિશબ્દ છે.' સુધીર આર્યએ વિસ્તૃત છણાવટ કરતાં કહ્યું, 'યાદવોના ઇન્દ્ર અર્થાત્ રાજા એટલે કૃષ્ણ, જેને સ્વયં મહાવિષ્ણુના પૂર્ણ અવતાર માનવામાં આવ્યા છે...'

સુધીર આર્ય આગળ કશું બોલે એ પહેલાં જ વિવાને વધુ એક પ્રશ્ન પૂછી લીધો, 'પરંતુ ભગવાન કૃષ્ણ એટલે કે મહાવિષ્ણુ-સ્વરૂપને દક્ષિણ ભારતીય રાજાઓએ પોતાના કુળદેવતા તરીકે કેમ સ્વીકાર્યા?'

'રસપ્રદ સવાલ..' બે ઘડી મૌન ધારણ કરીને સુધીર આર્યએ આખી કથા મનોમન યાદ કરી લીધી, 'તો સાંભળો. હાલના ત્રાવણકોર પ્રિન્સેસ ગૌરી લક્ષ્મીબાઈ પોતાના દળદાર અંગ્રેજી પુસ્તક *શ્રી પદ્મનાભસ્વામી ટેમ્પલ*માં જણાવે છે કે,

'અનંતશયનમ્ માહાત્મ્ય, ઐતિહાસિક તામ્રપત્રો તેમજ અન્ય દક્ષિણ ભારતીય ગ્રંથોમાં શ્રી પદ્મનાભસ્વામી મંદિરના નિર્માણ અંગે કેટલાક વિશેષ પુરાવા મળે છે. ગુજરાતમાં હડપ્પા સંસ્કૃતિનું એક નગર - લોથલ - જ્યારે નાશ પામ્યું, ત્યારે ત્યાંના રહેવાસીઓએ દ્વારકા નજીક સ્થળાંતર કર્યું. ત્યારબાદ, દ્વારકાનગરી સમુદ્રમાં ગરકાવ થયા પછી તેઓએ દક્ષિણ ભારત તરફ પ્રસ્થાન કર્યું. એમનો માર્ગ પ્રશસ્ત કરી રહ્યા હતા, વૃષ્ણી ક્ષત્રિયરાજા કૃષ્ણ વર્મા! ઇતિહાસકારોના મતે કૃષ્ણ વર્મા એ બીજું કોઈ નહીં, પણ સ્વયં યશોદાનંદન કૃષ્ણના વંશજ હતા!'

આ ઘટસ્ફોટ સાંભળીને વિવાન અને રિયા બંનેની આંખો ચાર થઈ ગઈ,

'આ કબીલાએ ઘણી મુસીબતોનો સામનો કરવો પડ્યો. પ્રકૃતિના પ્રકોપ વરસાવતી આવી જ એક કાળરાત્રિએ કૃષ્ણ વર્માના સ્વપ્નમાં ભગવાન કૃષ્ણ આવ્યા. એમણે આદેશ આપ્યો કે કબીલાના કુલ ૭૨ પરિવારોને દક્ષિણ દિશામાં સ્થિત અનંતશયન નગરી લઈ જવામાં આવે, જ્યાં તેઓ સ્વયં એમની રક્ષા કરશે!

આજના તમિલનાડુમાં સ્થિત અને એક સમયના ત્રાવણકોર રાજ્યના પાટનગર ગણાતાં પદ્મનાભપુરમ્ નગરમાં આજની તારીખે પણ ગુજરાતી પરિવારો વસવાટ ધરાવે છે, જેઓ પોતાને કૃષ્ણન્ વાક-અલ્કર એટલે કે કૃષ્ણને સમર્પિત લોકો તરીકે ઓળખાવાનું પસંદ કરે છે. માન્યતા છે કે આ કમ્યુનિટીના લોકો જ કૃષ્ણની એ દિવ્ય મૂર્તિ ત્રાવણકોર - અનંતશયન નગરી - માં લાવ્યા હતા, જેની પ્રાણપ્રતિષ્ઠા શ્રી પદ્મનાભસ્વામી મંદિરના વર્તમાન ગર્ભગૃહને અડોઅડ શ્રી કૃષ્ણસ્વામી મંદિરમાં કરવામાં આવી છે.'

'એ મૂર્તિ આવી ક્યાંથી? અને એમાં એવું તે શું ખાસ હતું, બાબા?' રિયાના સ્વરમાં ઝટપટ બધું જાણી લેવાની આતુરતા છલકાતી હતી.

'કૃષ્ણની એ મૂર્તિ દિવાકર મુનિ નામના સિદ્ધયોગી પાસે હોવાની માન્યતા પ્રવર્તે છે, જે મૂળ દ્વારકામાં સ્થપાયેલી હતી. કૃષ્ણના એ વિગ્રહ અને શાલિગ્રામને દક્ષિણ ભારત લાવવામાં આવ્યા. એ સમયના રાજવી ઉદય માર્તંડ વર્માએ દિવાકર મુનિ, કૃષ્ણ વર્મા અને ૭૨ પરિવારોને રહેવા માટે ગામો ફાળવ્યા, કરમુક્તિ આપી અને પોતાના રાજ્યના નાગરિકનો દરજ્જો આપ્યો! બદલામાં કૃષ્ણની એ દિવ્ય મૂર્તિની પ્રાણ-પ્રતિષ્ઠા કરવામાં આવી, જેના વિશે એવું કહેવાય છે કે તેમાં પ્રચંડ ઊર્જા અને અલૌકિક શક્તિઓ રહેલી છે! આજે પણ ત્યાં કૃષ્ણની પાવન ઉપસ્થિતિનો અનુભવ થાય, એટલી દિવ્યતા પ્રવર્તે છે.'

સુધીર આર્યએ માર્મિક સ્મિત આપીને બંને બાળકોની સામે જોયું. એ બંને હજુ પણ શ્રી પદ્મનાભસ્વામી મંદિરનો ઇતિહાસ જાણીને મંત્રમુગ્ધ હતાં.

'મમ્મી અને પપ્પાનો અકસ્માત થયો, એ પહેલાં તેઓ શ્રી પદ્મનાભસ્વામીના

મંદિરે ગયાં હતાં?' થોડા દિવસો પહેલાં જ પોતાના મા-બાપને ખોઈ બેસેલાં વિવાનથી પુછાઈ ગયું.

'હા, બેટા...' સુધીર આર્યએ જવાબ આપ્યો, 'એમણે આપણા સૌ વતી પ્રાર્થના પણ કરી હતી!'

'તો પછી ઈશ્વરે કેમ એમને મારાથી દૂર કરી દીધાં?' વિવાનની આંખોમાં ફરિયાદ હતી.

'આનો જવાબ તો સમય જ તને આપશે, વિવાન!' સુધીર આર્યએ લગભગ પોતાની જાત સાથે સંવાદ કરતાં કહ્યું, 'ભવિષ્યમાં શ્રી અનંતપદ્મનાભ તમને બંનેને પોતાની પાસે બોલાવવાના છે. જે કહાણી હેમરાજ અને સુમતિથી શરૂ થઈ, એનો અંત તમે બંને કરશો એ જ વિધિના લેખ છે!'

ભૂતકાળની સ્મૃતિમાંથી બહાર આવેલી રિયાના ચિત્તમાં વલોપાત પેદા થયો.

જો બિલાલ ખરેખર શ્રી પદ્મનાભસ્વામી મંદિરની વાત કરતો હતો, તો એનો અર્થ એમ થયો કે તે વિવાનના ફક્ત વર્તમાન સાથે જ નહીં પરંતુ આજથી બે દાયકા જૂના ભૂતકાળ સાથે પણ કોઈક રીતે સંકળાયેલો છે! યાદવેન્દ્રકુલદૈવમ્ અનંતશયનમ્ ભગવાનના વિધ્વંસની યોજના પાછળ તેનો હેતુ શો છે? તિરુઅનંતપુરમૂના ગર્ભમાં એવું કયું રહસ્ય છુપાયેલું છે, જેના તાણાવાણા સમગ્ર આર્ય પરિવાર સાથે ગૂંથાયેલા છે?

તે વિચારમાં પડી ગઈ.

'મારા તમામ પ્રશ્નોના જવાબ કદાચ એક જ વ્યક્તિ આપી શકે એમ છે... સુધીર બાબા!' એ જ ઘડીએ રિયાએ દિલ્હીને બદલે રાજકોટ પહોંચવાનો નિર્ણય કરી લીધો, 'વસંત નિવાસમાં આજની તારીખે કંઈક તો એવું મળશે, જે આ રહસ્ય પરથી પડદો ઊંચકવામાં મારી મદદ કરે!'

30

ત્રેતાયુગ
અમરાવતી

ગુફાની બરાબર મધ્યમાં દૈત્યગુરુ શુક્રાચાર્યની ધૂણી ધખી રહી હતી. તેમના મુખમાંથી અસ્ખલિત પ્રવાહે તંત્રોક્ત મંત્રોચ્ચાર સ્ફુરી રહ્યા હતા. દસ મહાવિદ્યાઓમાંની એક - દેવી છિન્નમસ્તા - નું અંતિમ અનુષ્ઠાન તેમણે માંડી દીધું હતું.

'श्रीं ह्रीं क्लीं ऐं वज्रवैरोचनीये हूं हूं फट् स्वाहा ।'

મહર્ષિ કશ્યપના કાનમાં કેટલાક વામાચારી મંત્રો અથડાતા એમની આંખો ખૂલી. સમાધિ વેળા જે મદ અનુભવાય, એવા જ મદની તેઓ હાલ અનુભૂતિ કરી રહ્યા હતા. કિન્તુ, એમને સારી પેઠે જાણ હતી કે તેમના પરથી મહાસંમોહનની અસર હજુ સુધી ઊતરી નથી! આશ્ચર્ય એ વાતનું હતું કે સપ્તર્ષિ ઉપર આ પ્રકારનો તાંત્રિક પ્રયોગ સંભવ ન હોવા છતાં, બ્રહ્માંડની કઈ સાધના થકી શુક્રાચાર્ય એને સિદ્ધ કરી શક્યા?

ઉત્તર મેળવવા માટે એમણે વધુ પ્રતીક્ષા ન કરવી પડી.

એમની અર્ધખુલ્લી આંખોએ જે દૃશ્ય જોયું, એ પરથી જ સમગ્ર ઘટમાળ માનસપટમાં સ્પષ્ટ થઈ ગઈ.

તમામ છ સપ્તર્ષિઓ - કશ્યપ, ગૌતમ, ભારદ્વાજ, વિશ્વામિત્ર, વશિષ્ઠ અને અત્રિ - બંધનોમાં જકડાયેલા હતા. ઋષિ કશ્યપને મધ્યમાં વિશાળ પાષાણશિલા સાથે દોરડાં વડે બાંધવામાં આવ્યા હતા. એમની આજુબાજુ અન્ય પાંચ ઋષિઓ દયનીય સ્થિતિમાં હતાં. તેઓ પણ કશ્યપની જેમ મદમાં હોય તેવું જણાતું હતું. એમનાં નેત્રો પણ ખૂલી ચૂક્યાં હતાં. તેઓ ઋષિ કશ્યપના જાગૃત થવાની જ પ્રતીક્ષા કરી રહ્યા હોય એવું લાગતું હતું.

સપ્તર્ષિને મળેલું વરદાન એ હતું કે વાતચીત કરવા માટે એમને વાણીની આવશ્યકતા હતી જ નહીં! તેઓ મનોતરંગો વડે પણ એકમેક સાથે સંધાન સાધી શકતા હતા, પરંતુ જો એમાંના કોઈ ઋષિ અજાગૃત અથવા સુષુપ્ત અવસ્થામાં હોય તો આ પ્રકારે વાતચીત સંભવ નહોતી.

છ ઋષિઓએ મનોતરંગો વડે પુનઃ એમની ચેતસિક શક્તિઓને કેન્દ્રિત કરી. આ દરમિયાન શુક્રાચાર્યનું અનુષ્ઠાન ચાલુ જ હતું.

મનોશક્તિના અનુસંધાન પશ્ચાત્ તમામ સપ્તર્ષિઓએ પાશમુક્તિ મંત્રોચ્ચાર આરંભ્યા. એમના દેહમાં અત્યંત તીવ્ર આંદોલનો અને કંપનો શરૂ થયાં. જેમ જેમ તેઓ પોતાના માનસિક જપની તીવ્રતા વધારતાં જતા હતા, એમ એમ એમના શરીરનું તાપમાન પણ વધતું જતું હતું. અત્યધિક પ્રયત્નો કરવા છતાં સપ્તર્ષિઓ પોતાને પાષાણશિલા પરથી મુક્ત ન કરાવી શક્યા.

આ તે કેવું પ્રચંડ સંમોહન હતું? બ્રહ્માંડમાં એવી એક પણ શક્તિ નહોતી, જે સપ્તર્ષિની સંયુક્ત-ઊર્જાનો સામનો કરી શકે!

... અને, ત્યારે એમને વાસ્તવિકતા દૃષ્ટિગોચર થઈ!

શુક્રયંત્ર!

દૈત્યગુરુ શુક્રાચાર્ય જે મહાશક્તિનું અનુષ્ઠાન કરી રહ્યા હતા, એ બીજું કંઈ નહીં પણ સમષ્ટિની આઠ મહાનતમ સિદ્ધિઓથી અભિમંત્રિત શુક્રયંત્ર હતું. યજ્ઞમાં હોમાઈ રહેલી આહુતિઓની તડતડાટી વચ્ચે તેઓ પ્રત્યેક મંત્રોચ્ચારણ પશ્ચાત્ પોતાની પાસે રાખેલા શુક્રયંત્ર ઉપર રક્તનો છંટકાવ કરી રહ્યા હતા.

દેવાધિદેવ મહાદેવ દ્વારા અર્પિત આઠ મહાસિદ્ધિઓનું વામાચાર સાધના થકી જાગરણ થઈ રહ્યું હતું, જેમાં પંચ 'મ'કાર - માંસ, મત્સ્ય, મુદ્રા, મદિરા

અને મૈથુન - નો પ્રયોગ કરવામાં આવતો હતો. ઋષિ કશ્યપને હવે છેક સમજાયું કે શુક્રાચાર્ય છિન્નમસ્તા મહાવિદ્યાની સાધના કેમ કરી રહ્યા હતા! દસ મહાવિદ્યાઓમાંની ત્રણ મહાવિદ્યાઓ - ત્રિપુરભૈરવી, ધૂમાવતી અને છિન્નમસ્તા - જ એવી દેવીઓ હતી, જેમને ફક્ત વામાચાર સાધનામાર્ગેથી જ સિદ્ધ કરી શકાય! સાધક પોતાનું કઠિનતમ કાર્ય મહાશક્તિ પાસે કરાવી શકવાની ક્ષમતા કેળવી શકે, એ સામર્થ્ય દેવી છિન્નમસ્તાની સાધનામાં હતું!

શુક્રાચાર્યના આખું શરીર રક્તવર્ણુ હતું. તેઓ પાછલા એક-બે પ્રહરથી ઘોર સાધના કરી રહ્યા હતા, એ સ્પષ્ટ હતું. તત્પશ્ચાત્, ઋષિ કશ્યપે પોતાના દિવ્ય ચક્ષુ વડે જે દૃશ્ય જોયું, એ અત્યંત ભયાનક અને જુગુપ્સાપ્રેરક હતું. તેમણે અન્ય સપ્તર્ષિ સાથે મનોમન સંવાદ સાધીને પોતાની દિવ્યદૃષ્ટિ એમને પણ અર્પણ કરી!

ધરતીની આરપાર જોઈ શકતી વિશેષ દૃષ્ટિ વડે સપ્તર્ષિને જાણ થઈ કે શુક્રાચાર્ય **પંચમુંડી પ્રેતાસન** પર બેસીને તંત્રસાધના કરી રહ્યા હતા. એક એવો પ્રયોગ, જેમાં સ્મશાનમાં મડદાંને અગ્નિદાહ આપનાર ચાંડાલ, જંગલી શ્વાન, અત્યંત ઝેરી સાપ, શિયાળ અને વાનરની ખોપરીઓ અર્થાત્ પંચ-મુંડને જમીનમાં દાટવામાં આવતાં હતાં. એના ઉપર બેસીને થતી તંત્રસાધના અચૂકપણે ફળ આપતી!

એમાં પણ જો શુક્રાચાર્ય સમાન દૈત્યગુરુ અને મહાન અઘોરી જો આ ક્રિયા કરી રહ્યા હોય, તો એનો સીધો અર્થ એવો થયો કે બ્રહ્માંડના સર્વશક્તિશાળી પ્રેતાત્માઓ પણ એમના અનુષ્ઠાનને પૂર્ણ કરવામાં સહકાર આપી રહ્યા હતા.

મહર્ષિ વિશ્વામિત્ર, વશિષ્ઠ, અત્રિ, ભારદ્વાજ અને ગૌતમ પણ શુક્રાચાર્યના આ અવતારને જોઈને ખરેખર સ્તબ્ધ થઈ ગયા. પોતાનો પ્રતિશોધ લેવા માટે તેઓ કઈ ચરમસીમા સુધી પહોંચી ગયા હતા, એની તો આ ઝાંખીમાત્ર હતી!

કાળભૈરવ અને સ્મશાનકાલીના બે વિશાળ વિગ્રહો સામે મસ્તક ઝુકાવીને શુક્રાચાર્યએ યજ્ઞની અગ્નિમાં અંતિમ આહુતિ હોમી, 'હે પ્રેતસ્વરૂપિણી ડાકિનીઓ... હું, દૈત્યગુરુ શુક્રાચાર્ય આપને આહ્વાન આપું છું...'

ॐ ह्रीं श्रीं ॐ ह्रीं क्लीं ऐं हूं फट् छिन्नमस्तायै स्वाहा ।

સપ્તર્ષિના માંહ્યલામાં હડકંપ આવી ગયો, કારણકે શુક્રાચાર્ય અનુષ્ઠાનની પૂર્ણાહુતિ સ્વરૂપે આત્મા-બલિ આપવા જઈ રહ્યા હતા!

... એ આત્મા-બલિ છ સપ્તર્ષિઓના પ્રાણ આપીને પૂર્ણ થવા જઈ રહ્યો હતો!

યજ્ઞની અગ્નિમાં અંતિમ આહુતિ સ્વાહા થતાંની સાથે જ કર્કશ કિકિયારીઓ સાથે છ ડાકિનીઓ ધુમાડા સ્વરૂપે પ્રગટ થઈ. સૃષ્ટિના સર્જન સમયે પરમપિતા બ્રહ્માના દેહના મેલમાંથી પેદા થયેલી આ એવી કાળી ઊર્જાઓ હતી, જેનો કોઈ ચોક્કસ દેખાવ કે આકાર નહોતો. તેમનું સ્થાન ત્રિલોકમાં નહીં, પરંતુ પાતાલની ઉપર આવેલાં અધોલોક મહાતલમાં હતું! માત્ર ને માત્ર, આહ્‌વાન આપીને જ તેમને ભૂલોક પર લાવી શકાશે એવું વિધાન હતું. ડાકિનીઓને ભૂલોક પર લાવી શકવાની મહાવિદ્યા આજ સુધી માત્ર દૈત્યગુરુએ અર્જિત કરી હતી!

'દૈત્યગુરુ...' ઋષિ કશ્યપના અંતરમાંથી આર્તનાદ સરી પડ્યો, 'આપ વિધિના વિધાનને પડકારી રહ્યા છો! થોભી જાઓ, હજુ પણ સમય છે...'

પ્રત્યુત્તરમાં શુક્રાચાર્યનું વેદનામાં ઝબોળાયેલું અટ્ટહાસ્ય સંભળાયું, 'સમય?'

એમના તુચ્છકારમાં સંભળાયેલો નિ:સાસો તમામ સપ્તર્ષિઓના હૃદયના ઊંડાણ સુધી પહોંચ્યો.

'મારી માતાને જીવતી હણી નાંખવામાં આવી...' શુક્રાચાર્યની આંખોમાં અતિશય પીડા અને વિલાપ ઝળક્યો, 'મારી દીકરીને ભૂલોકના તુચ્છ મનુષ્યએ નિર્મમતાપૂર્વક નગ્ન કરી તેના ચારિત્ર્યનું હનન કર્યું... મારા પિતાને કહેવાતા સભ્ય સમાજની હકડેઠઠ સભામાં અપમાનિત કરવામાં આવ્યા. પોતાની સત્યતા પુરવાર કરવા માટે એમણે આત્મવિલોપનનો માર્ગ અપનાવવો પડ્યો...'

'આપનો વિલાપ યથાયોગ્ય છે અને અમે સમજી...'

ઋષિ કશ્યપના વિધાનને વચ્ચેથી કાપીને શુક્રાચાર્ય બરાડી ઊઠ્યા, 'નથી સમજી શકવાના તમે ક્યારેય, મહર્ષિ! નાનપણથી જ મેં ડગલે ને પગલે અપમાનના કડવા ઘૂંટ પીધા છે. લાયક હોવા છતાં દેવગુરુનું પદ મને નહીં, બૃહસ્પતિને આપવામાં આવ્યું... મારા અસુર-શિષ્યો સાથે કાવતરું થયું અને તેઓ અંદરોઅંદર લડી મર્યા! મારી દીકરી સમાન દૈત્યજનની દિતિએ ત્રાહિતની જિંદગી જીવી... પોતાના સંતાનોને સુખી થતાં એ કદી ન જોઈ શકી... હજુ કેટકેટલા અન્યાયોની ગણતરી કરાવું આપને?'

શુક્રાચાર્યના શ્વાસ ધમણની માફક ઉપર-નીચે થઈ રહ્યા હતા. એમના નાકનાં નસકોરાં ફૂલી ચૂક્યાં હતાં. સતયુગમાં એક સમયે દિતિને ધર્મના પથ ઉપર રહેવાની સલાહ આપનાર શુક્રાચાર્ય આજે સ્વયં અધર્મના પથ ઉપર અગ્રેસર થઈને સૃષ્ટિનો સૌથી મોટો પાપાચાર આદરવા જઈ રહ્યા હતા.

'આપનું તો કાર્ય જ આ સૃષ્ટિમાં સંતુલન બનાવી રાખવાનું હતું ને, સપ્તર્ષિઓ?' શુક્રાચાર્યએ વેધક પ્રશ્ન પૂછ્યો, 'મારા પરિવાર અને અસુરવંશ સાથે જ્યારે શતાબ્દીઓ સુધી અન્યાય થતો રહ્યો, ત્યારે આપ ક્યાં હતા? દેવો દ્વારા જ્યારે અસુરોને પ્રતાડિત કરવામાં આવ્યા, ત્યારે તમે ક્યા હતા?'

'શુક્ર...' ઋષિ વિશ્વામિત્રએ શાંત ચિત્તે પૂછ્યું, 'અમારો વધ થઈ જવાથી આપને ન્યાય મળી જશે?'

'ના...' શુક્રાચાર્યના મુખારવિંદ ઉપર કઠોરતા તરી આવી, 'પરંતુ સૃષ્ટિને સપ્તર્ષિના ખોખલા આદર્શમાંથી છુટકારો મળશે. ધર્મના નામે થતા અધર્મમાંથી મુક્તિ મળશે. દેવોના નામે દેખાડાતી આશામાંથી તેઓ સ્વતંત્ર થઈ જશે. તત્પશ્ચાત્, સૃષ્ટિમાં શેષ રહેશે... માત્ર સ્વધર્મ! લોકો પોતાની સ્વતંત્ર વિચારધારાને આધારે વર્તી શકશે. એમના મસ્તિષ્ક ઉપર તમારા પોકળ નીતિ-નિયમો અને સિદ્ધાંતોનો કોઈ પ્રભાવ નહીં રહે.'

'તો પછી, ધરતી પર સુશાસન કેવી રીતે જળવાશે?' મહર્ષિ અત્રિએ પોતાના વિચારોને વાચા આપી.

'અત્યાર સુધી જળવાયું જ ને?' શુક્રાચાર્યના પ્રશ્નમાં વ્યંગ હતો, 'ભવિષ્યમાં પણ રહેશે. અસુરાધિપત્ય સિવાય ભૂલોકનો ઉદ્ધાર શક્ય નથી. આપના દ્વારા સ્થાપિત શતાબ્દીઓ પુરાણા ન્યાયતંત્ર અને જીવનશૈલીને બદલવાનો સમય પાકી ચૂક્યો છે!'

આટલું કહ્યા બાદ, માનવરક્ત અને મદિરા મિશ્રિત દ્રવ્યથી ભરેલું પાત્ર એમણે યજ્ઞકુંડની લબકારા મારતી જ્વાળામાં હોમી દીધું. આકાશમાં કડાકાભેર વીજગર્જનાઓ થવા માંડી.

ડાકિનીઓને આદેશ મળ્યો હોય એમ તેઓ સપ્તર્ષિની આસપાસ ચકરાવો લેવા માંડી.

'આપ ખરેખર એ ભ્રમણામાં જીવી રહ્યા છો કે સપ્તર્ષિઓનો વધ શક્ય છે?' ઋષિ કશ્યપે શુક્રાચાર્યને વાસ્તવિકતાનું દર્પણ દર્શાવતો પ્રશ્ન પૂછ્યો. સૃષ્ટિની શરૂઆતથી જ સૌને એ સત્ય જ્ઞાત હતું કે સપ્તર્ષિઓ મૃત્યુંજયી છે!

'ઉંમરની સાથે આપની દૃષ્ટિ પણ નબળી પડી ગઈ લાગે છે, મહર્ષિ કશ્યપ!' શુક્રાચાર્યે તુચ્છભાવે ધુત્કાર વરસાવતાં કહ્યું, 'આપ છ ઋષિઓને જે ઘેરામાં બંધક બનાવીને ઊભા રાખવામાં આવ્યા છે, એના ઉપર આપનું ધ્યાન નથી ગયું લાગતું!'

બીજી જ ક્ષણે, એમણે સપ્તર્ષિઓની આસપાસ રક્ત વડે બનાવવામાં આવેલાં વૃત્ત અને અન્ય નાની-મોટી રેખાઓ ઉપર દૃષ્ટિપાત કર્યો. શુક્રાચાર્યના વિધાનનું તાત્પર્ય એમને સમજાતાં સમય લાગ્યો, પરંતુ સમગ્ર આકૃતિનું એકાગ્રતાપૂર્વક નિરીક્ષણ કર્યા પશ્ચાત્ માથા ઉપર જાણે વીજળી ત્રાટકી હોય એમ તેઓ દિગ્મૂઢ બની ગયા!

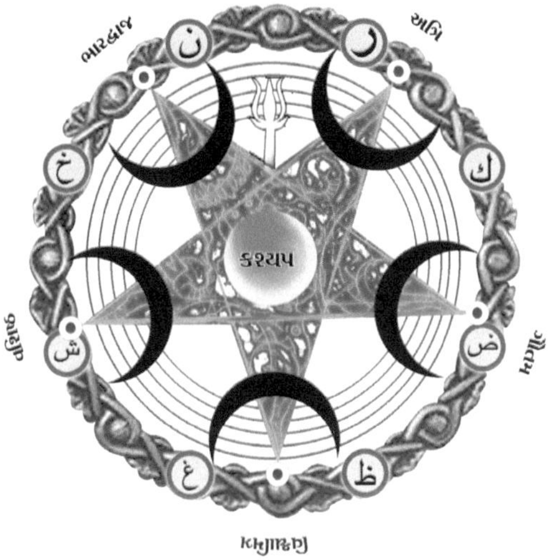

તેમને કોઈ સામાન્ય બંધનચક્રમાં કેદ નહોતાં કરવામાં આવ્યા! શુક્રાચાર્યએ મહાસંમોહન પ્રયોગ બાદ સપ્તર્ષિઓને ગુફામાં લાવીને એમની આસપાસ શુક્રયંત્રનું નિર્માણ કરી દીધું હતું. જેની બરાબર મધ્યમાં ઋષિ કશ્યપને પાષાણશિલા સાથે બાંધવામાં આવ્યા હતા!

સપ્તર્ષિઓને પોતાના બંધનમાંથી મુક્ત થતાં કઈ શક્તિ એમને રોકી રહી હતી, એનું રહસ્ય હવે એમને સમજાયું!

શુક્રયંત્ર જ એ સર્વોચ્ચ બ્રહ્માંડ-ઊર્જા હતી, જેની સામે સપ્તર્ષિઓ જ નહીં પરંતુ સ્વયં ત્રિદેવ પણ લાચાર હતા!

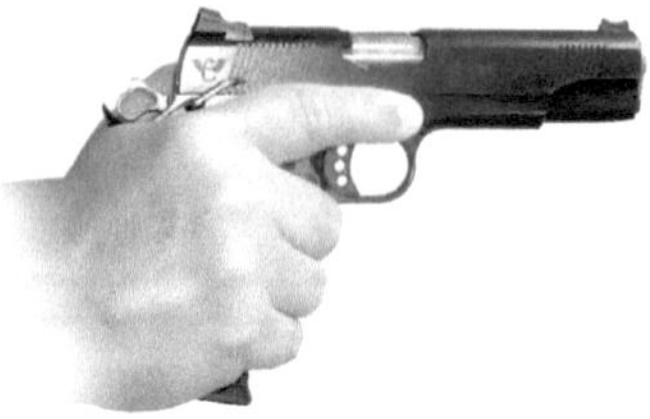

૩૧

વર્તમાન દિવસ
બેંગ્લોર

કૃષ્ણરાજપુરમ્ જંક્શન ક્રોસ કરીને આગળ વધી ચૂકેલો ડબ્બો હજુ પણ ધીમો નહોતો પડ્યો. લગભગ એકાદ-બે મિનિટમાં ડબ્બાનો વેગ ધીમો થાય કે તરત બે સ્ટેશનોની વચ્ચેના સૂમસામ વિસ્તારમાં ઠેકડો મારીને ભાગી જવાનો પ્લાન વિવાન અને સુહાનીએ બનાવી રાખ્યો હતો. તેઓ એ હકીકતથી વાકેફ હતાં કે મુખ્ય ટ્રેન અત્યાર સુધીમાં બેંગ્લોર સ્ટેશન પહોંચી ગઈ હશે અને કમ્પાર્ટમેન્ટ અલગ થવાની ઘટના અંગે જાણ થતાંની સાથે જ પોલીસ હાથ ધોઈને એમની પાછળ પડી જવાની છે.

વિવાન અને સુહાની એકબીજાનો હાથ પકડીને ડબ્બાના દરવાજેથી કૂદકો મારવા માટેની રાહ જોઈ રહ્યાં હતાં. પાટા પર ધડધડાટ આગળ વધી રહેલા ડબ્બાની ગતિ હજુ ખાસ્સી વધારે હતી. કમ્પાર્ટમેન્ટ એક એવા નાના ઝાડી-ઝાંખરાં અને ઝૂંપડપટ્ટી ધરાવતા વિસ્તાર વચ્ચેથી પસાર થઈ રહ્યું હતું, જ્યાં આસપાસ નીંદણના ખુલ્લા મેદાન સિવાય બીજું કશું નજરે નહોતું ચડતું.

બંને પરસેવે રેબઝેબ હતાં. શિયાળાની મૌસમ હોવા છતાં બેંગ્લોરની બપોર કાળઝાળ ગરમી વરસાવનારી હતી. સૂર્ય એમની બરાબર સામે આંખ આંજી નાંખતા તાપ સાથે ધગતો હતો.

... એટલામાં સુહાનીના હૃદયના ધબકારા વધી ગયા. તેણે લગભગ ૫૦૦ મીટર દૂર પોલીસની જીપ અને પગપાળા દોડી રહેલી ફૉર્સને જોઈ.

'વિવાન...' સુહાનીના અવાજમાં હડબડાટ અને ચિંતા બંને હતાં.

તેણે ચીંધેલી દિશામાં વિવાને ધ્યાનથી જોયું. લગભગ પચાસેક પોલીસ-મેનની ટુકડી એમના કમ્પાર્ટમેન્ટને ઘેરો ઘાલવા માટે ચિત્તાની ઝડપે આગળ વધી રહી હતી. હવે જો તેઓ પોતાનો ડબ્બો ધીમો પડવાની રાહ જુએ, તો પોલીસ ત્રીસ સેકન્ડની અંદર જ એમને પકડી પાડે એ દીવા જેવું સત્ય હતું.

'મારો હાથ બરાબર પકડી લે...' વિવાને પોતાની પકડ મજબૂત કરતાં કહ્યું, 'ડબ્બો ધીમો પડે એટલી રાહ જોવાય એમ નથી... કૂદવું પડશે...'

સુહાનીએ માથું ધુણાવીને સંમતિ આપી.

'૩... ૨... ૧...' કહેતાં જ વિવાને સુહાની સાથે ડબ્બાની બહાર નીંદણ ઉપર ઝંપલાવ્યું. ચાલુ ડબ્બામાંથી કૂદી પડવાને કારણે તેઓ સમતોલન ગુમાવીને બે-ત્રણ ગડથોલિયાં ખાઈ ગયાં.

'આહ...' સુહાનીના હોઠ પરથી દર્દભર્યો ઊંહકારો સરી પડ્યો.

સમય ગુમાવ્યા વગર, પોતાના બંને હાથ જમીન પર ખોડીને વિવાન ફટાકથી ઊભો થઈ ગયો. પરંતુ સુહાનીથી એ શક્ય ન બન્યું. વિવાને પોતાનો હાથ લંબાવીને સુહાનીને બેઠી કરવાની કોશિશ કરી, પરંતુ વ્યર્થ!

સુહાનીએ જાતે ઊભા થવાનો પ્રયત્ન કર્યો, પણ તેના પગની પાનીએ સાથ ન આપ્યો, કારણ કે નીંદણ નીચેની ઉબડખાબડ પથરાળ જમીન ઉપર ઉઘાડા પગે કૂદવાને કારણે પગ મચકોડાઈ ગયો હતો.

પોલીસ એમનાથી માંડ ૪૦૦ મીટર દૂર રહી ગઈ! મોટાં મોટાં ભૂંગળાંમાં એમણે ચેતવણી આપવાની શરૂઆત કરી દીધી, 'સરન્ડર...! હેન્ડ્સ અપ, વિવાન આર્ય - સુહાની સિંહા... પોલીસ તમને બધી બાજુથી ઘેરી ચૂકી છે! જરા પણ ચાલાકી દર્શાવવાની કોશિશ ન કરતાં..'

વિવાને તેને ખભેથી પકડીને ઊભી કરી. લંગડાતા પગે સુહાનીએ ભાગવાની કોશિશ કરી. વિવાન બંને હાથનો ટેકો આપીને એની મદદ સુધ્ધાં કરી રહ્યો હતો, આમ છતાં સુહાની ત્રણ ડગલાં પણ ન માંડી શકી.

'હાડકાંને ઈજા પહોંચી છે, વિવાન...' તેણે હાંફતાં-હાંફતા કહ્યું, 'તારે એકલાએ જ ભાગવું પડશે.'

'તને એકલી મૂકીને હું ક્યાંય નહીં જાઉં!' વિવાને મક્કમપણે કહ્યું.

તેની જિદ્દ જોઈને સુહાનીનો સ્વર સહેજ ઊંચો થયો, 'મારી ચિંતા છોડ! તારું ભાગવું જરૂરી છે. જો તું પકડાઈ ગયો, તો આ દેશના લોકો અને સરકાર તને વગર ગુનાએ ફાંસી ઉપર લટકાવી દેશે!'

પરસેવાને કારણે વિવાનના વાંકડિયા વાળ કપાળ સાથે ચીપકી ગયા હતા અને એમાંથી વહી રહેલી ધાર નાક ઉપર થઈને જમીન ઉપર ટીપાં પાડી રહી હતી. તેણે સુહાનીને ઊંચકવાનો પ્રયત્ન કર્યો, ત્યાં સુહાનીનો પિત્તો છટક્યો, 'કેમ બાળક જેવું વર્તન કરે છે? આ કોઈ ફિલ્મ નથી, જેમાં તું હીરો બનવાની કોશિશ કરે! કરો યા મરો જેવી સ્થિતિ છે. આખો દેશ ખતરામાં છે અને આપણને હજુ ખબર સુધ્ધાં નથી કે આતંકવાદીઓનો હવે પછીનો ટાર્ગેટ કોણ છે!'

બંદૂકમાંથી છૂટેલી ગોળીની માફક તે એકશ્વાસે બોલી ગઈ.

'તારું શું થશે, એ વિચાર્યુ છે?' વિવાન પણ આસાનીથી પડતું મૂકે એવો નહોતો.

'આ દેશ વધુ અગત્યનો છે.' સુહાનીએ તેને રીતસરનો ધક્કો મારતાં કહ્યું, 'રિયા ગાયબ છે અને આતંકવાદીઓની મોડસ ઑપરેન્ડીથી નેશનલ સિક્યોરિટી એજન્સી તદ્દન અજાણ છે. મને એટલી ખબર છે કે જો તું અજય ડોભાલના હાથમાં આવી ગયો તો એ તને જીવતો નહીં છોડે! એક્સિડન્ટનું નામ આપીને રસ્તામાં જ તારું એન્કાઉન્ટર થઈ જાય, તો નવાઈ નહીં...'

સુહાનીની આંખો ભીની થઈ ચૂકી હતી.

'મને ચાહનારું આમ પણ આ દુનિયા છોડીને જતું રહ્યું છે...' તે બોલી, 'પણ તું રિયાનો વિચાર કર! આતંકવાદીઓએ એને કેવી હાલતમાં રાખી હશે? પ્લીઝ... હાથ જોડું છું..'

ધાંય... ધાંય... એકાએક હવામાં ગોળીબાર થયો. સુહાનીના ઘૂંટણના ગોળામાં બે ગોળીઓ તીવ્ર વેગે ઘૂસી ગઈ.

'સરન્ડર!' અજય ડોભાલનો ઘેઘૂર અવાજ ભૂંગળામાં પડઘાયો.

સુહાનીએ મરણતુલ્ય ચીસ પાડી. તેના ચિત્કારમાં વિવાનને દેશના અસંખ્ય નાગરિકોની રૂંધાયેલી ચીસોનો પડઘો સંભળાયો.

'પ્લી...ઝ...' હથેળી વડે ઘૂંટણ પકડીને બેઠેલી સુહાનીના બંને હાથ લોહીથી ખરડાઈ ગયા. હાડકાંમાં છેક સુધી ઘૂસી ગયેલી બૂલેટ્સ તેના રોમેરોમમાં દાહક પીડાને જન્મ આપી રહી હતી. બંને ગાલ આંસુથી નીતરી ચૂક્યા હતા, 'મારી મરેલી મા ન્યાય માંગી રહી છે, વિવાન... એને ખાતર ભાગી જા.. એના હત્યારાને શોધીને સજા અપાવ!'

વિવાનની આંખો પણ ભીની થઈ ગઈ. સુહાનીની હથેળી પોતાના હાથોમાં લઈને થપથપાવતાં તે બોલ્યો, 'હું તને લેવા આવીશ. તારી મમ્મીના હત્યારાને સજા તું તારા હાથોથી જ આપીશ, એ મારું તને વચન છે... બહુ જલદી પાછાં મળીશું...'

સુહાનીના ચહેરા પર વિષાદગ્રસ્ત સ્મિત તરી આવ્યું.

અજય ડોભાલ એમના સુધી પહોંચે એ પહેલાં જ વિવાન ઝૂંપડપટ્ટીની દિશામાં ભાગ્યો. ત્યાંના ગરીબ રહેવાસીઓ અને મજૂરો ફાટી આંખે આખું દશ્ય જોઈ રહ્યાં હતાં.

સનનનનન... કરતી એક ગોળી વિવાનના ખભાને સ્પર્શીને પસાર થઈ ગઈ. આછા ઘસરકા સાથે તે એક મોટો ચીરો પાડતી ગઈ!

પણ વિવાન અટક્યા વિના દોડતો રહ્યો. ઘડીના છઠ્ઠા ભાગમાં તો તે ઝૂંપડપટ્ટી વચ્ચે ક્યાંક ગાયબ થઈ ચૂક્યો હતો. પોલીસ પણ એની પાછળ પાછળ ઝૂંપડપટ્ટીમાં ભાગી.

સુહાની પાસે પહોંચી ચૂકેલા અજય ડોભાલની ગનનું નાળચું તેના લમણા ઉપર રાખવામાં આવ્યું. દાંત કચકચાવીને તેઓ ધમકીભર્યા સૂરે બોલ્યા, 'ક્યાં સુધી એ ભાગતો ફરશે? આજે નહીં, તો કાલે અમારી પકડમાં આવી જ જવાનો છે!'

વર્તમાન દિવસ

રાજકોટ

ગુલાબી ઠંડક વચ્ચે શાંત થઈ ગયેલું રાજકોટ પોઢવાની તૈયારી કરતું હતું. એક કલાક પહેલાં યુનિવર્સિટી રોડ ઉપર ડિલિવરી કરવા માટે ટ્રક ઊભો રહ્યો હતો. ડ્રાઇવર હજુ પોતાની ઔપચારિકતા પૂરી કરીને ઘઉંની ગૂણો ઉતારવા જાય, એ પહેલાં જ રિયા ટ્રકમાંથી બહાર કૂદી પડી હતી. જોકે, આને લીધે તેના માથામાં ઈજાસ્થાનેથી ફરી લોહીના ટશિયા ઊપસી આવ્યા હતા... પરંતુ પીડાને ગણકારવાનો વખત કોની પાસે હતો?

જોગાનુજોગ, પ્રખ્યાત લવ-ટેમ્પલની સામેના મોટા બગીચામાં લોકોની અવરજવર ચાલુ હતી. હામિદના જેકેટ, ટોપી વગેરે હજુ રિયાએ પહેરીને રાખ્યાં હતાં. જ્યાં સુધી રાજકોટ ઊંઘી ન જાય, ત્યાં સુધી વસંત નિવાસ પહોંચવાનું જોખમ ખેડવું એ મૂર્ખામી હતી. ફરજિયાતપણે રાહ જોવા સિવાય અન્ય કોઈ વિકલ્પ નહોતો. ગાર્ડનમાં જઈને એક શાંત ખૂણો શોધી, મોં પર ટોપી રાખીને તે એકાદ કલાક ત્યાં બેઠી રહી.

દુનિયા આખીની રમમાણથી અલિપ્ત એવું આ શહેર કોઈ તાણ કે ચિંતા વગર પોતાની મોજમાં જીવી રહ્યું હતું.

સાડા નવ વાગ્યાની આસપાસ બગીચાનો બંધ થવાનો સમય થતાં જ ચોકીદાર આવ્યો અને બધાંને બહાર નીકળવા માટે વિનંતી કરવા લાગ્યો.

રિયા ચાલતી-ચાલતી, મોં છુપાવતી ત્યાંથી થોડે દૂર આવેલા મયૂર બૂક-સ્ટોર્સમાં પહોંચી. રાતના આ સમયે ત્યાં એક પણ ગ્રાહકની હાજરી નહોતી. દુકાનદાર પણ અડધી કલાકમાં સ્ટોર વધાવી લેશે, એ નક્કી હતું.

ખિસ્સામાં રૂપિયા તો હતા નહીં, પણ સમય પસાર કરવા માટે રેકમાં પડેલું એકાદ માસ જૂનું અંગ્રેજી મેગેઝિન - ભારત ટુડે - ઉપાડ્યું. કવર-સ્ટોરી દેશના મોસ્ટ-એલિજિબલ બેચલર અને મલ્ટિ-નેશનલ કંપનીના માલિક વિવાન આર્ય પર હતી.

INDIA'S HEARTTHROB & GEN-Z's GUIDE... VIVAAN ARYA!

મુખપૃષ્ઠ પર બાદશાહી સિંહાસન ઉપર બેઠેલા વિવાનના ફોટોની આભા ચક્રવર્તી સમ્રાટ સમાન ભાસી રહી હતી.

ગઈકાલનો માર્ગદર્શક આજનો દેશદ્રોહી બની શકે ખરો?

... અને, આ વિચાર મગજમાં ઝળકતાં જ તેણે આંખો બંધ કરી દીધી.

'લોકો ભલે ગમે એ કહેતા હોય, રિયા... પણ હું દઢપણે એવું માનું છું કે જિંદગી ક્રૂર નથી! સમયના ઝંઝાવાત સામે બાથ ભીડીને આવનારા માણસની જિંદગી પળેપળ બદલાતી હોય છે અને એ ફેરફાર અથવા પરિવર્તન ક્યારેય સરળ કે આરામદાયક નથી હોતું!' મુંબઈની એક આર્ટ-ગેલેરીમાં પિકાસોની પેઇન્ટિંગ સામે ઊભા રહીને એ દિવસે વિવાન સાથે થયેલી વાતચીતને રિયા વાગોળી રહી હતી, 'કમનસીબી એ છે કે, વ્યક્તિ એ પરિવર્તનને ક્રૂરતા સાથે સરખાવવા માંડે છે.'

'તો પછી સમયનું એ ચક્ર અલગ-અલગ લોકોના જીવનમાં જુદું-જુદું શા માટે ફરે છે?' રિયાએ પૂછ્યું હતું, 'કેટલાકના જીવનમાં વધુ દુઃખ તો કેટલાક પાસે બેશુમાર ઐશ્વર્ય... એવું કેમ?'

'સમય એક અદ્‌ભુત પરિમાણ છે.. લંબાઈ, પહોળાઈ અને ઊંચાઈ જેવા ત્રિ-પરિમાણની માફક તેને ફક્ત એક જ પરિપ્રેક્ષ્યથી ન જોઈ શકાય! તે બહુઆયામી, બહુરૂપી અને બહુસ્તરીય છે!' વિવાન ગૂઢ તત્ત્વચિંતનને પણ અત્યંત સરળ શૈલીમાં રજૂ કરી શકતો, 'સમય સાપેક્ષ છે, એ વાસ્તવિકતા જ્યાં સુધી આજનો સમાજ નહીં પચાવે ત્યાં સુધી સુખ-દુઃખના ચક્રમાંથી બહાર આવી શકવું સંભવ નથી. હકીકત એ છે કે, જ્યાં સુધી માણસ અન્યોના જીવન સાથે પોતાની જિંદગીની તુલના કરવાનું બંધ નહીં કરે, ત્યાં સુધી સ્વપીડા વધુ જ લાગવાની! બીજી બાજુ, તું જેને ઐશ્વર્ય માને છે એ સામેવાળી વ્યક્તિ માટે અભિશાપ હોય એવું પણ શક્ય છે!'

રિયા તેને અપલક નેત્રે બસ સાંભળતી જ રહી. નવી પેઢીના યુવાન સાથે પ્રેમ અને વાસનાની ઉપરછલ્લી તથા છીછરી વાતો નહીં, પરંતુ ગહન ઊંડાણ ધરાવતી અર્થસભર વાત પણ થઈ શકે એવું વિવાન અજાણતાં જ પુરવાર કરી દેતો! અને એ સમયે રિયાના શ્વાસની ગતિ થંભી જતી.

'વિવાન...!' રિયાના હોઠ ફફડ્યા, 'આઇ હોપ, તું ઠીક હોય!'

તેને ઊંડે ઊંડે ભરોસો હતો કે સમગ્ર ઘટનાના કેન્દ્રમાં રહેલાં સુધીર આર્ય જરૂર કોઈક ને કોઈક મહત્ત્વની કડી મૂકતા ગયા હશે.

'મેડમ... આપ કંઈ ખરીદવા માંગો છો?' દુકાનદારે નમ્ર સ્વરે પૃચ્છા કરી, 'દુકાન વધાવવાનો સમય થઈ ગયો છે.'

'જી... નહીં!' રિયાએ પોતાનો અવાજ જાડો કરી, મોં છુપાયેલું રહે એ રીતે નીચું જોતાં જવાબ આપ્યો, 'એક ફોન-કૉલ કરી શકું, પ્લીઝ? મારા મોબાઇલની બેટરી ઊતરી ગઈ છે.'

'જરૂર.' કહીને દુકાનદારે રિયાના હાથમાં એનો ફોન સોંપ્યો.

ટ્રકમાંથી નીચે ઊતરતાં પહેલાં તેણે મોબાઇલ ઑન કરીને અશરફ વીજળીવાળાનો નંબર ગોખી લીધો હતો, જેથી સમય આવ્યે વાત થઈ શકે.

દસ ડિજિટનો નંબર ડાયલ તો થયો, પરંતુ સામે છેડેથી ફક્ત રિંગ જ સંભળાતી રહી! બે વખત ફોન કર્યા છતાં કોઈ રિસ્પૉન્સ ન મળ્યો, ત્યારે રિયાનો ચહેરો ઊતરી ગયો.

'તમારું નામ કહી રાખો, મેડમ...' દુકાનદાર એના હાવભાવ પારખીને બોલ્યો, 'આ નંબર પરથી કૉલ-બેક થશે, એટલે હું એમને તમારો કૉન્ટેન્ટ કરવાનું કહીશ.'

'જી... આભાર!' પાછળ જોયા વગર તે મોટાં ડગલાં ભરતી અંધારામાં ગુમ થઈ ગઈ.

પોતાનાથી કંઈક આડુંઅવળું બોલાઈ ગયાની આશંકા સાથે દુકાનદાર મોં વકાસીને એ અજાણી છોકરી સામે જોઈ રહ્યો.

૩૨

ત્રેતાયુગ
અમરાવતી

'આપનું મૃત્યુ નિશ્ચિત છે, સપ્તર્ષિઓ!' શુક્રાચાર્યએ પોતાના સ્થાન પરથી ઊભા થતાં કહ્યું, 'આજે આપ શુક્રયંત્રની એ અષ્ટસિદ્ધિનો શિકાર બનવા જઈ રહ્યા છો, જેની સામે સર્વાત્માઓ મસ્તક ઝુકાવે છે! આપના અંતનો આરંભ થઈ ચૂક્યો છે...'

એકાએક સપ્તર્ષિઓને પોતાના કાનમાં તીવ્ર ઝણઝણાટી અનુભવાઈ. તેમનું પ્રત્યેક અંગ ભીતરથી દોલન કરવા માંડ્યું. શરીરના તાપમાનમાં અચાનક વધારો થવા લાગ્યો. એમના રોમેરોમમાં દાહક પીડા થવા લાગી. રુધિરવાહિનીઓ તત્ક્ષણ ફાટી પડશે, એવી અનુભૂતિ થઈ રહી હતી. એમના કાનમાં કર્કશ ધ્વનિ ગુંજવા માંડ્યો... એટલો ત્રાસદાયક ઘોંઘાટમય સ્વર, જેની અસર હેઠળ સપ્તર્ષિઓ બેવડા વળી ગયા! એમના સમગ્ર અસ્તિત્વને જાણે ઘમ્મરવલોણામાં વલોવવામાં આવી રહ્યું હોય એવું જણાતું હતું!

તમામ ઋષિઓના નાક અને કર્ણના છિદ્રોમાંથી લોહી ટપકવાની શરૂઆત

થતાં જ તેઓ સમજી ગયા કે તેમના પર અષ્ટસિદ્ધિઓમાંની કોઈ એક સિદ્ધિનો પ્રયોગ કરવામાં આવી રહ્યો છે!

શુક્રાચાર્યના હોઠ સતત ફફડી રહ્યા હતા.

જો ગણતરીની ક્ષણોમાં આ સિદ્ધિના પ્રયોગને અટકાવવામાં ન આવ્યો, તો સપ્તર્ષિઓનો અંત નિશ્ચિત હતો!

'ઋષિઓ...' કશ્યપે સિંહ સમી ત્રાડ પાડીને સપ્તર્ષિનું ધ્યાન પોતાના તરફ ખેંચ્યું.

તમામ સપ્તર્ષિઓની નજર ઋષિ કશ્યપ પર સ્થિર થઈ. અસહ્ય પીડાની આ ક્ષણોમાં એમણે અત્યંત બળપૂર્વક એકબીજા સાથે મનોતરંગોના માધ્યમથી સંવાદ સાધ્યો.

તત્ક્ષણ, સપ્તર્ષિઓએ કોઈક નિર્ણય પર મહોર મારી હોય એમ સંમતિસૂચક રીતે ઋષિ કશ્યપના વિચારને માન્યતા આપી અને હકારમાં મસ્તક ધુણાવ્યાં.

આટલીવારમાં તો મહર્ષિ અત્રિ અને ગૌતમના મોંમાંથી રુધિરનો કોગળો બહાર આવી ગયો! સ્થિતિ અત્યંત વિકટ હતી.

જરા પણ સમય ગુમાવ્યા વિના, મહર્ષિ કશ્યપે બ્રહ્માંડની સર્વોચ્ચ મહાસત્તા, કાળ ઉપર જેનું આધિપત્ય હતું એવા મહાકાળનું ધ્યાન ધર્યું... એમના હોઠ પરથી અંતિમ મંત્રોચ્ચાર સરી પડ્યા. અન્ય ઋષિઓએ પણ સાથે મળીને પ્રચંડ કાળમંત્રનું ઉચ્ચારણ શરૂ કર્યું, જેમાં છુપાયેલા ખરા સામર્થ્યની જાણ સપ્તર્ષિઓ સિવાય આજ સુધી એક પણ જીવને નહોતી.

कालः पचति भूतानि कालः संहरते प्रजाः ।
कालः सुप्तेषु जागर्ति कालो हि दुरतिक्रमः ॥

'કાળ સર્વ જીવોને નિપુણતા પ્રદાન કરે છે... કાળ જ સર્વ જીવોનો સંહાર પણ કરે છે! જ્યારે સર્વાત્માઓ પોઢી જાય છે, ત્યારે પણ કાળ તો સદૈવ જાગૃત અવસ્થામાં જ રહે છે! કાળ અજેય છે...'

આ એ મંત્ર હતો, જેની સામે અવિચળ-અવિનાશી સમય પણ મસ્તક ઝુકાવતો હતો. આદિકાળમાં જ્યારે બ્રહ્માંડમાં ત્રિદેવ અને સપ્તર્ષિઓ સિવાય અન્ય એક પણ જીવ અસ્તિત્વમાં નહોતા આવ્યા, એ સમયે સ્વયં ત્રિદેવના મુખમાંથી એકસાથે ઉચ્ચારાયેલો આ અનહદ નાદ સપ્તર્ષિઓએ ઝીલ્યો હતો, જેનો પ્રયોગ તેઓ પોતાના જીવનની એકમાત્ર - વિકટતમ સ્થિતિમાં - જ કરી શકશે એ ત્રિદેવનો આદેશ હતો.

... એકાએક, સમયની ગતિ થંભી ગઈ. શુક્રાચાર્યના યજ્ઞકુંડની જ્વાળા સ્થિર થઈ ગઈ. આકાશમાં ઊડી રહેલાં પશુ-પક્ષીઓ જ્યાંના ત્યાં સ્તંભિત થઈ ગયાં. પવન વહેતો અટકી ગયો. સમુદ્રમાં આવી રહેલી ભરતી-ઓટ થંભી ગઈ. વાદળો વચ્ચે ગરજતી વીજળીને કોઈકે જાણે પકડી પાડી હોય એમ એ સ્થિર થઈ ગઈ. વૃક્ષ, વેલા અને પાનનો ફરફરાટ અટકી ગયો. સમષ્ટિના પ્રત્યેક મનુષ્યોના પગ જમીન સાથે ખોડાઈ ગયા. એમની પાંપણો ફરકતી અટકી ગઈ.

સમષ્ટિ ઉપર જાણે સામૂહિક રીતે સ્તંભન-ક્રિયા કરવામાં આવી હોય, પ્રત્યેક જીવોનું હલનચલન સ્થિર થઈ ગયું. અજ્ઞાત શક્તિએ સમસ્ત ભૂલોકને જાણે ભીંત ઉપર લગાવેલાં તૈલચિત્રમાં જડી દીધું હોય, એવું એ દૃશ્ય હતું.

સ્વયં દૈત્યગુરુ આજ સુધી જેને કલ્પના માની રહ્યા હતા, એ કાળમંત્રની વાસ્તવિકતા આજે સપ્તર્ષિઓએ ઉજાગર કરી હતી. તમામ સિદ્ધયોગીઓ, અઘોરીઓ અને તાંત્રિકો એવું જ માનતા હતા કે સમય ઉપર નિયંત્રણ શક્ય નથી, તેની ગતિ રોકી શકવાનું સામર્થ્ય કોઈનામાં નથી, સમય નિરંતર છે... પરંતુ એ તમામ માન્યતાઓ આજે ભાંગીને ભુક્કો થઈ ગઈ હતી.

સપ્તર્ષિઓ સૃષ્ટિના સૌથી મહાનત્તમ અને મહાજ્ઞાની આત્માઓ શા માટે કહેવાતા હતા, એ રહસ્ય અત્યારે ઉજાગર થયું હતું...

હા... તેઓ કાળચક્રને રોકી શકવા સક્ષમ હતા!

શુક્રાચાર્યએ હોઠ ઉઘાડવાની કોશિશ કરી, પણ વ્યર્થ! અંગો તો દૂર, એમની આંખની કીકીનું હલનચલન સુધ્ધાં અટકી ગયું! ઋષિ કશ્યપ પર એમની દૃષ્ટિ સ્થિર થઈ ચૂકી હતી.

'હે મહાકાળ...' ઋષિ કશ્યપની આભા અત્યંત તેજોમય ભાસી રહી હતી, 'કાળચક્રને સ્તંભિત કરવાના ઘોર અપરાધ માટે હું ક્ષમાપ્રાર્થી છું, પરંતુ અમારી પાસે અન્ય કોઈ વિકલ્પ શેષ નહોતો બચ્યો!'

ક્ષણવાર પહેલાં સુધી ઋષિઓની નાસિકા, કાન અને મોંમાંથી વહેવા લાગેલા રુધિરની ધારા અટકી ગઈ હતી. પાષાણશિલા સાથે એમનાં બંધનો કપાતાં ગયાં. થોડી જ ક્ષણોમાં તેઓ શુક્રયંત્રની કેદમાંથી મુક્ત થઈ ચૂક્યા હતા.

અચાનક આવી પડેલી વિપત્તિમાં કાળમંત્રનો પ્રયોગ કરવા બદલ સૌએ મનોમન હૃદયપૂર્વક મહાકાળની ક્ષમા માંગી.

'નિશ્ચિતરૂપે, અમારું મૃત્યુ આજે પૂર્વનિર્ધારિત છે... દૈત્યગુરુ! આપના પિતાશ્રી અને અમારા સૌના ગુરુબંધુ એવા મહર્ષિ ભૃગુએ જ સપ્તર્ષિઓના દેહાંતની ભવિષ્યવાણી કરી હતી!'

મહર્ષિ કશ્યપે એકાએક શુક્રાચાર્યની વાતને સમર્થન આપતાં કહ્યું,

'... પરંતુ, આપના હાથે નહીં! અમારી ઉત્પત્તિ ત્રિદેવની કૃપાથી થઈ હતી અને અંત પણ એમના જ આદેશથી થશે... અમારા જીવનનું નિયંત્રણ પહેલાં પણ મહાકાળના હાથોમાં હતું અને હંમેશાં રહેશે! અમરાવતીમાં આદિકાળથી ધખી રહેલા સપ્તર્ષિઓના યજ્ઞકુંડનો પાવનાગ્નિ જ્યારે ઓલવાયો, એ સમયે જ વિધાતાએ સપ્તર્ષિઓના જીવનચક્ર પર પણ પૂર્ણવિરામ મૂકી દીધું હતું.'

ક્ષણવાર પૂર્વે અનુભવેલી આપત્તિમાંથી સ્વસ્થ થઈ રહેલાં મહર્ષિ વિશ્વામિત્ર બોલ્યા,

'સ્પષ્ટ છે કે આપના ઉપર પણ કાળચક્રનું પૈડું ફરી ચૂક્યું છે. જે દૈત્યગુરુને અમે સતયુગમાં ઓળખતા હતા, એ હવે આપ નથી! ત્રેતાયુગમાં પ્રવેશી ચૂકેલા સમય ઉપર કળિનું પ્રભુત્વ સ્થપાવાની શરૂઆત થઈ ચૂકી છે, એનું જીવંત દૃષ્ટાંત આપ સ્વયં છો... શુક્રાચાર્ય!

ત્રેતા પછી દ્વાપર અને દ્વાપર પશ્ચાત્ આવી રહેલા સાતમા મનવંતરનો કળિયુગ અત્યાર સુધીના તમામ મનવંતરોમાંનો સૌથી વિકરાળ અને વિધ્વંસક યુગ પુરવાર થવાનો છે, એ વિષયમાં કોઈ શંકા રહી નથી!'

શુક્રાચાર્યના પૂર્વાગ્રહોનો યથોચિત ઉત્તર આપતાં મહર્ષિ વશિષ્ઠે કહ્યું,

'ભૂલોક હવે સપ્તર્ષિઓના વસવાટને યોગ્ય રહ્યું નથી. આપ જેને અધર્મ અને અન્યાય માનો છો, એ કાળચક્રનું પ્રતિબિંબમાત્ર છે! વિધિના વિધાનમાં હસ્તક્ષેપ કરવાની સત્તા તો અમારી પાસે પણ નથી... દેવો અને અસુરો વચ્ચે ચાલી રહેલા આ યુદ્ધનો કદાપિ અંત નહીં આવે. સપ્તર્ષિઓના ધર્માચરણ પર પ્રશ્નાર્થ ન ઊઠે એ માટે અમારું વૈકુંઠગમન નિશ્ચિત છે!'

ઇન્દ્ર પર નિશાન સાધીને મહર્ષિ ગૌતમે પોતાનો ન્યાય તોળતાં કહ્યું,

'પરંતુ જેઓ દોષી છે, એમને દંડ અવશ્ય મળશે. મહર્ષિ ભૃગુએ ભોગવવા પડેલા અન્યાય અને અપમાનનો ન્યાય થઈને રહેશે. એમનું આત્મવિલોપન વ્યર્થ નહીં જાય!

દેવાસુર સંગ્રામનાં મૂળિયાંમાં રહેલા ઇન્દ્રએ સમયની સાથે ભૂલોકનો ત્યાગ કરવો પડશે. તે ત્રિલોક – અમરાવતી, આર્યાવર્ત અને મરુભૂમિ – પર રાજ કરવા જેટલો સક્ષમ નહીં રહે. કાળક્રમે તે એક અતિસામાન્ય દેવતા બનીને રહી જશે. મનુષ્યો તેની પૂજા-અર્ચના નહીં કરે. વર્ષાપ્રાપ્તિ માટે પણ ભવિષ્યની પેઢીઓ તેને આહ્વાન નહીં આપે... ઇન્દ્રના નામે યજ્ઞમાં અપાતી આહુતિઓ સીમિત થઈને રહી જશે! મનુષ્યોના ચિત્તમાંથી તેના માટેનો આદરભાવ ક્ષીણ થતો જશે...'

આવનારા યુગનો ચિતાર આપતી વેળા મહર્ષિ અત્રિના દેહમાં કંપન આવ્યું. તેમણે ભવિષ્યવાણી કરી,

'દેવ સંસ્કૃતિ અને આર્ય સંસ્કૃતિ વચ્ચેનો સંબંધ કપાતો જશે. વાયુ, અગ્નિ, વરુણ, અશ્વિનીકુમારો, આદિત્ય, વસુ આદિ સમસ્ત દેવતાઓએ ત્રેતાયુગના અંત સુધીમાં પોતપોતાના દેહ ત્યજીને વૈકુંઠગમન કરવું પડશે. દ્વાપરયુગથી મનુષ્યો માત્ર મંત્રોચ્ચાર થકી એમને આહ્વાન આપી શકશે... અને એ સમયે પણ, તેઓ ઊર્જાસ્વરૂપે જ ભૂલોક પર પધારી શકશે... સદેહે નહીં! એમની સનાતન ચેતના સાથે જ સાધકની મુલાકાત સંભવ બનશે... જેને ભવિષ્યમાં દિવ્ય-દર્શનની ઉપમા આપવામાં આવશે.

કેટલાક મનુષ્યો ધર્મ અને અધ્યાત્મનો ઉપયોગ અધર્મ આચરવા માટે કરશે. દેવકાર્ય અને સેવાકાર્ય કરવામાં મનુષ્યોને રસ નહીં રહે... તેઓ વધુ ને વધુ બહુર્મુખી અને સ્વાર્થી બનતા જશે. ઈશ્વરને શૃંગાર રસ પૂરતાં સીમિત રાખીને પોતપોતાના સગવડિયા ધર્મ અનુસાર વ્યાખ્યાયિત કરવામાં આવશે. સાધનાનું વાસ્તવિક સ્વરૂપ લુપ્ત થતું જશે.'

અત્યંત કૃપાળુ અને હૃદયમાં દયાભાવ ધરાવતા મહર્ષિ ભારદ્વાજે મનુષ્યોને વરદાન આપ્યું,

'આવનારા સમયના દુષ્પ્રભાવ અંગે જાણ્યા બાદ એવું માની લેવાની આવશ્યકતા નથી કે સપ્તર્ષિઓની કૃપાદૃષ્ટિ માનવો પર નહીં રહે! અમે સદૈવ મંત્રચેતના અને ગોત્ર સ્વરૂપે પ્રગટ રહીશું. જો કોઈપણ મનુષ્ય મંત્ર-તંત્ર કે યંત્રસાધનાનો આરંભ કરતાં પહેલાં તેના મંત્રદ્રષ્ટા ઋષિનું સંસ્મરણ અને વિધિવત્ વિનિયોગ કરશે, તો અમે નિઃશંકપણે એમની સાધનાનું યથોચિત ફળ આપીશું...'

... અને અંતમાં, મહર્ષિ કશ્યપે શુક્રાચાર્યના અસ્તિત્વને હચમચાવી દેતું ભવિષ્યકથન કર્યું,

'કળિયુગના અંતિમ મહાયુદ્ધમાં અમારું પુનરાગમન થશે, દૈત્યગુરુ! સતયુગમાં ઇન્દ્રએ જે દુરાચાર આદર્યો, તેને અમે રોકી નહોતા શક્યા... પરંતુ કળિયુગમાં એ અપરાધનું અમે પુનરાવર્તન નહીં થવા દઈએ.

સાતમા મનવંતરના અંતકાળમાં થવા જઈ રહેલી એ વિધ્વંસક અને અનિશ્ચિતતાથી ભરપૂર લડાઈમાં ધર્મ અને અધર્મમાંથી કોનો વિજય થશે, એ નિર્ધારિત નથી... પરંતુ અમે સપ્તર્ષિઓ, ધર્મના પક્ષે રહીને સૃષ્ટિના સંતુલનને પુનઃપ્રસ્થાપિત કરવાના પ્રયત્નો અવશ્ય કરીશું.'

બ્રહ્માંડના આદિકાળથી ધરતીનું કલ્યાણ કરી રહેલા સપ્તર્ષિઓએ પોતાની વાત સમાપ્ત કર્યા પશ્ચાત્ આકાશ સામે દૃષ્ટિ કરી. એ તમામ ઋષિઓના હાથ એકસાથે અધ્ધર થયા.

ત્રિદેવ સ્વયં જાણે એમને વૈકુંઠમાં પોતાની પાસે પધારવા માટેનું આહ્વાન આપી રહ્યા હોય, એમ ભૂલોક પર સર્વત્ર આંખ આંજી નાંખતું તેજ છવાઈ ગયું અને એમાંથી થયેલા ચમકારાને પોતાની અંદર સમાવવા આતુર સપ્તર્ષિઓના દેહ પાવનાગ્નિથી પ્રજ્વલિત થઈ ઊઠ્યા.

તેઓ અગ્નિસમાધિ લઈ રહ્યા હતા...

શુક્રાચાર્યની નજર સામે સપ્તર્ષિઓના દેહ પંચમહાભૂતમાં ભળી ગયા.

કાળચક્ર પુનઃ ગતિમાન થઈ ગયું. સૃષ્ટિ પૂર્વવત્ ચાલવા માંડી. સમય ઉપર લાદવામાં આવેલું બંધન દૂર થઈ ગયું.

... પરંતુ આ નવું અંધકારમય જગત હતું, જેમાં સપ્તર્ષિઓની ઉપસ્થિતિ નહોતી!

33

વર્તમાન દિવસ

કોઇમ્બતૂર

શ્રીવિદ્યા સાધના શિબિરના ત્રીજા દિવસના પ્રવચનનો સમય થઈ ચૂક્યો હોવા છતાં ભૈરવી મા આદિયોગિની અલયમ્‌માં પધાર્યાં નહોતાં. સભાખંડમાં પાછલી ૭૦-૮૦ મિનિટથી ભવાન્યષ્ટકમ્, મહિષાસુરમર્દિની સ્તોત્રમ્, શક્રાદય સ્તુતિની સંગીતમય પ્રસ્તુતિ ચાલી રહી હતી. દેશના ધુરંધર સંગીતજ્ઞની ટુકડી શક્તિ આશ્રમમાં ખાસ પર્ફોર્મન્સ આપવા માટે આવી હોવા છતાં શ્રદ્ધાળુઓ ઊંચા-નીચા થઈ રહ્યા હતાં. ભૈરવી માના મુખેથી અમૃતવાણી સાંભળવા માટે તેઓ તલપાપડ હતાં. એમની સામે અત્યારે કદાચ છપ્પન ભોગ પીરસવામાં આવે, તો પણ ફિક્કા લાગે એવી સ્થિતિ હતી. ધીરે ધીરે વધી રહેલા ગણગણાટ અને વાતચીતને શાંત રાખવાના નિષ્ફળ પ્રયત્નો કરી રહેલા સ્વયંસેવકો પણ ચાતક નજરે ભૈરવી માની રાહ જોઈ રહ્યા હતા.

... પરંતુ મનસ્વી અને સાધ્વી મા સિવાય કોઈને જાણ નહોતી કે ભૈરવી મા આખરે છે ક્યાં!

દિલ્હીથી કોઇમ્બતૂર આવી પહોંચેલા આગંતુક સાથે ભૈરવી માની તત્કાળ

મુલાકાત ગોઠવાઈ હતી. ઊંચા ગજાના એ અધિકારી સાથે બંધ બારણે અત્યંત ગુપ્ત ચર્ચા ચાલી રહી હતી, જેમાં સાધ્વી મા અને મનસ્વી પણ સામેલ હતાં.

ભૈરવી માની અંગત કુટિરમાં એ ચાર લોકો આમનેસામને બેસીને અતિ ગંભીર વાતચીતના છેલ્લા પડાવ પર પહોંચી ચૂક્યાં હતાં. કુટિર બહુ મોટી નહોતી. આગળ એક નાનકડો ૫૦ ચોરસફૂટનો બેઠકરૂમ, જેને અડોઅડ દેવી મહાત્રિપુરસુંદરીની ભવ્ય મૂર્તિ ધરાવતો સાધનાકક્ષ હતો. એ કક્ષની જમીન પર વિશાળ શ્રીયંત્રની આકૃતિ દોરાયેલી હતી. ભૈરવી મા સિવાય ત્યાં પ્રવેશ મેળવવાનો અધિકાર કોઈ પાસે નહોતો!

‘દિલ્હીમાં બેઠેલાં મારા તમામ સંપર્કોનો ઉપયોગ કરવાની તમારી પાસે સત્તા છે...’ ભૈરવી માએ આદેશ આપતાં કહ્યું, ‘પણ બે દિવસની અંદર ગમે તે ભોગે મને એ વ્યક્તિ આ આશ્રમની અંદર જોઈએ. સામ, દામ, દંડ અને ભેદ... જેનો ઉપયોગ કરવો પડે, એ કરો! પરંતુ આ જ વખતે મને પરિણામ જોઈએ. વિવાનને હનુમાનના એ સ્થાન પર પહોંચતો અટકાવવા માટે આ કાર્યનું સફળ થવું અત્યંત જરૂરી છે...’

‘આપ બેફિકર રહો!’ સોફા પર બેઠેલો એ અજાણ્યો શખ્સ ઊભો થતાં બોલ્યો.

ભૈરવી મા, સાધ્વી મા અને મનસ્વી પણ ઊભાં થયાં. આગંતુકે ભૈરવી માને બે હાથ જોડી પ્રણામ કર્યાં અને જવા માટે રજા માંગી.

આગંતુકના રવાના થયા બાદ, ભૈરવી માની નજર સાધ્વી મા અને મનસ્વીની નજર સાથે ટકરાઈ. એ બંનેની આંખોમાં અજ્ઞાત ડરનો રહસ્યમય ભાવ ઝળકતો હતો. આગામી ૪૮ કલાકોમાં જીવસટોસટીનો ખેલ શરૂ થઈ જવાનો હતો!

વર્તમાન દિવસ

બેંગ્લોર

ભારતના ટેક-હબ ગણાતા બેંગ્લોરની રાત કેટકેટલાં એંધાણ પોતાની સાથે લઈને આવી હતી. દુનિયાના શ્રેષ્ઠતમ ગણાતાં ટેક્નોલોજિકલ મગજનો

અહીંયાં મેળાવડો હતો. બિલિયોનર સ્ટાર્ટ-અપ્સથી શરૂ કરીને નવા નવા એન્ત્રપ્રિન્યોર બનેલા યુવાવર્ગથી આ શહેર ઊભરાતું હતું. ફાટફાટ થતી યુવાની અને જીવનમાં સફળતાના શિખરે પહોંચવાની ખેવના ધરાવતા જુસ્સાની તો વાત જ કંઈક અલગ હતી!

ખરા અર્થમાં વાઇબ્રન્ટ-સિટી!

પરંતુ આ બધાની વચ્ચે એક વ્યક્તિ એવી હતી, જેને અત્યારે બેંગ્લૉરના જીવંતપણા સાથે કોઈ નિસ્બત નહોતી. એ તો બસ પોલીસ અને પ્રશાસનથી પોતાની જાતને બચાવવાનો પ્રયત્ન કરી રહ્યો હતો, જેથી વાસ્તવિક ગુનેગાર સુધી પહોંચી શકાય.

કૃષ્ણરાજપુરમ્ જંક્શનથી ભાગ્યા બાદ વિવાન બેંગ્લૉરની આંટીઘૂંટીમાં અદૃશ્ય થઈ જવામાં સફળ રહ્યો હતો. તેની ચિંતાઓમાં હવે વધુ એક નામનો ઉમેરો થયો હતો: સુહાની સિંહા!

તમામ ટીવી ચેનલોમાં સુહાનીની ધરપકડના સમાચારને કોઈ ચટપટી વાનગીની માફક પીરસવામાં આવી રહ્યા હતા. પ્રેક્ષકો જાણે રેસ્ટૉરન્ટમાં જમવા આવેલા ગ્રાહક હોય એ રીતે, મરી-મસાલા, તીખી ચટણી સાથે આ વાનગીને વધુ ચટાકેદાર બનાવવાની કોશિશ થઈ રહી હતી.

રાતના સમયે પણ માથે ટોપી અને આંખે કાળા ચશ્મા પહેરીને બેંગ્લૉરના ડમ્પ-યાર્ડમાં કચરાના ઢગલા ઉપર બેઠેલો વિવાન કોઈકની આતુરતાપૂર્વક રાહ જોઈ રહ્યો હતો. આજુબાજુ દસ-પંદર ફૂટ ઊંચા કચરાના પહાડ ખડકાયેલા હતા. અતિશય દુર્ગંધ મારતી એ જગ્યા ઉપર કેટકેટલા માંસભક્ષી પક્ષીઓ ચકરાવો લઈ રહ્યાં હતાં. સૂકા અને ભીના કચરાનું એ જુગુપ્સાપ્રેરક મિશ્રણ આવનારી કેટલીય સદીઓ સુધી ધરતી ઉપર બોજ બનીને રહેવાનું હતું. પ્લાસ્ટિકથી માંડીને ચીતરી ચડે એવી ભાતભાતની ખાણીપીણીનો કોહવાટ અસહ્ય હોવા છતાં વિવાન નાક બંધ કરીને પરાણે ત્યાં બેસી રહ્યો હતો.

આમ પણ બીજો વિકલ્પ તેની પાસે ક્યાં હતો?

ચોખ્ખી હવા નાકમાં ભરવા માટે તે તરસી ગયો હતો. અઢી દિવસની વધેલી દાઢી, દુર્ગંધ મારતાં મેલાંઘેલાં કપડાં, ભૂખ-તરસને કારણે બેહાલ થઈ ગયેલું શરીર હવે જવાબ આપી ચૂક્યું હતું. અનિચ્છાએ પણ તેણે આરામ કરવા માટે કચરાના ઢગ ઉપર બેસી જવું પડ્યું હતું. તેને જોઈને કોઈ કલ્પના ન કરી શકે કે આ એ વિવાન આર્ય છે, જેને બે દિવસ પહેલાં સુધી ભારતનું યુવાધન પોતાનો આદર્શ ગણતું હતું!

એક લૉકલ મોબાઇલ-શૉપ પરથી સાંજના સમયે તેણે ફોન-ડિક્શનરીમાંથી બૅંગ્લોર ફૉરેન્સિક લેબોરેટરી – BSL - નો નંબર શોધી કાઢ્યો હતો.

'જ્યોર્જ ફર્નાન્ડિસનું કામ છે!' સામે છેડેથી ફોન રીસિવ થતાં જ વિવાને પોતાની ઓળખાણ જાહેર કર્યા વગર ઝટપટ મુદ્દા પર આવતાં કહ્યું હતું.

રિયાના મિત્ર અને બી.એસ.એલ.ના પૂર્વ ફૉરેન્સિક એક્સપર્ટનો નંબર તેની પાસે નહોતો. આમ પણ, મોબાઇલથી માંડીને તમામ અંગત સામાન રાષ્ટ્રપતિ ભવનની અંદર જ છૂટી ગયો હતો!

લૅબોરેટરીમાંથી પ્રાપ્ત નંબર ઉપર ફોન લગાડતાંની સાથે, બીજી જ રિંગે જ્યોર્જે ફોન ઊંચકી લીધો. તે પોતે વિવાન અને રિયાના સમાચાર સાંભળીને હેરાન-પરેશાન હતો. જ્યોર્જ સહિત એમના તમામ મિત્રો, જે બંનેને નજીકથી ઓળખતાં હતાં એમને ન્યૂઝ-ચેનલોની એક પણ બકવાસ પર રતીભરનો ભરોસો નહોતો.

સાંજે લગભગ સાતેક વાગ્યે જ્યોર્જ સાથે ડમ્પ-યાર્ડમાં રૂબરૂ મળીને વિવાને તેને મેજર અજિતાભ પૂર્ણૈયાની વીંટી લેબ-પરીક્ષણ માટે મોકલી આપી હતી, જેના રિઝલ્ટ સાથે જ્યૉર્જ રાતે બારથી એક વાગ્યાની વચ્ચે વિવાનને ફરી મળવા માટે આવવાનો હતો.

અત્યારે પોણો વાગી ચૂક્યો હોવા છતાં દૂર દૂર સુધી જ્યોર્જ ફર્નાન્ડિસના કોઈ એંધાણ જણાતાં નહોતાં. વિવાનને એ પણ ખ્યાલ નહોતો કે જ્યોર્જ પર કેટલી હદે ભરોસો મૂકી શકાય એમ છે! તે પોલીસને જાણ કરી દે તો પોતાની પાસે ભાગવા માટે કે છુપાઈને રહેવા માટે બીજી કોઈ જગ્યા નહીં રહે, એ હકીકતથી પણ વિવાન વાકેફ હતો. આમ છતાં, જોખમ લીધા સિવાય અને ભરોસો મૂકવા સિવાય તેની પાસે કોઈ રસ્તો નહોતો બચ્યો.

એક પછી એક દરવાજા બંધ થતા જતા હતા. સુહાનીની ધરપકડ પછી તો વિવાનના મનોબળ પર પણ ખાસ્સી અસર પડી હતી. પોતે હવે પછી રિયાને ક્યારેય જોઈ શકશે કે નહીં, પોતાની જાતને નિર્દોષ સાબિત કરી શકશે કે નહીં, આતંકવાદીઓને પકડી પાડવામાં સફળતા મળશે કે નહીં સહિતના અસંખ્ય આડાઅવળા વિચારો સામૂહિક રીતે તેના મગજ ઉપર હલ્લો મચાવી રહ્યા હતા.

... એટલામાં, નજીક આવી રહેલા શૂઝની આહટ વિવાનના કાને પડી.

સ્પ્રિંગની માફક ઊભો થઈને એ પંદર ફૂટ ઊંચા અને આઠેક ફૂટ પહોળા કચરાના ઢગ પાછળ છુપાઈ ગયો.

ડમ્પ-યાર્ડમાં થોડા ઉતાવળા પગલે ચાલીને આવતો એ માણસ વારેઘડિયે પોતાની આગળ-પાછળ અને આજુબાજુ નજર નાંખી લેતો હતો કે ક્યાંક કોઈ તેનો પીછો તો નથી રહ્યું ને?

છએક ફૂટની ઊંચાઈ, એકવડિયો બાંધો, અડધા ભાગના માથામાં પડી ગયેલી ટાલ, જાડા કાચના ચશ્મા, ચકળવકળ થતી રહેતી આંખો અને લઘરવઘર દેખાવ! સફેદ-કાળી લાઇનિંગ ધરાવતો કૉટનનો શર્ટ અને નીચે કૉટનનું સાદું પેન્ટ પહેરીને આવેલા એ માણસની ઉંમર પાંત્રીસ-ચાલીસની આસપાસ હોવી જોઈએ. તેની ચાલમાં ભય ડોકાતો હતો. વચ્ચે વચ્ચે તે પોતાના ખભે ટાંગેલી બેગ ઉપર હાથ ફેરવીને એમાં રાખેલી વસ્તુ એકદમ સુરક્ષિત રહે, એની ખાતરી કરી લેતો હતો.

સહેજ પ્રકાશમાં આવ્યા બાદ તેનો ચહેરો ઓળખાઈ જતાં, વિવાન તેની સામે આવીને ઊભો રહી ગયો.

'મા.. માફી ચ..ચાહું છું, પણ શહેરમાં પોલીસનો કડક ચ..ચોકીપહેરો હોવાને કારણે આવવામાં મો... મોડું થયું!' બોલતી વખતે જ્યોર્જ ફર્નાન્ડિસ હકલાતો હતો, 'તેં જે વીંટી આપી, એના રિઝલ્ટ્સ તો મા... માન્યામાં ન આવે એવાં છે!'

બેગમાંથી એક ફાઈલ કાઢીને તેણે વિવાનમાં હાથમાં સોંપી.

'કઈ રીતે?' વિવાને રિપોર્ટ પર નજર ફેરવતાં કહ્યું.

'મેજર અજિતાભ પ..પૂર્ણૈયાના મૂળિયાં મૈસૂરમાં છે. ૩૫ વર્ષની ઉંમર.' જ્યોર્જ ફર્નાન્ડિસે નાકની દાંડી પર ચશ્માની ફ્રેમ વ્યવસ્થિત ગોઠવતાં કહ્યું, 'આગળ વધતાં પહેલાં મારા એક પ્રશ્નનો જવાબ આપ.'

વિવાને પ્રશ્નાર્થભરી નજરે તેની સામે જોયું.

'ત્રણ વર્ષ પહેલાં ભારતના સર્વપ્રથમ ચીફ ઑફ ડિફેન્સ સ્ટાફ - CDS - રાયબહાદુર સિંહાનો તમિલનાડુના કુનૂરમાં થયેલો ભ...ભયાનક હેલિકૉપ્ટર-અકસ્માત યાદ છે?' જ્યોર્જે પૂછ્યું.

'અફકૉર્સ!' આખી ઘટના એટલી રહસ્યમય હતી કે વિવાને તેનાં મૂળિયાંમાં ઊતરવાની ઘણી કોશિશ કરી હતી, 'કુલ ૧૪ લોકોના એમાં દુ:ખદ મૃત્યુ નીપજ્યાં હતાં. જોકે, મને એ અકસ્માત નહોતો લાગ્યો. અકસ્માત-સ્થળ પરનાં ઘણા પુરાવા સ્પષ્ટપણે ઇશારો કરતા હતા કે હેલિકૉપ્ટર સાથે છેડછાડ કરવામાં આવી હતી. મારી ન્યૂઝચેનલના ઇન્વેસ્ટિગેટિવ જર્નલિસ્ટ્સના મત મુજબ પણ, એ ભારતના શત્રુદેશો દ્વારા પાર પાડવામાં આવેલું ષડયંત્ર હતું!'

'એમાંનું એક નામ એટલે દિનેશ પૂર્ણૈયા, જે ત્રણ વર્ષ પહેલાંના એ અકસ્માતમાં મૃત્યુ પામી ચૂક્યો હતો.' જ્યોર્જે ઘટસ્ફોટ કરતાં કહ્યું, 'સરકારી રેકૉર્ડ્સ મુજબ અજિતાભ પૂર્ણૈયા અને દિનેશ પૂર્ણૈયા ટ્વીન બ્રધર્સ હતા! દિનેશ પૂર્ણૈયાના મૃત્યુ બાદ સરકારી યોજના હેઠળ તેના જોડિયા ભાઈ અજિતાભને પ્રેસિડન્ટ્સ બૉડીગાર્ડ - PBG - તરીકે ભરતી કરવામાં આવ્યો અને પ્રમોશન થકી તેણે મેજરનો હોદ્દો મેળવ્યો.'

વિવાનને હજુ પણ સમજાઈ નહોતું રહ્યું કે જ્યોર્જ આ આખી વાતને કઈ દિશામાં લઈ જવાનો પ્રયત્ન કરી રહ્યો છે!

'પણ આશ્ચર્યની વાત એ છે કે અજિતાભ અને દિનેશના ડી.એન.એ. તદ્દન એકસરખા છે!' જ્યોર્જ મૂળ મુદ્દા પર આવ્યો, 'એમાં કોઈ અસમાનતા નથી.'

વિવાન ચમક્યો, 'તો એનો અર્થ એમ કે...'

'... કે અજિતાભ અને દિનેશ અલગ-અલગ નહીં, પણ એક જ વ્યક્તિ છે!' જ્યોર્જે મૂળ રહસ્ય ઉઘાડ્યું, 'જેનો મ...મતલબ એ થયો કે ત્રણ વર્ષ પહેલાંના હેલિકૉપ્ટર-અકસ્માતમાં દિનેશ પૂર્ણૈયા મર્યો નહોતો!'

'ખરું!' વિવાને તાણાવાણા જોડ્યા, 'મૃતકોના શરીર એટલાં ક્ષત-વિક્ષત હતાં, કે એમાંના કેટલાકની તો ઓળખાણ કરી શકવી પણ અશક્ય હતી.'

'એ..એક્ઝેટલી!' જ્યોર્જે કહ્યું, 'મેં જેટલી તપાસ કરી, એમાં ખ...ખબર પડી કે અકસ્માતના ઠીક એક વર્ષ પછી અજિતાભની નવી ઓળખાણ ધારણ કરીને દિનેશ ફરી સર્વિસમાં જોડાયો હતો. હવે સવાલ એ છે કે વચ્ચેનું એક વર્ષ તે ક્યાં ગાયબ હતો?'

'એનાથી પણ મોટો પ્રશ્ન એ છે કે દિનેશ પૂર્ણૈયા હેલિકૉપ્ટર-અકસ્માતમાં બચી ગયો હોવા છતાં તેણે સરકાર અને દેશથી આવડી મોટી વાત કેમ છુપાવી રાખી? તેણે જૂઠી આઇડેન્ટિટી ઊભી કરવાની શી જરૂર પડી?' વિવાન બબડ્યો.

આ તમામ પ્રશ્નના જવાબો એને મૈસૂરમાં જ મળી શકે એમ હતા!

પોતાની વાત પૂરી કરતાં પહેલાં જ્યોર્જે એક એવો ઘટસ્ફોટ કર્યો, જે સાંભળીને વિવાનના પગ નીચેથી જમીન ખસી ગઈ.

'ચીફ ઑફ ડિફેન્સ સ્ટાફ રાયબહાદુર સિંહા અંગે તને કંઈ ખ્યાલ છે?' તેણે પૂછ્યું.

વિવાને ડોકું ધુણાવીને ના પાડી.

'તારી સાથે જેનું નામ આજકાલ દેશના મૉસ્ટ-વૉન્ટેડ ક્રિમિનલમાં ચર્ચાઈ રહ્યું છે, એ સુહાની સિંહાના પિતા એટલે ચીફ ઑફ ડિફેન્સ સ્ટાફ – દિવંગત રાયબહાદુર સિંહા!' જ્યોર્જે છેલ્લા ત્રણ શબ્દો પર વધુ ભાર મૂકતાં કહ્યું.

વર્તમાન દિવસ

રાજકોટ

વસંત નિવાસથી થોડે દૂર મુખ્ય રોડ ઉપર સહેજ લપાઈને આસપાસની સ્થિતિનું નિરીક્ષણ કરી રહેલી રિયાની આંખો બધી દિશાઓમાં ઘૂમી રહી હતી. વિવાનની તમામ માલ-મિલ્કતો અને પ્રૉપર્ટીઝ પર દરોડા પડ્યા હતા. ઑફિસો અને ઘર સુધ્ધાં એમાંથી બાકાત નહોતાં.

અત્યારે વસંત નિવાસને સીલ કરી દેવામાં આવ્યું હતું. મીડિયા-રિપોર્ટર્સનો તામઝામ અને શોરબકોર થોડા સમય પહેલાં જ શાંત થયો હોય, એવું લાગતું હતું. એકાદ-બે રડ્યાખડ્યા રિપોર્ટર્સ પણ પોતપોતાના કૅમેરામાં વિવાનના ઘરની બહારનું દૃશ્ય શૂટ કર્યા બાદ રવાના થઈ રહ્યા હતા. પળેપળ બદલાતી ખબરો વચ્ચે બે મિનિટની આ ફૂટેજ એમના માટે ટી.આર.પી. લાવી શકવા સક્ષમ હતી.

રસ્તો સાફ હતો. કોઈ અવરજવર નહોતી. વસંત નિવાસની પાછળની બાજુ સરકીને રિયાએ પાળી પરથી કૂદકો માર્યો. ગોઠણમાં દીવાલ ભટકાવાને કારણે તેને ઘડીભર તમ્મર ચડી ગઈ, પણ આ ઘૂસણખોરી કોઈના ધ્યાનમાં આવે એ પહેલાં તે અંદર સરકી ગઈ. બૅકયાર્ડના ઘાસ પર શ્વાસ રોકીને તે જેમની તેમ બેઠી રહી. થોડી મિનિટો તેણે નિરવ શાંતિ વચ્ચે પસાર થવા દીધી. કંસારી સહિત અન્ય નિશાચર જીવજંતુઓના અવાજ સિવાય વાતાવરણમાં ભયજનક ચુપકીદી હતી.

ઉપર જેકેટ અને નીચે ટ્રેક ગાઉન પહેરેલું હોવા છતાં તે હાડ ધ્રૂજાવનારી ઠંડીનો અનુભવ કરી શકતી હતી.

લાલુ પોતાને ગામડે ચાલ્યો ગયો હશે? કે પછી પોલીસ તેનું બયાન લેવા માટે સ્ટેશન લઈ ગઈ હશે? બિચારાને વધુ તકલીફ ન વેઠવી પડે તો સારું!

કોકડું વળીને બેઠેલી રિયાના મગજમાં ઘરના કેર-ટેકર લાલુ ગોસ્વામીનો વિચાર ઝળકી ગયો.

બેકયાર્ડની સ્લાઇડિંગ વિન્ડૉમાં કોઈ ગ્રીલ અથવા જાળી નહોતી. રિયાએ બિલ્લીપગે આગળ વધીને વિન્ડૉ ખોલવાનો પ્રયત્ન કર્યો, પણ એ ટસની મસ ન થઈ. છેવટે બેકયાર્ડમાં પડેલા છૂટાછવાયા સામાનમાંથી તેણે પાતળો વાયર શોધી કાઢ્યો. જામ થઈ ગયેલી બારીના ખાંચામાં ભરાવેલા વાયરથી એને સરકાવવામાં થોડો સમય લાગ્યો, પરંતુ પાંચેક મિનિટની જહેમત બાદ તે ખૂલી ખરી!

રિયાએ ફરી વખત આસપાસ નજર કરી. પૂર્વવત્ શાંતિ અનુભવાતાં તેણે હળવેથી અંદર પગ મૂક્યો. કિચનમાં ખૂલનારી આ સ્લાઇડિંગ વિન્ડૉને અંદર પેઠા બાદ તેણે બિલકુલ અવાજ ન થાય, એ રીતે સરકાવીને ફરી બંધ કરી દીધી.

હજુ તે નિરાંતે ઊંડો શ્વાસ ફેફસાંમાં ભરે, એ પહેલાં જ પાછળથી આરી જેવો કર્કશ અને ક્રૂર અવાજ પડઘાયો,

‘રેશમી પર્દો સે મૈંને ઘર તો સજા લિયા,
મગર ચાબિયાં કહેતી હૈ, મુઝે વહી કમર ચાહિયે!’

રિયાના આખા શરીરમાંથી કંપારી છૂટી ગઈ. તે ધ્રૂજતાં ધ્રૂજતાં પાછળ ફરી!

‘વેલકમ હૉમ, રિયા!’ બિલાલે પોતાની બંને બાંહો ફેલાવીને વિકૃત સ્મિત આપતાં તેનું સ્વાગત કર્યું, ‘આશા રાખું છું કે તારી સફર આરામદાયક રહી હશે!’

૩૪

ત્રેતાયુગ

મહાબલિપુરમ્, આર્યાવર્ત

એકસાથે સહસ્ર બ્રાહ્મણોના સ્વર સમ્રાટ બલિના રાજમહેલના આંગણમાં ગુંજી રહ્યા હતા. તેઓ ગજાનન ગણપતિ મહારાજને જાગૃત કરવા માટે આહ્‌વાન આપી રહ્યા હતા.

ॐ गणानां त्वा गणपतिं हवामहे
प्रियाणां त्वा प्रियपतिं हवामहे ।
निधिनां त्वा निधिपतिं हवामहे वसो मम
आह्मजानि गर्भधमात्वमजासि गर्भधम् ॥

અસુરરાજ બલિની સુખાકારી અને સ્વાસ્થ્ય માટે આર્યાવર્તમાં દર વર્ષે ભાદ્રપદ માસમાં મહાયજ્ઞનું આયોજન કરવાની પ્રથા હતી, જેમાં ત્રિલોક - અમરાવતી, આર્યાવર્ત અને મરુભૂમિ - ના રાજવીઓ, મંત્રીઓ અને પ્રજાજનોને આમંત્રણ પાઠવવામાં આવતું હતું. મોટા પાયે થતી આ ઉજવણીમાં મહાયજ્ઞ ઉપરાંત સંગીત આરાધના, નૃત્ય આરાધના, મહાદાન અને સમૂહભોજનું આયોજન પણ થતું હતું.

એક પણ ઉપવસ્ત્ર વગર યજ્ઞમંડપમાં બે હાથ જોડીને બેઠેલાં પ્રૌઢ બલિના દેહસૌષ્ઠવથી સૌ કોઈ અંજાયેલાં હતાં. મેરુરાજ સમા પહોળા ખભા, પાષાણ સમી મજબૂત છાતી, ગળાના પાછળના ભાગથી શરૂ કરીને ચોસલાં સમાન કઠણ ઉઘાડા વક્ષસ્થળની નીચે નાભિ સુધી પહોંચતી રુદ્રાક્ષની માળા, બાવડાં એટલી હદે સ્નાયુબદ્ધ કે હાથ જોડે ત્યારે અમૂલ્ય રત્નોથી જડિત બાજુબંધ પણ ફાટ-ફાટ થવા માંડે! કાંડા ઉપર ઉપસેલી રુધિરવાહિનીઓ એટલે જાણે હિમાલયમાંથી વહેતી ગંગાની અસંખ્ય જળશાખાઓ! સફેદ અપારદર્શક ધોતીમાંથી પણ જેની વિશાળતાનું અનુમાન લગાવી શકાય એવી માંસલ જાંઘ!

વાનપ્રસ્થાશ્રમ તરફ આગળ ધપી રહેલાં બલિનો શાસનકાળ સુખરૂપ પુરવાર થયો હતો. આગામી પાંચ-દસ વર્ષોમાં તે પોતાની રાજગાદીના વારસદારની પસંદગી કરી, અરણ્યમાં ચાલ્યો જાય એવી સંભાવના જણાઈ રહી હતી.

ત્રિલોકને સર્વપ્રથમ એવો દયાળુ અને લોકપ્રિય અસુર મળ્યો હતો, જેનાથી સમસ્ત પ્રજા અત્યંત સંતુષ્ટ હતી. ઇન્દ્રનું શાસન તો તેઓ ક્યારનુંય વીસરી ચૂક્યા હતા. બલિએ પુરવાર કર્યું હતું કે અસુરવંશ પણ અદ્‌ભુત કાર્યદક્ષતા અને ન્યાયપ્રિયતા સાથે પોતાની પ્રજાનું ધ્યાન રાખી શકે છે.

આમ છતાં, તેનું ચિત્ત આજે સવારથી વિહ્વળતા અનુભવી રહ્યું હતું. ગઈકાલથી શુક્રાચાર્ય વિચલિત હતા, પરંતુ એ અંગેનું કારણ નહોતા જણાવી રહ્યા. બલિએ બે-ત્રણ વખત દૈત્યગુરુને પૂછવાનો પ્રયાસ કરી જોયો, પણ વ્યર્થ!

માત્ર એક માર્મિક વિધાન ઉચ્ચારીને તેમણે પોતાના હોઠ સીવી લીધા હતા, 'બલિ... આવતીકાલનો દિવસ અસુરાધિપત્યનું ભવિષ્ય નક્કી કરવા જઈ રહ્યો છે... તારા ગુરુના વિધાન ઉપર આંખ બંધ કરીને કાલે વિશ્વાસ મૂકજે.'

'આજ સુધી ક્યારેય આપના કોઈ આદેશની અવહેલના કરી છે, ગુરુવર?' બલિએ પૂછ્યું હતું, જેના પ્રત્યુત્તરમાં શુક્રાચાર્યએ સેવેલું ગર્ભિત મૌન અસુરરાજને ખટક્યું હતું, પરંતુ તે કંઈ બોલ્યો નહોતો.

સપ્તર્ષિઓના વૈકુંઠગમનને ખાસ્સો સમય વીતી ચૂક્યો હતો. સમસ્ત દેવલોક આહત અને ક્ષુબ્ધ હતું... માનવજાતને હજુ સુધી કલ્પના નહોતી કે એમણે શું ગુમાવ્યું છે અને અસુરોને સપ્તર્ષિઓની ઉપસ્થિતિ કે અનુપસ્થિતિ સાથે કોઈ લેવાદેવા નહોતા, એટલે તેઓ નિર્લેપ હતા.

... પરંતુ શુક્રાચાર્ય અને બલિ વચ્ચેનો સંબંધ સપ્તર્ષિઓના દેહાંત પશ્ચાત્ થોડો નબળો પડ્યો હતો. બલિની જાણ બહાર શુક્રાચાર્યએ જે પ્રકારે

અસુરસેનાનો દુરુપયોગ કરી નરસંહાર કર્યો, એ દૈત્યરાજને કદાપિ સ્વીકાર્ય નહોતો. તે વ્યર્થ હિંસાની વિરોધમાં હતો. બલિનું માનવું હતું કે પ્રત્યેક જીવને તેના દુષ્કર્મનો દંડ સ્વયં કુદરત આપે છે.

સપ્તર્ષિઓ પરત્વે કોઈ વિશેષ આસક્તિ કે આદરભાવ ન હોવા છતાં તેમના ઉપર થયેલું પ્રતાડન બલિ માટે અસહનીય હતું. પ્રકૃતિની ન્યાયપ્રણાલી સાથે છેડછાડ કરીને અન્ય આત્માઓને દુઃખ પહોંચાડવાની શુક્રાચાર્યની આ રીતથી તે અત્યંત આહત હતો. વિશેષતઃ તો એવા જીવો માટે, જેઓ સ્વયં વાસ્તવમાં ઇન્દ્રના ષડયંત્રોનો ભોગ બન્યા હતા.

આમ છતાં, બલિનો પોતાના ગુરુ માટેનો અહોભાવ ક્યારેય ઓછો ન થયો. જેમણે મા અને બાપ બનીને આખું જીવન પ્રેમ વરસાવ્યો, શિક્ષા આપી, વેદોનું જ્ઞાન અને મંત્ર-તંત્ર-યંત્રસાધનાની સમજ આપી, એવા ગુરુ માટેના સમર્પણભાવમાં ઓટ આવે, તો તેનું શિષ્યત્વ લાજે!

બીજી બાજુ, શુક્રાચાર્યની ચિંતા એટલા માટે યોગ્ય હતી કારણ કે આજે કંઈક એવી ઘટના બનવાની હતી, જેની કલ્પના પણ કોઈએ કરી નહોતી!

અસુરવંશ આજે પુનઃ એક નવા દૈવી અન્યાયનો ભોગ બને, એવા એંધાણ જણાતાં હતાં.

૩૫

વર્તમાન દિવસ
રાજકોટ

રિયાના પગ થાંભલાની માફક જમીનની સાથે ચોંટી ગયા હતા. તે સ્તબ્ધ હતી. મીણના પૂતળાની માફક તેની કીકીઓ પણ હલનચલન કરવાનું ભૂલી ગઈ હતી! પાંપણને ફેવિકોલ સાથે ચોંટાડી દેવામાં આવી હોય, એમ તે સ્થિર થઈ ગઈ હતી. બિલાલને જોઈને તેનો ચહેરો ધોળો પૂણી જેવો થઈ ગયો હતો. પાછલા ચોવીસ કલાકથી તે જેનાથી ભાગી રહી હતી, એ જ માણસ દુઃસ્વપ્નની માફક અત્યારે તેની સામે ઊભો હતો.

'હું કેટલો હેન્ડસમ છું, એનો મને ખ્યાલ છે પણ...' બિલાલના ચહેરા પર રમતિયાળ સ્મિત તરી આવ્યું, 'એનો મતલબ એવો નહીં કે તું મને આ રીતે તાક્યા કરે!'

વિચારશૂન્ય થઈ ગયેલી રિયાના કાનમાં બિલાલના શબ્દો અથડાતાં જ વીજળીની ત્વરાથી તેનો હાથ ફરી સ્લાઇડિંગ વિન્ડૉ તરફ લંબાયો. તેણે ધડાકાભેર બારી ખોલી નાંખી અને બહાર જવા માટે કૂદકો મારે એ પહેલાં જ...

'આવી ભૂલ કરવાનું પરિણામ બિલકુલ સારું નહીં આવે!' બિલાલના મોઢામાંથી ધાણીની માફક વાક્યો છૂટ્યાં, 'એકવાર અહીંયાં નજર તો કર!'

પીઠ પાછળ કોઈકના કણસવાનો અવાજ આવતાં જ રિયાના પગ થંભી ગયા. બિલાલના વિધાનનો મર્મ સમજવા માટે તેણે ડોક ફેરવીને એની સામે જોયું. તેના હાથ-પગમાં પરસેવાનું બારીક થર તરી આવ્યું હતું.

બિલાલની બરાબર બાજુમાં તેના બે સાથીદારો હાથમાં સાઇલેન્સર ધરાવતી ગન સાથે ઊભા હતા, જેનું નાળચું લાલુ ગોસ્વામીના લમણાં પર હતું. લાલુના મોં પર કચકચાવીને પટ્ટી બાંધી દેવામાં આવી હતી. તેની આંખોમાં ભય અને હાવભાવમાં સ્પષ્ટપણે વિહ્વળતા દેખાતી હતી. કપાળ ઉપર ઘાનું નિશાન હતું, જે ફક્ત અમુક કલાક જૂનું હોવું જોઈએ! બાપલિયાને ઘણો ત્રાસ આપવામાં આવ્યો હોય, એવું તેના ધ્રૂજી રહેલા શરીર ઉપરથી સાફ જણાઈ આવતું હતું.

'એક બાજુ તેં વસંત નિવાસની બહાર પગ મૂક્યો, અને બીજી બાજુ લાલુની ખોપડી વીંધી નાંખતાં મને વાર નહીં લાગે!' બિલાલે રિયા પાસે આવીને સ્લાઇડિંગ વિન્ડો બંધ કરતાં કરતાં ધમકી આપી.

એકાએક લાલુએ મોંમાંથી ઊંહકારા બોલાવવાના શરૂ કર્યા. તેણે જોરજોરથી ડોકું ડાબેથી જમણે ઘુમાવવાનું ચાલુ કર્યું.

'આઆઓઓઓ ઈઈઈઈ...' તે રિયાને કશુંક કહેવાનો પ્રયત્ન કરી રહ્યો હતો, પણ રિયા સમજી શકતી નહોતી.

બિલાલે જોકરની માફક તાળી પાડતાં પાડતાં એકદમ તીણા અવાજે રિયાની મૂંઝવણ ઉકેલી આપી, 'ભા..ગો.. દીદી...'

... અને, એ સાથે જ તેણે લાલુના પગના અંગૂઠા પર નિશાન લગાવીને ગન ચલાવી. લાલુ કારમી પીડાથી ચિત્કારી ઉઠ્યો, 'ગોલમાલના તુષાર કપૂર, ચૂપ થા...! બોબડાએ મગજનો અઠ્ઠો કરી નાંખ્યો છે.'

બિલાલનું આ પાશવી કૃત્ય જોઈને રિયા એના પગમાં પડી ગઈ, 'પ્લીઝ, એને કંઈ ન કરતો! નિર્દોષ છે એ! છોડી મૂક લાલુને. તું જે કહીશ, એ કરવા માટે હું તૈયાર છું!'

બિલાલના ચહેરા ફરી પૂર્વવત્ દંભી સ્મિત પરત ફર્યું. લિવિંગ રૂમ તરફ ઇશારો કરીને તેણે સાધના સરગમના ગીતની પંક્તિ ઉચ્ચારતાં કહ્યું,

'દેર લગી આને મેં તુમકો,
શુક્ર હૈ ફિર ભી આયે તો!
આઈયે આપકા... ઇંતઝાર થા!'

કહ્યાગરી ગાયની માફક રિયા ચૂપચાપ બિલાલના નિર્દેશનનું પાલન કરીને લિવિંગ રૂમમાં આવી ગઈ.

લાલુના પગના અંગૂઠામાંથી દડદડ વહી રહેલા લોહીને જોઈને રિયાને અરેરાટી છૂટી જતી હતી, પણ તે આવી હાલતમાં કશું કરી શકે એમ નહોતી. બિલાલે માસ્ટર-સ્ટ્રોક માર્યો હતો! વસંત નિવાસને સીલ મારી ગયેલા સરકારી ઑફિસર્સને તો સ્વપ્નેય ખ્યાલ નહીં હોય કે આખા દેશમાં જેના નામનું સર્ચ-વૉરન્ટ નીકળ્યું છે, એ રિયા ચૌધરી આ ઘરમાં પરત ફરી હોઈ શકે!

લિવિંગ રૂમમાં પગ મૂકતાંની સાથે જ દિલ્હીના કંટ્રોલ-રૂમમાં જોયેલું સેટ-અપ રિયાને અહીં પણ જોવા મળ્યું. મોટા મોટા સ્ક્રીન્સ પર ચાલી રહેલી આડીઅવળી ફૂટેજ, સીસીટીવી કેમેરામાં ક્લિક થયેલી તસ્વીરો અને કંઈ જ ટપ્પો ન પડે એવા કેટલાક નકશા! આછા પીળાશ પડતા ટેબલ-લેમ્પ સિવાય ઓરડામાં કોઈ અજવાસ નહોતો.

તે ચૂપચાપ લિવિંગ-રૂમની વચ્ચોવચ રાખવામાં આવેલી ખુરશી પર બેસી ગઈ. લાલુને પણ તેની બાજુમાં બેસાડવામાં આવ્યો. તેનો ઘા હજુ ખુલ્લો જ હતો અને ગોળી પગમાં! જોકે, એની મલમપટ્ટી કરવા જેટલી દરકાર રિયા સિવાય કોઈને નહોતી.

પાંપણના પલકારે રિયાએ તાગ લગાવી લીધો કે ઘરમાં બિલાલ સહિત કુલ ત્રણ ગુંડાઓ જ છે!

'હા... હું અને મારા બે સાથીદારો સહિત કુલ ત્રણ જ લોકો અહીંયાં હાજર છીએ!' બિલાલ એના વિચારો જાણે વાંચી ચૂક્યો હોય, એવા અંદાજમાં બોલ્યો, 'પણ એટલું યાદ રાખજે કે હવે કોઈ નવી મૂર્ખામી કરી છે, તો આ ત્રણ માણસો તને ત્રણસો જેટલા ભારે પડશે!'

લાલુ અને રિયા બંનેને ખુરશી સાથે મુશ્કેટાટ બાંધીને બિલાલના બંને માણસોએ ઘરના તમામ પડદા બંધ કરી દીધા. બેકયાર્ડની કિચન-બારી પર પણ એમણે મોટો ઓછાડ લટકાવી દીધો.

બિલાલે કિચનના એક ડ્રૉઅરમાંથી ઇંજેક્શનનું પેકેટ ખોલ્યું; ફ્રીજમાંથી

સ્પિરિટની બૉટલ કાઢીને લિવિંગ-રૂમમાં રિયાની ખુરશીની બરાબર સામે પડેલી ટિપૉય પર મૂકી.

'તું પદ્મનાભસ્વામી મંદિરનો વિધ્વંસ શા માટે ઇચ્છે છે?' રિયામાં અચાનક સવાલ પૂછવાની હિંમત આવી ગઈ.

બિલાલ પળવાર માટે ચોંક્યો. સામેથી અણધાર્યો પ્રશ્ન પુછાવાને કારણે તેના હાવભાવ બદલી ગયા, પરંતુ બીજી જ ઘડીએ સ્વસ્થતા ધારણ કરીને તેણે વળતો પ્રશ્ન પૂછ્યો, 'તને શું લાગે છે, આ સમગ્ર ઘટનાક્રમ ફક્ત અમુક જ મહિનાઓની તૈયારીનું પરિણામ છે?'

રિયા કોઈ જવાબ આપ્યા વગર તેની સામે તાકતી રહી.

તેની સ્થિતપ્રજ્ઞતા જોઈને બિલાલ થોડો વ્યથિત થયો હોય એવું લાગ્યું, પણ પોતાના ચહેરા પર એ વાતનો તેણે અણસાર સુધ્ધાં ન આવવા દીધો.

'ચાલ... તું આટલી મહેનત અને નાસભાગ કરીને દિલ્હીથી રાજકોટ પહોંચી, એના બદલામાં એક ઇનામ આપું!' બિલાલે ટેલિવિઝન-સ્ક્રીનનું કૉમન રિમોટ હાથમાં લઈને એમાં ચાલી રહેલી ફૂટેજને વિરામ આપ્યો અને ગેલેરી ખોલી.

એમાં જુદા જુદા ફૉલ્ડર દેખાતાં હતાં.

ફાઈલ ૨૦૦૦!

બિલાલે બટન દબાવ્યું અને એક વીડિયો શરૂ થયો, જેની બોટ્ટમલાઇન પર મોટા અક્ષરે 'દુબઈ, ૨૦૦૦' ટેક્સ્ટ પૉપ-અપ થયા!

'દુબઈ મ્યુઝિયમ!' બિલાલે પોતાના સર્વપ્રથમ કારનામાની ઘોષણા કરતાં કહ્યું.

રિયાની આંખો ફાટી ગઈ. હજુ થોડા મહિના પહેલાં સુધી તે જે બૉમ્બ-વિસ્ફોટ માટે ફૈઝા અને વસીમ ખાનને જવાબદાર માનતી હતી, એ દુબઈ મ્યુઝિયમની ક્લિપ પ્લે થઈ. ઝરમરિયાં ધરાવતી એ ક્લિપમાં ધડાકા સાથે અલ-ફહિદી ફૉર્ટની ધરતી વિસ્ફોટથી ધ્રૂજી ઊઠી.

'દુનિયાભરમાં પથરાયેલાં આ શતરંજના ખેલમાં ફૈઝા હુસૈન તો ફક્ત એક નાનકડું પ્યાદું હતી!' બિલાલે ઘટસ્ફોટ કરતાં કહ્યું, 'એની પાછળ મારા જેવાં કંઈ કેટલાય વઝીરો, ઘોડા, હાથી અને ઊંટ કામ કરી રહ્યા હતા... અને અમારી ઉપર એક સર્વશક્તિમાન બાદશાહ... એકાક્ષ અઘોરી!'

રિયાની હાલત કાપો તો લોહી ન નીકળે એવી થઈ ગઈ. એકાક્ષ અઘોરીનું નામ સાંભળતાં જ તેના ચહેરા પરથી નૂર ગાયબ થઈ ગયું.

બિલાલે બીજું ફોલ્ડર ખોલ્યું, જેમાં આગનાં દૃશ્યો ધરાવતા કેટલાક હૃદયદ્રાવક ફોટો અને વીડિયો-ક્લિપ્સ હતી. એમાંની સૌથી પહેલી ક્લિપ પ્લે થઈ.

રૉલ્સ રૉયસ કાર ભડકે બળી રહી હતી. ઊંધી વળી ગયેલી એ કારની પાછલી સીટ પર કૅમેરો ઘૂમ્યો. એમાં દેખાતાં બે ચહેરાઓને જોઈને રિયા પોતાની બેઠક પરથી લગભગ ઊભી થઈ ગઈ.

વિવાનનાં માતા-પિતા... હેમરાજ આર્ય અને સુમતિ આર્ય!

'કર્ણાટક-તમિલનાડુ સરહદ પર આવેલાં સત્યમંગલમ્ જંગલોમાંથી બંને ભાગવાનો પ્રયત્ન કરી રહ્યાં હતાં... એ પણ એક એવા રહસ્ય સાથે, જેનો સીધો સંબંધ મારા ખાનદાન સાથે છે!' બિલાલના અવાજમાં અભિમાન છલકાયું, 'આગમાં ભડથું થઈ ગયા, સાલાઓ!'

સુમતિનો સળગી ગયેલો લોહિયાળ ચહેરો ક્લિપમાં ઝળકી ઊઠતાં જ રિયાની આંખો બંધ થઈ ગઈ. એ દૃશ્ય એટલું બીભત્સ હતું કે કાચા-પોચાનાં તો હૃદયનાં પાટિયાં જ બેસી જાય.

ક્લિપ પૂરી થતાં પહેલાં બિલાલનો ધમકીભર્યો સ્વર તેના કાને પડ્યો, **'ગઝવા-એ-હિન્દ થઈને રહેશે! અલ્લાહ કી હુકૂમત બેશક આયેગી. કાફિરોં કો અબ કોઈ નહીં બચા પાયેગા.'**

તો ૨૦૦૦ની સાલમાં વિવાનનાં માતા-પિતાની હત્યા બિલાલે જ કરી હતી! પણ શા માટે?

રિયાના મગજમાં વિચારોનું ઘમાસાણ શરૂ ચૂક્યું હતું.

'હવે તારા પ્રશ્નનો જવાબ આપું!' બિલાલે ફરી એક વખત જાણે તેનું મગજ વાંચી લીધું હતું, 'પદ્મનાભસ્વામી મંદિર સદીઓથી એક એવા રહસ્યને પોતાના ગર્ભમાં છુપાવીને બેઠું છે, જેની તલાશ કાયનાતને છે. સુમતિ આર્ય અને હેમરાજ આર્ય પોતાની સાથે આ રહસ્યનો એક અંશ લઈને ભાગી રહ્યાં હતાં... અને આજે બે દાયકા બાદ એમનો જ દીકરો ફરી પદ્મનાભસ્વામીની દિશામાં એ વણઉકેલાયેલા રહસ્યને પામવા દોટ લગાવી રહ્યો છે!'

વર્તમાન દિવસ

બેંગ્લોર

ધડામ... ધડામ...

અજય ડોભાલે ટેબલ પર બે વખત મુઠ્ઠી પછાડી. એમના નાકનાં ફણગાં ફૂલી ગયા હતાં, આંખોમાં લોહી ઊપસી આવ્યું હતું, કપાળ પર વ્યગ્રતા અને આક્રોશની સળ ઊપસી આવી હતી.

'પિતા રાયબહાદુર સિંહા દેશ માટે શહીદ થઈ ગયા અને દીકરીએ આખા પરિવારની ઇજ્જતના ધજિયા ઉડાવી દીધાં!' અજય ડોભાલ પોતાના ભાથાંમાંથી વારાફરતી શક્તિશાળી શસ્ત્રોનો પ્રહાર આરોપીના હૃદય પર કરી રહ્યા હતા.

... પરંતુ, ઇન્ટરોગેશન દરમિયાન સુહાની મગનું નામ મરી પાડવા તૈયાર નહોતી.

'સાહિલ કુરેશી અને લલિતા સિહાનું ખૂન શા માટે કર્યું? અજિતાભ પૂર્ણેયાની વીંટી ક્યાં છે?' અજયે ટેબલ પર પડેલા ગ્લાસમાંથી બે ઘૂંટ ગળે ઉતાર્યા, 'જો છોકરી, સાચેસાચું કહી દઈશ તો તને સજા નહીં થવા દઉં! તારો ટ્રેક-રેકર્ડ પણ ક્લીન છે. સરકારી ગવાહ બની જા!'

'પાકિસ્તાન... અફઘાનિસ્તાન... રશિયા... ચીન... અમેરિકા...' સુહાનીએ નિર્ભીકપણે એમની વેધક નજરોનો સામનો કરતાં કહ્યું, 'દુનિયાના સૌથી ખૂંખાર દેશોમાં ભલભલા મિશન પાર પાડનારા નેશનલ સિક્યોરિટી એડ્વાઇઝરને ખરેખર એવું લાગે છે કે વિવાન આર્ય જેવો સજ્જન માણસ કોઈનું ખૂન કરી શકે? તમારી છઠ્ઠી ઇન્દ્રિય શું કહે છે, મિસ્ટર ડોભાલ?'

સુહાનીએ એમના મર્મસ્થાન પર પ્રહાર કર્યો હતો. અજય ડોભાલ બે ઘડી નિરુત્તર થઈ ગયા. સુહાની વાસ્તવમાં એમના મનની વાત કળી ગઈ હતી. પાછલા કેટલાય કલાકોથી એમનું મન કહી રહ્યું હતું કે દાળમાં કંઈક કાળું છે! સમગ્ર ઘટનાના અન્ય ઘણાં પરિમાણ હોવાં જોઈએ, જેના તરફ ઇન્ટેલિજન્સ બ્યુરોની નજર સુધ્ધાં નથી પહોંચી.

'જો ખરેખર એવું જ હોય, તો તમે બંને રાષ્ટ્રપતિ ભવનમાંથી ભાગ્યા શા માટે? એ પણ બબ્બે ફોરેન્સિક એક્સપર્ટ્સને બેહોશ કરીને! એમ્બ્યુલન્સમાં બંનેના ફિંગર-પ્રિન્ટ્સ મળી આવ્યા છે. દરબાર હૉલમાંથી મેજર અજિતાભની

વીંટી ચોરી જવી, સાહિલ કુરેશીના હૉટલ-રૂમમાં પહોંચીને સબૂતો સાથે છેડછાડ કરવી... આ બધું તારા અને વિવાનના દોષી હોવા તરફ ઇશારો કરે છે.' અજય ડોભાલે આક્રમકતા છોડી નહોતી, 'અરે, લલિતા સિંહા... તારી સગી જનેતાના મર્ડર-વેપન પર પણ તારી આંગળીનાં નિશાન મળ્યાં છે... કઈ રીતે સમજાવી શકીશ આ બધું?'

માતાનું નામ સાંભળતાં જ સુહાની કશું ન બોલી શકી. તેની પાંપણ પર આંસુ ઝળૂંબી ઊઠ્યાં. હૉસ્પિટલના વાદળી કૉસ્ચ્યુમમાં તેને પોચી ગાદી ધરાવતી ખુરશી ઉપર બેસાડવામાં આવી હતી. તેના પગમાંથી ગોળી કાઢી લેવામાં આવી હતી અને લૉકલ એનેસ્થેસિયાની અસરને કારણે કમર નીચેનો ભાગ ખોટો થઈ ગયો હોવાથી દર્દ નહોતું થતું. રોજિંદી ખાણીપીણીને બદલે ફક્ત ગ્લુકોઝના બાટલા અને પાણી ઉપર તેને રાખવામાં આવી હતી.

સોફિસ્ટિકેટેડ કારાગાર જેવા દેખાતા આછા વાદળી રંગના કમરામાં અજય ડોભાલ, અમિત, લેડી કૉન્સ્ટેબલ અને સુહાની સિવાય બીજું કોઈ હાજર નહોતું. વીસ બાય વીસ ફૂટના એ ઓરડાની એક દીવાલ બુલેટપ્રૂફ કાચની બનેલી હતી, જેની બીજી તરફ ગવર્નમેન્ટ ઑફિશિયલ્સ અને નેશનલ સિક્યોરિટી એજન્સીના સભ્યો આખો ખેલ જોઈ રહ્યા હતા.

ખૂણામાં ઉપરની તરફ સીસીટીવી કૅમેરા અને ડેસ્ક ઉપરના માઇક્રોફોનને કારણે એમની વાતચીત બહાર સાંભળી શકાતી હતી.

'એનાથી પણ મોટો પ્રશ્ન એ છે કે રિયા ચૌધરી ક્યાં ગાયબ છે? હુમલો થતાં પહેલાં જ તારું દરબાર હૉલમાંથી બહાર નીકળી જવું અને એકમાત્ર વિવાનનું બચી જવું... આ તમામ બાબતો તમને ગુનેગાર ઠેરવે છે!' અજય ડોભાલ પોતાના તર્ક-વિતર્કને જ વજૂદ આપવાનો પ્રયત્ન કરતા હોય એવું લાગતું હતું.

'એ હુમલો જ હતો કે બીજું કંઈ, મિસ્ટર ડોભાલ?' સુહાનીએ ગરમ લોખંડ ઉપર ઘા માર્યો, 'આઇ એમ શ્યોર, એમના મૃત્યુ અજ્ઞાત વાઇરસના સંક્રમણને લીધે તો નથી જ થયાં!'

અજય ડોભાલ ચોંક્યા. ફૉરેન્સિક રિપૉર્ટ્સ જોયા વગર સુહાની આટલું ખાતરીપૂર્વક હુમલા અંગે શી રીતે કહી શકે?

કંઈ બોલવા માટે એમના હોઠ ઊઘડે એ પહેલાં એમની એક સહયોગી ઓરડામાં ધસી આવી. તેના હાથમાં તામ્રપત્રની ગડી હતી. કાનમાં ફૂંક મારતાં

હોય એટલા ધીમા અવાજે તેણે અજય ડોભાલને કશુંક કહ્યું, જે સાંભળીને નેશનલ સિક્યોરિટી એડ્વાઈઝરની આંખો પહોળી થઈ ગઈ.

સુહાનીના હૃદયના ધબકારા વધી ગયા.

'અબ આયા ઊંટ પહાડ કે નીચે!' અજય ડોભાલે ખંધુ સ્મિત આપતાં કહ્યું. અમિતના હાથમાં ગડી સોંપતા તેમણે આદેશ આપ્યો, 'ભાષાવિદ્ પાસેથી જાણીને કહે કે તામ્રપત્ર કેટલું જૂનું છે અને તેના પર કઈ ભાષામાં સંદેશ લખાયેલો છે? જરૂર પડે તો વિદેશમાંથી આના નિષ્ણાતને ચાર્ટર-પ્લેન મોકલાવીને ભારત લઈ આવવા પડે તો અબઘડી વ્યવસ્થા કરો!'

સુહાનીના બ્લેઝરમાંથી એમને તામ્રપત્રની ગડી મળી આવી હતી. રાષ્ટ્રપતિ ભવનની લાઇબ્રેરીમાં સાહિલ કુરેશી પાસેથી સુહાનીએ તે છીનવી હતી. ક્વૉરન્ટાઇન થયા બાદ તેના મગજમાંથી આખી વાત જ વિસરાઈ ચૂકી હતી!

અધૂરામાં પૂરું, વિવાનને આ ગડી વિશે કંઈ જ ખબર નહોતી! બની શકે કે એમાં બહુ જ મહત્ત્વની કડી મળી આવે...

'આવડી મોટી ભૂલ તારાથી કેવી રીતે થઈ ગઈ?' સુહાનીએ મનમાં ને મનમાં પોતાની બેદરકારીને ગાળો આપી.

૩૬

ત્રેતાયુગ

મહાબલિપુરમ્, આર્યાવર્ત

યજ્ઞની પૂર્ણાહુતિ બાદ, મહાદાન પ્રસંગનો આરંભ થવાનો હતો... જેમાં ત્રિલોકના તમામ બ્રાહ્મણો, ભિક્ષુકો અને સંન્યાસીઓને એમનું મોં માંગ્યું દાન આપવાની પ્રથા બલિએ શરૂ કરાવી હતી.

પરંતુ એ પૂર્વે સર્વ પ્રજાજન માટે એણે વિશેષ ઉપક્રમનું આયોજન કર્યું હતું, જેમાં મરુભૂમિનો જ દક્ષિણ ભાગ ગણાતા સમૃદ્ધ રાજ્ય કુમારીકંદમના રાક્ષસરાજ રાવણને વિશેષ નિમંત્રણ પાઠવીને મહાબલિપુરમ્ બોલાવવામાં આવ્યા હતા. રાવણની ખ્યાતિ ચોમેર એટલી પ્રસરી ચૂકી હતી કે પ્રજાજન બલિના શાસનકાળ પશ્ચાત્ રાવણને જ ત્રિલોકના રાજા તરીકે જોવા માંગતા હતા.

બલિનો આગ્રહ હતો કે રાવણ પોતાના આરાધ્યદેવ શિવના અનન્ય સ્તોત્રનું ભાવવાહી સ્વરે ગાયન કરે! વાસ્તવમાં, દૂરદ્રષ્ટા બલિની મહેચ્છા હતી કે રાક્ષસરાજ રાવણના સ્વભાવ અને ચારિત્ર્યનો ત્રિલોકના તમામ પ્રજાજનોને પરિચય મળે.

તેણે રાવણના સભામાં પધારી રહ્યા હોવાની ઘોષણા કરી, 'મારા પ્રિય નગરજનો, દાયકાઓથી ત્રિલોકવાસીઓએ મને રાજા તરીકે પુષ્કળ આદર આપ્યો છે, વ્હાલ આપ્યું છે... આપની લાગણીઓ બદલ હું નિઃશબ્દ છું, કૃતજ્ઞતા વ્યક્ત કરું છું. આજે આપ સૌની સમક્ષ હું એ અસુરરાજને આમંત્રણ આપવા જઈ રહ્યો છું, જે વેદોના જ્ઞાતા છે... પ્રખર જ્યોતિષી અને તંત્રસાધક છે... જેના મસ્તિષ્કમાં દસ મહા-અસુરોની મેધા સમાહિત છે... જેના ઉરમાં દેવાધિદેવ શિવ બિરાજે છે... જેના હુંકારમાત્રથી નવ ગ્રહો અને ઇન્દ્રાદિ દેવતાઓ થરથર ધ્રૂજી ઊઠે છે; મહાબળશાળી, બુદ્ધિવાન અને દુર્લભ અસ્ત્ર-શસ્ત્ર વિદ્યાઓમાં પારંગત કુમારીકંદમના રાજવી દશાનન રાવણનું હું ત્રિલોકસ્વામી અસુરસમ્રાટ બલિ હાર્દિક સ્વાગત કરું છું.'

ઢોલ-નગારાં અને શરણાઈઓ વાગી ઊઠી. શાહી ઠાઠમાઠ અને રજવાડીપણા સાથે રાવણના આગમનને વધાવવા માટે સૌ કોઈ આતુર બની ગયા.

... અને, એકાએક આખા પ્રાંગણમાં ગજ યાઝીની થથરાવી નાંખતી ત્રાડ સંભળાઈ. કર્ણપટલ ફાટી જાય એટલી તીણી અને મસ્તિષ્ક-દ્રવ્યને હલબલાવી નાંખતી એ ગર્જનાનો પડઘો પણ એટલો પ્રચંડ હતો કે કેટલીય ક્ષણો સુધી લોકોએ પોતાના બંને કાન ઉપર ભીંસપૂર્વક હાથ દબાવી રાખવા પડ્યા.

સામેથી ગજ યાઝી ઉપર સવાર થયેલા દશાનન રાવણે રાજમહેલમાં પ્રવેશ કર્યો, પરંતુ ગજ યાઝીના મહાકાય દેખાવને કારણે તે કૈલાસ પર્વત ઉપર બેઠેલા શિવ સમાન વામન છતાં સર્વશક્તિમાન જણાતો હતો.

સામાન્યતઃ દક્ષિણ આર્યાવર્તમાં જોવા મળતા ગજ યાઝીનું કદ ત્રણ હાથી જેટલું હતું! સૃષ્ટિના સૌથી સમજદાર અને કદાવર પ્રાણીઓમાં તેનું સ્થાન પ્રથમ ક્રમ પર હતું. કાયા એટલી વિશાળ કે તેના પડછાયા હેઠળ ત્રીસથી પાંત્રીસ માણસો આરામથી ઊભા રહી શકે! એક દિવસ લેખે હજારો મણનો ખોરાક ખાઈ જતા ગજ યાઝીનું પાલન-પોષણ કરવું, તેને અંકુશમાં રાખી શકવાનું કૌવત કેળવવું એ લગભગ અશક્ય બાબત ગણાતી. મોટેભાગે જંગલોમાં નિવાસ કરતા ગજ યાઝીઓ માનવ-વસ્તી વચ્ચે આવવાનું પસંદ ન કરતા, પરંતુ હિરણ્યકશિપુ, હિરણ્યકશ્યપ, બલિ આદિ અસુરોએ જુદા જુદા યાઝી પાળી રાખ્યા હતા; જે એમના અતુલ્ય અને અપ્રતિમ બાહુબળના સૂચક હતા.

મહાબલિપુરમ્ સ્થિત રાજમહેલમાં નિર્માણ પામેલા તળાવમાં બલિએ મકર યાઝી ઉછેર્યો હતો, જેના મોંમાં હાથ નાંખીને તેઓ નિર્ભીકપણે એમને ખોરાક ખવડાવી શકતા! સામાન્ય પ્રજા તો આ દૃશ્ય જોઈને જ મોંમાં આંગળાં નાંખી દેતી!

આમ છતાં, ગજ યાઝીને અંકુશમાં રાખનારો એક પણ ગજગામી અસુર એમણે આજ સુધી નહોતો જોયો. એવું કહેવાતું કે જો ગજ યાઝી ગાંડો થાય, તો આખેઆખા નગરનો નાશ કરી શકે! જો આવું ખૂંખાર પ્રાણી રાવણના નિયંત્રણમાં હોય, તો આપોઆપ તેના બાહુબળનું અનુમાન લગાવી શકાતું હતું!

પોતાના ત્રીસ વર્ષોના જીવનકાળ દરમિયાન રાવણ સર્વપ્રથમ વખત આર્યાવર્ત પધાર્યો હતો. જ્યારથી પિતા વિશ્રવા અને માતા કૈકેસીના મુખેથી તેણે આર્યાવર્તની કથાઓ સાંભળી હતી, ત્યારથી જ તમામ કુટિલ રાજનીતિ અને ષડયંત્રો ઘડવામાં કુશળ રાવણની આર્યાવર્ત પર રાજ કરવાની મહેચ્છા પ્રબળ બનતી જતી હતી. પરંતુ અસુરરાજ બલિ તેના માટે પિતાતુલ્ય અગ્રજ હતા. એમની વિરુદ્ધમાં જઈને સ્વસત્તા સ્થાપવાની રાવણને લાલસા નહોતી.

રાવણ કદાચ મનોમન જાણતો હતો કે ભવિષ્યમાં ત્રિલોકનો કાર્યભાર બલિ તેને જ સોંપશે!

ગજ યાઝી અસુરસમ્રાટ બલિથી છ હાથના અંતરે ઊભો રહી ગયો. તેણે ઝૂકીને બલિને વંદન કર્યા. ગજ યાઝીની કાંટાળી સૂંઢ પાંચ હાથ જેટલી લાંબી હતી! જ્યાં સુધી અસુરરાજે પોતાના હાથનો સ્પર્શ કરાવીને ગજ યાઝીને પૂર્વવત્ ટટ્ટાર ઊભા થવા માટે થપથપાવ્યો નહીં, ત્યાં સુધી એ ઝૂકેલો જ રહ્યો!

જીવસૃષ્ટિના સૌથી હિંસક અને ભયાવહ પ્રાણી કેટલી હદે દશાનન રાવણના તાબા હેઠળ હતા, એનું આ દૃષ્ટાંત હતું. પ્રજા તો સમગ્ર દૃશ્ય જોઈને સ્તબ્ધ હતી. ભીડમાં સોપો પડી ગયો હતો. એમના મોં અર્ધખુલ્લાં હતાં અને આંખો પહોળી થઈ ચૂકી હતી! બરડામાં ઉત્તેજના અને ભયને કારણે પરસેવાનું થર જામી ગયું હતું. ન કરે નારાયણ, જો ગજ યાઝી મદનાતુર થયો તો એમનો કેવો કચ્ચરઘાણ નીકળી જાય એ કલ્પનાથી જ તેઓ ભયભીત હતા!

સુવર્ણ-અંબાડી પરથી છલાંગ મારીને દશાનન રાવણ નીચે ઊતર્યો. ગજ યાઝીની અગિયાર હાથ ઊંચી પીઠ ઉપરથી તેણે નીચે છલાંગ મારી હોવા છતાં રતીભરની ઈજા ન થઈ. ઊલટું, જેવા તેના પગ ભૂમિ ઉપર પડ્યા કે તેના ભારથી ધરતી સુધ્ધાં હચમચી ગઈ હોય એમ હળવા ભૂકંપનો અનુભવ પ્રાંગણમાં ઉપસ્થિત સૌ કોઈએ કર્યો.

આખું આર્યાવર્ત જેની ભુજાઓમાં સમાઈ શકે, એવી ખડતલ અને પડછંદ કાયા! માત્ર ત્રીસ વર્ષની ઉંમર હોવા છતાં પુરુષત્વ જાણે ચરમસીમાએ પહોંચ્યું હોય એવો પૌરુષી દેખાવ! પાંડિત્યથી છલકાતી ઘેઘૂર કાળી આંખો અને તીણું નાક. પરવાળા જેવા હોઠની આસપાસ કાળીભમ્મર મૂછ સાથેની ભરાવદાર દાઢી!

શ્રેષ્ઠતમ વિશ્વસુંદરીનું હૃદય પણ ધબકારો ચૂકી જાય, એવી પાષાણશિલા સમી છાતી. તેના એક હાથમાં ત્રિશૂળ હતું અને તલવાર મ્યાનમય! ભુજાઓ પર રુદ્રાક્ષ-માળા. સિંહાકૃતિથી સુશોભિત કમરપટ્ટો, જેને મિશ્રધાતુના ઉપયોગથી બનાવવામાં આવ્યો હોય એવું લાગતું હતું. જમણાં હાથની તર્જનીમાં નવગ્રહોની વીંટી, જે પૂરવાર કરતી હતી કે ગ્રહદેવતાઓને પણ દશાનનનો પડ્યો બોલ ઝીલવો પડતો!

રાક્ષસ મહિષાસુર જ્યારે જીવિત હતા, ત્યારે એમના સમયમાં તેઓ મસ્તક ઉપર બે શિંગડાં ધરાવતો મુગટ પહેરતા. મહિષ અર્થાત્ ભેંસનાં શિંગડાં આકારના એ મુગટને તત્પશ્ચાત્ હિરણ્યકશિપુ અને હિરણ્યકશ્યપ જેવા સમ્રાટોએ સતયુગમાં પ્રચલિત કર્યો. એ વખતથી જ અસુરરાજાઓમાં આ પ્રકારના મુગટ પહેરવાનું ચલણ વધ્યું હતું, જે એમને દેવરાજાઓથી ભિન્ન પાડતું હતું. રાવણે પણ અત્યારે આવો જ રત્નજડિત મોભાદાર મુગટ મસ્તક પર ધારણ કર્યો હતો.

'પ્રણામ, ભ્રાતા!' રાવણે બંને હાથો વડે બલિના ચરણસ્પર્શ કર્યા.

રાક્ષસરાજને ખભેથી ઊંચો કરી બલિ તેને ભેટ્યો. તેના હોઠ પર ઉલ્લાસપૂર્ણ સ્મિત હતું. પોતાની સામે જે અસુરબાળને તેણે મોટો થતાં જોયો હતો, એ હવે સમસ્ત ત્રિલોકની ધુરા સંભાળી શકવા સક્ષમ હતો!

'જુઓ છો ને, આચાર્ય? હજુ ગઈકાલે જેના જન્મોત્સવને આપણે ઊજવતા હતા, એ રાવણ આજે પૂર્ણ પુરુષ બની ચૂક્યો છે.' બલિએ શુક્રાચાર્ય સામે માર્મિક દૃષ્ટિ કરતાં કહ્યું.

દૈત્યગુરુ પણ મનોમન હરખાઈ રહ્યા હતા. મહર્ષિ ભૃગુએ વિશ્રવા અને કૈકેસીના વિવાહ પૂર્વે એમના સંતાન વિશે જે ભવિષ્યવાણી કરી હતી, એ સત્ય ઠરી હતી. રાવણ જ એ અસુર હતો, જે ત્રેતાયુગમાં અસુરાધિપત્યને જાળવી રાખવાનું સામર્થ્ય ધરાવતો હતો.

રાવણે દૈત્યગુરુ શુક્રાચાર્યને સાષ્ટાંગ દંડવત્ કર્યા.

'માત્ર ત્રેતાયુગ જ નહીં, કળિયુગમાં પણ અસુરાધિપત્યની સ્થાપનાના પાવન હેતુ માટે તું નિમિત્ત બનીશ.. દશાનન!' શુક્રાચાર્યએ તેને આશીર્વાદ આપતાં અત્યંત ભેદી ભવિષ્યવાણી કરી, 'તું અષ્ટસિદ્ધિઓમાંની એ એક સિદ્ધિનો વાહક બનીશ, જે કળિયુગ માટે વિધ્વંસક પુરવાર થવાની છે!'

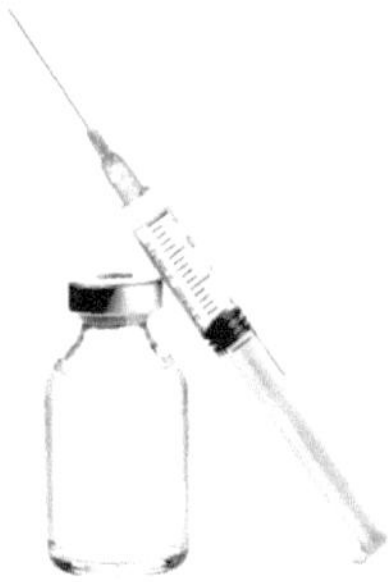

૩૭

વર્તમાન દિવસ

કોઇમ્બતૂર

'જેમ જેમ આપણે શ્રીયંત્રના મધ્યભાગ અર્થાત્ બિંદુ તરફ આગળ વધી રહ્યા છીએ, એમ એમ વધુ ને વધુ ઊંડા ઊતરી રહ્યા છીએ... ઊર્જાની દૃષ્ટિએ વધુ એકત્રિત થઈ રહ્યા છીએ!' ભૈરવી મા શ્રીયંત્રના તૃતીય આવરણની સમજૂતી આપી રહ્યાં હતાં, 'તૃતીય ચક્રમાં કમળની આઠ પાંખડીઓ છે, જેને અષ્ટદલ કહે છે.'

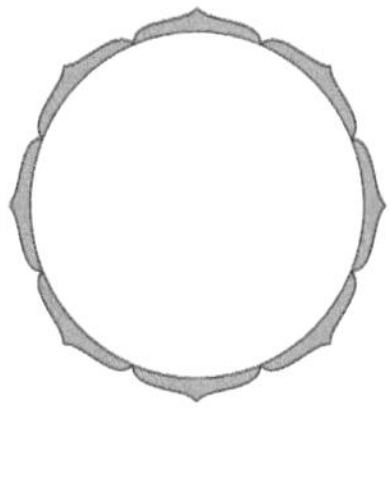

આદિયોગિની અલયમ્‌ની વિશાળ સ્ક્રીન ઉપર શ્રીચક્રનાં તૃતીય આવરણની તસવીર ખૂલી.

'સર્વસંક્ષોભણ ચક્ર તરીકે જાણીતા તૃતીય આવરણની ચક્રેશ્વરી દેવીનું નામ છેઃ ત્રિપુરસુંદરી!' ભૈરવી મા ભાવવિભોર થઈને શ્રીવિદ્યાનાં ગૂઢ રહસ્યો જણાવી રહ્યાં હતાં, 'ત્રિપુર અર્થાત્‌ ત્રણ નગર - ઊર્ધ્વલોક, અધોલોક અને ભૂલોક! ત્રણનો આંકડો અધ્યાત્મના વણઉકેલાયેલાં રહસ્યો સાચવીને બેઠો છે. ત્રણ પ્રકારના ગુણોની વાત કરવામાં આવી છે - સત્ત્વ, રજસ અને તમસ. માનવ-ચેતનાની ત્રણ અવસ્થા - સુષુપ્ત, જાગૃત અને સ્વપ્ન - સાથે પરમ-શક્તિનું તાદાત્મ્ય બેજોડ છે. ત્રણ નાડીઓ - વૈખરી, મધ્યમા, પશ્યન્તિ; તેમજ ત્રણ પ્રકારના જપ - વાચિક, ઉપાંશુ, માનસિક - થકી મંત્રને સિદ્ધ કરી શકાય છે.'

ભૈરવી માના મસ્તિષ્કમાં આજે દિલ્હીથી આવેલાં આગંતુક સાથેની વાતચીત પણ વારેઘડિયે સપાટી પર આવી જતી હતી. સાધ્વી મા અને મનસ્વી એમની આંખોમાં ઉદ્વેગભાવ જોઈ શકતાં હતાં.

... પરંતુ, સામે બેઠેલાં શ્રદ્ધાળુઓનું ઉત્તરદાયિત્વ હવે એમના ખભા ઉપર હતું. વિચલિત થવું એમને પોસાય એમ નહોતું.

'અગત્યની વાત એ છે કે તૃતીય આવરણની જે યોગિની છે, એ ગુપ્તતર છે! અર્થાત્‌ ત્રીજા ચક્રની સાધનાની વિધિ એ ગુરુ જ દર્શાવી શકે, જેમણે સ્વયં શ્રીવિદ્યા-ઉપાસના કરી હોય.' ભૈરવી માએ પોતાની ડાબેથી શરૂ કરીને જમણે સુધી દૃષ્ટિપાત કર્યો. સૌ કોઈ તલ્લીન બનીને એકચિત્તે એમનું પ્રવચન સાંભળી રહ્યાં હતાં, 'સર્વસંક્ષોભણ ચક્રની અધિષ્ઠાત્રી દેવીનું નામ છેઃ મહાશક્તે!'

એટલામાં શ્રોતાગણમાંથી એક આસ્થાવાન વ્યક્તિએ હાથ ઊંચો કર્યો. ભૈરવી માએ એની સામે જોયું. આમ તો પ્રશ્નોત્તરી માટેનો સમય શિબિર પૂર્ણ થયા પછી ફાળવવામાં આવતો હતો. આમ છતાં, આગળ વધતાં પહેલાં તેઓ એક પણ શ્રીવિદ્યા ઉપાસકના મનમાં કોઈ દુવિધા રહે, એવું નહોતાં ઇચ્છતાં.

આથી, એમણે જિજ્ઞાસુની સામે મસ્તક નમાવીને પ્રશ્ન પૂછવા માટે મંજૂરી આપી.

'ૐ નમશ્ચન્ડિકાયૈ... મા!' એ સ્ત્રીએ ભૈરવી માને આદરભાવપૂર્વક વંદન કરતાં પૂછ્યું, 'ગુપ્ત યોગિની અને ગુપ્તતર યોગિની વચ્ચેનો તત્ત્વભેદ જો આપ સમજાવી શકો, તો હું આપની કૃતજ્ઞ રહીશ. આપના માનસચિત્તમાં વિદ્યમાન શ્રીમાતાને મારા સાષ્ટાંગ દંડવત્‌.'

ટૂંકો છતાં મર્મસભર પ્રશ્ન પૂછીને આધેડ વયની એ સ્ત્રી પોતાના સ્થાન ઉપર બેસી ગઈ.

ભૈરવી માના ચહેરા પર પ્રેમાળ સ્મિત તરી આવ્યું. શ્રીવિદ્યા સાધનાના મર્મને સમજી શકવાનું ગજું જૂજ લોકો પાસે હતું. આદિકાળથી શરૂ કરીને વર્તમાન યુગ સુધીમાં ફક્ત આંગળીને વેઢે ગણી શકાય એટલા જ મહાત્માઓ શ્રીવિદ્યા અર્થાત્ રાજરાજેશ્વરી મહાત્રિપુરસુંદરી દેવીના પરમ રહસ્યને પામી શક્યા હતાં.

'અતિ માર્મિક પ્રશ્ન.' ભૈરવી માએ પ્રત્યુત્તર આપવાની શરૂઆત કરી, 'શ્રીવિદ્યાના પ્રથમાવરણ - ત્રૈલોક્યમોહન ચક્ર - માં ઘણાં ભૌતિક પદાર્થ દશ્યમાન હતાં; જેમકે અણિમાસિદ્ધે, લઘિમાસિદ્ધે, ગરિમાસિદ્ધે વગેરે જેવી અલગ-અલગ સિદ્ધિઓ! કે જેની સાધના કરવાથી સાધકને ભૌતિક સુખ-સમૃદ્ધિ-ઐશ્વર્યની પ્રાપ્તિ થવી સંભવ છે. તેના દ્વિતીય આવરણ - સર્વાશાપરિપૂરક ચક્ર - માં ભિન્ન ભિન્ન તત્ત્વોની સાધના કરવામાં આવતી હતી; જેમકે કામાકર્ષિણી, સ્પર્શાકર્ષિણી, ગંધાકર્ષિણી વગેરે... જે સંકળાયેલી છે, મનુષ્યની ઇન્દ્રિયો સાથે!'

ટાંકણી પડે તો પણ અવાજ સંભળાય એટલી નિરવ શાંતિ આખા સભાખંડમાં હતી.

'ત્રીજા ચક્રની ગુપ્તતર યોગિનીનું મહાન રહસ્ય એ છે કે, અહીં જેમનું કોઈ શરીર નથી એવી **અનંગ** - અન્+અંગ - શક્તિઓની વાત થઈ રહી છે: અનંગકુસુમે, અનંગમેખલે, અનંગમદને, અનંગમદનાતુરે, અનંગરેખે, અનંગવેગિની, અનંગાંકુશે, અનંગમાલિની, સર્વસંક્ષોભણચક્રસ્વામિની, ગુપ્તતરયોગિની!'

ભૈરવી મા શ્રીયંત્રનું જે રહસ્ય સમજાવી રહ્યા હતાં, એના વાસ્તવિક સ્વરૂપ અંગે સામે બેઠેલાં એક પણ શ્રોતાગણને અંદાજ સુધ્ધાં નહોતો!

'ત્રીજા ચક્રની સિદ્ધિ બાદ મનુષ્યનો આત્મા અનંગ એટલે કે શરીર વગર અંતરિક્ષમાં પ્રવાસ કરવા માટે સક્ષમ બને છે, જેને મૉડર્ન ફિઝિક્સ એસ્ટ્રલ-ટ્રાવેલ તરીકે ઓળખે છે! સાધકની આત્મા પોતાની ઇચ્છાનુસાર સમગ્ર બ્રહ્માંડમાં કોઈપણ સમયે, કોઈપણ સ્થળે, કોઈપણ રોકટોક વગર ભ્રમણ કરી શકે એવી સિદ્ધિ ત્રીજા ચક્રની આરાધના કર્યા પછી પ્રાપ્ત કરવી સંભવ છે!'

વર્તમાન દિવસ
રાજકોટ

બિલાલે રિયાના કાંડા પર સ્પિરિટમિશ્રિત રૂ ઘસવાની શરૂઆત કરી.

'આ તું શું કરે છે?' રિયાએ ચીસ પાડતાં કહ્યું.

બિલાલે પોતાના હાથની પહેલી બે આંગળી અતિશય જોરથી તેના કાંડા ઉપર ઠપકારીને નસ શોધી કાઢી. રિયાનો પ્રશ્ન જાણે તેના કાને જ ન પડ્યો હોય, એટલી બેફિકરાઈ સાથે તેણે કાંડામાં ખાલી ઇંજેક્શન ઘોંપી દીધું.

બિલાલનો હાથ ભારે પડવાને કારણે સોય પણ જાણે શૂળ બનીને ભોંકાઈ હોય, એટલું દર્દ રિયાએ અનુભવ્યું.

એક પછી એક ત્રણ ઇંજેક્શન જેટલું લોહી તેના કાંડામાંથી કાઢ્યા બાદ બિલાલ અટક્યો. તેના સાગરીતે બિલાલ પાસેથી ત્રણેય ઇંજેક્શન લઈ, એને કાચની શીશીઓમાં ભરીને પોતાની પાસે રહેલા નાનકડા ફ્રીઝર-બૉક્સમાં મૂકી.

'તારા અંધકારમય ભવિષ્યની બ્લ્યુ-પ્રિન્ટ તૈયાર થઈ રહી છે, એવું સમજી લે! સમગ્ર આર્ય પરિવારને મારા પગનાં તાળવાં ચાટતાં ન કરી દઉં, તો મારું નામ મોહમ્મદ બિલાલ નહીં!' બિલાલે પોતાના ચહેરા ઉપર પડેલા ચીરાના નિશાન ઉપર હાથ ફેરવતાં કહ્યું, 'અસલી તબાહી તો હજુ શરૂ પણ નથી થઈ, રિયા ચૌધરી!'

તેણે પોતાના સાગરીત સામે આંખનો ઇશારો કર્યો. ફ્રીઝર-બૉક્સને પોતાના ગંતવ્યસ્થાને પહોંચાડવા માટેનો એ સંકેત હતો.

મારા લોહીની બિલાલને શું જરૂર પડી? અને એ બહાર કેવી રીતે જશે? આખું ઘર એણે પોતે જ બંધ કરાવ્યું છે!

રિયાના મનમાં સવાલો ચાલી રહ્યા હતા, એ જ વખતે તેણે બિલાલના બંને સાગરીતોના હાથમાં પણ અદ્દલોદ્દલ એવી જ આકૃતિ જોઈ, જેવી તેણે ફૈઝાના ખભા ઉપર કોતરાયેલી જોઈ હતી!

એકાક્ષ અઘોરી!

બે શબ્દોનું આ નામ એના ગગજામાં આવતાં જ રિયાના શરીરમાંથી લખલખું પસાર થઈ ગયું.

'એમને આહ્વાન આપવાનો સમય આવી ગયો છે!' બિલાલે આદેશાત્મક અવાજે પોતાના સાગરીતને જણાવ્યું, જેના જવાબમાં એ બંનેએ ચૂપચાપ ડોકું ધુણાવી ઉપરના ફ્લૉર તરફ ચાલતી પકડી.

'રાષ્ટ્રપતિ ભવન પર હુમલો કરવાનું તારું સ્વપ્ન ભલે સાકાર થયું હોય, પરંતુ આ દેશને ઝુકાવવાનું ગજું તારામાં નથી.' રિયા તાડૂકી ઊઠી, 'આ દેશની નવી સરકાર એક પણ આતંકવાદીને જીવિત નહીં રહેવા દે!'

'સરકાર હિન્દુવાદી રાજકીય પક્ષની છે, તો શું થઈ ગયું? રાજતંત્ર તો અમારું છે! પ્રત્યેક મહત્ત્વના ડિપાર્ટમેન્ટ અને હોદ્દા ઉપર અમારા સાગરીતોએ અડ્ડો જમાવેલો છે. ચપરાસીથી શરૂ કરીને કલેક્ટર સુધી અને સામાન્ય કાર્યકરથી શરૂ કરીને કેબિનેટ મિનિસ્ટર્સ સુધી અમારી પહોંચ છે! પાછલાં ૭૦ વર્ષોની અંદર દેશની સિસ્ટમમાં અમે સડાની માફક પેસી ગયા છીએ. અલ્લાહની રહેમતથી ટૂંક સમયમાં આખું ભારત તબાહ થવાની અણી ઉપર છે!'

'સેંકડો નિર્દોષોની હત્યા કરવાથી ઉપરવાળો મહેરબાન થશે, એવું તને લાગે છે?' રિયાએ પૂછ્યું.

'નિર્દોષ?' બિલાલ થૂંક્યો, 'કાફિરો છે બધા! જ્યાં સુધી આખા વિશ્વમાં ઇસ્લામની સર્વોચ્ચ સત્તા સ્થાપિત નહીં થાય, ત્યાં સુધી જિહાદ અટકશે નહીં. ઇસ્લામને સર્વોપરી નહીં માનનારા પ્રત્યેક કાફિરનો વીણી-વીણીને સફાયો થશે!'

બિલાલના મગજમાં રેડિકલ ઈસ્લામનું ઝેર કેટલી હદ સુધી ફેલાયેલું હતું, એનો પુરાવો રિયાને મળી ગયો!

'અને હા... જન્નત અને એની ૭૨ હૂર પણ ઇનામમાં મળશે, એ નક્કી છે!' રિયા સામે બિલાલે આંખ મારી. તેના સ્વરમાં હવસનો રણકાર સંભળાતો હતો, 'હિન્દુસ્તાન માટેના તારા ઝનૂનને જોતાં હજુ એક રહસ્યનો વિસ્ફોટ કરવાનું મન થાય છે!'

તેણે ખિસ્સામાંથી લાઇટર કાઢીને સિગારેટ સળગાવી અને હોઠ પર મૂકીને ઊંડો કશ ખેંચ્યો. ફેફસાંમાં પૂરતો ધુમાડો પહોંચ્યાની ખાતરી થતાં એક ધૂમ્રગોટો હવામાં છોડ્યો અને રિમોટનું બટન દબાવ્યું. સ્ક્રીન પર એક પછી એક ફોટો સ્ક્રૉલ થવા માંડ્યા.

'સુહાની સિંહાનું રાષ્ટ્રપતિ ભવનની લાઇબ્રેરીમાં જઈને સાહિલ પાસેથી તામ્રપત્ર છીનવવું, વિવાન અને સુહાનીનું ક્વૉરન્ટાઇન સેન્ટરમાંથી બહાર આવવું, દરબાર હૉલમાંથી મેજર અજિતાભ પૂર્ણૈયાની વીંટી ચોરવી, સુહાનીની મા

લલિતા સિંહાની લાશ, મારા માણસો દ્વારા તેનું રેકૉર્ડિંગ થવું, એ વીડિયો-ક્લિપ વાયરલ કરવી, હૉટલ આયેશામાં સાહિલ કુરેશીની બેંગ્લૉરથી પાર્સલ આવ્યાની રીસિપ્ટ, વિવાનનું બેંગ્લૉર પહોંચવું... વગેરે વગેરે વગેરે!' એકશ્વાસે આટલું બોલ્યા બાદ બિલાલ અટક્યો.

રિયાના મગજમાં સમગ્ર ઘટનાક્રમ ગોઠવાતો જતો હતો. જેમ જેમ તેને બિલાલનું ષડયંત્ર સમજાતું હતું, એમ એમ તેની આંખોમાં ભય અને આઘાતના મિશ્ર ભાવ જન્મતા જતા હતા. વિવાનને બેંગ્લૉર પહોંચેલો ભાળીને રિયાને એક વાતની આંશિક રાહત મળી કે હજુ સુધી તો તે સુરક્ષિત હતો!

'તો આ બધું તારું જ ગોઠવેલું હતું?' રિયાએ પોતાના હોઠ ઉપર આછી ધ્રુજારી અનુભવી, 'વિવાનને મળેલા પુરાવા અને બેંગ્લૉર સુધીની એની આખી સફર તારા આયોજનનો જ એક ભાગ હતી?'

'એક્ઝેટલી, ડાર્લિંગ!' બિલાલ પોરસાયો, 'તારા પ્રિયતમને એવું લાગી રહ્યું છે કે તે સત્યની નજીક પહોંચી રહ્યો છે, પરંતુ વાસ્તવિકતા એ છે કે હું તેને સત્યની નજીક પહોંચાડી રહ્યો છું! એ અજાણતાં જ મારી કઠપૂતળી બની ચૂક્યો છે!'

'તો પછી દિલ્હીના ગૉડાઉનમાં વગર વાંકે જાનકીની હત્યા કેમ કરી?' રિયાના મગજમાં જાનકીની ક્રૂર હત્યાનું દૃશ્ય ઊપસી આવતાં તે આવેશમાં આવી ગઈ.

'કુરબાનીના બકરા વિશે સાંભળ્યું છે ને?' બિલાલનું અટ્ટહાસ્ય આખા ઘરમાં ગુંજી ઊઠ્યું!

મોહમ્મદ બિલાલ કઈ બલાનું નામ હતું, એનો અહેસાસ થતાં જ રિયાનું સમગ્ર અસ્તિત્વ હચમચી ગયું. વિવાન ખરેખર ધાર્યા કરતાં બહુ મોટી મુશ્કેલીનો શિકાર બન્યો હતો!

દુબઈના હુસૈન હાઉસના ફોટોનું સ્ક્રૉલિંગ શરૂ થતાંની સાથે જ રિયા અત્યંત બારીકાઈથી એ જોવા લાગી. એમાં એક એવા કમરાનો ફોટો આવ્યો, જે હુસૈન હાઉસમાં તેણે ક્યારેય નહોતો જોયો. તેની દીવાલો પર મંત્રોચ્ચાર કોતરાયેલા હતાં. ઓરડાની વચ્ચોવચ્ચ યજ્ઞવેદી જોવા મળતી હતી, ને એક ખૂણે ટેબલ ઉપર પડેલા એપલના કમ્પ્યુટર પાસે તેને આલોક ચૌધરીનો ફોટો દેખાયો. તેઓ કમ્પ્યુટરમાંથી જાણે કશુંક શોધી રહ્યા હોય, એવું દેખાતું હતું.

હુસૈન હાઉસના ફોટોની હારમાળામાં આ કયા ઘટનાક્રમનો ફોટો હશે?

પપ્પા ત્યાં શું કરી રહ્યા હતા? પપ્પાના ગાયબ થવા પાછળ ક્યાંક હુસૈન હાઉસમાં બનેલી કોઈ ઘટના તો જવાબદાર નહીં હોય ને?

એકસાથે એટલી બધી હકીકતો રિયાની સામે આવી રહી હતી કે કોના ઉપર શાંતિથી વિચાર કરવો, તાગ મેળવવો... અને કઈ ઘટના અંગે ચિંતા કરવી, એ મૂંઝવણ હતી!

... અને, અચાનક રિયાના ધ્યાનમાં એક એવો ફોટો આવ્યો, જેની અપેક્ષા તેણે ક્યારેય નહોતી સેવી! મોહમ્મદ બિલાલ અને તેના ચાર-પાંચ સાગરીતોની સાથે ફોટોમાં એક ચિર-પરિચિત ચહેરો નજરે ચડ્યો...

રિયાના પગ નીચેથી જમીન સરકી ગઈ, કારણ કે એ ફોટોમાં બીજું કોઈ નહીં... તેની માતા વસુધા ચૌધરી હતી, જેના જમણા હાથના કાંડા પર શુક્રયંત્રની આકૃતિ ચિતરાયેલી હતી!

તો શું વસુધા ચૌધરી પણ એકાક્ષ અઘોરીના ખૂંખાર સંઘનો એક ભાગ હતી?

૩૮

ત્રેતાયુગ
મહાબલિપુરમ્, આર્યાવર્ત

બલિ, શુક્રાચાર્ય, દેવયાની તથા અન્ય અસુરભ્રાતા અને ભગિની સાથે મુલાકાત કર્યા બાદ દશાનન રાવણે પ્રાંગણમાં સંગીત-પ્રસ્તુતિ માટે બનાવવામાં આવેલાં મંડપમાં સ્થાન ગ્રહણ કર્યું.

દૈત્યસમ્રાટ બલિના પ્રેમાગ્રહ પર તેણે પોતાના આરાધ્ય શંકર માટે રચિત શિવતાંડવ સ્તોત્રનું ભાવવાહી સ્વરે ગાયન શરૂ કર્યું...

जटा टवी गलज्जलप्रवाह पावितस्थले गलेऽव लम्ब्यलम्बितां भुजंगतुंग मालिकाम् ।
डमड्डमड्डमड्डमन्निनाद वड्डमर्वयं चकारचण्डताण्डवं तनोतु नः शिवः शिवम् ॥

જેવા પ્રજાજનના કાન સુધી રાવણના મુખમાંથી સ્ફુરેલ શિવતાંડવ સ્તોત્રના શ્લોક પહોંચ્યા, કે તરત એમનાં રૂંવાડાં ઊભાં થઈ ગયાં. આટલું પ્રચંડ અને પ્રભાવશાળી સ્તોત્ર એમણે આજ સુધી ક્યારેય સાંભળ્યું નહોતું. સ્વયં બલિના દેહમાંથી વીજળીનો ચમકારો પસાર થઈ ગયો! આ એવું સ્તોત્ર હતું, જેમાં રૌદ્ર રસ અને આર્તનાદ બંને સમાવિષ્ટ હતાં.

રાવણે એક વખત અહંકારમાં આવીને શિવને કૈલાસ પર્વત સહિત કુમારીકંદમ લઈ જવાનો પ્રયત્ન કર્યો હતો. જેવો તેણે કૈલાસને તેનાં મૂળિયાં સાથે ઊંચકવાનો પ્રયાસ કર્યો કે તરત મહાદેવે પોતાના જમણા પગના અંગુષ્ઠને પર્વત પર સહેજ દબાવ્યો, જેના કારણે દશાનનની બંને હથેળીઓ કૈલાસ નીચે કચડાઈ જવા પામી. પીડા અને આર્તનાદથી તે ચિત્કારી ઊઠ્યો. જીવનમાં સર્વપ્રથમ વખત કોઈકે તેના અહંકારને આ રીતે કચડ્યો હતો!

એ સમયે, શિવને રીઝવવા માટે રાવણે અત્યંત આર્તનાદ સાથે ભક્તિભાવપૂર્વક સ્તોત્ર રચ્યું, જે મહાદેવના રૌદ્ર સ્વરૂપ સાથે સંકળાયેલા તાંડવને વ્યાખ્યાયિત કરતું હતું અને પછીથી શંભોના આશીર્વાદરૂપે તેને શિવતાંડવ સ્તોત્ર તરીકે ઓળખવામાં આવ્યું...

जटाकटा हसंभ्रम भ्रमन्निलिंपनिर्झरी विलोलवीचिवल्लरी विराजमानमूर्धनि ।
धगद्धगद्धगज्ज्वल ल्ललाटपट्टपावके किशोरचंद्रशेखरे रतिः प्रतिक्षणं ममः ॥

રાવણના સ્વરમાં સમાહિત ભક્તિભાવ શિવ પરત્વેની અનન્ય શ્રદ્ધા દર્શાવતો હતો.

કૈલાસની એ ઘટના પશ્ચાત્ રાવણ માટે એકમાત્ર મહાદેવ જ આરાધ્ય દેવ બની ગયા હતા. શુક્રાચાર્યને ગુરુપદે સ્થાપિત કરીને દશાનને એમની પાસેથી તંત્રદીક્ષા પ્રાપ્ત કરી લીધી. તત્પશ્ચાત્ શિવના વામભાગ અને દક્ષિણભાગ અર્થાત્ અઘોર અને અષ્ટાંગ યોગ બંનેમાં તેણે નિપુણતા પ્રાપ્ત કરી લીધી. તંત્રમાર્ગ અને અઘોરપંથનાં એવાં એવાં રહસ્યોનો તે ૩૦ વર્ષની ઉંમરમાં જાણકાર બની ગયો હતો, જેને પ્રાપ્ત કરવામાં દૈત્યગુરુ શુક્રાચાર્યએ પોતાની આખી જિંદગી ખર્ચી નાંખી હતી.

જોકે, તે એક સત્યથી માહિતગાર હતો કે શુક્રાચાર્ય દ્વારા થયેલી દાયકાઓની તપસ્યાએ તેની સાધનાને વધુ તીવ્ર બનાવી દીધી હતી. એક સક્ષમ અને સામર્થ્યવાન ગુરુ જ્યારે મંત્રદીક્ષા આપે, ત્યારે તેનું શું પરિણામ આવે એનું જીવંત ઉદાહરણ રાવણ સ્વયં હતો!

તે શિવતાંડવ સ્તોત્રના ગાયનમાં એટલો તલ્લીન બની ગયો હતો કે આજુબાજુનું ભાવવિશ્વ તેના માટે અસ્તિત્વહીન થઈ ચૂક્યું હતું...

धराधरेन्द्रनंदिनी विलासबन्धुबन्धुर स्फुरद्दिगंतसंतति प्रमोद मानमानसे ।
कृपाकटाक्षधोरणी निरूद्धदुर्धरापदि क्वचिद्विगम्बरे मनोविनोदमेतु वस्तुनि ॥

દશાનન શિવમય હતો. શ્રોતાગણ મંત્રમુગ્ધ બનીને તેને બંધ આંખે સાંભળી રહ્યા હતા. દેહમાંથી પસાર થઈ રહેલું લખલખું અને સજળ નેત્રોમાંથી વહી રહેલી અશ્રુધારા એ વાતના દ્યોતક હતાં કે રાવણનું સ્તોત્ર એમના હૃદય સુધી પહોંચી રહ્યું છે! સ્વયં તાંડવમૂર્તિ મહાદેવ જાણે સાક્ષાત્ એમની સમક્ષ આવીને બિરાજમાન થયા હોય એવી દિવ્ય અનુભૂતિ હતી એ!

તેનું ગાન ચાલુ હતું એ દરમિયાન રાવણના પરિવારજન - ભાઈ અહિરાવણ, કુંભકર્ણ અને વિભીષણ તથા પિતા વિશ્રવા તેમજ માતા કૈકેસી - પણ મંડપમાં ઉપસ્થિત થઈ ચૂક્યાં હતાં. પાછલા કેટલાક દિવસોમાં મરુભૂમિથી આર્યાવર્તનો સુદીર્ઘ પ્રવાસ કરીને પહોંચ્યા પશ્ચાત્ રાવણના શિવતાંડવ સ્તોત્રએ એમનો થાક દૂર કરી દેવાનું કામ કર્યું હતું.

મરુભૂમિ હવે વસવાટલાયક પ્રદેશ બની ચૂક્યો હતો. માત્ર રેતાળ પ્રદેશ જ નહીં, પરંતુ સમુદ્રના કિનારે વસવાટ ધરાવતાં રાજ્યોનો સમાવેશ પણ હવે મરુભૂમિમાં કરવામાં આવતો હતો. જ્યારે કૈલાસ તથા એની આસપાસનો નાનો વિસ્તાર અમરાવતી; જંગલો, નદી-ઝરણાં, તળાવ વગેરે કુદરતી સૌંદર્ય અને ખોરાક ધરાવતાં પ્રદેશોમાં આર્યાવર્તના ભિન્ન ભિન્ન રાજ્યોનો સમાવેશ થતો હતો. આર્યાવર્ત અને મરુભૂમિ સમયની સાથે ખાસ્સું વધારે ક્ષેત્રફળ ધરાવતા પ્રદેશ બની ચૂક્યા હતા.

સપ્તર્ષિઓના નિધન બાદ ઘણાખરા ઋષિમુનિઓ રાવણના રાજ્ય - કુમારીકંદમ - માં આવીને વસી ગયા હતાં, જે મરુભૂમિનો જ એક ભાગ હતું. બલિના રાજમાં શુક્રાચાર્યએ આદરેલા ઘોર પાપથી તેઓ સ્વાભાવિક રીતે ડરી ગયા હતા! એમની પાસે આર્યાવર્ત છોડીને જવા સિવાય અન્ય કોઈ વિકલ્પ શેષ નહોતો બચ્યો. અમરાવતી જઈ શકાય એવું નહોતું, કારણ કે દેવો પોતે ત્યાં સુરક્ષિત નહોતા. ડગલે ને પગલે ત્યાં દાનવો સાથે એમનાં છમકલાં થતાં રહેતાં! એકમાત્ર કુમારીકંદમ એ રાજ્ય હતું, જ્યાંની પ્રજા રાવણના સુશાસન હેઠળ સુખરૂપ દિવસો પસાર કરી રહી હતી.

આજે કુમારીકંદમમાંથી ખાસ રાવણના કાફલા સાથે પધારેલા એ તમામ સંતો-મહંતો, યોગીઓ, ઋષિ-મુનિઓ પણ મા શારદાના પ્રભાવમાં ઘણા સમય સુધી તરબોળ થતા રહ્યા.

આખરે જ્યારે દશાનનનું સ્તોત્ર પૂરું થયું, ત્યારે તેણે આંખો ખોલી. શ્રોતાગણ હજુ પણ સ્તોત્રના સોમરસરૂપી મદમાંથી બહાર નહોતા આવી

શકતા. એમનું શરીર ભૂલોક પર હતું, પરંતુ આત્મા જાણે સુમેરુ સુધી પ્રવાસ કરીને આવ્યો હોય એવું લાગતું હતું.

સભાનાવસ્થામાં પરત ફર્યા બાદ શ્રોતાગણમાં બિરાજમાન પ્રત્યેક વ્યક્તિએ પોતપોતાના સ્થાન પરથી ઊભા થઈને તાળીઓના ગડગડાટથી રાજમહેલનું ભવ્ય પ્રાંગણ ગજાવી મૂક્યું.

એમને ક્યાં જાણ હતી કે જે ક્ષણને અત્યારે તેઓ અત્યંત ઉલ્લાસપૂર્ણ રીતે માણી રહ્યા છે, એ આવનારા એક પ્રહરની અંદર એમના રાજા બલિ માટે આઘાતજનક પુરવાર થવા જઈ રહી છે!

૩૯

વર્તમાન દિવસ

બેંગ્લોર-મૈસૂર ટોલ

ચારેકોર પથરાયેલાં ટૉર્ચ, હેલોજન અને ફોકસ-લાઇટના પ્રકાશથી ઝળાંહળાં ટોલનાકાની સામે આકાશમાં ટમટમતા તારલિયા સાવ ઝાંખા પડી ચૂક્યા હતા. હૉર્ન અને ગાડીઓનો શોરબકોર એટલી હદે વધારે હતો કે વ્યક્તિના કાન બહેરા થઈ જાય! કાર, ટ્રક, આઇસર જેવાં વાહનોના થપ્પા લાગ્યા હતા. લગભગ એકાદ કલાકથી ટોલનાકે ચક્કાજામ હતો. દરેક વાહનોના બૉનેટથી શરૂ કરીને ડિક્કી - કેરિયર સુધીના બૉડીપાર્ટ્સનું સઘન ચેકિંગ ચાલી રહ્યું હતું. અજય ડોભાલનો સ્પષ્ટ આદેશ હતો કે એક પણ વાહન ચૂક્યા એટલે નોકરીમાંથી હાથ ધોવાનો વખત આવ્યો સમજો!

લોંગ-વીકેન્ડનો લાભ ઉઠાવવા માંગતા લોકો ત્રાહિમામ્ પોકારી રહ્યા હતા. બેંગ્લોરથી મૈસૂરની ચાર કલાકની સફર પોલીસ-તપાસને કારણે છ કલાકની થઈ ગઈ હતી.

પાછલા દોઢ કલાકથી કતારમાં ઊભી રહીને પોતાનો વારો આવવાની રાહ જોઈ રહેલી હૉન્ડા અમેઝ કાર ચેકપૉસ્ટની બારી પાસે આવીને ઊભી રહી.

રેડ-સિગ્નલ સાથે ઝૂકી આવેલા દંડાએ વિવાનને કાર રોકવા મજબૂર કર્યો!

એક સેકન્ડ માટે તો તેને એક્સિલરેટર ઉપર પગ દાબી દેવાનું મન થઈ આવ્યું, પરંતુ હકીકત એ હતી કે આમ કરવાથી તેની કાર ઘડીના છઠ્ઠા ભાગમાં ગોળીઓથી વીંધાઈ જવાની હતી! આર યા પારનો ખેલ હતો આ જ વખતે!

પોલીસની નજરથી છૂપીને ભાગી શકાય, એવી સંભાવના રહી નહોતી. હવે તો એમની નજર સામેથી જ ઉડનછૂ થવાનો સમય હતો... પણ કેવી રીતે?

'ડિક્કી ખોલો!' ચેકપૉસ્ટ પરના પોલીસકર્મીએ શુદ્ધ અંગ્રેજી ભાષામાં આદેશ આપ્યો.

'શ્યોર, અન્ના!' સાઉથ ઇન્ડિયન એક્સેન્ટમાં કારચાલકે જવાબ આપ્યો.

જ્યૉર્જ ફર્નાન્ડિસ પાસે મંગાવેલા સાઉથ ઇન્ડિયન કૉસ્ચ્યુમ્સમાં સજ્જ વિવાને જરા પણ વિલંબ કર્યા વગર ડિક્કી ખોલી આપી.

ચહેરાનો રંગ ટિપિકલ દક્ષિણ ભારતીય પુરુષની માફક તેણે કાળો કરી નાંખ્યો હતો. કાળીભમ્મર ભરાવદાર મૂછો અને અદ્દલોદ્દલ એવી જ દાઢી ચીપકાવેલો ચહેરો. ભ્રમરોની વચ્ચે સફેદ વેંકટેશ્વર-તિલક!

તેણે માથાના વાળ મૂંડી નાંખ્યા હતા! કોરીસપાટ અને લીસ્સી કાળી ટાલ હેલૉજન લાઇટમાં ઝગારા મારી રહી હતી. ગ્લિસરીન નાંખીને લાલ કરી નાંખેલી આંખોમાં રક્તસળ ઊપસી આવી હતી. સાથોસાથ કાળુંમેશ આંજણ તો ખરું જ! અધૂરામાં પૂરું, જાડી ફ્રેમના ચશ્માએ તેના ચહેરાનો આકાર જ જાણે બદલી નાંખ્યો હતો.

સ્નાયુબદ્ધ બાવડાં ઢાંકવા માટે તેણે આખી બાંયનો સફેદ કુર્તો પહેરી લીધો હતો, જેના ઉપરનાં ત્રણ બટન ખુલ્લાં હોવાને લીધે છાતી પરના વાળ બહાર ડોકિયું કરી રહ્યા હતા. દૂધિયા રંગનું પાતળું માદળિયું એના ડોકની શોભા હતું. એક વાતનું તેણે સવિશેષ ધ્યાન રાખ્યું હતું કે જ્યાં જ્યાં ચામડી દેખાતી હતી, ત્યાં ત્યાં કાળા રંગ વડે તેનો કલર બદલી નાંખવામાં આવ્યો હતો.

તે એક એવો સંપૂર્ણ દક્ષિણ ભારતીય પુરુષ બની ગયો હતો, જેને *વિવાન આર્ય* નામના શખ્સ સાથે કોઈ જ સંબંધ નહોતો!

... પરંતુ, તેનો ખેલ ઊંધો પડવાની તૈયારીમાં હતો.

ડિક્કી તપાસી રહેલો પોલીસકર્મી ધાર્યા કરતાં વધુ સમય લઈ રહ્યો હતો, એવામાં કારના બેક-મિરરમાં વિવાનને અજય ડોભાલ દેખાયા. તેઓ હરણફાળ ભરતાં ભરતાં ચેકપૉસ્ટ તરફ આવી રહ્યા હતા.

વિવાનનું હૃદય અકલ્પનીય ગતિએ ધડકવા માંડ્યું. અજય ડોભાલ કંઈ ગાજર-મૂળો નહોતા, જે અન્ય પોલીસકર્મીની માફક વિવાનના વેશપલટાને પારખી ન શકે!

ચશ્માંની ફ્રેમ બરાબર રીતે કાન પર ગોઠવીને વિવાને પોતાની આજુબાજુ એક નજર કરી જોઈ અને બાદમાં નિઃસાસો નાંખ્યો.

અજય ડોભાલ પોલીસકર્મી પાસે આવીને ઊભા રહ્યા. રેન્ડમ-ચેકિંગ કરી રહેલા નેશનલ સિક્યોરિટી એડ્વાઇઝરે પોલીસકર્મી સાથે કંઈક વાતચીત કરી, જેનો સ્વર આજુબાજુના શોરબકોરને કારણે વિવાનના કાને ન પડ્યો. એટલું નક્કી હતું કે તેઓ કારની નંબર-પ્લેટ બાબતે કંઈક ચર્ચા કરી રહ્યા હતા.

જો કારના રજિસ્ટ્રેશન નંબર અને નંબર-પ્લેટની ચકાસણી થઈ, તો તેની ચોરી પકડાઈ જવાની હતી.

વિવાને મનોમન પોતાના નસીબને ગાળ આપી.

ડિક્કી જોરદાર અવાજ સાથે બંધ થઈ અને એ બંને વિવાનની ડ્રાઇવિંગ-સીટ તરફ આગળ વધ્યા, ત્યાં અચાનક...

ધડામ્મ્મ્મ્મ...

સૌના દેખતાં જ, વિવાનની ડાબી અને જમણી બાજુની લેનમાંથી કાન ફાડી નાંખતી ઘરઘરાટી સાથે બે ટ્રક ચેકપૉસ્ટ તોડીને ભાગી છૂટ્યા. ધૂળ અને ધુમાડાના ગોટેગોટા ઉડાડીને ધસમસતા વેગે આગળ વધી રહેલા બંને ટ્રક એક જ કંપનીનાં હતાંઃ અય્યર ટ્રાન્સપૉર્ટ!

અજય ડોભાલ ચોંક્યા અને બીજી જ ઘડીએ પોતાની વૉકી-ટૉકીમાં આદેશોની ઝડી વરસાવતાં ટ્રક તરફ ભાગ્યા, 'કેપ્ચર ધેમ! જરૂર પડે તો ગોળીઓથી વીંધી નાંખો.'

વિવાનના હોઠ વંકાયા.

કાર સામેના ડિજિટલ બોર્ડમાં સિગ્નલ ગ્રીન થઈ ગયું અને તેણે હળવેથી હૉન્ડા અમેઝને ગતિ આપી હાઈ-વે ઉપર હંકારી મૂકી.

આપત્તિના સમયે તેને પોતાનું ક્રિપ્ટો-અકાઉન્ટ કામમાં આવ્યું હતું. સરકારે રિયા, સુહાની અને વિવાનના તમામ બૅંક-અકાઉન્ટ્સ ફ્રીઝ કરી નાંખ્યાં હતાં. તદુપરાંત, એવા એક પણ અકાઉન્ટમાંથી પૈસાની લેતડદેતડ થઈ શકે એમ નહોતી, જે સીધી વિવાનના વ્હેરઅબાઉટ્સ તરફ આંગળી ચીંધે!

જ્યૉર્જ ફર્નાન્ડિસની મદદથી તેણે બેંગ્લૉરથી મૈસૂર પહોંચવા માટે ડાર્ક-વેબની અંધારી દુનિયાનો સહારો લીધો હતો, જ્યાં સ્મગલિંગથી શરૂ કરીને હત્યા, બળાત્કાર, હથિયારો, ડ્રગ્સ, સોપારી આપવા સુધીના તમામ ગેરકાયદેસર કામો થઈ શકતાં. જરૂરિયાત હતી તો ફક્ત પેમેન્ટની, જે ક્રિપ્ટૉ-કરન્સી સ્વરૂપે હોવી જોઈએ!

વિવાને પોતાના ક્રિપ્ટૉ-અકાઉન્ટમાં ઇન્વેસ્ટ કરેલાં ચારસો બિટકોઈનમાંથી એક બિટકોઈન ખર્ચ્યો. આજની તારીખે એક બિટકોઈનની કિંમત ૧૬ લાખ રૂપિયાથી વધુ હતી! ડાર્ક-વેબના ટૉર અને ઑનિયન બ્રાઉઝર ઉપરથી દરેક નાના-મોટા ગેરકાયદેસર કામોને પળવારમાં અંજામ આપી શકાતો. ડાર્ક વેબની સૌથી ખાસ વાત એ હતી કે પેમેન્ટ કરનાર વ્યક્તિની ઓળખાણ હંમેશાં છૂપી જ રહેતી!

વિવાને બેંગ્લૉર ટોલનાકે પહોંચવાના ટાઇમિંગ અને સમગ્ર આયોજનને વ્યવસ્થિત રીતે ઘડ્યા બાદ અય્યર ટ્રાન્સપૉર્ટ નામની કંપનીને કૉન્ટ્રાક્ટ આપ્યો હતો, જે તેને ભાગવામાં મદદરૂપ થવાની હતી. બાકી બચેલા રૂપિયાનું પેમેન્ટ કરીને તેણે ચોરબજારમાં આવેલી હૉન્ડા અમેઝ કાર સસ્તા ભાવે ખરીદી લીધી.

ટ્રકને આવવામાં મોડું થયું હોવાને લીધે વિવાનનો જીવ અધ્ધર થઈ ગયો હતો. એમાં વળી અજય ડોભાલની આકસ્મિક તપાસ આવતાં પરિસ્થિતિ વધુ ગંભીર બની હતી.. પરંતુ ડાર્ક-વેબના આકા વચનના પાક્કા હતા.

૫૦૦ મીટર આગળ જઈને ઊભા રહી ગયેલા બંને ટ્રકની બાજુમાંથી પસાર થતી વખતે વિવાને એમના ડ્રાઇવર તરફ નજર નાંખી લીધી, જેઓ અત્યારે અજય ડોભાલ સાથે જીભાજોડી કરવામાં મશગૂલ હતા.

મૂળ પ્લાન જ એ હતો કે ટ્રકના ધડાકાભેર ભાગી છૂટવાની ઘટનાને વિવાન આર્યની નાસભાગ કરવાની કોશિશ સાથે સાંકળવાનો પ્રયાસ થાય... અને થોડી વાર સુધી પોલીસકર્મીઓ એમાં જ વ્યસ્ત રહે!

પાસા પોબારા પડ્યા હતા!

પોતાની ટાલ પર *શિવાજી* ફિલ્મના રજનીકાંતની માફક આંગળી ઠપકારતાં ઠપકારતાં ડ્રાઇવ કરી રહેલા વિવાને પાંચમા ગિયરમાં ગાડી નાંખી!

વર્તમાન દિવસ
મૈસૂર

'નમસ્કારમ્!' હૉટલ હેરિટેજ-ઇનના રિસેપ્શન ઉપર ઊભા રહીને વિવાને પોતાનું નકલી આધારકાર્ડ મેનેજરને સોંપતાં કહ્યું, 'પ્રાજિત નાયડુ!'

તેના અવાજમાં દક્ષિણ ભારતીય લહેકો ઉમેરાયો હતો. જ્યોર્જ ફર્નાન્ડિસના ડેબિટ કાર્ડમાંથી રેન્ટની ચુકવણી કર્યા બાદ વિવાન પોતાના હૉટેલ-રૂમમાં આવ્યો અને બારી પરના પડદા બંધ કરી દીધા.

મૈસૂરની મહેકતી સવાર મોજીલી હતી. એમ.જી.રૉડ પર આ સમયે વાહનોની ચહલપહલ ઓછી હતી. શહેરની પ્રખ્યાત હૉસ્પિટલ જગદ્ગુરુ શ્રી શિવરાત્રિ રાજેન્દ્ર મહાસ્વામીગાલુ - જે.એસ.એસ. – ની બરાબર સામે આવેલી હેરિટેજ ઇન હૉટેલના બીજા ફ્લૉર ઉપર વિવાનને ઓરડો ફાળવવામાં આવ્યો હતો. દોઢ હજાર રૂપિયા જેટલી નજીવી રકમમાં મળી ગયેલો ઓરડો દેખાવે સામાન્ય હતો. કિંગ-સાઈઝ પલંગ, બે ખુરશી, એક ટેબલ, બંધ પડેલું ટીવી, સેટ-અપ બૉક્સ અને નાનકડું બાથરૂમ! મૈસૂરના વડિયર રાજપરિવારનો પરિચય આપતી બે ફોટો-ફ્રેમ દીવાલ પર ટાંગવામાં આવી હતી, જેના પર ધૂળનું બારીક આવરણ ચડી ગયું હતું.

હૉટેલના મેનુ-કાર્ડ, એક ટુવાલ, શેમ્પુનું પાઉચ અને બે સાબુ જેવી બેઝિક ચીજ-વસ્તુઓ પલંગ ઉપર પડી હતી. તેની આંખોમાં ચડેલું ઊંઘનું ઘેન હવે અસર દેખાડવા માંડ્યું હતું. ત્રણ દિવસથી સતત ચાલી રહેલી ભાગદોડ અને ચિંતાને લીધે મગજને આરામ કરવાનો મોકો જ નહોતો મળ્યો, પરંતુ શારીરિક ક્ષમતાની સીમા આવી ગઈ હોવાને લીધે શરીર નિરાંત ઝંખતું હતું.

પોતાનું બારણું બરાબર રીતે લૉક કરીને તેણે બાથરૂમમાં ચહેરો ધોઈ નાંખ્યો. અરીસામાં પોતાની જાતને જોઈ રહેલો વિવાન નજર સામે દેખાતા પ્રતિબિંબને ઘડીભર ઓળખી ન શક્યો. ટાલવાળા ખાલી મોંની હજુ તેને આદત નહોતી. આંખો ઊંડી ઊતરી ગઈ હતી અને પોપચાંમાં જાણે સોજો ચડી ગયો હતો. એની નીચે કાળાં કુંડાળાં દેખાતાં હતાં. કપાળ ઉપર કરચલીઓ, ઊતરી ગયેલા ગાલ, ત્રણ દિવસની વધેલી દાઢી!

પોતાની જાતને તેણે પ્રશ્ન પૂછ્યો...

કોણ છે આ શખ્સ? મેં આખરે શું ગુનો કર્યો છે, બાબા?

વિવાનની સુધીર બાબા સાથે મનોમન પ્રશ્નોત્તરી શરૂ થઈ ચૂકી હતી. રિયા અને સુહાનીના ચહેરા તેની આંખ સામે ઊપસી આવતા હતા.

પાછલા ૭૨ કલાકોએ વિવાનનું અસ્તિત્વ તેની પાસેથી છીનવી લીધું હતું. તે સતત ભાગી રહ્યો હતો... કશુંક શોધવા માટે... કશુંક પામવા માટે... કશુંક પરત મેળવવા માટે... કશુંક પાછળ છોડીને આગળ વધવા માટે!

જીવન આ યુવકની ભયંકર આકરી પરીક્ષા લઈ રહ્યું હતું.

વિવાને પોતાની જાતને ફરી એ જ અંધારી ગુફામાં જોઈ, જ્યાંથી તે મૃત રિયાને ખભા પર નાંખીને બહાર નીકળવાનો પ્રયત્ન કરી રહ્યો હતો. એ પરિસ્થિતિ અને હાલની સ્થિતિ વચ્ચે ઝાઝો તફાવત નહોતો! જિંદગીમાં ફરી પૂર્વવત્ શાંતિ અનુભવી શકાશે કે કેમ, એ સવાલ તલવારની જેમ માથા ઉપર લટકી રહ્યો હતો. ફરી સુખનો સૂર્યોદય જોઈ શકાશે કે કેમ, એ પ્રશ્ન ચિત્તમાં ઘુમરાયા રાખતો હતો. ચોખ્ખી હવામાં શ્વાસ લેવા માટે તેનું મન અધીરું બની ગયું હતું.

નેપકિન વડે અડધુંપડધું મોં લૂછ્યા બાદ તે પાણી ટપકતા ભીના હાથ સાથે પલંગ પર આવીને લાંબો થઈ ગયો. આજુબાજુના અવાજો એકદમ શાંત થઈ ગયા હતા. એરકન્ડિશનરની આછી ઘરઘરાટી વચ્ચે તે ક્યારે ઘસઘસાટ નસકોરાં બોલાવવા માંડ્યો, એનું તેને ખુદને ભાન ન રહ્યું!

વર્તમાન દિવસ

બેંગ્લોર

સંપાંગી રામનગર ખાતે આવેલાં બેંગ્લોરના પોલીસ-હેડક્વાર્ટર્સની એક કેબિન અજય ડોભાલે કબજે કરી લીધી હતી. પોલીસ કર્મચારીઓ અને અધિકારીઓથી ધમધમતી એ ઑફિસમાં ડાબી બાજુની દીવાલ ઉપર પાંચ ટીવી-સ્ક્રીન જોવા મળતાં હતાં; જેમાં સુહાની સિંહાની લાઇવ સીસીટીવી-ફૂટેજ સહિત દેશની જુદી જુદી ન્યુઝચેનલ્સ પર દર્શાવવામાં આવતાં બ્રેકિંગ-ન્યૂઝ ચાલુ હતા. અજય ડોભાલની

બરાબર સામે અર્ધપારદર્શક કાચનું પ્રવેશદ્વાર હતું અને પીઠ પાછળ ભૂરા રંગનું આઠ ફૂટનું નૉટિસ-બોર્ડ, જેના ઉપર બેંગ્લોરના મૉસ્ટ-વૉન્ટેડ અપરાધીઓની તસવીરો ચોંટાડેલી હતી. જમણી બાજુની દીવાલે રેકૉર્ડ્સ સાચવવા માટેના તોતિંગ કબાટો હતાં, જેમાં વર્ષો જૂના કેસની ફાઇલ્સ ધૂળ ખાઈ રહી હતી!

ઈડલી-સંભાર ખાવામાં મશગૂલ અજય ડોભાલ વારેઘડિયે સુહાનીના બ્લેઝરના ખિસ્સામાંથી મળી આવેલી તામ્રપત્રની ગડી ઉપર નજર નાંખી લેતાં હતા. એની ઝેરોક્ષ દેશના ટોચના ભાષાવિદોને રવાના કરી દેવામાં આવી હતી. થોડા જ સમયની અંદર એનું રહસ્ય ખૂલી જાય એવી સંભાવના હતી.

અજય ડોભાલને હવે ચટપટી ઊપડી હતી. આખો કેસ તેમની ધારણા બહાર ટ્વિસ્ટ્સ લઈ રહ્યો હતો. બે સીધા-સાદા લાગતા નાગરિકો - વિવાન અને સુહાની - વાસ્તવમાં કોઈકનાં મહોરાં હોવાં જોઈએ, એવું તેની છઠ્ઠી ઇન્દ્રિય ચીસો પાડીને કહી રહી હતી.

શતરંજના આ ખેલનું સંચાલન બીજે ક્યાંકથી થઈ રહ્યું હોવાની ગંધ તેને આવી રહી હતી.

જે મૂળ અપરાધી હતો, તેણે આખી બાજી એવી રીતે રમી હતી કે સાપ મરી જાય છતાં લાઠી ન તૂટે! તેની સૌથી મોટી ઉપલબ્ધિ કદાચ એ હતી કે રાષ્ટ્રપતિ ભવનમાં થયેલા હુમલામાં સેંકડો લોકો આખરે મૃત્યુ કઈ રીતે પામ્યા, એનો પત્તો હજુ સુધી નહોતો લગાવી શકાયો.

પ્રાઇમ મિનિસ્ટર ઑફિસ - પી.એમ.ઓ. - માંથી અજય ડોભાલને અલ્ટિમેટમ મળી ચૂક્યું હતું. આગામી ૧૨૦ કલાકમાં કેસ ન ઉકેલાયો, તો તેની પોસ્ટ છીનવી લેવામાં આવશે એ નિશ્ચિત હતું.

વિપક્ષ અને દેશભરની જનતા આવડા મોટા આતંકવાદી હુમલાનો હવે જવાબ માંગી રહી હતી. ભારતભરમાં ધરણાં શરૂ થઈ ચૂક્યાં હતાં. ઇન્ટરનેશનલ અખબારો અને નેશનલ મીડિયાએ સરકાર માથે માછલાં ધોવામાં કશું બાકી નહોતું રાખ્યું. જો આવી ને આવી સ્થિતિ રહે, તો સરકાર ઊથલી પડવાની શક્યતા હતી!

... એટલામાં કેબિનનો દરવાજો ખૂલ્યો અને અજય ડોભાલનો આસિસ્ટન્ટ મોં પર ચારસો વોલ્ટના બલ્બ જેટલું સ્મિત લઈને અંદર આવ્યો, 'સર... બહુ મોટી કડી હાથ લાગી છે!'

'બોલવા માંડ...' અજય ડોભાલ ઈડલીનો ટુકડો પડતો મૂકીને ખુરશી પરથી ઊભા થઈ ગયા, 'આશા રાખું છું કે કંઈક નક્કર હશે!'

તેમના અવાજમાં છુપાયેલા કટાક્ષથી ટેવાઈ ગયેલા અમિતે એના ઉપર ધ્યાન આપ્યા વગર કહ્યું, 'રિયા ચૌધરીના મોબાઇલનું લૉકેશન ટ્રેસ થયું છે! લગભગ પંદર-વીસ સેકન્ડ માટે તેનો ફોન સ્વિચ-ઑન થયો હતો અને...'

અમિતના ડ્રામેટિક પૉઝથી અકળાયેલા અજય ડોભાલ તાડુક્યા, 'અને શું, અમિત?'

'તે રાજકોટમાં ક્યાંક છે!' અમિતે શબ્દોને મમળાવતાં કહ્યું.

૪૦

ત્રેતાયુગ

મહાબલિપુરમ્, આર્યાવર્ત

આખી રાત્રિ દરમિયાન સંગીત અને નૃત્ય મહોત્સવ ચાલ્યો હતો. ત્રિલોકના એકમાત્ર વાર્ષિકોત્સવમાં સૌ કોઈ બબ્બે રાત્રિનો ઉજાગરો કરી નાંખતા હોવા છતાં થાકતાં નહોતાં. ત્રીજા દિવસે વહેલી સવારે મહાદાન પ્રસંગની પૂર્ણાહુતિ બાદ વાર્ષિકોત્સવ સમાપ્ત થતો હતો.

પતિ યયાતિ અને ત્રણ સંતાનો - યદુ, તુર્વસુ અને માધ્વી - સાથે મહાબલિપુરમ્ સ્થિત આ વાર્ષિકોત્સવમાં ભાગ લેવા આવેલી દેવયાની ત્રણ દિવસથી તેના નાના ભાઈ બલિની ભવ્યતા જોઈને અંતરથી રાજીપો અનુભવી રહી હતી. સમયના વહેણ સાથે તે પોતાના જીવનમાં આગળ તો વધી ગઈ હતી, પરંતુ દંડક સાથે વીતાવેલી એ કાળરાત્રિ હજુ પણ ક્યાંક તેના હૃદયના એક અંધારિયા ઓરડામાં અકબંધ હતી! અધૂરામાં પૂરું, દાદા ભૃગુની વસમી વિદાય પશ્ચાત્ પિતા શુક્રાચાર્યની ભાંગી પડેલી અવસ્થા જોઈને તે ઘણી વાર દુ:ખી થઈ જતી... કચના શાપ અનુસાર, યયાતિ ચારિત્ર્યહીન પતિ પુરવાર

થયો હતો. પોતાના નિવાસસ્થાનમાં હવે તેનો એકમાત્ર આશરો તેના સંતાનો હતાં, જેમની સાથે સમય પસાર કરીને દેવયાની આનંદ અનુભવતી.

પ્રાતઃ કાળે મહાદાન પ્રસંગ આરંભ થયો. અમરાવતીના સંતો-મહંતો-યોગીઓ; કાળી મજૂરી કરીને ગુજરાન ચલાવતાં આર્યાવર્તના સામાન્ય પરિવારો અને મરૂભૂમિના ભિક્ષુકોથી મહેલનું પ્રાંગણ હકડેઠઠ ભરાઈ ચૂક્યું હતું.

સૌ કોઈ વારાફરતી બલિ સમક્ષ પોતાની યાચિકા મૂકતાં અને ખપ મુજબના ધન-સંપત્તિની માંગણી કરતાં. સામે પક્ષે, બલિ પણ હર્ષોલ્લાસ સાથે છુટ્ટા હાથે દાન કરતો. વાર્ષિકોત્સવમાં પધારેલ એક પણ જીવને દાન માટે ના પાડીને નિરાશ નહીં કરવાનો, એવો નિયમ તેણે વર્ષોથી અપનાવ્યો હતો... પછી ભલે ને એના માટે ગમે એટલી મોટી રકમનું દાન કેમ ન આપવું પડે!

દાનવીર બલિની લોકપ્રિયતા જોઈને ઇન્દ્રાદિ દેવોની ઈર્ષાનો પાર નહોતો, પરંતુ સમયની સાથે તેઓ સમજી ચૂક્યા હતા કે ત્રિલોકના તમામ જીવો માટે હવે અસુરસમ્રાટ જ સર્વસ્વ બની ચૂક્યા છે! એમાં પણ ખાસ કરીને મહર્ષિ ભૃગુએ અંતિમકાળમાં ઇન્દ્રને આપેલા શાપ પછી દેવો વધુ ગભરાઈ ગયા હતા. હાથમાંથી સરકતી રેતીની માફક તેમને ત્રિલોકનું આધિપત્ય પોતાના હાથમાંથી સરકતું જણાતું હતું. હવે તો કોઈ ચમત્કાર જ એમને શાસન પુનઃ પ્રસ્થાપિત કરવામાં સહાયરૂપ થઈ શકે એમ હતો.

સોનામહોરો અને હીરા-મોતીથી ભરેલા ઘડાઓ એક પછી એક ખાલી થતા જતાં હતાં. કોશાગારમાંથી નવા ઘડાઓ લાવવામાં આવી રહ્યા હતાં. બલિના સેવકો અને મહેલના દાસ જરૂરિયાતમંદ માણસોની સેવામાં નિરંતર કાર્યરત હતાં. એક બાજુ આખી રાતના ક્ષુધાતુર મહેમાનો માટે ઘી-દૂધના મિષ્ટાન્ન પીરસાઈ રહ્યા હતાં, તો બીજી બાજુ માદક પીણાં! સૌ પોતપોતાની ઇચ્છાનુસાર બલિની ઉત્કૃષ્ટ મહેમાનગતિ માણવામાં વ્યસ્ત હતાં.

અસુર પરિવારો એકબીજા સાથે હળીમળીને અલકમલકની વાત કરી રહ્યા હતા, ઠઠ્ઠા-મશ્કરીઓ થઈ રહી હતી, ઉમંગ-ઉલ્લાસથી વાતાવરણ પુલકિત થઈ ઊઠ્યું હતું. ત્રિલોકમાં આટલી શાંતિ અને સ્થિરતા છેલ્લે ક્યારે જોવા મળી હતી... કોઈને સ્મૃતિમાં નહોતું! એવું લાગતું હતું જાણે સંકટના વાદળો વિખેરાઈ ચૂક્યા છે!

... પરંતુ, સાતમા મનવંતરનું કાળચક્ર તો પોતાનું કાર્ય કરવાનું જ હતું!

દેવયાની ક્યારનીય દાનકાર્યમાં વ્યસ્ત બલિને પ્રસન્ન ચિત્તે નિહાળી રહી હતી. એવામાં તેનું ધ્યાન બલિની બરાબર સામેથી ચાલ્યા આવતાં માત્ર દોઢ

હાથ જેટલી ઊંચાઈ ધરાવતાં વામન સ્વરૂપ તરફ ખેંચાયું. બાળક સમા દેખાતાં એ બ્રાહ્મણે શરીરે ઉપવસ્ત્ર અને નીચે ધોતી પહેરી હતી. એમના ખભે પાતળી જનોઈ ઝૂલી રહી હતી. સામાન્ય માણસની તુલનામાં એમના મુખારવિંદ પર અદ્વિતીય તેજ ઝળકતું હતું, કાનમાં કુંડળ અને લલાટ પર વેંકટેશ્વર તિલક દૈદિપ્યમાન હતું. એમના આરાધ્યદેવ શ્રીવિષ્ણુ હોવા જોઈએ, એ સ્પષ્ટ હતું.

એક હાથમાં કમંડળ તો બીજા હાથમાં છત્રી સાથે તેઓ બલિ તરફ પધારી રહ્યા હતા. એમના ગળામાં જપમાળા શોભાયમાન હતી. રૂદ્રાક્ષના બાજુબંધ પહેરેલાં એ બ્રાહ્મણનું કદ એટલું વામન હતું કે તેઓ માંડ માંડ બલિની કમર સુધી પહોંચતાં હોવા જોઈએ!

'દાનમ્ દેહિ, રાજન્...' વામનસ્વરૂપ ઉવાચ.

એમના સ્વરમાં અજબ માધુર્ય હતું. કરૂણાથી સભર આંખો, મુખ પર સૌમ્યાતિસૌમ્ય ભાવ, દૃષ્ટિમાં કોમળતા, વ્યક્તિત્વમાં બાળસહજ નિર્દોષતા.

બલિએ અવાજની દિશામાં નજર કરી. એમનાથી અડધી ઊંચાઈ ધરાવતાં બ્રાહ્મણ એક હાથ ફેલાવીને એમની સામે દાનની માંગણી કરી રહ્યા હતા.

ધ્યાનપૂર્વક એમની હથેળી નિહાળી રહેલાં બલિએ નોંધ્યું કે બ્રાહ્મણની હથેળી પર કમળનું નિશાન છે! ગૌર વર્ણ... ગુલાબની પ્રાકૃતિક સુગંધથી મઘમઘતાં એ બ્રાહ્મણના આવ્યા બાદ વાતાવરણ એકાએક અત્યંત તેજોમય ભાસી રહ્યું હતું.

... એટલામાં દેવયાની, શુક્રાચાર્ય અને રાવણ પણ બલિની પાસે આવીને ઊભા રહી ગયા. દૈત્યગુરુએ અત્યંત વેધક દૃષ્ટિ સાથે વામન-બ્રાહ્મણનું નિરીક્ષણ કર્યું. તેમના હાવભાવમાં સહસા પલ્ટો જોવા મળ્યો.

'અવશ્ય, બ્રાહ્મણદેવ...' બલિએ માર્મિક સ્મિત આપતાં વિનમ્રભાવે પૂછ્યું, 'મારો સંપૂર્ણ કોશાગાર આપના માટે ખુલ્લો છે. હું આપના ચરણકમળોમાં શું અર્પણ કરી શકું? આદેશ, આર્ય...'

બલિ પોતાનું વિધાન પૂરું કરે એ પહેલાં જ શુક્રાચાર્યએ તેની વાત કાપી, 'બ્રાહ્મણદેવ, આ મહાદાનમાં ફક્ત ધન-સંપત્તિનું દાન જ થઈ રહ્યું છે! જો આપ અન્ય અપેક્ષાથી આવ્યા હોય, તો નિરાશ થશો.'

એમના વાણીમાં સહેજ કડવાશ તરી આવી.

કોઈને સમજાયું નહીં કે શુક્રાચાર્ય શા માટે હસ્તક્ષેપ કરી રહ્યા છે! ત્યાં

આમંત્રિત દેવગણ પણ આ રોચક અને રહસ્યમય ઘટનાક્રમને સાક્ષીભાવે નિહાળવા લાગ્યા.

'સમજી શકું છું..' પૂર્વવત્ માધુર્ય અને સ્થિતપ્રજ્ઞતા સાથે વામનસ્વરૂપ બોલ્યા, 'હું પણ ઐશ્વર્યની જ માંગણી કરવા આવ્યો છું, આપ નિશ્ચિંત રહો!'

શુક્રાચાર્યની દરમિયાનગીરીથી બલિ થોડો નારાજ થયો. તેના દાયકાઓ જૂના સંકલ્પ આડે કોઈ આવે એ તેને પસંદ નહોતું.

'આપ પૂર્વાગ્રહમુક્ત થઈને માંગો, વામનદેવ!' બલિએ એમને આશ્વસ્ત કર્યા.

'ત્રણ ડગલાં ભૂમિ, રાજન્!' બ્રાહ્મણદેવના મુખારવિંદ પર માર્મિક સ્મિત ઝળક્યું.

બલિને એવું લાગ્યું કે તેને બરાબર સંભળાયું નથી. તેણે સહેજ ઝૂકીને વિનમ્ર સ્વરે ખાતરી કરતાં પૂછ્યું, 'ક્ષમા, દેવ! ત્રણ ડગલાં?'

'યથાર્થ!' વામનદેવે દૃઢતા સાથે કહ્યું, 'મારે આપના સામ્રાજ્યમાંથી માત્ર ડગલાં ભૂમિ દાનમાં જોઈએ છે!'

'પરંતુ આપની સામે મારો સંપૂર્ણ કોશાગાર ખુલ્લો છે. વિશ્વના તમામ અમૂલ્ય કહી શકાય એવા હીરા-મોતી અને સુવર્ણ-અલંકારો આપના ચરણોમાં હું અર્પણ કરી શકું છું. આપને જો વસવાટ માટે ભવ્યાતિભવ્ય મહેલ જોઈતો હોય, તો એનું નિર્માણ પણ હું કરાવી શકું છું. અમરાવતી, આર્યાવર્ત અને મરૂભૂમિના પ્રત્યેક વ્યંજન તથા સુખ-સગવડોની વ્યવસ્થા આપને દાન છે... આમ છતાં, આપ ત્રણ ડગલાં ભૂમિનો આગ્રહ કેમ રાખો છો?' બલિએ પોતાની દાનપ્રિયતાનો પરિચય આપતાં કહ્યું. તેના સ્વરમાં ક્યાંય અહંકારનો છાંટો નહોતો.

'નહીં રાજન્... ત્રણ ડગલાં ભૂમિ સિવાય મને કશું ન ખપે!' બ્રાહ્મણદેવે પોતાની માંગ પર મક્કમ રહેતાં કહ્યું, 'જો આપ મને એ ન આપી શકો એમ હોય, તો હું અહીંથી ચાલ્યો જઉં.'

'ના.. ના, દેવ!' બલિએ આદરભાવ સાથે કહ્યું, 'દાન લીધા વગર આપ ચાલ્યા જાઓ, તો મારો ક્ષાત્રધર્મ લાજે! હું આપને ત્રણ ડગલાં ભૂમિનું દાન આપવા રાજી છું...'

તેણે બ્રાહ્મણદેવ સામે મસ્તક ઝુકાવ્યું.

'હું એ કદાપિ નહીં થવા દઉં!' શુક્રાચાર્ય અચાનક ક્રોધિત થઈ ગયા. એમનો સ્વર આખા પ્રાંગણમાં ગુંજી ઊઠ્યો, 'બલિ... કાન ખોલીને મારી

ચેતવણી સાંભળી લે! જો તેં આ દાન આપ્યું છે, તો મારો અને તારો ગુરુ-શિષ્ય તરીકેનો સંબંધ અહીં પૂર્ણ!'

થોડી વાર પહેલાંનું મનોરમ્ય વાતાવરણ એકાએક તાણગ્રસ્ત થઈ ગયું. ગુરુ-શિષ્ય વચ્ચેનું ઘર્ષણ એની પાછળ કારણભૂત હતું.

'ક્ષમા, ગુરુદેવ!' બલિએ શુક્રાચાર્ય સમક્ષ બે હાથ જોડીને ક્ષમાયાચના માંગી, 'પણ સંકલ્પબદ્ધતાનો ગુણ મેં આપની પાસેથી જ શીખ્યો છે. મહાયજ્ઞના આ પ્રસંગે હું વચનને ફેરવી તોળું, તો અસુરવંશની ગરિમાનું ખંડન થાય!'

એટલું બોલીને બલિએ પોતાના હાથમાં જળની અંજલિ ભરીને સંકલ્પ લેવા માટે કમંડળ ઉઠાવ્યું. તે કમંડળ ત્રાંસુ કરીને જળ હાથમાં લેવા જાય એ પહેલાં જ શુક્રાચાર્યએ અણિમા મંત્રનો પ્રયોગ કર્યો, જેના પ્રભાવથી તેઓ સૂક્ષ્માતિસૂક્ષ્મ સ્વરૂપમાં પરિવર્તિત થઈ ગયા.

કમંડળના અગ્રભાગે છિદ્રમાં જઈને તેઓ બિરાજમાન થઈ ગયા, જેથી જળ એમાંથી બહાર ન આવી શકે અને બલિનો સંકલ્પ પૂરો ન થઈ શકે.

મહેલના તમામ આમંત્રિતો અને સેવકો શુક્રાચાર્યની આ ચેષ્ટા જોઈને સ્તબ્ધ હતા, કારણ કે આજ પહેલાં દૈત્યગુરુએ ક્યારેય કોઈને રોકવા માટે આ હદનો પ્રયત્ન નહોતો કર્યો.

શા માટે શુક્રાચાર્ય બ્રાહ્મણદેવને ત્રણ ડગલાં ભૂમિ નહોતા આપવા દેવા માંગતા? ત્રણ ડગલાં ભૂમિમાત્રના દાનથી બલિના વિશાળ સામ્રાજ્યમાં કોઈ ધરખમ ઘટાડો નહોતો આવવાનો છતાં?

આના વાસ્તવિક કારણની બે લોકોને જ જાણ હતી: દૈત્યગુરુ શુક્રાચાર્ય અને દેવરાજ ઇન્દ્ર!

૪૧

વર્તમાન દિવસ

રાજકોટ

સાંજના સમયે ખેતલા આપાની મસાલેદાર ચાએ રાજકોટને ફરી દોડતું કરી દીધું હતું. બપોરે ૧થી ૪ સુધી ઊંઘ ખેંચી કાઢ્યા બાદ આ શહેરની નવી સવાર સાંધ્ય દૈનિકો સાથે ઊગતી હતી! ફેરિયાઓ સાંજ સમાચાર છાપું ઘરે ઘરે નાંખવા માટે રવાના થઈ ગયા હતા. જોકરના વણેલા ગાંઠિયા, બાલાજીની ગરમાગરમ સેન્ડવિચ, ગોરધનભાઈનો ચેવડો-પેટિસ-લીલી ચટણી અને મયૂરનાં ભજિયાં એકદમ લિજ્જતથી પેટમાં પધરાવાઈ રહ્યાં હતાં.

રાજકોટવાસીઓને ક્યાં ખબર હતી કે આજે એમના શહેરમાં કેવડી મોટી ઘટના આકાર પામવાની છે!

નગરના અવળચંડા રસ્તાઓને ફેંદીને યુનિવર્સિટી રોડ તરફ આગળ ધપી રહેલી પોલીસ-વાન આજે જરાક વધુ પડતી જલદીમાં હતી. ન તો તેઓ પેટ્રૉલિંગ કરી રહ્યા હતાં કે ન તો એમને કોઈનો કૉલ આવ્યો હતો!

તેઓ એ વ્યક્તિના ઇશારે કામ કરી રહ્યા હતા, જેણે દિલ્હીમાં પોતાના છેડા લગાવીને ખુફિયા રીતે આખો તામઝામ તૈયાર કર્યો હતો. આખું મિશન અત્યંત સાયલન્ટ અને લૉ-પ્રોફાઇલ રહીને પાર પાડવાનું હતું. નાનકડી અમથી ચૂક પણ આજે જાનલેવા સાબિત થઈ શકે એમ હતી!

'દીદી... પાછલા ચાર મહિનાથી મોહમ્મદ બિલાલ લૉન્ડ્રીમૅન બનીને વસંત નિવાસ આવતો હતો!' લાલુ મંદ સ્વરે પોતાની આપવીતી જણાવી રહ્યો હતો, 'મને તો સ્વપ્નેય અંદાજ નહોતો કે તે આટલો ખૂંખાર આતંકવાદી હોઈ શકે!'

તેના પગમાં લાગેલી ગોળી ઘણા સમય બાદ આખરે કાઢી લેવામાં આવી હતી, પરંતુ ત્યાં રસી પાકી હતી અને સોજો ચડ્યો હતો. હાલત એટલી ખરાબ હતી કે લાલુને જલદી હૉસ્પિટલમાં દાખલ કરવામાં ન આવે, તો પગ કાપવાની નોબત આવે!

'લૉન્ડ્રીમૅન?' ખુરશી સાથે બંધાયેલી હાલતમાં જ રિયાએ તેને પૂછ્યું.

'હા...' લાલુ ધીમા અવાજે બબડ્યો, 'એ કપડાં લેવા અને આપવાના બહાને અહીંયાં આવતો. ભલમનસાઈ દાખવીને હું એને બહાર તડકામાં ઊભો રાખવાને બદલે ઘરમાં અંદર બોલાવીને બેસાડતો, કેટલીક વખત ચા-પાણી પીવડાવતો! ધીરે ધીરે અમે સારા મિત્રો બનતા ગયા..'

રિયાએ પોતાની સામે સોફા ઉપર ઘસઘસાટ ઊંઘતા બિલાલ સામે નજર કરી. આખા દિવસમાં ફક્ત સાંજના ભાગે તે ચારેક કલાક ઊંઘતો. આ સમય દરમિયાન એના બે સાગરીતો રિયા અને લાલુ ઉપર નજર રાખવાનું કામ કરતા. બીજા ફ્લૉર ઉપર બાથરૂમ ગયેલો એક સાગરીત હજુ નીચે નહોતો ઊતર્યો. બીજો માણસ કોઈક કામથી બહાર ગયો હોવાને લીધે ઘરમાં આજે પાંચને બદલે કુલ ચાર લોકો જ હતાં.

'પોલીસે મારી પૂછપરછ કરી અને આ ઘરને સીલ કર્યું, એ પછી હું બસ-સ્ટૅન્ડ પર જઈને ગોધરાની એસ.ટી. માટે રાહ જોઈ રહ્યો હતો, ત્યાં જ લૉન્ડ્રીમૅનનો મારા ઉપર ફોન આવ્યો...' લાલુ ભૂતકાળમાં સરી પડ્યો, 'એણે કહ્યું કે તે કોઈક મોટી મુશ્કેલીમાં સપડાયો છે અને મને મળવા માંગે છે!'

પગમાં થઈ રહેલા અતિશય દર્દને કારણે લાલુનો અવાજ વચ્ચે વચ્ચે તરડાઈ જતો હતો.

'આજી ડેમ પાસે સૂમસામ વિસ્તારમાં એણે મને મળવા બોલાવ્યો. હું જેવો ત્યાં પહોંચ્યો કે મારા માથામાં જોરથી દંડો મારવામાં આવ્યો અને હું બેભાન થઈ ગયો! બસ... પછી મારી આંખ સીધી આ ઘરમાં જ ખૂલી.'

'તો એનો મતલબ એમ કે હું દિલ્હીથી નીકળીને રાજકોટ પહોંચી, ત્યાં સુધીમાં આ માણસ ફ્લાઇટ પકડીને અહીંયાં આવી ગયો હોવો જોઈએ!' રિયાએ તાણાવાણા જોડવાનું કામ કર્યું, 'અને એ તો જ શક્ય છે, જો એના માણસો મારો પીછો કરી રહ્યા હોય!'

બિલાલે તેને કેટલા મોટા ભ્રમમાં રાચવા દીધી હતી, એ રિયાને હવે છેક સમજાયું. વાસ્તવમાં એમનાથી પીછો ક્યારેય છૂટ્યો જ નહોતો! આ સંગઠન એવું જ ઇચ્છતું હતું કે રિયા દિલ્હીથી ભાગીને અન્ય શહેરમાં જાય!

એમાં વળી, રિયાએ વસંત નિવાસ આવવાનો નિર્ણય લીધો; જેના કારણે બિલાલ માટે તો બગાસું ખાતાં પતાસું મળ્યાનો ઘાટ સર્જાયો. આખા દેશમાં રિયાને શોધી રહેલી પોલીસને તો સ્વપ્નેય અંદાજ નહોતો આવવાનો કે તે વિવાનના સીલ થયેલા ઘરમાં કેદ હોઈ શકે!

વસંત નિવાસની બહાર ટુકડીઓએ છૂટોછવાયો ઘેરો ઘાલવાની શરૂઆત કરી દીધી હતી. તેઓ સિવિલ ડ્રેસમાં હતા. લગભગ પચાસેક જવાનોનો કાફલો હશે!

'પૉઝિશન!' સૌએ કાનમાં પહેરેલા ઈયર-પીસમાં એક ચિર-પરિચિત સ્વર ગુંજ્યો. કમરમાં ખોસાયેલી ગન ઉપર હાથ ફેરવીને આવનારા જંગ માટે એમણે પોતાની જાતને તૈયાર કરી. નેશનલ એજન્સીઓની જાણ બહાર થવા જઈ રહેલું આ મોટું મિશન હતું. મિશન-હેડ દ્વારા એમને મીડિયાથી દૂર રહેવાની કડક સૂચના આપી દેવામાં આવી હતી.

એમના વડા પણ બુલેટ-પ્રૂફ જેકેટ પહેરીને પોતાની પોઝિશન લઈ ચૂક્યા

હતા. ગુપચુપ રીતે ચાલી રહેલી આ પ્રવૃત્તિમાં એક પણ સિવિલિયનને ઈજા ન પહોંચવી જોઈએ, એવો ઉપરથી સ્પષ્ટ આદેશ હતો.

'કોઈ હલચલ?' મિશન-કમાન્ડરનો અવાજ ફરી ઈયર-પીસમાં પડઘાયો.

'નહીં, સર!' વસંત નિવાસની બારીઓ અને દરવાજા ઉપર નજર રાખીને બેઠેલા બાહોશ માણસે જવાબ આપ્યો. નાની અમથી હિલચાલ પણ તેના ધ્યાનબહાર ન રહી જાય, એટલી તીવ્ર નિરીક્ષણશક્તિ તેની પાસે હતી.

મિશન-કમાન્ડરે આગેકૂચ કરતા પહેલાં છેલ્લી વખત આખા ઘર ઉપર અછડતી નજર દોડાવી. એકાએક જોવા મળેલા દશ્યએ તેને હચમચાવી મૂક્યો. એ ચીસ પાડતાં બોલ્યો, 'એવરીવન ડાઉન!'

નીચે ઝૂકી જવાના તેના આદેશની અમલવારી થાય, એ પહેલાં જ...

ધાંય... ધાંય... ધાંય...

હવાને ચીરતી ત્રણ ગોળીઓ મિશન-કમાન્ડરની ઠીક બાજુમાં ઊભેલા માણસના બુલેટપ્રૂફ-જેકેટ સાથે અથડાઈ. છાતીને વાગેલા ધક્કાથી તે જમીનથી દોઢેક ફૂટ ઊંચે ફંગોળાયા બાદ પાછળની તરફ ઢળી પડ્યો.

વસંત નિવાસના મુખ્ય દરવાજામાંથી હાથમાં મશીનગન સાથે બહાર નીકળેલા બિલાલના સાગરીતે ગોળીઓનો વરસાદ વરસાવી દીધો.

નીચે ઝૂકી ગયેલા મિશન-કમાન્ડરે વરંડાની બહારથી જ કાનમાં આદેશ આપ્યો, 'સ્નાઇપર, કમ ઇન!'

'સર, નાઇન્ટી ડિગ્રી નૉર્થ! એ મારા નિશાના ઉપર છે...' વસંત નિવાસથી ૩૦૦ મીટર દૂર આવેલા ફ્લેટના ત્રીજા ફ્લૉરની બારી ઉપર બેઠેલો સ્નાઇપર પોતાની આંગળી ટ્રિગરની વધુ નજીક લઈ જતાં બોલ્યો, 'વેઇટિંગ ફૉર યોર ઑર્ડર!'

મિશન-કમાન્ડર ઑર્ડર આપવા જાય એ પહેલાં જ ગોળીઓ ખૂટી જવાને લીધે મશીનગન શાંત પડી. બે-ત્રણ ગાડીઓનો ઘરઘરાટ સંભળાયો.

બારી પર કાળી ફિલ્મ ચડાવેલી રેન્જ રોવર પૂરપાટ વેગે વસંત નિવાસની બહાર નીકળી.

'ડૉન્ટ ફાયર!' મિશન-કમાન્ડરે સ્થિતિની ગંભીરતા પારખતાં કહ્યું, 'અંદર રિયા હોઈ શકે છે! પીછો કરો.'

મિશન-કમાન્ડરે પોતાના કમરપટામાં ખોસેલી સ્ટિક-ગન કાઢીને રેન્જ-રોવરની દિશામાં દાબી દીધી.

સનનનનન... કરતું એક જી.પી.એસ. ટ્રેકર રેન્જ-રોવરની નંબર-પ્લેટ ઉપર ચ્યુંગમની માફક સજ્જડ ચોંટી ગયું.

હજુ તેઓ પોતપોતાની ગાડી તરફ ભાગવા જાય, એ પહેલાં રેન્જ-રોવરનો પાછલો દરવાજો ખૂલ્યો અને એમાંથી એક પછી એક ૧૦ સ્મોક-બૉમ્બ સિવિલ-ડ્રેસમાં ઘેરો ઘાલીને ઊભેલા પોલીસ-કમાન્ડો તરફ ફેંકાયા.

ચારેબાજુ ધુમાડો જ ધુમાડો થઈ ગયો. કોઈને કશું દેખાતું નહોતું. અધૂરામાં પૂરું, કોઈના ચહેરા ઉપર માસ્ક ન હોવાને લીધે ફેફસાંમાં ધુમાડો પહોંચ્યો અને ઉધરસ શરૂ થઈ ગઈ. આમ છતાં, એને ગણકાર્યા વગર મિશન-કમાન્ડર પોતાની કાર તરફ ભાગ્યા.

'કંટ્રોલ-રૂમ!' મિશન-કમાન્ડરે ઈયર-પીસમાં આદેશ આપ્યો, 'ટ્રેસ ધ લૉકેશન ઑફ રેન્જ-રોવર!'

ટીમ-આલ્ફાને એમણે વસંત નિવાસનો ખૂણેખૂણો ફેંદી મારવાની સૂચના આપી, 'કિડનેપરની ઝીણામાં ઝીણી વિગતો પણ છૂટી ન જવી જોઈએ. પંદર મિનિટમાં ફૉરેન્સિક ટીમ મને અહીંયાં હાજર જોઈએ.'

બીજી જ ઘડીએ, મિશન-કમાન્ડરે પોતાના બુલેટ-બાઇક તરફ દોટ મૂકી. રેન્જ-રોવર દેખાતી નહોતી. તેણે ફરી કંટ્રોલ-રૂમને પૂછ્યું, 'લૉકેશન?'

'સર.. યુનિવર્સિટી રોડ પરથી કાલાવાડ રોડ તરફ કાર ધસી રહી છે!' સામે છેડેથી આસિસ્ટન્ટનો અવાજ સંભળાયો, 'તેઓ કોટેચા ચોક તરફ આગળ વધી રહ્યા હોય એવું લાગે છે.'

'ગોટ ઇટ!' મિશન-કમાન્ડરે પોતાનું બાઇક કાલાવાડ રોડના કે.કે.વી. હૉલ તરફ ભગાવી મૂક્યું.

સૂરજ લગભગ આથમી ગયો હતો. રાતા આકાશમાં આમથી તેમ ઉડાઉડ કરી રહેલાં પંખીઓ પોતપોતાના માળામાં પહોંચવા માટે આતુર હતાં. વાહનોના હૉર્નને કારણે વચ્ચે-વચ્ચે કદાચ તેઓને દિશાભ્રમ પણ થઈ રહ્યો હતો. રાજકોટ હવે ધીરે ધીરે અમદાવાદ બની રહ્યું હતું. રોડ-રસ્તાઓના કામકાજ, ઓવર-બ્રિજના કાટમાળ અને શિયાળામાં પણ કાળઝાળ ગરમીનો અનુભવ કરતા આ શહેરની તાસીર બદલાઈ રહી હતી.

'રેન્જ-રોવર આગલી ૨૦ સેકન્ડમાં કૉટેચા-ચોકને પાર કરી જશે...' મિશન-કમાન્ડરના ઈયર-પીસમાં અવાજ પડઘાયો, 'તમે પહોંચશો ત્યાં સુધીમાં સિગ્નલ બંધ થઈ ગયું હશે અને તમારા બાઇકની આગળ અસંખ્ય વાહનો ખડકાઈ ચૂક્યાં હશે, સર! જો તમે જલદી ન કરી તો, એ આપણા હાથમાંથી છટકી જશે..'

આટલું સાંભળતાં જ મિશન-કમાન્ડરે બાઇકની ગતિ બમણી કરી, કમર ઉપર ખોંસી રાખેલી બંદૂક કાઢી.

'એક વસ્તુ તું ભૂલી ગયો કે, ફક્ત સાત સેકન્ડની અંદર એ મારી ફાયર-રેન્જમાં હશે!' એ વ્યક્તિએ કંટ્રોલ-રૂમમાં બેઠેલ આસિસ્ટન્ટને સંબોધીને કાઉન્ટડાઉન ચાલુ કરતાં કહ્યું, 'થ્રી... ટુ... વન...!'

મિશન-કમાન્ડરે રેન્જ-રોવરની ઠીક બાજુમાં આવીને તેના પાછલા ટાયર પર ધડાધડ છ ગોળીઓ વરસાવી દીધી.

ચીઈઈઈઈઈઈ.... અવાજ સાથે આમથી તેમ ફંગોળાઈ રહેલી કાર ધડાકાભેર ડિવાઈડરમાં ઘૂસી ગઈ. આજુબાજુના વાહનચાલકો માટે આ સ્તબ્ધ કરી દેનારી ઘટના હતી. ઘડીના છઠ્ઠા ભાગમાં શું રમત રમાઈ ગઈ, એનો એમને બિલકુલ અંદાજ નહોતો.

ગાડી જેવી ધડાકાભેર ઊભી રહી કે તરત બુલેટ-બાઇક જમીન ઉપર પડતું મૂકીને મિશન-કમાન્ડર તેના તરફ દોડ્યો. કોટેચા ચૉકમાં ભીડ એકઠી થવા માંડી હતી. ટ્રાફિક રોકાઈ ચૂક્યો હતો.

ટિક... ટિક... ટિક...

કારમાંથી કશુંક બીપ-બીપ થઈ રહ્યાનો અવાજ સ્પષ્ટપણે સંભળાતો હતો. મિશન-કમાન્ડરને નવાઈ લાગી, પણ બીજી જ ઘડીએ તેણે તાગ લગાવી લીધો કે બીપિંગ શેમાંથી થઈ રહ્યું છે! આ અવાજ તેણે પોતાના જીવનમાં ઘણી વખત સાંભળ્યો હતો!

આજુબાજુ એકઠી થઈ રહેલી ભીડને સંબોધતાં તેણે જોરથી ત્રાડ પાડી, 'આઘા ખસી જાઓ... કાર બ્લાસ્ટ થવાની છે!'

એકાએક સાત વર્ષનું બાળક અજાણપણે જ પોતાની માની આંગળી છોડાવીને રેન્જ-રોવર તરફ ચાલવા માંડ્યું. માનું ધ્યાન પોતાના બીજા બાળકને સાચવવામાં હતું, એટલે તેને આ હકીકતનો મોડેથી ખ્યાલ આવ્યો.

મિશન-કમાન્ડરની નજર પડતાં જ તેણે રાડ પાડી, પરંતુ બાળક રેન્જ-રોવરથી ફક્ત બે-ત્રણ ફૂટ જ દૂર હતું!

'ભૈરવી મા... મદદ કરો!' બાળકને બચાવવા માટે દોટ મૂકી રહેલા મિશન-કમાન્ડરે મનોમન અત્યંત શ્રદ્ધાપૂર્વક ગુરુ માતાને યાદ કર્યા. એ જ ક્ષણે...

ધડામમમમ...

એક જોરદાર ધડાકો થયો.

મિશન-કમાન્ડર સાત ફૂટ દૂર ઊછળ્યા. કાર-બ્લાસ્ટને કારણે એમના મોં પર લોઢાનું પતરું ઘસરકો પાડતું ગયું. કાનમાં તમતમાટી બોલવા માંડી. ધડાકાની ગુંજને કારણે બહેરાશ આવી ગઈ, પરંતુ અત્યારે ચિંતા એની નહોતી.

ધૂળની ડમરીઓ ઉઠી... કારમાંથી ઊઠતી અગનજ્વાળા લબકારા નાંખતી હતી...

કોઈની હિંમત નહોતી કે આંખ ઉઘાડીને સાત વર્ષના બાળકનું ચીંથરેહાલ થયેલું શરીર જુએ! એની મા આઘાતમાં હતી. ઘડીના છઠ્ઠા ભાગમાં બની ગયેલી આ ઘટના બાદ તે સત્ય પચાવવા સક્ષમ નહોતી..

મિશન-કમાન્ડરે ઊભા થઈને કાર તરફ દોટ મૂકી! એમની આંખોમાં ગયેલી ધૂળની ડમરી ખટકો પેદા કરતી હતી. ટ્રાઉઝર ફાટી ચૂક્યું હતું. ગાલ પરથી લોહીનો રેલો નીતરી રહ્યો હતો. મોં પર કાળી મેશ રગદોળાયેલી હતી.

પરંતુ મિશન-કમાન્ડરે ત્યારબાદ જે દૃશ્ય જોયું, એ અકલ્પનીય હતું. એના પગ જમીન સાથે સજ્જડ ખોડાઈ ગયા!

એ બાળક હજુ ત્યાં જ ઊભું હતું... એકદમ સ્વસ્થ!

જાણે કશું જ બન્યું જ ન હોય, એમ તે દોડતું દોડતું પોતાની મા પાસે પહોંચી ગયું. શરીર પર ઈજા તો દૂર, ધૂળ કે મેશનું પણ નામોનિશાન ન જોવા મળ્યું!

આખી કાર ભડભડ બળી રહી હતી... પરંતુ બાળકને જરાસરખી પણ ઈજા ન થાય.. એ કઈ રીતે શક્ય હતું?

આ દૈવીય ચમત્કારના સાક્ષી, ત્યાં હાજર તમામ લોકોનાં મગજ બહેર મારી ગયાં!

'અશરફ સર...' મિશન-કમાન્ડરના ઈયર-પીસમાં કંટ્રોલ-રૂમ આસિસ્ટન્ટનો અવાજ પડઘાયો, 'આર યુ ઑલરાઇટ?'

અશરફ વીજળીવાળા હજુ પણ બંધ આંખે ભૈરવી માનો આભાર વ્યક્ત કરી રહ્યા હતા!

વર્તમાન દિવસ
કોઇમ્બતૂર

આદિયોગિની અલયમ્‌માં ભૈરવી માની સામે બેસીને એમને એકચિત્તે સાંભળી રહેલાં સાધ્વી મા અને મનસ્વીએ એકાએક એમના શરીરમાં આવતાં પરિવર્તનો નોંધ્યાં.

શરીરને વીજળીનો ઝાટકો લાગ્યો હોય એમ ભૈરવી મા ધ્રૂજ્યાં. એમની ચામડીમાં લાલાશ ઊપસી આવી. કોઈકે ઊકળતું ગરમ તેલ રેડ્યું હોય, એવી દાહક પીડાનો અનુભવ એમને થઈ રહ્યો હતો. આમ છતાં, તેઓ સ્થિતપ્રજ્ઞ અવસ્થામાં પોતાના આસન પર બેસી રહ્યાં. એમના મુખારવિંદ પરની કરચલીઓમાં નાનકડો ફેરફાર સુધ્ધાં ન આવ્યો! સ્મિત અકબંધ રહ્યું અને એમાં છલકાતી મમતા પણ!

થોડી ક્ષણો માટે એમણે પોતાની વાણીને વિરામ આપ્યો. સભાખંડમાં બેઠેલાં શ્રદ્ધાળુઓ સમજી નહોતાં શકતાં કે ભૈરવી મા બોલતાં બોલતાં કેમ અટકી ગયાં?

... એકમાત્ર સાધ્વી મા અને મનસ્વી આની પાછળનું રહસ્ય જાણતાં હતાં.

ભૈરવી માએ ફરી કોઈક જીવની કારમી પીડા અને અકાળ મૃત્યુને પોતાના શરીર પર વહોરી લીધું હતું!

૪૨

ત્રેતાયુગ

મહાબલિપુરમ્, આર્યાવર્ત

બલિ મૂંઝવણમાં મુકાઈ ગયો. એક બાજુ શુક્રાચાર્યની હઠ અને બીજી બાજુ પોતાની સંકલ્પબદ્ધતા! દૈત્યગુરુ ક્યારેય આ પ્રકારે અણિમા સિદ્ધિનો પ્રયોગ કરીને કોઈને દાન આપતાં રોકે નહીં... ને છતાં આજે એમનું વર્તન બલિ માટે અવરોધજનક પુરવાર થઈ રહ્યું હતું. અધૂરામાં પૂરું, ગુરુ હોવાને નાતે બલિ એમના ઉપર કોઈ બળ અથવા મંત્રશક્તિનો પ્રયોગ પણ કરી શકે એમ નહોતો.

'આચાર્ય... આપને મારી નમ્ર વિનંતી છે...' બલિએ વિનવણી કરતાં કહ્યું, 'હઠનો ત્યાગ કરી દો!'

શુક્રાચાર્યનો અવાજ પડઘાયો, 'તેં મને ગઈકાલે વચન આપ્યું હતું કે મારા વેણની અવહેલના નહીં કરે, બલિ!'

'સત્ય...' બલિએ પ્રત્યુત્તર વાળ્યો, 'પરંતુ વાત જ્યારે મારા સંકલ્પ અને વચનની હોય, ત્યારે હું એમાંથી પીછેહઠ શી રીતે કરી શકું?'

'ગુરુ જ્યારે શિષ્ય પાસે હઠ લઈને બેસે, ત્યારે એટલું સમજી લેવાનું કે તેની ભલાઈ માટે જ આમ થઈ રહ્યું છે.' શુક્રાચાર્ય કોઈ કાળે નમતું જોખવા તૈયાર નહોતા, 'અસુરોના જીવનમાં ઘણા સમય પછી સુખનો સૂરજ ઊગ્યો છે. એને હું આથમવા નહીં દઉં!'

બલિ વિચારે ચડી ગયો. તેણે વામનદેવ સામે અર્થસૂચક દૃષ્ટિ કરી. એમના મુખારવિંદ પર સ્મિત અકબંધ હતું. તેમણે પોતાનું કમંડળ બલિ સામે ધર્યું, જેમાં જળની સાથોસાથ દુર્વા પણ રાખવામાં આવ્યાં હતાં.

બલિ સામે બે વિકલ્પો હતા... ક્યાં તો તે શુક્રાચાર્યની વાત માનીને બ્રાહ્મણને ખાલી હાથે મહેલમાંથી રવાના કરે અથવા તો વામનદેવના કમંડળમાંથી દુર્વા ઉઠાવી પોતાના કમંડળને નિર્મળ કરે!

બલિએ વચનબદ્ધતાનું પાલન કર્યું.

ક્ષણના છટ્ઠા ભાગમાં તેણે બ્રાહ્મણદેવના કમંડળમાંથી દુર્વા ઉઠાવીને પોતાના કમંડળમાં નાંખી દીધું! પરિણામસ્વરૂપ, અણિમા મંત્રપ્રયોગ વડે સૂક્ષ્મ અવતાર ધારણ કરી ચૂકેલા શુક્રાચાર્યની ડાબી આંખમાં તે શૂળની માફક ભોંકાયું.

'આઆઆઆહહહહ...' શુક્રાચાર્ય ચિત્કારી ઊઠ્યા. તેમની કાળી ચીસોમાં અનુભવાતી વેદનાથી આખું મહાબલિપુરમ્ વિચલિત થઈ ગયું.

બલિના હૃદયમાં પણ શૂળ ભોંકાયાની પીડા અનુભવાઈ. આખરે કયો શિષ્ય પોતાના પરમગુરુને પીડામાં જોઈને રાજી હોય?

હૃદય ઉપર પાષાણશિલા રાખીને તેણે પોતાના કમંડળને ત્રાંસું કર્યું અને એમાંથી જમણી હથેળીમાં જળ લઈ સંકલ્પ કર્યો, 'હું, ત્રિલોકસ્વામી બલિ... આપને ત્રણ ડગલાં ભૂમિ દાનમાં આપવા માટે વચનબદ્ધ થાઉં છું, ભૂદેવ!'

કમંડળમાંથી મૂળ રૂપે બહાર આવી ગયેલા શુક્રાચાર્યની ડાબી આંખમાંથી દડદડ લોહી વહી રહ્યું હતું. એવું લાગતું હતું જાણે ત્યાં કોઈકે બાકોરું પાડીને આખી આંખ બહાર કાઢી લીધી છે!

એમની ડાબી આંખ ફૂટી ચૂકી હતી... એ ક્ષણથી સમસ્ત વિશ્વ એમને **એકાક્ષ અઘોરી**ના નામથી ઓળખવાનું હતું!

'અનર્થ...' તેઓ બરાડી ઊઠ્યા, 'તને ખબર નથી બલિ કે તારી વચનબદ્ધતાને કારણે અસુરોએ શું ભોગવવું પડશે!'

સમગ્ર દૃશ્ય જોઈ રહેલા અસુરો, દેવો અને માનવોને આવનારી કેટલીક ક્ષણોમાં શુક્રાચાર્યની ભવિષ્યવાણીનો મર્મ સમજાઈ ગયો.

તત્ક્ષણ વામનદેવે પણ મસ્તક ઝુકાવીને બલિના સંકલ્પનો સહર્ષ સ્વીકાર કર્યો. તેમણે પોતાની આંખો બંધ કરી. હોઠ પર મંત્રોચ્ચારણ અને લલાટ પર જ્ઞાનનું દિવ્ય તેજ! તેઓ નિશ્ચિતરૂપે કોઈ અલૌકિક આત્મા હતા.

મંત્રોચ્ચારણ પૂર્ણ થતાંની સાથે જ એમના સ્થૂળ દેહમાંથી પ્રાણ બહાર નીકળી ગયા. એમનું આત્મિક શરીર હવે બલિની સામે ઊભું હતું. કોઈ ઝાઝું વિચારી શકે એ પહેલાં જ એમના આત્મિક શરીરનું કદ ક્રમશઃ વધવા માંડ્યું. ક્ષણવાર પહેલાં સુધી ફક્ત દોઢ હાથની ઊંચાઈ ધરાવતા વામનદેવનો દેહ ધીરે ધીરે આકાશની દિશામાં વિસ્તાર પામવા માંડ્યો.

દેવયાની અને રાવણે આઘાત સાથે શુક્રાચાર્ય સામે જોયું.

દૈત્યગુરુએ એમની સમક્ષ સત્ય રજૂ કર્યું, 'મને અંદેશો આવી ગયો હતો કે કોઈ દૈવી શક્તિ આજે અસુરોના માર્ગમાં મોટું વિઘ્ન ઊભું કરવા જઈ રહી છે. મારી શંકા સત્ય ઠરી. આપ સૌ જેમને સામાન્ય ભૂદેવ માની રહ્યા છો, એ સ્વયં શ્રીવિષ્ણુના પાંચમા અવતાર, અદિતિના પુત્ર અને ઇન્દ્રના સગા ભાઈ ત્રિવિક્રમ છે... જેને જન્મ આપ્યા પશ્ચાત્ તુરંત અદિતિએ પોતાનો દેહ ત્યાગી દીધો હતો!'

આકાશમાં દેવતાઓનો શુભોધ્વનિ પડઘાયો. પુષ્પોનો મઘમઘાટ અને ભમરાઓનો પમરાટ વધુ તીવ્ર બની ગયા. સૂર્ય આડેથી વાદળો હટી ગયાં, જેથી સૃષ્ટિ શ્રીવિષ્ણુના આગમનને વધાવી શકે. વામન અવતારના દેહમાંથી પ્રસ્ફુરિત તેજથી રાજમહેલ ઝળાંહળાં થઈ ગયો. સમુદ્રમાં ચાલતી ભરતી-ઓટની પ્રક્રિયા થંભી ગઈ. વહેલી સવારનાં ભીનાં ઝાકળબિંદુઓ ત્રિવિક્રમના દિવ્યદેહનો સ્પર્શ કરીને ધન્યતા અનુભવી રહ્યાં હતાં. પંખીઓનાં ઈંડાંમાંથી કિલકિલાટ કરતાં બહાર નીકળેલાં અવિકસિત બચ્ચાં પણ પાંખ ફડફડાવીને શ્રીવિષ્ણુના માનવ-અવતારને વધાવી રહ્યાં હતાં. ઇયળ કોશેટોમાંથી પરિવર્તિત થઈને પતંગિયું બનવા લાગી. ગાયોની ગમાણ અને ઘોડાના તબેલાઓમાં ચહલપહલ થઈ ગઈ. પ્રકૃતિના પ્રત્યેક જીવો પોતાની આગવી શૈલીમાં પરમ ચૈતન્યના પ્રાદુર્ભાવ માટે હરખ વ્યક્ત કરી રહ્યાં હતાં.

ભગવાન વેંકટેશ્વર ત્રિવિક્રમના ભુવનમોહિની સ્વરૂપ સામે સૌ કોઈ નતમસ્તક હતાં. સૃષ્ટિમાંથી દુઃખ, પીડા, વેદના, વ્યથા, વિલાપ, ક્રોધ, ગ્લાનિ જેવી લાગણીઓ જડમૂળથી નષ્ટ થઈ ગઈ હોય એટલો ઉમળકો સૌના અંતરમાં વ્યાપી ગયો. સમસ્ત દેવગણ અને માનવો શ્રીવિષ્ણુના સર્વપ્રથમ માનવ-અવતારની સ્તુતિ કરવા લાગ્યા...

उत्तिष्ठोत्तिष्ठ गोविन्द उत्तिष्ठ गरुडध्वज ।
उत्तिष्ठ कमलाकान्त त्रैलोक्यं मङ्गलं कुरु ॥

'ઉત્તિષ્ઠ હે ગોવિંદ... ઉત્તિષ્ઠ હે ગરુડધ્વજ... શ્રીમહાલક્ષ્મીના અર્ધાંગ સમા હે શ્રીવિષ્ણુ, ઉત્તિષ્ઠ! ત્રિલોકની તમામ પવિત્રોત્તમ મંગલમય ભાવનાથી આપના ભક્તોના હૃદયને પુલકિત કરો...'

આર્યાવર્તના માનવો ભૂતકાળમાં ક્યારેય મહાવિષ્ણુના વાસ્તવિક સ્વરૂપનાં દર્શન નહોતાં કરી શક્યા. મત્સ્ય અવતારના આગમન વેળા રાજા સત્યવ્રત મનુ અને એમના રાજ્યમાં વસવાટ કરતા આંગળીના વેઢે ગણી શકાય એટલા મનુષ્યોએ શ્રીવિષ્ણુનાં દર્શન કર્યાં હતાં. કૂર્મ અને વરાહ અવતારનાં દિવ્યદર્શનનો લાભ માત્ર દેવતાઓ અને અસુરોને મળ્યો હતો. ચતુર્થ નરસિંહ અવતારનો આવિર્ભાવ ભક્ત પ્રહ્લાદના અંગત રાજમહેલમાં થયો હોવાને કારણે એક પણ માનવને એમનાં દર્શન નહોતાં મળ્યાં. એની સાપેક્ષમાં, વામન એકમાત્ર એવા અવતાર હતા, જેમણે આર્યાવર્ત-અમરાવતી અને મરુભૂમિના સેંકડો પ્રજાજનો સમક્ષ પોતાના બ્રહ્માંડસ્વરૂપનાં દર્શન કરાવ્યાં હતાં.

સૌએ મોક્ષપ્રાપ્તિ માટે એમની આરાધના કરતાં કહ્યું,

पञ्चाननाब्जभवषण्मुखवासवाद्याः
त्रैविक्रमादिचरितं विबुधाः स्तुवन्ति ।

भाषापतिः पठति वासरशुद्धिमारात्
शेषाद्रिशेखरविभो तव सुप्रभातम् ॥

'કમળ પર બિરાજમાન પંચમુખી શ્રીબ્રહ્મા, ષષ્ઠમુખી સ્વામી સુબ્રમણ્યમ અને ઇન્દ્રાદિ દેવો ભગવાન ત્રિવિક્રમ તેમજ આપના અન્ય અવતારોનાં ગુણગાન ગાઈ રહ્યા છે... પવિત્ર વાણીના અધિપતિ શ્રીબૃહસ્પતિ આ સવારને આપના પ્રાદુર્ભાવ-યોગ્ય પવિત્ર બનાવવા માટે શુદ્ધ મંત્રોચ્ચારણ કરી રહ્યા છે... શેષાદ્રિના શિખર ઉપર જેમનો આવિર્ભાવ થયો છે એવા હે વેંકટેશ્વર, પવિત્ર પ્રાતઃકાળે આપના ચરણોમાં અમારા સાષ્ટાંગ વંદન...'

દેવજનની અદિતિનું વચન સત્ય ઠર્યું હતું. ત્રિવિક્રમ પુનઃ દેવાધિપત્યને પ્રસ્થાપિત કરવા માટે પરત ફર્યા હતા. એમના નભથી પણ વધુ ઊંચાઈ ધરાવતા આત્મિક શરીરે પહેલાં ડગલાંની અંદર ખોબા જેવડા અમરાવતી અને અતિવિશાળ ઉપખંડ સમા આર્યાવર્તને આવરી લીધું.

શુક્રાચાર્યના હોઠ પરથી નિઃશ્વાસ સરી પડ્યો. અસુરાધિપત્યને સદીઓ પશ્ચાત્ મળેલાં સન્માન અને અધિકાર ક્ષણવારમાં એમને ધૂળધાણી થતાં દેખાયાં.

એમના મતે વિષ્ણુએ પુનઃ અસુરો સાથે દગો કર્યો હતો! ભોળા બલિએ કશું જ વિચાર્યા વગર માત્ર પોતાની વચનબદ્ધતાને ખાતર અસુરાધિપત્યને શૂળી ઉપર ચડાવી દીધું હતું!

બલિ સ્થિતપ્રજ્ઞ અવસ્થામાં શ્રીવિષ્ણુની લીલા નિહાળી રહ્યો હતો. તેના ચહેરા પર દુઃખ કે હતાશાનું તો નામોનિશાન સુધ્ધાં નહોતું. હા, પ્રશ્નો જરૂર હતાં... પરંતુ પીડા નહીં! તેના ચિત્તમાં વચન-પાલનનો સંતોષ હતો.

વામન અવતારે બીજું ડગલું ભરીને મરૂભૂમિને પણ આવરી લીધી... અને હવે ત્રીજું ડગલું ભરવા માટે કોઈ અવકાશ રહ્યો નહોતો.

દેવો, દાનવો અને માનવો શ્રીહરિના અનંત-અમાપ-અક્ષત સામર્થ્યનું પ્રમાણ જોઈ રહ્યા હતાં. આજ સુધી એમણે પોતાના વડીલોના મુખેથી વીતી ગયેલાં મનવંતરોમાં વિષ્ણુએ ધારણ કરેલાં ૨૪ અવતારોની કથાઓ જ સાંભળી હતી, પરંતુ એમાંની એક કથાને નજર સમક્ષ સત્ય પૂરવાર થતાં જોઈને તેમના ઉરમાં ભક્તિસાગર હિલોળે ચડ્યો હતો... જન્મારો સફળ થઈ ગયાની અનુભૂતિ હતી એ!

બીજી બાજુ, રાવણ માટે દેવાસુર સંઘર્ષનું આ પહેલુંવહેલું જીવંત દ્રષ્ટાંત હતું. જન્મથી માંડીને અત્યાર સુધીના વર્ષોમાં તેણે પોતાના વડવાઓ પાસેથી દેવો દ્વારા અસુરોને થતાં અન્યાય અને શ્રીવિષ્ણુના પક્ષપાતી ન્યાયની માત્ર વાતો જ સાંભળી હતી. તે ફાટી આંખે વામન અવતારને સઘળું વિશ્વ આવરી લેતાં જોઈ રહ્યો હતો.

બલિ જેવાં ધર્મપ્રેમી, ન્યાયપ્રેમી અને જીવપ્રેમી અસુરે એવું કયું કૃત્ય કર્યું હતું, જેના કારણે વામન અવતારે અસુરાધિપત્ય છીનવવા માટે માનવદેહ ધારણ કરવો પડ્યો?

અસુરો અને દૈત્યગુરુ શુક્રાચાર્ય શ્રીવિષ્ણુને શા માટે દેવતાઓના ઈશ્વર અને અસુરોના શત્રુ ગણાવતા હતા, એની પાછળનો મર્મ તેને અત્યારે સમજાઈ રહ્યો હતો.

સાથોસાથ, તેના મગજના એક ખૂણે આવનારા ભવિષ્યની થથરાવી નાંખતી ઝાંખી પણ ચાલી રહી હતી!

ત્રેતાયુગનો અંતિમ અને મહાભયંકર મહા-અસુર આળસ મરડીને બેઠો થવા માંડ્યો હતો!

૪૩

વર્તમાન દિવસ

મૈસૂર

ઠક... ઠક... ઠક...

ડેલા ઉપર ટકોરા પડ્યા.

ચમરાજપુરા નજીક આવેલાં *જગનમોહન પેલેસ આર્ટ ગેલેરી* અને ઑડિટોરિયમની બાજુની ગલીમાં એક નાનકડું ઘર હતું... લગભગ ૫૦૦ ચોરસફૂટ જેટલી જગ્યામાં ઊભેલું જૂનું રહેઠાણ! સફેદ ચૂનાથી ધોળેલી દીવાલો ઉપર સમયનો કાટ ચડી ચૂક્યો હતો. તિરાડો અને ધૂળથી મેલી થઈ ગયેલી ભીંતો રંગરોગાન માંગતી હતી, પરંતુ રહેવાસીને જાણે કોઈ ફિકર જ નહોતી. આ દીવાલો એની અંદર વસતાં લોકોની પીડાનું પ્રતીક હતી! દરવાજાની બરાબર બાજુમાં નાનકડા ગોખલાંમાં લટકતી અંગ્રેજી નેમ-પ્લેટના અક્ષરો અત્યંત ઝાંખા પડી ચૂક્યા હતા...

પૂર્ણૈયા કોવિલ!

દક્ષિણ ભારતમાં મંદિરને કોવિલ કહેવાનું ચલણ હતું. ભૂંસાયેલા ભૂતકાળનું એક પાનું બનીને રહી ગયેલું એ મકાન શહેરની વચ્ચોવચ હોવા છતાં સાવ અલિપ્ત હતું!

બારણું ઊઘડ્યું.

ભૂખરો સાડલો પહેરેલી પાંત્રીસેક વર્ષની મહિલાએ ઘરના ઉંબરા પરથી જ બહાર ડેલે નજર કરી. ચહેરા પર તણાયેલી રેખાઓ ભરયુવાનીમાં તેના માથે આવી ચડેલી ઉપાધિઓની ચાડી ખાતી હતી. ઊંડી ઊતરી ગયેલી આંખો, કૃષકાય શરીર, અડધાપડધા સફેદ થઈ ગયેલા વાળ, બંગડી વગરનું કાંડું અને ઘરેણાં વગરની ડોક! અંબોડામાં ડોકાતી વેણીની ગેરહાજરી તેના જીવનમાંથી ગાયબ થઈ ચૂકેલા ફિક્કા શૃંગારરસની સૂચક હતી!

'નમસ્કારમ્ અક્કા...' માથે ટાલ, ભરાવદાર મૂછો, ઉપર સફેદ શર્ટ અને નીચે વાદળી રંગની ધોતી પહેરીને સંપૂર્ણ દક્ષિણ ભારતીય વેશભૂષામાં ઊભેલો એ યુવક સોહામણો દેખાતો હતો, 'હું પ્રાજિત નાયડુ!'

વિવાન શક્ય એટલા દક્ષિણ ભારતીય લહેજા સાથે અંગ્રેજી ભાષામાં વાત કરી રહ્યો હતો.

'જી... કોનું કામ છે?' ઉંબરે ઊભેલી સ્ત્રીએ પૂછ્યું. જોકે, તેના સવાલમાં કોઈ ઉમળકો કે આતિથ્યભાવ નહોતો.

'હું દિલ્હીથી આવું છું...' વિવાને જાળ પાથરી, 'અજિતાભ પૂર્ણૈયાના સંદર્ભમાં થોડી વાત કરવી છે.'

એ સ્ત્રીની આંખમાં કળી ન શકાય એવા હાવભાવ ઝળક્યા.

'મારે જે કહેવાનું હતું, એ મેં નેશનલ એજન્સીના વડાને કહી દીધું છે.' તે સહેજ ડરીને ઉત્તર આપી રહી હોય એવું લાગતું હતું, 'હવે કંઈ બાકી નથી રહેતું!'

એટલું કહીને તેણે દરવાજો બંધ કરવાની ચેષ્ટા કરી, પરંતુ ત્યાં જ વિવાને કંઈક એવું કહ્યું જે સાંભળીને તેના હાથ અટકી ગયા...

'એમની વીંટી મારી પાસે છે...' પોતાની વાતનો ધાર્યો પ્રભાવ પડતો જોઈને તેણે અંતિમ વાક્ય ઉચ્ચાર્યું, 'મને એ પણ ખ્યાલ છે કે એનો સીધો સંબંધ ટીપુ સુલતાન સાથે છે!'

બસ... આ છેલ્લું વાક્ય પેલી સ્ત્રીના હૃદય સોંસરવું ઊતરી ગયું. વિવાને તેની પાછળ કોઈ આકૃતિનું હલનચલન જોયું. ઘરમાં બીજું કોઈક હાજર હતું... પણ કોણ?

ધડામ.. અવાજ સાથે મહિલાએ દરવાજો બંધ કરી દીધો.

વિવાને નિસાસો નાંખ્યો. બે-ત્રણ વખત ફરી અવાજ લગાવવાની કોશિશ કરી જોઈ, પણ વ્યર્થ! પાંચેક મિનિટ સુધી તેણે ડેલો ખખડાવ્યે રાખ્યો. અંદર જાણે સન્નાટો પ્રસરી ગયો હોય એમ સઘળું શાંત પડી ગયું હતું... ડોકું અંદર લઈને કવચમાં સંતાઈ ગયેલા કાચબાની માફક!

દિલ્હીથી બેંગ્લૉર અને ત્યારબાદ મૈસૂર સુધી આવવાનું જોખમ ખેડીને મેં કોઈ ભૂલ તો નથી કરી નાંખી ને?

વિવાનનું મગજ ઘમરોળાવા માંડ્યું. તે ડેડ-એન્ડ ઉપર પહોંચી ચૂક્યો હતો. અહીંથી આગળ હવે કશું બચ્યું નહોતું. તેને જે થોડી ઘણી આશા હતી, એ અહીંયાં મળેલી નિષ્ફળતા બાદ નામશેષ થઈ ચૂકી હતી.

હતાશ વદને તેણે જગનમોહન પેલેસ સાથે કનેક્ટ થતા મુખ્ય રસ્તા તરફ ડગ માંડ્યા.

શેરીના નાકે પહોંચીને તેણે રિક્ષા ઊભી રાખવા માટે પ્રયત્નો ચાલુ કર્યા. ત્રણ-ચાર રિક્ષાઓમાં પેસેન્જર હતાં, એટલે તે ઊભી ન રહી. આખરે એક ખાલી રિક્ષા તેને હૉટલ હેરિટેજ-ઇન લઈ જવા તૈયાર થઈ.

હજુ તે રિક્ષામાં બેસવા જાય એ પહેલાં, મોં પર માસ્ક અને માથા ઉપર ટોપી પહેરેલા એક અજાણ્યા શખ્સે જોરથી તેનું બાવડું ખેંચ્યું. વિવાન કંઈ સમજી-વિચારી શકે એ પહેલાં તેના હાથની મુઠ્ઠીમાં એક ચબરખી પકડાવી દેવામાં આવી.

જેવી વીજળીની ગતિએ તે આવ્યો હતો, તેનાથી બમણી સ્પીડ સાથે તે રસ્તો ઓળંગીને સામેના ભીડભાડવાળા વિસ્તારમાં ઓઝલ થઈ ગયો!

વીસ સેકન્ડમાં બની ગયેલી આખી ઘટનામાં વિવાન ફાટી આંખે એ અજાણ્યા શખ્સને તાકતો રહી ગયો. બહુ મોડે મોડે તેને ભાન થયું કે પોતાની હથેળીમાં એક નાનકડી ચિઠ્ઠી છે!

રિક્ષામાં બેસીને એક બાજુ તેણે ડ્રાઇવરને ઑટો ચલાવવાની સૂચના આપી અને બીજી બાજુ ઘડીનો પણ વિલંબ કર્યા વગર ચબરખી ખોલીને વાંચી...

દરિયા-દૌલત બાગ, શ્રીરંગપટ્ટનમ્... આજે સાંજે પાંચ વાગ્યે! મેજર અજિતાભ પૂર્ણૈયાની વીંટી લઈને આવજો.

વર્તમાન દિવસ
રાજકોટ

નજર સામે ભડકે બળી રહેલી કારમાં સ્યુસાઇડ-બૉમ્બર સિવાય બીજું કોઈ નહોતું, એ જોઈને અશરફ વીજળીવાળાનો જીવ હેઠો બેઠો.

'હા... હું ઠીક છું. મને કોઈ ઈજા નથી પહોંચી.' તેણે કંટ્રૉલ-રૂમમાં સંદેશો પહોંચાડતાં કહ્યું, 'બિલાલની ગાડી વસંત નિવાસથી નીકળીને કૉટેચા ચૉક સુધી પહોંચી, એની વચ્ચે ક્યાં ઊભી રહી હતી એ મને સીસીટીવી કૅમેરામાં જોઈને તાત્કાલિક જાણ કરો. વી નીડ ટુ કેચ હિમ! બહુ દૂર નહીં ભાગ્યો હોય એ!'

સામે છેડેથી જવાબ આવે એટલી સેકન્ડ્સની અંદર પાછલા બે દિવસોમાં ઉઠાવેલી જહેમત તેની આંખ આડેથી સિનેમારીલની માફક પસાર થઈ ગઈ.

આલોક ચૌધરીની ભાળ મેળવવા આવેલો અશરફ દિલ્હી એરપૉર્ટથી જ રઘવાયો થઈ ચૂક્યો હતો. એકાએક રાષ્ટ્રપતિ ભવનમાં થયેલા આતંકવાદી હુમલાની ખબરો, વિવાન આર્યનું દોષી જાહેર થવું, રિયાનું અચાનક ગાયબ થઈ જવું... આ બધું અશરફ માટે ચોંકાવનારું અને આઘાતજનક હતું.

મનને સ્થિર રાખીને તેણે એ રાતથી જ રિયા અને વિવાનની ભાળ મેળવવાની શરૂઆત કરી દીધી હતી. ખાનગી અને સરકારી બંને કંપનીઓમાં તેણે પોતાના સંપર્કોનો ઉપયોગ કરવામાં કંઈ બાકી નહોતું રહેવા દીધું.

... એટલામાં, તેની સામે કોઇમ્બતૂરના શક્તિ-આશ્રમ વિશે એક એવી સ્ફોટક વિગત સામે આવી, જે સાંભળીને તે હચમચી ગયો હતો.

કોઇમ્બતૂરમાં ભૈરવી મા સાથે તેની મુલાકાત ગોઠવાઈ, ત્યાં જ રિયાએ રાજકોટમાં છેલ્લી વખત પોતાનો ફોન ચાલુ કર્યો હોવાની બાતમી અશરફ સુધી પણ ખુફિયા રીતે પહોંચી... અને બીજી જ કલાકે, તે રાજકોટ આવવા રવાના થઈ ગયો હતો.

કાર બ્લાસ્ટ થવાની હતી, એ વખતે અનાયાસે જ તેણે ભૈરવી માનું સ્મરણ શા માટે કર્યું એની ગતાગમ અશરફને હજુ સુધી નહોતી... પરંતુ એટલું નક્કી હતું કે એ સ્ત્રીમાં કંઈક તો ખાસ હતું! આજ સુધી આટલી દિવ્ય આભા ધરાવતાં સાધ્વી સાથે તેની ક્યારેય મુલાકાત નહોતી થઈ.

'સર.. અમે સીસીટીવી ફૂટેજ તપાસી લીધી છે.' અશરફના ઈયર-પીસમાં અવાજ પડઘાયો, 'કૉટેચા ચૉક પહોંચવામાં ત્રણસો મીટરનું અંતર બાકી હતું, એ વખતે ૧૦ સેકન્ડ માટે રેન્જ-રૉવર કાર ધીમી પડી હતી. એમાંથી એક બુકાનીધારી માણસ યુવતીને જબરદસ્તી પોતાની બીજી કારમાં શિફ્ટ કરતો જોવા મળે છે..'

'ઑકે...' અશરફે તાણાવાણા જોડ્યા, 'તો એનો મતલબ એમ કે સ્યુસાઇડ-બૉમ્બર કમ કારના ડ્રાઇવરને રેન્જ-રૉવરમાં રહેવા દઈને કિડનેપરે પોતાના સાગરીત પાસે બીજી ગાડી મંગાવી અને કૉટેચા ચૉક પહોંચે એ પહેલાં રિયા સાથે ગુપચુપ રીતે એમાં બેસી ગયો!'

'રાઇટ! વ્હોટ નેક્સ્ટ?' સામે છેડેથી અશરફના નવા આદેશની રાહ જોવાઈ રહી હતી.

'એ ગાડીનો નંબર દેખાઈ રહ્યો છે?'

'હા.. વિઝિબલ છે!' જવાબ મળ્યો.

'રાજકોટના કયા કયા નાકા, ગલી, બ્રિજ અથવા વિસ્તારમાંથી એ ગાડી પસાર થઈ રહી છે એની સેકન્ડ-સેકન્ડની વિગતો મને મળતી રહેવી જોઈએ.' અશરફના અવાજમાં દૃઢતાનો રણકાર ઉમેરાયો, 'હું એની પાછળ જઈ રહ્યો છું... જોઉં છું, ક્યાં સુધી ભાગી શકે છે!'

વર્તમાન દિવસ

શ્રીરંગપટ્ટનમ્

'મહોગની!' દરિયાદૌલત બાગમાં આવી પહોંચેલા વિવાનના કાને એક શબ્દ અથડાયો. રશિયાથી આવેલા પ્રવાસીઓના સમૂહને ત્યાંનો સ્થાનિક ટૂરિસ્ટ-ગાઇડ અંગ્રેજી ભાષામાં ટીપુ સુલતાનના આ મહેલ વિશે જણાવી રહ્યો હતો, 'પાછલી અઢી સદીથી અડીખમ ઊભેલા આ વૃક્ષે કેટકેટલા નરસંહાર અને યુદ્ધો જોયાં છે!'

મહેલની સુંદરતામાં વધારો કરતો આ બાગ દાખલ થતાંવેંત પોતાના લાવણ્ય થકી આગંતુકનું સ્વાગત કરતો હતો. મૈસૂરથી ફક્ત ૧૯ કિલોમીટરના અંતરે આવેલો દરિયાદૌલત બાગ મહેલ કાવેરી નદીની બરાબર બાજુમાં ટીપુ સુલતાન દ્વારા બનાવવામાં આવ્યો હતો. દરિયા જેટલી દૌલત એટલે કે સુંદરતા ધરાવતા બાગને કારણે તેનું નામ *દરિયાદૌલત બાગ* રાખવામાં આવ્યું હતું.

વિવાને પોતાની ઘડિયાળમાં નજર કરી. પાંચ વાગવામાં દસ મિનિટની વાર હતી. મોં પર માસ્ક અને માથે ટોપી પહેરીને તે મહેલનું નિરીક્ષણ કરી રહ્યો હતો. મૈસૂરમાં જેણે એના હાથમાં ચબરખી પકડાવી હતી, તે શખ્સે મુલાકાત માટે દરિયાદૌલત બાગ જ કેમ પસંદ કર્યું હશે એ અંગેની ગડમથલ તેના મગજમાં ચાલી રહી હતી.

મહેલની ફરતે લીલા રંગનું જાળીદાર કાપડ વીંટાળવામાં આવ્યું હતું, જેથી વરસાદની વાછટને અંદર આવતી રોકી શકાય. લાકડાના સ્તંભોમાં જાતભાતનું કોતરણીકામ જોવા મળતું હતું.

વિવાને જેવો મહેલમાં અંદર પગ મૂક્યો કે લીલા કાપડમાંથી પસાર થઈને આવતી હવાએ તેનું હૂંફાળું સ્વાગત કર્યું. નાનાં-મોટાં પગથિયાં અને બાલ્કનીઓથી સુશોભિત મહેલમાં બે માળ હતા. દીવાલો ઉપર ટીપુ સુલતાનના સમયમાં બનેલી ઘટનાઓનું સુંદર ચિત્રણ થયું હતું. ઝરૂખા તરફ નજર કરતાં જ વિવાનની નજર કેટલાંક ચિત્રો પર પડી, જેમાં હાથીની અંબાડી ઉપર બેઠેલો ટીપુ બ્રિટિશર્સ સામે જંગ ખેલી રહ્યો હતો.

મૈસૂરના વડિયર રાજપરિવાર પાસેથી સત્તા પ્રાપ્ત કરી ચૂકેલા હૈદર અલીની અંગ્રેજો સાથેની લડત, તેના દીકરા ટીપુ સુલતાનની રણનીતિઓ અને એમના વિજય-પરાજય અંગેની તમામ વિગતો એ ચિત્રો પરથી જાણી શકાતી હતી.

વિવાને એક ખાસ બાબત નોંધી... મહેલના ભીંતચિત્રોમાં હાથીઓ વધારે પ્રમાણમાં જોવા મળતા હતા. અજિતાભ પૂર્ણૈયાની વીંટીમાં જે સિક્કાનું ચિહ્ન મળ્યું હતું, એના પર પણ હાથી મુદ્રિત હતો. ૧૮મી સદીમાં થઈ ગયેલા મુસ્લિમ રાજાનો આટલો બધો હાથીપ્રેમ વિવાનને નવાઈ પમાડતો હતો.

કેટલાક ઇતિહાસકારોના મતે, ટીપુ મુસ્લિમ ધર્માંધ રાજા હતો... તો કેટલાકના મતે બિનસાંપ્રદાયિક!

'ટાઈરન્ટ કે ટાઈગર?' કોઈક અજાણ્યા શખ્સનો અવાજ વિવાનના કાને પડ્યો.

એની દિશામાં વિવાન ડોકું ફેરવવા જાય એ પહેલાં જ અજાણ્યા શખ્સે તેને રોક્યો, 'મારી સામે જોઈને વાત ન કરશો, પ્લીઝ! મારા અને મારા પરિવારના પ્રાણ જોખમમાં છે. સામાન્ય પ્રવાસીની જેમ તમે ભીંતચિત્રો તાકતાં રહો અને હું જે કહું એ સાંભળો.'

વિવાને ત્રાંસી આંખ કરીને પોતાની ડાબી બાજુ જોવાની કોશિશ કરી. પૂર્ણૈયા કોવિલમાંથી નીકળ્યા બાદ જે વ્યક્તિએ તેના હાથમાં ચબરખી પકડાવી હતી, એ જ ટોપીધારી વ્યક્તિ તેનાથી એકાદ ફૂટ દૂર ઊભી રહીને વાત કરી રહી હતી.

'શ્રીરંગપટ્ટનમ્ નગરનો ઇતિહાસ ભવ્ય છે. સપ્તર્ષિઓમાંના એક એવા મહર્ષિ ગૌતમે અહીં સેંકડો વર્ષો સુધી તપ કર્યું હોવાની કથા સ્થાનિકોમાં પ્રચલિત છે. આથી, શ્રીરંગપટ્ટનમ્‌નું ઓછું જાણીતું નામ *ગૌતમ ક્ષેત્ર* પણ છે!' એ શખ્સે પોતાની વાતની માંડણી કરતાં કહ્યું, 'સાથોસાથ, માન્યતા એ પણ છે કે કાવેરી નદીએ ભગવાન વિષ્ણુને અહીં વસવાટ કરવા માટે વિનંતી કરી હતી, જેના પરિણામસ્વરૂપે તેઓ શ્રીઅનંતશયનમ્ અવસ્થામાં અહીં સ્થાપિત થયા. આ કારણોસર જ, નગરના પ્રમુખ દેવતાને શ્રીરંગનાથસ્વામી તરીકે પૂજવામાં આવે છે.'

આ માણસ એને શ્રીરંગપટ્ટનમ્ ગામનો ધાર્મિક ઇતિહાસ શા માટે જણાવે છે, એ અંગે વિવાનને જિજ્ઞાસા થઈ... પણ પૂછવા માટે યોગ્ય સમયની રાહ જોવી જરૂરી હતી.

'અજિતાભ પૂર્ણૈયાની વીંટી લાવ્યા છો?' એ શખ્સે પૂછ્યું.

એની સામે જોયા વગર વિવાને જવાબ આપ્યો, 'હા.. પણ હું કેવી રીતે માની લઉં કે તમે મારા શુભેચ્છક છો અને મદદ કરવા માટે જ આવ્યા છો?'

તેનો પ્રશ્ન યથાસ્થાને યોગ્ય હતો.

આગંતુક બે ઘડી માટે ચૂપ થઈ ગયો. મગજમાં ચાલી રહેલી ગડમથલ સામેવાળા માણસ સામે ઠાલવવી કે નહીં, એનો કદાચ તે વિચાર કરી રહ્યો હતો... પરંતુ ભરોસો મૂકવા સિવાય બીજો કોઈ વિકલ્પ પણ નહોતો!

મનોમન તેણે એક દૃઢ નિર્ધાર કરીને માથા પરથી ટોપી, આંખ ઉપરથી ગોગલ્સ અને ચહેરા ઉપરથી માસ્ક હટાવતાં પોતાની વાસ્તવિક ઓળખાણ આપી, 'કારણ કે હું જ અજિતાભ પૂર્ણૈયા છું!'

તેનો ચહેરો જોઈને વિવાનના પગ નીચેથી જમીન ખસી ગઈ. અદ્દલોદ્દલ એ નાકનકશી, શારીરિક બાંધો અને દેખાવ! જે માણસને તેણે રાષ્ટ્રપતિ

ભવનના દરબાર હૉલમાં મરતો જોયો હતો, એ અત્યારે તેની સામે એકદમ સ્વસ્થ ઊભો હતો.

કોઈ ભૂત જોઈ લીધું હોય એમ, વિવાનના હોઠ સિવાઈ ગયા. તેનું મગજ ફાટફાટ થવા માંડ્યું. જે માણસને કારણે દિલ્હીથી આખી કરમ-કહાણી શરૂ થઈ હતી, એ તદ્દન સ્વાભાવિકપણે પોતાની ઓળખાણ છતી કરી રહ્યો હતો... જાણે કશું બન્યું જ ન હોય!

વિવાનના મગજમાં ચાલી રહેલી મથામણ પારખી ગયેલો એ શખ્સ બોલ્યો, 'દરબાર હૉલમાં જેનું મૃત્યુ થયું, એ દિનેશ પૂર્ણૈયા મારો જોડિયો ભાઈ હતો..! અમે આઇડેન્ટિકલ-ટ્વીન્સ છીએ...'

૪૪

ત્રેતાયુગ

મહાબલિપુરમ્, આર્યાવર્ત

વામનદેવનો વિરાટ આત્મિક-દેહ પુનઃ સંકોચન પામીને એમના સ્થૂળદેહમાં સમાહિત થવા માંડ્યો. ત્રીજું ડગલું હજુ પણ મંડાયું નહોતું, એ વિષયમાં અનેક પ્રશ્નાર્થ પ્રજાજનના મનમાં જન્મી રહ્યા હતા.

જેમ પ્રાણ ને પ્રકૃતિ એકસાથે જ જાય, એવી રીતે ઇન્દ્રની સત્તાલાલસા આટઆટલા ખરાબ અનુભવો પછી પણ અકબંધ હતી. વામનદેવ દ્વારા ત્રિલોક પર પુનઃ આધિપત્ય સ્થાપિત થયા પશ્ચાત્ રાજગાદી માટે ઇન્દ્રની લાલચ સળવળી ઊઠી. તેના સ્મૃતિપટ ઉપર અમરાવતીનું સિંહાસન ઊપસી આવ્યું.

બલિ બે હાથ જોડીને વામનદેવની સામે ઊભો રહ્યો.

'રાજન્...' ત્રિવિક્રમે આછા મલકાટ સાથે પૂછ્યું, 'ત્રીજું ડગલું ક્યાં મૂકું? અવકાશ જ નથી બચ્યો.'

ઉત્તરમાં બલિ નિઃશબ્દ થઈને ધરતી ઉપર ઘૂંટણિયે બેસી ગયો. તેના આછા સફેદ વાળ પવન સાથે ધીમે ધીમે ફરકી રહ્યા હતા. વામનદેવના ચરણોમાં

મસ્તક ઝુકાવીને તેણે કહ્યું, 'વિષ્ણુભક્ત પ્રહ્લાદનો હું પૌત્ર છું, ભૂદેવ! એમના જેવી ભક્તિ અને સમર્પણભાવ તો કદાચિત્ મારામાં નથી, પરંતુ અપાયેલા વચન માટે પ્રાણ ન્યોછાવર કરી શકું એટલી દૃઢતા અવશ્ય છે!'

તેણે પ્રભુના જમણા ચરણકમળને પોતાના મસ્તક ઉપર મૂકતાં કહ્યું, 'આપના ત્રીજા ડગ માટે હું મારા અસ્તિત્વ, મારા સર્વસ્વ, મારા સ્થૂળદેહની આહુતિ આપું છું... બલિના દેહ ઉપર હવે આપનો અધિકાર છે, દેવ! પામર જીવની આ નમ્ર વિનંતી સ્વીકારી મારા જીવનને ધન્યતા અર્પણ કરો... મહાપ્રભુ!'

નેત્રોમાં અશ્રુ સાથે તેણે શ્રીવિષ્ણુની સ્તુતિ ગાઈ,

अहं दूरदस्ते पदां भोजयुग्म
प्रणामेच्छया गत्य सेवां करोमि ।

सकृत्सेवया नित्य सेवाफलं त्वं
प्रयच्छ प्रयच्छ प्रभो वेङ्कटेश ॥

'ઘણા સમય સુધી હું આપના ચરણકમળ-યુગ્મથી દૂર રહ્યો, પરંતુ હવે એમની સેવા કરવા માટે આપની શરણમાં આવ્યો છું. હે વેંકટેશ્વર, મને આપની નિત્યસેવા કરવાનો અવસર પ્રાપ્ત થાય, એવી અંતરના ઊંડાણથી વિનંતી કરી રહ્યો છું...'

વામનદેવે પિતૃભાવે રાજા બલિ ઉપર કરુણા વરસાવતાં કહ્યું,

'અસુરસમ્રાટ... વિધિના વિધાનને અનુસરતાં ત્રિલોક પરનું આધિપત્ય હું પુનઃ દેવતાઓને સોંપી રહ્યો છું. અમરાવતી, મરુભૂમિ અને આર્યાવર્ત ઉપર તારો કોઈ અધિકાર નહીં રહે. તારું રહેઠાણ આજથી મરુભૂમિ રહેશે.'

એમના સ્વરમાં બાળસહજ કુમાશ અને વાત્સલ્ય છલકાતું હતું,

'તારી નમ્રતા અને સમર્પણભાવથી હું અત્યંત પ્રસન્ન છું. દાનવોના ઇતિહાસમાં તારું નામ સોનેરી અક્ષરે લખાશે, બલિ! તેં પુરવાર કર્યું છે કે જીવ વાસ્તવમાં તેના કર્મને આધારે જ દેવ અથવા અસુર તરીકે ઓળખાય છે... જન્મને આધારે નહીં! પાછલા તમામ મનવંતરોની સરખામણીએ સાતમું વૈવસ્વત મનવંતર ઘણાં કલ્પનાતીત પરિવર્તનોનું સાક્ષી બનવા જઈ રહ્યું છે, એ સમયે હું વધુ એક અપવાદનું ઉમેરણ એમાં કરવા માંગું છું...'

જે મહાવિષ્ણુને પક્ષપાતી દેવ તરીકે જોવામાં આવતા હતા, એમણે બલિને એક એવું વરદાન આપ્યું જે સાંભળીને દૈત્યગુરુ શુક્રાચાર્ય, રાક્ષસરાજ રાવણ, દેવયાની, યદુ, પુરુ, યયાતિ આદિ સમસ્ત ત્રૈલોક્યવાસી આશ્ચર્યમાં મુકાઈ ગયા...

'અસુરોમાં એકમાત્ર અપવાદરૂપ સત્યપ્રિય, ન્યાયપ્રિય, પ્રજાવત્સલ શાસક બલિ... હું વામનદેવ, સર્વપ્રથમ શ્રીવિષ્ણુ માનવ-અવતાર... તને ચિરંજીવી હોવાનું વરદાન આપું છું. આ ક્ષણથી જ તું અજર અને અમર છો, પુત્ર! સાતમા મનવંતરના અંતકાળ સુધી તું આ ધરતી ઉપર તારી ઇચ્છાનુસાર ભ્રમણ કરી શકીશ. શ્રવણ નક્ષત્રમાં તેં દાખવેલી દાનવીરતાને કારણે પ્રત્યેક વર્ષ આજનો દિવસ ઓણમના તહેવાર તરીકે ઊજવવામાં આવશે. માત્ર એટલું જ નહીં...'

એમણે સહેજ અટકીને શુક્રાચાર્ય તરફ તીક્ષ્ણ દૃષ્ટિપાત કરતાં કહ્યું,

'જો સાતમું વર્તમાન મનવંતર પૂર્ણ થઈ શક્યું... જો અધર્મ ઉપર ધર્મએ વિજય પ્રાપ્ત કર્યો... જો કાળચક્ર નિરંતર ચાલતું રહ્યું, તો આઠમા મનવંતરના ઇન્દ્રપદ માટે હું તારા નામની ઘોષણા કરું છું! એ નવપલ્લવિત સૃષ્ટિમાં તું સમગ્ર ત્રિલોક પર એકહથ્થું શાસન કરીશ!'

॥ कालो हि दुरतिक्रमः ॥

શ્રીવિષ્ણુસ્વરૂપ પાસેથી આ પ્રકારના વરદાનની અપેક્ષા કોઈએ નહોતી રાખી. અસુરવંશ ફાટી આંખે સઘળું દૃશ્ય જોઈ રહ્યો હતો.

બલિએ નતમસ્તક થઈને વામનદેવના વરદાનને સ્વીકાર્યું, પરંતુ તેના મુખ પર દુવિધા અને પ્રશ્નો ઝળકતાં હતાં. કપાળ ઉપર તણાઈ આવેલી રેખાઓ સૂચવતી હતી કે બલિના મગજમાં ભારોભાર દ્વંદ્વ ચાલી રહ્યું છે!

ત્રિવિક્રમના મુખારવિંદ પર મર્મ પામી ગયાનું સ્મિત તરી આવ્યું. એમના હોઠ સહેજ વંકાયા અને બલિના મનોભાવને વાચા આપતાં તેઓ બોલ્યા, 'કેમ ત્રિલોકનું આધિપત્ય તારી પાસેથી છીનવી લેવામાં આવ્યું, એવું જ પૂછવા માંગે છે ને?'

બલિએ આર્તહૃદયે વામનદેવ સામે જોયું.

'કર્મચક્રથી તો સ્વયં દેવો પણ બાકાત નથી રહી શક્યા, પુત્ર!' ત્રિવિક્રમ બોલ્યા, 'દૈત્યગુરુએ સપ્તર્ષિઓને પ્રતાડિત કરવાનું જે પાપ કર્યું, એનો દંડ તો

સ્વયં વિધાતા એમને આપશે... પરંતુ ગર્ભવતી માતા અદિતિ સાથે પાપાચાર આદરવામાં આવ્યો, એનો દંડ આજે પ્રકૃતિ સમસ્ત અસુરોને આપી રહી છે!'

એટલું કહીને દંડવત્ મુદ્રામાં બેઠેલાં બલિના મસ્તક પર હાથ મૂકીને એમણે કહ્યું, 'જે કાળરાત્રિએ માતા અદિતિ મૃત્યુ પામ્યાં, ત્યારે શું બન્યું હતું એનો હવે તું પણ સાક્ષી છે!'

ત્રિવિક્રમના હાથમાંથી ઊર્જાનો તિખારો બલિના દેહમાં સોંસરવો ઊતરી ગયો અને દિવ્યદષ્ટિ થકી તેના નેત્રપટલ સમક્ષ માતા અદિતિની પર્ણકુટિર વિદ્યમાન થઈ.

માતા અદિતિની પ્રસવપીડા, શુક્રાચાર્ય દ્વારા મોકલવામાં આવેલા અસુરોનો કુટિરમાં પ્રવેશ, ઉપચારિકાઓનું હૃદયદ્રાવક આક્રંદ, એમની કાળી ચીસો, રક્તથી નીતરી રહેલી અસુરોની તલવારો, દેવજનનીની વિનંતીઓ, અસુરોનું અટ્ટહાસ્ય, પોતાના પ્રાણના ભોગે રક્ષાકવચનું નિર્માણ, બાળકને જન્મ આપતાંવેંત અદિતિનું વૈકુંઠગમન, બાળક સાથે જગ્યાએ જગ્યાએ ભટકી રહેલી દાઈ મા, ભૂખ-તરસને કારણે બાળકનું રુદન, દાઈ માની આંતરપીડા...

ક્ષણના છઠ્ઠા ભાગની અંદર લોહિયાળ ભૂતકાળ જોઈને વર્તમાનમાં પરત ફરી ચૂકેલો બલિ હતપ્રભ બની ગયો!

એક સમયે નીતિ-રીતિ-સિદ્ધાંતો અને મૂલ્યોમાં વિશ્વાસ ધરાવનારા દૈત્યગુરુ આ હદ સુધી નિર્મમ બની શકે એ તેણે સ્વપ્નમાં પણ વિચાર્યું નહોતું.

'પ્રકૃતિસ્વરૂપાએ મૃત્યુ વેળા કરેલાં આક્રંદનું આ પરિણામ છે, બલિ...' ત્રિવિક્રમ બલિની દશા જોઈને બોલ્યા, 'જગતજનનીના મુખેથી ઉચ્ચારાયેલાં વચનોની પૂર્તિ કરવા માટે તો સ્વયં ત્રિદેવોએ પણ અવતાર ધારણ કરવો પડે છે! એ મહાદેવીના ઋણની ભરપાઈ અસુરોએ કરવી જ રહી...'

માતા અદિતિએ ભોગવવી પડેલી પીડાનું દૃશ્ય જોઈને બલિની આંખો ઊભરાઈ આવી હતી. તેના ગળે ડૂમો ભરાયો. માતાનો મમતાભર્યો સ્પર્શ તેણે ક્યારેય નહોતો અનુભવ્યો. આજે અદિતિનું પોતાના બાળક માટેનું વહાલ અને પ્રેમ જોઈને તેના હૃદયમાં પણ ઊર્મિનો વંટોળિયો ઊભો થયો હતો.

ત્રિવિક્રમના ચરણોને આંસુ વડે પખાળતાં બલિએ તેમની ક્ષમાયાચના માંગી,

अज्ञानिना मया दोषा न शेषान्विहितान् हरे ।
क्षमस्व त्वं क्षमस्व त्वं शेषशैल शिखामणे ॥

'શેષ પર્વત પરના હે શ્રીશૈલ શિરોમણિ, અજ્ઞાનતારૂપી અંધકારને કારણે મેં પુષ્કળ પાપ કર્યાં છે! મારા પ્રત્યેક અપરાધો માટે મને ક્ષમા કરો, દેવ!'

તત્પશ્ચાત્ દૈત્યગુરુ સામે જોઈને તેણે ગર્જના કરી, 'શુક્રાચાર્ય... નાનપણથી પ્રૌઢાવસ્થા સુધી આપનાં પ્રત્યેક સારાં-નરસાં કાર્યોમાં મારી મૂક સંમતિ રહી, પરંતુ હવે નહીં! આજથી, આ ક્ષણથી ગુરુ-શિષ્ય તરીકેનો આપણો સંબંધ અહીંયાં પૂરો થાય છે... ભવિષ્યમાં આપના દ્વારા થનારાં કુકર્મોમાં આપની સૌથી મોટી બાધા બનશે, અસુરસમ્રાટ બલિ! ક્રૂર નરસંહાર અને સ્વાર્થના પાયા ઉપર હું આપને અસુરાધિપત્ય સ્થાપવા નહીં દઉં... ત્રેતાયુગથી શરૂ કરીને કળિયુગના અંત સુધી આપનાં પ્રત્યેક ષડયંત્રોને હું મહાશત્રુ તરીકે વિફળ બનાવતો રહીશ!'

ત્રિલોકના રહેવાસીઓ સમક્ષ તેણે ઘોષણા કરતાં કહ્યું,

'સ્વયં અસુર હોવા છતાં હું, વેંકટેશ્વરભક્ત બલિ... કળિયુગમાં અસુરાધિપત્યના પુનરુત્થાનના માર્ગમાં અવરોધ બનીને ઊભો રહીશ... મારી ઉપસ્થિતિમાં આ સંસારને ક્યારેય શુક્રાચાર્યની અંગત જિજીવિષાનો ભોગ નહીં બનવા દઉં!'

શુક્રાચાર્યના પગ નીચેથી ધરતી ખસી ગઈ. જે બલિનો ઉછેર એમના હાથ નીચે થયો હતો, જે અસુરબાળને એમણે પોતાના હાથે ખવડાવી-પીવડાવીને મોટો કર્યો, અસ્ત્ર-શસ્ત્રની શિક્ષા અને મહાવિદ્યાઓની દીક્ષા આપી હતી... એ બલિ આજે એમના વિરુદ્ધમાં બળવો પોકારી ચૂક્યો હતો!

દૈત્યગુરુના માનસપટ ઉપર આ ખરેખર બહુ ઊંડો પ્રહાર હતો! સંબંધો ઉપરથી ઊઠી રહેલો એમનો વિશ્વાસ હવે દ્રોહમાં પરિણમી ચૂક્યો હતો.

... એટલામાં, રાવણે અસુરગુરુ પાસે આવીને એમના ચરણોમાં વંદન કરતાં કહ્યું, 'આચાર્ય, આપનું તપ એળે નહીં જાય! ત્રેતાયુગમાં પુનઃ અસુરાધિપત્યની સ્થાપના થશે, હું વચન આપું છું. આપ હવેથી કુમારીકંદમ સ્થિત મારા ભવ્ય મહેલમાં નિવાસ કરશો. કૃતઘ્ની બલિના કૃત્યથી દુઃખી થવાને બદલે આપ ઉત્સવ ઊજવો. આમ પણ, એના તરફથી દાનમાં પ્રાપ્ત થનારું ત્રિલોકનું આધિપત્ય મારા કોઈ કામનું નહોતું. હું મારા બાહુબળ અને પરાક્રમના આધારે નતેસરથી ભૂલોક પર સત્તા સ્થાપિત કરીશ.'

રાવણ માટે તો ભાવતું’તું ને વૈદ્યે કીધું જેવો ઘાટ થયો હતો. પોતાની બંને ભુજાઓને હવામાં અધ્ધર કરીને ભારોભાર અહંકાર નીતરતા સ્વરે તે બોલ્યો,

‘બલિના શાસનમાં અસુરવંશ પોતાનું સત્ત્વ ખોઈ બેઠો હતો,
પરંતુ આગામી વર્ષોમાં પ્રજાજનો પુનઃ રાક્ષસોના વાસ્તવિક
સામર્થ્યનો પરિચય મેળવશે!’

પોતાના વાહન ગજ યાઝીની દિશામાં અત્યંત રહસ્યમય ભાવ સાથે તેણે દૃષ્ટિપાત કર્યો,

‘સમય સમીપ છે... મહાવિધ્વંસ નિશ્ચિત છે!’

૪૫

વર્તમાન દિવસ
શ્રીરંગપટ્ટનમ્

'**દરબાર** હૉલમાં જેનું મૃત્યુ થયું, એ દિનેશ પૂર્ણૈયા મારો જોડિયો ભાઈ હતો..! અમે આઇડેન્ટિકલ-ટ્વીન્સ છીએ...'

એ શખ્સે ફરી પાછા પોતાના માસ્ક, ગોગલ્સ અને ટોપી ચડાવી લીધાં.

વિસ્ફારિત આંખે તેની સામે તાકી રહેલા વિવાનને બે મિનિટ સુધી કળ ન વળી. અચાનક તેને સ્પાર્ક થયો કે પૂર્ણૈયા કોવિલમાં ઉંબરે ઊભેલી સ્ત્રી પાછળ તેણે જે આકૃતિ જોઈ હતી, એ અજિતાભ પૂર્ણૈયા જ હોવો જોઈએ.

પોતાના ખિસ્સામાંથી વીંટી કાઢીને તેણે અજિતાભના હાથમાં સોંપતાં કહ્યું, 'પરંતુ એ કેવી રીતે શક્ય છે? ત્રણ વર્ષ પહેલાંની હેલિકૉપ્ટર-ક્રેશ ઘટનાનું શું? સરકારની આંખોમાં ધૂળ નાંખીને આટલો સમય સુધી દિનેશ પૂર્ણૈયા ત્યાં કઈ રીતે કામ કરી શક્યો?'

એકશ્વાસે સવાલોની છડી વરસાવ્યા બાદ વિવાન થોભ્યો અને અજિતાભની

સૂચના યાદ આવતાં જ તે ફરી ભીંતચિત્ર તરફ મોં કરીને બેધ્યાન હોવાનો ઢોંગ કરવા લાગ્યો.

'હેલિકૉપ્ટર-ક્રેશ એ વાસ્તવમાં અકસ્માત નહીં, પરંતુ આઇ.એસ.આઇ.એસ.ના આતંકવાદીઓનું ભારત-વિરોધી ષડયંત્ર હતું.' અજિતાભે ચેસ-બોર્ડ ઉપર એક બાદ એક પ્યાદાં પાથરવાની શરૂઆત કરી.

'ભારતના સર્વપ્રથમ ચીફ ઑફ ડિફેન્સ સ્ટાફ - રાયબહાદુર સિંહાને મોતને ઘાટ ઉતારવા માટે?' વિવાને બીજી ઍંગ્લો-મૈસૂર વૉરના ભીંતચિત્ર તરફ તાકતાં સવાલ પૂછ્યો. તેનું મગજ અજિતાભના ઘટસ્ફોટ પર ધ્યાન આપવામાં મગ્ન હતું.

'એ ઉપરાંત પણ બીજો ખૂફિયા એજન્ડા એમાં સામેલ હતો!' વિવાન તરફથી મળેલી વીંટીની ખરાઈ કરતો હોય એમ, તેની ઉપર-નીચેથી તપાસ કરી રહેલાં અજિતાભે કહ્યું, 'આ દેશને બરબાદ કરવા માટે તેઓ બે દાયકાથી જે ષડયંત્રને આકાર આપી રહ્યા છે, એને અંજામ આપવાની શરૂઆત ત્રણ વર્ષ પહેલાં બનેલી હેલિકૉપ્ટર-ક્રેશની ઘટનાથી થઈ.'

હવે વિવાન ચોંક્યો, કારણ કે બે દાયકા પહેલાં એટલે કે વર્ષ ૨૦૦૦માં તેનાં મા-બાપના અકસ્માતની ઘટના પણ સામે આવી હતી.

શું અજિતાભને મારા માતા-પિતાના મૃત્યુ અંગે કંઈ જાણ હોય, એ શક્ય છે?

વિવાનના મગજમાં વિચાર ઝળક્યો, પરંતુ પ્રાજિત નાયડુ તરીકેની ઓળખાણ જાળવી રાખવા માટે તેણે એ વિચારને વાચા ન આપવાનું મુનાસિબ માન્યું.

'હેલિકૉપ્ટર-ક્રેશમાં બચી ગયેલા મારા ભાઈ દિનેશ પૂર્ણૈયાના શરીરને આતંકવાદી સંગઠનના લોકો તમિલનાડુના કુનૂરમાંથી ગુપચુપ રીતે ઉઠાવીને લઈ ગયા.' અજિતાભ ભૂતકાળમાં ઊંડો ઊતરી ગયો હતો, 'એના શરીરને સ્થાને જેની ઓળખાણ ન થઈ શકે, એવા અજ્ઞાત ક્ષત-વિક્ષત શરીરને મૂકી દઈને અગ્નિસંસ્કાર કરવામાં આવ્યા.'

'એ દરમિયાન દિનેશ પૂર્ણૈયા જીવિત છે, એ હકીકતથી તમે સૌ વાકેફ હતાં?' વિવાનને પ્રશ્ન થયો.

'ના... અન્યોની માફક અમે પણ એવું જ ધારી બેઠાં હતાં કે દિનેશ મૃત્યુ પામ્યો છે! પરંતુ હકીકતે તેને શ્રીલંકાના કોઈ ખૂફિયા અંડરગ્રાઉન્ડ સ્થળ ઉપર કિડનેપ કરીને લઈ જવાયો હતો, જ્યાં તેની ટ્રીટમેન્ટ કરવામાં આવી.'

અજિતાભે કહ્યું, 'બેએક મહિના ચાલેલી સારવાર બાદ તે સંપૂર્ણપણે સ્વસ્થ થઈ ગયો, એ પછી તેને તાલીમ આપવાની શરૂઆત થઈ.'

'કેવી તાલીમ?' વિવાન ચોંક્યો.

'દરબાર હૉલમાં જે હુમલો થયો, એને સુપેરે અંજામ આપવાની તાલીમ!' અજિતાભે ધડાકો કર્યો.

વિવાનની હાલત કાપો તો લોહી ન નીકળે એવી થઈ ગઈ.

'તો એનો મતલબ એમ કે રાષ્ટ્રપતિ ભવનમાં થયેલા હુમલામાં સેંકડો લોકોનાં મૃત્યુ પાછળ તારો સગો ભાઈ જવાબદાર છે? એ વ્યક્તિ, જેણે એક સમયે ફૉર્સમાં ફરજ બજાવી હતી?' વિવાનને હજુ પણ વિશ્વાસ નહોતો આવી રહ્યો.

'સંબંધો અને લાગણીની સામે ભલભલો રાષ્ટ્રવાદી માણસ પણ કેટલીક વખત નમાલો થઈને પૂંછડી પટપટાવવા માંડે છે!' અજિતાભે કટાક્ષ કર્યો, 'હવે એ સમય નથી રહ્યો, જ્યારે વીર સાવરકર કે ભગતસિંહ જેવા દેશભક્ત જન્મ લે... જેઓ પોતાના પરિવાર અને સંબંધોને ભોગે પણ દેશની સેવા કરે!'

અજિતાભનો ઇશારો લાગણીશીલતાની દૃષ્ટિએ નબળા પડી ગયેલા લોકો તરફ હતો.

'આતંકવાદી સંગઠને મારા ભાઈની એ જ નબળાઈનો ફાયદો ઉઠાવ્યો.' તેણે કહ્યું, 'દિનેશની પત્ની અને બે બાળકોના લમણે ગન-પોઇન્ટ રાખવામાં આવ્યા.'

અજિતાભના ગળે ડૂમો ભરાયો હોય એવું લાગ્યું.

'દિનેશને લાગ્યું કે આતંકવાદીઓ પોતાની વાત મનાવવા માટે પોકળ ધમકી આપી રહ્યા છે, એટલે તેણે આઇ.એસ.આઇ.એસ.ની વાત સ્વીકારીને દેશ સાથે ગદ્દારી કરવાની ના પાડી!' તે બોલ્યો, 'બીજી જ સેકન્ડે, એક ધારદાર બુલેટ દિનેશના મોટા દીકરાની ખોપરી ચીરતી પસાર થઈ ગઈ. અમે સૌએ અમારી નજર સામે એક માસુમની નિર્મમ હત્યા જોઈ!'

વિવાનના શરીરમાંથી લખલખું પસાર થઈ ગયું.

'કશું જ ન કરી શક્યાં! મજબૂર હતાં અમે...' અજિતાભનો સ્વર ધ્રૂજ્યો, 'હજુ પણ કંઈ આનાકાની કરીએ, તો બીજા દીકરાની હત્યા અને ત્યારબાદ તેની પત્નીના ખૂનની તલવાર અમારા માથે તોળાઈ રહી હતી!'

થોડી ક્ષણો માટે અજિતાભ સાવ શાંત થઈ ગયો. ત્રણ વર્ષ પહેલાં જોયેલા

ભૂતકાળની એ ભયાવહ ભૂતાવળનું સ્મરણ થઈ આવતાં તેના ચિત્તમાં ઉદ્વેગ પેદા થયો હતો... સાથોસાથ, અપરાધભાવ પણ!

'જો એ સમયે જાણ હોત કે એક પરિવારને બચાવવાના ચક્કરમાં ભારતનાં કેટકેટલાં કુટુંબો ડૂસકાંમાં ડૂબી જવાનાં છે, તો કદાચ સામે ચાલીને જ અમે સૌએ આત્મહત્યાનો માર્ગ પસંદ કરી લીધો હોત!' અજિતાભે દરબાર હૉલમાં બનેલી ઘટનાના પરિપ્રેક્ષ્યમાં કહ્યું, 'ત્રણ વર્ષથી અમે જિહાદીઓના પ્યાદામાત્ર બનીને રહી ગયાં છીએ! એમના કહેવા પર હું પ્રેસિડેન્ટ્સ બૉડીગાર્ડ્સ જૂથમાં દાખલ થયો.'

'... પરંતુ પી.બી.જી. જૂથમાં જો ખરેખર તમારી ભરતી થઈ હોય, તો પછી વીંટી ઉપરથી મળેલા ડી.એન.એ.માં દિનેશ પૂર્ણૈયાની ઓળખ કેમ છતી થાય છે? આ ફેરબદલ ક્યારે થઈ?' વિવાનને જિજ્ઞાસા થઈ.

'ભરતી બાદ મારું બાયોમેટ્રિક વેરિફિકેશન પૂર્ણ થયું અને ડ્યુટી પર જોડાવાનો સમય પાક્યો એ વખતે!' અજિતાભે ઉત્તર આપ્યો, 'એ સમયે દિનેશને શ્રીલંકાથી દરિયામાર્ગે છૂપી રીતે ભારત લાવવામાં આવ્યો. હેરસ્ટાઇલથી માંડીને તમામ રોજિંદી બાબતો તો આમ પણ અમારા બંનેની એકસરખી હતી! જોઈનિંગ વેળા તેને રાષ્ટ્રપતિ ભવન મોકલવામાં આવ્યો અને મને અંડરગ્રાઉન્ડ થઈ જવાની સૂચના મળી!'

'બીજું બધું તો સમજ્યા, પણ ફિંગર-પ્રિન્ટ વેરિફિકેશનનું શું? દરરોજ તેની ડ્યૂટી વખતે મશીનમાં અંગૂઠાની છાપ લેવામાં આવે, ત્યારે પોતાની ઓળખાણ છુપાવવામાં એ કઈ રીતે સફળ થયો?'

'હું અને તમે ધારીએ છીએ, એના કરતાં ક્યાંય વધુ ટેક્નૉલોજિકલ પદ્ધતિથી આ લોકો કામ કરી રહ્યા છે! મારી તમામ આંગળીઓના ઉપલા સ્તરની ચામડીને ઉખાડી એનું પાતળું કૃત્રિમ સ્તર બનાવવામાં આવ્યું, જેને હેન્ડ-ગ્લૉવ્ઝની માફક પહેરી શકાય.' અજિતાભે કહ્યું, 'એ લેયર એટલું બારીક અને નાનું હતું કે જ્યાં સુધી નરી આંખે ન જોવામાં આવે, ત્યાં સુધી ખબર સુધ્ધાં ન પડે! પાછલાં બે વર્ષોથી એના આધારે જ દિનેશ નિયમિતપણે ફિંગર-પ્રિન્ટ એન્ટ્રી કર્યા બાદ રાષ્ટ્રપતિ ભવનમાં પ્રવેશ મેળવી શકતો.'

વિવાન અચંબિત થઈ ગયો. અત્યાર સુધી તો એવું જ સાંભળવા મળ્યું હતું કે આતંકવાદીઓને ખાવાના પણ સાંસા પડે એટલું ઓછું ફંડ મળતું હોય છે! પરંતુ અહીં તો કટિંગ-એજ ટેક્નૉલોજી અને માસ્ટર-માઇન્ડ પ્લાનની વાત થઈ રહી હતી!

જેમ જેમ સાંજ ઢળતી જતી હતી, એમ એમ દરિયાદૌલત બાગમાંથી ધીરે ધીરે મુલાકાતીઓની સંખ્યા પણ ઓછી થતી જતી હતી. ટીપુ સુલતાનના સમયના સિક્કા, શસ્ત્રો અને ચીજ-વસ્તુઓ રાખવામાં આવી હતી, એ કક્ષમાં વિવાન અને અજિતાભ હાલ પ્રવેશ કરી ચૂક્યા હતા.

'મારો સૌથી મોટો પ્રશ્ન એ છે કે આતંકવાદીઓ પાસે એવી કઈ ટેક્નોલોજી છે, જેની મદદ વડે એમણે આવડા મોટા હુમલાને અંજામ આપ્યો? જો વાયરસ હોત, તો અત્યાર સુધીમાં આખા દિલ્હીને ભરખી ગયો હોત!' વિવાને કાચની પેટીમાં રાખવામાં આવેલા ટીપુ સુલતાનના કપડાં સામે જોતાં સવાલ પૂછ્યો.

'એ જાણતાં પહેલાં ટીપુ સુલતાન કઈ રીતે આ વિધ્વંસ સાથે જોડાયેલો છે, એના વિશે જાણ હોવી જરૂરી છે!' અજિતાભે વધુ એક હુકમનો એક્કો ખોલ્યો, જેના વિશે વિવાન સાવ અંધારામાં હતો, 'શું તમે ખરેખર એમ માનો છો કે ટીપુ સુલતાનની આ વીંટીનું દિનેશ પાસે હોવું એ સંયોગમાત્ર હતો?'

વિવાન પાસે આ પ્રશ્નનો કોઈ જ જવાબ નહોતો. તેણે મૌન રહેવાનું પસંદ કર્યું.

તેઓ એક વિશાળ ફ્રેમ પાસે આવીને ઊભા રહ્યા, જેમાં ટીપુ સુલતાનની યુવાવસ્થાને સાત ફૂટના વિશાળ તૈલચિત્રમાં આબેહૂબ ઢાળવામાં આવી હતી. તણાયેલી મૂછો, લાંબો નીલો કૂર્તો, માથા ઉપર સહેજ વાંકી ગોઠવાયેલી પાઘડી, ઉપરની તરફ વળેલી ધારવાળાં જૂતાં, ડાબા હાથમાં તલવાર, કમરમાં કટાર, પાછળ વાદળોથી ઘેરાયેલું ભૂરું આકાશ, અડધી દેખાતી નાળિયેરી!

ટીપુ જ્યારે ૩૦ વર્ષનો હતો, ત્યારે એટલે કે વર્ષ ૧૭૮૦માં તત્કાલીન કુશળ ચિત્રકાર જૉન જૉફ્રાને બનાવેલાં એ ત્રિ-પરિમાણીય ચિત્રને ખંડના કોઈ પણ ખૂણે ઊભા રહીને પ્રવાસી જુએ, તો એવું જ લાગે જાણે ટીપુની આંખો એમને ઘૂરી રહી છે!

એની બાજુમાં ટીપુ સુલતાનનો રેશમી પોશાક, ફારસી પાંડુલિપિ, એ સમયની પિસ્તોલ, ચાકુ અને પિત્તળની તોપને કાચની પેટીમાં રાખવામાં આવ્યાં હતાં.

'અહીંથી આખી ઘટનાની શરૂઆત થઈ હતી...' અજિતાભે કાચની પેટીમાં રાખવામાં આવેલી શૃંગ તરફ આંગળી ચીંધતાં કહ્યું, 'ટીપુની શૃંગ! જેને જુદી જુદી ભાષાઓમાં રણશિંગુ, તુતારી, કોમ્બુ અથવા શિંગ પણ કહે છે!'

હિસ્સ્સ્સ્સ....

... એકાએક, વિવાનના કાનમાં હિસ્સકાર સંભળાયો! અદ્દલોદ્દલ એ જ હિસકારો, જે એણે દરબાર હૉલમાં સાંભળ્યો હતો.

'તમે આ સાંભળ્યું?' વિવાને રઘવાયા થઈને પૂછ્યું. તેણે પોતાના કાન બંધ કરી લીધા!

'શું?' અજિતાભે હળવેથી પૂછ્યું. એ તો સારું હતું કે ખંડમાં એમના સિવાય બીજા કોઈની હાજરી નહોતી!

'અરે, આ સાપનો હિસકારો!' વિવાને લગભગ ચીસ પાડતાં કહ્યું, 'અહીંયાં કોઈક સાપ છે!'

અજિતાભે આજુબાજુ નજર કરી. ત્યાં કોઈ નહોતું. પરિસરમાંથી તો ક્યાંક કોઈ અવાજ નથી આવી રહ્યો ને, એ જાણવા માટે તેણે ફરી વખત કાન માંડ્યા... પરંતુ ત્યાં તો ચકલું પણ નહોતું ફરકી રહ્યું.

'કદાચ થાકને કારણે તમારી સાથે આ બની રહ્યું છે...' અજિતાભે સાંત્વનાસૂચક સ્વરમાં કહ્યું, 'અહીં કોઈ સાપ નથી.'

આ સાંભળીને વિવાન વધુ ગુંચવાયો. કાન પરથી હાથ હટાવીને તેણે આજુબાજુ નજર કરી. અજિતાભ સાચો હતો.

'સૉરી, પ્લીઝ કન્ટિન્યુ...' વિવાને મૂળ વાત આગળ ધપાવવાના ઉદ્દેશ્ય સાથે કહ્યું, 'તમે શું કહી રહ્યા હતાં?'

અજિતાભે કહ્યું, 'દરિયાદૌલત બાગમાં મુલાકાત ગોઠવવાનું પ્રમુખ કારણ આ શૃંગ છે!'

અજિતાભ થોડી વાર માટે થોભ્યો. પોણા ત્રણસો વર્ષ પહેલાંની ઐતિહાસિક ઘટનાઓને પોતાના મગજમાં ક્રમબદ્ધ ગોઠવી વ્યવસ્થિત રીતે વર્ણવવા માટે તેણે બે મિનિટનો સમય લીધો.

'હૈદરાબાદના નિઝામ કમરુદ્દીન ચૈન ખિલજી ખાન વિશે કંઈ આછોપાતળો ખ્યાલ છે?' તેણે પૂછ્યું.

'હા... થોડો ઘણો!' વિવાને મગજમાં ધરબાયેલી યાદોને ઉલેચી, 'વર્ષ ૧૭૪૮માં મૃત્યુ પામતાં પહેલાં તેણે પોતાની દીકરીના પુત્ર એટલે કે દોહિત્ર મુઝફ્ફર જંગના હાથોમાં હૈદરાબાદની શાસનધુરા સોંપી હતી.'

'... અને, આ જ કારણોસર કમરુદ્દીનનો પોતાનો જ દીકરો - નાસિર જંગ - તેના પિતાથી નારાજ થયો! કમરુદ્દીનએ દીકરાને બદલે દોહિત્ર ઉપર

વિશ્વાસ મૂક્યો, એ ઘટનાને તે પચાવી નહોતો શક્યો. અબ્બુની આખરી ઇચ્છાનું પણ માન ન જાળવી શકનારા નાસિર જંગે મુઝફ્ફર પાસેથી હૈદરાબાદનું સિંહાસન છીનવી લીધું, જેના લીધે બંને વચ્ચે *નિઝામત* માટે યુદ્ધ ફાટી નીકળ્યું.'

વિવાન ઇતિહાસનાં પાનાં ફેંદીને એ સમયખંડમાં પહોંચી ગયો, જ્યાં આ ઘટના બની હતી.

'હું ભૂલતો ન હોઉં, તો એ યુદ્ધમાં મૈસૂરના વડિયર રાજાએ નાસિર જંગનો સાથ આપવાનો નિર્ણય લીધો હતો..' તે બોલ્યો.

'એક્ઝેક્ટલી!' અજિતાભના અવાજમાં ઉત્તેજના ભળી હોય એવું લાગ્યું, 'આ એ જંગ હતો, જ્યાંથી હૈદર અલીનું ભાગ્ય પલટાયું!'

'ટીપુ સુલતાનના પિતા?' વિવાન હબક ખાઈ ગયો, 'હૈદર અલી તો એ સમયે ફક્ત એક સૈનિકમાત્ર હતો ને?'

'ખરું. નાસિર જંગને સાથ આપવા માટે પોતાના મોટા ભાઈ અને નાનકડી સેનાની સાથે તે યુદ્ધના મેદાનમાં જઈ પહોંચ્યો. આ બધું જ મૈસૂરના શાસકના ઇશારે થઈ રહ્યું હતું!' અજિતાભે વિચારશીલ થતાં કહ્યું, 'પરંતુ હૈદર અલીની મહત્ત્વાકાંક્ષાની કોઈ સીમા નહોતી. અંગત સ્વાર્થ માટે તે વફાદારીને નેવે મૂકી દેતાં અચકાતો નહોતો.'

'નાસિર જંગને દગો આપવા પાછળનું કારણ શું? જો મૈસૂરના શાસકે એમને નાસિર જંગની મદદ કરવા માટે મોકલ્યા હોય, તો તેઓ આ દગાખોરી કઈ રીતે ચલાવી લે?'

'ખજાનો!' માસ્ક પાછળથી અજિતાભના હોઠ સહેજ વંકાયા, 'અણમોલ ચીજોની પ્રાપ્તિની સામે લોહીના સંબંધો પણ ઝાંખા પડી જતા હોય છે, તો પછી આ તો એક એવી ચીજની વાત હતી જેની શોધમાં હૈદર અલીએ પુષ્કળ વર્ષો કાઢી નાંખ્યાં હતાં!'

'એવું તે શું ખાસ હતું એ ખજાનામાં?' ઇતિહાસનાં પાઠ્યપુસ્તકોમાં નાસિર જંગ પાસેથી હૈદર અલીએ ખજાનો લૂંટ્યો અને ફરી મૈસૂર પહોંચી ગયો, ત્યાં સુધીનો જ ઉલ્લેખ જોવા મળતો હતો... પરંતુ એમાં શું એવું ખાસ હતું, એની ચર્ચા ક્યારેય થઈ જ નહોતી.

'તમારી નજર સામે જે શૃંગ દેખાય છે, એ લૂંટવા માટે જ હૈદર અલીએ નાસિર જંગને છેહ આપ્યો હતો સાહેબ!' અજિતાભે રહસ્ય ઉઘાડતાં કહ્યું, 'આ રણશિંગુ કોઈ મામૂલી વસ્તુ નથી! હૈદર અલી પાસે આ શૃંગ પહોંચી, ત્યારે

જ તેને સમજાઈ ગયું હતું કે હવે દુનિયા મુઠ્ઠીમાં છે! બસ... એ દિવસથી મૈસૂરનો વડિયર રાજપરિવાર પણ એની કઠપૂતળી બનીને રહી ગયો.'

વિવાન અકળાયો, 'પણ શૃંગ આટલી અગત્યની કેમ છે? ઇતિહાસમાં તો એનો ક્યાંય ઉલ્લેખ જોવા મળતો નથી!'

'તમે શ્યોર છો?' અજિતાભના ચહેરા પર રમતિયાળ સ્મિત ફરક્યું. તે હવે જે વાત કરવા જઈ રહ્યો હતો એ વિવાનના હોશ ઉડાવી દેવાની હતી!

૪૬

ત્રેતાયુગ

કુમારીકંદમ, મરુભૂમિ

અષાઢ માસ બેસી ગયાને લગભગ એકવીસ દિવસ પૂરા થઈ ચૂક્યા હતા. પાછલા ત્રણ દિવસોથી અવિરતપણે વરસાદ વરસી રહ્યો હતો. આર્યાવર્તના દક્ષિણભાગના દરિયાકિનારે મરુભૂમિનો જે સુંદર પ્રદેશ કાળક્રમે વિકસ્યો હતો, એને પ્રકૃતિ અત્યંત ક્રૂરતા સાથે ધમરોળી રહી હતી. બારે મેઘ ખાંગા થયા હતા!

'આદિ પેરુક્કુ મહોત્સવની ઉજવણી બંધ નહોતી થવી જોઈતી!' કુમારીકંદમના પરિવારોમાં માત્ર એક જ ચર્ચા ચાલી રહી હતી.

દર અષાઢ મહિનાના અઢારમા દિવસે મનુષ્યો ઇન્દ્રદેવનો આભાર વ્યક્ત કરવા માટે આદિ પેરુક્કુ મહોત્સવની ઉજવણી કરતા, પરંતુ રાવણના આદેશ પશ્ચાત્ આદિ પેરુક્કુ માત્ર નામનો તહેવાર બનીને રહી ગયો, જેના કારણે ત્રિલોકાધિપતિ દેવરાજ ઇન્દ્ર કુમારીકંદમના રહેવાસીઓ પર અત્યંત ક્રોધિત છે, એવી અફવા ત્રિલોકમાં ફેલાઈ રહી હતી.

'ઇન્દ્રદેવ કોપાયમાન થયા છે..'

'આપણે મનુષ્યોએ એમને આહુતિઓ આપવાની ના પાડી... એટલું જ નહીં, આદિ પેરુક્કુ સહિત એમના ઉત્સવો ઊજવવાના પણ બંધ કર્યા.. સ્વાભાવિક છે, એમનો રોષ તો દેખાવાનો જ હતો!'

ચૌરે ને ચૌટે બસ એ જ ચર્ચા ચાલી રહી હતી.

'અરે, કોઈએ ડરવાની જરૂર નથી.. આપણા રાક્ષસરાજ રાવણ બધું સંભાળી લેશે!'

તુંડે તુંડે મતિર્ભિન્ના! આખું કુમારીકંદમ કુદરતના પ્રકોપથી ચિંતિત હતું, પરંતુ સાથોસાથ એમને પોતાના રાજા રાવણ ઉપર ભરોસો પણ હતો. બે દાયકા પહેલાં શ્રીહરિ વિષ્ણુના વામન અવતાર દ્વારા અસુરસમ્રાટ બલિ પાસેથી ત્રિલોકનું આધિપત્ય છીનવી લેવામાં આવ્યું, ત્યારે પ્રજાજન દુઃખી હતાં.

ઇન્દ્રએ પુનઃ પોતાનું સિંહાસન ગ્રહણ કર્યું. ત્યાં સુધીમાં કુલ ચાર સંસ્કૃતિ અસ્તિત્વમાં આવી ચૂકી હતી... દેવ સંસ્કૃતિ, આર્ય સંસ્કૃતિ, યક્ષ સંસ્કૃતિ અને રક્ષ સંસ્કૃતિ!

બે દાયકાની અંદર અમરાવતી, આર્યાવર્ત અને મરુભૂમિએ ધરખમ પરિવર્તનો જોઈ લીધાં હતાં. દૈત્યગુરુ શુક્રાચાર્ય હવે રાક્ષસરાજ રાવણના મહેલમાં આવીને રહેવા લાગ્યા હતા. બીજી બાજુ, રાવણે પોતાના ઓરમાન ભાઈ યક્ષાધિપતિ વૈશ્રવણ અર્થાત્ કુબેરને યુદ્ધમાં હરાવી તેની પાસેથી કુમારીકંદમનું સૌથી સમૃદ્ધ રાજ્ય - લંકા - છીનવી લીધું હતું.

પરિણામસ્વરૂપ, પોતાના યક્ષગણ સાથે કુબેરે હવે અમરાવતી સ્થિત અલ્કાપુરી નગરીમાં સ્થળાંતર કર્યું હતું. દેવરાજ ઇન્દ્ર સાથે ગઠબંધન કરી, તેણે પોતાનું અલાયદું મંત્રીમંડળ ઊભું કર્યું હતું.

ઇન્દ્રની રાજનીતિ અસર દેખાડી રહી હતી. દેવ સંસ્કૃતિ, યક્ષ સંસ્કૃતિ અને આર્ય સંસ્કૃતિ હવે તેના તાબા હેઠળ હતી... સામેની તરફ, રાક્ષસોની રક્ષ સંસ્કૃતિ હવે એકમાત્ર વિરોધ પક્ષ તરીકે શેષ રહી હતી. મરુભૂમિના કેટલાક રણનીતિકારોનું કહેવું હતું કે, ઇન્દ્ર ટૂંક સમયમાં એક એવું વિધ્વંસકારી પગલું ઉઠાવશે, જેના લીધે રક્ષ સંસ્કૃતિનો નાશ થઈ જશે.. અને તેની સામે કોઈ પ્રતિસ્પર્ધી જ નહીં બચે!

ઇન્દ્રનો ભૂતકાળ જોતાં આ તર્કમાં વજન તો હતું!

સમુદ્રનું જળસ્તર વધવા માંડ્યું હતું. ગઈકાલ સુધી નચિંત થઈને જીવન જીવનારા મનુષ્યો પોતાની કુટિરમાં ગોઠણ સુધી આવેલાં પાણી જોઈને ચિંતામાં મુકાઈ ગયાં હતાં.

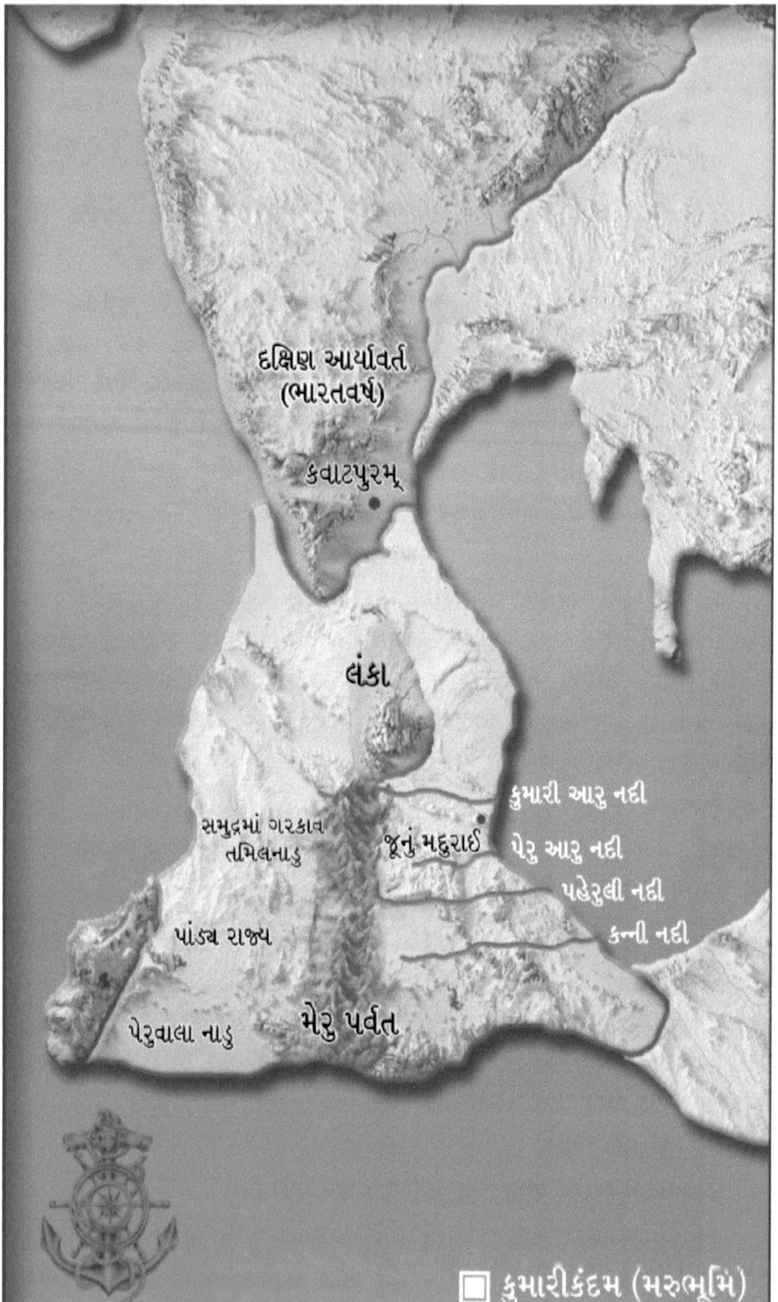
દક્ષિણ આર્યાવર્ત
(ભારતવર્ષ)
કવાટપુરમ્
લંકા
કુમારી આરુ નદી
સમુદ્રમાં ગરકાવ
તમિલનાડુ
જૂનું મદુરાઈ
પેરુ આરુ નદી
પહેરુલી નદી
પાંડ્ય રાજ્ય
કન્ની નદી
મેરુ પર્વત
પેરુવાલા નાડુ
કુમારીકંદમ (મરુભૂમિ)

રાવણના રાજમાં કુમારીકંદમના ૪૯ પ્રદેશોમાં આવીને વસેલા અસુરો અને મનુષ્યો સુખી હતા...

આ ૪૯ પ્રદેશો વિભિન્ન ખાસિયતો અને ભૌગોલિક વિશિષ્ટતાઓ ધરાવતાં હતાં; જેમાંના ૭ પ્રદેશો નારિયેળીનાં વૃક્ષો અને ગાઢ જંગલોથી ઘેરાયેલાં હતાં. આર્યાવર્તથી મરુભૂમિ આવીને વસેલાં મનુષ્યો અને મરુભૂમિના અસુરોનો શિષ્ટ, ધનવાન તથા સભ્ય સમાજ અન્ય ૭ પ્રદેશોમાં વસવાટ ધરાવતો હતો, જે આંબાથી આચ્છાદિત હતો. અન્ય ૧૪ પ્રદેશો એવા હતા, જેની ભૂમિનો અમુક ભાગ તદ્દન રેતાળ તો અમુક ભાગ લાલ માટી ધરાવતો હતો... કુમારીકંદમના મોટાભાગના ખેડૂતો અને પશુપાલકોનો વસવાટ આ વિસ્તારોમાં હતો. સમગ્ર કુમારીકંદમની બે પ્રમુખ નદીઓનું ઉદ્‌ગમસ્થાન ધરાવતા અન્ય સાત પ્રદેશો પહાડોથી ઘેરાયેલા હતા, ત્યાં સુંદર ઝરણાં, ધોધ તથા અને સંપૂર્ણ નૈસર્ગિક પર્યાવરણની વચ્ચે આદિવાસી પ્રજાતિ વસવાટ ધરાવતી હતી. અન્ય ૭ પૂર્વીય તટ-પ્રદેશો નદીનાળાંની આસપાસ હોવાને કારણે ત્યાં માછીમાર પ્રજાનો વસવાટ વધારે હતો અને બાકીના ૭ પ્રદેશો તાડનાં વૃક્ષોથી ઘેરાયેલાં જોવા મળતાં હતાં.

આ તમામ ૪૯ પ્રદેશોની બરાબર વચ્ચોવચ હતી, લંકા! દશાનન રાવણે લંકાને કુમારીકંદમની રાજધાની ઘોષિત કરી હતી. પરિવહન, માલની હેરફેર અને પ્રશાસનના દૃષ્ટિકોણથી પણ લંકા અનુકૂળ હતી.

પરંતુ આશ્ચર્ય એ વાતનું હતું કે એક સપ્તાહ પહેલાં જ અસુરો પોતપોતાના પરિવારો સાથે લંકા ભણી નીકળી પડ્યા હતા. તમામ ૪૯ પ્રદેશોમાંથી અસુરોનું આ રીતે એકસાથે ઉચાળા ભરી જવું એ અસામાન્ય ઘટના હતી. આનો દોરીસંચાર ક્યાંથી થઈ રહ્યો હતો, એની જાણ કોઈને નહોતી. મનુષ્યો તો સાવ અંધારામાં હતાં. આડોશપાડોશમાં રહેતા અસુરોને પૃચ્છા કરવા છતાં એમને કોઈ ઉત્તર નહોતો મળી રહ્યો.

શું એમને કોઈનો ગુપ્ત સંદેશો મળ્યો હતો? કે પછી કોઈ દુર્ઘટનાનો અંદેશો, જે આગામી દિવસોમાં આકાર લેવા જઈ રહી હતી?

કાલાતીત કલ્પાંતનું વિષચક્ર કુમારીકંદમના મનુષ્યોને ભરખી જવા માટે તલપાપડ હતું, એની જાણ એ ભોળા જીવોને નહોતી!

૪૭

વર્તમાન દિવસ

શ્રીરંગપટ્ટનમ્

દરિયાદૌલત બાગમાં ટીપુનાં શસ્ત્રો જ્યાં રાખવામાં આવ્યાં હતાં, તે ભાગમાં અવલોકન કરી રહેલા વિવાનને એ નહોતું સમજાઈ રહ્યું કે શૃંગમાં એવું તે શું ખાસ હોઈ શકે, જેના કારણે હૈદર અલી મૈસૂરના રાજાને નારાજ કરવાનું જોખમ લઈને પણ નાસિર જંગને દગો આપે?

'તમે એ ઘટનાથી વાકેફ છો, જેમાં ટીપુ સુલતાને પોતાના મહેલના પ્રાંગણમાં હજારો હિંદુઓને હાથીના પગ નીચે કચડાવીને મારી નાંખ્યા હતા?' અજિતાભે પૂછ્યું.

'બિલકુલ.' વિવાને તરત જવાબ આપ્યો, 'એનો હિંદુદ્વેષ કોઈનાથી અજાણ્યો નથી. સ્યુડો-સેક્યુલર ઇતિહાસકારો અને લેખકોએ જે રીતે તેને રાષ્ટ્રવાદી રાજા તરીકે ચીતરવાની કોશિશ કરી છે, તેની પાછળના એમના મલિન ઇરાદાઓ અને સનાતન સંસ્કૃતિ માટેનો હીનભાવ સ્પષ્ટપણે દેખાઈ આવે છે.'

'ખરું. તમને કદાચ જાણ નહીં હોય, પણ જે મહેલમાં એ નરસંહાર કરવામાં આવ્યો હતો એ દરિયાદૌલત બાગ જ હતો!' અજિતાભે સ્ફોટક વિગત આપી.

વિવાનની આંખો ચાર થઈ ગઈ. તેણે ઝાટકો મારીને ડોકું ઘુમાવ્યું અને લાકડાના પિલર્સની પેલે પાર દેખાતા લીલા મેદાન તરફ નજર કરી. આજથી અઢી સદી પહેલાં આ જ મેદાન પર હજારો હિંદુઓની નિર્મમતાપૂર્વક હત્યા કરવામાં આવી હોવાના વિચારમાત્રથી જ તેના શરીરમાંથી કંપારી છૂટી ગઈ.

'ઇસ્લામની સર્વોચ્ચ સત્તા સ્થાપવા માટે ટીપુ કોઈ કસર બાકી નહોતો છોડતો. જે હિંદુઓ ઇસ્લામ ધર્મ અપનાવવાની ના પાડે, તેને મોતને ઘાટ ઉતારી દેવામાં આવતા... દરિયાદૌલત બાગમાં નિષ્ઠુર અને નિર્દયી ટીપુ હાથીઓના પગ સાથે હિંદુઓને બાંધી દેતો! અને ત્યારબાદ, કંઈક એવું કરતો, જેના પ્રભાવમાં આવીને હાથીઓ ગાંડાતૂર થઈને આમથી તેમ દોડવા માંડતાં.' અજિતાભ એ રીતે વર્ણન કરી રહ્યો હતો, જાણે સમગ્ર ઘટના તેની નજર સામે બની રહી હોય, 'હિંદુઓનાં માથાંના ફુરચા ઊડી જતા, હાથ-પગ છુંદાઈ જતા, હાડકાંના ટુકડા આમથી તેમ વિખેરાતા, આંતરડાં-હૃદય-ફેફસાં-મગજ સહિત માંસના લોચાની ગંધથી આખો દરિયાદૌલત બાગ દિવસો સુધી ગંધાતો! અને આ બધું જોઈને વિકૃત ટીપુ ખડખડાટ હસતો... સનાતન સંસ્કૃતિના અનુયાયીઓને કચડી નાંખ્યાનો રાક્ષસી આનંદ તેના રોમેરોમને અદમ્ય પાશવી સુખ આપતો!'

સ્તબ્ધ થઈ ગયેલા વિવાનની સામે સિનેમારીલ ચાલી રહી હતી! ટીપુની ધર્માંધતાથી તે વાકેફ હતો, પણ તે આટલી હદે ક્રૂર હોઈ શકે એ અંગે વિવાનને અંદાજ સુધ્ધાં નહોતો. અચાનક તેના મગજમાં પ્રશ્ન ઊઠ્યો...

'એક મિનિટ...!' તે બોલ્યો, 'એકસાથે આટઆટલા હિંદુઓને કચડવા માટે તે હાથીઓને શી રીતે ઉશ્કેરી શકતો? હાથી ક્યાંક દોડી આવીને તેના પોતાના માલિકને જ કચડી નાંખે તો? શું ટીપુએ પોતાના રાજ્યમાં ગાંડા હાથીઓને પાળી રાખ્યા હતા?'

'ના.. બિલકુલ નહીં!' આગંતુકે તેની વાતનો મર્મ પકડી પાડ્યો હતો, એ જાણીને અજિતાભના ચહેરા પર સ્મિત ઝળક્યું, 'તમે એવો ચોટદાર પ્રશ્ન પૂછ્યો છે, જેનો જવાબ આપવાની તસ્દી એક પણ ઇતિહાસકાર અથવા અભ્યાસુએ નથી લીધી. અલબત્ત, એમને પણ આની જાણ ક્યાં હતી?'

‘એટલે?’ ટીપુનું આ રહસ્ય જાણવા માટે વિવાન અધીરો થઈ ગયો હતો.

‘હૈદર અલીને જે ચીજ માટે નાસિર જંગનો ખજાનો લૂંટવાની જરૂરિયાત પડી, એ ચીજ હતી... શૃંગ!’ અજિતાભે ફરી કાચની પેટીમાં રખાયેલાં રણશિંગુ તરફ નજર કરી, ‘અને, ટીપુ સુધી એ વારસામાં પહોંચી હતી, જેના આધારે ટીપુ કત્લેઆમ મચાવતો હતો!’

‘ફક્ત એક શૃંગને આધારે? દેખાવમાં તો સાવ સામાન્ય અને અડધા હાથની લંબાઈ ધરાવતી આ શૃંગ વડે કોઈ હજારો વ્યક્તિઓને મોતને ઘાટ શી રીતે ઉતારી શકે?’ પ્રશ્નોના જવાબ મળવાને બદલે નવાં નવાં આશ્ચર્યો વિવાનના ભાથામાં ઉમેરાતાં જતાં હતાં.

‘અન્ય શૃંગની જેમ સામાન્ય લાગતી આ શૃંગ એક એવી ધાતુની બનેલી છે, જેના ભૌતિક ગુણધર્મો વિશે વૈજ્ઞાનિકો હજુ સુધી પત્તો લગાવી શક્યા નથી.’ અજિતાભે કહ્યું.

વિવાનને તેની વાત ઉપર ઘડીવાર ભરોસો ન બેઠો.

તેના મનોભાવ પારખી ગયેલા અજિતાભે એક ઊંડો શ્વાસ લઈને આગળ ધપાવ્યું, ‘હાથીને નિયંત્રણમાં લાવવા માટે કેટલી પદ્ધતિઓ અપનાવવામાં આવે છે, એ જણાવી શકો?’

આ સમગ્ર ઘટનાને વૈજ્ઞાનિક અભિગમ સાથે સમજાવવી જરૂરી હતી, એ વાત અજિતાભ પામી ચૂક્યો હતો.

‘અંકુશ વડે?’ વિવાને સામો પ્રશ્ન પૂછ્યો.

‘એ સિવાય પણ એક પદ્ધતિ છે!’ અજિતાભે કહ્યું, ‘આધુનિક વિજ્ઞાને સાઉન્ડ ફ્રિકવન્સીને ત્રણ પ્રકારમાં વહેંચી છે - ઇન્ફ્રા સાઉન્ડ, નૉર્મલ સાઉન્ડ અને અલ્ટ્રા સાઉન્ડ!’

’૨૦ હર્ટ્ઝથી શરૂ કરીને ૨૦,૦૦૦ હર્ટ્ઝ સુધીની સાઉન્ડ ફ્રિકવન્સીને માણસના કાન ઓળખી શકે છે; જે નૉર્મલ સાઉન્ડ ફ્રિકવન્સી તરીકે ઓળખાય છે.’ વિવાને તેની વાતને તરત ઝીલી લેતાં કહ્યું.

‘કરેક્ટ. ૨૦,૦૦૦ હર્ટ્ઝથી વધુની સાઉન્ડ ફ્રિકવન્સીને ઘુવડ અને ચામાચીડિયા જેવાં પક્ષીઓ સાંભળી શકે! અને ૨૦ હર્ટ્ઝથી નીચેની સાઉન્ડ ફ્રિકવન્સીને હાથી જેવાં પશુ તથા પ્રાણીઓ!’ અજિતાભે સમજૂતી આપી.

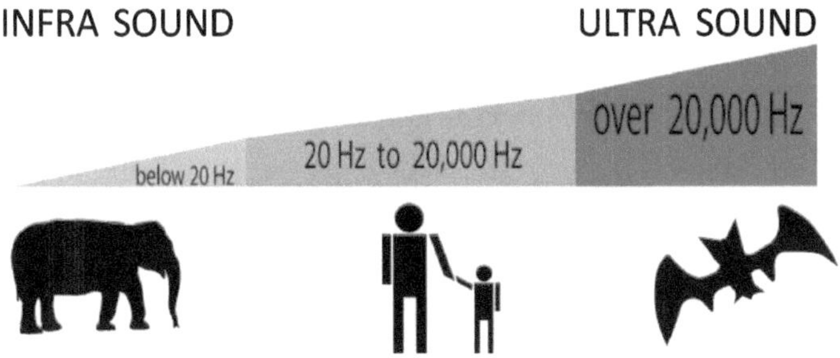

હવે વિવાનને અજિતાભની વાતમાં તર્ક દેખાયો. આંખોમાં જિજ્ઞાસા સાથે તેણે પૂછ્યું, 'તમે એવું કહેવા માંગો છો કે ટીપુ સુલતાન પોતાના હાથીઓને શૃંગ ફૂંકીને નિયંત્રણમાં લાવતો હતો?'

'બરાબર સમજ્યા!' અજિતાભે નિરાંતનો શ્વાસ લીધો, 'આ શૃંગ એવી અજ્ઞાત ધાતુ વડે બની છે, જેને ફૂંકવાથી ઇન્ફ્રા સાઉન્ડ જનરેટ કરી શકાય! ફક્ત નિયંત્રણ જ નહીં, આના વડે હાથીઓને ગાંડાતૂર કરી શકાતા. આમ તો હાથી અત્યંત સમજુ પશુ ગણાય છે... પરંતુ સાવ શાંત અને દયાળુ લાગતા ગજરાજ સામે રણશિંગુ ફૂંકવાથી માત્ર બે સેકન્ડની અંદર તે એટલી હદે પાગલ બની જતો કે પોતાના રસ્તામાં આવનારને પગ નીચે કચડવામાં જરા પણ વિચાર ન કરી શકતો. તેના કાનમાં એવા તીવ્ર અવાજો પ્રતાડિત થતા, જેને સહન ન કરી શકવાને લીધે તેને મતિભ્રમ થઈ જતો.'

'પ્રાંગણમાં ઊભેલા અન્ય માણસોનું શું? એમને આ અવાજ કાને ન પડતો?' વિવાને પૃચ્છા કરી.

'એ જ રસપ્રદ છે! આ એકમાત્ર શૃંગ એવી છે, જેને ફૂંકવાથી એમાંથી માણસોને સંભળાય એવો કોઈ અવાજ જનરેટ નથી થતો. બીજી બાજુ, હાથીઓ માટે કાન ફાડી નાંખનારો તેમજ એમને ઉન્મત્ત કરી નાંખતો ઘોંઘાટ પેદા થવાથી શૃંગનો ઉપયોગ આવા નરસંહાર માટે થઈ શકતો!'

જિગ્સો-પઝલના ટુકડાની માફક આખી તસવીર હવે વિવાનની સામે સ્પષ્ટ બનવા માંડી હતી.

'પરંતુ આજથી અઢી સદી પહેલાં ટીપુને ઈન્ફ્રા-સાઉન્ડ મિકેનિઝમ અંગે કઈ રીતે ખબર પડી?' તેણે પૂછ્યું.

'તેના પિતા હૈદર અલી પાસેથી!' અજિતાભની કપાળ ઉપર રેખાઓ તણાઈ આવી, 'હૈદર અલીના સંપર્કમાં કોઈક તો એવું હતું, જે તેને ૧૮મી સદી પ્રમાણે અત્યંત આધુનિક કહી શકાય એવી આ શોધ અંગે માહિતી આપી રહ્યું હતું! નાસિર જંગ પાસે આ અમૂલ્ય ચીજ પડી છે, એની જાણ પણ એ રહસ્યમય વ્યક્તિએ જ હૈદર અલીને કરી હતી એવું મારું માનવું છે. ઇતિહાસમાં એ વ્યક્તિ અંગે છૂટાંછવાયાં વર્ણન વાંચી શકાય છે.'

'તો તમે એમ કહેવા માંગો છો કે શૃંગને લીધે હૈદર અલી મૈસૂરના રાજાને પોતાના ગુલામ બનાવી શક્યો? અને તેમની સત્તા આંચકી લીધા બાદ પોતે મૈસૂરનો સર્વેસર્વા બની શક્યો?'

'બિલકુલ!'

વિવાને ધ્યાનપૂર્વક શૃંગનું નિરીક્ષણ કર્યું. ચામડીનો રંગ ધરાવતી એ શૃંગ કોઈક પ્રાણીના હાડકાંમાંથી બનાવવામાં આવી હોય, એવું લાગતું હતું... પરંતુ પોતાનો તર્ક તેણે અજિતાભ સામે મૂકવાનું એટલા માટે ટાળ્યું કારણ કે અત્યારે એ વાતને પ્રાથમિકતા આપી શકાય એમ નહોતી.

'હૈદર અલી, ટીપુ સુલતાન, શૃંગ, દિનેશ પૂર્ણૈયા અને રાષ્ટ્રપતિ ભવનનો દરબાર હૉલ... આ બધું કઈ રીતે એકબીજા સાથે સંકળાયેલું છે, મને તો એ જ સમજ નથી પડી રહી, દોસ્ત!' વિવાને ઉચ્છ્વાસ ફેંકતાં કહ્યું.

રાષ્ટ્રપતિ ભવનમાં બનેલી ઘટનાની વાસ્તવિકતા જણાવવા માટે અજિતાભે થોડા મનોમંથન બાદ પોતાની જાતને તૈયાર કરી.

... પરંતુ, એ બંનેમાંથી કોઈને જાણ નહોતી કે દરિયાદૌલત બાગના મુખ્ય દ્વારની બરાબર સામે ૨૦૦ મીટરના અંતરે આવેલા ત્રણ માળિયા ઘરની અગાસી ઉપર સ્નાઇપર-રાઇફલ લઈને બેઠેલો એક શખ્સ વિવાન અને અજિતાભના બહાર નીકળવાની રાહ જોઈને બેઠો હતો!

રાઇફલના ટેલિસ્કૉપિક-લેન્સનું સેટિંગ ગોઠવ્યા બાદ તેની બાજનજર પોતાના શિકારની ખોપરી ઉડાવવા માટે તત્પર હતી!

વર્તમાન દિવસ
બેંગ્લોર

'સર, વી હેવ ફાઉન્ડ અ બ્રેકથ્રૂ!' અમિતે વાવાઝોડાની જેમ અજય ડોભાલની કેબિનમાં એન્ટ્રી લેતાં કહ્યું, 'જે પ્રશ્નનો જવાબ શોધવા માટે આપણે આટલા દિવસોથી મથતા હતા, એ મળી ગયો છે!'

'શું?' સુહાની સિંહા સાથે માથાપચ્ચી કરીને માંડ બે ઘડી નિરાંતનો શ્વાસ લઈ રહેલા અજય ડોભાલે પૂછ્યું. જોકે, તેના સવાલમાં જિજ્ઞાસા ઓછી, ને કડકાઈ વધુ ઝળકતી હતી! સુહાની મોં ખોલવા તૈયાર નહોતી. કોર્ટ દ્વારા હજુ સુધી રિમાન્ડ મંજૂર નહોતા કરવામાં આવ્યા અને તેઓ એક એવા ડેડ-એન્ડ પર આવીને અટકી ગયા હતા, જ્યાં આગળ મસમોટી દીવાલ સિવાય બીજું કશું નહોતું.

અજય ડોભાલને ખરેખર આશાના કિરણની જરૂરિયાત હતી, જે તેને હત્યારા સુધી પહોંચાડી શકે! પ્રાઇમ-મિનિસ્ટર ઑફિસમાંથી મળેલી ડેડલાઇન પૂરી થવાને ફક્ત ૬૫ કલાક બાકી હતા!

'રાષ્ટ્રપતિશ્રી અને પદ્મપુરસ્કૃતોના મૃત્યુનું કારણ!' અમિતના અવાજમાં ઉત્તેજના હતી.

અજય ડોભાલ ચોંક્યા. ઘડીભર તો તેને પોતાના કાન ઉપર વિશ્વાસ ન આવ્યો. બીજી જ સેકન્ડે, લગભગ તરાપ મારીને તેમણે અમિતના હાથમાંથી રિપોર્ટ-ફાઇલ છીનવી લીધી.

'ફટાફટ કહે... શું હાથ લાગ્યું?' અમિત સામે જોયા વગર જ, ફાઇલ પર નજર ફેરવતાં ફેરવતાં એમણે આદેશાત્મક અવાજે કહ્યું.

'ઑટોપ્સી રિપોર્ટ પરથી છેક હમણાં સુધી આપણે એટલું જ જાણતા હતા કે મૃતકોએ પોતાના છેલ્લા સમયમાં કારમી પીડાનો સામનો કરવો પડ્યો હતો. એમના શરીરની નસોથી માંડીને પ્રત્યેક અંગો અકલ્પનીય ધ્રુજારી અનુભવ્યા બાદ ફાટ્યાં હતાં...' અમિતે બ્રીફ આપતાં કહ્યું.

અજય ડોભાલે કરડાકીભરી નજરે અમિત સામે જોયું, 'જે મને ઑલરેડી ખબર છે, એ જણાવીને કોઈ ફાયદો ખરો? મુદ્દા પર આવ!'

'બેરિયમ સલ્ફેટ!' અમિતે જરા પણ વિલંબ વગર કહ્યું, 'રાષ્ટ્રપતિ સિંહાસનની પાછળ ઊભેલા મેજર અજિતાભ પૂર્ણેયાના બુલેટપ્રૂફ જેકેટ ઉપર બેરિયમ સલ્ફેટનું આવરણ મળી આવ્યું છે!'

'બેરિયમ સલ્ફેટનો ઉપયોગ તો મેટલ-ડિટેક્ટરથી બચવા માટે થાય છે ને?' અજય ડોભાલે ખાતરી કરવા માટે પૂછ્યું.

'હા, સર!' અમિત બોલ્યો, 'વ્યક્તિ જ્યારે કોઈ ધાતુને સિક્યોરિટીની નજરથી છુપાવીને લઈ જવા માંગતી હોય, એ સમયે જો તેના પર બેરિયમ સલ્ફેટનું આવરણ ચડાવી દેવામાં આવે તો મેટલ-ડિટેક્ટર પણ તેને પકડી શકતું નથી!'

'મેજર અજિતાભ પૂર્ણેયાના જેકેટની તપાસ કરી?' અજય ડોભાલને નવી આશા બંધાતી જતી હતી.

'દિલ્હી ફૉરેન્સિક લેબોરેટરીને એ જેકેટની વચ્ચેથી હાડકાં જેવી દેખાતી એક અજ્ઞાત ધાતુ અને ઇન્ફ્રા-સાઉન્ડ પ્રૉડ્યુસ કરતું અત્યંત પાતળું અને નાના કદનું ઉપકરણ મળી આવ્યું છે!' અમિતે ઘટસ્ફોટ કર્યો.

'આર યુ કિડીંગ મી, અમિત?' અજય ડોભાલે જોરથી ટેબલ પર ફાઇલ પછાડતાં કહ્યું, 'વ્હોટ નૉનસેન્સ? ઇન્ફ્રા-સાઉન્ડ પ્રૉડ્યુસર મશીન? અને એ પણ રાષ્ટ્રપતિ ભવનમાં? એના લીધે કોઈ કેવી રીતે મૃત્યુ પામી શકે?'

'તમને વર્બલવિન્ડ તો યાદ જ હશે?' અમિતે જરા પણ વિચલિત થયા વગર જવાબ આપ્યો, 'દુનિયાનું સૌથી પહેલું ઇન્ફ્રાસૉનિક હથિયાર!'

... અને, અજય ડોભાલ ધબ્બાક દેતાં પોતાની ખુરશી પર બેસી ગયા. *વર્બલવિન્ડ* શબ્દ સાંભળીને તેમને અહેસાસ થયો કે અમિત કઈ દિશામાં આંગળી ચીંધી રહ્યો હતો!

'તું એવું કહેવા માંગે છે કે આતંકવાદીઓએ કટિંગ-એજ સાઉન્ડ-વેપન વડે રાષ્ટ્રપતિ ભવન ઉપર હુમલો કર્યો હતો?' અજય ડોભાલ વિચારશૂન્ય અવસ્થામાં પહોંચી ગયા હતાં.

'અનફૉર્ચ્યુનેટલી... યસ્સ!' અમિત બોલ્યો.

'પહેલા અને બીજા વિશ્વયુદ્ધમાં જ્યારે ઇન્ફ્રાસૉનિક-વેપનનો ઉપયોગ કરવામાં આવતો, ત્યારે દુશ્મનો માનસિક રીતે અસ્થિર બની જતા અને આખરે એમને આંખે અંધાપો આવી જતો!' અજય ડોભાલ હજુ પણ આ હકીકતને પચાવવાની કોશિશ કરી રહ્યા હતા, 'પણ આવું કરવા માટે એમને માણસની

ઊંચાઈથી બમણા કદના તોતિંગ મશીનો યુદ્ધ-મેદાનમાં લાવવા પડતાં! પરંતુ અહીં એ ગાયબ છે, તો પછી કેવી રીતે?'

'ભારતના શ્રેષ્ઠ વૈજ્ઞાનિકો અને સંશોધકો હાલ આ રહસ્ય પર કામ કરી રહ્યા છે, સર!' અમિતે અપડેટ્સ આપતાં કહ્યું, 'મને લાગે છે ત્યાં સુધી નાના કદના ઇન્ફ્રા-સાઉન્ડ હથિયારમાંથી પ્રૉડ્યુસ થતાં હાઇ-ડેસિબલ ઇન્ફ્રા-સાઉન્ડને એમ્પ્લિફાય એટલે કે તીવ્ર કરવા માટે એક એવી ટેક્નૉલોજીનો ઉપયોગ થયો છે, જે હજુ શોધી શકાઈ નથી!'

'તો પછી સવાલ એ જન્મે કે આ પ્રકારનું કટિંગ-એજ અત્યાધુનિક હથિયાર આતંકવાદીઓ પાસે કઈ રીતે પહોંચ્યું?'

અમિતના હોઠ ફફડ્યા. તે કદાચ પોતાના ઉપરીનું ધ્યાન એ બાબત તરફ દોરવા માંગતો હતો, જેના તરફ હજુ સુધી અજય ડોભાલની નજર નહોતી પહોંચી!

તેની મથામણ પારખી ગયેલા અજય ડોભાલ બોલ્યા, 'બોલ.. શું કહેવા માંગે છે?'

'રહસ્ય તો એ છે કે આ બધાંની વચ્ચે વિવાન આર્ય કઈ રીતે બચી ગયો?'

અમિતના આ એક સવાલને કારણે કેબિનમાં સન્નાટો છવાઈ ગયો!

૪૮

ત્રેતાયુગ
અમરાવતી

સમગ્ર જીવન દરમિયાન પોતાના હાથે ઘોળેલી કાળપ ઇન્દ્રના લસ્ત ચહેરા પર ગ્લાનિભાવનું લીંપણ કરી ચૂકી હતી. પોતાનું જ સિંહાસન હવે તેને કાંટાળા થોર સમાન ખૂંચી રહ્યું હતું. તેનો મુગટ ધરતી ઉપર ઊંધો પડ્યો હતો. ઉપવસ્ત્રનાં કોઈ ઠેકાણાં નહોતાં. એક સમયે હજારો લોકોથી હર્યાભર્યા રહેતાં સભાખંડની દીવાલોમાં વિલાપ અને આક્રંદ પેસી ગયાં હતાં. અસ્તવ્યસ્ત વાળ, લલાટ ઉપર ભૂંસાઈ ગયેલા તિલકનો લાલ લિસોટો, અડધા ગાલ સુધી ઊતરી આવેલું આંજણ, મોંમાંથી આવતી મદિરાની દુર્ગંધ અને નિચોવાઈ ગયેલો દેહ!

ઇન્દ્ર પોતાનું સત્ત્વ ખોઈ બેઠો હતો!

સભાખંડનાં દ્વાર ખૂલ્યાં અને ધસમસતાં વેગે ઇન્દ્રના ભાઈઓ - વાયુ, વરૂણ અને અગ્નિ - અંદર ધસી આવ્યા. એમની આંખોમાં પ્રચંડ ક્રોધાગ્નિ પ્રજ્વલિત હતો! રોમેરોમ જાણે દાહક જ્વાળા વરસાવી રહ્યું હતું... જેનું કારણ કદાચિત્ ઇન્દ્ર હતો!

'ભ્રાતા...' વાયુ તાડૂકી ઊઠ્યો, 'માતા અદિતિ, પિતા કશ્યપ અને સપ્તર્ષિઓને ભરખી ગયા પછી પણ આપને શાતા નથી વળી?'

ભારે થઈ ગયેલી આંખોનાં પોપચાં ઉઘાડીને ઇન્દ્રએ વાયુ સામે દૃષ્ટિ કરી. તેના ચહેરા પર હૂંફાળું સ્મિત તરવરી ઊઠ્યું.

'અનુજ...' અર્ધ શયનાવસ્થામાંથી મહામહેનતે બેઠાં થતાં ઇન્દ્રએ પોતાના ભાઈઓને આવકાર આપ્યો, 'પધારો!'

તેની લથડાઈ રહેલી જિહ્વા એ વાતનો પુરાવો હતી કે ઇન્દ્ર મદિરાના ઘેનમાં હતો.

'આપની આ ધૃષ્ટતા?' ઇન્દ્રની વર્તણૂક જોઈને આહત થયેલા વરૂણે કહ્યું, 'મહાવિધ્વંસની શરૂઆત કર્યા પછી પણ આપ આટલા નિશ્ચિંત અને નિષ્ઠુર કઈ રીતે થઈ શકો?'

ઇન્દ્રએ ચાર-પાંચ વખત પાંપણ ફરકાવીને પોતાની જાતને ભાનમાં લાવવાનો પ્રયત્ન કર્યો. નાના ભાઈઓ તેને શું કહી રહ્યા છે, એ વાતથી અજાણ ઇન્દ્ર પોતાની જ ધૂનમાં બોલ્યો, 'કેટલાં વર્ષો પશ્ચાત્ તમને જોઈ રહ્યો છું, મારા ભાઈઓ!'

નશામાં ધૂત ઇન્દ્રને જોઈ અગ્નિનો આક્રોશ ચરમસીમા પર પહોંચી ગયો હતો. આમ છતાં, અગ્રજ પરત્વેનો આદર તેને રોકી રહ્યો હતો.

મહર્ષિ ભૃગુના દેહાંત બાદ અદિતિના તમામ પુત્રોએ ઇન્દ્ર સાથેનો સંબંધ કાપી નાંખ્યો હતો. ત્યાં સુધી કે ઇન્દ્રને તેઓ પોતાના મોટા ભાઈ માનવા પણ તૈયાર નહોતા! સતયુગ અને ત્રેતાયુગમાં ઇન્દ્રએ જે ષડયંત્રો કર્યાં હતાં, એ અક્ષમ્ય હતાં. સપ્તર્ષિઓના મૃત્યુ પાછળ સમસ્ત દેવગણ વાસ્તવમાં શુક્રાચાર્યને નહીં, પરંતુ ઇન્દ્રના કાવાદાવાને દોષિત માનતા હતા. એક પછી એક તમામ દેવો ઇન્દ્રનું સાંનિધ્ય ત્યજીને સદેહે વૈકુંઠ ભણી રવાના થઈ ગયા હતા. ઇન્દ્રની સત્તાલાલસાએ તમામ સીમા પાર કરી નાંખી હોવાથી પોતાની આંખો સામે દેવો હવે સૃષ્ટિનું અહિત થતું જોઈ શકે એમ નહોતા.

લોહીના સંબંધ પણ પારકા બની ગયા હતા!

'અમરાવતી, આર્યાવર્ત અને કુમારીકંદમ તમારા તાબા હેઠળ છે. દેવ, આર્ય અને યક્ષ સંસ્કૃતિના નિવાસીઓ ઉપર તમારું સંપૂર્ણ નિયંત્રણ છે, આમ છતાં આવું દુષ્કૃત્ય કરવાની શી આવશ્યકતા ઊભી થઈ, દેવરાજ?' અગ્નિએ પોતાના ક્રોધને શાંત કરી શક્ય એટલા આદરભાવે પ્રશ્ન કર્યો.

જોકે, તેના સંયમની પાળ એટલી નબળી હતી કે ગમે ત્યારે તૂટી પડે એવી સંભાવના હતી.

'કયું દુષ્કૃત્ય?' ઇન્દ્ર લથડિયાં ખાતો ખાતો ઊભો થયો.

સિંહાસન પરથી ઊભા થઈને પોતાના ભાઈઓને આલિંગન આપવા માટે જેવો તે આગળ આવ્યો કે તરત વાયુએ તેને અધવચ્ચે જ અટકાવી દીધો.

'આ કેવી દુર્દશા કરી નાંખી છે આપે મેઘરાજ?' તેણે કહ્યું, કિન્તુ એમાં ચિંતા કરતાં ઘૃણાભાવ વધુ હતો.

'આ રાજ્ય... આ મહેલ.. ત્રિલોકનું આધિપત્ય... સુખ-સગવડ... ઐશ્વર્ય..' ઇન્દ્ર ગળગળો થઈ ગયો, 'બધું વ્યર્થ લાગી રહ્યું છે, ભાઈઓ! સમસ્ત ભૂલોકનો રાજા હોવા છતાં મારા પોતાના કહી શકાય એવા એક પણ સ્વજનની અમરાવતીમાં ઉપસ્થિતિ નથી રહી!'

'વિષયાંતરનો પ્રયાસ રહેવા દો, ભ્રાતા!' અગ્નિની સહનશક્તિની સીમા આવી ગઈ હતી, 'આપના દુષ્કૃત્યને રોકવા માટે અમે અમરાવતીમાં પગ મૂક્યો છે, નહીંતર આ ભૂમિ તો અમારા માટે વર્જ્ય હતી અને હંમેશાં રહેશે!'

ઇન્દ્રએ અગ્નિ પાસે આવીને તેના ગાલ પર વહાલસોયો હાથ ફેરવ્યો, 'હું હજુ પણ નથી સમજી રહ્યો કે તું કઈ ઘટના તરફ અંગુલિનિર્દેશ કરી રહ્યો છે!'

અગ્નિએ ઝાટકો મારીને ઇન્દ્રનો હાથ દૂર કરતાં કહ્યું, 'આપ સમસ્ત દેવગણને મૂર્ખ ગણો છો? કુમારીકંદમ ઉપર આવી પડેલી આપત્તિ પાછળ આપનો હાથ છે, એટલું પણ ન સમજી શકીએ એટલા મૂઢમતિ અમે નથી!'

'કઈ આપત્તિ?' ઇન્દ્રએ આંખ ઝીણી કરીને પૂછ્યું.

'દુષ્ટતાની તમામ મર્યાદાઓ આપ વટાવી ચૂક્યા છો...' વરૂણનાં નાકનાં નસકોરાં ફૂલી ગયાં, 'અમે સ્વપ્નમાં પણ નહોતું વિચાર્યુ કે આપ આટલી બધી હીનભાવનાથી પીડાઓ છો!'

'છતાં એક જ માતાના સંતાન હોવાને નાતે અમે શાંતિપૂર્વક તમને જણાવી રહ્યા છીએ કે આ વિધ્વંસ અહીં જ રોકી દો!' વાયુએ ઇન્દ્રના બંને ખભા હચમચાવતાં કહ્યું, 'લાખો લોકોના જીવ જશે, દેવ!'

'પણ મેં કશું કર્યું જ નથી...' ઇન્દ્રએ એમની વાતનો વિરોધ કરતાં કહ્યું.

ત્રણેય ભાઈઓ સમજી ગયા કે ભૂતકાળ ફરી એક વખત પુનરાવર્તિત થઈ રહ્યો છે! તુંડમિજાજી ઇન્દ્ર પોતાનો દોષ સ્વીકારવા તૈયાર નહોતો.

'તો આપ એ માનવા તૈયાર નથી કે કુમારીકંદમ ઉપર આવેલી અતિવૃષ્ટિ પાછળ આપનો હાથ છે?' અગ્નિએ પૂછ્યું.

ઇન્દ્રએ માથું ધુણાવીને ના પાડી.

'કુમારીકંદમના રહેવાસીઓએ આદિ પેરુક્કુ ઉત્સવ ઊજવવાનો બંધ કરી, યજ્ઞમાં તમને આહુતિઓ આપવાની બંધ કરી એના લીધે આપ ક્રોધિત થઈને એમના ઉપર મુશળધાર મેઘ વરસાવી રહ્યા છો, એ પણ સત્ય નથી?' વરૂણના સ્વરમાં કર્કશતા ઉમેરાઈ.

ઇન્દ્ર કશો જ ઉત્તર આપ્યા વગર અપલક નેત્રે એને તાકી રહ્યો.

'જે મહાશક્તિના આહ્‌વાનને વર્જ્ય ગણવામાં આવ્યું છે, એને પણ આપે જાગૃત નથી કરી?' વાયુની આંખોમાં રક્તસળ ઊપસી આવી હતી, 'એ પ્રચંડ ઊર્જા સમગ્ર કુમારીકંદમ ઉપર કેવો કાળો કેર વરસાવવા જઈ રહી છે, એનું આપને જરા પણ અનુમાન છે?'

ઇન્દ્ર બે હાથ વચ્ચે માથું પકડીને ધરતી ઉપર બેસી ગયો, 'હું કશું જ નથી જાણતો!'

વાયુ, વરૂણ અને અગ્નિએ એકબીજા સામે જોયું. આંખોમાં ને આંખોમાં સંદેશાવ્યવહાર થકી તેઓ એક નિર્ણય ઉપર પહોંચ્યા અને ઇન્દ્રની આસપાસ ગોળાકાર વૃત્ત બનાવીને ઊભા રહી ગયા.

'અધર્મના પાયા ઉપર ચણતર પામેલું આપનું સામ્રાજ્ય ધ્વસ્ત કરવાનો સમય આવી ગયો છે, ભ્રાતા!' અગ્નિએ ઇન્દ્રને સંબોધતાં કહ્યું, 'ભૂતકાળમાં આપને રોકવાની વાત તો દૂર, અમે મૂઢમતિઓ આપના પ્રત્યેક ષડયંત્રોમાં સાથ આપતા હતા... જેના લીધે લાખો જીવ કપાયા, હણાયા, નોંધારા બની ગયા! પરંતુ આજ વખતે એવું નહીં થવા દઈએ.'

ઇન્દ્રએ માથું ઊંચુ કરીને એના ભાઈઓ સામે દૃષ્ટિપાત કર્યો. તેને કોઈ ગતાગમ નહોતી પડી રહી.

'કુમારીકંદમમાં જે કંઈ થઈ રહ્યું છે, એની મારી પાસે કોઈ જાણકારી નથી...' ઇન્દ્રએ પોતાનો પક્ષ રાખ્યો, 'દશાનન રાવણના આધિપત્યમાં ત્યાંની પ્રજા સુખી હોવાથી મેં કુમારીકંદમની સત્તાનું મમત્વ વર્ષોથી ત્યાગી દીધું છે!'

વાયુ ખડખડાટ હસી પડ્યો, 'તમારા મુખેથી ત્યાગ શબ્દ હાસ્યાસ્પદ લાગે છે, ભ્રાતા! જે વ્યક્તિએ પોતાનું આખું જીવન અસુરો પાસેથી સત્તા છીનવવામાં

પસાર કર્યું, એ કુમારીકંદમ જેવા અત્યંત સમૃદ્ધ અને ધનવાન રાજ્ય પરત્વેનો મોહ જતો કરી દે, એ વાત પચે એવી નથી.'

ઇન્દ્રની આંખોમાં ઝળઝળિયાં આવી ગયાં. ત્રિલોક પર આધિપત્ય સ્થાપવાના પ્રયાસોમાં તે પોતાના ભાઈઓનો વિશ્વાસ અને પ્રેમ ગુમાવી ચૂક્યો હતો, એની આંખ ઉઘાડનારી અનુભૂતિ તેને અત્યારે છેક થઈ હતી!

'આપ દંડને પાત્ર છો, ઇન્દ્રદેવ!' વરૂણે હુંકાર ભણ્યો, 'પરંતુ અમારી પાસે એવી કોઈ સત્તા નથી કે આપને સજા કરી શકીએ. આમ છતાં, એટલું ચોક્કસ છે કે આ વખતે અમે આપને આ વિધ્વંસ તો નહીં જ કરવા દઈએ. પછી ભલે એના માટે અમારે જે કંઈ પણ કરવું પડે!'

ઇન્દ્રએ અવિશ્વાસુ દૃષ્ટિ સાથે તેના ભાઈઓ સામે જોયું.

તેના મનોભાવ પારખી ગયેલો વાયુ બોલ્યો, 'અમૃતપાન પશ્ચાત્ તમામ દેવો અમર છે, એટલે આપના પ્રાણ લેવાનો તો કોઈ પ્રશ્ન જ ઊભો નથી થતો... નિશ્ચિંત રહો!'

'કુમારીકંદમમાં કાલાતીત કલ્પાંતના એ વિષચક્રને અટકાવવા માટે અમે આપની ચેતનાને ભૂલોક પરથી સ્થળાંતરિત કરીને વૈકુંઠમાં લઈ જવા આવ્યા છીએ...' અગ્નિના ગળે ડૂમો ભરાયો હોય એવું લાગ્યું, 'દેહ ત્યાગીને જવાની પીડા અસહ્ય હશે, પરંતુ આપે બીજો કોઈ વિકલ્પ શેષ નથી રહેવા દીધો.'

ઇન્દ્ર થથરી ઊઠ્યો. તેના ભાઈઓ જે કહી રહ્યા હતા, એનો મર્મ તે સમજી રહ્યો હતો.

'પણ હું નિર્દોષ છું..' તેણે બે હાથ જોડીને કાકલૂદી કરતાં કહ્યું, 'મેં એક પણ ઊર્જાને આહ્‌વાન નથી આપ્યું! આપ સૌ દેવભ્રાતાઓના વૈકુંઠગમન પશ્ચાત્ હું ભીતરથી ભાંગી પડ્યો છું, એકલો પડી ગયો છું!'

વાયુ સામે એ દૃશ્ય ઊપસી આવ્યું, જ્યારે ઇન્દ્ર આ જ પ્રકારે શુક્રાચાર્યના માતા ઉષ્ણા સામે પોતાના પ્રાણ બચાવવા માટે આજીજી કરી રહ્યો હતો. જેવું કાવ્યમાતાએ તેને જીવનદાન આપ્યું કે તરત ઇન્દ્ર પોતાના મૂળ સ્વભાવ ઉપર ઊતરી આવ્યો અને કાવ્યમાતા પર વળતો પ્રહાર કર્યો હતો!

'આટઆટલાં ષડયંત્રોમાં સાથે રહ્યા પછી હજુ પણ તમને એવું લાગે છે કે અમે તમારી દગાખોરી ઉપર ભરોસો મૂકી દઈશું?' વાયુનો સ્વર ઊંચો થયો.

તેની વાત સાંભળીને એકઝાટકે ઇન્દ્ર ઊભો થઈ ગયો. તેના નાકના નસકોરાં ફૂલી ગયાં હતાં, 'તારા જ સગા ભાઈ ઉપર હુમલો કરવાનું દુઃસાહસ?'

ઇન્દ્રને વાસ્તવિક રંગરૂપમાં આવી ગયેલો જોઈને ત્રણેય ભાઈઓ સાવધ થઈ ગયા.

'યાઆઆઆ...' ઇન્દ્રએ ગર્જના કરી. તેની આસપાસ વર્તુળાકારે ઊભેલા ત્રણેય દેવોને કોઈક અજ્ઞાત શક્તિએ જોરથી ધક્કો માર્યો હોય, એમ તેઓ દૂર ધકેલાઈ ગયા.

'મેઘરાજ છું હું!' ઇન્દ્રનો અહંકાર છલકાયો, 'સૃષ્ટિમાં એવું કોઈ નથી, જે મારી ઇચ્છા વિરુદ્ધ મને વૈકુંઠમાં લઈ જઈ શકે!'

ધરતી ઉપર ચત્તાપાટ પછડાયેલા ત્રણેય દેવોએ મનોમન મંત્રોચ્ચાર આરંભી દીધા. મોડું કરવું એમને પોસાય એમ નહોતું.

૪૯

વર્તમાન દિવસ

શ્રીરંગપટ્ટનમ્

'ઇન્ફ્રા-સાઉન્ડ હથિયાર આટલી હદે ખતરનાક નીવડી શકે છે, એનો મને ખ્યાલ નહોતો.' વિવાને કહ્યું.

'હાઇ-ડેસિબલ ઇન્ફ્રા-સાઉન્ડ જ્યારે વ્યક્તિના કાન સુધી પહોંચે છે, ત્યારે તેના શરીરનાં અંગો - ફેફસાં, મગજ, આંખ વગેરે - કંપન કરવા માંડે છે. જેમ જેમ ઇન્ફ્રા-સાઉન્ડની તીવ્રતા વધતી જાય, એમ એમ કેટલાક કિસ્સામાં માણસનાં બ્રેઇન-ડેડ થયાં હોવાનાં ઉદાહરણો પણ વૈજ્ઞાનિકોએ નજર સમક્ષ જોયા છે!' અજિતાભે કહ્યું, 'અરે.. ત્યાં સુધી કે વ્યક્તિની આંખનો ડોળો ફૂટીને બહાર લટકી પડે!'

વિવાનને દરબાર હૉલનું એ દૃશ્ય યાદ આવી ગયું, જ્યાં તેની નજર સામે સેંકડો આંખો ધાણીની માફક ફૂટીને બહાર ગબડી પડી હતી!

'ઇન્ફ્રા-સાઉન્ડની ભયાવહ અસરોને સર્વપ્રથમ વખત જેમણે દુનિયા સમક્ષ ઉજાગર કરી, એ વ્યક્તિનું નામ હતું: વ્લાદિમીર ગોવરુ... જેઓ એક રશિયન

ભૌતિકશાસ્ત્રી હતા!' અજિતાભે ઇતિહાસનું એક એવું પાનું ખોલ્યું, જે આ સમગ્ર ઘટનાના તાણાવાણાંને એકબીજા સાથે જોડતું હતું.

'હું ખોટો ન હોઉં, તો તમે **સિક બિલ્ડિંગ સિન્ડ્રોમ - Sick Building Syndrome** અંગે વાત કરી રહ્યા છો, બરાબર?' વિવાને પૂછ્યું, 'બહુ પહેલાં એ વિશે વાંચ્યું હતું, પણ હવે યાદ નથી.'

'રાઇટ!' અજિતાભે હકારમાં માથું ધુણાવ્યું, **સિક બિલ્ડિંગ સિન્ડ્રોમ**નો કેસ ઉકેલતી વખતે જ વ્લાદિમીર ગોવરુને ઇન્ફ્રા-સાઉન્ડની અસરો અંગે ખબર પડી.'

દરિયાદૌલત બાગની બહારના વિસ્તારમાં રાખવામાં આવેલી ઐતિહાસિક તોપનું નિરીક્ષણ કરતાં કરતાં તેઓ એકબીજા સાથે વાતચીત કરી રહ્યા હતા. અલબત્ત, એમની નજર જુદી જુદી દિશાઓમાં ફંટાયેલી હતી, કારણ કે આસપાસ પંદર-વીસ લોકો ઘૂમી રહ્યા હતા. મહેલની મુલાકાત પૂરી થવામાં વીસેક મિનિટની વાર હતી, એટલામાં યુરોપિયન પ્રવાસીઓનું મોટું ગ્રુપ ત્યાં આવી પહોંચ્યું.

એમની સામે અછડતી નજર નાંખીને અજિતાભે પોતાની વાત આગળ ધપાવી, 'વર્ષ ૧૯૫૭ની વાત છે. રશિયા ખાતે મર્સીલ્સના રીસર્ચ-પ્લાન્ટનો આખો સ્ટાફ કોઈક અજ્ઞાત કારણોસર ધીરે ધીરે બીમાર પડવા માંડ્યો. જેવી રીતે રાષ્ટ્રપતિ ભવનમાં વાયરસ ફેલાયાની ગેરસમજ ભારતીયોને થઈ, એવી જ રીતે એ સમયમાં પણ રીસર્ચ-પ્લાન્ટના સ્ટાફે ધારણા બાંધી કે નક્કી બિલ્ડિંગમાં કોઈ ઝેરી દ્રવ્ય અથવા વાયુનું પ્રસરણ થયું હોવું જોઈએ!'

વિવાનની આંખો ભલે અજિતાભ સામે નહોતી, પણ તેના કાન એકચિત્તે બધું સાંભળી રહ્યા હતા.

'તબીબી તપાસ સહિત અનેક પ્રકારના પ્રયોગો બાદ પણ જ્યારે સત્ય સામે ન આવ્યું, ત્યારે આ કેસ વ્લાદિમીર ગોવરુને સોંપવામાં આવ્યો. એમના મત મુજબ, રીસર્ચ-પ્લાન્ટના બિલ્ડિંગમાં જ કોઈક એવું ડિવાઇસ હતું જેમાંથી ઇન્ફ્રા-સાઉન્ડ પ્રૉડ્યુસ થઈ રહ્યો હતો.'

'હમ્મ્મ..' વિવાને હોંકારો ભણ્યો.

'પરંતુ પુરાવાની ગેરહાજરીને લીધે શરૂઆતમાં એમની વાત સ્વીકારવા માટે કોઈ તૈયાર નહોતું. સામે પક્ષે, વ્લાદિમીર ગોવરુ પણ ગાંઠે એમ નહોતા! પોતાની થિયરીને સાબિત કરવા માટે એમણે એક ડિવાઇસ બનાવ્યું, જે હાઈ-ડેસિબલ ઇન્ફ્રાસાઉન્ડ પ્રૉડ્યુસ કરવા માટે સક્ષમ હતું.' બોલતી વખતે અજિતાભની

નજર એમની આસપાસ ઘૂમી રહેલા પ્રવાસીઓ પર પણ હતી. કોઈ એમની વાત સાંભળી તો નથી રહ્યું ને, એની ખાતરી તે વારંવાર કરી લેતો હતો.

'પણ આ ખતરનાક પ્રયોગને સત્ય ઠેરવવા માટે એમની સાથે જોડાયું કોણ?' વિવાને પ્રશ્ન કર્યો.

'કોઈ નહીં!' અજિતાભે તરત ઉત્તર આપ્યો, 'છેવટે વ્લાદિમીરે પોતાના જ સ્ટાફ ઉપર પ્રયોગ કરવાનો નિર્ણય લીધો. મર્સીલ્સના રીસર્ચ-પ્લાન્ટમાં જ એમણે બનાવેલા પ્રૉટો-ટાઇપ ડિવાઇસને અજમાવવામાં આવ્યું. આઇસોલેટેડ ચેમ્બરમાં પ્રૉટો-ટાઇપ ડિવાઇસ ગોઠવીને એમાં વચ્ચોવચ વ્લાદિમીરે પોતાના લેબ-આસિસ્ટન્ટને ઊભો રાખ્યો, જેના ઉપર પ્રયોગ થવાનો હતો. પારદર્શક કાચના આવરણની બીજી બાજુ વ્લાદિમીર સહિત તેના અન્ય સ્ટાફ-મેમ્બર્સ ઊભા રહીને પ્રયોગનું સંચાલન કરી રહ્યા હતા.'

જેમ જેમ અજિતાભ પ્રયોગનું વર્ણન કરતો જતો હતો, એમ એમ વિવાનના શ્વાસોચ્છ્વાસની ગતિ તેજ થઈ રહી હતી.

'મશીન ચાલુ થયાની દસ સેકન્ડની અંદર જ ત્યાં જે નજારો જોવા મળ્યો, એ અકલ્પનીય હતો! ધબકતું હૃદય પાંસળીમાંથી બહાર આવી જાય એવા એ ભયાનક દૃશ્યને વ્લાદિમીર ગોવરુના જ એક ટીમ-મેમ્બર દ્વારા જે રીતે વર્ણવવામાં આવ્યું છે, એ હાડ ધ્રુજાવી નાંખે એવું છે!'

આગંતુક સમક્ષ શબ્દશઃ એ વર્ણન મૂકી શકાય એ માટે અજિતાભે ઊંડો શ્વાસ લઈને મનોમન વાક્યરચના ગોઠવી લીધી,

'ત્યાં હાજર વૈજ્ઞાનિકે લખ્યું છે કે,

ઇન્ફ્રા-સાઉન્ડની અસરથી એના આંતરિક અવયવો જેલીની માફક પીગળવા માંડ્યા! એવું લાગતું હતું જાણે કોઈક તેને મસળી રહ્યું હોય... અમારી નજર સામે એ માણસ ભયાનક રીતે તરફડતાં તરફડતાં મૃત્યુ પામ્યો!

નસીબજોગે, ઇન્ફ્રા-સાઉન્ડ ડિવાઇસને સમયસર બંધ કરવામાં અમે સફળ રહ્યા. આઇસોલેટેડ-ચેમ્બરની બહાર ઊભા હોવા છતાં અમે પ્રત્યેક જણ ઇન્ફ્રા-સાઉન્ડની અસરથી કલાકો સુધી અતિશય બીમાર રહ્યા! કોઈને બોલવાના હોશ નહોતા. એવું લાગતું હતું જાણે અમારાં ફેફસાં, પેટનાં આંતરડાં અને હૃદય

સહિત દરેક અંગમાં ધ્રુજારી આવી રહી છે. ફક્ત અમે જ નહીં, અમારી બાજુની કેબિન્સ અને લેબોરેટરીમાં કામ કરતા વૈજ્ઞાનિકો પણ કલાકો સુધી એના દુષ્પ્રભાવનો ભોગ બન્યા હતા! આ કારણોસર અમારે એમના ગુસ્સાનો ભોગ પણ બનવું પડ્યું!'

અજિતાભની ઝુબાન પરથી રશિયાની નહીં, પરંતુ રાષ્ટ્રપતિ ભવનમાં બનેલી ઘટનાનો ચિતાર સાંભળવા મળ્યો હોય એવા હાવભાવ વિવાનના ચહેરા પર તરી આવ્યા.

'ત્યારબાદ રશિયામાં ઊઠેલા વિરોધ અને સરકાર પરના દબાણને કારણે આખો મામલો શાંત કરી દેવાયો.' અજિતાભે કહ્યું, 'પોતે બનાવેલા ઇન્ફ્રા-સાઉન્ડ પ્રૉટો-ડિવાઇસ માટે લોકોનો આક્રોશ જોઈને આખેઆખું મશીન જ વ્લાદિમીર દ્વારા ક્યાંક ગાયબ કરી દેવાયું, જેનો આજ સુધી પત્તો લગાવી શકાયો નથી.'

વિવાને ડોકને ઝાટકો મારીને અજિતાભ સામે જોયું, 'ક્યાંક એવું તો નથી ને કે વ્લાદિમીર ગોવરુના એ ડિવાઇસનો ઉપયોગ કરીને જ આતંકવાદીઓએ પોતાનું મિશન પાર પાડ્યું હોય?'

અજિતાભની આંખોમાં અસ્ત થતો સૂર્ય ચમકી ઊઠ્યો. શિયાળાની ઠંડી ઋતુમાં થતો સૂર્યાસ્ત આજે સમય કરતાં સહેજ વહેલો પધારવાના મૂડમાં હતો.

તેણે માથું નમાવીને હા પાડી, 'પાછલાં ૭૦-૭૨ વર્ષોની અંદર એ પ્રૉટો-ટાઇપ ડિવાઇસમાં જરૂરી મૉડિફિકેશન કર્યા બાદ આઇ.એસ.આઇ.એસ. દ્વારા એક એવી કટિંગ-એજ ટેક્નૉલોજી તૈયાર કરવામાં આવી, જેનું કદ સાવ નાનું હોય! મારા ભાઈના બુલેટપ્રૂફ જેકેટની અંદર બેરિયમ સલ્ફેટના આવરણ થકી એ ટચૂકડા ડિવાઇસને છુપાવવામાં આવ્યું, જેથી મેટલ-ડિટેક્ટર પણ અંધારામાં રહી જાય! સાથોસાથ, એના ઉપર આપણે હમણાં જે શૃંગ જોઈ એ ધાતુનું પણ આવરણ ચઢાવવામાં આવ્યું!'

'એનું કારણ?'

'જો શૃંગ ફૂંકવાથી હાથીઓને ગાંડાતૂર કરી, એમની પાસેથી ધાર્યું કામ કઢાવી શકાતું હોય તો એ જ ટેક્નૉલોજીને આધુનિક વિજ્ઞાનની મદદથી અપગ્રેડ કરીને માનવોની હત્યા પણ થઈ શકે ને?' અજિતાભના પ્રશ્નમાં તીખી ધાર હતી, 'છેવટે તો બંને ઇન્ફ્રા-સાઉન્ડ ડિવાઇસ જ છે ને?'

વિવાનની નજર સામે હવે આખું ચિત્ર સ્પષ્ટ થઈ ગયું.

'શું એ શક્ય છે કે વ્લાદિમીર ગોવરુનું ડિવાઇસ અને શૃંગની અજ્ઞાત ધાતુની મિશ્ર ટેક્નૉલોજીનો ઉપયોગ કરીને દિનેશ પૂર્ણૈયાના જેકેટમાં ઇન્ફ્રાસાઉન્ડ-ડિવાઇસ બેસાડવામાં આવ્યું હોય?'

'બિલકુલ...' અજિતાભની મુખમુદ્રા ગંભીર થઈ, 'ઇન ફેક્ટ, હું તો દઢપણે માનું છું કે આવું જ બન્યું હોવું જોઈએ!'

'તો પછી આશ્ચર્યની વાત એ છે કે એમના હાથમાં આ ધાતુ ક્યાંથી આવી, જેનાથી શૃંગ બનાવવામાં આવી છે?' વિવાને આશંકા વ્યક્ત કરી.

'બસ, એ જ મને નથી સમજાઈ રહ્યું!' અજિતાભે નિખાલસપણે કહ્યું, 'મારી પાસે ફક્ત એટલી માહિતી છે કે અપહરણ બાદ દિનેશને એક વર્ષ સુધી શ્રીલંકાની દુનુવિલે નામની જગ્યાએ ક્યાંક કેદ કરીને રાખવામાં આવ્યો હતો!'

'આતંકવાદીઓએ દિનેશને ફરી ભારત લાવવા માટે દરિયાઈ માર્ગનો ઉપયોગ કર્યો હોવો જોઈએ!'

'ખરું. એ દરમિયાન મને અંડરગ્રાઉન્ડ થઈ જવાની ધમકી મળી હોવા છતાં હું છાનેછપને મારું ઇન્વેસ્ટિગેશન કર્યે રાખતો હતો!' તોપ નજીક એક પથ્થર પર બેસતાં અજિતાભ બોલ્યો.

'જાંચ-તપાસ તો બરાબર, પણ તમને હૈદર અલી, ટીપુ સુલતાન અને મૈસૂરના વડિયર રાજપરિવારની આટલી ખૂફિયા બાબતો અંગે કેવી રીતે જાણ થઈ? ખુદ સરકાર અને ઇતિહાસકારો પણ હજુ આ મામલે અંધારામાં છે ત્યારે તો ખાસ!'

'આ બધાને જોડતી એક કડી છે... ટીપુ સુલતાનના દીવાન કૃષ્ણાચાર્ય! જે તેમના અંગત વર્તુળમાંના એકમાત્ર હિંદુ બ્રાહ્મણ સલાહકાર હતા. કૃષ્ણાચાર્ય એ માણસ હતા; જેણે હૈદર અલી, ટીપુ સુલતાન અને વડિયર રાજપરિવારની ખૂબ સેવા કરી હતી!' અજિતાભે જણાવ્યું, '૧૭૯૯ની સાલમાં ટીપુના મૃત્યુ પછી એની અંગત ચીજ-વસ્તુઓ અને ખૌફનાક રહસ્યો અંગ્રેજોના હાથ ન લાગે, એ માટે એને પિટારામાં બંધ કરી તમિલનાડુમાં વસતા એના પરિવાર પાસે મોકલી દીધી!'

'એવું તે શું ખાસ હતું એ પિટારામાં?' વિવાને પૂછ્યું.

'ટીપુ સુલતાનનું કુરાન-એ-પાક, તેનો કુર્તો, અંગત ડાયરી અને દરબાર હૉલમાં દિનેશની લાશ પાસેથી તમે જે લઈને આવ્યા એ વીંટી, મિસ્ટર વિવાન આર્ય!' અજિતાભે ધડાકો કર્યો.

વિવાનના ચહેરા પરથી લોહી ઊડી ગયું. અજિતાભ પૂર્ણૈયાને તેની વાસ્તવિકતાની જાણ કેવી રીતે થઈ?

અજિતાભે તેના હાવભાવ વાંચી લીધા હોય એમ તે બોલ્યો, 'પૂર્ણૈયા કોવિલમાં તમને બારીમાંથી છુપાઈને જોયા, ત્યારે જ ખ્યાલ આવી ગયો હતો કે જેમને હાલ આખો દેશ ગુનેગાર ઠેરવી રહ્યો છે એ વિવાન આર્ય તમે જ છો! પરંતુ ઘરની આસપાસ આઇ.એસ.આઇ.એસ.ના માણસો જો તૈનાત હોય અને તેમને ખબર પડી જાય કે હું એમનો ભાંડો ફોડી રહ્યો છું, તો તેઓ મારાં ભાભી અને એમના બાળકની પણ નિર્મમતાપૂર્વક હત્યા કરી નાંખે... એટલે મેં તમને અહીં મુલાકાત લેવા માટે સંદેશો પાઠવ્યો.'

વિવાન હજુ પણ આઘાતમાં જ હતો, 'આટલી સરળતાથી તમે મારા જેવા અજાણ્યા માણસ પર ભરોસો કેવી રીતે મૂકી દીધો? અને એ પણ એવી વ્યક્તિ ઉપર, જે આખા દેશ માટે હાલ અપરાધી છે!'

'તમે એ ભૂલી રહ્યા છો કે ત્રણ વર્ષોથી આતંકવાદીઓની દુનિયા સાથે મારો પનારો પડ્યો છે...' અજિતાભ મલક્યો, 'વ્યક્તિની આંખ જોઈને હવે તો ખ્યાલ આવી જાય છે કે તેના ઇરાદા શું છે!'

વિવાનનો જીવ હેઠો બેઠો.

'પરંતુ આ બધું તમને શી રીતે ખબર? તમિલનાડુમાં વસતાં કૃષ્ણાચાર્યના પરિવાર પાસેથી ટીપુનો એ ભેદી પિટારો તમારા હાથમાં કેવી રીતે આવ્યો?' તેણે પૂછ્યું.

જોકે, સામે પક્ષેથી જે નવો વિસ્ફોટ થવાનો હતો, એના માટે તે હજુ સુધી તૈયાર નહોતો.

અજિતાભે પોતાના અંગેનું સૌથી મોટું રહસ્ય ઉજાગર કરતાં કહ્યું, 'કારણ કે પંડિત કૃષ્ણાચાર્યનું આખું નામ હતું... કૃષ્ણાચાર્ય પૂર્ણૈયા... અને ટીપુ સુલતાનના એ અંગત સલાહકારના અમે વંશજો છીએ! ૧૯૮૦ની સાલમાં મારા દાદાએ ટીપુનો પિટારો કર્ણાટક સરકારને સોંપી દીધો, પરંતુ એમાંથી વીંટી અને તેની ડાયરીનાં કેટલાંક પાનાં ફાડી લીધાં... જેમાં આ બધી રહસ્યમય બાબતો લખાયેલી છે!'

વિવાનનું મગજ લગભગ સુન્ન પડી ગયું હતું. પાછલી ૪૫ મિનિટમાં તેણે જેટલાં રહસ્યો જાણ્યાં હતાં, એને પચાવવા માટે તેને ખાસ્સો સમય લાગવાનો હતો!

'આ કારણોસર જ, અમારા પરિવારને એવાં એવાં રહસ્યોની જાણ હતી, જે ખુદ ઇતિહાસકારો અને સરકારને પણ નહોતી! ટીપુની અમાનત સરકારને સુપ્રત કર્યા બાદ, કર્ણાટક સરકારે પિટારામાંથી ચીજ-વસ્તુઓને અહીં મહેલમાં મુકાવી દીધી! અંદરના કક્ષમાં તમે ટીપુનો જે કુર્તો અને ફારસી ભાષામાં લખાયેલી ડાયરીનાં પાનાં જોયાં, એ પણ પિટારામાંથી જ કાઢવામાં આવ્યાં છે!'

ચકરાવે ચડેલા મગજને શાંત કરવા માટે, કશી પ્રતિક્રિયા આપ્યા વગર વિવાન અજિતાભથી બે ફૂટ દૂર જમીન પર બેસી ગયો. શિયાળામાં પણ કપાળે પરસેવો વળી જાય, એવી આ વિગતો હતી! પોતાની જાતને તે ખૂબ એકલી મહેસૂસ કરી રહ્યો હતો.

'આ ત્રણ વર્ષો દરમિયાન દિનેશને એકેય વખત એવું ન થયું કે તે દેશ સાથે કેટલી મોટી ગદ્દારી કરવા જઈ રહ્યો છે?' પોણા કલાકથી ગળામાં અટવાયેલો પ્રશ્ન તેણે આખરે પૂછી જ લીધો.

વાતાવરણમાં ભારેભરખમ મૌન વ્યાપી ગયું.

થોડી મિનિટો બાદ અજિતાભે મોં ઊંચું કરીને વિવાન સામે જોયું. આટલા સમયમાં પહેલી જ વખત વિવાનને તેની આંખોમાં ભીનાશ તરી આવી હોવાનો અહેસાસ થયો. પોતે ખોટો સવાલ પૂછી લીધો છે, એ વાતનો અનુભવ થતાં જ તેના મનમાં ગ્લાનિ થઈ આવી.

'એ દરરોજ થોડું થોડું મરી રહ્યો હતો!' અજિતાભના ગળે ડૂમો ભરાઈ આવ્યો, 'આતંકવાદીઓએ તેને મહિનામાં એક વખત ઘરે પત્ર લખવાની છૂટ આપી હતી, જે તેઓની તપાસ બાદ જ અમારા સુધી પહોંચતો. એમાં ઘણી બધી વખત તેના સ્યુસાઇડલ-વિચારો ઝળકી ઊઠતા! પરંતુ પત્ની અને બાળકના સ્નેહને ખાતર તે આવું પગલું ભરતાં અચકાતો! વળી, આતંકવાદીઓનો મૂળ પ્લાન શું છે, એ જાણ્યા વગર તે મરવા નહોતો માંગતો.'

વિવાન ચોંક્યો, 'મૂળ પ્લાન એટલે? રાષ્ટ્રપતિ ભવનમાં જે બન્યું, એ સિવાય પણ આતંકવાદીઓ બીજું કોઈ ષડયંત્ર બનાવીને બેઠા છે?'

'તમે ધારો છો, એના કરતાં ક્યાંય વધુ ખતરનાક વ્યક્તિ છે... આ હુમલાનો માસ્ટર-માઇન્ડ... મોહમ્મદ બિલાલ!'

અજિતાભ પાસેથી મોહમ્મદ બિલાલનું નામ સાંભળી વિવાનની મુઠ્ઠીઓ વળી ગઈ.

નક્કી.. આ એ જ વ્યક્તિ હોવી જોઈએ, જેના વિશે એમ્બ્યુલન્સમાં મરતાં પહેલાં સાહિલ કુરેશી વાત કરી રહ્યો હતો! તેણે વિચાર્યું.

‘પૂર્ણૈયા ખાનદાનની ઇજ્જત બચાવવા તેમજ તેના બાળકને ભવિષ્યમાં કોઈ દેશદ્રોહીના સંતાન તરીકે ન ઓળખે, એ માટે દિનેશે કમર કસી લીધી હતી.’ અજિતાભે ઊંડા વિચારમાં ગરકાવ થઈ જતાં કહ્યું, ‘તેના લીધે સેંકડો નિર્દોષ માણસો મૃત્યુ પામવાનાં હતાં... પરંતુ...’

‘પરંતુ શું?’ વિવાન અધીરો થયો.

‘રાષ્ટ્રપતિ ભવન પરનો હુમલો તો ફક્ત એક નાનકડો પ્રયોગ હતો... મૉક-ડ્રીલ જ ગણી લો!’ અજિતાભના અવાજમાં ભયની ધ્રુજારી અનુભવાઈ, ‘જો આતંકવાદીઓને રોકવામાં ન આવ્યા, તો એવો નરસંહાર થવાનો છે જેની સામે પ્રથમ અને દ્વિતીય વિશ્વયુદ્ધ વામન પુરવાર થશે. એકસાથે લાખો ભારતીયોને મોતને ઘાટ ઉતારી દેવાનું ષડયંત્ર અમલમાં...’

સનનનનનન... કરતી એક ગોળી અજિતાભના ગળાને સ્પર્શીને દરિયાદૌલત બાગની આગળની દીવાલમાં ઘૂસી ગઈ!

તેના ગળામાંથી લોહીનો ફુવારો અજિતાભથી ત્રણેક ફૂટ દૂર ઊભેલી યુરોપિયન પ્રવાસીના સફેદ ટી-શર્ટ અને કમર ઉપર ઊડ્યો!

પોતાની ઉઘાડી કમર પર ગરમ પ્રવાહીનો સ્પર્શ થતાં જ તેણે અજાણપણે ત્યાં હાથ ફેરવ્યો. લોહીથી ખરડાયેલો હાથ અને બાજુમાં એક દક્ષિણ ભારતીય પુરુષને તરફડતો જોઈને તેના મોતિયા મરી ગયા. તેણે મોટેથી ચીસ પાડી... યુરોપથી આવેલા તેના સહપ્રવાસીઓએ પણ આ દશ્ય જોયું અને દરિયાદૌલત બાગમાં નાસભાગ મચી ગઈ!

અજિતાભને આંચકી ઊપડી હોય, એમ તેનું આખું શરીર ધ્રૂજી રહ્યું હતું.

વિવાન ઘડીભર હેબતાઈ ગયો, પણ બીજી જ સેકન્ડે સ્વસ્થતા ધારણ કરીને તેણે આજુબાજુ અને સામે નજર ફેરવી. ગોળી ચલાવનાર શખ્સ ક્યાંય નજરે ન ચડ્યો. તેને અંદાજ આવી ગયો કે સ્નાઇપર-રાઇફલનો કદાચ ઉપયોગ થયો હોઈ શકે. શક્ય છે કે હત્યારો બીજી ગોળી ચલાવીને પોતાને પણ શૂટ કરી દે, એ વિચાર આવતાં જ વિવાને અજિતાભને ખભેથી ઊંચક્યો.

‘મા... મારી.. ચિંતા... ન... ન..’ અજિતાભ કશુંક બોલવાની કોશિશ કરી રહ્યો હતો.

વિવાનના કાને એક પણ શબ્દ નહોતો પડી રહ્યો. તેનું ધ્યાન અત્યારે અજિતાભને સુરક્ષિત જગ્યાએ પહોંચાડવા પર હતું.

મહેલના અંદરના ખંડમાં લઈ જઈને વિવાને તેને જૂના એન્ટિક સોફા પર હળવેથી બેસાડ્યો. બહાર ભયંકર કોલાહલ હતો. પ્રત્યેક મુલાકાતી નિકાસદ્વાર તરફ ભાગી રહ્યો હતો. કોઈની પાસે ઘાયલ માણસ તરફ પાછું વળીને જોવાનો સમય નહોતો. આખો બાગ પ્રવાસીઓની ચિચિયારીઓથી ગુંજી ઊઠ્યો હતો.

વિવાને પોતાનો એક હાથ અજિતાભના ગળે દબાવી રાખ્યો, જેથી વધારે લોહી વહી ન જાય.. અને બીજા હાથે તે પોતાના શર્ટનાં બટન ખોલી રહ્યો હતો. આજુબાજુ કોઈ કાપડ શોધવા જવાનો સમય નહોતો અને જો સમયસર અજિતાભના ઘા ઉપર કશુંક બાંધવામાં ન આવ્યું, તો ખાસ્સું લોહી વહી જાય એમ હતું!

'મૈ... સુ... ર... પેલે.. સ!' તે ટુકડે ટુકડે કશુંક બોલવાનો પ્રયત્ન કરી રહ્યો હતો, 'અ... ગ.. સ્ત્ય... મૂર્તિ...'

'પ્લીઝ અજિતાભ...' વિવાને તેને રોક્યો, 'તું જેટલું વધારે બોલવાનો પ્રયત્ન કરીશ, એટલું વધારે લોહી વહેશે! હું હાથ જોડું છું... શાંત થઈ જા.. હું તને ગમે એમ કરીને બચાવી લઈશ.'

તે અંદરથી હચમચી ગયો હતો.

'સ.. મ... ય.. નથી!' અજિતાભ તેની કોઈ વાત માનવા તૈયાર નહોતો. કદાચ તેને પોતાનું મૃત્યુ દેખાઈ ગયું હતું. તેણે ત્રુટક સ્વરે કહ્યું, 'મૈસૂર... પેલેસમાં.. અગસ્ત્ય... મૂ..ર્તિ... રાવણ..'

વિવાને એક હાથ તેના ગળા પર રહેવા દઈને હોંકારો ભણ્યો, 'મૈસૂર પેલેસમાં અગસ્ત્ય મૂર્તિ.. અને રાવણ? એનું શું?'

'રા.. વ.. ણ..' અજિતાભને હાંફ ચડ્યો. તેનો અવાજ સાવ ઘોઘરો થઈ ગયો, 'શ્રી.. અનંત.. પદ્મનાભ... સ્વા..મી.. તિરુઅનંતપુરમ્...'

અને, એક દીવડો ઓલવાતાં પહેલાં બમણા જોરથી ફફડે, એ રીતે 'તિરુઅનંતપુરમ્' શબ્દ ઉચ્ચારતાંની સાથે જ અજિતાભની ડોક સોફા પર ઢળી પડી. તેનાં પ્રાણપખેરું ઊડી ગયાં હતાં!

વિવાન ફાટી આંખે લોહીથી લથબથ તેનું શબ જોઈ રહ્યો.

દૂર દૂરથી પોલીસની સાયરન સંભળાવા માંડી. સમય બગાડવો વિવાનને કોઈ કાળે પોસાય એમ નહોતો. તેણે હળવેથી અજિતાભની ફાટી આંખો પર

હાથ ફેરવી એને બંધ કરી. મનોમન શાંતિ પ્રાર્થના ઉચ્ચારી દિવંગત આત્માને મોક્ષ પ્રાપ્ત થાય, એવી ઈશ્વર પાસે કામના કરી.

જોકે, આ ઘટના બાદ તેના ચિત્તમાં અપરાધભાવ ઘેરી વળ્યો હતો. તે દઢપણે એવું માની રહ્યો હતો કે પોતાને લીધે જ અજિતાભને પ્રાણ ગુમાવવાનો વખત આવ્યો! પરિસ્થિતિ થાળે પડ્યા બાદ તે પૂર્ણેયા પરિવારનું ભરણપોષણ કરશે, એવા નિર્ધાર સાથે તે ઊભો થયો.

અજિતાભ તરફ છેલ્લી વખત નજર ફેંકીને જે કક્ષમાં ટીપુ સુલતાનની શૃંગ રાખવામાં આવી હતી, ત્યાં વિવાન પહોંચ્યો. કાચની પેટીમાં સુરક્ષિત સચવાયેલું એ રણશિંગુ જોઈને તેને એકાએક અત્યંત ક્રોધ આવ્યો... દીવાલ પર ટીંગાઈ રહેલી કુહાડી પોતાના હાથમાં લઈને તેણે કાચ ઉપર જોરથી પ્રહાર કર્યો...

કડડભૂસ.. અવાજ સાથે કાચની પેટી પત્તાના મહેલની જેમ ખરી પડી!

કુહાડીનો ઘા કરીને લોહીવાળા હાથે તેણે રણશિંગુ પોતાની કમરે ખોસી દરિયાદૌલત બાગની વાડ તરફ દોટ મૂકી.

૫૦

ત્રેતાયુગ

અમરાવતી

ધરતી ઉપર ચત્તાપાટ પછડાયેલા ત્રણેય દેવોએ મનોમન મંત્રોચ્ચાર આરંભી દીધા. મોડું કરવું એમને પોસાય એમ નહોતું.

વાયુ પાસે આવીને ઇન્દ્રએ તેને હડપચીથી પકડીને ઊભો કર્યો, 'એકવાર તને કહ્યું કે હું નિર્દોષ છું, તો પછી આવી તોછડાઈ શા માટે, વાયુ?'

પોતાના શરીરમાં હતું એટલું બળ ખર્ચીને તેણે વાયુને એટલા જોરથી હવામાં ઉછાળ્યો કે સીધો તે સભાખંડના દ્વાર પર જઈને પટકાયો!

'ભ્રાતાઆઆઆઆ...' અગ્નિ ચિત્કારી ઊઠ્યો. વાયુને કણસતો જોઈને તે માતેલા સાંઢની માફક ઇન્દ્ર તરફ ધસ્યો.

એક જ મુક્કામાં ઇન્દ્રએ તેને પણ ભોંયભેગો કરી દીધો.

'સર્વશક્તિમાન ઇન્દ્ર છું હું! તમારા બધાનો મોટો ભાઈ... અને અદિતિનો પહેલો પુત્ર!' ઇન્દ્રએ અટ્ટહાસ્ય કર્યું, 'હજુ ઊગીને ઊભા થઈ રહ્યા છો, ને મને સમજાવવા નીકળી પડ્યા? ઇન્દ્રને હરાવવો એટલો પણ સરળ નથી, મૂઢમતિઓ!'

બળશાળી વરૂણે ઇન્દ્રનો એક પગ ખેંચી એના ઉપર મલ્લયુદ્ધનો દાવ અજમાવવાનો પ્રયાસ કર્યો, પરંતુ મેઘરાજના પગ જમીન ઉપરથી ટસના મસ ન થયા! ઊલટું, દેવરાજે વરૂણની ડોક પકડી તેને હવામાં અધ્ધર કર્યો. જ્યાં સુધી વરૂણના મુખ ઉપર નસો ન ઊપસી આવી અને તેના શ્વાસોચ્છ્વાસ રૂંધાવાની શરૂઆત ન થઈ, ત્યાં સુધી ઇન્દ્રએ પોતાની મજબૂત પકડમાંથી તેને છૂટવા ન દીધો. તત્પશ્ચાત્, કોઈ મગતરાંને ફેંકતો હોય એવી રીતે તેણે વરૂણને પોતાના સિંહાસન ઉપર પછાડ્યો. એ પ્રહાર એટલો તીવ્ર હતો કે જાડા દળદાર કાષ્ઠથી બનેલું મજબૂત સિંહાસન પણ કડડભૂસ કરતું ભાંગી પડ્યું!

દેહના તમામ હાડકાંમાં કડાકો બોલી ગયા પશ્ચાત્ પણ ત્રણેય ભાઈઓ દૃઢ નિર્ધાર સાથે ઊભા થયા અને એકસાથે સિંહગર્જના કરતાં બોલ્યા, 'તમને વૈકુંઠમાં ન લઈ જઈએ, ત્યાં સુધી પરાજય નહીં સ્વીકારીએ... ભ્રાતા! પછી ભલે એના માટે અમારે અસહ્ય શારીરિક પીડા ભોગવવી પડે!'

ત્રણ દિશામાંથી એમણે ઇન્દ્ર ભણી દોટ મૂકી.

દેવરાજે કુટિલ સ્મિત આપ્યું અને પોતાના બંને હાથ હવામાં અધ્ધર કર્યા. ઘણા સમય પછી તેને પોતાનું સામર્થ્ય દર્શાવવાની તક મળી હતી!

'सर्व-अस्त्र प्रधानदेवतास्वरुपं वज्रास्त्रं आवाहयामि ।' તેણે પોતાના સર્વશક્તિશાળી વજ્રાસ્ત્રને પ્રગટ થવા માટેનું આહ્વાન આપ્યું.

... અને, એ સાથે જ સભાખંડમાં વીજળીનો તીવ્ર પ્રકાશ પ્રસર્યો અને કાન ફાડી નાખતો કડાકો સંભળાયો.

વાયુ, વરૂણ અને અગ્નિની છાતીમાં એકસાથે હજારો હાથીઓએ એકસામટો પ્રહાર કર્યો હોય એટલા પ્રચંડ ધક્કા સાથે તેઓ સભાખંડની ભીંત સાથે ટકરાયા. એમની અથડામણને કારણે દીવાલોમાં ગાબડાં પડી ગયાં!

ત્રણેય દેવોની સ્થિતિ અતિશય વિકટ બની ચૂકી હતી. તેઓ ઊભા થવાને લાયક નહોતા રહ્યા! વિધિની આ કેવી વક્રતા હતી કે એક સમયે ખભે-ખભા મિલાવીને યુદ્ધો લડનારા સગા ભાઈઓ આજે એકબીજાની વિરુદ્ધમાં દાવપેચ રમી રહ્યા હતા!

ઇતિહાસ પુનરાવર્તન પામી રહ્યો હતો... તેમણે સતયુગમાં અસુરોને જેવી રીતે અંદરોઅંદર લડાવીને મારી નાંખ્યા હતા, એવો જ આંતરવિગ્રહ અત્યારે સૃષ્ટિના પ્રમુખ દેવો વચ્ચે ફાટી નીકળ્યો હતો! કર્મના બંધનમાંથી તો કોણ મુક્ત રહી શક્યું હતું?

'સાતમા મનવંતરના અંત સુધી તમે ત્રણેય ભાઈઓ કશું કરવાલાયક ન રહો, એ પૂર્વે મારા મહેલમાંથી બહાર નીકળી જાઓ!' ઇન્દ્રએ ચેતવણી આપતાં કહ્યું, 'હું તમને વધારે નુકસાન નથી પહોંચાડવા માંગતો.'

રાજાશાહી ઠાઠ સાથે તેણે પોતાના સિંહાસન તરફ ડગ માંડ્યા.

... પરંતુ આ રમત હજુ પૂર્ણ નહોતી થઈ. અગ્નિ, વાયુ અને વરૂણે ઘૂંટણિયે બેઠા થઈને એકબીજાની સામે દૃષ્ટિપાત કર્યો. એમની આંખોમાં ખુન્નસ અને ચહેરા પર દૃઢ નિર્ધાર સ્પષ્ટપણે ઝળકતો હતો. મનોમન એમણે પોતાની માતા અદિતિને યાદ કર્યાં.

ત્રણેય દેવોએ પોતપોતાના પ્રધાન અસ્ત્રોને આહ્વાન આપ્યું.

'वायव्यास्त्रम् आवाहयामि ।' વાયુએ પોતાની આત્મિક ઊર્જા ઉપર ધ્યાન કેન્દ્રિત કરીને વાયવ્યાસ્ત્રને જાગૃત કર્યું.

બીજી બાજુ, ઇન્દ્રના સિંહાસનની બરાબર સામે કોકડું વળીને બેઠેલા અગ્નિએ દાંત કચકચાવીને અત્યંત ઝનૂન સાથે પોતાના તપોબળનો ઉપયોગ કરતાં ઉચ્ચાર્યું, **'आग्नेयास्त्रम् आवाहयामि ।'**

ક્ષણનો પણ વિલંબ કર્યા વગર વરૂણદેવે સ્વ-અસ્ત્રને પ્રગટ કર્યું, **'वरूणास्त्रम् आवाहयामि ।'**

... અને, એ સાથે જ ઇન્દ્રની દિશાને બાદ કરતાં સભાખંડની ત્રણ દિશાઓમાં ભિન્ન-ભિન્ન અસ્ત્રોનું પ્રાગટ્ય થયું, જેને જોઈને ઇન્દ્ર પોતાની બેઠક પરથી ઊભો થઈ ગયો.

એક બાજુ અગ્નિની પ્રચંડ દાહકજ્વાળા ચકરાવો લેતી હતી તો બીજી બાજુ તીવ્ર વંટોળ! તો ત્રીજી તરફ સમુદ્રમાં પેદા થયેલાં ઝંઝાવાતી વમળની માફક જળધારા વર્તુળાકાર માર્ગે વરૂણની આસપાસ વીંટળાયેલી હતી.

અગ્નિએ ત્રણેય અસ્ત્રોને નમન કરતાં કહ્યું,

'હે અસ્ત્ર-ત્રયી, અમારી વ્યક્તિગત ઊર્જામાં એ સામર્થ્ય નથી કે દેવરાજ ઇન્દ્રની ચેતનાને એમના દેહમાંથી અલગ કરી શકીએ!'

વાયુએ પોતાનું મસ્તક નમાવ્યું,

'હે મંગલમયી, પરમ કલ્યાણકારી, મહાઉગ્ર અસ્ત્ર-ત્રયી... આપની ઊર્જાઓના મિલન થકી જ અમે ઇન્દ્રની લાલસા અને મોહ ઉપર નિયંત્રણ લાદી શકીશું...'

અંતે વરૂણે ગળગળા થઈને અસ્ત્ર-ત્રયીને નમ્રભાવે યાચના કરી,

'અમારી સહાય કરો, મહા-અસ્ત્રો! જો આજે અમે મેઘરાજને ન રોકી શક્યા, તો ભવિષ્યની પેઢીઓ અમને ક્યારેય ક્ષમા નહીં કરે! ભ્રાતા ઇન્દ્રના દેહમાંથી પરમ શુદ્ધ-ચેતનાને અલગ કરી સમસ્ત દેવગણ સાથે એમને વૈકુંઠમાં સ્થાન અપાવવા હું યાચના કરું છું!'

ત્રણેય દેવોએ તમામ અસ્ત્રોના મહાગાયત્રી મંત્રનું ઉચ્ચારણ કરીને એમની ઊર્જાઓના સંગમની પ્રક્રિયા આરંભી દીધી.

ॐ जगतप्राणाय विद्महे ध्वजाहस्ताय धीमहि तन्नो वायुः प्रचोदयात् ।

ॐ महाज्वालाय विद्महे अग्निमध्याय धीमहि तन्नोः अग्नि प्रचोदयात् ।

ॐ जलबिम्बाय विद्महे नीलपुरुषाय धीमहि तन्नो वरुणः प्रचोदयात् ।

ઇન્દ્ર હજુ પાંપણનો પલકારો મારે, એ પહેલાં તો ત્રણ મહા-અસ્ત્રો એકબીજા સાથે અનુસંધાન સાધી ચૂક્યાં હતાં.

અલભ્ય દૃશ્ય હતું એ!

સૃષ્ટિની ત્રણ મહાશક્તિ - વાયુ, જળ અને અગ્નિ - એક જ ઊર્જાવર્તુળમાં સમન્વય પામી રહી હતી.

'હે પરમ-અસ્ત્ર, ઇન્દ્રના સ્થૂળ શરીર અને સૂક્ષ્મ શરીરને એકબીજાથી અલગ કરવાનો સમય આવી ચૂક્યો છે! સપ્તર્ષિઓએ આત્મવિલોપન પૂર્વે જે ભવિષ્યવાણી કરી હતી, એના સાકાર થવાની ક્ષણ પ્રત્યક્ષ છે... મેઘરાજની ભીતર બિરાજમાન આત્મનને તેમના પૂર્વજન્મ અને પૂર્વાશ્રમના દૂષિત કર્મબંધનમાંથી મુક્તિ અપાવો...'

ત્રણેય દેવોનો આર્તનાદ એટલો તીવ્ર હતો કે મનોમન પ્રાર્થના કરી હોવા છતાં સમગ્ર સભાખંડ એમના હુંકારથી ગુંજી ઊઠ્યો.

ઇન્દ્રએ પુનઃ પોતાના વજ્રાસ્ત્રનો પ્રહાર અસ્ત્ર-ત્રયીના મહાસંગમ ઉપર કર્યો, પરંતુ વ્યર્થ! ત્રણેય અસ્ત્રોની ઊર્જા વજ્રાસ્ત્રને ગળી ગઈ!

એ જ ક્ષણે, અસ્ત્રોના મહાસંગમમાંથી પ્રચંડ ગુરુત્વાકર્ષણબળ ઉત્પન્ન થયું, જેણે ઇન્દ્રને તેનું સ્થાન છોડવા માટે વિવશ કરી દીધો. કોઈ અજ્ઞાત દિવ્ય શક્તિ તેને પોતાના તરફ અતિશય બળપૂર્વક ખેંચી રહી હતી!

પોતાના પગ ટકાવી રાખવા માટે પૂરતું જોર લગાવ્યા પશ્ચાત્ પણ ઇન્દ્ર જ્યારે એ મહાશક્તિ તરફ ખેંચાવા લાગ્યો, ત્યારે તેણે ખંડિત સિંહાસનનો હાથો પકડ્યો! આમ છતાં, ગજરાજની સૂંઢ સુધી જેમ તણખલું ખેંચાઈ આવે, એવી રીતે ઇન્દ્ર સિંહાસનના હાથા સહિત ઊર્જાસંગમના વર્તુળની બરાબર ઉપર હવામાં અધ્ધર ખેંચાઈ આવ્યો.

'આઆઆ....હહહહ....' ત્રિલોક ગાજી ઊઠે એટલા ઊંચા સ્વરે ઇન્દ્રથી રાડ ફાટી ગઈ. તેના આખા શરીરમાં અગ્નિની દાહકતા, વેગવંતા વાયુનું ચામડી તરેડી નાંખતું ઘર્ષણ અને ભરતી-ઓટ સમયે થનારા જળપ્રપાતની અનુભૂતિ થઈ રહી હતી. તેનું અંગે-અંગ ત્રિ-શક્તિના પ્રભાવમાં આવીને નિચોવાઈ રહ્યું હતું. ચામડીના સાત સ્તરો વારાફરતી વીંધાઈ રહ્યાં હોય એટલી ભયંકર મહામારીનો તે સામનો કરી રહ્યો હતો.

'સગા ભાઈને નર્કતુલ્ય પીડા આપવા કરતાં મૃત્યુ આપી દીધું હોત, તો વધુ યોગ્ય રહેત..' પોતાના ભાઈઓને કહી રહેલા ઇન્દ્રનો અવાજ તરડાઈ ચૂક્યો હતો, ગળું સુકાઈ રહ્યું હતું અને દહન-શમનની પ્રક્રિયાને કારણે શરીર ઉપર પરુ ધરાવતા ફોલ્લા ઊપસી આવ્યા હતા!

વાયુ, વરૂણ અને અગ્નિ ત્રણેયના મસ્તક ઝૂકેલાં હતાં... તેઓ ચોક્કસપણે અવગત હતા કે ભૂલોકના સર્વપ્રથમ દેવ - ઇન્દ્ર - ની ચેતનાને એમના દેહમાંથી અલગ કરવાની પ્રક્રિયા કેટલી જટિલ અને પીડાદાયક નીવડવાની છે! આંખોમાં અશ્રુ અને ચહેરા પર અપરાધભાવ સાથે તેઓ ધરતી પર જ બેઠા રહ્યા. જે ભાઈએ એમનું ઘોડિયું ઝુલાવ્યું હતું, જે ભાઈ સાથે તેઓ હસતાં-રમતાં મોટા થયા હતા, જે ભાઈએ ક્યારેક માતાની ગેરહાજરીમાં એમને પોતાના હાથે ભોજન કરાવ્યું હતું, જે ભાઈ સાથે એમણે અસંખ્ય યુદ્ધોમાં વિજય પ્રાપ્ત કર્યો હતો... એ ભાઈ સામે નજર ઊંચી કરીને જોવાની એમની હિંમત નહોતી ચાલતી.

'ક્ષમા, ભ્રાતા!' અગ્નિથી ડૂસકું મુકાઈ ગયું, 'પરંતુ આપે અન્ય કોઈ વિકલ્પ જ શેષ નહોતો રહેવા દીધો..'

'દુઃખ એ વાતનું નથી કે હું મારું શરીર ત્યાગીને માત્ર ચેતનારૂપ સૂક્ષ્મદેહ સાથે વૈકુંઠમાં આવી રહ્યો છું...' ઇન્દ્રએ કણસતાં કણસતાં કહ્યું, 'અજંપો એ વાતનો છે કે જે પાપ મેં ખરેખર આદર્યું નથી, એનો દંડ આજે મને મળી રહ્યો છે!'

વાયુ, વરૂણ અને અગ્નિ ચોંક્યા.

'અંતે પુનઃ હું મારા દેવભ્રાતાઓ સાથે વસવાટ કરી શકીશ, એ વાતનો મને અત્યંત રાજીપો છે... પરંતુ માનવદેહ ત્યજતી વેળાનું મારું અંતિમ સત્ય તો એ જ છે કે, કુમારીકંદમમાં ચાલી રહેલા ષડયંત્રથી હું તદ્દન અજાણ છું. ત્યાંના વિધ્વંસ અને અતિવૃષ્ટિ પાછળ મારો કોઈ હાથ નથી!'

... અંતે, તરફડવાનું છોડીને ઇન્દ્રએ વિધાતાના વિધાનનો સ્વીકાર કરી લીધો. એક અંતિમ વખત તેણે પોતાના વિશાળ મહેલ અને જાહોજલાલી તરફ દૃષ્ટિ કરી. તેના માનસપટલ પર અસંખ્ય દાયકાઓની સ્મૃતિ ઊપસી આવી. માતા અદિતિ, પિતા કશ્યપ, દૈત્યજનની દિતિ, દૈત્યગુરુ શુક્રાચાર્ય, કળિ, માયા, વિકાર, અસુરોની ગુરુમાતા ઉષ્ણા, મહર્ષિ ભૃગુ, સમ્રાટ બલિ અને દશાનન રાવણ.... ઇન્દ્રનું આખું જીવન ક્ષણના ચમકારામાં તેની સામેથી પસાર થઈ ગયું.

જેવી રીતે જળ, અગ્નિ અને વાયુ પ્રકૃતિના અશુદ્ધમાં અશુદ્ધ તત્ત્વને પણ પોતાની અંદર સમાવીને શુદ્ધ બનાવી લે છે; એવી જ રીતે ત્રિ-શક્તિના દિવ્યાતિદિવ્ય પ્રભાવને કારણે ઇન્દ્રનું ચિત્ત પણ નિર્મળ થતું ગયું..

દેહ સાથેના તેનાં તમામ બંધનો કપાતાં ગયાં... અંતે શેષ રહ્યો, માત્ર તેનો પાવનાત્મા!

આ જ અંત હતો... સભ્યતાનો, સંસ્કૃતિનો, સંસ્કારનો!

આ જ અંત હતો... સત્તાલાલસાનો!

આ જ અંત હતો... સુરશાસનનો!

આ જ અંત હતો... દેવસત્તાનો!

ભૂલોકના અંતિમ દેવતાએ તો ચિરવિદાય લઈ લીધી હતી, પરંતુ ત્રેતાયુગના મહાસંહારક ષડયંત્રને સાકાર થવામાં માત્ર એક પ્રહર બાકી હતો!

એક એવી ઘટના બનવાની હતી, જેને માનવજાત સૃષ્ટિના અંતકાળ સુધી ભૂલવાની નહોતી!

૫૧

વર્તમાન દિવસ

રાજકોટ

આજી રોડ નજીકના રેલવે-ક્રૉસિંગનું ફાટક બંધ થવાને આડે બે સેકન્ડની વાર હતી, એટલામાં હ્યુન્ડાઈની ક્રેટા કાર સડસડાટ ટ્રાફિક ચીરતી આવી. કંઈકેટલાંય વાહનો તેના સતત વાગતાં હૉર્નથી ભયભીત થઈને બાજુ ઉપર ખસી ગયા હતાં!

અફસોસ... ફાટક પડે એ પહેલાં જ એની નીચેથી પસાર થઈ જવાનો બિલાલનો મનસૂબો પૂરો ન થઈ શક્યો. ટાયર જોરથી ડામરના રસ્તા સાથે ઘસાયાં અને કોઈકે હેન્ડ-બ્રેક ખેંચીને ગાડી ઊભી રાખી હોય, એવા જોરદાર આંચકા સાથે કાર સ્થિર થઈ.

ક્રેટાની તમામ વિન્ડૉ પર કાળી રીલનું આવરણ હોવાને કારણે અંદર કોણ અને કેટલા લોકો બેઠા છે, એના બહાર ઊભેલાઓને ખબર નહોતી પડી રહી. પાછળની સીટ પર બિલાલના એક સાગરીત સાથે રિયા અર્ધબેભાન

અવસ્થામાં બેઠી હતી. મોઢા ઉપર પટ્ટી, વિખરાયેલા વાળ, ચોળાઈ ગયેલાં કપડાં, આંખ નીચેથી ગાલ સુધી ઊતરી આવેલાં આંજણના લિસોટા, રડી રડીને સૂઝી ગયેલી તેની આંખો જોઈને કોઈ કહી ન શકે તે રિયા ચૌધરી છે!

થોડી જ મિનિટો પહેલાં નજર સામે જોયેલાં એક હૃદયદ્રાવક દૃશ્યને લીધે તેની આંખોમાંથી આંસુ નહોતાં સુકાઈ રહ્યાં.

વસંત નિવાસને પોલીસ ઘેરી ચૂકી હતી, એ વખતે બિલાલના કાનમાં પહેરેલા વાયરલેસ ઈયરફોનમાં તેના સાગરીતો તેને સતત પોલીસની પૉઝિશન સમજાવી રહ્યા હતા. બીજી બાજુ, બિલાલ પોતાને જરૂરી સામાન એકઠો કરવાની સાથોસાથ રિયા અને લાલુના મોં પર સેલોટેપ પણ બાંધી રહ્યો હતો તેમજ ઘરમાં એમના ફિંગર-પ્રિન્ટ્સથી માંડીને અન્ય કોઈ પુરાવા રહી ન જાય, એ માટે બધું સમેટવા માંડ્યો હતો.

બંને કેદીઓને બહાર લઈ જવા માટે એમના પગમાં બાંધેલાં દોરડાં છોડી નાંખવામાં આવ્યાં. એવામાં લાલુને શું સૂઝ્યું કે તે મુખ્ય દરવાજા તરફ ભાગ્યો! ડર અને આશા બંને ભાવનાઓનો શિકાર બનેલો લાલુ ઇચ્છતો હતો કે બિલાલનો પ્લાન નિષ્ફળ નીવડે... પરંતુ હજુ તો તેનો હાથ દરવાજાના નૉબ તરફ લંબાય, એ પહેલાં તો સાઇલેન્સર ધરાવતી બંદૂકમાંથી બિલાલ તેની ખોપરીનું નિશાન સાધી ચૂક્યો હતો!

આંખના પલકારામાં લાલુના રામ રમી ગયા!

રિયાની હાલત કાપો તો લોહી ન નીકળે તેવી થઈ ગઈ. તે જોરજોરથી ચીસો પાડવા માંગતી હતી, પણ હોઠ સિવાઈ ગયા હતા. એનું આખું શરીર ધ્રૂજવા માંડ્યું. માથાના પાછળના ભાગે વીજળી પડી હોય, એવી રીતે મગજ સુન્ન પડી ગયું હતું.

હૃદયને કોઈક પોતાની ફૌલાદી મુટ્ઠીમાં ભીંસી રહ્યું હોય એવો દુખાવો તેણે છાતીના ભાગે અનુભવ્યો. પેટમાં લોચા વળવા માંડ્યા. લાલુની થીજી ગયેલી આંખોમાં જોવા મળતો આશાવાદ તેને હેરાનપરેશાન કરી રહ્યો હતો.

આ એ માણસ હતો, જે સુધીર આર્ય અને વિવાન આર્યની સેવા પોતાના અંગત પરિવારજન માનીને કરતો! સમયની સાથે લાલુ પણ આર્ય કુટુંબનો એક હિસ્સો બની ગયો હતો.

વિવાનને જાણ થશે કે સુધીર બાબા પછી હવે લાલુ પણ નથી રહ્યો તો?

આ વિચાર આવતાંની સાથે જ રિયાની આંખમાંથી દડદડ આંસુ વહેવા લાગ્યાં, પરંતુ તેને શોક મનાવવા દેવો બિલાલને પોસાય એમ નહોતો. તેણે રિયાને બાવડેથી પકડીને ઊભી કરી અને કરડાકીભર્યા સ્વરે ચૂપ રહેવાની ધમકી આપી.

રિયા આમ પણ કશું બોલી શકે એવી હાલતમાં નહોતી. તે બરફની માફક ઠંડી પડી ગઈ હતી. તેના હાથ અને પગમાં વળેલો પરસેવો એ વાતની સાબિતી હતો કે લાલુની હત્યા બાદ તેની આંખોમાંથી પણ જીવનનો ચમકારો ઓઝલ થઈ રહ્યો હતો. વિવાન સુધી પહોંચવાની જે આશા અત્યાર સુધી અકબંધ હતી, એ ધીરે ધીરે બાષ્પીભવન થવા માંડી હતી. આ નિરંતર ચાલી રહેલા ખૂનખરાબાની વચ્ચે હવે તેનું આંતરમન અશુભ ઘટનાનાં એંધાણથી હચમચી ગયું હતું.

ચિચિયારી સાથે જેવી કાર ઊભી રહી કે તરત બેક-મિરરમાં બિલાલને દૂરથી એક બુલેટ-બાઇક ધડધડાટી સાથે તેની તરફ આવતું દેખાયું. એની પાછળ પાછળ પોલીસની સાયરન પણ ગૂંજી રહી હતી.

બે સેકન્ડ્સ માટે બિલાલની આંખોમાં ભયનું પાતળું થર જોવા મળ્યું, પરંતુ તેના શૈતાની મગજને કોઈનીય ચુંગાલમાં સપડાવું પોસાય એમ નહોતું.

ફાટક બંધ હોવાને કારણે ક્રેટાની આસપાસ ખાસ્સો ટ્રાફિક જમા થઈ ગયો હતો. બાજુમાં ઊભેલા હીરો-હોન્ડાના બાઈકને જોરથી ભટકાય એ રીતે બિલાલે દરવાજો ખોલ્યો અને લોકોની બુમરાણ મચી ગઈ, પરંતુ બિલાલને કોઈની પડી નહોતી.

કારનો પાછલો દરવાજો ખોલીને રિયાને બાવડેથી પકડીને બહાર કાઢવામાં આવી. પોતાની નજર સામે બિલાલને આખો પ્લાન નિષ્ફળ જતો દેખાઈ રહ્યો હતો. આમ છતાં, છેલ્લી ઘડી સુધી લડી લેવાની તેની ફિતરત અત્યારે એક આખરી પ્રયત્ન કરી લેવા માંગતી હતી.

આજુબાજુ પોતપોતાના ટુ-વ્હીલર અને ફોર-વ્હીલર સાથે ઊભેલા લોકો ધીરે ધીરે આઘા ખસવા માંડ્યા. બિલાલની કમરે લાંબુ નાળચું ધરાવતી બંદૂક ખોસાયેલી જોઈને તેઓ ડરી રહ્યા હતા.

ટ્રાફિક ચીરીને સાવ નજીક આવી ગયેલી પોલીસની ગાડીઓ બિલાલથી સો મીટર દૂર ઊભી રહી ગઈ. ધડાધડ દરવાજા ખૂલ્યા અને અંદરથી પોલીસમેનનો કાફલો ચારે દિશામાં પથરાવા માંડ્યો.

કમરમાંથી બંદૂક કાઢીને બિલાલે હવામાં ગોળી છોડી! ફાટક પાસે નાસભાગ મચી ગઈ. દૂરથી ટ્રેનની વ્હીસલ સંભળાવા લાગી.

'કોઈએ નજીક આવવાની કોશિશ કરી છે, તો બીજી ગોળી આ છોકરીના કપાળના ફુરચા બોલાવી નાંખશે!' બિલાલે તેની તરફ બિલ્લીપગે આગળ વધી રહેલા પોલીસમેનને અટકાવવા માટે ધમકી આપી.

અશરફ વીજળીવાળા તરફથી મળેલા આદેશો સ્પષ્ટ હતા. કોઈપણ ભોગે રિયાને ઈજા ન પહોંચવી જોઈએ.

રિયાએ અર્ધખુલ્લી આંખોએ બુલેટ-બાઇકને સ્ટેન્ડ ઉપર મૂકી રહેલા અશરફને જોયો. ઘડીભર પહેલાં સુધી તેની આંખોમાંથી ગાયબ ચમકારો પરત ફર્યો. આશાનું એક કિરણ તેના સુધી પહોંચ્યું હતું.

એક હાથમાં બંદૂક અને બીજા હાથમાં બાવડું પકડીને રેલવે-ટ્રેક પાસે પહોંચેલા બિલાલે રિયાને ફાટક ઊંચું કરવાનો ઇશારો કર્યો. લગભગ ઢસડાતાં ઢસડાતાં ત્યાં સુધી પહોંચેલી રિયાએ માથું ધુણાવીને તેનો ઑર્ડર માનવાની મનાઈ ફરમાવી દીધી. ગુસ્સાથી તમતમી ઊઠેલા બિલાલે ઘડીના છઠ્ઠા ભાગમાં રેલવે-ટ્રેકની સામેની બાજુ પોતાની સાઇકલ ઉપર દૂધનું કન્ટેઇનર લઈને ઊભેલા પ્રૌઢના માથા ઉપર નિશાન લઈને ટ્રિગર દબાવી દીધું.

ખલ્લાસ...!

પોતપોતાના મોબાઇલ-ફોનમાં વીડિયો શૂટ કરી રહેલી રાજકોટની પ્રજામાં હો-હા થઈ ગઈ. લોકો યુ-ટર્ન લઈને ભાગવા માંડ્યા. જેઓ રીવર્સ લઈ શકે એમ નહોતા, તેઓ પોતપોતાની ગાડી ત્યાં ને ત્યાં રેઢી મૂકીને ભાગ્યા. એક-દોઢ કિલોમીટર સુધીનો વિસ્તાર ખાલી થઈ ગયો. વૃદ્ધનું લોહીથી લથબથ શરીર ડામરના રોડ પર ચત્તુંપાટ પડ્યું હતું.

આ દૃશ્ય જોઈને ગભરાઈ ગયેલી રિયાએ તરત જ ફાટક ઊંચું કરી દીધું અને બિલાલે તેને ધક્કો મારીને પાટા ઉપર ધકેલી! રિયાની પીઠમાં અણીદાર

કાંકરીઓ અને નાના પથ્થરો ખૂંચી જવાને કારણે તે ચીસ પાડી ઊઠી. તેનો સાથીદાર દોડતો આવ્યો. બિલાલના મગજનો ખુરાફાતી વિચાર તે પામી ગયો હતો. હાથમાં રહેલા દોરડા વડે તેણે રિયાના બંને હાથ અને પગ કચકચાવીને પાટા સાથે બાંધ્યા.

અશરફ વીજળીવાળા સતર્ક થઈને આખો ખેલ નિહાળી રહ્યો હતો. ટ્રેન આવવાને ગણતરીની મિનિટ્સ બાકી હતી.

'આખા યુનિટને ખબર કરી દો!' અશરફે પોતાના ઈયરપીસમાં આદેશ આપતાં કહ્યું, 'તમારી જીપમાં જે કોઈ ધારદાર સાધન પડ્યું હોય, એ હાથવગું રાખો.'

રેલવે-ટ્રેક પર રિયાને બાંધ્યા બાદ તેના ગાલ ઉપર હાથ ફેરવીને બિલાલ બોલ્યો, 'યાદ તો બહુત આયેગી આપકી! ચિંતા નહીં કરતી, વધુ દર્દ નહીં થાય. બે સેકન્ડમાં આખો ખેલ પતી જશે અને ત્રીજી સેકન્ડે તો તારા શરીરના ટુકડા અહીંયાં રખડતા હશે!'

રિયાની આંખમાંથી એક ટીપું લસરી ગયું. દૂરથી વાગેલા ટ્રેનના હૉર્નને કારણે તેના શરીરમાંથી કંપારી છૂટી ગઈ.

'ચિરાગોં કો આંખો મેં મહેફૂઝ રખના;
બડી દૂર તક રાત હી રાત હોગી...
મુસાફિર હો તુમ ભી, મુસાફિર હૈં હમ ભી;
કિસી મોડ પર ફિર મુલાકાત હોગી!'

પોતાની લાક્ષણિક શૈલીમાં શાયરી ગણગણતો તે ઊભો થયો. તેના સાગરીતે રેલવે-ટ્રેકની સામેની બાજુ રસ્તામાં પડેલી સફેદ રંગની રેઢિયાળ આઇ-ટેન કારની ડ્રાઇવિંગ-સીટ પર જગ્યા લીધી હતી. આંખના પલકારામાં ગાડી ચાલુ કરીને એ બિલાલની છેક પાસે લઈ આવ્યો, જેમાં કૂદકો મારીને તે બેસી ગયો અને પેલા માણસે કાર હંકારી મૂકી.

પોલીસ ગોળીબાર ચાલુ કરે એ પહેલાં જ બિલાલે બારીમાંથી હાથ કાઢી, ઊંધું ફરીને ગોળીઓનો વરસાદ વરસાવી દીધો. કવર લેવાના ચક્કરમાં પોલીસની ટુકડીએ પોતપોતાની જીપ પાછળ છુપાઈ જવું પડ્યું.

અશરફે રિયા તરફ દોટ લગાવી. તેના હાથમાં રહેલી બંદૂકમાંથી ગોળી છૂટી રહી હતી, પણ બિલાલની ગાડીના ઉપલા ભાગને છરકો મારતી તે

નિશાન ચૂકી ગઈ! જોકે, અત્યારે તેની પ્રાથમિકતા બિલાલને પકડવાની નહીં, પણ રિયાને છોડાવવાની હતી.

જીપમાં પડેલી કુહાડી, કાતર વગેરે જે કંઈ હાથમાં લાગે એ લઈને પાટા ઉપર પહોંચી ગયેલા ચાર પોલીસ-જવાનોએ રિયાનાં બંધનો કાપવાની શરૂઆત કરી. વીસ જ સેકન્ડની અંદર ટ્રેન એમના સુધી પહોંચી જશે એ નિશ્ચિત હતું.

અશરફે દોડતાં આવીને રિયાના ડાબા હાથમાં બંધાયેલા દોરડાની ગાંઠ છોડવા માટે પ્રયત્નો આદર્યા. ટ્રેન હવે સાવ નજર સમક્ષ પહોંચી ચૂકી હતી.

જમણા હાથનાં બંધનો છૂટ્યાં..

દસ... નવ.. આઠ...

સેકન્ડ્સનો ખેલ હતો!

રિયાના ડાબા પગના દોરડા ઉપર કુહાડીની તીક્ષ્ણ ધારનો વાર થયો...

સાત... છ... પાંચ...

અશરફ અને તેના સાગરીતો પરસેવાથી નીતરી રહ્યા હતા. એમનું હૃદય અકલ્પનીય ઝડપે ધબકી રહ્યું હતું.

અશરફે પૂર્ણ એકાગ્રતા અને ઝીણવટ સાથે રિયાના જમણા પગના દોરડાની ગાંઠ છોડી.

ચાર... ત્રણ...

પ્રત્યેક સેકન્ડ કીમતી હતી.

'હટી જાઓ!' અશરફે ત્રાડ પાડી અને પોલીસ-મેન દૂર ખસી ગયા. બીજી જ સેકન્ડે રિયાના બંને હાથ પકડીને અશરફે પોતાની સાથે તેને રેલવે-પાટાથી દૂર ધકેલી દીધી!

... અને, એ સાથે જ એમના પગથી બે ફૂટ દૂર ધમધમાટ સાથે ટ્રેન પસાર થઈ ગઈ.

વર્તમાન દિવસ
કોઇમ્બતૂર

ભૈરવી મા ઊંડા ધ્યાનમાં સરી પડ્યાં હતાં. એમના કક્ષની મધ્યમાં કોતરણી પામેલ શ્રીચક્રની સામે પદ્માસનમાં તેઓ શાંભવી મહામુદ્રા ધારણ કરીને બેઠાં હતાં. અર્ધખુલ્લી સફેદ આંખો, ઉપર ચડી ગયેલી કીકીઓ, લલાટ પર દિવ્ય લાલ તિલક, લયબદ્ધ રીતે હોઠ પરથી સ્ફુરી રહેલાં બીજમંત્રોની સાથોસાથ પુનરાવર્તિત થઈ રહેલી દસ હસ્તમુદ્રા! એમના બંને કોમળ હાથ હવામાં એટલી તીવ્રતા સાથે ઉપર-નીચે થતા હતા કે જોનારને એવું લાગે જાણે તેઓ કોઈ સુંદર નૃત્ય કરી રહ્યાં હોય! સમાધિની પરાકાષ્ઠાએ તેઓ પહોંચી ચૂક્યાં હતાં.

શ્રીચક્રના મધ્યબિંદુમાંથી પ્રચંડ તેજનું પ્રસ્ફુટન થયું... જેણે સમસ્ત શ્રીચક્રના તમામ નવ આવરણોને પ્રકાશિત કરી દીધાં! આખા કક્ષમાં કમળની સુવાસ પ્રસરી ગઈ. દેવી મહાત્રિપુરસુંદરીના ભવ્ય વિગ્રહમાં પ્રાણ ફૂંકાયા હોય એ રીતે, એમના ત્રિનયનોમાં હલનચલન જોવા મળી.

'મા...' ભૈરવી મા ભાવવિભોર થઈને રડી પડ્યાં. એમના આખા દેહમાં કંપન આવી રહ્યું હતું.

સહસ્રાર ચક્ર સુધી એમની કુંડલિની શક્તિ પહોંચતાંની સાથે જ તેઓ જડવત્ બની ગયાં... જાણે કોઈ પાષાણશિલા! એમના હૃદયના ધબકારા અટકી ગયા અને નાડીઓ સ્થિર થઈ ગઈ.

એ પછીની કેટલીક મિનિટો સુધી ભૈરવી મા અને વિગ્રહ વચ્ચે તીવ્ર મનોસંવાદ ચાલ્યો, જેમાં વચ્ચે-વચ્ચે ક્યારેક ભૈરવી માની આંખો ભીની થઈ જતી હતી...

અંતે...

'**त्वदीयं वस्तु त्रिपुरा तुभ्यमेव समर्पये ।**' કહીને ભૈરવી માએ મસ્તક ઝુકાવ્યું. શ્રીયંત્રના મધ્યબિંદુમાંથી સ્ફુરિત પ્રકાશ ક્રમશઃ ઓછો થતો ગયો અને પુનઃ તે આકૃતિમાત્ર બનીને રહી ગયું.

પૂર્ણાહુતિ મંત્રનું ઉચ્ચારણ કર્યા બાદ તેઓ પોતાના સ્થાન પરથી ઊભાં થયાં અને કુટિરના દ્વાર તરફ આગળ વધ્યાં.

દ્વાર ઉપર આવેલી વ્યક્તિ પોતાના આગમનની સૂચના આપે એ પૂર્વે જ ભૈરવી માએ દરવાજો ઉઘાડી નાંખ્યો હતો...

હાંફળાફાંફળા થઈને દોડી આવેલાં સાધ્વી માના શ્વાસ ઉપર-નીચે થઈ રહ્યા હતા. તેઓ પોતાના ઉપર નિયંત્રણ મેળવીને કંઈ કહેવા જાય એ પહેલાં જ ભૈરવી માએ કુટિરમાંથી બહાર નીકળતાં કહ્યું, ‘હા, મને ભાસ થઈ ગયો છે!’

સાધ્વી મા માટે આ નવું નહોતું. ભૈરવી માની અલૌકિક શક્તિઓથી વાકેફ સૌ કોઈને એમની દિવ્યદૃષ્ટિ અંગે જાણ હતી.

‘અવધૂતાનંદને તત્કાળ જાણ કરો!’ ભૈરવી માનાં પગલાં શક્તિ આશ્રમના એ ગુપ્ત વિસ્તાર તરફ મંડાઈ ચૂક્યાં હતાં, જ્યાં તેઓ દરરોજ બ્રહ્મ-મુહૂર્તમાં ભોજનની થાળી લઈને જતાં હતાં.

ભૂતકાળમાં ફક્ત એક વખત મહાતાંત્રિક અવધૂતાનંદ શાસ્ત્રીને બોલાવવાની જરૂરિયાત ઊભી થઈ હતી. એ વખતે જે પરિસ્થિતિ નિર્માણ પામી હતી, એની સ્મૃતિ થઈ આવતાં સાધ્વી મા થથરી ઊઠ્યાં. આટલાં વર્ષોમાં બીજી વખત આ પ્રકારની સ્થિતિ પેદા થઈ હતી, જ્યાં સ્વયં ભૈરવી માએ પણ બહારથી મદદ માટે અવધૂતાનંદ શાસ્ત્રી ઉપર આશા રાખવી પડે એમ હતી.

‘પરંતુ મા...’ સાધ્વી માના હોઠ ઊઘડ્યા.

એમનું વિધાન પૂરું થાય એ પહેલાં જ ભૈરવી માએ પોતાની ચાલવાની ઝડપ વધારતાં સત્તાવાહી સ્વરે કહ્યું, ‘પરશુરામ સિવાય આ કટોકટીને હવે કોઈ સંભાળી શકે એમ નથી!’

૫૨

ત્રેતાયુગ
કુમારીકંદમ, મરુભૂમિ

'મા....આ.....' દસ વર્ષના બાળકે હૃદયદ્રાવક ચીસ પાડી.

ઊંડા દરિયામાં ગરકાવ થઈ રહેલી કુટિરની સાથે તેની મા પણ તણાઈ રહી હતી! પોતાના સંતાનને છેલ્લી વખત જોવા માટે ઘૂઘવતાં મોજા સામે તરફડિયાં મારીને તે બાથ ભીડવાનો પ્રયત્ન કરી રહી હતી! અશ્રુ અને જળના મિશ્રણથી ઉદ્‌ભવેલું આવું કરુણ આક્રંદ કુદરતે ભૂતકાળમાં ક્યારેય જોયું નહોતું. મૃત્યુવેળાએ પણ સંતાનની સુખાકારી ઇચ્છતી એ મમતામય સ્ત્રી પોતાના બાળકને વડના વૃક્ષ સાથે ચીપકેલું જોઈને મનોમન ઈશ્વરનો આભાર વ્યક્ત રહી હતી!

હમણાં સુધી મધ્યમ ધારે વરસતો વરસાદ એકાએક ગાંડોતૂર થઈને સાંબેલાધારે વરસવા માંડ્યો હતો! સમુદ્રના પેટાળમાં ધરખમ ભૂકંપ આવ્યાની આશંકા હતી!

આર્યાવર્તથી સ્થળાંતર કરીને કુમારીકંદમ આવી પહોંચેલા સેંકડો પરિવારોના અગણિત સભ્યોને દરિયો તેના ગર્ભમાં ખેંચી રહ્યો હતો! કુમારીકંદમના કાંઠાના

વિસ્તારોને તો સમુદ્ર લગભગ અડધા પ્રહર પૂર્વે જ ડુબાડી ચૂક્યો હતો. હજારો યોજનોમાં પથરાયેલાં કુમારીકંદમના ૪૯ પ્રદેશોમાંથી ૧૫ પ્રદેશોનું તો નામોનિશાન મટી ચૂક્યું હતું. કેટકેટલાં રહેઠાણો, ઇમારતો, મહેલો, આશ્રમો, ક્રીડાસ્થાનો, મંદિરો અને ચિકિત્સાલયોને સમુદ્ર ભરખી ચૂક્યો હતો!

સમસ્ત કુમારીકંદમ નામશેષ થવાના માર્ગે અગ્રેસર હતું... દરિયામાંથી ઊઠી રહેલી ૧ યોજન ઊંચી મહાકાય જળલહેરો અત્યંત ક્રૂરતાપૂર્વક રાજ્યના પાટનગર લંકા તરફ આગળ ધપી રહી હતી! રસ્તામાં આવનારા દરેક નાના-મોટા પ્રદેશો, વનરાજીઓ, પ્રાકૃતિક સ્થળો કાળલીલાનો ભોગ બનીને જળપ્રલયમાં હોમાઈ રહ્યાં હતાં! સમયની સાથે આ ઝંઝાવાતી તોફાન ધીમું પડવાને બદલે વધારે ને વધારે રૌદ્ર રૂપ ધારણ કરી રહ્યું હતું.

'મા... હું તને બચાવી લઈશ!' બાળકે બૂમ પાડીને પોતાની મા તરફ વડવાઈ ફેંકી.

મહિલાના પેટમાં ખાસ્સું પાણી ચાલ્યું ગયું હતું. તેના શ્વાસ રૂંધાઈ રહ્યા હતાં. માથા ઉપર પથ્થરની માફક વરસતો વરસાદ ઉલ્કાપ્રપાત સમાન ઈજાગ્રસ્ત કરી રહ્યો હતો. આમ છતાં, સંતાનની જિજીવિષાએ તેને જીવિત રાખી હતી. પાણીમાં હાથ-પગ મારીને તેનું શરીર જવાબ દઈ ચૂક્યું હતું, પરંતુ એક અંતિમ પ્રયાસરૂપે તેણે વડવાઈનો એક છેડો પકડી લીધો.

પાણીનો પ્રવાહ તેની વિરુદ્ધ દિશામાં વહી રહ્યો હતો, છતાં વડવાઈના જોરે મહામહેનતે તે તરતી તરતી પોતાના બાળક પાસે પહોંચી.

'દીકરા...' તેણે પોતાના સંતાનને છાતીસરસું ચાપી દીધું અને ગાલ ઉપર વહાલથી ચુમ્મીઓ ભરવા લાગી.

... ત્યાં એકાએક, બાળકના નાકમાંથી લોહીની ધારા વહીને વરસાદના ટીપાં સાથે દરિયાના પાણીમાં ભળવા લાગી.

પોતાના બંને કાન આડા હાથ ધરીને બાળકે ગળું ફાડી નાંખતી ચીસ પાડી.

'શું થયું, દીકરા?' આકુળવ્યાકુળ થયેલી માએ પોતાની સાડીના પાલવ વડે તેના હોઠ અને નાક પાસેથી વહી રહેલા લોહીને અટકાવવાનો પ્રયત્ન કર્યો.

પરંતુ બાળકના કાને જાણે તેની માતાનો અવાજ સંભળાઈ જ નહોતો રહ્યો.

તત્ક્ષણ મહિલાએ પણ પોતાના કાનમાં ધ્રુજારી અનુભવી! કોઈ અદૃશ્ય આત્મા તેના કાનમાં આવીને ખૂબ ઊંચા સ્વરે જોરજોરથી ચીસો પાડી રહી

હોય, એવી અનુભૂતિ હતી એ! પણ અત્યારે પોતાની જાત માટે વિચારવાનો સમય નહોતો.

તેનું બાળક ઘૂંટણભેર બેસીને કોકડું વળી ચૂક્યું હતું. નીચે બેસી જવાને કારણે જળસ્તર છેક તેની છાતી સુધી આવી ગયું હતું.

'મા...' અત્યાર સુધી સિંહબાળ જણાતા એ પુત્રએ કાળજું કંપાવી દેતું રુદન શરૂ કરી દીધું, 'મને કંઈક થઈ રહ્યું છે, મા... સમગ્ર દેહમાં ધ્રુજારી..'

એનું વિધાન પૂરું થાય, એ પહેલાં જ તેની આંખોના ડોળા ફાટી પડ્યા! ઘૂઘવતો સમુદ્ર ક્ષણવારમાં તો તેને પોતાની સાથે ક્યાંય દૂર સુધી તાણીને લઈ ગયો. મા કંઈ સમજી શકે એ પહેલાં ભયાનક તડતડાટી સાથે બાળકનું પેટ ફાટ્યું અને એમાંથી આંતરડાની લાંબી સેરના લોહિયાળ ટુકડા સીધા એ મહિલાની ડોક અને ચહેરા ઉપર ઊડ્યા!

બાળકના મૃતદેહને અતિશય તાણ સાથે સમુદ્ર પોતાની સાથે લઈ જવા મચી પડ્યો.

... એટલામાં, મહિલાએ એક એવું દૃશ્ય જોયું, જે તેના માનસપટ ઉપર ભવોભવ સુધી ઘેરો આઘાત પાડીને જવાનું હતું!

થોડીવાર પહેલાં સુધી સમુદ્રતટથી દૂર ભાગી ગયેલા લોકો પોતપોતાના કાન ઉપર હાથ મૂકીને સાગરમાં ઝંપલાવવા માંડ્યા. કોઈ અજ્ઞાત શક્તિથી તેઓ ભાગી રહ્યા હોય એવું જણાતું હતું.

સમુદ્રમાં ઝંપલાવી દેવાથી એમને સંભળાતા અવાજો કદાચિત્ બંધ થઈ જશે, એવું તેઓ માની રહ્યા હતા... પણ પાણીમાં ઝંપલાવે એ પહેલાં જ કેટલાકની ખોપરી ફાટી... તો કેટલાકની આંખોના ડોળા બહાર લટકી પડ્યા! અમુક માણસોએ લોહીની ઊલટી કર્યા બાદ જોરજોરથી તરફડવાની શરૂઆત કરી દીધી તો અમુકે પોતાને થપ્પડ મારવાની શરૂઆત કરી દીધી. તેઓ જંગલી જાનવર જેવું વર્તન કરી રહ્યા હતા... સેંકડો પ્રજાજનોએ હાથના નખ વડે પોતાનો જ ચહેરો અને છાતી ફાડવાની શરૂઆત કરી દીધી... તેમનાથી આ કાળી પીડા સહન નહોતી થઈ રહી, એ સ્પષ્ટ હતું.

... પરંતુ આ અવાજો ક્યાંથી આવી રહ્યા છે, એ કોઈ જાણતું નહોતું.

આખા સમુદ્રની સપાટી ઉપર મૃતદેહોના ઢગ પથરાવા માંડ્યા. પાણીનો રંગ ભૂરામાંથી બદલીને લાલ થવા માંડ્યો. માંસના લોચા અને હૃદય-ફેફસાં-હાડકાં-મગજ-મૂત્રપિંડ વગેરે આંતરિક અંગો દરિયાની સપાટી ઉપર તરવા

માંડ્યા. દૂરથી આવતાં યોજનો ઊંચા પાણીનાં મોજાં કિનારા સુધી આવ્યા પશ્ચાત્ પોતાની સાથે અસંખ્ય મૃતદેહો લઈને પરત જઈ રહ્યાં હતાં. ગોરંભાયેલું આકાશ આ પરિસ્થિતિ જોઈને વધુ વ્યથિત થઈ ગયું હોય એમ વીજળીના કડાકા-ભડાકા સાથે બમણી તીવ્રતા સાથે વરસવા માંડ્યું.

અંતે, પોતાના મૃત પુત્રને છાતી સાથે ભીંસીને બેઠેલી મહિલાએ પણ પોતાના પેટમાં દાહક પીડા અનુભવી! કાન ફાટી પડે એવા અવાજો તેને સંભળાવા માંડ્યા.. શરીરની ભીતર કોઈકે વિસ્ફોટક વસ્તુ મૂકી દીધી હોય એવી અનુભૂતિ!

ચોધાર આંસુ સાથે તે પોતાના સંતાનના લોહિયાળ શરીર ઉપર છેલ્લી ચુમ્મી ભરવા જાય એ પહેલાં તેનો દેહ ફાટી પડ્યો અને ખોપરીના ચાર ટુકડા થઈ ગયા...

આર્યાવર્તના એ નિર્દોષ રહેવાસીઓ માટે કુમારીકંદમ મૃત્યુદ્વાર પુરવાર થયું હતું.

લંકાની આસપાસનો સમગ્ર વિસ્તાર પૂરગ્રસ્ત સ્મશાન બની ગયો!

૫૩

વર્તમાન દિવસ

કોઈમ્બતૂર

ધડામ... ધડામ... ધડામ...

એક કદાવર આકૃતિ જોરજોરથી બુલેટપ્રૂફ કાચનાં આવરણો પર મુષ્ટિપ્રહાર કરી રહી હતી. કુલ સાત આવરણોના બનેલા એ પારદર્શક કારાગારની વચ્ચે વીસ ચોરસફૂટની જગ્યામાં આમથી તેમ ભમી રહેલી એ આકૃતિનો દેહ અતિશય વિશાળ અને ખડતલ હતો. પાછલા દિવસે એમના કક્ષમાં મુકાયેલી થાળીમાંથી એક પણ ફળ હજુ સુધી એમણે આરોગ્યું નહોતું. વિહ્‌વળ થઈને તેઓ જે પ્રકારે પોતાનું માથું પીંખી રહ્યા હતા, આક્રોશ દર્શાવી રહ્યા હતા એ જોઈને લાગતું હતું કે જો જલદીથી એમના પર નિયંત્રણ ન લાદવામાં આવ્યું તો તેઓ બુલેટપ્રૂફ કાચના બનેલાં તમામ આવરણોનો તોડીને ભુક્કો કરી નાંખશે.

શક્તિ આશ્રમના એ ગુપ્ત કક્ષમાં મનસ્વી પહેલેથી હાજર હતી. કાચના આવરણની બહારની બાજુ ઊભી રહીને તે ત્યાંના એક અત્યાધુનિક ઇલેક્ટ્રોનિક

ઉપકરણમાં એક પછી એક કેટલાંક બટન દબાવી રહી હતી. છેલ્લી પંદર મિનિટથી તેના તમામ પ્રયાસો નિષ્ફળ નીવડી રહ્યા હતા.

એ આકૃતિએ અત્યાર સુધીમાં સાતમાંથી ચાર આવરણો ફોડી નાંખ્યાં હતાં! દરેક કાચના આવરણોની વચ્ચેના ભાગમાં શાવર-સ્પ્રે બેસાડવામાં આવ્યા હતા. ચોરસ આવરણોની ચારેય તરફ ત્રણ-ત્રણ એમ કુલ ૧૨ શાવર-સ્પ્રેમાંથી અવિરતપણે માદક દ્રવ્યનો છંટકાવ થઈ રહ્યો હતો.

પ્રયાસ એવો હતો કે નશાકારક પદાર્થની અસરને કારણે ત્યાંનો કેદી ફરી ઊંઘમાં સરી પડે! પરંતુ જેમ જેમ દ્રવ્યનો છંટકાવ વધતો જતો હતો, એમ એમ એ કેદીની વર્તણૂક વધુ ને વધુ ઉગ્ર બનતી જતી હતી. કદાચ તેમને અંદાજ આવી ગયો હતો કે ફરી વખત ઘેન પેદા કરનારા દ્રવ્યના છંટકાવ થકી તેમને બેભાન કરી નાંખવાના પ્રયાસો થઈ રહ્યા છે!

વર્ષોથી આ જ નિત્યક્રમ ચાલી રહ્યો હતો! દિવસમાં એક વખત મનસ્વી એ ગુપ્ત કક્ષમાં આવીને કાચના આવરણની અંદર તીવ્ર ઘેન પેદા કરનારા દ્રવ્યનો છંટકાવ કરી દેતી... અલબત્ત, ઉપકરણની મદદથી!

ત્યાર બાદ, કેદીની ઊંઘ સવારે બ્રહ્મ-મૂહુર્તમાં ઊઘડે એ પહેલાં સાધ્વી મા અને ભૈરવી મા સાથે આવીને મનસ્વી એક થાળીમાં ફળાહાર મૂકી જતી! એ વેળા ભૈરવી મા પોતાની મંત્રશક્તિનો ઉપયોગ કરીને એમના ચિત્તને સાવ શાંત કરી દેતાં. અર્ધજાગૃત કહી શકાય એવી તંદ્રાવસ્થામાં એ કેદી ભોજન ગ્રહણ કરી લે, એ પછી ફરી એ ગુપ્ત કક્ષ બંધ થઈ જતો.

પરંતુ પાછલા કેટલાક મહિનાઓથી સ્થિતિ વણસી ચૂકી હતી. કેટલીક વખત તો મનસ્વી સતત પાંચ મિનિટ સુધી ગુપ્ત કક્ષમાં માદક દ્રવ્યનો છંટકાવ કરે ત્યારે છેક એમનું કામ પાર પડતું!

ખણણણ....

મનસ્વી ભૂતકાળમાંથી બહાર આવે એટલામાં બુલેટપ્રૂફ કાચનું પાંચમું આવરણ પણ તૂટી પડ્યું. તેની ઝીણી ઝીણી કરચો એ વિશાળકાય આકૃતિના આખા શરીર ઉપર પથરાઈ ગઈ છતાં તેમનું કાર્ય અટક્યું નહોતું અને ધીમું પણ નહોતું પડ્યું. તેમના નાકમાં પ્રવેશી રહેલો ધુમાડો પણ જાણે હવે પોતાની અસર દેખાડવાનું બંધ કરી ચૂક્યો હતો.

... એટલામાં, ભૈરવી મા ત્યાં આવી પહોંચ્યાં.

'અમ્મા...' મનસ્વીના કપાળ ઉપર ચિંતાની રેખાઓ તણાઈ આવી હતી,

'આ વખતે તમામ હદ પાર થઈ ગઈ છે! આટલા આક્રોશ અને વ્યથિત મેં એમને ક્યારેય નથી જોયા. હવે તમારો જ આધાર છે!'

ભૈરવી માનાં નેત્રો બિડાયાં. ગુલાબ જેવી સુંવાળી બંને હથેળીઓ વડે નમસ્કાર મુદ્રા ધારણ કરીને એમણે પરિસ્થિતિનો ક્યાસ કાઢવાની કોશિશ કરી. અંદર જે પણ કેદી હતા, એમની સાથે મનોમન સંવાદ સાધવાનો આ પ્રયાસ હતો!

'ભૈરવી... બહુ થયું!' એ કેદી એમની સાથે મનોસંવાદ સાધી રહ્યા હતા, 'મારા મુક્ત થવાનો સમય આવી ચૂક્યો છે!'

'આપની ક્ષમાપ્રાર્થી છું!' ભૈરવી માના હોઠ ફફડ્યા, 'પણ હું વિવશ છું. જો આપને આ સ્વરૂપમાં સ્વતંત્ર કર્યા, તો શું થશે એ અંગે આપ પણ માહિતગાર છો!'

રક્તવર્ણી લાલ સાડીમાં કાચનાં આવરણોની બહાર આંખ બંધ કરીને ઊભેલાં ભૈરવી માની આભા અનોખી હતી. એમની પાસે રહેવામાત્રથી જ વ્યક્તિના ચિત્તને અલભ્ય શાંતિ અને નિર્મળતાનો અહેસાસ થતો. કેટકેટલાં રહસ્યો પોતાની છાતીની અંદર ધરબીને બેઠાં હોવા છતાં એમના ચહેરા ઉપર ક્યારેય વ્યાકુળતા કે વ્યગ્રતા નહોતી દેખાતી. સસ્મિત વદન અને માયાળુ વાણીના પ્રભાવમાં સૌ કોઈ તરબોળ થતાં રહેતાં.

કાળની કેવી ભયંકર થપાટો ભૈરવી મા જીરવીને આવ્યાં છે, એની તો કોઈને કલ્પના સુધ્ધાં નહોતી. મનસ્વી એમના માટે સતત ચિંતિત રહેતી. અત્યારે પણ તે ભૈરવી મા માટે પ્રાર્થના કરી રહી હતી.

ખણણ...

કેદી અને ભૈરવી મા વચ્ચેનું મનોસંધાન તૂટતાંની સાથે જ કાચનું છઠ્ઠું આવરણ કડડભૂસ કરતું જમીનદોસ્ત થઈ ગયું.

'મનસ્વી...' ભૈરવી માના સંબોધનમાં આદેશ હતો.

તાત્કાલિક સાતમા અને છેલ્લા બુલેટપ્રૂફ કાચના આવરણમાંથી એકસાથે એનેસ્થેટિક દ્રવ્યના ધુમાડા છૂટ્યા... પરંતુ કાચની પેલે પાર કાન ફાડી નાંખતી ગર્જના કરી રહેલી એ કદાવર આકૃતિ અટકવાનું નામ નહોતી લઈ રહી! એવું લાગતું હતું જાણે તે કોઈપણ ભોગે આશ્રમની કેદમાંથી મુક્ત થવા માંગે છે...

ભૈરવી માના હોઠ ફફડવા માંડ્યા. સમુદ્રના પેટાળ જેવા શાંત અને સૌમ્ય એવા એમના મુખારવિંદ પર હાવભાવમાં પલટો આવવા માંડ્યો. અત્યાર સુધી અતિસૌમ્ય મંત્રોચ્ચાર કરી રહેલાં ભૈરવી માએ તંત્રોક્ત વિધિ શરૂ કરી... પરંતુ સામે પક્ષે એની પણ કોઈ અસર નહોતી દેખાઈ રહી.

ધડામ... ધડામ... ધડામ...

'આ કાચ હવે વધુ આઘાત સહન નહીં કરી શકે, અમ્મા...' મનસ્વીએ લગભગ ચીસ પાડતાં કહ્યું, 'ત્રણ કે ચાર મુષ્ટિપ્રહાર બાદ એ તૂટી...'

હજુ તો એ પોતાનું વાક્ય પૂરું કરે, એ પહેલાં જ ગુપ્ત કક્ષની બહારથી ભોલેનાથ મહાદેવના જયકારા સંભળાવા માંડ્યા...

'બમ્મ્મ ભોલે...' જયઘોષની સાથોસાથ જમીન ઉપર ત્રિશૂળ ઠપકારવાનો અવાજ પણ કક્ષમાં પડઘાયો, 'ૐ નમઃ શિવાય...'

એમની પાછળ પાછળ ડમરુનો *ડમક... ડમક...* સ્વર પણ કક્ષના દ્વાર પર ગુંજી ઊઠ્યો.

'મહાતાંત્રિક અવધૂતાનંદ શાસ્ત્રી...' મનસ્વીએ સાનંદાશ્ચર્ય અનુભવ્યું.

ભૈરવી માની આંખો ખૂલી. એમણે પાછળ ફરીને દ્વાર તરફ નજર કરી. હાથમાં ત્રિશૂળ લઈને અંદર પ્રવેશેલાં અવધૂતાનંદ શાસ્ત્રી ઉર્ફે પરશુરામની દૃષ્ટિ કાચની આરપાર ચાલી રહેલા ધમપછાડા પર સ્થિર હતી.

કાળી ધોતી અને ઉઘાડી છાતી ઉપર જનોઈરૂપી ઉપવસ્ત્રમાં સજ્જ અવધૂતાનંદ શાસ્ત્રીએ ભૈરવી મા સામે મર્મસૂચક સ્મિત આપ્યું.

'સાષ્ટાંગ પ્રણામ, મા...' ભૈરવી માના ચરણસ્પર્શ કર્યા બાદ અવધૂતાનંદે બે હાથ જોડી રાખ્યા.

એમની પાછળ મોટાં ડગ ભરીને ચાલ્યા આવતા પંડિત રાજમોહન ભારદ્વાજે પણ ભૈરવી માને વંદન કરતાં કહ્યું, 'ૐ નમશ્ચંડિકાયૈ, મા..'

ત્યાં હાજર તમામ મહાનુભાવોમાં સૌથી નાની વયની મનસ્વીએ પરશુરામ અને રાજમોહન ભારદ્વાજના ચરણોની ધૂળને પોતાના માથે ચડાવી.

'તથાસ્તુ..' અત્યંત પ્રફુલ્લ ચિત્તે એમણે આશિષ આપ્યા.

એક હાથમાં રૂદ્રાક્ષમાળા, બીજા હાથમાં કમંડળ સાથે તેઓ પોતાનાં સઘળાં કાર્યોને બાજુ ઉપર મૂકીને તાત્કાલિક ભૈરવી માની મદદે દોડી આવ્યા હોય એવું જણાતું હતું. એમની કુટિર શક્તિ આશ્રમના પાછળના ભાગે એકદમ નજીક નિર્માણ કરવામાં આવી હતી. વર્ષનો મોટાભાગનો સમય તેઓ અહીંયાં પ્રકૃતિ વચ્ચે ધ્યાનયોગમાં પસાર કરતા હતા. ભૈરવી મા, સાધ્વી મા અને મનસ્વી સિવાય કોઈને જાણ નહોતી કે વેલ્લિયંગિરી પર્વતોની તળેટીમાં સ્વયં મહાયોગી પરશુરામનો નિવાસ છે!

'તારી તપસ્યા ભંગ કરવા બદલ હું ક્ષમા ઇચ્છું...'

ભૈરવી માના હોઠ પરથી બાકીના શબ્દો સ્ફુરે, એ પૂર્વે જ અવધૂતાનંદે એમને અટકાવ્યાં, 'ક્ષમા માંગીને શા માટે મને પાપનો ભાગીદાર બનાવો છો? આપનો આદેશ મારા માટે સદાય શિરોધાર્ય છે.'

સાધ્વી મા પણ એમની પાસે આવીને ઊભાં રહી ગયાં હતાં.

'આપની સેવાનો મને લાભ મળી રહ્યો છે, એનાથી મોટું પુણ્ય બીજું શું હોઈ શકે?' અવધૂતાનંદ શાસ્ત્રીએ ગળગળા થતાં કહ્યું.

ભૈરવી માએ હૂંફાળું સ્મિત વેરીને મૂક સંમતિ આપી.

અષ્ટ-ચિરંજીવીમાંના એક, શ્રીહરિ વિષ્ણુના અંશાવતાર અને ભૂલોકના સર્વશક્તિશાળી મહાતાંત્રિક ગણાતા પરશુરામને ભૈરવી મા તુંકારે શા માટે બોલાવતાં હતાં, એ વાતનું મનસ્વીને હંમેશાં આશ્ચર્ય થતું...

'આપ નિશ્ચિંત થઈ જાઓ... મેં પહેલાં પણ એમને સંભાળ્યા છે અને અત્યારે પણ શાંત કરી શકવા માટે સક્ષમ છું...' અવધૂતાનંદ શાસ્ત્રીએ સાધ્વી મા અને મનસ્વીને સંબોધીને કહ્યું.

ત્રણેય સ્ત્રીઓ પરશુરામને પ્રણામ કરીને કક્ષની બહાર આવી.

... અને, એ સાથે જ હળવેકથી કક્ષના દ્વાર આપોઆપ બંધ થઈ ગયા.

॥ अघोरान्ना परो मन्त्रः नास्ति तत्त्वं गुरो परम् ॥

અંદરથી અવધૂતાનંદ શાસ્ત્રી અને રાજમોહન ભારદ્વાજે સંયુક્ત રીતે અઘોરમંત્રના ઉચ્ચારણ શરૂ કર્યા. શંખના શુભોધ્વનિ સમાન નિર્મળ, અણીશુદ્ધ અને અતિ પ્રભાવશાળી મંત્રોના પડઘા સમસ્ત શક્તિ-આશ્રમમાં ગુંજી ઊઠ્યા.

ॐ ऊर्ध्व भू फट् । ॐ ह्रीं ह्रौं नमः शिवाय ।

ॐ इं क्षं मं औं अं । ॐ प्रौं ह्रीं ठः ।

પરશુરામના મુખેથી શિવના એવા જાગૃત બીજમંત્રોનું ઉચ્ચારણ થઈ રહ્યું હતું, જે સદીઓથી લુપ્ત થઈ ચૂક્યા હતાં. એક પણ ધર્મગ્રંથ કે શાસ્ત્રના પાનાં ઉપર તેમનું આલેખન નહોતું થયું. કર્ણાત્ કર્ણોપદેશેન થકી આદિકાળથી મહાગુરુ પોતાના શિષ્યને જે મંત્રો આપે, એ રીતે વારસામાં ઊતરેલા આવા કેટકેટલા દુર્લભ અને અપ્રાપ્ય મંત્રોના તેઓ જ્ઞાતા હતા.

ॐ नमो नीलकण्ठाय ।

ॐ पार्वतीपतये नमः ।

ॐ पशुपतये नमः ।

કક્ષની બહાર ત્રણેય મહિલાઓ હાથ જોડીને બંધ આંખે ભગવાન શિવનું સ્મરણ કરી રહી હતી.

અંદરથી મોટે મોટેથી ગર્જનાઓ સંભળાઈ રહી હતી. ભૈરવી મા મનોમન અવધૂતાનંદ અને રાજમોહનની સુખાકારીની કામના કરી રહ્યાં હતાં. એકમેક સાથે મલ્લયુદ્ધ ચાલી રહ્યું હોય એવી રીતે ભીંતો સાથે પછડાવાના અવાજોથી ગુપ્ત કક્ષ ગાજી ઊઠ્યો હતો. મનસ્વીને ખાતરી થઈ ગઈ કે કેદી કાચનું સાતમું આવરણ પણ તોડી ચૂક્યો છે!

લગભગ એક કલાક પછી ગુપ્ત કક્ષનું દ્વાર ઊઘડ્યું.

બાવડાં અને છાતીના ભાગે પરશુરામને અણીદાર તીક્ષ્ણ નહોર વાગ્યા હતાં! એમાંથી લોહી વહી રહ્યું હતું. એમના ચહેરા ઉપર દુઃખ અને ગ્લાનિભાવ ઝળકી રહ્યાં હતાં. પાછળ ધીમા ડગલે ચાલીને આવતા પંડિત રાજમોહન ભારદ્વાજ વધુ પડતા શારીરિક પરિશ્રમને કારણે થાકીને લોથપોથ થઈ ગયા હોય એવું સ્પષ્ટપણે જણાતું હતું... તેમની દૈહિક ઊર્જા સંપૂર્ણપણે નિચોવાઈ ગઈ હતી!

'કેટલો સમય, મા?' પરશુરામે ભૈરવી માને આર્તહૃદયે પ્રશ્નાર્થ કર્યો.

'૧૨ કલાક!' ભૈરવી માએ ઉત્તર આપ્યો, 'રિયા અને અશરફ અહીં આવવા માટે નીકળી ચૂક્યાં છે.'

સાધ્વી મા અને મનસ્વીના ચહેરા પર અકળ ભાવ ઊપસી આવ્યા. કયા અને કોના સંદર્ભમાં વાત થઈ રહી છે, એ અંગે તેઓ બધું જ જાણતાં હતાં.

પરશુરામે નિઃસાસો નાંખીને કક્ષની અંદર મૂર્છિત થઈને ધરતી ઉપર ઢળી પડેલા કદાવર શરીર તરફ આંગળી ચીંધીને કહ્યું, 'એમને હું આ અવસ્થામાં જોઈ શકું એમ નથી! આપણે હવે વધુ સમય સુધી એમને આ રીતે રાખી શકીએ એવી સ્થિતિ પણ નથી. હાલપૂરતું તો મેં એમને મંત્રપાશમાં બાંધી રાખ્યા છે, પરંતુ તેઓ ફરી ક્યારે જાગૃત અવસ્થામાં આવી જાય એ કહેવું મુશ્કેલ છે! એટલું નક્કી છે કે વિશ્વનું એક પણ નિદ્રાપ્રેરક દ્રવ્ય હવે એમના ઉપર અસર નહીં કરે...'

'જે કંઈ કરવાનું છે, એ જલદી કરવું આવશ્યક છે!' ભૈરવી માએ પરશુરામના વિધાનને પૂર્ણ કર્યું.

'મનસ્વી...' ભૈરવી માએ આદેશ આપતાં કહ્યું, 'અજય ડોભાલને પણ અહીં બોલાવી લે!'

'જી!' મનસ્વીએ મસ્તક ઝુકાવીને એકાક્ષરી ઉત્તર આપ્યો.

બહુ મોટા રાજકીય અને આધ્યાત્મિક તાંડવની શરૂઆત થવા જઈ રહી હતી!

વર્તમાન દિવસ

બૅંગ્લોર

'સર, ભૈરવી મા આપની સાથે વાત કરવા માંગે છે!' અમિત હાંફળોફાંફળો થઈને અજય ડોભાલની કેબિનમાં દોડતો આવ્યો. આખી દુનિયામાં કરોડો અનુયાયીઓ ધરાવતાં ભૈરવી માના પ્રભાવથી તે સારી પેઠે વાકેફ હતો. કેન્દ્રમાં સરકાર રચવા માંગતા નેતાઓને પણ એમની મદદ લીધા વગર છૂટકો નહોતો, એટલી હદે મજબૂત પૉલિટિકલ નેટવર્ક એમની પાસે હતું. એમના એક ઇશારે ભલભલા મંત્રીઓ બદલાઈ જતા, કેબિનેટમાં ધરખમ ફેરફારો થઈ શકતા! વડાપ્રધાન વીરેન્દ્ર મોદી પર એમના આશીર્વાદ હતા, એવી એક માન્યતા પણ રાજકીય વર્તુળમાં ચર્ચાતી રહેતી.

'સમય નથી, કહી દે!' અજય ડોભાલ બધાથી અલગ હતા. તેમને કોઈ જ ફર્ક નહોતો પડતો કે સામે કોણ છે! અધૂરામાં પૂરું, સાધુ-સંતો-મહંતો અને અંધભક્તોથી તેમને સખત નફરત હતી. તેમના મતે આધ્યાત્મિકતા અને અંધશ્રદ્ધા વચ્ચે કોઈ ભેદરેખા નહોતી!

'એમની પાસે રિયા સંબંધિત અગત્યની માહિતી છે, એવું એમણે કહ્યું!' અમિતે પ્રાઇવેટ ફોન અજય ડોભાલને આપવા માટે હાથ લાંબો કર્યો.

રિયાનું નામ સાંભળીને નેશનલ સિક્યોરિટી એડ્વાઇઝર ચોંક્યા. થોડી જ મિનિટો પહેલાં એમને સમાચાર મળ્યા હતા કે રાજકોટમાં કોઈ મોટો ખૂની ખેલ ખેલાયો છે, જેમાં રિયા ચૌધરી અને અશરફ વીજળીવાળા નામની વ્યક્તિ પણ સપડાયેલાં હતાં. અજય ડોભાલની ટીમ એમના સુધી પહોંચે એ પહેલાં તેઓ કોઈકના પ્રાઇવેટ હેલિકૉપ્ટરમાં ઉડાન ભરી ચૂક્યા હતા.

અજયે વીજળીની ઝડપે અમિતના હાથમાંથી ફોન છીનવીને કાને ધર્યો, 'હેલ્લો!'

'ત્રણ કલાકમાં આપે કોઇમ્બતૂર પહોંચવું પડશે, મિસ્ટર ડોભાલ!' સામે છેડે મનસ્વીનો આદેશાત્મક અવાજ પડઘાયો.

'એ છોકરી, તને ભાનબાન છે કે તું કોની સાથે વાત કરી રહી છે?' અજય ડોભાલે દાંત કચકચાવીને પૂછ્યું. પોતાને મળેલા આદેશથી તેમનો ગુસ્સો સાતમા આસમાન પર પહોંચી ચૂક્યો હતો, 'એક કલાકમાં તારા આશ્રમને તાળાં લગાવી શકવાની સત્તા છે મારી પાસે!'

'છૂટ છે આપને!' મનસ્વીએ અત્યંત ઠંડા કલેજે કહ્યું, 'પણ જો આપ અહીં ન પહોંચ્યા, તો રાષ્ટ્રપતિ ભવનમાં બનેલી ઘટના પાછળનું સત્ય ક્યારેય નહીં જાણી શકો. અને હા, સુહાની સિંહા પાસેથી આપને જે તામ્રપત્રની ગડી મળી છે, એને વિશ્વનો કોઈ ભાષાવિદ ઉકેલી નહીં શકે. માટે અહીંયાં આવો ત્યારે એ આપની સાથે રાખજો.'

... બીજી જ સેકન્ડે, સામે છેડેથી ફોન કપાઈ ગયો.

ફોનને કાને જ રાખીને વિચારમાં ડૂબી ગયેલા અજય ડોભાલના ચહેરા પરથી નૂર ઊડી ગયું હતું!

૫૪

ત્રેતાયુગ

લંકા

ચૈત્યપ્રાસાદમાંથી સ્ફુરી રહેલા શ્રી શિવષડાક્ષર સ્તોત્રના સ્વર સમગ્ર લંકામાં પડઘાઈ રહ્યા હતા.

ॐकारं बिंदुसंयुक्तं नित्यं ध्यायंति योगिन: ।
कामदं मोक्षदं चैव ॐकाराय नमो नम: ॥

नमंति ऋषयो देवा नमन्त्यप्सरसां गणा: ।
नरा नमंति देवेशं नकाराय नमो नम: ॥

આખી નગરી સ્તબ્ધ હતી! સમસ્ત કુમારીકંદમને પોતાના ગર્ભમાં સમાવી ચૂકેલો સમુદ્ર રાજ્યની બરાબર મધ્યમાં સ્થિત લંકા તરફ આગળ વધી રહ્યો હતો. આકાશને આંબતાં મોજાં ગમે ત્યારે લંકા ઉપર ફરી વળશે, એવું લાગતું હતું. તમામ અસુરો પોતાના ઇષ્ટદેવ - દશાનન રાવણ - ને પ્રાર્થના કરવા માંડ્યા હતા. સમગ્ર અસુરવંશમાં થઈ ગયેલા મહાનતમ રાજવીની પદવી રાવણે પ્રાપ્ત કરી લીધી હતી. તે અસુરોનો ઈશ્વર બની ગયો હતો! અત્યંત

ટૂંકા સમયગાળામાં કુમારીકંદમમાં જે વિકાસ જોવા મળ્યો હતો, એ અકલ્પનીય હતો. માત્ર અસુરો જ નહીં, મનુષ્યો અને દેવો પણ રાવણે ભરેલી હરણફાળ જોઈને મોંમાં આંગળા નાંખી ગયા હતા!

... પરંતુ એકાએક આવી પડેલી નૈસર્ગિક આપત્તિએ તમામ સમીકરણો પલટાવી નાખ્યાં હતાં! આઠ પ્રહર પહેલાં સુધી સમૃદ્ધ ગણાતાં કુમારીકંદમનું નામોનિશાન ભૂંસાઈ ચૂક્યું હતું. આખું નગર સમુદ્રમાં ગરકાવ થઈ ગયું હતું. સહસ્ર શતાબ્દીઓ પુરાણી સભ્યતા હવે સાગરના પેટાળમાં ક્યાંક લુપ્ત થઈ ચૂકી હતી!

રાવણનો આર્તનાદ સાંભળીને ધરા પણ કંપન કરવા માંડી, કારણ કે તેના મુખેથી સ્ફુરી રહેલાં શ્રી શિવષડાક્ષર સ્તોત્રમાં આજે પોતાની પ્રજાના રક્ષણ માટેની યાચના ભળેલી હતી!

महादेवं महात्मानं महाध्यानं परायणम् ।
महापापहरं देवं मकाराय नमो नमः ॥

शिवं शांतं जगन्नाथं लोकानुग्रहकारकम् ।
शिवमेकपदं नित्यं शिकाराय नमो नमः ॥

નિકુમ્ભિલાને નામે પૂજાતી અનિષ્ટની અધિષ્ઠાત્રી દેવી - અનિષ્ટાત્રી - ની મૂર્તિની સામે બે હાથ જોડીને બેઠેલા દશાનનની આભા અલૌકિક જણાતી હતી. કપાળ ઉપર લાલ ત્રિપુંડ, ખુલ્લી જટા, કાનમાં સુવર્ણ-કુંડળ તેના મુખારવિંદને તેજસ્વી બનાવતાં હતાં. તેની આંખોમાં ન સમજાય એવી ચમક હતી! ચિત્તના એક ખૂણે વ્યાપ્ત ખેદ પણ તેના ચહેરા પર જોઈ શકાતો હતો, પરંતુ મહત્ત્વાકાંક્ષાનું અંધાધૂંધ રેતાળ તોફાન એ દુઃખને છિન્નભિન્ન કરી નાંખતું હતું... જેને ખાળવા માટે તે શિવ અને અનિષ્ટાત્રી બંનેની અર્ચના કરી રહ્યો હતો.

તેની પ્રચંડ ભુજાઓ સ્મશાનભસ્મથી ચોળાયેલી હતી. ખુલ્લી છાતી ઉપર રાતાચોળ ગરમ ત્રિશૂળ વડે છાપ ઉપસાવવામાં આવી હતી, જે તેના શિવભક્ત હોવાનું દ્યોતક હતી!

ચૈત્યપ્રાસાદનું નિર્માણ જ વિકટ તંત્રક્રિયાઓ કરવા માટે થયું હતું. દેવી નિકુમ્ભિલાના વીસ હાથ ઊંચા વિગ્રહની પ્રાણપ્રતિષ્ઠા સમયે શુક્રાચાર્ય સિવાય ત્યાં અન્ય કોઈની હાજરી ન હોવી જોઈએ, એવો રાક્ષસરાજ રાવણ દ્વારા કડક આદેશ અપાયો હતો. એકમાત્ર દૈત્યગુરુ એ ક્ષણના સાક્ષી હતા, જ્યારે દશાનને પોતાની દાયકાઓની તીવ્ર તંત્રસાધનાનો ઉપયોગ કરીને દેવી

નિકુમ્ભિલાની પ્રતિમામાં પ્રાણ ફૂંક્યા હતા! એક સામાન્ય મૂર્તિને સમષ્ટિની તમામ પિશાચી અને અનિષ્ટ ઊર્જાઓ વડે તૃપ્ત કર્યા પશ્ચાત્ જીવંત કરી દેવામાં આવી હતી.

અને ત્યાર પછી, દેવી અનિષ્ટાત્રીને કુમારીકંદમની ગ્રામદેવી ઘોષિત કરી દેવામાં આવી! તેની પાસે પ્રાર્થના લઈને જનારા પ્રત્યેક પ્રજાજનની ઇચ્છાઓ પૂરી થવા માંડી હતી, પરંતુ તેઓ એ વાસ્તવિકતાથી અજાણ હતા કે દેવી અનિષ્ટાત્રી એવી નકારાત્મક ઊર્જાસ્વરૂપા છે, જેના નામનું સ્મરણ કરવામાત્રથી જ એમનો વંશ અધોગતિ પામી જતો હતો! પરિણામસ્વરૂપ, મનુષ્યો અને અસુરોની નવી પેઢીમાં અવનવા રોગ તેમજ ખોડખાંપણોનું પ્રમાણ વધી રહ્યું હતું.

... અસુરગુરુ શુક્રાચાર્ય અને રાવણના અંગત સ્વજનને બાદ કરતાં કોઈને જાણ નહોતી કે દેવી અનિષ્ટાત્રી વાસ્તવમાં એમના દર્શનાર્થે આવનારા પ્રજાજનોની આત્મિક ઊર્જા શોષીને વધુ ને વધુ શક્તિશાળી બનતી જતી હતી! સામે પક્ષે, અનિષ્ટાત્રી અતુલ્ય, ગુપ્ત અને વર્જ્ય મંત્રો આપીને દશાનન રાવણને સર્વશક્તિમાન બનાવતી હતી. અત્યાર સુધીમાં કુમારીકંદમના અસંખ્ય જીવો એમના ચરણમાં મસ્તક ટેકવી ચૂક્યા હતા!

શુક્રાચાર્યની ધારણા બહારનું કામ રાવણે કરી બતાવ્યું હતું. અસુરો પાસે ત્રેતાયુગ સુધી બ્રહ્મા, વિષ્ણુ અને મહેશ સિવાય અન્ય કોઈ દેવો નહોતા; જેમની પૂજા-અર્ચના થઈ શકે. એમાં પણ બ્રહ્મા અને શ્રીહરિ વિષ્ણુ પાસેથી તો અસુરો કોઈ પ્રકારના ન્યાયની અપેક્ષા નહોતા રાખી શકતા! કાળક્રમે દેવાધિદેવ મહાદેવ પરત્વેની અસુરોની આસ્થા પણ ઘટતી જતી હતી. એવામાં અસુરવંશને તાતી જરૂરિયાત હતી એક એવી પ્રચંડ નકારાત્મક ઊર્જાની, જે એમનો ઉદ્ધાર કરી શકે!

દેવી અનિષ્ટાત્રીના પ્રાદુર્ભાવની કથા સમસ્ત ભૂલોકથી છુપાવવામાં આવી હતી. બ્રહ્માંડની ઉત્પત્તિ વેળા સર્જનહાર બ્રહ્માના પાંચ મુખ હતાં અને એ પ્રત્યેક મુખમાંથી એક-એક વેદનું સર્જન થયું હતું. ઋગ્વેદ, સામવેદ, યજુર્વેદ અને અથર્વવેદ પશ્ચાત્ પ્રાદુર્ભાવ થયો હતો કાળવેદનો! બ્રહ્માંડનો પાંચમો અને સર્વશક્તિશાળી વેદ, જેમાં માત્ર એક બ્રહ્માંડની જ નહીં પરંતુ કરોડો બ્રહ્માંડોની દુષ્ટતમ ઊર્જાઓને આહ્‌વાન આપી શકવાની વિદ્યા આલેખાયેલી હતી!

આમાંની એક વિધિ એટલે અનિષ્ટની અધિષ્ઠાત્રી દેવી - અનિષ્ટાત્રી - ને ભૂલોક પર જાગૃત કરવાની અઘોરક્રિયા!

જેવી રીતે પાલનહાર વિષ્ણુના કર્ણમાંથી મધુ અને કૈટભ નામના બે ખૂંખાર રાક્ષસોની ઉત્પત્તિ થઈ હતી, એવી જ રીતે ભગવાન બ્રહ્માની જાણબહાર એમના આ પાંચમા કાળવેદમાં એટલી અપ્રતિમ ઊર્જા સમાઈ ચૂકી હતી, જેનો સામનો કરવા માટે સ્વયં ત્રિદેવ પણ સક્ષમ નહોતા! જોખમ એ હતું કે કાળવેદમાં સમાવિષ્ટ મહાજ્ઞાનનો ફેલાવો થાય તો ભૂલોક પર પ્રલય આવી જાય!

આથી, દેવાધિદેવ શિવએ બ્રહ્માના પાંચમા મુખનો શિરચ્છેદ કરી, કાળવેદને લુપ્ત કરી દીધો! પરંતુ ત્યાં સુધીમાં સપ્તર્ષિઓમાંના એક એવા મહર્ષિ ભૃગુ પાસેથી એમના પુત્ર શુક્રાચાર્ય અને મહર્ષિ કશ્યપ પાસેથી તેની ધર્મપત્ની દૈત્યજનની દિતિ પાસે આ વિદ્યા કર્ણાત્ કર્ણોપદેશેન પદ્ધતિથી પહોંચી ચૂકી હતી!

સતયુગમાં દિતિએ આત્માજાગરણનો ઉપયોગ કરીને અસુરોના અંગત સ્વાર્થ માટે કાળયજ્ઞ આરંભીને અનિષ્ટાત્રીનું આહ્વાન કર્યુ હતું!

પ્રસન્ન થઈને અનિષ્ટાત્રીએ દિતિને જે વરદાન આપ્યું હતું, એ સાતમા મનવંતરની દિશા અને દશા બંને બદલી નાંખવાનું હતું!

... અને, ત્રેતાયુગમાં દિતિની વંશજ, રાક્ષસી કૈકસીના પુત્ર દશાનન રાવણે પુનઃ દેવી અનિષ્ટાત્રીને નિકુમ્ભિલા સ્વરૂપે કુમારીકંદમના ચૈત્યપ્રાસાદમાં પ્રાણ-પ્રતિષ્ઠિત કરવાનું સાહસ કર્યુ હતું... જેનું વિધ્વંસક પરિણામ હાલ સમગ્ર કુમારીકંદમ ભોગવી રહ્યું હતું!

૫૫

વર્તમાન દિવસ
મૈસૂર

શિયાળાના ટચૂકડા દિવસની પૂર્ણાહુતિ પર ઘેરાઈ રહેલી રવિવારની સાંજ મૈસૂર પેલેસના પ્રાંગણમાં વધુ ને વધુ ભીડ એકઠી કરી રહી હતી. દર રવિવારે સાંજે સાત વાગ્યા પછી મૈસૂર પેલેસમાં લાઇટ-શો શરૂ થઈ જતો. દાયકાઓ જૂના એ ઐતિહાસિક વૈભવને નિહાળવા માટે દેશ-દેશાવરથી પ્રવાસીઓ આવતાં!

ટિકિટબારી પરથી એન્ટ્રી-ટિકિટ લઈને વિવાન પણ આજે એ ભીડનો હિસ્સો બની ચૂક્યો હતો. શ્રીરંગપટ્ટનમ્‌ના દરિયાદૌલત બાગમાં અજિતાભનો લોહીથી લથબથ મૃતદેહ ૨૪ કલાક પછી પણ તેની નજર સામેથી હટ્યો નહોતો. ગઈકાલે હૉટેલ ઉપર પરત ફર્યા બાદ તાત્કાલિક ધોરણે તેણે ચેક-આઉટ કરીને એક ખખડધજ લૉજમાં રહેવાનું પસંદ કર્યુ હતું, જેથી તેની ઓળખાણ જાહેર ન થાય અને મૈસૂર પોલીસથી ભાગતા રહેવાનો સમય મળી રહે!

મૈસૂર પેલેસમાં ઘૂસવા માટે રવિવારની સાંજ પસંદ કરવાનુ કારણ હતું - તદ્દન ખાલી મહેલ!

રવિવારની સાંજે સાતથી આઠના લાઇટ-શૉને બાદ કરતાં મૈસૂર પેલેસમાં સૂરજ ઢળ્યા પછી ચકલું પણ ફરકવા તૈયાર નહોતું. અજિતાભે મૃત્યુ વેળા જો અગસ્ત્ય ઋષિની મૂર્તિનો ઉલ્લેખ કર્યો હોય, તો એનો સીધો અર્થ એવો થતો હતો કે મૂર્તિનું કનેક્શન રાષ્ટ્રપતિ ભવનમાં બનેલી ઘટના અને આતંકવાદીઓના પ્લાન સાથે છે!

નાનપણમાં સુધીર બાબાના મોઢે અસંખ્ય પૌરાણિક વાર્તાઓ સાંભળી હોવા છતાં તેને યાદ નહોતું આવી રહ્યું કે ઋષિ અગસ્ત્ય અને દશાનન રાવણ કઈ રીતે એકબીજા સાથે સંકળાયેલાં છે! ફક્ત એટલું જ નહીં, અજિતાભના કથન મુજબ તો ઋષિ અગસ્ત્ય અને રાવણનો તિરુઅનંતપુરમ્‌ના શ્રીઅનંતશયનમ્ અર્થાત્ શ્રીપદ્મનાભસ્વામી મંદિર સાથે પણ કોઈક અજ્ઞાત સંબંધ હતો!

આ બધી ગુથ્થીઓ તેના મગજને બરાબર ઘમરોળી રહી હતી. શ્રીઅનંતશયનમ્‌ના મંદિરમાં એવું તે શું રહસ્ય ધરબાયેલું હતું, જેને લીધે તેનાં માતા-પિતા બંનેએ પોતાના પ્રાણ ગુમાવવા પડ્યા હતા? મધ્યપ્રદેશના આસીરગઢના કિલ્લામાં અશ્વત્થામાએ એવું શા માટે કહ્યું હતું કે વર્ષોથી શ્રીઅનંતશયનમ્ તેની રાહ જોઈ રહ્યા છે?

સવાલો અસંખ્ય હતા... જવાબો એકેય નહીં! તેણે બસ એક પછી એક કડીઓને આધારે આગળ વધતા રહેવાનું હતું.

સહસા અંધારાના અંચળાનો ત્યાગ કરી આખો મૈસૂર મહેલ અસંખ્ય બલ્બથી ઝળાંહળાં થઈ ઊઠ્યો. એકસાથે હજારો દીવડા પ્રગટાવવામાં આવ્યા હોય એવો પીળો પ્રકાશ આખા પરિસરમાં પ્રસરી ગયો. તેની ભવ્યતા એટલી અદ્વિતીય અને આંખ આંજી નાંખનારી હતી કે ન પૂછો વાત! પ્રવાસીઓની ઉલ્લાસપૂર્ણ ચિચિયારીઓથી એ જગ્યા ગુંજી ઊઠી. મોબાઇલ કૅમેરાની ફ્લેશ-લાઇટ્સ ધડાધડ ચાલુ થવા માંડી. મૈસૂર પેલેસની અપ્રતિમ સુંદરતાને લોકો જીવનભર માટે કૅમેરાના કચકડે કંડારી રાખવા માંગતા હતાં.

વિવાનને હવે સમજાયું કે મૈસૂરને *મહેલોના શહેર* તરીકે શા માટે ઓળખવામાં આવતું હતું!

વર્ષ ૧૮૯૭થી ૧૯૧૨ની વચ્ચે ચણતર પામેલાં મૈસૂર મહેલને સર્વપ્રથમ વખત ૧૪મી સદીમાં બનાવવામાં આવ્યો હતો, પરંતુ એ બાંધકામ લાકડાંનું હોવાથી તેમાં આગ લાગી જવાની ઘટનાઓ બનતી હતી. ત્યારથી શરૂ કરીને વર્ષ ૧૮૯૭ સુધી ઘણી વખત તેના નિર્માણનું કાર્ય મૈસૂરના જુદા જુદા રાજવીઓ દ્વારા હાથ ધરવામાં આવ્યું હતું.

મૈસૂરના રાજા કૃષ્ણરાજ વડિયર ચતુર્થ દ્વારા ૭૨ એકરમાં પથરાયેલા મૈસૂર પેલેસના બાંધકામ પાછળ એ સમયમાં રૂપિયા ૪૧,૪૭,૯૧૩ ખર્ચાયા હતા, જેની કિંમત આજે તો અબજો રૂપિયા થાય!

સાત મહેલોમાંથી *મૈસૂર પેલેસ* આખા શહેરનો સૌથી વધુ ઝાકઝમાળ ધરાવતો મહેલ હતો, એમાં શંકાને કોઈ સ્થાન નહોતું. ૨૪ કેરેટ સુવર્ણના અલંકારોથી મહેલોની દીવાલોને મઢી દેવામાં આવી હોય એવું પ્રભાવશાળી દૃશ્ય હતું એ! પ્રવાસીઓની આંખોમાં મહેલ નહીં, પરંતુ એની સોનેરી ઝાંય પ્રતિબિંબિત થઈ રહી હતી. એમનાં મોં ખૂલી ગયાં હતાં.

આ જ સમય હતો મહેલમાં પ્રવેશ મેળવવાનો!

એન્ટ્રી-ગેટ ઉપર મળેલા બ્રોશરમાં મૈસૂર પેલેસની બ્લ્યુપ્રિન્ટ ચકાસી રહેલો વિવાન એક એવો સુરક્ષિત માર્ગ શોધી રહ્યો હતો, જ્યાંથી ગુપચુપ અંદર જઈ શકાય. તેનો દેખાવ અત્યારે સંપૂર્ણપણે બદલી ચૂક્યો હતો. ગઈકાલ સુધી ટાલ સાથે મૈસૂરમાં ઘૂમી રહેલો એ યુવક અત્યારે રૉકસ્ટારની માફક લાંબી વિગ પહેરીને મહેલમાં પ્રવેશ્યો હતો. સ્થાનિક સીસીટીવી કૅમેરાઓમાં તેના દેખાવનો નાનકડો અંશ પણ ન ઝિલાય એ માટે સતત સાવધ રહેતો હતો. શક્ય હોય ત્યાં તો તે બ્લાઇન્ડ-સ્પૉટ્સનો ઉપયોગ કરી રહ્યો હતો અને બાકીના સ્થળોએ ચાલાકી સાથે મોં છુપાવીને નિર્ભીકપણે ફરવાની ટેક્નિક હવે તેણે હસ્તગત કરી લીધી હતી.

જોકે, તેને અંદાજ પણ નહોતો કે ઘુવડ સરીખી બે આંખો ક્યારનીય તેની પ્રત્યેક હલનચલન પર નજર રાખી રહી છે!

વર્તમાન દિવસ

રાજકોટ-કોઇમ્બતૂર હવાઈ માર્ગ

આકાશમાંથી કીડી સમાન વામન જણાઈ રહેલાં નાનાં મકાનો અને ખુલ્લાં મેદાનો ઉપર રિયાની નજર સ્થિર થઈ ચૂકી હતી. સુસવાટા મારતા

પવનને કારણે વારેઘડીએ તેની આંખો બંધ થઈ જતી હતી, ચહેરા ઉપર વાળની લટ ઊતરી આવતી હતી.

તેની સામે બેઠેલો અશરફ ઘણા સમયથી ચૂપ હતો. રિયાને રેલવે-ટ્રેક પરથી છોડાવ્યા બાદ શક્તિ-આશ્રમના હેલિકૉપ્ટરમાં કોઇમ્બતૂર આવવા માટે તેઓ રવાના થઈ ગયા હતાં. કોઈ જ સત્તાવાર કાગળિયાં અને કાર્યવાહી વગર તાત્કાલિક ઉડાન ભરવાની મંજૂરી એમને ખાસ પી.એમ.ઓ. - પ્રાઇમ મિનિસ્ટર ઑફિસ - માંથી અપાવવામાં આવી હતી. ભૈરવી માની પહોંચ કેટલી ઉપર સુધી છે, એનો અશરફને હવે અંદાજ મળી ચૂક્યો હતો.

રિયા હજુ પણ પોતાની સાથે બનેલી ઘટનાના આઘાતમાંથી બહાર નહોતી આવી. મનમાં ઊમટી રહેલાં અસંખ્ય પ્રશ્નો પૂછવાની શરૂઆત ક્યાંથી કરવી, એ દ્વંદ્વમાં તે ફસાયેલી હતી. બિલાલ દ્વારા પાથરવામાં આવેલી જાળમાં વિવાન વધુ ને વધુ ઊંડો ધસતો જાય છે, એ વિચાર પણ તેને સતત પજવી રહ્યો હતો. નીચે દેખાતાં બાંધકામોની માફક તે પોતાની જાતને પણ અત્યારે વામન મહેસૂસ કરી રહી હતી. હેલિકૉપ્ટરના પાંખિયાની ઘરઘરાટી કરતાં તેના ચિત્તમાં ચાલી રહેલો ઘોંઘાટ વધુ ત્રાસદાયક હતો!

'ભૈરવી મા...!' અશરફે ચુપ્પી તોડતાં કહ્યું.

'શું?' રિયાના કાનમાં એના શબ્દો પડઘાયા નહોતા.

આ જ વખતે અશરફે વધુ મોટેથી કહ્યું, 'આલોક દર ત્રણ મહિને એક વખત ભૈરવી માને મળવા માટે જતો હતો!'

રિયા કશું બોલ્યા વગર તેની સામે તાકી રહી. પોતાના પિતા વિશે તે આ વિગત પહેલીવાર જાણી રહી હતી.

'આલોકના ગાયબ થઈ ગયા પછી મેં મારા સંપર્કોનો ઉપયોગ કરીને તેના કૉલ-રેકૉર્ડ્સ, ટ્રાવેલિંગ-ડિટેઇલ્સ અને તેના પ્રૉજેક્ટ્સ અંગે જાસૂસી કરી..' અશરફ ત્રણ મહિનામાં બનેલી ઘટનાઓને વાગોળી રહ્યો હતો. હેલિકૉપ્ટરના ઉડ્ડયનને કારણે તેણે વધુ જોરથી બોલવું પડતું હતું, 'તપાસમાં સામે આવ્યું કે આલોક દર ત્રણ મહિને કોઈક વ્યક્તિને મળવા માટે શક્તિ-આશ્રમ જતો હતો અને બે કલાક ત્યાં રોકાઈને પરત ફરી જતો હતો.'

રિયાને આમાંની એક પણ વિગતો ખબર ન હોવાને કારણે તે એકીટશે અશરફની વાત સાંભળી રહી હતી.

'પણ પપ્પા તો ક્યારેય સાધુ-મહાત્માઓમાં વિશ્વાસ ન ધરાવતા!' રિયાએ હોઠ ઉઘાડ્યા, 'સુધીર બાબા સાથે એમની આધ્યાત્મિક ગોષ્ઠિ થતી રહેતી,

પણ તેઓ ભૈરવી માના અનુયાયી હોય અને નિયમિત રીતે આશ્રમમાં એમના દર્શને જતા હોય એવું તો બિલકુલ નહોતું.'

'સાચું.' અશરફે માથું ધુણાવ્યું, 'આ વાત મારે તને ફોનમાં નહોતી કહેવી. રાષ્ટ્રપતિ ભવનમાં કત્લેઆમ થઈ, એ રાતે દુબઈથી દિલ્હી આવ્યા બાદ આ રહસ્યનો તાગ મેળવવા માટે એરપોર્ટ ઉપરથી જ તને મારી સાથે કોઇમ્બતૂર લઈ જવાની ઇચ્છા હતી, પણ અલ્લાહને એ મંજૂર નહોતું.'

રિયાની નજર સામેથી એ ગોઝારી રાત સિનેમાની રીલ માફક પસાર થઈ ગઈ.

'દિલ્હી ઊતર્યા બાદ તને શોધવાની મેં બહુ કોશિશ કરી. તારો ફોન ટ્રેસ કરવાની કોશિશ કરી, પણ વ્યર્થ!' અશરફે નિઃસાસો નાંખ્યો, 'વિવાનની ભાળ મેળવવા માટે પણ અંધારામાં ફાંફા માર્યાં, પણ કશું હાથ ન લાગ્યું. છેવટે લગભગ દોઢ દિવસ પછી તારો ફોન રાજકોટમાં સ્વીચ-ઑન થયો અને હું તારું લૉકેશન જાણી શક્યો.'

'પણ આટલા બધા કમાન્ડો અને પોલીસ-મેનની આડકતરી મદદ તમને શી રીતે મળી?' રિયાએ પૂછ્યું, 'અને એ પણ વસંત નિવાસમાં ધાડ પાડવા માટે? વિવાનને જે રીતે હાલ મૉસ્ટ-વૉન્ટેડ ક્રિમિનલ જાહેર કરવામાં આવ્યો છે, એ જોતાં તો એના ઘરની આસપાસ આવડું મોટું ઑપરેશન પાર પાડવા માટે તમારે ખાસ્સી મહેનત કરવી પડે હશે. કોની મદદ મળી?'

'મા ભૈરવીની!' અશરફે કહ્યું, 'જેના હેલિકૉપ્ટરમાં અત્યારે આપણે કોઇમ્બતૂર જઈ રહ્યાં છીએ!'

રિયા હબક ખાઈ ગઈ.

'પણ ભૈરવી મા શા માટે મારી મદદ કરી રહ્યાં છે?' રિયાએ પ્રશ્ન કર્યો.

'આ હત્યાકાંડ બન્યા બાદ જ્યારે તારો અને વિવાનનો કોઈ સંપર્ક ન થઈ શક્યો, ત્યારે મેં કોઇમ્બતૂર જવાનો નિર્ણય લીધો. ભૈરવી મા સાથે મુલાકાતનો સમય નક્કી થયો અને...'

આગળની વાતચીત દરમિયાન રિયા સામે કેટલો ફોડ પાડવો અને કેટલાં રહસ્યો પોતાના સુધી સીમિત રાખવાં એ અંગે મનોમંથન કર્યા પછી...

'એમનો મને સ્પષ્ટ આદેશ હતો કે બે દિવસની અંદર કોઈપણ ભોગે રિયા શક્તિ-આશ્રમ પહોંચી જવી જોઈએ.' અશરફે ખુલાસો કર્યો, 'વડાપ્રધાન

વીરેન્દ્ર મોદી સાથે બંધ બારણે થયેલી વાતચીત બાદ એમણે જાતે તારા નિર્દોષ હોવાની પુષ્ટિ કરી હતી!'

'પરંતુ આજ સુધી હું જીવનમાં એકેય વખત એમને મળી નથી!' રિયાએ આશ્ચર્ય વ્યક્ત કરતાં કહ્યું, 'તેઓ મને કઈ રીતે ઓળખે છે?'

અશરફ બે ઘડી ચૂપ થઈ ગયો. ત્યાર બાદ, વાતને બીજે રસ્તે ફંટાવતાં તે બોલ્યો, 'રાજકોટમાં મને મિલિટરી સહાય મળી રહે, એ માટે એમણે ભલામણ કરીને બંદોબસ્ત કરી આપ્યો અને હું તને હેમખેમ છોડાવી શક્યો.'

'તમે હજુ મારા પ્રશ્નનો જવાબ આપ્યો નથી, અંકલ!' રિયાએ આંખનું મટકું માર્યા વગર વેધક દૃષ્ટિ સાથે સવાલ પૂછ્યો.

'જો રિયા...' અશરફે ઊંડો શ્વાસ લીધો, 'આપણી સમજશક્તિની જ્યાં સીમા આવે છે, ત્યાંથી મા ભૈરવીનું ક્રિયાક્ષેત્ર શરૂ થાય છે! હું પણ હજુ એમના વિશે ઘણુંખરું નથી જાણી શક્યો. હાલ પૂરતું, એટલું જ કહી શકું એમ છું કે ભૈરવી મા અનેક રહસ્યો ધરબીને બેઠાં છે, જેનો ખુલાસો કરવા માટે જ તેઓ તને આશ્રમ બોલાવી રહ્યાં છે.'

આટલું કહીને અશરફ બીજી દિશામાં જોઈ ગયો. તે નહોતો ઇચ્છતો કે તેની આંખોમાં ડોકાતું અર્ધસત્ય રિયા પારખી જાય!

તે જાણતો હતો કે રિયા પોતાના એક એવા ભૂતકાળ સાથે રૂબરૂ થવા જઈ રહી છે, જેની કલ્પના સ્વપ્નમાં પણ થઈ શકે એમ નહોતી!

વર્તમાન દિવસ

મૈસૂર

જ્યાં સુધી નજર પહોંચે, ત્યાં સુધી પથરાયેલાં મૈસૂર પેલેસમાં પ્રવેશ મેળવવા માટે ત્રણ દિશાઓમાં પ્રવેશદ્વાર હતાં, જેના દક્ષિણદ્વારથી મુલાકાતીઓને પ્રવેશ આપવામાં આવી રહ્યો હતો. વરાહ મંદિરમાં માથું ટેકવ્યા પછી લોકો

પેલેસના પૂર્વ અને ઉત્તર દિશાના ઐતિહાસિક વૈભવને નિહાળવા માટે આગળ વધી રહ્યા હતા. પશ્ચિમ દિશાનું પ્રવેશદ્વાર બંધ રાખવામાં આવ્યું હતું, કારણ કે એમાંથી પસાર થઈને સીધું મહેલની અંદર પહોંચી શકાતું હતું. પરંતુ રવિવારની સાંજે મૈસૂર પેલેસના બાહ્ય વૈભવને જ નિહાળી શકાતો હતો, આંતરિક વૈભવને નહીં! મહેલના દીવાનખંડથી માંડીને અન્ય ભાગોની મુલાકાત લેવા માંગતા લોકોએ સવારના ભાગે મૈસૂર પેલેસ આવવું પડતું.

વિવાને બાજ નજરે પરિસ્થિતિનો ક્યાસ કાઢી લીધો. પશ્ચિમ પ્રવેશદ્વાર પર લગાવવામાં આવેલા બેરિકેડને વટાવી લાંબીલચક પગદંડી પર ચાલ્યા બાદ જ મહેલની અંદર ઘૂસી શકાય એમ હતું.

પશ્ચિમ પ્રવેશદ્વારથી મુલાકાતીને મહેલમાં અંદર ઘૂસતાં અટકાવતાં બે ગાર્ડ્સ અત્યારે કન્નડ ભાષામાં એકબીજા સાથે ગપ્પાં મારી રહ્યા હતા. રસ્તો ખાલી હતો, પણ પાંચસો મીટર લાંબી પગદંડી પર બબ્બે મીટરના અંતરે લાગેલાં લેમ્પ-પૉસ્ટના અજવાળામાં વિવાનનો પ્રવેશ લોકોની નજરે ચડી શકાય એવી પૂરેપૂરી સંભાવના હતી.

વિવાન ઘડીભર મૂંઝાઈ ગયો.

... એટલામાં, પરિસરનું નિરીક્ષણ કરતી વેળા તેનું ધ્યાન દક્ષિણ દિશાના પ્રવેશદ્વાર નજીક નાનકડી ઓરડી પર ગયું, જે મૈસૂર પેલેસનું પાવર-હાઉસ હતું.

મહેલની બહારના ભાગની રોશની ચાલુ કર્યા બાદ ત્યાંનો ઑપરેટર ગાર્ડ્સની સાથે ઠઠ્ઠા-મશ્કરી કરવામાં જોડાઈ ગયો.

વિવાને પાવર-હાઉસની દિશામાં સાવચેતીપૂર્વક ડગ માંડ્યા. કોઈનું ધ્યાન તેના તરફ છે કે નહીં, એની ખાતરી કર્યા પછી બિલાડીની માફક ચોરપગલે તે પાવર-હાઉસમાં પહોંચી ગયો. વીસેક ફૂટની એ નાનકડી કેબિનમાં લાઇટ્સની કેટલીક સ્વીચ પર તેની નજર પડી. ડેસ્ક-બોર્ડની બરાબર બાજુમાં એક મોટું લિવર જોવા મળ્યું, જે નીચેની તરફ ખેંચતાંની સાથે જ મૈસૂર પેલેસમાં અંધારપટ છવાઈ જાય એમ હતો!

ઉત્સાહમાં આવીને તે જેવો લિવર નીચે કરવા ગયો કે તરત તેના હાથ હેન્ડલ પર જ અટકી ગયા. તેને એકાએક ભાન થયું કે જો આખા પેલેસનો પાવર-કટ થયો, તો ગાર્ડ્સ સહિત ઑપરેટર પણ પાવર-હાઉસ તરફ દોટ મૂકશે. એ પછી તો મહેલમાં અંદર જવાની વાત દૂર, પણ પાવર-હાઉસમાંથી ભાગવાનો પણ વિકલ્પ નહીં બચે! સામે ચાલીને સિંહની ગુફામાં જવા જેવું કામ હતું આ!

પોતાના મૂર્ખામીભર્યા વિચાર ઉપર તેને થોડો ગુસ્સો આવ્યો.

મગજને શાંત કરી તેણે અન્ય વિકલ્પો પર નજર ફેરવી. ડેસ્ક-બોર્ડની સ્વીચ ઉપર વીજળીની ગતિએ તે નિરીક્ષણ કરવા લાગ્યો. આછા બલ્બના પીળા અજવાળામાં એ નાનકડો ઓરડો નાની-મોટી અને કેટલીક નકામી ચીજવસ્તુઓથી હકડેઠઠ ભરેલો હતો. ઝબૂક ઝબૂક થતી રોશનીમાં વિવાન નીચે ઝૂકીને પોતાનું કામ પાર પાડી રહ્યો હતો, જેથી બહારની બાજુ ઊભેલાં લોકોનું ધ્યાન તેના ઉપર ન જાય.

વિવાને હળવેકથી બારીની બહાર ડોકિયું કરીને ઑપરેટરની સ્થિતિ શું છે, એ તપાસી જોયું. તેને આઘાત લાગ્યો. થોડીવાર પહેલાં સુધી ગાર્ડ્સ સાથે ટોળટપ્પાંમાં મશગૂલ ઑપરેટર અત્યારે એમની સાથે નહોતો ઊભો.

તેનું મગજ બમણી ઝડપે દોડવા લાગ્યું. સમય ખરેખર ઓછો હતો.

એકાએક સાઉથ ઝોનના પાવર-બટનની ઉપર બ્લિન્ક થઈ રહેલી લાઇટ તેની નજરે ચડી. ઝાટકાભેર ટ્રીપને નીચે પાડી તેણે પશ્ચિમ દ્વાર તરફ દોટ મૂકી.

બીજી બાજુ, દક્ષિણદ્વારથી શરૂ કરીને ઉત્તરદ્વાર સુધીના આખા પટ્ટામાં અંધારપટ છવાઈ ગયો. મુલાકાતીઓએ બુમરાણ મચાવી દીધી. પશ્ચિમદ્વાર ઉપર ગપાટા મારી રહેલાં ગાર્ડ્સ સહિત મહેલના અન્ય તમામ ગાર્ડ્સ દક્ષિણદ્વારની પરિસ્થિતિને કાબૂમાં લાવવા માટે એ તરફ ભાગ્યા.

પશ્ચિમદ્વારનો રસ્તો સાફ થઈ જતાંની સાથે જ મોટી છલાંગો ભરીને વિવાન મહેલની અંદર ઘૂસી ગયો.

જોકે, તેને બિલકુલ અંદાજ નહોતો કે કાળો અંચળો ઓઢેલી એક વ્યક્તિ પણ તેની પાછળ પાછળ મહેલની અંદર પ્રવેશ કરી ચૂકી છે!

૫૬

ત્રેતાયુગ

લંકા

મુખ્ય મહેલને જોડતા ચૈત્યપ્રાસાદનું દ્વાર ઊઘડ્યું. ખભા ઉપર કાળો ખેસ, છાતી ઉપર ઝૂલી રહેલી જનોઈ, કાળી ધોતી, ડોક તથા બાવડાંમાં રુદ્રાક્ષની માળા સાથે પ્રવેશેલા દૈત્યગુરુ શુક્રાચાર્યના પગમાં નવું જોમ ઉમેરાયું હતું! એમનું તેજોમય લલાટ અને ડાબી આંખમાં પડેલું બાકોરું વિરોધાભાસ ઊભું કરતું હતું. પાછલાં થોડાં વર્ષોની અંદર એમના વ્યક્તિત્વમાં કશુંક વિચિત્ર કહી શકાય એવું પરિવર્તન આવી ચૂક્યું હતું.

રાવણ તરફ આગળ વધી રહેલાં એમનાં ડગ સમગ્ર ચૈત્યપ્રાસાદનું ગૌરવપૂર્ણ રીતે નિરીક્ષણ કરી રહ્યાં હતાં. એમની આંખોમાં એક જુદી જ ચમક હતી. સમસ્ત ત્રિભુવન એમના તાબા હેઠળ આવી ચૂક્યું હોય એટલો અહંકાર એમના ચહેરા ઉપર ઝળકતો હતો.

'દશાનન...' બંધ આંખે જમીન ઉપર પલાંઠી વાળીને બેઠેલા રાવણને સંબોધીને તેઓ બોલ્યા, 'સમય થઈ ગયો છે!'

રાવણનાં નેત્રો ઊઘડ્યાં. વિશાળ ખંડની દીવાલો ઉપર લાગેલી મશાલોનો અગ્નિ ફફડવા માંડ્યો. સમગ્ર કક્ષમાં એના ભારેભરખમ શ્વાસોચ્છ્વાસનો ધ્વનિ પડઘાવા લાગ્યો. એક ગોળાકાર ચક્રની વચ્ચોવચ્ચ તેણે આસન જમાવ્યું હતું. બાજુની થાળીમાં તંત્ર-વિધિમાં ઉપયોગમાં આવનારી સામગ્રીઓ પડી હતી.

શુક્રાચાર્ય સમક્ષ વંદન કર્યા પશ્ચાત્ તેણે માથું ધુણાવીને ગુરુનો આદેશ સ્વીકાર્યો. તેની સામે એક ગોળાકાર પાત્રમાં સિંહયાળીનું રક્ત રાખવામાં આવ્યું હતું. નજર સામે દેખાતાં હાડકાંના ઢગની વચ્ચે માનવ-ખોપરી ઉપર તેણે તંત્રોક્ત મંત્રોચ્ચાર કરતાં કરતાં રક્ત રેડવાની શરૂઆત કરી. પાત્રમાંથી નીતરતું ઘટ્ટ રુધિર ધરતી ઉપર પ્રસરવાને બદલે ખોપરીની અંદર જ શોષાવા માંડ્યું. દાયકાઓથી તરસ્યો નરભક્ષી રાક્ષસ જાણે આળસ મરડીને બેઠો હોય એમ, ખોપરીના મુખમાંથી આખા લંકાને સંભળાય એટલો પ્રચંડ ઘોઘરો સ્વર સ્ફુર્યો! આંખોની જગ્યાએ જે બાકોરાં હતાં, એમાંથી ધડાકાભેર છૂટેલો કાળોડિબાંગ ધુમાડો ચૈત્યપ્રાસાદના ઉઘાડા દ્વારમાંથી બહાર નીકળીને પ્રજાજનોના નાક સુધી પહોંચી ગયો! પ્રત્યેક અસુર-પરિવાર જોરજોરથી ઉધરસ ખાવા માંડ્યો... આખી લંકાનગરી ઉપર ગ્રહણ લાગ્યું હોય એવો અંધકાર વ્યાપી ગયો! કોઈને સમજાઈ નહોતું રહ્યું આ ધુમાડો પોતાની સાથે કઈ વિપત્તિ લઈને આવ્યો છે!

એકાએક દૂરથી દોડતાં આવેલા વિભીષણે ચૈત્યપ્રાસાદમાં વાયુવેગે પ્રવેશ મેળવ્યો. ઉંબરે ઊભા રહીને મોટા ભાઈ રાવણ પાસેથી અંદર પ્રવેશ મેળવવા માટેની મંજૂરી લેવા માટે પણ તે ઊભો ન રહ્યો. તેને હાંફ ચડ્યો હતો. પોતાની નજર સામે ભયાવહ દુર્ઘટના જોઈ લીધી હોય, એવી રીતે તેના કપાળ પરની રેખાઓ તણાઈ આવી હતી. પરસેવાના રેલા તેના ગાલ ઉપરથી લસરીને સોનેરી ઉપવસ્ત્રને ભીંજવી રહ્યા હતા.

એકવડિયો બાંધો ધરાવતો હોવા છતાં તેનું શરીર ખડતલ દેખાતું હતું. ઘઉંવર્ણો ચહેરો અને પ્રમાણમાં સહેજ મોટા કહી શકાય એવા કાન! ભ્રમરો ખાસ્સી લાંબી, થોડું ચપટું અને બેઠી દડીનું નાક, બદામની ફાડ જેવી તેજસ્વી માંજરી આંખો, ભરાવદાર મૂછો અને હડપચી ઉપર દેખાતો ચણોઠી જેવડો તલ વિભીષણના વ્યક્તિત્વને અનન્ય લાક્ષણિકતા પ્રદાન કરતો હતો.

ખભા સુધી પથરાયેલા લાંબા વાળમાંથી ટપકતાં પ્રસ્વેદબિંદુની ચિંતા કર્યા વગર તેણે રાવણને કશુંક કહેવાનો પ્રયત્ન કર્યો, પરંતુ સતત ઉપર-નીચે થઈ રહેલા લાંબા શ્વાસોચ્છ્વાસ તેના પ્રયાસને નિષ્ફળ બનાવી રહ્યા હતા...

અંતે, સ્વનિયંત્રણ મેળવ્યા પશ્ચાત્ ચિંતાતુર સ્વરમાં તેણે કહ્યું, 'ભ્રાતા... પ્રજાજન કોઈક અજ્ઞાત શક્તિના પ્રભાવ હેઠળ આવીને મૃત્યુ પામી રહ્યા છે! કુમારીકંદમને અંધારામાં રાખવામાં આવ્યું છે. દેવરાજ ઇન્દ્રએ અતિવૃષ્ટિની આડમાં નરસંહાર મચાવ્યો છે. મનુષ્યોના દેહની ભીતર જાણે વિસ્ફોટકો મૂકવામાં આવ્યા હોય, એવી રીતે તેમનાં આંતરિક અંગો ધડાકાભેર ફાટી રહ્યાં છે...'

પોતાની નજરે જોયેલી વ્યથા એકશ્વાસે ઠાલવી દીધા બાદ, ઊંડો શ્વાસ ફેફસાંમાં ભરવા માટે તે અટક્યો.

રાવણના હોઠ વંકાયા. પોતાની બેઠક પરથી ખુમારીભેર ઊભા થઈને ચૈત્યપ્રાસાદના ઝરૂખાની બહાર દૂર સુધી તેણે મીટ માંડી. સામે સમસ્ત લંકા દશ્યમાન હતી!

'અગ્રજ...' વિભીષણે તેના ખભે હાથ મૂકીને વિનંતી કરી, 'હવે આપ જ સમસ્ત જીવોના તારણહાર છો. અસુરોની ખરડાયેલી છબીને સ્વચ્છ કરવાની આ તક જતી ન કરો! સપ્તર્ષિઓના આત્મવિલોપનનું કલંક અસુર-પ્રજાતિના મસ્તક પર યથાવત્ છે... બલિની માફક આપ પણ પુરવાર કરી શકો છો કે માનવતાવાદી, કરુણાસાગર, પ્રજાવત્સલ અને ન્યાયપ્રિય અસુર-રાજવી બનવું સંભવ છે. ત્રિલોકનું આધિપત્ય સંભાળી શકવા માટે દાનવો પણ સામર્થ્યવાન છે, એનું દષ્ટાંત પૂરું પાડવા માટે કુમારીકંદમની પ્રજાને બચાવી લો, મહારાજ!'

રાવણ હજુ પણ પીઠ ફેરવીને જ ઊભો હતો.

'મહારાજ!' વિભીષણના સ્વરમાં ઉચાટ યથાવત્ હતો.

'કંઈ નહીં થાય અસુરોને!' રાવણે પાછળ ફર્યા વગર જ તદ્દન નિઃસ્પૃહભાવે પ્રત્યુત્તર આપ્યો.

વિભીષણના ચહેરા પર રાહતનો ભાવ આવે, એ પહેલાં જ તેનું ધ્યાન રાવણે આપેલા ચાર શબ્દના ઉત્તર પર ગયું...

કંઈ નહીં થાય ***અસુરોને!***

તેના મગજે રાવણના એ વિધાનનું મનોમન પુનરાવર્તન કર્યું. ડોકને ઝાટકો આપીને તેણે દૈત્યગુરુ શુક્રાચાર્ય સામે દષ્ટિપાત કર્યો. એમના ચહેરા પરનું કુટિલ સ્મિત જોઈને વિભીષણને લંકામાં રંધાઈ રહેલા ભયાનક ષડયંત્રની ગંધ આવી ગઈ!

સહસા તેની નજર રાવણ જે આસન પરથી ઊભો થયો, એની આસપાસ ચિત્રિત વૃત્તાકાર યંત્ર પર પડી...

'શુક્રયંત્ર...' વિભીષણના હોઠ પરથી શબ્દ નહીં, પરંતુ આઘાતજનક નિઃસાસો સરી પડ્યો.

'તો એનો અર્થ એમ કે કુમારીકંદમના વિધ્વંસ પાછળ ઇન્દ્ર નહીં, પરંતુ આપ કારણભૂત છો?' વિભીષણ જાણે પોતાની જાતને જ વાસ્તવિકતાનું ભાન કરાવી રહ્યો હોય એમ બોલ્યો, 'આપના રાજ્યની પ્રજા ઉપર જ આપે અષ્ટસિદ્ધિઓમાંની એક એવી એ મહાવિધ્વંસક સિદ્ધિનો પ્રયોગ કર્યો?'

વિભીષણના પ્રશ્નનો જવાબ આપવાને બદલે રાવણે પાછું ફરીને તેની સામે વેધક દૃષ્ટિ ફેંકી, જે વિશ્રવાપુત્રના શરીર સોંસરવી ઊતરી ગઈ!

રાવણની આંજણ નાંખેલી આંખોમાં માત્ર ક્રૂરતા નહીં, પરંતુ ભારોભાર ઘૃણાભાવ અને નિર્દયતા વ્યાપ્ત હતી.

વિભીષણનું રોમેરોમ થથરી ઊઠ્યું. રાવણનો આવો મલિન અવતાર તેણે આજ સુધી ક્યારેય નહોતો જોયો!

'પ્રજાવત્સલ હોવા છતાં અંતે શું મળ્યું બલિને?' શુક્રાચાર્યએ પોતાનો આયુધદંડ જમીન ઉપર પછાડતાં પૂછ્યું, 'મનુષ્યો અને દેવો પરત્વે સમતાભાવ દાખવવાનો પુરસ્કાર તું જાણે છે, વિભીષણ?'

વિભીષણ નિરુત્તર રહ્યો.

'અસુરોએ જ્યારે જ્યારે પ્રજાવત્સલ અને ન્યાયપ્રેમી બનવાનો પ્રયત્ન કર્યો, ત્યારે ત્યારે એમને કચડી નાંખવાના પ્રયાસો થયા છે!' શુક્રાચાર્યના નાકનાં ફણગાં ફૂલી ગયાં, 'એક દાનવને પોતાના ચક્રવર્તી સમ્રાટ તરીકે સ્વીકારી શકે, એવી માનસિકતા હજુ સુધી ભૂલોકે કેળવી નથી!'

વિભીષણ ઊકળી ઊઠ્યો, 'તો એનો અર્થ એમ કે આપ સામૂહિક નરસંહાર આદરીને સૌને મોતને ઘાટ ઉતારી દો?'

તેના પ્રશ્નમાં વજન તો હતું!

થોડી ક્ષણો સુધી શુક્રાચાર્યના હોઠ સિવાઈ ગયા. એ જોઈને રાવણે પડછંદ સ્વરે કહ્યું, 'પ્રેમ અને યુદ્ધમાં સઘળું સ્વીકાર્ય છે, વિભીષણ! હવેથી સૃષ્ટિ અસુરોના ન્યાયશાસ્ત્ર પ્રમાણે ચાલશે. જે દાનવોના પક્ષમાં નથી, એમને જીવિત રહેવાનો અધિકાર નથી!'

'આ હીનભાવ સાથે આપ સુખરૂપ શાસન કરી શકશો, ભ્રાતા?' વિભીષણ નમતું જોખવા તૈયાર નહોતો. તેનો માંહ્યલો ચીસો પાડીને પોતાની આસપાસ થઈ રહેલા અન્યાયનો વિરોધ કરી રહ્યો હતો.

'કેમ નહીં?' રાવણે અટ્ટહાસ્ય કરતાં કહ્યું, 'તું એ મનુષ્યોનો પક્ષ લઈ રહ્યો છે, જે બલિના પાતાળગમન સમયે એકસ્વરે વિષ્ણુ-અવતાર સામે અવાજ સુધ્ધાં નહોતા ઉઠાવી શક્યા! જે બલિએ એમના માટે પોતાનું જીવન ન્યોછાવર કરી દીધું, એની પાસેથી ત્રિલોકાધિપત્ય છીનવવામાં આવી રહ્યું હતું ત્યારે તેઓ વામનદેવનો વિરોધ નોંધાવવાને બદલે એમને સાષ્ટાંગ દંડવત્ કરી રહ્યા હતા! આ છે તારા ખોખલા અને બનાવટી મનુષ્યોની કરમ-કહાણી!'

'... અને તું અમારી પાસે એમના માટે દયાભાવ દાખવવાની અપેક્ષાએ આવ્યો છે?' શુક્રાચાર્યની જિહ્‌વા ઉપર કડવાશ તરી આવી, 'તારી રુધિરવાહિનીઓમાં અસુર-રક્ત જ વહે છે ને, વિભીષણ? કે પછી એમાં કોઈ અશુદ્ધિ ભળી છે?'

દૈત્યગુરુનો કટાક્ષ સાંભળીને વિભીષણ તમતમી ઊઠ્યો. એની સામે જો અત્યારે અસુરગુરુને બદલે બીજું કોઈ ઊભું હોત, તો કદાચ તેનું મસ્તક ધડથી અલગ થઈ ગયું હોત!

'ઘૃણાભાવ આપના ચિત્તમાં આ કક્ષાએ વ્યાપી ગયો છે, એનું મને અનુમાન પણ નહોતું.' પોતાના મન ઉપર સંયમ રાખીને વિભીષણે રાવણને પ્રશ્ન કર્યો, 'દેવતાઓ તો હવે અમરાવતી ત્યજીને વૈકુંઠમાં સ્થળાંતર કરી ચૂક્યા છે અને મનુષ્યોમાં એ સામર્થ્ય અને બાહુબળ નથી કે આપની સામે વિજય પ્રાપ્ત કરી શકે! આમ છતાં, એ નિર્દોષો ઉપર અષ્ટસિદ્ધિનો પ્રહાર કેમ? આવો અનાવશ્યક નરસંહાર કેમ?'

'દૃષ્ટાંત બેસાડવા માટે!' રાવણે નિર્લજ્જતા સાથે કહ્યું, 'કુમારીકંદમના મનુષ્યોનો નરસંહાર થયેલો જોઈને આવનારી સહસ્રાબ્દીઓ પર્યંત એક પણ

મનુષ્ય દેવતાને પૂજવાની હિંમત નહીં કરે! આજ સુધી માત્ર ઇન્દ્ર રાજકીય દાવપેચ રમીને ભોળા મનુષ્યોને છેતરતો હતો, પરંતુ મેં રમત પલટાવી નાંખી છે. કુમારીકંદમના વિધ્વંસ પાછળ સમસ્ત આર્યાવર્ત અને મરુભૂમિના રહેવાસીઓ દેવરાજ ઇન્દ્રને દોષી માને છે.'

શુક્રયંત્રના વૃત્ત પર ધીમા પગલે ગોળાકાર ચાલી રહેલા શુક્રાચાર્યે વાતની ધુરા સંભાળતાં કહ્યું, 'જો દેવતાની અર્ચના કરવા છતાં પણ એમના ક્રોધને કારણે પ્રજાજનોએ પોતાનો જીવ ગુમાવવો પડતો હોય, તો વર્જ્ય છે એવા દેવોની ભક્તિ!'

રાવણ દાઢમાં હસ્યો. એક નેણ ઊંચો કરીને કુટિલ સ્મિત આપતાં તેણે કહ્યું, 'આ વિચારધારા આર્યાવર્તના મનુષ્યોના મસ્તિષ્કમાં રોપવા માટે કુમારીકંદમનો વિધ્વંસ અત્યાવશ્યક હતો, અનુજ!'

સ્વસત્તા અને પ્રભુત્વ સ્થાપવા માટે રાવણ કઈ હદ સુધી જઈ શકે છે, એનો ચિતાર મળતાં જ વિભીષણના શરીરમાંથી લખલખું પસાર થઈ ગયું. રાવણના નાના ભાઈ હોવા પર અત્યારે તે પોતાના નસીબને ધિક્કારવા માંડ્યો હતો.

'ઇન્દ્રને એની જ બિછાવેલી જાળમાં ફસાવવાનો આ વિચાર મારા મગજમાં ઘણાં વર્ષોથી ચાલી રહ્યો હતો.' રાવણે આત્મશ્લાઘા સાથે કહ્યું, 'જ્યારે કુમારીકંદમની પ્રજાએ આદિ પેરુક્કુ ઉત્સવની ઉજવણી પર રોક લગાવી, ત્યારે આક્રોશમાં આવીને ઇન્દ્રએ ત્યાંના રહેવાસીઓ પર ક્રોધ વરસાવ્યો એવી લોકવાયકા ઊભી કરવી નિતાંત આવશ્યક હતી.'

'પરિણામસ્વરૂપ, ઇન્દ્રના જ મૂર્ખ ભાઈઓ તેને અપરાધી સમજીને પોતાની સાથે વૈકુંઠ લઈ ગયા...' શુક્રાચાર્યએ તુચ્છકાર સાથે કહ્યું, 'અને કુમારીકંદમ ઉપરના સંહારતાંડવને પરિણામે ત્રિલોકના તમામ મનુષ્યો માટે આજથી દેવો અપરાધી પુરવાર થઈ ગયા!'

'એક કાંકરે બે પક્ષી!' રાવણે બંને હાથ પહોળા કરીને પોતાનું વિકરાળ સ્વરૂપ ઉજાગર કરતાં કહ્યું.

દેવો અને મનુષ્યો શા માટે તેને દશાનન તરીકે સંબોધતા હતા, એનું વાસ્તવિક ક્રૂર કારણ વિભીષણને આજે સમજાયું. વસ્તુતઃ રાવણ પાસે દસ મસ્તિષ્કોમાં હોય એવી કૂટનીતિઓ હતી!

... એટલામાં, ચૈત્યપ્રાસાદની બહાર મહેલના પ્રાંગણમાં ઢોલ-નગારાં વાગી ઊઠ્યાં! એકસાથે દસ ઉદ્‌ઘોષકોએ વિશાળકાય ઢોલને બંને હાથો વડે પીટવાની

શરૂઆત કરી. આઠ હાથની ઊંચાઈ ધરાવતા એ ઢોલનો ઉપયોગ લંકાપતિ રાવણ તરફથી થનારી મહત્ત્વપૂર્ણ ઘોષણા નગરજનો સુધી પહોંચાડવા માટે થતો હતો.

'રાજાધિરાજ લંકાધિપતિ રાક્ષસરાજ રાવણ અમર રહે...'

ધ્વનિવર્ધક યંત્રનો ઉપયોગ કરીને થઈ રહેલી ઘોષણા સમસ્ત લંકામાં પડઘાઈ રહી હતી,

'અસુરોના સર્વશક્તિમાન કુળદેવી અનિષ્ટાત્રીના આશીર્વાદને કારણે કુમારીકંદમમાં આવેલો જળપ્રલય લંકાની સીમા ઓળંગી શક્યો નથી! વેદ અને શાસ્ત્રોના જ્ઞાતા, પ્રખર વિદ્વાન અને બાહુબળશાળી મહારાજ દશાનન રાવણે આપણા પ્રમુખ શત્રુ દેવરાજ ઇન્દ્રના ષડયંત્રને વિફળ બનાવી દીધું છે. અસુર-પરિવારોએ હવે ભય પામવાની આવશ્યકતા નથી! આપ સૌ સુરક્ષિત છો અને હંમેશાં રહેશો...

બોલો, લંકાનરેશ રાવણની જય..!'

લંકાની તમામ કુટિરોમાં એકબીજાનો હાથ પકડીને પોતાના અંતિમ સમયની પ્રતીક્ષા કરી રહેલા અસુરોએ બહાર આવીને દેવી અનિષ્ટાત્રી અને દશાનન રાવણના નામનો જયઘોષ બોલાવ્યો.

લંકાના ઊંચા ઊંચા પહાડોમાંથી પડઘો પામીને પાછો ફરેલો એ જયઘોષ કેટલીય વાર સુધી આખી નગરીમાં સંભળાતો રહ્યો.

કાનમાં કોઈકે અતિતીક્ષ્ણ શૂળ ભોંક્યું હોય, એવી અનુભૂતિ વિભીષણને થઈ રહી હતી.

શુક્રાચાર્ય અને રાવણ બંને શુક્રયંત્રના પરિઘ ઉપર ગોળાકાર ઘૂમી રહ્યા હતા. એક નવા યુગનો પ્રારંભ થઈ ચૂક્યો હતો...

રાવણયુગ!

દેવવિહીન થઈ ગયેલી આ ભૂમિ દશાનનના રાજમાં ત્રાહિ-ત્રાહિ પોકારી જવાની હતી, એ વાતનો આભાસ વિભીષણને અત્યારથી થવા માંડ્યો હતો. અધૂરામાં પૂરું, શુક્રાચાર્યની અષ્ટસિદ્ધિઓના ઓઠા હેઠળ રાવણ આવનારા ભવિષ્યમાં કેટકેટલા વિધ્વંસનો જનક બનશે, એ નક્કી કરી શકવું અસંભવ હતું.

જીવનમાં સર્વપ્રથમ વખત અસુર હોવા છતાં વિભીષણે શ્રીહરિ વિષ્ણુને મનોમન યાદ કરીને યાચના કરી. તેના હોઠ ફફડ્યા,

'હે પ્રભુ, આ ધરતીને રાવણના અધમ પરાક્રમો અને અનીતિપૂર્ણ ક્રૂર શાસનમાંથી ઉગારવાનો કોઈ ઉપાય સૂચવો... સૃષ્ટિના તમામ જીવોને શાંતિપૂર્ણ રીતે જીવવાનો એકસરખો અધિકાર છે! ધર્મની સંસ્થાપના અર્થે ત્રેતાયુગના સૌથી નરાધમ મહા-અસુરનો અંત કરવા માટે હું આપને આહ્‌વાન આપું છું...'

એની પ્રાર્થના પૂરી થાય એ પહેલાં જ ચૈત્યપ્રાસાદમાં રક્તથી લથબથ ઉપવસ્ત્ર સાથે વિભીષણ, રાવણ અને કુંભકર્ણની બહેન શૂર્પણખા દોડતી આવી. તેના કપાયેલા નાકમાંથી રુધિરની અસ્ખલિત ધારા વહી રહી હતી. નાસિકાનાં બે બાકોરાં વધુ મોટાં થઈ જવાને લીધે આખો ચહેરો વિકૃત લાગતો હતો. તેની આંખોમાંથી અશ્રુ નહીં, પણ ધગધગતો રાતોચોળ અગ્નિ વહી રહ્યો હોય એટલા જોરજોરથી તેનું રુદન ચાલુ હતું. માથામાં નાંખેલી વેણીમાંથી પુષ્પો ખરી રહ્યાં હતાં... પગમાં પહેરેલાં ઝાંઝરમાંથી ઘૂઘરીઓ છૂટી પડવા માંડી હતી... હાથના કાંડા અને ગળામાં પહેરેલી ગુલાબની માળામાંથી પાંખડીઓ જમીનદોસ્ત થઈ રહી હતી... શૂર્પણખા પ્રતિશોધની પ્રચંડ જ્વાળામાં ધખી રહી હતી!

'ભ્રાતા...' દોડતી આવીને તે રાવણને ભેટી પડી.

'શું થયું, બહેન?' રાવણ હાંફળોફાંફળો થઈ ગયો.

પોતાનો ચહેરો રાવણની છાતીમાં છુપાવીને તેની સામે જોયા વગર જ શૂર્પણખાએ ધ્રુસકે ધ્રુસકે રડતાં ઉત્તર આપ્યો, 'આપનું છત્રપતિ શાસન સમસ્ત ભૂલોક પર હોવા છતાં બે તુચ્છ મનુષ્યોએ આજે મને અપમાનિત કરી! એટલું જ નહીં, મારા ઉપર પોતાની તલવાર વડે પ્રહાર કરીને એમના ઘમંડી પુરુષત્વનું પણ પ્રદર્શન કર્યું!'

તેના નાકમાંથી વહી રહેલા લોહીનો રેલો રાવણની છાતી ઉપર ઊતરવા માંડ્યો. પોતાની બહેનના માથા ઉપર હાથ પસવારતાં તેણે ગર્જના કરી, 'કોણ છે એ દુષ્ટ માનવી? કોની આટલી હિંમત કે રાક્ષસરાજ રાવણની બહેન ઉપર શસ્ત્ર ઉગામે?'

'ઇક્ષ્વાકુ વંશજ રામ અને લક્ષ્મણ!' શૂર્પણખાની આંખોમાં ક્રોધાગ્નિ પ્રજ્વલિત થયો, 'અયોધ્યાના રાજા દશરથના એ બંને પુત્રો છે અને મારા નિવાસસ્થાન સમા દંડકારણ્યમાં વિચરણ કરી રહ્યા છે.'

ઇક્ષ્વાકુનું નામ સાંભળીને શુક્રાચાર્યની આંખો ઝીણી થઈ. તેમના નેત્રપટલ સમક્ષ પુત્રી દેવયાનીનો એ ભૂતકાળ દૃશ્યમાન થયો, જ્યારે ઇક્ષ્વાકુના સૌથી નાના દીકરા દંડકે તેની આબરૂ લૂંટવાનો પ્રયાસ કર્યો હતો.

પોતે જે વિચારી રહ્યા છે, એ સાચું છે કે કેમ એની પુષ્ટિ કરવા માટે તેમણે શૂર્પણખાને પૂછ્યું, 'પરંતુ એમણે તારા ઉપર પ્રહાર શા માટે કર્યો?'

'... કારણ કે, અત્યંત પૌરુષી દેખાવ ધરાવતા રામ સાથે મને પ્રેમ થયો, પરંતુ તે પરિણીત હોવાથી તેના નાના ભાઈ લક્ષ્મણ પાસે મને મોકલવામાં આવી.' શૂર્પણખાએ સમગ્ર ઘટનાનો શબ્દશઃ ચિતાર આપતાં કહ્યું, 'પરંતુ મને પછીથી જાણ થઈ કે લક્ષ્મણ પણ પરિણીત છે અને માત્ર મારી ઠેકડી ઉડાવવાના હેતુથી જ રામે મને એમની પાસે મોકલી હતી!'

શુક્રાચાર્યની નજર સામે હવે શૂર્પણખા નહીં, દેવયાની ઊભી હતી... પોતાના પિતા સામું જોઈને જાણે કહી રહી હતી, 'ઇક્ષ્વાકુનું લોહી પેઢીઓ વહી ગયા હોવા છતાં બદલ્યું નથી, તાત!'

'મારો હાસ-પરિહાસ થતો જોઈને હું ક્રોધે ભરાઈ અને રામનાં અર્ધાંગિની સીતા ઉપર પ્રહાર કરવા માટે દોડી...' શૂર્પણખાનાં ડૂસકાં હજુ ઓસર્યાં નહોતાં, 'એ જ સમયે લક્ષ્મણે પોતાની તલવાર વડે મારા નાક ઉપર પ્રહાર કર્યો.'

એની કથની સાંભળીને રાવણ બરાડી ઉઠ્યો,

'તું નિશ્ચિંત થઈ જા, મારી પ્રિય અનુજા! તારા અપમાનનો પ્રતિશોધ લેવા માટે રાવણ હજુ જીવિત છે. જ્યાં સુધી એ તુચ્છ મનુષ્યો - રામ અને લક્ષ્મણ - ના કપાયેલાં મસ્તકમાંથી નીતરતાં રક્ત વડે તારા ચરણોનો અભિષેક નહીં કરું, ત્યાં સુધી મને શાતા નહીં વળે! એક અસુર-સ્ત્રીને અપમાનિત કર્યાનું પરિણામ રામની ભાર્યા સીતાએ પણ ભોગવવું પડશે.

હું સંકલ્પ લઉં છું કે એ દુષ્ટાને હું મારી રાણી ન બનાવું, તો ચૈત્યપ્રાસાદમાં દેવી અનિષ્ટાત્રીની પ્રતિમા સમક્ષ મારા મસ્તકને ખડગથી વધેરી નાંખીશ...'

રાવણનો સંકલ્પ સાંભળીને દૈત્યગુરૂ શુક્રાચાર્યને પોતાના એ શાપનું સ્મરણ થઈ આવ્યું, જે એમણે બલિ અને દેવયાનીની ઉપસ્થિતિમાં દંડકને તેના દુષ્કર્મ માટે આપ્યો હતો,

'ધિક્કાર છે તને, તારા કુળને અને તારા પિતા ઇક્ષ્વાકુના તમામ પૂર્વજોને! પક્ષપાતી ઋષિ કશ્યપ અને મમત્વમાં અંધ દેવજનની અદિતિના વંશજ, તારા આ કુકર્મનું દુષ્પરિણામ તારી આવનારી પેઢીઓએ ભોગવવું પડશે. તારા વંશની પ્રત્યેક નારીઓને અપમાન અને ઘૃણાનો ઘૂંટ પીવા

નો વખત આવશે! જે પીડા મારી પુત્રીએ આ અંધારી રાત્રિમાં ભોગવી છે, એવી જ કાળરાત્રિઓ ઇક્ષ્વાકુ વંશની પુત્રવધૂઓએ પણ ભોગવવી પડશે.

દિવસના અજવાળામાં તારા વંશની પ્રત્યેક પુત્રવધૂઓએ ચારિત્ર્યહીન થવું પડશે. મારી પુત્રીએ જે પ્રકારે સામાજિક કુદૃષ્ટિનો આગામી સમયમાં સામનો કરવાનો છે, એવી જ રીતે તારા ઘરની સ્ત્રીઓએ પણ અગ્નિપરીક્ષાઓ આપવી પડશે! કાળક્રમે દંડકારણ્ય મહાનતમ અસુરો-રાક્ષસોનું નિવાસસ્થાન બનતું જશે!'

શાંતચિત્તે આ ઘટનાક્રમ જોઈ રહેલા વિભીષણનું હૃદય કશીક અમંગળ આશંકાઓથી ધબકવા માંડ્યું. રાવણનો આ સંકલ્પ સમસ્ત અસુરવંશનું નામોનિશાન આ ધરતી ઉપરથી મિટાવી દેશે, એવો પૂર્વાભાસ તેને થઈ રહ્યો હતો.

થોડી જ ક્ષણો પૂર્વે, ભગવાન શ્રીહરિ વિષ્ણુ સમક્ષ વિભીષણે કરેલો આર્તનાદ કદાચિત્ જગતનિયંતા સુધી પહોંચી ગયો હતો!

રહસ્યની આંટીઘૂંટીથી ભરપૂર ત્રેતાયુગનું અંતિમ ધર્મયુદ્ધ ચાતક નજરે એમની રાહ જોઈ રહ્યું હતું...

૫૭

વર્તમાન દિવસ
મૈસૂર

મહેલમાં અંદર પ્રવેશ કરતાંની સાથે જ વર્ષ ૧૩૯૯માં રાજા યદુરાય વડિયર નિર્મિત ચંદનના કાષ્ઠની પ્રતિકૃતિ વિવાનની નજરે પડી. છીણી ને હથોડી વડે કંડારાયેલાં દેવી-દેવતાનાં એક-દોઢ સદી જૂનાં શિલ્પો તેણે નિહાળ્યાં, પરંતુ અગસ્ત્ય મૂર્તિનું ક્યાંય નામોનિશાન સુધ્ધાં નહોતું. દીવાનખંડ તરફ આગળ વધતાં નક્કર સોનાની ભવ્ય અંબાડી જોવા મળી, જેનો ઉપયોગ દર વર્ષે દશેરાના દિવસે શોભાયાત્રા સમયે થતો હતો. ચામુંડેશ્વરી માતાની દિવ્ય સવારીનો એ દિવસ સમસ્ત દક્ષિણ ભારત માટે પાવન પર્વથી કમ નહોતો.

વિવાનની કમર ઉપર લટકી રહેલા નાનકડા થેલામાંથી ટૉર્ચ બહાર નીકળી ચૂકી હતી. રાજા-રજવાડાંના સમયમાં જ્યાં મલ્લયુદ્ધ ખેલાતું હતું, એ મેદાનના પરિસરમાં તે આવી પહોંચ્યો, જેની શરૂઆતમાં જ વિશાળ સિંહનું પાષાણશિલ્પ મુકાયેલું હતું. ત્યાંની દીવાલો પર મહાન ચિત્રકારોનાં તૈલચિત્રો પર ટૉર્ચનો શેરડો ફરી રહ્યો હતો.

એ પરિસરને વટાવ્યા બાદ તે કલ્યાણ મંડપમાં આવી પહોંચ્યો, જેનો ઉપયોગ રાજપરિવારના સભ્યોના લગ્નપ્રસંગ વેળા કરવામાં આવતો હતો. છત પર લટકતાં હીરાજડિત ઝુમ્મરો અને અન્ય રાચરચીલું જોઈને વિવાન અભિભૂત હતો! કલ્યાણમંડપની ઉપર બનેલાં ઝરૂખામાં મહેમાનોની અલાયદી બેઠક-વ્યવસ્થા ઊભી કરવામાં આવી હતી, જેની ફરતે તમામ દીવાલો પર અસંખ્ય ચિત્રો જોવા મળતાં હતાં.

મશહૂર ચિત્રકાર રાજા રવિ વર્મા ચિત્રિત માતા સીતાના સ્વયંવરના ચિત્ર પર નજર જતાંની સાથે જ વિવાનના શ્વાસ થંભી ગયા. હાથમાં પુષ્પમાળા લઈને ભગવાન રામને પહેરાવતી વેળા માતા સીતાના મુખ પર જોવા મળતું લાલિત્ય આબેહૂબ ચિત્રમાં ઝિલાયું હતું. કળાની કદરદાન વ્યક્તિ માટે તો આ જગ્યા ખરેખર સ્વર્ગ સમાન હતી!

પરંતુ વિવાન પાસે અત્યારે મહેલનું અનુપમ સૌંદર્ય નિહાળવાનો સમય નહોતો. એક એક સેકન્ડ કીમતી હતી. રિયાથી છૂટા પડ્યાના કલાકો જેમ જેમ વધતા જતા હતા, એમ એમ તેની બેચેની પણ વધતી જતી હતી.

દીવાન-એ-આમ વટાવી તેણે દીવાન-એ-ખાસમાં પગ મૂક્યો, જે જૂના જમાનામાં વડિયર રાજાના સભામંડપ તરીકે ઉપયોગમાં લેવાતો હતો.

ડુ નોટ ક્રોસ!

સભામંડપની ચારે બાજુ પ્રવેશ-નિષેધ માટે પટ્ટીઓ મારવામાં આવી હતી. તેની નીચેથી પસાર થઈને વિવાને દીવાન-એ-ખાસનું નિરીક્ષણ આદર્યું. ખંડની મધ્યમાં પહોંચતાં જ એકાએક તેનો પગ લથડ્યો. હાથમાંથી ટૉર્ચ છટકી. બાજુમાં પડેલા ભવ્ય સિંહાસનના હાથાનો આધાર જો વિવાનને ન મળ્યો હોત, તો ચોક્કસપણે તેનું માથું જમીન સાથે ટકરાયું હોત!

સિંહાસનની નીચે ગરકાવ થઈ ગયેલી ટૉર્ચ લેવા માટે જેવો તે ઝૂક્યો કે તરત તેની સામેથી કાળા રંગની એક આકૃતિ પસાર થઈ ગઈ. નીચે ઝૂકેલા રહીને જ તેણે ટૉર્ચનો પ્રકાશ ડાબેથી જમણે ફેરવ્યો.

કદાચ વહેમ હશે!

વિવાને આડાઅવળા વિચારોને ખંખેરી નાંખી, અગસ્ત્ય મૂર્તિ ઉપર ધ્યાન કેન્દ્રિત કર્યું. સવાલ એ હતો કે અજિતાભના કહેવા મુજબ જો ખરેખર આવી કોઈ પ્રતિમા સચવાયેલી હોય તો તે મહેલના કયા ભાગમાં હોઈ શકે? શું તેને જાહેરમાં રાખવામાં આવી હોઈ શકે કે પછી કોઈ ગુપ્ત સ્થળે? એવું પણ શક્ય છે કે મૂર્તિને ખોટા હાથોમાં પહોંચતી અટકાવવા તેને નષ્ટ કરી દેવાઈ હોય!

આ છેલ્લી સંભાવના મગજમાં ઝબકતાંની સાથે જ તેના કપાળે પરસેવો વળી ગયો. અહીંયાં સુધી પહોંચ્યા બાદ હવે પાછું વળવું કોઈ કાળે સંભવ નહોતું. તેને તો એ પણ ખબર નહોતી કે રિયાને જે લોકોએ કિડનેપ કરી છે, એમની પહોંચ કેટલી અને ક્યાં સુધી છે... તેઓ કેટલા ખૂંખાર છે... તેમનો હવે પછીનો પ્લાન શું છે!

તેનું માથું ભમવા માંડ્યું. બેગમાંથી પાણીની નાની બૉટલ કાઢીને તેણે એક ઘૂંટ ગળે ઉતાર્યો. આસપાસ સ્મશાનવત્ શાંતિ અને કાળુંડિબાંગ અંધારું હોવા છતાં તેના ચિત્તમાં કોલાહલ વ્યાપ્ત હતો.

દીવાન-એ-ખાસમાંથી લગભગ ઢસડાતી ચાલે તે બહાર આવ્યો. નિરાશાનાં વાદળો એટલી હદે ઘેરાઈ વળ્યાં હતાં કે તેના પગ ઊપડતા નહોતા!

મહેલના મુખ્ય તમામ ખંડ ચકાસી લીધા બાદ છેલ્લે તે રાજાના શાહી કક્ષમાં પહોંચ્યો, જ્યાં કાચની પેટીઓમાં જુદા જુદા પ્રદેશના રાજાઓ દ્વારા મૈસૂરના રાજવીને અપાયેલી ભેટ-સોગાદો સાચવીને રાખવામાં આવી હતી.

કાચની પેટીઓ પર વારાફરતી જેવી તેણે ટૉર્ચ ફેરવવાની ચાલુ કરી કે પાંચ-છ સેકન્ડ્સમાં જ આછા ઝબકારા સાથે એ ઠપ્પ થઈ ગઈ. કક્ષમાં એકાએક અંધારું છવાઈ ગયું. વિવાને બે-ત્રણ વખત ટૉર્ચ ઠપકારીને તેને ચાલુ કરવાનો પ્રયત્ન કરી જોયો. બેગમાં હાથ નાંખીને એક્સ્ટ્રા સેલ પડ્યો છે કે નહીં, એ પણ ચકાસી જોયું... પરંતુ વ્યર્થ! જેમ તેમ કરીને દીવાલ પાસે પહોંચી તેણે સ્વિચ-બૉર્ડ શોધવાની કોશિશ કરી.

ઠક... ઠક...

ભેંકાર ખાલીપા વચ્ચે કોઈકનાં પગલાંની આહટ સાંભળીને તે સફાળો ચોંકી ઊઠ્યો. બારસાખ પાસે ઊભા રહીને તેણે બહાર કૉરિડોરમાં નજર ફેરવી. ચિક્કાર કાળપ વચ્ચે તેને કંસારીના અવાજ સિવાય કશું જ સંભળાયું કે દેખાયું નહીં! તે થાકી ચૂક્યો હતો. આ સફરમાં કોઈ તેની સાથે નહોતું. લાગણીભીનો માણસ તદ્દન એકલોઅટૂલો થઈ ગયો હતો.

કોઈની હાજરીથી હવે કદાચ તેને ફર્ક નહોતો પડવાનો!

કોનાથી ભાગું? શા માટે ભાગું? કેટલું ભાગું?

મૂંઝવણો અને એકલતાના કાટમાળ હેઠળ તે કચડાઈ ચૂક્યો હતો.

પોતાની જાતને નસીબના હવાલે સોંપીને દરવાજા પાસેના સ્ટૂલ પર તે ધબ્બ દેતાંક બેસી પડ્યો. ત્યાં અચાનક તેની નજર ત્રણ-ચાર ફૂટ દૂર પડેલા

મોટા પિટારા પર કેન્દ્રિત થઈ. ધ્યાન જવાનું કારણ હતું, લીલી રેડિયમ-લાઇટ! અંધારામાં પણ એની ઉપરની સપાટી ચમકી રહી હતી. એવું લાગતું હતું જાણે કોઈકે પિટારાનો ઉપરનો ભાગ ચળકતી લીલી ઝરીથી રંગી નાંખ્યો હોય!

સિંહ પોતાના શિકાર તરફ સરકે એટલી ચપળતા સાથે વિવાન પિટારા તરફ ખેંચાયો. એકાદ ફૂટની લંબાઈ, પહોળાઈ અને ઊંચાઈ ધરાવતાં એ ચોરસ પિટારાનો ઉપયોગ સાફસફાઈનાં સાધનો ભરવા માટે થતો હોવો જોઈએ. કક્ષના એક ખૂણામાં જે બેફિકરાઈ સાથે એ પિટારાને રાખવામાં આવ્યો હતો, એના પરથી આટલું તો સ્પષ્ટ હતું.

ડબ્બાની ઉપલી સપાટી પર વિવાને આંગળી ફેરવી જોઈ.

રેડિયમ!

થોડા કલાકો અગાઉ જ કોઈકે રેડિયમનું પડ ચડાવ્યું હોય એવું લાગતું હતું. પિટારો હાથમાં લઈને વિવાને તેને આમથી તેમ સહેજ હલબલાવ્યો. નક્કી કોઈ દળદાર વસ્તુ તેની અંદર રાખવામાં આવી હતી! પિટારાને લોખંડનું જાડું તાળું મારેલું હતું. બેગમાંથી ક્લેમ્પ કાઢીને તેણે જોરથી તાળા પર ઠપકાર્યું. પહેલો વાર જ એટલો સખ્ત હતો કે વર્ષોથી કાટ ખાઈ રહેલું તાળું લબડી પડ્યું, જેને ઝટપટ બાજુ પર મૂકીને તેણે નકુચો ઉઘાડ્યો.

ઉપરની તરફ સાફસફાઈ કરવા માટેના નાના-મોટા કદનાં કપડાં રાખવામાં આવ્યાં હતાં. કેટલાંક સાફસૂથરાં તો કેટલાંક મેલાંઘેલાં કાપડના ઢગલા ઉપર અંધારામાં હાથ ફેરવ્યા બાદ વિવાનને તેની બરાબર નીચે એક કઠણ સપાટીનો સ્પર્શ અનુભવાયો.

બાજુમાં પડેલી ટૉર્ચ ઉઠાવી ફરી વખત તેણે ઠપકારી જોઈ. તેના બંને સેલના છેડા અદલાબદલી કર્યા બાદ જેવી તેણે ટૉર્ચની સ્વિચ-ઑન કરી કે તરત પ્રકાશનો શેરડો ફરી રેલાઈ ઉઠ્યો.

તેણે ફટાફટ પિટારામાંથી નકામી વસ્તુઓ બહાર કાઢવાની શરૂઆત કરી. આ દરમિયાન ટૉર્ચ તેના મોંમાં દાંતોના ઉપર-નીચેના ચોકઠા વચ્ચે જકડાયેલી રહી, જેથી તેનો પ્રકાશ સીધો પિટારામાં પડે અને વસ્તુઓ ફંફોસવામાં આસાની રહે.

અજિતાભ જે અગસ્ત્ય મૂર્તિની વાત કરી રહ્યો હતો, એના પર ટૉર્ચમાંથી પ્રકાશનો ધોધ વછૂટ્યો. વિવાન બે ઘડી માટે આભો બની ગયો. આ મૂર્તિ અને તેના ભૂતકાળ અંગે કશું જ જ્ઞાત ન હોવા છતાં તે પાંપણ ફરકાવ્યા

વગર તેની સામે તાકી રહ્યો. ઘેરા તપખીરિયા રંગની એ મૂર્તિ પર લાકડાંના સામાન પર જોવા મળે એવી ઊભી ભાત હતી, પરંતુ તે કોઈ નક્કર ધાતુમાંથી બનાવવામાં આવી હતી એટલું નિશ્ચિત હતું.

ટૉર્ચ મોંમાં જ પકડી રાખીને તેણે મૂર્તિનું આગળ-પાછળથી અવલોકન કર્યું. અડધા હાથ જેટલી લંબાઈ ધરાવતી અગસ્ત્ય મૂર્તિ પર આજની તારીખે પણ સમયનો ક્ષાર ચડ્યો નહોતો. એવું લાગતું હતું જાણે દરરોજ એકદમ ચીવટ સાથે તેની સાફસફાઈ કર્યા બાદ ફરી પિટારામાં મૂકી દેવામાં આવતી હોવી જોઈએ!

ઋષિ અગસ્ત્યના શારીરિક દેખાવને શિલ્પકારે આબેહૂબ મૂર્તિમાં ઢાળ્યો હતો. સહેજ ગોળાકાર અને બહાર નીકળેલું પેટ, છાતી સુધીની લાંબી દાઢી, બારીકાઈ સાથે કોતરવામાં આવેલી બે તેજસ્વી આંખો, લલાટ ઉપર ત્રિપુંડ, માથા પર શિખા, ખભે જનોઈ, કમરે ધોતી તથા પગમાં ચાખડી! આદિકાળમાં થઈ ગયેલા આ મહર્ષિ જાણે હમણાં મૂર્તિમાંથી સજીવન થઈને બોલી ઉઠશે એવી અનુભૂતિ કરાવતી અદ્ભુત કારીગરી!

જાણે કોઈ અમૂલ્ય ખજાનો હાથ લાગ્યો એમ વિવાનની આંખોમાં ચમક પથરાઈ ગઈ. તેણે મૂર્તિને આમથી તેમ ફેરવી જોઈ. પિતા પોતાના બાળકને થપથપાવતા હોય એટલા નાજુક હાથો સાથે તેણે સૌથી પહેલાં તો એ તપાસ કરી કે મૂર્તિમાં ક્યાંય કોઈ ગુપ્ત ખાનું છે કે નહીં! અન્ય મૂર્તિઓની માફક સાવ સામાન્ય જણાતી આ અગસ્ત્ય મૂર્તિનો પાછળનો ભાગ એકદમ સપાટ હતો અને આગળના ભાગે વિવાનને એવી કોઈ ગુપ્ત કડી કે ખાનું જડ્યું નહીં, જેમાંથી તેને આગળ વધવા માટેનો રસ્તો મળે!

તે મૂંઝાયો.

અજિતાભ પૂર્ણૈયાએ મૃત્યુ વેળા રાવણ અને પદ્મનાભસ્વામી મંદિર અંગે પણ ઉલ્લેખ કર્યો હતો, પરંતુ મૂર્તિ ઉપર એ વિષયક કંઈ નહોતું. ન કોઈ નિશાન કે ન તો કોઈ કોતરણી!

એકાએક વિવાનના મગજમાં એક વિચાર ઝળકી ઊઠતાં તેણે બે દાંત વચ્ચેથી ટૉર્ચ કાઢીને બંધ કરી દીધી. ફરી કક્ષમાં પૂર્વવત્ અંધકાર વ્યાપી ગયો. મૂર્તિ હાથમાં ઉઠાવીને તેણે અગસ્ત્ય મુનિના ચહેરા તરફ ધ્યાનથી નજર કરી. કંઈ સૂઝ નહોતી પડી રહી. માથાની ઉપર અને નીચે બંને તરફ તેણે ફરી હાથ ફેરવી જોયો. પીઠના ભાગે પણ કંઈ નજરે ચડ્યું નહીં.

એવામાં અગસ્ત્ય મુનિના શિખાના ભાગે ધાતુનો એક પાતળો છેડો તેના હાથમાં આવ્યો. દીવાલ પરથી ઊખડી ગયેલી પોપડીની માફક એ શિખાના ભાગે લટકી રહ્યો હતો.

આટલી જૂની મૂર્તિ હોવા છતાં પણ જો તેના બાકીના તમામ ભાગો એકદમ નવાનક્કોર લાગતા હોય તો પછી આટલો ભાગ ઊખડી ગયેલો કઈ રીતે હોઈ શકે? શું આ જાણીજોઈને રાખવામાં આવ્યો હોઈ શકે?

વિવાનના મગજમાં વિચાર દોડી ગયો.

બીજી જ ઘડીએ, તેણે શિખાના ભાગમાંથી બહાર આવી ગયેલી એ પોપડી ખેંચવાનો પ્રયત્ન કર્યો. ફોતરી જેવો લાગતો એ ભાગ વાસ્તવમાં એટલી મજબૂતાઈ સાથે મૂર્તિની પીઠ સાથે ચીપકેલો હતો કે તેને ઉખેડવામાં વિવાનને બંને હાથનું જોર લગાવવું પડ્યું.

ઘણી જહેમત બાદ આખરે કોઈ સ્ટિકર ઊખડી રહ્યું હોય, એ રીતે અગસ્ત્ય મૂર્તિની પાછળનું ધાતુનું એક બારીક આવરણ દૂર થઈ ગયું અને પીઠનો વાસ્તવિક ભાગ ઉજાગર થયો. કાળુંડિબાંગ અંધારું હોવા છતાં વિવાનની આંખો ચાર થઈ ગઈ. તેણે અજુબા સમા એ ભાગ પર હાથ ફેરવ્યો.

અગસ્ત્યની મૂર્તિની પીઠ પર અજાણી ભાષામાં અને ત્રીસેક વાક્યોમાં લખાયેલો એક સંદેશો ઝગારા મારતો હતો... અદ્દલ રેડિયમની માફક! એના પર હાથ ફેરવતાંની સાથે જ તેને મૂર્તિની ખરબચડી પૃષ્ઠ-સપાટીનો અનુભવ થયો.

મૂર્તિનું રહસ્ય વિવાનને હવે છેક સમજાયું! સામાન્ય માણસ તો શિખાના કેશ જોઈને એવું જ ધારી લે કે એ શિલ્પકારની કળાકૃતિનો એક ભાગ છે, પરંતુ ધ્યાનથી જોયા બાદ સમજી શકાય કે એ વાસ્તવમાં અગસ્ત્યની મૂર્તિની પીઠના ભાગે છુપાયેલા અજ્ઞાત સંદેશા આડે ઢાંકવામાં આવેલું ધાતુનું આવરણમાત્ર છે!

... હજુ તે કંઈ સમજે એટલામાં તો મૈસૂર મહેલના પરિસરમાં ધડાધડ પ્રવેશી રહેલી ગાડીઓના સાયરન સંભળાવા માંડ્યાં.

'વિવાન આર્ય... તને બધી દિશાઓમાંથી ઘેરી લેવામાં આવ્યો છે. અમારી ટીમ મહેલની અંદર બે મિનિટમાં પ્રવેશ મેળવી લેશે.' પેલેસની બહાર ભૂંગળાં ગાજી ઊઠ્યાં, 'તારી ભલાઈ એમાં જ છે કે તું તારી જાતને પોલીસના હવાલે સોંપી દે! સરન્ડર...!'

વિવાનના મગજમાં ફાટી પડેલી આંતરિક ચીસનો પડઘો ઊઠ્યો.

પોલીસને કઈ રીતે ખબર પડી કે હું મૈસૂર પેલેસમાં છું? શું મારાથી કોઈ ચૂક રહી ગઈ હશે? ક્યાંક શહેરના કોઈક સીસીટીવી કૅમેરામાં હું કેદ થઈ ગયો હોઉં એવું તો નહીં બન્યું હોય ને? બેંગ્લૉરમાં બિટકોઈન થકી થયેલાં ક્રિપ્ટૉ-ટ્રાન્ઝેક્શનને કોઈકે ટ્રેસ કરી લીધું હશે? ના... ના... એ શક્ય જ નથી. ક્રિપ્ટૉ-ટ્રાન્ઝેક્શન તો લેવડદેવડ માટેનું સૌથી સુરક્ષિત માધ્યમ ગણાય છે.

તેનું મન કાબૂમાં નહોતું રહ્યું. જો પોલીસ મહેલની અંદર આવી તો ઘડીના છઠ્ઠા ભાગમાં તે પકડાઈ જશે, એ નિશ્ચિત હતું.

આમ છતાં, આયોજનના ભાગરૂપે પોતાના બેગમાંથી તેણે સીટ હાર્નેસની કડીઓ કાઢી. આપાતકાલીન સ્થિતિમાં ભાગી છૂટવાનું થાય તો કમર ઉપર બાંધેલા બેલ્ટ સાથે કડીઓ બાંધી તે મહેલની છત પરથી નીચે છલાંગ લગાવી દેશે, એવું તેણે મનોમન નક્કી કર્યું હતું.

અફસોસ! તેને પોલીસની તૈયારીનો કોઈ જ અંદાજ નહોતો.

જે કક્ષમાં વિવાન હતો, ત્યાંથી એક ચોખ્ખા કપડામાં અગસ્ત્યની મૂર્તિ વીંટાળી તે બહારની તરફ ભાગ્યો. જે માર્ગેથી તે અંદર પ્રવેશ્યો હતો, ત્યાં પાછા ફરવા માટે તેણે દોટ લગાવી. કલ્યાણમંડપથી શરૂ કરીને મલ્લયુદ્ધનું મેદાન વટાવીને ફરી પાછો તે પ્રવેશદ્વાર નજીક પહોંચ્યો, જ્યાંથી છત ઉપર જવા માટે પગથિયાં શરૂ થતાં હતાં.

'૬૦ સેકન્ડ બાકી છે, વિવાન!' બહારથી ફરી એક પડછંદ અવાજ ગુંજ્યો, 'અપને આપ કો પુલિસ કે હવાલે કર દો, ઇસી મેં સમજદારી હૈ! અગર તુમને સરન્ડર કર દિયા, તો હમ તુમ્હારી સઝા કમ કરવા સકતે હૈં!'

પગથિયાં ચઢતી વેળાની તાણભરી સ્થિતિમાં પણ વિવાનથી સહેજ હસી પડાયું!

સરન્ડર કરવાથી કોની સજા આજ સુધી માફ થઈ છે? બૉલિવૂડ પોલીસ!

મનોમન બબડતાં બબડતાં તે છતની તરફ ભાગ્યો.

લાંબી લાંબી છલાંગો ભરીને એકસાથે બબ્બે-બબ્બે પગથિયાં ચઢીને જ્યારે તે બીજો માળ વટાવી ટેરેસના ઑ.ટી.એસ. પાસે પહોંચ્યો ત્યારે બહારનો નજારો જોઈને હૃદય એક ધબકારો ચૂકી ગયું.

ચાર-ચાર હેલિકૉપ્ટર્સ મૈસૂર પેલેસની ઉપર ચકરાવો લઈ રહ્યાં હતાં. તેમાંથી નીકળતાં લાઇટહાઉસ સમાન પ્રકાશના શેરડાથી આખી છત પ્રકાશિત

હતી. હેલિકૉપ્ટર્સમાં બેઠેલા આર્મીમેન પોતપોતાના હાથમાં બંદૂક લઈને બેઠા હતા. એમનો શિકાર જેવો છત પરથી ભાગવાની કોશિશ કરે કે તરત તેને ઝડપી લેવા માટે તેઓ તૈયાર જ હતા.

ઑ.ટી.એસ.માંથી બહાર કાઢેલી ડોક વિવાને સફાળી અંદર લઈ લીધી. જે ત્વરાથી તે ઉપર આવ્યો હતો, એનાથી બમણી ઝડપે નીચે ઊતરી ગયો.

... અને, એટલામાં કેટલાંક શિસ્તબદ્ધ ડગલાં આહિસ્તા આહિસ્તા મહેલની અંદર પ્રવેશ કરી રહ્યાં હોય એવો અવાજ તેના કાને પડઘાયો. તે ધબ્બ દેતાંક સૌથી છેલ્લા પગથિયે બેસી ગયો. હવે કોઈ રસ્તો નહોતો! સરન્ડર કરી દેવા સિવાય બીજો કોઈ વિકલ્પ શેષ નહોતો રહ્યો!

તેની નજર સામે રિયા, સુધીર બાબા, મા-બાપ, સુહાની સહિત અઢળક ચહેરા ઝળકી ઊઠ્યા. મનોમન એમની માફી માંગીને તે ઘૂંટણિયે બેસી ગયો. ખભે ટીંગાડેલી બેગ ઉતારીને જમીન પર મૂકી. અગસ્ત્ય મૂર્તિને એની અંદર મૂકી પોતાના બંને હાથ માથાની પાછળ મૂકીને સમર્પણ કરવા માટે તે ઝૂક્યો.

જેવા આર્મીના માણસો તેને જુએ કે તરત તેઓ તેને હથકડી પહેરાવી દેવાના હતા, એ નિશ્ચિત જણાતું હતું. વિવાન જે કૉરિડોરમાં ઘૂંટણિયે નમીને બેઠો હતો, તે ખાસ્સો લાંબો હતો... લગભગ એકાદ કિલોમીટરનો!

નજર સામે તેને હાથમાં INSAS લાઇટ મશીનગન લઈને પોતાની તરફ આવી રહેલા કમાન્ડો દેખાયા.

'ડૉન્ટ મૂવ!' વિવાનને નીચે બેઠેલો જોઈને મિશન-કમાન્ડર બરાડ્યો, 'જરા પણ ચાલાકી દર્શાવવાનો પ્રયત્ન કર્યો છે તો આ બંદૂકો તારી સગી નહીં થાય, એ યાદ રાખજે!'

વિવાન કંઈ પ્રતિક્રિયા આપે એ પહેલાં જ અંદરના કક્ષમાંથી કાળો અંચળો ઓઢીને આવેલા એક શખ્સે પોતાની હથેળીમાં રહેલા નાનકડા હેન્ડ-ગ્રેનેડનો કમાન્ડો તરફ ઘા કર્યો અને...

ધડાઆઆઆઆ...મઅઅઅઅ...

મહેલના કૉરિડોરમાં બહુ જ મોટો ધડાકો સંભળાયો. આખા મૈસૂર શહેરના કાન ફાટી જાય એવો આ પ્રચંડ વિસ્ફોટ હતો! સામે છેડેથી ચાલીને આવતા તમામ કમાન્ડો ગ્રેનેડના આઘાતથી દૂર ફેંકાઈ ગયા. કેટલાયની ખોપરી ફૂટી, તો કેટલાયના પગ! અમુક કમાન્ડોના છાતીના ફુરચા ઊડી ગયા. એમના ચિત્કારથી મૈસૂર મહેલની દીવાલો ગુંજવા લાગી.

'ક્રિમિનલ પાસે હથિયારો અને બૉમ્બ છે...' બહાર પોલીસના ભૂંગળામાંથી ફરી અવાજ સંભળાયો, 'આઇ રીપિટ, ક્રિમિનલ પાસે હથિયારો અને બૉમ્બ છે. સ્નાઇપર્સ, તૈયાર રહો! વિવાન આર્ય દેખાય કે તરત એને વીંધી નાંખવાનો હું આદેશ આપું છું.'

વિવાનના હાથ તેના બંને કાન પર ચાલ્યા ગયા હતા અને આંખો સાવ બંધ! ઘડીના છઠ્ઠા ભાગમાં બની ગયેલા આ ઘટનાક્રમથી તે સ્તબ્ધ બની ગયો.

બીજી જ સેકન્ડે, એ અજાણ્યા શખ્સે ખિસ્સામાંથી ચાર સ્મોક-બૉમ્બ કાઢીને કૉરિડોરમાં ફેંક્યા. પળવારમાં તેના ધુમાડાની અસર હેઠળ બધું જ દેખાવાનું બંધ થઈ ગયું.

વિવાનને પણ ખાંસી ચડી. અચાનક પોતાના ખભે તેણે એક ફૌલાદી મુક્કીનો સ્પર્શ અનુભવ્યો. તેણે પાછળ ફરીને જોયું. જે શખ્સે આ આખો કારસો રચ્યો હતો, એ તેને પોતાની સાથે આવવા માટે જણાવી રહ્યો હતો. મોં પર બુકાની પહેરેલા એ માણસના હાથમાં વધારાનો એક હેન્ડગ્રેનેડ હતો.

છ ફૂટ કરતાં સહેજ ઓછી ઊંચાઈ, સંપૂર્ણ કાળાં કપડાં, મોઢે બુકાની, માથે ટોપી. લીલા રંગની તેની આંખોમાં કંઈક વિચિત્ર ચમક હતી!

આ આંખો પહેલાં ક્યાંક જોયેલી હોય એવું વિવાનને લાગતું હતું... પણ ક્યાં?

વધારે વિચાર કર્યા વગર તે પેલા શખ્સના આદેશનો ગુલામ હોય એ રીતે ઊભો થયો અને એમની પાછળ દોટ મૂકી. તેઓ ફરી એક વખત મલ્લયુદ્ધનું મેદાન, કલ્યાણમંડપ અને દીવાન-એ-આમ વટાવીને દીવાન-એ-ખાસમાં પહોંચ્યા.

પ્રવેશ-નિષેધની પટ્ટીઓ ઊંચકીને શખ્સે ફક્ત હાથોના ઇશારે વિવાનને અંદર આવવા જણાવ્યું. વિવાનને એ નહોતું સમજાઈ રહ્યું કે મહેલના અન્ય નિકાસદ્વારોમાંથી ભાગી છૂટવાને બદલે તેઓ ફરી પેલેસના મધ્યભાગમાં શું કરી રહ્યા છે!

શખ્સે દીવાન-એ-ખાસની બરાબર વચ્ચે મુકાયેલા રાજસિંહાસનને બંને હાથો વડે જોરથી ધક્કો મારીને દૂર ધકેલ્યું. આ નજારો જોઈ રહેલા વિવાનને અચાનક યાદ આવ્યું કે તેની ટૉર્ચ જ્યારે સિંહાસનની નીચે ગરકાવ થઈ ગઈ હતી, એ તાબતે તેણે કાળો અંચળો ઓઢેલી જે વ્યક્તિને પસાર થતાં જોઈ હતી એ આ માણસ જ હતો!

તો એનો અર્થ એમ કે હું મહેલમાં પ્રવેશ્યો ત્યારે આ શખ્સ પણ મારી પાછળ પાછળ અંદર આવ્યો હતો? કે પછી તે પહેલેથી જ અહીં હાજર હતો?

વિવાનના મનમાં ઊઠેલા પ્રશ્નોના અત્યારે જવાબ મળે, એવી કોઈ સંભાવના નહોતી.

ખસી ગયેલા સિંહાસનની નીચે પથરાયેલી કાર્પેટ ઊંચકીને એ શખ્સે એક હેન્ડલ પોતાના હાથમાં લીધું. સમય ઝાઝો નહોતો. થોડીવાર માટે હબક ખાઈ ગયેલા આર્મીમેન ફરી પાછા મહેલની અંદર હલ્લો બોલી દે, એ પહેલાં અહીંથી ભાગી છૂટવું જરૂરી હતું. પોતાના બંને હાથ વડે તેણે જોરથી હેન્ડલ ખેંચ્યું, આમ છતાં કોઈ પરિણામ ન મળ્યું. અંધારામાં ખાસ કશું દેખાતું નહોતું, પણ એટલું તો નક્કી હતું કે પાણીના ટાંકાની ઉપર લગાવવામાં આવતા જાડા ઢાંકણની માફક તે માણસ પણ કોઈક વજનદાર ધાતુના ઢાંકણને ખસેડવાનો પ્રયત્ન કરી રહ્યો હતો.

ઘણા પ્રયત્નો પછી પણ જ્યારે તેનાથી એ ઢાંકણ ઊંચું ન થયું, ત્યારે તેણે વિવાન સામે જોઈને કહ્યું, 'રિયાને બચાવવી હોય, તો અહીંથી સહીસલામત બહાર નીકળવું પડશે! મારી મદદ કર.'

... અને, એ શખ્સનો અવાજ સાંભળતાંની સાથે જ વિવાનના પગ જમીન સાથે ખોડાઈ ગયા! એકાએક તેને યાદ આવ્યું કે અજાણ્યા લાગતા એ શખ્સની લીલા રંગની આંખો તેણે ક્યાં જોઈ હતી! તેના ચહેરા પર અવિશ્વાસમિશ્રિત આઘાતના હાવભાવ તરી આવ્યા. પોતે જે વિચારી રહ્યો છે, એ સાચું છે કે નહીં એ તપાસવા માટે તેણે જરા પણ વિલંબ કર્યા વિના સામે ઊભેલા માણસના મોઢા પરથી આવરણ ખેંચી કાઢ્યું.

'પપ્પા...!' બુકાનીધારી માણસનો ચહેરો ઓળખી ગયેલા વિવાનના ગળામાંથી તીણી ચીસ સરી પડી. બે દાયકા પહેલાં મૃત્યુ પામી ચૂકેલો માણસ અત્યારે તેની સામે ઊભો હતો!

હેમરાજ આર્યના ચહેરા ઉપર માર્મિક સ્મિત તરી આવ્યું.

૫૮

ઈસવીસન ૧૭૫૦

ત્રાવણકોર રાજ્ય

ભક્તિરસમાં ઘોળાઈ ચૂકેલી કાળરાત્રિ તેના નિર્ણાયક મુકામ પર પહોંચી ચૂકી હતી. નૈમિષારણ્યના મધ્યમાં સ્થિત શ્રી અનંતપદ્મનાભસ્વામીના ગર્ભગૃહમાં મધરાતે કંઈક ભેદી હિલચાલ થઈ રહી હતી. ત્રાવણકોર રાજવંશના મહારાજા માર્તંડ વર્મા પોતાના આદ્યદેવ સામે નતમસ્તક ઊભા હતા. એમના મુખેથી વિષ્ણુ સહસ્રનામમાળાના અખંડ જાપ સ્ફુરી રહ્યા હતા. ભારતવર્ષના પ્રકાંડ પંડિતો અને ત્રાવણકોર રાજજ્યોતિષી મહામહોપાધ્યાય સત્યેન્દ્રનાથની પાવન ઉપસ્થિતિમાં ઇતિહાસમાં સર્વપ્રથમ તામસ નાગપાશમ્ તંત્રપ્રયોગ થવા જઈ રહ્યો હતો. આવનારી કેટલીક સદીઓ માટે શ્રી અનંતશયનમ્ ત્રેતાયુગના એ મહાન રહસ્યને પોતાની નિશ્રામાં સમાવી લેવાના હતા!

'મારો આ નિર્ણય સાચો છે કે ખોટો, એની મને જાણ નથી... નાથ! માનવસભ્યતાની રક્ષા કાજે હું આ પગલું ઉઠાવી રહ્યો છું. બ્રહ્મહત્યાના પાપમાંથી હું કયા ભવમાં મુક્ત થઈશ, એનો પણ મને અંદાજ નથી!' માર્તંડ વર્માએ શ્રી

મહાવિષ્ણુની અનંતશયનમ્ મુદ્રામાં કાદુશર્કરા યોગવિધિથી પ્રાણપ્રતિષ્ઠિત ૧૮ ફૂટની વિશાળ તેજોમય મૂર્તિ સામે મસ્તક નમાવ્યું.

પદ્મ અર્થાત્ કમળના આસન ઉપર બિરાજેલા પરમપિતા બ્રહ્માનો પ્રાદુર્ભાવ મહાવિષ્ણુની નાભિમાંથી થયો હોવાને લીધે એમના આ સ્વરૂપને ભક્તો 'પદ્મનાભસ્વામી' તરીકે આદિકાળથી પૂજતા હતા. ક્ષીરસાગરમાં યોગનિદ્રા અવસ્થામાં શયન કરી રહેલા મહાવિષ્ણુના મસ્તક પર ફેણ ફેલાવીને છત્ર આપતા અનંત શેષનાગને માર્તંડ વર્માએ નમન કર્યાં. પાલનહારના જમણા હાથ નીચે શિવલિંગ અને મધ્યમાં બિરાજેલાં ભૂદેવી તથા લક્ષ્મીદેવીને વારાફરતી વંદન કર્યા બાદ મહારાજા ગર્ભગૃહની પાછળની તરફ જવા રવાના થયા.

સિદ્ધક્ષેત્રનો આ પ્રતિબંધિત ભાગ આસ્થાવાન લોકો માટે હંમેશાંથી અચરજ અને રહસ્યનો વિષય રહ્યો હતો. મંદિરની આજુબાજુ અને નીચે આવેલાં આઠમાંથી સાત તહખાનાંઓમાં અમૂલ્ય દેવદ્રવ્યનો સંગ્રહ કરવામાં આવ્યો હતો, પરંતુ ગર્ભગૃહની બરાબર પાછળની તરફ સહેજ ડાબી બાજુ જોવા મળતું બાકીનું એક ભોંયરું ત્રાવણકોર રાજપરિવાર સિવાય તમામ માટે કોયડા સમાન હતું.

હાથમાં મશાલ સાથે ભોંયરામાં ઊતરી રહેલા રાજા માર્તંડ વર્માએ રસ્તામાં આવતી જતી દીવાલો પરની મશાલો પ્રજ્વલિત કરવાનું શરૂ કર્યું. મંદિરની નજીકમાં જ દરિયો હોવાને લીધે તેનું પાણી છતમાંથી ચૂઈને ટપકી રહ્યું હતું અને ભેજને લીધે ભોંયરાની આબોહવા બંધિયાર જણાતી હતી. બસ્સો ડગલાં જેટલું ચાલ્યા બાદ સામે છેડે એક પાષાણદ્વાર દૃશ્યમાન થયું. રાજાએ પોતાના હાથમાં રહેલી મશાલને દીવાલના ટેકે મૂકી બંને હાથના બળ વડે દ્વાર ખોલ્યું.

'અનંતસંઘના સિદ્ધયોગીઓને પદ્મનાભદાસ માર્તંડ વર્માનાં શત શત નમન સ્વીકાર હો!' દ્વારની બીજી બાજુના ખંડમાં પહેલેથી ઉપસ્થિત આઠ તેજસ્વી સાધકોને રાજાએ પ્રણામ કર્યાં. મહામહોપાધ્યાય મત્સ્યેન્દ્રનાથના પુત્ર અનંતનાથે પાંચમી સદીમાં સ્થાપેલા ગૂઢ 'અનંતસંઘ'ના તેઓ અનુયાયીઓ હતા.

'અનંતસંઘ વતી હું, મહામહોપાધ્યાય સત્યેન્દ્રનાથ... આપની ભીતર બિરાજમાન પરમ ચૈતન્યને નમસ્કાર કરું છું, મહારાજ!' આઠેય યોગીઓએ બે હાથ જોડી વિનમ્રભાવે માર્તંડ વર્માના અભિવાદનને ઝીલ્યું, 'અનંતકોટિ બ્રહ્માંડના સૌથી પવિત્ર અને સર્વશક્તિશાળી રહસ્યને નિશ્ચિત કાળખંડ માટે માનવસમાજથી દૂર લઈ જવાનો સમય થઈ ગયો છે!'

માર્તંડ વર્મા મૂક સંમતિ આપીને ખંડના એક ખૂણામાં હાથ જોડીને ઊભા રહી ગયા. ભોંયરાની મધ્યમાં સ્થિત ઊર્જાબિંબમાંથી રેલાતા ભૂખરા રંગના પ્રકાશનું તેજ, આઠેય સિદ્ધયોગીઓની આંખોમાં પ્રતિબિંબિત થઈ રહ્યું હતું.

વિધિ આરંભાઈ.

મહામહોપાધ્યાય સત્યેન્દ્રનાથ સિવાયના સાત મહાયોગીઓ પ્રકાશસ્રોતની આજુબાજુ વર્તુળાકારે પદ્માસનમાં ગોઠવાઈ ગયા. એમની હથેળીમાં રહેલાં અસ્થિકળશને જમીન ઉપર પાથરેલા લાલ આસન પર મૂકવામાં આવ્યા. કળશના અગ્રભાગે નાડાછડી વડે બાંધવામાં આવેલું કાપડ છોડી નાંખવામાં આવ્યું.

સમસ્ત બ્રહ્માંડને પોતાની મંત્રશક્તિ વડે બાંધવા માંગતા હોય એ રીતે, મહામહોપાધ્યાય સત્યેન્દ્રનાથના બંને હાથ ઊંચા થયા. અન્ય સાત યોગીઓએ પણ પોતપોતાના જમણા હાથ કળશ ઉપર ઢાંકી રાખી, ડાબા હાથ હવામાં ઝાટકાભેર અધ્ધર કર્યા. એકસામટા ઘેરા નાદ સાથે અતિપ્રભાવશાળી **નાગપાશમ્ મંત્ર**ના ઉચ્ચારણનો પ્રારંભ થયો. આખું ભોંયરું એમના દિવ્યાતિદિવ્ય તેજથી ઝગમગી ઊઠ્યું. આખા શરીર ઉપર ચોળાયેલી સ્મશાન-ભસ્મ એમના વાઘા બનીને શોભી રહી હતી.

કાળની ગર્તામાં ખોવાઈ ચૂકેલા નાગપાશમ્ તંત્રનો સર્વપ્રથમ વખત પ્રયોગ થઈ રહ્યો હતો. મંત્રની તીવ્રતા વધતાંની સાથે જ સાતેય યોગીઓએ જમણો હાથ અસ્થિકળશ પરથી હટાવી લીધો. એમાંથી સુગંધી ધૂમ્રસેર નીકળવાની શરૂઆત થઈ, જે ખંડના મધ્યમાં સ્થિત પ્રકાશસ્રોતની આજુબાજુ વીંટળાવા લાગી.

૫૯

વર્તમાન દિવસ

કોઇમ્બતૂર

શક્તિ આશ્રમના આદિયોગિની અલયમ્‌માં શાંત ચિત્તે બેઠેલા હજારો સાધકો એકચિત્તે ભૈરવી માને સાંભળી રહ્યા હતા. શ્રીવિદ્યા સાધના-શિબિરમાં જોડાવાની પ્રાથમિક શરત એ હતી કે સાધકે ભૂતકાળમાં ભૈરવી મા પાસેથી શ્રીવિદ્યાની દીક્ષા લીધેલી હોવી જોઈએ. પાછલા બે દાયકાની અંદર ભૈરવી મા પાસેથી વ્યક્તિગત રીતે શ્રીવિદ્યાની પ્રાથમિક દીક્ષા પ્રાપ્ત કરનાર વ્યક્તિ જ આ મહાશિબિરમાં ભાગ લઈ શકવાની લાયકાત ધરાવતો હતો. ભારતમાંથી ક્રમશઃ લુપ્ત થતી જતી વિદ્યાઓને પુનઃ સજીવન કરવાના પ્રયાસોમાં રત ભૈરવી મા માટે પણ આ શિબિર અત્યંત અગત્યની હતી.

તેમને જ્ઞાત હતું કે ૧૦,૦૦૦ સાધકોમાંથી ૫૦૦ સાધકો એવા હતા, જે કળિયુગના અંતિમ મહાયુદ્ધમાં અતિ મહત્ત્વપૂર્ણ ભૂમિકા ભજવવાના હતા! અને કદાચ એટલા માટે જ તેઓ પોતાના સાધકોને શ્રીવિદ્યાની સૃષ્ટિક્રમ પૂજા નહીં, પરંતુ સંહારક્રમ પૂજાની વિધિ સમજાવી રહ્યાં હતાં!

'અત્યાર સુધીમાં આપણે કુલ ત્રણ બાહ્ય આવરણો અંગે જાણ્યું.' ભૈરવી માની મમતાસભર વાણી એમના કૉલર-માઇકમાંથી એમ્પ્લિફાય થઈને સમગ્ર સભાખંડમાં ગુંજી ઊઠી, 'આપમાંથી ઘણા સાધકો એવા હશે, જેમને પ્રથમ આવરણથી શરૂ કરીને તૃતીય આવરણ સિદ્ધ કરવામાં દસ વર્ષોનો સમય લાગી જાય! કારણ કે જ્યાં સુધી શરૂઆતનાં પગથિયાં મજબૂતાઈ સાથે નહીં ચણાયાં હોય, ત્યાં સુધી આગળ વધવામાં ભરપૂર જોખમ છે. ગમે ત્યારે ઠોકર વાગીને સાધક ભોંયભેગો થઈ શકે! શ્રીવિદ્યાનો પાયો મજબૂત ન હોય તો સંશય, દુવિધા, ચિંતા અને અપ્રાપ્તિ સિવાય કશું મેળવી નથી શકાતું!'

હાથમાં રહેલાં રિમોટ વડે એમણે સભાખંડની સ્ક્રીન પર મૂળ શ્રીયંત્ર અને એની બાજુમાં ચોથા આવરણની આકૃતિ પ્રસ્તુત કરી.

'ચતુર્થ આવરણ.' ભૈરવી માએ સમજૂતી માંડી, 'ચક્રનું નામ છે, સર્વસૌભાગ્યદાયક ચક્ર; જેમાં ૧૪ ત્રિકોણનો સમાવેશ થાય છે. મનુષ્ય જ્યારે શ્રીયંત્રની સંહારક્રમ પૂજાવિધિની ચતુર્થ અવસ્થામાં પહોંચે છે, ત્યારે તેને સમસ્ત પ્રકારના સૌભાગ્યની પ્રાપ્તિ થવા માંડે છે.'

પ્રથમ હરોળમાં બિરાજમાન સાધ્વી માના ઈયરપીસમાં એકાએક કોઈકના આગમનની સૂચના મળતાં તેઓ મનસ્વી સાથે સભાખંડની બહાર જવા રવાના થયાં.

'ચતુર્થ આવરણની ચક્રેશ્વરી છે, ત્રિપુરવાસિની! અને યોગિની છે, સંપ્રદાયયોગિની!' ભૈરવી માએ કહ્યું, 'જેની અધિષ્ઠાત્રી છે, મહામહાગુપ્તે! આ ચક્રની પૂજા એ સાધકને જ આપવામાં આવે છે, જે ગુરુના સંપ્રદાય સાથે જોડાઈ ચૂક્યો છે. હવે આપને સમજાયું હશે કે શ્રીવિદ્યા સાધના-શિબિરમાં ભાગ લેવા માટે શા માટે આપ સૌની સમક્ષ એક શરત રાખવામાં આવી હતી! જ્યાં સુધી

આપ સૌને હું મારા સંપ્રદાયમાં ન જોડું અથવા દીક્ષા ન આપું, ત્યાં સુધી ચતુર્થ આવરણની પૂજાવિધિ સમજાવવાની વાતને પણ શાસ્ત્રોમાં નિષેધ ગણવામાં આવી છે.'

સૌએ એકસાથે હકારમાં મસ્તક ધુણાવ્યાં.

તત્પશ્ચાત્ ભૈરવી માએ ચતુર્થ આવરણની શક્તિઓ અંગે વિસ્તૃત સમજૂતી આપતાં જણાવ્યું, '૧૬ માતૃરૂપિણીઓ આ આવરણમાં બિરાજમાન છે - સર્વસંક્ષોભિણી, સર્વવિદ્રાવિની, સર્વાકર્ષિણી, સર્વહ્લાદિની, સર્વસમ્મોહિની, સર્વસ્તંભિની, સર્વજૃંભિણી, સર્વવશંકરી, સર્વરંજની, સર્વોન્માદિની, સર્વાર્થસાધિકે, સર્વસંપત્તિપૂરિણી, સર્વમંત્રમયી, સર્વદ્વંદ્વક્ષયંકરી, સર્વસૌભાગ્યદાયક ચક્રસ્વામિની, સંપ્રદાયયોગિની.'

તેઓ આગળ કશું કહેવા જાય એ પહેલાં શ્રોતાગણમાંથી એક હાથ ઊઠ્યો. આશ્રમના સ્વયંસેવકે સાધકના હાથમાં કૉડલેસ માઇક આપ્યું. યુવાન જણાતી એ મહિલાએ પૂછ્યું, 'આ પ્રકારે શિબિરની વચ્ચે આપને પ્રશ્ન પૂછતાં હું સંકોચ અનુભવી રહી છું, અમ્મા... પરંતુ મનમાં એક સવાલ છે.'

ભૈરવી માએ પ્રસન્નચિત્તે પ્રશ્ન પૂછવાની મૂક સંમતિ આપી.

'આજથી જો હવે અમે પણ આપના સંપ્રદાય સાથે જોડાઈ ચૂક્યાં હોઈએ, તો શું અમને એ જાણવાનો અધિકાર ખરો કે આપને શ્રીવિદ્યા દીક્ષા કોણે આપી? અથવા આપના શ્રીગુરુ કયા સંપ્રદાય સાથે જોડાયેલા હતા?'

ભૈરવી માએ અત્યંત માર્મિક સ્મિત આપતાં કહ્યું, 'આજથી આપ સૌ શ્રીવિષ્ણુના અંશાવતાર શ્રી પરશુરામના સંપ્રદાય સાથે જોડાઈ ચૂક્યાં છો!'

શ્રોતાગણમાં અહોભાવમિશ્રિત ગણગણાટ શરૂ થઈ ગયો.

'તો એનો અર્થ એમ કે આપને સ્વયં ભગવાન પરશુરામે શ્રીવિદ્યાની દીક્ષા આપી હતી?' સાધકે ફરી પૂછ્યું.

જેના જવાબમાં ભૈરવી માએ ફક્ત એટલું જ કહ્યું, 'एकम् सत् विप्रा बहुधा वदन्ति । અર્થાત્ સત્ય એક છે, પરંતુ વિદ્વાનો તેને જુદા જુદા નામોથી ઓળખે છે!'

નરો વા કુંજરો વા! આ વિધાન ઉચ્ચારતી વેળા એમની આંખોમાં અનેરી ચમક હતી.

સાધકો પોતાની પ્રશ્નોત્તરી આગળ ધપાવે, એ પૂર્વે સભાખંડમાંથી બહાર ગયેલાં સાધ્વી મા અને મનસ્વી ફરી ત્યાં ઉપસ્થિત થયાં... પરંતુ આ વખતે તેઓ એકલા નહોતાં! એમની પાછળ ભારતના નેશનલ સિક્યોરિટી એડ્વાઇઝર અજય ડોભાલ અને એમના આસિસ્ટન્ટ અમિતે પણ ધીમા ડગલે પ્રવેશ મેળવ્યો.

ભૈરવી માએ તત્ક્ષણ બે હાથ જોડી શિબિરના એક ખંડની પૂર્ણાહુતિની સૂચના આપી અને પોતાના સ્થાન પરથી ઊભાં થઈ ગયાં.

વર્તમાન દિવસ
મૈસૂર

બે દાયકા પહેલાં થયેલા અકસ્માતમાં જેમનું મૃત્યુ થયું હતું, એવા હેમરાજ આર્યને પોતાની સામે જીવિત જોઈને વિવાનની આંખો ફાટી ચૂકી હતી.

'પપ્પા...' આ એક શબ્દથી વધારે બીજું કશું જ તે બોલી ન શક્યો. હોઠ અચાનક સિવાઈ ગયા અને આંખો સ્વપ્ન જોઈ રહી હોય એવું લાગ્યું! તેનું હૃદય એક ધબકારો ચૂકી ગયું હતું. થાંભલાની માફક જમીન સાથે ખોડાઈ ચૂકેલા પગમાં લોહી થીજવા માંડ્યું હતું.

હેમરાજે તેનો હાથ ખેંચીને નીચે સુરંગમાં ઉતાર્યો. ચાવી દીધેલા રમકડાની માફક વિવાન ચૂપચાપ કાળુંડિબાંગ અંધારું ધરાવતી ટનલનાં પગથિયાં ઊતરી ગયો.

બીજી બાજુ, પોલીસનાં ધાડેધાડાં મહેલની અંદર પહોંચી રહ્યાં હતાં. સમયનો બગાડ કર્યા વગર હેમરાજે ટનલમાં અડધા અંદર ઊતર્યા પછી રાજસિંહાસનને ખેંચીને એની મૂળ જગ્યા પર ગોઠવી દીધું. ટનલનું ગોળાકાર ઢાંકણ જેવું હળવેકથી બંધ થયું કે તરત તેના કાને દીવાન-એ-ખાસમાં પહોંચી ગયેલા આર્મીના જવાનોની બૂમાબૂમ સંભળાઈ.

પાંચ-દસ મિનિટ સુધી શ્વાસ રોકીને સુરંગમાં ઊભા રહ્યા પછી હેમરાજને જ્યારે લાગ્યું કે આર્મીના જવાનો આ ખૂફિયા માર્ગ સુધી પહોંચી શક્યા નથી, એ પછી તે બાકીનાં પગથિયાં નીચે ઊતરી વિવાન પાસે પહોંચ્યો. ખિસ્સામાંથી લાઇટર કાઢીને તેણે દીવાલની બંને બાજુ પર રહેલી મશાલોને સળગાવી.

વિવાનના હાથમાં એક મશાલ સોંપી તેણે ઘડીભર પોતાના દીકરાના ચહેરાનું ધ્યાનથી અવલોકન કર્યું. એ જ નિર્દોષતા, નિખાલસતા અને નિર્ભેળપણું

વિવાનના ચહેરા પર ઝળકતું હતું. જુવાનજોધ પુત્રનું શરીરસૌષ્ઠવ અને લોખંડી પુરુષત્વ જોઈને તેની છાતી ફુલાઈ ગઈ. સુધીર આર્યએ જે પ્રકારે વિવાનનો ઉછેર કર્યો હતો, એ જોઈને હેમરાજના મનમાં એમના માટે માન ઉપજ્યું.

'દીકરા...!' વિવાનના ખભે હાથ મૂકીને ઊભેલા હેમરાજનો અવાજ સહેજ ગળગળો થયો.

વિવાન હજુ પણ સ્તબ્ધ જ હતો. બે દાયકાથી જે ઘટનાને તે સત્ય માનતો આવ્યો હતો, એ ઘડીના છઠ્ઠા ભાગમાં મિથ્યા પુરવાર થઈ હતી. સાચું શું અને ખોટું શું, એ હવે તેને સમજાઈ નહોતું રહ્યું. આર્ય પરિવારમાં ચાલી રહેલી ભેદી ઘટનાઓએ તેના મગજને સુન્ન પાડી દીધું હતું. મરેલા બાપને બે દાયકા પછી આ રીતે નજર સામે જોઈને તે શૂન્યમનસ્ક થઈ ગયો હતો. જે વ્યક્તિના શબને આઠ વર્ષની વયે તેણે પોતાની નજર સામે ચિતાની અગ્નિમાં ભસ્મ થતાં જોયું હતું, એનું આ પ્રકારે પરત ફરવું તો કોને ગળે ઊતરે?

'હું જાણું છું કે તારા મનમાં ઘણા સવાલ છે...' હેમરાજે ગળું ખોંખાર્યું, 'પણ આપણે ચાલવાની શરૂઆત કરવી પડશે, નહીંતર ખૂબ મોડું થઈ જશે. સવાર પડે એ પહેલાં અહીંથી બહાર નીકળવું જરૂરી છે.'

હાથમાં પકડેલી મશાલ વડે કરોળિયાંનાં જાળા સળગાવીને આગળ વધી રહેલો હેમરાજ આ સુરંગથી બરાબર રીતે વાકેફ હોય એવું જણાતું હતું. જમીનથી તેઓ લગભગ વીસેક ફૂટ નીચે હતાં અને આગળનો રસ્તો પથરાળ હતો. રાજા-રજવાડાંના સમયમાં દુશ્મનો કિલ્લાને જ્યારે ઘેરી લે, એવા સમયે કદાચ રાજપરિવારના પ્રાણ બચાવવા માટે આ સુરંગનો ઉપયોગ થતો હોવો જોઈએ.

થોડી મિનિટો સુધી તેઓ સતત ચાલતા જ રહ્યા. બંનેમાંથી કોઈ કશું જ ન બોલ્યા. ભારેભરખમ મૌન એમની વચ્ચે કેટલીય વાર સુધી તોળાતું રહ્યું. અલબત્ત, વિસ્ફોટ સમી આ વાસ્તવિકતાને પચાવવા માટે વિવાનને આટલો સમય આપવો જરૂરી હતો.

વીસેક મિનિટ સુધી કશીય સુધબુધ વગર ચાલ્યા બાદ વિવાનથી એક ડૂસકું મુકાઈ ગયું. પાછલા દિવસોમાં બનેલી ઘટના પછી તે ક્યારેય આટલો ઢીલો નહોતો પડ્યો.

એ જ ક્ષણે, હેમરાજે મશાલ બાજુ પર મૂકીને દીકરા સામે જોયું. તેની પાંપણો પર પણ આંસુ ઝળૂંબી રહ્યાં હતાં. વર્ષોનો વિરહ જાણે એકઝાટકે તમામ અશ્રુપાળ તોડીને ધમધોકાર વહેવાની તૈયારી આદરી ચૂક્યો હતો.

‘પપ્પા...’ અડધી કલાકમાં બીજી વખત બોલાયેલા આ શબ્દએ તેની આંખો પર અસર દેખાડી અને વિવાન ધ્રુસકે ધ્રુસકે રડી પડ્યો.

પ્રિયમાં પ્રિય એવા આ સંબોધનનું જીવનભર ક્યારેય ઉચ્ચારણ કરવા નહીં મળે એવું માની બેસનારા વિવાનને વર્ષો પછી પિતાનું સુખ મળ્યું હતું. ભણતર, કરિયર, બિઝનેસ સહિત જિંદગીના તમામ સારા-નરસા પાસાંને એકલા જીવી જનાર એ માણસે સફળતા, નિષ્ફળતા, સુખ અને દુઃખની પ્રત્યેક ક્ષણમાં એના મા-બાપને યાદ કર્યાં હતાં. ધૂંધળા થઈને ભૂંસાવાની અણી ઉપર આવી ચૂકેલા બાપના ચહેરાને આજે ફરી વખત જોઈને તેના ઉરની અંદર મિશ્ર લાગણીઓ ઊમટી રહી હતી.

પિતાને વ્હાલભર્યું આલિંગન આપીને તે કેટલીય વાર સુધી શિશુની માફક હીબકાં ભરતો રહ્યો. બે દાયકાથી હૃદયમાં ભરાયેલો ડૂમો અત્યારે ઠલવાઈ રહ્યો હતો. પાછલા મહિનાઓમાં અનુભવેલી એકલતા અને તમામ પરિવારજનોની વિદાયનો આઘાત તેના રુદનમાં પડઘાતો હતો.

હેમરાજે તેને ખાલી થવા દીધો. દીકરાની પીઠ ઉપર હાથ પસવારતાં પસવારતાં તેની આંખો પણ છલકાઈ ચૂકી હતી.

એ બંધિયાર સુરંગમાં જ્યારે બાપ-દીકરાનાં હૃદય હળવાં થઈ રહ્યાં હતાં, એ જ સમયે શ્રીલંકામાં અત્યાર સુધીનું સૌથી મોટું ષડયંત્ર આકાર લઈ રહ્યું હતું!

વર્તમાન દિવસ

કોઈમ્બતૂર

‘તો તમે એવું કહી રહ્યા છો કે મૈસૂર પેલેસમાં થોડીવાર પહેલાં અમારા દસ જવાનોને હેન્ડગ્રેનેડથી ઈજા પહોંચાડનાર વિવાન આર્ય વાસ્તવમાં દોષી નથી?’ અજય ડોભાલનો અવાજ ઊંચો થઈ ગયો, ‘વ્હોટ રબ્બીશ!’

અજય ડોભાલ અને અમિતની સાથે કુટિરમાં ભૈરવી મા, સાધ્વી મા તેમજ મનસ્વી પણ હાજર હતાં.

'હું સાબિત કરી શકું એમ છું!' ભૈરવી માની સ્થિતપ્રજ્ઞતા આશ્ચર્યજનક હતી. તેઓ એવી રીતે કહી રહ્યાં હતાં જાણે ભૂત, ભવિષ્ય અને વર્તમાન એમની નજર સમક્ષ ઉપસ્થિત થઈ ચૂક્યાં હોય!

'કઈ રીતે?' અજય ડોભાલે અદબ વાળીને સહેજ ઉદ્ધતાઈ દાખવતાં પૂછ્યું.

જેના જવાબમાં જરા પણ વિચલિત થયા વગર ભૈરવી મા બોલ્યાં, 'આપના આ પ્રશ્નનો ઉત્તર આપવા માટે મારે તમને ઈ.સ. ૧૭૫૦માં લઈ જવા પડશે, જ્યાંથી સમગ્ર ઘટનાક્રમની શરૂઆત થઈ હતી.'

અમિતે એમને હાથોહાથ સોંપેલા તામ્રપત્રની ગડીને કાળજી સાથે ખોલવામાં આવી.

'સુહાનીએ રાષ્ટ્રપતિભવનમાંથી મેળવેલાં આ તામ્રપત્રમાં એ ઇતિહાસ છુપાયેલો છે, જે હાલમાં બની રહેલાં ઘટનાક્રમોનું મૂળ છે!' ભૈરવી માએ રહસ્યમય અંદાજમાં કહ્યું.

'ભૈરવી જી...' અજય ડોભાલ પોતાના ગુસ્સા પર માંડ માંડ કાબૂ રાખી રહ્યા હતા, 'તમે મુદ્દા પર આવો તો સારું! બેંગ્લૉરથી કોઇમ્બતૂર હું કોઈ અટપટી વાતો ઉકેલવા નહીં, પરંતુ રાષ્ટ્રપતિભવનમાં થયેલા હુમલા પાછળનું સત્ય જાણવા આવ્યો છું.'

સમસ્ત વિષચક્ર પાછળ કેટલા હજારો વર્ષોનો લોહિયાળ ઇતિહાસ ધરબાયેલો છે, એની જાણ થયા બાદ રાષ્ટ્રીય સુરક્ષા સલાહકારનું મગજ કેટલા સમય માટે કામ કરતું બંધ થઈ જવાનું છે, એનો વિચાર કરીને ભૈરવી મા મુસ્કુરાયાં.

'ઈ.સ. ૧૭૫૦માં ત્રાવણકોર રાજ્ય એટલે કે આજના કેરળના મહારાજા માર્તંડ વર્મા પાસે ત્રેતાયુગનું એક એવું વિધ્વંસક રહસ્ય હતું, જેને મેળવવા માટે હૈદર અલી તમામ હદ વટાવવા તૈયાર હતો. ઈસ્ટ ઇન્ડિયા કંપની અને પૉર્ટુગીઝોએ દક્ષિણ ભારતમાં પગપેસારો કરવાની શરૂઆત કરી દીધી હતી. બીજી બાજુ, હૈદર અલી જેવા ક્રૂર મુસ્લિમ શાસકની મહેચ્છા હતી, ગઝવા-એ-હિન્દ! પોતાના મનસૂબાને અંજામ આપવા માટે તેના હાથમાં એક રણશિંગું લાગ્યું હતું.'

રણશિંગુંનું વર્ણન સાંભળીને અજય ડોભાલની કીકીઓ સહેજ પહોળી થઈ.

'હા...' ભૈરવી માએ એમના પ્રતિભાવને પકડી પાડતાં કહ્યું, 'એ જ રણશિંગું, જે તાજેતરમાં શ્રીરંગપટ્ટનમૂના દરિયાદૌલત બાગમાંથી ચોરી થયું!'

ફક્ત નેશનલ સિક્યોરિટી એજન્સીના કેટલાક ગણ્યાગાંઠ્યા લોકોને જે હકીકતની જાણ હતી, એ અંગે ભૈરવી મા પાસેથી વર્ણન સાંભળીને અજય ડોભાલના હોશ ઊડી ગયા. આ સ્ત્રીની પહોંચ કેટલે ઉપર સુધી હતી, એનો અહેસાસ હવે એમને થવા લાગ્યો હતો.

'એ શૃંગની મદદ વડે હૈદર અલીએ વડિયર રાજપરિવારને ગુલામ બનાવવાથી માંડીને અનેક નિર્દોષોની હત્યા કરવા સુધીનાં તમામ દુષ્કાર્યો કર્યાં.' ભૈરવી માએ શૃંગની પ્રત્યેક ખાસિયતો વિગતવાર સમજાવવાનું શરૂ કર્યું.

હાથીને પાગલ કરવાની ઘટના, હિંદુઓને એમના પગ તળે કચડી નાંખવાનો કિસ્સો અને ત્યારબાદ પોતાના દીકરા ટીપુ સુલતાનને એ શૃંગ સોંપવા સુધીના ઘટનાક્રમનું વર્ણન સાંભળીને અજય ડોભાલ સ્તબ્ધ થઈ ગયા.

'હૈદર અલીના મનસૂબા દક્ષિણ ભારતના એક પણ રાજાથી છૂપા નહોતા.' ભૈરવી માએ કહ્યું, 'આમ છતાં, ગઝવા-એ-હિન્દને અંજામ આપી શકે એ માટે ફક્ત શૃંગ પૂરતી નહોતી.'

'તો?' અજય ડોભાલના અવાજમાં આતુરતા ભળી.

'તેના જીવનમાં આવેલી એક રહસ્યમય વ્યક્તિએ હૈદર અલીને એવી ગુપ્ત વાત જણાવી હતી, જે સાંભળ્યા બાદ તેની રાતોની ઊંઘ હરામ થઈ ચૂકી હતી!' ભૈરવી મા ધીરે ધીરે સમગ્ર ઇતિહાસને એકતાંતણે ગૂંથી રહ્યાં હતાં, 'એ રહસ્ય પામવા માટે હૈદર અલીએ ત્રાવણકોર રાજ્ય પર વિજય પ્રાપ્ત કરવો જરૂરી હતો.'

'ત્રાવણકોર રાજ્યમાં એવું તે શું હતું, જેની પાછળ હૈદર અલી સઘળું લૂંટાવવા તૈયાર હતો?' અજયે પૂછ્યું.

ભૈરવી મા એટલી આસાનીથી અજયના આ સવાલનો ઉત્તર આપે એમ નહોતાં. એમણે પોતાની મૂળ વાતને આગળ ધપાવતાં જણાવ્યું, 'હૈદર અલી એ વાત જાણી ગયો હતો કે જો શૃંગની સાથોસાથ ત્રાવણકોરમાં છુપાયેલું રહસ્ય પણ તેના હાથમાં આવી જાય, તો બંનેનો ઉપયોગ કરીને તે સમગ્ર ભારત ઉપર ઇસ્લામનો વાવટો ફરકાવવા સક્ષમ બની જાય એમ હતો!'

ભૈરવી માના હોઠ પરથી સરી રહેલા શબ્દોને સૌ કોઈ પાંપણ ફરકાવ્યા વગર સાંભળી રહ્યાં હતાં.

‘બીજી બાજુ, રાજા માર્તંડ વર્માને લાગ્યું કે જો એમના પૂર્વજો પાસેથી પ્રાપ્ત એ રહસ્ય હૈદર અલી જેવા નિર્મમ ઇસ્લામિક શાસકના હાથમાં આવી ગયું, તો ભીષણ નરસંહાર થશે! આથી, સિદ્ધતાંત્રિક મહામહોપાધ્યાય સત્યેન્દ્રનાથ તથા અન્ય મહાયોગીઓને આમંત્રણ આપીને એક રાતે ગર્ભગૃહની બરાબર પાછળના ભાગે આવેલા ભોંયરામાં તેને નાગપાશમ્ તંત્રપ્રયોગ વડે બંધ કરી દેવામાં આવ્યું, જે આજે વૉલ્ટ-બી તરીકે ઓળખાય છે.’

ભૈરવી માએ હવે એ તામ્રપત્ર વાંચવાની શરૂઆત કરી, જેના ઉપર ઈસવીસન ૧૭૫૦માં બનેલો આ ઘટનાક્રમ આલેખાયેલો હતો.

જેમ જેમ તેઓ એ કાળરાત્રિનું વર્ણન કરતાં જતાં હતાં, એમ એમ કુટિરમાં હાજર તમામ લોકોના ચહેરા ઉપર ભયમિશ્રિત હાવભાવ ઝળકવા માંડ્યા.

૬૦

ઈસવીસન ૧૭૫૦

ત્રાવણકોર રાજ્ય

રાજા માર્તંડ વર્મા દિગ્મૂઢ બનીને આખો નજારો જોઈ રહ્યા. એમના અંતરમાં વ્યાપ્ત અજંપો અને અપરાધભાવ હવે વિલીન થઈ ચૂક્યા હતા.

ત્રાવણકોર રાજ્યનું આકાશ કોઈ અદૃશ્ય તાકતોને આહ્‌વાન આપી રહ્યું હોય એમ, મદનાતુર બનીને વરસવા લાગ્યું. કાવેરી નદી બે કાંઠે વહેવા લાગી. પ્રજાના રહેઠાણની બહાર ટંગાયેલાં ફાનસ એકસાથે બુઝાઈ ગયાં! આખા પ્રદેશમાં અંધારપટ છવાઈ ગયો. તમરાં એકાગ્રચિત થઈને શબ્દબ્રહ્મની સાધનાને સફળ બનાવવા માટે યોગદાન આપી રહ્યાં હતાં. સમસ્ત સૃષ્ટિ મહાવિષ્ણુના સંમોહનપાશમાં બંધાઈને મંત્રમુગ્ધ થઈ ચૂકી હતી.

'તત્કાળ ખંડમાંથી બહાર નીકળી જાઓ, મહારાજ!' મહામહોપાધ્યાય સત્યેન્દ્રનાથે સત્તાવાહી અવાજે માર્તંડ વર્માને આદેશ આપ્યો.

સહસા, ખંડમાં કેટલાક ઝેરીલા સરિસૃપોનું આગમન થયું. સત્યેન્દ્રનાથે શા માટે પોતાને ખંડની બહાર ચાલ્યા જવાનો આદેશ આપ્યો, એની પાછળનું

તાત્પર્ય માર્તંડ વર્મા સમજી ગયા. બહારની બાજુ દોટ મૂકી, દ્વાર પાસે ઊભા રહીને તેઓ આખી પ્રક્રિયા જોવા લાગ્યા.

કળશમાંથી ધીરે ધીરે અત્યંત નાના, પરંતુ વિશ્વના સૌથી ઝેરી કહી શકાય એવા સર્પો બહાર આવવા માંડ્યા. મહામહોપાધ્યાય સહિત આઠેય સિદ્ધયોગીઓના દેહ ફરતે એમણે ભરડો લીધો, પરંતુ યોગીઓને તો જાણે કોઈ ફર્ક જ ન પડ્યો હોય એમ એમનાં ચક્ષુ બિડાયેલાં રહ્યાં!

માર્તંડ વર્મા મનોમન સાધકોની સલામતી માટે પ્રાર્થના કરી રહ્યા હતા, પરંતુ તેમને ખ્યાલ હતો કે હવે એ શક્ય નથી. અનંતસંઘના સાધુઓની નિયતિ નક્કી થઈ ચૂકી હતી... મૃત્યુ!

એમની નજર સામે પાષાણદ્વાર આપોઆપ બંધ થવા લાગ્યું.

એ ઘડી આવી પહોંચી!

... અને, એકાએક મહાયોગીઓના દેહ ફરતે વીંટળાઈ ચૂકેલા સર્પોએ દંશ મારવાની શરૂઆત કરી. નાગપાશમ્ મંત્ર પોતાની અસર દેખાડી રહ્યો હતો! સર્પોના અધિપતિની ઇચ્છા નહોતી કે આ વિધિ પૂર્ણ થાય, પરંતુ અનંતસંઘ પોતાનો ઉદ્દેશ્ય પૂરો કર્યા વગર જંપશે નહીં એ સ્પષ્ટ થઈ ચૂક્યું હતું. વર્ષોથી લોહીતરસ્યા હોય એ રીતે સર્પો યોગીઓના દેહમાંથી રક્તપાન કરવા લાગ્યા. નાકનાં ફણગાં, કાનનાં છિદ્રો, આંખના ખૂણાઓ અને મોં વાટે પ્રવેશ મેળવીને વેંત જેવડા સરિસૃપોએ ધીરે ધીરે શરીરનાં આંતરિક અંગો પર આધિપત્ય જમાવ્યું!

બિડાઈ રહેલાં દ્વારની બહાર ઊભા રહીને આ દૃશ્ય નિહાળી રહેલા માર્તંડ વર્માના શરીરમાંથી ભયનું લખલખું પસાર થઈ ગયું. સિદ્ધયોગીઓના શરીર પરની ચામડી કે અંગ સુધ્ધાં પણ ન દેખાય, એટલા બધા સર્પોનો સમૂહ એમને વીંટળાઈ ચૂક્યો હતો. આખા ખંડમાં ફેલાયેલા સેંકડો સર્પોએ મહામહોપાધ્યાય સત્યેન્દ્રનાથને નિશાન બનાવ્યા હોવા છતાં તેઓ પોતાના મૂળ સ્થાનેથી ખસવાનું નામ નહોતા લઈ રહ્યા.

નાગપાશમ્ તંત્રવિધિનું છેલ્લું ચરણ પૂર્ણ થતાં સુધીમાં સાત યોગીઓ સર્પદંશને કારણે મૃત્યુ પામી ચૂક્યા હતા.

એટલામાં, સૃષ્ટિએ સદીઓથી જેમની પ્રતીક્ષા કરી હતી, એમનો પ્રાદુર્ભાવ થયો.

... શ્રી અનંત શેષનાગ!

'नागबंधम् सर्वोपरि ।' મહામહોપાધ્યાયે પોતાની મંત્રવિધિની સફળતા માટે

મહાવિષ્ણુના ચરણોમાં વંદન કર્યાં અને જિહ્વા પર સરિસૃપો સરકતા હોવા છતાં ભાવવાહી સ્વરે જીવનની અંતિમ આરાધના કરી!

शान्ताकारं भुजगशयनं पद्मनाभं सुरेशं
विश्वाधारं गगनसदृशं मेघवर्णं शुभाङ्गम् ।
लक्ष्मीकान्तं कमलनयनं योगिभिर्ध्यानगम्यं
वन्दे विष्णुं भवभयहरं सर्वलोकैकनाथम् ॥

મૃત:પાય સત્યેન્દ્રનાથના ભૌતિક શરીરની ઊર્જા અત્યાર સુધીમાં ખર્ચાઈ ચૂકી હતી. એમના મોંમાંથી સફેદ ફીણ નીકળી રહ્યાં હતાં. દેહ ભૂરો પડી ચૂક્યો હતો. એમના હોઠ પરથી સરી પડેલા શબ્દો કળિયુગના અંતિમ મહાયુદ્ધ માટે દિશાસૂચક પુરવાર થવાના હતા,

'હે પદ્મનાભદાસ માર્તંડ વર્મા... ત્રાવણકોર રાજવંશના મહાન શાસક... મારા સહિત અનંતસંઘના આઠ સિદ્ધયોગીઓએ નાગપાશમ્ તંત્રના ઉપયોગથી, આ ખંડને હંમેશાં માટે અમારી દૈહિક ઊર્જા વડે બાંધી દીધો છે, જેને ફક્ત સિદ્ધગરુડ મંત્રના પ્રયોગથી જ ઉઘાડી શકાશે.

જ્યારે જ્યારે હૈદર અલી જેવા લાલચુ, મોહાંધ અને ક્રૂર શાસકો ત્રાવણકોર પર આક્રમણ કરવાનો પ્રયાસ કરશે, ત્યારે ત્યારે સ્વયં શ્રી અનંત શેષનાગ અને એમના સર્પોની દિવ્ય વિષસેના આવા આક્રાંતાઓને શ્રી અનંતપદ્મનાભસ્વામી મંદિર સુધી પહોંચતાં અટકાવશે. આજથી તું આશ્વસ્ત થઈ જજે... તારા નગરની રક્ષા વર્તમાન ક્ષણથી સ્વયં મહાવિષ્ણુનું ઉત્તરદાયિત્વ ગણાશે!'

સત્યેન્દ્રનાથ ભૂમિ પર ચત્તાપાટ ફસડાઈ પડ્યા,

'આવનારી પેઢીઓને મહાવિધ્વંસમાંથી ઉગારવા માટે અપાયેલું આ બલિદાન કદાપિ વિફળ નહીં જાય. શ્રી અનંતપદ્મનાભસ્વામી કોવિલના આ ભોંયરામાં છુપાવવામાં આવેલા રહસ્યને સુરક્ષિત રાખવા માટે હું યક્ષાધિપતિ કુબેર કુળના યક્ષ અને યક્ષિણીને તૈનાત કરું છું, જેનાનું પ્રમુખ કાર્ય આસુરી શક્તિઓને દૂર રાખવાનું રહેશે.

જે વ્યક્તિ બળપૂર્વક ખંડને ઉઘાડવાનો પ્રયત્ન કરશે, તે નર્કતુલ્ય પીડા ભોગવીને મૃત્યુ પામશે! મહામહોપાધ્યાય વંશનો છેલ્લો વારસદાર જ્યાં સુધી રક્ત-બલિદાન નહીં આપે, ત્યાં સુધી આ સર્પદ્વાર બંધ રહેશે!'

... અને, આ સાથે પાષાણદ્વાર આવનારી કેટલીય શતાબ્દીઓ માટે બંધ થઈ ગયું. તેના પર નાગબંધમ્ આકૃતિ ઊપસી આવી અને ભીતરથી મહામહોપાધ્યાય સત્યેન્દ્રનાથે મહાવિષ્ણુને છેલ્લી વાર પ્રણામ કર્યાં...

यादवेन्द्रकुलदैवम् श्री अनंतशयनम् नमो नमः ।

॥ कालो हि दुरतिक्रमः ॥

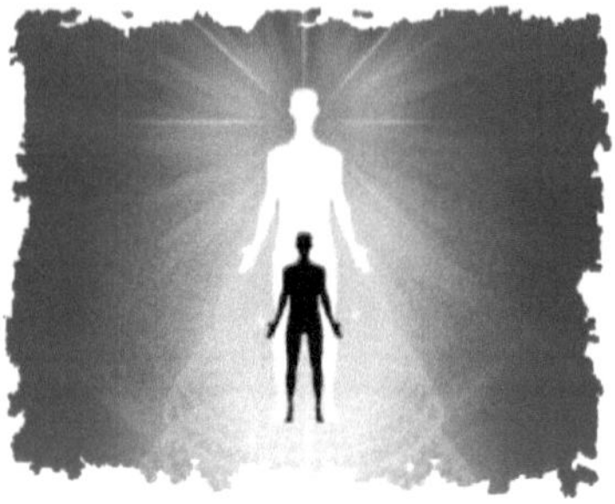

૬૧

વર્તમાન દિવસ
મૈસૂર

'વર્ષ ૨૦૦૦માં શ્રી અનંતપદ્મનાભસ્વામી મંદિર અને ત્રાવણકોર રાજપરિવારના વંશજોની મુલાકાત લીધા પછી હું અને સુમતિ રાજકોટ આવવા નીકળ્યાં.' હેમરાજના માનસપટ પર બે દાયકા પહેલાંની કાળરાત્રિ તરવરી ઊઠી, 'પરંતુ બિલાલના માણસોએ અમને તમિલનાડુ-કર્ણાટકની સરહદ પર સત્યમંગલમ્‌નાં જંગલો પાસે ઘેરી લીધા.'

પાછલી અડધી કલાકથી સુરંગના પથરાળ રસ્તા પર આગળ વધી રહેલો વિવાન પોતાના પિતા સાથે ભૂતકાળમાં બનેલી ઘટનાને એમના વર્તમાન સાથે જોડવાની મથામણ કરી રહ્યો હતો.

'૨૭મા હેર-પિન બેન્ડ પાસે રૉલ્સ રૉયસને અકસ્માત નડ્યો અને આખી ગાડી ભડકે બળવા માંડી...' હેમરાજના ચહેરા ઉપર પીડાના ભાવ ઝળકી ઊઠ્યા.

'પરંતુ મોહમ્મદ બિલાલ શા માટે તમારી પાછળ પડ્યો હતો? એને એવું તે શું જોઈતું હતું?' વિવાને પ્રશ્ન પૂછ્યો.

'એ ચીજ, જેના વડે તે રાષ્ટ્રપતિભવનમાં હુમલો કરવા માટે વિધ્વંસક હથિયાર બનાવી શક્યો.' હેમરાજે ઘટનાના તાણાવાણા જોડ્યા, 'દિનેશ પૂર્ણૈયાના જેકેટ વચ્ચે જે ડિવાઇસ મળ્યું, એ કટિંગ-એજ ઇન્ફ્રા-સાઉન્ડ વેપન હતું, જેનું પ્રૉટો-ટાઇપ ડિવાઇસ રશિયન વૈજ્ઞાનિક વ્લાદિમિર ગોવરુનું હતું!'

'એ જ વૈજ્ઞાનિક, જેણે વર્ષ ૧૯૫૭માં રશિયાના મર્સીલ્સ રીસર્ચ-પ્લાન્ટ ખાતે ઇન્ફ્રા-સાઉન્ડ ડિવાઇસનો પ્રયોગ એના જ એક સાથી પર કર્યો હતો?' વિવાનને એકાએક અજિતાભ પૂર્ણૈયાએ ઉચ્ચારેલી વાત યાદ આવી ગઈ.

'એક્ઝેટલી!' હેમરાજે હોંકારો ભણ્યો, 'ઇસ્લામિક આતંકવાદીઓ ગઝવા-એ-હિન્દના મનસૂબાને પૂરો કરવા માટે ઘણા સમયથી એ પ્રૉટો-ટાઇપ ડિવાઇસને નવા રંગ-રૂપમાં ઢાળવાનો પ્રયત્ન કરી રહ્યા હતા, પરંતુ એનું કદ નાનું કરી શકે એ પ્રકારની કટિંગ-એજ ટેક્નૉલોજી અને ઉપકરણો ઉપલબ્ધ ન હોવાથી એમના હાથ બંધાયેલા હતા.'

'તો પછી તેમના હાથમાં આ ટેક્નૉલોજી વિકસાવવા જેટલાં સંસાધનો કઈ રીતે પહોંચ્યાં?'

'અમારી પાસેથી!' હેમરાજે ઘટસ્ફોટ કર્યો, 'ત્રાવણકોર રાજપરિવારના વંશજ રાજકુમારી ગૌરી લક્ષ્મીબાઈએ એક રહસ્યમય દાબડી આપી હતી, જે સુમતિએ એ રાતે ભાગતી વેળા પોતાની કમર ઉપર રાખી હતી.'

'દાબડીમાં શું હતું?' વિવાનના સ્વરમાં અધીરાઈ ઉમેરાઈ.

'એ તો મને ખબર નથી.' હેમરાજે મશાલના અજવાળામાં કાળજીપૂર્વક ડગ માંડતાં કહ્યું, 'કારણ કે ગૌરી લક્ષ્મીબાઈની સ્પષ્ટ સૂચના હતી કે મહામહોપાધ્યાય વંશાવલિના આખરી વંશજના હાથે જ દાબડી ઊઘડવી જોઈએ. અમારી ગાડીને અકસ્માત નડ્યો એ સમયે બિલાલે સુમતિ પાસેથી એ દાબડી છીનવી લીધી.'

'શું તમને લાગે છે કે ગાડીના અકસ્માત પાછળ બિલાલ કોઈક રીતે જવાબદાર હોય?' વિવાનના સ્વરમાં આક્રોશ હતો.

'કંઈ કહી ન શકાય!' હેમરાજે નિઃસાસો નાંખ્યો, 'ગાડી ભડકે બળતી હતી એ વખતે હું અધમૂઓ થઈને પડ્યો હતો... અને બિલાલને લાગ્યું કે અમે બંને મૃત્યુ પામ્યાં છીએ. સુમતિનું મોટાભાગનું શરીર બળી ચૂક્યું હતું. જો તેને સમયસર સારવાર મળી હોત તો બચાવી શકાય એમ હતી, પરંતુ ત્યાં દૂર દૂર સુધી કોઈ નહોતું જેને હું મદદ માટે પુકાર લગાવી શકું...'

આટલું સાંભળતાં જ વિવાનનાં નાકનાં નસકોરાં ફૂલી ગયાં અને તેણે જોરથી પોતાની મુઠ્ઠી સુરંગની દીવાલ ઉપર મારી. મુઠ્ઠી છોલાઈ અને એના ઉપર લોહીની ટશરો ફૂટી. આંખોમાં લાલાશ સાથે તેણે દાંત ભીંસ્યા, 'પહેલાં મમ્મી અને હવે રિયા! બિલાલ આટલેથી અટકશે નહીં.'

'તેણે જે રીતે રાષ્ટ્રપતિભવનમાં હુમલો કર્યો, એ કંઈ નાનીસૂની ઘટના નથી.' હેમરાજ ઊંડા વિચારમાં ગરકાવ થઈ ગયો, 'બે દાયકાની અંદર પોતાની તમામ તૈયારીઓ પૂરી કરીને એ હવે ભારતને બરબાદ કરવા માટે પાછો ફર્યો છે!'

'આટલાં વર્ષો સુધી તમે એની નજરમાંથી કઈ રીતે બચી શક્યા?' વિવાનના કપાળ પર કરચલીઓ ઊપસી આવી, 'સૌથી મહત્ત્વનો સવાલ. જે દાઝી ગયેલા શબને અમે હેમરાજ આર્યનું શરીર સમજીને અગ્નિદાહ આપ્યો, એ કોનું હતું?'

'કારચાલકનું!' હેમરાજે ઉત્તર વાળ્યો, 'રૉલ્સ રૉયસના પુરુષચાલકની કદ-કાઠી મારા સાથે મેળ ખાતાં હતાં. ઈજાગ્રસ્ત હાલતમાં કારમાંથી બહાર આવીને મેં મારા હાથનું કડું અને વીંટી એના હાથમાં પહેરાવી દીધાં. આમ પણ એનું શરીર એટલી હદે બળી ચૂક્યું હતું કે ઓળખાણ થઈ શકવી સંભવ નહોતી.'

મશાલના અજવાળે તેઓ જેમ જેમ ચાલતાં જતાં હતાં, એમ એમ આગળનો રસ્તો વધુ ને વધુ પથરાળ થવા માંડ્યો હતો.

'સુમતિએ મૃત્યુ પહેલાં મારી પાસેથી વચન લીધું હતું કે તારા ઉપર કોઈ કાળે જોખમ નહીં આવવા દઉં...' હેમરાજ ગળગળો થઈ ગયો, 'એને આખરી અલવિદા કહીને ઘણા મહિનાઓ સુધી હું મારું લૉકેશન સતત બદલતો રહ્યો, જેથી મારી વાસ્તવિકતા અંગે કોઈને જાણ ન થાય. મને એ વાતની ખાતરી હતી કે સમય આવ્યે શ્રી અનંતપદ્મનાભસ્વામી તને જરૂર પોતાની પાસે બોલાવશે!'

વિવાન ચોંક્યો, 'તમને આ અંગે શી રીતે ખબર?'

'સુધીર બાબા!' હેમરાજની આંખોમાં ચમક પથરાઈ, 'તું એ ભૂલી રહ્યો છે કે તારા દાદા સ્વયં એક મહાતાંત્રિક હતા. પોતાનું આખું જીવન એમણે અલભ્ય મહાવિદ્યાઓ અને સિદ્ધિઓ પ્રાપ્ત કરવામાં વિતાવ્યું. ભૂતકાળમાં એમણે પણ અનેક આપત્તિઓ સામે લડીને લાખો લોકોના પ્રાણ બચાવ્યા હતા, પરંતુ એ વિશે ફરી ક્યારેક વાતો કરીશું. હાલ પૂરતું એટલું જાણી લે કે બાબાએ જ મને અને સુમતિને તિરુઅનંતપુરમ્ ખાતે મોકલ્યાં હતાં.'

'તો શું બાબાને મારા અંતિમ મહામહોપાધ્યાય હોવા અંગે પહેલેથી જ જાણ હતી?' વિવાને અચંબિત થતાં પૂછ્યું.

'બિલકુલ!' હેમરાજે ડોકું ધુણાવ્યું, 'તારા જન્મ સમયે જ એમણે ભવિષ્યવાણી કરી દીધેલી કે મહામહોપાધ્યાય વંશનું છેલ્લું સંતાન જન્મ લઈ ચૂક્યું છે, જે કળિયુગના અંતિમ મહાયુદ્ધમાં અગત્યની ભૂમિકા ભજવશે! અને એટલે જ એમણે શ્રી અનંતપદ્મનાભસ્વામી મંદિરના વૉલ્ટ બીમાં છુપાવવામાં આવેલી અષ્ટ-સિદ્ધિને સુરક્ષિત રાખવાની જવાબદારી અમને સોંપી હતી, જેથી સમય આવ્યે તું એને પ્રાપ્ત કરી શકે.'

વિવાનના પગ થાંભલો થઈ ગયા... તેના રોમેરોમમાં લખલખું પસાર થઈ ગયું, 'તો શું શ્રી અનંતપદ્મનાભસ્વામી મંદિરના એ ભોંયરામાં ત્રીજી અષ્ટ-સિદ્ધિ છે? બિલાલ અષ્ટ-સિદ્ધિનો ઉપયોગ કરીને કયા આતંકવાદી ષડયંત્રને અંજામ આપવા માંગે છે?'

વર્તમાન દિવસ
કોઇમ્બતૂર

'અષ્ટ-સિદ્ધિ?' અજય ડોભાલે ભૈરવી મા સામે વ્યંગાત્મક સ્મિત આપ્યું, 'મહામહોપાધ્યાય સત્યેન્દ્રનાથ? નાગપાશમ્ તંત્રપ્રયોગ? મને મૂર્ખ સમજો છો?'

ભૈરવી માનો સપાટ ચહેરો જોઈને તેઓ ફરી ગંભીર થઈ ગયા.

'આ સ્ક્રૉલમાં લખાયેલી ૧૭૫૦ની સાલની ઘટના અને અષ્ટ-સિદ્ધિને રાષ્ટ્રપતિ ભવનમાં થયેલા નરસંહાર સાથે શું લેવાદેવા? મને તો આટલું જાણવામાં જ રસ છે!' અજયે નિઃસ્પૃહભાવે કહ્યું.

'એ અષ્ટ-સિદ્ધિનો એક અંશ આજથી બે દાયકા પહેલાં બિલાલ પાસે પહોંચી ગયો હતો!' ભૈરવી માએ મૂળ મુદ્દા પર પરત ફરતાં કહ્યું, 'જેની મદદથી તેણે એક વિધ્વંસક ઇન્ફ્રા-સાઉન્ડ ડિવાઇસ તૈયાર કર્યું. બહુ જ લાંબા

ગાળાનું આયોજન કરીને તેણે હળવે હળવે રાષ્ટ્રપતિ ભવનમાં પોતાનું આખું નેટવર્ક તૈયાર કર્યું.'

ભૈરવી માને રાષ્ટ્રપતિ ભવનમાંથી મળેલી કટિંગ-એજ ટેક્નોલૉજી અંગે જાણ છે, એ વાતનું આશ્ચર્ય છુપાવવાનો પ્રયત્ન કરી રહેલા અજયે કહ્યું, 'અજિતાભ પૂર્ણૈયાના જેકેટમાંથી જે ડિવાઇસ મળ્યું, એ કોઈ અત્યાધુનિક હાઈ-એન્ડ ઇન્ફ્રા-સાઉન્ડ ડિવાઇસ છે, જેને બનાવવાનું ગજું આતંકવાદીઓ પાસે નથી!'

'પહેલી વાત તો એ કે ડિવાઇસમાંથી જે અજ્ઞાત ધાતુ મળી છે, એ ત્રેતાયુગના સમયની છે...' ભૈરવી માએ દૃઢતા સાથે કહ્યું, 'અને બીજું એ કે તમને જેનો મૃતદેહ મળ્યો, એ અજિતાભનો નહીં પરંતુ એના સગા જોડિયા ભાઈ દિનેશ પૂર્ણૈયાનો છે!'

અજય ડોભાલ તાળીઓ પાડતાં પાડતાં ખડખડાટ હસી પડ્યા. એમણે આસિસ્ટન્ટ અમિત સામે જોઈને કહ્યું, 'હું કહી રહ્યો હતો ને કે આ બાઈ ધૂતારી છે! ધર્મના નામે કરોડો ભક્ત ઊભા કર્યા છે, પણ અક્કલ બે બદામની નથી! નેશનલ સિક્યોરિટી એડ્વાઇઝરને અવળા રસ્તે ચડાવવાની કોશિશ કરી રહી છે તું?'

આ તુંકારો સાંભળીને સાધ્વી મા અને મનસ્વી સમસમી ગયાં. જો ભૈરવી માનો આદેશ ન મળ્યો હોત, તો અત્યાર સુધીમાં બંનેએ પોતાનો પરચો દેખાડી દીધો હોત!

'આ બાઈને અત્યારે જ ગિરફ્તાર કરીને હેડ-ક્વાર્ટર લઈ લે, અમિત!' અજય ડોભાલે કરડાકીભર્યા અવાજે કહ્યું, 'વડાપ્રધાનને જવાબ આપવો પડે તો હું સંભાળી લઈશ. હેડ-ક્વાર્ટરમાં આને ચાર થપ્પડ પડશે, એટલે પોપટની જેમ બધું બોલવા માંડશે..'

આટલું કહીને તે જેવો પાછળ ફરીને બહાર નીકળવા જાય, ત્યાં જ...

'અજય...' ભૈરવી માએ એમને ઘેરો સાદ નાંખ્યો.

મિસ્ટર ડોભાલના પગ જમીન સાથે ચોંટી ગયા. કોઈ અજ્ઞાત શક્તિએ એમને અદૃશ્ય બંધનમાં જકડી લીધા હોય એમ તેઓ સ્થિર થઈ ગયા. બંને પગ હચમચાવીને આગળ વધવા માટે એમણે ખૂબ જોર લગાવ્યું, પણ વ્યર્થ!

આ જોઈને અમિત, સાધ્વી મા અને મનસ્વીનાં મોં ખૂલી ગયાં. તેઓ એક એવી ક્ષણના સાક્ષી બનવા જઈ રહ્યા હતા, જેના વિશે આજ સુધીમાં તેમણે લોકવાયકા જ સાંભળી હતી.

ભૈરવી મા ધીમા ડગ ભરતાં ભરતાં અત્યંત શાલીનતાપૂર્વક અજય ડોભાલની બરાબર સામે આવીને ઊભાં રહી ગયાં. રાષ્ટ્રીય સુરક્ષા સલાહકારની આંખો ફાટી ચૂકી હતી. એમને સમજાઈ નહોતું રહ્યું કે તેઓ સ્વપ્ન જોઈ રહ્યા છે કે વાસ્તવિકતા?

તદ્દન નિર્લેપભાવે ભૈરવી માએ એમના જમણા હાથનો અંગૂઠો અજય ડોભાલના કપાળની બરાબર મધ્યમાં મૂક્યો.

... એ સાથે જ, અજય ડોભાલના આખા શરીરને કોઈકે અત્યંત બળપૂર્વક હવામાં દૂર ફંગોળ્યું હોય એમ એમનો આત્મા દેહમાંથી અલગ થઈ ગયો!

ત્યાં કક્ષમાં હવે બે અજય ડોભાલ મોજૂદ હતા... એક સશરીર નિશ્ચેતન અને બીજા હલનચલન કરી રહેલો ધુમ્મસ સમો આત્મા!

ભૈરવી માએ પોતાની કુંડલિની ઊર્જાનો ઉપયોગ કરીને અજય ડોભાલના સ્થૂળ શરીર અને સૂક્ષ્મ શરીરને અલગ કરી નાંખ્યાં હતાં. એમના મુખમાંથી સૃષ્ટિના અત્યંત ગુપ્ત, લુપ્ત અને રહસ્યમય મંત્રોચ્ચાર સ્ફુર્યા,

कालो न जानाति तव जननम्
कालो न जानाति तव समापनम् ।

दृष्टो मया तव महाकारः
योगेश्वरः काल काल ॥

'સ્વયં કાળને પણ આપના આરંભ અને અંત જ્ઞાત નથી, એવા હે મહાકાળ... મેં આપનું મહાકાર સ્વરૂપ નિહાળ્યું છે! હે યોગેશ્વર, આપ જ સમય અને મૃત્યુના નિયંત્રક છો!'

જગતજનની આદિ મહામાયાએ સ્વયં શિવને આદેશ આપ્યો હોય એવી રીતે, બંધ નેત્રો સાથે ભૈરવી માએ મહાકાળને એમનું કાર્ય સોંપ્યું. મંત્રોચ્ચાર પૂર્ણ થતાંની સાથે જ અજય ડોભાલ સમયનાં વહેણમાં ઊંધા તણાઈને વીસ વર્ષ પહેલાંના એ ભૂતકાળમાં પહોંચી ગયા, જ્યાંથી આ સમસ્ત ઘટનાની શરૂઆત થઈ હતી. પળવારમાં તો એમની નજર સમક્ષ સત્યમંગલમ્‌નાં જંગલો, સુમતિ-હેમરાજ, બિલાલના હાથમાં રહેલી દાબડી, ત્રણ વર્ષ પહેલાંનું હેલિકૉપ્ટર-ક્રેશ, દિનેશ પૂર્ણૈયાનું જીવિત બચી જવું અને અજિતાભ પૂર્ણૈયા સાથેની અદલાબદલી સહિતનાં તમામ દશ્યો ફરી વળ્યાં.

ઘડીના છઠ્ઠા ભાગની અંદર તેણે વીસ વર્ષોનું જીવન જોઈ લીધું! અલગ અલગ કાળખંડમાં બનેલી ઘટનાઓ તેના આત્માએ નિહાળી... તત્પશ્ચાત્,

એકાએક વીજળીનો તીવ્ર ઝાટકો લાગ્યો હોય એવી રીતે તેનો આત્મા ભૈરવી માની સામે ઊભેલાં નિશ્ચેતન દેહમાં આવીને પુનઃ સમાઈ ગયો!

અજયની ડોક પાછળની તરફ ઝાટકો ખાઈ ગઈ. સમસ્ત દેહમાં અકલ્પનીય ધ્રુજારી સાથે રુધિર ફરી દોડવા માંડ્યું. ત્રણેક મિનિટ સુધી તેઓ ફક્ત હાંફતા રહ્યા. ગરમ થઈ ગયેલા દેહમાંથી પરસેવો છૂટવા માંડ્યો. શિથિલતા ઓછી થતાં જ ઠંડા પડી ચૂકેલાં હાથ-પગ સાથે તેઓ સીધા ભૈરવી માના ચરણોમાં લાંબા થઈ ગયા.

'મા...' સુકાઈ ગયેલા હોઠ ઉપર જીભ ફેરવતાં ફેરવતાં તેમણે કહ્યું, 'મ... મને માફ કરી દો! તમે સાચાં હતાં..'

પાનખરમાં ખરી પડવાની તૈયારી કરતાં પર્ણોની માફક એમનું આખું શરીર કંપન કરી રહ્યું હતું. ભલભલા મહાનુભાવો શા માટે ભૈરવી માના ચરણોમાં મસ્તક ઝુકાવતાં હતાં, એની પાછળનું વાસ્તવિક કારણ હવે એમણે ખુદ અનુભવી લીધું હતું.

વર્તમાન દિવસ

મૈસૂર

'વર્ષો સુધી ભટક્યા બાદ મને અગસ્ત્ય મૂર્તિના રહસ્ય અંગે જાણ થઈ.' બંધિયાર સુરંગની ગરમીને કારણે હેમરાજના કપાળ પરથી પરસેવાના રેલા નીતરી રહ્યા હતા, જેની પરવા કર્યા વગર તે ઝડપથી ચાલી રહ્યો હતો. આ ઉંમરે પણ તેની સ્ફૂર્તિ કાબિલેદાદ હતી.

વિવાને પોતાના ભારે બેગ સામે નજર કરી. અગસ્ત્ય મૂર્તિ એમાં સચવાયેલી હતી.

'વર્ષો પહેલાં ટીપૂ સુલતાનના શ્રીરંગપટ્ટનમ્ ખાતેના દરિયાદૌલત બાગના ભંડકિયામાં આ મૂર્તિ રાખવામાં આવી હતી, જેના ઇતિહાસ અંગે કોઈને જાણ નહોતી.' હેમરાજે વાત આગળ વધારી, 'આથી મૂર્તિને પ્રદર્શનમાં રાખવી સંભવ

નહોતી. આજથી પાંચ વર્ષ પહેલાં મેં મૂર્તિની ચોરી કરી અને ગુપચુપ રીતે તેને મૈસૂર પેલેસમાં લઈ આવ્યો.'

'તો તમે પાંચ વર્ષથી મૈસૂરમાં જ છો?' વિવાને પૃચ્છા કરી.

'હા...' એકસાથે કેટકેટલી ઘટનાઓ હેમરાજના મગજમાં તાજી થવા માંડી હતી, 'મેં અહીં સામાન્ય સફાઈ કામદાર તરીકેની નોકરી લઈ લીધી. સમય આવ્યે અગસ્ત્ય મૂર્તિને તારા સુધી પહોંચાડવા માટે કેટલીક વ્યવસ્થાઓ કરી, જેમાં રેડિયમની ગોઠવણ પણ સામેલ હતી.'

'તો અજિતાભ પૂર્ણૈયાને આ મૂર્તિનો પત્તો ક્યાંથી મળ્યો?'

'અજિતાભ તારા વિશે બધું જ જાણતો હતો.' હેમરાજે ચોંકાવનારી વિગત આપી, 'ટીપુ સુલતાન સાથે જોડાયેલા હોવાને કારણે પૂર્ણૈયા પરિવાર ઉપર મારી કડક નજર રહેતી. દિનેશના ગાયબ થયા બાદ મેં અજિતાભને અગસ્ત્ય મૂર્તિની સચ્ચાઈ જણાવી અને સાથોસાથ સરનામું પણ!'

'ટીપુ... ટીપુ... ટીપુ...!' વિવાન અકળાયો, 'આખરે આ ટીપુને શું જોઈતું હતું? શા માટે તમામ રહસ્યોનું મધ્યબિંદુ ટીપુ સુલતાન છે?'

'... કારણ કે એ ટીપુ જ હતો, જેણે ત્રેતાયુગના એ મહાવિધ્વંસક રહસ્યને હાંસલ કરવાનો પ્રયત્ન કર્યો હતો!' હેમરાજે મોંમાં તરી આવેલી કડવાશ થૂંકી કાઢી, 'એ ટીપુ જ હતો, જેને શ્રીપદ્મનાભસ્વામી મંદિરના વૉલ્ટ બીમાં છુપાયેલી અષ્ટ-સિદ્ધિ અંગે જાણ થઈ હતી! હું તને વિગતે વાત કરું, સાંભળ...'

અંધારામાં સાવચેતીપૂર્વક ડગ માંડતાં માંડતાં હેમરાજના સ્મરણપટ પર ૧૮મી સદીના અંતકાળમાં બની ગયેલો ભૂતકાળ ઊપસી આવ્યો. ડુંગળીના પડની માફક રહસ્યોનાં આવરણો વારાફરતી ઉકેલાવાની શરૂઆત થઈ.

૬૨

ઈસવીસન ૧૭૯૦
ત્રાવણકોર રાજ્યની સરહદ

'પાદશાહ-એ-હિંદ, સેના વિખરાઈ રહી છે!' સેનાધ્યક્ષે ચિંતાતુર અવાજે કહ્યું, 'અડધાથી વધુ સૈનિકો યા તો ઘાયલ છે અથવા મૃત્યુ પામી ચૂક્યા છે. આવી હાલતમાં ત્રાવણકોર સાથેનું યુદ્ધ ચાલુ રાખવું એ મૃત્યુને આમંત્રણ આપવા બરાબર છે.'

મોં સુધી પહોંચીને બે ઘડી રોકાઈ ગયેલા હાથે તાજા શેકાયેલા માંસનો છેલ્લો ટુકડો થાળીમાં પાછો મૂકી દીધો. સેનાધ્યક્ષની ચેતવણીને નજરઅંદાજ કરતાં ટીપુ સુલતાને રક્ત અને તેલથી લથબથ આંગળીઓને વારાફરતી ચાટવાની શરૂઆત કરી! તેની સામે ઊભેલો નોકર સુલતાનનો ઇશારો સમજી ગયો હોય તેમ તેણે થાળી ઉઠાવી. તેમાં પડેલો માંસનો ઠંડો થઈ ગયેલો ટુકડો તંબુની બહાર ચોકીપહેરો ભરી રહેલા ડાઘિયા કૂતરા તરફ ફેંકીને તેણે રસોઈ-તંબુ તરફ ચાલતી પકડી.

સેનાનાયક ટીપુ સુલતાનના લાળ નીતરતા હોઠને જોઈ રહ્યા. તેનું વર્તન

અતિશય બીભત્સ જણાતું હતું. તંબુથી થોડે જ દૂર રંધાઈ રહેલા ગૌમાંસની તીવ્ર ગંધ તેના નાક સુધી પ્રસરી આવી.

'જમાલ મિયાં... ફિલહાલ તો તમે આ લઝીઝ દાવતનો લુત્ફ ઉઠાવો!' ટીપુએ સેનાધ્યક્ષ જમાલ બૈગને ઇશારો કરીને પોતાની બાજુમાં બેસવાનું આમંત્રણ આપ્યું, 'ત્રાવણકોર રાજ્ય હવે હાથવેંત છેટું છે. ત્યાંના રાજવી ધર્મરાજા કાર્તિક તિરૂનલ રામ વર્માએ મારા પગનાં તળિયાં ચાટવાં જ પડશે. સૈનિકોનું કામ જ મરવાનું છે, એમને મરવા દો! આપણે કાલે સવારે જંગ જીતી ગયા હોઈશું!'

જમાલ બૈગ પાદશાહની આંખોમાં ડોકાતી ક્રૂરતા જોઈને હચમચી ગયો. ટીપુની મોટી કીકીઓમાં પ્રતિબિંબ પામતું ઘેરું અંધકારમય આકાશ આજે વધારે કાળુંડિબાંગ દેખાતું હતું. ત્રાવણકોર રાજ્યના તાબા હેઠળના પ્રદેશ - ક્રાંગાનુર - ખાતેના બે કિલ્લાઓ ઐકોટ્ટા અને પેરુર પર ફતેહ મેળવ્યા બાદ ટીપુ હવે અલુવા નદીના કાંઠા સુધી પહોંચી ગયો હતો. બસ એક જ દિવસનો ખેલ બાકી હતો! આવતીકાલની સવારે ત્રાવણકોર રાજ્ય પણ ટીપુની સલ્તનતનો હિસ્સો બની જવાનું હતું!

અલબત્ત, આ જીત ટીપુ માટે સરળ તો નહોતી જ રહી! અસંખ્ય નગરો અને સલ્તનતો પર આધિપત્ય જમાવી ચૂકેલા ટીપુને ત્રાવણકોર જીતવા માટે લોઢાના ચણા ચાવવા પડ્યા હતા. ફક્ત ટીપુ સુલતાન જ નહીં, પરંતુ એના અબ્બુ હૈદર અલીએ પણ વર્ષ ૧૭૬૭માં ત્રાવણકોરને મૈસૂર સલ્તનતનો ભાગ બનાવવા માટે ખૂબ મહેનત કરી હતી... જોકે, એ સમયે એમના હાથમાં નિષ્ફળતા સિવાય બીજું કશું આવ્યું નહોતું.

... પણ ઊંડા વિચારોમાં ગરકાવ થઈ ગયેલા ટીપુને ત્રાવણકોર રાજ્યમાં કોઈ રસ નહોતો! એને તો જોઈતું હતું શ્રી અનંતપદ્મનાભસ્વામીના વૉલ્ટ-બીમાં ધરબાયેલું એ સદીઓ જૂનું રહસ્ય, જેની મદદ વડે તે **ગઝવા-એ-હિન્દ** કરી શકવા સક્ષમ બનવાનો હતો!

વડિયર રાજપરિવાર અને સમગ્ર દક્ષિણ ભારતનાં રાજ્યોને ઇસ્લામિક શાસન હેઠળ લાવ્યા બાદ ટીપુની આંખમાં એકમાત્ર હિંદુ રાજ્ય - ત્રાવણકોર - કણાની માફક ખૂંચતું હતું. માતેલા સાંઢની જેમ હવે તેનું ધ્યેય ત્રાવણકોરના હિંદુઓને ઇસ્લામ અંગિકાર કરાવીને લીલો વાવટો ફરકાવવાનું હતું. માલાબાર પ્રદેશના ૧ લાખથી વધારે હિન્દુ અને ૭૦ હજારથી વધારે ખ્રિસ્તીઓને જબરદસ્તી ગૌમાંસ ખવડાવી, સુન્નત કરાવી, મુસ્લિમ ધર્મ અંગિકાર કરાવ્યા

બાદ ત્રાવણકોરનાં પ્રાચીનતમ મંદિરો તોડવાના મનસૂબા સાથે તેણે આગેકૂચ કરી હતી. કૂર્ગનાં ૬૦૦ જેટલાં મંદિરોને તો તે પહેલેથી જ ધ્વસ્ત કરી ચૂક્યો હતો!

હિન્દુ નગરોનાં નામ બદલીને તેને ઇસ્લામિક ઓળખાણ આપવાનું ટીપુને ગજબનાક ઘેલું હતું. બ્રહ્મપુરીમાંથી સુલતાનપેટ, કેલ્લિકોટમાંથી ફારૂકાબાદ, ચિત્રદુર્ગમાંથી ફારૂક યાબ હિસ્સાર, કૂર્ગમાંથી ઝાફરાબાદ, દેવનહલ્લીમાંથી યુસુફાબાદ, કૃષ્ણગિરીમાંથી ફેલ્ક-ઇલ-આઝમ, શ્રીરંગપટ્ટનમ્‌માંથી ઐમુન અને મૈસૂરને તેણે નઝરાબાદ નામ આપી દીધું હતું!

હિન્દુઓ તેના માટે કાફિર હતા અને બ્રિટિશર્સ ખ્રિસ્તીઓ! એમાં પણ ખાસ કરીને દક્ષિણ ભારતીય નાયર વંશના લોકો તેના સૌથી મોટા દુશ્મનો હતા, કારણ કે એમણે ઇસ્લામનો અંગિકાર કરવાની મનાઈ ફરમાવી દીધી હતી. આથી જ, જંગલોમાં શોખ માટે કરવામાં આવતા શિકારની માફક ટીપુ સમય-સમય પર નાયર વંશના બાળકો અને સ્ત્રીઓનું અપહરણ કરાવી એમને શ્રીરંગપટ્ટનમ્ ખાતે લઈ આવતો. એમાંથી કેટલીક કુંવારી સ્ત્રીઓને તે વિદેશી ડચ જાતિના વેપારીઓને વેચી મારતો અને બાકીનાઓને પોતાના બંધક બનાવી આખી જિંદગી એમની પાસે ગુલામી કરાવતો!

ત્રાવણકોર રાજ્ય તેની આંખમાં ખૂંચવાનાં પ્રમુખ કારણોમાંનું એક હતું, આ નાયર લોકો! જેમણે માલાબારથી ભાગીને ત્રાવણકોર રાજવી ધર્મરાજા કાર્તિક તિરૂનલ રામ વર્માની શરણાગતિ સ્વીકારી લીધી હતી. લગભગ ૩૦ હજાર જેટલા બ્રાહ્મણોનું સ્થળાંતર કરાવવામાં ત્રાવણકોરના રાજા સફળ રહ્યા હતા. ધર્મરાજાએ એમને પોતાના રાજ્યમાં તમામ સુખ-સગવડો અને અધિકાર આપ્યા, એ વાત ટીપુથી હજમ નહોતી થતી. અસંખ્ય લોકોનો નરસંહાર કર્યા બાદ હજુ પણ તે ધરાયો નહોતો. ગઝવા-એ-હિન્દનું ભૂત તેની અંદરની માનવતાનો વધ કરી ચૂક્યું હતું. પોતે ઇસ્લામનો મસીહા બનીને અવતર્યો છે, એવી ભ્રમણા તેના મગજમાં દિવસે ને દિવસે વધુ દૃઢ બનતી જતી હતી.

અત્યાર સુધીમાં કુલ ૮૦૦૦થી વધુ મંદિરોને તોડી પાડ્યાં બાદ ટીપુએ એમાંથી કેટલાય મણ સોનું, ચાંદી, તાંબુ, પિત્તળ અને અસંખ્ય કીમતી પ્રતિમાઓની લૂંટ મચાવી હતી. શ્રી અનંતપદ્મનાભસ્વામી મંદિરને લૂંટવા પાછળ તેના રહસ્યની સાથોસાથ ત્યાંનાં જુદાં જુદાં તહખાનાંઓમાં સંઘરી રાખવામાં આવેલું દેવદ્રવ્ય અર્થાત્ કીમતી ખજાનો ચોરી જવાનો મનસૂબો પણ સામેલ હતો.

થાળીમાં પાણી વડે હાથ ધોયા પછી ટીપુએ નજીક પડેલા હુક્કાની નળીને પોતાના સૂકાભઠ્ઠ હોઠ વચ્ચે મૂકી. તંબુની બહાર દૂર અંધારામાં પણ સ્પષ્ટપણે

દેખાતી ત્રાવણકોરની નગરજ્યોતને તે પોતાના મોંમાંથી છૂટી રહેલી આછી ધૂમ્રસેરની આરપાર તાકી રહ્યો હતો.

'અહીંયાં સુધી પહોંચવા માટે મેં કેટલી કુરબાનીઓ આપી છે, એના વિશે તું શું જાણે જમાલ?' ટીપુએ હુક્કો પીતાં પીતાં કહ્યું, 'કેટકેટલા જખ્મો મારા શરીરે વેઠ્યા છે! આખી જિંદગી અબ્બાજાનને હું નફરત કરતો રહ્યો, કારણ કે એમના મતે હું લાયક ઔલાદ નહોતો. છેક એમના ઇંતકાલ સુધી હું સમજી ન શક્યો કે તેઓ મને મારા અંતિમ લક્ષ્ય માટે તૈયાર કરી રહ્યા છે... શું છે એ અંતિમ લક્ષ્ય, જાણે છે?'

એકીટશે ટીપુ સામે તાકી રહેલા જમાલે ડોકું ધુણાવીને ના પાડી.

'અષ્ટ-સિદ્ધિની પ્રાપ્તિ!' ટીપુએ રહસ્યોદ્‌ઘાટન કર્યું, 'જે કામ મહેમૂદ ગઝનવી ન કરી શક્યો, એ કામ મારા અબ્બા હૈદર અલીએ પૂરું કરવાનો નિર્ધાર કર્યો હતો... પરંતુ અસંખ્ય પ્રયાસો પછી પણ તેઓ વાસ્તવમાં એ અષ્ટ-સિદ્ધિનો નાનકડો અંશમાત્ર જ મેળવી શક્યા.'

એટલું કહીને ટીપુએ પોતાની બાજુમાં પડેલા પિટારામાંથી એક રણશિંગું કાઢ્યું. જમાલે ભૂતકાળમાં ઘણી વખત શ્રીરંગપટ્ટનમ્‌ના દરિયાદૌલત બાગ ખાતે આ શૃંગ વડે નિર્મમ નરસંહાર થતો જોયો હતો. અસંખ્ય હિંદુઓને હાથીઓના પગ તળે કચડાતાં ને ચગદાતાં તેણે પોતાની સગી આંખે જોયાં હતાં. આજ દિન સુધી તે નહોતો સમજી શક્યો કે આ રણશિંગુમાં એવી તે કઈ તાકાત છે, જેની મદદથી ટીપુ આટલો ભયંકર વિધ્વંસ કરી શકતો! તેને તો બસ એટલો ખ્યાલ હતો કે જ્યારે જ્યારે ટીપુ શૃંગનો ઉપયોગ કરવાનો હોય, ત્યારે ત્યારે એમના કાને કોઈ પોચી ધાતુનાં ભૂંગળાં ભરાવી દેવામાં આવતાં!

'જ્યાં સુધી વિષ્ણુમંદિરના એ તહખાનામાં છુપાવવામાં આવેલી અષ્ટ-સિદ્ધિ મારા હાથમાં નહીં આવે, ત્યાં સુધી ગઝવા-એ-હિન્દનું મારું સ્વપ્ન સાકાર નહીં થાય!' ટીપુએ વાત આગળ ધપાવી, 'પરવરદિગાર સમાન મારા મૌલવીસાહેબે મને અષ્ટ-સિદ્ધિનું રહસ્ય જણાવ્યું, એ માટે હું આજીવન એમનો આભારી રહીશ.'

જમાલને સમજાયું નહીં કે ટીપુ કયા મૌલવી સાહેબની ચર્ચા કરી રહ્યો છે! તેને એટલી જ જાણ હતી કે પાદશાહના ખ્વાબમાં દર અઠવાડિયે એક લાંબી સફેદ દાઢી ધરાવતાં મૌલવી સાહેબ દીદાર આપે છે, પરંતુ તેઓ વાસ્તવમાં મનુષ્ય હતા કે પછી ફક્ત એક આભાસ... કોઈ જાણતું નહોતું.

ટીપુએ આંખો બંધ કરી દીધી. નાનપણનાં અનેક કષ્ટદાયક સંસ્મરણો તેનાં મગજને ઘેરી વળ્યા, 'અબ્બુની આખરી તમન્ના હું પૂરી કરીશ! દંડકારણ્યમાં શરૂ થયેલી એ ગાથાનું અંતિમ પ્રકરણ નૈમિષારણ્યમાં જ લખાશે. યાદવેન્દ્રકુલદૈવમ્ અનંતશયનમ્ ખંડિત થઈને રહેશે!'

૬૩

વર્તમાન દિવસ

મૈસૂર

'એ મૌલવી સાહેબ કોણ હતા, જે ટીપુ સુલતાનના સ્વપ્નોમાં આવતા હતા?' વિવાને ઊંડો શ્વાસ ફેફસાંમાં ભરતાં પૂછ્યું.

'શુક્રાચાર્ય!' હેમરાજે ઘટસ્ફોટ કર્યો.

નેવું ડિગ્રી પર ઝાટકો ખાઈ ગયેલી વિવાનની ડોક હેમરાજ સામે સ્થિર થઈ ગઈ. વિસ્ફારિત આંખો અને શ્વાસોચ્છ્વાસની વધી ગયેલી ગતિ સૂચવતાં હતાં કે તેને બહુ મોટો આઘાત લાગ્યો છે!

'ગયા વર્ષે આટઆટલું ભોગવીને આવ્યા પછી તને આ વાતનું આશ્ચર્ય ન થવું જોઈએ, વિવાન!' હેમરાજે ખોંખારો ખાતાં કહ્યું, 'અફઘાની લૂંટારા સાથેના ટીપુ અને હૈદર અલીના લોહીના સંબંધ હતા. શુક્રાચાર્ય જે આરબ ભૂમિ એટલે કે જિમાની ખીણના એ મકબરામાંથી પાંચમી સદીમાં પુનઃજાગૃત થયા, ત્યાંથી જ તો આ સમગ્ર વિધ્વંસગાથાની શરૂઆત થઈ હતી!'

'પણ હૈદર અને ટીપુ તો ભારતીય નહોતા?' વિવાન હજુ પણ સ્તબ્ધ હતો.

'બિલકુલ નહીં.' ગહન વિચારોમાં ગરકાવ થઈ ગયેલા હેમરાજે જવાબ આપ્યો, 'હૈદર અલીના પૂર્વજો અરબી હતા. આરબ ભૂમિ પર થયેલા નવાયત મુસ્લિમોનો તે વંશજ હતો! તેના અત્યંત ગરીબ અને નિર્ધન પરદાદા નોકરીની ખોજમાં પંજાબથી દક્ષિણ ભારત આવ્યા તથા બાદમાં ત્યાં જ વસી ગયા. મારા સંશોધન મુજબ કાલાતીત કલ્પાંતનું આ વિષચક્ર હૈદર અલીના જન્મ અગાઉથી જ શરૂ થઈ ચૂક્યું હતું!'

'આટલું ખાતરીપૂર્વક તમે શી રીતે કહી શકો?'

'આપણા પૂર્વજ મહામહોપાધ્યાય મત્સ્યેન્દ્રનાથે પાંચમી સદીમાં મૃત્યુ પહેલાં અનંતનાથને સોંપેલી જવાબદારી યાદ છે?' હેમરાજે વિવાનને સામો પ્રશ્ન કર્યો.

'હા!' વિવાનની નજર સમક્ષ ફરી એક વખત દુબઈની જિમાની ખીણનાં દશ્યો તરી આવ્યાં, 'શુક્રયંત્રની રક્ષાની જવાબદારી અનંતનાથને સોંપવામાં આવી હતી.'

'ખરું.' હેમરાજે મશાલના અજવાસ વડે અંધકારને ભેદતાં કહ્યું, 'મહામહોપાધ્યાય અનંતનાથે પોતાના જીવનકાળના અંત સમયે અનંતસંઘની રચના કરી, જેમાં આર્યાવર્તના મહાનતમ તાંત્રિકો અને અઘોરીઓ સામેલ હતા. અનંતનાથના પાંચ દીકરાઓના ખભે અનંતસંઘના નેતૃત્વ અને સનાતન સંસ્કૃતિના પુનરુત્થાનની જવાબદારી સોંપવામાં આવી.'

હેમરાજના મોઢામાંથી નીકળતો એક પણ શબ્દ ચૂકી ન જવાય એટલા ધીમે ડગલે વિવાન આગળ વધી રહ્યો હતો.

'અનંતનાથના ચાર દીકરાઓ પોતપોતાની ટુકડીઓના સિદ્ધયોગીઓ સાથે દક્ષિણ ભારત, ઉત્તર ભારત, મધ્ય ભારત અને પૂર્વ ભારતમાં સ્થાયી થયા... જ્યારે એક દીકરો અનંતનાથની સાથે પશ્ચિમ ભારત અર્થાત્ સોમનાથની ભૂમિ ઉપર સ્થાયી થયો. અગિયારમી સદીમાં સોમનાથમાં થઈ ગયેલા મહામહોપાધ્યાય અદ્વૈતનાથ એ વાસ્તવમાં અનંતનાથના દીકરાના જ વંશજ હતા!'

વિવાન ચોંકી ગયો. ગયા વર્ષે તેને જે અદ્વૈતનાથના દશ્યો સ્વપ્નોમાં દેખાતા હતાં, એમના મૂળિયાં અંગે એ છેક આજે જાણી શક્યો હતો.

'ભગવાન સોમનાથના સાંનિધ્યમાં શુક્રયંત્રના આઠ ટુકડા કરી મહામહોપાધ્યાય અદ્વૈતનાથે તેને બ્રહ્માંડમાં વહેતા કરી મૂક્યા.' હેમરાજે આગળ જણાવ્યું.

'પરંતુ એનો હૈદર અલી અને હાલ ચાલી રહેલા ઘટનાક્રમ સાથે શો સંબંધ?' વિવાનની આતુરતા ચરમસીમા પર પહોંચી ચૂકી હતી.

હેમરાજના ચહેરા પર માર્મિક સ્મિત આવી ગયું. એકસાથે દરિયો ગટગટાવી જવાની વિવાનની આદત તેને સુધીર આર્યની યાદ અપાવતી હતી.

'જે દિવસે શુક્રયંત્રની અષ્ટ-સિદ્ધિઓ જુદા જુદા ભાગોમાં વહેંચાઈને વિશ્વના અલગ અલગ ખૂણામાં સુરક્ષિત મોકલી આપવામાં આવી, એ જ વખતથી શુક્રાચાર્ય પણ પોતાની સેના તૈયાર કરવા માંડ્યા હતા... મુઘલ રાજાઓ અને અફઘાની લૂંટારાઓ એમાં મોખરે હતા.' હેમરાજે કહ્યું.

'હમ્મ્મ...' વિવાન માટે આ વિગત નવી હતી.

'જે રાજમહેલની ગુપ્ત સુરંગ વાટે અત્યારે આપણે ભાગી રહ્યા છીએ, એ મૈસૂરના વડિયર રાજપરિવારનાં મૂળિયાં ક્યાંનાં છે, એ તું જાણે છે?' હેમરાજે પૃચ્છા કરી.

'ના!' વિવાને એકાક્ષરી ઉત્તર આપ્યો.

'વડિયર રાજપરિવાર મૂળ ગુજરાતના કાઠિયાવાડ એટલે કે આપણા સૌરાષ્ટ્રમૂળના લોકો હતા!'

કોઈકે પોતાના પગ પાસે બૉમ્બ ધડાકો કર્યો, એવી રીતે વિવાન હચમચી ગયો. તેનું મોં ખૂલી ગયું, 'શું વાત કરો છો? તો એનો અર્થ એમ કે દક્ષિણ ભારતનો એક બહુ મોટો ભાગ સૌરાષ્ટ્રવાસીઓના વંશજોથી વસેલો છે?'

'સોના જેવું સત્ય!' વિવાનના હાવભાવ જોઈને હેમરાજને પણ ઇતિહાસ ઉઘાડવામાં રસ પડી રહ્યો હતો, 'મૈસૂર રાજવંશના સર્વપ્રથમ રાજા એટલે વિજયરાજ! તેઓ સૌરાષ્ટ્રના દ્વારકામૂળના રહેવાસી હતા. પોતાના ભાઈ કૃષ્ણરાજ સાથે તેઓ મૈસૂર નજીકના પ્રદેશ હાદિનાડુ ખાતે આવીને વસી ગયા. પાડોશના પ્રદેશમાં રહેતા લૂંટારાઓની ટોળીના નાયકે હાદિનાડુની રાજકુમારીનું અપહરણ કરીને તેની સાથે બળજબરીપૂર્વક લગ્ન કરવાનો પ્રયત્ન કર્યો, પરંતુ વિજયરાજે એ લૂંટારા-નાયકને યુદ્ધમાં હરાવી રાજકુમારીને એના ચંગુલમાંથી છોડાવી. હાદિનાડુના રાજા અને રાજકુમારીના પિતાએ ખુશ થઈને પોતાની દીકરીનાં લગ્ન વિજયરાજ સાથે કરાવ્યા... અને વિજયરાજના રાજા બનવાની સાથે શરૂઆત થઈ, વડિયર રાજવંશની!'

'ઓહ!' એનાથી વધારે વિવાન બીજુ કશું જ ન બોલી શક્યો.

'વિજયરાજ અને કૃષ્ણરાજની સાથોસાથ સૌરાષ્ટ્રથી દક્ષિણ ભારત આવીને વસી ગયા, મહામહોપાધ્યાય વંશજો!' હેમરાજ અસ્ખલિત પ્રવાહ સાથે બોલી

રહ્યો હતો, 'ઈસવીસન ૧૭૫૦માં થઈ ગયેલા મહામહોપાધ્યાય સત્યેન્દ્રનાથ પણ એમાંના જ એક હતા!'

'એ જ મહામહોપાધ્યાય સત્યેન્દ્રનાથ, જેમણે પ્રચંડ નાગપાશમ્ તંત્રના પ્રયોગ વડે શ્રી અનંતપદ્મનાભસ્વામીના વૉલ્ટ-બીને અભિમંત્રિત કર્યું!' વિવાનના મનમાં ગુંથાઈ રહેલાં તાણાવાણાને વાચા મળી.

'હા..' હેમરાજે માથું ધુણાવ્યું, 'શુક્રાચાર્યને જાણ થઈ ગઈ હોવી જોઈએ કે અષ્ટ-સિદ્ધિઓમાંની ત્રીજી સિદ્ધિ વૉલ્ટ-બીમાં સુરક્ષિત રાખવામાં આવી છે, આથી તેને હાંસલ કરવા માટે જ તેમણે હૈદર અલીનો ઉપયોગ કર્યો! હવે તને સમજાયું કે કાલાતીત કલ્પાંતના આ વિષચક્ર અંગે આટલું ખાતરીપૂર્વક હું શા માટે કહી રહ્યો છું?'

'હા... પરંતુ ઐતિહાસિક પુસ્તકોમાં મૌલવી સાહેબ ઉર્ફે શુક્રાચાર્ય અંગે કોઈ નક્કર પુરાવા મળ્યા છે ખરા?' વિવાને પૂછ્યું.

'અઢળક!' હેમરાજની આંખોમાં અભ્યાસુ તરીકેની ચમક પથરાઈ, 'જ્યારે હૈદર અલીની પત્ની ફખ્ર-ઉન-નિસ્સાની પ્રસૂતિનો સમય નજીક આવ્યો, ત્યારે હૈદર અલી તેને આર્કોટ ખાતે એક ખાસ કબર અને ત્યાંના મૌલવી સાહેબ પાસે લઈ જતો! બંને નમાજ પઢતાં અને મૌલવી સાહેબ પાસે એમના આવનારા બાળક અંગે દુઆ માંગતા! તેમના સંતાન ટીપુનું નામ કોના નામ પરથી રાખવામાં આવ્યું, એની ધારણા કરી શકીશ?'

વીજળીની ગતિએ દોડી રહેલાં વિવાનના મગજે ફટાક દેતાં જવાબ આપ્યો, 'મૌલવી સાહેબના નામ પરથી?'

'કરેક્ટ!' હેમરાજે તેની પીઠ થાબડી, 'હૈદર અલી અને ફખ્ર-ઉન-નિસ્સા જે મૌલવી સાહેબ પાસે દુઆ માંગવા જતાં હતાં, એમનું નામ હતું... ટીપુ મસ્તાન ઔલિયા ઉર્ફે દૈત્યગુરુ શુક્રાચાર્ય!'

બાકીનું વાક્ય વિવાને પૂરું કર્યું, '... અને એમના નામ પરથી હૈદર અલીના બાળકનું નામ રાખવામાં આવ્યું, ટીપુ સુલતાન ફતેહ અલી ખાન!'

'ધેટ્સ રાઈટ!' એવું લાગતું હતું જાણે હેમરાજ દક્ષિણ ભારત અને એમાં પણ ખાસ કરીને મૈસૂરના ઇતિહાસને પચાવી ચૂક્યો છે, 'મને લાગે છે કે શુક્રાચાર્ય પાસેથી અષ્ટ-સિદ્ધિનું રહસ્ય જાણ્યા પછી જ હૈદર અલીએ ત્રાવણકોર રાજ્ય ઉપર હૂમલો કર્યો હશે!'

'તો શું એવું કહી શકાય કે ટીપુનો જન્મ જ અષ્ટ-સિદ્ધિની પ્રાપ્તિ માટે થયો હતો?' જિજ્ઞાસાવશ વિવાને સવાલ કર્યો.

'હા, એ સંભાવનાને નકારી ન શકાય...' હેમરાજે વિલંબ કર્યા વિના કહ્યું, 'ઈન ફેક્ટ, સમગ્ર જીવન દરમિયાન ટીપુના મસ્તક ઉપર મૌલવી સાહેબ એટલે કે શુક્રાચાર્યએ રહેમત વરસાવી હોવાનાં વર્ણનો તેના પુસ્તકમાંથી મળી આવે છે!'

'ટીપુનું પુસ્તક?'

'ઈસવીસન ૧૭૯૯માં ટીપુના મૃત્યુ બાદ બ્રિટિશર્સ દ્વારા શ્રીરંગપટ્ટનમ્‌ના દરિયાદૌલત બાગમાં છાનબીન કરતાં એમને ટીપુના હાથે લખાયેલું એક પુસ્તક મળ્યું હતું, જે હાલ લંડનની બ્રિટિશ લાઇબ્રેરીમાં સાચવીને રાખવામાં આવ્યું છે.' હેમરાજે વિસ્તૃત છણાવટ કરતાં કહ્યું, 'એ પુસ્તકને ટીપુએ નામ આપ્યું હતું, *ખ્વાબનામા!* જેનો અર્થ થાય છે, સ્વપ્નોમાં મળતા સંકેતોનો ચિતાર! એપ્રિલ ૧૭૮૬થી શરૂ કરીને ૧૬ જાન્યુઆરી ૧૭૯૯ દરમિયાન ટીપુએ જોયેલાં કુલ ૩૭ મહત્ત્વપૂર્ણ સ્વપ્નો એમાં આલેખાયેલાં છે!'

'ટીપુની જિંદગીના આ પાસા અંગે તો મને આજ સુધી જાણ જ નહોતી!' વિવાનના સ્વરમાં કશુંક ચૂકી ગયાની ભાવના અનુભવાઈ.

'એનું કારણ એ છે કે આજની પેઢી સુધી ટીપુની હકીકત ક્યારેય પહોંચાડવામાં જ નથી આવી! આ જ તથ્ય સાથે સંકળાયેલી એક હાસ્યાસ્પદ વાત જણાવું?'

'નેકી ઔર પૂછ-પૂછ?' ઘણા સમય પછી વિવાનના ચહેરા પર નિર્મળ સ્મિત પરત ફર્યું. પિતા સાથેના મેળાપ બાદ તે થોડો આશ્વસ્ત થયો હતો.

'ટીપુનું આ કથિત *ખ્વાબનામા* પુસ્તક બ્રિટિશર્સને શ્રીરંગપટ્ટનમ્‌ના રૉયલ લેટ્રિન એટલે કે શૌચાલયમાંથી મળ્યું હતું! તેના વફાદાર નોકર હબિબુલ્લાએ ખુદ અંગ્રેજો સમક્ષ એ પુસ્તક સુલતાન ટીપુનું હોવાની પુષ્ટિ કરી હતી!' કહેતાં કહેતાં હેમરાજ ખડખડાટ હસી પડ્યો.

સામે પક્ષે, વિવાન પણ પોતાના હસવા પર નિયંત્રણ ન રાખી શક્યો. હાથમાં પકડેલી મશાલ સુરંગની ડાબી બાજુની દીવાલને ટેકે મૂકી, પેટ પકડીને એ જોરજોરથી હસવા લાગ્યો. હેમરાજ પણ પોતાની મશાલ નીચે મૂકી સુરંગની જમીન ઉપર પલાંઠી વાળીને બેસી ગયો. ખાસ્સી વારથી ચાલતા હોવાને લીધે હવે બંનેના શરીરને થોડા આરામની જરૂર હતી.

'પણ કેમ?' માંડ માંડ હસવા પર કાબૂ મેળવીને વિવાને થેલામાંથી પાણીની નાની બોટલ કાઢી, 'બાથરૂમમાં પુસ્તક કેમ લખતો હતો એ નમૂનો?'

'કારણ કે, પુસ્તક લખવા દરમિયાન કોઈ તેને જોઈ ન જાય તેમજ તેને જરૂરી પ્રાઇવસી મળવી જોઈએ એવું ટીપુ માનતો હતો!' વિવાને લાંબા કરેલા હાથમાંથી પાણીની બોટલ લેતાં હેમરાજે કહ્યું, 'ખલેલ વગરનું લેખન, યુ નૉ... કોઈ ડિસ્ટર્બન્સ ન જોઈએ!'

'તેના બાથરૂમની બહાર **ડુ નોટ ડિસ્ટર્બ**નું પાટિયું લટકાવી દેવામાં આવતું હોય, તો પણ નવાઈ નહીં!' બાપ-દીકરા વચ્ચેની આ હળવીફૂલ પળો આમ જ ચાલતી રહે એવું વિવાન ઇચ્છતો હતો.

એકાએક હેમરાજના હાવભાવમાં પરિવર્તન આવી ગયાં, 'ખેર, મૂળ મુદ્દા પર આવું. એ પુસ્તક વાંચ્યા બાદ સ્પષ્ટપણે સમજી શકાય છે કે ટીપુ કોઈક અજ્ઞાત અને રહસ્યમય મિશન ઉપર નીકળ્યો હતો! તેમાં અલગ અલગ પ્રકારની દૈવીય, જ્યોતિષીય અને પરાલૌકિક વાતો ટીપુ દ્વારા આલેખાઈ છે.'

'જ્યોતિષીય? ટીપુ જ્યોતિષશાસ્ત્રમાં પણ વિશ્વાસ ધરાવતો હતો?' પિતા હસતાં હસતાં અચાનક ફરી ગંભીર થઈ ગયા હોવાની ઘટનાથી વિવાનને નવાઈ તો લાગી હતી, પણ તેણે પોતાના ચહેરા પર કશું કળાવા ન દીધું.

'અફકૉર્સ, બેટા!' હેમરાજે ટીપુનો નિત્યક્રમ વર્ણવવાની શરૂઆત કરી, 'સવારે નમાજ પઢી લીધા પછી એ ભરપેટ નાસ્તો કરતો. ત્યાર પછી, મહેલના અધિકારીઓ અને રાજ્યની સેનાને જરૂરી નિર્દેશો આપ્યા બાદ એ પોતાના અંગત રાજજ્યોતિષીઓ સાથે સભા ભરતો! બ્રિટિશ સરકારના આર્કિયોલૉજી ડિપાર્ટમેન્ટના ડિરેક્ટર રહી ચૂકેલા પ્રખ્યાત પુરાલેખવેત્તા બી. લેવિસ દ્વારા એમના પુસ્તકમાં આ અંગે વિગતવાર વર્ણન લખવામાં આવ્યું છે.'

બે ઘડીનો વિરામ ખાઈને હેમરાજે દીવાલ પર માથું ટેકવ્યું. બી. લેવિસના પુસ્તકમાં વાંચેલી માહિતી યાદ આવતાં તેણે ફરી ચર્ચા શરૂ કરી,

'પુસ્તકમાં લખ્યું છે કે ટીપુ સુલતાન જ્યારે મર્યો, ત્યારે મૈસૂરમાં ફક્ત બે મંદિરોમાં પૂજા થતી હતી... અને એ પણ શ્રીરંગપટ્ટનમ્‌ના મહેલની અંદર જ! ટીપુના રાજજ્યોતિષીઓ દરરોજ રાજીખુશીથી તેની કુંડળી જોઈને ભવિષ્ય ભાખી આપે, એ માટે એમને સ્વેચ્છાએ પૂજાભક્તિ કરવાની છૂટ આપવી પડે એમ હતી. બાકી ટીપુએ તો પોતાનું દેવું ચૂકતે કરવા માટે ઈસવીસન ૧૭૯૦ પહેલાં રાજ્યના મોટાભાગનાં હિંદુ મંદિરોમાંથી સોનામહોરો, દેવી-દેવતાની પ્રતિમાઓ અને આભૂષણો લૂંટી લીધાં હતાં!'

'જો ટીપુ આ હદે હિંદુવિરોધી માનસિકતા ધરાવતો હતો, તો પછી તેણે દક્ષિણના શૃંગેરી મઠમાં અમૂલ્ય વસ્ત્રો, શાલ, ચાંદીની એક પાલખી અને બે હાથપંખા શા માટે દાનમાં આપ્યાં?' વિવાને શંકા વ્યક્ત કરી, 'શૃંગેરીના મઠાધિપતિને તે જગતગુરુ કહીને શા માટે સંબોધતો હતો? મેં તો ત્યાં સુધી સાંભળ્યું છે કે ઈસવીસન ૧૭૯૨માં જ્યારે મરાઠાઓએ શૃંગેરી પર હુમલો કર્યો, ત્યારે તેણે ત્યાંના રાજાને પત્ર લખીને જગતગુરુના શાપ અંગે ચેતવણી પણ આપી હતી! મરાઠાઓએ એમના આ કુકર્મ માટે આકરી સજા ભોગવવી પડશે, એવું તેણે શા માટે કહ્યું હતું?'

'હું જાણતો હતો કે તું આ સવાલ પૂછીશ!' હેમરાજે આત્મવિશ્વાસ સાથે કહ્યું, 'મોટાભાગના હિંદુઓ અહીં જ ગફલત ખાઈ જાય છે! આ ઘટનાની બીજી બાજુ અંગે કોઈને ખ્યાલ જ નથી, એમ કહીએ તો પણ ચાલે.'

પિતા પાસેથી બોટલ લઈ, પાણીનો એક ઘૂંટ ગળે ઉતારીને વિવાન ફરી ઇતિહાસ અંગે હેમરાજનું બેજોડ જ્ઞાન સાંભળવામાં ઓતપ્રોત થઈ ગયો.

'તને ખ્યાલ છે, ૧૭૯૧ની સાલમાં ટીપુ સાથે શું બન્યું હતું?' બંને હાથની આંગળીના અંકોડા ભીડીને હેમરાજે પ્રશ્ન કર્યો.

'અંગ્રેજો સામે ટીપુ હારી ગયો હતો અને પોતાનું રાજ્ય તથા સત્તા બચાવવા માટે સંધિ કરવી પડવી હતી!' વિચારમગ્ન અવસ્થામાં વિવાને જવાબ આપ્યો.

દીવાલનો ટેકો લઈને હળવેકથી ઊભા થઈ, હેમરાજે વિવાનને આગળ ચાલવાનો ઇશારો કર્યો. બીજી જ મિનિટે, બંને બાપ-દીકરા ફરી કરોળિયાનાં જાળાં ખસેડીને અંધારી સુરંગમાં મશાલ સાથે આગળ ચાલવા માંડ્યા.

'તારું આ વિધાન જ તે પૂછેલા પ્રશ્નનો ઉત્તર છે!' મર્મસૂચક અંદાજમાં હેમરાજે જણાવ્યું.

ચહેરા પર મસમોટા પ્રશ્નાર્થચિહ્ન સાથે વિવાને હેમરાજ સામે જોયું.

દીકરાની મૂંઝવણ પારખી ગયેલા હેમરાજે તેના વિશ્લેષણની રાહ જોયા વગર કોકડું ઉકેલ્યું, 'ઈસવીસન ૧૭૯૨માં અંગ્રેજો અને ટીપુ વચ્ચે થયેલા કરાર મુજબ, ટીપુએ પોતાનું અડધોઅડધ રાજ્ય બ્રિટિશર્સને આપી દેવું પડ્યું હતું. આ ઘટના પછી ટીપુ અત્યંત હેરાનપરેશાન થઈ ગયો. ચોવીસેય કલાક તે પોતાની સત્તા અને પ્રભુત્વ પાછાં મેળવવાની ફિરાકમાં રહેતો, પરંતુ રસ્તો કઠિન હતો. શ્રીરંગપટ્ટનમ્‌ના આસપાસના પ્રદેશોમાં મોટાભાગના હિંદુઓની વસ્તી હતી, જે ટીપુથી અત્યંત નારાજ હતી. હિંદુ પ્રજાને ખુશ કરવા માટે તેણે શૃંગેરી મઠને દાન આપવાની શરૂઆત કરી.'

'આનો કોઈ લિખિત પુરાવો...'

'હા... બિલકુલ છે!' વિવાન હજુ પોતાનું વાક્ય પૂરું એ પહેલાં જ હેમરાજે કહ્યું,

> **'પોતાના અંગ્રેજી પુસ્તક *લાઇફ હિસ્ટ્રી ઑફ રાજા કેશવદાસ*માં લેખક વી.આર.પરમેશ્વરન્ જણાવે છે કે ૧૭૯૧ની સાલમાં અંગ્રેજો સામે કારમા પરાજયનો સામનો કરનાર ટીપુએ પોતાનું રાજ્ય પૂર્ણતઃ પાછું મેળવવા માટે મહેલના રાજજ્યોતિષીઓની સલાહ માંગી. ભવિષ્યવેત્તાઓએ એમને સૂચન કર્યું કે જો ટીપુએ ફરી પાદશાહ બનવું હોય, તો શૃંગેરી મઠમાં દાન આપવું આવશ્યક છે...'**

આ સાંભળીને વિવાન અત્યંત ગંભીર બની ગયો. તેના સ્વરમાં ઘૃણા ઝળકી ઉઠી, 'ટીપુનો શૃંગેરીપ્રેમ એ વાસ્તવમાં તેના સેક્યુલર હોવાનો નહીં, પણ સ્વાર્થી હોવાનો પુરાવો આપે છે!'

'તદ્દન સાચું! કમનસીબી તો એ છે કે ભારતના કેટલાક કહેવાતા ઇતિહાસકારો અને હિંદુવિરોધી પ્રબુદ્ધ માણસોના મત મુજબ, ટીપુનો શૃંગેરી પ્રત્યેનો આદરભાવ એ તેની બિનસાંપ્રદાયિકતા દર્શાવે છે! આ એક ઉદાહરણને આધારે વિશ્વભરમાં એ વાત ચગાવવામાં આવી કે ટીપુ સુલતાન કેટલો ધર્મનિરપેક્ષ રાજા હતો, પરંતુ સિક્કાની બીજી બાજુ જોવાની તસ્દી આંગળીને વેઢે ગણાય એટલા લોકોએ જ લીધી!' હેમરાજથી નિસાસો નંખાઈ ગયો.

'ટીપુના એ પુસ્તક *ખ્વાબનામા*માં લખાયેલું એવું કોઈ સ્વપ્ન, જે મૌલવી સાહેબની ઉપસ્થિતિ તરફ દિશાનિર્દેશ કરતું હોય?' વિવાનના દષ્ટિપટલ સમક્ષ એકાક્ષ અઘોરીનો ખૂંખાર ચહેરો ઊપસી આવ્યો.

નિરવ શાંતિ વચ્ચે એમના પગરવ પણ સુરંગમાં મોટો અવાજ પેદા કરી રહ્યા હતા.

'ઇસ્લામમાં સ્વપ્નોની દુનિયાને *આલમ-ઉલ-ગાલિબ* તરીકે ઓળખવામાં આવે છે. મુસ્લિમો એવું માને છે કે સ્વપ્નોનું જગત બે દુનિયા - આભાસી અને વાસ્તવિક - ને જોડતી કડી છે, જેની મદદથી વ્યક્તિ પોતાના ભવિષ્ય અંગે કેટલીક મહત્ત્વપૂર્ણ બાબતો જાણી શકવા સક્ષમ બને છે.' હેમરાજે જણાવ્યું.

રસ્તામાં એક મોટું ખાબડું દેખાતાં વિવાને પિતા સામે હાથ લંબાવ્યો. બાપ-દીકરાએ સાવચેતીપૂર્વક આગળ ડગ માંડ્યા.

'ખ્વાબનામામાં એક વિશેષ સ્વપ્નનો ઉલ્લેખ ટીપુએ કર્યો છે, જેમાં સ્વપ્નમાં હજ કરવા માટે મક્કા ગયેલા ટીપુને લાંબી સફેદ દાઢી ધરાવતાં મૌલવી સાહેબના દીદાર થાય છે. મોહમ્મદ પયગંબર સામે ચાલીને મૌલવી સાહેબને મળે છે અને જણાવે છે કે ટીપુ વગર તેઓ જન્નતમાં પગ નહીં મૂકે!'

'શું તમને લાગે છે કે શુક્રાચાર્યએ જ આવું કોઈ સ્વપ્ન ટીપુના મગજમાં રોપ્યું હોય, જેથી ટીપુ એમના દરેક આદેશોને મસ્તક ઉપર ચડાવે?' વિવાને કુતૂહલવશ પૂછ્યું.

'શંકા વગરની વાત છે!' હેમરાજે સહેજ પણ વિલંબ કર્યા વિના કહ્યું, 'ટીપુનું જીવન આ પ્રકારનાં સ્વપ્નો અને સંકેતોથી ભરપૂર છે. ઘણી વખત તેણે મૌલવી સાહેબના આદેશ ઉપર જ અમુક આક્રમણો કરીને વિજય મેળવ્યો હોય, એવા કિસ્સા પણ નોંધાયા છે.'

કોઈક વિચાર મગજમાં ઝળકતાંની સાથે જ વિવાનના પગ થંભી ગયા. બે ડગલાં આગળ વધી ગયેલો હેમરાજ પણ તેના દીકરાને રોકાઈ ગયેલો જોઈને આશ્ચર્યમાં મુકાઈ ગયો.

'જે શૃંગ વડે ટીપુએ હિંદુઓની કત્લેઆમ મચાવી, એ પણ એને શુક્રાચાર્ય પાસેથી જ મળી હોવી જોઈએ!' વિવાનના હોઠ પરથી ધાણીની માફક શબ્દો ફૂટી પડ્યા.

'એક વત્તા એક બરાબર બે!' હેમરાજે તેની વાતને સમર્થન આપતાં કહ્યું, 'સમાનતા એ પણ છે કે જે દરિયાદૌલત બાગમાં ટીપુ આ નરસંહાર મચાવતો, ત્યાંના જ શૌચાલયમાં બ્રિટિશર્સને એનું પુસ્તક *ખ્વાબનામા* મળી આવ્યું હતું!'

'તો પછી રહસ્ય એ છે કે ટીપુ શૃંગ ઉપરાંત એવું શું ઇચ્છતો હતો, જે તેના ગઝવા-એ-હિન્દના મનસૂબાને પૂર્ણ કરી શકે?' અજ્ઞાત ભયનો વિચાર કરીને વિવાનનું મોં ખૂલી ગયું.

'આ પ્રશ્નનો જવાબ છુપાયેલો છે, અગસ્ત્ય મૂર્તિમાં... જેને મેળવવા માટે આપણે આટલો ખૂનખરાબો કરવો પડ્યો!' હેમરાજ હવે મૂળ મુદ્દા પર આવ્યો.

'તમારી પાસે મોબાઇલ છે?' અચાનક વિવાનને કંઈક સૂઝ્યું.

'હા, પણ એના માટે પહેલા બહાર નીકળવું પડશે.' હેમરાજે ત્વરિત ઉત્તર આપ્યો, 'તારા મગજમાં શું ચાલે છે?'

'એક જ વ્યક્તિ છે, જે આ કોયડાને ઉકેલી શકવા સક્ષમ છે.' વિવાનના હોઠ પર આછું સ્મિત આવી ગયું, 'તમારા અંદાજ પ્રમાણે હજુ કેટલું અંતર બાકી હશે?'

'વધી વધીને પાંચ મિનિટ!' હેમરાજે કહ્યું, 'આ સુરંગ આપણને મૈસૂરના જ બીજા મહેલ જગનમોહન પેલેસ સુધી લઈ જશે, જેના દીવાનખંડમાં રાખવામાં આવેલી ગણેશ ભગવાનની મૂર્તિ વાટે બહાર નીકળવાનો રસ્તો છે!'

'પરંતુ ત્યાં સિક્યોરિટી તૈનાત નહીં હોય, એની શું ખાતરી?' મૈસૂર પેલેસમાં બનેલી ઘટના પછી પોતાને આખો દેશ હવે એક ખૂની અને ખૂંખાર આતંકવાદી તરીકે ઓળખતો થઈ ગયો હશે, એ વાતની ચિંતા પણ વિવાનને સતાવી રહી હતી.

'જગનમોહન પેલેસનું નિર્માણ ઈસવીસન ૧૮૬૧માં કરાવવામાં આવ્યું હતું. એ સમયે અંગ્રેજો અને પૉર્ટુગીઝો સામેના આકસ્મિક યુદ્ધમાં જો કદાચ રાજાનો પરિવાર જોખમમાં મૂકાય, તો જીવ બચાવી શકાય એ હેતુથી આ સુરંગનું નિર્માણ કરવામાં આવ્યું હતું. રાજપરિવારના ખૂબ ગણ્યાગાંઠ્યા સભ્યોને જ આ ગુપ્ત માર્ગની જાણ કરવામાં આવતી.' હેમરાજના અવાજમાં આત્મવિશ્વાસ છલકાતો હતો, 'અત્યારે એવી એક પણ વ્યક્તિ જીવિત નથી, જેને મૈસૂર મહેલની છૂપી સુરંગ અંગે ખબર હોય!'

'તો પાંચ વર્ષમાં તમે શી રીતે સુરંગનો પતો લગાવ્યો?' વિવાનને આશ્ચર્ય થયું.

'એ લાંબી વાત છે...' હેમરાજે વાતનો છેદ ઉડાડી દીધો, 'પછી ક્યારેક કહીશ!'

એ સમયે કાળાડિબાંગ અંધકારમાં પણ હેમરાજની આંખોમાં જોવા મળેલી વિચિત્ર ચમકને કારણે વિવાનના શરીરમાંથી ભયનું લખલખું પસાર થઈ ગયું! કંઈક તો એવું હતું, જે છુપાવવાનો પ્રયત્ન તેના પિતા કરી રહ્યા હતા... પણ આખરે શું?

૬૪

ઈસવીસન ૧૭૯૦
ત્રાવણકોર રાજ્યની સરહદ

ટીપુએ હુક્કો ગગડાવતાં ગગડાવતાં કમાન્ડર જમાલ બૈગને કહ્યું, ‘અબ્બુએ જીવનભર યાતનાઓ આપીને મને એટલો કઠોર બનાવી નાંખ્યો કે એમની હાજરી અથવા ગેરહાજરી મારા ઉપર કોઈ અસર નહોતી પાડતી.’

જમાલ મૂક શ્રોતા બનીને ફક્ત માથું ધુણાવી રહ્યો હતો.

‘પણ અબ્બુના જન્નતશીન થવાના સમાચાર જ્યારે મને મળ્યા, એ રાતે અહેસાસ થયો કે એમના વગર હું કેટલો એકલોઅટૂલો છું!’ ટીપુની કાળીડિબાંગ આંખોમાં એ રાત ઊપસી આવી, જ્યારે હૈદર અલીના અંગત સલાહકાર પંડિત કૃષ્ણાચાર્ય પૂર્ણૈયાએ એના હાથમાં ગુપ્ત સંદેશો ધરાવતી ચિઠ્ઠી પકડાવી હતી...

ઈસવીસન ૧૭૮૨

માલાબાર

ત્રણ દિવસના ભારે ખૂનખરાબા બાદ આખરે એક દિવસનો વિરામ મળ્યો હતો. બ્રિટિશર્સની ઈસ્ટ ઇન્ડિયા કંપનીની બૉમ્બે આર્મીનો સામનો મૈસૂરની સેના ઘણા સમયથી કરી રહી હતી. બે મહિના પહેલાં જ ટીપુ સુલતાનને તેના પિતા હૈદર અલીના આદેશ પર માલાબાર મોકલવામાં આવ્યો હતો, જેથી તે સેનાનું નેતૃત્વ કરીને એમને બ્રિટિશર્સ સામે વિજયી બનાવી શકે.

ટીપુના આગમન પછી મૈસૂરની સેનાના હોંસલામાં વધારો થવાને કારણે તેઓ અંગ્રેજો સામે બરાબરની લડત આપી રહ્યા હતા, પરંતુ સંપૂર્ણ જીત મળવી થોડી મુશ્કેલ જણાતી હતી.

પોતાના તંબુમાં આવતીકાલ માટે વ્યૂહરચના ઘડી રહેલા ટીપુના કાને ઘોડાની પદચાપ સંભળાઈ. ઘોડો થંભે એ પહેલાં જ તેના પરથી કૂદકો મારીને તંબુમાં દોડી આવેલાં પંડિત કૃષ્ણાચાર્ય પૂર્ણૈયાને આવકારવા ટીપુ સફાળો બેઠો થઈ ગયો.

હૈદર અલીના અંગત સલાહકાર પંડિત કૃષ્ણાચાર્ય પૂર્ણૈયા ભૂતકાળમાં મૈસૂરના વડિયર રાજપરિવાર માટે પણ ફરજ બજાવી ચૂક્યા હતા. એમની વફાદારી માટે હૈદરને અત્યંત માન હતું. ટીપુ તો નાનપણથી એમના જ ખોળામાં ઉછરીને મોટો થયો હોવાને લીધે કૃષ્ણાચાર્ય એના માટે પિતાતુલ્ય હતા.

ઔપચારિકતા પાછળ સમય બગાડ્યા વગર કૃષ્ણાચાર્ય પૂર્ણૈયાએ ભારે હૈયે ટીપુના હાથમાં એક પત્ર પકડાવ્યો. અડધી રાતે કૃષ્ણાચાર્યનું અચાનક થયેલું આગમન ટીપુ માટે ચિંતાજનક હતું. હૈદર અલીના અંગત સલાહકાર હોવાને નાતે કૃષ્ણાચાર્ય અત્યારે એમની સાથે ચિત્તૂર - આંધ્રપ્રદેશની દક્ષિણ પૂર્વે - હોવા જોઈતાં હતાં. થોડા સમય પહેલાં જ કેટલાક અંગત કારણોસર તેઓ ચિત્તૂરના મુલાકાતે જઈ રહ્યા છે, એવા સમાચાર ટીપુને મળ્યા હતા. કૃષ્ણાચાર્ય હૈદર અલીને છોડીને આ રીતે ટીપુને એકલા મળવા આવે, એ ઘટના અચરજ પમાડે એવી હતી.

કૃષ્ણાચાર્યની ઉદાસીભરી આંખો ઘણું બયાન કરી રહી હતી. કશુંક અજુગતું અને અશુભ બન્યું હતું! મશાલના અજવાળે ફારસી ભાષામાં લખાયેલા પત્રને વાંચવાની શરૂઆત ટીપુએ કરી.

બીજી જ ઘડીએ એકદમ સાહજિકતા સાથે કહ્યું, 'અચ્છા... તો અબ્બુ જન્નતશીન થયાના સમાચાર લઈને આવ્યા છો! મને તો એમ હતું કે ફરી કોઈ નવા આક્રમણ અથવા દુશ્મનની ચઢાઈનો સંદેશો લઈને આવ્યા હશો!'

તેના મોં પર દુઃખની નાનકડી અમથી રેખા પણ ઝળકતી નહોતી. કૃષ્ણાચાર્ય પૂર્ણૈયા હબક ખાઈ ગયા. જોકે, હૈદર અલીએ આ અંગે ભવિષ્ય ભાખ્યું જ હતું. તેમને કદાચ ખ્યાલ જ હતો કે અવસાનના સમાચાર વાંચીને ટીપુ દુઃખી થવાને બદલે રાજી થશે... અને એટલે જ, એમણે પત્રમાં કશુંક એવું લખ્યું હતું, જે અત્યંત રહસ્યમય હોવાની સાથોસાથ ટીપુથી અજાણ્યું હતું!

'ટીપુ...' કૃષ્ણાચાર્ય હજુ પણ આઘાતમાં હતા, 'તેં આખો પત્ર વાંચ્યો?'

'શું જરૂર છે?' ટીપુની જીભ ઉપર કડવાશ તરી આવી, 'એમને મારા પ્રત્યે પ્રેમ નહોતો અને મને એમના માટે! માતમ કરવાનો ઢોંગ શા માટે?'

'એ પત્રમાં એવું કશુંક છે, જે તારા ભવિષ્યને બદલી નાંખશે!' કૃષ્ણાચાર્યની આંખો સહેજ પહોળી થઈ, 'તું આજદિન સુધી તારા અબ્બુ વિશે જે ગેરમાન્યતા ધરાવતો રહ્યો, એ એકઝાટકે ભાંગીને ભુક્કો થઈ જશે. તારા માટે એ એક એવું રહસ્ય મૂકીને ગયા છે, જે તને સુલતાન-એ-હિંદ બનવામાં મદદ કરશે!'

આ સાંભળીને ટીપુના ચહેરા પરના હાવભાવ ગંભીર થઈ ગયા. તેણે ફરી આંખ સામે પત્ર લાવી તેનો બાકીનો અડધો હિસ્સો વાંચવાની શરૂઆત કરી. જેમ જેમ તે વાંચતો ગયો, એમ એમ તેના આખા શરીરમાં કંપન આવતું ગયું. શ્વાસોચ્છ્વાસ તેજ થવા માંડ્યા. તેને ભરોસો નહોતો બેસી રહ્યો કે પત્રમાં જે લખ્યું છે એ સાચું છે કે કેમ!

'પંડિત!' ટીપુના મોંમાંથી ઉદ્ગાર સરી પડ્યો.

કૃષ્ણાચાર્યની અણિયાળી આંખોમાંથી આંસુનાં ટીપાં ગાલ પર નીતરી આવ્યાં. ગળે ડૂમો ભરાયેલી હાલતમાં તેઓ બોલ્યા, 'શ્રી અનંતપદ્મનાભસ્વામી મંદિરના વૉલ્ટ-બીમાં કયું રહસ્ય ધરબી રાખવામાં આવ્યું છે, એનો પત્તો લગાવવામાં તારા બાપે આખી જિંદગી ખર્ચી નાંખી, બેટા! ત્રાવણકોર પર ઈસવીસન ૧૭૬૭માં એમણે કરેલા હુમલાને મળેલી નિષ્ફળતાને સફળતામાં તબદીલ કરવી અને પૌરાણિક કાળના એ સર્વશક્તિશાળી રહસ્યને હાંસલ કરવું એ તારી જવાબદારી છે. એ જ એમની આખરી ઇચ્છા માનજે!'

ટીપુની આંખોમાં પણ ભીનાશ તરી આવી. તેણે ગળગળા થતાં કહ્યું, 'તમારો સાથ જોઈશે.'

'ચિંતા નહીં કર!' કૃષ્ણાચાર્યે તેનો ખભો થપથપાવતાં કહ્યું, 'મૈસૂરની માટીને વફાદાર રહેવાનું મેં વચન લીધું છે. નમકહરામી મને કોઈ કાળે નહીં પોસાય! હૈદર અલીનો અંગત સલાહકાર આજથી પાદશાહ ટીપુ સુલતાનના દીવાન તરીકે ફરજ બજાવશે!'

૬૫

વર્તમાન દિવસ

જગનમોહન મહેલ, મૈસૂર

વર્ષ ૨૦૧૯માં સામાન્ય જનતા માટે ફરી ખુલ્લા મૂકવામાં આવેલા જગનમોહન પેલેસ આર્ટ ગેલેરી અને ઑડિટૉરિયમમાં રાતને પણ સારી કહેવડાવે એટલો ઘોર અંધકાર પથરાયેલો હતો. કંસારી અને ચામાચીડિયાંના અવાજો કોઈ ભૂતિયાળ ફિલ્મમાં પડઘાતી હૉરર-ઈફેક્ટ સમાન જણાતા હતા.

દીવાનખંડમાં પ્રદર્શન માટે રાખવામાં આવેલી ગણેશ ભગવાનની મૂર્તિને ફરી એની મૂળ સ્થિતિમાં લાવ્યા બાદ વિવાને પોતાના બેગમાંથી ટૉર્ચ કાઢી. ત્રણેક ફૂટનો વ્યાસ ધરાવતી મૂર્તિનો ગોળાકાર બેઝ એક હેન્ડલ વડે ખસેડીને તેઓ ઉપર આવ્યા હતા. આશ્ચર્યની વાત એ હતી કે ગણપતિના મુખ પરના બે દાંતમાંનો એક દાંત તૂટેલો હોવાને બદલે અખંડ હતો. અલબત્ત, એ અખંડ દાંત જ ગણેશ મૂર્તિને એના મૂળ સ્થાન પર ગોઠવવા માટેની ચાવી હતો! એ દાંતને ખેંચવામાત્રથી જ સુરંગનો ગોળાકાર ખાડો ફરી મૂર્તિ વડે ઢંકાઈ જતો.

પિતાને ટૉર્ચ આપી, વિવાને એક હાથમાં પકડેલી મશાલ વડે મહેલનું અવલોકન કરવાની શરૂઆત કરી.

મહેલમાં રાજા-રજવાડાંના સમયની અમૂલ્ય એન્ટિક ચીજો સચવાયેલી હોવા ઉપરાંત જયચમરાજા આર્ટ ગેલેરીનું પણ નિર્માણ કરવામાં આવ્યું હતું. કૃષ્ણરાજ વડિયર ચતુર્થ દ્વારા એમના સંગ્રહાલયમાં રાખવામાં આવેલી પ્રસિદ્ધ ચિત્રકળા સંબંધિત તમામ કૃતિઓને આ આર્ટ ગેલેરીને ઉદારભાવે સોંપી હતી.

હેમરાજની નજર પણ ચારે દિશામાં ઘૂમી રહી હતી. આજુબાજુ કોઈ ખતરો મંડરાય છે કે કેમ, એની તે ખાતરી કરી લેવા માંગતો હતો. એવામાં નળ-દમયંતીના એક આકર્ષક ચિત્ર પર તેનું ધ્યાન ગયું. દમયંતીને પ્રેમ કરી બેઠેલા મહારાજા નળ એક હંસ પાસે પ્રેમસંદેશો મોકલાવીને પોતાની ભાવના વ્યક્ત કરતા હતા. એસ. જી. હલેન્ડકર ચિત્રિત એ સુંદર વર્ણન અડધી રાતે પણ જીવંત થઈને મહેલમાં ડોકિયાં કરી રહ્યું હતું!

'હવે ફોન સ્વિચ-ઑન થઈ શકશે..' હેમરાજે પોતાનો સ્માર્ટફોન વિવાનને સોંપ્યો, 'સમજી-વિચારીને પગલું ઉઠાવજે.'

પિતાની ચેતવણી પર ડોકું ધુણાવીને વિવાન ફટાફટ મોબાઇલમાં મચી પડ્યો. થેલામાંથી અગસ્ત્ય મૂર્તિ કાઢીને તેણે કેટલાક ફોટો ક્લિક કર્યા. બીજી જ સેકન્ડે, તે તસવીરો હેમરાજના વૉટ્સએપ અકાઉન્ટ થકી કોઈકને મોકલાઈ રહી હતી.

'આ તું શું કરે છે?' હેમરાજ હાંફળોફાંફળો થઈ ગયો, 'અગસ્ત્ય મૂર્તિના ફોટો કોને મોકલી રહ્યો છે?'

'એ વ્યક્તિને, જે આની પાછળ લખાયેલી લિપિ અથવા ભાષાને ઉકેલી શકવા સક્ષમ છે!' વિવાને એક આંખ મીંચકારીને થોડો રમતિયાળ જવાબ આપ્યો.

હેમરાજની મુખમુદ્રા ગંભીર જ રહેતાં વિવાન હસી પડ્યો.

'પ્રોફેસર સુભ્રતો દાસ!' તેણે ફોડ પાડ્યો, 'ગયા વર્ષે જ્યારે મહેમૂદ ગઝનવીના હાથે લખાયેલું લખાણ ઉકેલવાની જરૂરિયાત પડી, ત્યારે પણ એમણે જ મદદ કરી હતી.'

'પણ તેં એમનો નંબર કઈ રીતે શોધ્યો?' હેમરાજના ગળે વાત નહોતી ઊતરી રહી, 'તારો મોબાઇલ તો જપ્ત થઈ ગયો હશે ને?'

'સોશિયલ મીડિયા!' વિવાને ફેસબૂક ખોલ્યું, 'ફેસબૂક પર સુભ્રતો દાસનું પેજ છે, જેમાં એમનો અંગત નંબર પણ આપવામાં આવ્યો છે.'

આવી કટોકટીમાં ટેક્નોલૉજી કેટલી કામ આવી શકે છે, એ જોઈને હેમરાજ ચકિત થઈ ગયો.

હેમરાજના પ્રતિભાવની રાહ જોયા વગર વિવાને સુભ્રતો દાસને કૉલ લગાવ્યો. રાતે ત્રણ વાગ્યા હોવાને લીધે તેના મનમાં ફડકો હતો... ક્યાંક પ્રોફેસર ફોન નહીં ઉપાડે તો?

'હલ્લો...' સાતમી સેકન્ડે સુભ્રતો દાસનો ઊંઘરેટો અવાજ વિવાનના કાને પડ્યો, 'કે કથા બોલચે? કોણ બોલે છે?'

'આમિ વિવાન, પ્રોફેસર!' વિવાને પણ પોતાની ભાંગલીતૂટલી બંગાળી ભાષામાં જવાબ આપ્યો, 'હું વિવાન બોલું છું, પ્રોફેસર!'

ઘડીના છઠ્ઠા ભાગમાં સુભ્રતો દાસની આંખોમાંથી ઊંઘ ગાયબ થઈ ગઈ, 'તું છે ક્યાં છોકરા? આ તે શું કરી નાંખ્યું? આખા દેશની પોલીસ તારી પાછળ છે... તને જીવતો નહીં છોડે.'

એમના અવાજમાં પડઘાતું પિતાતુલ્ય વાત્સલ્ય વિવાનના હૃદયને સ્પર્શી ગયું, પરંતુ અત્યારે આડીઅવળી વાત કરવાનો સમય નહોતો. તે સીધો મુદ્દા પર આવ્યો, 'તમને મારા ઉપર વિશ્વાસ છે, દાદા?'

'આ તે કંઈ પૂછવાની વાત છે?' પ્રોફેસરના સ્વરમાં દૃઢતાનો રણકાર હતો, 'મને ખાતરી છે કે તને ફસાવવામાં આવ્યો છે!'

'સમયના અભાવને કારણે અત્યારે ઝાઝી વાત નહીં કરી શકું, પરંતુ એટલું કહી દઉં કે આખો દેશ ખતરામાં છે! જો ટૂંક સમયમાં આતંકવાદીઓને રોકવામાં ન આવ્યા, તો લાખો લોકોની લાશ પથરાઈ જશે!' પોતાનો અવાજ જરા પણ ઊંચો ન થાય, એવી રીતે વિવાન વાત કરી રહ્યો હતો, 'તમે મારા ઉપર જે વિશ્વાસ દાખવ્યો છે, એના માટે આભાર... પ્રોફેસર! ફરી એક વખત તમારી મદદની જરૂર પડી છે.'

સામે છેડે, બે ઘડીનું મૌન છવાયું અને ત્યારબાદ જરાક પણ અચકાટ વિના સુભ્રતો દાસ બોલ્યા, 'ક્યાં અટક્યો છે?'

'તમારું વૉટ્સએપ જુઓ. લગભગ હજારો વર્ષ જૂની અગસ્ત્ય મૂર્તિની પીઠ ઉપર કોતરાયેલા લખાણનો ફોટો મોકલ્યો છે, એ અંગે જાણકારી જોઈએ છે!'

'સારું, મને પંદરેક મિનિટ આપ!' સુભ્રતો દાસે પોતાના સાઇડ-ટેબલના ખાનામાંથી ચશ્માં કાઢ્યાં, 'હું તને કૉલ કરું.'

સુભ્રતો દાસનો ફોન મૂક્યા બાદ વિવાન અને હેમરાજ દીવાનખંડમાં પ્રવાસીઓ માટે રાખવામાં આવેલી બેન્ચ પર બેસી ગયા. પંદર મિનિટ સુધી રાહ જોયા વગર છૂટકો નહોતો.

વિવાનની દૃષ્ટિ હૈદર અલી અને ટીપુ સુલતાનનાં ચિત્રો પર કેન્દ્રિત થઈ. પોતાના બાળકો અંગ્રેજોને સોંપતી વેળા તેની આંખોમાં દર્દ સ્પષ્ટપણે ઝળકતું હતું.

'જો ટીપુ આટલો ખતરનાક દરિંદો હતો, તો પછી ઇતિહાસમાં તેની છબી આટલી સુઘડ કેવી રીતે પ્રસ્થાપિત થઈ?' સમય પસાર કરવાના હેતુથી વિવાને પ્રશ્ન પૂછ્યો.

'એટલું સમજી લે કે ઔરંગઝેબે નરસંહાર અને મૂર્તિખંડનનું જે કાર્ય શાસનના ૫૦ વર્ષોમાં આખા દેશમાં કર્યું, એ જ કામ ટીપુએ પોતાના શાસનના ૧૭ વર્ષોમાં ચાર રાજ્યોમાં કરી બતાવ્યું!' હેમરાજે વિવાનનો ખભે હાથ મૂક્યો, 'સ્વાતંત્ર્ય-સૈનિક તરીકે ટીપુની હકારાત્મક છબી ઉપસાવવાનું કામ *સ્વૉર્ડ ઑફ ટીપુ સુલતાન* નામની નવલકથાએ કર્યું. દેશવિરોધી માનસિકતા ધરાવતા ભગવાન એસ. ગિધવાની નામના લેખકની કપોળકલ્પનાનું એ પરિણામ હતું! આ નવલકથાને બાદમાં સંજય કાન દ્વારા દૂરદર્શન પર ટેલિવિઝન સીરિયલ તરીકે અડૉપ્ટ કરવામાં આવી. પરિણામસ્વરૂપ, ટીપુ માટે સન્માનની લહેર દેશભરમાં ફરી વળી.'

એકાએક તેને ઊધરસ ચડી. મૈસૂરની હાંજા ગગડાવી નાંખતી ઠંડી જ કદાચ અસર દેખાડી રહી હતી. પાણીનો એક ઘૂંટ પીને તેણે ગળું સાફ કર્યું.

'ટીપુના હાથે ફારસીમાં લખાયેલા કેટલાંક ચોપાનિયાંનું કલેક્શન એક અંગ્રેજી લેખક મેજર બીટ્સન દ્વારા કરવામાં આવ્યું હતું, જેણે અંગ્રેજીમાં તેને *ધ ડ્રીમ્સ ઑફ ટીપુ સુલતાન* એવું નામ આપ્યું હતું.' હેમરાજે વાત આગળ વધારી.

વિવાનની નજર હજુ પણ ટીપુની તસવીર પર જ સ્થિર હતી.

'ટીપુના બાળકોને જામીન તરીકે રાખવાને લીધે અંગ્રેજોની આખા દેશમાં નામોશી થઈ, પરંતુ હકીકત એ છે કે યુદ્ધમાં હારી ગયેલા રાજાના બાળકોને હૉસ્ટેજ તરીકે રાખવાની પ્રથા અસંખ્ય મુસ્લિમ શાસકો પહેલેથી અનુસરતા હતા.' હેમરાજે વિવાનના મનમાં ચાલી રહેલી દુવિધાનું નિરાકરણ લાવવાનો પ્રયત્ન કર્યો, 'ઔરંગઝેબના સેનાપતિ મીર જુમલાએ આસામના રાજાને યુદ્ધમાં પરાજય આપ્યા બાદ એમનો ખજાનો તો લૂંટ્યો જ, પરંતુ સાથોસાથ એમના દીકરા અને દીકરીને પણ પોતાની સાથે લઈ ગયો. ઔરંગઝેબની પ્રમાણિત જીવનકથા લખનારા લેખક સાકી મુસ્તાદ ખાન દ્વારા આ ઘટનાનું વિસ્તૃત વર્ણન *મસિર-એ-આલમગીરી* પુસ્તકમાં કરવામાં આવ્યું છે.'

'તો શું અંગ્રેજો દ્વારા ટીપુના બાળકોને ખ્રિસ્તી ધર્મ અંગિકાર કરવાની ફરજ નહોતી પાડવામાં આવી?' વિવાન વિચારમગ્ન થઈ ગયો હતો.

'જરા પણ નહીં!' હેમરાજ બોલ્યો, 'ઊલટું, અંગ્રેજોએ તો ટીપુના બાળકોની રાજાના સંતાનોની જેમ સાચવણી કરી હતી. સામે પક્ષે, વિરોધાભાસ તો એ છે કે મુસ્લિમ બાળકોને બદલે જો અન્ય ધર્મના બાળકો હોત તો ટીપુએ એમને બળજબરીપૂર્વક મુસ્લિમ ધર્મ પાળવાની ફરજ પાડી હોત!'

'હમ્મ્મ...' વિવાનનો ધીમો હોંકારો સંભળાયો.

'અર્બન નક્સલ તરીકે કુખ્યાત ગિરીશ કર્નાડે મેજર બીટ્રસનના આ કલેક્શન પરથી એ જ નામ ધરાવતું નાટક તૈયાર કર્યું. એવું કહી શકાય કે ભારતને આઝાદી મળ્યા પછી જવાહરલાલ નેહરુના શાસનકાળમાં આપણા દેશમાં એક પછી એક દેશવિરોધી માનસિકતાઓને આશરો મળતો ગયો. અંગ્રેજોએ ૨૦૦ વર્ષ સુધી ભારતવર્ષની મહાનતમ પરંપરાનું જે ધોવાણ કર્યું, એને આ લોકોએ આગળ ધપાવવાનું કામ કર્યું.' હેમરાજના અવાજમાં આક્રોશ હતો, 'આધુનિકતાના નામે આ દેશને નીચું દેખાડવાનું હીનકાર્ય કરવામાં કથિત ઇતિહાસકારો અને લેખકો પણ બાકાત ન રહ્યા! એના જ ફળસ્વરૂપ, ટીપુ સુલતાન જેવા દેશદ્રોહીને પણ ફ્રીડમ-ફાઇટર તરીકેનો દરજ્જો મળી ગયો.'

'ટીપુએ રૉકેટ ટેક્નોલૉજીને જન્મ આપ્યો હોવાની વાત પ્રચલિત છે.' ટીપુના આ નવા જ ઐતિહાસિક પાસાં અંગે જાણવામાં વિવાનને વધુ રસ હતો, 'મૈસૂરને આધુનિક બનાવવા માટે તેણે પ્રયત્નો તો કર્યા જ કહેવાય ને?'

'શું ધૂળ પ્રયત્નો? પોતાની સત્તા ટકાવી રાખવા માટે શસ્ત્ર-સરંજામના આવિષ્કાર કરવાની ઘટનાને વિકાસ થોડો કહેવાય?' હેમરાજનો અવાજ સહેજ ઊંચો થઈ ગયો, 'તને ખ્યાલ છે, એ હરામી સુલતાને મૈસૂરના અત્યંત ઐતિહાસિક ગણાતા વાંચનાલયમાંથી સનાતન ધર્મનાં પુસ્તકો, તામ્રપત્રો, ચોપાનિયાં મંગાવીને તેનો બળતણ તરીકે ઉપયોગ કરવાનો આદેશ આપ્યો હતો? બાદમાં, આ મહાન સંપત્તિના દહન થકી રાંધવામાં આવતું ભોજન એના તબેલાના ઘોડાઓને પીરસવામાં આવતું! જો તે શિક્ષણને પ્રોત્સાહન આપીને આધુનિકતા લાવવાનો હિમાયતી હોત, તો પુસ્તકો સળગાવી નાંખવાનું દુષ્કૃત્ય શા માટે કરત? મૈસૂરમાં ઈંધણની કમી તો હતી નહીં!'

વિવાન પાસે આનો કોઈ જવાબ નહોતો. પિતાનો ક્રોધ જોઈને તે થોડો ડઘાઈ ગયો. એમના સ્વરમાં ડોકાતી પીડા તે અનુભવી શકતો હતો. સનાતન સંસ્કૃતિ સાથે થયેલાં ચેડાં તેને પણ એટલું જ દુઃખ પહોંચાડતાં હતાં.

'પરંતુ અંગ્રેજો સામે ચાર-ચાર યુદ્ધો લડનારા માણસને સ્વાતંત્ર્ય સૈનિકનો દરજ્જો આપીએ, તો એમાં ખોટું શું છે?' ઘણા સમયથી મગજમાં ઘૂમરી ખાઈ રહેલો પ્રશ્ન વિવાને છેવટે પૂછી જ લીધો.

'હાથીના દાંત ચાવવાના અલગ, દેખાડવાના અલગ!' હેમરાજ થોડો શાંત થયો હોય એવું લાગ્યું, 'અંગ્રેજો સામે યુદ્ધો તેણે એટલા માટે નહોતાં લડ્યાં, જેથી ભારત આઝાદ થઈ શકે! વાસ્તવમાં સમ્રાટ અશોકના શાસનકાળ પશ્ચાત્ સમગ્ર ભારતવર્ષ જુદાં જુદાં રાજ્યોમાં વહેંચાઈ ગયું હતું. ૧૮૫૭ની સાલના વિપ્લવ સુધી ભારત ક્યારેય એકજૂથ થયું જ નહોતું! દરેક રાજાઓ પોતપોતાના રાજ્યોનો વિસ્તાર વધારવા તથા સત્તા જાળવી રાખવા માટે એકબીજા સાથે યુદ્ધો કરતા રહેતાં. ટીપુ પણ એમાંનો જ એક હતો, જેની મહેચ્છા ભારતને સ્વતંત્ર કરવાની નહીં, પણ મૈસૂરનું રાજસિંહાસન ટકાવી રાખવાની હતી.'

વિવાન સમક્ષ સમગ્ર ચિત્ર ક્રમશઃ સ્પષ્ટ થતું જતું હતું.

'સ્વાતંત્ર્ય-સૈનિક વીર સાવરકરે પોતાના પુસ્તક *ધ હિસ્ટ્રી ઑફ ધ વૉર ઑફ ઇન્ડિયન ઇન્ડિપેન્ડેન્સ*માં જણાવ્યું છે કે વાસ્તવમાં ૧૮૫૭ના યુદ્ધને જ ભારતનો સર્વપ્રથમ સ્વતંત્રતા-સંગ્રામ ગણી શકાય. અલબત્ત, શીખ ધર્મના લોકો આ વિધાનથી નાખુશ હતા. એમના મતે ૧૮૪૫-'૫૬ દરમિયાન થયેલી સર્વપ્રથમ ઍંગ્લૉ-શીખ વૉરને સર્વપ્રથમ સ્વતંત્રતા-સંગ્રામ તરીકે ધ્યાનમાં લેવી જોઈએ.'

વર્તમાન દિવસ

કોઇમ્બતૂર

શક્તિ આશ્રમની બહાર નીકળી ગયા હોવા છતાં અજય ડોભાલની આંખોમાં આછો થથરાટ હજુ પણ સ્પષ્ટપણે ઝળકતો હતો. આખું જીવન સંતો-મહંતો અને સાધ્વીઓની અવગણના કર્યા બાદ પહેલી વખત એમને એક એવો પરચો મળ્યો હતો, જે સાબિત કરતો હતો કે સૃષ્ટિમાં એવું ઘણું બધું અસ્તિત્વ ધરાવે છે જેને તર્ક-વિતર્કના ત્રાજવે તોળવું સંભવ નથી!

લક્ઝરી બુલેટપ્રૂફ મર્સીડીઝ ગાડીની બેક-સીટ પર એમની બાજુમાં બેઠેલો અમિત મનોમન સ્મિત કરી રહ્યો હતો. તેણે સહેજ ટીખળ કરી, 'સર, ભૈરવી માતાનું અરેસ્ટ વૉરન્ટ કાઢવાનો ઑર્ડર આપી દઉં?'

જવાબમાં વિચારમગ્ન અજય ડોભાલની ડોક ઝાટકો ખાઈ ગઈ! તેણે અમિત સામે જોઈને ઘૂરકિયાં નાંખ્યાં. જોકે, પોતાના આસિસ્ટન્ટ માટે એમને વિશેષ લગાવ હતો. કરિયરની શરૂઆતથી જ અમિત એક નાના ભાઈની માફક પડછાયો બનીને એમની પડખે ઊભો રહ્યો હતો. વિકટ સંજોગોમાં જ્યારે પ્રાણનું જોખમ ઊભું થયું હોય, ત્યારે પણ પીઠ બતાવીને નાસી છૂટવાને બદલે અમિતે હંમેશાં અજય ડોભાલને પ્રાથમિકતા આપી હતી.

'કામ પર ધ્યાન દઈએ?' નેશનલ સિક્યોરિટી એડ્વાઈઝરે સાવ નંખાઈ ગયેલા અવાજે કહ્યું, 'મને તો ખબર નથી પડતી કે આગળ શું કરવું જોઈએ! આઈ એમ ક્લ્યુલેસ.'

'ભૈરવી માએ રાષ્ટ્રપતિ ભવનમાં રચાયેલાં ષડયંત્રોની જે વિગતો આપણને આપી, એના પરથી તો એવું જ લાગે છે કે આખો દેશ ભડકે બળવાની અણી ઉપર છે, સર!' અમિતે પણ ચિંતા વ્યક્ત કરી.

અજય ડોભાલના મગજમાં ભૈરવી માની ચેતવણી ગુંજી ઊઠી, 'એક વાત સ્મરણમાં રહે, અજય! સમય ખૂબ ઓછો છે. વિવાનને શોધવા પાછળ સમય બગાડ્યા વગર ખરા ગુનેગારને શોધવાનો પ્રયત્ન કર. આ રમત તું વિચારે છે, એના કરતા ક્યાંય વધુ ઊંડી અને ખતરનાક છે!'

ત્યારબાદ, એમણે આતંકવાદીઓના મૂળ ઉદ્દેશ્ય અંગે જે કંઈ પણ અજય ડોભાલને કહ્યું, એ સાંભળીને કુટિરમાં ઉપસ્થિત સૌ કોઈના શરીરમાંથી ભયનું લખલખું પસાર થઈ ગયું હતું. જો આઈ.એસ.આઈ.એસ. એમના ઇરાદા પૂરા કરવામાં સફળ રહ્યું, તો નિઃશંકપણે ગઝવા-એ-હિન્દને સફળ થતાં કોઈ રોકી શકે એમ નહોતું!

'ભૈરવી માના આદેશ મુજબ, હવે વિવાન જ સમગ્ર ભારતને આ પરિસ્થિતિમાંથી ઉગારી શકવા સક્ષમ છે.' અજય ડોભાલના કપાળ પરથી પરસેવાનો રેલો નીચે ઊતરી ગયો, 'એના સુધી આ સમાચાર પહોંચાડવા અત્યંત જરૂરી છે કે રિયા જીવિત છે અને શક્તિ આશ્રમમાં ભૈરવી માની છત્રછાયા હેઠળ સુરક્ષિત છે!'

૬૬

ઈસવીસન ૧૭૯૦

શ્રી અનંતપદ્મનાભસ્વામી મંદિરનું પરિસર, ત્રાવણકોર રાજ્ય

જાણે આભ ફાટી પડ્યું હોય એમ ગાંડોતુર બનીને વરસી રહેલો વરસાદ નગરવાસીઓના મનમાં ડર પેદા કરી રહ્યો હતો. ક્રૂર ઈસ્લામિક શાસક ટીપુ સુલતાને અડધોઅડધ ત્રાવણકોર રાજ્ય પોતાના તાબા હેઠળ કરી લીધું હોવાના સમાચાર વાયુવેગે પ્રસરી ચૂક્યા હતાં. અસંખ્ય હિંદુઓને પરાણે ઈસ્લામ ધર્મ અંગિકાર કરવાની ફરજ પાડવામાં આવી રહી હતી અને જેઓ ન માને એમના ગળા કપાઈ રહ્યા હતાં. સૌ કોઈ મનોમન ભગવાન અનંતશયનમ્‌ના ચરણોમાં પોતાની સુખાકારી અને સુરક્ષિતતાની કામના કરી રહ્યા હતાં.

૫૦૦૦ વર્ષ જૂના શ્રી અનંતપદ્મનાભસ્વામી મંદિરના દ્વાર અડધી રાતે પણ ઉઘાડા હતાં. ગર્ભગૃહમાં ભારતવર્ષના પ્રકાંડ પંડિતો દ્વારા યજ્ઞકુંડમાં સતત અપાઈ રહેલી આહુતિઓના ગગનભેદી સ્વર જાણે કોઈ મહાચેતનાને આહ્‌વાન આપી રહ્યા હતાં! નવ ગ્રહો અનુકૂલન સાધીને એમના આ કાર્યમાં સહાય કરે એ હેતુથી એમણે તમામ ગ્રહોને વારાફરતી આહુતિઓ આપવાની શરૂ કરી,

ॐ ब्रह्मा मुरारी त्रिपुरांतकारी
भानुः शशि भूमिसुतो बुधश्च ।
गुरुश्च शुक्रः शनि राहु केतवः
कुर्वन्तु सर्वे मम सुप्रभातम् ॥

સેનાધ્યક્ષ કેશવ પિલ્લઈ, પ્રમુખ નગરજનો અને ધર્મરાજા કાર્તિક તિરૂનલ રામ વર્મા બંને હાથ જોડીને એમના આરાધ્યને પ્રાર્થના કરી રહ્યા હતા. ત્રાવણકોરના ૪૫,૦૦૦થી વધુ સૈનિકો પાછલા મહિનાઓની અંદર ટીપુ સુલતાનની સેના સામે લડતાં લડતાં વીરગતિ પામી ચૂક્યા હતા.

સહસા હાંફળાફાંફળા થઈને ગર્ભગૃહ સુધી પહોંચી આવેલા સૈનિકની હૃદયદ્રાવક ચીસને કારણે આહુતિઓ થોડા સમય માટે થંભી ગઈ. તેના માથામાંથી લોહીની ધારા વહી રહી હતી, જેના કારણે ગર્ભગૃહની ફર્શ પર પણ લાલ ડાઘ પડવા માંડ્યા.

તેણે ધર્મરાજા રામ વર્માને કહ્યું, 'હે પદ્મનાભદાસ, ટીપુ સુલતાને ત્રાવણકોરના ગુપ્તચરોને પકડી પાડ્યા છે! હવે આપણે બધી બાજુથી ઘેરાઈ ચૂક્યા છીએ.'

મહારાજના કપાળ ઉપર કરચલીઓ ઊપસી આવી. કાળીડિબાંગ રાત્રિ પોતાના અંધકારને વધુ ગાઢ બનાવી રહી હોય એમ એક પછી એક અનાપેક્ષિત ઘટનાઓને ઘાટ આપી રહી હતી.

'હે પ્રમુખ નગરજનો, પંડિતો અને સેનાધ્યક્ષ!' ધર્મરાજાએ નિસાસો નાંખ્યો, 'જે રહસ્યની રક્ષા ત્રાવણકોર રાજવંશ સદીઓથી કરતો આવ્યો છે, તે આજે વિધર્મીઓના હાથમાં જવાનાં એંધાણ છે! ટીપુ સુલતાન જેવો નિર્દયી અને માનવતાહીન સ્વાર્થી શત્રુ આપણા દ્વાર પર ઊભો રહીને અટ્ટહાસ્ય કરી રહ્યો છે. તાતશ્રી પદ્મનાભદાસ માર્તંડ વર્માએ મહામહોપાધ્યાય સત્યેન્દ્રનાથની સહાય વડે વર્ષ ૧૭૫૦માં જે રહસ્યને વૉલ્ટ-બીમાં અભિમંત્રિત કર્યું, એની સાચવણી કરવામાં હું ઊણો પુરવાર થયો છું અને આપ સૌની રક્ષા કરવામાં પણ!'

ગર્ભગૃહમાં હાજર સૌ કોઈ પાંપણ ફરકાવવાનું ચૂકી જઈને એકચિત્તે મહારાજની વાત સાંભળી રહ્યા હતા.

'આથી મેં નિર્ણય કર્યો છે કે શ્રી અનંતપદ્મનાભસ્વામીની નિશ્રામાં મારા પ્રાણની આહુતિ આપીને પશ્ચાત્તાપ કરીશ!' ધર્મરાજાએ જરા પણ વિચલિત થયા વગર કહ્યું, 'મારું બલિદાન સ્વીકાર્યા પશ્ચાત્ કદાચિત્ એવું બને કે ભગવાન પ્રસન્ન થાય અને ત્રાવણકોરને અલૌકિક સહાય પ્રાપ્ત થાય!'

ગર્ભગૃહમાં હાજર તમામ હિંદુ પેટા-જાતિના પ્રમુખ નગરજનોમાં હોબાળો મચી ગયો. એમના હાથ આપોઆપ વિનવણી કરવા માટે જોડાઈ ગયા. ધર્મરાજા રામ વર્મા માત્ર એમના પ્રજાવત્સલ રાજવી જ નહીં, પરંતુ શ્રેષ્ઠ વૈષ્ણવપંથી ભક્ત પણ હતા. ત્રાવણકોરને અત્યાધુનિક બનાવવામાં, ઇસ્લામિક શાસકો સામે રક્ષણ પૂરું પાડવામાં તથા તેને અંગ્રેજોના હાથમાં જતું અટકાવવા માટે એમણે અનેક રાજનૈતિક પગલાં ઉઠાવ્યાં હતાં. ભારતવર્ષના પીડિત-શોષિત હિંદુઓને આશ્રય આપવામાં ત્રાવણકોર રાજ્ય કદી પાછું નહોતું પડ્યું. નગરના દરવાજા સનાતન ધર્મીઓ માટે હંમેશાં ઉઘાડા રહેતા!

ચોવીસ કલાક ચાલતી ભોજનશાળાઓ, ઉન્નત ધર્મસ્થાનો, ગુરુકુળોથી માંડીને ચિકિત્સાલયોના નિર્માણ તેમજ અવનવી તકનિક સાથેના અત્યાધુનિક સંસાધનો વસાવવાનું શ્રેય ધર્મરાજા કાર્તિક તિરૂનલ રામ વર્માને ફાળે જતું હતું.

આંખમાં ઝળહળિયાં સાથે નામ્બિયાર બ્રાહ્મણોના પ્રમુખે ધર્મરાજાને કહ્યું, ‘હે મહાન આર્ય, આપના વગર અમારું કોઈ અસ્તિત્વ જ નથી! અમે પણ સામૂહિક આત્મવિલોપનનો સંકલ્પ લઈએ છીએ.’

રામ વર્મા એમની વાતનો વિરોધ કરે એ પહેલાં જ...

‘તો પછી વિધવા તરીકે જીવવામાં અમને કોઈ રસ નથી!’ પ્રમુખની ધર્મપત્નીએ ગર્જના કરતાં અવાજે કહ્યું, ‘અમે ચુંદડી ઓઢીને સતી થવાનો નિર્ણય લઈએ છીએ. પદ્મનાભદાસની સેવામાં અમે સ્ત્રીઓ પણ શા માટે પાછીપાની કરીએ?’

‘યથાર્થ વચન!’ અસંખ્ય મશાલોથી ઝળહળી રહેલાં ગર્ભગૃહના પરિસરમાં ઊભેલી સ્ત્રીઓએ હાથ ઊંચા કરીને એકસામટા હોંકારા ભણ્યા, ‘એમના દીધેલા પ્રાણ એમના જ ચરણોમાં હોમી દઈશું! જ્યાં સુધી શ્રી અનંતપદ્મનાભસ્વામી પોતાના દાસની અરજી નહીં સ્વીકારે, ત્યાં સુધી અમે સૌ વારાફરતી પોતપોતાના જીવની આહુતિઓ આપતાં રહીશું. વર્ષ ૧૭૫૦માં ભગવાન શ્રી અનંત શેષનાગે પદ્મનાભદાસ શ્રી માર્તંડ વર્માને જે વચન આપ્યું હતું, એની પૂર્તિ હેતુ એમણે આજે અહીં પધારવું જ પડશે.’

એ તમામ સ્ત્રીઓના ચહેરા પર દિવ્ય વીરાંગનાઓ સમું તેજ ઝળકી રહ્યું હતું.

કોઈ કશું વિચારી શકે એ પૂર્વે નામ્બિયાર પ્રમુખની ધર્મપત્નીએ પોતાની કેડે ખોસેલી કટારને ખચ્ચાક કરતી ગળાની ધોરી નસ ઉપર ફેરવી કાઢી!

જોતજોતામાં તો લોહીની સેર ફૂટી પડી. તેની પાછળ ઊભેલી નવયૌવનાએ પણ પોતાની માતાનું અનુસરણ કરતાં પ્રાણની આહુતિ આપી દીધી.

'પ્રગટ હો, શેષનાગ!' કહેતાંની સાથે જ ત્રીજી સ્ત્રીએ પણ પોતાના પેટમાં તલવાર ઘોંપી દીધી.

'પ્રગટ હો!'

'પ્રગટ હો!'

'પ્રગટ હો!'

ધર્મરાજાની આંખો સામે ક્ષણવારમાં તો એકસામટી પંદરેક સ્ત્રીઓએ પોતાના જીવ પ્રભુના ચરણોમાં અર્પણ કરી દીધા.

એકાએક બગલમાં નવજાત શિશુ તેડીને ઊભેલી સ્ત્રીએ પોતાના બાળકને શ્રી અનંતપદ્મનાભસ્વામીની ચરણપાદુકા ઉપર મૂકીને કેડે ખોસેલી કટાર કાઢી. બંને હથેળી વચ્ચે કટાર પકડીને તેનો હાથ હવામાં અધ્ધર થયો. તેની નજરો પોતાના સંતાન સામે સ્થિર થઈ ચૂકી હતી. આંખોમાં વિષાદનું નામોનિશાન સુધ્ધાં નહોતું. મક્કમ નિર્ધાર સાથે તેણે હાથ હવામાં રહેવા દઈને ભગવાનના વિગ્રહ સામે જોતાં કહ્યું, 'હે બ્રહ્માંડ-અધિપતિ, હે જગતનિયંતા, હે મહાવિષ્ણુ... આજથી અમારા બાળકોનું ઉત્તરદાયિત્વ આપના હાથોમાં છે. સનાતન ધર્મની રક્ષા કાજે અપાયેલું આ બલિદાન વિફળ ગયું તો માનવીનો ભરોસો આપના પરથી ઊઠી જશે, પ્રભુ! પ્રગટ હો...'

તેના મુખેથી ઉચ્ચારાયેલા અંતિમ સંસ્કૃત શ્લોકે ત્યાં ઉપસ્થિત સહુ કોઈની આંખો છલકાવી દીધી.

'त्वदियम् प्राण गोविन्द तुभ्यमेव समर्पये ।'

હવામાં અધ્ધર થયેલી કટાર હજુ તો પેટમાં ઘોંપાય એ પહેલાં જ તેનો હાથ અટકી ગયો. કોઈ અદૃશ્ય શક્તિ તેને આત્મવિલોપન કરતાં રોકી રહી હોય તેવું લાગતું હતું. સૌની નજર એ સ્ત્રીના બળ કરી રહેલા હાથો પર સ્થિર થઈ ગઈ. એમને સમજાઈ નહોતું રહ્યું કે આખરે શું થઈ રહ્યું છે!

ધરતી ડોલવા માંડી. દૂરથી ઊઠેલા વંટોળિયાએ ક્ષણવારમાં તો મંદિરની અંદર રમમાણ બોલાવી દીધી! ભગવાનના વિગ્રહની બરાબર સામે થોડે જ દૂર ભયંકર કડાકા સાથે ધરા ફાટી પડી. શ્રી અનંતપદ્મનાભસ્વામીના લલાટ ઉપર ચઢાવવામાં આવેલું પુષ્પ ગબડીને એ ફાટમાં સમાઈ ગયું! આસપાસના વાતાવરણમાં અગણિત પુષ્પોનો આહ્લાદક મઘમઘાટ પ્રસરી ઊઠ્યો. એકસાથે

હજારો સર્પો હિસ્સકારો બોલાવી રહ્યા હોય એવો સ્વર એ ફાટમાંથી બહાર સંભળાવા માંડ્યો. અજ્ઞાત સંમોહનમાં બંધાઈને ધર્મરાજા રામ વર્મા, સેનાધ્યક્ષ કેશવ પિલ્લઈ સહિત સૌના હાથ નમસ્કાર મુદ્રામાં જોડાઈ ગયા.

જમીન જ્યાંથી ફાટી હતી, એ તિરાડમાંથી દિવ્ય તેજોપુંજનો પ્રસવ થયો... આ એ જ ક્ષણ હતી, જેના માટે રાજા માર્તંડ વર્મા અને મહામહોપાધ્યાય સત્યેન્દ્રનાથે વૉલ્ટ-બીમાં નાગપાશ તંત્રનો પ્રયોગ કર્યો હતો. ત્યાં અભિમંત્રિત રહસ્યની સુરક્ષા માટે જેમને ઉત્તરદાયિત્વ સોંપવામાં આવ્યું હતું, એ અલૌકિક ચેતનાનો પ્રાદુર્ભાવ થઈ રહ્યો હતો.

સર્પાધિપતિ... સ્વયં મહાવિષ્ણુ જેમના શૈયારૂપી દેહ ઉપર યોગનિદ્રા ધારણ કરે છે એવા... શ્રી અનંત શેષનાગ!

અચાનક જમીનની ફાટમાંથી અસંખ્ય ફેણ ફેલાવીને પ્રગટ થયેલા ભગવાન અનંત શેષનાગની સામે સહુ કોઈ વિસ્ફારિત આંખે જોઈ રહ્યા. ગુફામાંથી પડઘાઈને આવતા ઘેરા નાદ સાથે તેઓ બોલ્યા,

'મારા સ્વામી શ્રી અનંતપદ્મનાભના પ્રાણપ્રતિષ્ઠિત દિવ્ય-વિગ્રહની સામે એક માતાનું લોહી રેડાય, તો મારું ઈશ્વરત્વ લાજે! આપ સૌના આર્તનાદને કારણે ક્ષીરસાગર હિલોળા લેવા માંડ્યો છે. પદ્મનાભદાસ માર્તંડ વર્મા અને મહામહોપાધ્યાય સત્યેન્દ્રનાથ દ્વારા જે રહસ્યની રક્ષા માટે મને આહ્‌વાન આપવામાં આવ્યું હતું, એ સંકટમાં છે!

જ્યાં સુધી મહાવિષ્ણુનો અંતિમ અવતાર પૃથ્વી પર જન્મ ન લે, ત્યાં સુધી એ દિવ્ય અંશનું રક્ષણ કરવા માટે હું સારથિ બનીને આજે પ્રગટ થયો છું.

હે સિદ્ધક્ષેત્રના નિવાસીઓ, આપ સૌનું કર્તવ્ય હવે પૂર્ણ થયું છે. આપ સૌના મૃત સ્વજનોએ આપેલાં બલિદાનનો હેતુ સાર્થક થાય, એ સુનિશ્ચિત કરવાનું ઉત્તરદાયિત્વ હવે મારું છે. આજ સુધી જે ક્યારેય નથી બન્યું, એ વાસ્તવમાં પરિણમશે.

મારા અંતર્ધ્યાન થતાંના સાથે જ આ દેહનો સરિસૃપ અંશ ત્રાવણકોરના શેષ ૫૦૦૦ સૈનિકો સાથે ઐક્ય સાધશે! પ્રત્યેક સૈનિકના દેહમાં

હજાર શેષનાગનું બળ અને વિષ પેદા થશે... આપના શત્રુ પર તેઓ વીજ બનીને ત્રાટકશે! જેના હુંકારમાં અસંખ્ય મનુષ્યોને જમીનદોસ્ત કરવાનું બાહુબળ છે, જે વાયુથી પણ વધુ ગતિવાન અને ચપળ છે એવા આપના એક-એક સૈનિકો દુશ્મનોની છાવણીમાં હાહાકાર મચાવશે! એમના એક દંશમાત્રથી શત્રુનું શરીર રાખમાં ભળી જશે.
સૈન્યશક્તિના પ્રત્યેક શસ્ત્રોમાં મારો નિવાસ હશે.

નિશ્ચિંત થઈ જાઓ! નાગપાશથી અભિમંત્રિત એ દ્વારની પાછળ ધરબાયેલા એ મહાન રહસ્યને મારી ઇચ્છા વિના કોઈ નહીં પામી શકે...

તથાસ્તુ!'

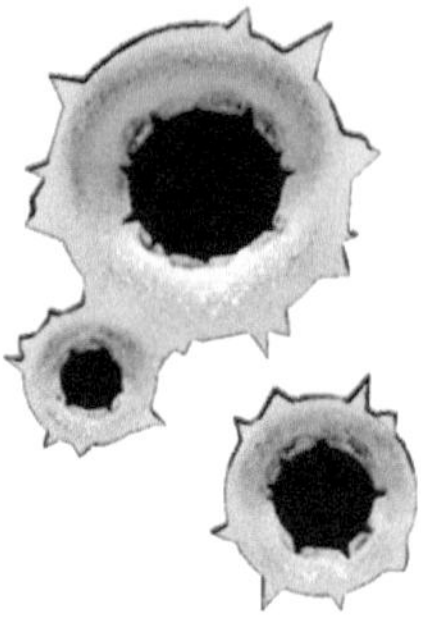

૬૭

વર્તમાન દિવસ

કોઇમ્બતૂર

લલિતાસહસ્રનામની પૂર્ણાહુતિ પર આદિયોગિની અલયમ્‌માં ઉપસ્થિત તમામ શ્રીવિદ્યા ઉપાસકોએ ભગવતી પરાશક્તિ અને ગુરુ અમ્મા ભૈરવીને એક દિવ્ય મંત્ર વડે નમસ્કાર કર્યા,

सृष्टिस्थितिविनाशानां शक्तिभूते सनातनि ।
गुणाश्रये गुणमये नारायणि नमोऽस्तु ते ॥

'સૃષ્ટિ, સ્થિતિ અને સંહાર માટે કારણભૂત હે સનાતન મહાશક્તિ, તમે જ સર્વગુણોનો આધાર અને સર્વગુણમયી છો! હે નારાયણી દેવી, આપને અમે નમસ્કાર કરીએ છીએ.'

શ્રદ્ધાળુઓના નમસ્કાર નતમસ્તક સ્વીકાર કરીને ભૈરવી માએ શ્રીવિદ્યા સાધનાના પાંચમા ચરણની વાત આરંભી, 'આ મંત્ર પાછળ નિહિત રહસ્યથી આપ પરિચિત છો?'

સભાખંડમાં વ્યાપ્ત મૌન પરથી ભૈરવી માને એમના પ્રશ્નનો ઉત્તર મળી ગયો.

‘શ્રીવિદ્યા સાધના-શિબિરના આરંભિક દિવસોમાં મેં આપને ત્રણ પ્રકારની પૂજાવિધિ અંગે વિગતો આપી હતી.’ ભૈરવી માએ વિસ્તૃત છણાવટ કરી, ‘સૃષ્ટિક્રમ પૂજા, સ્થિતિક્રમ પૂજા અને સંહારક્રમ પૂજા. દેવી પરામ્બિકાનો આ નમસ્કાર-મંત્ર વાસ્તવમાં શ્રીવિદ્યાની શક્તિ-મહત્તા તરફ આંગળી ચીંધે છે. આદિમાયા ભગવતી સર્વગુણમયી અર્થાત્ સત્ત્વ, રજસ અને તમસના સમન્વય સમી શક્તિ છે... સાથોસાથ, તેઓ ત્રિગુણાત્મિકા અર્થાત્ ત્રણ ગુણોથી પર - ગુણાતીત - પણ છે!’

સામે બેઠેલા દસ હજાર સાધકો એકચિત્તે એમની દિવ્ય વાણીનું રસપાન કરી રહ્યા હતા.

‘... અને અહીંયાંથી જ આરંભ થાય છે, પંચમ્ આવરણની સમજૂતી!’ ભૈરવી માએ તાણાવાણા જોડ્યા, ‘જેની યોગિની છે, કુલોત્તીર્ણયોગિની!’

અલયમ્‌માં મૂકવામાં આવેલા વિશાળ સ્ક્રીન પર શ્રીયંત્રની બાજુમાં તેના પાંચમા આવરણની ઝૂમ થયેલી આકૃતિ ઊપસી આવી.

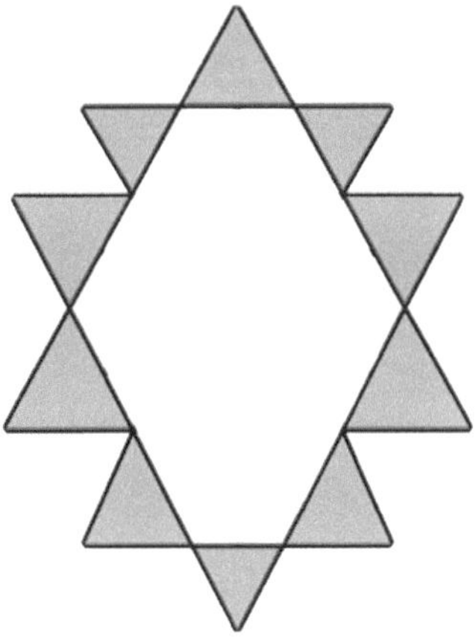

‘જે પોતાના કુળ અર્થાત્ મૂળ સ્વભાવથી ઉપર ઊઠી ચૂકી છે, તે યોગિનીનું આ ચક્ર છે.’ માએ કહ્યું, ‘ચક્ર છે, બહિર્દશાર! કુલ ૧૦ ત્રિકોણથી નિર્મિત આ આવરણને સર્વાર્થસાધક ચક્ર તરીકે ઓળખવામાં આવે છે.’

ભારતની આ સૌથી પૌરાણિક વિદ્યાને ભૈરવી મા શક્ય એટલી સરળ ભાષામાં સમજાવવાનો પ્રયાસ કરી રહ્યાં હતાં.

'આ ચક્રનો હેતુ શો છે?' એમણે સભાખંડમાં સ્થિત સૌની સામે દૃષ્ટિપાત કર્યો, 'ચતુર્થ આવરણ સુધીમાં તો સાધકને સૌભાગ્ય અને સિદ્ધિઓ પ્રાપ્ત થઈ જાય છે. તેની તમામ આશા-અપેક્ષાઓ પૂર્ણ થઈ જાય છે... હવે શું બાકી રહ્યું? ભાવ! સ્મરણ રહે... જે તૃપ્ત છે, તે શ્રેષ્ઠ સાધક પુરવાર થતો હોય છે. જે વ્યક્તિ પોતાના જીવનમાં સંપન્ન નથી, એ કેવળ ઇચ્છાપૂર્તિ માટે સાધના કરે છે. તેનો ઉદ્દેશ્ય ક્યારેય પરમશક્તિની પ્રાપ્તિ નથી હોતો. ભૌતિક સુખ-સગવડો પ્રાપ્ત કરવાની ઘેલછામાં ઘણા સાધકો શ્રીવિદ્યા સાધના શરૂ કરે છે અને પહેલા-બીજા આવરણ પર અટકી જાય છે, કારણ કે દેવી લલિતામ્બિકાની કૃપાથી એમને શરૂઆતમાં જ એટલી ધન-દૌલત અને સંપત્તિ મળી જાય છે કે આગળ કશું કરવાની જરૂરિયાત જ નથી રહેતી.'

તેઓ આગળ કશું કહે, એ પહેલાં સાધ્વી મા સભાખંડમાં પ્રવેશ્યાં. એમની નજરમાં તરવરતો ઉચાટ પારખીને ભૈરવી માએ તરત જ પરિસ્થિતિનો ક્યાસ કાઢી લીધો. તેમણે મનસ્વી સામે જોઈને મનોમન કોઈક આદેશ આપ્યો.

મનસ્વી ઊભી થઈને સાધ્વી માને બહાર લઈ ગઈ.

'ઐશ્વર્યનો ત્યાગ કરીને ભગવતી મહાશક્તિના સાક્ષાત્કારની મહેચ્છા ધરાવનારા સાધકો આંગળીને વેઢે ગણાય એટલા જ હોય છે!' ભૈરવી માનો ઇશારો એ પાંચસો સાધકો તરફ હતો, જે કળિયુગના અંતિમ મહાયુદ્ધમાં મહત્ત્વપૂર્ણ ભૂમિકા ભજવવાના હતાં, 'માતા લલિતા મહાત્રિપુરસુંદરીના આશીર્વાદ મળવાનો સર્વપ્રથમ સંકેત છે, શ્રી અર્થાત્ ઐશ્વર્યની પ્રાપ્તિ! કોઈ પણ મા જ્યારે પોતાના પુત્ર અથવા પુત્રીને મળવા માટે આવે, ત્યારે ખાલી હાથે ન આવે. એવી જ રીતે, જગતજનની જ્યારે એના સાધક એટલે કે તેના માનસસંતાનના જીવનમાં પ્રવેશ કરે, ત્યારે ખાલી હાથે ન જ પ્રવેશે! પોતાની સાથે તેઓ આઠ પ્રકારની લક્ષ્મી - અષ્ટલક્ષ્મી - લઈને આવે, જેથી બાળકના જીવનમાં કોઈ અસુવિધા ન રહે.'

અષ્ટલક્ષ્મીનું ઉચ્ચારણ કરતાંની સાથે જ ભૈરવી માના ચહેરા પર માર્મિક સ્મિત તરી આવ્યું. ભગવતી પરાશક્તિએ જ કદાચ એમને આ શબ્દનું ઉચ્ચારણ કરવાની પ્રેરણા આપી હતી!

'જે સાધક સંતુષ્ટ છે, જેની તમામ ઇચ્છાઓ પૂર્ણ થઈ ચૂકી છે; તેની

ચેતનાને મા લલિતા સુધી પહોંચતાં કોઈ રોકી નથી શકતું. તમામ ભૌતિક સુખ-સગવડો પ્રાપ્ત કર્યા બાદ છેવટે તો વ્યક્તિ આધ્યાત્મિક સુખ થકી જ સંતુષ્ટ બનતો હોય છે... ઇતિહાસ સાક્ષી છે! ચંડીગઢથી ચાર કલાક દૂર, સોલાનમાં જેમનો બદ્રિકા આશ્રમ છે એવા શ્રીવિદ્યાના સિદ્ધ ઉપાસક ઓમ સ્વામી એક જીવંત ઉદાહરણ છે. ૨૮ વર્ષની વયે ઑસ્ટ્રેલિયામાં તેમણે પોતાનું વિશાળ સામ્રાજ્ય ઊભું કરી દીધું હતું, તેઓ કરોડોની સંપત્તિના માલિક હતાં. અને છતાં, ૩૦મા વર્ષે એકદમ યુવાન વયે એમણે સંસારનો ત્યાગ કરી પોતાના ગુરુ નાગાબાબા પાસેથી સંન્યાસ દીક્ષા લીધી. જીવનમાં તમામ સુખ-સગવડો ભોગવી ચૂકેલા ઓમ સ્વામી માટે આધ્યાત્મિક યાત્રા દુર્ગમ અવશ્ય રહી, પરંતુ દીર્ઘ નહીં. દોઢ વર્ષની અંદર એમને સાક્ષાત લલિતા મહાત્રિપુરસુંદરીનાં દર્શન થયાં.'

સભાખંડમાં ઉપસ્થિત મોટાભાગના સાધકોના ચિત્તને આજે એ વાસ્તવિકતાનો પરિચય થયો કે જીવનમાં જ્યારે કશું જ છોડવાલાયક ન હોય, ત્યારે સંન્યાસ લેવો નિરર્થક છે. સંસારનો ત્યાગ કરવો ત્યારે જ યોગ્ય કહેવાય, જ્યારે પાછળ છોડવા માટે ઘણુંબધું હોય!

'આને કહેવાય મા પરત્વેની આસક્તિ અને વાસ્તવિક ભક્તિ!' ભૈરવી મા પ્રસન્નચિત્તે બોલ્યા, 'ઇચ્છાપૂર્તિને બદલે ઇષ્ટને સિદ્ધ કરવાની મહેચ્છા રાખવી એ જ શાશ્વત સુખનો માર્ગ હોઈ શકે; આટલું સમજી શકનારા સાધકોને પરમ તત્ત્વ અવશ્ય પ્રાપ્ત થાય છે!'

સ્ક્રીન પર દેખાતી આકૃતિ સામે એમણે નજર કરી.

'પાંચમા આવરણની જે ચક્રેશ્વરી દેવી છે, એમનું નામ છે... ત્રિપુરાશ્રીઃ! મેં પહેલાં કહ્યું એમ, જે યોગિની સર્વેન્દ્રિયોથી ઉપર ઊઠી ચૂકી છે, ઉત્તીર્ણ થઈ ચૂકી છે, શરીરના કુલ સ્વભાવથી પણ ઉપર છે એ કુલોત્તીર્ણયોગિની! આ ચક્ર સુધી પહોંચી જનાર સાધકને બ્રહ્માંડના સર્વોચ્ચ મહાજ્ઞાનની પ્રાપ્તિ થવાની શરૂઆત છે, આથી ચક્રનું વિશેષણ છે... મહામહાજ્ઞપ્તે! સર્વાર્થસાધક આવરણમાં ચક્રેશ્વરી અને યોગિની સહિત કુલ ૧૨ શક્તિઓની પૂજા કરવામાં આવે છે - સર્વસિદ્ધિપ્રદે, સર્વસંપત્પ્રદે, સર્વપ્રિયંકરી, સર્વમંગલકારિણી, સર્વકામપ્રદે, સર્વદુઃખવિમોચિની, સર્વમૃત્યુપ્રશમનિ, સર્વવિઘ્નનિવારિણી, સર્વાંગસુંદરી, સર્વસૌભાગ્યદાયિની, સર્વાર્થસાધક ચક્રસ્વામિની, કુલોત્તીર્ણયોગિની.'

ભૈરવી માનું પ્રવચન પૂર્ણ થાય એની રાહ જોતી મનસ્વી મંચની બાજુમાં ઊભી હતી.

'ૐ નમશ્ચંડિકાયૈ...' ભૈરવી માએ સૌને બે હાથ જોડીને વંદન કરી પાંચમી રાતની સાધના-શિબિર પૂર્ણ થઈ હોવાની સૂચના આપી.

બીજી જ ઘડીએ, મંચ પર જઈને મનસ્વીએ એમના કાનમાં કહ્યું, 'અમ્મા... રિયા ચૌધરી અને અશરફ વીજળીવાળા પર્ણકુટિરમાં આપની પ્રતિક્ષા કરી રહ્યા છે.'

આ સાંભળતાંની સાથે જ ભૈરવી માના મુખ પર અલૌકિક તેજ પ્રસરી ઊઠ્યું.

વર્તમાન દિવસ

જગનમોહન મહેલ, મૈસૂર

'અજિતાભ પૂર્ણૈયાએ શ્રીરંગપટ્ટનમ્ ખાતે દરિયાદૌલત બાગમાં જ્યારે અગસ્ત્ય મૂર્તિ, રાવણ અને શ્રીપદ્મનાભસ્વામી મંદિરની વાત કરી, ત્યારે પણ હું વિચારમાં પડી ગયો હતો કે અગસ્ત્ય મુનિ અને રાવણ એકબીજા સાથે શી રીતે સંકળાયેલા હોઈ શકે?' વિવાને પૂછ્યું, 'શ્રીઅનંતપદ્મનાભસ્વામી મંદિરમાં સુરક્ષિત અષ્ટ-સિદ્ધિ અંગે તો તમે માહિતી આપી, પરંતુ અગસ્ત્ય મૂર્તિનું શું?'

અડધી રાતે મૈસૂરમાં સ્મશાનવત્ સન્નાટો છવાઈ ગયો હતો. દૂર દૂર ક્યાંક પોલીસની ગાડીઓના સાયરન અને નાઇટ-પેટ્રોલિંગ કરતી ફૉર્સની છૂટીછવાઈ જીપ સિવાય અન્ય સર્વત્ર શાંતિ હતી. એવું લાગતું હતું જાણે તોફાન પહેલાંનો ખાલીપો અડ્ડો જમાવીને બેસી ગયો છે!

'મૂર્તિ અંગે જાણતાં પહેલાં મારે તને અગસ્ત્ય અને રાવણ વચ્ચેના સંબંધ અંગે વિસ્તારપૂર્વક જાણ કરવી પડશે.' પોતાના બંને હાથ બેન્ચની કિનારી પર ખોડીને હેમરાજ ઊભો થયો, 'રાવણના પિતાનું નામ?'

એકાએક પુછાયેલા પ્રશ્નનો જવાબ આપવામાં વિવાનને જરા પણ વાર ન લાગી, 'પિતા વિશ્રવા અને માતા કૈકસી.'

'ખરું' હેમરાજે પગ છૂટા કરવાના બહાને બંને પાનીઓને ગોળાકાર ઘુમાવી, 'ઋષિ વિશ્રવાના પિતા?'

'પુલસ્ત્ય!' વિવાને એકાક્ષરી જવાબ આપ્યો.

પ્રોફેસર સુભ્રતો દાસને ફોન કર્યાને હજુ પાંચ-સાત મિનિટ્સ માંડ થઈ હશે, પરંતુ સમય જાણે ગોકળગાયની ગતિએ ચાલી રહ્યો હોય એવું બંનેને લાગી રહ્યું હતું. એક એક સેકન્ડ ભય અને બેચેનીના ઓછાયા હેઠળ પસાર થઈ રહી હતી. ગળે શોષ પડવા માંડ્યો હતો. રખે ને પોલીસ મૈસૂરના તમામ મહેલની તપાસ કરે, તો હવે બચીને ભાગી છૂટવા માટે એમની પાસે બીજો કોઈ રસ્તો નહોતો!

'... અને, પુલસ્ત્યના પિતા એટલે ભગવાન બ્રહ્મા.' હેમરાજનું લેગ્સ-સ્ટ્રેચિંગ સતત ચાલુ જ હતું, 'પણ તને એ ખબર છે કે પુલસ્ત્યના સગા ભાઈ અને ભગવાન બ્રહ્માના બીજા પુત્રનું નામ શું હતું?'

વિવાને ડોકું ધુણાવીને ના પાડી.

'અગસ્ત્ય!' હાથના ટચાકા ફોડતાં ફોડતાં હેમરાજે જણાવ્યું, 'દાદા પુલસ્ત્યના સગા ભાઈ હોવાને નાતે અગસ્ત્ય ઋષિ પણ સંબંધમાં રાવણના દાદા જ થયા!'

વિવાન સામે આજે એક પછી એક એવી હકીકતો ઉજાગર થઈ રહી હતી, જે સાંભળીને તે ઉકેલની નજીક પહોંચવાને વધુ ને વધુ મૂંઝવણમાં મૂકાતો જતો હતો.

'પપ્પા... એક મિનિટ!' વિવાને માથું પકડી લીધું, 'અગસ્ત્ય ઋષિ, રાવણ, મહામહોપાધ્યાય સત્યેન્દ્રનાથ, તિરુઅનંતપુરમ્, કેરળ, શ્રીઅનંતપદ્મનાભસ્વામી મંદિર, મૈસૂર મહેલ, ટીપુ સુલતાન, શુક્રાચાર્ય, રાષ્ટ્રપતિ ભવન... આ બધું કઈ રીતે એકબીજા સાથે જોડાયેલું છે? મારી સમજમાં કંઈ નથી આવી રહ્યું.'

હેમરાજે તેના ખભે હાથ મૂકીને કહ્યું, 'ગયા વર્ષે ભગવાન સોમનાથ અને દુબઈનું જે રહસ્ય તું ઉકેલીને આવ્યો છે, એ તો ફક્ત ટ્રેલર હતું... દીકરા! આદિકાળથી આરંભાયેલા મહાવિધ્વંસની આ ગાથાથી હજુ પણ તું સંપૂર્ણપણે અજાણ છો. સમય સિવાય તારી વહારે કોઈ નહીં આવે! તને બે ગુણો - ધીરજ અને સ્વનિયંત્રણ - ની આ યાત્રામાં ડગલે ને પગલે જરૂર પડવાની છે... માટે આકુળવ્યાકુળ થયા વગર સમયનો પિટારો જ્યારે જ્યારે તારી સમક્ષ કંઈક નવું રહસ્ય ઉઘાડે, એને પચાવવાની અને સમજવાની ક્ષમતા કેળવજે.'

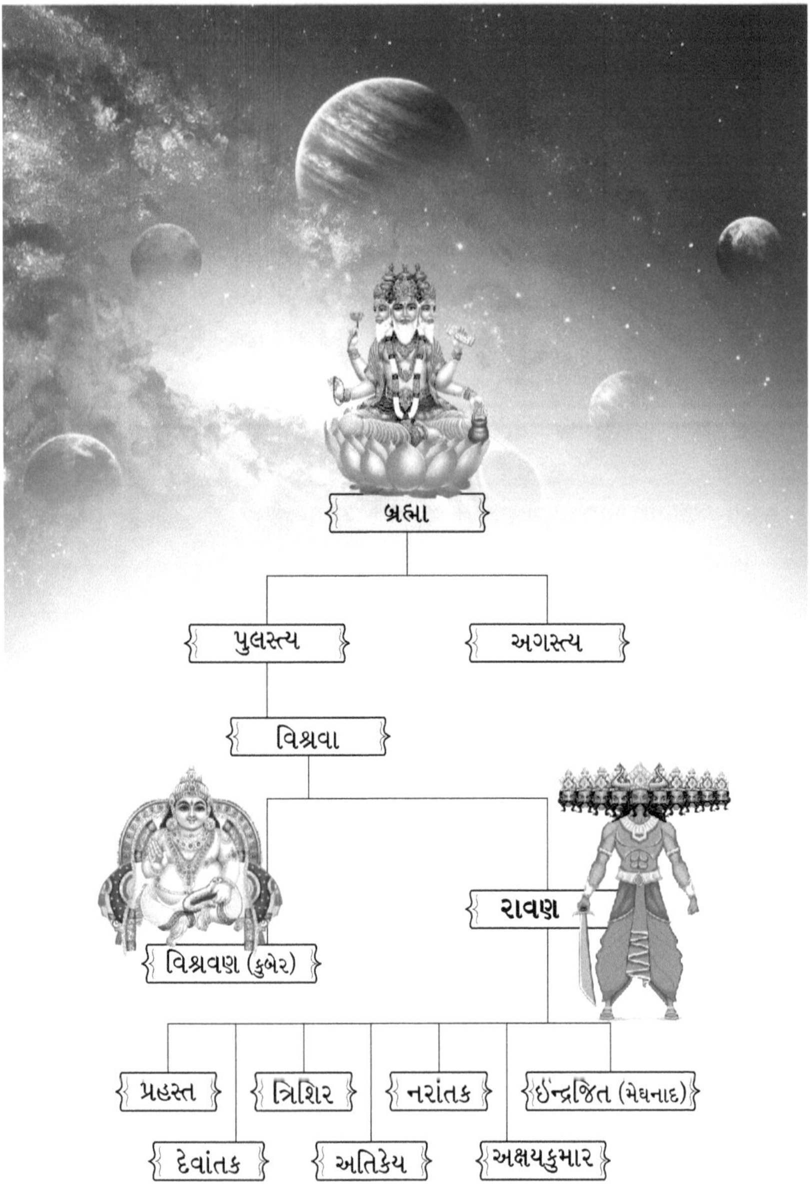
બ્રહ્મા
પુલસ્ત્ય
અગસ્ત્ય
વિશ્રવા
રાવણ
વિશ્રવણ (કુબેર)
પ્રહસ્ત
ત્રિશિર
નરાંતક
ઇન્દ્રજિત (મેઘનાદ)
દેવાંતક
અતિકેય
અક્ષયકુમાર

રાવણની વંશાવલી

વિવાને બે હાથની હથેળી વચ્ચે મોં ઢાંકી દીધું. હેમરાજે થોડી ક્ષણો સુધી તેને પોતાની જાત સાથે રહેવા દીધો.

મહેલ છોડીને બહાર નીકળવામાં પૂરો ખતરો હતો. શહેરના તમામ સીસીટીવી કેમેરામાં અત્યારે એમની શોધખોળ ચાલી રહી હશે, એનાથી તેઓ વાકેફ હતા. જ્યાં સુધી પ્રોફેસરનો વળતો કૉલ ન આવે, ત્યાં સુધી એમની પાસે જગનમોહન પેલેસના દીવાનખંડમાં બેસી રહેવા સિવાય બીજો કોઈ વિકલ્પ શેષ નહોતો.

'ઑકે, સૉરી!' વિવાને મોં ઊંચુ કર્યું, 'પણ પાછલા કેટલાક કલાકોમાં બની ગયેલી ઘટના, રિયાનું અપહરણ અને તમારું મારા જીવનમાં પાછું આવવું... આ તમામ સ્થિતિઓએ મારી મતિને મૂંઝવી નાંખી છે. હું સીધી રેખામાં વિચાર કરી શકવા સક્ષમ રહ્યો છું કે નહીં, એ પણ મને ખબર નથી!'

'ભૂલીશ નહીં, દીકરા... તું હવે ઉદ્યોગસાહસિક વિવાન નહીં, પણ મહામહોપાધ્યાય વિવાન આર્ય છો! ભગવાન અનંત શેષનાગે મહામહોપાધ્યાય વંશજને સોંપેલા ઉત્તરદાયિત્વનો છેલ્લો વારસદાર! અસુરાધિપત્યની પુનઃસ્થાપનાને અટકાવવા માટે સક્ષમ આશાનું આખરી કિરણ!' હેમરાજનું ગળું ભીનું થયું.

વિવાને પિતા સામે જોયું. ઊંડો શ્વાસ લઈને તેણે હેમરાજનો હાથ પોતાના હાથમાં લઈ થપથપાવ્યો.

'સુધીર બાબાએ મારી ઉપર મૂકેલા ભરોસાને ક્યારેય તૂટવા નહીં દઉં, આઈ પ્રૉમિસ!' તેના સ્વરમાં ઘડીકવાર પહેલાં ડોકાતો અવિશ્વાસ અદશ્ય થઈ ચૂક્યો હતો, 'જણાવો અગસ્ત્ય-ગાથા!'

'દક્ષિણ ભારતીય સાહિત્યિક ગ્રંથો અને ઐતિહાસિક પુરાવા પ્રમાણે, વેદિક ઋષિ અગસ્ત્યના પૌરાણિક તમિલનાડુમાં આગમન થવાની સાથે ત્યાંની સભ્યતા અને સંસ્કૃતિનો વિકાસ થયો હોવાનું માનવામાં આવે છે.' હેમરાજે બંને હાથના અંકોડા ભીડ્યા.

'દક્ષિણ ભારતીય સાહિત્યિક ગ્રંથો એટલે સંગમ સાહિત્ય?' વિવાને ખાતરી કરવા કરવા માટે પૂછ્યું.

'હા. કુલ ત્રણ સંગમકાળનો ઉલ્લેખ ગ્રંથોમાં મળી આવે છે, જેમાંથી પ્રથમ અને દ્વિતીય સંગમકાળનું સાહિત્ય સમય સાથે લુપ્ત થઈ ગયું; અને ત્રીજા સંગમકાળનું સાહિત્ય જ હાલ ઉપલબ્ધ છે.' કઈ સાલમાં કયું સંગમ-

સાહિત્ય રચાયું, એ અંગેની જાણકારી હાલ અસ્થાને હોવાથી હેમરાજે તેના વિશે વાત કરવાનું ટાળ્યું.

'ગોટ ઈટ!' ન્યુઝ-ચેનલના કામકાજ સબબ દક્ષિણ ભારત ઘૂમવાની ઘણી તક મળવાને કારણે વિવાનને સંગમ-સાહિત્ય અંગે આછોપાતળો ખ્યાલ હતો.

'પૌરાણિક કથાને થોડીવાર માટે ભૂલી જઈને ઐતિહાસિક પુરાવાને ધ્યાનમાં લઈએ તો, વેદવીર આર્ય લિખિત અંગ્રેજી પુસ્તક *ધ ક્રોનોલૉજી ઑફ ઇન્ડિયા - ફ્રૉમ મનુ ટુ મહાભારત*માં જણાવવામાં આવ્યું છે કે ઋષિ અગસ્ત્ય ઉત્તર આર્યાવર્તમાંથી દક્ષિણ આર્યાવર્તમાં આવીને વસ્યા હતાં.' સદીઓ પહેલાં થઈ ગયેલાં એ મહાન ઋષિના જીવનકાળને જાણે પોતાની સગી આંખે નિહાળી ચૂક્યો હોય એટલી ચોકસાઈ સાથે હેમરાજ જણાવી રહ્યો હતો, 'ગામવાસીઓને તેઓ માટીના ઘડામાં મળ્યા હોવાને લીધે અગસ્ત્યને ત્રણ નામો વડે ઓળખવામાં આવ્યા - કુંભજ, કુંભયોનિ અને કુંભસંભવ!'

'મેં ક્યાંક વાંચ્યું હતું કે ઋગ્વેદની કેટલીક ઋચાઓ પણ ઋષિ અગસ્ત્ય દ્વારા લખવામાં આવી છે.' વિવાન પોતાની જૂની સ્મૃતિઓને ઢંઢોળી રહ્યો હતો.

'યુ આર રાઈટ!' હેમરાજે સંમતિ પૂરાવી, 'ઋગ્વેદની ૩૧૬ ઋચા અગસ્ત્ય ઋષિ દ્વારા અને ૧ સુક્ત એમના ધર્મપત્ની લોપામુદ્રા દ્વારા લખવામાં આવ્યા છે.'

'દક્ષિણ આર્યાવર્તની મુલાકાત લેનાર તેઓ જો સર્વપ્રથમ ઋષિ હોય, તો એ પૂર્વે ત્યાં કોણ વસવાટ કરતું હતું?' વિવાનની અંદરનો ખોજી જીવ આળસ મરડીને બેઠો થવા માંડ્યો.

'આ વાત છે, ત્રેતાયુગની... જ્યારે દંડકારણ્ય એટલે કે આજના દક્ષિણ ભારતથી શરૂ કરીને લંકાના છેવાડા સુધી મોટાભાગે અસુરો - રાક્ષસોની જુદી જુદી પ્રજાતિઓનો વસવાટ હતો.' હેમરાજે ફોડ પાડ્યો, 'એ સમયનું લંકા વાસ્તવમાં કુમારીકંદમ નામના વિશાળ પ્રદેશનો ભાગ હતું, જે આજના ઑસ્ટ્રેલિયા અને માડાગાસ્કર સાથે ભારતની સીમાને જોડતું હતું.'

હેમરાજે પોતાના મોબાઇલમાં ઈન્ટરનેટ બ્રાઉઝર ખોલી ગૂગલમાં કુમારીકંદમનો નકશો સર્ચ કર્યો. રિઝલ્ટ આવતાંની સાથે જ તેણે વિવાનની સામે મોબાઇલ ધરી દીધો.

'એવું માનવામાં આવે છે કે અસુર પ્રજાતિ મૂળ દક્ષિણ ભારતના રહેવાસીઓ નહોતાં, પરંતુ કોઈક કારણોસર ઉત્તર આર્યાવર્તમાંથી શિફ્ટ થઈને દક્ષિણમાં આવીને વસ્યા હતાં.' હેમરાજે વિવાન તરફ મર્મસૂચક નજરે જોયું.

અરબ સાગર
દક્ષિણ આર્યાવર્ત
(ભારતવર્ષ)
કવાટપુરમ્
બંગાળની ખાડી
શ્રીલંકા
કુમારી આરુ નદી
સમુદ્રમાં ગરકાવ
તમિલનાડુ
જૂનું મદુરાઈ
પેરુ આરુ નદી
પહેરુલી નદી
પાંડ્ય રાજ્ય
કન્ની નદી
માડાગાસ્કર
ઑસ્ટ્રેલિયા
પેરુવાલા નાડુ
મેરુ પર્વત
કુમારીકંદમ (મરુભૂમિ)

વિવાનના મગજની બત્તી તરત ચાલુ થઈ ગઈ, 'તો તમે એમ કહેવા માંગો છો કે સતયુગમાં દેવોએ દાનવોને જ્યારે આર્યાવર્તમાંથી મરુભૂમિમાં ખદેડી કાઢ્યા, એ વેળા કેટલાક અસુરો કુમારીકંદમ એટલે કે આજના દક્ષિણ ભારતમાં આવીને વસ્યા હતાં?'

'એકદમ સાચું!' હેમરાજે ચપટી વગાડતાં કહ્યું, 'મહામહોપાધ્યાય વંશજ તરીકે મૂળ કથા તને અને મને બંનેને ખ્યાલ છે. એ સમયે આરબભૂમિ સહિત અફઘાનિસ્તાન, ઈરાન, ઈરાક સહિતનો વિસ્તાર મરુભૂમિ તરીકે જાણીતો બન્યો હતો; જ્યાં રણ સિવાય બીજું કશું જોવા મળતું નહોતું. બીજી બાજુ, કુમારીકંદમ જેવો સમુદ્રથી ઘેરાયેલો પ્રદેશ પણ અસુરોનું નવું ઠેકાણું હતું. જેમ જેમ સમય પસાર થતો ગયો, એમ એમ ત્રેતાયુગમાં આર્યાવર્ત વધારે ને વધારે નાનું બનતું ગયું. પરિણામે, દંડકારણ્યની નીચેના પ્રદેશોમાં અસુરોની વસ્તી ક્રમશઃ વધતી ગઈ.'

'હવે સમજાયું કે ઈક્ષ્વાકુવંશજ શ્રીરામે શા માટે દંડકારણ્યમાં પુષ્કળ અસુરોનો વધ કર્યો હોવાનું વર્ણન આપણા પૌરાણિક ગ્રંથોમાં મળી આવે છે!' વિવાન પણ એક પછી એક કડીઓ જોડતો જતો હતો, '... કારણ કે, દંડકારણ્ય સમયની સાથે મહાન અસુરોનું નિવાસસ્થાન બની ગયું હોવું જોઈએ!'

'એક્ઝેટલી!' હેમરાજની આંખોમાં પૂર્વવત્ ચમક પથરાઈ, 'આ બાજુ ઋષિ અગસ્ત્ય જ્યારે દક્ષિણ ભારતમાં સ્થળાંતરિત થયા, ત્યારે ત્યાંના રહેવાસીઓને સંસ્કૃત ભાષાનું કોઈ જ્ઞાન ન હોવાને લીધે એક એવી નવી ભાષાનું સર્જન થવું જરૂરી હતું, જે તમામ લોકો સમજી શકે!'

'શું આ જ કારણોસર ઋષિ અગસ્ત્યને તમિલ ભાષાના જનકની ઉપમા આપવામાં આવે છે?'

'યસ્સ! તેઓ...' હેમરાજ આગળ કંઈ કહેવા જાય એ પહેલાં જ તેના ફોનમાં ધ્રુજારી આવી. સ્ક્રીન પર સુભ્રતો દાસનો નંબર ઝળકી રહ્યો હતો.

તરત જ વિવાને ફોન પોતાના હાથમાં લઈને કાને માંડ્યો, 'જી, પ્રોફેસર!'

'હવે પછીની દસ મિનિટ સુધી હું જે કહું, એ બરાબર સાંભળજે! એક પણ શબ્દ ચૂક્યો, તો આખો દેશ જ નહીં પરંતુ દુનિયા બરબાદ થશે. ત્રેતાયુગનું એક એવું મહાવિધ્વંસક રહસ્ય પુનઃજાગૃત થઈ રહ્યું છે, જે અંગે તેં ક્યારેય સ્વપ્નમાં પણ કલ્પના નહીં કરી હોય!' સુભ્રતો દાસ હાંફળાફાંફળા થઈ ગયા હતા. તેમને જે માહિતી હાથ લાગી હતી, એ ખરેખર અત્યંત સ્ફોટક હતી, 'અત્યાર સુધી આપણે ઇતિહાસમાં જે કંઈ ભણ્યા, એ સદંતર ખોટું હતું...

વિવાન! રામાયણ કોઈ કપોળકલ્પના નહીં, પરંતુ વાસ્તવમાં ભારતભૂમિ ઉપર થયેલું મહાયુદ્ધ હતું... ત્રેતાયુગનું અંતિમ મહાયુદ્ધ!'

વિવાને ફોન સ્પીકર પર કર્યો, જેથી હેમરાજ પણ એમની વાત સાંભળી શકે.

'ભગવાન રામ ખરેખર કોઈ કાલ્પનિક કથાનું પાત્ર નહીં, પણ એક સમયે આ ધરા પર ભ્રમણ કરતા મહામાનવ હતા!' પ્રોફેસર પોતાની સામે રાખેલા કાગળમાં ટપકાવેલી વિગતો વાંચી વાંચીને વિવાનને જણાવી રહ્યા હતા.

'રાષ્ટ્રપતિ ભવનમાં જે હુમલો થયો, એની પાછળ...'

વિવાન આગળ કંઈ કહેવા જાય, એ પહેલાં જ પ્રોફેસર તાડૂક્યા, 'હા... એટલે જ તો આટલો બેચેન થઈને હું તારી સાથે વાત કરી રહ્યો છું! એ રહસ્ય એટલું ચોંકાવનારું અને અવિશ્વસનીય છે કે સામાન્ય વ્યક્તિને તો ઘડીભર માન્યામાં જ ન આવે.'

'હમ્મ્મ...' વિવાનના શ્વાસ પણ અધ્ધર થઈ ગયા.

ત્યાર પછીની છ મિનિટ સુધી પ્રોફેસર સુભ્રતો દાસ એકશ્વાસે બોલતા જ રહ્યા! જેમ જેમ તેઓ અગસ્ત્ય મૂર્તિની પીઠ ઉપર લખાયેલી વિગતોનું રહસ્યોદ્ઘાટન કરતા જતા હતા, એમ એમ એમનું હૃદય ધબકારો ચૂકી રહ્યું હતું. અસ્ખલિત વેગે સતત બોલવાને કારણે એમને હાંફ પણ ચડી જતો હતો, કેટલીક વાર તો તેઓ શ્વાસ લેવાનું પણ ચૂકી જતા હતા... પરંતુ અત્યારે એ બધું વિચારવાનો સમય કોની પાસે હતો? શ્વાસ ખૂટી જાય કે જીવાદોરી કપાઈ જાય, જે કંઈ થવું હોય એ થાય પણ ત્રેતાયુગનું પૌરાણિક રહસ્ય ઉઘાડ્યા વગર આજે એમનો જીવ જવાનો નહોતો.

જગનમોહન પેલેસના દીવાનખંડમાં બેઠેલા વિવાન અને હેમરાજના બરડા નીતરવા માંડ્યા. સુભ્રતો દાસ જે જણાવી રહ્યા હતા, એમાં જો થોડી પણ સચ્ચાઈ હોય તો ભારતના લોકો પાસે ગણતરીના કલાકો જ બાકી હતા! અસંખ્ય લાશો બિછાઈ જવાની હતી... નિર્દોષ નાગરિકોની કાળી ચીસોથી આખું વિશ્વ ખળભળી ઊઠવાનું હતું... રસ્તા ઉપર લોહીની નદીઓ વહી જવાની હતી... મૃતકોનો આંકડો હજારો કે લાખોમાં નહીં, પરંતુ કરોડો સુધી પહોંચી જાય એવી સંભાવના હતી!

બરાબર સાતમી મિનિટે પ્રોફેસર બે ઘડી વિરામ લેવા માટે થોભ્યા અને પછી કહ્યું, 'ત્રેતાયુગથી ચાલી આવતા કાલાતીત કલ્પાંતના વિષચક્રની આ એક એવી કથા છે, જે આધુનિક વિશ્વથી હંમેશાં માટે છુપાવી દેવામાં આવી! હવે તને ખબર પડી હશે કે હું શા માટે તને ચેતવી રહ્યો હતો?'

વિવાન કોઈ પ્રત્યુત્તર આપવા સક્ષમ નહોતો. તે ઊંડી અંધારી ખીણમાં ફેંકાઈ ચૂક્યો હોય એમ શૂન્યમનસ્ક હતો. હેમરાજની આંખોમાં સુરંગમાં જોવા મળી હતી, એવી વિચિત્ર ચમક ક્ષણવાર માટે પથરાઈને ફરી ગાયબ થઈ ગઈ. તેણે હળવેથી વિવાનનો ખભો હલબલાવ્યો.

'હલ્લો, વિવાન... આર યુ ધેર?' પ્રોફેસર પૂછી રહ્યા હતા.

'દાદા... આ વિધ્વંસને રોકવાનો કોઈ ઉપાય ખરો?' વિવાને અધીરાઈ દાખવી, 'જો અગસ્ત્ય મૂર્તિમાં સમસ્યા આલેખવામાં આવી છે, તો તેનું સમાધાન પણ એમાં જ હોવું જોઈએ.'

'ખૂબ ભાલો!' પ્રોફેસરના અવાજમાં ક્ષણિક રાજીપો ઉમેરાયો, 'આનંદ થયો એ જાણીને કે આવી સ્થિતિમાં પણ તું દેશનું ભલું વિચારી રહ્યો છે! સાંભળ...'

વિવાને ફોનને વધુ મજબૂતાઈથી પકડ્યો, જેથી પ્રોફેસર દ્વારા અપાઈ રહેલા નિરાકરણનો એક પણ શબ્દ તેનાથી ચુકાઈ ન જવાય!

'આનો ઉપાય ફક્ત શ્રીલંકામાં જ તને મળી શકે એમ છે!' પ્રોફેસરે કહ્યું, 'ભગવાન રામ અને રાક્ષસરાજ રાવણ વચ્ચે જ્યાં યુદ્ધ થયું હતું, ત્યાંથી આ ષડયંત્ર નિર્માણ પામી રહ્યું છે... જેનો અંત પણ ત્યાંથી જ થઈ શકશે! દેવી નિકુંભિલા અર્થાત્ અનિષ્ટાત્રીના ચૈત્યપ્રાસાદ...'

... અને, એકાએક સામે છેડેથી ગનશૉટનો ધડાકો સંભળાયો.

અમુક સેકન્ડ્સ માટે વિવાને ફોનનું સ્પીકર કાન પાસેથી દૂર હટાવી લેવું પડ્યું. અચાનક સંભળાયેલા અવાજથી વિવાન અને હેમરાજ બંને સ્તબ્ધ બની ગયા.

'હ... નુ... મા... ન...' વિવાનને સૂધબૂધ પડે એ પહેલાં આ ચાર અક્ષરો બોલીને પ્રોફેસર સુભ્રતો દાસે પોતાના પ્રાણ ત્યજી દીધા! ભારતના મહાનતમ ભાષાવિદ્દોમાંના એકનો સૂરજ મધરાતે આથમી ગયો.

'અગસ્ત્ય મૂર્તિ અને હાથમાં પકડેલો ફોન અત્યારે જ જગનમોહન પેલેસમાં છોડીને બહાર નીકળી જા, નહીંતર પ્રોફેસરની જેમ તારા બાપની લાશ પણ લોહીના ખાબોચિયા વચ્ચે તરતી હશે!' પ્રોફેસરના ફોનમાંથી એક અજાણ્યો અવાજ પડઘાયો.

ના... એ અવાજ મોહમ્મદ બિલાલનો નહોતો!

૬૮

ઈસવીસન ૧૭૯૦
ત્રાવણકોર રાજ્યની સરહદ

ટીપુ સુલતાન હજુ પણ ભૂતકાળના વિચારોમાં ખોવાયેલો હતો. છાવણીની બહાર સૈનિકોના હાકોટા-પડકારા સંભળાઈ રહ્યા હતા. કદાચ તેમને અંદાજ આવી ગયો હતો કે ટૂંક સમયમાં તેઓ ત્રાવણકોર પર ફતેહ હાંસલ કરી લેવાના છે!

તંબુની અંદર ટંગાયેલા ચાર ફાનસની આસપાસ વરસાદી જીવજંતુઓ મિજબાની ઊજવી રહ્યાં હતાં. એમનો એકરાત્રીય અલ્પ જીવનકાળ પૂરો થવા આડે ગણતરીના કલાકો બાકી હતા. એવામાં જમાલનું ધ્યાન એક ગરોળી પર ગયું, જે એકદમ સિફતથી પોતાના શિકાર તરફ લપકી રહી હતી. જંતુને કશી ચેતવણી મળે, એ પહેલાં તો ગરોળીએ તેને પોતાના મોઢામાં લઈને કચડી કાઢ્યું હતું!

'જુએ છે ને, કમાન્ડર?' ટીપુએ એક નેણ ઊંચો કરીને જમાલને પૂછ્યું, 'દુનિયાનો દસ્તૂર જ આ છે! બળવાન હંમેશાં નબળાને કચડી નાંખે છે. બસ,

આવી જ રીતે આ મુલ્કમાં રહેતા પ્રત્યેક કાફિરોને હું એકઝાટકે ખતમ કરી નાંખીશ! મારા નિર્દયી અબ્બુએ મને જે તાલીમ આપી, એને અમલમાં મૂકવાનો વખત આવી ગયો છે.'

'માલિક...' જમાલે ડરતાં ડરતાં સવાલ કર્યો, 'આપની રઝામંદી હોય તો હું કશુંક પૂછું?'

લોકોના મનમાં પોતાના માટે ઘરબાયેલો ડર જોઈને ટીપુ ખૂબ પોરસાતો. જમાલની વાત સાંભળીને તેની અંદરના અહંકારને જાણે વેગ મળ્યો હોય એમ તેણે મસ્તક ઝુકાવીને હા પાડી.

'આપે હમણાં જ જણાવ્યું કે હૂઝુર-એ-આલમ હૈદર અલીને કારણે નાનપણમાં આપે ખૂબ યાતના ભોગવવી પડી હતી. એની પાછળનું કારણ હું જાણી શકું?' જમાલ આજે એકસાથે બધું જાણી લેવા માંગતો હતો.

ટીપુનો ચહેરો ઘડીભર માટે લાલચોળ થઈ ગયો હોય એવું જમાલે અનુભવ્યું. સુલતાનને ગુસ્સો આવી રહ્યો છે એવાં એંધાણ મળતાંની સાથે જ તેણે તાત્કાલિક ટીપુની હથેળી પોતાના હાથમાં લઈને ચૂમતાં કહ્યું, 'આપ જો ન જણાવવા માંગતા હો તો કશો વાંધો નહીં, માલિક!'

બીજી જ ઘડીએ, ટીપુ ફરી વિચારોમાં ખોવાઈ ગયો.

'તું મારા માટે કેટલો ખાસ છે, એ તું જાણે છે ને જમાલ?' ટીપુની આંખોમાં અકળ ભાવ તરી આવ્યા. જમાલના ગાલ પર હળવેકથી હાથ ફેરવીને તેણે કહ્યું, 'જે વાત મારી બેગમોથી છૂપી નથી, એ તારાથી કેવી રીતે છૂપી રહી શકે?'

જમાલ બૈગના ફૌલાદી ચહેરા પર એકાએક કુમાશ તરી આવી.

'જી હૂઝુર!' તે વધારે કશું બોલી જ ન શક્યો.

'એ સમયે હું લગભગ વીસેક વર્ષનો હોઈશ...' ટીપુ પોતાના યુવાનીકાળનાં સ્મરણોમાં ખોવાઈ ગયો, 'સમજણો થયો ત્યારથી અબ્બુ મને કોઈ ખાસ કામ માટે તૈયાર કરતા હતા, પરંતુ એમણે એ વિશે ક્યારેય જણાવ્યું નહીં. મને તો બહુ પાછળથી ખબર પડી હતી કે મારો જન્મ પણ મૌલવી સાહેબની રહેમતને કારણે થયો હતો!'

ટીપુ એ જ લાંબી સફેદ દાઢી ધરાવતા મૌલવી સાહેબની વાત કરી રહ્યો હતો, જે રાતે એના ખ્વાબમાં આવીને કેટલાક વિશેષ હુકમો આપતા! એમનો પડ્યો બોલ ઝીલવા માટે સુલતાન હંમેશાં તત્પર રહેતો. એક આંખમાં

કાળુંધબ્બ બાકોરું અને બદામની ફાડ જેવી બીજી તેજસ્વી આંખની વાત કરતી વેળા ટીપુના ચહેરા પર અજ્ઞાત ડરની સાથોસાથ અલગ પ્રકારની ચમક પણ જોવા મળતી! વાત-વાતમાં તે ઘણી વખત મૌલવી સાહેબને પોતાના ગુરુ, પીર, અલ્લાહ, ફરિશ્તા, એકાક્ષ અઘોરી વગેરે જેવા નામોથી સંબોધિત કરતો!

'૧૭૭૦નું એ વર્ષ હશે...' ટીપુના અવાજમાં દર્દ ભળ્યું હોય એવું જમાલને લાગ્યું.

ઈસવીસન ૧૭૭૦

શ્રીરંગપટ્ટનમ્

નાક નજીક જોરથી ફટકારવામાં આવેલા કોરડાને લીધે ટીપુની નસકોરી ફૂટી! નાકનાં બંને છિદ્રોમાંથી લોહીની ધાર વહીને ઉઘાડી છાતી સુધી પહોંચી ગઈ. દોરડા સાથે તેના બંને હાથ કચકચાવીને બાંધી દેવામાં આવ્યા હતા. બે સિપાહીઓ તેને ભરબજારમાં ખેંચીને લઈ જઈ રહ્યા હતા.

આજુબાજુની ભીડ એમની વચ્ચેથી પસાર થઈ રહેલા ફકીર કેદીની દયનીય હાલત જોઈને નિસાસા નાંખવા લાગી. સાવ નહીંવત્ થઈ ગયેલા શારીરિક બળને કારણે ટીપુના બંને ઘૂંટણ વારેઘડિયે ઉબડખાબડ ધરતી ઉપર ઢસડાઈ રહ્યા હતા. છોલાઈ ગયેલી ચામડી ઉપર બણબણતી માખીઓ જાણે જયાફત ઊજવી રહી હતી!

આટલા યુવાન ફકીરે એવું તે કયું પાપકર્મ કર્યું હશે, જેના પરિણામે તેને આટલી ગંભીર સજા મળી રહી છે?

લોકોના મગજમાં આ એક જ સવાલ ઘુમરાઈ રહ્યો હતો.

મોં સહિત આખા શરીર પર આડેધડ ફટકારવામાં આવેલા કોરડાને કારણે ટીપુના સાંધાના ભાગો પર સોજો ચડી આવ્યો હતો. આંખોનાં પોપચાં પર લોહીના ગઠ્ઠા જામી ગયા હતા!

પ્રખ્યાત નટબજાણિયા જાણે ખેલ દેખાડવા આવ્યા હોય, એવી રીતે આખું ગામ સ્નાનાગાર નજીક ભેગું થયું હતું. ફકીરનો ગુનો અને એને મળનારા દંડ અંગે જાણવા ઉત્સુક જનતા આંખનું મટકું માર્યા વગર સઘળું દૃશ્ય નિહાળી રહી હતી.

એવામાં મૈસૂરના સર્વેસર્વા થઈ ગયેલા હૈદર અલીના પ્રવેશને કારણે જનમેદનીમાં સોંપો પડી ગયો.

'માફી... અબ્બુ, માફી!' દર્દને કારણે તરડાઈ ગયેલા અવાજે ટીપુએ પુકાર લગાવી, 'હવે આવી ભૂલ ક્યારેય નહીં થાય!'

ગામવાસીઓની આંખો ફાટી ગઈ. હવે છેક એમને અહેસાસ થયો કે વીસેક વર્ષનો દેખાતો એ યુવાન ફકીર બીજું કોઈ નહીં, પણ એમના સુલતાન હૈદર અલીનો દીકરો ટીપુ છે!

... પણ એક બાપ પોતાના પુત્રને આટલી કઠોર સજા શા માટે કરે? અને એ પણ આખા શ્રીરંગપટ્ટનમ્‌ની જનતાની સામે?

હૈદર અલીએ કોરડા ફટકારી રહેલા સિપાહી સામે કરડાકીભરી નજરે જોયું.

સંકેત મળતાંની સાથે જ સિપાહીએ પોતાના ખડતલ શરીરમાં હતું એટલું બળ વાપરીને ટીપુની પીઠ પર નિર્મમતાપૂર્વક કોરડા ફટકારવાનું શરૂ કર્યું. આજે તેને અત્યંત ક્રૂર અને નિર્દયી રહેવાનો આદેશ મળ્યો હતો. જલ્લાદ જેવી રીતે ગુનેગારને ફાંસી પર ચડાવતા પહેલાં કોઈ દયા ન દાખવે, એટલી જ નિષ્ઠુરતા સાથે તે કેટલીય વાર સુધી ટીપુની પીઠ, પેટ અને પગ પર કોરડા મારતો રહ્યો.

ટીપુની કાળી ચીસોથી આખું ગામ ગાજી ઊઠ્યું. લોકો મોં ફેરવીને સિસકારા બોલાવતા હતા, પરંતુ હૈદર અલીને કોઈ ફરક નહોતો પડી રહ્યો! ચહેરા પર કોઈ જ હાવભાવ લાવ્યા વગર તે એકદમ નિઃસ્પૃહ થઈને આ દૃશ્ય જોઈ રહ્યો હતો.

થોડી વાર પછી હૈદરે આંખોના ઇશારે સિપાહીને અટકવાનો આદેશ આપ્યો.

'આજ પછી યુદ્ધના મેદાન પરથી ભાગવાનું દુઃસાહસ કર્યું છે, તો અંજામ શું થશે એનો અંદાજ તને આવી જ ગયો હોવો જોઈએ!' હૈદર અલીએ ત્રાડ નાંખતા કહ્યું.

ટીપુ થરથર ધ્રૂજી રહ્યો હતો. આખા શરીર ઉપર કોઈકે ધગધગતા કોલસા

મૂકી દીધા હોય એવી દાહક પીડા તેને અનુભવાઈ રહી હતી. આમ છતાં, આંખમાંથી એક આંસુ ન સરકે એ વાતની તકેદારી રાખવામાં તેને નર્કતુલ્ય પીડા ભોગવવી પડતી હતી. અબ્બુના મોઢેથી સંભળાયેલી ચેતવણી સાંભળીને તેના આંખના ખૂણામાં પાણી ધસી આવ્યું.

'જો અત્યારે તારી આંખોમાંથી આંસુ બહાર નીકળ્યા, તો આવનારા સાત દિવસો સુધી આટલી જ યાતનાઓમાંથી તારે પસાર થવું પડશે!' ટીપુની આંખોમાંથી આંસુનો ધોધ વહેવાની તૈયારીમાં છે, એ વાતની જાણ થતાં જ હૈદર અલીએ તેને ધમકી આપતાં કહ્યું, 'આવો નબળો દીકરો મેં મૌલવી સાહેબ પાસે નહોતો માંગ્યો, જે બાપની ગેરહાજરીમાં સેનાને સંભાળવાને બદલે ફકીરનો વેશ ધારણ કરી ત્યાંથી ભાગી છૂટે અને લપાતો-છુપાતો શ્રીરંગપટ્ટનમ્ આવી જાય!'

ત્યાં હાજર લોકોને હવે આખી ઘટના સમજાઈ. થોડા દિવસો પહેલાં હૈદર અલી, ટીપુ સુલતાન અને મૈસૂરની આખી સેના યુદ્ધના મેદાન પર હતી અને એ સમયે અચાનક એમના પરાજયના સમાચાર આવ્યા હતા.

બન્યું એવું હતું કે જીતની લગોલગ પહોંચી ચૂકેલા હૈદર અલીએ જશ્ન મનાવવાની ફિરાકમાં એટલો બધો દારૂ ગટગટાવી લીધો કે તેને સ્થળ-કાળનું સાનભાન નહોતું રહ્યું. બરાબર એ જ સમયે દુશ્મનોએ હૈદરની છાવણી પર હલ્લો બોલી દીધો.

આવી સ્થિતિમાં નિયમ સ્પષ્ટ હતો. હૈદર અલી જ્યારે સેનાનું નેતૃત્વ કરવા સક્ષમ ન હોય, ત્યારે ટીપુએ આખી બાજી સંભાળી લેવાની! પરંતુ ડરપોક ટીપુ દુશ્મનોની સેના જોઈને ત્યાંથી ફકીરના વેશમાં નાસી છૂટ્યો અને થોડા દિવસોના અંતરાલ બાદ શ્રીરંગપટ્ટનમ્ આવી પહોંચ્યો.

'જુઓ આ નપાવટને!' હૈદરે જનતા સામે જોતાં કહ્યું, 'આ છે તમારો આવતીકાલનો ઇસ્લામિક શાસક... બીકણ બિલાડી જેવો!'

'જનાબ...' એકાએક ત્યાં આવી ચડેલા કૃષ્ણાચાર્ય પૂર્ણૈયાએ હૈદરનો ગુસ્સો શાંત કરવાની કોશિશ કરતાં કહ્યું, 'માફ કરી દો એને! હજુ તો એ કાચો યુવાન છે.'

'માફ કરવાનો સમય ગયો, પૂર્ણૈયા!' હૈદરનો પિત્તો છટક્યો, 'જે ઉદ્દેશ્ય સાથે એને પેદા કર્યો છે, એ તેની વાટ જોઈ રહ્યું છે! જો હજુ પણ આળપંપાળ કરી, તો તે ક્યારેય કાબિલ નહીં બની શકે.'

કૃષ્ણાચાર્યને હવે છેક સમજાયું કે હૈદર અલીએ શા માટે મૈસૂરના સૈન્યની એક ટુકડીને શ્રીરંગપટ્ટનમ્માં તૈનાત રાખી હતી! ગુપ્તચરો દ્વારા મળેલી માહિતી મુજબ યુદ્ધછાવણીમાંથી ભાગી છૂટેલો ટીપુ થોડા દિવસો બાદ શ્રીરંગપટ્ટનમ્ આવવા નીકળી ચૂક્યો હતો. એ જ સમયે હૈદર અલીના મનમાં ટીપુને દંડ આપવાનો ઇરાદો મક્કમ થઈ ગયો હતો. જેવા ટીપુના પગ શ્રીરંગપટ્ટનમ્ની સીમારેખાની અંદર પડ્યા કે તરત સિપાહીઓએ તેને ઝાલી લીધો અને કોરડા ફટકારતા ફટકારતા તેને ગામની મધ્યમાં જાહેર સ્નાનાગાર પાસે લઈ આવ્યા.

'જ્યાં સુધી તેના શરીરનો કણ-કણ માફી માટેની ભીખ ન માંગે, ત્યાં સુધી ફટકાર્યે રાખો!' હૈદરે રવાના થતા પહેલાં સિપાહીને આદેશ આપ્યો.

... અને ત્યાર બાદ, ઘણીવાર સુધી ટીપુની ચીસો આખા ગામમાં પડઘાતી રહી.

૬૯

વર્તમાન દિવસ

કોઇમ્બતૂર

ભૈરવી માના પગ પર્ણકુટિર સુધી પહોંચતાં સુધીમાં સાવ જ ધીમા પડી ચૂક્યા હતા. તેમની આંખોમાં સહેજ ભીનાશ હતી. હોઠ પર કંપન હતું. અસંખ્ય વિચારોથી ઘેરાયેલું મસ્તિષ્ક એ ચહેરાને જોવા આતુર હતું, જેની ભવિષ્યવાણી હિંદુ ધર્મગ્રંથોમાં કરવામાં આવી હતી. મનસ્વી પણ એમની બાજુમાં જ ચાલી રહી હતી. તેના અકળ મનોભાવ પણ ભૈરવી માથી છૂપા નહોતા.

તેમણે મનસ્વીના ખભે હાથ મૂક્યો. મનસ્વીના પગ આગળ વધતાં અટકી ગયા. ઊભરાઈ આવેલા આંખના ખૂણા છલકાઈને ગાલને ભીંજવી ન મૂકે, એ હેતુથી તેણે રૂમાલ વડે હળવેથી પાંપણ દબાવી અશ્રુબિંદુને એમાં ઝીલી લીધાં! અને પછી, અચાનક જ ભૈરવી માને તે ભેટી પડી.

'અમ્મા...' મનસ્વીનો મનોસંવાદ ચાલુ થઈ ગયો.

'હિંમત રાખવી પડશે, મનસ્વી!' ભૈરવી માના ગળે પણ ડૂમો ભરાયો હોય એવું લાગ્યું, 'આ ધર્મયુદ્ધ છે! કાળ સિવાય કોઈ અજેય નથી. સમય ન

આવે ત્યાં સુધી રિયાને વાસ્તવિકતાનો અંદાજ સુધ્ધાં પણ ન આવવો જોઈએ.'

ભૈરવી મા એની પીઠ પસવારતાં રહ્યાં. આ નાજુક ક્ષણની મહત્તા તેઓ બરાબર રીતે સમજતાં હતાં.

થોડી ક્ષણો બાદ મનસ્વી એમનાથી અળગી થઈ. શિયાળાની સવાર વધુ અંધકારમય ભાસી રહી હતી. તેણે ઉપર આકાશમાં જોયું. ચકલીનો આખો પરિવાર એકસાથે ચણ વીણવા જઈ રહ્યો હતો. પૂર્વમાં સુષુપ્ત સૂર્યદેવ આજે પોતાની સવારી કાઢવા માટે ખાસ આતુર જણાતા નહોતા. ઉદાસીનતા કણ-કણમાં પથરાઈ ચૂકી હોવાની અનુભૂતિ હતી. પ્રકૃતિ જાણે એક મહાસંગ્રામ માટે પોતાને તૈયાર કરી રહી હોય એવો માહૌલ હતો.

'તમે નિશ્ચિંત રહો!' મનસ્વીએ મનોમન દૃઢ નિર્ધાર કરીને જણાવ્યું, 'જે ઈશ્વરે મને અહીંયાં મોકલી છે, એ જ મને હિંમત પણ આપશે... અમ્મા!'

ભૈરવી માના હોઠ ઉપર હેતભર્યુ સ્મિત ઊમટ્યું, 'મને તારા માટે ગર્વ છે, દીકરી!'

મનસ્વીએ એમના ચરણસ્પર્શ કરીને આશીર્વાદ લીધા, 'ચાલો જઈએ. સમય થઈ ગયો છે.'

તેના બોયકટ વાળ ધરાવતા મસ્તક ઉપર હાથ ફેરવીને પ્રેમથી આશિષ આપ્યા બાદ ભૈરવી મા પોતાની કુટિર તરફ જવા રવાના થયાં, જ્યાં રિયા અને અશરફ કાગડોળે એમની રાહ જોઈ રહ્યાં હતાં.

વર્તમાન દિવસ

જગનમોહન મહેલ, મૈસૂર

ધબ્બ્બ... દેતાંક વિવાન દીવાનખંડની બેન્ચ પર બેસી ગયો. તેના હાથમાંથી મોબાઇલ છટકી ગયો.

'પ્રોફેસર!' ફક્ત એક જ શબ્દ તેના હોઠ પરથી સર્યો. સુભ્રતો દાસનું મીઠુંમધુરું હાસ્ય તેના માનસપટ પરથી હટવાનું નામ નહોતું લઈ રહ્યું. એમની

સાથે ગયા વર્ષે મુંબઈમાં પસાર કરેલી ક્ષણો, ગોળમટોળ ચહેરા પર પથરાતું નિર્મળ સ્મિત, ગઝનવીના કોયડાનું રહસ્ય, ફૈઝા હુસૈન સાથે થયેલી ઠઠ્ઠા-મશ્કરી અને પૌરાણિક-ઐતિહાસિક ભાષા તથા લિપિઓ માટેનો એમનો પ્રેમ... આ બધું કરમાઈ ગયેલા ગુલાબમાંથી આવતી સુવાસ જેટલી પીડા પહોંચાડી રહ્યું હતું.

ફોન મૂકતાં પહેલાં સામે છેડેથી સંભળાયેલા અવાજમાં પડઘાતી કાતિલ ઠંડક તેને હાડોહાડ સ્પર્શી ચૂકી હતી. પોકળ ધમકી અને વાસ્તવિક જોખમ વચ્ચેનો ભેદ હવે તે બરાબર સમજી શકતો હતો. ખૂનીનો અવાજ એકદમ અજાણ્યો હતો, આમ છતાં તે જાણે વિવાનને ખૂબ નજીકથી ઓળખતો હોય એવું લાગતું હતું.

'મને તો એ નથી સમજાઈ રહ્યું પપ્પા કે કોણ મારી પાછળ પડ્યું છે?' વિવાને ઊભરો ઠાલવ્યો, 'ક્યાં તો હું શાપિત છું અથવા મારું નસીબ! મારા સંપર્કમાં આવનારા દરેકને હું વારાફરતી ભરખી રહ્યો છું... એમનું અકાળે મોત લાવી રહ્યો છું!'

'અકાળ મોત જેવું કંઈ હોતું નથી, વિવાન!' હેમરાજે આશ્વાસન આપ્યું, 'અકસ્માત હોય કે ખૂન, દરેક મૃત્યુ પૂર્વનિર્ધારિત જ હોય છે... એ ચાહે પ્રાકૃતિક હોય કે કૃત્રિમ!'

'સાંત્વના તરીકે સાંભળવામાં સારું લાગે, પણ સત્ય તો આનાથી જોજનો દૂર છે!' વિવાનની બદામની ફાડ જેવી આંખોમાં સાગર ઘૂઘવી રહ્યો હતો.

'આ મારું સત્ય નથી... પ્રકૃતિનું સનાતન સત્ય છે, જે તારા માનવા કે ન માનવાથી બદલી જવાનું નથી.' હેમરાજના ચહેરા પર કોઈ જ હાવભાવ નહોતા. કદાચ ભૂતકાળમાં જોયેલી નિર્મમ હત્યાઓ આની પાછળ જવાબદાર હતી.

'તો પછી આપણે તેને અકાળ મૃત્યુ શા માટે કહીએ છીએ?' વિવાનના સ્વરમાં હતાશા ભળી.

'માણસ જેને પ્રેમ કરતો હોય, તેના મૃત્યુથી સ્વાભાવિક રીતે તે દુઃખી થવાનો જ છે... આથી મૃતકની ઉંમર નાની હોય કે મોટી, તેના સ્વજન અથવા પરિજન માટે તે અકાળ અવસાન જ હોવાનું! એટલું સમજી લે બેટા કે પ્રત્યેક મૃત્યુ કુદરતી હોય છે. હા, એટલું ખરું કે કેટલાંક મૃત્યુને પચાવી શકવાં લગભગ અશક્ય હોય છે.' હેમરાજ ખરા અર્થમાં મૃત્યુનો મર્મ સમજાવી રહ્યો હતો, 'હું તો ત્યાં સુધી કહું છું કે આત્મહત્યા કરનાર વ્યક્તિનું મૃત્યુ પણ પૂર્વનિર્ધારિત જ હોય છે!'

'પણ સુભ્રતો દાસની સહાય વગર આપણે આટલા મોટા ષડયંત્રને રોકીશું શી રીતે?' વિવાને હાથ મસળ્યા.

'તું મારી ચિંતા નહીં કર..' હેમરાજની આંખોમાં ફરી એક વખત સમજી ન શકાય એવા હાવભાવ તરી આવ્યા, 'મારું મૃત્યુ લખાયેલું હશે, તો થઈને રહેશે! એને તું કે હું, બંનેમાંથી કોઈ અટકાવી નહીં શકીએ.'

'ના... જીવનમાં માંડ માંડ આવેલી ખુશીઓને હું એટલી સરળતાથી જતી નહીં કરું.' એમ કહીને પોતાના થેલામાંથી તેણે અગસ્ત્ય મૂર્તિ કાઢીને દીવાનખંડની મધ્યમાં મૂકી દીધી. મોબાઇલ પરથી ફિંગર-પ્રિન્ટ્સ સાફ કરીને ફેક્ટરી-રીસેટ કર્યા બાદ મૂર્તિની બાજુમાં રાખી દીધો, 'મારા પ્રાણ ઉપર જોખમ પેદા થવું હોય તો થાય, પણ તમને કશું નહીં થવા દઉં.'

આવો પ્રેમાળ પુત્ર મળવા બદલ હેમરાજના ચહેરા ઉપર ઊપસી આવેલી પ્રીતિરેખા વિવાનથી અછાની ન રહી.

'પ્રોફેસરે જણાવ્યા પ્રમાણે આપણે શ્રીલંકા જવું પડશે. ત્યાંથી જ આગળની કડી મળી શકશે.' હેમરાજે જગનમોહન પેલેસના બેક-ડૉર તરફ ચાલતાં ચાલતાં વાત કરી.

'હા, પરંતુ એ પહેલાં બહુ જ અગત્યનું કામ કરવાનું છે!' વિવાનના સ્વરમાં રહસ્ય ઘુંટાયું.

'કયું?' આ ક્ષણે રિયા અને ભારત બંનેને બચાવવા કરતાં વધુ અગત્યનું કામ શું હોઈ શકે, એ હેમરાજને સમજાયું નહીં.

'બેંગ્લૉર જેલમાંથી સુહાની સિંહાને છોડાવવાનું!' વિવાને મક્કમપણે કહ્યું, 'એને અજય ડોભાલની ચંગુલમાંથી છોડાવ્યા વગર હું શ્રીલંકા નહીં જાઉં!'

વર્તમાન દિવસ

કોઇમ્બતૂર

ભૈરવી માની પર્ણકુટિરમાં બેચેન થઈને આમથી તેમ આંટા મારી રહેલી રિયા ઘણા સમયથી રાહ જોઈ રહી હતી. તેની વ્યાકુળતાથી અશરફ પણ વાકેફ હતો. એક બાજુ વિવાન સાથે બનતી ઘટનાઓથી તે બેખબર હતી, તો

બીજી બાજુ તેના પિતા આલોક ચૌધરીનું શક્તિ આશ્રમ સાથે શું કનેક્શન હતું એ દ્વિધામાં ને દ્વિધામાં તે હેલિકૉપ્ટરમાં પણ આરામ નહોતી કરી શકી. નિદ્રાદેવી તેનાથી નારાજ થઈ ગયા હોય એમ ઘેરાતી આંખોમાં પણ ઊંઘનું નામોનિશાન નહોતું. તે તો બસ આ વિશાળ ફલક પર પથરાયેલા કોયડાને ઉકેલવા માંગતી હતી!

... એટલામાં, ભૈરવી માએ પર્ણકુટિરમાં પ્રવેશ કર્યો.

રક્તવર્ણી સાડીમાં લલાટ ઉપર ફક્ત એક નાનો ચાંલ્લો અને સેંથાના ભાગની બરાબર નીચે ચંદનનું તિલક! આભૂષણ અને શૃંગારવિહીન હોવા છતાં ભૈરવી મા દીપી રહ્યાં હતાં. હજારો કલાકો સુધી કરેલી તીવ્ર સાધનાનું આ ફળ હતું! તેઓ જ્યારે ચાલતાં, ત્યારે બંને હાથ હાકિની મુદ્રામાં રહેતાં.

નિતંબ સુધી લહેરાઈ રહેલા એમના મુક્ત કેશનો મઘમઘાટ પરિસરને સુગંધમય બનાવી રહ્યો હતો. કોઈ જ પર્ફ્યુમનો ઉપયોગ ન કરતાં હોવા છતાં એમના દેહમાંથી અલૌકિક સુવાસ પ્રસરતી રહેતી! તંત્રમાર્ગ ઉપર આગળ વધી ચૂકેલા ઘણા સાધકો માનતા હતા કે ભૈરવી માની આસપાસ દેવી મહાત્રિપુરસુંદરીની કેટલીક નિત્યાઓ અને યોગિનીઓ હંમેશાં પ્રવર્તમાન રહે છે... અને એ જ ઊર્જાસ્વરૂપાઓને કારણે સાધકો એવી દિવ્ય સુવાસનો અનુભવ કરતા, જેની સમક્ષ વિશ્વનું મોંઘામાં મોંઘું પર્ફ્યુમ પણ ફિક્કું પડી જાય!

એમનું મુખારવિંદ જોતાંની સાથે જ રિયાના ચિત્તમાં એકસાથે હજારો શીત જ્વાળામુખી ફાટી પડ્યા. તેના ત્રિનેત્ર પાસે, બે ભ્રમરોની વચ્ચે કોઈ સોય ભોંકી રહ્યું હોય એવી પીડા શરૂ થઈ. આખા શરીરમાં દોલન શરૂ થઈ ગયા હોય એમ તેનું અંગ-અંગ કંપન કરવા માંડ્યું. હૃદયમાં કરુણાના સપ્તસમુદ્ર હિલોળા લેવા માંડ્યા. ભૈરવી માના લલાટની વચ્ચોવચ્ચ રહેલા શાક્તપંથીય લાલ તિલકમાંથી સ્ફુરી રહેલી દિવ્યતામાં તે સમાધિસ્થ થઈ ગઈ. કોઈ અજ્ઞાત શાશ્વત મહાશક્તિ એ કુટિરમાં ઉપસ્થિત હોવાનો તેણે અનુભવ કર્યો.

અનાયાસે જ તેની આંખમાંથી અશ્રુધારા વહેવાની શરૂ થઈ ગઈ. ક્ષણવાર પહેલાં મનમાં વ્યાપ્ત ઉચાટ અને અજંપો એકાએક બાષ્પીભવન થઈ ગયાં.

બે સેકન્ડ્સથી વધારે રિયા એમની સાથે નજર પણ ન મિલાવી શકી. ભૈરવી માના વ્યક્તિત્વમાંથી પ્રસરી રહેલું તેજ તેનાથી સહન ન થયું... અને તે સંપૂર્ણ સમર્પણભાવ સાથે એમના ચરણોમાં પડી ગઈ. અજાણપણે જ તેના હોઠ પરથી ભૈરવી મા માટે મંત્રોચ્ચાર સરી પડ્યા,

या देवी सर्वभूतेषु मातृरूपेण संस्थिता ।
नमस्तस्यै नमस्तस्यै नमस्तस्यै नमो नमः ॥

ઘણીવાર સુધી તે ભૈરવી માના ચરણોમાં પોતાનું હૃદય ઠાલવતી રહી. સામે પક્ષે, માએ પણ તેને રડવા દીધી. આ ઊભરો જેટલી ત્વરાથી નીકળી જાય એટલું રિયા માટે જ સારું હતું.

ધીમા ડગલે ભૈરવી માની બાજુમાં આવીને ઊભી રહી ગયેલી મનસ્વીએ પણ રિયા સામે જોયું. તેની આંખો ફરી વખત ભીની થઈ ગઈ.

અશરફ ભૈરવી માના ચરણસ્પર્શ કર્યા બાદ કુટિરના એક ખૂણામાં ઊભો રહીને ભાવભીની નજરે આ અદ્‌ભુત દશ્ય નિહાળી રહ્યો હતો. વર્ષોથી વિખૂટા પડી ગયેલાં બે આત્મા જાણે યુગ-યુગાંતર પશ્ચાત્ એકમેકમાં એકાકાર થયા હોય, એવી અલભ્ય ક્ષણ હતી એ!

હિબકે ચડેલી રિયાએ અમ્માના બંને ચરણો ફરતે બાથ ભીડી રાખી. તેના આંસુ એમના પગની પાનીને અમૃતબુંદો વડે પખાળી રહ્યાં હતાં. છેવટે તેણે માને પોતાના બાહુપાશમાંથી મુક્ત કર્યાં.

ભૈરવી માએ તેના મસ્તક પર વ્હાલસોયો હાથ ફેરવીને આશીર્વાદ આપ્યા. જેવી રિયા હળવેકથી ફરી પોતાના પગ ઉપર ઊભી થઈ કે તરત માએ બંને હાથની આંગળી વડે કપાળ પર ટચાકા ફોડીને તેનાં દુઃખણા લઈ લીધાં.

'બેસ, દીકરી!' ભૈરવી માએ શુદ્ધ ગુજરાતીમાં રિયાને કહ્યું.

અશરફને વધુ એક આંચકો લાગ્યો. ભૈરવી માને અંગ્રેજી, હિન્દી, સંસ્કૃત, કન્નડ, મલયાલમ અને તમિલ ઉપરાંત ગુજરાતી પણ આવડે છે, એ જાણીને તેનો એમના પરત્વેનો આદરભાવ વધી ગયો.

રિયાએ ભૈરવી માની બાજુમાં બોયકટ વાળ ધરાવતી યુવતીને જોઈ, જેના એક હાથ પર દાઝી ગયાનાં નિશાન રહી ગયાં હતાં. હસમુખ, પ્રેમાળ, નિખાલસ, નિર્દોષ અને કરુણાસભર જણાતાં એના ચહેરા પર પણ અગોચર તેજ હતું.

'પ્રણામ!' કહીને મનસ્વી જેવી રિયાના ચરણસ્પર્શ કરવા ગઈ, ત્યાં અધવચ્ચે જ રિયાએ તેને રોકી લીધી.

'અરે અરે... શા માટે મને પાપમાં નાંખો છો?' રિયાના મોંમાંથી સિસકારો નીકળી ગયો, 'ભૈરવી માના સાંનિધ્યમાં રહેનાર વ્યક્તિને તો મારે પગે લાગવું જોઈએ.'

'ઉંમરમાં આપણાથી મોટા વડીલોના ચરણસ્પર્શ કરવા જોઈએ, એવું મને અમ્માએ શીખવ્યું છે.' કહીને મનસ્વીએ સ્મિત આપ્યું. તેના બે હોઠ વચ્ચે ચમકતા સફેદ દાંતની હારબદ્ધ પંક્તિઓ દાડમના દાણા જેવી લાગતી હતી.

મનસ્વીની વાત સાંભળીને થોડી વાર પહેલાં સુધી તાણગ્રસ્ત થઈ ગયેલી રિયા ખડખડાટ હસી પડી. તેના નિર્મળ હાસ્યએ સમગ્ર કુટિરમાં ઉજાસ ફેલાવી દીધો. માંડ માંડ પોતાના સ્મિત ઉપર નિયંત્રણ મેળવીને તે બોલી, 'મારી અને તારી ઉંમર વચ્ચે ઝાઝો તફાવત હોય એવું લાગતું નથી. એ નાતે મને વડીલ નહીં, મોટી બહેન માને તો વધુ સારું!'

રિયાના આ વિધાનને કારણે ભૈરવી મા, મનસ્વી અને અશરફ ત્રણેય મુક્ત મને હસી પડ્યા. વાતાવરણ એકદમ હળવું થઈ ગયું. આ માટે મનસ્વીએ મનોમન ઈશ્વરનો આભાર વ્યક્ત કર્યો.

'મારું નામ, મનસ્વી!' તેણે રિયાને નમસ્તે કર્યા, 'હું ભૈરવી માની પર્સનલ આસિસ્ટન્ટ અને શિષ્યા છું.'

'નમસ્કાર, હું રિયા...'

રિયા હજુ પોતાનું વાક્ય પૂરું કરવા જાય, એ પહેલાં જ મનસ્વીએ કહ્યું, 'રિયા આર્ય!'

બીજી જ સેકન્ડે, ભૈરવી માએ ત્રાંસી આંખે મનસ્વી સામે જોયું. પરિણામસ્વરૂપ, મનસ્વીએ તરત જ પોતાની ભૂલ સુધારી, 'રિયા ચૌધરી, આઈ મીન!'

મનસ્વી પાસેથી પોતાના નામની પાછળ *આર્ય* અટક સાંભળીને આશ્ચર્યચકિત થઈ ગયેલી રિયાના ગાલ ઉપર લાલાશ તરી આવી. આ જ તો તેનું વર્ષો જૂનું સ્વપ્ન હતું! વિવાનના અસ્તિત્વને પોતાના અસ્તિત્વનો ભાગ બનાવીને તે સંપૂર્ણ રીતે તેની સાથે ઐક્ય સાધી લેવા માંગતી હતી... મન, વચન, કર્મ અને આત્માથી!

ભૈરવી મા અને મનસ્વી એક સોફા પર બિરાજમાન થયાં. બીજા સોફા ઉપર રિયા અને અશરફે બેઠક જમાવી. આશ્રમના સ્વયંસેવકે આવીને રિયા અને અશરફને તાંબાના ગ્લાસમાં પાણી આપ્યું, એમાંથી ઘૂંટ ભર્યા બાદ રિયાના કોઠે ટાઢક વળી. આટલું મીઠું પાણી તેણે આજ સુધી ક્યારેય નહોતું પીધું. તેની શીતળતા એટલી આહ્‌લાદક હતી કે ગળાથી શરૂ કરીને પેટ સુધી રીતસરનો ઠંડો શેરડો અનુભવી શકાયો.

આ સ્થાનમાં કંઈક ખાસ તો છે જ! રિયાએ મનોમન વિચાર્યું.

'હા.. કેમકે અહીંયાં સ્વયં લલિતા મહાત્રિપુરસુંદરી નિવાસ કરે છે!' એકાએક ભૈરવી માએ રિયાની સામું જોતાં કહ્યું.

રિયા પોતાની બેઠક પરથી લગભગ ઊભી થઈ ગઈ. ભૈરવી મા તેનું મગજ વાંચી શકતાં હોવાની ઘટનાએ તેને સ્તબ્ધ કરી દીધી. રિયાનો આ પ્રતિસાદ જોઈને મનસ્વી અને અશરફે એકબીજા સામે મર્મસૂચક સ્મિત આપ્યું. તેઓ કદાચ જાણતાં હતાં કે ભૈરવી માની અકળ લીલાનો આરંભ થઈ ચૂક્યો છે!

થોડી વારમાં રિયાએ પોતાના ઉપર કાબૂ મેળવીને પૃચ્છા કરી, 'લલિતા મહાત્રિપુરસુંદરી?'

'તેઓ શ્રીવિદ્યાના અધિષ્ઠાત્રી છે, જેને સમસ્ત વિશ્વ શાકમ્ભરી, લલિતામ્બિકા, આદિ પરાશક્તિ, મીનાક્ષી અમ્મા અને બિંદુવાસિની તરીકે પણ પૂજે છે! શ્રીચક્રના નવમા આવરણ અર્થાત્ બિંદુમાં તેમનો નિવાસ છે, જેને ગ્રંથોમાં ચિંતામણિગૃહ તરીકે વ્યાખ્યાયિત કરવામાં આવ્યો છે.' માએ અત્યંત સૌમ્ય ભાવ સાથે પ્રત્યુત્તર વાળ્યો.

'હું આપને કંઈક પૂછી શકું?' રિયાના મનમાં વાવાઝોડું ચાલી રહ્યું હતું.

'મને ખ્યાલ છે કે મારી ઓળખાણથી શરૂ કરીને વર્તમાન સમયમાં ચાલી રહેલા કપરા કાળને સંબંધિત તારા મનમાં અસંખ્ય પ્રશ્નો છે.' ભૈરવી માએ ધુરા સંભાળી, 'પણ તું બધું જાણે, એ પહેલાં તારી મુલાકાત સાધ્વી મા સાથે કરાવવી અત્યંત આવશ્યક છે!'

રિયા પોતાના જીવનમાં આ નામ પહેલી વખત સાંભળી રહી હતી.

ભૈરવી માએ મનસ્વી સામે જોયું. એમનો આદેશ પામી ચૂકેલી મનસ્વી કુટિરની બહાર આવી ગઈ. બીજી જ ક્ષણે, ફરી તેનું અંદર આગમન થયું... પરંતુ આજ વખતે તે એકલી નહોતી, તેની સાથે સાધ્વી મા પણ ધ્રૂજતા પગલે ચાલી રહ્યાં હતાં.

એમના ચહેરા સામે જોઈને રિયાની આંખો ફાટી ગઈ. તેનું સમગ્ર અસ્તિત્વ હચમચી ગયું. વર્ષોથી જે સત્યને તેણે હળાહળની માફક કંઠમાં સાચવી રાખ્યું હતું, એ ફરી હડકંપ મચાવવા લાગ્યું.

'વસુધા?' પોતાની જનેતાને *મમ્મી* કહીને સંબોધવાને બદલે ક્રોધાવેશમાં આવીને રિયાથી એમને તુંકારો અપાઈ ગયો!

૭૦

ઈસવીસન ૧૭૯૦

ત્રાવણકોર રાજ્યની સરહદ

'... અને એ દિવસે મેં નિશ્ચય કર્યો કે આવનારી પેઢીઓ મને યુદ્ધમેદાનમાંથી નાસી છૂટેલા ભાગેડુ સુલતાન તરીકે ન ઓળખે, એ માટે હું એક કહાણી એમના માટે છોડતો જઈશ!' ટીપુના અવાજમાં ભારોભાર અભિમાન ટપકતું હતું.

'કઈ કહાણી?' જમાલે પૂછ્યું.

તંબુમાં અત્યારે ટીપુ અને જમાલ સિવાય અન્ય કોઈની હાજરી નહોતી. થોડીવાર પહેલાં જ ટીપુએ બહાર ચોકીપહેરો ભરી રહેલા સૈનિકને કહી રાખ્યું હતું કે અંદર કોઈને પ્રવેશ ન કરવા દે!

'ધ ટાઈગર ઑફ મૈસૂર!' ટીપુએ અંગ્રેજો પાસેથી શીખેલી નબળી અંગ્રેજીમાં ફાંકો મારતાં કહ્યું, 'મૈસૂરનો વાઘ!'

'વાહ... વાહ...!' જમાલે સુલતાનને ખુશ કરવા માટે ચહેરા પર કૃત્રિમ સ્મિત સાથે ભાટાઈ શરૂ કરી, 'તમે તો આમ પણ મહાન છો જ, માલિક!'

છીછરી માનસિકતા અને અલ્પબુદ્ધિ ધરાવતા ટીપુએ જમાલનાં ખોટાં વખાણ સાંભળીને પોતાના ગળામાં પહેરેલાં રત્નોની માળા તેના ખોળામાં ફેંકી!

'શુક્રિયા જનાબ!' જમાલે ગરમ લોખંડ પર હથોડો માર્યો, 'શું હશે કહાણી? મહેરબાની કરીને મુજ ગરીબને સંભળાવો, પાદશાહ-એ-હિંદ!'

'લગભગ એકાદ વર્ષ અગાઉ હું મૈસૂર નજીકનાં જંગલોમાં પ્રવાસ કરવા નીકળ્યો, ત્યારે કેટલાક ચારણો મારી ઘોડાગાડીની સામે આવીને ઊભા રહી ગયા...' ટીપુના હોઠ સહેજ વંકાયા, 'ભાટ લોકોની આ એવી ટોળકી હતી, જે રાજા-મહારાજા માટે ગીત ગાઈને અને એમની ભાટાઈ કરીને રોજીરોટી રળી લેતી.'

જમાલનું ધ્યાન ટીપુના કુર્તા પર સરકી રહેલા વંદા ઉપર ગયું. ઘડીનો વિલંબ કર્યા વગર તેણે વંદાને પોતાના હાથમાં લઈને મસળી નાંખ્યો; પછી કાચો ને કાચો પોતાના મોંમાં મૂકીને ચાવી ગયો, પરંતુ વંદાની મૂછના વાળ દાંતમાં ભરાઈ જતાં તેણે પોતાની આંગળી વડે બહાર કાઢી જમીન ઉપર ફેંકી દીધાં.

'ચારણોએ એ દિવસે મને ખુશ કરવા માટે ઉત્કૃષ્ટ રીતે ભાટાઈ આદરી.' ટીપુના નજરપટ સામે એ દૃશ્ય દોડી રહ્યું હતું, 'જેમાં મેં મૈસૂરના રહેવાસીઓની જાન બચાવવા માટે જંગલમાં જઈને એક ખૂંખાર વાઘને મારા હાથો વડે મારી નાંખ્યો હોવાનું અદ્ભુત વર્ણન સમાવિષ્ટ હતું. આ ભાટાઈ સાંભળીને મને અહેસાસ થયો કે ભવિષ્યની પેઢી મારાં પરાક્રમો અને સાહસવૃત્તિને યાદ રાખે, એ માટે ટીપુ સુલતાન વાસ્તવમાં **ટાઇગર ઑફ મૈસૂર** બને એ જરૂરી છે!'

'માશાલ્લાહ..!' જમાલ ટીપુને ચાવી ભરી રહ્યો હતો.

'આ ભાટાઈ બદલ ચારણોને ઢગલાબંધ સોનામહોરો આપીને મેં રાજ્યના અધિકારીઓ સમક્ષ વાઘ સાથે થયેલી મારી લડાઈની જૂઠી કહાણી સંભળાવી!' ટીપુએ કહ્યું, 'અને એ દિવસથી ધીરે ધીરે ગામેગામમાં મારી ખ્યાતિ ચોમેર પ્રસરવા લાગી.'

'આપ કુશળ રાજનીતિજ્ઞ અને કૂટનીતિકાર છો, મેરે આકા!' જમાલે મધથી પણ મીઠી ભાષામાં કહ્યું, 'મને પૂરેપૂરી ખાતરી છે કે આવનારા સમયમાં હિન્દુસ્તાનની મૂર્ખ પ્રજા આપને *ટાઇગર ઑફ મૈસૂર* તરીકે જ ઓળખશે.'

'ઇન્શાલ્લાહ, જમાલ!' ટીપુએ મદિરાનો પ્યાલો ઉઠાવીને હોઠે માંડ્યો.

'સુલતાન... એક વસ્તુ મને ન સમજાઈ.' જમાલે ઝીણી આંખ કરીને પૂછ્યું, 'કૃષ્ણાચાર્ય પૂર્ણૈયાએ આપના હાથમાં આપેલી એ ચિઠ્ઠીમાં હૂઝુર-એ-આલમ હૈદર અલીનો કયો ગુપ્ત સંદેશો પાઠવવામાં આવ્યો હતો?'

બહાર ધોધમાર વરસાદ વરસી રહ્યો હતો. કાવેરીનો જ એક ભાગ ગણાતી અલુવા નદી બે કાંઠે વહેવા માંડી હતી, પરંતુ ટીપુને કોઈ ફર્ક નહોતો પડી રહ્યો. તેણે પોતાની સેનાને તૈયાર રહેવાનું કહ્યું હતું. વરસાદ ધીમો પડતાંની સાથે જ તેઓ ત્રાવણકોર પર ધોંસ બોલાવી દેશે એ નિશ્ચિત હતું. બ્રાહ્મ-મુહૂર્ત શરૂ થવાની તૈયારીમાં હતું.

બીજી બાજુ, જીતના આગોતરા નશામાં મદમસ્ત સૈનિકો વરસતા વરસાદમાં પણ જલસો મનાવી રહ્યા હતા.

'એ સંદેશો, જેના સુધી પહોંચવા માટે આપણે આટલાં વર્ષોથી મહેનત કરી રહ્યા છીએ!' ટીપુએ ગુમાનમાં કહ્યું, 'કાફિરોની આ ભારતભૂમિ પાસે એક એવું વિધ્વંસક રહસ્ય છે, જે ઇસ્લામની સર્વોચ્ચ સત્તા સ્થાપી શકવા સક્ષમ છે!'

જમાલ ટીપુ સામે તાકી રહ્યો. મધ્યમ કદનું શરીર, મોટું કપાળ, એકદમ ટૂંકી અને પાતળી મૂછો, માથા ઉપર હીરા-મોતીનું ભરતકામ ધરાવતી લીલા રંગની પાઘડી, એવા જ રંગનો ઘૂંટણ સુધીની લંબાઈ ધરાવતો કુર્તો, બાબરી પટ્ટી ધરાવતો કમરબંધ પહેરીને બેઠેલો એ શખ્સ અત્યંત ટૂંકા ગાળામાં મુસ્લિમોનો મસીહા બની ચૂક્યો હતો!

'બહુ વાતો થઈ ગઈ, કમાન્ડર...' ટીપુ ઉપર મદિરાનો કૈફ ચડી ચૂક્યો હતો. જમાલ સામે તેણે આંખ મીંચકારીને પોતાની પાસે આવવાનો ઇશારો કર્યો.

ટીપુનો સંકેત સમજી ગયેલા જમાલે બીજી જ ઘડીએ પોતાનાં કપડાં ઉતારી નાંખ્યાં. સંપૂર્ણ નગ્ન થઈને તે ટીપુની આગોશમાં સમાઈ ગયો.

'જનાબ... જનાબ...' મોટેથી બૂમો પાડતાં પાડતાં તંબુની અંદર ઘૂસી આવેલા સૈનિકે ટીપુની રજામંદી માટે પણ રાહ ન જોઈ.

આ બાજુ, રતિક્રીડાની મધ્યમાં પહોંચેલા ટીપુ અને જમાલ સફાળા બેઠા થઈ ગયા. એમને સંપૂર્ણ નગ્નાવસ્થામાં જોઈને સૈનિક ડઘાઈ ગયો. તુરંત જ પીઠ ફેરવીને તેણે ઉપરવાળાને યાદ કર્યા, 'યા અલ્લાહ...'

ફટાફટ કુર્તો અને લેંઘો પહેરી રહેલો ટીપુ બરાડ્યો, 'મૂર્ખ! મેં ના પાડી

હતી ને તંબુમાં આવવાની? કેમ મારા આદેશનું ઉલ્લંઘન કર્યું? આજે તારું ગળું મારી તલવારથી કાપી ન નાંખું, તો મારું નામ ટીપુ સુલતાન નહીં!'

'માફી, હુઝૂર!' આડું જોઈ ગયેલો સૈનિક જરાક પણ ડર રાખ્યા વગર બોલ્યો, 'આમ પણ આજની રાત હું જીવિત નથી રહેવાનો! એટલે વિચાર્યું કે તમને સાવચેત કરી દઉં, જેથી મૈસૂરની પ્રજા અનાથ ન બની જાય!'

'મતલબ?' જમાલે પોતાના લેંઘાની નાડી બાંધી.

'જનાબ... ત્રાવણકોરની સેનાએ આપણી છાવણી ઉપર હુમલો કરી દીધો છે!' સૈનિકની આંખમાં અજ્ઞાત ડરનો ઓછાયો પથરાયો, 'અલૌકિક સેના છે એમની!'

'શું બકવાસ કરે છે? મદિરા વધારે પડતી ઢીંચી લીધી છે?' ટીપુનું મગજ હજુ પણ ફાટફાટ થતું હતું, 'તારા દરેક અંગના ટુકડેટુકડા કરીને ઝેરી કરચલાને ખવડાવી દઈશ!'

'સાપ નહીં, તો કરચલો... ઝેરથી મરવાનું મારા નસીબમાં આજે લખાયું જ છે!' જાણે સનેપાત ઊપડ્યો હોય એ રીતે સૈનિક સતત બબડી રહ્યો હતો.

જમાલે તેની પાસે જઈને બંને ગાલ પર થપ્પડો મારી દીધી, 'ગાંડો થઈ ગયો છે કે શું? ત્રાવણકોરના ૫૦૦૦ સૈનિકોથી આટલો શાને ગભરાય છે? આપણી પાસે એમનાથી અનેકગણા વધુ સૈનિકો છે. એમની હાર નિશ્ચિત છે!'

સૈનિક થરથર ધ્રૂજી રહ્યો હતો. કોઈ ભયાનક સ્વપ્ન જોઈ લીધું હોય એ રીતે તેનું આખું શરીર પરસેવાથી ભીંજાઈ ચૂક્યું હતું. તેના ગાલ ઉપર લાલચોળ નિશાન ઊપસી આવ્યાં, 'કમાન્ડર... એમનો એક-એક સૈનિક આપણા હજાર સૈનિક ઉપર ભારે પડશે! એમનાં મોં માણસો જેવા અને નીચેનું શરીર સાપ સમાન દેખાઈ રહ્યું છે... તબાહી આવી રહી છે... તબાહી! અલ્લાહ પણ હવે આપણને બચાવી શકે એમ નથી.'

જમાલ અને ટીપુ એકબીજાની સામે જોઈને ઘેરા વિચારમાં ડૂબી ગયા. સૈનિકની વાત સાંભળીને ઘડીવાર પહેલાં સુધી એમના શરીરમાં ફેલાયેલી ઉત્તેજના હવે સંપૂર્ણપણે ઓસરી ચૂકી હતી.

કયામતનો ખૌફ એમના માથે મંડરાવા માંડ્યો હતો!

૭૧

વર્તમાન દિવસ

બેંગ્લોર

'અન્ના..' મોં પર માસ્ક પહેરીને પોલીસ હેડક્વાર્ટરમાં આવેલા માણસે ડૂસકાં ભરતાં ભરતાં કહ્યું, 'સાહેબ, કોઈ મારી મદદ કરો!'

'શું થયું?' ફાઇલમાંથી માથું ઊંચું કરીને કેબિનની બહાર ડોકિયું કરતાં પી.આઈ.એ પૂછ્યું.

સફેદ શર્ટ ઉપર ધૂળના ધબ્બા, વિખરાયેલા વાળ, ઠેકઠેકાણેથી ફાટી ગયેલું ખાદીનું સાદું પેન્ટ, પરસેવાથી નીતરતો ચહેરો અને કપાળ ઉપર પડી ગયેલા ચીરામાંથી નીતરતું લોહી! હાથમાં કાળા રંગની મોટી ટ્રાવેલ-બેગ અંદર લઈને આવેલો એ માણસ પ્રવાસી જણાતો હતો. દેખાવ પરથી તો એ વ્યક્તિ કોઈક ગંભીર અકસ્માતનો ભોગ બની હોય એવું લાગતું હતું.

'અરે, તમને તો ખૂબ વાગ્યું છે!' પી.આઈ.એ સામેના માણસ પાસેથી વળતા ઉત્તરની અપેક્ષા રાખ્યા વગર જ તેને પોતાની કેબિનની બેન્ચ પર બેસાડ્યો.

પોતાની કાળી બેગ પગ પાસે મૂકી રાખીને એ વ્યક્તિએ પી.આઈ.નો આભાર વ્યક્ત કર્યો.

સ્ટાફના એક માણસ પાસે કન્નડમાં પી.આઈ.એ ફર્સ્ટ-એઈડ બૉક્સ મંગાવવાનો આદેશ આપ્યો, 'ચંદ્રશેખર, જલદીથી મલમપટ્ટી કરવા માટેનો સામાન લઈ આવ!'

'સાહેબ, ફક્ત સોફ્રામાઇસીનની ટ્યુબ પડી હશે. પટ્ટી તો ઘણા સમયથી આપણને મળી નથી!' ચંદ્રશેખર ફાંકડું કન્નડ બોલી રહ્યો હતો.

પી.આઈ.એ માથું કૂટ્યું, 'આટલું બજેટ મળતું હોવા છતાં આ ઑફિસમાં એક વસ્તુ મળવી અઘરી છે! ખાલી નામનું જ પોલીસ હેડક્વાર્ટર છે, બાકી સગવડો તો અંતરિયાળ ગામડાંમાં મળે એના કરતાં પણ ઓછી છે.'

ચંદ્રશેખર સપાટ ચહેરે પી.આઈ.ની ગાળો ખાતો રહ્યો. આખા દિવસમાં તે ઓછામાં ઓછી પાંચ-છ ગાળો ન સાંભળે, ત્યાં સુધી તેને ખાવાનું પચતું નહીં. પોતાનાથી લગભગ અડધી ઉંમરના પી.આઈ.ના મોઢેથી અપશબ્દો સાંભળવાનો તેને કોઈ શોખ નહોતો, પરંતુ અઠ્ઠાવન વર્ષના ચંદ્રશેખરના રિટાયર થવાના આડે માત્ર બે મહિના બાકી હતા, એટલે તે શેષ સમય કોઈ દલીલો કે ઝઘડા કર્યા વગર પસાર કરી નાંખવા માંગતો હતો. નિવૃત્તિ પહેલાં દુશ્મનાવટ ઊભી થાય, તો તેનું પેન્શન અટકી જવાનો ભય હતો.

'હવે ઊભો ઊભો મારું મોં શું જુએ છે?' પી.આઈ.એ ઉદ્ધતાઈ દાખવતાં કહ્યું, 'જલદી દોડ.. અને ક્યાંકથી ફર્સ્ટ-એઈડ બૉક્સની તાત્કાલિક વ્યવસ્થા કર.'

'જી, સાહેબ!' ચંદ્રશેખરે સલામ મારીને કેબિનની બહાર દોટ મૂકી.

આ દરમિયાન આગંતુકે કેબિનમાં બરાબર નજર ફેરવી લીધી. બાબાઆદમના જમાનાની ઑફિસમાં ઘણાં વર્ષોથી કોઈ રંગરોગાન થયું નહોતું. ઑફિસના મુખ્ય દ્વારને બાદ કરતા બાકીની એક પણ કેબિનમાં આખા દરવાજા નહોતા. ત્રણ ભાગમાં વહેંચાયેલી ઑફિસના પહેલા ભાગમાં હાલ તેઓ બેઠા હતા. બીજા વિભાગમાં સહકર્મચારીઓ અને અધિકારીઓની કેબિન હતી અને ત્રીજા વિભાગમાં મૉસ્ટ-વૉન્ટેડ ક્રિમિનલ્સને કેદમાં રાખવા માટેની ઓરડી હતી. ત્રણેય વિભાગો એકબીજા સાથે જોડાયેલા હોવાને નાતે પી.આઈ.ની કેબિનમાંથી તે જોઈ શકાય એમ હતા.

સામાન્ય દિવસોમાં માણસો અને પોલીસ કર્મચારીઓથી ધમધમતી આ ઑફિસ અત્યારે સાવ ખાલીખમ જણાતી હતી. દીવાલમાં છેક ઊંચે ખૂણામાં લગાવવામાં આવેલા સીસીટીવી કેમેરામાં તેનું મોં ન દેખાઈ જાય, એ હેતુથી

તેણે માસ્ક ફરી નાક ઉપર સરખી રીતે ગોઠવ્યું. સફેદ એન-૯૫ માસ્કને કારણે અત્યારે તેની આંખો અને કાન સિવાય મોં પર બીજું કશું દેખાતું નહોતું.

'કર્મચારીઓ રજા ઉપર છે કે શું સાહેબ? મારી ફરિયાદ હું કોની પાસે લખાવી શકું?' આગંતુકે એકદમ અજાણ હોવાનો દેખાડો કર્યો.

'અરે, વાત ન પૂછો. અમે ગાંડાની જેમ દોડધામ કરી રહ્યા છીએ...' પી.આઈ.એ મોં બગાડ્યું, 'વિવાન આર્યએ પોલીસના નાકમાં દમ કરી નાંખ્યો છે! તમને તો ખબર જ હશે? રાષ્ટ્રપતિ ભવનનો ગુનેગાર બેંગ્લૉર અને મૈસૂરમાં જોવા મળ્યો છે. બેંગ્લૉરની ૯૦ ટકા પોલીસ અત્યારે એની શોધખોળમાં વ્યસ્ત છે, એટલે ઑફિસમાં આટલો સન્નાટો છે.'

'ગઈકાલે ટીવી-ન્યૂઝમાં જોયું હતું, પણ વિગતે કંઈ ખબર નથી!' આગંતુકે કણસતાં કણસતાં કહ્યું.

'તમારે વધુ જાણવાની જરૂર પણ નથી!' પી.આઈ.એ રજિસ્ટર હાથમાં લેતાં કહ્યું, 'હું તમારી એફ.આઈ.આર. નોંધી લઉં છું. બોલો, શું થયું?'

'હું મારી બાઇકમાં જતો હતો, એ વખતે કેટલાક ગુંડાઓએ આવીને મને ઘેરી લીધો.' આગંતુકે રડમસ અવાજે કહ્યું, 'હું બેંકમાંથી પૈસા ઉપાડીને જતો હોવાથી મારી બેગ લૂંટી લીધી અને હાથ-ડોકમાં જે કંઈ સોનુ-ચાંદી પહેર્યાં હતાં, એ પણ તેઓ લઈ ગયા.'

'અંદાજે કેટલા રૂપિયાનો માલ લૂંટાયો હશે?' આગંતુકની સામે જોયા વગર જ પી.આઈ. દ્રુતગતિએ પોતાના ચોપડામાં વિગતો ટપકાવ્યે જતો હતો.

'સાહેબ, લગભગ એંશી-નેવું હજાર!' આગંતુકે પોતાનો અભિનય ચાલુ રાખ્યો, 'હું મૂળ કેરળથી આવું છું. અહીંયાં નોકરીના સંદર્ભમાં બે મહિનાથી ભાડે રહું છું. મારો પરિવાર ખૂબ ગરીબ છે, સાહેબ! જો લૂંટાયેલો માલ મને પાછો ન મળ્યો, તો હું એમને શું જવાબ આપીશ?'

ત્યાર બાદ, થોડીક મિનિટો સુધી બંને વચ્ચે પ્રશ્નોત્તરીનો દોર ચાલ્યો. પોલીસ-તપાસ માટે જરૂરી તમામ વિગતો એકઠી કરીને પી.આઈ.એ રજિસ્ટર બંધ કર્યું.

'સારું સારું! કાલે આ સમયે એક વખત આવી જજો.' તેણે કહ્યું, 'ચંદ્રશેખર આવે એટલે પટ્ટી કરાવી લેજો. આ લો, થોડા રૂપિયા. જરૂર પડે તો હૉસ્પિટલમાં ચેક-અપ કરાવી લેજો.'

'આભાર, સાહેબ!' આગંતુકે બે હાથ જોડ્યા, 'બાથરૂમ તરફનો રસ્તો ક્યાં હશે?'

પી.આઈ.એ આંખના ભવાં ચડાવીને આગંતુક સામે જોયું. પછી એક નિઃસાસો નાંખીને કેબિનમાંથી બહાર નીકળીને ડાબે જવાનો ઇશારો કર્યો. આગંતુકે ઊભા થઈને કાળી બેગ હાથમાં લીધી અને માથું નમાવીને પી.આઈ.નો ફરી આભાર વ્યક્ત કર્યો.

‘બાથરૂમ જઈને આવો, પછી બહાર વેઇટિંગ-એરિયામાં જ બેસજો. ફરી કેબિનમાં આવવાની જરૂર નથી.’ પી.આઈ.એ મોં મચકોડતાં જવાબ આપ્યો.

‘જરૂર!’ કેબિનમાંથી બહાર નીકળતાં નીકળતાં કોઈને ન સંભળાય એવી રીતે તે બબડ્યો, ‘હું બાથરૂમમાંથી બહાર નીકળીશ ત્યારે આમ પણ મારે તમારી કેબિનમાં પગ મૂકવાની જરૂર નહીં પડે!’

ઘણીવાર થઈ ગઈ હોવા છતાં આગંતુક જ્યારે પાછો ન ફર્યો, ત્યારે પી.આઈ. પોતાની ખુરશી પરથી ઊભો થયો. બાથરૂમ પાસે જઈને એણે દરવાજો ખખડાવ્યો.

બીજી જ સેકન્ડે, દરવાજો બહારની તરફ ફંગોળાયો અને અંદર બંદૂક લઈને ઊભેલાં આગંતુકે પી.આઈ. ઉપર નિશાન તાક્યું.

‘મગજ છટકી ગયું છે...’ હજુ તે પોતાનું વાક્ય પૂરું કરે એ પહેલાં આગંતુકની બંદૂકમાંથી સોય જેવી ગોળી છૂટી અને સીધી પી.આઈ.ના ઉઘાડા બાવડા પર ખૂંચી ગઈ. કોઈ લોહી ન નીકળ્યું, જરા પણ ખૂનખરાબો ન થયો... આમ છતાં, પી.આઈ. ચક્કર ખાઈને જમીન ઉપર પડી ગયો.

પી.આઈ.ની બૂમ સાંભળીને બાથરૂમ તરફ ધસી આવેલા ચાર પોલીસ કર્મચારીઓને પણ આગંતુકે આ જ પ્રકારે બેભાન કરી દીધા!

એ પછી, હળવેકથી બહાર નીકળીને બાકીની કેબિન્સમાં નજર ફેરવી. અન્ય ત્રણ કર્મચારીઓએ કાનમાં ઈયરફોન પહેર્યા હોવાથી એમને પી.આઈ.ની ત્રાડ નહોતી સંભળાઈ. તેઓ તો પોતાની જ મસ્તીમાં હતાં ને મોબાઇલમાં યુટ્યૂબ ચાલુ કરીને અલગ-અલગ વીડિયો જોઈ રહ્યા હતા. આગંતુકે વારાફરતી એમને પણ ઊંઘાડી દીધા. આખી ઑફિસ બરાબર રીતે ફંફોળી લીધા બાદ તે મુખ્ય દ્વાર પાસે આવ્યો અને સ્ટૉપર મારીને દરવાજો અંદરથી બંધ કરી દીધો, જેથી કોઈ પ્રવેશી ન શકે.

પહેલો અને બીજો વિભાગ વટાવીને તે ત્રીજા વિભાગ તરફ આગળ વધ્યો, જ્યાં હાઈ-પ્રોફાઈલ કેદીઓને રાખવામાં આવતા હતા.

ત્યાંના સીસીટીવી કૅમેરા સામે જોઈને તેણે અંગુઠો ઊંચો કર્યો. પોલીસની ઠેકડી ઉડાડતો હોય, એ રીતે તેણે કૅમેરા સામે બેભાન થવાની ઍક્ટિંગ કરી. ત્રીજા વિભાગના દરવાજા પર ચાવીવાળું નહીં, પરંતુ ડિજિટલ લૉક હતું; જેને ખોલવા માટે ખાસ કી-કાર્ડની જરૂર પડે એમ હતી.

આગંતુકે પોતાના ખિસ્સામાંથી ડિજિટલ માસ્ટર-કાર્ડ કાઢીને સ્કૅનિંગ-મશીન સામે ધરી દીધું. દેશના મોટાભાગના ડિજિટલ લૉક આ કી-કાર્ડ વડે ખોલવાં સંભવ હતાં.

ક્લિક... અવાજ સાથે દરવાજો ખૂલ્યો.

આગંતુકે કી-કાર્ડ ફરી ખિસ્સામાં મૂકીને દરવાજાનું હેન્ડલ ખેંચ્યું. વીસ ચોરસફૂટના એ કમરામાં વચ્ચોવચ્ચ હાથકડી પહેરાવીને બેસાડવામાં આવી હતી, સુહાની સિંહાને! તેના જમણા ઘૂંટણમાં થયેલી મલમપટ્ટી ઉપર તાજું લોહી ડોકિયાં કરી રહ્યું હતું.

માસ્ક પહેરીને અંદર આવેલી વ્યક્તિને જોઈને સુહાની હરખાઈ ગઈ, 'વિવાન... મને ખાતરી હતી કે તું આવીશ!'

'અફસોસ સાથે કહેવું પડે એમ છે કે તારો ઉદ્ધારક વિવાન આર્ય નહીં, પણ મોહમ્મદ બિલાલ છે! આપ કો હુઈ અસુવિધા કે લિયે હમેં ખેદ હૈ, મોહતરમા!'

સુહાનીના પગ નીચેથી જમીન ખસી ગઈ. ચહેરા પર લાંબા ચીરા સાથેનો ક્રૂર દેખાવ ધરાવતો બિલાલ માસ્ક વગર જલ્લાદ જેવો દેખાતો હતો.

સુહાનીનાં હાથ-પગનાં બંધન તોડતી વેળા બિલાલ ગણગણવા માંડ્યો,

'લિખ દો કિતાબ-એ-દિલ પે કોઈ ઐસી દાસ્તાન,
જિસ કી મિસાલ દે ન સકે સાતોં આસમાન;
બાહોં મેં બાહેં ડાલે, હઝારોં મેં લે ચલૂં,
દિલ ઝૂમ જાએં ઐસી, બહારોં મેં લે ચલૂં!'

વર્તમાન દિવસ

કોઇમ્બતૂર

'વસુધા?' પોતાની જનેતાને *મમ્મી* કહીને સંબોધવાને બદલે ક્રોધાવેશમાં રિયાથી એમને તુંકારો અપાઈ ગયો!

તેના નાકનાં ફણગાં ફૂલી ચૂક્યાં હતાં. ચહેરો ક્રોધથી તમતમી ઊઠ્યો. શરીર પર કોઈકે ધગધગતો કોલસો ચાંપી દીધો હોય એવી રીતે તેજ થઈ ગયેલા રુધિર-ભ્રમણને લીધે, તેની ચામડીનો ગોરો રંગ ધીરે ધીરે ઘેરો રાતો થવા માંડ્યો. શરીરમાં જેવી રીતે લોહીના ગઠ્ઠા બંધાઈ જાય, એ જ પ્રકારે તેના મગજમાં કડવી યાદોના ગઠ્ઠા જામવા માંડ્યા. આંખો ઉપર એકલવાયા બાળપણનું આવરણ ચડી ગયું. યાદોની એ વણઝાર ફરી એક વખત તેના વર્તમાનને કચડી નાંખવા માટે સજ્જ થઈ ગઈ! રમવાની ઉંમરમાં જ પરિપક્વ થઈ ગયેલી એ બાળકી જાણે રિયાનું પ્રતિબિંબ બનીને મૂક ફરિયાદો કરવા લાગી.

'લઈ જાઓ આ સ્ત્રીને મારી નજર સામેથી!' રિયાએ ફેફસાં ફાટી પડે એટલી જોરથી બૂમ પાડી. તેના આખા શરીર પર પ્રસ્વેદબિંદુઓ બાઝી ચૂક્યાં હતાં.

રિયાના હાવભાવ જોઈને અશરફ હતપ્રભ બની ગયો. તેણે આટલી કઠોર પ્રતિક્રિયાની બિલકુલ અપેક્ષા નહોતી રાખી. એક બાજુ મનસ્વી પણ સ્તબ્ધ હતી, તો બીજી બાજુ ભૈરવી મા જાણે ભવિષ્યથી વાકેફ હોય એ પ્રકારે રિયાને અપલક નેત્રે તાકી રહ્યાં.

'દીકરી, મારી વાત એક વખત સાંભળી લે... પછી તને યોગ્ય લાગે તો મારી સાથે વાત ન કરતી...'

સાધ્વી મા ઉર્ફે વસુધા ચૌધરી આગળ વધીને રિયાના ગાલ ઉપર હાથ ફેરવવા ગયાં, ત્યાં રિયાએ હવામાં અધવચ્ચે જ એમના કાંડાને મજબૂતાઈથી જકડી લીધો. તેની નજરમાંથી અંગારા વરસતા હતા. ભરાઈ આવેલા આંખના ખૂણામાંથી બહાર આવતાં ગરમ આંસુ ખુશીનાં નહીં, પરંતુ વિરહની પીડાનાં હતાં! કાળી કીકીઓની આજુબાજુની નસોમાં લોહી ભરાઈ આવવાને કારણે આંખની સફેદી ગાયબ થઈ ચૂકી હતી... ત્રણ દિવસથી જાણે જરા પણ ઊંઘ ન થઈ હોય, એ પ્રકારે તે લાલચોળ લાગવા માંડી.

'શું સાંભળું?' બોલતી વખતે અજાણપણે જ રિયાના નખ વસુધાના કાંડામાં ખૂંચીને લોહી કાઢવા માંડ્યા, 'નાનકડી દીકરીને એકલી મૂકીને તું તારા સ્વાર્થ માટે ઘરેથી ભાગી ગઈ! મારા જુવાન બાપને તરછોડીને તું તારા પ્રેમી સાથે જ્યારે સુખી જીવન પસાર કરી રહી હતી, ત્યારે હું રોટલા કેવી રીતે બનાવવા એ શીખી રહી હતી! મને પૂરતો પ્રેમ મળી રહે, એ માટે પપ્પાએ બીજાં લગ્ન ન કર્યાં... તેં મારું આખેઆખું બાળપણ અને પપ્પાની યુવાની એમની પાસેથી છીનવી લીધી!'

કાંડામાંથી નીકળતા લોહીની ધારા જ્યારે વધુ ઝડપી બનીને જમીન પર વહેવા લાગી, ત્યારે સાધ્વી માના મોંમાંથી દર્દને લીધે સિસકારો નીકળી ગયો, 'આહ...'

'આટલું પૂરતું નહોતું તારા માટે? હવે શા માટે મારા જીવનમાં નવેસરથી આગ ચાંપવા માટે આવી છો?' રિયાએ ઝાટકો મારીને વસુધાનું કાંડુ છોડ્યું, 'મારી જિંદગીમાં આમ પણ અત્યારે સમસ્યાનો પાર નથી!'

અશરફે રિયાના ખભે હાથ મૂકીને એકદમ ધીમા પરંતુ મક્કમ સ્વર સાથે કહ્યું, 'તારો ગુસ્સો સમજી શકું છું. તારી જગ્યાએ હું હોઉં, તો મારી પ્રતિક્રિયા પણ આવી જ હોય, પરંતુ નિર્ણય લેતાં પહેલાં એક વખત સાધ્વીજીને આ ગેરસમજ દૂર કરવાનો મોકો આપ..'

'સાધ્વી?' રિયાએ તીખી નજરે અશરફ સામે જોયું, 'સાધ્વી શબ્દનો અર્થ પણ આ સ્ત્રીને ખબર હશે? તેના વ્યક્તિત્વ અને ભૂતકાળને ધ્યાનમાં રાખતાં ખરેખર તો તે સાધુ-પરંપરાને લજવી રહી છે!'

'રિયા... મારી વિનંતી છે કે એક વખત તમે...'

મનસ્વી પોતાનું વિધાન પૂરું કરવા જાય, એ પહેલાં રિયાએ તેની સામે જે રીતે જોયું, એ પરથી મનસ્વી સમજી ગઈ કે આ બધાંની વચ્ચે તે કદાચ બહારની વ્યક્તિ છે! એ જ ઘડીએ તેના હોઠ સિવાઈ ગયા. આગળ કશું કહેવા માટે તેની હિંમત જ ન ચાલી.

'તારા પિતા જ્યારે એમને માફ કરી ચૂક્યા છે, ત્યારે માત્ર એક વાર વસુધાની વાત સાંભળવી એ તારી ફરજ છે રિયા!' ભૈરવી મા અત્યંત શાંત અને ધીરગંભીર હતાં. પરિસ્થિતિને સંભાળી શકવા માટેની જે સ્થિતપ્રજ્ઞતા એક સિદ્ધ વ્યક્તિ પાસે હોવી જોઈએ, એ ભૈરવી મા પાસે હતી.

એમની વાણીની કોઈક ચમત્કારિક અસર થઈ હોય, એ રીતે રિયા સહેજ નરમ પડી... અલબત્ત, શાંત તો નહીં જ!

થોડી ક્ષણો માટે વાતાવરણમાં ભારેભરખમ મૌન તોળાતું રહ્યું.

'હાથ જોડું છું, અમ્મા...' રિયાએ ભૈરવી મા સમક્ષ હાથ જોડ્યા, 'વર્ષો સુધી રિબાયા પછી હું માંડ માંડ આ સ્ત્રીને મારા મન અને હૃદયમાંથી ભુલાવી શકી છું. જૂના જખ્મોને ખોતરવાથી હવે કોઈ લાભ નથી!'

'કેટલીક વખત જૂના જખ્મોને ખોતરવાથી ઘા વધુ સારી રીતે ભરાઈ જતો હોય છે!' ભૈરવી માએ તેના મસ્તક પર હાથ મૂક્યો, 'તારા પિતા આલોક ચૌધરી અહીં શક્તિ આશ્રમમાં શા માટે અવારનવાર આવતા હતા અને તેમની સાથે શું થયું, એ જાણવાની તને ઇચ્છા નથી થતી?'

રિયાના મગજમાં અજાણપણે જ ચકરાવો લઈ રહેલા પ્રશ્નોને ભૈરવી માએ પકડી પાડ્યા હતા. તેમણે એવાં મર્મસ્થાનો પર દબાણ આપ્યું હતું, જેને રિયા ઇચ્છે તો પણ નકારી ન શકે!

આલોક અને તેના ભૂતકાળનાં રહસ્યો અંગે જો કોઈ એક વ્યક્તિ બધું જાણતી હોય, તો તે હતી વસુધા!

રિયાનું તંગ શરીર થોડું ઢીલું પડ્યું. તેનો ગુસ્સો ઓસરવા માંડ્યો. પિતાની યાદ અને એમની સાથે પસાર કરેલો સમય સ્મરણમાં આવતાંની સાથે જ તેનો આવેશ અને આક્રોશ ક્રમશઃ વિરહનાં આંસુમાં પરિવર્તિત થવા માંડ્યાં... અને તે ધ્રુસકે ને ધ્રુસકે રડી પડી!

ભૈરવી મા તેને આલિંગન આપીને પીઠ પર હાથ પસવારતાં રહ્યાં. હળવેકથી પોતાના બંને હાથો વડે તેનો ખભો પકડીને એમણે રિયાને સોફા પર બેસાડી. રિયાને ફરી તેના સૌમ્ય અવતારમાં પરત ફરેલી જોઈને મનસ્વી અને અશરફનો જીવ હેઠો બેઠો.

'એક વાત યાદ રાખજે, વસુધા!' રિયાએ સાધ્વી માને ચેતવણી આપી, 'મારા પિતાની સુખાકારી માટે હું કોઈ પણ હદ સુધી જઈ શકું એમ છું, પરંતુ તારા માટે મારા મનમાં રતીભરનો પણ પ્રેમભાવ નથી!'

વસુધાના ગળે પણ ડૂમો ભરાઈ આવ્યો, પણ અત્યારે નબળું પડવું તેને પોસાય એમ નહોતું. તેના મનમાં બસ એક જ આશા હતી કે સમગ્ર ઘટનાક્રમ સાંભળ્યા પછી કદાચ રિયા તેને માફ કરી દે!

થોડી જ વારમાં સોફા પર ગોઠવાઈ ગયેલાં સૌ કોઈને આશ્રમના સ્વયંસેવકો પાણી આપી ગયા. પોતાના પિતા પાછલા બે દાયકાથી શક્તિ આશ્રમની મુલાકાતે શા માટે આવતા હતા અને તેઓ અત્યારે ક્ષેમકુશળ હશે

કે કેમ, એ વિચારી વિચારીને જ રિયાનો જીવ તાળવે ચોંટી ગયો હતો. વસુધા કયા નવા ઘટસ્ફોટ કરશે એ વિશે તે તદ્દન અજાણ હતી.

'તારા જન્મથી પહેલાંથી ચાલી આવતા આ કાલાતીત કલ્પાંતના વિષચક્રની ગાથા શરૂ થાય છે એ દિવસથી, જ્યારે હું કિશોરાવસ્થામાં હતી!' વસુધાએ પાણીનો ઘૂંટ ગળે ઉતાર્યો, 'એ દિવસ હું ક્યારેય નહીં ભૂલી શકું, જ્યારે મેં સર્વપ્રથમ વખત એકાક્ષ અઘોરી ઉર્ફે દૈત્યગુરુ શુક્રાચાર્યને મારી નજર સમક્ષ જોયા હતા... હા, હું એમના જ ખૂંખાર સંઘનો એક ભાગ હતી!'

વસુધાના મુખેથી એકાક્ષ અઘોરીનું નામ સાંભળીને રિયાના આખા શરીરમાંથી ભયનું લખલખું પસાર થઈ ગયું... રાજકોટ ખાતે વસંત નિવાસમાં મોહમ્મદ બિલાલ સાથે તેણે જ્યારે વસુધા ચૌધરીનો જૂનો ફોટો ટેલિવિઝનમાં સ્ક્રૉલ થતો જોયો હતો, એ કોઈ ભ્રમ નહીં પણ વરવી વાસ્તવિકતા હતી!

૭૨

ઈસવીસન ૧૭૯૦

ત્રાવણકોર રાજ્યની સરહદ

'જમાલ... આક્રમણ માટે સેનાને તૈયાર કર!' ટીપુ તાડૂક્યો, 'જો સૈનિક સાચું કહી રહ્યો છે, તો ત્રાવણકોરની સેના આપણી છાવણી સુધી પહોંચી જાય, એ પહેલાં આપણે એમનો સફાયો કરવો પડશે.'

'જી, જનાબ!' કહીને સલામી ભરી, જમાલે રફતાર સાથે ત્યાંથી વિદાય લીધી.

બીજી બાજુ, ટીપુની મૂંઝવણનો પાર નહોતો. તે ખરેખર વિચારે ચડી ગયો હતો. હજુ ગઈકાલ સાંજ સુધી ગરીબડી ગાય જેવી દેખાતી ત્રાવણકોરની સેના આટલી ખૂંખાર કેવી રીતે બની ગઈ? એ પણ એક જ રાતમાં?

તેણે તંબુની બહાર દેખાતા આકાશ સામે જોયું. સૂર્યોદય થવા આવ્યો હોવા છતાં વાદળો ગોરંભાયેલાં હતાં. વરસાદ જરા પણ ધીમો પડવાનું નામ નહોતો લઈ રહ્યો. તેને સૌથી વધુ ફિકર અલુવા નદીની હતી! બે કાંઠે વહી રહેલી અલુવામાં જો પૂર આવ્યું, તો ત્રાવણકોર પર ફતેહ મેળવવાનું એમનુ સ્વપ્ન પાણીમાં જ તણાઈ જવાનું હતું.

આ દરમિયાન તંબુમાં ઘૂસી આવેલો સૈનિક હજુ ત્યાં ને ત્યાં ઊભો હતો. ભીના કપડાંમાં તરબતર તેનું શરીર ઠંડીને કારણે થરથર ધ્રૂજી રહ્યું હતું, પરંતુ જ્યાં સુધી ટીપુનો આદેશ ન થાય ત્યાં સુધી તંબુની બહાર નીકળવામાં જોખમ હોવાથી તે મૂંગી બકરીની જેમ ત્યાં માથું ઝુકાવીને ઊભો રહ્યો.

'તું શું ચોરના માથાની જેમ અહીંયાં ઊભો છે?' ટીપુનું ધ્યાન તેના પર ગયું, 'દફા હો જાઓ!'

'જી...જી...માલિક!' ટીપુના ગુસ્સાનો ભોગ બનવાના ડરથી તે થોથવાઈ ગયો.

જેવો તે ટીપુને સલામ ભરીને તંબુની બહાર નીકળવા જાય, એ પહેલાં પાદશાહ-એ-મૈસૂરએ પોતાના સ્વરમાં શક્ય એટલી મીઠાશ ભેળવીને તેને ફરી રોક્યો, 'ઊભો રહે...'

સૈનિકના બંને પગ ત્યાં ને ત્યાં ખોડાઈ ગયા. તેને મનમાં જે શંકા હતી, એ જ થયું. ભયભીત હોવાને લીધે પીઠ ફેરવીને પાછળ જોવા જેટલી હિંમત પણ તેનામાં નહોતી બચી.

ટીપુ દબાતા પગલે બરાબર એની પીઠ પાછળ જઈને ઊભો રહી ગયો. જમણો હાથ સૈનિકની ગરદન પર ફેરવતાં ફેરવતાં તેણે તેના કાન પાસે જઈને પૂછ્યું, 'તેં હમણાં આ તંબુમાં જે દૃશ્ય જોયું, એ તને ગમ્યું?'

સૈનિકના હોઠ સુકાઈ ગયા. તેના પેટમાં લોચા વળવા લાગ્યા. ટીપુના પ્રશ્નના પ્રત્યુત્તરમાં તે કશું જ ન બોલી શક્યો.

સામે પક્ષે, ટીપુનો શરારતી હાથ ગરદન પરથી નીચે ઊતરીને ધીરે ધીરે સૈનિકના પેટના આગળના ભાગ સુધી પહોંચી ગયો. પોતાના હોઠ ફરી સૈનિકના જમણા કાન પાસે લઈ જઈને તે ગણગણ્યો, 'હું કેવી રીતે માની લઉં કે ભવિષ્યમાં તારું મોં નહીં ખૂલે? તું તારા અન્ય સાથીદારોને જઈને આ વાત જણાવવાનો ઇરાદો ધરાવે છે?'

'ના, માલિક!' સૈનિકે ગભરાટમાં ને ગભરાટમાં બે હાથ જોડ્યા, 'મેં કંઈ જોયું નથી, એવું જ હું કહીશ.'

તે પોતાની જગ્યા ઉપરથી ડગ્યો સુધ્ધાં નહીં.

'સારું!' ટીપુએ મસ્તીમાં સૈનિકની કમર ફરતે જમણો હાથ પરોવી રાખ્યો, 'તું જઈ શકે છે!'

ખચ્ચાક... હજુ તો સૈનિક હાશકારો અનુભવે એ પહેલાં તેની ગરદન કપાઈ ચૂકી હતી! લોહીનો ફુવારો ઊડ્યો! ટીપુ ફરી તેના કાનમાં ગણગણ્યો,

'આખું વાક્ય તો સાંભળી તો લે... તું જઈ શકે છે, જહન્નુમમાં! કારણ કે ટીપુ સુલતાનની છબી ખરડાય એવું હું ક્યારેય નહીં બનવા દઉં. ઇતિહાસ અને ઐતિહાસિક સંદર્ભગ્રંથો ટીપુને ફક્ત **ટાઈગર ઑફ મૈસૂર** તરીકે ઓળખશે... એક મર્દાનગીસભર મુસ્લિમ શાસક તરીકે!'

બીજી જ ઘડીએ, સૈનિકનો લોહીથી લથબથ મૃતદેહ જમીન ઉપર ફસડાઈ પડ્યો. તેની ફાટી ગયેલી આંખોમાંથી ડોળા બહાર આવવાની તૈયારીમાં હતા અને ચીસ ગળામાં જ અટવાઈને રહી ગઈ હતી!

૭૩

વર્તમાન દિવસ

કોઇમ્બતૂર

'શુક્રાચાર્યના સંઘમાં તારો પ્રવેશ કઈ રીતે થયો?' રિયાના પ્રશ્નમાં હાડોહાડ ધિક્કારભાવ ભળેલો હતો. મનોમન તે માનવા લાગી હતી કે વસુધા જ એની સમસ્યાનું મૂળ છે!

અત્યાર સુધીમાં વસુધા શુક્રાચાર્યની વાસ્તવિકતા અને પાંચમી સદીમાં દુબઈની જિમાની ખીણમાં થયેલા એમના પુનઃજાગરણનું સત્ય રિયાને જણાવી ચૂક્યાં હતાં. અશરફ માટે તો આ તમામ વિગતો આશ્ચર્યજનક હોવાની સાથોસાથ ભયજનક પણ હતી! જો રાજકોટમાં તેને ભૈરવી માની શક્તિનો પરચો ન મળ્યો હોત, તો હજુ પણ કદાચ તે આ પરાલૌકિક હકીકતો સ્વીકારવા માટે તૈયાર ન થાત!

'કિશોરાવસ્થામાં હું એથિસ્ટ હતી... તદ્દન નાસ્તિક!' વસુધા પોતાના ભૂતકાળમાં ગરકાવ થઈ ગઈ, 'મને લાગતું હતું કે ધર્મ અને આસ્થા જ બધી સમસ્યાનું મૂળ છે. ભગવાન શબ્દ પ્રત્યે મને સખત ચીડ હતી. સમાજમાં

જોવા મળતી ગરીબી, બેકારી, લડાઈ-ઝઘડા, ઊંચ-નીચનો ભેદભાવ, રંગભેદ, જાતિભેદ સહિતના તમામ પ્રશ્નો માટે લોકોનો આસ્તિકવાદ જવાબદાર છે, એવું હું દૃઢપણે માનતી હતી.'

સોફા ઉપર બેઠેલાં ભૈરવી મા, મનસ્વી અને અશરફ પણ ધ્યાનપૂર્વક એમની વાત સાંભળી રહ્યાં હતાં.

'હું કૉલેજમાં પહોંચી ત્યાં સુધીમાં તો ઈશ્વરને ધિક્કારવા માંડી હતી! એમાં પણ ખાસ કરીને હિંદુ ધર્મ માટે મારા મનમાં ભારોભાર નફરતભાવ હતો.' વસુધાના અવાજમાં અપરાધભાવ ભળ્યો, 'અફસોસ, હું એ નહોતી જાણતી કે સનાતન ધર્મ ક્યારેય સંકુચિત માનસિકતા ધરાવવાનું શીખવતો નહોતો. જે સંસ્કૃતિએ ગાર્ગી, લોપામુદ્રા જેવી સાધ્વીઓને ઉચ્ચ-સન્માન આપ્યું, એ ધર્મ કઈ રીતે પછાત હોઈ શકે? વિશ્વ જે સમયે સ્ત્રી સશક્તિકરણથી વાકેફ સુધ્ધાં નહોતું, એ સમયે આપણી સંસ્કૃતિમાં હજારો વર્ષ પહેલાં નવદુર્ગા સ્વરૂપે નારીની ભક્તિ કરવામાં આવતી હતી. અન્ય ધર્મો જ્યારે સ્ત્રીના સર્વાંગી અસ્તિત્વને હીનભાવનાથી નિહાળતાં હતાં, એ સમયે ભારતવર્ષ એટલે કે આર્યાવર્ત એકમાત્ર એ સ્થાન હતું, જ્યાં જ્ઞાની સાધ્વીઓ અન્ય સંતો-મહંતોને શાસ્ત્રાર્થ કરવા માટે આત્મવિશ્વાસ સાથે પડકાર ફેંકી શકતી!'

'તો તમારા મત મુજબ ધર્મના નામે થઈ રહેલા ઝઘડા પાછળનું મૂળ કારણ શું છે? અને તેને નિવારી કઈ રીતે શકાય?' અશરફે સાધ્વી મા સમક્ષ જિજ્ઞાસા વ્યક્ત કરી.

'ધર્મના નામે જે લોકો આજે ઝઘડી રહ્યા છે, એમાંના કેટલા લોકો એવા હશે જેમણે ભારતીય ધર્મગ્રંથોનો વાસ્તવમાં ગહન અભ્યાસ કર્યો હોય?' સાધ્વી મા વસુધાએ સામો પ્રશ્ન કર્યો, 'વૉટ્સએપ યુનિવર્સિટી અને ગૂગલ-નૉલેજની હું વાત નથી કરતી. **धर्मो रक्षति रक्षितः** અને **यतो धर्म स्ततो जयः**! આ બંને શ્લોકમાં જે ધર્મની વાત કરવામાં આવી છે, એ સ્વધર્મ છે. ધર્મના નામે લડાઈ કરનારા મોટાભાગના લોકોએ ક્યારેય ધર્મગ્રંથોનો અભ્યાસ કર્યો જ નથી હોતો... અને એ જ આજના સમાજની સૌથી મોટી સમસ્યા છે. ખાલી ચણો વાગે ઘણો! કહેવત તો સાંભળી જ હશે?'

અશરફે ડોકું ધુણાવીને હા પાડી. વસુધાની વાત પાછળનો મર્મ તે બરાબર સમજી રહ્યો હતો.

'હા, એ વાતમાં કોઈ શકા નથી કે સનાતન સંસ્કૃતિને ખતમ કરી નાંખવા માટે પાછલાં ૧૦૦૦ વર્ષોથી વિદેશી આક્રાંતાઓએ કોઈ કસર નથી છોડી. એમાં

પણ ખાસ કરીને ગુરુકુળ શિક્ષણવ્યવસ્થા અને પૌરાણિક અભ્યાસપ્રણાલીનું પતન થયા બાદ તો હાલત વધારે કથળી ચૂકી છે; પરંતુ હિંસા એ કોઈ સમસ્યાનો વિકલ્પ ન હોઈ શકે.' વસુધાએ વાત આગળ વધારી, 'ધર્મનો પૂરતો અભ્યાસ કર્યા વગર ધર્મની રક્ષા સંભવ નથી. જ્યાં સુધી માણસ ફક્ત આવેશમાં આવીને અન્ય ધર્મના લોકો સાથે મારપીટ કરતો રહેશે, તેને અપશબ્દો કહેતો રહેશે; ત્યાં સુધી ધર્મની રક્ષા સંભવ નથી. એ તો ઊલટું, ધર્મનું પતન થયું ગણાશે.'

'કેટલાક લોકો એવી દલીલ કરે છે કે ધર્મની રક્ષા માટે ભગવાન રામ અને ભગવાન કૃષ્ણએ પણ શસ્ત્રો ઉઠાવ્યાં હતાં, તો સામાન્ય માણસ કેમ ન ઉઠાવી શકે?' મનસ્વી આ વિષયવસ્તુને ઊંડાણપૂર્વક સમજવા માંગતી હતી.

'આ પ્રકારની દલીલો કરનારા એક વાત વારંવાર ભૂલી જાય છે કે ભગવાન કૃષ્ણએ મહાભારતનું યુદ્ધ અને આટલો મોટો નરસંહાર રોકવા માટે અસંખ્ય પ્રયત્નો કર્યા હતા. બીજી બાજુ, ભગવાન રામે પણ રાવણને કહેણ મોકલાવ્યું હતું કે જો તેઓ સીતાને પૂર્ણ માન-સન્માન સાથે પરત મોકલી આપશે, તો યુદ્ધ નહીં થાય!' આ જ વખતે ભૈરવી માએ સમજૂતી માંડી, 'શસ્ત્રો ઉઠાવવાં એ પહેલો નહીં, પરંતુ સૌથી છેલ્લો વિકલ્પ હોઈ શકે. સાથોસાથ, શત્રુ જ્યારે સામ, દામ, દંડ અને ભેદની નીતિથી પણ ન માને, ત્યારે યુદ્ધ જ એકમાત્ર વિકલ્પ શેષ રહે છે!'

'પરંતુ આજના સમયમાં શાસ્ત્રોના અભ્યાસ વિના જ સૌને શસ્ત્રો ઉઠાવી લેવાં છે!' સાધ્વી માએ કહ્યું, 'પૌરાણિક કાળમાં શસ્ત્ર અને શાસ્ત્રોનો અભ્યાસ શા માટે એકસાથે કરાવવામાં આવતો હતો, એ પ્રશ્નનો જવાબ રામાયણ અને મહાભારત જેવાં ઐતિહાસિક મહાકાવ્યો આપે છે. શાસ્ત્ર માણસમાં દયાભાવ, અહિંસા, કરુણા, પ્રેમ, હૂંફ, પરોપકાર અને આધ્યાત્મિકતા રોપે છે; જ્યારે શસ્ત્ર માણસને બળવાન બનાવે છે તેમજ અધર્મના આતંકનો પ્રતિકાર કરવા માટે મદદરૂપ થાય છે. શસ્ત્ર અને શાસ્ત્ર બંનેના સાયુજ્ય તેમજ સંમિશ્રણથી જ સુશાસન સ્થપાતું હોય છે.'

સાધ્વી માએ અદ્ભુત વાત કહી હતી. રિયા પણ થોડી વાર માટે પોતાની મૂંઝવણો ભૂલીને વસુધાએ કહેલી અર્થસભર વાત પર ગહન ચિંતન કરવા માંડી હતી.

'ખેર, મૂળ ઘટના પર આવું.' વસુધા સૌને સંમોહનમાંથી બહાર લાવ્યાં, 'ભારતના યુવાધનના મનમાં નાસ્તિકતા રોપીને એમને ધર્મથી વિમુખ કરવાનો સિલસિલો આજકાલનો નહીં, પરંતુ ઘણા સમયથી ચાલ્યો આવે છે! જેવી રીતે

આજે દિલ્હીની *જવાહરલાલ* નેહરુ *યુનિવર્સિટી* - જે.એન.યુ. - ના છાત્ર-છાત્રાઓ નાસ્તિકતાના અંચળા હેઠળ હિંદુ દેવી-દેવતાનું અપમાન કરવાનો એક મોકો નથી ચૂકતાં, એવી જ રીતે અમારા સમયમાં પણ નાસ્તિકોનું આખું એક જૂથ એવું હતું જેમનો મૂળ ઉદ્દેશ્ય જ નવી પેઢીને ધર્મવિરોધી બનાવવાનો હતો. દેશ ભલે વર્ષ ૧૯૪૭માં સ્વતંત્ર થયો હોય, પરંતુ ડાબેરી વિચારધારામાંથી ભારત ક્યારેય મુક્ત થયો જ નથી!'

'નવા લોહીને આ રીતે ટાર્ગેટ કરવા પાછળનું કોઈ ખાસ કારણ?' અશરફે પૂછ્યું.

'જ્યારે વ્યક્તિ કિશોરાવસ્થામાં હોય, ત્યારે તે પરિવર્તનની આંધીમાંથી પસાર થતો હોય છે... માનસિક અને શારીરિક પરિવર્તન!' સાધ્વી માએ તેની સામે જોયું, 'સામાન્યતઃ કુમળા માનસને દૂષિત કરવું સહેલું બની જતું હોય છે. આથી, વિદ્યાર્થીઓના મગજમાં એવી ભ્રમણા ઠસાવી દેવામાં આવે છે કે ધર્મ અને આસ્થાનો ખાત્મો બોલાવી દેવાથી ભારત પણ પશ્ચિમી દેશોની માફક પ્રગતિના પંથે હરણફાળ ભરી શકે એમ છે! બીજી બાજુ, ધર્મગ્રંથોનો અભ્યાસ કર્યા વગર વિદ્યાર્થીઓ પણ આ પ્રકારનાં ભડકાઉ ભાષણોના પ્રભાવમાં આવીને ધર્મને ધિક્કારવા માંડે છે. આ રીતે નાસ્તિકોની આખી એક પેઢી તૈયાર કરવાનું ષડયંત્ર નિરંતર ચાલતું રહે છે! ભારતની અત્યંત તાર્કિક અને વૈજ્ઞાનિક ગણાતી સનાતન સંસ્કૃતિને ધરમૂળથી નેસ્તનાબૂદ કરવાનો કારસો રચનારા લોકોનો ધ્યેય છે - સામૂહિક ધર્માંતરણ!'

'આજે સમગ્ર વિશ્વમાં ભારત એકમાત્ર એવો દેશ બચ્યો છે, જેની મૂળ સંસ્કૃતિ લાખો વર્ષ જૂની હોય.' ભૈરવી મા વિચારશીલ અવસ્થામાં અત્યંત સૌમ્યભાવે કહી રહ્યાં હતાં, 'સમયની સાથે મોટાભાગના દેશો ધીરે ધીરે ક્યાં તો મુસ્લિમ ધર્મ સ્વીકારતા ગયા અથવા તો ખ્રિસ્તી ધર્મ! કેટલી મોટી કમનસીબી કહેવાય કે એક સમયે સમગ્ર વિશ્વમાં પથરાયેલો સનાતન ધર્મ આજે માત્ર અને માત્ર ભારતભૂમિ પૂરતો સીમિત થઈને રહી ગયો છે... અને એમાં પણ જો ભારતના ૧૦૦ કરોડ હિંદુ લોકો ડાબેરી વિચારધારાનો શિકાર બની ગયા, તો વિશ્વનો એકમાત્ર હિંદુ દેશ - ભારત - પણ તેનાં મૂળિયાંથી અલગ થઈ જશે! આગામી એક સદી સુધી જો આમ ને આમ ચાલતું રહ્યું, તો સનાતન સંસ્કૃતિનું નામોનિશાન આ ધરતી ઉપરથી મટી જશે!'

'સહમત.' અશરફે હોંકારો ભણ્યો. મુસ્લિમ હોવા છતાં તે ભારતીય સંસ્કૃતિ પ્રત્યે અત્યંત લગાવ ધરાવતો હતો, 'સત્ય તો એ જ છે કે મારા

પૂર્વજો પણ ભૂતકાળમાં ક્યારેક હિંદુ ધર્મના અનુયાયીઓ હોવા જોઈએ, પરંતુ વિદેશી આક્રાંતાઓને લીધે તેમણે કદાચ મજબૂરીવશ ધર્મ-પરિવર્તન કરવું પડ્યું હશે!'

ભૈરવી મા, સાધ્વી મા, મનસ્વી અને રિયાના મનમાં અશરફની આ નિખાલસતા માટે ખૂબ માન પેદા થયું.

'આ કારણોસર અમારું આખું જૂથ ભોગ બન્યું, શુક્રાચાર્યના સંઘનું! ઈલ્યુમિનાટી, નાઈટ ટેમ્પ્લાર, સમ્રાટ અશોકનો ભ્રાતૃસંઘ વગેરે જેવા સમૂહો વિશે લોકોએ ઘણું સાંભળ્યું છે. આ તમામ સિક્રેટ સોસાયટી અસ્તિત્વ ધરાવે છે કે નહીં, એ અંગે તો હું કંઈ જણાવી શકું એમ નથી... પરંતુ એટલું ચોક્કસ કહી શકું કે શુક્રાચાર્યનો સંઘ વાસ્તવિક છે અને દેશ-વિદેશના ઘણા નામાંકિત લોકો એના સભ્ય પણ છે! ફક્ત એટલું જ નહીં, હિંદુ ધર્મના પૌરાણિક રહસ્યોને જનમાનસમાંથી ઉખાડી ફેંકીને વિકારોની પુનઃસ્થાપના એટલે કે અસુરાધિપત્યની સ્થાપના કરવા માટે તેઓ પાંચમી સદીથી સક્રિય થઈ ચૂક્યા છે! આઈ.એસ. આઈ.એસ. જેવાં કંઈકેટલાય આતંકવાદી સંગઠનો એમના ઇશારા ઉપર કામ કરે છે. વિશ્વમાં તારાજી ફેલાવી, મનુષ્યોને મહા-અસુરના ગુલામ બનાવવાનું એમનું શમણું ધીરે ધીરે વાસ્તવિકતા બની રહ્યું છે.' સાધ્વી માના સ્વરમાં થથરાટ ભળ્યો હોય એવું લાગ્યું.

'પરંતુ મહા-અસુર આખરે છે કોણ?' જ્યારથી રિયાએ સતયુગમાં દેવી અનિષ્ટાત્રીએ દૈત્યજનની દિતિને આપેલાં વરદાનની કથા વસુધા પાસેથી સાંભળી હતી, ત્યારથી જ તેના મનમાં આ પ્રશ્ન ઘૂમરાઈ રહ્યો હતો.

'મહા-અસુર વાસ્તવમાં...'

વસુધા કંઈ કહેવા જાય, એ પહેલાં એકાએક એમની વાણી ઉપર સ્તંભન ક્રિયાનો પ્રયોગ કરવામાં આવ્યો. તેમની જીભ થોડી ક્ષણો માટે ઝલાઈ ગઈ! મહા-અસુરનું રહસ્ય ઉજાગર ન થાય, એ માટે કોઈકે એમના ઉપર ક્ષણિકવાર માટે તંત્રપ્રયોગ કર્યો હતો.

ભૈરવી માએ કૃત્રિમ ખોંખારો ખાધો. સાધ્વી મા અને મનસ્વી બંને સમજી ગયાં કે રિયા સામે હજુ મહા-અસુરની હકીકત ઉજાગર કરવાનો વખત નથી પાક્યો! આ કારણોસર જ, ભૈરવી માએ એમને બોલતાં અટકાવ્યાં હતાં.

ગણતરીની ક્ષણોમાં સ્તંભનની અસર ક્ષીણ થતાં જ સાધ્વી માએ કહ્યું, 'રિયા, હાલપૂરતું એટલું સમજી લે કે મહા-અસુરનું આગમન હજુ સુધી થયું

નથી! ખૂબ ટૂંકા ગાળામાં મહા-અસુર જાગૃત થશે અને ત્યારે સમગ્ર વિશ્વને તું અને વિવાન જ બચાવી શકશો!'

વર્તમાન દિવસ

મૈસૂર

સોડાની એક નાનકડી દુકાનના મેલાઘેલાં પ્લૅટફૉર્મ પર રાખવામાં આવેલા પંદર-સત્તર ઇંચના ટીવીમાં આજતક ચેનલ પ્રસારિત થઈ રહી હતી. રાતના છેલ્લા સમાચાર આખા દેશ માટે બ્રેકિંગ ન્યૂઝ બની ચૂક્યા હતા...

'તો આજ કી તાઝા ઔર દિલ દહેલા દેનેવાલી ખબર યહ હૈ કિ...

બેંગ્લોર પોલીસ હેડક્વાર્ટરમાંથી મૉસ્ટ-વૉન્ટેડ ક્રિમિનલ સુહાની સિંહાને કોઈ અજાણ્યા શખ્સ દ્વારા આઝાદ કરી દેવાઈ! શહેરની પોલીસ જ્યારે વિવાન આર્યની શોધખોળમાં તૈનાત હતી, એ સમયે ગુનેગારોએ સીધા પોલીસ-સ્ટેશન પર હુમલો કરીને પોતાની સાગરિતને છોડાવી લીધી.

સૂત્રો અનુસાર, નેશનલ સિક્યોરિટી એડ્વાઇઝર અજય ડોભાલ એ વખતે કોઇમ્બતૂર ખાતે આવેલા શક્તિ-આશ્રમમાં ભૈરવી માનાં દર્શને ગયા હોવાની બાતમી મળી છે! પોલીસ અને કેન્દ્ર સરકારના આ ગંભીર બેદરકારીને કારણે દેશની સામાન્ય જનતાની સુરક્ષા પર પ્રશ્નાર્થચિહ્ન લાગી ગયું છે!'

આ સમાચાર જોઈને વિવાન ઉપર વજ્રાઘાત થયો! તેને ધ્રાસકો પડ્યો હતો.

પાણીની બોટલ લેવા માટે સોડાની એક નાનકડી દુકાન ઉપર થોડી વાર રોકાયા બાદ તે અને હેમરાજ બંને બેંગ્લોર જવા રવાના થવાના હતા.

એમના મગજમાં યોજના પણ તૈયાર હતી. હેમરાજ વિવાનનો વેશ ધારણ કરીને જ્યાં સુધી પોલીસને પોતાની પાછળ વ્યસ્ત રાખે, ત્યાં સુધીમાં વિવાન સુહાનીને છોડાવી લે એવું તેમનું આયોજન હતું. બે બિટકોઈન ખર્ચીને એમણે આ માટેની તમામ વ્યવસ્થા પણ કરી લીધી હતી.

... પરંતુ મોહમ્મદ બિલાલ એમનાથી બે કદમ આગળ હતો!

સોડા શૉપથી થોડે દૂર, એક સૂમસામ મેદાનમાં જઈને વિવાન થડને ટેકે બેસી ગયો. તેણે આર્તનાદથી ભરેલો નિઃસાસો નાંખ્યો, 'રિયા અને સુહાની બંને હવે બિલાલના કબ્જામાં છે, પપ્પા! પરિસ્થિતિ કાબૂની બહાર જતી રહી છે. બિલાલ ક્યાં જઈને અટકશે, એ જ આપણને ખબર નથી.'

'તેને રોકવાનો એક જ ઉપાય છે!' રાતના અંધકારમાં હેમરાજની આંખો બિલાડીની માફક તગતગી રહી હતી, 'બિલાલને જે જોઈએ છે, એ જ્યાં સુધી તેના હાથમાં નહીં આવે ત્યાં સુધી તે રિયા અને સુહાનીને કોઈ નુકસાન નહીં પહોંચાડે.'

વિવાન સફાળો બેઠો થઈ ગયો, 'તમારો કહેવાનો અર્થ એ છે કે...'

'એક્ઝેટલી!' હેમરાજ વિવાનના વિચાર પામી ગયો.

'એ અષ્ટસિદ્ધિ કેટલી વિધ્વંસક પુરવાર થઈ શકે એમ છે, એ જાણતા હોવા છતાં તમે એવો આગ્રહ રાખો છો કે હું શ્રી અનંતપદ્મનાભસ્વામી મંદિરનો વૉલ્ટ-બી ઉઘાડું?' વિવાન ડઘાયેલો હતો. સુભ્રતો દાસ સાથે થયેલી છેલ્લી વાતચીત તેના મનમાં ઘૂમી રહી હતી.

'અત્યાર સુધી તું એની બિછાવેલી જાળમાં ફસાતો રહ્યો, પરંતુ આ એક જ રસ્તો એવો છે જેના પર ચાલવાથી આપણે બિલાલને એના અંજામ સુધી પહોંચાડી શકીશું...' હેમરાજે તેને સમજાવ્યો, 'વિવાન, શ્રીલંકા જવા સિવાય આપણી પાસે બીજો કોઈ વિકલ્પ નથી. ત્રેતાયુગના એ મહાન રહસ્યને ઉજાગર કર્યા વગર રિયા અને સુહાની સુધી પહોંચવું અસંભવ છે!'

વર્તમાન દિવસ

બેંગ્લોર

'ઈટ્સ અ પરફેક્ટ મેચ, સર!' અમિત હાંફળોફાંફળો થતો કેબિનમાં આવ્યો, 'જે શખ્સે રિયાનું અપહરણ કર્યું હતું, એ જ શખ્સે પોલીસ-સ્ટેશનના સ્ટાફને બેભાન કરી સુહાની સિંહાને છોડાવી છે!'

અજય ડોભાલે જોરથી પેપર-વેઇટનો જમીન પર ઘા કર્યો, 'બ્લડી હેલ! બેંગ્લોર પોલીસનું ખાતું આટલું ખખડધજ હશે, એવું તો મેં સ્વપ્નમાં પણ નહોતું ધાર્યું!'

સામેની ખુરશીમાં બેઠેલો પી.આઈ. સફાળો ઊભો થઈ ગયો. અજય ડોભાલનો ગુસ્સો જોઈને તે સમજી ગયો કે તેની નોકરીના દિવસો પૂરા થયા! જુવાનીના દિવસોમાં જ હવે હકાલપટ્ટી નક્કી!

હેડક્વાર્ટરના આખા સ્ટાફને પણ મણ-મણની ગાળો પડી હતી.

'એક માણસ પોલીસ-હેડક્વાર્ટરમાંથી મૉસ્ટ-વૉન્ટેડ ક્રિમિનલને ઉપાડી જાય છે, છતાં કોઈનું ધ્યાન નથી જતું? આ કેવું રગડધગડ કામ છે તમારું?' અજયના બૂમબરાડા આખા હેડક્વાર્ટરમાં ગુંજી રહ્યા હતા.

'સર, એ શખ્સે સુહાનીને બેભાન કરી નાંખી હતી.' પી.આઈ. ધ્રૂજી રહ્યો હતો, 'એક માંદા માણસની જેમ વ્હીલચેર પર બેસાડીને તે એને બહાર લઈ ગયો. આ કારણોસર કેબિનની બહારના એક પણ પોલીસ-સ્ટાફને તેના પર શંકા ન ઊપજી.'

'તમને પોલીસ કોણે બનાવ્યા?' અજયનું દિમાગ ફાટ્યું, 'તમે અને તમારા આખા સ્ટાફમાંથી એક પણ માણસે જો બેભાન થતા પહેલાં ઇમરજન્સી-અલાર્મનું બટન દબાવી દીધું હોત, તો બિલાલ આજે સુહાનીને ન લઈ જઈ શક્યો હોત!'

'સ્સ્સ્સૉ..રી.. સર!' પી.આઈ. રીતસરનો કરગરી રહ્યો હતો.

'અથાણું બનાવું તારા સૉરીનું?' લાલઘૂમ આંખો સાથે અજયે ડોળા કાઢ્યા. એવું લાગતું હતું જાણે કોઈ પણ ઘડીએ તે પી.આઈ.ને થપ્પડ ઝીંકી દેશે!

આટલાં વર્ષોમાં અમિતે પણ પહેલી જ વાર તેના બૉસનું આવું રૌદ્ર રૂપ જોયું હતું!

'તને ખબર પણ છે કે સુહાની સિંહાને જે માણસ ઊંચકીને લઈ ગયો છે, એ ખરેખર કોણ છે?' અજયના કપાળની નસો ફાટવાની તૈયારીમાં હતી.

પી.આઈ.એ અજય ડોભાલની સામે જોયા વગર જ નીચું જોતાં જોતાં માથું ધુણાવીને ના પાડી. રાષ્ટ્રીય સુરક્ષા સલાહકારની આંખોમાં આંખો નાંખીને જોવાની તેનામાં હિંમત નહોતી.

'ગધેડા...' અજય ડોભાલે ફરી પોતાના ટેબલ ઉપર પડેલી બધી ફાઇલ્સનો નીચે ઘા કર્યો, 'મોહમ્મદ બિલાલ નામ છે એનું... આઈ.એસ.આઈ.એસ.નો આતંકવાદી અને ઈન્ટરપોલ પણ જેને શોધે છે એવો ઈન્ટરનેશનલ મૉસ્ટ-વૉન્ટેડ ક્રિમિનલ!'

પી.આઈ.ના પગ નીચેથી જમીન ખસી ગઈ. નોકરીની સાથોસાથ હવે તેને પોતાનું પેન્શન અને નિવૃત્તિકાળ પણ જોખમમાં જણાઈ રહ્યાં હતાં!

'અમિત, જો બિલાલ પણ આ સમગ્ર ષડયંત્રનો ભાગ હોય, તો એનો સીધો અર્થ એ છે કે ભૈરવી મા એકદમ સાચાં હતાં.' અજય ભયંકર તાણમાં જણાઈ રહ્યો હતો, 'આ રમત ધાર્યા કરતાં ખૂબ મોટા ફલક પર રમાઈ રહી છે. હવે ગમે એમ કરીને વિવાનને પકડમાં લેવો પડશે. તેને શ્રી અનંતપદ્મનાભસ્વામી મંદિરના વૉલ્ટ-બીને ઉઘાડતાં રોકવો પડશે.'

'પણ કેમ, સર?' અમિત હજુ પણ સમજી નહોતો રહ્યો.

અજય ડોભાલનો પનારો આજ સુધીમાં અસંખ્ય ગુનેગારો સાથે પડ્યો હતો. ભૈરવી મા પાસેથી અષ્ટસિદ્ધિનું રહસ્ય અને બિલાલના આ ષડયંત્રમાં સામેલ હોવા અંગેની વાત સાંભળીને તે સમજી ગયો હતો કે વાસ્તવમાં શું થવાનું છે! તેણે કહ્યું, 'કારણ કે બિલાલ એ જ તો ઇચ્છે છે! વિવાનને હાથો બનાવીને તે ગઝવા-એ-હિન્દના મૂળ ઇરાદાને સાકાર કરવા માંગે છે! જો વિવાને એ દ્વાર ઉઘાડ્યું, તો ભારત બરબાદ થશે.'

અમિતના મગજની અંદર આખું ચિત્ર સ્પષ્ટ થઈ ગયું. વિવાન અજાણપણે જ વિશ્વના સૌથી ખૂંખાર આતંકવાદીના હાથનું રમકડું બની ચૂક્યો હતો.

'બે કલાકની અંદર ગમે તે ભોગે વિવાનનું લૉકેશન હું શોધી આપીશ, સર!' અમિતની આંખોમાં આત્મવિશ્વાસ ઝળકતો હતો અને પગમાં ઝડપ!

૭૪

ઈસવીસન ૧૭૯૦
ત્રાવણકોર રાજ્યની સરહદ

'આઆઆઆઆ...ક..મ..ણ..' ટીપુએ ગગનચુંબી સ્વરે ત્રાડ પાડી.

ઘોડા હણહણી ઊઠ્યા. વીજળીના ચમકારે પ્રકાશપુંજના લિસોટાની માફક ચમકી ઊઠતી સેનાની તલવારો ત્રાવણકોરના સૈનિકોના મસ્તક એમના ધડથી અલગ કરવા માટે થનગની રહી હતી. વહેલી સવારનો સમય હોવા છતાં સમસ્ત વિશ્વની તમામ કાળરાત્રિ જાણે ત્રાવણકોરના આકાશમાં મિશ્રણ પામી ચૂકી હોય, એમ કાળુંડિબાંગ અંધકારમય વાતાવરણ અજ્ઞાત ભયથી સુસજ્જ હતું. અલુવા નદી ગાંડીતૂર બનીને વહેવા માંડી હતી. યુદ્ધભૂમિ જાણે મહાસાગર બની ચૂકી હતી. ઘોડાના પગ ધરતી પર સ્થિર નહોતા ટકી રહ્યા, આમ છતાં ટીપુનું અભિમાન પોતાના રાજ્યના હજારો સૈનિકોના જાનને જોખમમાં મૂકવા તૈયાર હતું.

ભવિષ્યના ગર્ભમાં છુપાયેલા પરિણામથી અજાણ ટીપુ હજુ પણ મદિરાના નશામાં ગળાડૂબ હતો. પોતાના ઘોડા પર સ્થિર બેસી રહેવા માટે તે ઘણો

પરિશ્રમ કરી રહ્યો હતો. આસપાસ ઊભેલા સૈનિકો પોતાના પાદશાહની સલામતી માટે ખડેપગે હતા.

ટીપુની સેના આક્રમણ કરે, એ પહેલાં તો સામેની છાવણીમાંથી સમસ્ત સૃષ્ટિને હચમચાવી નાંખતો પ્રચંડ યુદ્ધલલકાર સાંભળવા મળ્યો,

'હે સર્પરાજ... આદિ શેષનાગ... ક્ષીરસાગરમાં બિરાજમાન શ્રી અનંતપદ્મનાભસ્વામીની અવિરત-અસ્ખલિત-અચળ નવધાભક્તિમાં રત સર્પશ્રેષ્ઠ...

સમસ્ત પૃથ્વીને અનિષ્ટ અસુરાધિપત્ય અને શુક્રાચાર્યના મલેચ્છ ષડયંત્રોથી સુરક્ષિત રાખવા માટે અમારા પૂર્વજોએ જે બલિદાન આપ્યાં છે, એને અમે વિફળ નહીં જવા દઈએ. અષ્ટસિદ્ધિ સુધી પહોંચતાં પહેલાં સૃષ્ટિના સર્વે દુષ્ટ-દુરાચારી-દુર્જનોએ પદ્મનાભદાસ એટલે કે નૈમિષારણ્યમાં નિવાસ કરતા ભગવાન પદ્મનાભસ્વામીના સેવકોનો સામનો કરવો પડશે!

હે દેવ... અમને શક્તિ આપો, સામર્થ્ય આપો; જેથી અમે અમારા પ્રભુની સેવા કરવા માટે પ્રાણોની આહુતિ આપી શકીએ... અને, દુષ્ટોનો સંહાર કરી શકીએ.

ॐ भुजंगेशाय विद्महे

सर्पराजाय धीमहि

तन्नो नागः प्रचोदयात् ॥

મહામહોપાધ્યાય સત્યેન્દ્રનાથ દ્વારા કરવામાં આવેલી અંતિમ ભવિષ્યવાણી મુજબ, જ્યાં સુધી મહામહોપાધ્યાય વંશનો છેલ્લો વારસદાર રક્ત-બલિદાન ન આપે, ત્યાં સુધી મંદિરના ભોંયરાને બંધ રાખવાની અમારી પ્રતિજ્ઞાની લાજ રાખવી એ આપના હાથોમાં છે, પ્રભુ...'

ટીપુ હતપ્રભ હતો! તેને સમજાઈ નહોતું રહ્યું કે ત્રાવણકોર રાજ્યનો સેનાધ્યક્ષ કેશવ પિલ્લઈ પોતાની ૫૦૦૦ સૈનિકોની નાનકડી સેના સાથે કોને આહ્‌વાન આપી રહ્યો છે!

'અમે આપને આહ્‌વાન આપીએ છીએ...
પ્રગટ હો!'

કેશવ પિલ્લઈની પ્રાર્થના પૂરી થતાંની સાથે જ આકાશમાં પાણીથી ભરાયેલાં બે મોટાં વાદળો ટકરાયાં! એમાંથી ઉત્પન્ન થયેલી વીજળીનો કડાકો ધરતી પરના જીવોને સંભળાય, એ પહેલાં તો વીજળીનો આંખ આંજી નાંખતો પ્રકાશ ત્રાવણકોરની સેના ઉપર પથરાઈ ગયો. ઉનાળાની ઋતુનો સૂર્ય મધ્યાહ્‌નકાળે જે આકરા તાપ સાથે તપી રહ્યો હોય, એમ ત્રાવણકોરની સેનાના પ્રત્યેક સૈનિકોમાં ક્ષણના છઠ્ઠા ભાગમાં તેજનો એક તીવ્ર લિસોટો આવીને સમાઈ ગયો!

... અને એ સાથે, તમામ ૫૦૦૦ સૈનિકોની ડોક ઊર્ધ્વદિશામાં ઊંચકાઈ. એમની આંખોનો રંગ ઘેરો ભૂરો થવા માંડ્યો. કીકીઓ ધીરે ધીરે સાપ જેવી પાતળી થવા માંડી. એમની ચામડી ઉપર કાંચળી ચડવા માંડી. તમામના મુખમાંથી એકસરખો હિસ્સકારો સંભળાઈ રહ્યો હતો. એવું લાગતું હતું જાણે યુદ્ધમેદાન માનવસૈનિકોથી નહીં, પરંતુ સર્પસૈનિકોથી ભરાઈ ચૂક્યું હોય!

ટીપુના એક પણ સૈનિકના પગ નહોતા ઊપડી રહ્યા! તેઓ સૌ ફાટી આંખે આ નજારો જોઈ રહ્યા હતા.

જોતજોતામાં તો ત્રાવણકોરના તમામ સૈનિકોના નીચેના શરીર સાપની પૂંછડીમાં પરિવર્તિત થવા માંડ્યા. કમર સુધીનું ઉપરનું શરીર માણસનું અને નીચેનું અડધું નાગનું! તેમના બે હોઠની બરાબર વચ્ચેના પાતળા ખાંચામાંથી એક પાતળી ગુલાબી જિહ્‌વા લબકારા મારવા લાગી! નીલવર્ણા શરીરમાંથી ઝગમગી ઊઠેલ દિવ્ય પ્રકાશ સમગ્ર યુદ્ધમેદાનને ઝળહળાં કરી ગયો. એમની મેઘધનુષી આભાને લીધે સૌની આંખો અંજાઈ ચૂકી હતી.

સરિસૃપ જેવા ભાસતા એમના દેહને જોઈને ટીપુનો બધો નશો ઊતરી ગયો. ઘોડા પરથી નીચે ઉતરીને સમગ્ર પરિસ્થિતિનું આકલન કરવાની લ્હાયમાં તે એક ગડથોલિયું ખાઈ ગયો.

તે કંઈ વિચારી કે સમજી શકે એ પૂર્વે ત્રાવણકોર-સેનાધ્યક્ષ કેશવ પિલ્લઈના શબ્દો સૌના કાને અથડાયા, 'આઆઆઆ...ક..મ..ણ..!'

... સહસા આગળની હરોળના એક હજાર સૈનિકોએ ટીપુની સેના ઉપર હલ્લો બોલી દીધો! સાપની માફક તેઓ દ્રુત ગતિએ પોતાના દુશ્મનોનો ખાત્મો બોલાવી રહ્યા હતા. સૈનિકોને મારવા માટે એમને કોઈ શસ્ત્રોની આવશ્યકતા નહોતી. પોતાના મોંમાંથી ફેણ કાઢીને મૈસૂરની સેનાના કપાળમાં દંશ થકી

તેઓ હળાહળ ઝેર આપી દેતા હતા. સ્વયં ભગવાન અનંત શેષનાગનું હળાહળ હોવાને લીધે સૈનિકનો હાથ પોતાના કપાળના ઘા ઉપર જાય, એ પહેલાં તો તેનાં પ્રાણપખેરું ઊડી જતાં હતાં.

એક પછી એક કરતાં ટીપુના લગભગ પાંચ હજાર સૈનિકો રણમેદાનમાં ઢગલો થઈ ગયા. વરસાદ કહે મારું નામ! કંઈ જ દેખાતું નહોતું. સાપ બની ચૂકેલા ત્રાવણકોરના સૈનિકો એટલી તીવ્ર ગતિએ દુશ્મનોની છાવણીમાં વિધ્વંસ મચાવી રહ્યા હતા કે હજુ કોઈ એમના ઉપર તલવાર ચલાવવા જાય ત્યાં તો તેઓ ગાયબ થઈ ચૂક્યા હોય! એક હજાર સૈનિકોએ ગણતરીની ક્ષણોમાં જ યુદ્ધમેદાન પર લાશો બિછાવી દીધી હતી. લોકો ટપોટપ મરી રહ્યા હતા. મૃતકોના દેહ ઝેરથી ભૂરા પડવા માંડ્યા હતા.

'ત્રાવણકોર સેના... તીરઘાત માટેની તૈયારી કરો!' કેશવ પિલ્લઈએ પોતાની સેનાને આદેશ આપ્યો.

બીજી જ ઘડીએ, સર્પસેનાએ પોતપોતાના ભાથાંમાંથી તીર કાઢીને પણછ ઉપર ચડાવ્યાં. હવેનું દૃશ્ય જોઈને ટીપુના હોશ ઊડી ગયા. ત્રાવણકોર સેનામાંથી જે એક હજાર સૈનિકો તીર-કામઠાં તૈયાર કરી રહ્યા હતા, એ પુરુષ-સૈનિકો નહીં પરંતુ સ્ત્રીયોદ્ધા હતાં!

'અરે નમાલાઓ... જુઓ છો શું?' જમાલ બૈગ બરાડ્યો, 'હુમલો કરો! અબળાઓની સેના સામે પરાજય પામીને જહન્નુમમાં જવા માંગો છો?'

ટીપુની સેનાએ પણ પોતપોતાના બાણ સજ્જ કર્યાં. આકાશમાં અધ્ધર રાખીને જેવા એમણે તીરઘાત કર્યો કે તરત ત્રાવણકોરની સેનાએ આંખો બંધ કરી દીધી. એમના શરીર સાથે અથડાઈને બટકી ગયેલાં તીર રમકડાના કચકડા સમાન બની ચૂક્યાં હતાં, જેના લીધે કેશવ પિલ્લઈ સહિત એકેય વ્યક્તિના શરીર પર ઘસરકો સુધ્ધાં જોવા ન મળ્યો.

'પ્રતિઘાત...!' કેશવ પિલ્લઈએ પોતાના સ્ત્રી-લડવૈયાઓને આદેશ આપ્યો.

તીર છૂટ્યાં. અવકાશમાં વિશાળકાય પથ્થરોના ઘર્ષણને કારણે પેદા થયેલા ઉલ્કાપિંડની માફક તીરમાંથી તણખા ઝરી રહ્યા હતા! અગનગોળાની જેમ ટીપુની સેના ઉપર ત્રાટકેલા આ તીરને કારણે ચાલુ વરસાદે પણ જાણે દાવાનળ ફાટ્યો હોય, એવું દૃશ્ય સર્જાયું. આ એવા પ્રકારની આગ હતી, જે પાણીને કારણે ઓલવાઈ જવાને બદલે વધુ તીવ્રતાથી ફેલાઈ રહી હતી!

મૈસૂરની સેના જમીનદોસ્ત થવા માંડી. સૈનિકોને ખ્યાલ આવી ગયો કે ત્રાવણકોર રાજ્યની કોઈ દૈવીય શક્તિ આ ઘટનાક્રમ પાછળ જવાબદાર છે.

વળી, મોટાભાગના સૈનિકો એક સમયે હિંદુ ધર્મ પાળતા હોવાથી તેઓ શ્રી અનંતપદ્મનાભસ્વામીના મહિમાથી સુપેરે પરિચિત હતાં.

છાવણીમાં નાસભાગ મચી ગઈ.

કેશવ પિલ્લઈની આંખો અગ્નિ વરસાવી રહી હતી. તેની તીખી નજરો સતત જમાલ બૈગ અને ટીપુ સુલતાન પર જ ખોડાયેલી હતી!

જમાલ તો હજુ પણ અલગ જ ગુમાનમાં હતો. તેણે આદેશ આપ્યો, 'આ માયાવીઓથી ડરવાની જરૂર નથી! ચીરી કાઢો સાલ્લાઓને!'

હાથમાં તલવાર લઈને તે કેશવ પિલ્લઈની સામે ધસી ગયો, પરંતુ જેવો તે ત્રાવણકોરના સેનાધ્યક્ષ સુધી પહોંચે એ પહેલાં જ દૂરથી વછૂટેલા એક તીરે તેનો મુગટ હવામાં ઉડાડી મૂક્યો! આ જોઈને ગુસ્સે ભરાયેલા જમાલે પોતાના ઘોડાને વધુ તેજ ભગાવ્યો. કેશવ પિલ્લઈથી લગભગ ચારેક કદમના અંતરે સહેજ ધીમા પડીને પોતાની તલવાર તેણે દુશ્મનની ડોક તરફ ફેંકી. પોતાના તરફ ધસમસતા વેગ સાથે આવી રહેલી તલવારનો પ્રતિકાર કરવાને બદલે કેશવ પિલ્લઈ હોઠ પર માર્મિક સ્મિત સાથે ત્યાં જ ઊભા રહ્યા.

જમાલની તલવાર સીધી કેશવ પિલ્લઈની ડોકમાં ઘૂસી ગઈ. કોઈ કશું સમજે એ પહેલાં તો ત્રાવણકોરના સેનાધ્યક્ષનું ધડ એમના મસ્તકથી અલગ થઈ ચૂક્યું હતું.

'મરી ગયો કાફિર!' કહીને જમાલે અટ્ટહાસ્ય કર્યું.

આ દૃશ્ય જોઈને ટીપુ પણ હરખાઈ ગયો, 'વાહ, જમાલ! તું જ ખરો સિંહ છે! આજે તો...'

ટીપુ અધવચ્ચે જ બોલતો અટકી ગયો. તેણે બે-ત્રણ વાર પોતાની આંખો ચોળી. પોતે જે જોઈ રહ્યો હતો એ સ્વપ્ન હતું કે સત્ય?

કેશવનું કપાયેલું મસ્તક ફરી તેના ધડના સ્થાને આવીને આપોઆપ ગોઠવાઈ ગયું. ગળાનાં પડેલા ઘામાં રૂઝ આવી ગઈ અને ડાબી-જમણી દિશામાં ડોક ફેરવીને જાણે તે આળસ મરડતો હોય એવી રીતે ફરી જીવિત થઈ ગયો.

જમાલનું અટ્ટહાસ્ય તેના ગળામાં જ અટવાઈને રહી ગયું. કેશવ ઉપરાંત ત્રાવણકોર સેનાના અન્ય પુષ્કળ સૈનિકો અદ્દલ આ રીતે જ પુનર્જીવિત થવા માંડ્યા. શરીરનાં કપાયેલાં અંગો પર જાણે કોઈ માયાવી શક્તિ અસર કરી રહી હોય, એવી રીતે ચામડીનાં તમામ આવરણો વારાફરતી ઊપસી આવ્યાં...

કેશવ પિલ્લઈએ ખૂંખાર પશુની માફક ત્રાડ નાંખી,

'મૂર્ખ જમાલ!

જેમના ઉપર દેવદેવોત્તમ શાંતસ્વરૂપ પરમાનંદ યોગમૂર્તિ અખિલકોટિ બ્રહ્માંડનાયક રાજાધિરાજ મહારાજ શ્રી અનંતપદ્મનાભસ્વામીની અસીમ કૃપાદષ્ટિ હોય, એમનો તો વાળ પણ વાંકો ન થાય!

ત્રાવણકોરની સેના સ્વયં આદિશેષનાગના આવેશમ્‌ની અનુભૂતિ કરી રહી છે! તારા દષ્ટિપટલ સમક્ષ અત્યારે જે કંઈ બની રહ્યું છે, એ અમારા હજાર હાથવાળા હરિની ઇચ્છાનું પરિણામ છે... તું અને તારા જેવા અન્ય સેંકડો શત્રુઓ આવીને જ્યારે જ્યારે શ્રી અનંતપદ્મનાભસ્વામીના સાંનિધ્યમાં સુરક્ષિત અષ્ટસિદ્ધિને છીનવવાનો પ્રયત્ન કરશે, ત્યારે ત્યારે ઊંધા મોઢે પછડાટ ખાશે!

યાદવેન્દ્રકુલદૈવમ્‌ શ્રીઅનંતશયનમ્‌ મહાન હતા, મહાન છે અને હંમેશાં રહેશે!'

... અને, એમની પાછળ પાછળ ત્રાવણકોરની સમસ્ત સેનાએ એમના પ્રભુના નામનો જયઘોષ બોલાવ્યો,

'યાદવેન્દ્રકુલદૈવમ્‌ શ્રીઅનંતશયનમ્‌ નમો નમઃ'
'નમો નમઃ'
'નમો નમઃ'

બીજી જ ઘડીએ, ટીપુના દેખતાં જ જમાલના કપાળ ઉપર કેશવ પિલ્લઈએ સર્પદંશનો પ્રયોગ કર્યો. જોતજોતામાં મૈસૂરના સેનાધ્યક્ષના મોંમાંથી ફીણ નીકળવા માંડ્યા, હોઠ કાળા પડી ગયા, આખું શરીર ટાઢુંબોળ થઈને તેજવિહીન બની ગયું.

છપ્પાક... અવાજ સાથે જમાલનો દેહ તેના ઘોડા પરથી નીચે વરસાદના ખાબોચિયામાં ફસડાઈ પડ્યો.

ટીપુની સેનામાં જે થોડીઘણી આશા હતી, એ પણ પડી ભાંગી! તમામ

સૈનિકો પીછેહઠ કરીને પોતપોતાના જીવ બચાવવા માટે રણભૂમિથી દૂર ભાગવા માંડ્યા.

ટીપુને પણ સમજાઈ ગયું કે આ યુદ્ધ કોઈ સિપાહી કે ઘોડેસવાર નહીં, પરંતુ સ્વયં પદ્મનાભદાસ લડી રહ્યા હતા જેમની ભક્તિમાં અખૂટ શક્તિ હતી.

'પીછેહઠ!' ટીપુએ પોતાના સૈનિકોને બૂમ પાડી, 'મૈસૂર તરફ લઈ લો...'

ટીપુના કેટલાક વફાદાર સૈનિકોએ સુલતાનને પોતાના જાનના ભોગે આ ભયંકર સ્થિતિમાંથી બહાર કાઢ્યા.

ટીપુ જેને કાફિર માનતો હતો, એમણે પોતાની શ્રદ્ધાનો પરિચય આપીને ભારતભૂમિની મહાનતા, ભવ્યતા અને દિવ્યતા સિદ્ધ કરી દીધી હતી! શા માટે નૈમિષારણ્યને સિદ્ધક્ષેત્ર તરીકે ઓળખવામાં આવતું હતું, એ તેને સમજાઈ ગયું.

તેના કારમા પરાજયની આ ઘટના ઇતિહાસના પાને ન આલેખાય, એ માટેની યોજના ઘડવામાં તેનું મન વ્યસ્ત થઈ ચૂક્યું હતું.

૭૫

વર્તમાન દિવસ
બેંગ્લોર

ટેક્નોલૉજિકલ હબ ગણાતા બેંગ્લોરના ગવર્નમેન્ટ સાયબર-સેલ ડિપાર્ટમેન્ટમાં કામ કરતા તમામ કર્મચારીઓ અને ટેક્નોસેવીઓના જીવ પડીકે બંધાઈ ચૂક્યા હતા. એક-એક સેકન્ડની ગણતરી થઈ રહી હતી. છેલ્લા દોઢ કલાકથી એક પણ વ્યક્તિને પોતાની ખુરશી પરથી ઊભું થવા નહોતું મળ્યું. અધૂરામાં પૂરું, બેંગ્લોરની શ્રેષ્ઠતમ આઈ.ટી. અને કમ્પ્યુટર સ્ટાર્ટઅપ્સમાં કામ કરતાં કુશળ એથિકલ હેકર્સની ટીમને એમનાં મોં માંગ્યાં દામ આપીને કામ પર રાખવામાં આવ્યા હતા.

નેશનલ સિક્યોરિટી એજન્સી - એન.એસ.એ. - તેમજ *રીસર્ચ ઍન્ડ એનેલિસિસ વિન્ગ* - રૉ - ના જોઇન્ટ ઑપરેશનના ભાગરૂપે વિવાન આર્યને શોધી કાઢવાની કવાયત શરૂ થઈ ચૂકી હતી. સમગ્ર ભારતમાં થઈ રહેલા શંકાસ્પદ ક્રિપ્ટો-ટ્રાન્ઝેક્શન પર નજર રાખવામાં આવી રહી હતી.

'હરી અપ, બોય્ઝ!' નેશનલ સિક્યોરિટી એડ્વાઇઝર અજય ડોભાલના

આસિસ્ટન્ટના અવાજમાં ઉચાટ હતો, 'વી આર રનિંગ આઉટ ઑફ ટાઇમ! ત્રીસ મિનિટની અંદર મને કોઈપણ ભોગે વિવાન આર્યનું લૉકેશન મારા ટેબલ ઉપર જોઈએ!'

ટેક-એક્સપટ્ર્સના હૃદયની ધડકન પણ વધી ચૂકી હતી. સોદો નક્કી હતો. જો વિવાન આર્યનો પતો મળ્યો તો અને તો જ એમને નિર્ધારિત રકમ મળશે, નહીંતર ખાલી હાથે પાછા ફરવાનો વારો આવશે. આ કારણોસર છેલ્લી ત્રીસ મિનિટમાં તો તેઓ પોતાની પૂરેપૂરી ક્ષમતા સાથે વિવાનનું લૉકેશન શોધવા માટે મચી પડ્યા હતા.

... પરંતુ વિવાન કંઈ ભાજીમૂળો નહોતો કે આસાનીથી કોઈના હાથ લાગી જાય! ડાર્ક વેબ તથા ટૉર અને ઑનિયન બ્રાઉઝરના માધ્યમથી થતી આર્થિક લેવડદેવડ આમ પણ ટ્રેસ કરવી અથવા હેક કરવી ખૂબ મુશ્કેલ બાબત ગણાતી હતી. આટલું ઓછું હોય એમ, નામ અને અસલી ઓળખાણ વગર આખા ભારતમાંથી થતી લેવડદેવડ પર નજર રાખવી, એ તો લોઢાના ચણા ચાવવા કરતાં પણ વધુ અઘરી બાબત હતી.

લાખો ટ્રાન્ઝેક્શન્સમાંથી અમુક ચુનંદા શંકાસ્પદ લોકોની અલગ યાદી બનાવીને અજય ડોભાલને સોંપવામાં આવતી. આ લોકોને પછીથી રૉ પોતાના જાસૂસો અને નેટવર્કની મદદથી ટ્રેસ કરતાં, જેથી વિવાનનું કોઈ ઠેકાણું મળી શકે.

'પંદર મિનિટ!' અમિતે ફરી બૂમ પાડી.

હેકર્સની આંગળીઓ અકલ્પનીય ઝડપે કીબૉર્ડ પર ફરી રહી હતી. તેઓ શું ટાઇપ કરી રહ્યા છે, કયો કમાન્ડ આપી રહ્યા છે અથવા શું ઈનપુટ આપી રહ્યા છે એ જોવા માટે સમયની ગતિને પણ ધીમી કરવી પડે એવી સ્થિતિ હતી. સ્ક્રીન પર ધડાધડ અક્ષરો અને આંકડા ટાઇપ થઈ રહ્યા હતા. જુદા જુદા પ્રૉગ્રામ્સ અને સૉફ્ટવેરમાં એકસાથે બધો ડેટા પ્રૉસેસ થઈ રહ્યો હતો.

એમના કપાળ પરથી પરસેવાના રેલા ઊતરી રહ્યા હતા, પરંતુ કોઈને પરવા નહોતી. તેમનું ધ્યાન અત્યારે ફક્ત ને ફક્ત રાષ્ટ્રપતિ ભવનમાં થયેલા હુમલાના મુખ્ય આરોપીની શોધખોળ કરવામાં હતું. પોતપોતાની રૉટેટિંગ વ્હીલચેરને કમ્પ્યુટર-ડેસ્કની છેક અંદર સુધી લઈ જઈને દોઢ કલાકથી ટટ્ટાર બેઠેલા હેકર્સની પીઠ દર્દ કરવા માંડી હતી, પરંતુ કટોકટીની આ સ્થિતિમાં હવે થોભવું એમને પોસાય એમ નહોતું.

આખા બેંગ્લોરનું શ્રેષ્ઠ બૌદ્ધિકધન એક જ છત નીચે એકત્ર થયું હોવા

છતાં એમના માટે વિવાન આર્ય સુધી પહોંચવું લગભગ અસંભવ બની ચૂક્યું હતું.

છેલ્લા કેટલાક દિવસોમાં વિવાને બિટકોઈન વડે જેટલા ઑનલાઇન ટ્રાન્ઝેક્શન કર્યાં હતાં, તે તમામ એક ડેડ-એન્ડ પર આવીને પૂરાં થઈ જતાં હતાં. તેણે જે જે માણસોને કામ સોંપ્યાં હતાં, તેઓ એ વાતથી અજાણ હતાં કે એમનો ક્લાયન્ટ બીજું કોઈ નહીં, પણ ભારતનો મોસ્ટ-વૉન્ટેડ ક્રિમિનલ છે!

ફરી ફરીને મૈસૂર સુધી આવીને જ બધી તપાસ અટકી જતી હતી. મૈસૂરની મધ્યમાં આવેલા મુખ્ય મહેલમાંથી રવિવારની સાંજે આર્મી પર હુમલો કરીને ગાયબ થઈ ચૂકેલા વિવાનને ધરતી ગળી ગઈ કે આકાશ, કોઈને ખબર નહોતી!

'પાંચ મિનિટ!' અમિતના અવાજમાં હવે ચિંતા હતી. તે જાણતો હતો કે જો દેશના ટોચના એથિકલ હેકર્સ પણ વિવાનનો પતો ન મેળવી શક્યા, તો પછી એમની હાર નિશ્ચિત છે!

સાયબર-સેલની બહાર વિહ્વળ થઈને આંટાફેરા મારી રહેલા અજય ડોભાલની નજર પણ ઘડિયાળ પર જ સ્થિર હતી! તેમણે ઇશારામાં ને ઇશારામાં અમિત પાસે અપડેટ માંગી, પરંતુ સામે પક્ષેથી નિરાશા જ સાંપડી.

'આખરી ત્રીસ સેકન્ડ!' અમિતે નિઃસાસો નાંખ્યો.

હેકર્સના બરડા નીતરી રહ્યા હતા.

અમિતે પોતાના ઈયરપીસમાં અજય ડોભાલને કહ્યું, 'સર, બીજો કોઈ રસ્તો શોધવો પડશે... વિવાન આર્ય આપણા ધાર્યા કરતાં વધુ ચાલાકી સાથે પોતાના ફૂટ-સ્ટેપ્સ સાફ કરી રહ્યો છે!'

અજયે ફરી ઇશારામાં તેને કેબિનની બહાર આવી જવા કહ્યું.

વિચારોમાં ખોવાયેલો અમિત કેબિનની બહાર પગ મૂકે, એ પહેલાં પાછળથી કોઈકનો અવાજ આવ્યો, 'વી ફાઉન્ડ હિમ, અમિત! વિવાન મળી ગયો.'

અમિતે બહાર જવાને બદલે પાછળ ફરીને હેકર્સના જોઇન્ટ-કમ્પ્યુટર પાસે દોટ મૂકી. અજય ડોભાલ પણ અંદર દોડી આવ્યા.

'ક્યાં છે તે?' બંદૂકમાંથી ગોળી છૂટે એવી રીતે અમિતના હોઠ પરથી શબ્દો ફેંકાયા.

'ત્રણ કલાકની અંદર તે શ્રીલંકા ભાગી રહ્યો છે!' હેકરની નજર કમ્પ્યુટર-

સ્ક્રીન ઉપર જ ખોડાયેલી હતી, 'તેણે એક પ્રાઇવેટ-ચોપ્પર બૂક કરાવ્યું છે, જેનું પેમેન્ટ બિટકોઈનમાં કરવામાં આવ્યું છે. આ રહ્યું એડ્રેસ!'

હેકર પાસેથી સરનામાનું કાગળિયું લઈને અમિત અને અજયે કેબિનની બહાર દોટ મૂકી.

વર્તમાન દિવસ

કોઇમ્બતૂર

પર્ણકુટિરમાં થોડો સમય સન્નાટો છવાયેલો રહ્યો. મહા-અસુરનું પ્રાગટ્ય અને કળિયુગના અંતિમ મહાયુદ્ધ અંગે થયેલી ભવિષ્યવાણી સાંભળીને રિયા અને અશરફ ઊંડા આઘાતમાં સરી પડ્યાં હતાં. આજ સુધી જે કથાઓને એમણે કપોળકલ્પના માની હતી, એ સત્ય ઠરવા જઈ રહી હતી.

કળિયુગનો અંત વાસ્તવમાં નજીક આવી રહ્યો હતો! વિશ્વમાં આવી રહેલાં નિરાશાજનક અને નુકસાનકારક પરિવર્તનો પણ એ આગાહી જ કરી રહ્યાં હતાં.

'તો કૉવિડ-૧૯ વાયરસ, ક્લાઇમેટ-ચેન્જ, ત્સુનામી, એમેઝોનનાં જંગલોમાં ફાટી નીકળેલાં દાવાનળ, હિમશિખરોના પીગળવાની ઘટના કળિયુગના અંત તરફ આંગળી ચીંધે છે?' રિયાએ પૃચ્છા કરી.

'આ તમામ ઘટનાક્રમો તો ફક્ત શરૂઆત છે!' ભૈરવી માએ વાતની ધુરા સંભાળી, 'આગામી વર્ષોની અંદર હજુ વધારે ભયાનક આપત્તિઓ મનુષ્યજાતિ માટે રાહ જોઈ રહી છે, બેટા.'

'શુક્રાચાર્ય પ્રતિશોધની અગ્નિમાં એ હદે ઘેરાઈ ચૂક્યા છે કે સંસારને કોઈપણ ભોગે અસુરોના આધિપત્ય હેઠળ લાવ્યા વગર નિરાંતનો શ્વાસ નહીં લે!' સાધ્વી માએ પોતાના ભૂતકાળને યાદ કર્યો, 'હું એમની વિહ્વળતા અને લાલસાને ખૂબ નજીકથી જોઈ ચૂકી છું.'

'જો કૉલેજકાળમાં તું નાસ્તિક હતી, તો પછી એકાક્ષ અઘોરીના જાળમાં ફસાવાની ઘટના કેવી રીતે બની?' રિયાએ આશંકા જતાવી.

'વ્યક્તિના મગજ સાથે રમત રમવી, એ એમના માટે ડાબા હાથનો ખેલ છે!' વસુધાએ જવાબ આપ્યો, 'માણસની પ્રકૃતિ અનુસાર તેને જેની ખેવના હોય, એ આપીને વ્યક્તિને પોતાના વશમાં કરી લેવાની કળા એમને હસ્તગત છે.'

'મતલબ?' અશરફનાં ભવાં ઊંચકાયાં, 'હું કંઈ સમજ્યો નહીં! હિંદુ ધર્મગ્રંથો અનુસાર તો શુક્રાચાર્ય પૌરાણિક પાત્ર છે, તો પછી આજના સમાજમાં તેઓ પોતાની જાતને શી રીતે ઢાળી શક્યા?'

'તેમણે સતયુગથી શરૂ કરીને કળિયુગ સુધીનો સમય પસાર કર્યો છે! સમુદ્રમંથનથી માંડીને રામાયણ, મહાભારત અને અફઘાન-મુઘલ-અંગ્રેજોના કાળમાં થયેલા કાવાદાવા અને દાવપેચ સગી આંખે નિહાળ્યા છે. મેસોપોટેમિયા, સુમેરિયન, હરપ્પા, મોહેં-જો-દારો, ઈજિપ્શીયન જેવી સંસ્કૃતિઓના ઉત્થાન અને પતનના તેઓ સાક્ષી છે... આદિમાનવકાળમાં કાચું માંસ ખાવાથી શરૂ કરીને માણસ વિજ્ઞાનની આંગળી પકડીને પા-પા પગલી ભરતો થયો, ત્યાં સુધીમાં માનવસભ્યતાએ જોયેલા પ્રત્યેક ફેરફારોના તેઓ એકમાત્ર સાક્ષી રહ્યા છે! તેઓ આર્યાવર્તના મહાનતમ અઘોરી છે, એ વાતમાં કોઈ શંકા નથી... પરંતુ હજારો વર્ષોની ઉત્ક્રાંતિયાત્રામાં તેઓ પણ આધુનિક માધ્યમો, નવીનતમ ટેક્નોલૉજી, સાંપ્રત રણનીતિનો ઉપયોગ કરતા થઈ ગયા છે એ પણ નરી વાસ્તવિકતા છે.' ભૈરવી માની આંખો સામે જાણે ચારેય યુગ વારાફરતી ક્ષણવારમાં પસાર થઈ ગયા.

'તેઓ જ્યારે અમારી સાથે હોય, ત્યારે આજના જમાનાના નાસ્તિક માણસોની માફક એકદમ આધુનિક પદ્ધતિઓ અને માનસિકતા સાથે બ્રેઈનવૉશ કરી શકતા...' વસુધા બોલી, 'જેવી રીતે આજનો કોઈ માણસ દેવી-દેવતાનો વિરોધ કરે અથવા પોતાની સંસ્કૃતિને આગળ ધપાવવાને બદલે ફક્ત પશ્ચિમી દેશોનું આંધળું અનુકરણ કરવાની વાતો કરે, ત્યારે આપણને અજુગતું નથી લાગતું... એવી જ રીતે શુક્રાચાર્ય પણ પ્રૉફેસર બનીને અમારી સાથે નાસ્તિકવાદ અંગે કલાકો સુધી ચર્ચા કરતા. અમે મંત્રમુગ્ધ બનીને એમને જ સાંભળ્યા કરતા. તેઓ રાજકારણમાં શા માટે નથી ઝંપલાવતાં, એવી ફરિયાદો છાશવારે ઊઠતી રહેતી. જેના જવાબમાં તેઓ હંમેશાં કુટિલ સ્મિત સાથે એટલું જ કહેતા કે એમનું કામ વામપંથી વિચારધારાને વેગ આપવાનું છે, નેતા બનવાનું નહીં!'

'દેશનું ભોળું યુવાધન પ્રૉગ્રેસિવ વિચારધારાના ઓઠા હેઠળ આસાનીથી એમની વાતોનો શિકાર બની જતું!' ભૈરવી માએ ટાપસી પુરાવી.

'એમના દ્વારા તૈયાર થયેલા લોકો આજે ભારતની સંસદથી શરૂ કરીને છેવાડાના કોઈ અંતરિયાળ ગામડાંની શાળાના કારકુન સુધી બધે જ વિસ્તરી

ચૂક્યા છે!' વસુધાએ ખેદ વ્યક્ત કર્યો, 'તમામ પ્રકારની પૂર્વતૈયારીઓ પૂર્ણ કરી ચૂક્યા બાદ હવે તેમને તલાશ છે, શુક્રયંત્રની અષ્ટસિદ્ધિઓની! જે સમગ્ર વિશ્વમાં અલગ અલગ સ્થાનો પર સુરક્ષિત રાખવામાં આવી છે...'

ત્યાર પછી વસુધા દ્વારા રિયા અને અશરફને વર્ણવવામાં આવેલી મહામહોપાધ્યાય વંશની સમગ્ર કથાએ બંનેને પોતાની બેઠક પરથી ઊભા કરી દીધા! વિવાન પાસે પહેલેથી જ બે મહાસિદ્ધિઓ - મૃત સંજીવની વિદ્યા અને અશ્વત્થામાનો દિવ્ય મણિ - છે, એ જાણીને એમનાં મોં ખૂલી ગયાં.

'હવે બાકી રહી, છ મહાસિદ્ધિઓ!' ભૈરવી માના સ્વરમાં ઉદ્વેગ ભળ્યો, 'જેમાંની એક મહાસિદ્ધિ તરફ વિવાન હાલ દોટ મૂકી રહ્યો છે, પરંતુ તેને ખ્યાલ નથી કે સમયના ગર્ભમાં શું છુપાયેલું છે!'

તપી ગયેલા લોખંડ ઉપર છેલ્લો ઘા મારવાનું કામ કર્યું... અષ્ટ-ચિરંજીવીઓની વિગતે!

'ધિસ ઈઝ ટુ મચ!' રિયા ઊભી થઈને કુટિરની બારી પાસે આવી ગઈ, 'અષ્ટ-ચિરંજીવી હજુ પણ આ ધરતી ઉપર વિચરણ કરે છે, એ વાત હું કેવી રીતે માની લઉં?'

વસુધા હોઠ ઉઘાડવા જાય, એ પહેલાં જ ભૈરવી માએ તેને શાંત રહેવાનો સંકેત આપ્યો.

'તને ક્યારેય એ વાતનું આશ્ચર્ય ન થયું કે ફૈઝાના મદદનીશ કમ ચાચા તરીકે ગયા વર્ષે તારા જીવનમાં આવેલા વસીમ ખાન અચાનક ક્યાં અદૃશ્ય થઈ ગયા?' ભૈરવી માના ચહેરા પર માર્મિક સ્મિત તરવરતું હતું, 'તેઓ ફૈઝા માટે કામ કરી રહ્યા હોવા છતાં એમને વિવાનની ફિકર શા માટે વધુ રહેતી? તું જ્યારે સોમનાથ મંદિર નીચે આવેલી સુરંગમાં અંતિમ શ્વાસ લઈ રહી હતી, ત્યારે એમણે વિવાનને મૃત સંજીવની મહાવિદ્યા મેળવવા માટેની કડી સૂચવીને કેમ મદદ કરી?'

રિયાએ બારી પાસે ઊભા ઊભા જ ભૈરવી મા સામે જોયું. તેના ચહેરા પર આશ્ચર્યમિશ્રિત પ્રશ્નો તરવરતા હતા. આ એ જ સવાલો હતા, જેના જવાબો તેને વિવાન પાસેથી કદી નહોતા મળ્યા! ઊલટું, જ્યારે જ્યારે આ અંગે કશીક વાત થતી, ત્યારે ત્યારે વિવાન જાણીજોઈને આખો મુદ્દો જ ઉડાડી દેતો હતો.

રિયા કંઈ કહેવા જાય એ પહેલાં જ, ભૈરવી માએ હાથ ઊંચો કરીને તેને રોકી.

'સૌથી મોટો પ્રશ્ન!' ભૈરવી માના ચહેરા પર રહસ્યમય સ્મિત હજુ પણ અકબંધ હતું, 'મધ્યપ્રદેશના બુરહાનપુર ખાતે આવેલા આસીરગઢના કિલ્લામાં એ સાંજે વિવાન કોને મળ્યો હતો?'

આ સવાલોનો જવાબ મેળવવાનો પ્રયત્ન તો અશરફ વીજળીવાળા પણ ઘણા સમયથી કરી રહ્યો હતો. વસીમ ખાન અને ફૈઝા હુસૈનને શોધવા પાછળ તેણે અંગત રીતે લાખો દિરહામ ખર્ચ કરી નાંખ્યા હોવા છતાં બંનેનો કોઈ અતોપતો નહોતો.

રિયા ઉતાવળા પગલે આવીને ફરી સોફા પર બેસી ગઈ. તેની આંખોમાં ઝળકી રહેલી તાલાવેલી જોઈને વસુધાને ખ્યાલ આવી ગયો કે તે હવે વધુ સમય રાહ જોઈ શકે એમ નથી!

'પરંતુ વસીમ ખાન અને અષ્ટ-ચિરંજીવીઓનો પરસ્પર શો સંબંધ?' રિયાના કપાળ ઉપર કરચલીઓ ઊપસી આવી.

રિયાના પ્રશ્નનો સીધો જવાબ આપવાને બદલે ભૈરવી માએ આંખો બંધ કરી. મનોમન એમણે એક મંત્રનું ઉચ્ચારણ કર્યું... કુલ ત્રણ વખત પુનરાવર્તિત થયેલાં એ મંત્ર બાદ, ભૈરવી મા નેત્રો ઉઘાડે એ પહેલાં એમના સાધનાકક્ષમાંથી એક માણસનો સ્વર સંભળાયો,

'માતાના આદેશનું ઉલ્લંઘન તો સંતાન કદાપિ ન કરે! આપ મારું સ્મરણ કરો અને હું ન પધારું, તો પુત્ર તરીકેની મારી ફરજ હું ચૂક્યો કહેવાઉં... ભૈરવી મા!'

સાધનાકક્ષમાંથી ધીમા ડગલે ચાલીને આવતા એ માણસને જોઈને રિયા અને અશરફ બંનેના પગ નીચેથી જમીન ખસી ગઈ...

'વસીમ ખાન?' બંનેના હોઠ પરથી એક જ નામ સરી પડ્યું...

'ના...' આગંતુકે પ્રેમાળ સ્મિત આપતાં કહ્યું, 'દ્રોણપુત્ર અશ્વત્થામા!'

આ બાજુ સાધ્વી મા, ભૈરવી મા અને મનસ્વી મનોમન મુસ્કુરાઈ રહ્યાં હતાં.

વર્તમાન દિવસ
મૈસૂર

શહેરથી થોડે જ દૂર ચામુંડી હિલ્સ પર એક હેલિકૉપ્ટર ચકરાવો લઈ રહ્યું હતું. ચંડ અને મુંડ નામના બે દૈત્યોનો સંહાર કરનારાં ચામુંડા માતા વિગ્રહ સ્વરૂપે શ્રી ચામુંડેશ્વરી મંદિરમાં સાક્ષાત્ બિરાજમાન છે, એવી માન્યતા આદિકાળથી ચાલી આવતી હતી. કોરોનાકાળ પહેલાં તો ત્યાં રોજના એકાદ લાખ લોકો મુલાકાત લેતાં હતાં, પરંતુ કૉવિડ પછી ભીડ ખાસ્સી ઘટી ગઈ હતી. લોકોના મનમાંથી વાયરસનો ભય હજુ સુધી ઓછો નહોતો થયો.

શ્રદ્ધાળુઓની ઠીકઠાક સંખ્યા સાથે ચામુંડી ટેકરીની વહેલી સવાર આહ્લાદક જણાતી હતી. શિયાળાનું ધુમ્મસ, ઊંચાઈને કારણે ઠંડકનું વધુ પ્રમાણ અને મંદિરમાં વાગી રહેલી આરતીની ઝાલરો કોઈ ઇન્ટરનેશનલ ટૂરિસ્ટ-સ્પૉટ સમી અનુભૂતિ આપી રહી હતી.

ટેકરીના સર્પાકાર ઢોળાવ પર આગળ વધીને મંદિરથી થોડે દૂર પાર્ક થયેલી ગાડીમાંથી વિવાન અને હેમરાજ નીચે ઊતર્યા. બંનેએ માથા ઉપર વાંદરા ટોપી, નાક ઉપર માસ્ક અને શરીરે લેધરનાં જાડાં જેકેટ પહેર્યાં હતાં. બે દિવસની વધી ગયેલી દાઢીને કારણે વિવાન અત્યંત સોહામણો લાગતો હતો.

હેમરાજ પોતાના પુત્રને ગળે ભેટ્યો અને બંને વચ્ચે એક પણ શબ્દની આપ-લે થયા વગર વાતચીત થઈ ગઈ. એકબીજા સાથે આંખોમાં ને આંખોમાં ચર્ચા કર્યા પછી તેઓ ફરી મળવાના વચન સાથે અલગ થયા.

બંનેમાંથી કોઈને ખબર નહોતી કે એમનાથી લગભગ સો મીટર દૂર, હાથમાં કટોરો લઈને ભીખ માંગી રહેલા અજય ડોભાલના સાગરીતની નજર એમના પર જ ખોડાયેલી હતી.

તેણે પોતાની કાન-ટોપી સરખી કરવાના બહાને ઈયરપીસ ઑન કર્યો, ‘સર… એ કોઈક સાથે વાત કરી રહ્યો છે, પણ હું જ્યાં બેઠો છું ત્યાંથી વિવાન સિવાય બીજું કોઈ દેખાતું નથી. કદાચ તે ફોનમાં વાત કરી રહ્યો હોય, એવું પણ બને! મારી પૉઝિશન પરથી તો ટાર્ગેટ એકલો હોય, એવું જ લાગે છે.’

સામે અજય ડોભાલ બરાડ્યો, ‘તો શું એ ગાંડો થઈ ગયો છે કે એકલો એકલો વાત કરે? બરાબર ઑબ્ઝર્વ કર.’

નેશનલ સિક્યોરિટી એડ્વાઇઝરનો આદેશ મળે, એ દરમિયાન ભિખારીએ પોતાનો કટોરો લંબાવીને ભીખ માંગતાં હોવાનો અભિનય ચાલુ રાખ્યો.

'અમિત, શું અપડેટ છે?' મંદિરથી સો મીટર દૂર આવેલી સપાટ જગ્યા પર બનાવવામાં આવેલાં હેલિપેડનું નિરીક્ષણ કરતાં કરતાં અજય ડોભાલે પૂછ્યું.

'સર, અહીંયાંથી પણ તે એકલો ઊભો હોય એવું જ દેખાય છે...' અમિતે ઉત્તર આપ્યો. મંદિરમાં દર્શનાર્થે જનારા ભક્તોને પુષ્પોની માળા બનાવીને વેચી રહેલા દુકાનદારનો વેશ તેણે ધારણ કર્યો હતો.

રાષ્ટ્રીય સુરક્ષા સલાહકારે ડચકારો બોલાવ્યો, 'પૉઝિશન લેતાં પણ હવે મારે જ શીખવવું પડશે તમને બધાને!'

વિવાને મંદિર તરફ ચાલવાની શરૂઆત કરી. તેના મનમાં ચામુંડા માતાના મંત્રનો જાપ સતત ચાલી રહ્યો હતો. માતાના મંદિર સુધી પહોંચવા માટે થોડાં પગથિયાં ચઢીને જવું પડે એમ હતું. રસ્તામાં માળા, પુષ્પ, કંકુ, ચોખા, પૂજાનો થાળ, નારિયેળ અને નાડાછડી વેચતા વેપારીઓ પર નજર ફેરવતો ફેરવતો તે આગળ વધવા માંડ્યો.

ટેકરીની કડકડતી ઠંડી વચ્ચે પથરાયેલા સૂર્યનો પ્રકાશ થોડો ઝાંખો હોવા છતાં દિવ્ય અનુભૂતિ કરાવી રહ્યો હતો.

'ટાર્ગેટ ઈઝ કમિંગ!' ભિખારીનો અવાજ ઈયરપીસમાં પડઘાયો.

'ઠીક છે, હેલિપેડ પર આવવા દો. ત્યાં જ એને ઘેરી લઈશું.' અજય ડોભાલની ગીધ જેવી નજર હેલિપેડ ઉપર ઊતરી રહેલા ચોપર પર સ્થિર થઈ, 'બધા પૉઝિશન પર રહેજો. વેઈટ ફૉર માય કમાન્ડ! અને યાદ રહે, કોઈએ ગોળી ચલાવવાની નથી. ફક્ત તેને ડરાવવા માટે જ આપણે બંદૂકનો ઉપયોગ કરવાનો છે.'

'યસ્સ, સર!' જુસ્સામાં આવી ગયેલા અમિતનો અવાજ સહેજ ઊંચો થઈ ગયો.

'એ ગબુચંદ! અવાજ ધીમો રાખ. જો તારા લીધે મારું મિશન ફેઈલ ગયું, તો ઊંધો લટકાવીને મારીશ, યાદ રાખજે.' અજય ડોભાલનો પિત્તો છટક્યો.

જવાબમાં અમિતથી પોતાનું હસવું રોકી ન શકાયું.

મિશન ઉપર અજય ડોભાલનો એક અલગ જ અંદાજ જોવા મળતો હોવાથી એમના ટીમ-મેમ્બર્સને હંમેશાં ખૂબ મજા આવતી. વર્ષોથી એમની

સાથે જુદાં જુદાં ખૂંખાર મિશનોમાં હિસ્સો રહી ચૂકેલા સભ્યોને ખ્યાલ હતો કે અજય ડોભાલને ગુસ્સો તો નાક ઉપર રહે છે. મિશન દરમિયાન તેઓ કોઈને ખિજાઈ લે, તો પણ એમનો ઇરાદો ક્યારેય એમના ટીમના સભ્યોનું અપમાન કરવાનો ન રહેતો!

હેલિપેડ પર ચોપર લેન્ડ થઈ ચૂક્યું હતું. પ્રાઈવેટ હેલિપેડ હોવાને નાતે ત્યાં આવનારા એકપણ ચોપરે સરકારી મંજૂરી લેવાની જરૂરિયાત રહેતી નહીં.

લગભગ ત્રણસો મીટર પગપાળા ચાલ્યા પછી વિવાન હેલિપેડના ગેટ સુધી પહોંચી ગયો. સાવ નજીક ફરકી રહેલી મંદિરની ધ્વજા સામે જોઈને તેણે મનોમન ચામુંડાને નમન કર્યું.

ત્યાં તૈનાત સિક્યોરિટી ગાર્ડ્સને કાગળિયાં દેખાડીને તેણે અંદર પ્રવેશ કર્યો. સિક્યોરિટી ગાર્ડ્સને અજય ડોભાલનો ઇશારો મળતાં જ તેઓ ત્યાંથી રવાના થઈ ગયા. પ્રાઇવેટ હેલિપેડના માલિકને પણ જાણ નહોતી કરવામાં આવી કે એમના હેલિપેડ પર શું કાંડ થવા જઈ રહ્યો છે! આખું મિશન ગુપચુપ પાર પાડવામાં આવ્યું હતું. બેશક, સિક્યોરિટી ગાર્ડ્સને વિશ્વાસમાં લેવા એટલા માટે જરૂરી હતા, જેથી છેલ્લી ઘડીએ તેઓ કોઈ સમસ્યા ન સર્જે!

રસ્તો સાફ હતો!

અજય ડોભાલે હાથનો સંકેત કરીને તમામ સાગરીતોને મૂક આદેશ આપી દીધો.

પાઇલટે હાથ ઊંચો કરીને વિવાનનું અભિવાદન કર્યું.

આ બાજુ, પોતપોતાની જગ્યાએ ગોઠવાઈ ગયેલા કમાન્ડોને નેશનલ સિક્યોરિટી એડ્વાઇઝરના છેલ્લા આદેશની રાહ હતી.

હેલિકૉપ્ટરથી અંદાજે ચાલીસ ડગલાંનું અંતર બાકી હતું, ત્યારે અજય ડોભાલે ગેટમાંથી અંદર દોટ મૂકી. ચોપરના પાંખિયાની ઝડપ અને એન્જિનના અવાજને કારણે વિવાનને તો ખ્યાલ પણ ન આવ્યો કે કોઈ એની પાછળ પાછળ આવી રહ્યું છે! વળી, આજુબાજુ દૂર દૂર સુધી સપાટ મેદાન સિવાય કશું દેખાતું ન હોવાને લીધે તે નિર્ભીક બનીને ચોપર તરફ આગળ વધી રહ્યો હતો.

... પરંતુ પાઇલટ અજયને જોઈ ચૂક્યો હતો. તેણે ફેફસામાં સમાય એટલી હવા ભરીને જોરથી બૂમ પાડી, 'સર... લૂક બિહાઈન્ડ! પાછળ જુઓ.'

વિવાનને ફરી ચોપરની ઘરઘરાટી વચ્ચે પાઇલટનો એક પણ શબ્દ કાને ન પડ્યો. તેણે ઇશારામાં 'શું છે?' એવો પ્રશ્ન કર્યો.

પાઇલટે બંને હાથ વડે ઇશારો કરીને તેને પાછળ નજર કરવાનું કહ્યું.

... અને, ખેલ ખલ્લાસ!

'હેન્ડ્સ અપ!' વિવાન હજુ તો પીઠ ફેરવીને પરિસ્થિતિનો તાગ મેળવવાની કોશિશ કરે, ત્યાં તો અજય ડોભાલ તેનાથી સોએક ડગલાં દૂર બંદૂક તાકીને ઊભા હતા.

વિવાન બે ઘડી માટે ડઘાઈ ગયો.

'આવી જાઓ!' અજય ડોભાલે વિવાન પરથી નજર હટાવ્યા વગર પોતાના ઈયરપીસમાં આદેશ આપ્યો.

એમની ટીમનાં ધાડેધાડાં હેલિપેડ-ગ્રાઉન્ડ પર ઊતરી આવ્યાં. બધાના હાથમાં બંદૂકો હતી. લગભગ પંદર જેટલા કમાન્ડોની ગનનો ટાર્ગેટ વિવાન આર્ય હતો.

'ધ્યાનથી સાંભળ, વિવાન!' અજય ડોભાલે ચેતવણી આપી, 'તને ઈજા પહોંચાડવાનો અમારો કોઈ ઇરાદો નથી. અમે તારા કામની માહિતી લઈને આવ્યા છીએ. અમારો સાથ આપીશ, તો નફામાં રહીશ.'

વિવાન તરફ એમણે આહિસ્તા આહિસ્તા ડગ માંડ્યા.

વિવાન પણ એમના આગળ વધતા કદમની સાથે એક-એક ડગલું પાછળ મૂકતો ગયો. તેના પગ ચોપર તરફ આગળ વધી રહ્યા હતા. ચહેરા પર માર્મિક સ્મિત અને વ્યક્તિત્વમાં અજબ આત્મવિશ્વાસ સાથે તે બોલ્યો, 'ખોટું કેમ બોલો છો, સાહેબ? અહીં તમારા સિવાય બીજા કોઈનો નફો થાય, એ શક્ય જ નથી! સાચેસાચું કહી દો ને કે મને ગિરફ્તાર કરીને બલિનો બકરો બનાવી દેવા માટે તમે તત્પર છો!'

'આ રમત તારી ધારણા કરતા ક્યાંય વધુ ખતરનાક છે, દોસ્ત!' અજયે સહાનુભૂતિ દર્શાવતાં કહ્યું, 'ચિત્ર જેટલું દેખાય છે, એટલું સ્પષ્ટ નથી!'

'હું પણ તમને એ જ કહી રહ્યો છું કે જિદ્દ છોડીને પાછા જતા રહો!' વિવાન બિલકુલ ડગમગ્યો નહીં, 'રાષ્ટ્રપતિ ભવનમાં શરૂ થયેલો આ વિધ્વંસ અહીંયાં અટકવાનો નથી...'

'સ્ટૉપ!' અજય ડોભાલે બૂમ પાડી, 'એક ડગલું પણ હવે પાછળ ગયો છે, તો આ બંદૂક તારી સગી નહીં થાય. મને એક વખત મારી વાત સમજાવવાનો મોકો આપ!'

વિવાનની ચોપર તરફની ઊંધી ચાલ ત્યાં જ થંભી ગઈ. હેલિકૉપ્ટર અને તેના વચ્ચે ફક્ત પંદર ડગલાંનું અંતર બાકી રહ્યું હતું. પોતાના બંને હાથ

હવામાં અધ્ધર કરીને તેણે સરન્ડર કરતાં કહ્યું, 'બંદૂકના જોરે સમજાવટ? ઠીક છે, આપી એક તક! પણ યાદ રાખજો ડોભાલ સાહેબ, જો ડીલ મારા કામની નહીં હોય, તો બહુ મોંઘું પડશે!'

અજય ડોભાલ પણ આગળ વધતાં અટકી ગયા. તેમને ક્ષણિક હાશકારો થયો. આ જ મોકો હતો, જ્યારે તેઓ વિવાનને વાસ્તવિકતાનું ભાન કરાવી શકે એમ હતા; પરંતુ એ પહેલાં તેને વિશ્વાસમાં લેવો અત્યંત જરૂરી હતો.

વિવાન કોરાસપાટ ચહેરે અજય ડોભાલ સામે તાકી રહ્યો. તેણે પોતાના કાનમાં પહેરેલાં ઈયરપીસમાં કોઈને સંભળાય કે દેખાય નહીં, એ રીતે હળવેથી હોઠ ફફડાવતાં કહ્યું, 'શરૂ કરી દો, પપ્પા!'

'રિયા હવે મોહમ્મદ બિલાલની કેદમાંથી આઝાદ થઈ ગઈ છે!' વિવાનનો વિશ્વાસ જીતવા માટે અજય ડોભાલે જાળ પાથરવાની શરૂઆત કરી.

'એમ?' વિવાને વ્યંગાત્મક સ્મિત આપ્યું, 'તો પછી અત્યારે તે ક્યાં છે અને મારો સંપર્ક કરવાને બદલે એણે તમને કેમ જાણ કરી?'

'તે અત્યારે કોઇમ્બતૂર છે, શક્તિ-આશ્રમમાં! ભૈરવી માની છત્રછાયા હેઠળ તે હાલ સુરક્ષિત છે..' અજય ડોભાલ મોટા અવાજે કહી રહ્યા હતા, જેથી વિવાનને બરાબર સંભળાય.

ચોપરના ઘોંઘાટ વચ્ચે વિવાને પણ ગળું ફાડીને બોલવું પડતું હતું, 'ફરી ખોટું બોલ્યા? તમે જો રિયાને ઓળખતા હોત, તો ક્યારેય આવું ન કહેત! બિલાલની કેદમાંથી છૂટીને તે કોઈ આશ્રમમાં જવાનું પસંદ ન કરે, બલકે તે તો એવી સ્ત્રી છે જે પોતાની સુરક્ષિતતા-સુખાકારી-સલામતીને બાજુ ઉપર મૂકીને પહેલાવહેલા એના પ્રેમીનો વિચાર કરે!'

અજય ડોભાલ થોથવાઈ ગયા. તેમને સમજ નહોતી પડી રહી કે વિવાનને આખરે ભરોસો કઈ રીતે આપવો!

'ચાલો, હું તમને હજુ એક તક આપું!' વિવાને પોતાના પાસા ફેંક્યા, 'મને એ જણાવો કે સુહાની સિંહા અત્યારે ક્યાં છે?'

અજય ડોભાલે ઘડીના છઠ્ઠા ભાગમાં કહ્યું, 'મારી કસ્ટડીમાં!'

એમણે અનુમાન લગાવ્યું કે જો વિવાનને સત્ય ખબર પડશે કે સુહાની સિંહા પણ મોહમ્મદ બિલાલનો શિકાર બની ચૂકી છે, તો તે ક્યારેય એમના ઉપર ભરોસો નહીં કરે! સુહાનીના અપહરણનું સત્ય છુપાવવામાં જ એમને અત્યારે સમજદારી દેખાઈ.

સરન્ડર પૉઝિશનમાંથી બંને હાથ નીચે લઈ, વિવાન જોરજોરથી તાળીઓ પાડીને ખડખડાટ હસવા માંડ્યો, 'તમે એજન્સીના માણસો ક્યારેય સુધરશો નહીં ને? આરોપીને તમારા ઉપર ભરોસો બેસે, એવું કામ કરવામાં તમને શું વાંધો પડતો હશે?'

અજયને સમજાયું નહીં કે વિવાન કેમ આમ કહી રહ્યો છે!

'ખેર, હવે હાથનાં કર્યાં હૈયે વાગશે... મિસ્ટર ડોભાલ!' વિવાને બૂમ પાડતાં કહ્યું, 'ભોગવો ત્યારે! ફરી મળીશું શ્રીલંકામાં!'

એમ કહીને તેણે ચોપર તરફ ચાલતી પકડી. અજય ડોભાલ કશું પચાવી શકે એ પહેલાં હેલિપેડ-ગ્રાઉન્ડ ઉપર કંઈકેટલાય જંગલી હાથીઓની દહાડ સંભળાઈ!

એજન્સીના તમામ એજન્ટ્સે પાછળ ફરીને જોયું, તો લગભગ ત્રીસેક હાથીઓનું એક ટોળું સીધું એમના તરફ વાયુવેગે દોડીને આવી રહ્યું હતું! ધસમસતી ચાલે, સૂંઢ હવામાં ઉછાળીને મદનાતૂર થયેલા હાથીઓને જોઈને એવું લાગતું હતું, જાણે કોઈ એમને હુમલો કરવા માટે પ્રેરી રહ્યું છે!

હેલિપેડ-ગ્રાઉન્ડ ઉપર નાસભાગ મચી ગઈ. સૌ કોઈ પોતપોતાના જીવ બચાવવા માટે આમથી તેમ ભાગવા માંડ્યા. જંગલી હાથીઓની વિકરાળતા અને ભયાવહતા જોઈને એમનાં હૃદય બેસી ચૂક્યાં હતાં. પોતાની ટ્રેનિંગ-પીરિયડમાં તેઓ જેટલી સ્પીડ સાથે નહીં ભાગ્યા હોય, એટલી ઝડપથી આજે તેઓ ભાગી રહ્યા હતા.

ચોપરમાં ચડતી વખતે પાછળ ફરીને આ દૃશ્ય જોઈ રહેલાં વિવાનને લાગ્યું કે જો અત્યારે મેરેથોનનું આયોજન કરવામાં આવે, તો ભારતને ઓછામાં ઓછા દસ વિશ્વવિજેતા એકસાથે મળી શકે એમ હતાં!

તે ખડખડાટ હસતો હસતો ચોપરમાં બેસી ગયો.

સામે પક્ષે, અજય ડોભાલને સમજાઈ નહોતું રહ્યું કે હેલિપેડ-ગ્રાઉન્ડમાં મોટા મોટા તીક્ષ્ણ દાંત ધરાવનારા જંગલી હાથીઓનું આટલું મોટું ટોળું કઈ રીતે ઘૂસી આવ્યું! મહાવત કે અંકુશની મદદ વિના એમને કોણ આવી રીતે હુમલો કરવા માટે પ્રેરી રહ્યું હતું? હાથી જેવા શાંત પશુને આ પહેલાં તેણે ક્યારેય આટલા આક્રમક બનતા નહોતા જોયા!

'થેન્ક્સ, પપ્પા!' વિવાને ઈયરપીસમાં કહ્યું, 'હું ચોપરમાં બેસી ગયો છું. આપણે સીધા શ્રીલંકામાં મળીએ.'

યોજના સફળ રહી હતી. વિવાનને પહેલેથી જ શંકા હતી કે તેઓ દેશ છોડે એ પહેલાં અજય ડોભાલ અને એના માણસો કદાચ બાધારૂપ બની શકે! આથી, શ્રીરંગપટ્ટનમ્ ખાતેના દરિયાદૌલત બાગમાંથી ચોરી કરેલી ટીપુ સુલતાનની શૃંગ ચામુંડી ટેકરી ઉપર આવતાં પહેલાં જ તેણે હેમરાજને આપી દીધી હતી.

બીજી બાજુ, ચામુંડી ટેકરી અને તેની આસપાસ જંગલી હાથીઓ વધુ પ્રમાણમાં જોવા મળતા હોવાથી હેલિપેડ અને ચોપર માટેનું લૉકેશન પણ એવું જ પસંદ કરવામાં આવ્યું, જે કટોકટી વખતે કામ લાગી શકે! તોતિંગ રકમ ખર્ચીને ત્રીસ હાથીઓને થોડા સમય માટે ભાડે લઈ લેવામાં આવ્યા. વિવાન અને હેમરાજ ચામુંડી ટેકરી સુધી પહોંચે, એ પહેલાં જ એમને નિયત સ્થાન ઉપર ઊભા રાખી દેવાયા.

આ બાજુ, વિવાનની સ્પષ્ટ સૂચના હતી કે જરૂર પડ્યે જ શૃંગનો ઉપયોગ કરવો! જેવી રીતે ટીપુ સુલતાન પોતાના મહેલમાં શૃંગ વડે હાથીઓને નિયંત્રણમાં લાવીને હિંદુઓનો કત્લેઆમ મચાવતો હતો, એ જ પદ્ધતિનો ઉપયોગ વિવાને સ્વબચાવ માટે કરવાનું નક્કી કર્યું હતું.

અજય ડોભાલ અને એના માણસો વિવાનનો પીછો કરી રહ્યા હતા, એ વખતે જ હેમરાજે તેને ઈયરપીસમાં આ અંગે વાકેફ કરી દીધો હતો. વિવાનના સંકેત પર હેમરાજે સમયસર શૃંગ ફૂંકી અને હાથીઓ ગાંડાતુર બનીને હેલિપેડ-ગ્રાઉન્ડમાં ધસી આવ્યા!

ટૂંકમાં, વિવાન પહેલેથી જ આ પ્રકારની સ્થિતિનો સામનો કરવા માટે માનસિક રીતે તૈયાર હતો. તે નહોતો ઇચ્છતો કે શ્રીલંકા જવા આડે કોઈ નડતરરૂપ સાબિત થાય!

દોઢ બિટકોઈન ખર્ચીને તેણે હેમરાજ માટે એક વહાણ ગેરકાયદેસર રીતે લઈ રાખ્યું હતું, જેનો ચાલક મધરાતે છૂપા માર્ગે હેમરાજને શ્રીલંકા લઈ આવવાનો હતો!

પોતાની યોજના ઉપર પોરસાતાં પોરસાતાં વિવાને પાઇલટને હેલિકૉપ્ટર ઉડાડી મૂકવાનો આદેશ આપ્યો! બે કલાકમાં તે હવાઈ માર્ગે શ્રીલંકા પહોંચી જવાનો હતો… અને હેમરાજ મધરાતે દરિયાઈમાર્ગેથી!

… અચાનક…

સનનનનનનનન… સનનનનનનન… કરતી બે બુલેટ્સ હવા ચીરતી આવી અને વિવાનના ગળામાં ઘૂસી ગઈ.

પોતાની જાન બચાવીને ભાગી રહેલાં અજય ડોભાલે આ દૃશ્ય જોયું અને તેના મોંમાંથી એક અભદ્ર ગાળ નીકળી ગઈ, 'ભેં****! કોણે ચલાવી બંદૂક? મેં ના પાડી હતી ને ગોળી મારવાની? કયા ભ***એ મારા કમાન્ડની આમન્યા નથી જાળવી?'

ભિખારીના વેશમાં આવેલો એજન્ટ કાનમાંથી કીડા ખરી પડે, એવી આ ગાળો સાંભળીને છળી મર્યો. ગોળી તેણે જ ચલાવી હતી. પ્રતિક્રિયા તરીકે અજય ડોભાલના મોઢેથી વખાણને બદલે જ્યારે અપશબ્દો સાંભળવા મળ્યા, ત્યારે તે થરથર ધ્રૂજવા માંડ્યો.

... એટલામાં, મૃતઃપાય વિવાનને લઈને ચોપર દૂર ઊડી ગયું.

જોતજોતામાં તમામ હાથી શાંત પડી ગયા. કોઈકે જાણે એમના ઉપરથી સંમોહન ઉતારી લીધું હોય, એ રીતે તેઓ નિરાંતે હેલિપેડ-ગ્રાઉન્ડ ઉપર હરવાફરવા માંડ્યા!

૭૬

ત્રેતાયુગ

લંકા

સીતાવધને કારણે છાવણીમાં સર્વત્ર અકળ મૌન અને વિલાપ વ્યાપ્ત હતાં! ક્રોધ, પીડા, વિષાદ, વિરહ અને વેદનાની અનુભૂતિ માત્ર દશરથનંદન રામને જ નહીં, પરંતુ હનુમાન, લક્ષ્મણ, સુગ્રીવ, નલ, જાંબવંત સહિત તમામ સ્વજનો અને સમસ્ત વાનરસેનાને પણ થઈ રહી હતી.

પોતાની બહેન શૂર્પણખાનું નાક કપાયા પશ્ચાત્ રાવણે ક્ષાત્રધર્મની મર્યાદાઓનું ઉલ્લંઘન કરીને દેવી સીતાનું અપહરણ કરી લીધું હતું. શ્રીરામ દ્વારા પવનસુત હનુમાનને શાંતિદૂત તરીકે લંકા મોકલવામાં આવ્યા હોવા છતાં, દશાનન નમતું જોખવા તૈયાર નહોતો.

ભગવાન બ્રહ્મા દ્વારા પ્રાપ્ત વરદાનને કારણે તે અજેય, અજર અને અમર હતો! માત્ર મનુષ્યયોનિમાં જન્મ લીધેલો જીવ જ તેને હણી શકવા સક્ષમ હોવાને કારણે રાવણનો અહંકાર સીમા વટાવી ચૂક્યો હતો. મનુષ્યોને તે અત્યંત તુચ્છ, પામર અને સૂક્ષ્મ જંતુ સમજતો હતો.

સીતાના અપહરણ પૂર્વે પણ તે જુદાં જુદાં રાજ્યોની સૌંદર્યવાન રાજકુમારીઓને બળજબરીપૂર્વક પોતાના મહેલમાં લાવીને રાણી બનાવી ચૂક્યો હતો. એક સમયે રાવણના મહાજ્ઞાન, વિદ્વત્તા અને બાહુબળથી પ્રભાવિત આર્યાવર્તની પ્રજા આજે એનાથી ત્રાહિમામ્ પોકારી ચૂકી હતી.

'મા સીતાના દેહમાંથી વહી ચૂકેલા રક્તના પ્રત્યેક કણનો પ્રતિશોધ લઈશું, ભ્રાતા!' લક્ષ્મણે આવેશમાં આવીને મોટા ભાઈ રામના ખભે હાથ મૂકતાં કહ્યું, 'લંકા ધ્વસ્ત થશે!'

'એ પાપીને એના કર્મનો દંડ અવશ્ય મળશે.' હનુમાનના હાથની મુઠ્ઠી ગદા ફરતે વધુ બળપૂર્વક ભીંસાઈ, 'ઇન્દ્રજિતનો વધ નિશ્ચિત છે, પ્રભુ!'

છાવણીના આ તંગ વાતાવરણમાં અચાનક વિશ્રવાપુત્ર વિભીષણનો પ્રવેશ થયો. ત્યાં ઊભેલા તમામના મુખારવિંદ અને મધ્યમાં સ્થિત પાષાણશિલા પર રાખવામાં આવેલું સીતા માતાનું કપાયેલું મુખ જોઈને તેણે પરિસ્થિતિનું આંકલન કરી લીધું.

'તમે રાવણપુત્ર ઇન્દ્રજિતની માયાજાળમાં સપડાશો એવું મેં નહોતું ધાર્યું, મહારાજ!' વિભીષણે સહાનુભૂતિ દાખવતાં કહ્યું, 'તમે જેને માતા સીતાનું મુખ માની રહ્યા છો, એ ફક્ત એક છળ છે!'

વિભીષણના આ વિધાનથી સર્વે ચોંકી ઊઠ્યા.

'છળ?' હનુમાને પૃચ્છા કરી.

'ઇન્દ્રજિતને મેં ખોળામાં રમાડ્યો છે, દેવ! તેના સઘળાં છળકપટ અને દાવપેચથી હું સારી પેઠે માહિતગાર છું.' વિભીષણે માતા સીતાના મુખને હથેળીમાં લેતાં કહ્યું, 'રામ અને એમની વાનરસેના યુદ્ધમાં હતોત્સાહ થઈ જાય, એ માટે તેણે લંકાના મહાન માયાવી અસુર વિદ્યુતજિહ્વાની મદદ લીધી છે. મારા ગુપ્તચરો હમણાં જ જોઈને આવ્યા. માતા સીતા હજુ પણ અશોકવાટિકામાં જ છે!'

'પરંતુ આમ કરવાનું તાત્પર્ય?' વિભીષણનો ખુલાસો સાંભળીને રામ સ્તબ્ધ હતા.

'તાત્પર્ય...' વિભીષણની આંખમાં ડર ડોકાયો, 'માતા નિકુમ્ભિલા અર્થાત્ દૈત્યોની કુળદેવી અનિષ્ટાત્રીનો કાળયજ્ઞ... જે ચૈત્યપ્રાસાદમાં થવા જઈ રહ્યો છે.'

ૐ क्लीं... વિભીષણે મહાકાલીના બીજમંત્રનો પ્રયોગ કર્યો. બીજી જ ક્ષણે, તેની હથેળીમાં રહેલું માયાવી મસ્તક રાખ થઈ ગયું.

'એનો અર્થ એમ કે, જો ઇન્દ્રજિત અને રાવણનું આ અનુષ્ઠાન પૂર્ણ થયું તો...' લક્ષ્મણે આગળનું અનર્થકારી વિધાન ઉચ્ચારવાનું ટાળ્યું.

'... તો સમસ્ત બ્રહ્માંડની મહાનતમ આત્માઓ પણ એમને હરાવી નહીં શકે, સ્વયં ત્રિદેવ પણ નહીં!' અનુસંધાન સાધીને રામે કહ્યું.

'યથાર્થ વચન.' વિભીષણે હોંકારો ભણ્યો અને લંકાનો નકશો પાષાણશિલા પર પાથરતાં કહ્યું, 'આ યજ્ઞમાં ભંગાણ થાય એ સર્વાધિક મહત્ત્વપૂર્ણ છે, પરંતુ સાથોસાથ એ વાતનું પણ ધ્યાન રાખવાનું છે કે સૃષ્ટિને લંકાના એ મહાન રહસ્યની જાણ કદી ન થાય; જેના માટે આપ, લક્ષ્મણ અને હનુમાન લંકા પધાર્યા છો.'

રાવણ દ્વારા કરવામાં આવેલા કુમારીકંદમના વિધ્વંસ અંગે અહીં વાર્તાલાપ થઈ રહ્યો હતો.

'સીતાનું અપહરણ તો વિધિચક્ર દ્વારા પૂર્વનિર્ધારિત હતું, પરંતુ કાલાતીત કલ્પાંતના વિષચક્રનું શમન આવશ્યક છે! દેવી નિકુમ્ભિલાના ચૈત્યપ્રાસાદમાં રાવણ દ્વારા છુપાવવામાં આવેલાં મહાન રહસ્યને પ્રાપ્ત કરવું જરૂરી છે, જેથી ભવિષ્યમાં તે અનિષ્ટ તત્ત્વોના હાથમાં ન પહોંચે!' તેજોમય મુખારવિંદ ધરાવતા રામે દૃઢ સ્વરે કહ્યું.

સમગ્ર કુમારીકંદમમાં વસવાટ ધરાવતા મનુષ્યોના પ્રાણોની આહુતિ આપનારા રાવણે જે અષ્ટસિદ્ધિની સહાય વડે આટલો વિકરાળ નરસંહાર કર્યો હતો, તે સિદ્ધિને હંમેશાં માટે કાળની ગર્તામાં છુપાવવી આવશ્યક હતી. શ્રીરામ જાણતાં હતાં કે ભવિષ્યમાં જો તે વિનાશક અષ્ટસિદ્ધિ કોઈ દુરાચારી અને દુષ્ટ આત્માના હાથમાં આવી જશે, તો અનર્થ ઘટનાઓનું પુનરાવર્તન નિશ્ચિત છે!

'પરંતુ એ મહાન અષ્ટસિદ્ધિઓમાંની એક દિવ્ય સિદ્ધિને રાવણ પાસેથી છીનવવા માટે મોટું બલિદાન આપવું પડશે, પ્રભુ!' વિભીષણે ચિંતા વ્યક્ત કરી.

'ઈક્ષ્વાકુનો વંશજ છું, વિભીષણ! સમર્પણભાવ અને વચનબદ્ધતા મારા રક્તના કણ-કણમાં વ્યાપ્ત છે...' રામની આંખ સામે પિતા દશરથનો ચહેરો તરવરી ઊઠ્યો.

એમના વેણ સાંભળીને વિભીષણનું મસ્તક આદરભાવ સાથે ઝૂકી ગયું. મનોમન તેણે રઘુકુળના આ દિવ્યાત્માને સાષ્ટાંગ દંડવત્ કર્યા,

रघुकुल रीत सदा चली आई
प्राण जाई पर वचन न जाई।

૭૭

વર્તમાન દિવસ

કોઇમ્બતૂર

'પરકાયાપ્રવેશ વિદ્યાનો પ્રયોગ કરીને શુક્રાચાર્યે તારા પિતાના દેહ ઉપર નિયંત્રણ પ્રાપ્ત કરી લીધું છે, રિયા!' ગયા વર્ષે હુસૈન હાઉસમાં મધરાતે બનેલી સમગ્ર ઘટના સવિસ્તર વર્ણવ્યા પછી અશ્વત્થામાએ કહ્યું, 'મને ક્ષમા કરી દેજે, પુત્રી! હું આલોકની કોઈ સહાય ન કરી શક્યો.'

રિયાની આંખોમાંથી આંસુ સૂકાવાનું નામ નહોતાં લઈ રહ્યાં. જ્યારથી અશ્વત્થામાએ આલોક ચૌધરીના ગાયબ થવા અંગેની વાસ્તવિકતા ઉજાગર કરી હતી, ત્યારથી તે હીબકે ચડી હતી. ધ્રુસકે ને ધ્રુસકે ઠલવાઈ રહેલું તેનું હૃદય કાળો કલ્પાંત કરી રહ્યું હતું. પિતા જ્યારે પથારીવશ હતા, ત્યારે કયા કાળ ચોઘડિયે ઊંઘને કારણે તેની આંખો બંધ થઈ હતી એ સમજી શકવું મુશ્કેલ હતું.

સોફાની સામે સુશોભિત કાચના સુંદર ટેબલ પર પડેલું આઈપેડ ઉઠાવીને અશ્વત્થામાએ તેમાં એક પેનડ્રાઇવ ઈન્સર્ટ કરી.

'આ છે એ રાતની વીડિયો-ક્લિપ, જ્યારે પાટાપિંડી થયેલી ઘાયલ અવસ્થામાં આલોક ફૈઝાના ગુપ્ત કક્ષમાં પ્રવેશ્યો હતો...!' દ્રોણપુત્રએ વીડિયો પ્લે કર્યો.

એક પછી એક દૃશ્યો જેમ જેમ આગળ વધતાં ગયાં, એમ એમ રિયાના હૃદયનું પાટિયું બેસતું જતું હતું. તેને હવે છેક સમજાયું કે એ રાત પછીથી અચાનક આલોકની રિકવરી કેમ ખૂબ ઝડપી થઈ ચૂકી હતી! ખુદ ડૉક્ટર્સ અચંબિત હતા. બંદૂકની ગોળી વડે ઘાયલ થયેલો માણસ આટલી જલદી સ્વસ્થ થઈને ફરી હરતોફરતો થઈ જાય, એ ઘટના ગયા વર્ષે એમનામાંથી કોઈની સમજમાં નહોતી આવી.

'હું જેને ઈશ્વરનું વરદાન માની રહી હતી, એ વાસ્તવમાં શુક્રાચાર્યરૂપી શાપ હતો...' રિયાએ સૂઝી ગયેલાં પોપચાં પરથી અશ્રુબિંદુ લૂછતાં કહ્યું, 'મોહમ્મદ બિલાલ જ્યારે ટીવી-સ્ક્રીન પર પોતાનાં કુકર્મોનાં ચિઠ્ઠાં ખોલી રહ્યો હતો, ત્યારે પપ્પાની આ તસવીર જોઈને મને આશ્ચર્ય ચોક્કસપણે થયું હતું... કારણ કે આ સ્થાન મેં ફૈઝાના ઘરમાં ક્યારેય નહોતું જોયું. પરંતુ પપ્પાની પાટાપિંડી જોઈને ખ્યાલ તો જરૂર આવી ગયો હતો કે ફોટો બેશક ફૈઝાના ઘરમાં જ ક્યાંક ક્લિક થયો છે!'

'હા, બેટા... પ્યાદાં જ્યારે નકામાં થઈ જાય, ત્યારે એમનો ખાત્મો બોલાવી દેવાની શુક્રાચાર્યની શતાબ્દીઓ પુરાણી આદત છે! ખુદ ફૈઝા એનો ભોગ બની ચૂકી છે.' અશ્વત્થામાએ ખેદ વ્યક્ત કર્યો, 'પરિસ્થિતિઓને કારણે પ્રતિનાયક બની ચૂકેલી ફૈઝાનું શબ આજે પણ તેના જ બનાવેલાં આ ગુપ્ત કક્ષમાં સડી રહ્યું છે! તું અને અશરફ જેને ત્રણ મહિનાથી શોધવાનો પ્રયત્ન કરી રહ્યા છો, એ ફૈઝા હુસૈન કાર્તિક પૂર્ણિમા એટલે કે દેવદિવાળીની બીજી રાતે જ મૃત્યુ પામી ચૂકી છે! આ રહ્યું તેનું પ્રમાણ.'

ફરી આઈપેડમાં એક તસ્વીર ખૂલી, જેમાં ફાટી ચૂકેલી આંખો સાથે ફૈઝાની દિવસો જૂની લાશ દેખાતી હતી.

અશરફને હવે અહેસાસ થયો કે ફૈઝા હુસૈન દુબઈ સરકાર ઉપર જે રોફ જમાવી શકતી હતી, એ કોની શક્તિઓની દેન હતી! શુક્રાચાર્ય કેટલા ક્રૂર, પાશવી અને નિર્મમ હોવા જોઈએ, એનો અંદાજ લગાવવો બિલકુલ મુશ્કેલ નહોતો.

'તને શુક્રાચાર્યની વાસ્તવિકતા અંગે જાણ હોવા છતાં તું એમના સંઘનો હિસ્સો બનીને રહી? આટલી અમાનવીય તો તું ક્યારેય નહોતી, વસુધા...' રિયાના સ્વરમાં નિરાશા અને આક્રોશને બદલે આહત થયાની ભાવના ઝળકતી હતી.

વસુધા કંઈ કહેવા જાય, એ પહેલાં જ...

'રિયા, ગયા વર્ષે હું ઇચ્છત તો તારી સમક્ષ તમામ રહસ્યો ઉજાગર કરી શકું એમ હતો...' અશ્વત્થામાએ સહાનુભૂતિની સાથોસાથ વડીલ તરીકેના અધિકારનો પણ ઉપયોગ કર્યો, 'પરંતુ અમુક હકીકતો સમયના વહેણ સાથે ઊઘડે, એ જ યોગ્ય રહેતું હોય છે. કૌરવોના મામા હોવા છતાં શકુનિ પાસે કુરુવંશ અને ધૃતરાષ્ટ્રના પરિવારની અંગત બાબતોમાં દખલગીરી કરવાનો અધિકાર નહોતો. આમ છતાં, તેઓ હસ્તિનાપુરની ખટપટનો એક હિસ્સો આજીવન રહ્યા. એવી જ એક ધૃષ્ટતા હું પણ આજે કરવા જઈ રહ્યો છું.'

વસુધાએ અશ્વત્થામા સામે હાથ જોડીને એમને રોકવાનો પ્રયત્ન કર્યો.

'ના, વસુધા!' અશ્વત્થામાના ચહેરા પર દૃઢ નિર્ધાર જોવા મળતો હતો, 'તારી દીકરીને સત્યથી વાકેફ કરાવ્યા વગર નહીં ચાલે.'

વસુધા નીચું જોઈ ગઈ. તેના મુખ પર ચિંતા અને અસલામતીના હાવભાવ તરી આવ્યા. આખરે તેણે પણ હથિયાર હેઠાં મૂકી દીધાં હતાં.

'તને સુરક્ષિત રાખવા માટે તારી માએ કેટલો મોટો ભોગ આપ્યો છે, એ વાતનો તને અંદાજ સુધ્ધાં પણ છે... રિયા?' અશ્વત્થામાના પ્રશ્નમાં તીખાશ હતી.

રિયા શૂન્યમનસ્ક ચહેરે વસુધાને તાકી રહી.

'સમયની સાથે શુક્રાચાર્યનો અસલી ચહેરો વસુધાની સામે આવતો જતો હતો, પણ ભૂતકાળનાં કર્મો એટલી આસાનીથી પીછો નથી છોડતાં હોતાં!' અશ્વત્થામાએ ચૌધરી પરિવારના ખૂબ મોટા રહસ્યને ઉજાગર કરવા માટે પોતાની જાતને સજ્જ કરી, 'પોતાનાં બાળકો અને પતિ ઉપર દૈત્યગુરુના આસુરી મનસૂબાનો પડછાયો પણ ન પડે, એટલા માટે તેણે તમારાથી દૂર જવાનો નિર્ણય લીધો! વસુધાનો કોઈ પ્રેમી હતો જ નહીં! તું અને આલોક આજીવન એને નફરત કરતાં રહો; ક્યારેય તમને બંનેને એના પ્રેમની ઓછપ ન અનુભવાય એટલા માટે વસુધાએ આ પ્રકારની યોજના ઘડી હતી.'

રિયાની આંખો પહોળી થઈ ગઈ. પોતાની મા વિશે તેણે આટલાં વર્ષો સુધી મનમાં જે અવધારણા બાંધીને રાખી હતી, એ તકલાદી કાચના મહેલની જેમ કડડભૂસ કરતી જમીનદોસ્ત થઈ ગઈ. હૃદયમાં સંઘરી રાખેલું ગાઢ ધુમ્મસ સત્યરૂપી સૂર્યના પ્રભાવથી વિખેરાવા માંડ્યું.

... પરંતુ હજુ એક ચોંકાવનારું આઘાતજનક સત્ય તો ઉજાગર થવાનું બાકી જ હતું!

'પરંતુ શુક્રાચાર્યના સંઘમાંથી છૂટવું, એ ચણા-મમરાના ખેલ નથી!' અશ્વત્થામાની મુખમુદ્રા વધુ ગંભીર થઈ ગઈ, 'સંઘનો સભ્ય જ્યાં સુધી પોતાના પરિવારનો એક સભ્ય શુક્રાચાર્યને ન સોંપે, ત્યાં સુધી તેની મુક્તિ શક્ય ન બને!'

રિયાની કીકીઓમાં પ્રશ્નાર્થચિહ્નો તરી આવ્યાં, 'પરંતુ અમારા પરિવારમાં તો ત્રણ જ સભ્યો હતાં... હું, વસુધા અને પપ્પા! તો પછી...'

બોલતાં બોલતાં તેની જીભ ચોંટી ગઈ. એકાએક તેના મગજમાં એક એવો વિચાર ઝળક્યો, જેણે તેના માથા ઉપર વજ્રાઘાત આપવાનું કામ કર્યું...

'હા, તું બરાબર વિચારે છે!' ભૈરવી મા સહેજ ટટ્ટાર થયાં, 'તારો પરિવાર કુલ ત્રણ નહીં, ચાર સભ્યોનો હતો! આલોક, વસુધા, રિયા અને રેહા!'

રિયાને લાગ્યું જાણે તેનું માથું ભમી રહ્યું છે!

'વસુધાએ એક નહીં, બે દીકરીને જન્મ આપ્યો હતો... ટ્વિન્સ! તારી નાની બહેન રેહા તારાથી પાંચ સેકન્ડ પછી જન્મી હતી! આલોકને પણ એ વાતની જાણ નહોતી કરવામાં આવી કે એમના ઘરે એક નહીં, પણ બબ્બે લક્ષ્મીઓએ જન્મ લીધો છે!' અશ્વત્થામા સહેજ ગળગળા થઈ ગયા, 'તને અને આલોકને હેમખેમ રાખવા માટે વસુધાએ ગુપચુપ રીતે શુક્રાચાર્યના હાથમાં રેહાને સોંપી દીધી. બદલામાં, શુક્રાચાર્યએ તને અને આલોકને એમના સંઘના આતંકથી દૂર રાખવાનું વચન વસુધાને આપ્યું! પોતાના ભૂતકાળનો કાળોડિબાંગ પડછાયો પણ તમારા બંને ઉપર ન પડે, એટલા માટે વસુધાએ પ્રેમી સાથે ભાગી જવાનું અસત્ય ચિઠ્ઠીમાં લખ્યું... અને હંમેશાં માટે ભૈરવી માની શરણમાં આવી ગઈ.'

આગળ કોઈ કશું બોલે એ પહેલાં, આખી પર્ણકુટિર રિયાની આંખો સામે ઝાંખી પડવા માંડી. તેને લાગ્યું જાણે તે કોઈ રોલર-કોસ્ટર રાઈડમાં બેઠી છે અને સમગ્ર વિશ્વ તેની નજર સામે ગોળ ગોળ ઘૂમી રહ્યું છે!

બીજી જ ઘડીએ, તે સોફા પર બેભાન થઈને ઢળી પડી.

વર્તમાન દિવસ

નુવારાએલિયા, શ્રીલંકા

મધરાતનો મદ નિશાચરો ઉપર ચઢી ચૂક્યો હતો. ચારેબાજુ પહાડોથી ઘેરાયેલું નુવારા એલિયા પોતપોતાનાં રહેઠાણોમાં બારી-બારણાં બંધ કરીને પોઢી ચૂક્યું હતું. હરિયાળી ભૂમિ અને ચાના ખેતરોથી આચ્છાદિત આ વિસ્તાર નહીંવત્ પ્રદૂષિત હોવાને કારણે ઠંડીનો પ્રભાવ વધુ જણાતો હતો. ધુમ્મસ અને ભેજના મિશ્રણને કારણે વાતાવરણ તરબોળ થઈ ગયું હતું. એવું લાગતું હતું જાણે હવામાં ઝાકળ નહીં, પરંતુ વરસાદનાં ટીપાં તરી રહ્યાં છે!

હકગલ બૉટાનિકલ ગાર્ડનની બહાર ચારેકોર સન્નાટો છવાયેલો હતો. એન્ટ્રી-ગેટ ઉપર તૈનાત ડાઘિયા કૂતરા પણ અડધીપડધી ઊંઘમાં હતા. સાવ ઝાંખી અને લગભગ ડૂલ થવા આવેલી સ્ટ્રીટ-લાઇટ્સ રસ્તા ઉપર પ્રકાશ પાથરવાનો પ્રયત્ન કરતી હોવા છતાં નિષ્ફળ નીવડી રહી હતી.

આખા શ્રીલંકામાં ફાટી ચૂકેલા ગૃહયુદ્ધને કારણે વિદેશોથી આવનારા પ્રવાસીઓની સંખ્યા ન્યૂનતમ હતી. કોરોનાને કારણે પ્રવાસન ઉદ્યોગ ઠપ્પ થઈ ગયા બાદ શ્રીલંકાના નાગરિકોને આશા હતી કે પેન્ડેમિક પૂરો થયા પછી સ્થિતિ સુધરશે, પરંતુ સિવિલ વૉરને કારણે એ ઉમ્મીદ પણ ઠગારી નીવડી! હાલત એટલી ખરાબ હતી કે પોતાનાં બાળકોના પેટ ભરવા માટે લોકો પાસે પૈસા નહોતા. ચોરી, લૂંટફાટ અને ગુંડાગીરીના બનાવોમાં તોતિંગ વધારો થયો હતો.

એવામાં હકગલ જેવા અત્યંત પૌરાણિક અને ભવ્ય સ્થાનની પરવા તો કોણ કરવાનું!

રેઈનકોટ પહેરીને લપાતાં છુપાતાં આવેલા હેમરાજે ધડકતા હૈયે ધીમા અવાજવાળું બ્યૂગલ ફૂંક્યું. રણભૂમિમાં યુદ્ધ શરૂ થતાં પહેલાં રણશિંગા જેવો તેનો અવાજ હતો, જે સાંભળીને કેટલાક ચામાચીડિયાંના ઊડવા સિવાય આજુબાજુમાં અન્ય કોઈ હલચલ જોવા ન મળી.

એન્ટ્રી-ગેટ પાસે નસકોરાં બોલાવીને ઘસઘસાટ ઊંઘતા ચોકીદારે મોટું બગાસું ખાધું. મધુરજનીનાં મીઠાં સ્વપ્નોમાં ખોવાયેલો એ ગરીબ માણસ બીજી જ સેકન્ડે ફરી ઊંડી નિદ્રામાં સરી પડ્યો.

હેમરાજના કપાળ ઉપર કરચલીઓ વળી. નક્કી તો આ જ થયું હતું!

તેણે ફરી વખત શ્રીલંકાના ગાર્ડન-મેપના લૉકેશન દર્શાવતું પેમ્ફલેટ ખોલીને ખાતરી કરી જોઈ. ૧૪૭ એકરમાં પથરાયેલા રોયલ બૉટાનિક ગાર્ડનની હારમાળા વચ્ચે હકગલ મેદાન અલગ જ પ્રકારની ઊર્જા ધરાવતું હતું. અલભ્ય વૃક્ષો અને છોડની કુલ ૪૦૦૦ પ્રજાતિઓનો અહીં ઉછેર કરવામાં આવી રહ્યો હતો. પ્રતિ વર્ષ આ મેદાનની મુલાકાત લેનારા પ્રવાસીઓની સંખ્યા લગભગ ૧૨ લાખની આસપાસ હતી.

એમાં પણ નુવારા એલિયાના આ હકગલ ગાર્ડનની મહત્તા હિંદુ પ્રવાસીઓ માટે ખાસ્સી હતી! માન્યતા હતી કે રાક્ષસરાજ રાવણે માતા સીતાને જે સ્થાન પર નજરકેદ રાખ્યાં હતાં, એ અશોકવાટિકા આ સ્થાન પર જ હતી! શ્રીલંકા સરકારના *ડિપાર્ટમેન્ટ ઑફ નેશનલ બૉટાનિકલ ગાર્ડન* દ્વારા આ ભવ્યાતિભવ્ય વિશાળ મેદાનની સારસંભાળ અને સાચવણી કરવામાં આવી રહી હતી.

બે વખત બ્યૂગલ ફૂંક્યા બાદ પણ જ્યારે કોઈ સળવળાટ જોવા ન મળ્યો, ત્યારે હેમરાજ ભારે વિમાસણમાં મુકાઈ ગયો.

પૂર્વનિધારિત એ હતું કે મધરાતે શ્રીલંકા પહોંચ્યા પછી હેમરાજ નુવારા એલિયાના હકગલ ગાર્ડન પાસે આવીને વિવાનને મળશે, પરંતુ વિવાન અહીંયાં પહોંચ્યો હોય એવી કોઈ સંભાવના દૂર દૂર સુધી દેખાતી નહોતી. અધૂરામાં પૂરું, હેલિકૉપ્ટરથી શ્રીલંકા આવ્યા બાદ એમની વચ્ચે કોઈ સંપર્કસૂત્ર પણ નહોતું જળવાયું. ભારત જો શ્રીલંકન સરકારને સાબદી કરી દે તો પણ હેમરાજ અને વિવાનની હાજરી અંગે કોઈને ખ્યાલ ન આવે, એ માટે થોડા કલાકો સુધી સંપર્કવિહોણા થવું જરૂરી હતું.

હેમરાજના મગજમાં ભયંકર ખરાબ વિચારો દોડવા માંડ્યા.

અજય ડોભાલ સાથેની નાસભાગમાં તેના ઉપર જે બે ગોળીઓ ચલાવવામાં આવી હતી, એના કારણે ક્યાંક... મૃત્યુ તો?

અશુભ અને અપશુકનિયાળ કલ્પનાઓથી હેમરાજનું ચિત્ત ઘેરાઈ ચૂક્યું હતું. તે ઇચ્છે તો પણ આ પ્રકારની શક્યતાઓને નકારી શકે એમ નહોતો. અરે, તેને તો એ વાતની પણ જાણ નહોતી કે ચોપરનો પાઇલટ વિવાનને શ્રીલંકા લઈને આવ્યો હશે કે પછી બીજે કંઈ!

વ્હોટ ઈફ, વિવાન શ્રીલંકા પહોંચ્યો જ ન હોય તો? હું એને ક્યાં અને કેવી રીતે શોધવા જઈશ? ચોપરના પાઇલટનું ઠેકાણું શોધવા માટે પણ મારી પાસે કોઈ રસ્તો નથી... શું થશે?

એક પછી એક આપોઆપ ઊભા થઈ રહેલા પ્રશ્નો મધરાતની નિરવ શાંતિ અને ઘનઘોર અંધકાર વચ્ચે વિકરાળ રૂપ ધારણ કરવા માંડ્યા હતા.

ઠંડીને કારણે હેમરાજ થરથર ધ્રૂજી રહ્યો હતો. હકગલના એન્ટ્રી-ગેટથી લગભગ સો મીટરના અંતરે તે એક પાળી પર બેસી ગયો. અહીંયાં આવ્યાને વીસ મિનિટથી વધારે સમય વીતી ચૂક્યો હોવા છતાં ડામરના સૂમસામ રસ્તા પર તેના સિવાય ચકલું પણ નહોતું ફરક્યું!

શરીરમાં હતું એટલું બળ એકઠું કરીને હેમરાજે બંને હથેળીઓ જોરથી સામસામે ઘસી. ગરમ થયેલી હથેળીઓને તે હજુ તો પોતાના ગાલ પર ઘસવા જાય, એ પહેલાં જ પાછળથી કોઈકનો ધીમો ગણગણાટ તેના કાને પડ્યો,

'આ ઓઢી લો...' આગંતુકે કહ્યું, 'ઓછી ઠંડી લાગશે.'

બે માણસો હતા.

હેમરાજે સફાળા ઊભા થઈને પાછળ નજર કરી. દૂર જંગલમાંથી બે કાળા પડછાયા તેની તરફ આવી રહ્યા હતા. એમાંથી એક વ્યક્તિના હાથમાં લેધરનું જાડું જેકેટ હતું.

'વિવાન?' હેમરાજના હોઠ પરથી આશ્ચર્યમિશ્રિત પ્રશ્નાર્થ સરી પડ્યો.

'એટલો જલદી સ્વર્ગે નહીં સિધાવું, ચિંતા ન કરો!' વિવાને હેમરાજની પાસે આવીને માર્મિક સ્મિત સાથે કહ્યું.

બાપ-દીકરાએ એકબીજાને ઉષ્માપૂર્ણ પ્રેમાળ આલિંગન આપ્યું.

જેવો હેમરાજ વિવાનથી છૂટો પડ્યો કે તરત તેની નજર વિવાનની સાથે ચાલીને આવેલા માણસ પર સ્થિર થઈ ગઈ! તે નવાઈથી એની સામે તાકી રહ્યો. સામેવાળા માણસની બદામી આંખો વેધક નજરે હેમરાજનું સ્કેનિંગ કરી રહી હતી. એકવડિયો બાંધો ધરાવતા એ માણસની હડપચી ઉપર દેખાતો ચણોઠી જેવડો મસો તેને અલગ જ દેખાવ આપી રહ્યો હતો. થોડાં જાડાં નેણ અને માંજરી આંખોમાં ઝળકતી બૌદ્ધિક સંપદા ધ્યાનાકર્ષક હતી.

'હા, આપણા ચોપરનો પાઇલટ જ છે!' વિવાને તેનો પરિચય આપતાં કહ્યું, 'લંકન વાશ્રવી નામ છે એનું!'

હેમરાજ સહેજ વિચલિત થયો હોય એવું લાગ્યું, પણ પોતાના હાવભાવ તેણે કોઈને કળાવા દીધા નહીં. વિવાનથી બાજનજરે હેમરાજના વર્તનમાં આવેલો આ ક્ષણિક બદલાવ નોંધી લીધો હતો.

'આ માણસના કારણે જ હું શ્રીલંકા સમયસર હેમખેમ પહોંચી શક્યો... અને આગળની સફરમાં તે આપણા ગાઈડ તરીકે સાથે રહેશે!' વિવાને લંકનના ખભે હાથ મૂક્યો, 'તેનો જન્મ જ શ્રીલંકામાં થયો છે. તેના બાપ-દાદાઓ પણ અહીંયાં જ ઉછરીને મોટા થયા હોવાથી તે આ દેશના ખૂણે-ખૂણાથી સારી રીતે વાકેફ છે!'

લંકનએ આગળ વધીને હેમરાજ સાથે હાથ મિલાવ્યા, 'નાઇસ ટુ મીટ યુ, હેમરાજ!'

ખબર નહીં કેમ, પણ સહેજ ઓછી ઊંચાઈ ધરાવતો આ માણસ હેમરાજને ખૂબ ખટકી રહ્યો હતો.

'લાઇકવાઇઝ!' હેમરાજે પણ સસ્મિત અભિવાદન કર્યું.

વિવાને પોતાના હાથમાં પકડેલું લેધર જેકેટ હેમરાજના ખભા ફરતે વીંટાળી દીધું, 'સૉરી, અમે છેક રામસેતુ પાસેના નિર્જન ટાપુ પર લેન્ડ થયા હોવાથી નુવારા એલિયા સુધી પહોંચવામાં ધાર્યા કરતાં વધુ સમય લાગી ગયો.'

'પણ તને બબ્બે ગોળીઓ ગળા પર લાગી હોવા છતાં તારા શરીર પર ઈજાના કોઈ નિશાન કેમ દેખાતાં નથી?' હેમરાજને આ રહસ્ય સમજાઈ નહોતું રહ્યું.

'એનો જવાબ તો મારી પાસે પણ નથી!' વિવાનના ચહેરા પર પણ ગૂંચવણ તરવરી ઊઠી, 'મૈસૂરમાં જેવી બે બુલેટ્સ મારા ગળામાં આવીને ખૂંપી ગઈ કે હું તરત બેભાન થઈ ગયો હતો. મને કંઈ ખ્યાલ જ નહોતો કે મારી સાથે શું થયું! પણ લંકનના કહેવા મુજબ, મૈસૂરથી શ્રીલંકા પહોંચવા સુધીમાં મારો ઘાવ આપોઆપ ભરાવા માંડ્યો હતો. અમે જ્યાં સુધીમાં લેન્ડ થયા, ત્યાં સુધીમાં તો મારા ગળા ઉપર એક ઘસરકો સુધ્ધાં નહોતો!'

'મેં શ્રીલંકા લેન્ડ કરીને સાહેબના ગળામાંથી બુલેટ્સ કાઢવા માટે જેવો હેલિકૉપ્ટરનો દરવાજો ખોલ્યો, ત્યાં તો બંને ગોળીઓ પહેલેથી જ નીચે પડી હતી! મને પણ આ વાતનું આશ્ચર્ય થયું હતું... ખરેખર ભગવાન રામે જ એમના પ્રાણ બચાવ્યા છે!' લંકનના સ્વરમાં રામ પ્રત્યેની અપાર ભક્તિ ઝળકી રહી હતી.

'લેન્ડ થયાની બીજી જ કલાકે તો હું ભાનમાં પણ આવી ગયો હતો!' વિવાને કહ્યું, 'નિશ્ચિત સમય કરતાં એક કલાક મોડા પડવાને કારણે નુવારા એલિયા પહોંચવામાં પણ ખાસ્સું મોડું થઈ ગયું.'

'સમય જ આ રહસ્યનો ઉત્તર આપશે!' હેમરાજ મનોમન બબડ્યો.

'કંઈ કહ્યું તમે?' વિવાન ચોંક્યો.

'હેં? ના!' હેમરાજ થોથવાયો, 'ઑલરેડી ઘણું મોડું થઈ ચૂક્યું છે... આપણે સીતા અમ્મા મંદિર પહોંચી જવું જોઈએ...'

'હમ્મમ...' વિવાન વિચારમગ્ન થઈ ગયો, 'પ્રોફેસર સુભ્રતો દાસે આપેલા છેલ્લા સંકેત મુજબ આપણે હનુમાનને શોધવા પડશે... પરંતુ તમને એવું નથી લાગતું કે આપણે અંધારામાં તીર મારવાનું કામ કરી રહ્યા છીએ? આટલા મોટા શ્રીલંકામાં એક ચિરંજીવીને ક્યાં શોધવા જઈશું? અને તેઓ કંઈ એટલી સરળતાથી આપણી સામે પ્રગટ થાય, એવી કોઈ શક્યતા પણ દેખાઈ નથી રહી.'

'સાહેબ... હનુમાનને શોધવા હશે, તો રામ અને સીતાની મદદ લેવી જ પડશે!' લંકનના અવાજમાં રહસ્ય ઘોળાયું. તેની આંખોમાં જોવા મળેલી ચમકને લીધે હેમરાજના શરીરમાંથી પહેલી વખત ભયનું લખલખું પસાર થઈ ગયું.

આજની રાત અનેક રહસ્યોની વાહક બનીને આવી હતી!

૭૮

ત્રેતાયુગ
લંકા

ચૈત્યપ્રાસાદમાં અચાનક સંભળાયેલી નિર્ભિગ્ન પદચાપે ત્યાંનાં તમામ સજીવ-નિર્જીવ-અજીવને સાબદા કરી દીધાં.

કુમારીકંદમની ઘટના પછી ચૈત્યપ્રાસાદને મુખ્ય નગરથી થોડે દૂર રાખવામાં આવ્યું હતું. ભેંકાર ભાસતાં ચૈત્યપ્રાસાદમાં પ્રવેશવાની આજ્ઞા હવે દૈત્યવંશના રાજવીઓ અને દૈત્યગુરુ શુક્રાચાર્ય સિવાય કોઈ પાસે નહોતી. સમયની સાથે ચૈત્યપ્રાસાદ લોકવાયકા સમું સ્થળ બનીને રહી ગયું હતું. જ્યારે જ્યારે તેનાં દ્વાર ઊઘડ્યાં, ત્યારે ત્યારે દશાનને ત્રિલોકમાં હાહાકાર મચાવ્યો હતો. જેમના વિકરાળ સ્વરૂપની કલ્પના સ્વપ્નમાં પણ ન થઈ શકે, એવા ભયાનક રાક્ષસો તેમજ આસુરી શક્તિઓથી રક્ષિત ચૈત્યપ્રાસાદમાં દૈત્યોની કુળદેવી અનિષ્ટાત્રી મૂર્તિમંત હતી.

પાછલાં ઘણાં વર્ષોથી રાવણ સિવાય ચૈત્યપ્રાસાદમાં અન્ય એક પણ દૈત્યએ નિત્યપૂજા નહોતી કરી. પ્રાતઃકાળે જ્યાં સુધી તે દેવાધિદેવ મહાદેવ

અને અનિષ્ટની અધિષ્ઠાત્રી દેવી - અનિષ્ટાત્રી - ની આરાધના ન કરે, ત્યાં સુધી લંકાનો દરબાર ન ભરાતો!

પરંતુ આજે લંકેશના પગલાંમાં પીડાની સાથોસાથ અનિષ્ટ ઘટનાના પડઘમ સંભળાતાં હતાં. વાતાવરણમાં અસાધારણ પરિવર્તન આવવા માંડ્યું હતું.

લંકેશના આગમન બાદ ચૈત્યપ્રાસાદનાં દ્વાર બિડાઈ ગયાં અને આગિયા વૈતાળે ત્યાં પુનઃ ચુસ્ત ચોકીપહેરો ભરવાની શરૂઆત કરી દીધી. દાયકાઓથી પોતાનાં કર્તવ્યોનું નિર્વહન કરતા કેટલાક સરિસૃપ જીવો પણ દ્વારની રક્ષા કરવા માંડ્યા.

શુક્રયંત્રના ભૌમિતિક આકારમાં બનેલા એ ચૈત્યપ્રાસાદની મધ્યમાં આવીને રાવણે બે હાથ જોડીને અનિષ્ટાત્રીને હૃદયદ્રાવક પુકાર લગાવી, ‘હે કુળદેવી... મારા પુત્રનો જ ભોગ કેમ?’

પાષાણથી પણ વધુ કઠોર ઉર ધરાવતાં દશાનનની આંખો છલકાઈ ઊઠી. તેનો પુત્ર હણાયો હતો! અનેક તીવ્ર સાધનાઓ અને તાંત્રિક પ્રયોગોના સમન્વય પશ્ચાત્ જેનો જન્મ થયો હતો, એવા મેઘનાદનો આર્યાવર્તના મનુષ્ય દ્વારા વધ થયો હતો.

‘જે દશરથનંદન લક્ષ્મણે અત્યંત નિર્મમતાપૂર્વક મારા મેઘનાદનો વધ કર્યો, એનાથી પણ વધુ ક્રૂર અને પાશવી મૃત્યુ હું એ બંને ભાઈઓને આપીશ!’ રાવણની આંખોમાં ઊભરાઈ આવેલું લોહી તેને વધારે આક્રમક બનાવી રહ્યું હતું, ‘તેઓ મારી પાસે મૃત્યુની ભીખ માંગશે, પરંતુ હું એમને ધીરે ધીરે રિબાવી-રિબાવીને મારીશ! માત્ર એમને જ નહીં, અપિતુ અયોધ્યા સહિત સમસ્ત આર્યાવર્તના કરોડો મનુષ્યોને હું મસળી નાંખીશ!’

પોતાના હાથમાં પહેરેલી નવ ગ્રહની વીંટીને તેણે યજ્ઞકુંડમાં હોમી દીધી.

એવું કહેવાતું હતું કે મેઘનાદના જન્મ સમયે રાવણે તમામ નવ ગ્રહો - સૂર્ય, ચંદ્ર, બુધ, શુક્ર, મંગળ, ગુરુ, શનિ, રાહુ અને કેતુ - ને એક સીધી રેખામાં બિરાજમાન થવાનો આદેશ આપ્યો હતો; જેથી મેઘનાદ અજેય અને અમર બનીને જન્મ લઈ શકે. શનિ સિવાય અન્ય એક પણ ગ્રહમાં દશાનનના આદેશનું ઉલ્લંઘન કરવાની હિંમત નહોતી. શનિશ્વરની વક્રદૃષ્ટિને કારણે મેઘનાદને અમરત્વ પ્રદાન નહોતું થઈ શક્યું, જેનું પરિણામ રાવણ આજે ભોગવી રહ્યો હતો.

શનિને તો તેના અપરાધનો દંડ ઘણા સમય પહેલાં જ મળી ચૂક્યો હતો.

રાવણે તેને આજીવન પોતાના સિંહાસનની નીચે કેદમાં રાખ્યો હતો, પરંતુ હનુમાને જ્યારે લંકાને આગ લગાડી, ત્યારે તેમણે શનિને મુક્ત કરી દીધા હતા.

'નવ ગ્રહો અને વૈકુંઠમાં બિરાજમાન બ્રહ્મા-વિષ્ણુ સહિત સમસ્ત દેવોનો હું વધ કરી નાંખીશ...' રાવણ પુત્રમોહમાં ભાન ભૂલી ચૂક્યો હતો, 'સૃષ્ટિમાં હાહાકાર મચી જશે! કાળયજ્ઞની પૂર્ણાહુતિ પશ્ચાત્ હું બધાને ભરખી જઈશ.'

તેની આંખોમાં અનિષ્ટાત્રીની પ્રચંડ પ્રતિમાનો પડછાયો પ્રતિબિંબિત થતો હતો. સહેજ વાંકા વળીને તેણે દેવીના ચરણો પાસે વેરાયેલી સ્મશાનભસ્મની મુઠ્ઠી ભરી અને પોતાની પાષાણ સરીખી છાતી પર ચોળી. ભસ્મનો કેટલોક ભાગ તેની છાતી ઉપર ઊપસી આવેલાં પ્રસ્વેદબિંદુઓ સાથે ચોંટી રહ્યો તો અન્ય થોડો ભાગ તલવારના તાજા ઘા વચ્ચેની પાતળી રેખામાં ભરાઈ ગયો! શેષ ભસ્મ પુનઃ દેવીના ચરણોમાં વેરાઈ પડી.

લંકેશની ઈજામાંથી ઝરી રહેલા રક્તને લીધે દેવી અનિષ્ટાત્રીની નિદ્રામાં સહેજ ભંગ પડ્યો હોય એવું લાગ્યું. રાવણ દ્વારા કાળયજ્ઞનું પ્રાથમિક ચરણ આરંભાઈ ચૂક્યું હતું. તેના અસ્તિત્વમાં વ્યાપ્ત ઉકળાટ અનિષ્ટાત્રીના પુનઃજાગરણનું કારણ બનવાનો હતો. દૈત્યવંશના કુળદીપકને જે રીતે યુદ્ધભૂમિની મધ્યમાં રહેંસી નાંખવામાં આવ્યો હતો, એ જોઈને રાવણ ત્રિલોકના સર્વશક્તિશાળી અનિષ્ટ આત્માઓને જાગૃત કરવા માટે વિહ્વળ બની ચૂક્યો હતો; જેની શરૂઆત થતી હતી, કાળવેદમાં સમાહિત અનિષ્ટાત્રીના પુનઃઅવતરણ સાથે!

દૈત્યજનની દિતિ પછી જો કોઈ અસુરમાં અનિષ્ટાત્રીને આહ્વાન આપી શકવાનું સામર્થ્ય હોય, તો તે એકમાત્ર રાવણ હતો!

સતયુગ પશ્ચાત્ ત્રેતાયુગમાં પુનઃ ઇતિહાસ પુનરાવર્તિત થવા જઈ રહ્યો હતો. દિતિની મહેચ્છા મહા-અસુરને જન્મ આપવાની હતી, જે અનિષ્ટાત્રીના વરદાનને કારણે પૂર્ણ થઈ ચૂકી હતી. અને હવે, રાવણની ખેવના સમસ્ત ત્રિલોકનો સર્વનાશ કરી દેવાની હતી...

જો ચૈત્યપ્રાસાદમાં રાવણના દઢ સંકલ્પ સાથે આરંભાયેલો કાળયજ્ઞ પૂર્ણ થયો, તો સૃષ્ટિમાં આવતીકાલે સૂર્યોદય નહીં થાય એ નિશ્ચિત હતું!

૭૯

વર્તમાન દિવસ

કોઇમ્બતૂર

આદિયોગિની અલયમ્ શ્રીવિદ્યાના સાધકોથી ખીચોખીચ ભરાયેલું હતું. આજે છઠ્ઠી રાત્રિ હતી. શ્રીયંત્રના પ્રથમ પાંચ આવરણોની પૂજાવિધિ અને વિધાન અંગે સૌ માહિતગાર થઈ ચૂક્યાં હતાં. રાજરાજેશ્વરી મહાત્રિપુરસુંદરી દેવીની સર્વોચ્ચ શ્રીવિદ્યા-સાધનાની સિદ્ધિ હેતુ તેઓ કટિબદ્ધ હતાં. જેમ જેમ ભૈરવી મા નવમા આવરણ તરફ આગળ વધી રહ્યાં હતાં, એમ એમ એમની વાણીમાં રહસ્ય ઘૂંટાતું જતું હતું.

જાજરમાન રક્તવર્ણી સાડી, બે ભ્રમરોની વચ્ચે ગોળાકાર લાલ ચાંલ્લો અને સેંથાના ભાગે ચંદનનું તિલક એમની શોભામાં અભિવૃદ્ધિ કરી રહ્યું હતું. પોતાના સાદગીપૂર્ણ સિંહાસન ઉપર તેઓ મહામહારાજ્ઞીની માફક બિરાજમાન હતાં. એમના હાવભાવ, છટા, ભાવભંગિમાઓ અને વ્યક્તિત્વમાં રાજસિક તત્ત્વ ઝળકતું હતું. સાથોસાથ, વાણી-વર્તનમાં છલકાતી સાત્ત્વિકતા એમને વિશિષ્ટતા અર્પણ કરતી હતી. બ્રહ્માંડના વિનાશ સમયે આદિ પરાશક્તિના

નેત્રોમાં પ્રતિબિંબિત થતી સંહારક તામસિક ઊર્જા પણ ભૈરવી માના ધીરગંભીર સ્વભાવમાં સ્પષ્ટપણે સંમિલિત હતી.

'પાંચમા આવરણની માફક શ્રીચક્રના છઠ્ઠા આવરણમાં પણ દસ ત્રિકોણ હોય છે...' સભાખંડની વિશાળ સ્ક્રીન પર દેખાતા છઠ્ઠા ચક્ર સામે દૃષ્ટિપાત કરતાં એમણે કહ્યું, 'પરંતુ પાંચમા આવરણનું નામ હતું, બહિર્દશાર. જ્યારે છઠ્ઠા ચક્રનું નામ છે, અંતર્દશાર!'

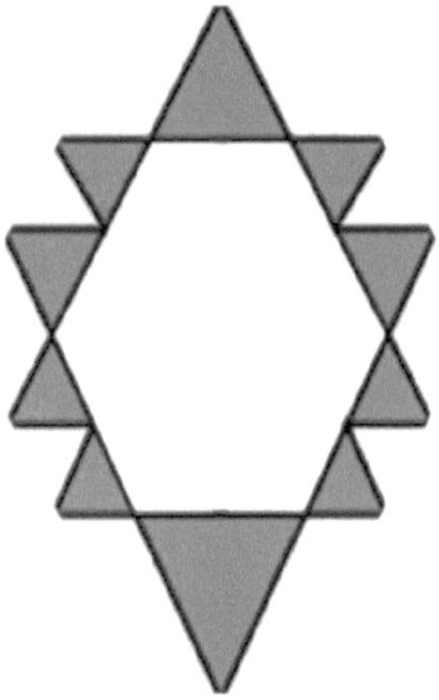

'૧..૨..૩..૪..૫..૬..૭..૮..૯..૧૦!' ભૈરવી માએ વારાફરતી દરેક ત્રિકોણ પર કમ્પ્યુટર-કર્સર ફેરવીને કહ્યું, 'સર્વરક્ષાકર ચક્ર! જ્યારે સાધક છઠ્ઠા આવરણ સુધી પહોંચી જાય છે, ત્યારે તેને વિશિષ્ટ રક્ષાકવચની જરૂરિયાત પડે છે. જેવી રીતે કોઈ રાજ્યના ચીફ મિનિસ્ટર - મુખ્યમંત્રી - પોતાના સિક્યોરિટી-કાફલા વગર બહાર ન નીકળી શકે, એવી રીતે શ્રીવિદ્યાનાં છ આવરણો સિદ્ધ કરી ચૂકેલો ઉપાસક પણ અત્યંત ખાસ પદ પર બિરાજમાન થઈ ચૂકેલો ગણાય છે. સામાજિક દુઃખ-દર્દથી પીડાતા લોકો પોતાની ઇચ્છાપૂર્તિ અથવા સ્વાર્થપૂર્તિ માટે કોઈ પણ સ્તર સુધી જઈ શકે છે! આ પ્રકારના લોકોથી પોતાના અસ્તિત્વને રક્ષા પ્રદાન કરવા માટે સર્વરક્ષાકર ચક્ર સિદ્ધ કરવું આવશ્યક છે.'

સૌ કોઈ એકચિત્તે એમને સાંભળી રહ્યાં હતાં અને પોતપોતાની રીતે ડાયરી અથવા નોટપેડમાં વિગતો ટપકાવી રહ્યાં હતાં.

'છઠ્ઠા આવરણને પામી ચૂકેલા સાધકની આસપાસ કેટલીક શક્તિઓ વિદ્યમાન થઈ જાય છે, જે તેની જાતે જ ગળણીની માફક ફિલ્ટરેશન-પ્રક્રિયા

આરંભી દે છે. દેવી લલિતામ્બિકાની સંગિની શક્તિઓ સમી આ તાકત સાધકને તમામ પ્રકારની નકારાત્મક ઊર્જા સામે રક્ષણ પૂરું પાડવાનું કાર્ય કરે છે. જેવી રીતે મુખ્યમંત્રી સુધી પહોંચતાં પહેલાં તેમની અપોઇન્મેન્ટ લેવી જરૂરી છે, એવી રીતે શ્રીવિદ્યા ઉપાસક સુધી પહોંચતાં પહેલાં કેટલાક ગુણોનો પ્રાદુર્ભાવ થવો નિતાંત આવશ્યક થઈ જતો હોય છે! સાધક સુધી કોણ પહોંચી શકશે અને કોણ નહીં, તેનો નિર્ણય લેવાનો અધિકાર પછીથી આ શક્તિઓના હાથમાં આવી જાય છે. આ ચક્ર સિદ્ધ થયા પશ્ચાત્ સાધક નિશ્ચિંત થઈને તેની પાસે આવનારા માણસની ભલાઈ માટે પોતાની સિદ્ધિઓનો ઉપયોગ કરી શકે છે.' ભૈરવી માની મધમીઠી વાણી સૌને મંત્રમુગ્ધ કરી ચૂકી હતી.

આગળની હરોળમાં આજે સાધ્વી મા ઉર્ફે વસુધા અને મનસ્વી બંનેમાંથી કોઈની હાજરી જણાતી નહોતી.

'છઠ્ઠા આવરણની ચક્રેશ્વરી છે, ત્રિપુરમાલિની... અને યોગિની છે, નિગર્ભયોગિની!' ભૈરવી માએ સ્ક્રીન સામે જોઈને સમજૂતી આપી, 'આ ચક્ર સુધી પહોંચ્યા પછી સાધક સામાન્ય મનુષ્ય કરતાં સહેજ વધુ ઉપરની શ્રેણીમાં બિરાજમાન થઈ જાય છે. એનું કારણ છે, નિગર્ભયોગિની. પ્રત્યેક મનુષ્યનો જન્મ યોનિમાંથી થાય છે, પરંતુ નિગર્ભયોગિનીનું પ્રાગટ્ય યોનિમાંથી થયું નથી. તે કોઈ ગર્ભમાંથી જન્મી ન હોવાને લીધે તંત્રશાસ્ત્ર તેને નિગર્ભયોગિની તરીકે વ્યાખ્યાયિત કરે છે.'

તેઓ આગળ કશું કહેવા જાય એ પહેલાં રિયા, વસુધા અને મનસ્વી સભાખંડમાં પ્રવેશ્યાં. રિયા હજુ પણ થોડી અશક્ત જણાતી હતી. વસુધાના હાથમાં હાથ નાંખીને તેને ચાલી આવતી જોઈને ભૈરવી માના ચિત્તમાં પ્રસન્નતા ફરી વળી. આખરે મા અને દીકરી વચ્ચેનો ક્લેશ તથા ગેરસમજ દૂર થવાની શરૂઆત થઈ ચૂકી હતી. તેઓ ધીમાં ડગલે ચાલતાં આવીને આગળની હરોળમાં આવીને બેઠાં.

'આ ચક્રની અધિષ્ઠાત્રી છે, મહામહાનંદે! એક એવી દેવી, જે સાધકને પરમાનંદની અનુભૂતિ કરાવે છે.' ભૈરવી માએ વસુધા અને રિયા સામે માર્મિક સ્મિત આપતાં કહ્યું, 'આસપાસનો ક્લેશ અને નકારાત્મક ઊર્જા જ્યારે દૈવી ચાળણીમાં ગળાઈ જાય, ત્યારે પરમાનંદ સુધી આપોઆપ પહોંચી જવાય છે.'

રિયાના ચહેરા પર પણ આછું સ્મિત ઊપસી આવ્યું.

'સર્વરક્ષાકરચક્રસ્વામિની અને નિગર્ભયોગિનીને બાદ કરતાં આ ચક્રમાં કુલ ૧૦ શક્તિઓ વિદ્યમાન હોય છે: સર્વજ્ઞે, સર્વશક્તે, સર્વૈશ્વર્યપ્રદાયિની,

સર્વજ્ઞાનમયી, સર્વવ્યાધિનાશિની, સર્વાધારસ્વરૂપે, સર્વપાપહરે, સર્વાનંદમયી, સર્વરક્ષાસ્વરૂપિણી અને સર્વેપ્સિતફલપ્રદે.'

વર્તમાન દિવસ

નુવારાએલિયા, શ્રીલંકા

વિવાન, હેમરાજ અને લંકન વાશ્રવી હકગલ બૉટાનિકલ ગાર્ડન એટલે કે અશોકવાટિકાથી એક કિલોમીટર દૂર પગપાળા ચાલતાં આવીને સીતા અમ્મા મંદિર સુધી પહોંચી ચૂક્યા હતા. વાતાવરણમાં ભયાનક ઠંડી વર્તાતી હતી. તાપમાનનો પારો શૂન્યની સાવ નજીક પહોંચી જવા આવ્યો હતો.

વહેલી સવારનું ધુમ્મસ વધુ ગાઢ હતું. રસ્તા પર પસાર થઈ રહેલાં વાહનો ગોકળગાયની ગતિએ આગળ વધી રહ્યાં હતાં, જેથી અકસ્માત નિવારી શકાય. માંડ બે-ત્રણ ડગલાં સુધી દૃષ્ટિમર્યાદા સાથે કુલ છ પગ મંદિરના પ્રવેશદ્વાર પાસે આવીને અટક્યા.

સીતા અમ્મા મંદિરના ઉન્નત શિખરની ધજા પણ ઠંડીને કારણે થીજી ચૂકી હોય એવું જણાતું હતું. ધુમ્મસથી ભીનીતરબોળ ધજા પવનના સુસવાટાને પણ દાદ નહોતી આપી રહી. શિખરની છત ઉપર શ્રીરામ-લક્ષ્મણ-જાનકીની સોનવર્ણી પ્રતિમાઓ પર ધુમ્મસ વડે જળાભિષેક થઈ રહ્યો હોય એવું દૃશ્ય સર્જાયું હતું. એમના ચરણોમાં બિરાજમાન કપિરાજ હનુમાન જાણે હમણાં એમના ઇષ્ટની સ્તુતિ ગાશે એવું લાગતું હતું.

શિખર ઉપર રૂંવાટીથી ભરચક કેટલાક વાંદરા હુપાહુપ કરી રહ્યાં હતાં. પ્રકૃતિએ એમના શરીરમાં ગોઠવેલી ઑટોમેટિક ઘડિયાળમાં સવાર પડ્યાનો અલાર્મ વાગી ચૂક્યો હતો. પ્રાતઃકાળમાં મંદિરનાં દ્વાર ખૂલતાં પહેલાં પૂજારી દ્વારા એમને આપવામાં આવેલાં કેળાને તેઓ લિજ્જતથી આરોગી રહ્યાં હતાં.

નિજાનંદમાં મસ્ત આ વાનરોને વિવાન એકીટશે તાકી રહ્યો.

'અદ્ભુત છે!' લંકનના હોઠ પરથી ઉદ્ગાર સરી પડ્યો.

હનુમાનનાં પગલાં જ્યાં પડ્યાં હતાં, એવી આ પવિત્ર ભૂમિના વાનરોમાં પશુતા નહોતી! જુદા જ પ્રકારના સૌમ્યભાવ સાથે તેઓ પ્રેમભાવ અને સંપથી પોતપોતાના કેળાનો આનંદ ઉઠાવી રહ્યાં હતાં.

ડામરના પાકા રસ્તાની ડાબી બાજુ આવેલું આ સ્થાન ત્રેતાયુગીન હતું.

'કહેવાય છે કે રાક્ષસરાજ રાવણે માતા સીતાને આ સ્થાન પર જ નજરકેદ કરીને રાખ્યાં હતાં.' લંકનએ મંદિરનાં પગથિયાં ઊતરવાની શરૂઆત કરતાં કહ્યું. માતા સીતા અને ભગવાન રામના વિગ્રહનાં દર્શન કરવા માટે બાર-પંદર પગથિયાંનો ઢાળ ઊતરીને નીચે જવું પડે એમ હતું.

મંદિરના પરિસરમાં પગ મૂકતાં પહેલાં ત્રણેયએ પોતપોતાના જૂતાં બહાર ઉતાર્યાં.

'આ સમગ્ર વિસ્તાર એ સમયે અશોકવાટિકાનો જ એક ભાગ હતો.' લંકનએ પોતાની વાત આગળ ધપાવી, '... અને એટલે જ, હકગલ ગાર્ડન અર્થાત્ મુખ્ય અશોકવાટિકાથી ફક્ત એક કિલોમીટરના અંતરે આ સ્થાન આવેલું છે, જે પૌરાણિક કાળમાં અશોકવાટિકાનો મધ્યભાગ હતો!'

એમણે રામ અને સીતાની મૂર્તિ સામે મસ્તક ઝુકાવ્યું. સાવ સામાન્ય દેખાતું સીતા અમ્મા મંદિર અત્યારે ખાલીખમ હતું. ફક્ત બે પૂજારી ગર્ભગૃહમાં બેસીને પ્રાતઃઆરતીની તૈયારી કરી રહ્યા હતા. એમણે દર્શનાર્થીઓ સામે જોઈને નમસ્કાર કર્યા અને ફરી પોતાના કાર્યમાં વ્યસ્ત થઈ ગયા.

સિંદૂરિયા રંગથી રંગાયેલાં મંદિરના પરિસરમાં અજબ શાંતિનો અનુભવ થઈ રહ્યો હતો. કુદરત સાથે ઐક્ય સાધીને બેઠેલું દૈવત્વ રૂંવેરૂંવે સ્પંદન પેદા કરી રહ્યું હતું.

વિવાને જમીન ઉપર લાંબા થઈને સમસ્ત ભૂમિને સાષ્ટાંગ પ્રણામ કર્યા. ભૂમિની ભીતરથી પણ જાણે રામનામનો સ્વર ગુંજી રહ્યો હતો. ધરતીની ભીનાશ માતા સીતાની ચરણરજ પામીને ધન્ય થઈ ચૂકી હતી. જાનકીના ચરણકમળ ધોઈને એની આચમની લેતો હોય એ રીતે વિવાને ઝાકળબિંદુઓનો સ્પર્શ તેના લલાટ સાથે કરાવ્યો.

... અને, એકાએક આકાશ પણ ભાવવિભોર થઈને વરસવા માંડ્યું.

વર્તમાન દિવસ
કોઇમ્બતૂર

'તો અત્યારે રેહા ક્યાં છે, મા?' રિયાએ વસુધાને પ્રશ્ન કર્યો.

તેના હોઠ પરથી આટલાં વર્ષો બાદ પહેલી જ વખત મા સંબોધન સાંભળીને વસુધા ઘડીભર કશું બોલી જ ન શકી. તેના ગળે ડૂમો ભરાઈ આવ્યો હતો.

રિયાને પણ એકાએક ભાન થયું કે તેણે વસુધાને અજાણપણે જ મા તરીકે સંબોધી છે! અંતરમાંથી દૂષિત સ્મૃતિઓના ધોવાણ પછી સ્પષ્ટ થયેલા ચિત્રએ મા-દીકરી વચ્ચેની નારાજગી દૂર કરી દીધી હતી. હૃદયમાં ઊઠેલી ઊર્મિનો સ્વર સાંભળીને રિયા ઊભી થઈ ગઈ. ભૈરવી માની કુટિરમાં સોફા ઉપર બેઠેલી વસુધાના ખોળામાં પોતાનું માથું મૂકીને તે ધ્રુસકે ને ધ્રુસકે રડી પડી.

વસુધા પણ પોતાની જાત ઉપર વધુ સમય સુધી નિયંત્રણ ન રાખી શકી. વર્ષોથી ઉરમાં સંઘરાયેલો ક્ષાર એકઝાટકે સાફ થવા લાગ્યો. રિયાના માથા ઉપર વ્હાલસોયો હાથ ફેરવતાં ફેરવતાં વસુધા રિયાને બકીઓ ભરવા લાગી. રિયા પણ જમીન ઉપર બેઠાં બેઠાં પોતાની માને વળગી રહી. તેના બંને હાથ વસુધાની કમર ફરતે ભીંસાયેલા હતા.

'મને માફ કરી દેજે, મા...' રિયાએ હીબકાં ભરતાં કહ્યું, 'હું તને સતત નફરત કરતી રહી. તારું અપમાન કરવામાં મેં કંઈ બાકી નથી રાખ્યું.'

'અપરાધ તો મેં કર્યો છે, બેટા!' વસુધાએ રિયાના બંને ગાલ ઉપરથી આંસુ લૂછતાં કહ્યું, 'તને જ્યારે બાળપણમાં મારી સૌથી વધારે જરૂર હતી, ત્યારે હું મારાં જ કુકર્મોને કારણે તારાથી દૂર થઈ ગઈ. તારા પિતાને પ્રેમ આપવાથી શરૂ કરીને એમને જમાડવા સુધીની બધી જ ફરજો હું ચૂકી ગઈ. ઢીંગલીને પરણાવવાની ઉંમરમાં તારે ચૂલે રાંધતાં શીખવું પડ્યું... નખ રંગવાની ઉંમરમાં તારી નાજુક આંગળીઓ રોટલા ઘડવામાં દાઝતી રહી! ઘર-ઘર રમવાની ઉંમરમાં તે આપણા આખા ઘરની જવાબદારીનો ભાર તારા નમણા ખભા ઉપર ઉપાડી લીધો... કદાચ આજીવન તારી ક્ષમા માંગુ તો પણ મારા ગુનાનો બોજ ઓછો થઈ શકે એમ નથી.'

ભૈરવી મા અને અશરફની આંખોના ખૂણા પણ ભીના થઈ ગયા.

થોડીવાર સુધી માના ખોળામાં તમામ ચિંતાનો ભાર હળવો કરી નાંખ્યા

પછી રિયાએ માથું ઊંચું કરીને વસુધા સામે જોયું, ‘રેહાનો કોઈ ફોટો તારી પાસે હશે?’

વસુધાએ પોતાનો નીચલો હોઠ દાંત નીચે દબાવીને અશ્રુધારા રોકવાની કોશિશ કરી, પણ તેને જોઈએ એટલી સફળતા ન મળી.

તેના બોલકા મૌનમાં રિયાને પોતાનો ઉત્તર મળી ગયો.

‘નવજાત રેહાને શુક્રાચાર્યના હાથોમાં સોંપ્યા પછી તેનું શું થયું, એ અંગે મને કોઈ જાણ નથી..’ વસુધા બોલી, ‘સાચું કહું તો, પ્રબળ ઇચ્છા હોવા છતાં મારી જિજ્ઞાસા અને માતૃપ્રેમને મારે કાબૂમાં રાખવા પડ્યાં. આલોક અને તારા પ્રાણને સહીસલામત રાખવા માટે મને આ પગલું જ યોગ્ય લાગ્યું હતું. તેની તસવીર તો દૂરની વાત છે, મને તો એ સુધ્ધાં ખબર નથી કે રેહા જીવે છે કે પછી...’

વાક્ય પૂરું કરવાને બદલે તે બીજી દિશામાં જોઈ ગઈ.

રિયાએ ભૈરવી મા સમક્ષ આશાભરી નજરે જોયું, પરંતુ તેમની આંખોમાં પૂર્વવત્ અકળ ભાવો સિવાય કશું ઝળકતું નહોતું.

એ જ સમયે, મનસ્વી દોડતી દોડતી કુટિરમાં પ્રવેશી. તે હાંફી રહી હતી.

‘મા... તેઓ પુનઃજાગૃત થઈ રહ્યા છે!’ મનસ્વીનો ઈશારો શક્તિ-આશ્રમના ગુપ્ત કક્ષમાં બંધનમાં રાખવામાં આવેલા કેદી તરફ હતો.

સાધ્વી માએ તત્ક્ષણ પોતાના આંસુ લૂછીને ભૈરવી મા સામે દૃષ્ટિપાત કર્યો.

‘આપણી પાસે વધુમાં વધુ સોળ પ્રહર એટલે કે ૪૮ કલાકનો સમય બચ્યો છે, વસુધા!’ ભૈરવી માએ ગર્ભિત સ્વરે કહ્યું, ‘હવે વધુ રાહ જોઈ શકાય એમ નથી.’

એ બંને વચ્ચે થઈ રહેલી વાતચીતનો એક પણ અંશ રિયા કે અશરફને સમજાઈ નહોતો રહ્યો.

‘રિયાની આશ્રમમાં ઉપસ્થિતિને લીધે તેઓ થોડા શાંત જરૂર થયા હશે, પરંતુ સભાન નહીં!’ ભૈરવી માએ જણાવ્યું, ‘જો હવે તેઓ જાગૃત થયા, તો એમને રોકવાનું સામર્થ્ય કોઈ પાસે નથી.’

ભૈરવી માનાં નેત્રો બિડાયાં. પોતાની દિવ્યદૃષ્ટિ વડે જોવા મળેલાં દૃશ્યએ એમને હચમચાવી નાંખ્યાં. આમ છતાં, ક્ષણવારમાં જાત ઉપર નિયંત્રણ મેળવીને એમણે રામરક્ષા સ્તોત્રના અંતિમ શ્લોકનું ઉચ્ચારણ કર્યું,

राम रामेति रामेति रमे रामे मनोरमे ।
सहस्त्रनाम तत्तुल्यं रामनाम वरानने ॥

વસુધા સમજી ગઈ કે ગુપ્તકક્ષમાં રહેલા કેદીને શાંત પાડવા માટે ભૈરવી માએ અમોઘ શસ્ત્રનો પ્રયોગ કર્યો છે!

અશરફ અને રિયાના ચહેરા પર મસમોટા પ્રશ્નાર્થચિહ્નો લાગી ચૂક્યાં હતાં.

ભૈરવી મા બેઠક પરથી ઊભાં થયાં, 'તારા અસ્તિત્વની સૌથી વિકટ પરીક્ષા સમીપ છે, રિયા! આવતીકાલનો દિવસ નિશ્ચિત કરશે આ બ્રહ્માંડનું ભવિષ્ય!'

વસુધાની આંખોમાં ભયનો ઓછાયો ઊતરી આવ્યો. વધુ એક દીકરીને ગુમાવી બેસવાનો ઉદ્વેગ તેના હાવભાવમાં છલકી રહ્યો હતો. આમ છતાં, તે મન મક્કમ કરીને ઊભી થઈ અને હિંમત એકઠી કરીને કહ્યું, 'શક્તિ-આશ્રમના ગૂઢાતિગૂઢ રહસ્ય સાથે તને રૂબરૂ કરાવવાની ઘડી આવી ચૂકી છે.'

ભૈરવી મા, મનસ્વી અને સાધ્વી માએ કુટિરની બહાર નીકળવા માટે ડગ માંડ્યાં. રિયા અને અશરફ પણ મુગ્ધભાવે એમની પાછળ દોરાયાં.

ત્રીજી મિનિટે તેઓ ગુપ્તકક્ષના દ્વાર ઉપર આવીને ઊભાં રહ્યાં. રિયા અને અશરફનું હૃદય છાતી ફાડીને બહાર નીકળી આવે, એટલું ઝડપથી ધબકવા માંડ્યું હતું.

વર્તમાન દિવસ

નુવારાએલિયા, શ્રીલંકા

'પવનસુત હનુમાનનાં પગલાં છે એ!' પાછળથી સંભળાયેલા સાદે વિવાન, લંકન અને હેમરાજને ચોંકાવી દીધા.

તેમણે પાછળ ફરીને જોયું. મંદિરના મુખ્ય પૂજારી પગથિયાં ઊતરીને એમની તરફ પધારી રહ્યા હતા.

શ્રીરામ અને જાનકીનાં દર્શન કર્યા પછી ત્રણેય પુરુષો મંદિરના પાછળના ભાગે મૂકવામાં આવેલી પાષાણશિલાનાં દર્શન કરવા માટે આવ્યા હતા.

હનુમાન ચાલીસાના એક દોહાનું ઉચ્ચારણ કરતાં કરતાં પૂજારી એમની પાસે પહોંચ્યા,

सूक्ष्म रूप धरि सियहिं दिखावा ।
बिकट रूप धरि लंक जरावा ॥

भीम रूप धरि असुर सँहारे ।
रामचंद्र के काज सँवारे ॥

'આ જ એ સ્થાન છે, જ્યાં મહાબલિ હનુમાને સૂક્ષ્મરૂપ ધરીને માતા સીતાનાં દર્શન પ્રાપ્ત કર્યાં હતાં.' લલાટ ઉપર વૈષ્ણવતિલક, ખભે જનોઈ અને રામનામનું ઉપવસ્ત્ર ઓઢીને આવેલા પૂજારી પોતાની જ ધૂનમાં હતા, 'રાજીવલોચન રામનાં અર્ધાંગિનીને શોધવા માટે લંકા આવ્યા પછી બજરંગ બલિએ પોતાની અલૌકિક સિદ્ધિની સહાય વડે અત્યંત લઘુસ્વરૂપ ધારણ કરી લીધું, જેથી કોઈને એમની ઉપસ્થિતિ અંગે જાણ ન થાય.'

વિવાન, હેમરાજ અને લંકન ધ્યાનપૂર્વક એમને સાંભળી રહ્યા હતા. હનુમાન માતા સીતાને પ્રભુ રામની વીંટી આપી રહ્યા હોય એવો એક વિગ્રહ ત્યાં સ્થાપિત કરવામાં આવ્યો હતો.

'ગોસ્વામી તુલસીદાસ હનુમાન ચાલીસામાં જણાવે છે,

प्रभु मुद्रिका मेलि मुख माहीं ।
जलधि लाँघि गये अचरज नाहीं ॥

પ્રભુની મુદ્રિકા અર્થાત્ વીંટી મુખમાં મૂકીને હનુમાને લંકા સુધીનો સમુદ્ર એક છલાંગમાં પાર કરી લીધો હતો.' પૂજારીએ મૂર્તિ નજીક જોવા મળતી પગની છાપ સામે આંગળી ચીંધી, 'આ હનુમાનના દિવ્ય ચરણકમળની છાપ છે, એવું આદિકાળથી માનવામાં આવે છે. ત્રેતાયુગમાં આ સ્થાન પર વૃક્ષ નીચે વિષાદગ્રસ્ત અવસ્થામાં બેઠેલાં સીતા માતાને હનુમાને પ્રભુ રામની વીંટી આપીને આશ્વસ્ત કર્યાં હતાં.'

'શું એ વાતમાં તથ્ય છે કે નુવારાએલિયાનાં જંગલોમાં આજની તારીખે પણ હનુમાન નિવાસ કરે છે?' વિવાને જિજ્ઞાસા વ્યક્ત કરી.

ગોળમટોળ મુખારવિંદ અને એવા જ આકારની લચીલી ફાંદ ધરાવતા પૂજારીએ ભાંગેલીતૂટેલી હિન્દીમાં કહ્યું, 'એવી ધારણા તો છે, પરંતુ સભ્યસમાજની એક પણ વ્યક્તિ આ ઘટનાની સાક્ષી નથી!'

'એવું કેમ?' લંકનએ પૂછ્યું.

'કારણ છે, મતંગવનના આદિવાસીઓ!' પૂજારીએ થોડે જ દૂર દેખાતાં જંગલો સામે મીટ માંડી, 'આ રહ્યાં એ જંગલો, જ્યાં હનુમાનનો વાસ હોવાની માન્યતા છે.'

વિવાને નુવારાએલિયાનાં જંગલો તરફ દૃષ્ટિ કરી. તેઓ અત્યારે જ્યાં ઊભા હતા, ત્યાંથી દસ જ ડગલાં દૂર ભેખડો પર જંગલની શરૂઆત થઈ જતી હતી.

'આ જંગલોના આદિવાસીઓને બહારના સમાજ સાથે કોઈ જ સંબંધ નથી. એમની રહેણી-કરણી અને વેશભૂષા પણ અન્યોથી અલગ છે. એમની ભાષા સાવ જુદી છે. માતંગ આદિવાસીઓનો આ સમુદાય દૃઢપણે એવું માને છે કે સ્વયં હનુમાનજી એમને મળવા માટે દર ૪૧ વર્ષે પધારે છે!' પૂજારીએ વિગતો આપી, 'સેતુ એશિયા નામના એક આધ્યાત્મિક સંગઠનનું કેન્દ્ર કોલમ્બો ખાતે આવેલું છે, જ્યારે સાધના-કેન્દ્ર અહીં નુવારાએલિયામાં છે; જેનો મુખ્ય હેતુ માનવજાતિને કષ્ટભંજન દેવ સાથે ફરી જોડવાનો છે.'

'તો એમને હનુમાનની હાજરી અંગે કોઈ પુરાવો મળ્યો છે ખરો?' વિવાને પૂછ્યું.

'હા! એમણે દાવો કર્યો છે કે ૨૭ મે, ૨૦૧૪ના રોજ હનુમાનજીએ આદિવાસીઓ સાથે છેલ્લો દિવસ વિતાવ્યો હતો! ત્યારબાદ, હવે ૨૦૫૫ની સાલમાં તેઓ ફરી દર્શન આપશે! સેતુ સંગઠનનાં રિપોર્ટ્સ મુજબ, આદિવાસીઓના આ સમૂહને માતંગ લોકોના સમાજ તરીકે ઓળખવામાં આવે છે.' પૂજારીએ પ્રત્યુત્તર વાળ્યો.

'એમની આ ઓળખ પાછળનું વિશેષ કારણ?' લંકનએ પોતાના બંને હાથની હથેળી એકબીજા સાથે ઘસતાં ઘસતાં સવાલ કર્યો. વરસાદને કારણે ઠંડકમાં વધારો થઈ ચૂક્યો હતો.

'કારણ કે, હનુમાનજીનો જન્મ માતંગ ઋષિના આશ્રમમાં થયો હતો.' પૂજારીએ કહ્યું.

'પરંતુ જો માતંગ આદિવાસીઓ સભ્યસમાજથી દૂર રહેતા હોય, તો પછી સેતુ સંગઠનના સંશોધનમાં તથ્ય કેટલું?' વિવાને પૃચ્છા કરી. ઠંડીના કારણે તેના મોંમાંથી ઝાકળરૂપી ધુમાડો નીકળી રહ્યો હતો.

'માતંગ આદિવાસીઓની સંખ્યા બહુ જ ઓછી છે અને તેઓ શ્રીલંકાના અન્ય કબીલા કરતા ઘણા જ અલગ છે. સેતુ સંગઠનના સંશોધકોએ એમને વધુ નજીકથી ઓળખવા માટે જંગલી જીવનશૈલી અપનાવી! ત્યારબાદ એમનો સંપર્ક સાધવાનું શરૂ કર્યું. રોજબરોજ એમની સાથે પસાર કરવાની શરૂઆત કરી... અને એ પછી સેતુ સંગઠનને જે માહિતી મળી, એ વાસ્તવમાં ચોંકાવનારી હતી!' પૂજારીએ વિસ્તૃત છણાવટ આદરી.

તેઓ ચાલતાં ચાલતાં ફરી મંદિરના પરિસરના આવી ગયા, જેથી ઠંડી સામે રક્ષણ મળી શકે.

'અધ્યયનકર્તાના સંશોધન મુજબ, માતંગ આદિવાસીનો હનુમાનજી સાથેનો સંબંધ બહુ જ વિચિત્ર છે. ૨૦૧૪ની સાલમાં એના વિશેની માહિતી પ્રાપ્ત થઈ. ત્યાંની જુદા પ્રકારની ગતિવિધિઓ પર ધ્યાન કેન્દ્રિત કરવામાં આવતાં જાણ થઈ કે આ સિલસિલો રામાયણકાળથી ચાલ્યો આવે છે! માતંગોની હિલચાલ પ્રત્યેક ૪૧ વર્ષે સક્રિય થતી જોવા મળે છે. આદિવાસીઓને વિશ્વાસ છે, કારણકે સ્વયં હનુમાનજીએ એમને આશ્વાસન આપ્યું છે કે દર ૪૧ વર્ષે તેઓ એમની મુલાકાત લેશે અને આત્મજ્ઞાન આપશે!'

તદ્દન પાતળું ઉપવસ્ત્ર પહેર્યું હોવા છતાં પૂજારીને બિલકુલ ઠંડી નહોતી લાગી રહી. તેઓ વર્ષના બારેય મહિના આ પ્રકારના વાતાવરણમાં જ વિતાવતા હોવાને લીધે લગભગ ટેવાઈ ગયા હતા,

'આ કારણોસર દર ૪૧ વર્ષે હનુમાન આવીને તેમને પરમજ્ઞાન આપી આત્મશુદ્ધિ કરાવે છે. જ્યારે હનુમાન આદિવાસીઓને મળવા આવે છે ત્યારે પ્રવાસ દરમિયાન એમણે કરેલાં કાર્યો અને એમના દ્વારા ઉચ્ચારાતા પ્રત્યેક શબ્દોનું વિવરણ આદિવાસીના મુખિયા બાબા માતંગ લખી રાખે છે.

પ્રભુ રામે માનવજીવન પૂરું કરીને સરયૂ નદીમાં જળસમાધિ લીધી હતી. એ સમયે હનુમાનજી અયોધ્યા છોડીને જંગલોમાં રહેવા ચાલ્યા ગયા હતા. કિષ્કિંધા વગેરે સ્થળોની મુલાકાત લીધા બાદ તેઓ લંકાનાં જંગલોમાં ભ્રમણ હેતુ પહોંચ્યા. એ દરમિયાન માતંગ આદિવાસીઓએ એમની ખૂબ સેવાચાકરી કરી. જેનાથી પ્રસન્ન થઈને હનુમાનજીએ એમને વચન આપ્યું કે તેઓ દર ૪૧ વર્ષે આદિવાસીઓને મળવા માટે આવશે. આજે પણ હનુમાનજી પોતાના વચનનું પાલન કરી રહ્યા છે!'

વિવાન, હેમરાજ અને લંકનનાં મોં આશ્ચર્યને લીધે ખૂલી ગયાં.

'મુખિયા માતંગબાબા સાથે મુલાકાત થઈ શકે ખરી?' ધૈર્ય ગુમાવી બેસવાને કારણે વિવાનથી સવાલ પુછાઈ ગયો.

'એમને મળીને આખરે કરશો શું?' પૂજારીએ સામો પ્રશ્ન પૂછ્યો, 'હનુમાન તો આમ પણ હવે છેક વર્ષ ૨૦૫૫માં દર્શન આપશે!'

વિવાનના હોઠ સિવાઈ ગયા. પૂજારી ખોટા નહોતા.

'મને એક પ્રશ્નનો ઉત્તર આપશો?' પૂજારીની આંખોમાં વેધકતા જોવા મળી, 'દેખાવ અને અંગ્રેજી બોલી પરથી પણ અત્યંત શિક્ષિત લાગો છો! વળી, શ્રીલંકાના સ્થાનિક રહેવાસી તો બિલકુલ નથી. દુનિયા જેને કપોળકલ્પના માને છે, એવા ત્રેતાયુગીન હનુમાનનાં દર્શન માટે તમે સૌ અધીરા શા માટે જણાઓ છો?'

'કારણ કે, એકમાત્ર હનુમાન જ જાણે છે એ રહસ્ય... જે સમસ્ત વિશ્વને નષ્ટ થતાં બચાવી શકે એમ છે!' વિવાન બબડ્યો, 'હનુમાન જ એ ચિરંજીવી છે, જેમણે માનવસમાજથી છુપાવવામાં આવેલા રામાયણના એ કાલાતીત અધ્યાયનું સ્વહસ્તે આલેખન કર્યું હતું!'

'કંઈ કહ્યું તમે?' વિવાનના ફફડતા હોઠ પરથી સ્ફુરી રહેલા શબ્દો બરાબર ન સંભળાવાને કારણે પૂજારીએ નમ્રતા દાખવીને પૂછ્યું.

'હેં? ના.' વિવાનના કપાળ પર કરચલી વળી, 'મારી મર્યાદા એ છે કે હું આપને આ પ્રશ્નનો ઉત્તર અત્યારે આપી શકું એમ નથી. એટલું સમજી લો કે કરોડો લોકોના પ્રાણ સંકટમાં છે!'

પૂજારી ઘડીભર સ્તબ્ધ થઈ ગયા. અંતે, તેમણે નિસાસો નાંખતાં કહ્યું, 'અફસોસ, આ કિસ્સામાં હું પણ તમારી મદદ કરી શકું એમ નથી. મુખિયા માતંગબાબા પોતાની સ્વેચ્છાએ મનુષ્યને દર્શન આપતા હોય છે. આજની રાત આ જંગલમાં પસાર કરી જુઓ... કદાચ કોઈક રસ્તો મળી આવે!'

૮૦

ત્રેતાયુગ
લંકા

રાવણના શુષ્ક હોઠ પરથી સ્ફુરી રહેલા મંત્રોચ્ચાર ચૈત્યપ્રાસાદમાં ચારેકોર ગુંજી ઊઠ્યા. ભેંકાર ભાસતી એ ભેખડોને ચીરીને ટપકી રહેલાં જળબિંદુ જાણે તેના સ્વરમાં સૂર પુરાવી રહ્યાં હતાં! અજવાસની આછેરી રેખા પણ જ્યાં જોવા ન મળે, એવા આ દાનવાલયમાં વ્યાપ્ત ગાઢ અંધકાર આજે એ મહાવિધ્વંસનો સાક્ષી બનવા જઈ રહ્યો હતો.

જીવનપર્યંત કરેલી બધી જ અઘોર અને તાંત્રિક સાધનાઓના માધ્યમથી તે કાળયજ્ઞ કરવા માટે કટિબદ્ધ હતો. બ્રહ્માના પાંચમા મુખમાંથી સરી પડેલા કાળવેદમાં એ વિધાન આલેખાયેલું હતું, જેની સહાય મેળવીને રાવણ અત્યારે વિધિ કરી રહ્યો હતો. જો દિતિપુત્ર મહા-અસુર મરુતના વંશજોમાંનો કોઈ એક રાક્ષસ પોતાની તમામ સિદ્ધિઓ એકજૂથ કરીને કાળયજ્ઞ પૂર્ણ કરે, તો ત્રિદેવ ઉપરાંત સમષ્ટિના કોઈપણ જીવાત્મા તેનો વધ નહીં કરી શકે તે નિશ્ચિત હતું!

સહસા લંકેશે પોતાની કેડે ખોસેલી કટાર કાઢી અને તેના વડે હથેળી પર ઊભો ચીરો પાડી દીધો. આમ કરતી વખતે તેનું રૂંવાડું સુધ્ધાં ન ફરક્યું. ઊંડા ઘામાંથી રુધિરનું નાનું ઝરણું ફૂટી નીકળ્યું. રક્તથી લથબથ હાથને દેવી અનિષ્ટાત્રીના ચરણો સુધી લંબાવવામાં આવ્યો. કૈકસીવંશના આસુરી રક્ત વડે અનિષ્ટાત્રીના ચરણો પખાળતી વેળા તેના મુખમાંથી અવિરતપણે હ્રીં બીજમંત્રનો જાપ થઈ રહ્યો હતો.

બીજી જ ક્ષણે, ચૈત્યપ્રાસાદે એ દશ્ય નિહાળ્યું, જેના સાકાર થયાને વર્ષો વીતી ચૂક્યાં હતાં. ગ્રહણયુક્ત સૂર્યની કાળપ એકાએક દૂર થઈ ગઈ હોય, એવી રીતે દાનવાલયના અંધકારને ચીરી કાઢતો પ્રકાશપુંજ અનિષ્ટાત્રીના વિગ્રહને ઘેરી વળ્યો. જેમ જેમ લંકેશના દેહમાંથી વહી રહેલી રક્તધારા અનિષ્ટાત્રીના ચરણો પાસે રાખવામાં આવેલાં કુંડમાં એકત્ર થતી જતી હતી, એમ એમ મૂર્તિની કિનારીઓ જીવંત બનીને ઝગારા મારવા માંડી.

ઓલવાઈ રહેલા દીપકને દીવેલ મળ્યું હોય એ રીતે એક સમય ઉપર સમસ્ત મૂર્તિ ઝળહળાં થઈ ગઈ. પિતાંબર રંગી નહીં, પરંતુ રક્તવર્ણી અગ્નિના પ્રકાશ વડે પ્રતિમામાં જીવ ફૂંકાયો. અનિષ્ટાત્રીનાં અંગોમાં હલનચલન જોવા મળ્યું. એમની બંને આંખની કીકીઓમાં ફડફડતો અગ્નિ હૃદય કંપાવી મૂકે એવો બિહામણો લાગતો હતો.

પ્રતિમામાં વ્યાપ્ત લાલ રંગના અગ્નિનો પ્રકાશ સમગ્ર ચૈત્યપ્રાસાદમાં પ્રસરી ગયો. ઠેર ઠેર વિશાળ સ્તંભના ટેકે ઊભેલી પાષાણપ્રતિમાઓ અને રેખાકૃતિઓ ઝગમગી ઉઠી.

અનિષ્ટાત્રીના વિગ્રહમાં પ્રાણ ફૂંકાતાંની સાથે જ રાક્ષસરાજે તેની વિશાળ ભુજાઓને બંને બાજુ ફેલાવી અનિષ્ટની અધિષ્ઠાત્રીનું સ્વાગત કર્યું, 'પધારો મા! આપનું સ્વાગત છે, હે કુળદેવી.'

બે હાથ જોડીને તેણે દેવી સમક્ષ સાષ્ટાંગ નમસ્કાર કર્યા.

... એટલામાં, ચૈત્યપ્રાસાદનાં દ્વાર ખૂલ્યાં અને શૂર્પણખાના પતિ વિદ્યુતજિહ્વાનો પ્રવેશ થયો. રામ અને લક્ષ્મણ સમક્ષ દેવી સીતાનું કપાયેલું મસ્તક મોકલીને એમને હતોત્સાહ કરવાનું તેનું ષડયંત્ર નિષ્ફળ રહ્યું હતું, એનો ક્રોધ તેના પદચાપમાં સ્પષ્ટપણે સંભળાતો હતો, પરંતુ રાવણે અત્યારે કટોકટીના સમયે તેને ચૈત્યપ્રાસાદમાં પધારવા માટેનું કહેણ મોકલાવ્યું, એ આશ્ચર્યજનક ઘટના હતી.

'પ્રણિપાત, દૈત્યશ્રેષ્ઠ...' સમસ્ત ત્રિલોકનો મહાન માયાવી અસુર અને ચિત્રવિચિત્ર આસુરી કારીગરી કરવામાં કુશળ વિદ્યુતજ્જિહ્વાએ રાવણને પ્રણામ કર્યા.

રાવણ હજુ પણ અનિષ્ટાત્રીના ચરણો પાસે ઘૂંટણિયે બેઠો હતો. થોડી ક્ષણો પછી, તેણે મૂર્તિ નજીક પોતાના આસન પર સ્થાન જમાવ્યું. વિદ્યુતજ્જિહ્વા ચૂપચાપ દશાનનની ગતિવિધિ નિહાળી રહ્યો હતો. દાયકાઓથી રાવણની સાથે રહેતો હોવા છતાં વિદ્યુતજ્જિહ્વા એના મસ્તિષ્કમાં ચાલતી યોજનાઓને પામી નહોતો શકતો.

અનિષ્ટાત્રીના વિગ્રહની બરાબર સામે બેઠેલા રાવણે ધરતી પર પોતાના જમણા હાથની પાંચ આંગળીઓ મૂકી. મનોમન કુળદેવીના નામનું ધ્યાન ધર્યા પશ્ચાત્ એ જ મુઠ્ઠી વડે ધરા ઉપર જોરથી પ્રહાર કર્યો. જામી ગયેલી માટીના થર હચમચી ઊઠ્યા. જમીનમાં તરબૂચના આકારનો ઊંડો ખાડો પડી ગયો. રાવણે તેમાં પોતાનો જમણો હાથ ખુંપાવી દીધો. નિયત સ્થાન પર દાયકાઓ પહેલાં છુપાવી રાખેલી કોઈ વસ્તુ ખોળી રહ્યો હોય, એ રીતે તેનો હાથ આમથી તેમ ફરવા માંડ્યો.

એકાએક હાથ સાથે કંઈક નક્કર વસ્તુનો સ્પર્શ થયો. મુષ્ટિની પકડ મજબૂત કરી, રાવણે જોરથી એ વસ્તુને ખાડામાંથી બહાર ખેંચી કાઢી.

રાવણ ધનુષ!

અચાનક આવી ગયેલી ધૂળની ડમરીએ ત્રિભુવનમાં જાણે આંધી લાવી દીધી! જીવજંતુઓના રહસ્યમય ગણગણાટ જાણે સૃષ્ટિને આવનારા સર્વનાશથી અવગત કરાવી રહ્યા હોય એવી રીતે ગુંજી ઊઠ્યા.

પોતાના પગ પાસે જમીનને ટેકે ઊભેલા ધનુષને દશાનન તાકી રહ્યો. તત્પશ્ચાત્, ધરા ધ્રુજાવી નાંખતો હુંકાર કરી તેણે કહ્યું, 'જે સ્વયં મારી કુળદેવી અનિષ્ટાત્રીને અર્પણ છે, એવી દિવ્ય-આસુરી પણછ આ ધનુષને અર્પણ હો!'

ક્ષણના છઠ્ઠા ભાગમાં, અનિષ્ટાત્રીને કંઠ પરથી વક્ષઃસ્થળ ઉપર પસાર થઈને કમર સુધી પહોંચતી એમની જનોઈમાં અલૌકિક ચમક પથરાઈ ગઈ. સમષ્ટિના તમામ નિશાચર પ્રાણીના રક્તમાં ઝબોળાઈને તરબતર થઈ હોય, એવા લાલ રંગની એ દળદાર જનોઈ હતી!

અનિષ્ટાત્રીના ગળામાંથી બહાર આવીને એ જનોઈ આપોઆપ રાવણના વરદાન માંગતા લંબાયેલા હાથ સુધી પહોંચી ગઈ. બ્રહ્માંડની તમામ અનિષ્ટ

શક્તિઓ જેમાં સમાહિત હતી, એવી અનિષ્ટાત્રીની જનોઈને રાવણે ધનુષ ઉપર પણછ તરીકે બાંધી દીધી.

વિદ્યુતજિજિહ્વાની નજર સામે જ ધનુષના અગ્રભાગે મહાપિશાચની આકૃતિ કોતરાઈ આવી.

લંકેશે પોતાની આંગળીઓ વડે ખેંચાયેલી પણછને ઝાટકાભેર છેડી. એ સમયે ધનુષમાંથી સમસ્ત ત્રિભુવનને કંપાવી નાંખતો પ્રચંડ ધ્વનિ ઉત્પન્ન થયો.

વૈકુંઠમાં નિવાસ કરતા દેવોના ચિત્તમાં ખળભળાટ મચી ગયો. સમાધિસ્થ આદિયોગી ચંદ્રશેખર શિવની આંખો ઝાટકાભેર ખૂલી ગઈ. ક્ષીરસાગરમાં બિરાજમાન મહાવિષ્ણુએ પોતાની યોગનિદ્રાનો ત્યાગ કરીને ધરતી ઉપર ચાલી રહેલાં વિધ્વંસનાં પડઘમ સાંભળવા માટે બેઠું થઈ જવું પડ્યું. બ્રહ્મલોકમાં બેસીને ભિન્ન ભિન્ન બ્રહ્માંડોનું સર્જન કરી રહેલા બ્રહ્માએ પોતાનું કાર્ય અધવચ્ચે અટકાવી દેવું પડ્યું.

... આ ચેતવણી હતી, ભવિષ્યમાં થનારા વિધ્વંસની!

મધ્યાંતરે પહોંચી ગયેલા કાળયજ્ઞને જો સમયસર રોકવામાં ન આવ્યો, તો દશાનન સમયચક્રને પણ લાંઘી જશે એ નિશ્ચિત હતું!

૮૧

વર્તમાન દિવસ

નુવારાએલિયા, શ્રીલંકા

ઘોર રાત્રિના નિશાચરો પોતાના શિકારની ખોજમાં નીકળી ચૂક્યાં હતાં. મૌન એટલી હદે ભયાવહ અને બિહામણું હતું કે કંસારીઓ સહિત તમામ નાના જીવજંતુઓ પોતપોતાના દરમાં છુપાઈને બેઠાં હતાં. શૈતાન પાસેથી તેની કાળપ ઉધાર લીધી હોય એટલો ગાઢ અંધકાર નુવારાએલિયાનાં જંગલોમાં વ્યાપ્ત હતો. જગતની તમામ પ્રકારની નિમ્ન ઊર્જા - ડાકિની, શાકિની, યક્ષિણી, કર્ણપિશાચિની, સભામોહિની - અને પ્રેતાત્માના શ્વાસોચ્છ્વાસ સમાન ભાસતાં પવનના સુસવાટા આવનારી અનિષ્ટ ઘટનાઓની ભવિષ્યવાણી કરી રહ્યા હતા.

એવું લાગતું હતું જાણે સમસ્ત મતંગવન મેલી વિદ્યાઓની ચિચિયારી અને હાકોટા-પડકારાથી ત્રસ્ત હતું. સૂકા પાંદડાના ખખડાટમાત્રથી કાચાપોચાના હૃદયનાં પાટિયાં બેસી જાય એવું દૃશ્ય હતું. ડાળી-ડાળીએ સાપનાં ઝુંડ કામક્રીડાનો આનંદ ઉઠાવી રહ્યાં હતાં. કેટલાક કાળોતરા નાગ મોં ખોલીને પૂતળાની માફક સ્થિર થઈ ચૂક્યા હતા, જેથી એમનો શિકાર સામે ચાલીને એમના તરફ આકર્ષાય! દૂર દૂર ક્યાંક દીપડા અને વાઘની ગર્જના પડઘાઈ રહી હતી.

અશુભ સંકેતો લઈને પ્રગટ થયેલી આ રાતે કેટલાક પગ સાવધાનીપૂર્વક પોતાની મંઝિલ તરફ આગળ ધપી રહ્યા હતા. અંધારામાં ભૂલથી પણ એમનાં પગલાં કોઈ ઝેરી સરીસૃપ ઉપર ન પડી જાય, એનું તેઓ સતત ધ્યાન રાખી રહ્યા હતા.

વિવાનના હાથમાં રહેલી ટૉર્ચ સમય-સમયાંતરે બંધ થઈ જતી હતી. લંકન અને હેમરાજ બંને એ વાતનું ધ્યાન રાખી રહ્યા હતા કે ઉતાવળમાં તેઓ ક્યાંક જંગલી પ્રાણીઓને આહ્વાન ન આપી બેસે!

વહેલી સવારે સીતા અમ્મા મંદિરમાં પૂજારી સાથે થયેલા સુદીર્ઘ વાર્તાલાપ પછી તેમણે મક્કમ મનોબળ સાથે મતંગવનમાં પ્રવેશ કરવાનો નિર્ણય લઈ લીધો હતો. શરૂઆતમાં વિવાને લંકન અને હેમરાજને પોતાની સાથે ન આવવા માટે ખૂબ સમજાવ્યા, સોગંદ આપ્યા! સામ-દામ-દંડ અને ભેદનો ઉપયોગ કર્યા પછી પણ બંનેમાંથી કોઈ જ્યારે ડગ્યું નહીં, ત્યારે વિવાને હથિયાર હેઠાં મૂકી દેવા પડ્યાં!

સ્થાનિક રહેવાસી હોવાને કારણે લંકન આ જંગલોથી વાકેફ હતો. તેનું બાળપણ શ્રીલંકાના તદ્દન અંતરિયાળ કહેવાતા ઉસૈનગોડા વિસ્તારમાં વીત્યું હતું. નુવારાએલિયાનાં જંગલો અને તેની આસપાસનો વિસ્તાર લંકન અને તેના બાળપણના મિત્રો માટે રમત-ગમતનું મેદાન હતાં. શ્રીલંકાના ખૌફનાક કહી શકાય એવાં ખતરનાક જંગલોમાં હરવાફરવા નીકળી પડવાના શોખને કારણે લંકનને જડીબુટ્ટીઓનું પણ ખાસ્સું જ્ઞાન હતું.

'સાહેબ, નાનપણમાં અમને કોઈ ઝેરી સર્પ દંશ દે તો ડૉક્ટર પાસે ભાગવાને બદલે જંગલની જ કોઈ ઔષધિ અથવા જડીબુટ્ટીની મદદથી અમે ઇલાજ કરતા!' લંકનએ સમય પસાર કરવાના હેતુ સાથે વાત શરૂ કરી.

'પરંતુ આ જ્ઞાન તારી પાસે પહોંચ્યું કેવી રીતે?' વિવાને પૃચ્છા કરી.

'ગામના વડીલો કહેતા કે જંગલોમાં વસવાટ ધરાવતાં ઝેરી જીવજંતુ અથવા પશુ-પ્રાણીના દંશનો ઉપચાર એમના રહેઠાણની આસપાસમાં જ ક્યાંક હોય છે!' લંકન એવી રીતે ચાલી રહ્યો હતો, જાણે જંગલની પ્રત્યેક કેડીઓ પરથી તે અસંખ્ય વખત પસાર થઈ ચૂક્યો હોય, 'હિન્દીમાં એક કહેવત છે... ઝહર હી ઝહર કો કાટતા હૈ! એવી જ રીતે, આ જીવજંતુઓ અથવા સરીસૃપોના દરની આસપાસ જ એવા પ્રકારની ઔષધિ ઊગતી હોય છે, જેની મદદથી એમના ઝેરનું શમન થઈ શકે. પૌરાણિક કાળમાં દરેક કબીલા પાસે આવું દુર્લભ જ્ઞાન રહેતું. આથી, એમને જંગલોમાં વસવાટ કરવાનો ડર ન લાગતો.'

'જંગલોની સૌથી મોટી ખાસિયત એ છે કે સમયની સાથે તે ત્યાંના રહેવાસીને અપનાવી લે છે!' પાછલા દોઢ કલાકમાં પહેલી જ વખત હેમરાજે મોં ખોલ્યું હતું, 'પ્રત્યેક વૃક્ષો અને જીવોને એક વખત ખાતરી થઈ જાય કે એમની વચ્ચે રહેનારો માણસ કોઈને નુકસાન પહોંચાડવા નથી માંગતો, ત્યારબાદ તેઓ એમને પોતાના પરિવારનો સભ્ય માનીને સંપથી રહેવા લાગે છે.'

'ખરું!' લંકનએ હોંકારો ભણ્યો.

વિવાન બને એટલો ઓછો ખખડાટ થાય એ પ્રકારે ડગ માંડી રહ્યો હતો. ઘૂંટણ સુધી ચામડાનું જાડું થર ધરાવતાં તેના લેધર-શૂઝ નાના-નાના જીવજંતુઓને ચામડી સુધી પહોંચતાં રોકી રહ્યાં હતાં. તેણે ધીમા અવાજે કહ્યું, 'મંદિરના પૂજારીએ આપેલા માર્ગદર્શન પ્રમાણે આપણે મતંગવનના કબીલાની નજીક પહોંચવાની તૈયારીમાં છીએ. મને વારંવાર એવી અનુભૂતિ થઈ રહી છે કે તમને બંનેને અહીંયાં લાવીને મેં તમારા જીવ જોખમમાં મૂકી દીધા છે. અરે, મને ખબર સુધ્ધાં નથી કે કબીલા સુધી આપણે પહોંચી શકીશું કે કેમ? ત્યાં પહોંચતાં પહેલાં જ ક્યાંક રસ્તામાં અધવચ્ચે આદિવાસીઓએ હુમલો કર્યો, તો શું કરીશું? કોઈ હથિયાર કે બચાવ-સામગ્રી વગર કેવી રીતે એમનો સામનો કરીશું?'

'આગે આગે ગોરખ જાગે!' હેમરાજે આશારૂપી દીવામાં હિંમતરૂપી દીવેલ પૂર્યું.

'માની લો કે કબીલાના મુખિયા - માતંગ બાબા - સાથે આપણી મુલાકાત થઈ, તો પણ એમને આપણે અહીંયાં આવવાનો હેતુ શી રીતે સમજાવી શકીશું? નથી તેઓ આપણી ભાષા સમજતા કે નથી આપણને એમની બોલી આવડતી!' વિવાનનું મગજ અસંખ્ય અનિષ્ટ વિચારોથી ઘમરોળાઈ રહ્યું હતું.

... અને એકાએક, તેના પગ ઝાટકાભેર રોકાઈ ગયા. હાથમાંથી ટૉર્ચ નીચે પડી ગઈ. પોતાની બંને હથેળી કાન ઉપર મૂકીને તેણે જોરથી ત્રાડ પાડી, 'આ બંધ કરો કોઈક!'

આખું જંગલ કાંપી ઊઠ્યું. પોતપોતાના માળામાં સૂઈ રહેલાં પંખીઓ વિવાનની આ ચીસથી સફાળાં જાગી ગયાં. કેટલાંય ચામાચીડિયાં ચિચિયારીઓ કરતાં આમથી તેમ ઊડવા માંડ્યાં. એમાંના ઘણાંખરાં લંકન અને હેમરાજનાં માથાં સાથે ઘસાતાં ઘસાતાં ઊડી રહ્યાં હતાં. એમના રહેણાક વિસ્તારમાં કોઈ ચોર ઘૂસી આવ્યો હોય એ રીતે તેઓ આગંતુકોને ભગાડી મૂકવા શોરબકોર કરવા માંડ્યાં.

હેમરાજ અને લંકન જાણે વીજળીના જીવતા તાર સાથે ચીપકી ગયા હોય એ રીતે સ્તબ્ધ હતા. તેમનાં રૂંવાડે-રૂંવાડે અજ્ઞાત ડર વ્યાપી ગયો. સમજ નહોતી પડી રહી કે વિવાનને અચાનક શું થઈ ગયું! કાન ઉપર હાથ મૂકીને તે શું બંધ કરવાની વાત કરી રહ્યો હતો?

હિસ્સ્સ્સસ્સ્સ્સ...

વિવાનને ફરી તેના કાન નજીક અજગરનો ફૂંફાડો સંભળાયો! રાષ્ટ્રપતિ ભવનમાં જ્યારે લોકો એક પછી એક મૃત્યુ પામી રહ્યા હતા, ત્યારે પણ આવો જ બિહામણો હિસ્સકારો એને સંભળાયો હતો. શ્રીરંગપટ્ટનમ્ ખાતે દરિયા દૌલતબાગમાં પણ તેને આવો જ અનુભવ થયો હતો. જ્યારે જ્યારે આ સ્વર તેને સંભળાયો હતો, ત્યારે ત્યારે કંઈક અનિષ્ટ-ઘટના બની હતી! વિવાનના અર્ધજાગૃત મગજ માટે આ કોઈ સામાન્ય ફૂંફાડો નહીં, પરંતુ મૃત્યુના આગમનને સૂચવતો ઘંટ હતો!

'આ કોઈ સંજોગ ન હોઈ શકે...' હેમરાજના હોઠ પરથી આઘાતમિશ્રિત ઉદ્ગાર સરી પડ્યા, 'આપણે એ સ્થાન ઉપર પહોંચી ચૂક્યા છીએ, જેનું વર્ણન સીતા અમ્મા મંદિરના પૂજારીએ કર્યું હતું!'

લંકનએ તરત ચારેકોર નજર ફેરવી. તેઓ એક નાનકડા ખુલ્લા મેદાન જેવા વિસ્તારની વચ્ચોવચ ઊભા હતાં. એમનાથી અડધો કિલોમીટર દૂર ટમટમિયાં દેખાવા માંડ્યાં હતાં... કદાચ સળગતી મશાલનો પ્રકાશ હતો એ! રાતના સમયે ખૂંખાર નરભક્ષીથી બચવા માટે આવાં તાપણાં કરવાની જૂની પ્રથા હતી.

'આપણે માતંગ આદિવાસીઓના વિસ્તારમાં પગ મૂકી દીધો છે!' લંકનએ હેમરાજની આશંકા ઉપર મંજૂરીની મહોર મારી.

તેઓ કંઈ સમજી કે વિચારી શકે, એ પહેલાં મોં પર ચિત્રવિચિત્ર લેપ સાથે કેટલાક અર્ધનગ્ન આદિવાસી એમને ઘેરી વળ્યા. તેમની લાલઘૂમ આંખોમાં પશુતા ઝળકતી હતી. માનવજાતથી પોતાને અળગા કરી ચૂકેલા આ વનવાસીઓ માટે બહારનું જગત કોઈ પરગ્રહ સમાન હતું! કથિત સભ્યસમાજ એમને પોતીકો નહીં, પરંતુ શત્રુ સમાન ભાસતો હતો. એમાં પણ ખાસ કરીને હનુમાનનાં દર્શન અંગેનાં રહસ્યો ઉજાગર થયા પછી મતંગવનમાં છાશવારે સંશોધકોની ટુકડીઓ અડ્ડો જમાવીને બેસવા લાગી હતી. પરિણામસ્વરૂપે, એમને પોતાનાથી દૂર રાખવા અને હનુમાનના આગમનની ગુપ્તતા જાળવવા માટે માતંગ આદિવાસીઓ થોડા ક્રૂર થઈ ગયા હતા. જરૂર પડ્યે આગંતુકના

હાથ-પગ કાપી નાંખીને તેને પોતાનો પરચો દેખાડી દેવામાં પણ તેઓ પાછા નહોતા પડતા.

કાળામેશ ચહેરા, એના ઉપર વાઘના શરીર ઉપર જોવા મળે એવા કાળા-પીળા લેપ વડે કરવામાં આવેલા ચટ્ટાપટ્ટા, કાનમાં લોખંડ જેવી જણાતી ધાતુનાં મોટાં મોટાં કુંડળ, માથા ઉપર જુદા જુદા પક્ષીનાં પીંછામાંથી બનાવવામાં આવેલા તાજ, ઉઘાડી છાતી, ગુપ્તાંગને ઢાંકતું વ્યાઘ્રચર્મ, હાથમાં લાંબાં લાંબાં તીર!

લંકન તો એમનો દેખાવ જોતાં જ ગભરાઈ ગયો. હેમરાજ આગળ વધીને વિવાનને સાવધ કરવા જાય એ પહેલાં કબીલામાંથી ત્રણ આદિવાસીઓએ વીજળીની ગતિએ પોતાની મુઠ્ઠીમાં પકડેલો ભુક્કો એમના મોં પર છાંટ્યો.

ક્ષણવારમાં તો તેઓ ચક્કર ખાઈને ભોંયભેગા થઈ ગયા. વિવાનની આંખ સામે છવાતો અંધકાર હવે તેના કાનમાં પડઘાતા હિસ્સકારા ઉપર આધિપત્ય જમાવવા લાગ્યો હતો. હેમરાજ અને લંકનના બેહોશ થયાની બીજી મિનિટે વિવાનની આંખ સામે પણ ધરતી ગોળ ગોળ ઘૂમવા લાગી.

તેઓ કેટલી વાર બેભાન રહ્યા, ખબર નહીં... પણ વિવાનની આંખ સૌથી પહેલાં ખૂલી! પાંપણ ભારેભરખમ જણાતી હતી. કોઈકે મણ-મણનો બોજ તેનાં પોપચાં ઉપર મૂકી રાખ્યો હોય એવી અનુભૂતિ હતી એ! આખા શરીરમાં કળતર થતી હતી. હાથ-પગ શક્તિહીન થઈને સાવ શિથિલ પડી ચૂક્યા હતા. તરસ અને ભૂખને કારણે તે બેહાલ હતો. દિવસોની ભાગદોડ તાવ અને અશક્તિ સ્વરૂપે અસર દેખાડી રહી હતી.

આંખો ખોલ્યાની બે-ત્રણ મિનિટ સુધી તો તેને સમજાયું જ નહીં કે પોતે ક્યાં છે! સ્વપ્ન અને વાસ્તવિકતા વચ્ચેની ભેદરેખા ધૂંધળી થઈ ગઈ હતી. સમય અને સ્થળનું ભાન તેને નહોતું! સવાર છે કે રાત, એ પણ નક્કી નહોતું થઈ શકતું. એવું લાગતું હતું જાણે બે-ત્રણ વર્ષ સુધી સતત ઊંઘ લીધા પછી તે અચાનક ઝબકીને જાગ્યો છે!

આદિવાસીઓએ છાંટેલા ભુક્કાની અસર હેઠળ શરીર અને મગજ બળવો

પોકારી ચૂક્યા હતા. દુશ્મન ઇચ્છે તો પણ વળતો પ્રહાર કરવા જેટલી હિંમત ન કેળવી શકે એ માટે અપનાવવામાં આ નુસખો કારગર નીવડ્યો હતો.

જેમ તેમ કરીને વિવાને આંખ પહોળી કરીને પરિસ્થિતિનો તાગ મેળવવાની કોશિશ કરી. તેણે બેઠા થવાનો પ્રયત્ન કર્યો, પણ શક્ય ન બન્યું. માંડ માંડ તેણે પોતાનું માથું ધુણાવ્યું. મગજ ઉપર આચ્છાદિત ઘેનની અસરને ખાળવાનો આ નિષ્ફળ પ્રયાસ હતો. જેમ જેમ તે સભાનાવસ્થામાં આવતો ગયો, એમ એમ તેને સમજાતું ગયું કે પોતે કોઈક ઝાડના થડ સાથે ચસોચસ રીતે બંધાયેલો છે. તેનાં અંગો ઉપર પડેલા ઘસરકા અને ભીંસ સૂચવતાં હતાં કે લોહીનું ભ્રમણ અતિશય ધીમે ધીમે થઈ રહ્યું છે!

મહામહેનતે તેણે નજર સ્થિર કરી. ઘેનના કારણે તેનું માથું વારેઘડિયે ઝોલાં ખાઈ જતું હતું. ખાસ્સા સમય સુધી આમ ને આમ જ ચાલતું રહ્યું. જેવો તે જાગવાનો પ્રયત્ન કરે કે તરત ઘેનને કારણે ઝોકું આવી જાય અને થોડી વાર પછી નવેસરથી કક્કો ઘૂંટવો પડે.

પાંચેક વખત આ સિલસિલો પુનરાવર્તિત થયા પછી આખરે વિવાનના માનસપટ સામે તમામ ઘટનાઓ તાજી ગઈ. સાપના હિસ્સકારાથી માંડીને આદિવાસીઓએ છાંટેલા ભુક્કા સુધીના બનાવે તેને સજાગ કર્યો.

હળવેકથી માથું ઊંચું કરીને તેણે ઉપર જોયું. દસ જેટલા આદિવાસીઓ પાષાણશિલા ઉપર નિરાંતે બેઠા હતા. તેઓ વિવાન સામે ટગર ટગર તાકી રહ્યા હતા. કોઈ પરગ્રહવાસી એમના વિસ્તારમાં ઘૂસી આવ્યું હોય એવું અચરજ એમની આંખોમાં ડોકાતું હતું. એમની પાછળ ઘાસની કેટલીક ઝૂંપડીઓ હતી, જેના પ્રવેશદ્વાર પાસે જમીનમાં મશાલ ખોડવામાં આવી હતી. કેટલીક ઝૂંપડીમાં અજ્ઞાત ભાષામાં થઈ રહેલી વાતચીતના અસ્પષ્ટ સ્વર સંભળાતા હતા, તો કેટલીક ઝૂંપડીમાં બાળકોનાં રુદન!

નુવારાએલિયાના જંગલમાં એક આખો સમાજ ધબકી રહ્યો હતો. નવાઈની વાત એ હતી કે આટલી કડકડતી ઠંડીમાં આદિવાસીઓએ પાતળું ઉપવસ્ત્ર સુધ્ધાં નહોતું પહેર્યું. એમનું શરીર આ કાતિલ ઠંડક સાથે અનુકૂલન સાધી ચૂક્યું હતું.

વિવાને હોઠ ફફડાવવાની કોશિશ કરી, પરંતુ મોં ઉપર ગુંદર ચીપકાવવામાં આવ્યો હોય એમ તે કંઈ બોલી જ ન શક્યો. ચહેરાને લકવો મારી ગયો હતો! તેના ગળામાંથી ઘોઘરો સ્વર નીકળ્યો. સામે બેઠેલા આદિવાસીઓમાંથી એક વ્યક્તિ ઊભી થઈને ઝૂંપડી સુધી પહોંચી. બાકીની તમામ ઝૂંપડી કરતાં

એ ઝૂંપડી થોડી અલગ હતી. તેના ઉપર હનુમાનની ગદા જેવું કોઈ નિશાન ચિતરાયેલું હતું. કદમાં પણ તે અન્ય ઝૂંપડીઓ કરતાં સહેજ મોટી જણાતી હતી.

થોડી જ સેકન્ડ્સ પછી ઝૂંપડીમાંથી એક વૃદ્ધ વ્યક્તિ બહાર આવી. ધીમા પરંતુ અત્યંત મક્કમ ડગલાં સાથે તે વિવાન પાસે પહોંચી. એ વૃદ્ધના ચહેરા ઉપર અલૌકિક તેજ હતું. કપાળ, ગાલ અને શરીર ઉપરની કરચલીઓ જોતાં એવું લાગતું હતું કે તેની ઉંમર ૧૦૦ વર્ષ કરતાં પણ વધુ હોવી જોઈએ.

વૃદ્ધત્વનો સીમાડો આવી ગયો હોવા છતાં તેમની ચાલ યુવાનને શરમાવે એટલી જુસ્સાવાળી હતી. એમનો દેખાવ અન્ય આદિવાસીઓ સાથે અદ્દલોદ્દલ મેળ ખાતો હતો. વ્યક્તિત્વમાં છલકાતો આત્મવિશ્વાસ અને અનુભવવૃદ્ધ આંખો કહી રહી હતી કે તેઓ કબીલાના મુખિયા હોવા જોઈએ.

અજાણપણે જ વિવાને મનોમન એમને નમન કર્યાં! વૃદ્ધ વ્યક્તિની આભા એટલી દિવ્ય હતી કે એમની સામે વધારે સમય સુધી એકીટશે જોઈ સુધ્ધાં ન શકાય.

વિવાન પાસે આવીને કોઈ જ આગોતરી ચેતવણી આપ્યા વગર એમણે પોતાનો જમણો હાથ તેના માથા ઉપર મૂકી દીધો. એક સુપર-કમ્પ્યુટર જેવી રીતે એકસાથે લાખો ડેટા-ફાઇલ્સનું સ્કેનિંગ કરતું હોય, એ રીતે ગણતરીની ક્ષણોમાં વૃદ્ધે વિવાનના ભૂત, ભવિષ્ય અને વર્તમાનને નજર સમક્ષ નિહાળી લીધા.

'અનર્થ...!!' શુદ્ધ સંસ્કૃત ભાષામાં એમણે કબીલાના આદિવાસીઓ સામે જોઈને ચીસ પાડી, 'એમને તાત્કાલિક બંધનમુક્ત કરો!'

એમની બોલીમાં સંસ્કૃતની છાંટ હોવા છતાં એવું લાગતું હતું જાણે તેઓ સાંપ્રત સમયની સંસ્કૃતમાં નહીં, પરંતુ પૌરાણિક કાળની સંસ્કૃત ભાષામાં વાત કરી રહ્યા છે!

જુવાન આદિવાસીઓ પોતપોતાનાં તીર હેઠાં મૂકીને પાષાણબેઠક પરથી સફાળા ઊભા થઈ ગયા. હાંફળાફાંફળા થતાં તેઓ વિવાન પાસે પહોંચ્યા. બાકીના કેટલાક બીજા વૃક્ષ પાસે પહોંચ્યા. બે આદિવાસી દોડીને પોતાની ઝૂંપડીમાં ગયા અને અંદરથી માટીના પાત્રમાં કશુંક પ્રવાહી લઈ આવ્યા.

આ દરમિયાન મુખિયાની દૃષ્ટિ વિવાનની કીકી ઉપર ત્રાટકક્રિયા કરી રહી હતી. બંધનમુક્ત થતાંની સાથે જ વિવાને બે હાથ જોડીને વૃદ્ધને પ્રણામ કર્યાં. અનાયાસે જ તેના મુખમાંથી શબ્દો સરી પડ્યા, 'માતંગ બાબા!'

એ જ ક્ષણે, વૃદ્ધના હોઠ મલક્યા. અલબત્ત, એમના મલકાટમાં પણ ગૂઢ

રહસ્ય ઝળકતું હતું. મુખમુદ્રા પરથી એવું લાગતું હતું જાણે તેઓ ખુશીની સાથોસાથ વેદનાનો પણ અનુભવ કરી રહ્યા છે!

આદિવાસીઓએ વિવાનના હાથમાં માટીનું પાત્ર પકડાવ્યું. ઘડીવાર સુધી વિવાન એમાં હાલકડોલક થતાં પ્રવાહી સામે શંકાની દૃષ્ટિએ તાકી રહ્યો. ત્યાર પછી માતંગ બાબા સામે એક નજર નાંખી. એમની આંખોમાં ડોકાતી સાંત્વના પામી ગયેલા વિવાને બે ઘૂંટડામાં એ પ્રવાહી ગળા નીચે ઉતારી દીધું.

બીજી જ ક્ષણે, સંજીવની જડીબુટ્ટીએ અસર દેખાડી હોય એ પ્રકારે તેના શરીરમાં ઊર્જાનો સંચાર થવા માંડ્યો. શરીરના પ્રત્યેક કણ પાવરપ્લાન્ટની માફક ધગી ઊઠ્યા. લસ્ત થઈ ચૂકેલું શરીર ટટ્ટાર થઈ ગયું. આંખોમાંથી એકઝાટકે ઘેન ગાયબ થઈ ગયું. દિવસોનો થાક પળવારમાં ઓગળી ગયો!

સમસ્યા એ હતી કે માતંગ આદિવાસીઓની ભાષા સાથે વિવાન, હેમરાજ અને લંકનમાંથી કોઈ પરિચિત નહોતું. લંકનએ શ્રીલંકાની સ્થાનિક સિંહલ ભાષામાં એમની સાથે વાતચીત કરી જોવાનો પ્રયત્ન કર્યો, જેના જવાબમાં માતંગ બાબા કશું બોલ્યા વગર એકીટશે એની સામે તાકી રહ્યા! તેમની આંખોમાં લંકન પ્રત્યે અકળ ભાવ જોવા મળતો હતો.

'અર્વાચીન સંસ્કૃત ભાષા વાસ્તવમાં પૌરાણિક સંસ્કૃત ભાષાથી ઘણી ભિન્ન છે.' લંકનએ ચિંતા વ્યક્ત કરી.

'વર્તમાન સંસ્કૃત ભાષા તો હજુય હું સમજી શકું અને કદાચ ભાંગ્યુ-તૂટ્યું બોલી પણ શકું, પરંતુ ત્રેતાયુગીન સંસ્કૃતના શબ્દો તથા વાક્યોને કઈ રીતે સમજી શકાય?' બંધનમુક્ત થઈ ચૂકેલો વિવાન બે હાથ જોડીને જમીન ઉપર બેઠો હતો.

એમની સામે તાપણું પ્રગટાવવામાં આવ્યું હતું. કબીલાના ઘણાખરા લોકો એમની આસપાસ ઘેરો ઘાલીને ઊભા હતા. માતંગ બાબાએ ઘણાં વર્ષો પછી કોઈક આગંતુકને આ રીતે સન્માન આપ્યું હતું. કબીલાના રહેવાસીઓને આશ્ચર્ય એ વાતનું હતું કે સાવ સામાન્ય દેખાતા શહેરી લોકોને માતંગ બાબા આટલું મહત્ત્વ શા માટે આપી રહ્યા છે?

'કદાચ ચિત્ર અથવા સંજ્ઞા વડે આ દુવિધાનો ઉકેલ લાવવો સંભવ છે!' હેમરાજે ઘણા સમયથી પોતાના મનમાં ચાલી રહેલા વિચારને વાચા આપી.

વિવાન અને લંકનની આંખોમાં ચમક પથરાઈ ગઈ. વિચાર સાવ નાંખી દેવા જેવો નહોતો!

એક વખત કોશિશ કરવામાં શું બગડે છે, એવું વિચારીને વિવાને માતંગ બાબા સામે સુકાયેલું પાંદડું ધર્યું. તાપણાંની ઠરી ગયેલી કાળી રાખ એકઠી કરીને પાંદડા ઉપર ગદાનો આકાર દોરવામાં આવ્યો. માતંગ બાબા સામે પાંદડું ધરીને વિવાને એમની સામે આજીજીભરી નજરે જોયું.

સંકેતોમાં થઈ રહેલી આખી વાત સમજવામાં માતંગ બાબાને બિલકુલ સમય ન લાગ્યો. થોડી સેકન્ડ્સ સુધી તેઓ શૂન્યમનસ્ક થઈ ગયા. એમના ચહેરા ઉપર ફરી તીવ્ર વેદના પ્રસરી ઊઠી. પોતે કરવા જઈ રહેલા દુષ્કૃત્ય માટે એમણે મનોમન પવનપુત્ર હનુમાનની ક્ષમા માંગી.

આ દરમિયાન લંકનની આંખો ચકળવકળ ઘૂમી રહી હતી. માતંગ બાબાના હાવભાવ અને મનોદશા જોઈને તેની છઠ્ઠી ઇન્દ્રિય ચેતવણી આપવા માંડી. આમ છતાં, અત્યારે માતંગ બાબા ઉપર ભરોસો મૂક્યો સિવાય એમની પાસે બીજો કોઈ વિકલ્પ નહોતો.

માતંગ બાબાએ પણ સુકાઈ ગયેલાં પીળા રંગનું પાંદડું ઉઠાવ્યું. એની ઉપર હળવે હળવે કાળી રાખની ઢગલી પાથરવાની શરૂઆત કરી. તેઓ કોઈક વિશિષ્ટ આકાર બનાવી રહ્યા હોય એવું લાગતું હતું...

એક નહીં, કુલ પાંચ પાંદડા પર એમણે વારાફરતી રાખ પાથરી.

સ્વયં ઈશ્વરને એમનું આ કૃત્ય પસંદ ન પડ્યું હોય, એ રીતે અચાનક ક્યાંકથી પવનનો જોરદાર સુસવાટો આવ્યો અને પાંચેય પાંદડાંને સપાટાભેર પોતાની સાથે ઉડાવતો ગયો! લગભગ પંદરેક મિનિટની મહેનત ધૂળધાણી થઈ ગઈ.

માતંગ બાબાએ લાચારી સાથે આકાશ તરફ મીટ માંડી. એમની આંખોના ખૂણા ભીંજાયેલા હતા! તેઓ સમજી ગયા કે એમના આરાધ્યદેવ હનુમાન નારાજગી વ્યક્ત કરી રહ્યા છે!

પરંતુ કોઈક ગૂઢ અને અત્યંત રહસ્યમય કારણને કારણે આજે તેઓ પ્રકૃતિ સામે બાથ ભીડવા કટિબદ્ધ હતા.

પોતાની કુટિરમાંથી ચહેરા ઉપર લગાડવાનો લેપ લાવીને એમણે ફરી પાંદડા ઉપર એક પછી એક આકૃતિઓ દોરી. જેમ જેમ તેઓ ચિતરામણ

કરતા જતા હતા, એમ એમ લંકનના કપાળ ઉપર વધુ ને વધુ કરચલીઓ ઊપસતી જતી હતી.

... આખરે, થોડી વાર પછી માતંગ બાબા અટક્યા. લેપનું દ્રવ્ય ધરાવતો કટોરો બાજુ ઉપર મૂકીને એમણે પાંચેય પાંદડાં વિવાન સામે ધર્યાં.

એકદમ જર્જરિત પુસ્તક સમા એ પાન બટકી ન જાય અથવા હવામાં ઊડી ન જાય, એ માટે વિવાને કાળજીપૂર્વક તેને પોતાના હાથમાં લીધાં.

પાંચેય પાંદડા ઉપર અલગ અલગ ચહેરા કોતરાયેલાં હતાં...

વાનર, નરસિંહ, વરાહ, ગરુડ અને હયગ્રીવ!

વિવાન તમામ મુખાકૃતિઓને ઘણી વાર સુધી તાકતો રહ્યો. લંકન અને હેમરાજ પણ નિરીક્ષણ કરી રહ્યા હતા.

'સીધો અર્થ કાઢવા જઈએ તો...' વિવાને હેમરાજ અને લંકનને કહ્યું, 'ત્રણ આકૃતિઓ વિષ્ણુના ત્રણ અવતારોની છે - નરસિંહ, વરાહ અને હયગ્રીવ!'

'હમ્મ્મ્મ... અને ગરુડ એટલે ભગવાન વિષ્ણુનું વાહન!' હેમરાજ બબડ્યો, 'એટલું તો સ્પષ્ટ છે કે માતંગ બાબા મહાવિષ્ણુ અને હનુમાનના સંબંધ અંગે ઇશારો આપી રહ્યા છે... પણ આ વાનરની આકૃતિ પાછળનું તાત્પર્ય નથી સમજાઈ રહ્યું.'

'પંચમુખી હનુમાન!' લંકનએ ફેફસામાં ઊંડો શ્વાસ ભર્યો, 'માતંગ બાબા પંચમુખી હનુમાન તરફ ઇશારો કરી રહ્યા છે!'

વિવાન ગૂંચવાયો, 'તું આટલું ખાતરીપૂર્વક શી રીતે કહી શકે?'

'પંચમુખી હનુમાનના પ્રાગટ્યની કથા સાંભળી છે?' લંકનએ પૂછ્યું.

વિવાને માથું ધુણાવીને ના પાડી.

'લંકાના યુદ્ધ દરમિયાન એક વખત રાવણે પોતાના ભાઈ - અહિરાવણ - ને રણમાં ઊતરવાનો આદેશ આપ્યો.' લંકનએ કથા આરંભી, 'કેટલાક ગ્રંથોમાં અહિરાવણની ઓળખાણ રાવણના ભાઈ તરીકે નહીં, પરંતુ પુત્ર તરીકે પણ કરવામાં આવી છે. ખેર, સત્ય જે હોય તે... મૂળ ગાથા પર આવું.'

વિવાન અને હેમરાજ સિવાય આજુબાજુમાં બેઠેલી એક પણ વ્યક્તિ લંકનની ભાષા સમજી નહોતી શકતી, પરંતુ લંકનના હાવભાવ અને વારંવાર પાંદડા તરફ થઈ રહેલો અંગુલિનિર્દેશ જોઈને તેઓ સમજી ગયા કે પંચમુખી હનુમાન સંબંધિત કશીક વાત ચાલુ થઈ છે!

'અહિરાવણ એટલો પાવરધો હતો કે તેણે યુદ્ધમાં બળને બદલે કળનો ઉપયોગ કરવાનું નક્કી કર્યું.' લંકનએ કથા આગળ ધપાવી, 'તેણે પોતાની માયા વડે ભગવાન રામ અને લક્ષ્મણને મૂર્છિત કરી દીધા. એમને પાતાળલોક અર્થાત્ મરુભૂમિના સૌથી અંતરિયાળ અને નિર્જન વિસ્તારમાં લઈ જઈ કેદ કરી દેવામાં આવ્યા. આ વાતની જાણ ભગવાન રામની છાવણીમાં થઈ ગઈ. સૌ કોઈ ચિંતામાં મુકાઈ ગયા. વાનરસેના મૂંઝાઈ ગઈ કે અહિરાવણના મહેલમાંથી શ્રીરામ અને લક્ષ્મણને કોણ મુક્ત કરાવશે?'

'એવું તે શું ખાસ હતું અહિરાવણના મહેલમાં?' વિવાને પૃચ્છા કરી, 'સુગ્રીવ, અંગદ, જાંબવંત કે પછી અન્ય બાહોશ યોદ્ધા પણ અહિરાવણને હરાવી શકે એમ નહોતા?'

'ના!' લંકનએ જવાબ આપ્યો, 'અહિરાવણે મહેલની આસપાસ ચાર દિશાઓ - પૂર્વ, પશ્ચિમ, ઉત્તર, દક્ષિણ - અને આકાશ એટલે ઊર્ધ્વદિશામાં દીવા પ્રગટાવ્યા હતા. તેને વરદાન પ્રાપ્ત હતું કે જ્યાં સુધી આ પાંચેય દીવાઓને એકસાથે ન બુઝાવવામાં આવે ત્યાં સુધી અહિરાવણનો વધ તો દૂર, પરંતુ તેના મહેલમાં પગ મૂકવો પણ સંભવ નહીં બને!'

નુવારાએલિયાનું જંગલ અજીબોગરીબ સન્નાટાનો અનુભવ કરી રહ્યું હતું. આવનારા વિધ્વંસક તોફાનનો આ સંકેત હતો!

'અધૂરામાં પૂરું, અહિરાવણે આ દીવાઓને એકમેકથી અસંખ્ય જોજનો દૂર કોઈક અજ્ઞાત જગ્યાઓએ છુપાવ્યા હતા... જેથી કોઈ એક વ્યક્તિ એક જ સમય ઉપર એકસાથે આ દીવા સુધી ન પહોંચી શકે!' લંકન અત્યંત રસપ્રદ અંદાજમાં સમગ્ર કથા કહી રહ્યો હતો, 'વાનરસેનાને કોઈ જ માર્ગ ન દેખાતાં તેઓ બજરંગ બલી હનુમાન પાસે પહોંચ્યા. તેઓ જાણતા હતા કે દેવાધિદેવ મહાદેવના અગિયારમા રુદ્રાવતાર સિવાય આ સમસ્યાનો ઉકેલ કોઈ નહીં લાવી શકે.'

વિવાનના મગજમાં તાણાવાણા ગોઠવાતા જતા હતા. કઈ રીતે મહાવિષ્ણુના પૂર્ણાવતાર શ્રીરામ અને ભગવાન ભોળાનાથના રુદ્રાવતારે ત્રેતાયુગમાં અદ્ભુત લીલા કરી હતી, તેનો સુંદર ચિતાર મળી રહ્યો હતો.

'અંજનિપુત્રએ પોતાનું સમસ્ત તપોબળ એકત્ર કરી, એમના આત્મિક શરીરને પાંચ ભાગમાં વહેંચી નાંખ્યું...' લંકનએ કહ્યું, 'વાનર, નરસિંહ, વરાહ, ગરુડ અને હયગ્રીવ... અને, એ સમયે પ્રાગટ્ય થયું, હનુમાનના પંચમુખી અવતારનું! એમની પરમ-ચેતના એકસાથે પાંચ દિશાઓમાં અહિરાવણના

દીવાઓની શોધમાં મચી પડી. ઘણી શોધખોળ પશ્ચાત્ પૂર્વ દિશામાં સ્વયં કપિરાજ, પશ્ચિમ દિશામાં પક્ષીરાજ ગરુડ, ઉત્તર દિશામાં વરાહ, દક્ષિણ દિશામાં નરસિંહ અને ઊર્ધ્વદિશામાં હયગ્રીવ અર્થાત્ અશ્વમુખને અહિરાવણના પાંચેય દીવા પ્રાપ્ત થઈ ગયા. એ વેળા, હનુમાને પોતાની પરમ-ચેતનાના સમન્વય થકી એકસાથે પાંચેય દીવાને ઓલવી નાંખ્યા... અને તત્પશ્ચાત્ અહિરાવણ સાથે દીર્ઘકાળ સુધી થયેલા યુદ્ધને અંતે તેનો વધ સંભવ બન્યો.'

વિવાન આ કથા સાંભળીને મંત્રમુગ્ધ થઈ ગયો. હરિ અને હરના સંગમ સમો પંચમુખી અવતાર હનુમાનની અસીમ શક્તિનું રૂપક હતો!

'જ્યારે જ્યારે હનુમાનની તાંત્રિક ઉપાસના કરવામાં આવે છે, ત્યારે ત્યારે એમના પંચમુખી અવતારને અચૂકપણે પૂજવામાં આવે છે. એનું એક કારણ નરસિંહ-મુખ પણ છે!' લંકનએ છણાવટ કરી, 'ભગવાન નરસિંહ મહાવિષ્ણુના સૌથી ઉગ્ર સ્વરૂપોમાં પ્રમુખસ્થાને બિરાજમાન છે. અનિષ્ટ-શક્તિઓ અને નકારાત્મક ઊર્જાથી છુટકારો મેળવવા માટે પ્રભુ નરસિંહની પ્રસન્નતા પ્રાપ્ત કરવામાં આવે છે.'

'તો માતંગ બાબા હનુમાનના તંત્ર-સ્વરૂપ અંગે કોઈ સંકેત આપી રહ્યા છે?' હેમરાજે જિજ્ઞાસા વ્યક્ત કરી.

'કદાચ...' બોલતાં બોલતાં લંકન અટકી ગયો. તેની જીભ સિવાઈ ગઈ. આ પ્રશ્નનો જવાબ તેને ખબર હોવા છતાં તે મૌન રહેવા માંગતો હતો.

'એક મિનિટ!' વિવાને ચપટી વગાડતાં કહ્યું, 'માતંગ બાબા ક્યાંક આપણને કોઈ એવા સ્થળ અંગે તો ઇશારો નથી આપી રહ્યા ને, જ્યાં આજની તારીખે હનુમાનનો નિવાસ હોય?'

'જેનો ડર હતો, એ જ થઈ રહ્યું છે!' કોઈને ન સંભળાય એટલા ધીમા અવાજે લંકનના હોઠ ફફડ્યા. જોકે, વિવાન અને હેમરાજ બંનેમાંથી કોઈનું ધ્યાન તેના તરફ નહોતું.

બીજી જ ઘડીએ, વિવાને સૂકું પાંદડું ઉઠાવી તેના ઉપર લેપ વડે આકૃતિ દોરી.

'બાબા આપણને કદાચ શ્રીલંકાના એકમાત્ર પંચમુખી હનુમાન મંદિર તરફ આંગળી ચીંધવાનો પ્રયત્ન કરી રહ્યા છે...' વિવાને પાંદડું હાથમાં લઈને માતંગ બાબા સામે ધર્યું. પાન ઉપર મંદિરના શિખર અને ધ્વજની આકૃતિ ચીતરવામાં આવી હતી.

જાણે પરાણે હા પાડી રહ્યા હોય, એવા ફિક્કા સ્મિત સાથે માતંગ બાબાએ વિવાનને ઇશારો આપ્યો કે તે સાચી દિશામાં વિચાર કરી રહ્યો છે!

વિવાન કૂદકો મારીને બેઠો થઈ ગયો. તેનામાં નવું જોમ ઉમેરાઈ ગયું. અષ્ટ-ચિરંજીવીઓમાંથી ત્રીજા ચિરંજીવીની ભાળ મળ્યાનો અદમ્ય આનંદ તેના રોમેરોમમાં દોડવા માંડ્યો હતો.

'પરંતુ તું ખાતરીપૂર્વક શી રીતે કહી શકે કે માતંગ બાબા ભારત અથવા અન્ય અન્ય કોઈ દેશોના પંચમુખી હનુમાન મંદિર તરફ નહીં, પરંતુ ફક્ત શ્રીલંકાના મંદિર તરફ જ ઇશારો કરી રહ્યા છે?' મનમાં ચાલી રહેલી દુવિધાને હેમરાજે શબ્દો આપ્યા.

'કારણ કે, ત્રેતાયુગમાં લંકાનો સમાવેશ મરુભૂમિમાં થતો હતો અને અહિરાવણનો વધ પણ પાતાળલોક એટલે કે મરુભૂમિમાં જ થયો હતો...' વિવાને ઘટસ્ફોટ કર્યો, 'શ્રીલંકાના દેહિવાલા ખાતે અત્યારે જે પંચમુખી હનુમાનનું મંદિર નિર્માણ પામ્યું છે, એ સ્થાન ઉપર જ કેસરીનંદને અહિરાવણનો વધ કર્યો હતો! અને એટલે જ, હું પૂર્ણ શ્રદ્ધા સાથે કહી શકું કે હનુમાનનો સાક્ષાત્કાર આપણને એ સ્થાન ઉપર જ થશે.'

આ વાર્તાલાપ થઈ રહ્યો હતો, ત્યારે લંકન આકુળવ્યાકુળ થઈ ગયો. જે હનુમાનને શોધવા માટે અન્ય લોકોએ જમીન-આસમાન એક કરવા પડ્યાં હતાં, એ હનુમાનની ભાળ એમને આટલી સરળતાપૂર્વક કઈ રીતે મળી?

સૌથી અગત્યનો પ્રશ્ન.

કોઈ જ ઓળખાણ-પિછાણ વગર માતંગ બાબા વિવાનની આટલી મદદ શા માટે કરી રહ્યા હતા? પંચમુખી હનુમાનના મંદિર તરફ વિવાનને દોરવાથી મતંગવનના મુખિયાનો કયો સ્વાર્થ પૂરો થતો હતો?

મધમીઠાં ફળો આરોગીને વિવાન, હેમરાજ અને લંકનએ માતંગ બાબાની વિદાય લીધી. જંગલમાંથી બહાર નીકળતી વેળા એમને કોઈ સમસ્યા ન નડે, એ હેતુથી માતંગ બાબાએ કેટલાક આદિવાસીઓને એમની રક્ષા કાજે મોકલ્યા.

જેવા તેઓ આંખ સામેથી ઓઝલ થયા, કે તરત માતંગ બાબા પોતાની કુટિરમાં પહોંચ્યા. ઝૂંપડીના ખૂણે રાખવામાં આવેલી ગદા સમક્ષ તેઓ ઢળી પડ્યા. ઘણા સમયથી ગળામાં અટવાયેલો ડૂમો ધ્રુસકે ને ધ્રુસકે બહાર નીકળવા માંડ્યો. તેઓ વારંવાર હાથ જોડીને પોતે કરેલા અક્ષમ્ય અપરાધની ક્ષમા માંગવા માંડ્યા... પરંતુ બહુ મોડું થઈ ચૂક્યું હતું. બાજી હાથમાંથી સરી ચૂકી હતી.

પોતાના કૃષકાય શરીરને ઘણા સમય સુધી એમણે જમીનની ધૂળમાં રગદોળાવા દીધું. સ્થળ અને કાળનું ભાન ભૂલી ચૂકેલી એ વ્યક્તિના ચિત્તમાં સ્વયં ઈશ્વરને છેતર્યા હોવાનો અપરાધભાવ ઘેરી વળ્યો હતો.

'સાધો... માતંગ, સાધો!' પાછળથી એક ઘેરો પડછંદ અવાજ માતંગ બાબાના કાને પડઘાયો, 'સૃષ્ટિમાં અસુરાધિપત્યની પુનઃસ્થાપના કરવામાં તારો કેટલો મોટો ફાળો હશે, એની તને કલ્પના સુધ્ધાં નથી!'

માતંગ બાબાના શરીરમાં હવે ફરી ઊભું થવાની ઊર્જા નહોતી બચી. આલોક ચૌધરીના શરીરમાં વિદ્યમાન દૈત્યગુરુ શુક્રાચાર્ય હાથમાં આયુધદંડ સાથે ધીમા ડગલે માતંગ બાબાની સામે આવીને ઊભા રહી ગયા.

'જા, તારા કબીલાને હું જીવનદાન આપું છું!' શુક્રાચાર્યએ અટ્ટહાસ્ય કર્યું, 'તારા કબીલાના આદિવાસીઓને હવે મારાથી કોઈ ખતરો નથી!'

માતંગ બાબાની આંખમાંથી હજુ પણ અશ્રુધારા અટકવાનું નામ નહોતી લઈ રહી.

'નિરાશ ન થઈશ, માતંગ!' શુક્રાચાર્યએ જૂઠી સહાનુભૂતિ દાખવતાં કહ્યું, 'ધર્મ અને અધર્મ વચ્ચેની લડાઈમાં મારો સાથ આપીને તેં કોઈ પાપ નથી કર્યું! ત્રેતાયુગથી ચાલી આવતા માતંગી કબીલાને મારા પ્રકોપથી બચાવવા માટે તેં જે કર્યું, એ અપરાધ નથી... પુણ્યકાર્ય છે! કળિયુગના અંતિમ મહાયુદ્ધમાં તારું આ બલિદાન ચિરસ્મરણીય રહેશે!'

... અને, માતંગ બાબાના દેહને તીવ્ર ઝાટકો લાગ્યો.

'અસુરાધિપત્ય અમર રહે!' શુક્રાચાર્યના આયુધદંડે અત્યંત નિર્મમતાપૂર્વક સૃષ્ટિના સૌથી જૂના કબીલાના મુખિયાની ખોપરી વીંધી નાંખી!

૮૨

ત્રેતાયુગ

લંકા

ધનુષને જનોઈની માફક ગળામાં ધારણ કર્યા પશ્ચાત્ રાવણે અનિષ્ટાત્રીના વિગ્રહની બાજુમાં ટંગાયેલા વિશાળકાય ઘંટને વગાડવાની શરૂઆત કરી. અથર્વવેદની વર્જિત ઋચાઓ અને કાળવેદના નિષેધ ગણાતા બીજમંત્રોનું ઉચ્ચારણ હજુ પણ તેના હોઠ પરથી અસ્ખલિત વેગે થઈ રહ્યું હતું.

જેવી રીતે મગનો દાણો ફાટે, એ પ્રકારે એકાએક મૂર્તિની ડાબી બાજુએ સ્થિત મહાકાય પાષાણશિલા ધડાકાભેર ફાટી પડી!

રાવણની ભક્તિથી પ્રસન્ન થઈને અનિષ્ટાત્રીએ ભૂલોકની નીચે આવેલાં સાત અધોલોક - અતલ, વિતલ, સુતલ, તલાતલ, મહાતલ, રસાતલ અને પાતાળ - નાં દ્વાર ઉઘાડી નાંખ્યાં હતાં! ત્રિલોક સામે આદરેલા આ મહાયુદ્ધમાં રાવણે પોતાની સહાય માટે તમામ અધોમુખી આસુરી આત્માઓને ભૂલોક પર આહ્વાન આપી દીધું હતું... લોહીતરસ્યા અનિષ્ટ જીવો ધરતી પર પરત ફરવા માટે તલપાપડ હતા. એમના માટે તો આ ભાવતું'ને વૈદ્યે કીધું જેવો ઘાટ હતો!

અધોલોકમાંથી આવેલાં દુષ્ટાત્માઓ ધુમાડા સ્વરૂપે પાષાણશિલાની ફાટમાંથી બહાર નીકળવા માંડ્યા. પોતાના ઉદ્ધારક લંકેશની આસપાસ અર્ધવર્તુળાકારે ઘેરો ઘાલીને તેઓ આગળના આદેશની પ્રતીક્ષા કરવા લાગ્યા.

રાવણે વિદ્યુતજિજ્હ્વા સામે દષ્ટિપાત કર્યો.

આદેશની જ રાહમાં હોય એવી રીતે વિદ્યુતજિજ્હ્વાએ આગળ આવીને યજ્ઞકુંડમાં રક્તાહુતિઓ આપવાની શરૂઆત કરી. યજ્ઞના અગ્નિને પ્રજ્વલિત રાખવા માટે તેણે અનિષ્ટાત્રીના વિગ્રહના હાથમાં રહેલી મશાલના અગ્નિનો એક ટુકડો લઈને કુંડમાં હોમી દીધો. ખોપરી સમાન ગોળાકાર આકારની એ આસુરીવેદીમાં અનિષ્ટ-અગ્નિનો ટુકડો હોમાતાંની સાથે જ જાણે ચૂલામાં તેલ રેડાયું હોય એ પ્રકારે ગગનચુંબી આગ ભભૂકી ઉઠી.

અધોલોકની હાડમાંસ વગરની માત્ર કંકાલ જેવી દેખાતી અનિષ્ટાત્માઓ પણ વિદ્યુતજિજ્હ્વાની આસપાસ યજ્ઞકુંડની ફરતે ગોઠવાઈ ગઈ.

આ કોઈ વેદિક યજ્ઞ નહીં, પરંતુ કાળયજ્ઞ હતો; જેમાં આહુતિ સ્વરૂપે જવ-તલ નહીં, પરંતુ ચામાચીડિયા-ઘુવડનું માંસ અને સાપની આંખો હોમવામાં આવતી હતી! ભસ્મીભૂત થઈ રહેલ માંસ અને આંખોની વિચિત્ર ગંધ સમગ્ર ચૈત્યપ્રાસાદમાં ફેલાઈ ચૂકી હતી. અંચળો ઓઢીને બેઠેલાં માનવ-કંકાલોના મુખમાંથી સમજી ન શકાય એવા સ્તોત્રનું પઠન થઈ રહ્યું હતું.

આસુરી શક્તિઓ ચરમસીમા પર હતી!

... અને એ વેળા, રાવણે અનિષ્ટાત્રીની પ્રતિમાના ચરણો પાસે સફેદ કાપડ ઓઢાડીને રાખવામાં આવેલા મૃતદેહનો સ્પર્શ કર્યો. વિદ્યુતજિજ્હ્વાએ પોતાના આસન પરથી ઊભા થઈને સફેદ કપડું હટાવી નાંખ્યું.

આદેશ મળી ચૂક્યો હતો!

સંપૂર્ણ નિર્વસ્ત્ર અને એકદમ તાજું દેખાઈ રહેલું એ શબ કોઈક માનવસ્ત્રીનું હતું! કાચાપોચા માણસનું તો હૃદય જ બંધ પડી જાય, એવા આ બીભત્સ વાતાવરણમાં વિદ્યુતજિજ્હ્વાએ સ્ત્રીના શબને મદિરા વડે સ્નાન કરાવ્યું. તત્પશ્ચાત્, મૃતદેહને યજ્ઞકુંડ પાસે લાવી તેના મુખમાં ઘીનો દીપ પ્રગટાવવામાં આવ્યો. એક મોટા ગોળાકાર પાત્રમાં રહેલાં અસહનીય દુર્ગંધ મારતાં માનવમળને વિદ્યુતજિજ્હ્વાએ પોતાના હાથમાં લીધું. મૃતદેહના મુખભાગને બાદ કરતાં અન્ય તમામ અંગો - વક્ષ:સ્થળ, નાભિ, પેટ, બંને હાથ, કમર, યોનિ, બંને સાથળ અને પગ - પર મળનો લેપ લગાવવામાં આવ્યો.

મળમર્દન કર્યા પછી હાથ ધોવા માટે પાણી ન દેખાતાં વિદ્યુતજિજ્હ્વા પોતાની જીભ વડે બંને હથેળી વારાફરતી ચાટી ગયો! દસેદસ આંગળીઓને તેણે લિજ્જતથી સૂંઘી. મિષ્ટાન્ન આરોગી લીધા પછી જે તૃપ્તિ મળે, એવા સંતોષભાવ સાથે તેણે ઓડકાર ખાધો.

માંસની આહુતિ આપવાની સાથોસાથ તેણે યજ્ઞકુંડની આસપાસ એક ગોળાકાર ઘેરો બનાવ્યો, જેની વચ્ચોવચ્ચ શબને રાખવામાં આવ્યું. અનુમાન લગાવી શકાતું હતું કે સ્ત્રીને ગર્ભવતી થયાને નવમો મહિનો ચાલી રહ્યો હશે, એ વખતે જ તેની હત્યા કરી નાંખવામાં આવી હોવી જોઈએ! નગ્ન શરીર પરના સ્તનયુગ્મોમાંથી ઝરી આવેલું દૂધ તેના ઉન્નત માતૃત્વની ચાડી ખાતું હતું.

શબને વ્યવસ્થિત રીતે ગોઠવ્યા પછી વિદ્યુતજિજ્હ્વાએ બિલાડી અને શ્વાનના મૂત્રના મિશ્રણનો યજ્ઞવેદી ઉપર છંટકાવ કર્યો!

એ દરમિયાન ચૈત્યપ્રાસાદમાં ડાકિનીઓની ભયાનક ચીસો ગુંજી ઊઠી! પીપળાના વૃક્ષ પર નિવાસ કરતાં ભૂત-પ્રેત અને બ્રહ્મરાક્ષસો જયાફત ઊજવવા આતુર હતાં! અધોલોકમાંથી ભૂલોક પર આવેલાં મહાપિશાચ પોતાની સામે એક માનવ-મૃતદેહ જોઈને લાળ ટપકાવવા માંડ્યા, પરંતુ રાક્ષસરાજ રાવણનો આદેશ ન મળે ત્યાં સુધી તેઓ ભોજન આરોગી શકે એમ નહોતાં.

તમામ પૂર્વતૈયારીઓ પૂર્ણ થયા પશ્ચાત્ વિદ્યુતજિજ્હ્વાએ રાવણ સમક્ષ બે હાથ જોડ્યા, 'મહારાજ, હવે આપ કાળયજ્ઞનાં અંતિમ ચરણનો આરંભ કરી શકો છો.'

આ સાથે જ, રાવણના મુખેથી સૃષ્ટિનો સર્વાધિક અનિષ્ટ-મંત્ર સરી પડ્યો,

'હ્રીં અનિષ્ટાત્રી મહા-આસુરી શક્ત્યૈ નમઃ સ્વાહા...'

તેના સ્વાહા કહેતાંની સાથે જ યજ્ઞવેદીમાંથી ઊઠેલી અગ્નિની રક્તજ્વાળા ચૈત્યપ્રાસાદની છત સુધી પ્રજ્વલિત થઈ ગઈ. પિશાચોને પોતાનું ભોજન મળવાનો સમય સમીપ આવવાનો સંકેત મળતાંની સાથે જ એમની કિકિયારીઓથી દાનવાલય પડઘાઈ ઉઠ્યું.

રાવણે પોતાનાં તમામ અંગવસ્ત્રો ઉતારી નાંખ્યાં. ખભા ઉપર માત્ર એક જનોઈ સાથે તે સંપૂર્ણપણે નગ્ન થઈ ગયો. વિદ્યુતજિજ્હ્વાએ બે હાથ જોડીને રાક્ષસરાજને નમન કર્યાં અને યજ્ઞકુંડના ઘેરામાંથી બહાર આવી ગયો.

'લંકિનીઓના આગમનનો સમય થઈ ચૂક્યો છે!' રાવણે વિદ્યુતજિજ્હ્વાને આદેશ આપતાં કહ્યું.

'જી. મહારાજ!' વિદ્યુતજિજિહ્વાએ ક્ષણનો પણ વિલંબ કર્યા વિના ચૈત્યપ્રાસાદના દ્વાર ઉઘાડી નાંખ્યાં.

હવે જે થવા જઈ રહ્યું હતું, એની કલ્પના મનુષ્યોએ તો શું... દેવોએ પણ નહોતી કરી!

૮૩

વર્તમાન દિવસ

કોઇમ્બતૂર

ભૈરવી મા અને સાધ્વી માએ ગુપ્તકક્ષના દ્વાર પાસે ઊભા રહીને કુંડલિની બીજમંત્રોનું ઉચ્ચારણ શરૂ કર્યું,

'लं... वं... रं... यं... हं... ॐ...'

મનસ્વી પણ બે હાથ જોડીને મનોમન બીજમંત્રોનું ઉચ્ચારણ કરી રહી હતી.

'लं... वं... रं... यं... हं... ॐ...'

ત્રણ વખત બીજમંત્રોનું પુનરાવર્તન થયા પશ્ચાત્ કપાટ હળવેથી આપોઆપ ઊઘડ્યાં. રિયા અને અશરફ મુગ્ધભાવે આ નજારો જોઈ રહ્યાં.

અંદરથી આવતી ચંદન, સુખડ અને સિંદૂરમિશ્રિત સુવાસે સૌના નાકને તરબોળ કરી નાંખ્યું. ભૈરવી મા, વસુધા અને મનસ્વીએ ઉંબરે નમન કર્યાં પછી ખંડમાં પ્રવેશ મેળવ્યો. રિયા અને અશરફે પણ એમનું અનુકરણ કર્યું.

રિયાના બંને પગ અંદર પડતાંની સાથે જ પવનનો એક તેજ સપાટો

સૌએ અનુભવ્યો. વસુધા અને ભૈરવી માએ અર્થસૂચક નજરે એકબીજા સામે જોયું. એક ક્ષણ પૂરતું રિયાની નજર સામે કેટલાંક રહસ્યમય દૃશ્યો દ્રુતગતિએ પસાર થઈ ગયાં. એવું લાગ્યું જાણે આ ક્ષણની તે આજકાલની નહીં, પરંતુ સહસ્રાબ્દીઓથી પ્રતિક્ષા કરી રહી હતી!

કક્ષમાં ચારેકોર ગાઢ અંધકાર વ્યાપ્ત હતો. કશું જ દેખાઈ નહોતું રહ્યું. જેવા સૌ ખંડની અંદર આવી ગયા કે તરત એમની પાછળ મુખ્ય દ્વાર પૂર્વવત્ બંધ થઈ ગયું. ચોમેર પથરાયેલાં કાળાડિબાંગ અંધકારમાં પોતાનો હાથ સુધ્ધાં જોઈ શકાતો નહોતો.

... એટલામાં, કક્ષની છત ઉપર થોડા થોડા અંતરે લગાવવામાં આવેલાં અત્યાધુનિક ફ્લેટ સ્પીકર્સમાંથી પુનરાવર્તન પામી રહેલા મંત્રનો મંદ સ્વર રિયાના કાને પડ્યો,

आपदामपहर्तारं दातारं सर्वसम्पदाम् ।

लोकाभिरामं श्रीरामं भूयो भूयो नमाम्यहम् ॥

જેઓ સર્વલોકમાં પૂજનીય છે... જેઓ પોતાના ભક્તની સર્વ આપદા-આપત્તિને દૂર કરી એમને તમામ સુખ-સંપદા પ્રદાન કરે છે, એવા પ્રભુ શ્રીરામને હું વારંવાર નમન કરું છું.

અમાસ જેવું અંધારું હોવા છતાં આસપાસના વાતાવરણમાં કોઈ નકારાત્મકતા નહોતી અનુભવી શકાતી. ચંદન અને સુખડની આટલી અદ્ભુત સુવાસ રિયાએ આજ સુધી એક પણ મંદિરમાં નહોતી અનુભવી. એવું લાગતું હતું જાણે સમસ્ત કક્ષમાં કોઈ દિવ્ય-શક્તિ વિદ્યમાન છે! ત્યાંના કણ-કણમાં રામ-નામ ગુંજી રહ્યું હતું. જગતની તમામ પવિત્ર ઊર્જાઓના સંગમની અહીં અનુભૂતિ થતી હતી.

અંધકારને કારણે ઘ્રાણેન્દ્રિય અને શ્રોતેન્દ્રિયનું તેજ થઈ જવું સ્વાભાવિક હતું. રિયાને એકાએક કોઈ મહાકાય પશુનાં નસકોરાંનો સ્વર સંભળાયો, પરંતુ તેમાંથી અનાયાસે જ એક મહામંત્રનું ઉચ્ચારણ થઈ રહ્યું હતું. માનવની માફક તે કોઈ કર્કશ નસકોરાં નહીં, પરંતુ વાંસળીમાંથી ઉત્સર્જન પામી રહેલાં સુમધુર સંગીત સમાન નસકોરાં હતાં...

રિયાએ કાન પાછળ હાથ મૂકીને નસકોરાંમાંથી સંભળાઈ રહેલો મહામંત્ર ધ્યાનપૂર્વક સાંભળવાનો પ્રયત્ન કર્યો... અને ત્રીજી જ સેકન્ડે એ સ્વર વધુ સ્પષ્ટપણે સંભળાવા લાગ્યો...

રા... મ...! રા... મ...!
રા... મ...! રા... મ...!
રા... મ...! રા... મ...

એ મહાકાય જીવ જ્યારે શ્વાસ લેતો હતો, ત્યારે ઑક્સિજનરૂપી પ્રાણવાયુ તેના નાકમાં 'રા...' નાદ સાથે પ્રવેશ મેળવતો હતો! અને થોડી ક્ષણો પશ્ચાત્ જ્યારે તે ઉચ્છ્વાસ બહાર કાઢતો, ત્યારે તેની નાસિકાનાં છિદ્રોમાંથી કાર્બન ડાયોક્સાઇડ વાયુ 'મ...' નાદ સાથે હવામાં ભળી જતો હતો...

શ્વાસોચ્છ્વાસની આ લયબદ્ધ પ્રક્રિયા રામ-નામનો સ્વર પેદા કરી રહી હતી!

... અને સહસા, મનસ્વીએ દ્વાર પાસેની એક સ્વીચ દબાવીને ખંડની તમામ લાઇટ્સ એકસાથે ચાલુ કરી દીધી. તીવ્ર અંધકારમાંથી ઘડીના છઠ્ઠા ભાગમાં અચાનક પ્રકાશનો તેજોપુંજ વછૂટ્યો હોવાને કારણે રિયા અને અશરફની આંખો અંજાઈ ગઈ. ક્ષણવાર માટે એમણે પોતાની આંખ આડે હથેળી રાખી દેવી પડી!

તત્પશ્ચાત્ એમણે જે દૃશ્ય જોયું, એ એમની કલ્પનાશક્તિ અને ધારણા બહારનું હતું!

ધીરે ધીરે સફેદ પ્રકાશના ધોધથી ટેવાઈ રહેલી આંખો સામે આખા ખંડનો એક-એક ખૂણો સ્પષ્ટપણે દેખાવા લાગ્યો. કક્ષની ચારેય દીવાલોને કેસરિયા રંગ વડે રંગવામાં આવી હતી, જેના ઉપર સફેદ અક્ષરોમાં ઠેર ઠેર લખવામાં આવ્યું હતું...

સિયાવર-રામચંદ્ર કી જય! સિયાવર-રામચંદ્ર કી જય!
સિયાવર-રામચંદ્ર કી જય...

રિયાનું ધ્યાન વિશાળ ખંડની વચ્ચોવચ રાખવામાં પારદર્શક બુલેટ-પ્રૂફ કાચના સાત આવરણો પર ગયું, જેની મધ્યમાં એક મહાકાય વાનર ધ્યાનસ્થ અવસ્થામાં બિરાજમાન હતા. એમના સમગ્ર દેહ ઉપર સિંદૂર ચોળાયેલું હતું.. કપાળ ઉપર વૈષ્ણવ-તિલક અને ગળામાં ૧૦૮ મણકા ધરાવતી તુલસીની માળા દેદીપ્યમાન જણાતી હતી!

રિયાની આંખો પહોળી ગઈ! તેનું હૃદય હમણાં બહાર આવી જશે એવું લાગ્યું. કપાળ સહિત બંને હથેળી પરથી પરસેવાના રેલા જમીન ઉપર ટપ-ટપ નીતરવા માંડ્યા. હમણાં ચક્કર ખાઈને તે જમીન ઉપર પડી જશે એવો

અહેસાસ થયો. મગજના પ્રત્યેક ન્યુરૉન્સને જાણે ઝાટકા લાગ્યા હોય એવા આઘાત સાથે તે ખંડમાં કેદ મહાકાય જીવને તાકી રહી.

સાધ્વી મા, ભૈરવી મા અને મનસ્વીએ જમીન ઉપર લાંબા થઈને એ મહાકાય જીવને સાષ્ટાંગ દંડવત્ કર્યા,

ॐ हं हनुमते नमः ।

'દેવાધિદેવ મહાદેવના અગિયારમા રુદ્રાવતાર... હે અંજનિપુત્ર હનુમાન, આપના પાવન ચરણોમાં કોટિ-કોટિ વંદન સ્વીકાર હો!'

હા... બુલેટપ્રૂફ કાચનાં સાત આવરણો વચ્ચે ચિર યોગનિદ્રામાં ધ્યાનસ્થ મહાકાય વાનર બીજું કોઈ નહીં, પરંતુ સ્વયં કપિરાજ બજરંગ બલી હતા!

અજાગૃત હોવા છતાં એમના પ્રત્યેક શ્વાસોચ્છ્વાસ અને રોમેરોમમાં હજારો વર્ષ પછી પણ આજે ભગવાન શ્રીરામની ઉપસ્થિતિ અકબંધ હતી!

વર્તમાન દિવસ

કોલંબો, શ્રીલંકા

'મંદિર બંધ થઈ ગયું છે!' પાછળથી પડઘાયેલા એક પડછંદ અવાજે સૌને સાબદા કરી દીધા, 'કાલે સવારે છ વાગ્યે મંગલા આરતી થશે!'

તેર ફૂટ ઊંચા પંચમુખી હનુમાનના વિગ્રહમુખ સામે તાકી રહેલા વિવાન, હેમરાજ અને લંકન આ સાંભળીને પાછળ ફર્યા. એમનાથી દસેક ડગલાં દૂર કાળાં ઉપવસ્ત્ર અને ધોતી પહેરીને ઊભેલા પ્રભાવશાળી વ્યક્તિએ મસ્તક નમાવીને અભિવાદન કર્યું.

કોલંબો ખાતેના નાનકડા ગામ દેહિવાલા પહોંચતાં સુધીમાં વિવાન, હેમરાજ અને લંકનને સાંજે આઠ વાગી ગયા હતા. અંતરિયાળ વિસ્તાર કાલુબોવિલાના બોધિરુકરમા રોડ સુધીની સફર ખેડવામાં એમનો બીજો એક કલાક ચાલ્યો ગયો. જ્યાં સુધીમાં તેઓ શ્રી આંજનેયાર મંદિરમાં પહોંચ્યા, ત્યાં સુધીમાં તો

છેલ્લા થોડા ઘણા દર્શનાર્થીઓ પણ ભગવાન સમક્ષ મસ્તક ઝુકાવીને પોતપોતાના ઘરે જવા રવાના થઈ ચૂક્યા હતા.

પંચમુખી હનુમાનને પોઢાડવા માટે મંદિરના સ્વયંસેવકો એમના વાઘા બદલાવી રહ્યા હતા. મંદિરમાં પ્રવેશ કરતાંવેંત અજ્ઞાત ભયથી વિવાનનાં રુંવાડાં ઊભાં થઈ ગયાં. નજર સામે દેદીપ્યમાન કાળીડિબાંગ પ્રતિમાના મુખ પર વિકરાળ અને ભયાવહ સ્મિત હતું. પંચમુખી હનુમાનની અન્ય સ્થાને જોવા મળતી મૂર્તિઓ જેવી સૌમ્યતા અને પ્રભુતા આ પ્રતિમામાંથી સંપૂર્ણપણે ગાયબ હતી. સામાન્યતઃ ઈશ્વરીય ઊર્જાની પ્રાણ-પ્રતિષ્ઠા થવાને કારણે આસપાસના વાતાવરણમાં પ્રવર્તમાન એક અલગ જ પ્રકારની દિવ્ય અનુભૂતિ અહીંયાં કોઈને નહોતી થઈ રહી.

એવું લાગતું હતું જાણે કાળરાત્રિના સૌથી ખૂંખાર પહેરેદારો આ સ્થાન ઉપર અડ્ડો જમાવીને બેસી ગયા છે! આમ છતાં, પ્રવેશ બાદ વિવાને પોતાની ટેવ મુજબ મૂર્તિ સમક્ષ વંદન જરૂર કર્યાં હતાં, પરંતુ એ દરમિયાન તેના હૃદયમાં કોઈ ભક્તિભાવ કે શ્રદ્ધાનું પ્રાગટ્ય ન થયું. ચાવી દીધેલાં રમકડાંની માફક ફક્ત ઔપચારિકતા પૂરી કરવા માટે થયેલું એ કૃત્ય હતું.

'જી, માફ કરશો...' વિવાને નમ્રતા દાખવતાં કહ્યું, 'અમે આ મંદિરના મહંત શ્રી ચંદ્રસુમન સ્વામી સાથે મુલાકાત કરવા ઇચ્છીએ છીએ.'

જવાબમાં પેલા શખસે વિવાન સામે વક્રદૃષ્ટિ કરી. તેણે થોડી ઉદ્ધતાઈ અને અભિમાન સાથે કહ્યું, 'હું જ છું, મહંત ચંદ્રસુમન!'

વિવાને મંદિરના મહંતનું ઉપરથી નીચે સુધી ધારદાર નજરે નિરીક્ષણ કર્યું. તેની ધારણાથી તદ્દન વિપરીત કહી શકાય એવો એમનો દેખાવ હતો. ઘણા દિવસોથી ઊંઘ ન આવી હોય એવી લાલ આંખો, એની નીચે મોટા મોટાં કાળાં કુંડાળાં, કપાળ ઉપર સ્મશાનરાખ વડે કરવામાં આવેલું તિલક, જાડા ચહેરા ઉપરના ભદ્દા નાકની વચ્ચોવચ મોટો મસો થોડો વિચિત્ર લાગતો હતો. શબ્દો એમના મોઢામાંથી નહીં, પણ કોઈ અંધારી ગુફાના ઊંડાણમાંથી પડઘાતા હોય એવો ઘેરો સ્વર! ગળામાં વાનરના કાનના હાડકાંમાંથી બનાવેલી મોટી માળા ઝૂલી રહી હતી. એમની કમર ઉપર ઝોળી ટંગાયેલી હતી, જેમાં માનવખોપરીના આકારની કશીક ચીજ રાખવામાં આવી હોય એવું લાગતું હતું.

સમગ્ર શ્રીલંકાના એકમાત્ર પંચમુખી હનુમાન મંદિરના સિદ્ધ-મહંતની આભા આટલી નકારાત્મક કેમ?

વિવાનનું આંતરમન તેને અબઘડી ત્યાંથી બહાર નીકળી જવાની સૂચના આપતું હતું. મંદિરમાં આવ્યા પછી એક પણ વખત તેને ત્યાં ઈશ્વરીય ઉપસ્થિતિનો અનુભવ નહોતો થયો. એવું લાગતું હતું જાણે આ સ્થાન ઉપર અસંખ્ય સ્મશાન-સાધનાઓ અને અઘોરક્રિયાઓ કરવામાં આવી છે!

કૌલાચાર તંત્ર અને વામાચાર સાધના થકી જાગૃત કરવામાં આવેલી તામસિક ઊર્જાઓ મંદિરના શિખર ઉપર ચકરાવો લઈ રહી હતી.

અંતરિયાળ સ્થાન ઉપર આવેલું આ મંદિર શહેરથી ખાસ્સું દૂર હોવાને કારણે ભીડભાડનો તો કોઈ સવાલ જ નહોતો ઊઠતો. એમાં પણ રાતના સાડા નવ વાગ્યાની આસપાસનો સમય થઈ ગયો હોવાને લીધે મધરાત્રિ જેવો સૂનકાર ત્યાં વ્યાપ્ત હતો.

વિવાને લંકન અને હેમરાજ સામે જોયું. તેમની આંખો કોરીસપાટ હતી. મનોમન તેઓ ઇચ્છતા હતા કે આ સ્થાન પરથી નાસી છૂટીએ, પરંતુ હનુમાનની ભાળ મેળવ્યા વગર છૂટકો નહોતો.

'મારું નામ વિવાન આર્ય...'

પોતાના સહિત હેમરાજ અને લંકનની ઓળખાણ કરાવે એ પહેલાં જ મહંત ચંદ્રસુમનના હવામાં અધ્ધર થયેલા હાથે વિવાનની બોલતી બંધ કરી દીધી.

'મને તારા નામમાં નહીં, કામમાં રસ છે!' મહંતે ફરી તોછડાઈભર્યા સ્વરે કહ્યું, 'જલદી કહે, મારી પાસે વધુ સમય નથી! હનુમાનના શયનનો સમય થઈ ગયો છે.'

વિવાનનું નામ સાંભળતાં જ પંચમુખી હનુમાનના વિગ્રહને વાઘા પહેરાવી રહેલા બે સ્વયંસેવકો સફાળા ચોંકી ઊઠ્યા. બિલકુલ અવાજ ન થાય, એ રીતે મહંત ચંદ્રસુમનની સામે એક નજર નાંખીને તેઓ ચોરીછૂપેથી પાછળના દરવાજામાંથી બહાર નીકળી ગયા.

હવે મંદિરમાં ફક્ત ચાર લોકોની હાજરી હતી.

'આપના માટે એક સંદેશો લઈને આવ્યો છું!' ચંદ્રસુમનની તોછડાઈ વિવાનને હેરાનપરેશાન કરી રહી હોવા છતાં તેણે સંયમ દાખવ્યો. મંદિરના મુખ્ય દ્વાર પાસે ઊભા રહીને અન્ય કોઈ દર્શનાર્થી તેની વાત સાંભળી નથી રહ્યું ને, એની ખાતરી કર્યા પછી તે બોલ્યો, 'માતંગ બાબાએ તામ્રપત્ર ઉપર આપના માટે કંઈક લખીને મોકલાવ્યુ છે.'

મતંગવનમાંથી વિદાય લેતાં પહેલાં માતંગ બાબાએ વિવાનના હાથમાં એક

જૂની ડબ્બી પકડાવી હતી, જેમાં ફક્ત એક હથેળીના કદ જેટલું તામ્રપત્ર સચવાયેલું હતું.

ડબ્બીમાંથી વિવાને હળવા હાથે તામ્રપત્ર કાઢી મહંત સામે ધર્યું.

માતંગ બાબાનું નામ સાંભળતાં જ ચંદ્રસુમનના હાવભાવ બદલાઈ ચૂક્યા હતા. થોડીવાર પહેલાં સુધી ચહેરા ઉપર ડોકાતું અભિમાન એકાએક હવામાં ઓગળી ગયું. લગભગ તરાપ મારીને એમણે વિવાનના હાથમાંથી તામ્રપત્ર છીનવી લીધું.

જેમ જેમ તેઓ મંત્ર વાંચતા ગયા, એમ એમ એમના દેહમાં કંપન આવતું ગયું...

॥ कालतंतु कारेचरन्ति एनर मरिष्णु निर्मुक्तेर कालेत्वम् अमरिष्णु ॥

'આ..આ.. મ..મંત્ર ત..તમને માતંગ બાબા શા માટે આપે?' અહંકારથી છલોછલ મહંત ચંદ્રસુમન અચાનક બકરીની માફક બેં બેં કરવા માંડ્યા, 'ત...ત...મે મહામહોપાધ્યાય વંશાવલિ સાથે શું સંબંધ ધરાવો છો?'

'હું જ અંતિમ મહામહોપાધ્યાય વિવાન આર્ય છું!'

આ સાંભળીને હળવા સ્મિત સાથે મહંતના બંને હાથ આપોઆપ નમસ્કારની મુદ્રામાં જોડાઈ ગયા, 'હું તમારી શું સેવા કરી શકું?'

'અમે હનુમાનનું આહ્વાન કરવા માંગીએ છીએ!' વિવાન સીધો મુદ્દા પર આવ્યો, 'જુઓ, વધુ સમય નથી! વિશ્વના કરોડો લોકોના પ્રાણ સંકટમાં છે. કેસરીનંદનની સહાય વિના કાલાતીત કલ્પાંતના આ વિષચક્રને અટકાવવું સંભવ નથી! મહેરબાની કરીને અમને જણાવો કે પવનપુત્રને હું કઈ રીતે મદદ માટે પુકાર લગાવી શકું?'

'એમને આહ્વાન આપવાની શું જરૂર?' મહંતે રહસ્યમય અટ્ટહાસ્ય કર્યું.

વિવાનને કંઈ ગતાગમ ન પડતાં તે એમની સામે તાકી રહ્યો.

'તેઓ અહીંયાં હાજરાહજૂર છે...' મહંતે રહસ્યોદ્ઘાટન કર્યું, 'તમારી નજરની બરાબર સામે!'

વિવાન, હેમરાજ અને લંકન ચોંકી ગયા. એમના પગ નીચેથી એકઝાટકે જમીન ખસી ગઈ.

'અહીં? આપણી વચ્ચે?' વિવાનને હજુ પણ પોતાના કાન ઉપર વિશ્વાસ નહોતો બેસી રહ્યો.

'તમારી પીઠ ફેરવીને જુઓ!' મહંત એક પછી એક વિસ્ફોટ કર્યે જતા હતાં.

વિવાન, હેમરાજ અને લંકન ઘડીના છઠ્ઠા ભાગમાં ૧૮૦ ડિગ્રીએ ફરી ગયા. કાળી ધોતી અને સફેદ જનોઈમાં શોભાયમાન મૂર્તિમંત પંચમુખી હનુમાનના વિગ્રહ સિવાય એમને કશું જ ન દેખાયું.

મહંત ધીમા ડગલે ચાલતા જઈને પ્રતિમા પાસે પહોંચ્યા, 'આદિકાળથી આ સ્થાન હનુમાનના દિવ્ય-સ્વરૂપને પોતાની અંદર સમાવીને બેઠું છે! દૈત્યશ્રેષ્ઠ રાક્ષસના ભ્રાતા અહિરાવણનો વધ આ સ્થાન ઉપર હનુમાન દ્વારા કરવામાં આવ્યો હતો. દર ૪૧ વર્ષે આ મૂર્તિ સજીવન થઈ ઊઠે છે અને હનુમાન સ્વયં મતંગવનના આદિવાસીઓની મુલાકાત લે છે. માતંગ બાબાએ તમને જે તામ્રપત્ર આપ્યું, એમાં હનુમાનને સદેહે આહ્‌વાન આપવા માટેનો અમોઘ મંત્ર આલેખાયેલો છે. મારું ચોંકવાનું કારણ પણ એ જ હતું... જગત સામે ક્યારેય પોતાના રહસ્યો ઉજાગર ન કરતા માતંગ બાબા જ્યારે સ્વહસ્તે હનુમાનનો આહ્‌વાન-મંત્ર કોઈ શહેરીજનના હાથમાં સોંપે, ત્યારે સમસ્યા અત્યંત વિકટ હોવી જોઈએ.'

વિવાન આંખનું મટકું માર્યા વગર ચંદ્રસુમનની વાત સાંભળી રહ્યો હતો.

'આ દિવ્યમંત્ર વડે જ દર ૪૧ વર્ષે માતંગ આદિવાસીઓ હનુમાનને જાગૃત કરે છે!' મહંત બોલ્યા, 'આ મૂર્તિની પૂજા આદિકાળથી મારો પરિવાર કરતો આવ્યો છે. મારા દાદાએ વર્ષો પહેલાં મને મહામહોપાધ્યાય વંશ અંગે વિગતો આપી હતી. દાદાએ કહ્યું હતું કે મહામહોપાધ્યાય પરિવારના આખરી વંશજના આગમન સમયે હનુમાન પૂર્ણસ્વરૂપમાં જાગૃત થશે અને કળિયુગના નિર્ણાયક મહાયુદ્ધમાં અગત્યની ભૂમિકા ભજવશે.'

આ સાંભળીને વિવાને ધરતી ઉપર સૂઈને હનુમાનને વંદન કર્યાં, પરંતુ કોણ જાણે કેમ... તેના હૃદયમાં ભક્તિનો છાંટો સુધ્ધાં નહોતો! શિવના અગિયારમા રુદ્રાવતાર સદેહે મૂર્તિમાં ઉપસ્થિત હોવા છતાં વિવાન ફક્ત રૂઢિગત પરંપરાને આધીન હનુમાનને નમન કરી રહ્યો હોય એવું લાગતું હતું.

લંકન અને હેમરાજ ત્યાં ને ત્યાં ઊભા રહ્યા. બંનેમાંથી એક પણ વ્યક્તિએ હનુમાનની મૂર્તિ સમક્ષ મસ્તક નમાવવાની વાત તો દૂર, પરંતુ મનોમન પ્રણામ સુધ્ધાં ન કર્યાં! એકબીજાની સામે અકળ ભાવ સાથે તેઓ જોઈ રહ્યા. એમની આંખો ઘણુંબધું બયાન કરી રહી હતી, જે એ બંને સિવાય અન્ય કોઈ સમજી શકે એમ નહોતું.

'જેમ જેમ ઘડિયાળનો કાંટો આગળ વધતો જાય છે, એમ એમ આપણે

વિનાશ તરફ દોરાઈ રહ્યા છીએ...' વિવાન ઊભો થયો, 'શક્ય એટલું જલદી હનુમાનનું જાગૃત થવું અત્યંત આવશ્યક છે!'

વિવાન સામે તીખી દૃષ્ટિ કરીને મહંત મંદિરના મુખ્ય દ્વાર તરફ આગળ વધ્યા. બંને હાથો વડે એમણે કપાટ બંધ કરી દીધાં, 'તો પછી હવે વધુ રાહ જોઈ શકાય એમ નથી. હનુમાનને આજે રાતે જ જાગૃત કરવા જોઈશે...'

'કઈ રીતે?' વિવાનના હાથ આપોઆપ જોડાઈ ગયા. તેના ચહેરા પર તરવરતી નિર્દોષતા હૃદયમાં સંઘરાયેલી પવિત્રતાની દ્યોતક હતી!

'કાલતંતુ મંત્રનું મહાઅનુષ્ઠાન!' મહંતે કહ્યું, 'મહામહોપાધ્યાય વંશજનું પાવન રક્ત અને હનુમાનના આહ્વાનમંત્રની ૧૧,૦૦૦ આહુતિઓ સાથે થયેલો યજ્ઞ જ એમને પુનઃજાગૃત કરી શકશે, એવું વિધાન છે... પરંતુ...'

'પરંતુ?' વિવાન વ્યાકુળ હતો.

'અનુષ્ઠાન આરંભ કરતા પહેલાં તમારે વિગ્રહના મસ્તક ઉપર રક્તાભિષેક કરીને સંકલ્પ લેવો પડશે કે તમે જે કૃત્ય કરી રહ્યા છો, એ તમારી સંપૂર્ણ મંજૂરી સાથે થઈ રહ્યું છે! અનુષ્ઠાનના અંતે આપનો દેહ મૂર્તિમાં બિરાજમાન દિવ્ય-શક્તિઓનો વાહક બની શકે, એ માટે સાધક દ્વારા વચન આપવું જરૂરી છે...' મહંતે પોતાની કેડ પરથી કટાર કાઢી.

વિવાને બિલકુલ વિલંબ કર્યા વગર મહંતના હાથમાંથી કટાર લઈ લીધી. તેની તગતગતી તીક્ષ્ણ ધાર વડે તેણે પોતાની હથેળી ચીરી નાંખી.

લંકનના હોઠ પરથી સિસકારો નીકળી ગયો.

ઊંડા ઘામાંથી દડદડ વહી રહેલા લોહીની પરવા કર્યા વગર વિવાન હનુમાનના વિગ્રહ પાસે પહોંચ્યો. એમના દસ ફૂટ ઊંચા મસ્તક સુધી પહોંચવા માટે તેણે બાજુમાં પડેલી પૉર્ટેબલ સીડીનો આશરો લીધો.

હાથમાંથી વહી રહેલી રુધિરધારા મૂર્તિના મુગટ ઉપર રેલાવા માંડી. ગણતરીની સેકન્ડ્સમાં જ પગ સુધી નીતરી ચૂકેલી રક્તધારા વડે મૂર્તિનો રુધિરાભિષેક થવા માંડ્યો. એ સમયે વિવાને પોતાના હૃદયમાં શક્ય એટલો ભક્તિભાવ લાવવાનો પ્રયત્ન કર્યો, પરંતુ સફળતા ન જ મળી. આમ છતાં, તેણે મોટા અવાજે પોતાનો દૃઢ સંકલ્પ જાહેર કર્યો,

'હું... મહામહોપાધ્યાય વિવાન આર્ય.

સંપૂર્ણ સભાનાવસ્થામાં સંકલ્પ લઉં છું કે મારા દેહ અને રક્ત ઉપર હવેથી આ વિગ્રહનો અધિકાર છે! મહંત ચંદ્રસુમનને

ગોરપદે સ્થાપિત કરીને આજની રાતે હું આપને જાગૃત કરવાની પ્રતિજ્ઞા લઉં છું તેમજ આ મહાઅનુષ્ઠાનને પૂર્ણ કરવા માટે આપની પ્રસન્નતા અને કૃપાની યાચના કરું છું.

હે દેવ, મારી અરજી સ્વીકારો અને આ ધરતી ઉપર સદેહે પુનરાગમન કરો!'

તેણે તીવ્ર સ્વરે માતંગ બાબાએ આપેલા મંત્રનું ઉચ્ચારણ કરતાં કરતાં આખી મૂર્તિના તમામ અંગો ઉપર પોતાના રક્તનો લેપ લગાડવાની શરૂઆત કરી,

॥ कालतंतु कारेचरन्ति एनर मरिष्णु निर्मुक्तेर कालेत्वम् अमरिष्णु ॥

બીજી બાજુ, મહંતે અત્યંત કુટિલ સ્મિત સાથે યજ્ઞની તૈયારીઓ આદરી દીધી. મંદિરના ખૂણામાં બનાવવામાં આવેલા સ્ટોર-રૂમમાં જઈને એમણે લાઇટની સ્વીચ ઑન કરી. મંદ મંદ ઝબકાર સાથે ચાલુ થયેલી પીળાશ પડતી લાઇટનો અજવાસ કમરામાં પથરાયો.

પૂજાની સામગ્રી કાઢવા માટે ઓરડાની દીવાલ પાસે રાખવામાં આવેલો સાત ફૂટ લાંબો અને ત્રણ ફૂટ પહોળો લંબચોરસ પિટારો એમણે ઉઘાડ્યો. અંદર લોહીનાં ગંધ મારતા ખાબોચિયા વચ્ચે પાંચ ફૂટ દસ ઇંચનું કદ ધરાવતી એક લાશ પડી હતી!

... એ મૃતદેહ મહંત ચંદ્રસુમનનો હતો!

મહંતનો વેશ ધારણ કરીને આવેલા દૈત્યગુરુ શુક્રાચાર્યએ ચંદ્રસુમનના શબ સામે વિકૃત અટ્ટહાસ્ય આપતાં કહ્યું,

'ભક્તિરસમાં ગળાડૂબ એ મૂઢમતિને જરાસરખો પણ અંદાજ નથી કે તે જેનો રક્તાભિષેક કરી રહ્યો છે, એ વાસ્તવમાં હનુમાન નહીં પરંતુ ત્રેતાયુગના મહાનતમ રાક્ષસરાજ રાવણના ભાઈ અહિરાવણનું મૂર્તિસ્વરૂપ છે!

વિવાનને તેની મરજી વિના કોઈ સ્પર્શી શકે એમ નથી, એ હકીકત હું ગયા વર્ષે સોમનાથના સ્મશાનમાં જ્યારે એને મળ્યો ત્યારે જ જાણી ચૂક્યો હતો! તેની આસપાસ રક્ષાકવચ બનીને વિદ્યમાન થયેલી પવિત્ર ઊર્જાઓ તેનું અવિરતપણે રક્ષણ કરી રહી છે.

... પરંતુ એ જાતે, પોતાની મરજીથી જો ત્રેતાયુગના એ મહાન અસુરાત્માને આહ્વાન આપવા તૈયાર હોય તો વિશ્વની એક પણ દૈવીય શક્તિ આ કાર્યમાં હસ્તક્ષેપ કરશે નહીં!

તેના રક્તની અંજલિ સાથે લેવામાં આવેલો આ સંકલ્પ પરશુરામ અને અશ્વત્થામા સહિત સૃષ્ટિની એ તમામ દિવ્ય-ઈશ્વરીય ઊર્જાઓને શ્રીલંકાના આ ક્ષેત્રથી દૂર રાખવાનું કામ કરશે. તેઓ ઇચ્છતા હોવા છતાં પણ આજે વિવાનની સહાય નહીં કરી શકે!

મહામહોપાધ્યાય વિવાન આર્યના દેહ ઉપર આજથી અહિરાવણનું આધિપત્ય હશે! કળિયુગમાં અસુરાધિપત્યની પુનઃસ્થાપના કરવા માટે સ્વયં એ માનવ મારી સહાય કરી રહ્યો છે, જેનું કર્તવ્ય સમષ્ટિને અસુરાધિપત્યથી બચાવવાનું છે! હાય રે.. વિધિની વક્રતા, ચંદ્રસુમન!

આજની રાતે કાળની ગર્તામાં ખોવાઈ ગયેલા એ અસુરાત્માનું પુનરાગમન થશે, જેને સૃષ્ટિ વીસરી ચૂકી છે!'

૮૪

ત્રેતાયુગ
લંકા

'લંકિનીઓના આગમનનો સમય થઈ ચૂક્યો છે!' રાવણે વિદ્યુતજિજ્હ્વાને આદેશ આપતાં કહ્યું.

'જી. મહારાજ!' વિદ્યુતજિજ્હ્વાએ ક્ષણનો પણ વિલંબ કર્યા વિના ચૈત્યપ્રાસાદનાં દ્વાર ઉઘાડી નાંખ્યાં.

અષ્ટાંગ યોગમાં પારંગત રાક્ષસરાજ રાવણે ફેફસાંમાં હવા ભરીને ખાસ્સા સમય સુધી કાળા રંગનો શંખ એકધારો ફૂંક્યે રાખ્યો.

... અને એ સાથે જ, ક્ષણના છઠ્ઠા ભાગમાં વિકરાળ રૂપ ધરાવતી બે માયાવી લંકિનીઓએ ચૈત્યપ્રાસાદમાં પ્રવેશ મેળવ્યો. વિખરાયેલા વાળ, ઉઘાડું અર્ધનગ્ન શરીર, કાળોમેશ વાન, લાંબા લાંબા દાંત અને ઊંધા પગ! કમરના ભાગે વ્યાઘ્રચર્મ સિવાય એમણે બીજું કોઈ વસ્ત્ર નહોતું પહેર્યું. જુદાં જુદાં અંગો ઉપર સ્પષ્ટપણે દેખાતાં છૂંદણાં તેની રાક્ષસી ઓળખ ઊભી કરતાં હતાં. રાવણનો આદેશ જાણે મનોમન જ સમજી ગઈ હોય એ રીતે બંને લંકિનીઓએ

કશું જ બોલ્યા વગર મૃત ગર્ભવતી સ્ત્રીના શબની આજુબાજુ એક પગે ઊભા રહીને સાધના આરંભી.

તત્ક્ષણ નગ્ન રાવણ પણ શબ પાસે આવ્યો. માનવસ્ત્રીના ગર્ભ ઉપર પલાંઠી વાળીને તે ટટ્ટાર બેઠો. મૃત ભ્રૂણ ઉપર દબાણ આવવાને કારણે સ્ત્રીની યોનિમાંથી રક્તની સાથોસાથ થોડું સફેદ પ્રવાહી પણ નીકળ્યું, જે મળ સાથે મિશ્રણ પામીને અસહનીય ગંધ પેદા કરવા લાગ્યું. રાવણે એ પ્રવાહીની આચમની લઈ પોતાના દેહનું શુદ્ધીકરણ કર્યું અને વિનિયોગ આરંભ્યો. તેના મુખમાંથી અનિષ્ટાત્રીને સદેહે ધરતી ઉપર લાવવા માટેના મંત્રોચ્ચાર સ્ફુરવાની શરૂઆત થઈ. સમસ્ત ત્રિભુવન રાવણના આ કાળયજ્ઞના વિધિ-વિધાન જોઈને સ્તબ્ધ હતું.

એક બાજુ ખોપરી આકારના યજ્ઞકુંડમાં વિદ્યુતજિજિહ્વા દ્વારા રક્તાહુતિઓ હોમાતી રહી અને બીજી બાજુ, મૃતદેહના પેટ ઉપર બેઠેલો રાવણ બંધ આંખે દેવી અનિષ્ટાત્રીનું આહ્વાન કરતો રહ્યો.

માંડ થોડો સમય વીત્યો હશે, ત્યાં લંકિનીઓના શરીર હવામાં અધ્ધર થયાં. યજ્ઞકુંડની ઉપર એક ચક્ર વિદ્યમાન થયું, જેનો આકાર શુક્રયંત્ર સમાન હતો!

બંને રાક્ષસીઓના દેહ ચક્રવાતની માફક તેજ ગતિ સાથે વર્તુળાકાર ઘૂમવા માંડ્યા. એમની આખોમાંથી લીલા રંગનો પ્રકાશ ચૈત્યપ્રાસાદમાં મશાલની માફક પ્રસરી ગયો. રક્તાહુતિઓને કારણે યજ્ઞવેદીમાંથી ઉત્સર્જિત થતો ધુમાડો ચૈત્યપ્રાસાદની બહાર પ્રસરી જાય, એ પહેલાં જ લંકિનીઓએ પાણીની માફક કુંડના ધૂમનું પાન કરવાની શરૂઆત કરી. તેમના મુખમાં જઈ રહેલો ધુમાડો નદીના જળની માફક ઘૂંટડે ને ઘૂંટડે એમના ગળા નીચે ઊતરવા માંડ્યો.

લંકેશના ચહેરા ઉપર સ્મિત પથરાઈ ગયું. સાધના સિદ્ધ થઈ રહ્યાની અનુભૂતિ ક્ષણ-પ્રતિક્ષણ વધુ ને વધુ તીવ્ર બનવા જઈ રહી હતી.

... એકાએક શબની આંખ ઊઘડી. તેની બંને આંખોમાં કાળપ છવાયેલી હતી. કોઈ પિશાચી શક્તિ તેના શરીર ઉપર ક્રમશઃ આધિપત્ય જમાવી રહી હોય એવું લાગતું હતું. તેના મુખમાંથી એક ચીસ નીકળી. એ અનિષ્ટાત્રીના આગમનનો હુંકાર હતો!

હવે માત્ર એક અંતિમ વિધિ શેષ હતી!

રાવણે બંને લંકિનીઓને આદેશ આપવા માટે ઉપર દૃષ્ટિપાત કર્યો. લંકિની એમનો આદેશ પામી ગઈ. કાળયજ્ઞના અંતિમ ચરણના ભાગરૂપે બંને લંકિનીઓએ રાવણની સૌથી પ્રિય રાણી - મંદોદરી - નું સ્મરણ કર્યું.

કાળયજ્ઞનો પ્રમુખ નિયમ એ હતો કે સાધકે યજ્ઞની પૂર્ણાહુતિ વેળા પોતાની અત્યંત પ્રિય વસ્તુ કે વ્યક્તિનો આહુતિ ગણીને ભોગ આપવાનો!

લંકિનીઓની આંખ બંધ થતાંની સાથે જ ચૈત્યપ્રાસાદનાં મુખ્ય દ્વાર પુનઃ ઊઘડ્યાં. રાક્ષસીઓના સાથીદાર સમા નરપિશાચો પોતાના લોખંડી હાથો વડે મંદોદરીને બાવડું પકડીને અંદર લાવ્યા. માત્ર એક આછા વસ્ત્રમાં તરફડી રહેલી મંદોદરી પોતાના સ્વામીને જોઈને સ્તબ્ધ થઈ ગઈ. તેણે કદી અપેક્ષા નહોતી રાખી કે રાવણ દ્વારા તેનું આ રીતે અપમાન થઈ શકે!

'સ્વામી... આ દુષ્ટોને આદેશ આપનારા આપ હશો, એવી મેં ક્યારેય સ્વપ્ને પણ કલ્પના નહોતી કરી!' મંદોદરીએ આહતભાવ સાથે કહ્યું, 'મેં આપનું શું બગાડ્યું છે? આખું જીવન આપ અન્ય રાણીઓ અને દાસીઓનું અપહરણ કરી એમને લંકાના મહેલમાં લાવતા રહ્યા. આપના પ્રત્યે મારી પ્રીતિ અને સ્નેહ અખૂટ હોવા છતાં મને ક્યારેય આપે પ્રેમભરી દૃષ્ટિએ નિહાળી સુધ્ધાં નહીં.. આમ છતાં, એને મારી નિયતિ સમજીને હું સમાધાન કરતી રહી. આનું ફળ સાવ આવું?'

'તું સ્વીકારે કે ન સ્વીકારે મંદોદરી... પણ જીવનપર્યંત તું જ મારી સૌથી પ્રિય રાણી રહી છો!' રાવણની આંખ ભીની થઈ ગઈ, 'અને એટલે જ, કાળયજ્ઞની પૂર્ણાહુતિ વેળા હું તારી બલિ ચડાવવા માટે વિવશ છું! મને ક્ષમા કરજે, પણ આ બધું હું મારા પુત્રના વધનો પ્રતિશોધ લેવા માટે કરી રહ્યો છું.'

ક્ષણવારમાં પોતાની જાત ઉપર નિયંત્રણ મેળવીને રાવણે બંને નરપિશાચોને આંખો વડે આદેશ આપી દીધો.

નરપિશાચો મંદોદરીને યજ્ઞકુંડની સમીપ લઈ આવ્યા. લંકાની સમ્રાજ્ઞી સાથે અત્યારે દાસીથી પણ ખરાબ કહી શકાય, એવી વર્તણૂક કરવામાં આવી રહી હતી. નરપિશાચોએ યજ્ઞની સમીપ પડેલી થાળીમાંથી કંકુ ઉઠાવીને મંદોદરીના લલાટ ઉપર ચોળી દીધું.

કેડ પરથી તલવાર કાઢીને તેઓ મંદોદરીનું ગળું કાપવા જાય, એ પહેલાં જ...

સનનનનન...

સુસવાટા સાથે છૂટેલી ગદા સીધી તલવાર સાથે ટકરાઈ! મંદોદરીને સહેજ પણ ઈજા ન પહોંચે, એ રીતે થયેલો આ પ્રહાર ચૈત્યપ્રાસાદની બહાર ઊભેલા શત્રુ દ્વારા કરવામાં આવ્યો હતો.

બંને લંકિનીઓ અને રાવણ સાબદા થઈને પ્રતિઘાત કરવા જાય એ પહેલાં જ ચૈત્યપ્રાસાદના દ્વાર પર આવીને ઊભા રહી ગયેલા કપિરાજના મુખમાંથી કાન ફાડી નાંખતી ગર્જના સંભળાઈ.

'જય શ્રીરામ!' હનુમાને પોતાના પ્રભુ શ્રીરામનો જયઘોષ કર્યો.

નરપિશાચોના હાથમાંથી તલવાર છોડાવીને પુનઃ પરત ફરી ચૂકેલી ગદાનો પ્રહાર હનુમાને ધરતી ઉપર કર્યો. વીજળીનો શેરડો વાદળો ચીરીને જેમ જમીન ઉપર ત્રાટકે, એવી જ રીતે એક દિવ્ય પ્રકાશપુંજ જમીનના માર્ગે વહીને બંને લંકિનીઓના દેહ ઉપર ત્રાટક્યો. એ પ્રકાશપુંજમાં ભગવાન શિવના અગિયારમા રૂદ્રાવતાર હનુમાનની અષ્ટ-સિદ્ધિઓ અને નવનિધિઓનું બળ સમાહિત હતું!

બંને લંકિનીઓ એકઝાટકે બળીને ભસ્મીભૂત થઈ ગઈ. રાવણ જે મૃતદેહ ઉપર આસન જમાવીને બેઠો હતો, તેના ઉપર રાખનું જાડું થર પથરાઈ ગયું!

૮૫

વર્તમાન દિવસ
કોઇમ્બતૂર

'એક ચિરંજીવી હોવા છતાં હનુમાનને આ રીતે બંધનમાં શા માટે રાખવામાં આવ્યા છે, ભૈરવી મા?' રિયા હજુ પણ દિવ્યાઘાતમાંથી બહાર નહોતી આવી શકી. પોતાની સામે ધ્યાનસ્થ પવનપુત્રને તેણે ભાવભીનાં વંદન તો પાઠવ્યાં, પરંતુ આ રીતે મજબૂત કાચનાં સાત આવરણો વચ્ચે એમને બંધાયેલી હાલતમાં જોઈને તેનું હૃદય રડી રહ્યું હતું.

'મને માત્ર એટલો ખ્યાલ છે કે શ્રીરામે જ્યારે વૈકુંઠગમન કર્યું, ત્યારે એમણે હનુમાનને એક નિશ્ચિત કાળ સુધી મૂર્છિત અવસ્થામાં રાખવા માટે દૈવી સિદ્ધિનો પ્રયોગ કર્યો હતો.' ભૈરવી માએ કહ્યું.

'પરંતુ હનુમાનનાં દર્શન અંગે મહાભારતકાળ એટલે કે દ્વાપરયુગમાં પણ અસંખ્ય વર્ણન વાંચવા મળે છે, જેમકે, પાંડુપુત્ર ભીમના અહંકારનું ખંડન કરવા માટે હનુમાનનું જંગલમાં વાનરરૂપે પ્રગટ થવું... કુરુક્ષેત્રના યુદ્ધમાં જે રથ ઉપર અર્જુન બિરાજમાન હતા અને સારથિ સ્વયં કૃષ્ણ હતા, એના ધ્વજ ઉપર

હનુમાનનો ઊર્જાદેહ પ્રસ્થાપિત થયો હોવાનો ઉલ્લેખ પણ વિવિધ ગ્રંથોમાં મળી આવે છે!' રિયાએ દ્વિધા વ્યક્ત કરી, 'તો શું આ કથાઓ મિથ્યા છે? એમાં કોઈ સત્ય નથી? જો ખરેખર અંજનિપુત્ર મહાબલિ ત્રેતાયુગના અંતભાગથી આ રીતે સુષુપ્ત અવસ્થામાં હોય, તો પછી આ કથાઓ પાછળનો મર્મ શું?'

'વિજ્ઞાન જેને એસ્ટ્રલ બૉડી - સૂક્ષ્મશરીર - તરીકે ઓળખે છે, એના વિશે તું શું જાણે છે?' ભૈરવી માએ સામો પ્રશ્ન કર્યો.

'એટલું જ કે વ્યક્તિ જ્યારે સંપૂર્ણ નિદ્રાવસ્થામાં હોય, ત્યારે તેનું એસ્ટ્રલ બૉડી એટલે કે સૂક્ષ્મદેહ માણસના પાર્થિવ શરીરમાંથી વિખૂટો પડી પોતાની આસપાસના જગતની યાત્રા કરી શકે છે! અલબત્ત, તેના માટે વિશિષ્ટ ધ્યાનપ્રક્રિયા અને તીવ્ર એકાગ્રતાની જરૂર પડે છે.' રિયાએ ઉત્તર આપ્યો.

'ખરું.' ભૈરવી માએ હૂંફાળું સ્મિત આપ્યું, 'ત્રેતાયુગના છેલ્લા દિવસથી શરૂ કરીને આજદિન સુધી હનુમાન આખા દિવસમાં ફક્ત એક વખત ભોજન આરોગવા માટે જાગે છે અને બાકીનો સમય તેઓ યોગનિદ્રામાં પોઢી રહે છે! શ્રીરામે જળસમાધિ લેતાં પહેલાં હનુમાન ઉપર કોઈ એવી વિશિષ્ટ સિદ્ધિનો પ્રયોગ કર્યો હતો, જેને આજનું વિજ્ઞાન પણ સમજાવી શકે એમ નથી. માણસ જ્યારે કૉમામાં સરી પડે, ત્યારે તેનો દેહ નિશ્ચેતન અવસ્થામાં હોય છે, પરંતુ મન અને હૃદય અવિરતપણે પોતાનાં કામ કરતાં રહે છે. વિજ્ઞાનવિશ્વમાં એવા ઘણા કિસ્સા નોંધાયા છે, જેમાં આ પ્રકારની વ્યક્તિ સંપૂર્ણ નિશ્ચેતન હોવા છતાં પોતાની ઈર્દગિર્દ થઈ રહેલી તમામ વાતચીત શબ્દશઃ સાંભળી હોય અને ભાનમાં આવ્યા પછી તેણે એનું વર્ણન પણ કર્યું હોય!'

'મેં થોડા સમય પહેલાં જ ક્યાંક વાંચ્યું હતું કે એક દર્દીને ઑપરેશન-થિયેટરમાં લઈ ગયા પછી એનેસ્થેસિયા આપવામાં આવ્યું, પરંતુ તેનો ડૉઝ એટલો ઓછો હતો કે એ વ્યક્તિનું મન સર્જરીની મધ્યમાં જ જાગૃત થઈ ગયું! પરંતુ શરીર સંપૂર્ણપણે નિશ્ચેતન હોવાને કારણે તે પોતાની આંખો ખોલીને ડૉક્ટરને કહી ન શક્યો કે પોતે જાગી રહ્યો છે.' બે-ત્રણ મહિના પહેલાં કોઈક ફૉરેન્સિક જર્નલમાં વાંચેલો કિસ્સો રિયાને યાદ આવી ગયો, 'ઑપરેશન ટેબલ ઉપર સૂતાં સૂતાં તે ડૉક્ટર દ્વારા અંદરોઅંદર થઈ રહેલી વાતો સાંભળી શકતો હતો. ફક્ત એટલું જ નહીં, તેના પેટ ઉપર સર્જરી દરમિયાન સર્જિકલ-નાઇફ એટલે કે ચાકુ વડે પાડવામાં આવેલા ધારદાર ચીરાનું અસહ્ય દર્દ પણ તેણે અનુભવ્યું. ત્રણ કલાક બાદ ઑપરેશન પૂરું થયું અને જ્યારે દર્દી ભાનમાં આવ્યો ત્યારે તે ડિપ્રેશનમાં સરી પડ્યો હતો. ઑપરેશન

થિયેટરમાં તેના જાગૃત મન દ્વારા જે પીડાનો અનુભવ કરવામાં આવ્યો હતો, તે તેના માનસપટ ઉપર એટલી ઊંડી છાપ છોડતો ગયો કે જેમાંથી બહાર નીકળવું તેના માટે અસંભવ બની ગયું.'

'એનેસ્થેસિયા અવેરનેસ!' મનસ્વીએ વાતમાં ઝંપલાવ્યું, 'દર્દીને આપવામાં આવેલાં ફૂલ-બૉડી એનેસ્થેસિયાની અસર ઑપરેશનની અધવચ્ચે જ ઊતરી જાય, જેના કારણે શરીર સુષુપ્ત અવસ્થામાં હોવા છતાં મન સંપૂર્ણપણે જાગૃત થઈ ચૂક્યું હોય.'

'બિલકુલ.' સાધ્વી માએ કહ્યું, 'આવું જ કંઈક સ્લિપ-પેરેલિસિસનું પણ છે! વ્યક્તિ ભયાવહ સ્વપ્ન જુએ અને તેની આંખો ખૂલી જાય, પરંતુ શરીર હલન-ચલન ન કરી શકે. ફાટી આંખે બસ છત સામે તાક્યા રાખીને તે પીડાનો અનુભવ કર્યા રાખે. થોડી ક્ષણો પછી આપોઆપ તેનું શરીર પુનઃ સક્રિય થાય અથવા અન્ય કોઈ વ્યક્તિ તેના શરીરને હલબલાવીને સ્લિપ-પેરેલિસિસમાંથી બહાર આવવા માટે મદદ પૂરી પાડે.'

'સત્ય, વસુધા.' ભૈરવી માએ સમર્થન આપ્યું, 'હનુમાન હાલ આવી જ સ્થિતિમાં છે, પરંતુ તેમનું આત્મિક શરીર સંપૂર્ણ સભાનાવસ્થામાં છે. દ્વાપરયુગમાં હનુમાનનાં દર્શન અંગે જે વર્ણનો જોવા મળે છે, એ મિથ્યા નથી. પોતાના આત્મિક શરીર થકી પવનપુત્ર હજારો સદીઓથી સૃષ્ટિના કરોડો જીવોનો ઉદ્ધાર કરી રહ્યા છે.'

રિયાના ચહેરા ઉપર હજુ પણ પ્રશ્નાર્થચિહ્નો તરવરતાં જોઈને ભૈરવી માએ વધુ સરળ સમજૂતી આપી.

'હનુમાનનો દેહ જ્યારે સુષુપ્ત અવસ્થામાં હોય, ત્યારે એમનું એસ્ટ્રલ બૉડી અર્થાત્ આત્મિક શરીર જગતમાં ભ્રમણ કરતું રહે છે. એમને દિન-રાત પૂજતાં તથા રામની ભક્તિમાં લીન રહેતાં શ્રદ્ધાળુઓ ઉપર તેઓ કૃપા વરસાવતા રહે છે. ફક્ત આટલું જ નહીં, એમના આત્મિક શરીર પાસે તમામ અષ્ટ-સિદ્ધિઓ અને નવ નિધિઓ સચવાયેલી છે, જેની સહાય થકી તેઓ માનવોનાં દુઃખ-દર્દ દૂર કરતા રહે છે.'

રિયાના મગજમાં હવે આખું ચિત્ર સ્પષ્ટ થયું, 'તો એનો અર્થ એમ કે એમનો દેહ સામાન્ય વાનરનો છે, પરંતુ એમની પરમચેતના આજે પણ ત્રેતાયુગ જેટલી જ શક્તિશાળી છે!'

'યથાર્થ વચન.' ભૈરવી માએ બુલેટ-પ્રૂફ કાચનાં સાત આવરણોની બહાર લગાવવામાં આવેલા કંટ્રોલર તરફ આગળ વધતાં કહ્યું, 'દિવસમાં એક વખત

એમના દેહને ભોજનની આવશ્યકતા પડતી હોવાથી હું, વસુધા અને મનસ્વી દરરોજ સવારે બ્રાહ્મ-મુહૂર્તમાં અહીં આવીને એમને થાળ ધરાવી જઈએ છીએ. જેવા તેઓ ભોજન આરોગી લે કે તરત આ એનેસ્થેટિક ગેસનો છંટકાવ એમની ચેમ્બરમાં થવા માંડે છે, જે એમને પુનઃ યોગનિદ્રામાં પોઢી જવામાં સહાયરૂપ થાય છે. તેઓ અનાયાસે જ પદ્માસનમાં બેસીને ચિરનિદ્રામાં સરી પડે છે અને એમના શ્વાસોચ્છ્વાસમાંથી રામ-નામ સ્ફુરવા લાગે છે.'

'પરંતુ દીવાલો પર માતા સીતા અને શ્રીરામનો જયઘોષ આલેખવાનું કોઈ વિશેષ કારણ?' અશરફે જિજ્ઞાસા વ્યક્ત કરી.

'આની પાછળનું રહસ્ય જાણવા માટે ભૂતકાળમાં થોડા ઊંડા ઊતરવું પડશે.' ભૈરવી માના સ્વરમાં રહસ્ય ઉમેરાયું, 'ત્રેતાયુગના અંતભાગથી શરૂ કરીને છેક છ દિવસ પહેલાં સુધી બધું નિયમિત ચાલતું હતું. કોઈ ઊહાપોહ કર્યા વિના હનુમાન વ્યવસ્થિત રીતે ભોજન આરોગીને આપોઆપ યોગનિદ્રામાં સરી પડતા હતા. ઘણી વખત તો અમારે એનેસ્થેટિક વાયુનો ઉપયોગ સુધ્ધાં કરવો ન પડતો! પરંતુ એક અઠવાડિયા પહેલાં પરિસ્થિતિમાં ગંભીર બદલાવ આવવાની શરૂઆત થઈ. જાગૃત થયા પશ્ચાત્ હનુમાન એક બળવાખોર વાનરની માફક આ કાચનાં આવરણોમાંથી બહાર નીકળવા મથવા માંડ્યા. એમના આ દિવ્ય-સ્વરૂપને સમાજમાં મુક્ત રીતે વિચરણ ન કરવા દેવાય, કારણ કે તેઓ કોઈ સામાન્ય વાનર નથી. હનુમાન સ્વયં કપિરાજ અર્થાત્ વાનરોના રાજા હોવાની સાથોસાથ દેવાધિદેવ મહાદેવના અગિયારમા રુદ્રાવતાર પણ છે! લોકો અજાણતાં પણ એમનું અપમાન ન કરી બેસે, બહારનો સમાજ એમને કોઈ ખૂંખાર વાનર સમજી પ્રાણી-સંગ્રહાલયમાં ન પૂરી દે, તેમની શક્તિઓનો કોઈ દુરુપયોગ ન થાય એ ધ્યાન રાખવું જરૂરી છે. એમની પવિત્રતા કોઈ પણ સંજોગોમાં જળવાઈ રહેવી જોઈએ. આથી, શક્તિ-આશ્રમ સિવાય વિશ્વનું અન્ય કોઈ સ્થાન નથી, જ્યાં હનુમાનના સ્થૂળ-શરીરને સંપૂર્ણ આદર અને ભક્તિભાવ સાથે સાચવવામાં આવે.'

અશરફ અને રિયા પાંપણ ફરકાવ્યા વગર એકચિત્તે એમની વાત સાંભળી રહ્યાં હતાં.

'છ દિવસ પહેલાં હનુમાન જ્યારે જાગૃત થયા, ત્યારે સામાન્ય વાનરની માફક કેદમાંથી છૂટવા માટે ધમપછાડા કરવા માંડ્યા. આવું પહેલાં ક્યારેય નહોતું થયું.' ભૈરવી માના કપાળ ઉપર કરચલીઓ તણાઈ આવી, 'ભલે એમને પોતાના અસ્તિત્વ તથા પરમચેતનાનું ભાન ન હોય, પરંતુ એમના સ્થૂળ શરીરમાં

આજે પણ એટલું બળ અને શક્તિ છે કે તેઓ એકસાથે હજાર હાથીઓનો ખાત્મો બોલાવી શકે!'

રિયાએ ડોક ફેરવીને યોગનિદ્રામાં પોઢેલા પ્રભુ હનુમાન તરફ દૃષ્ટિપાત કર્યો. એમની બંધ આંખોની અંદર કીકીઓ ફરકી રહ્યો હોવાનો ભાસ તેને થયો.

'શરૂ-શરૂમાં તો અમે અખંડ રામ-નામની ધૂન ગોઠવીને એમને શાંત પાડવાનો પ્રયાસ કર્યો. રામ-નામના શ્રવણને કારણે અમારો એ પ્રયોગ થોડે ઘણે અંશે સફળ પણ રહ્યો. આ ખંડની તમામ દીવાલો પર શ્રીરામ અને દેવી સીતાનો જય-જયકાર કોતરાવીને મહામંત્રની એ ઊર્જા વડે પણ એમને સતત ધ્યાનમગ્ન રાખવાના પ્રયત્નો થયા.' ભૈરવી મા અત્યંત ગંભીર જણાતાં હતાં, 'આમ છતાં એક સમય એવો આવ્યો, જ્યારે અમારી દરેક કોશિશો નિષ્ફળ નીવડવા માંડી. સ્વયં ભગવાન રામનું નામ પણ એમને શાંત પાડવા અક્ષમ પુરવાર થવા માંડ્યું. આ ઘટનાક્રમ પાછળ જવાબદાર કારણો અંગે અમને ગણતરીના દિવસો પહેલાં જ જાણ થઈ.'

'બરાબર એ દિવસે, જ્યારે રાષ્ટ્રપતિ ભવનમાં હુમલો થયો?' રિયાએ સમગ્ર ઘટનાના તાણાવાણા જોડ્યા.

'હા...' ભૈરવી માએ હકારમાં મસ્તક ધુણાવ્યું, 'એ દિવસથી ભગવાન રામનું નામ સાંભળીને તેઓ વધુ વિચલિત થવા માંડ્યા. પરિણામસ્વરૂપ, અનિચ્છાએ અમારે રામ-નામની ધૂન બંધ કરવી પડી.'

'ત્યાર પછી અમારું સંપૂર્ણ ધ્યાન એનેસ્થેટિક દ્રવ્યની તીવ્રતા વધારવામાં લાગી ગયું.' મનસ્વીએ મશીન-કંટ્રોલરના બટન તરફ ધ્યાન દોરતાં કહ્યું, 'વિશ્વનાં જુદાં જુદાં માદક રસાયણોમાંથી બનાવવામાં આવેલાં સૌથી તીવ્ર અને ત્વરિત અસરકારક એવા એનેસ્થેટિક ગેસના ફુવારાની ગોઠવણ કરવામાં આવી, પરંતુ એ વ્યવસ્થા પણ વધુ સમય સુધી એમને કેદ ન રાખી શકી.'

'અંતે એક દિવસ એવો આવ્યો, જ્યારે તેમણે બુલેટપ્રૂફ કાચનાં આવરણો તોડવાની શરૂઆત કરી...' ભૈરવી મા એ સ્ફોટક દિવસની વાત કરી રહ્યાં હતાં, જ્યારે એમણે સ્વયં પરશુરામને ગુપ્તકક્ષમાં બોલાવી હનુમાનને શાંત પાડવા માટે યાચના કરવી પડી હતી, 'ભગવાન વિષ્ણુના છઠ્ઠા અવતાર અને અષ્ટ-ચિરંજીવીઓમાંના એક એવા રેણુકાપુત્ર પરશુરામે પોતાની વિશિષ્ટ સિદ્ધિઓના ઉપયોગ વડે અત્યંત ભીષણ યુદ્ધ પશ્ચાત્ હનુમાનને ચિરનિદ્રામાં પોઢાડી દીધાં, પરંતુ આ દરમિયાન એમના પાર્થિવ શરીરને ખૂબ ઈજા પહોંચી!'

'પરંતુ એમના આ પ્રકારે વિચલિત થવાનું શું કારણ?' રિયાએ પ્રશ્ન વાગોળ્યો, 'જે પરમશક્તિ ત્રેતાયુગથી સુષુપ્ત અવસ્થામાં હતી, એ અચાનક છ દિવસ પહેલાં આટલી વિહ્વળ શા માટે થઈ ગઈ?'

... ભૈરવી મા પ્રત્યુત્તર આપવા જાય, એ પહેલાં જ કક્ષનાં દ્વાર પુનઃ ઊઘડ્યાં.

સૂર્ય સમાન ભવ્ય પ્રકાશપુંજ પોતાની આગવી છટા સાથે આગળ વધતો જોઈને રિયાનું મોં આશ્ચર્યથી ખૂલી ગયું. એમના ભગવા કપડાંમાંથી રેલાતો કેસરિયો રંગ પોતાની અંદર કંઈકેટલાય સૂર્યોનું તેજ સાચવીને બેઠો હતો. પૌરુષની ચરમસીમા કહી શકાય એવો દેખાવ અને અભિભૂત કરી દેનારું એ વ્યક્તિત્વ હાથમાં પરશુ નામક શસ્ત્ર લઈને કક્ષમાં પ્રવેશ્યું હતું. પાષાણ સમી છાતી અને ખડક જેવાં કઠોર બાવડાં ઉપર સ્પષ્ટપણે દેખાતી નસોમાં લોહી ફૂંફાડા મારી રહ્યું હતું. જનોઈધારી બ્રાહ્મણ હોવા છતાં એમના આભામંડળમાં ક્ષત્રિયો સમાન બહાદુરી, નિર્ભીકતા, ધગધગતો જુસ્સો, નારિયેળના બાહ્ય-આવરણ માફક કઠોરતા અને આંતરિક-આવરણ સમી કોમળતા દેદીપ્યમાન હતી.

'કારણ છે, વિવાન આર્ય!' સમસ્ત ત્રિભુવન જેમની વાક્છટાથી મોહિત હતું, એવા પરશુરામે પડછંદ અવાજે કહ્યું.

ભૈરવી મા, સાધ્વી મા અને મનસ્વીએ માર્મિક સ્મિત સાથે એમને નમન પાઠવ્યાં.

બીજી બાજુ, રિયા અને અશરફ આગંતુકના લલાટ ઉપર કરવામાં આવેલાં શાક્ત-તિલકના તેજથી મંત્રમુગ્ધ થઈ ગયાં હતાં.

પ્રખર શ્રીવિદ્યા ઉપાસક અને દસ મહાવિદ્યા - શ્યામાકાલી, તારા, ષોડશી, ભુવનેશ્વરી, ભૈરવી, છિન્નમસ્તા, ધૂમાવતી, બગલામુખી, માતંગિની તથા કમલાત્મિકા - જેમને સિદ્ધ હતી, એવા પરશુરામના મુખારવિંદ પર જીવનપર્યંત કરેલી કઠોર સાધનાનું તેજ ઝળકતું હતું. સ્વયં મહાવિષ્ણુના અંશાવતાર તેમજ ચિરંજીવી હોવાને નાતે સમષ્ટિની તમામ પવિત્ર-શક્તિઓ એમની આસપાસ વિદ્યમાન હતી. કૃષ્ણ અને રામ બંને જાણે એમના દેહમાં સમાઈ ચૂક્યા હતા!

રિયાના હોઠ પરથી અનાયાસે જ પુંડરિકાક્ષ સ્તોત્રમ્ સ્ફુર્યું,

नमस्ते पुंडरिकाक्ष नमस्ते मधुसूदन ।

नमस्ते सर्व लोकेश नमस्ते तिग्मचक्रिणे ॥

'ચૌદ ભુવન અને સમસ્ત લોકના નાથ, હે પુંડરિકાક્ષ... આપને મારા સાષ્ટાંગ નમસ્કાર! જેમણે પોતાના કરકમળમાં દુષ્ટોના સંહાર હેતુ સુદર્શન ચક્ર ધારણ કર્યું છે, એવા મધુસૂદનને મારાં કોટિ કોટિ વંદન.'

કોઈ ઓળખાણની જરૂર ન પડી. અત્યાર સુધીમાં બે ચિરંજીવીઓ - અશ્વત્થામા અને હનુમાન - નાં દર્શન પ્રાપ્ત કર્યા પછી, નવાગંતુકની અલૌકિક આભા અને હાથમાં રહેલું પરશુ જોઈને રિયાને એ સમજવામાં જરા પણ વાર ન લાગી કે તે મહર્ષિ જમદગ્નિ અને માતા કોંકણાના સુત એવા પરશુરામનો સાક્ષાત્કાર કરી રહી છે!

... આજે એકઝાટકે તેના અનેક જન્મોનાં કર્મબંધન પરશુરામનાં દર્શનમાત્રથી ક્ષણવારમાં કપાઈ ગયાં!

વર્તમાન દિવસ

કોલમ્બો, શ્રીલંકા

યજ્ઞકુંડની અગનજ્વાળા છેક મંદિરની છતને આંબવા મથી રહી હતી.

મહંત ચંદ્રસુમનના વેશમાં પોતાના આસન ઉપર બિરાજમાન થઈ ચૂકેલા દૈત્યગુરુ શુક્રાચાર્યની નજર વિવાનની આંખો સામે સ્થિર હતી. એમના ચહેરા ઉપર અજાયબ સ્મિત અકબંધ હતું. અલબત્ત, હેમરાજ આર્યને જીવિત જોઈને તેઓ સ્તબ્ધ હતા. તેમને કલ્પના પણ નહોતી કે વિવાનનો બાપ હજુ સુધી જીવી રહ્યો છે!

સુધીર આર્ય અને ૮ વર્ષના વિવાન માટે ગોઝારો નીવડનારો એ દિવસ શુક્રાચાર્યના માનસપટ ઉપર આજે પણ એકદમ તાજો હતો, જ્યારે વર્ષ ૨૦૦૨માં તમિલનાડુ-કર્ણાટકની સરહદે આવેલાં સત્યમંગલમૂના જંગલોમાંથી ભાગતી વેળા હેમરાજ અને સુમતિ મોહમ્મદ બિલાલને કારણે મોતને ઘાટ ઊતરી ગયાં હતાં.

... પરંતુ દૈત્યગુરુની ચકોર નજરે એ પારખી લીધું હતું કે અત્યારે એમની

સામે જીવિત બેઠેલા હેમરાજની ઊર્જા બદલાઈ ચૂકી છે! કંઈક તો એવું હતું, જેને પારખવા માટે સ્વયં શુક્રાચાર્યનું જ્ઞાન પણ ઓછું પડતું હતું.

હેમરાજ આર્ય... તારી લાશને મેં મારી નજર સમક્ષ ભડકે બળતાં જોઈ હતી! બે દાયકા પછી તારું આ રીતે પુનઃ જીવિત થઈને પરત ફરવું એ કોઈ સામાન્ય બાબત નથી. આ વિચિત્ર ઘટનાક્રમ પાછળના રહસ્યનો પડદો હું ઊંચકીને રહીશ! બ્રહ્માંડની એવી કઈ ઊર્જા છે, જે તારી સહાય કરી રહી છે એ હું યેનકેન પ્રકારેણ જાણી લઈશ.

મનોમન શુક્રાચાર્યએ હેમરાજની વાસ્તવિકતા જાણવાનો નિર્ધાર કર્યો.

મંદિરના બે સ્વયંસેવકો દૈત્યગુરુના સંમોહનપાશમાં બંધાયેલા હોવાને કારણે ચૂપચાપ એમને મળેલા આદેશ મુજબ યજ્ઞની તૈયારીઓ પૂર્ણ કરવામાં વ્યસ્ત હતા.

પૂર્વાભિમુખ ગોપુરમ્ ધરાવતું આ મંદિર વાસ્તુશાસ્ત્રના તમામ નીતિ-નિયમોને અનુસરીને બનાવવામાં આવ્યું હોવા છતાં એકાક્ષ અઘોરી ઉર્ફે શુક્રાચાર્યની અઘોરવિદ્યાઓનો પ્રભાવ ત્યાં સ્પષ્ટપણે અનુભવી શકાતો હતો.

પ્રવેશદ્વારની બરાબર સામે છદ્મવેશમાં પ્રાણ-પ્રતિષ્ઠિત અહિરાવણનો ઊર્જાદેહ હનુમાનના પંચમુખી અવતારરૂપી વિગ્રહમાં સમાવિષ્ટ હતો. વર્ષ ૧૯૯૬થી જ શુક્રાચાર્ય અહિરાવણના મહાભયંકર અસુરાત્માને પુનઃ આ ધરતી ઉપર લાવવાના પ્રયાસોમાં મચી પડ્યા હતા, પરંતુ યોગ્ય સમયની રાહ જોવાઈ રહી હતી.

વર્ષ ૨૦૦૧માં ૪૮ દિવસ સુધી સ્વયં દૈત્યગુરુ દ્વારા કરવામાં આવેલા પ્રચંડ અસુરાહ્વાન પશ્ચાત્ છેવટે મૂર્તિમાં અહિરાવણની પ્રાણ-પ્રતિષ્ઠા થઈ હતી. આમ છતાં, વિગ્રહમાં કેદ હોવાને કારણે અહિરાવણની આસુરી ઊર્જાનો પ્રભાવ સીમિત દાયરા સુધી જ હતો!

... અહિરાવણને આવશ્યકતા હતી એક એવા માનવ-દેહની, જે તેની અનિષ્ટ-શક્તિઓનું વાહક બનવા ઉપરાંત તમામ પ્રકારની રાક્ષસીવૃત્તિ અને આસુરીઊર્જા ખમી શકવા સક્ષમ હોય!

શુક્રાચાર્ય જાણતા હતા કે આવી ક્ષમતા મહામહોપાધ્યાય વંશજ સિવાય અન્ય કોઈ પાસે ન હોઈ શકે! આથી, બે દાયકા સુધી એમણે પ્રતીક્ષા કરી. છેવટે ગયા વર્ષે જ્યારે એમનું મૃત સંજીવની મહાવિદ્યા પ્રાપ્ત કરવાનું ષડયંત્ર નિષ્ફળ નીવડ્યું, એ વેળા ફૈઝા હુસૈનને મોતને ઘાટ ઉતારતી વખતે એમણે અહિરાવણને પુનઃ સદેહે આ સૃષ્ટિમાં લાવવાનો નિર્ણય કર્યો.

હનુમાનની ખોજમાં એક દિવસ વિવાન શ્રીલંકા જરૂર આવશે, એ વિચાર સાથે જ એમણે મતંગવનના મુખિયા - માતંગ બાબા - ઉપર નજર રાખવાનું કામ કર્યુ હતું. પોતાના કબીલાનું અસ્તિત્વ ટકાવી રાખવા માટે માતંગ બાબાએ મજબૂરીમાં આવી વિવાનને અહિરાવણના મંદિર તરફ ધકેલવો પડ્યો!

વાસ્તવિકતા તો એ હતી કે દર ૪૧ વર્ષે હનુમાન મતંગવનના આદિવાસીઓની મુલાકાત સદેહે નહીં, પરંતુ એમના સૂક્ષ્મશરીરના માધ્યમથી લેતા હતા.

માતંગ બાબાને પણ જાણ નહોતી કે પવનપુત્રનું સ્થૂળ શરીર વર્તમાન સમયમાં ક્યાં સચવાયેલું છે!

વર્તમાન દિવસ

કોઇમ્બતૂર

'**કારણ** છે, વિવાન આર્ય!' સમસ્ત ત્રિભુવન જેમની વાક્છટાથી મોહિત હતું, એવા પરશુરામે પડછંદ અવાજે કહ્યું.

રિયા પળવાર માટે ડઘાઈ ગઈ.

પરશુરામના ચરણસ્પર્શ કર્યા પછી તેઓ પુનઃ વાર્તાલાપમાં મશગૂલ થઈ ચૂક્યા હતા.

'હું આપના વિધાનનો ભાવાર્થ સમજી નહીં, ભગવાન...' રિયાએ બે હાથ જોડીને કહ્યું.

'પ્રત્યેક યુગમાં કાળચક્ર પુનરાવર્તન પામે છે, બેટા.' પરશુરામે આર્દ્રસ્વરે કહ્યું, 'મારા એક પ્રશ્નનો ઉત્તર આપીશ?'

રિયાએ કશું જ બોલ્યા વગર વિનંતીભર્યા ભાવ સાથે ફક્ત મસ્તક ઝુકાવ્યું. જે ઘડીથી તેણે પરશુરામને જોયા હતાં, ત્યારથી તે નિઃશબ્દ હતી.

'એવું કોણ હતું, જેમના માટે હનુમાનના હૃદયમાં આજીવન અપાર શ્રદ્ધા, પ્રેમ અને સ્નેહ રહ્યો?' પરશુરામની આંખોમાં અનેરી ચમક પથરાયેલી હતી.

'માતા સીતા અને પ્રભુ રામ...' આ બે નામો એવાં હતાં, જેનો વિચાર કરવા માટે રિયાને સમયની આવશ્યકતા નહોતી.

આ જવાબ સાંભળ્યા પછી પરશુરામ દ્વારા કળિયુગના અંતિમ મહાયુદ્ધનું સૌથી મોટું રહસ્ય ઉજાગર કરવામાં આવ્યું, જે સાંભળીને રિયા અને અશરફને એવું લાગ્યું કે તેઓ કોઈ કલ્પનાવિશ્વમાં વિહાર કરી રહ્યા છે! આજ સુધી જે કથા એમણે હિંદુ ધર્મના પૌરાણિક ગ્રંથોમાં જ વાંચી હતી, એ આજે નરી વાસ્તવિકતા બનીને એમની સામે પ્રગટ થઈ રહી હતી!

પરશુરામના પ્રત્યુત્તરને કારણે રિયાનું અસ્તિત્વ હચમચી ગયું,

'પ્રભુ શ્રીરામ જ્યારે વૈકુંઠગમન પામ્યા, એ સમયે એમણે હનુમાનને વચન આપ્યું હતું કે કળિયુગમાં પૃથ્વી પર તેમનું પુનરાગમન થશે... એક નવા અવતારમાં, નવા પડકારો સાથે! પાલનહાર લીલાધર સ્વરૂપનું પ્રાગટ્ય થશે, એ ક્ષણથી હનુમાનની સુષુપ્ત અવસ્થાનો અંત આવવાની શરૂઆત થશે, એ વિધિના લેખ છે.

... અને જ્યારે જ્યારે મહાવિષ્ણુ પર સંકટ ઘેરાયું છે, ત્યારે ત્યારે દેવાધિદેવ મહાદેવ હંમેશાં એમની સહાયહેતુ પ્રગટ થયા છે! શંકરના અગિયારમા રુદ્ર અવતાર હનુમાનના સ્થૂળ શરીર અને સૂક્ષ્મ શરીર બંનેને જાણ થઈ ચૂકી છે કે કળિયુગમાં જન્મ લઈ ચૂકેલા એમના પ્રભુ શ્રીરામ અને શ્રીમાતા સીતાની આસપાસ દુષ્ટાત્માઓ ચકરાવો લઈ રહ્યા છે! પરિણામસ્વરૂપ, અંજનિપુત્ર હવે પોતાના સ્થૂળ દેહને પુનઃ જાગૃત કરવા માટે વધુ પ્રતીક્ષા કરી શકે એમ નથી...'

પરશુરામ હવે પછીનું વિધાન ઉચ્ચારતી વેળા મહાવિષ્ણુની ભક્તિમાં ભાવવિભોર થઈ ગયા,

'હા... કળિયુગનું સૌથી પ્રભાવશાળી અને દિવ્યાતિદિવ્ય રહસ્ય ઉજાગર કરવાનો સમય પાકી ચૂક્યો છે!

ભવિષ્યપુરાણ અને કલ્કીપુરાણમાં આલેખાયેલી કથા મુજબ, ભગવાન ત્રિપુરારિ મહાવિષ્ણુના દસમા અને અંતિમ પૂર્ણાવતાર

– આદિનારાયણ કલ્કી – નું આ ધરતી ઉપર પ્રાગટ્ય થઈ ચૂક્યું છે. એમની સાથોસાથ, મહામહારાણી – પદ્મમાલિની – વિષ્ણુપ્રિયા દેવી મહાલક્ષ્મી પણ અવતરી ચૂક્યાં છે.

... સમસ્ત બ્રહ્માંડ અને સાતમા મનવંતરના સર્વ જીવોએ આદિકાળથી જે ક્ષણની રાહ જોઈ રહી હતી, એનો સાક્ષાત્કાર થઈ ચૂક્યો છે. અસુરાધિપત્યની સ્થાપના અને અનિષ્ટની અધિષ્ઠાત્રી દેવી – અનિષ્ટાત્રી – ના પ્રાદુર્ભાવથી સૃષ્ટિને રક્ષણ પૂરું પાડવા માટે વૈકુંઠની તમામ દૈવીય શક્તિઓ સક્રિય થઈ ગઈ છે...

વિવાન જ એ સુષુપ્ત મહાશક્તિ છે, જેના અવતરણ માટે માત્ર દેવલોક જ નહીં પરંતુ સ્વયં ત્રિદેવ પણ પ્રતીક્ષા કરી રહ્યા હતા...

સ્વયં શેષનાગના અવતાર સમા ભગવાન બલરામે આજથી પાંચ હજાર વર્ષ પૂર્વે હિરણ્ય, કપિલા અને સરસ્વતી નદીના સંગમ પાસે મહામહોપાધ્યાય વિશ્વેશ્વરનાથને જે તથ્યથી અવગત કરાવ્યા હતા, એ હું આજે આપ સૌ સમક્ષ પ્રસ્તુત કરી રહ્યો છું.

મહામહોપાધ્યાય વંશાવલિનું અંતિમ સંતાન જ ભગવાન મહાવિષ્ણુના કલ્કી અવતાર તરીકે જન્મ લેશે, એ આજથી હજારો વર્ષ પહેલાં નિર્ધારિત થઈ ચૂક્યું હતું. વિવાન આર્ય જ એ વંશજ છે, જેની ભવિષ્યવાણી ભગવાન બલરામે કરી હતી.

વિવાન આર્ય બીજું કોઈ નહીં, પરંતુ માનવ-દેહ ધારણ કરીને ભૂલોક પર પુનરાગમન કરી ચૂકેલા સર્વલોકાધિપતિ શ્રીઅનંતપદ્મનાભસ્વામી કલ્કી ભગવાન છે!'

૮૬

ત્રેતાયુગ

લંકા

હનુમાનના એકાએક થયેલા આગમનથી ડઘાઈ ગયેલા વિદ્યુતજિજિહ્વાએ રક્તની આહુતિઓ અટકાવી દીધી. આ પ્રકારના સંજોગોમાં શું કરવું જોઈએ, એ અંગે તેને પૂર્વસૂચના મળી ચૂકી હતી. રાવણના હોઠ પરથી હજુ પણ અનિષ્ટ મંત્રોચ્ચારણ અવિરતપણે ચાલુ હતું.

'પ્રતિઘાત!' સાત અધોલોક - અતલ, વિતલ, સુતલ, તલાતલ, રસાતલ, મહાતલ અને પાતાળ - માંથી આવેલા કંકાલમુંડ નામના જીવોની વિશાળ સેનાને વિદ્યુતજિજિહ્વાએ હનુમાન સામે બાથ ભીડવા માટે આદેશ આપ્યો. આ એવા જીવો હતા, જેમના શરીર ઉપર માંસ કે ચામડીનું નામોનિશાન સુધ્ધાં નહોતું. તેઓ ફક્ત માનવ-કંકાલની આકૃતિ ધરાવતાં લોહીતરસ્યા પિશાચી જીવો હતા!

ક્ષણવારમાં હનુમાનની પાછળ પાછળ શ્રીરામ, લક્ષ્મણ અને એમની વાનરસેના પણ ચૈત્યપ્રાસાદના દ્વાર ઉપર આવીને ઊભી રહી ગઈ. મંદોદરી સમક્ષ કરુણાભરી દૃષ્ટિ નાંખી, રામે તે પીડિત સ્ત્રીને મનોમન સાંત્વના આપી.

રાવણની રક્ષા હેતુ વિદ્યુતજિજિહ્વાએ શસ્ત્રોની નહીં, પણ પોતાની આસુરી માયાની સહાય લીધી હતી. જોકે તેને અનુમાન સુધ્ધાં નહોતું કે શ્રીરામની સેનામાં એક વ્યક્તિ એવી છે, જે આ માયાને તોડવા માટે સક્ષમ હતી!

પરિસ્થિતિ ઉપર નિયંત્રણ મેળવવા માટે વિદ્યુતજિજિહ્વાએ ચૈત્યપ્રાસાદમાં માયાવિશ્વ રચવાની શરૂઆત કરી. શ્રેષ્ઠ નર્તકની માફક ભાવભંગિમાઓ આરંભી ચૂકેલું તેનું શરીર જમીનથી ચારેક હાથ ઉપર ઊઠ્યું. પ્રતિસ્પર્ધીઓ તેના અભૂતપૂર્વ કૌશલને પારખી શકે એ પહેલાં તેની હથેળીમાંથી સ્ફુરેલાં આછા ઘેરા રંગના શ્યામ પ્રકાશે સૌનાં નેત્રો આંજી દીધાં.

સહસા પછડાટની અનુભૂતિ થઈ હોય એ રીતે શ્રીરામ સહિત સમસ્ત વાનરસેના કોઈ ગાઢ જંગલમાં આવી ચડી. ક્ષણવારમાં જ વિદ્યુતજિજિહ્વાએ શત્રુઓને પોતાના અભેદ્ય માયાવિશ્વમાં કેદ કરી લીધા હતા!

એકાએક ચૈત્યપ્રાસાદને બદલે અન્ય કોઈ અજાણ્યા સ્થાન પર આવી ચડવાને કારણે વાનરસેના હુપાહુપ કરવા લાગી. ગગનચુંબી ઘટાટોપ વૃક્ષો અને કદી ન દીઠેલાં લીલા રંગના આકાશ તળે એવું લાગતું હતું જાણે તેઓ કોઈ જુદા જ ગ્રહ ઉપર આવી ચડ્યા છે!

રામ અને લક્ષ્મણ કોઈ નિવારણ કાઢી શકે એ પૂર્વે ક્રૂર પિશાચી અટ્ટહાસ્ય એમના કાને પડઘાયું. સૌના હાથ પોતપોતાનાં શસ્ત્રો ઉપર જઈ ચડ્યાં. વાનરોએ જમીન ઉપરથી ઉઠાવેલાં પથ્થરો ઉપર પકડ મજબૂત કરી. તેમણે ચોતરફ નજર માંડી, પરંતુ આ અજાયબ વિશ્વમાં ચકલું તો દૂર, ઇયળ સુધ્ધાં ફરકી નહોતી રહી!

બીજી જ ક્ષણે, સુગ્રીવનું શરીર હવામાં ઊછળ્યું. કોઈક અદશ્ય શક્તિ તેને જમીનથી અધ્ધર આમથી તેમ ફંગોળવા માંડી. અંજનિપુત્ર હનુમાને પોતાના હાથમાં પકડેલી મશાલ સુગ્રીવ તરફ ફેંકી, પરંતુ હાડમાંસ વગરના કંકાલમુંડની આછી આકૃતિ સિવાય કોઈને કશું નજરે ન ચડ્યું. સુગ્રીવનો દેહ કોઈક અનિષ્ટ શક્તિના વશમાં આવી ચૂક્યો હતો.

... એટલામાં, આખી વાનરસેના ઉપર અદશ્ય હુમલો શરૂ થઈ ગયો. લક્ષ્મણની બરાબર બાજુમાં ઊભેલા વાનરનું શરીર એક વૃક્ષની સુકાઈ ગયેલી તીક્ષ્ણ ડાળી ઉપર ફેંકાયું. તેનો અણીદાર અગ્રભાગ વાનરની છાતીમાં ખૂંપી જતાં જ પળવારમાં બિચારા મૂંગા જીવનું પ્રાણપખેરું ઊડી ગયું. રક્તની તેજ ધારા તેની છાતી પરથી લસરીને જમીન ઉપર વહેવા લાગી.

હવામાં ઊછળી રહેલા અન્ય બે વાનરોના દેહને આસુરી શક્તિએ એકબીજા સાથે જોરથી અથડાવ્યા. ખોપરી ફાટી પડવાની પીડાને કારણે બંને જમીન ઉપર પટકાઈને કણસવા લાગ્યા. વાનરસેનાનો સંહાર શરૂ થઈ ચૂક્યો હતો.

શ્રીરામે પોતાનું ધનુષ ઉઠાવીને તેની પણછ વડે ટંકાર કર્યો, જેની અસર હેઠળ થોડી ક્ષણો માટે આસુરી શક્તિ શાંત થઈ ગઈ. પરંતુ સૌ જાણતાં હતાં કે આ તોફાન પહેલાંની શાંતિ હતી! એકબીજાની પીઠને ટેકો આપીને બંને અવતારીય પુરુષ - રામ અને લક્ષ્મણ - ચારેબાજુ નિરીક્ષણ કરવા લાગ્યા.

'આગિયા વૈતાળ!' વિભીષણનો ધીમો છતાં મક્કમ સ્વર રામના કાને પડઘાયો, 'દશ્યમાન થયા વિના જ શત્રુને યમલોકના દ્વાર સુધી પહોંચાડનાર માયાવી રાક્ષસ! અનિષ્ટાત્રી દેવીના ચૈત્યપ્રાસાદની રક્ષા કાજે વિદ્યુતજિજિહ્‌વાએ તેનું આહ્‌વાન કર્યું હોવું જોઈએ. આ માયાનો સંહાર એવું જ કોઈ અસ્ત્ર કરી શકશે, જે તેમના ખરા સ્વરૂપને પણ ઉજાગર કરી શકે...'

વિભીષણ આગળ કશું ઉચ્ચારી શકે એ પહેલાં જ તેના દેહને જોરથી ધક્કો વાગ્યો. રામ-લક્ષ્મણથી દસ હાથ દૂર ફંગોળાઈ ચૂકેલા વિશ્રવાપુત્રનું શરીર ધૂળમાં રગદોળાઈ ગયું. લક્ષ્મણ તેના તરફ દોડ્યો, પરંતુ વિભીષણ સુધી પહોંચે એ પહેલાં જ તેની છાતીને અદશ્ય લાત વાગી અને તે પીઠના ભાગે ધડાકાભેર દૂર પછડાયો.

આ દશ્ય જોઈ શ્રીરામ વિચલિત થઈ ગયા. તેમના લલાટ પરના તિલકમાંથી દિવ્ય પ્રકાશપુંજ નીકળ્યો. આંખો બંધ કરીને એમણે પોતાના ધનુષ ઉપર આગ્નેયાસ્ત્રનું ધ્યાન ધર્યું. કમલનયન સમા ભાસી રહેલાં એમનાં બંધ નેત્રો પરથી સૌને એ વાતનો અહેસાસ થયો કે શ્રીરામને શા માટે **રાજીવલોચનની** ઉપમા આપવામાં આવતી હતી!

આગ્નેયાસ્ત્રના આહ્‌વાનને કારણે પ્રગટ થયેલા તીરને શ્રીરામે હવામાં છોડી દીધું. મનની ગતિ પર પ્રવાસ કરનારા આ તીરે હવામાં અગનવર્ષા ચાલુ કરી! તેની જ્વાળામાં લપેટાયેલાં આગિયા વૈતાળ ભસ્મીભૂત થઈને જમીન

પર ખરવા માંડ્યા. અધ્ધર લટકતી વાનરસેનાને પડતી મૂકીને તેઓ પોતાનો જીવ બચાવવા આમથી તેમ વિખેરાવા માંડ્યા. એમની કાળી ચીસોથી માયાવી જંગલ ગુંજી ઉઠ્યું.

'જય શ્રીરામ!'ના જયઘોષ વચ્ચે આસુરી જીવોનો ચિત્કાર દબાઈ ગયો.

એક પછી એક તમામ આગિયા વૈતાળનો ખાત્મો બોલી ગયા પશ્ચાત્ જમીન પર વેરવિખેર એમની રાખનો ઢગલો હવામાં ઊંચકાયો. રામ અને લક્ષ્મણ બંને મનોમન મંત્રોચ્ચારણ કરી રહ્યા હતા. એવું લાગતું હતું જાણે આગિયા વૈતાળની રાખ પાસે તેઓ પોતાનું કાર્ય કરાવી રહ્યા છે!

એકાએક રાખનો ઢગ દિશાનિર્દેશક યંત્ર સમાન એક સુરેખ રેખામાં પથરાઈ ગયો. રામનું અનુમાન એવું હતું કે વિદ્યુતજિજિહ્વાના માયાવિશ્વમાંથી બહાર નીકળવાનો માર્ગ આ જંગલના જીવો જ દર્શાવી શકે એમ છે. રાખના દિશાનિર્દેશક યંત્રની પાછળ ચાલતાં ચાલતાં સમસ્ત વાનરસેનાને નજર સમક્ષ ગુફાનું દ્વાર દેખાયું.

રામ અને લક્ષ્મણ કશી સૂચના આપવા જાય એ પૂર્વે તો સેનાના ત્રણ-ચાર વાનરોએ કિલકારી સાથે ગુફાની અંદર દોટ મૂકી. એમને રતીભર જાણ નહોતી કે અંદર કેટલી મોટી આપત્તિ એમની પ્રતીક્ષા કરી રહી છે!

જેવો એમનો પગ ગુફાની અંદર પડ્યો કે બીજી જ ક્ષણે ડાબી અને જમણી પાષાણદીવાલો પરથી ઝેરીલાં તીર છૂટ્યાં અને વાનરોની આરપાર થઈ ગયાં! એની અસર એટલી તીવ્ર હતી કે વાનરોના શરીર જોતજોતામાં અંદરથી આખેઆખાં ખવાઈ ગયાં!

સાંદ્ર જલદ પ્રવાહી એમના દેહ ઉપર છાંટવામાં આવ્યું હોય એવું એ દૃશ્ય હતું.

૮૭

વર્તમાન દિવસ
કૉલમ્બો, શ્રીલંકા

અહિરાવણના પુનઃજાગરણની વિધિ આરંભાઈ ચૂકી હતી.

વિવાન, હેમરાજ અને લંકન પોતપોતાનાં વસ્ત્રો બદલાવીને આસન ઉપર બેઠા. સંપૂર્ણ કાળી ધોતી સિવાય અન્ય કોઈ વસ્ત્ર પહેરવાની છૂટ નહોતી. વિવાનને આશ્ચર્ય તો ત્યારે થયું, જ્યારે મહંત ચંદ્રસુમને એમના ગળામાં પહેરેલી રુદ્રાક્ષની માળા અને જનોઈ બંને ઉતારવાનો આદેશ આપ્યો.

આમ છતાં, મનમાં સંશય લાવ્યા વગર વિવાને મુખ્ય યજમાન-આસન ઉપર સ્થાન ગ્રહણ કર્યું અને હેમરાજ-લંકન તેની ડાબી-જમણી બાજુ બેઠા. અહિરાવણના વિગ્રહ ઉપર રક્તાભિષેક કર્યા પછી વિવાનની આભા ક્રમશઃ નકારાત્મક શક્તિઓથી ઘેરાઈ ચૂકી હતી. માથું દુઃખવાથી શરૂ કરીને તેનાં પ્રત્યેક અંગોમાં કળતર થવા માંડી હતી. એવું લાગી રહ્યું હતું જાણે શરીરમાં ભ્રમણ કરી રહેલા રુધિરનું કોઈક ટીપે-ટીપે પાન કરી રહ્યું છે! હાથ-પગમાં સફેદી આવવા માંડી હતી. આમ છતાં, આટલા દિવસોની ભાગદોડ અને

ઊંઘના અભાવને કારણ ગણીને વિવાનનું ધ્યાન અત્યારે પંચમુખી હનુમાન તથા તેમની આસપાસના વિગ્રહો પર સ્થિર થયું.

રામ-લક્ષ્મણ અને જાનકીના વિગ્રહ ઉપરાંત મંદિરમાં નવ ગ્રહોની પ્રતિમાની પણ પૂજા થતી હતી. બે દાયકાથી શુક્રાચાર્યના વશમાં રહેલાં મહંત ચંદ્રસુમન અજાણતાં જ એવી ઊર્જાઓને ઉછેરી રહ્યા હતા, જેની કલ્પના કરીને પણ માણસ ધ્રૂજી જાય!

જેવી રીતે ડાકિની-સાધના સિદ્ધ કરવા માટે રક્તનું બલિદાન આવશ્યક હોય, એવી રીતે પાછલા બે દાયકાની અંદર અહિરાવણ સિવાયની તમામ મૂર્તિઓને સમય-સમયાંતરે પશુબલિ તથા માનવબલિ દ્વારા જીવિત કરી દેવામાં આવી હતી. તેમાં એવા પ્રકારની નકારાત્મક અનિષ્ટ ઊર્જાનું રોપણ કરવામાં આવ્યું હતું, જે શુક્રાચાર્યની સંગિની-શક્તિઓ હતી! દેવાધિદેવ મહાદેવની કૃપા દૈત્યગુરુના મસ્તક પરથી હટી ગયા બાદ એમણે તમામ નિમ્ન કક્ષાની તામસિક ઊર્જાઓને પોતાના વશમાં કરવાની શરૂઆત કરી દીધી હતી, જેનો ઉપયોગ અત્યારે યજ્ઞ દરમિયાન થવાનો હતો.

નવ ગ્રહ અને રામ-લક્ષ્મણ-જાનકીના દેખાવની મૂર્તિઓ વાસ્તવમાં લોહીતરસ્યા પિશાચોની સેના હતી, જે પોતાના સ્વામી અહિરાવણની સેવા કરવા માટે તલપાપડ હતી. વિવાન દ્વારા અહિરાવણના વિગ્રહ ઉપર રક્તનો અભિષેક પૂર્ણ થયા બાદ આ તમામ શક્તિઓ ગેલમાં આવી ચૂકી હતી. મંદિરના શિખર ઉપર ગીધ અને બાજ જેવા માંસભક્ષી જીવો ચકરાવો લેવા માંડ્યા હતા...

શુક્રાચાર્યના પાસા પોબારા પડ્યા હતા. વિવાન દ્વારા એક વખત અહિરાવણને જીવંત કરવાનો સંકલ્પ લઈ લીધા બાદ, સુધીર આર્ય સહિત અન્ય સિદ્ધાત્માઓએ તેની આસપાસ જે રક્ષાકવચનું નિર્માણ કર્યું હતું, તે એકઝાટકે ખંડિત થઈ ગયું હતું. આ કારણોસર જ વિવાનના દેહમાંથી ધીરે ધીરે સઘળું લોહી અનિષ્ટ-શક્તિઓને અર્પણ થવા માંડ્યું હતું.

મહામહોપાધ્યાય વંશજનું છેલ્લું સંતાન જ કલ્કી અવતાર હશે, એ વાતની જાણ શુક્રાચાર્યને દ્વાપરયુગના અંતકાળમાં થઈ ચૂકી હતી. આ ઉપરાંત હજુ એક રહસ્ય એવું હતું, જે સતયુગથી મહામહોપાધ્યાય વંશાવલિમાં રોપાઈ ચૂક્યું હતું, જેની જાણ ગણ્યાગાંઠ્યા લોકોને જ હતી!

દુનિયાનું ભલું કરવા નીકળી પડેલા આ અબૂધ બાળકને જરાસરખો પણ અંદાજ નથી કે તે સ્વયં કોણ છે! જે માણસના રક્તનું એક બુંદ પણ અસંખ્ય

શક્તિઓને જાગૃત કરી શકવા સક્ષમ છે, એ માણસે આજે અહિરાવણને પોતાના રક્ત વડે સ્નાન કરાવીને વિનાશ નોતરી દીધો છે...

શુક્રાચાર્ય મલક્યા. સોમનાથના સૂર્યકુંડમાં વિવાન શા માટે મૃતસંજીવની મહાવિદ્યાનો પ્રયોગ કરીને રિયાને પુનર્જીવિત કરી શક્યો, એની પાછળના કારણોમાં તેનું કલ્કી હોવું પણ જવાબદાર હતું.

વાતાવરણને વધારે મેલું અને અનિષ્ટ બનાવવા માટે અસુરગુરુએ અ-શુદ્ધીકરણ વિધિ આરંભી. વાસ્તવમાં શુદ્ધીકરણ માટેનો મૂળ મંત્ર હતો,

ॐ अपवित्रः पवित्रो वा सर्वावस्थां गतोऽपि वा ।
यः स्मरेत्पुण्डरीकाक्षं स बाह्याभ्यन्तरः शुचिः ॥

યદિ કોઈ સાધક પવિત્ર, અપવિત્ર અથવા અન્ય કોઈ અવસ્થામાં ભગવાન વિષ્ણુ - પુંડરિકાક્ષ - નું સ્મરણ કરે છે, તે બાન્ય તેમજ આંતરિક રીતે શુદ્ધ થઈ જાય છે.

પરંતુ દૈત્યગુરુએ આ મંત્રમાં માત્ર બે શબ્દોનો બદલાવ લાવીને તેનો અર્થ ફેરવી નાંખ્યો,

ॐ अपवित्रः पवित्रो वा सर्वावस्थां गतोऽपि वा ।
यः स्मरेत् अहिरावणासुरां स बाह्याभ्यन्तरः मलेच्छः ॥

યદિ કોઈ સાધક પવિત્ર, અપવિત્ર અથવા અન્ય કોઈ અવસ્થામાં અસુર - અહિરાવણ - નું સ્મરણ કરે છે, તે બાન્ય તેમજ આંતરિક રીતે મલિન થઈ જાય છે.

આ ફેરફાર કરતી વેળા એમણે પોતાનો સ્વર એટલો ધીમો કરી નાંખ્યો કે વિવાનને ખ્યાલ ન આવે અને અપવિત્ર જળની અંજલિ ભરીને તે પોતાની આસપાસના વાતાવરણ અને ઊર્જાને વધુ મલિન કરી નાંખે!

દૈત્યગુરુએ લાલ નહીં, પરંતુ કાળા રંગની નાડાછડી હાથમાં લઈને કેટલાક મંત્રો ફૂંક્યા. પોતાના સ્વયંસેવકોને આંખના ઇશારે બોલાવીને અન્ય બે યજમાનોના કાંડા ઉપર બાંધવાનો આદેશ આપવામાં આવ્યો.

હેમરાજ અને લંકનના કાંડા ઉપર નાડાછડી બંધાઈ રહી હતી, એ વખતે જ શુક્રાચાર્યએ વિવાનના હાથમાં દોરો બાંધવાની શરૂઆત કરી. પોતાનો હાથ ક્યાંક વિવાનને સ્પર્શી ન જાય, એ વાતનું ધ્યાન અસુરગુરુ સતત રાખી રહ્યા હતા, જેથી સોમનાથના સ્મશાનમાં બનેલી ઘટનાનું પુનરાવર્તન ન થાય!

જ્યાં સુધી વિવાન આસુરી શક્તિઓનો વાહક ન બને, ત્યાં સુધી તેનો સ્પર્શ શુક્રાચાર્યને મુશ્કેલીમાં મૂકી શકે એમ હતો.

જેવી નાડાછડી બંધાઈ કે બીજી જ ક્ષણે વિવાનના આખા શરીરમાં વીજળી પસાર થઈ ગઈ. મંદિરના શિખર ઉપરથી એક કાળો શેરડો તેના મસ્તિષ્કના સર્વોચ્ચ ભાગ એટલે કે બ્રહ્મરંધ્ર વાટે થઈને આખા શરીરમાં ફેલાઈ ગયો!

તે કશું સમજી શકે એ પહેલાં જ શુક્રાચાર્યનો સંમોહિત કરી દેનારો સ્વર તેના કાને પડ્યો,

'આ ક્ષણથી તારા પ્રાણ ઉપર અહિરાવણનો અધિકાર છે! તારું સુષુપ્ત મન ભલે વિવાન આર્યનું હોય, પરંતુ સ્થૂળશરીર ઉપર અહિરાવણનું આધિપત્ય રહેશે... ૐ ફટ્ સ્વાહા!'

હેમરાજ અને લંકન આ સમગ્ર ઘટનાનો મર્મ પામી શકે એ પહેલાં જ એમના હાથમાં બંધાયેલી નાડાછડીએ પોતાનો પ્રભાવ દેખાડવાની શરૂઆત કરી.

ધબ્બાક... અવાજ સાથે એમના દેહ જમીન ઉપર મૂર્છિત થઈને ઢળી પડ્યા.

... અને, એ ક્ષણથી વિવાન શુક્રાચાર્યની કઠપૂતળી બની ગયો. તેના બંને હાથ હવામાં અધ્ધર થયા. ડાબા હાથમાં ફરી ચાકુ પકડીને તેણે જમણા હથેળીમાં બીજો ચીરો પાડ્યો. યજ્ઞકુંડની સમિધા ઉપર ઘટ્ટ રક્તના લાલચોળ ટીપાં પડવા માંડ્યાં.

સામાન્યતઃ બળતણ તરીકે ઉપયોગમાં લેવાતા ઘીને બદલે વિવાનનું રક્ત જ જ્વલનશીલ દ્રવ્ય બનીને યજ્ઞની અગ્નિને પોષવા માંડ્યું.

વિવાનના ગળામાંથી અસ્પષ્ટ હુંકાર સંભળાવા માંડ્યા. શુક્રાચાર્યની સંગિની-શક્તિઓ અસર દેખાડવા માંડી હતી. તેનું માથું જોરજોરથી ધૂણવા માંડ્યું, આંખોના ડોળા ઉપર ચડી ગયાં. પોતાની જીભ બહાર કાઢીને ચાકુ વડે તેણે વચ્ચોવચ મોટો કાપો મૂકી દીધો. આખું મોં લોહી-લોહી થઈ ગયું હોવા છતાં તેના ચહેરાની લકીર સુધ્ધાં ન બદલી!

જિહ્વાને સીધી યજ્ઞકુંડ ઉપર લઈ જઈ, તેમાંથી વહી રહેલા રક્ત વડે તેણે અહિરાવણને આહ્વાન આપવાની શરૂઆત કરી.

જેમ જેમ રક્તની આહુતિઓ અપાતી ગઈ, એમ એમ અહિરાવણના વિગ્રહમાં પ્રાણ ફૂંકાતા ગયા! શરૂ-શરૂમાં એની આંખોમાં હલનચલન જોવા મળી... ત્યારબાદ ક્રમશઃ નાક, કાન, હાથ અને પગમાં ધ્રુજારી સાથે જીવંતતા આવી...

રાત્રિના લગભગ બે વાગ્યાની આસપાસ આખા કોલમ્બોને સંભળાય એટલી તીણી ચિચિયારીઓ સાથે અહિરાવણના દેહમાંથી શ્યામરંગી ધૂમ્રસેર વિવાનના દેહમાં ધડાકાભેર સમાઈ ગઈ!

એકાએક વિવાનની આંખોનો રંગ બદલી ગયો, કીકી પહોળી ગઈ, ચહેરા ઉપર ઠેકઠેકાણે ચકામાં ઊપસી આવ્યાં, જુદાં જુદાં અંગો ઉપર એકાએક નહોર વડે ઈજા થઈ હોય એવા લિસોટા થઈ ગયા! તેના શ્વાસોચ્છ્વાસ વધુ ઝડપે ચાલવા માંડ્યા. વર્ષોથી જકડાઈ ગયેલા શરીરને જાણે લચકદાર બનાવવા માંગતો હોય, એ રીતે મોટેથી તેણે આળસ મરડી...

એટલામાં મંદિરના સ્વયંસેવકો સોનાના પાત્રમાં તાજી કાપેલી મરઘી લઈ આવ્યા! હજુ પણ મરઘીના માંસ ઉપર ઠેકઠેકાણે થોડાં પીંછાં દેખાઈ રહ્યાં હતાં... લોહીની ટશરથી ખરડાયેલાં એ માંસ સામે વિવાને નજર કરી અને પછી અકરાંતિયા શૈતાનની માફક તે મરઘી ઉપર તૂટી પડ્યો. મરઘીના કાચા માંસમાંથી હાડકાં અલગ કર્યા વગર જ તે મોટાં બચકાં ભરવા માંડ્યો. એક પછી એક કોળિયા ગળે ઊતરતા ગયાં. સાથોસાથ, મોંમાંથી વારેઘડિયે સ્ફુરી રહેલા કેટલાક અસ્પષ્ટ સ્વર અને હાડકાંનો બટકવાનો અવાજ ભય પેદા કરી રહ્યા હતા.

ચાર મરઘી એકસાથે પેટમાં દાબી દીધા પછી હોઠ ઉપર બીભત્સ સ્મિત સાથે તેણે શુક્રાચાર્યને નમન પાઠવતાં કહ્યું,

'પ્રણામ દૈત્યગુરુ! અહિરાવણ આપની સેવામાં હાજર છે! હું કઈ રીતે આપની સહાય કરી શકું એમ છું?'

'અહિરાવણ...'

શુક્રાચાર્યએ ઊભા થઈને પોતાનો આયુધદંડ જમીન ઉપર પછાડીને ઉત્સાહિત સ્વરમાં કહ્યું,

'તારા ભાઈ – મહાન અસુરસમ્રાટ દશાનન રાવણ – ના શબને બહાર લાવવાનો સમય થઈ ચૂક્યો છે! તેને કળિયુગમાં પુનઃજીવિત કરવાના વચન સાથે સુરક્ષિત રીતે દફનાવવામાં આવ્યો હતો. કાલાતીત કલ્પાંતના વિષચક્રને પુનરાવર્તિત કરવાની ઘડી સમીપ આવી રહી છે...'

વર્તમાન દિવસ

કોઇમ્બતૂર

રિયાને હવે અહેસાસ થયો કે એકાક્ષ અઘોરી વિવાનને ક્યારેય મોતને ઘાટ ઉતારવા નહોતા માંગતા!

'હા... તું ખરું વિચારે છે!' પરશુરામે રિયાના મનમાં ચાલી રહેલો વિચાર વાંચી લીધો, 'સોમનાથની ગુફા હોય કે પછી ત્યાંનું સ્મશાન... શુક્રાચાર્યનો હેતુ વિવાનને ખત્મ કરવાનો હતો જ નહીં! આ વાસ્તવિકતા મેં ગયા વર્ષે વિવાનને જણાવી હતી.'

'દૈત્યગુરુ જાણે છે કે વિવાનના શરીરમાં દોડી રહેલું કલ્કી-રક્ત કેટલું શક્તિશાળી અને સિદ્ધિદાયક છે!' ભૈરવી માએ કહ્યું, 'પૃથ્વી પર અસુરાધિપત્ય સ્થાપવા માટે વિવાનના સ્થૂળ અને સૂક્ષ્મદેહમાં કલ્કી-અવતારનું પ્રાગટ્ય ક્યારેય ન થવું જોઈએ, એ હેતુ સાથે તેઓ એકધારા વિવાનને પોતાના વશમાં લાવવાનો પ્રયત્ન કરી રહ્યા છે... અને મને ડર છે કે...'

તેઓ આગળનું વાક્ય પૂરું ન કરી શક્યા.

'કયો ડર, મા?' રિયાના ધબકારા વધી ગયા, 'શું વિવાન અત્યારે કોઈ મુશ્કેલીમાં છે?'

'ગંભીર મુશ્કેલીમાં છે, દીકરી!' કઠણ કાળજું ધરાવતા પરશુરામના સ્વરમાં પણ ધ્રુજારી ભળી, 'શ્રીલંકાના કૉલમ્બો નજીક દેહિવાલા ખાતે પંચમુખી હનુમાનના મંદિરમાં તેના ઉપર એક એવી અનિષ્ટ-સાધનાનો પ્રયોગ કરવામાં આવી રહ્યો છે, જે શુક્રાચાર્યને એમના ઉદ્દેશ્યની પૂર્ણાહુતિ સમીપ લઈ જઈ શકે એમ છે! તેઓ વિવાનના દેહને અહિરાવણનું રહેઠાણ બનાવવાની વિધિ આરંભી ચૂક્યા છે.. અને હું ખોટો ન હોઉં તો અત્યાર સુધીમાં એમને સફળતા પણ મળી ચૂકી હશે!'

રિયાના બંને હાથમાં પરસેવાનું થર જામી ગયું. તેના પગ ઠંડા પડવા માંડ્યા, ગળું સુકાઈ ગયું.

'તમે તો સિદ્ધ છો, ચિરંજીવી છો... પ્રભુ!' રિયાએ કાકલૂદી કરી, 'વિવાનના સંરક્ષણ માટે તમે અને ભૈરવી મા કેમ કશું કરતાં નથી?'

પરશુરામે ભૈરવી મા સમક્ષ ગર્ભિત દૃષ્ટિપાત કર્યો.

'શુક્રાચાર્ય દ્વારા એ મંદિરમાં બે દાયકાથી સૌથી નિમ્નકોટિની અનિષ્ટ ઊર્જાની પ્રાણ-પ્રતિષ્ઠા કરવામાં આવી છે. ત્યાં દર્શનાર્થે આવનારા ભક્તોએ અજાણપણે જ એ મંદિરને પવિત્ર સમજીને ત્યાં જળાભિષેકથી શરૂ કરીને તીવ્ર સાધનાઓ કરી છે. જેના લીધે ત્યાં સ્થાપિત નકારાત્મક ઊર્જાઓ એટલી બળવાન છે કે એમનો સામનો કરવાનું ગજું મારી પાસે તો શું, ચિરંજીવી પાસે પણ નથી!' ભૈરવી મા અત્યંત દુઃખી જણાતાં હતાં, 'અધૂરામાં પૂરું, શુક્રાચાર્યએ સમય-સમયાંતરે આપેલી પશુબલિ અને રક્તાહુતિઓને કારણે હવે એ સ્થાન અભેદ્ય કિલ્લા સમાન બની ગયું છે!'

'કંઈક તો ઉપાય હશે, મા?' ચિંતામાં ને ચિંતામાં રિયાનો અવાજ મોટો થઈ ગયો, 'આમ ને આમ હાથ ઉપર હાથ ધરીને આપણે બેઠાં ન રહી શકીએ!'

'એક જ ઉપાય છે...' પરશુરામે સાંત્વનાભરી નજરે રિયા સામે જોયું.

એમની વાણીમાં રહેલી શીતળતા રિયાના હૃદય સુધી વ્યાપી ગઈ, 'શો ઉપાય છે, જણાવો... આર્ય! વિવાન માટે હું યમલોક સુધી જવા પણ તૈયાર છું!'

ભૈરવી મા, સાધ્વી મા, મનસ્વી અને પરશુરામના મસ્તક એકસાથે કાચના સાત આવરણો વચ્ચે યોગનિદ્રામાં પોઢતા હનુમાન તરફ વળ્યા.

સર્વપ્રથમ ભૈરવી માના હોઠ પરથી ગોસ્વામી તુલસીદાસ રચિત હનુમાનચાલીસાની એક ચોપાઈ સ્ફુરી,

सब सुख लहै तुम्हारी सरना ।
तुम रक्षक काहू को डर ना ॥

શા માટે હનુમાન બંધનમાંથી મુક્ત થઈને પોતાના સ્થૂળશરીરમાં પરત ફરવા માટે આટલા આકુળવ્યાકુળ થઈ રહ્યા હતા, તેની પાછળનું મૂળ કારણ રિયાને સમજાવા માંડ્યું. પોતાના સ્વામી વિવાન ઉપર આવી પડેલી આપત્તિથી કેસરીનંદન વાકેફ હતા!

આગળની ચોપાઈ મનસ્વીએ ભાવપૂર્વક ગાઈ,

आपन तेज सम्हारो आपै ।
तीनों लोक हांक तें कांपै ॥

હનુમાન સિવાય સમસ્ત ત્રિલોકમાં કોઈ એવું નહોતું, જે અહિરાવણ સામે બાથ ભીડી શકવા સક્ષમ હોય! જે રાક્ષસનો વધ ત્રેતાયુગમાં પવનપુત્ર દ્વારા કરવામાં આવ્યો હતો, તેને પુનઃ અધોલોકમાં પાછો મોકલવા માટે હનુમાનને જાગૃત કરવા નિતાંત આવશ્યક હતા...

ભૂત-પિશાચ સહિત સર્વ અનિષ્ટ-ઊર્જાઓના નાશ માટે આદિકાળથી જે કષ્ટભંજનનું સ્મરણ કરવામાં આવતું હતું, એમની ચોપાઈ પરશુરામે બંને હાથ જોડીને ઊંચા સ્વરે ગાઈ,

भूत पिसाच निकट नहिं आवै ।
महाबीर जब नाम सुनावै ॥

આંખમાં અશ્રુ સાથે વસુધાએ આગળની ચોપાઈનું સ્મરણ કર્યું,

नासै रोग हरै सब पीरा ।
जपत निरंतर हनुमत बीरा ॥

રિયાને ખ્યાલ આવી ગયો હતો કે આ સંકટમાંથી જો કોઈ એક પરમશક્તિ વિવાનને બચાવી શકવા સક્ષમ છે, તો તે હનુમાન જ છે...

'હે કષ્ટભંજન દેવ, હું મન-કર્મ અને વચનથી આપનું ધ્યાન ધરું છું...' રિયાએ ચોપાઈનું ઉચ્ચારણ કર્યું, 'આ સંકટમાંથી અમને ઉગારો!'

संकट तें हनुमान छुड़ावै ।
मन क्रम बचन ध्यान जो लावै ॥

'હું એવું શું કરું પરશુરામ, જેને કારણે હનુમાનનો સૂક્ષ્મદેહ અને સ્થૂળદેહ ફરી ઐક્ય સાધી શકે?' રિયાએ ખોંખારો ખાઈને ગળે ભરાયેલો ડૂમો ખાળવાની કોશિશ કરી.

સૌથી વિકટ સમયનો સામનો કરવાની ઘડી આવી પહોંચી હતી. વસુધા આ માટે તૈયાર નહોતી! ભૈરવી મા, પરશુરામ, રિયા, મનસ્વી અને અશરફથી થોડે દૂર તે એક ખૂણામાં ઊભી રહી ગઈ.

માતાએ મૂકેલું ડૂસકું સાંભળીને રિયાને અંદાજ આવી ગયો કે હનુમાનને જાગૃત કરવાની પ્રક્રિયામાં નક્કી કોઈ મોટું જોખમ રહેલું હોવું જોઈએ. પરશુરામ અને ભૈરવી મા પણ એકબીજાના મુખની સામે તાકી રહ્યા. રિયા સામે આ રહસ્ય કોણ ઉજાગર કરે, એ બંનેમાંથી કોઈ નક્કી નહોતું કરી શકતું.

'મારી ચિંતા ન કરો, મા!' રિયાએ ભૈરવી માને મક્કમ સ્વરે કહ્યું, 'જોખમ ભલે ગમે એટલું મોટું હોય, પણ વિવાનના પ્રાણ અને સૃષ્ટિની રક્ષા કાજે હું બધું જ કરી છૂટવા તૈયાર છું. ગયા વર્ષે સોમનાથમાં મને જે નવું જીવન મળ્યું, એ કળિયુગના ભલા માટે ફરી વખત મૃત્યુકુંડમાં હોમી દેવું પડે તો મને એનો કોઈ રંજ નહીં રહે. તમે નિશ્ચિંત થઈને નિરાકરણ જણાવો...'

'બેટા, હનુમાન માત્ર બે શક્તિઓના આહ્વાનને જ સાંભળી શકે એમ

છે!' પરશુરામે ફોડ પાડ્યો, 'એક છે મહાવિષ્ણુસ્વરૂપ કલ્કી અવતાર.. અને બીજા છે, એમનાં ભાર્યા પદ્માવતી તેમજ રમા!'

રિયા એક-એક શબ્દ અત્યંત ધ્યાનપૂર્વક સાંભળી રહી હતી.

'કલ્કીપુરાણ અનુસાર, કળિયુગમાં અવતરવા જઈ રહેલા ભગવાન વિષ્ણુના દસમા અવતારનાં બે ધર્મપત્નીઓ હશે. એ બંનેમાં મહાલક્ષ્મીની પરમચેતનાનો અડધો-અડધો અંશ સમાહિત હશે!' ભૈરવી માએ સમજૂતી આપી, 'કલ્કી વિશે તો ભગવાન બલરામ દ્વારા દ્વાપરયુગના અંતકાળમાં ભવિષ્યવાણી થઈ હતી! મહામહોપાધ્યાય વંશજ વિશ્વેશ્વરનાથને પોતાની પાસે બોલાવીને એમણે સ્વમુખેથી કળિયુગમાં અવતરવા જઈ રહેલા કલ્કીની સંપૂર્ણ માહિતી એમને આપી હતી... અને એટલે જ, સુધીર આર્ય દ્વારા આખરી મહામહોપાધ્યાય વંશજનું નામ **વિવાન** રાખવામાં આવ્યું... જે વાસ્તવમાં શ્રીકૃષ્ણનું જ એક નામ છે!' પરશુરામે વાત આગળ ધપાવી, 'પરંતુ ભગવાન બલરામે મહાલક્ષ્મીસ્વરૂપા સ્ત્રીનું અવતરણ ક્યાં થવા જઈ રહ્યું છે, એ અંગે કંઈ જ જણાવ્યું નહોતું!'

'પરંતુ કલ્કીપુરાણ જો સ્વયં મહર્ષિ વેદવ્યાસ દ્વારા લખાયું હોય, તો ચિરંજીવી હોવાને નાતે આપ એમને આ રહસ્યનો ફોડ પાડવા માટે વિનંતી ન કરી શકો?' રિયાએ અષ્ટ-ચિરંજીવીઓમાંના એક એવા મહર્ષિ કૃષ્ણદ્વૈપાયન - વેદવ્યાસ - સંબંધિત સચોટ પ્રશ્ન પૂછ્યો.

અગિયારમી સદીમાં શુક્રયંત્રના ખંડન સમયે તેના આઠ ટુકડા થઈ ગયા બાદ તમામ અષ્ટ-ચિરંજીવીઓએ એકબીજાથી સંપર્કવિહોણા થઈને અજ્ઞાતવાસમાં ચાલી જવાનો જે નિર્ણય કર્યો હતો, એ અંગે ભૈરવી માએ રિયાને વિસ્તારપૂર્વક વાત કરી.

'વેદવ્યાસ સંપૂર્ણપણે એકાકી અને અલગારી મહર્ષિ છે, રિયા!' પરશુરામના અવાજમાં વેદવ્યાસ માટેનો આદરભાવ ઝળકતો હતો, 'આદિકાળથી તેઓ લેખનકાર્યમાં વ્યસ્ત છે... અશ્વત્થામા અને મને બંનેને એમના હાલના નિવાસસ્થાન અંગે જાણ નથી. તેઓ હિમાલયની કંદરાઓમાં પણ બિરાજમાન હોઈ શકે અથવા તો બદ્રીનાથ-કેદારનાથની આસપાસ પણ!'

'પરંતુ આપે જણાવ્યું એ પ્રમાણે જ્યારે મૃતસંજીવની મહાવિદ્યા વિવાનને પ્રાપ્ત થઈ હતી, એ વેળા આઠે-આઠ ચિરંજીવી એક જ સમયે ત્યાં એકસાથે ઉપસ્થિત હતા... તો આની પાછળનું રહસ્ય શું?' રિયાએ મૂંઝવણ વ્યક્ત કરી.

'જેવી રીતે હનુમાનનું સૂક્ષ્મશરીર સમસ્ત બ્રહ્માંડમાં ભ્રમણ કરવા સક્ષમ છે, એવી રીતે અમારા સૌનાં સૂક્ષ્મશરીર પણ દરેક સ્થળ ઉપર સ્વેચ્છાએ

વિચરણ કરી શકે છે.' પરશુરામ એવું ગૂઢ જ્ઞાન આપી રહ્યા હતા, જેના વિશે સૃષ્ટિ સંપૂર્ણપણે અજાણ હતી, 'જ્યારે જ્યારે અષ્ટ-સિદ્ધિઓમાંની કોઈ સિદ્ધિનું જાગરણ થશે, ત્યારે ત્યારે એ સ્થાન ઉપર આઠે-આઠ અષ્ટ-ચિરંજીવીઓના સૂક્ષ્મશરીર ઉપસ્થિત રહેશે, એ વિધિનું વિધાન છે... શ્રીકૃષ્ણનું વરદાન છે! પરંતુ સૂક્ષ્મદેહમાં અમે આઠ આત્માઓ એકબીજા સાથે ક્યારેય સંવાદ નથી સાધતા હોતા!'

રિયાના ગળે શીરાની માફક આખી વાત ઊતરી ગઈ.

'વિવાનની ગેરહાજરીને લીધે હનુમાનને જાગૃત કરવા માટે મહાલક્ષ્મીની આવશ્યકતા ઊભી થઈ છે, પરંતુ અમને બિલકુલ જાણ નથી કે વાસ્તવમાં મહાલક્ષ્મીનું અવતરણ કયા સ્થાન ઉપર થયું છે!' પરશુરામે હતાશા સાથે કહ્યું.

'મહાલક્ષ્મી વાસ્તવમાં કોણ હોઈ શકે?' રિયા ઊંડા વિચારમાં ગરકાવ હતી.

'જો કલ્કીપુરાણને ધ્યાનમાં લઈએ તો, આપણી પાસે એટલી જ માહિતી છે કે ભગવાન કલ્કીની બે પત્નીઓ - પદ્માવતી અને રમા - વાસ્તવમાં જોડિયા બહેનો હશે!' ભૈરવી માએ રિયા સામે અર્થસૂચક દૃષ્ટિ કરતાં કહ્યું, 'કલ્કીને એમનાં બંને અર્ધાંગિનીઓ માટે અખૂટ પ્રેમ હશે... અને સામે પક્ષે, પદ્માવતી અને રમાને પણ કલ્કી એટલા જ પ્રિય હશે!'

'તાણાવાણા એ રીતે જોડાયા છે કે વસુધાના કૂખેથી પણ જોડિયા બાળકીઓ - રિયા અને રેહા - એ જન્મ લીધો!' આખી ઘટનાના હાર્દ સુધી પહોંચવાના ઉદ્દેશ્ય સાથે પરશુરામે ધુરા સંભાળી, 'તારો અને વિવાનનો એકબીજા માટેનો પ્રેમ અનન્ય છે. હું અને ભૈરવી મા જાણીએ છીએ, ત્યાં સુધી સંસારમાં અન્ય કોઈ એવી સ્ત્રી નથી જે વિવાનને આટલો ગળાડૂબ પ્રેમ કરતી હોય!'

રિયાએ ડોક ફેરવીને તરત વસુધા સામે જોયું. ક્ષણવારમાં જ તે સમજી ગઈ કે મુખ્ય બાબત શું હતી!

'અમારી ધારણા મુજબ...' પરશુરામનાં દિવ્યનેત્રોમાં આશારૂપી અજવાસ પથરાઈ ગયો, 'કળિયુગમાં અવતરણ પામેલ મહાલક્ષ્મીસ્વરૂપા સ્ત્રી બીજું કોઈ નહીં, પરંતુ તું અને રેહા જ છો! અને તમારા બંને સિવાય હનુમાનને અન્ય કોઈ વ્યક્તિ જાગૃત કરી શકવા સક્ષમ નથી.'

રિયાના પગ નીચેથી જમીન સરકી ગઈ. આજ સુધી તે જે ઈશ્વરને પૂજી રહી હતી, એ સામે ચાલીને એમને કહી રહ્યા હતા કે વૈકુંઠમાં નિવાસ કરતાં પદ્મજા - મહાલક્ષ્મી - રિયા પોતે હોઈ શકે! ગણતરીના મહિનાઓની અંદર

ઊંધા-ચત્તા થઈ ગયેલા તેના ભૌતિકવિશ્વ માટે આ સૌથી મોટો ઝાટકો હતો... પરંતુ સ્વયં પરશુરામ જ્યારે કશુંક જણાવી રહ્યા હોય, ત્યારે તર્ક-વિતર્ક માટે કોઈ જગ્યા બચતી નથી હોતી!

પરશુરામના વેણ ઉપર સંદેહ કર્યા વગર રિયાએ સવાલ કર્યો, 'પરંતુ રેહાની ઉપસ્થિતિ વિના આ કઈ રીતે શક્ય બનશે?'

'આ જટિલ સમસ્યાનો એક જ ઉકેલ છે!' પરશુરામે જણાવ્યું, 'મહાલક્ષ્મીની જે મહાઊર્જા બે અડધા-અડધા ખંડોમાં તમારા બંનેના દેહમાં પ્રાદુર્ભાવ પામવાની હતી, તેને તારે એકલીએ ખમવી પડશે! પરંતુ એમાં પ્રાણ જવાનો ભય પણ છે.'

ભૈરવી માએ પણ ચેતવણી આપી, 'અણુઊર્જાને સાચવવા માટે જો કૂલન્ટથી માંડીને અન્ય સુવિધા ધરાવતાં ન્યુક્લિયર-રિએક્ટર ઊભાં કરવામાં ન આવે, તો તેનો બ્લાસ્ટ થવાનો ભય રહે છે. બિલકુલ એવી જ રીતે, મહાલક્ષ્મીની દિવ્ય ઊર્જા ન્યુક્લિયર-એનર્જી કરતાં પણ કરોડો ગણી વધુ તેજોમય અને પ્રચંડ છે. રેહાની અનુપસ્થિતિમાં મહાલક્ષ્મીને આહ્વાન આપવાનો અર્થ છે... સમસ્ત પ્રકૃતિમાં પ્રવર્તમાન પરમાણુઊર્જાને પોતાના શરીરમાં સ્થાન આપવું.'

'મને કોઈ પરવા નથી!' રિયાએ ફટાક દેતાં કહ્યું. તેના સ્વરમાં જરા પણ ખચકાટ કે સંશય નહોતો, 'રેહા નથી તો શું થઈ ગયું? જેવી રીતે બે કિડનીમાંથી એક કિડની ખરાબ થઈ ગયા હોવા છતાં દર્દીનું જીવન અટકતું નથી; જેવી રીતે બેમાંથી એક આંખનું વિઝન ધૂંધળું થઈ જવાથી વ્યક્તિ આંધળી નથી થતી; જેવી રીતે બે ફેફસાંમાંથી કોઈ એકના ફંક્શનમાં ખોટ આવવાથી માણસ મૃત્યુ નથી પામતો એવી જ રીતે રેહાના ભાગની ઊર્જાને મારી અંદર સમાવી લેવાથી મારા ભૌતિક દેહને કદાચ તકલીફ જરૂર પડશે, પરંતુ તે અટકશે નહીં! વિવાન વગરનું જીવતર આમ પણ હવે મારા માટે શક્ય નથી, મહર્ષિ! મારા પ્રાણની આહુતિ આપવાથી જો સમષ્ટિને મહાવિષ્ણુના અંતિમ અવતારના પ્રાગટ્યનો લાભ મળતો હોય, તો હું મહાલક્ષ્મીના પ્રચંડ તેજની અસહ્ય પીડાને મારા શરીર ઉપર ધારણ કરવા માટે તૈયાર છું.'

ॐ सर्वे भवन्तु सुखिनः सर्वे सन्तु निरामयाः ।
सर्वे भद्राणि पश्यन्तु मा कश्चिद्दुःखभाग्भवेत् ॥

ચહેરા ઉપર દૃઢતા અને મક્કમ મનોબળ સાથે વસુધા પોતાની દીકરી પાસે આવી. તેના ગાલ ઉપર વ્હાલપૂર્વક હાથ મૂકીને તેણે કહ્યું, 'શુક્રાચાર્યના મલિન ઇરાદાથી જગતને બચાવવા માટે તું જે રીતે તારા અંગત સ્વાર્થ અને પ્રેમભાવનાનો ભોગ આપવા તૈયાર છે, એ ગર્વ અપાવે એવી વાત છે.'

રિયાની આંખોના ખૂણા પણ ભીના થઈ ગયા.

'મારી બીજી દીકરીને પણ ફરી વખત ગુમાવી બેસવાના ડરથી હું મારા મૂળ ઉદ્દેશ્યથી ડગમગી ગઈ હતી, પરંતુ હકીકત તો એ છે કે વિવાન જ ભગવાન કલ્કી છે એની જાણ થતાંની સાથે જ મને ખ્યાલ આવી ગયો હતો કે એક દિવસ મારે આ વાસ્તવિકતા સાથે જીવતાં શીખવું જ પડશે.' વસુધાએ ભીંજાયેલા અવાજે કહ્યું, 'મહાલક્ષ્મી સ્વયં એક મા છે... અને મને ખાતરી છે કે તેઓ મારી સામે કૃપાદૃષ્ટિ જરૂર કરશે. જા દીકરી, તને મારા આશીર્વાદ છે... ઈશ્વર તને હંમેશાં સહાય કરશે.'

જવાબમાં રિયા કશું જ ન બોલી શકી. તેણે મસ્તક નમાવીને માનાં આશીર્વાદ સસ્મિત ઝીલ્યા.

'પરંતુ આ સિવાય હજુ એક જોખમ તારા ઉપર તોળાઈ રહ્યું છે..' પરશુરામે રિયાને સાવધ કરી, 'જો વિવાનના મસ્તિષ્કમાં અન્ય કોઈ સ્ત્રી માટે થોડીઅમથી પણ કૂણી લાગણી કે પ્રેમ હશે, તો તારા દેહની ભીતર મહાલક્ષ્મીનો પ્રાદુર્ભાવ થવો શક્ય નથી. સાધનામાં બેસતાંવેંત જ તારું શરીર અસંખ્ય ટુકડાઓમાં વિભાજિત થઈ જાય એવી ભીતિ છે! ન કરે નારાયણ... પણ જો અમારી ધારણા મુજબ તું વાસ્તવમાં મહાલક્ષ્મીનો અવતાર નહીં પુરવાર થાય, તો ઋગ્વેદ અને લક્ષ્મીતંત્રમાં આલેખાયેલી આ સાધનાની પ્રચંડ ઊર્જા તારા મૃત્યુનું કારણ બનશે. શું તને પૂરો વિશ્વાસ છે કે વિવાનને તારા સિવાય અન્ય કોઈ સ્ત્રી માટે બિલકુલ લાગણી નથી?'

'પ્રેમ શરતોને આધીન ક્યાં હોય છે, ઋષિવર!' રિયાએ આત્મવિશ્વાસ સાથે કહ્યું, 'મને નથી ખબર કે વિવાનના હૃદયમાં મારા સિવાય બીજું કોઈ વસવાટ કરે છે કે કેમ, પરંતુ એટલું ચોક્કસપણે જાણું છું કે મારો પ્રેમ એના માટે અક્ષત-અજોડ-અખૂટ છે... સીતા માતાને શ્રીરામે વનમાં ચાલ્યા જવાનો આદેશ આપ્યો, ત્યારે મર્યાદા પુરુષોત્તમ માટેના એમના પ્રેમમાં કોઈ ઓટ નહોતી આવી. સમસ્ત જીવન કૃષ્ણએ રાધાની સ્મૃતિને હૃદયમાં અકબંધ રાખી હોવા છતાં દેવી રુક્મિણિની એમના ભરથાર પરત્વેની પ્રીતિ અસ્ખલિત જ રહી... તેમના ઉરમાં શ્રીનાથજી માટેનો આદર-સ્નેહ અને પ્રેમ જરા પણ ઓછો નહોતો થયો. ત્રાજવા ઉપર તો વસ્તુના ભાવતાલ નક્કી થાય, પ્રેમના નહીં! હું આ પરીક્ષા આપવા કટિબદ્ધ છું, હે ભાર્ગવ! જો ઉત્તીર્ણ થઈ, તો સમષ્ટિનું હિત કરી શકવા માટે નિમિત્ત બની શકીશ... અને જો નિષ્ફળ રહી, તો પોતાના પ્રેમ માટે ન્યોછાવર થઈ જનારી સતી સ્ત્રીઓમાં મારી ગણના થશે!'

... અને આ સાંભળીને ભૈરવી મા અને પરશુરામના મસ્તક પહેલીવાર આપોઆપ રિયા સામે ઝૂકી ગયાં. એમને ખાતરી થઈ ચૂકી હતી કે રિયા જ એ મહાદેવી છે, જેની પ્રતીક્ષા સમસ્ત બ્રહ્માંડ હજારો વર્ષોથી કરી રહ્યું હતું!

સનાતન ધર્મની પ્રાચીનતમ અને સર્વશક્તિશાળી - શ્રીસૂક્તમ્ તંત્રસાધના - ની તૈયારીઓ શરૂ કરવાનો સમય પાકી ચૂક્યો હતો.

૮૮

ત્રેતાયુગ
લંકા

વાનરોને મૃત જોઈને રામ, લક્ષ્મણ અને હનુમાનનાં મુખ પર પીડાના ભાવ તરી આવ્યા. એમના પોતાના શરીરનો એક અંશ નષ્ટ થઈ ચૂક્યો હોય એવી એ અનુભૂતિ હતી.

'વિભીષણ?' શ્રીરામના પ્રશ્નમાં આર્તનાદ ભળેલો હતો, 'આ તે કેવી માયા?'

થોડી ક્ષણો પહેલાં વિજયોત્સવ ઊજવી રહેલી વાનરસેનામાં સોપો પડી ગયો.

'વિદ્યુતજિજિહ્વાના માયાજંગલમાંથી એક પણ શત્રુ નાસી ન જાય, એ માટે સ્વયં લંકાધિપતિ રાવણે આ ગુફાનું નિર્માણ કર્યું છે, પ્રભુ!' વિભીષણે બે હાથ જોડીને નમ્ર સ્વરે કહ્યું, 'વાનરોના મૃત્યુનો મને પણ રંજ છે, પરંતુ આ માયાચક્રનું ભેદન કરવા માટે ઉતાવળ થઈ શકે એમ નથી.'

'પરંતુ આપણી પાસે સમય નથી, મિત્ર!' લક્ષ્મણ વ્યથિત હતા, 'ચૈત્યપ્રાસાદમાં દશાનન દ્વારા જો મંદોદરીનો ભોગ આપી દેવામાં આવ્યો, તો અનર્થ થઈ જશે. અનિષ્ટાત્રીને સદેહે આ ધરતી ઉપર લાવવાનો અર્થ છે... સર્વનાશ!'

લક્ષ્મણનું આ વિધાન સાંભળી હનુમાન સહિત સમસ્ત વાનરસેનાનાં હૃદય થથરી ઊઠ્યાં.

'આ માટે અગ્રજને હજુ સમય જોઈશે...' વિભીષણની આંખોમાં ચમક પથરાઈ, 'લંકિનીઓ વગર કાળયજ્ઞ પૂર્ણ થઈ શકે એમ નથી. પવનપુત્રની ગદાના પ્રહારથી અત્યારે લંકિનીનો વધ થઈ ચૂક્યો છે. આથી, ભ્રાતાએ સર્વપ્રથમ બે લંકિનીઓનું પુનઃ આહ્વાન કરવું પડશે અને તત્પશ્ચાત્ જ મંદોદરીની બલિ ચડાવવામાં આવશે.'

'ત્યાં સુધીમાં આપણે આ માયારણ્યમાંથી કેવી રીતે નીકળી શકીશું?' હનુમાને ગદા ખભે મૂકીને પૃચ્છા કરી.

'સર્પજિહ્વાની સહાય થકી!' વિભીષણે ગુફાના પ્રવેશદ્વાર ઉપર ઊપસેલી નાગની આકૃતિ તરફ અંગુલિનિર્દેશ કર્યો.

'સર્પજિહ્વા?' વાનરસેનામાં ગણગણાટ શરૂ થઈ ગયો.

'વિદ્યુતજિજિહ્વાએ એવી વ્યવસ્થા ઊભી કરી છે કે જ્યાં સુધી વિશ્રવાવંશજનું રક્ત ગુફાના પ્રવેશદ્વાર પર અંકિત સર્પની જિહ્વા પર આચમની રૂપે અર્પિત કરવામાં ન આવે, ત્યાં સુધી માયાવિશ્વનું ભેદન શક્ય નથી.' વિભીષણે છાણાવટ કરી.

'... તો એનો અર્થ એમ કે...' શ્રીરામના સૌમ્ય વદન ઉપર માર્મિક સ્મિત પથરાયું.

'જી, અયોધ્યાનરેશ!' વિભીષણે પણ એમના અપૂર્ણ વિધાનને સમર્થન આપતાં કહ્યું, 'મારા રક્તની આચમની આપવાથી આ માયાનું ખંડન થઈ શકશે.'

ક્ષણનો પણ વિલંબ કર્યા વગર તેણે સર્પાકૃતિ પાસે પોતાના જમણા હાથનું કાંડુ લંબાવ્યું. થોડીવાર પહેલાં સુધી નિર્જીવ ભાસતો સાપ એકાએક સળવળી ઊઠ્યો. વર્ષો પશ્ચાત્ તેને લોહી ચાખવા મળ્યું હોય એ રીતે તેના આગળના બંને તીક્ષ્ણ દાંત વિભીષણની ધોરી નસમાં ખૂંપ્યા. તેણે એકદમ નિરાંતે રક્તપાન કરવાની શરૂઆત કરી.

જેમ જેમ વિભીષણના શરીરમાંથી રક્તનું ઘૂંટડે ઘૂંટડે પાન થવા માંડ્યું, એમ એમ માયાજંગલનું આકાશ અદશ્ય થવા માંડ્યું. વિશ્રવાપુત્રને ભયંકર પીડા અનુભવાઈ રહી હતી. ધીરે ધીરે તેનો દેહ સફેદ પડવા માંડ્યો. સર્પ હજુ પણ થોભવાનું નામ નહોતો લઈ રહ્યો. એવું લાગી રહ્યું હતું જાણે વિભીષણના દેહમાંથી રક્તનું અંતિમ બુંદ ખાલી કર્યા પછી જ તે સંતુષ્ટ થશે!

'પ્રભુ... આપ મારી ચિંતા ન કરશો!' વિભીષણે ફિક્કા સ્વરે કહ્યું, 'રાવણના ત્રાસમાંથી આ ધરતીને મુક્તિ અપાવો... મારી ભક્તિમાં કોઈ કચાશ રહી ગઈ હોય તો જીવનની અંતિમ વેળાએ હું આપની ક્ષમા માંગુ છું. મહાવિષ્ણુ પ્રત્યેક જન્મમાં મને આ પ્રકારે જ આપની ભક્તિ અને સેવાનો લાભ આપતા રહે, એવી પ્રાર્થના કરું છું...'

તે જમીન ઉપર ઢળી પડે એ પહેલાં જ લક્ષ્મણે તેની પીઠને ટેકો આપ્યો, 'ભ્રાતા!'

સર્પ હજુ પણ વિભીષણના રક્તનું પાન કરી રહ્યો હતો.

બરાબર એ જ સમયે, ભગવાન રામ આગળ આવ્યા અને એમણે વિભીષણના જમણા ખભે હાથ મૂક્યો. એમના મુખમાંથી ત્રિભુવનને મોહિત કરી દેનારો શુભોનાદ ગુંજ્યો, 'તેં તારી અપાર ભક્તિ અને અતુલ્ય પ્રેમ વડે મારી પ્રસન્નતા પ્રાપ્ત કરી છે, વિભીષણ! તથાસ્તુ... હું તને ચિરંજીવી બનવાનું વરદાન આપું છું. મહાવિષ્ણુના હવે પછીના પ્રત્યેક અવતારોની સેવા કરવાનો લાભ તને મળશે. ત્રિપુરારિ શ્રીહરિના આશીર્વાદ તારા ઉપર સદાય બન્યા રહેશે!'

એટલું કહેતાંની સાથે જ વિભીષણના દેહમાં પુનઃ રક્તસંચાર થયો. શ્રીરામે એના ખભે મૂકેલી હથેળીમાંથી વહેતું અદૃશ્ય રુધિર વિભીષણને જીવતદાન પૂરું પાડવા માંડ્યું. વિભીષણના ફિક્કા પડી ચૂકેલા દેહમાં ફરી લાલાશ ઉમેરાઈ. ગણતરીની જ ક્ષણોમાં, સર્પાકૃતિએ પોતાના દાંત હટાવી લીધા.

'આપ સૌ હવે આ માયાવિશ્વમાંથી મુક્ત છો... ચૈત્યપ્રાસાદ ભણી પ્રયાણ કરો.' વિભીષણે પોતાના પગ ઉપર ઊભા થઈને બે હાથ જોડ્યા, 'હું આપનો જીવનપર્યંત ઋણી રહીશ, પ્રભુ!'

શ્રીરામે સસ્મિત ચહેરે વિભીષણ સામે મસ્તક નમાવીને તેની કૃતજ્ઞતા ઝીલી.

હનુમાનના મુખમાંથી શબ્દો સરી પડ્યા, 'રામ રાખે એને કોણ ચાખે?'

૮૯

વર્તમાન દિવસ

સિગિરિયા, શ્રીલંકા

સમુદ્રથી ૩૫૦ મીટરની ઊંચાઈ ઉપર આવેલા સિગિરિયા પર્વતની ટોચ ઉપર મધરાતે અઢી વાગ્યે ચાર કાળા પડછાયા અમાસને પણ વધુ સારી કહેવડાવે એટલા મલિન ઇરાદા સાથે ખાંખાંખોળાં કરી રહ્યા હતા.

'બરાબર ખોદકામ કર, મૂર્ખ!' શુક્રાચાર્યે ત્રાડ પાડી.

બે સ્વયંસેવકના ધ્રૂજતાં હૈયાં અને હાથમાં દોડતું લોહી ડરને કારણે ગમે તે ઘડીએ થીજી જશે, એવું લાગતું હતું. પાછલા ૨૪ કલાકથી દૈત્યગુરુએ એમને આરામ તો દૂર, ખાવા-પીવાનો સમય સુધ્ધાં નહોતો આપ્યો. શ્રીલંકાના એક છેડેથી બીજા છેડે તેઓ ભ્રમણ કરતા રહ્યા. વિવાનના દેહ ઉપર કબજો જમાવીને બેસી ચૂકેલા અહિરાવણ અને અસુરગુરુની ખતરનાક યોજનાને આકાર મળતો રહ્યો. આ ઘટનાક્રમ હજુ કાલે આખો દિવસ ચાલવાનો હતો.

સ્વયંસેવકોનાં મૃતઃપાય શરીરોનો કણ-કણ હવે આરામ અને ખોરાક ઝંખતો હતો, પરંતુ અનિષ્ટ-શક્તિઓ એમના હાથ અટકવા દેતી નહોતી! કોઈકે

પરાણે પોપચાં ખેંચી રાખ્યા હોય, એવી બળજબરી સાથે એક પછી એક કામ પાર પાડ્યે જતાં હતાં. જેવી રીતે હળ સાથે જોડાયેલાં બળદ પાસે ખેતર ખેડવા સિવાય બીજો કોઈ વિકલ્પ શેષ ન બચે, એવી જ રીતે સ્વયંસેવકોના શરીરને કોઈ અજ્ઞાત ઊર્જા નિયંત્રિત કરીને ગધામજૂરી કરાવી રહી હતી! પ્રત્યેક અંગમાં ટીસ ઊઠી હોવા છતાં બેભાન કે મૂર્છિત થવાને બદલે તેઓ ચાવી દીધેલા રમકડાની માફક ખોદકામ કર્યે જ જતા હતા.

'તમને ખરેખર આ યોગ્ય ઉપાય લાગે છે, ગુરુવર?' અહિરાવણે આંખના ભવાં ચઢાવીને પૂછ્યું, 'આટલી મોટી સિદ્ધિ વિવાનના હાથમાં આટલી સહેલાઈથી સોંપી દેવી, એ જોખમથી ભરેલી યોજના છે!'

'આની પાછળનું કારણ તું બરાબર રીતે જાણે છે, અહિરાવણ!' શુક્રાચાર્યએ માર્મિક સ્વરે કહ્યું, 'ગયા વર્ષે કરેલી ભૂલો હું આ વખતે પુનરાવર્તિત નહીં કરું. હું તો ઇચ્છું જ છું કે વિવાનના હાથમાં એ અષ્ટ-સિદ્ધિ પહોંચે, જેને પ્રાપ્ત કરવા માટે હૈદર અલી, ટીપુ સુલતાન સહિત અસંખ્ય લોકોએ ભોગ આપ્યા છે. કાલાતીત કલ્પાંતના વિષચક્રને સાકાર કરવા માટે આ પગલું ઉઠાવવું આવશ્યક હતું!'

અહિરાવણે સંમતિસૂચક સ્મિત આપ્યું.

'... અને હું પરશુરામ અને અશ્વત્થામાને ઓળખું છું, ત્યાં સુધી અત્યાર સુધીમાં તેઓએ વિવાનને તારી ચુંગાલમાંથી છોડાવવા માટેના ઉપાયો આરંભી દીધા હશે..' શુક્રાચાર્યની આંખો દૂર કશે શૂન્યમાં તાકી રહી હતી, 'આજે નહીં, તો કાલે કદાચ એમને સફળતા મળી જ જશે... પરંતુ ત્યાં સુધીમાં ગમે તે ભોગે આપણે એ મહાન રહસ્ય સુધી પહોંચવું પડશે, જે અસુરાધિપત્યની પુનઃસ્થાપના માટે સૌથી અગત્યનું પુરવાર થવાનું છે!'

૧૧૪૪ ફૂટ ઊંચા પર્વત પર પૌરાણિક કાળના મહેલના ભગ્નાવશેષો વચ્ચે આ વાર્તાલાપ થઈ રહ્યો હતો! કાતિલ ઠંડીનો સપાટો ભલભલા જીવને ઠૂંઠવી નાંખે એવો હતો. પર્વતનું મૂળ નામ સિંહગિરી, પરંતુ સિંહાલી ભાષા અને સ્થાનિક લોકબોલીને કારણે કાળક્રમે લંકાવાસીઓ માટે તે સિગિરિયા બની ગયું.

સિંહગિરી સાથે બે ઇતિહાસ સંકળાયેલા હતા... સર્વપ્રથમ ઇતિહાસ ત્રેતાયુગના સમયનો હતો. શ્રીલંકાના પેઢીઓ જૂના પરિવારો કેટલાક પુરાવા સાથે એવું કહેતા હતા કે સિંહગિરીના આ પહાડ ઉપર જ દશાનન રાવણે પોતાના મહેલનું નિર્માણ કરાવ્યું હતું. કાળક્રમે પ્રકૃતિના ઘસારાને કારણે પહાડના પરિમાણો નાનાં થતાં ગયાં.

સિંહગિરીની ટોચ પર આજે પણ એક હર્યાભર્યા ચોખ્ખા પાણીનું તળાવ હતું, જે બારેમાસ ભરાયેલું જ રહેતું હતું. ગમે એટલો દુષ્કાળ પડવા છતાં એમાંનું પાણી સુકાતું નહોતું! એ તળાવમાં સ્વયં રાવણ સ્નાનાદિ કર્મ પૂર્ણ કરીને ભગવાન શિવની આરાધના કરતો હતો.

અત્યારે એ જ તળાવના ગોઠણ ડૂબે એટલા પાણીમાં ઊભા ઊભા બંને સ્વયંસેવકો તળાવનું તળિયું ખોદી રહ્યા હતા. પાણીમાં કુહાડો મારીને ખોદવાની પ્રક્રિયા વધુ થકવી નાંખનારી હતી.

મંત્રનો અભ્યાસુ અને તંત્રશાસ્ત્રમાં પ્રકાંડ નિપુણતા પ્રાપ્ત કરનાર વિશ્રવાપુત્ર રાવણ પોતાની બંને ભુજાઓ ફેલાવીને અટ્ટહાસ્ય કરી રહ્યો હોય એવી અનુભૂતિ થવી અહીં અત્યંત સ્વાભાવિક હતી!

સિંહગિરીનો બીજો ઇતિહાસ પાંચમી સદીમાં થઈ ગયેલા રાજા કશ્યપ સાથે જોડાયેલો હતો, જેણે પોતાના ભાઈ સાથે બદલો લેવા માટે આટલા ઊંચા પહાડ ઉપર મહેલ બનાવ્યો હતો, જેથી આજુબાજુથી ઘેરો ઘાલી રહેલી દુશ્મનની સેનાને ઊંચાઈ પરથી છોડવામાં આવતાં શસ્ત્રો વડે પરાસ્ત કરી શકાય!

એ સમયનું સિટી પ્લાનિંગ, લેન્ડસ્કેપિંગ, ભીંતચિત્રો, દર્પણ-દીવાલ, વૉટર-રીસોર્સ મેનેજમેન્ટ અને ટેક્નોલૉજી તથા ગ્રેફિટી આશ્ચર્ય પમાડે તેવાં હતાં.

... એકાએક ખોદકામ કરી રહેલા બંને સ્વયંસેવકોની કુહાડી કશીક ધારદાર ચીજ સાથે અથડાઈ. શુક્રાચાર્ય અને અહિરાવણની આંખોમાં ચમક પથરાઈ ગઈ. જમીનમાં ઊંડે પંદર હાથ જેટલું ખોદકામ કર્યા પછી આખરે એમને એ રહસ્ય હાથ લાગ્યું હતું, જે કળિયુગના અંતિમ મહાયુદ્ધનું દ્યોતક બનવાનું હતું!

ધાતુની પાંચ હાથ લાંબી પાણી નીતરતી પેટીને ભારે જહેમત પછી બહાર કાઢવામાં આવી. જેવી પેટી બહાર નીકળી કે આકાશમાં વીજળીનો કડાકો બોલી ગયો! પૃથ્વીના બાહ્ય-આવરણને ચીરીને આવેલાં ૧૩ વિશાળ ઉલ્કાપિંડનો પ્રપાત વિશ્વના જુદા જુદા સ્થાન ઉપર થવા માંડ્યો... જેવી રીતે દુર્યોધનના જન્મ પહેલાંની રાતે હસ્તિનાપુરમાં પૂરથી માંડીને વાવાઝોડાં સુધીની કુદરતી આપત્તિઓએ હાહાકાર મચાવ્યો હતો, એવો જ નજારો અત્યારે પણ જોવા મળ્યો.

સિંહગિરીનું સદીઓ જૂનું પુરાતત્ત્વીય સ્થાન અત્યારે બિસ્માર હાલતમાં આવી ચૂક્યું હતું. આવતીકાલની સવાર શ્રીલંકાની સરકાર અને રહેવાસીઓ માટે આઘાતજનક પુરવાર થવાની હતી! જે દેશનું અર્થતંત્ર જ પ્રવાસન-

ઉદ્યોગ ઉપર ટકેલું હોય, ત્યાં આટલી મહાન વિરાસતનું ખેદાનમેદાન થવું એ અકલ્પનીય નુકસાન નોતરવાનું હતું!

દૈત્યગુરુ અને અહિરાવણે મોટા પથ્થરોની મદદથી પેટીના બે નકૂચા ઉઘાડ્યા. આટલાં વર્ષોથી એ પેટી પાણીમાં દબાયેલી હોવા છતાં અંદરની સપાટી એકદમ કોરી હતી.

અંદર માટીથી ખરડાયેલાં તામ્રપત્રોની ગડી જોવા મળી... સદીઓ પહેલાં એકદમ માવજત સાથે તેને સેંકડો તામ્રપત્રોના આવરણો વચ્ચે સુરક્ષિત રાખવામાં આવ્યાં હતાં...

શું?

કોડેક્સ ગિગાના ૧૨ લુપ્ત પૃષ્ઠ!

ગડી વાળીને મૂકવામાં આવેલાં ૯૨ સેન્ટિમીટર - ૩૬ ઇંચ - નાં દળદાર પૃષ્ઠોને જમીન ઉપર મૂકવામાં અહિરાવણે શુક્રાચાર્યની મદદ કરી.

વારાફરતી તમામ આવરણો હટાવીને મૂળ ૧૨ પાનાંને ઉજાગર કરવામાં આવ્યાં. એનું કદ અને પરિમાણ એટલાં મોટા હતાં કે સામાન્ય માણસ તેનું વજન સુધ્ધાં ઊંચકી ન શકે! અજ્ઞાત પ્રાણીના ચામડા ઉપર લખવામાં આવેલા મરોડદાર અક્ષરો વાંચીને શુક્રાચાર્ય ઉત્તેજિત થઈ ગયા. કેટકેટલી શતાબ્દીઓ પશ્ચાત્ તેઓ આ પૃષ્ઠોને ફરી નજર સમક્ષ જોઈ શક્યા હતા.

બંનેએ મસ્તક ઝુકાવીને પ્રથમ પૃષ્ઠ ઉપર કોતરાયેલી આકૃતિને નમન પાઠવ્યાં...

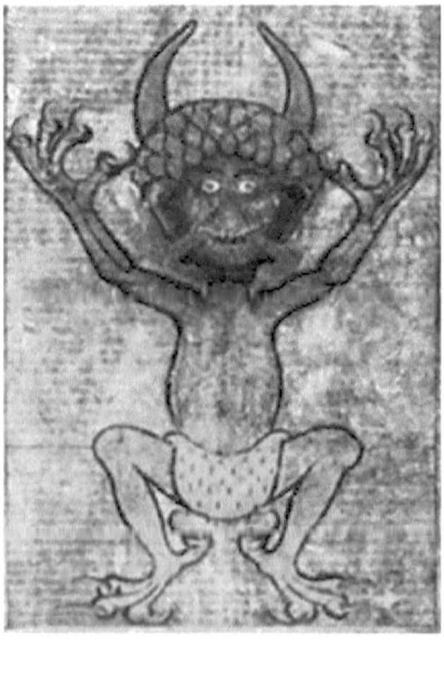

દુનિયા જેને *કૉડેક્સ ગિગા* તરીકે ઓળખતી હતી, એવા આ ગ્રંથના વાસ્તવિક ઇતિહાસની જાણ શુક્રાચાર્ય સિવાય અન્ય કોઈને નહોતી. મોટાભાગની દુનિયા માટે આ ગ્રંથ *ડેવિલ્સ બાઇબલ* એટલે કે શૈતાનનું બાઇબલ હતો!

કથા મુજબ, ૯૨ સેન્ટિમીટર લાંબા - ૫૦ સેન્ટિમીટર પહોળા - ૨૨ સેન્ટિમીટર જાડા કૉડેક્સ ગિગાને ઈસવીસન ૧૨૨૨માં - આજથી બરાબર આઠ સદી એટલે અષ્ટ-શતાબ્દી પહેલાં - ચેક રિપબ્લિક- Czech Republic - નામના દેશમાંથી પ્રાપ્ત કરવામાં આવ્યો હતો. કેટલીક માન્યતા પ્રમાણે, ત્યાંના એક પાદરીને કોઈક અપરાધના દંડસ્વરૂપે દીવાલમાં જીવતાં ચણી દેવાનો આદેશ આપવામાં આવ્યો હતો. પાદરી પોતે સિદ્ધપુરુષ અને મહાન તાંત્રિક હતો! પોતાની જાતને બચાવવા માટે તેણે ચર્ચને એક વચન આપ્યું, જે પ્રમાણે પાદરી એક રાતમાં એવા ગ્રંથની રચના કરશે, જેમાં ચર્ચની ગરિમા તથા ગુણગાન આલેખવામાં આવ્યા હશે!

ચર્ચને તેની વાત ઉપર ભરોસો તો ન બેઠો, પરંતુ તેની અદ્વિતીય તાંત્રિક શક્તિઓને ધ્યાનમાં રાખીને એમણે પાદરીને એક મોકો આપવાનું નક્કી કર્યું.

આખરે નિર્ધારિત થયું કે પાદરીએ આપેલા વચન મુજબ જો એક રાતમાં તે ગ્રંથનું નિર્માણ પૂરું ન કરી શક્યો, તો સજાને અનુસરતાં તેને દીવાલમાં જીવતો ચણી નાંખવામાં આવશે. મંજૂરી મળતાંની સાથે જ પાદરીએ કૉડેક્સ ગિગા લખવાની શરૂઆત કરી દીધી, પરંતુ મધરાત સુધીમાં તેને અંદાજ આવી ગયો કે આટલા વિશાળ ગ્રંથનું નિર્માણ એક રાતમાં કોઈ કાળે સંભવ નથી. આમ છતાં, હારી-થાકીને બેસી રહેવાનું તેને પોસાય એમ નહોતું. જીવન જીવવાની જિજીવિષા એટલી પ્રબળ હતી કે તે કોઈપણ હદ પાર કરી નાંખવા તૈયાર હતો!

... એ દિવસે તેણે એક એવી અનિષ્ટ-શક્તિને આહ્‌વાન આપ્યું, જેને બાઇબલમાં ઈસુ ખ્રિસ્ત દ્વારા નામ આપવામાં આવ્યું છે - લુસિફર... અર્થાત્ સ્વયં શૈતાન!

જીવનભર કરેલી ખ્રિસ્તી-સાધનાના પરિણામે તેના આમંત્રણને વશ થઈને શૈતાને ત્યાં પ્રગટ થવું જ પડ્યું! પાદરીએ એમની પાસે વરદાનમાં એક રાતમાં સમગ્ર કૉડેક્સ ગિગા ગ્રંથ લખવાની યાચના કરી. લુસિફર દ્વારા તેની માંગને પૂરી કરવામાં આવી.

પ્રાણીના ચામડા ઉપર ૩૨૦ પૃષ્ઠ ધરાવતા કૉડેક્સ ગિગાનું આલેખન થયું. એ સમયની ભાષાના ભાવાર્થ મુજબ કૉડેક્સ ગિગાનો અર્થ થતો હતો, મહાકાય પુસ્તક!

આશ્ચર્યની વાત એ હતી કે ૩૨૦ પાનાં ધરાવતાં કૉડેક્સ ગિગામાંથી ૧૨ પાનાં સદીઓ પહેલાં ગાયબ કરી દેવામાં આવ્યાં હતાં.

વર્તમાન સમયમાં સ્ટૉકહૉમ ખાતે નેશનલ લાઇબ્રેરી ઑફ સ્વીડનમાં કૉડેક્સ ગિગાના ૩૦૮ પૃષ્ઠને જાહેર જનતા માટે ખુલ્લા મૂકવામાં આવ્યાં હતાં. વર્ષો પુરાણી ધારણા મુજબ, એક રાતમાં શૈતાન દ્વારા લખાયેલા આ ગ્રંથની અંદર પાતાળ - Hell - ની સૌથી નકારાત્મક ઊર્જાને જાગૃત કરવાની વિધિ આલેખવામાં આવી હતી.

વૈજ્ઞાનિકો અને સંશોધકોએ પણ પુષ્ટિ કરી આપી કે વાસ્તવમાં આ ગ્રંથ એક જ વ્યક્તિ દ્વારા, એકધારા બેસીને લખવામાં આવ્યો છે! સમગ્ર પુસ્તકમાં જે મરોડદાર અક્ષરો સાથે અજ્ઞાત ભાષામાં વિધિ-વિધાન આલેખાયાં છે, એમાં ક્યાંય ઉંમર અથવા મૂડની અસર વર્તાઈ નહોતી! બાકી હકીકતે આટલો દળદાર ગ્રંથ લખવામાં એક સામાન્ય વ્યક્તિને ઓછામાં ઓછા વીસ વર્ષો લાગી જાય, એવું સંશોધકોનું કહેવું હતું!

વર્ષો સુધી કૉડેક્સ ગિગાના ૧૨ લુપ્ત પાનાં શોધવાની કવાયત ચાલી, પરંતુ અંતે નિષ્ફળતા મળતાં સહુ કોઈએ પ્રયાસ છોડી દીધાં.

... પરંતુ શુક્રાચાર્ય અને અહિરાવણના હાથમાં આવી ગયેલાં આ ૧૨ પાનાંની અંદર વિશ્વના સૌથી પૌરાણિક ધર્મ અને સનાતન સંસ્કૃતિનું એક એવું રહસ્ય ધરબાયેલું હતું, જેના વિશે વિચાર કરીને પણ દુનિયા થથરી જાય!

આ પાનાં રાવણના અંગત મહેલના રાજદરબારના સ્થાને કેમ દાટવામાં આવ્યાં હતાં? શૈતાન દ્વારા આખરે એમાં શું લખાયેલું હતું, જે કળિયુગની દિશા અને દશા બદલી શકવા સક્ષમ હતું? વિવાન આર્ય, કલ્કી અવતાર અને અસુરાધિપત્યની પુનઃસ્થાપના સાથે જોડાયેલા આ રહસ્ય પરથી પડદો ઊઠવામાં હજુ થોડીક વાર હતી!

શુક્રાચાર્યના મસ્તિષ્કમાં આકાર પામી રહેલું અત્યાર સુધીનું સૌથી વિશાળ અને ખૂંખાર ષડયંત્ર કાળની સાથે પૂર્ણાહુતિ ઉપર પહોંચી રહ્યું હતું!

૯૦

ત્રેતાયુગ
લંકા

ચૈત્યપ્રાસાદના દ્વાર પાસે ઊભેલા રામને રાવણના મંત્રોચ્ચારનો ધ્વનિ સ્પષ્ટપણે સંભળાતો હતો. વિદ્યુતજ્જિહ્વા સાવધ થઈને પુનઃ યજ્ઞવેદી પાસેથી ઊભો થવા જાય એ પહેલાં જ રામે **તેજપ્રભ** નામક અસ્ત્રનું સંધાન કર્યું. મહર્ષિ વિશ્વામિત્ર દ્વારા બાલ્યાવસ્થામાં આપવામાં આવેલા આ અસ્ત્રની મદદ વડે શત્રુનું તેજ અને માયા હણી શકાતી હતી!

સનનનનન...

રામના ધનુષ પરથી છૂટેલું તીર સીધું વિદ્યુતજ્જિહ્વાની ડોકની આરપાર થઈ ગયું. ક્ષણવારમાં તેની ચામડી કાળી પડી ગઈ. પૂર્ણિમાના ચંદ્રને દક્ષ પ્રજાપતિ દ્વારા શાપ આપવામાં આવ્યો હોય, એ રીતે તેનું શરીર કાળુંડિબાંગ થઈને જમીન ઉપર ઢળી પડ્યું. રક્તાહુતિઓ અટકી પડતાં રાવણની આંખો ખૂલી ગઈ. પોતાના બનેવી વિદ્યુતજ્જિહ્વાના નિસ્તેજ શબને જોઈને તેનું નાક ફૂલી ગયું.

'દુષ્ટ રામ!' રાવણે ત્રાડ પાડી, 'તારો અંત નિશ્ચિત છે! ઓ તુચ્છ મનુષ્ય, તને અનુમાન સુધ્ધાં નથી કે તારો મુકાબલો દૈત્યસમ્રાટ દશાનન સાથે થઈ રહ્યો છે.'

સિંહના મોઢામાંથી શિકાર છટકી ગયો હોય, એટલા ગુસ્સામાં રાવણ બરાડા પાડી રહ્યો હતો. તેની ભયાનક ગર્જનાએ સૃષ્ટિના તમામ જીવોને ભયભીત કરી નાખ્યા હતા. સૌને જાણ થઈ ગઈ કે ત્રેતાયુગના અંતિમ યુદ્ધની સમાપ્તિ હવે અત્યંત સમીપ છે!

લંકેશે નેત્રો બંધ કરીને મનોમન પોતાનાં અસ્ત્રોનું આહ્‌વાન કર્યું. બીજી બાજુ, રામ અને લક્ષ્મણ પણ પોતાનો શસ્ત્ર-સરંજામ એકઠો કરવા માંડ્યા. નાનપણમાં રાક્ષસોના ત્રાસમાંથી સંતોને મુક્ત કરાવ્યા પશ્ચાત્‌ ઋષિ વિશ્વામિત્ર પાસેથી મળેલા અસ્ત્રોના વરદાનનું એમને સ્મરણ થઈ આવ્યું...

ઋષિ વિશ્વામિત્રએ કહ્યું હતું કે,

तानि दिव्यानि भद्रं ते ददाम्यस्त्राणि सर्वशः ।
दन्डचक्रं महदिव्यं तव दास्यामि राघव ॥

धर्मचक्रं ततो वीर कालचक्रं तथैव च ।
विष्णुचक्रं तथात्युग्रमैन्द्रं चक्रं तथैव च ॥

वज्रमस्त्र नरश्रेष्ठ शैवं शूलवरं तथा ।
अस्त्रं ब्रह्मशिरश्चैव ऐषीकमपि राघव ॥

અતિમહારથી એવા રામને વિશ્વામિત્ર દ્વારા દંડચક્ર, ધર્મચક્ર, કાલચક્ર, વિષ્ણુચક્ર તથા ધારદાર ઇન્દ્રાસ્ત્ર, વજ્રાસ્ત્ર, મહાદેવાસ્ત્ર, બ્રહ્મશિર અને ઈશિક - ઘાસનાં તણખલાંરૂપી બાણ - પ્રદાન કરવામાં આવ્યાં હતાં. તદુપરાંત નારાયણાસ્ત્ર, હયશીરાસ્ત્ર, કૌંચાસ્ત્ર, કંકાળ નામનું ભયંકર મુસળ, કાપાલ, કિંકણ, વિદ્યાધરાસ્ત્ર, મોદકી અને શિખરી નામની બે ગદાઓ, ધર્મપાશ, કાળપાશ, વરૂણપાશ તથા શુષ્ક તેમજ આર્દ્રા નામના બે વજ્ર, નંદન નામની ઉત્તમોત્તમ તલવાર પણ ભેટમાં મળ્યાં હતાં.

સામે પક્ષે, રાવણે પણ મોહનાસ્ત્ર, પ્રસ્વાપણ, પ્રસમન, વર્ષણ, શોષણ, સંતાપન, વિલાપન, માનવાસ્ત્ર, મદનાસ્ત્ર, પૈશાચાસ્ત્ર, તામસ, મહાબલી સૌમન, સંવર્ત, દૂધર્ષ, મૌશલ, સત્યાસ્ત્ર અને પરમાસ્ત્ર સહિતનાં વિભિન્ન અસ્ત્રોનું આહ્‌વાન કર્યું.

સામસામે થયેલાં આ આહ્‌વાનને કારણે ધરતી ધ્રૂજી ઊઠી. કોઈ કલ્પના

પણ નહોતા કરી શકતાં કે જો આટઆટલાં મહાશક્તિશાળી અસ્ત્રો-શસ્ત્રો એકબીજા સાથે ટકરાયા, તો કેવો ખૂંખાર નરસંહાર થશે!

ભીષણ યુદ્ધ ચાતક નજરે એમની પ્રતીક્ષા કરી રહ્યું હતું!

'पैशाचास्त्र आवाहयामि ।' સર્વપ્રથમ પ્રહાર રાવણ તરફથી થયો, પરંતુ રામ પર નહીં... તેના પોતાના જ સગા ભાઈ વિભીષણ પર!

તત્ક્ષણ વિભીષણનું શરીર જડ બનીને પાષાણશિલા સાથે જકડાઈ ગયું.

'વિશ્રવાવંશ માટે તું કલંક પુરવાર થયો છે, વિભીષણ!' રાવણે ઘૃણાભાવે કહ્યું, 'તને મારો ભાઈ કહેતાં પણ મને શરમ આવે છે! હવે પછી તું આ યુદ્ધમાં આ બંને પામર મનુષ્યોને કોઈ પ્રકારની સહાય નહીં કરી શકે.'

વિભીષણની આંખની કીકીઓ સિવાયનું આખું શરીર પાષાણવત્ જડ બની ગયું! તેનું એક પણ અંગ હલનચલન કરી શકતું નહોતું.

'રાવણ છું હું રાવણ! મારો કોઈ અંત નથી... મૃત્યુના સ્વામી યમ ઉપર મેં વિજય પ્રાપ્ત કરી લીધો છે. ઇન્દ્ર મારા ભયને કારણે વૈકુંઠમાં જ વસી ગયો છે અને હવે ત્રિભુવન મારા નામમાત્રથી થરથર કાંપે છે!' રાવણે અટ્ટહાસ્ય કર્યું.

તેના હૈયામાં ઊઠેલી અગનજ્વાળા સમગ્ર વિશ્વને ખાખ કરી નાંખવા તત્પર બની હતી.

'થોભી જા, રાવણ! હજુ પણ સમય છે...' શ્રીરામે અંતિમ ચેતવણી પાઠવી, 'તું મહાજ્ઞાની અને પરમવિદ્વાન છો. તમામ વેદોનો જ્ઞાતા અને મંત્ર-તંત્ર-યંત્રવિદ્યાનો પ્રખર જાણકાર છો... અહંકારનો ત્યાગ કરી, જનકપુત્રી સીતાને સંપૂર્ણ આદરભાવ સાથે પરત મોકલી આપ. હું તને ક્ષમા આપવા તૈયાર છું.'

'ક્ષમા?' રાવણ થૂંક્યો, 'અને એ પણ તારા જેવો તુચ્છ મનુષ્ય મને આપશે? દશાનન રાવણ નષ્ટ થઈ શકે, પરંતુ કોઈની સામે ઝૂકી ન શકે... યાઆઆઅહ્હ્હ્હ!'

અહંકારમાં ચૂર થઈ ગયેલાં લંકેશે રામની ગરદન ઉડાવી દેવા માટે તલવારનો પ્રહાર કર્યો.

'લક્ષ્મણ...' રામે તેના ભ્રાતાને સાદ પાડ્યો.

તત્ક્ષણ લક્ષ્મણે પોતાની તલવાર રામ તરફ ફેંકી. રાવણ તેના સુધી પહોંચે એ પહેલાં જ રામે લક્ષ્મણની તલવાર ઉપર પકડ મજબૂત કરી, સ્વબચાવ માટે તેનો ઉપયોગ કર્યો.

ખણણણણણણ...

બે તલવારો તીવ્રતા સાથે એકબીજા સાથે અથડાઈ, જેના લીધે રામ અને રાવણ બંને પોતપોતાના સ્થાનેથી બે ડગલાં પાછળ ધસી ગયા. જમીન ઉપર એમના પગના લિસોટા ઊપસી આવ્યા.

ચૈત્યપ્રાસાદમાં રમખાણ શરૂ થઈ ચૂક્યું હતું.

રાવણે તલવાર સાથે રામ ઉપર છલાંગ મારી. રામે પોતાની તલવાર વડે છાતી પાસે જ તેના પ્રહારને ખાળ્યો અને પછી બંને હાથોનું જોર લગાવીને રાવણને દૂર ફંગોળી દીધો. આના કારણે એમનું અંગવસ્ત્ર નીચે સરી પડ્યું અને પરસેવાથી નીતરતી છાતી ઉઘાડી પડી ગઈ. પર્વત સમાન ભાસી રહેલાં સુઘડ, સુદઢ અને સ્નાયુબદ્ધ શરીરને રાવણ ક્ષણવાર માટે તાકી રહ્યો.

રામે એક પછી એક પ્રહાર એમની તલવાર પર ઝીલ્યે રાખ્યા. તેઓ શત્રુને એટલી હદે થકવી નાંખવા માંગતા હતા કે તેનામાં હુમલો કરવાની ઊર્જા જ શેષ ન બચે!

રાવણ પણ સરળતાથી ગાંજ્યો જાય એમ નહોતો! તેણે મનોમન કેટલાક મંત્રોચ્ચાર કરી, શરીરનું સઘળું બળ પોતાના બંને હાથોમાં એકત્ર કર્યું. હવામાં અધ્ધર છલાંગ મારીને તે બરાડ્યો, 'આ પ્રહાર મેઘનાદના વધનો પ્રતિશોધ લેવા માટે!'

એકસાથે જાણે દસ-દસ રાવણ પ્રહાર કરી રહ્યા હોય, એવું લાગતું હતું. રામ માંડ માંડ તેનો સામનો કરી રહ્યા હતાં. તેમણે જેવું ધાર્યું હતું, તેનાથી તદ્દન વિપરીત દિશામાં આ યુદ્ધ આકાર લઈ રહ્યું હતું.

'આ પ્રહાર ભ્રાતા કુંભકર્ણના વધના પ્રતિશોધ હેતુ!' રાવણની ઊંચે ઊઠેલી તલવાર પર દિવ્ય પ્રકાશપુંજ છવાયેલો હતો.

રામ સહેજ માટે ચૂકી જતાં રાવણની તલવારનો અગ્રભાગ એમના ડાબા ખભાના ભાગે એક મોટો ચીરો પાડતો ગયો. તેમાંથી દડદડ કરતું લોહી વહેવા માંડ્યું. એમની ધોતી અને બાજુબંધ રક્તને કારણે ભીંજાવા માંડ્યાં.

રાવણના મસ્તિષ્ક ઉપર પ્રતિશોધની ધૂન સવાર થઈ ચૂકી હતી. હજારો મદનાતુર હાથી એકસામટા ધસી પડ્યા હોય એટલી સજ્જતા સાથે રામે લડવું પડતું હતું.

એક પ્રહાર...

બીજો પ્રહાર...

ત્રીજો પ્રહાર...

ચોથો... પાંચમો.. છઠ્ઠો... સાતમો...

એમ કરતાં કરતાં લગભગ દસ પ્રહારોનો સામનો કર્યા પછી રામની તલવાર બુઠ્ઠી થઈને તૂટી પડી.

૯૧

વર્તમાન દિવસ

કોઇમ્બતૂર

હનુમાનને જ્યાં બંધનમાં રાખવામાં આવ્યા હતા, એ કક્ષમાં બુલેટપ્રૂફ કાચના આવરણોની બરાબર સામે ઊર્ધ્વ શક્તિ-ત્રિકોણ ધરાવતો યજ્ઞકુંડ નિર્માણ પામી ચૂક્યો હતો.

શક્તિ-ત્રિકોણના ત્રણ ખૂણે બ્રહ્માંડની ત્રણ પ્રધાનઊર્જા - મહાસરસ્વતી, મહાલક્ષ્મી અને મહાકાલી - નો નિવાસ માનવામાં આવતો હતો. જગતમાતાનાં યોનિસ્વરૂપનું રૂપક ગણાતો આ કુંડ દરેક શાક્ત-વિધિઓ અને સાધનામાં તાંત્રિકો, માંત્રિકો તથા અન્ય ઉપાસકો દ્વારા ઉપયોગમાં લેવાતો હતો.

ભગવા રંગમાં આસન ઉપર બિરાજમાન રિયાની બરાબર સામે યજ્ઞકુંડ અને કાચનાં આવરણો હતાં. કંકુવર્ણી લાલ સાડીમાં ભૈરવી મા રિયાની ઠીક પાછળ પીઠના ભાગે ઊભા રહીને જ્યાં સુધી યજ્ઞ ન આરંભાય, ત્યાં સુધી મનોમન કશાક મંત્રજાપ કરી રહ્યાં હતાં. એ જ રંગનાં વસ્ત્રોમાં સાધ્વી મા અને મનસ્વી ક્રમશઃ ડાબી અને જમણી બાજુ આસન ઉપર બેઠાં હતાં.

ભૈરવી મા દ્વારા સ્પષ્ટ સૂચના આપવામાં હતી કે મંત્ર-જાગરણ દરમિયાન કોઈપણ સ્થિતિમાં એમના થકી રિયાના શરીરનો સ્પર્શ ન થવો જોઈએ. પરિણામસ્વરૂપે, બંને પોતપોતાના હાથમાં રૂદ્રાક્ષની માળા ઉપર પરાશક્તિનું ધ્યાન ધરી રહ્યાં હતાં.

યજ્ઞના પુરોહિતપદે સ્વયં મહર્ષિ પરશુરામ બિરાજમાન હતાં. સંપૂર્ણ શ્યામ રંગના ઉપવસ્ત્ર અને એવા જ રંગની ધોતીમાં એમનો દેહ શરદપૂર્ણિમાના ચંદ્ર જેવો પ્રકાશમાન હતો! ખભે ઝૂલી રહેલી જનોઈમાં સદીઓનું તપોબળ એકઠું થયું હતું.

'શ્રીકૃષ્ણ દ્વારા મને ચિરંજીવી હોવાનું વરદાન આપવા પાછળ બે ઉદ્દેશ્ય હતા, રિયા!' પરશુરામે ઈસુપૂર્વે ૩૧૦૨માં પૂર્ણ પુરુષોત્તમ સાથે થયેલો વાર્તાલાપ યાદ કર્યો, 'મહાલક્ષ્મીના આવિર્ભાવનું ઉત્તરદાયિત્વ પૂર્ણ કરવા માટે સમય આવ્યે પુરોહિતપદ ઉપર બિરાજમાન થઈ, કલ્કીપત્ની પદ્મિની તથા રમાને એમની વાસ્તવિક ઓળખ સાથે રૂબરૂ કરાવવા... અને ભગવાન કલ્કીના ગુરુપદ ઉપર સ્થાપિત થઈ એમને સમસ્ત પ્રાચીનતમ મહાવિદ્યાઓનું ગુપ્તજ્ઞાન અર્પણ કરવું! જો ઈશ્વરની ઇચ્છા હશે તો, આજે હું પહેલીવહેલી જવાબદારીમાંથી મુક્ત થઈશ! અને જો કોઈ અનિચ્છનીય ઘટના બની, તો પ્રલયકાળ સુધી અપરાધભાવ હેઠળ આ ધરતી ઉપર ભ્રમણ કરીશ!'

'આપ નિશ્ચિંત રહો, દેવ!' રિયાના મુખ પર અપ્રતિમ શાંતિ ઝળકી રહી હતી, 'આ યજ્ઞનો શુભારંભ થાય, એ પહેલાં જ હું આપને મારી સાથે જોડાયેલાં તમામ કર્મબંધનોથી મુક્તિ આપું છું. બસ, એક યાચના કરું છું... વિવાનને તેના ગંતવ્ય સુધી પહોંચવામાં સદાય સહાયરૂપ થજો. એ જ મારી અંતિમ ઇચ્છા છે.'

પરશુરામ સહેજ ભાવવિભોર થઈ ગયા. કોણ જાણે કેટલી શતાબ્દીઓ પશ્ચાત્ તેમને આટલા નિઃસ્વાર્થ અને નિર્મોહી આત્માનો ભેટો થયો હતો!

વધુ સમય વ્યતીત કર્યા વગર એમણે સ્થાનશુદ્ધિ મંત્રનું ઉચ્ચારણ કર્યું. રિયા પાસે હાથમાં જળની અંજલિ લેવડાવી એમણે દેહશુદ્ધિ માટેના મંત્રોચ્ચાર આરંભ્યા,

ॐ केशवाय नमः ।
ॐ माधवाय नमः ।
ॐ नारायणाय नमः ।

અંજલિના જળનું પાન કર્યા પછી તેણે ભગવાન પરશુરામના આશીર્વાદ ગ્રહણ કર્યા.

યજ્ઞકુંડ પાસે દીપ પ્રજ્વલિત કર્યા પછી પોતાના ઘેરા પડછંદ અવાજમાં પરશુરામે ગણેશ દ્વાદશનામનું ઉચ્ચારણ કરી પ્રથમ પૂજ્ય ભગવાન ગણપતિને આહ્વાન આપ્યું,

सुमुखश्चैकदन्तश्च कपिलो गजकर्णकः ।
लम्बोदरश्च विकटो विघ्ननाशो विनायकः ।।

धुम्रकेतुर्गणाध्यक्षो भालचन्द्रो गजाननः ।
द्वादशैतानि नामानि यः पठेच्छुणुयादपि ।।

ગુફાના ઊંડાણમાંથી આવતા પડઘા સમાન એમનો આદિનાદ સમસ્ત કક્ષમાં ગુંજવા માંડ્યો. સ્વયં મહાવિષ્ણુના અંશાવતાર જ્યારે દેવતાનું આહ્વાન કરે, ત્યારે એનું વર્ણન કરવા જેટલું સામર્થ્ય કદાચ સમષ્ટિમાં કોઈ પાસે નહોતું. કલ્પનાતીત - વિશ્વાતીત - શબ્દાતીત અનુભૂતિમાં તરબોળ થઈ ચૂકેલાં સાધ્વી મા અને મનસ્વી ગણતરીની ક્ષણોમાં જ ભાવસમાધિમાં સરી પડ્યાં. આદિગુરુ શંકરાચાર્ય વિરચિત આનંદલહેરીમાં આલેખિત તમામ લાગણીઓ એમના ચિત્તમાં પ્રાદુર્ભાવ પામવા માંડી હતી.

રિયા બંને હાથ જોડીને મનોમન ભગવાન ગણેશના તાંત્રિક મંત્રનું ઉચ્ચારણ કરી હતી.

ગણાધિપતિનું સ્મરણ પૂરું થયા પછી પરશુરામે મંત્રમુગ્ધ કરી દેતું સ્વસ્તિવાચન આરંભ્યું,

हरिः ॐ आ नो भद्राः क्रतवो यन्तु
विश्वतोऽदब्धासोऽ परीतास उद्भिदः ।

देवा नो यथा सदमिद् वृधे
असन्नप्रायुवो रक्षितारो दिवे दिवे ॥

જેમ જેમ સ્વસ્તિવાચન આગળ ધપતું ગયું, એમ એમ રિયાના દેહમાં અસામાન્ય ફેરફારો થવા માંડ્યા. જેવી રીતે એકાએક વૉલ્ટેજ વધવા-ઘટવા માંડે, એવી રીતે તેનું શરીર ઊર્જાના અસામાન્ય વધારા અને ઘટાડાનો અનુભવ કરવા લાગ્યું. શક્તિ-આશ્રમની આસપાસ ધીરે ધીરે એક મજબૂત - અભેદ્ય ઊર્જાકવચનું નિર્માણ થવા માંડ્યું, જેમાં એક પણ નકારાત્મક શક્તિઓ પ્રવેશી શકે એમ નહોતી.

પરશુરામના મુખમાંથી વહી રહેલા પ્રત્યેક મંત્રોચ્ચાર આશ્રમની આસપાસ દસે દિશાઓમાં પ્રવર્તમાન પવિત્ર તાકતોને રિયા તરફ આકર્ષી રહ્યા હતા,

स्वस्ति न इन्द्रो वृद्धश्रवाः स्वस्ति नः पूषा विश्ववेदाः ।
स्वस्ति नस्ताक्ष्योर् अरिष्टनेमिः स्वस्ति नो बृहस्पतिर्दधातु ॥

રિયાની પાછળ સ્થિત ભૈરવી માએ બંધ આંખે પોતાના બંને હાથની હથેળી વડે બ્રહ્માંડસર્જનના દ્યોતક સમી યોનિમુદ્રા ધારણ કરી.

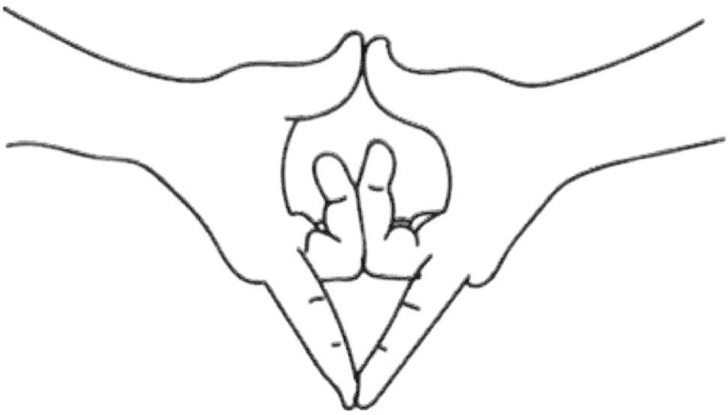

યજ્ઞપૂર્વેની તમામ વિધિ શાસ્ત્રોક્ત રીતે પૂર્ણ કર્યા પશ્ચાત્ પરશુરામે હાથમાં જળની અંજલિ ભરી મહાલક્ષ્મીના આહ્વાન માટે વિનિયોગ આરંભ્યો.

ॐ श्री हिरण्यवर्णां इति पञ्चदशर्चस्य श्री सूक्तस्य आद्यमन्त्रस्य लक्ष्मी ऋषिः
चतुर्दशमंत्राणांआनंदकर्दमचिक्लीतेईंदिरासुता ऋषयः जात वेदोग्नि
दुर्गा श्री महालक्ष्मी देवता आद्यानां तिसृणां अनुष्टुप छन्दः चतुर्थ मंत्रस्य
बृहति छन्दः व्यंजनानि बीजानि स्पर्श शक्तयः बिन्दवः कीलकं
मम अलक्ष्मी परिहार पूर्वकं दशविधलक्ष्मी प्राप्त्यर्थं श्रीसूक्ते पाठे विनियोगः ।

અયોગ્ય સાધક બદઇરાદા સાથે કોઈ દૈવી શક્તિઓનું આહ્વાન ન કરી શકે, એ માટે સ્વયં દેવાધિદેવ મહાદેવ દ્વારા પૌરાણિક કાળમાં તમામ દિવ્યમંત્રોનું કિલન કરી દેવામાં આવ્યું હતું. જેવી રીતે બેંકના એ.ટી.એમ.માંથી પૈસા ઉપાડવા માટે યુઝર પાસે પાસવર્ડ હોવો જરૂરી છે, એવી જ રીતે મંત્રોને જાગૃત કરવા માટે સાધક પાસે નિષ્કિલનરૂપી ચાવી હોવી અત્યંત આવશ્યક બની ગઈ!

પરશુરામે ઉચ્ચારેલો શ્રીસૂક્તમ્ વિનિયોગ ચાવીનું કામ કરવા માંડ્યો!

રિયાની રગેરગમાં ઊર્જાના પ્રચંડ ઝાટકા લાગવા માંડ્યા. આમ છતાં, જરા પણ વિચલિત કે વ્યથિત થયા વગર તે પોતાના આસન ઉપર બેઠી રહી. તેને ખ્યાલ હતો કે શ્રીસૂક્તમ્ સાધના દરમિયાન તેને હજુ આનાથી વધુ કષ્ટદાયક પરિસ્થિતિનો સામનો કરવાનો હતો.

'દીકરી...' પરશુરામે આર્દ્રસ્વરે કહ્યું, 'હું તારી પીડાથી વાકેફ છું. અત્યારે આપણે જે શ્રીસૂક્તમ્ સાધના કરી રહ્યા છીએ, તે સૃષ્ટિક્રમ પૂજાવિધિ સાથે કરી રહ્યા છે... જેમાં સ્વયં શ્રીમાતા મહાલક્ષ્મીનાં આઠ સ્વરૂપો - આદિલક્ષ્મી, ધનલક્ષ્મી, ધાન્યલક્ષ્મી, ગજલક્ષ્મી, સંતાનલક્ષ્મી, ધૈર્યલક્ષ્મી, વિજયલક્ષ્મી અને વિદ્યાલક્ષ્મી - તારા દેહના વિભિન્ન અંગો ઉપર સ્થાપિત થશે! અને શ્રીસૂક્તમ્ પાઠની પૂર્ણાહુતિ સમયે આ સર્વે અષ્ટલક્ષ્મીઓની ઊર્જા તારા સહસ્રાર ચક્રમાં એકત્ર થઈને સ્વયં જગતધાત્રી મહાલક્ષ્મીના પ્રાગટ્યનું કારણ બનશે!'

રોમેરોમમાં શરૂ થઈ ચૂકેલી કાળી બળતરાની અવગણના કરીને રિયાએ પુરોહિતપદે બિરાજમાન પરશુરામ સમક્ષ મસ્તક નમાવ્યું.

... અને, એ સાથે પરશુરામે કેટલાક એવા મંત્રોનું ઉચ્ચારણ કર્યું, જે એક પણ વેદ અથવા ધર્મગ્રંથોમાં આલેખાયેલાં નહોતાં. દૈહિક ઊર્જા વડે એમણે યજ્ઞની સમિધા વચ્ચે રાખવામાં આવેલાં પવિત્ર કપૂરમાં અગ્નિ પ્રગટાવ્યો!

જોતજોતામાં તો યજ્ઞકુંડના પ્રત્યેક સમિધામાં અગ્નિ પ્રસરી ગયો!

પરશુરામ દ્વારા છેલ્લો વેદિક યજ્ઞ દ્વાપરયુગમાં કરવામાં આવ્યો હતો. પાંચ હજાર વર્ષો પછી મહાવિષ્ણુના અંશાવતારના સ્વહસ્તે પાવનાગ્નિનું પ્રાગટ્ય થવાથી સમસ્ત પ્રધાનદેવતાઓ આહુતિ પામવા માટે આતુર હતા...

સૃષ્ટિ એક એવી અવિસ્મરણીય અને અલૌકિક ક્ષણની સાક્ષી બનવા જઈ રહી છે, જે પ્રત્યેક યુગમાં માત્ર એક વખત સાકાર થતી હતી!

મહાગણપતિ, ઇન્દ્ર, અગ્નિ, વરૂણ, વાયુ, સૂર્ય, પ્રજાપતિ દક્ષ સહિત સર્વે મહાન આત્માઓને આહુતિ અર્પણ કર્યા બાદ તેમણે સ્વયં મહાલક્ષ્મી સુધી એમની યાચિકા પહોંચાડવા માટે ઘી વડે પ્રાણવાયુની પાંચ આહુતિઓ આપવાની શરૂઆત કરી,

ॐ प्राणाय स्वाहा ।
ॐ अपानाय स्वाहा ।
ॐ व्यानाय स्वाहा ।
ॐ उदानाय स्वाहा ।
ॐ समानाय स्वाहा ।

અત્યાર સુધીમાં રિયાના આખા શરીરમાં ઝણઝણાટી આવવાની શરૂ થઈ ગઈ!

પરશુરામે દેવી મહાલક્ષ્મીને આહ્‌વાન આપ્યું,

'હે ગજગામિની સર્વેશ્વરી, કળિયુગના સૌથી મહાન યજ્ઞનો આરંભ થઈ ચૂક્યો છે દેવી!

મારા ઉત્તરદાયિત્વના નિર્વહનનો સમય અને આપના પ્રાદુર્ભાવની વેળા આવી પહોંચી છે. હે પદ્મમાલિની, અમે આપની દિવ્ય લીલાથી સંપૂર્ણપણે અજાણ છીએ. અમને તો એ પણ જ્ઞાત નથી કે આપની ભક્તિ કરવા જેટલું શુદ્ધ ચિત્ત અને મન અમારી પાસે છે કે કેમ!

આપને અંતરના ઊંડાણથી પ્રાર્થના કરીએ છીએ, હે ત્રિખંડેશી આદ્યસ્વરૂપા... અમારી સાધનાને સફળતા અર્પણ કરો! કળિયુગ ઉપર અસુરાધિપત્યનાં વાદળો છવાઈ ચૂક્યાં છે... સાતમા મનવંતરને અનિષ્ટ શક્તિઓથી મુક્ત કરાવવા માટે આપનું પ્રાગટ્ય થવું અત્યંત આવશ્યક છે, પરામ્બિકા!'

ભૈરવી મા, સાધ્વી મા અને મનસ્વીના ભાવવિભોર થઈ ચૂકેલાં નેત્રો ચોધાર આંસુ સાથે વરસી પડ્યાં!

'હે મહાયોગેશ્વરેશ્વરી ભુવનેશ્વરી... અમારી સહાય કરો!'

મહાદેવીને નિમંત્રણ આપ્યા પશ્ચાત્ પરશુરામના શિષ્ય પંડિત રાજમોહન ભારદ્વાજ દ્વારા યજ્ઞમાં આહુતિ તરીકે હોમવા માટે જુદી જુદી સામગ્રીઓ - જવ, સફેદ તલ, મધ, કાળા તલ, અક્ષત, પુષ્પ, એલચી, રક્તચંદન, કપૂર, પતાસા, શ્રીફળ વગેરે - રિયાની આજુબાજુ ગોઠવી દેવામાં આવી.

... હવે સમય હતો, મુખ્ય આહુતિઓના પ્રારંભનો! પરંતુ કસોટી લીધા વગર દૈવત્વનું પ્રાગટ્ય તો શી રીતે સંભવ બને?

પ્રજ્વલિત યજ્ઞમાં પરશુરામ દ્વારા મુખ્યાહુતિઓ ધરાવવાની શરૂઆત થાય, એ પહેલાં અંજનિપુત્ર હનુમાનના નિશ્ચેતન દેહમાં સળવળાટ થયો!

સૌ કોઈ ચોંકી ઊઠ્યાં.

ઝાટકા સાથે કેસરીનંદનનાં નેત્રો ઊઘડ્યાં! યોગનિદ્રાના પ્રભાવમાંથી બહાર આવીને તેમણે આસપાસ દૃષ્ટિપાત કર્યો. તેમનામાં અત્યારે હનુમાનની દિવ્યચેતના નહીં, પરંતુ સામાન્ય વાનરનો આત્મા વિદ્યમાન હતો.

અસ્પષ્ટ સ્વરે મોટેથી હુપાહુપ માંડીને એમણે જમીન ઉપર મુષ્ટિપ્રહાર શરૂ કર્યા. એમની લાલઘૂમ આંખો અને ફુલાયેલાં નસકોરાં સંકેત આપતાં હતાં કે તેઓ કાચના આવરણોમાંથી મુક્તિ ઇચ્છતાં હતાં...

પોતાના શરીરમાં હતું, એટલું બળ લગાવીને એમણે કાચના સૌથી આંતરિક એવા પ્રથમ આવરણ ઉપર માથું અથડાવવાની શરૂઆત કરી. બહાર નીકળવા માટે તેઓ એટલા જોરથી તરફડિયાં મારી રહ્યા હતા, જાણે કટોકટી આવી ચૂકી હોય!

વિધ્વંસક ભૂકંપ આવ્યો હોય, એ રીતે શક્તિ-આશ્રમની જમીન એમના ધમપછાડાથી ધ્રૂજવા માંડી.

'વિવાનના દેહમાં વિદ્યમાન અહિરાવણ દ્વારા નિશ્ચિતરૂપે કોઈ એવી પ્રવૃત્તિ આદરવામાં આવી છે, જેનો સીધો સંબંધ હનુમાનના ભૂતકાળ સાથે છે, મા!' પરશુરામ ચિંતાતુર હતા, 'શ્રીલંકામાં કંઈક અજુગતું બની રહ્યાનો મને ભાસ થઈ રહ્યો છે, પરંતુ શુક્રાચાર્યએ પોતાની આસપાસ વિદ્યમાન કરેલી અનિષ્ટ શક્તિઓને કારણે હું એમની પ્રવૃત્તિઓને મારાં દિવ્યચક્ષુ વડે નિહાળી નથી શકતો.'

'હું પણ એ જ અવસ્થામાં છું, પુત્ર!' ભૈરવી માનું કપાળ તંગ થઈ ગયું, 'આપણી પાસે વધુમાં વધુ એક પ્રહર - ત્રણ કલાક - છે, પરશુરામ! જો ત્યાં સુધીમાં હનુમાનની પરમચેતનાને જાગૃત કરવામાં ન આવી, તો એમનો

આ વાનરદેહ આપણો કચ્ચરઘાણ બોલાવી દેશે. બજરંગ બલિને તો જ્ઞાત પણ નથી કે તેઓ આપણને કેટલું મોટું નુકશાન પહોંચાડવા જઈ રહ્યા છે...'

પંડિત રાજમોહન ભારદ્વાજ તરત મશીન-કંટ્રોલર પાસે દોડી ગયા. અંદરના આવરણની દીવાલો ઉપર લગાવવામાં આવેલા ફુવારામાંથી એનેસ્થેટિક દ્રવ્ય ધુમાડારૂપે બહાર આવ્યું, પરંતુ હનુમાન ઉપર હવે એની કોઈ અસર નહોતી થઈ રહી!

'વ્યર્થ છે આ પ્રયત્ન, રાજમોહન!' ભૈરવી માના વદન ઉપર હતાશા હતી, 'હનુમાનના સ્થૂળ દેહને ફરી વખત પોઢાડવો હવે અશક્ય છે... નિયતિનો સ્વીકાર કરી લો.'

ક્રીઈઈઈક...

હનુમાનના મુષ્ટિપ્રહાર અને મસ્તકની અથડામણને પરિણામે બુલેટપ્રૂફ કાચના પહેલા આવરણમાં તિરાડ પડી!

શ્રીકૃષ્ણએ કુરુક્ષેત્ર ઉપર અર્જુનને આપેલો ઉપદેશ પરશુરામના મુખમાંથી સરી પડ્યો,

कर्मण्येवाधिकारस्ते मा फलेषु कदाचन ।

'હનુમાન એમનું કર્મ કરી રહ્યા છે અને આપણે આપણા કર્મ ઉપર ધ્યાન કેન્દ્રિત કરવું જોઈએ, મા!' પરશુરામે કહ્યું, 'હવે એક જ પરમઊર્જા આ સૃષ્ટિને વિનાશના અંધકારમાંથી ઉગારી શકે એમ છે... સ્વયં મહાલક્ષ્મીસ્વરૂપા પદ્મિની દેવી!'

ભૈરવી માએ ક્ષણનો પણ વિલંબ કર્યા વિના પુનઃ આંખો બંધ કરી દીધી. પરશુરામ પણ ધ્યાનસ્થ થઈ ગયા. રિયા પોતાની શારીરિક પીડાના શમનનો પ્રયત્ન કરી રહી હતી, પરંતુ કશો ફર્ક નહોતો પડતો.

... અને હજારો વર્ષો પછી સર્વપ્રથમ વખત પરશુરામના સ્વમુખેથી શ્રી સૂક્તમ્ પાઠના પ્રથમ મંત્રનું ઉચ્ચારણ થયું,

ॐ हिरण्यवर्णां हरिणीं सुवर्णरजतस्रजाम् ।

चन्द्रां हिरण्मयीं लक्ष्मीं जातवेदो म आवह ॥

**'હે સર્વજ્ઞ અગ્નિદેવ! સુવર્ણ અને રજતના અલંકારોથી સુશોભિત,
ચંદ્ર સમાન પ્રસન્નકાંતિ ધરાવનાર સ્વર્ણવર્ણી – સુવર્ણમયી દેવીને
મારા વતી આહ્વાન આપો!'**

સૃષ્ટિના સૌથી પ્રાચીન ગ્રંથ - ઋગ્વેદ - માંથી ઉદ્‌ભવેલા શ્રીસૂક્તમ્ પાઠના મંત્રો અમોઘ શક્તિ ધરાવતા હતા. સતયુગમાં સમુદ્રમંથન વખતે જ્યારે મહાલક્ષ્મીને આહ્‌વાન આપવાનો સમય થયો, ત્યારે સ્વયં મહાવિષ્ણુ અને પરમપિતા બ્રહ્મા સહિત સમસ્ત પ્રધાન દેવતાઓએ શ્રીસૂક્તમ્ પાઠના મંત્રોને જાગૃત કર્યા હતા, જેના પરિણામરૂપે આહ્‌વાન થયું ત્રિપુરારિનાં અર્ધાંગિની દેવી મહાલક્ષ્મીનું!

શ્રીવિદ્યાના ઉપાસકો અને શાક્તપંથના આરાધકો માટે આદિકાળથી શ્રીસૂક્તમ્ મંત્રોનો અનેરો મહિમા હતો. રાજરાજેશ્વરી મહાત્રિપુરસુંદરીનો સાક્ષાત્કાર કરવા માટે શ્રીસૂક્તમ્, લલિતાસહસ્રનામ અને પંચદશી મંત્રનું જાગૃત થવું અનિવાર્ય ગણાતું!

જે દેવોની સ્તુતિ થકી આજથી હજારો વર્ષો પહેલાં ક્ષીરસાગરમાંથી મહાલક્ષ્મીને આહ્‌વાન આપવામાં આવ્યું હતું, એ જ મંત્રોના પ્રયોગ વડે કળિયુગમાં મહાલક્ષ્મીને ધરતી ઉપર લાવવાનો પ્રયાસ કરવામાં આવી રહ્યો હતો.

ભૈરવી મા, સાધ્વી મા, મનસ્વી અને પરશુરામના મુખેથી એક પછી એક દ્વિતીય, તૃતીય અને ચતુર્થ શ્રીસૂક્તમ્ મંત્ર સમગ્ર કક્ષમાં ગુંજી ઊઠ્યા,

तां म आवह जातवेदो लक्ष्मीमनपगामिनीम् ।
यस्यां हिरण्यं विन्देयं गामश्वं पुरुषानहम् ॥

अश्वपूर्वां रथमध्यां हस्तिनादप्रबोधिनीम् ।
श्रियं देवीमुपह्वये श्रीर्मा देवी जुषताम् ॥

कांसोस्मितां हिरण्यप्राकारामार्द्रां ज्वलन्तीं तृप्तां तर्पयन्तीम् ।
पद्मेस्थितां पद्मवर्णां तामिहोपह्वये श्रियम् ॥

સમસ્ત બ્રહ્માંડ બ્રહ્મક્ષત્રિય પરશુરામના દિવ્યાહ્‌વાનથી પુલકિત થઈ ગયું. સંસારના કણ-કણમાં પ્રકૃતિ પૂર્ણ કળાએ ખીલી ઉઠી.

... પરંતુ રિયાની સ્થિતિ ક્રમશઃ દુષ્કર થવા માંડી. તેના મૂલાધાર ચક્રમાં સુષુપ્ત કુંડલિની મહાઊર્જા એકાએક થયેલાં શક્તિના આહ્‌વાનથી કંપન કરવા માંડી. વસ્તુતઃ કઠોર તપ અને તીવ્ર સાધના પછી કરવામાં આવતો મંત્રપ્રયોગ આજે એક તપોબળહીન સામાન્ય સ્ત્રી ઉપર કરવામાં આવી રહ્યો હતો, જેણે અત્યાર સુધીના જીવનમાં ઈશ્વરની ભક્તિ કરવા સિવાય અન્ય કોઈ સાધના નહોતી કરી!

પ્રિ-મેચ્યોર ડિલિવરી વેળા જેવી રીતે અર્ધવિકસિત બાળકને માતાના

ગર્ભમાંથી બહાર કાઢવામાં આવે, એવી રીતે રિયાના અર્ધવિકસિત આધ્યાત્મિક અસ્તિત્વને ઝાટકાભેર મહાલક્ષ્મીનું તેજ અર્પણ કરવામાં આવી રહ્યું હતું!

... સશક્ત ગુરુ દ્વારા કરવામાં આવતા શક્તિપાત કરતાં પણ વધુ પીડાદાયક પ્રક્રિયા હતી આ!

એક પછી એક મંત્રો પુનરાવર્તન પામતાં ગયાં... યજ્ઞની પ્રચંડાગ્નિમાં આહુતિઓ હોમાતી ગઈ! ગુપ્તકક્ષની છતને આંબી ચૂકેલી હિરણ્યવર્ણી જ્વાળામાં હોમાતી પ્રચંડાહુતિઓ સીધી દેવતાઓ સુધી પહોંચવા માંડી.

ત્રિલોકમાં ગંધર્વોનું સંગીત રેલાવા માંડ્યું. ચૌદ ભુવનમાં ઘંટારવ થવા માંડ્યા.

એવું લાગતું હતું જાણે ચોસઠ યોગિનીઓ, અષ્ટ-દિક્પાળ, બાર આદિત્યો અને અગિયાર રુદ્રો સહિત બ્રહ્માંડની તમામ પાવન ચેતનાઓ રિયાની આજુબાજુ વિદ્યમાન થવા માંડી હોય!

પાંચમો શ્રીસૂક્તમ્ મંત્ર ચાર પવિત્ર આત્માઓના મુખમાંથી ઉચ્ચારણ પામ્યો,

चन्द्रां प्रभासां यशसा ज्वलन्तीं श्रियं लोके देवजुष्टामुदाराम् ।
तां पद्मिनीमीं शरणमहं प्रपद्ये अलक्ष्मीर्मे नश्यतां त्वां वृणे ॥

'ચંદ્રની પ્રભા ધરાવનાર, શુભ્ર કાંતિનાં સ્વામિની, યશથી દીપી ઊઠેલ મહાલક્ષ્મી દેવીની શરણમાં હું આવ્યો છું, જેમના હાથમાં કમળ શોભાયમાન છે. હે ઉદારશીલ શ્રીમાતા, સર્વે પ્રકારની અલક્ષ્મી - દરિદ્રતા, કષ્ટ, પીડા, આધિ, વ્યાધિ, ઉપાધિ - નો નાશ કરી અમારા જીવનમાં પ્રગટ હો!'

... એકાએક રિયાના નાકમાંથી લોહીની ધારા વહેવા માંડી. સ્પષ્ટ હતું કે તેનો દેહ મહાલક્ષ્મીની ઊર્જા ખમી શકવા માટે સક્ષમ નહોતો.

સાધ્વી માનો જીવ અધ્ધર થઈ ગયો. પોતાની દીકરી સામે એમણે દયાભરી દૃષ્ટિ કરી, પરંતુ રિયાના ચહેરા ઉપરની દઢતામાં કોઈ તફાવત ન આવ્યો. તેનો સંકલ્પ અડગ હતો! આર યા પાર... ક્યાં તો આજે મૃત્યુને આલિંગન આપવામાં આવશે, યા તો દેવીની પ્રચંડ ઊર્જાને! એ સિવાય અન્ય કોઈ વિકલ્પ એણે પોતાની જાતને આપ્યો જ નહોતો.

ખણણણણણ...

કડાકાભેર પહેલોવહેલો બુલેટપ્રૂફ કાચ ખરી પડ્યો. હનુમાનના હાકોટાપડકારા શાંત પડવાને બદલે ક્ષણે-ક્ષણે વધુ ને વધુ તીવ્ર બનતા જતા હતા.

ભૈરવી માએ બંને હાથ હવામાં અધ્ધર કરી, અષ્ટ-લક્ષ્મીનાં સર્વપ્રથમ સ્વરૂપ ગણાતાં આદિલક્ષ્મીને આહ્‌વાન આપ્યું,

'હે આદિલક્ષ્મી...

હું શ્રીવિદ્યા ઉપાસક, બિંદુવાસિની લલિતા મહાત્રિપુરસુંદરીની પરમભક્ત - ભૈરવી - સંપૂર્ણ સમર્પણભાવ અને આર્તહૃદય સાથે આપને આહ્‌વાન આપું છું... પધારો દેવી, મૂળાધાર ચક્રમાં વિદ્યમાન થાઓ!'

ॐ श्रीं ह्रीं श्रीं कमले कमलालये प्रसीद प्रसीद

श्रीं ह्रीं श्रीं ॐ महालक्ष्मी नमः ॥

એમનો મંત્રોચ્ચાર પૂરો થતાંની સાથે જ ખંડની છતને સોંસરવી પસાર થઈને આવેલી વીજળી રિયાના મૂળાધાર ચક્રમાં સમાઈ ગઈ! આ ઘટનાની સાથોસાથ રિયા જ્યાં બેઠી હતી, તેની આસપાસ વર્તુળાકારે અગ્નિનો ઘેરો રચાઈ ગયો. અજ્ઞાત શક્તિના પ્રભાવ હેઠળ રિયાનું મોં ખૂલી ગયું અને આદિલક્ષ્મીના આહ્‌વાન થકી પ્રગટેલો અગ્નિ પ્રવાહીની માફક તેના ગળા નીચે ઊતરવા માંડ્યો. તે જાણે પારદર્શક પાણી નહીં, પરંતુ અગ્નિનું પાન કરી રહી હોય એવું દૃશ્ય સર્જાયું.

રિયાના પ્રત્યેક અંગમાં વ્યાપી ચૂકેલો આ અગ્નિ તેને અંદરથી બાળવા માંડ્યો. એ સમયે તેને ભૈરવી માએ ઉચ્ચારેલી વાણીનું સ્મરણ થઈ આવ્યું,

'ચિત્તરૂપી અગ્નિના કુંડમાંથી દેવોના કાર્યને સિદ્ધ કરવા માટે મહાદેવીનો પ્રાદુર્ભાવ થાય છે!' લલિતાસહસ્રનામના આ પહેલાવહેલા શ્લોકે તેને પીડા ખમવાનું બળ પૂરું પાડ્યું.

चिदग्निकुंड सम्भूता देवकार्य समुद्यता ॥

કુલ ૧૫ જાગૃત મંત્રો વડે રચાયેલા શ્રીસૂક્તમ્ પાઠના છઠ્ઠા, સાતમા અને આઠમા મંત્રનું ઉચ્ચારણ કરવામાં આવ્યું...

आदित्यवर्णे तपसोऽधि जातो वनस्पतिस्तव वृक्षोऽथ बिल्वः ।

तस्य फलानि तपसानुदन्तु मायान्तरायाश्च बाह्या अलक्ष्मीः ॥

उपैतु मां देवसखः कीर्तिश्च मणिना सह ।
प्रादुर्भूतोऽस्मि राष्ट्रेऽस्मिन् कीर्तिमृद्धिं ददातु मे ॥

क्षुत्पिपासामलां ज्येष्ठामलक्ष्मीं नाशयाम्यहम् ।
अभूतिम् असमृद्धिं च सर्वां निर्णुद मे गृहात् ॥

રિયાના આખા શરીરમાં અગ્નિ પ્રસરી ચૂક્યો હતો. બહારથી એકદમ સ્વસ્થ લાગતું શરીર અંદરથી ભડકે બળી રહ્યું હતું. અનંતાનંત બ્રહ્માંડનો સૌથી પાવનાગ્નિ તેના પ્રત્યેક અંગમાં સમાહિત થઈ રહ્યો હતો. મહાલક્ષ્મીની પ્રચંડ રાજસિક ઊર્જા ખૂબ તીવ્રતા સાથે પ્રાદુર્ભાવ પામી રહી હતી. જે પ્રયોગ બે અલગ અલગ દેહ ઉપર કરવાનો આદેશ પરશુરામને મળેલો હતો, એ રેહાની અનુપસ્થિતિને લીધે આજે એકમાત્ર રિયા ઉપર થઈ રહ્યો હતો. આટઆટલું એકસાથે બની રહ્યું હોવા છતાં તેને કોઈક અજ્ઞાત શક્તિની મદદ મળી રહી હતી. શરીરના પ્રત્યેક રોમમાંથી પ્રવેશ મેળવી લીધા બાદ અંદરનાં અંગો - ફેફસાં, મૂત્રપિંડ, આંતરડા - માં વ્યાપી રહેલો અગ્નિ વાસ્તવમાં દરેક અણુને શુદ્ધતા અર્પણ કરવા માંડ્યો.

ભૈરવી માએ અન્ય બે અષ્ટલક્ષ્મી - ધનલક્ષ્મી અને ધાન્યલક્ષ્મી - ને પ્રગટ થવા માટે પોતાનું તપોબળ ખર્ચવાની શરૂઆત કરી,

'સમસ્ત જગતના સર્વે જીવોનો જીવનનિર્વાહ કરનારી હે ધનલક્ષ્મી... પાલકમાતા મહાલક્ષ્મી, આપના આવિર્ભાવ માટે હું મારા જન્મ-જન્માંતરોના યોગબળનો આધાર લઈ રહી છું. મારી લાજ રાખો, દેવી!

સચરાચર બ્રહ્માંડના સજીવ-નિર્જીવ, મૂક-બોલકા, સમજુ-અણસમજુ પશુ, પ્રાણી, પક્ષીઓના વૈશ્વાનર અર્થાત્ જઠરાગ્નિને તૃપ્ત કરનારા હે ધાન્યલક્ષ્મી... પ્રગટ હો! કળિયુગને આપની પરમચેતના થકી લાભાન્વિત કરો.'

... ભૈરવી માએ પોતાનો જમણો હાથ રિયાના મસ્તકથી ત્રણ ઇંચ હવામાં અધ્ધર રાખ્યો. એમના સમસ્ત દેહમાંથી ઊર્જાપુંજ સ્થળાંતરણ પામીને રિયાના દેહમાં સમાવિષ્ટ થવા માંડ્યો.

ધનલક્ષ્મી અને ધાન્યલક્ષ્મીની ચેતનાઓએ તેના સ્વાધિષ્ઠાન ચક્રને પોતાનું રહેઠાણ બનાવ્યું.

જોતજોતામાં રિયાના દેહમાં ભયંકર લાલાશ ઊપસી આવી. તેની ચામડી ઉપર અતિશય ગરમીને કારણે ફોલ્લા થઈ ગયા, જેમાં પાણીને બદલે લોહી ભરાવા માંડ્યું. તીવ્ર સાંદ્ર-દ્રવ્યનો શરીર ઉપર પ્રચુર માત્રામાં છંટકાવ થયો હોય એવું એ દૃશ્ય હતું.

રિયાના સફેદ પડી ગયેલાં હોઠમાં ધ્રુજારી ઊપડી, આંખો ઉપર ચડી ગઈ, કીકીના ભાગે સફેદી છવાઈ ગઈ. તેના ગાલ પીડાને કારણે આંસુથી ખરડાઈ ચૂક્યા હતાં.

ખણણણણણ...

ખણણણણણ...

કાચ પર વારાફરતી થયેલા બે પ્રહારોને કારણે એકસાથે બે આવરણો ક્ષણવારમાં ખરી પડ્યાં. હનુમાનનો હુંકાર ખંડમાં ઉપસ્થિત સૌના અંતરાત્માને ધ્રુજાવતો ગયો.

વર્તમાન દિવસ

કોલમ્બો, શ્રીલંકા

'**શ્રીલંકાની** લોકલ ઇન્વેસ્ટિગેટિવ એજન્સીએ આપેલી બાતમી મુજબ, કેટલાક સ્થાનિકોએ વિવાનને રાવણ-એલિયા વિસ્તારમાં છેલ્લે જોયો હતો!' ધુરંધર લોકોની ટીમ સાથે શ્રીલંકા પહોંચી ગયેલાં અમિતે તેના બૉસ અજય ડોભાલને બ્રિફ આપ્યું, 'સિગિરિયાને બરબાદ કર્યા પછી તે વધુ કંઈ તબાહી મચાવે, એ પહેલાં એને પકડી પાડવો જોઈએ.'

શ્રીલંકા સરકારની ગુપ્ત-એજન્સીઓ સાથે મળીને અજય ડોભાલે રાતોરાત વિવાનની શોધખોળમાં પોતાના માણસો પાથરી દીધા હતા. સિગિરિયાના પહાડ ઉપર રાવણના મહેલને ખેદાનમેદાન થયેલો જોઈને તેઓ આશ્ચર્યમાં પડી ગયા હતા. આટલી જૂની સાઈટ પર વિવાન કયા હેતુથી આવ્યો હોઈ શકે?

એનાથી પણ વધુ નવાઈની વાત તો એ હતી કે વિવાન કોઈ ગેબી

કારણોને લીધે એક જગ્યાએથી બીજી જગ્યાએ ઝડપી પ્રવાસ કરી રહ્યો હતો. સિગિરિયા છોડ્યાને ગણતરીના કલાકોની અંદર તેને રાવણ-એલિયામાં લોકોએ સગી આંખોથી જોયો. આ બંને વચ્ચેનું અંતર ખાસ્સું વધારે હોવા છતાં વિવાન ખૂબ ઓછા સમયમાં ત્યાં કેવી રીતે પહોંચી ગયો, એ પણ કોયડો હતો.

'ટીમ-અપ!' ભારતના નેશનલ સિક્યોરિટી એડ્વાઈઝરે પોતાના માણસોને ઑર્ડર આપ્યો, 'આપણે રાવણ-એલિયા જઈ રહ્યા છીએ. મારું અંતર કહી રહ્યું છે કે આપણા દેશ ઉપર મોટી આપત્તિ આવવાની છે. વધારે મોડું કરવું હવે પોસાય એમ નથી.'

૯૨

ત્રેતાયુગ

લંકા

'લે, વનવાસી... તને વધુ એક તક આપું છું!' રામની તૂટી પડેલી તલવાર જોઈને રાવણે પોતાની તલવાર પણ જમીન ઉપર ખોડી દીધી, 'ઉઠાવ ધનુષ અને ચલાવ તારાં અસ્ત્રો-શસ્ત્રો!'

રામે ધનુષ ઉઠાવીને કાળપાશનું આહ્‌વાન કર્યું. વિકરાળ અને ગગનભેદી હુંકાર સાથે રાવણ તરફ એક વર્તુળાકાર ચક્ર પ્રક્ષેપિત થયું. શત્રુને પોતાની અંદર સમાવી તેના એક હજાર ટુકડા કરી નાંખવાની શક્તિ કાળપાશમાં હતી. સામે પક્ષે, રાવણે પરમાસ્ત્રનું સંધાન કર્યું.

કાળપાશ હજુ અધવચ્ચે પહોંચે એ પહેલાં તો રાવણના પરમાસ્ત્રએ તેની અસરને શૂન્ય કરી નાંખી હતી.

જરા પણ વિલંબ વગર રાવણે શિશિરાસ્ત્રનું આહ્‌વાન કર્યું, જેના પરિણામરૂપે ચૈત્યપ્રાસાદમાં અમાસની રાત્રિ સમો અંધકાર છવાઈ ગયો. લંકેશે બંને ભુજાઓ ફેલાવીને અટ્ટહાસ્ય કર્યું. આશ્ચર્યની વાત એ હતી કે તેના અટ્ટહાસ્યનો પડઘો

દસ દિશાઓમાંથી સંભળાયો. આથી, તે વાસ્તવમાં કઈ દિશામાંથી હુમલો કરવાનો છે એ નક્કી કરવું મુશ્કેલ બની ગયું.

દશરથનંદને પૂર્વાભિમુખ ઊભા રહીને ધર્મચક્રનું સ્મરણ કર્યું. આ અસ્ત્રની ખાસિયત એ હતી કે એકસાથે સહસ્ર સૂર્યનો પ્રકાશ છવાઈ જાય ત્યાં સુધી તેમાંથી તેજ સ્ફુર્યા રાખતું!

તત્ક્ષણ ચૈત્યપ્રાસાદ ઝળાહળાં થઈ ઊઠ્યો. છત પરનાં ચામાચીડિયાં ચિચિયારીઓ પાડતાં પાડતાં બહારની દિશામાં ઊડવા માંડ્યાં. ધર્મચક્રનો દિવ્ય તેજસ્વી પ્રકાશ સહન ન થઈ શકતો હોય, એ રીતે ત્યાં ઉપસ્થિત અધોલોકના પિશાચી જીવો રોકકળ કરવા લાગ્યા.

હવે લક્ષ્મણ પણ યુદ્ધમાં ઝંપલાવી ચૂક્યો હતો. અતિદારુણ કહી શકાય એવું શીતેષુ-અસ્ત્ર તેણે રાવણ તરફ પ્રક્ષેપિત કર્યું, જેની પ્રતિક્રિયારૂપે રાવણે તામસનો પ્રયોગ કર્યો.

'બાળક, જ્યારે બે વડીલો યુદ્ધ કરી રહ્યા હોય ત્યારે શિશુએ વચ્ચે ઉછળકૂદ ન કરવાની હોય!' રાવણે હાસ-પરિહાસ કર્યો.

સમસ્ત વાનરસેના આ સાંભળીને તમતમી ઊઠી. એમના સ્વામીનું આ રીતે થતું અપમાન એમને કોઈ કાળે મંજૂર નહોતું.

વાનરોનું એક મોટું ઝુંડ આક્રોશમાં આવીને રાવણ ઉપર તૂટી પડ્યું. દશાનન કીડી-મંકોડાને પગ તળે કચડતો હોય એ રીતે વાનરોને પોતાના લોખંડી પંજા વડે ફટકારવા માંડ્યો. એની પહાડી મુઠ્ઠી સાથે ટકરાઈને ઊંધમૂંધ થઈ જતાં વાનરો સીધા મૃત્યુને આધીન થવા લાગ્યા. કેટલાય કપિ ચૈત્યપ્રાસાદની ભીંત સાથે અથડાઈને બેભાન થઈ ગયા... ઘણાં બધાંના હાથ-પગ બટકી ગયા... અમુકનાં ધડ તેમના માથાંથી અલગ થઈ ગયાં!

'બસ... આટલી નમાલી છે તારી સેના?' રાવણે રામને સંબોધીને કહ્યું.

વાનરોનો કચ્ચરઘાણ નીકળતો જોઈને રામનું હૃદય છિન્નભિન્ન થઈ ગયું. અચાનક એમને મહર્ષિ અગસ્ત્યની સલાહ યાદ આવી. તેઓ મનોમન બબડ્યા, 'આદિત્યહૃદયમ્ સ્તોત્ર!'

રાવણ હજુ પણ અટકવાનું નામ નહોતો લઈ રહ્યો.

આદિત્યહૃદયમ્ સ્તોત્રનું પઠન કરતાં કરતાં શ્રીરામે દંડચક્રનું ધ્યાન ધર્યું. પરિણામસ્વરૂપ, ક્ષણના છઠ્ઠા ભાગની અંદર રાવણ અદૃશ્ય બંધનોમાં કેદ

થઈ ગયો. સમય બગાડ્યા વગર, રામે બ્રહ્માના અમોઘ અસ્ત્ર એવા બ્રહ્મદંડનું આહ્વાન આરંભ્યું.

'રાઆઆ..મ!' લંકાધિપતિનો અહંકાર એ વાસ્તવિકતા સ્વીકારી શકતો નહોતો કે કોઈ તુચ્છ મનુષ્ય તેને મંત્રબંધનમાં બાંધી શકે!

રામે દશાનનની છાતી ઉપર બ્રહ્મદંડનો પ્રહાર કર્યો. સમસ્ત વાનરસેના, હનુમાન, લક્ષ્મણ અને મંદોદરી રાવણના ધરાશાયી થઈ રહેલાં પહાડ સમા દેહને જોઈ રહ્યાં.

... અફસોસ! એ મહા-અસુરની આસુરીલીલાને કોઈ પારખી શક્યું નહોતું.

વિભીષણને પૈશાચાસ્ત્રનાં બંધનોમાંથી મુક્ત કરાવવા માટે રામ તેની તરફ ડગ માંડે, એ પહેલાં એકસાથે દસ-દસ માથામાંથી પડઘાતા અટ્ટહાસ્યએ સૌને હચમચાવી મૂક્યા.

રાવણના શબમાં જીવ ફૂંકાયો અને તે પાછો પોતાના પગ ઉપર ઊભો થયો.

'આટલું સહેલું હોત તો અત્યાર સુધીમાં તારા જેવા પચાસ યોદ્ધા મારો વધ કરી ચૂક્યા હોત!' રાવણે મદમાં કહ્યું, 'ત્રેતાયુગનો મહા-અસુર છું હું! દૈત્યજનની દિતિનો વંશજ અને દેવી અનિષ્ટાત્રીના વરદાનનો મશાલચી! અમર છું હું... અમર!'

અધર્મનો એક વિનાશકારી અધ્યાય શું કદી પૂરો થાય એમ નહોતો?

૯૩

વર્તમાન દિવસ

કોઇમ્બતૂર

પરશુરામે આગળના સિદ્ધમંત્રોનું ઉચ્ચારણ કરતાં કરતાં બંને હાથમાં કમળની પાંખડીઓ લીધી અને રિયાના મસ્તક ઉપર તેની વર્ષા કરી. જેવી રીતે દેવો દ્વારા લલિતા મહાત્રિપુરસુંદરીના પ્રાગટ્યની વેળા પુષ્પવર્ષા થઈ રહી હતી, એવું જ આ દૃશ્ય હતું.

'પદ્માસન પર બિરાજમાન હે શ્રીકાંતપત્ની, અખિલકોટિ બ્રહ્માંડનાં મહેશ્વરી... હે મોહલક્ષ્મી, સિદ્ધલક્ષ્મી, જયલક્ષ્મી, વરલક્ષ્મીસ્વરૂપિણી આદિ પરાશક્તિ, હું આપને આહ્વાન આપું છું.'

गन्धद्वारां दुराधर्षां नित्यपुष्टां करीषिणीम् ।
ईश्वरीं सर्वभूतानां तामिहोपह्वये श्रियम् ॥

રિયાની આંખોમાંથી બહાર આવી રહેલાં આંસુનો રંગ બદલીને ઘટ્ટ લાલ થઈ ગયો. માત્ર હાડકાં અને ચામડી સિવાય તેના તમામ અંગો પીગળી રહ્યાં હતાં... એકસાથે હજાર નહીં, પરંતુ કરોડ કાળોતરા સાપ અને ઝેરી વીંછીના

ડંખ તેનાં આંતરિક અંગોને ઘેરી વળ્યા હોય એટલી દાહક પીડા થઈ રહી હતી. અલબત્ત, ભૈરવી મા અને પરશુરામના દિવ્યાહ્વાનને કારણે તે મૂર્છિત નહોતી થઈ રહી. તેના સ્થાને અન્ય કોઈ સ્ત્રી હોત, તો આ નર્કતુલ્ય પીડા ભોગવવાને બદલે મૃત્યુને વ્હાલું કરી દેત!

... પરંતુ વિવાન માટેનો અમર્યાદ પ્રેમ તેને પ્રચંડ મનોબળ પૂરું પાડી રહ્યો હતો.

ખણણણણ...

ખણણણણ...

ફરી એક વખત કાચના બે આવરણો જમીનદોસ્ત થઈ ગયાં. રિયા અને વાનરરૂપી હનુમાન વચ્ચે હવે માત્ર બે આવરણો શેષ રહ્યાં હતાં.

પરશુરામ, ભૈરવી મા, સાધ્વી મા અને મનસ્વીના મુખેથી ઉચ્ચારણ પામી રહેલા મંત્રોની તીવ્રતા ક્રમશઃ વધતી ગઈ. ધીમે ધીમે રિયાની આસપાસ એક તેજોમય વર્તુળ આકાર લેવા માંડ્યું. ગુપ્તકક્ષ તેના પ્રભાવથી ઝળહળી ઊઠ્યો. મહાલક્ષ્મીના પ્રાગટ્યની ક્ષણો અત્યંત સમીપ હતી, પરંતુ રિયાનું શરીર આટલી ક્ષણો સુધી જ્વાળામુખી સમાન પાવનાગ્નિ વેઠી શકશે કે કેમ એ કહી શકવું મુશ્કેલ હતું. ચામડી સુધી પહોંચી ગયેલી આગ હવે તેને ગમે તે ક્ષણે ભસ્મીભૂત કરી નાંખશે એ નિશ્ચિત હતું. ગૌરવર્ણ ધરાવતી રિયા અત્યારે સંપૂર્ણપણે રક્તવર્ણાંગી બની ચૂકી હતી. જો આમ ને આમ ચાલતું રહ્યું, તો તેનો દેહ કોલસા સમાન થઈ જવાનો હતો... અને અંતે, કદાચ રાખ!

સાધ્વી મા અને મનસ્વીથી આ દૃશ્ય જોવાતું જ નહોતું, પરંતુ રિયા માટે પ્રાર્થના કરવા સિવાય એમની પાસે બીજો કોઈ જ વિકલ્પ નહોતો.

ભૈરવી માએ રિયાના મણિપુર ચક્રમાં ગજલક્ષ્મી, અનાહત ચક્રમાં સંતાનલક્ષ્મી, વિશુદ્ધિ ચક્રમાં ધૈર્યલક્ષ્મીની પ્રાણ-પ્રતિષ્ઠા કરી. શ્રીસૂક્તમ્ મંત્રોનું ઉચ્ચારણ અવિરતપણે ચાલતું રહ્યું. પૂર્ણાહુતિ સમીપ હતી, પરંતુ પરિણામની અપેક્ષા રાખી શકાય એમ નહોતી. જો અંતિમ મંત્રનું ઉચ્ચારણ કરતાં પહેલાં રિયા ઢળી પડી, તો આ મહાયજ્ઞ અધૂરો રહી જવાનો હતો. ગુપ્તકક્ષમાં ચારેકોર રાખ અને અગ્નિ સિવાય બીજું કશું જોવા નહોતું મળવાનું!

શ્રીસૂક્તમ્ પાઠના તેરમા, ચૌદમા અને પંદરમા મંત્રનું ઉચ્ચારણ કરવામાં આવ્યું. વેલ્લિયંગિરિ પર્વતોનાં તમામ શિખરો આ મંત્રોનો પડઘો પાડી રહ્યાં હતાં. કોઈને જાણ નહોતી કે આદિકાળથી ચાલ્યા આવતા આ પ્રચંડ ઊર્જા ધરાવતા મંત્રોનું ઉચ્ચારણ કોણ કરી રહ્યું છે, ક્યાંથી કરી રહ્યું છે! શક્તિ-આશ્રમની ભૂમિ હાલકડોલક થવા માંડી હતી. ભૂકંપના હળવા આંચકા હવે આખા કોઇમ્બતૂરમાં અનુભવી શકાતા હતા.

જમદગ્નિપુત્ર પરશુરામે પોતાના આસન ઉપર ઊભા થઈને નભ તરફ વેધક દૃષ્ટિપાત કર્યો. ચૌદ ભુવનોની આરપાર થઈને છેક વૈકુંઠ સુધી પહોંચતી એમની દૃષ્ટિએ મહાવિષ્ણુને અંતિમ અર્ઘ્ય અર્પણ કરવાના ભાવ સાથે કહ્યું,

‘હે પરમપુરુષેશ્વર – પુંડરિકાક્ષ – પરબ્રહ્મ, પ્રત્યેક યુગમાં સર્વપ્રથમ આપ અવતરિત થયા છો. સતયુગ, ત્રેતાયુગ અને દ્વાપરયુગમાં મત્સ્ય, કૂર્મ, વરાહ, નરસિંહ, વામન, રામ, કૃષ્ણ, બુદ્ધ અને મારા સહિત દરેક સ્વરૂપોમાં બ્રહ્માંડઊર્જાએ પરમપુરુષને સદાય વિશેષ મહત્ત્વ આપ્યું છે... પરંતુ કળિયુગમાં ધર્મની સંસ્થાપના અર્થે આ વખતે શ્રીપતિ નહીં, શ્રીમાતાનો પ્રાદુર્ભાવ પહેલાં થાય એ અત્યંત આવશ્યક છે.

દેવ અને દાનવો વચ્ચેના આ અંતિમ મહાયુદ્ધમાં સંતુલન સ્થાપિત કરવા માટે હું આપના ચરણકમળોમાં સેવારત બ્રહ્માંડસમ્રાજ્ઞીને આહ્વાન આપું છું.

સૂર્ય અને ચંદ્ર બંને જેમના સ્તનયુગ્મો પર શોભાયમાન છે, એવા જગતધાત્રી હેમમાલિની પ્રગટ થાઓ અને સદાકાળ માટે આ ધરતી ઉપર નિવાસ કરો...’

आर्द्रां पुष्करिणीं पुष्टिं पिङ्गलां पद्ममालिनीम् ।
चन्द्रां हिरणमयीं लक्ष्मीं जातवेदो म आवह ॥

आर्द्रां यः करिणीं यष्टिं सुवर्णां हेममालिनीम् ।
सूर्यां हिरणमयीं लक्ष्मीं जातवेदो म आवह ॥

तां म आवह जातवेदो लक्ष्मीमनपगामिनीम् ।
यस्यां हिरण्यं प्रभूतं गावो दास्योऽश्वान् विन्देयं पुरुषानहम् ॥

ત્રિભુવન ખળભળી ઊઠ્યાં. આ પહેલાં એક પણ યુગમાં કોઈ દૈવી અવતારે આટલા આર્દ્ર સ્વરે પોતાના અંતઃકરણમાંથી મહાદેવીને આમંત્રણ આપ્યું હોય, એવું નહોતું બન્યું.

ધરતીની અંદરથી ગર્જના થતી હોય એવા અવાજો સંભળાવા માંડ્યા. સમુદ્રના પેટાળમાં તરતા મહાકાય જીવો ગભરાઈને સપાટી ઉપર આવી ગયા. માછલીઓ ફાટી આંખે પોતાની આસપાસ બની રહેલી ઘટનાનું મૂક નિરીક્ષણ કરવા માંડી. સદીઓથી સુષુપ્ત જ્વાળામુખીનો લાવારસ તિરાડોમાંથી બહાર નીકળીને ઝરવા માંડ્યો. નવાઈની વાત એ હતી કે આ ભયાનક ફેરફારો નુકસાનપ્રેરક નહોતા! સૃષ્ટિના એક પણ મૂંગા જીવના દેહમાંથી પ્રાણ નીકળવાની વાત તો દૂર, એમને જરાઅમથી ઈજા સુધ્ધાં નહોતી પહોંચી.

... જગતજનનીનો પ્રાદુર્ભાવ થઈ રહ્યો હોય, ત્યારે સંતાન ઉપર જોખમ થોડું આવે?

પ્રકૃતિના કણ-કણમાં વ્યાપ્ત માતૃત્વ સોળે કલાએ ખીલી રહ્યું હતું. જેવી રીતે સમુદ્રમંથન વેળા સ્વયં મહાલક્ષ્મી ક્ષીરસાગરમાંથી પ્રગટ થયાં હતાં; જેવી રીતે ત્રેતાયુગમાં જનકનંદિની સીતા ભૂમિમાંથી પ્રગટ થયાં હતાં; જેવી રીતે રાધા અને રુક્મિણિ બંને એક જ સમયે દ્વાપરયુગમાં અવતર્યાં હતાં એવી રીતે કળિયુગમાં અષ્ટલક્ષ્મીનો આવિર્ભાવ થવાની ઘડી આવી ચૂકી હતી.

ટેક્ટોનિક પ્લેટમાં આવી રહેલાં શિફ્ટિંગ - હલનચલન - પાછળનું વાસ્તવિક કારણ ગુપ્તકક્ષમાં ઉપસ્થિત મહાન આત્માઓ સિવાય અન્ય કોઈને ખબર નહોતી.

ખણણણણણ...

કાચનું છઠ્ઠું આવરણ મહાકાય વાનરના મુષ્ટિપ્રહારથી ભાંગીને ભુક્કો થઈ ગયું. બસ, હવે ગમે તે ક્ષણે હનુમાન આઝાદ થઈ જશે, એ નક્કી હતું.

ભૈરવી માએ અંતિમ વિધિ આરંભી.

... સમય હતો, અષ્ટલક્ષ્મીના છેલ્લાં બે સ્વરૂપો - વિજયલક્ષ્મી અને વિદ્યાલક્ષ્મી - ના પ્રાગટ્યનો!

બંને હથેળીને એમણે પોતાની લાક્ષણિક હાકિનીમુદ્રામાં જોડી રાખીને મનોમન તમામ ચિરંજીવીઓની આત્માને ગુપ્તકક્ષમાં પ્રગટ થવાનું આહ્વાન આપ્યું. અષ્ટ-ચિરંજીવીઓ ભૈરવી માનું આટલું માન કયા કારણથી જાળવતાં હતાં, એ રહસ્ય એમના સિવાય કોઈ જાણતું નહોતું. આ તમામ ચિરંજીવીઓ

સાથે એમનો શો નાતો છે, એની જાણ ફક્ત કાળચક્ર પાસે જ હતી!

'હે અષ્ટ સિદ્ધાત્માઓ... પરાપૂર્વથી ચાલી આવતાં સનાતન ધર્મના ધ્વજવાહકો... વેદો-ઉપનિષદો, આગમ-નિગમ, અષ્ટાંગ યોગ અને તંત્રશાસ્ત્રના પ્રકાંડ વિદ્વાનો... કળિયુગમાં સદેહે ભ્રમણ કરી રહેલા હે અષ્ટ-ચિરંજીવીઓ...

આપ સૌના ઉત્તરદાયિત્વના વહનની ઘડી આવી પહોંચી છે. આ યજ્ઞની પૂર્ણાહુતિ માટે મને આપ સૌની દિવ્ય ઊર્જાઓની આવશ્યકતા છે.'

ભૈરવી માના મુખમાંથી આદેશ સમો હુંકાર સરી પડ્યો,

'પ્રગટ હો, અશ્વત્થામા! પ્રગટ હો, કૃપાચાર્ય! પ્રગટ હો, બલિ!

પ્રગટ હો, કૃષ્ણદ્વૈપાયન વેદ વ્યાસ! પ્રગટ હો, વિભીષણ!

પ્રગટ હો, માર્કંડેય!

હે ચેતનવંત હનુમાન, હું આપને પણ આહ્વાન આપું છું.'

તત્ક્ષણ ભૈરવી મા અને રિયાને કેન્દ્રમાં રાખીને એમની આસપાસ સાત દિવ્ય પ્રકાશપુંજોનું પ્રાગટ્ય થયું. તમામે અત્યંત આદરપૂર્વક ભૈરવી માને પ્રણામ કર્યા.

એકમાત્ર પરશુરામ અત્યારે સદેહે ગુપ્તકક્ષમાં ઉપસ્થિત હતા. એમના સિવાયના તમામ ચિરંજીવીઓના આત્મિક શરીર આ મહા-અનુષ્ઠાનની પૂર્ણાહુતિમાં પોતાની તપઊર્જા હોમવા માટે પ્રગટ થયાં હતાં.

શ્રીસૂક્તમ્ પાઠના અંતિમ - પંદરમા - મંત્રને સ્વયં મહર્ષિ બ્રહ્મા દ્વારા સહસ્રાબ્દીઓના તપ પશ્ચાત્ જાગૃત કરવામાં આવ્યો હતો. જ્યારે શ્રીસૂક્તમ્‌ના ૧૪ મંત્રો જાગૃત થઈ ચૂક્યા હતા, એ પછી સ્વયં વૈકુંઠનિવાસી મહાવિષ્ણુએ ભગવાન બ્રહ્માને વિનંતી કરી કે તેઓ દેવી લક્ષ્મીના પ્રાદુર્ભાવ સમયે ત્યાં ઉપસ્થિત રહે. ત્રિપુરારિના વેણને આદેશ તરીકે સ્વીકારીને બ્રહ્માએ પંદરમા મંત્રને જાગૃત કરવા માટે આકરું તપ કર્યું, જેના પરિણામસ્વરૂપે ક્ષીરસાગરમાંથી મહાલક્ષ્મી પ્રગટ થયાં ત્યારે એમણે બ્રહ્માને પિતાભાવે નિહાળ્યા હતા...

પંદરમા મંત્રના ઉચ્ચારણ સાથે શ્રીસૂક્તમ્ પાઠની પૂર્ણાહુતિ થઈ. પુરોહિતપદે

બિરાજમાન પરશુરામ અને ભૈરવી માના ઘેરા નાદમાંથી પડઘાયેલા સ્વરે સમસ્ત ભારતવર્ષની ભૂમિને પવિત્ર બનાવી દીધી,

यः शुचिः प्रयतो भूत्वा जुहुयादाज्यमन्वहम् ।
सूक्तं पञ्चदशर्चं च श्रीकामः सततं जपेत् ॥

... અને, એ સાથે રિયાના આખા શરીરમાં આગ પ્રસરી ગઈ. અગ્નિચક્રની વચ્ચે બેઠાં બેઠાં જ તેનો દેહ જ્વાળામય થઈ ગયો. માતા સીતાએ આપેલી અગ્નિપરીક્ષા વેળા જે દૃશ્ય જોવા મળ્યું હશે, એ અત્યારે પુનરાવર્તન પામી રહ્યું હતું. જેવી રીતે દ્વાપરયુગમાં અગ્નિજા દ્રૌપદી યજ્ઞકુંડની જ્વાળામાંથી પ્રાદુર્ભાવ પામ્યાં હતાં, એવી જ રીતે રિયાના દેહમાં પણ મહાલક્ષ્મીનું પ્રાગટ્ય થઈ રહ્યું હતું!

'માઆઆઆઆઆ....' મહાયજ્ઞ દરમિયાન પહેલી જ વખત રિયાના હોઠ પરથી તેની પીડાને વ્યાખ્યાયિત કરતી કાળી ચીસ સરી પડી. તેના દેહમાં હૃદય સિવાયનાં તમામ અંગો આગની જ્વાળામાં લપેટાઈ ચૂક્યાં હતાં.

અંતિમ ચરણ તરીકે ભૈરવી મા સહિત એમની આસપાસ વિદ્યમાન અષ્ટ-ચિરંજીવીઓએ પોતપોતાના હાથ રિયાના મસ્તક ઉપર મૂકીને તેના આજ્ઞાચક્રમાં શેષ બે લક્ષ્મીઓ - વિજયલક્ષ્મી અને વિદ્યાલક્ષ્મી - ની ઊર્જાનું રોપણ કર્યું.

... એકાએક પ્રચંડ વિસ્ફોટ થયો હોય એવા ભયાનક ઊંચા અવાજે વાદળોને ચીરી નાંખ્યા! આકાશગંગાથી કરોડો પ્રકાશવર્ષ દૂર બ્રહ્માંડની પેલે પારથી આવેલા સહસ્ર સૂર્યોના તેજ સમો પ્રકાશપુંજ રિયાના સહસ્રાર ચક્રમાં આવીને વિલીન થઈ ગયો.

એકસાથે હજાર ઉગમણા ભાનુ - સૂર્ય - ની ઊર્જાને રિયાના દેહમાં સમાહિત થતી જોઈને સાધ્વી માના હોઠ પરથી લલિતાસહસ્રનામ સરી પડ્યું,

उद्यद्भानु सहस्राभा चतुर्बाहु समन्विता ।
रागस्वरूप पाशाढ्या क्रोधाकाराङ्कुशोज्ज्वला ॥

રિયાના શ્વાસ થંભી ગયા. તેનું હૃદય પાંચ સેકન્ડ માટે ધબકતું બંધ થઈ ગયું. ભૈરવી માએ તેને પીઠના ભાગેથી ટેકો આપીને બેસાડી રાખી..

.. અને છઠ્ઠી સેકન્ડે, તેની આંખો ખૂલી. જોરથી ધબકી પડેલા હૃદયે બીજી જ ઘડીએ આખા શરીરમાં પાવન રક્તનું પ્રસરણ શરૂ કરી દીધું. ધમનીઓ, શિરાઓ અને રગે-રગમાં દોડી રહેલા રક્તનુ તાપમાન હજુ પણ વધારે હતું, પરંતુ ચિત્તમાં શીતળતા વ્યાપી ગઈ. દાહક પીડાનું શમન શરૂ થઈ

ગયું અને અગ્નિને કારણે ચામડી કાળી પડવાને બદલે સુવર્ણ સમાન દિવ્ય કાંતિ ધરાવનારી થઈ ગઈ.

અષ્ટલક્ષ્મીની ઊર્જા રિયાના સહસ્રાર ચક્રમાં એકત્ર થઈ ચૂકી હતી. અજન્મા પદ્મયોનિ સમાન મહાલક્ષ્મીએ તેના હૃદયને પોતાનું નિવાસસ્થાન બનાવ્યું. શરીરનો પ્રત્યેક કોષ અદમ્ય પ્રકૃતિઊર્જાથી છલોછલ હતો. રક્તકણ અને શ્વેતકણની યુતિ વડે ચાલતું રુધિરતંત્ર, મસ્તિષ્ક સાથે સંકળાયેલું ચેતાતંત્ર અને મજ્જાતંત્ર એક અલગ જ પ્રકારની કાર્યક્ષમતા સાથે ફરી ધબકવા માંડ્યું.

રિયા પુનઃ સ્વસ્થ થવા માંડી. તેના માટે આ આત્મ-સાક્ષાત્કારની ક્ષણ હતી. ક્ષણવારમાં જ તેણે પોતાના તમામ પૂર્વભવો નજર સમક્ષ નિહાળી લીધાં. અનાદિકાળથી ચાલી આવતાં મહાકલ્પ, મનવંતર, મહાયુગ, ચતુર્યુગના ચક્રને તેણે એકઝાટકે માપી લીધું. દ્વૈત અને અદ્વૈત પ્રકૃતિની વાસ્તવિકતાનો તેને ભાસ થઈ આવ્યો. અનંત બ્રહ્માંડમાં ચાલી રહેલાં સર્જન અને વિનાશની અવિરત પ્રક્રિયાનો કોઈ હેતુ નહોતો, એ પણ તેને સમજાઈ ગયું. સઘળી માયા હતી... દૈત્યજનની દિતિનાં સંતાનોએ કયા પ્રકારે મનુષ્યોના ચિત્ત ઉપર કબજો મેળવી લીધો હતો, એ પણ તેણે નિહાળ્યું. કેટકેટલા યુગો તેણે ફક્ત પાંપણના પલકારે જોઈ લીધા.

ઈશ્વર દ્વારા રચિત આ સમષ્ટિના દરેક જીવાત્માઓમાં પરમાત્માનાં દર્શન કરવા, એ જ અધ્યાત્મનો પાયો હતો. દૂર દૂરની આકાશગંગાઓ સુધીનો પ્રવાસ કરી આવેલા તેના આત્માએ પારખી લીધું કે બ્રહ્માંડમાં તેઓ એકલા નથી, પૃથ્વી સિવાયના ગ્રહ ઉપર પણ માનવપ્રજાતિની માફક અન્ય અસંખ્ય જીવાત્માઓનો વાસ છે... કેટલાક ગ્રહો તો તેણે એવા પણ જોયા, જેની આબોહવા અને દેખાવ અસલ પૃથ્વી જેવાં જ હતાં!

... અંતે, રિયાના સહસ્રાર ચક્ર નજીક વૃત્તાકાર તેજનું પ્રસ્ફુટન થયું. તેના ચહેરા ઉપર લાલિત્યપૂર્ણ દિવ્ય સ્મિત અને કપાળ ઉપર લાલ તિલક ઊપસી આવ્યું. દેહમાંથી મંત્રમુગ્ધ કરી દેતાં હજારો કમળની સુવાસ ગુપ્તકક્ષમાં પ્રસરી ઊઠી.

ભૈરવી મા, વસુધા અને મનસ્વીએ રિયાને ભાવભીનાં વંદન પાઠવ્યાં. એમના માટે હવે તે કોઈ સામાન્ય છોકરી નહીં, પરંતુ કળિયુગના પૂર્ણ લક્ષ્મી-અવતાર પદ્મિની હતાં!

સર્જનના દ્યોતક સમી લાલ ચુંદડી ભૈરવી માએ તેના મસ્તક પર ઓઢાડી, જેના ઉપર સાચા હીરા-મોતી વડે ભરતકામ થયું હતું...

બીજી બાજુ, પરશુરામે મહાયજ્ઞની પૂર્ણાહુતિ માટે હાથમાં શ્રીફળ લીધું અને મહાલક્ષ્મી-ગાયત્રીમંત્રનું ૭ વખત ઉચ્ચારણ શરૂ થયું.

અન્ય સાતેય ચિરંજીવીઓએ પણ વરદ્ હસ્ત વડે પદ્મિનીને અંતઃકરણપૂર્વક દંડવત્ કર્યા... કુલ ૮ દિવ્ય-સ્વર સમસ્ત ખંડમાં ગુંજી ઊઠ્યા,

ॐ महालक्ष्म्यै च विद्महे विष्णुपत्न्यै च धीमहि

तन्नो लक्ष्मीः प्रचोदयात् ॥

ખણણણણ...

બીડું હોમાતાંની સાથે જ બુલેટપ્રૂફ કાચનું છેલ્લું આવરણ ધ્વસ્ત થઈ ગયું. કક્ષમાં હવે પરશુરામ, ભૈરવી મા, મનસ્વી, સાધ્વી મા અને રિયા સિવાય અન્ય કોઈ નહોતું.

સામાન્ય વાનર કરતાં ખાસ્સું વધારે કદ ધરાવનારા ગોરિલા સમાન હનુમાન મોટો ઠેકડો મારીને રિયા પાસે પહોંચી ગયા. સભાનાવસ્થામાં ન હોવાને કારણે એમની આંખોમાં ભયાનક ખુન્નસ જોવા મળતું હતું. સમગ્ર સિંદૂરિયા દેહ ઉપર કાળા બરછટ વાળ, બદામની ફાડ જેવી બે લાલઘૂમ આંખો, મોંમાંથી અજાણપણે ટપકતી લાળ!

વર્ષોથી કેદમાં હોવા છતાં એમના રોમેરોમમાંથી પ્રસરતા મઘમઘાટે સમગ્ર ખંડને ચંદનથી સુવાસિત કરી દીધો. ભૂમિ સાથે પટકાતી એમની પૂંછડી ગુપ્તકક્ષમાં કંપન લાવવાનું કામ કરી રહી હતી. તેઓ અત્યંત ક્રોધિત જણાતાં હતાં. કોઈ વન્યપશુને વર્ષો સુધી સાંકળમાં બાંધ્યા પછી તેની જે હાલત થઈ હોય, એવી જ હાલત હનુમાનની પણ હતી. એમનો આક્રોશ સાતમા આસમાનને વટાવી ચૂક્યો હતો.

ઠક... ઠક... ઠક...

હાથ-પગના લાંબા અને અતિતીક્ષ્ણ નખની થાપ સાથે ધીમા ડગલે તેઓ રિયાની અત્યંત નજીક પહોંચ્યા!

ગમે તે ઘડીએ એમના નખ રિયાની છાતીમાં ખૂંપી જશે, એ નિશ્ચિત હતું. પરશુરામ, ભૈરવી મા, સાધ્વી મા અને મનસ્વી અત્યંત ભયભીત હતાં. એમને સમજાઈ નહોતું રહ્યું કે રિયાના આત્માએ મહાલક્ષ્મીની ઊર્જાને પોતાની અંદર સમાવી લીધી હોવા છતાં હનુમાન હજુ જાગૃત અવસ્થામાં શા માટે નહોતા આવી રહ્યા!

ભૈરવી માએ પરશુરામ સામે પ્રશ્નાર્થભરી નજરે જોયું. જમદગ્નિપુત્ર

પાસે કોઈ ઉત્તર નહોતો. મુક્ત થઈ ચૂકેલા હનુમાનને હવે કોઈ દિવ્ય-શક્તિ જ રોકી શકે એમ હતી!

રિયાના મુખની લગોલગ આવીને હનુમાને તેની આંખોમાં વેધક દૃષ્ટિ કરી અને પછી તેને ફાડી ખાવા માટે મોં ખોલ્યું. જડબામાંથી ડોકાતા મહાકાય વાનરો જેવા એમના રાક્ષસી દાંત જોઈને રિયા સિવાય સૌના હૃદયનાં પાટિયાં બેસી ગયાં.

પોતાના બંને હાથ ઊંચા કરી, મોં ફાડીને તેઓ જેવા બચકું ભરવા જાય એ પહેલાં જ રિયાએ આંખો બંધ કરીને રામરક્ષા સ્તોત્રના વિનિયોગનું મોટા સ્વરે ઉચ્ચારણ કર્યું. પદ્માસનમાં બેઠાં હોવાને કારણે તેના બંને હાથ ખોળામાં હતા અને આંગળીઓના અંકોડા એકબીજા સાથે ભીંસાયેલાં હતાં...

श्री गणेशाय नमः । अस्य श्री रामरक्षास्तोत्रमन्त्रस्य । बुधकौशिक ऋषिः ।

श्री सीतारामचंद्रोदेवता । अनुष्टुप् छन्दः ।

सीता शक्तिः । श्रीमद् हनुमान् कीलकम् ।

श्री सीतारामचंद्रप्रीत्यर्थे जपे विनियोगः ॥

... અને, આટલું સાંભળતાંવેંત જ હનુમાનના હાથ હવામાં રોકાઈ ગયા! એમની કીકીઓ નાની-મોટી થવા માંડી.. મુખમુદ્રામાં ગંભીર પરિવર્તન દેખાવા માંડ્યું. આમ છતાં, તેઓ શાંત તો ન જ પડ્યા!

જાણે પૂર્વભવોમાં કંઠસ્થ કર્યું હોય, એટલી પવિત્રતા અને શુદ્ધ સંસ્કૃત-ઉચ્ચારણો સાથે રિયાએ ધીરે ધીરે રામરક્ષાસ્તોત્રનું ભાવવાહી સ્વરે ગાયન શરૂ કર્યું..

હનુમાન એના મુખથી સહેજ દૂર થઈ ગયા. પરશુરામ, ભૈરવી મા, વસુધા અને મનસ્વીનાં મોં ખૂલી ગયાં. જોકે, એમને અંદાજ સુધ્ધાં નહોતો કે રિયા શું કરી રહી છે!

राम रामेति रामेति रमे रामे मनोरमे ।

सहस्रनाम तत्तुल्यं रामनाम वरानने ॥

રામરક્ષાસ્તોત્રના છેલ્લા મંત્રનું ઉચ્ચારણ કરીને રિયાએ જમણો હાથ હનુમાન સામે ધર્યો. થોડી ક્ષણો પહેલાં સુધી તેના હાથ ખાલી હતા અને અત્યારે અચાનક તેની હથેળી ઉપર ત્રિભુવનના તેજને ઝાંખી પાડે એવી વીંટી જોવા મળી!

... સહસા, પરશુરામને મહાલક્ષ્મીની સમગ્ર લીલાનું ભાન થઈ આવ્યું!

એમના હોઠ પરથી હનુમાન ચાલીસાની એ ચોપાઈ સરી પડી, જે આ ઘટનાક્રમ પાછળનું રહસ્ય છતું કરતી હતી!

प्रभु मुद्रिका मेलि मुख माहीं ।

जलधि लांघि गये अचरज नाहीं ॥

હનુમાને રિયાના હાથમાંથી હળવેકથી વીંટી લઈ લીધી. કેટલીય મિનિટો સુધી તેઓ એ વીંટી સામે અપલક નેત્રે તાકતા રહ્યા અને પછી એકાએક એમની આંખોમાંથી ચોધાર આંસુ વરસી પડ્યાં...

હા... એ વીંટી ત્રેતાયુગના પૂર્ણાવતાર દશરથનંદન રાઘવની જ હતી!

મહાયજ્ઞ પૂર્ણ થયા પશ્ચાત્ પહેલી જ વખત રિયાના હોઠ ઊઘડ્યા,

'હે રામભક્ત, ત્રેતાયુગમાં તમે જ્યારે અશોકવાટિકા આવ્યા હતાં ત્યારે આ મુદ્રિકા વડે મને રામનું સ્મરણ કરાવ્યું હતું! આજે કળિયુગમાં જ્યારે તમે વિસ્મૃતિમાંથી પસાર થઈ રહ્યા છો, ત્યારે મારું ઉત્તરદાયિત્વ છે કે હું પણ તમારા મનોમસ્તિષ્કમાં એ જ શ્રદ્ધા રોપું, જે એક સમયે તમે મારા હૃદયમાં રોપી હતી!

તમારા સ્વામીની આ ભેટ પુનઃ તમને જ અર્પણ કરી રહી છું... સમયનું ચક્ર આજે એક વર્તુળ પૂર્ણ કરીને ઇતિહાસનું પુનરાવર્તન કરી રહ્યું છે!'

રિયાનો સ્વર સામાન્ય કરતાં ઘણો અલગ જણાતો હતો. એ મધમીઠો રણકાર, એ ભાવવિભોર કરી દેતી વાણી, એ સુમધુર ભાષા... આ બધું મહાલક્ષ્મીનાં પ્રાગટ્યનું દ્યોતક હતું.

પછી જે થયું, એ કોઈના માનવામાં આવે એવું નહોતું.

વર્ષોથી ફક્ત હિંસક પશુની માફક હુંકાર કરી રહેલા હનુમાનનો દેહ સૌમ્યભાવમાં પરિવર્તિત થઈ ગયો. રિયા સમક્ષ એમણે છાતીભેર લાંબા થઈને સાષ્ટાંગ દંડવત્ કરતાં કહ્યું,

'મા... મુજ મૂઢમતિને આપની ક્ષમાને લાયક બનાવો. મારા કારણે આપે અપાર કષ્ટ ભોગવવાં પડ્યાં! હું આપને કોટિ કોટિ વંદન કરું છું, માતા પદ્મિની!' હનુમાને ખેદ વ્યક્ત કરતાં કહ્યું, 'મારુ ચૈતન્ય મન સઘળી બાબતોથી માહિતગાર હોવા છતાં મારો દેહ મારા નિયંત્રણમાં નહોતો. અપ્રગટ કલ્કીસ્વરૂપના દેહ

ઉપર અહિરાવણનું આધિપત્ય મને વિહ્વળ બનાવી રહ્યું હતું. હું મારા સ્વામીને આવી દશામાં જોઈ નહોતો શકતો.'

પ્રત્યુત્તરમાં રિયાએ જે દોહાનું ઉચ્ચારણ કર્યું, એમાં વિવાનને અહિરાવણના આધિપત્યમાંથી મુક્ત કરાવવાનો આદેશ ભળેલો હતો...

पवन तनय संकट हरन, मंगल मूरति रूप ।

राम लखन सीता सहित, हृदय बसहु सुर भूप ।।

જવાબમાં હનુમાને પણ પદ્મિનીનાં આદેશને મસ્તક ઉપર ચઢાવીને જયઘોષ કર્યો,

सियावर रामचंद्र की जय । पद्मिनीपति कल्कीश्वर की जय ।

ધરતી ઉપર અહિરાવણની આખરી ઘડી ગણાઈ રહી હતી, પરંતુ ખંડમાં ઉપસ્થિત સૌ કોઈ જાણતાં હતાં કે અત્યાર સુધીમાં તો શુક્રાચાર્યએ વિવાન પાસેથી પોતાનું બધું કામ પાર પડાવી લીધું જોઈએ.

એ મહાવિધ્વંસની ક્ષણો પણ નજીક આવવા માંડી હતી!

૯૪

ત્રેતાયુગ
લંકા

રાવણને પુનર્જીવિત થયેલો જોઈને વાનરસેના ડઘાઈ ગઈ. રામ અને લક્ષ્મણનાં ભવાં તણાયાં. એમને સમજાઈ નહોતું રહ્યું કે રાવણનો અંત આખરે શી રીતે કરી શકાય?

હનુમાન સહિત આખી વાનરસેના રાવણ ઉપર તૂટી પડી.

... એટલામાં, વિભીષણના ગળામાંથી ઘૂંટાયેલો સ્વર રામના કાને પડ્યો. વિશ્રવાપુત્ર મહામહેનતે શરીરમાં હતી એટલી શક્તિ એકઠી કરીને રામનું ધ્યાન પોતાના તરફ ખેંચવાનો પ્રયત્ન કરી રહ્યો હતો.

રામે તેના તરફ દૃષ્ટિપાત કર્યો.

માત્ર આંખની કીકીઓ ફેરવીને વિભીષણે રામને કશુંક કહેવાનો પ્રયાસ કર્યો, પરંતુ કશું સ્પષ્ટ નહોતું થઈ રહ્યું. વિભીષણે બે-ત્રણ વખત કીકીઓ રાવણની દિશામાં ફેરવી.

'વિભીષણ, તું રાવણના મૃત્યુના સંદર્ભે કંઈ કહેવા માંગે છે?' રામે સાવ ધીમા સ્વરે પૂછ્યું.

વાનરસેના સાથે યુદ્ધમાં તલ્લીન રાક્ષસરાજને તો જાણ પણ નહોતી કે તેના મૃત્યુની વાસ્તવિકતા બીજું કોઈ નહીં, પણ તેનો જ સગો ભાઈ શ્રીરામને જણાવી રહ્યો છે!

રામના પ્રશ્નના જવાબમાં વિભીષણે કીકી ઉપરથી નીચેની તરફ ફેરવી.

'મૃત્યુનું રહસ્ય?' લક્ષ્મણે પૂછ્યું.

પ્રત્યુત્તરમાં વિભીષણે ફરી એક વખત પોતાની કીકી રાવણની દિશામાં ફેરવી. આ જ વખતે રામે તેની કીકીની સુરેખ દિશામાં નજર કરી.

'પગ, છાતી અને પેટ!' લક્ષ્મણનો ગણગણાટ રામના કાન સુધી પહોંચ્યો.

'મને લાગે છે કે વિભીષણ આપણને રાવણના એ અંગ વિશે માહિતી આપવાનો પ્રયાસ કરી રહ્યો છે જેના ઉપર પ્રહાર કરવાથી તેનો વધ થઈ શકે!' રામે લક્ષ્મણને કહ્યું.

તરત જ, વિભીષણે કીકી નમાવીને એમની વાતને સમર્થન આપ્યું.

રામે પોતાના દેહ ઉપર ત્રણ સ્થાન ઉપર વારાફરતી હાથ મૂક્યા, 'છાતી?'

જવાબમાં વિભીષણની કીકીઓ સ્થિર રહી.

'પગ?'

વિભીષણે કોઈ હલનચલન ન દર્શાવી.

'પેટ?' રામે ફરી પ્રશ્નાર્થ કર્યો.

વિભીષણે કીકી હલબલાવી.

રામે ધ્યાનપૂર્વક રાવણના પેટ ઉપર નજર કરી. તેની નાભિમાંથી આછો પીળો પ્રકાશ સ્ફુરી રહ્યો હતો. તેમને ક્ષણવારમાં સમસ્ત ઘટમાળનો અંદાજ આવી ગયો.

'લક્ષ્મણ...' રામે અનુજના ખભે હાથ મૂકતાં કહ્યું, 'વિભીષણ રાવણની નાભિ તરફ સંકેત આપી રહ્યો છે.'

આ બાજુ વિભીષણે પુનઃ કીકી ફરકાવીને રામના અનુમાન ઉપર મંજૂરીની મહોર મારવાનું કામ કર્યું.

અંગદ અને સુગ્રીવ સહિત સેનાના ઘણા અગ્રગણ્ય યોદ્ધા જમીનદોસ્ત થઈ ચૂક્યા હતા. રાવણ જીવજંતુની માફક સૌને મસળી રહ્યો હતો. તેના દેખાવ પરથી લાગતું હતું જાણે આજે તે સમસ્ત વાનરસેનાને મૃત્યુને ઘાટ ઉતારીને જ જંપશે!

ભગવાન રામને મહર્ષિ વિશ્વામિત્રના કથનનું સ્મરણ થઈ આવ્યું,

ददामि ते महाबाहो ब्रह्मास्त्रमनुत्तमम् ।
गदे द्वे चैव काकुत्स्थ मोदकी शिखरी शुभे ॥

તમામ અસ્ત્રો-શસ્ત્રોનું વરદાન આપ્યા પશ્ચાત્ મહર્ષિ વિશ્વામિત્રએ શ્રીરામને ત્રણ અમોઘ અસ્ત્ર-શસ્ત્ર પ્રદાન કર્યાં હતાં... બ્રહ્માસ્ત્ર, મોદકી અને શિખરી! જેમાંથી મોદકી અને શિખરી બંને અત્યંત મારક અને શક્તિશાળી ગદાઓ હતી.

'ભ્રાતા, આપ શું વિચાર કરી રહ્યા છો એ મને જ્ઞાત છે!' લક્ષ્મણે ચિંતાગ્રસ્ત રામને કહ્યું, 'મહર્ષિ વિશ્વામિત્રની એ ચેતવણી પણ મને શબ્દશઃ યાદ છે.'

રામે હકારમાં માથું ધુણાવીને વિશ્વામિત્રની એ ચેતવણીનું પુનરાવર્તન કર્યું, જે એમણે રામ અને લક્ષ્મણને બ્રહ્માસ્ત્ર પ્રદાન કરતાં પૂર્વે આપી હતી...

'હે દશરથનંદન, બ્રહ્માંડની સર્વોચ્ચ ઊર્જાને પોતાનામાં સમાવીને બેઠેલું બ્રહ્માસ્ત્ર એક એવું અમોઘ અસ્ત્ર છે જેનું કોઈ પ્રતિ-અસ્ત્ર ઉપલબ્ધ નથી! તેનું ત્રણ પ્રકારે આહ્વાન સંભવ છે... મંત્ર-તંત્ર અને યંત્ર! આમાંના બે પ્રકારો - મંત્ર અને તંત્ર - એવા છે, જેના વડે થયેલું બ્રહ્માસ્ત્રનું આહ્વાન ટાળી શકવું શક્ય નથી... અર્થાત્ એક વખત જાગૃત થઈ ચૂકેલું બ્રહ્માસ્ત્ર પોતાના લક્ષ્યને નષ્ટ કર્યા પશ્ચાત્ જ શાંત થશે.

પરંતુ સ્મરણ રહે! જેના ઉપર બ્રહ્માસ્ત્રનો પ્રયોગ કરવામાં આવે, તેને સ્વયં ભગવાન બ્રહ્મા દ્વારા વરદાન પ્રાપ્ત થયેલું હોય તો શત્રુ ઉપર થયેલો પ્રહાર વ્યર્થ ન નીવડવો જોઈએ. જો આમ થયું તો બ્રહ્માસ્ત્ર પોતાના ધારક પાસે પરત ફરીને તેની સમસ્ત છાવણીને નષ્ટ કરી દેશે!'

'મને એક જ ભય સતાવે છે, લક્ષ્મણ!' રામના ચિત્તમાં તોફાન ઊઠ્યું હતું, 'જો રાવણની નાભિ ઉપર પ્રહાર કરવાથી તેનું મૃત્યુ ન નીપજ્યું, તો મહર્ષિ વિશ્વામિત્રના કથન અનુસાર તે આપણી સમસ્ત વાનરસેનાનો વિધ્વંસ કરી નાંખશે.'

લક્ષ્મણે રામના કાનમાં કહ્યું, 'મને વિભીષણ પર પૂર્ણ વિશ્વાસ છે, ભ્રાતા! તેણે સ્વયં રાવણના મૃત્યુ અંગે પુષ્ટિ કરી છે. આમ છતાં, જો પરિણામ અનિચ્છનીય આવ્યું તો એનો ભોગ બનવા માટે હું તૈયાર છું. પરત આવેલા બ્રહ્માસ્ત્રનો પ્રહાર હું ઝીલી લઈશ, જેથી આપ સૌના પ્રાણ ઉપર તોળાતું સંકટ ટળી જાય.'

રામની આંખો ભીની થઈ ગઈ. તેમણે લક્ષ્મણને વહાલથી આલિંગન આપીને કહ્યું, 'ન કરે નારાયણ! પણ જો આવું કંઈ થયું, તો બ્રહ્માસ્ત્રનો પ્રહાર હું પણ મારા દેહ ઉપર ઝીલીને હનુમાન, અંગદ, સુગ્રીવ સહિત સમસ્ત વાનરસેનાના પ્રાણ બચાવીશ. તારા વિના આમ પણ મારું કોઈ જ અસ્તિત્વ નથી, અનુજ!'

પરીક્ષાની ઘડી આવી પહોંચી હતી.

રામે ઋષિ વિશ્વામિત્ર દ્વારા આપવામાં આવેલાં મંત્રનું ઉચ્ચારણ કરીને બ્રહ્માસ્ત્રને આહ્‌વાન આપ્યું. આકાશમાં વાદળો ગરજી ઊઠ્યાં. સમુદ્ર હિલોળે ચડ્યા. ચૈત્યપ્રાસાદમાં ભૂકંપ આવ્યો હોય એ રીતે ધરા ધ્રૂજવા લાગી.

એકાએક રાવણનું ધ્યાન નેત્રો બંધ કરીને વિભીષણ પાસે ઊભેલા રામ ઉપર ગયું. તેના ચાલાક મસ્તિષ્કને આખી રમત સમજાઈ ગઈ. તેના દાંત ભીંસાયા. લોહીના સંબંધો આ પ્રકારે પારકા બનીને લંકાના પ્રલય પાછળનું કારણ બનશે, એવો તેણે સ્વપ્નેય વિચાર નહોતો કર્યો.

રાવણને એકીટશે શ્રીરામ સામે દૃષ્ટિપાત કરતા જોઈને હનુમાન પણ એમના સ્વામી તરફ વળ્યા. પવનસુતને એમનામાં ત્રિભુવનનાથનાં દર્શન થયાં.

ત્રેતાયુગનો અંતિમ અધ્યાય પૂર્ણ થવા જઈ રહ્યો હતો!

રામે નેત્રો ઉઘાડ્યાં... રાવણની નાભિ ઉપર વેધક નજરે બ્રહ્માસ્ત્રનો પ્રહાર થયો! રામના ધનુષમાંથી પદાર્થરૂપે નહીં, પરંતુ ઊર્જાના જથ્થારૂપે પ્રક્ષેપિત થયેલા બ્રહ્માસ્ત્ર સામે સૌ કોઈ તાકી રહ્યા. સમયની ગતિ થંભી ગઈ. અનિષ્ટાત્રીની મૂર્તિની કિનારીઓ પૂર્વવત્ ઝાંખી પડી ગઈ. ધસમસતા વેગે રાવણની નાભિમાં પ્રતાડિત થયેલા બ્રહ્માસ્ત્રએ અમૃતકુંભનો નાશ કરી નાંખ્યો.

ધબ્બાક...

રાવણનો મહાકાય દેહ તેની કુળદેવીના ચરણોમાં પટકાયો.

ત્રેતાયુગના મહા-અસુરનો અંત થઈ ગયો હોવા છતાં હજુ એ મૂળ કાર્ય તો બાકી જ હતું, જેના માટે શ્રીરામ લંકા પધાર્યા હતા... દશાનન પાસે રહેલું એ વિધ્વંસક અસ્ત્ર છીનવવું આવશ્યક હતું, જે કળિયુગના કલ્પાંતનું કારણ બની શકે એમ હતું!

૯૫

વર્તમાન દિવસ

રાવણ એલિયા, શ્રીલંકા

અજય ડોભાલ અને એમની ટીમના સભ્યો સમુદ્રથી ૧૩૭૦ મીટરની ઊંચાઈ ઉપર આવેલા રાવણ એલિયાની ગુફા પાસે આવીને ઊભા રહી ગયા.

... ગુફાની બહાર વિવાન મૂર્છિત હાલતમાં ચત્તોપાટ પડેલો હતો.

કૉલમ્બોથી રાવણ એલિયા પહોંચતાં સુધીમાં અહીંયાં શું બની ગયું, એની જાણ કોઈને નહોતી. ભારતના નેશનલ સિક્યોરિટી એડ્વાઇઝરની ધારણા પ્રમાણે તો એમણે ફરી એક વખત વિવાન સાથે મૂઠભેડમાં ઊતરવાની તૈયારીઓ કરી રાખી હતી, પરંતુ અહીંનું ચિત્ર તો કંઈક જુદી જ ઘટના વર્ણવી રહ્યું હતું.

પુરાતત્ત્વશાસ્ત્રીઓએ આપેલા વૈજ્ઞાનિક પુરાવા મુજબ, આ ગુફાઓમાં ૨૫,૦૦૦ વર્ષો જૂના માનવ-વસવાટનાં ચિહ્નો મળી આવ્યાં હતાં! થોડા જ દાયકા પહેલાં આખી ગુફા વિશાળ રાવણધોધની વચ્ચોવચ્ચ ઘેરાયેલી હતી. કોઈને અંદાજ સુધ્ધાં નહોતો કે રાવણની ભુજાઓ સમાન વિશાળ આ ધોધ પોતાની

અંદર ત્રેતાયુગની સૌથી મહાન ધરોહર સાચવીને બેઠો હોઈ શકે! આજની તારીખે પણ વરસાદની ઋતુમાં ત્યાં સુધી પહોંચવું દુર્ગમ બની જતું હતું...

રાવણગુફાનું સૌથી પ્રાચીનતમ અને ખૂંખાર રહસ્ય હતું, ત્યાં રાખવામાં આવેલું હજારો વર્ષ જૂનું શબ!

વૈજ્ઞાનિકો આ શબની છાનબીન કરીને તેની વાસ્તવિક ઓળખાણ મેળવવામાં નિષ્ફળ નીવડ્યા હતા, પરંતુ સ્થાનિકોનું માનવું હતું કે રાવણ એલિયાની ગુફામાં સચવાયેલું આ શબ રાક્ષસરાજ રાવણનું હતું!

'વિવાન અહીં કયા હેતુથી આવ્યો હોઈ શકે?' અમિત બબડ્યો.

અજય ડોભાલ અમિતનો હાથ પકડીને તેને અન્યોથી દૂર લઈ ગયા, 'રાવણ એલિયા પહોંચતાં પહેલાં મેં આ સ્થળની કુંડળી કઢાવી લીધી હતી, અમિત! તને ખ્યાલ છે, વધ થયા પછી રાવણના શબનું શું થયું હતું?'

અમિતે માથું ધુણાવીને ના પાડી. તેના ચહેરા પર રાવણગુફાનું રહસ્ય જાણવાની આતુરતા તરી આવી.

'કહેવાય છે કે લંકાના યુદ્ધ બાદ શ્રીરામે વિભીષણને અહીંના રાજા ઘોષિત કર્યા.' અજયે કહ્યું, 'રાજ્યનું શાસન બદલાય, એટલે કેવી કેવી કસોટીઓનો સામનો કરવો પડે એ આપણે જાણીએ જ છીએ. રાજગાદીની જવાબદારીઓ અને પ્રજાને ભયમુક્ત કરાવવાનાં કાર્યોમાં વ્યસ્ત થઈ ગયેલા વિભીષણ પાસે રાવણનો અંતિમસંસ્કાર કરવા જેટલો સમય નહોતો. આથી, તેણે રાજ્યના જૂના સેવકોને રાવણની અંતિમવિધિ પૂરી કરવાનો આદેશ આપ્યો.'

અમિતના હૃદયની ધડકન તેજ થવા માંડી.

'પરંતુ લંકાના કેટલાક સેવકો રાવણના ખૂબ વફાદાર હતા...' અજય ડોભાલના સ્વરમાં રહસ્ય ઘૂંટાયું, 'એમણે રાવણને અગ્નિદાહ આપવાને બદલે તેને પુનઃજીવિત કરવાનો પ્રયત્ન કર્યો.'

'કઈ રીતે?' અનાયાસે જ અમિતનો અવાજ ઊંચો થઈ ગયો.

'મહામૃત્યુંજય મંત્રની સહાય વડે!' અજયે ઘટસ્ફોટ કર્યો, 'એમણે રાવણના શબને લંકાથી થોડે દૂર, આપણે ઊભા છીએ એ સ્થાન ઉપર લાવીને મહાકાય પાષાણશિલા ઉપર સાચવીને મૂક્યું. શુક્રાચાર્ય ઉપરાંત એ સમયના આર્યાવર્તના મહાનતમ માંત્રિકો અને તાંત્રિકોએ સાથે મળીને મહિનાઓ સુધી રાવણના શબ ઉપર મહામૃત્યુંજય મંત્રનો પ્રયોગ કર્યો. રાવણ શિવનો પરમભક્ત હોવાને કારણે એમને એવી અપેક્ષા હતી કે દેવાધિદેવ પોતાના શિષ્યને નવજીવન

અવશ્ય પ્રદાન કરશે... પરંતુ ઘણા સમય સુધી ચાલેલી સાધના પછી પણ કોઈ પરિણામ ન આવ્યું.'

'તો એ શબનું શું થયું?' અમિતે પૂછ્યું.

'અત્યારે આખી વાત કહેવાનો સમય નથી...' અજયે જણાવ્યું, 'મીડિયા અહીંયાં સુધી પહોંચે, એ પહેલાં આપણે વિવાનને કોઈ પણ સંજોગોમાં ભારતભેગો કરવો પડશે.'

વર્તમાન દિવસ

કોઇમ્બતૂર

આદિયોગિની અલયમ્‌માં બિરાજમાન શ્રીવિદ્યા-ઉપાસકોમાં ઉત્સાહની લહેર છવાયેલી હતી. ભૈરવી મા પાસેથી તેઓ શ્રીચક્રના સાતમા આવરણનું રહસ્ય જાણવા માટે આતુર હતાં.

પ્રથમ હરોળમાં સાધ્વી મા, રિયા અને મનસ્વી હાથ જોડીને બેઠાં હતાં. ભૈરવી મા સામે એકીટશે તાકી રહેલી રિયાની આંખોમાં કશુંક અજ્ઞાત રહસ્ય પામી ગયાનો ચમકારો સ્પષ્ટપણે દેખાતો હતો. ભૈરવી માની વાસ્તવિકતા કદાચ તે જાણી ચૂકી હતી.

લલિતાસહસ્રનામનું ધ્યાન ધરીને ભૈરવી માએ શ્રીવિદ્યા સાધના-શિબિરની સાતમી રાત્રિનું પ્રવચન શરૂ કર્યું, 'સાતમા આવરણમાં દસ શક્તિઓ વિદ્યમાન છે. આઠ કોણથી બનેલા આ ચક્રને અષ્ટાર પણ કહેવામાં આવે છે, જેનું મૂળ નામ છે - સર્વરોગહર ચક્ર!'

શ્વાસોચ્છ્‌વાસનો અવાજ પણ સ્પષ્ટ રીતે સંભળાય એટલો સન્નાટો ત્યાં છવાયેલો હતો.

'સર્વરોગહર ચક્ર સિદ્ધ કરનાર ઉપાસકની કૃપાદૃષ્ટિ જેની ઉપર થઈ જાય, એનો મોક્ષ નિશ્ચિત છે! આદિભૌતિક, આદિદૈવિક અને આધ્યાત્મિક... ત્રય-તાપનો નાશ કરનારા આ આવરણની યોગિની છે - રહસ્ય યોગિની! અને ચક્રેશ્વરી છે,

ત્રિપુરસિદ્ધે.' ભૈરવી મા બ્રહ્માંડના એવાં ગૂઢાતિગૂઢ રહસ્યો ઉજાગર કરી રહ્યાં હતાં, જ્યાં સુધી પહોંચવામાં વિજ્ઞાનજગતને સદીઓ વીતી જવાની હતી, 'ઘણી વખત એવું જોવા મળે છે કે હાર્મોનિયમ શીખનારા જિજ્ઞાસુઓમાંથી કેટલાક લોકો સતત નવા રાગ શીખતા રહે છે... અને અમુક લોકો એવા પણ હોય છે, જે એક રાગ પર મહારત હાંસલ કરવામાં આખી જિંદગી સમર્પિત કરી દે છે. બિલકુલ એવી જ રીતે, મારા સાધનાકાળ દરમિયાન મેં એવા કેટલાક સાધકો જોયા છે, જે શ્રીચક્રનાં તમામ આવરણો વારાફરતી સિદ્ધ કરીને આગળ અવનવી યાત્રાઓ ખેડતાં રહે છે... તો બીજી બાજુ, અમુક ઉપાસકો એવા પણ છે, જેમણે પોતાનું સમસ્ત જીવન ફક્ત એક ચક્ર ઉપર ધ્યાન ધરવામાં પસાર કર્યું હોય! સાર એટલો છે કે પાણીના ઊંડાણમાં ઊતરવું છે કે પછી એના ઉપર તરતાં તરતાં આગળ વધતું રહેવું છે, એ વ્યક્તિગત પસંદગીની બાબત છે. અલબત્ત, બંનેની મહત્તા એકસમાન છે!'

ભૈરવી માએ રિમોટનું બટન દબાવીને સભાખંડના વિશાળ સ્ક્રીન ઉપર શ્રીયંત્રના સાતમા આવરણની આકૃતિ સાધકો સમક્ષ પ્રસ્તુત કરી.

'રહસ્યયોગિનીનું રહસ્ય શું છે, એ શબ્દોમાં જણાવવાને બદલે હું ઇચ્છા રાખું કે સાધક પોતાની મેળે તેનો તાગ મેળવે.' ભૈરવી માએ છણાવટ કરી, 'શ્રીવિદ્યા સાધનામાં આગળ વધી રહેલો ઉપાસક સમયની સાથે સાતમા આવરણની આ યોગિનીનું ગૂઢ રહસ્ય જાણવામાં સફળતા મેળવી જ લેતો હોય છે.'

એમણે આ વિધાન ઉચ્ચાર્યા બાદ તરત રિયા સામે દૃષ્ટિપાત કર્યો. એમણે એકબીજાને જે કહેવાનું હતું, સમજાવવાનું હતું, પામવાનું હતું એ આંખોમાં ને આંખોમાં કહી દીધું.

'સાતમા ચક્રની અધિષ્ઠાત્રી દેવી છે - મહામહાસ્કંદે!' ભૈરવી માએ ચક્રની પૂજાવિધિ અંગે માહિતી આપી, 'સ્કંદ એટલે કે ભગવાન કાર્તિકેય, શિવ-પરિવારનું અભિન્ન અંગ છે. દક્ષિણ ભારતમાં લોકો એમને મુરુગન દેવ તરીકે પૂજે છે. સાતમા આવરણની સાધના કરનારા લોકો માટે આ પગથિયાં ઉપર પહોંચીને સ્કંદ દેવતાનું એક મહાઅનુષ્ઠાન કરવું આવશ્યક બની જાય છે.'

કેટલાક સાધકો ભૈરવી માની વાણીને પોતાની નોટબૂકમાં શબ્દશઃ ટપકાવી રહ્યા હતા, જેથી ભવિષ્યમાં તેઓ એમની વાતનો મર્મ વધુ ઊંડાણપૂર્વક સમજી શકે.

'શ્રીવિદ્યાનાં દરેક ચક્રોનું રહસ્ય એ જ છે કે પ્રત્યેક આવરણને સિદ્ધ કરતાં પહેલાં ઉપાસકે એક ચોક્કસ અનુષ્ઠાન કરવું પડે છે.' ભૈરવી માએ વધુ સરળ સમજૂતી આપતાં કહ્યું, 'જેવી રીતે ઘરની છત બનાવતાં પહેલાં એક નકલી છત ઊભી કરવામાં આવે છે, તેને લાકડાનો ટેકો આપવામાં આવે છે... એવી જ રીતે શ્રીચક્રનું કોઈ પણ આવરણ સિદ્ધ કરતાં પહેલાં તેનાં મૂળિયાંમાં રહેલાં દેવી અથવા દેવતાનું અનુષ્ઠાન જરૂરી હોય છે. એક વખત છત સુકાઈ જાય પછી નકલી છત કાઢી નાંખીએ તો વાંધો નથી આવતો... બસ, એવી જ રીતે સાધક દ્વારા એક વખત ચક્ર સિદ્ધ થઈ જાય એ પછી અનુષ્ઠાનની આવશ્યકતા નથી રહેતી, કારણ કે સમયની સાથે એ સાધના સ્વયં સાધકના અંતરાત્મામાં સમાઈ ચૂકી હોય છે.'

પોતાની રિસ્ટ-વૉચમાં લાલ રંગનું સિગ્નલ દેખાતાંની સાથે જ સાધ્વી મા, મનસ્વી અને રિયા હળવેકથી ઊભાં થઈને કોઈને ખલેલ ન પહોંચે એ રીતે, સભાખંડમાંથી બહાર નીકળી ગયાં.

'સાતમા આવરણમાં આઠ શક્તિઓ, એક યોગિની અને એક ચક્રેશ્વરી નિવાસ કરે છે... જેમનાં નામ છે - વશિની, કામેશ્વરી, મોદિની, વિમલે, અરુણે, જયિની, સર્વેશ્વરી, કૌલિની, સર્વરોગહરચક્રસ્વામિની, રહસ્યયોગિની.'

બે હાથ જોડીને ભૈરવી માએ સાતમી રાત્રિની શિબિર પૂર્ણ થયાનો મંત્ર ઉચ્ચાર્યો અને આસન પરથી ઊભાં થઈને પોતાની પર્ણકુટિરની દિશામાં ડગ માંડ્યાં, જ્યાં હનુમાનથી માંડીને પરશુરામ, અશ્વત્થામા, વસુધા, રિયા અને મનસ્વી એમની પ્રતીક્ષા કરી રહ્યાં હતાં.

વિવાનના દેહમાંથી અહિરાવણની આસુરી શક્તિને ધરમૂળથી દૂર કર્યા પછી હનુમાન પરત ફરી ચૂક્યા હતા... હવેની સૌથી મોટી ચુનૌતી એ હતી કે ભારત ઉપર આવનારી આપત્તિને રોકવા માટે કયાં પગલાં ઉઠાવવાં?

વર્તમાન દિવસ

શ્રીલંકા-ભારત હવાઈમાર્ગ

વિવાનને સહેજ કળ વળી. તેના આખા શરીરમાં હજુય કળતર હતી. અંગોમાંથી ઊર્જા તો જાણે સાવ જ નિચોવાઈ ગઈ હતી. આંખો ઉપર પચાસ ટનનો પથ્થર મુકાયેલો હોય, એટલું વજન જણાતું હતું. શ્વાસનળીના ભાગે લ્હાય લાગી હતી... ગરમ ઉચ્છ્વાસને કારણે પેટમાં પણ બળતરા થઈ રહી હતી. શ્વાસ લેવા માટે નાક નહીં, મોંનો ઉપયોગ કરવો પડતો હતો.

હાલકડોલક થતી સવારીમાં તેને લઈ જવામાં આવી રહ્યો હતો. આંખો ખોલવા માટે ભારે જહેમત કર્યા બાદ તેણે ડોકને ઝાટકો માર્યો. જકડાઈ ગયેલી નસોમાં અને ડોકમાં સહેજ કડાકો બોલ્યો, જે તેની સમસ્યામાં આંશિક રાહત મળ્યાની નિશાની હતી.

હળવે હળવે આંખો ખૂલી તો ખરી, પણ માથું ઠંડું પડી ચૂક્યું હોવાને કારણે ભમવા માંડ્યું હતું. સાયનસ થયાની અનુભૂતિ સ્પષ્ટ હતી. બંને લમણાંના ભાગે કોઈક સતત ખીલા ભોંકી રહ્યું હોય એવું લાગતું હતું.

... અને, વિવાનને અહેસાસ થયો કે તેને પ્રાઇવેટ જેટમાં ક્યાંક લઈ જવામાં આવી રહ્યો છે!

મચકોડાયેલી ગરદન સાથે તેણે પોતાના ઉપર નજર કરી. તેના બંને હાથ અને પગને મજબૂત દોરડાં વડે ચસોચસ બાંધી દેવામાં આવ્યા હતા. હલનચલન કરી શકવાની કોઈ સંભાવના નહોતી. તેણે બૂમ પાડવાની કોશિશ કરી, પણ અજ્ઞાત કારણોસર છોલાઈ ચૂકેલા ગળાએ સાથ જ ન આપ્યો.

'તને બાંધી રાખવાનો અમને કોઈ શોખ નથી, વિવાન!' પ્લેનની પાછળના

ભાગમાંથી અજય ડોભાલ વિવાનની બાજુમાં આવીને ઊભા રહી ગયા, 'મૈસૂરમાં પણ અમે તારી ધરપકડ કરવાના હેતુ સાથે નહોતા આવ્યા. સુહાની સિંહાના ગાયબ થવા અંગે મારે એટલે ખોટું બોલવું પડ્યું, જેથી તારો અમારા પરનો વિશ્વાસ અકબંધ રહે. જો હું એમ કહું કે સુહાનીને અમારી કસ્ટડીમાંથી મોહમ્મદ બિલાલ જેવો ખૂંખાર આતંકવાદી ઉપાડીને પોતાની સાથે લઈ ગયો છે, તો ભારતીય સુરક્ષા એજન્સીઓ પરથી તારો ભરોસો ઊઠી જાત!'

એકશ્વાસે આટલું બોલી ગયા પછી નેશનલ સિક્યોરિટી એડ્વાઇઝર પોરો ખાવા માટે રોકાયા. દોરડાંમાંથી છૂટવા માટેના ધમપછાડા વિવાને બંધ કરી દીધા હતા. અજય ડોભાલના અવાજમાં પડઘાતી સચ્ચાઈ તેને અસર કરી રહી હતી.

... અને સહસા, તેના માથામાં સણકો ઊપડ્યો. એકાએક પાછલા કલાકોમાં બની ગયેલી ઘટનાઓ તેના માનસપટ ઉપર ઊપસવા માંડી. અહિરાવણના મંદિરમાં થયેલા યજ્ઞથી શરૂ કરીને મહાકાય વાનર સમા જીવ સાથે થયેલી મૂઠભેડનું એને સ્મરણ થઈ આવ્યું.

'હનુમાન!' તેના હોઠ પરથી ધીમો ઉદ્ગાર સરી પડ્યો, આંખો ભીની થઈ ગઈ.

જેમને શોધવા માટે તે શ્રીલંકાના સૌથી ખતરનાક જંગલો સુધી લાંબો થયો હતો, તેઓ સામે ચાલીને એમની સહાય હેતુ પ્રગટ થયા હતા... આનાથી મોટી ઈશ્વરીય કૃપા બીજી કઈ હોઈ શકે?

અજય ડોભાલ વિવાનની બાજુની ખાલી સીટ ઉપર બેસી ગયા, 'તું કશું આડુંઅવળું ન કરવાનું વચન આપતો હોય, તો હું તારા હાથ-પગ છોડવા તૈયાર છું! વી નીડ ટુ ટૉક, વિવાન. મને ખ્યાલ છે કે તું કશુંક એવું જાણે છે, જે ભારત ઉપર થનારા હુમલાને રોકી શકે એમ છે.'

વિવાને કશું જ બોલ્યા વગર માથું ધુણાવીને એમને ખાતરી આપી.

બીજી જ સેકન્ડે, અજય ડોભાલના હાથ દોરડાં છોડવામાં વ્યસ્ત થઈ ગયા. બંધનો છૂટતાંની સાથે જ વિવાને સૌપ્રથમ પોતાના બંને ખિસ્સાં ફંફોસ્યાં! બંને ખાલી હતાં... તેના ચહેરા ઉપર હતાશા છવાઈ ગઈ.

'શું તમે આ શંખ શોધી રહ્યા છો?' હવામાંથી પ્રગટેલા જિન્નની માફક અચાનક અમિત કૉકપિટમાંથી ચાલતો ચાલતો વિવાન પાસે આવ્યો. તેના હાથમાં એક નાનો શંખ હતો, જેનું કદ એક મુઠ્ઠી જેટલું હોવું જોઈએ.

વિવાનની આંખો ફાટી ગઈ, 'આ તમારી પાસે કઈ રીતે પહોંચ્યો?'

'રાવણ એલિયાની ગુફાની બહાર તમે અમને જ્યારે બેભાન હાલતમાં મળ્યા, ત્યારે તમારા ખિસ્સામાં આ શંખ પણ મળ્યો હતો.' અમિતે ફોડ પાડ્યો, 'ઈટ્સ ટાઇમ ટુ સ્પીક ધ ટ્રુથ, મિસ્ટર આર્ય!'

વિવાને બારીની બહાર નજર કરીને નિઃસાસો નાંખ્યો. તેના ગળામાં હજુ થોડો સોજો જણાતો હતો. એરહૉસ્ટેસ હાથમાં ટ્રે લઈને ત્રણેય માણસો પાસે આવી. ગરમાગરમ ચા અને પેઈનકિલર દવા વિવાનને આપવામાં આવી.

અજય અને અમિતે કૉફીના ગ્લાસ ઉઠાવ્યા. ત્રણેય પોતાપોતાના ડ્રિન્ક્સનો ગરમ ઘૂંટડો ધીમે ધીમે ગળે ઉતારવા માંડ્યા.

'ક્યાંથી શરૂ કરું?' વિવાને ઘોઘરા સ્વરમાં પૂછ્યું.

'આ કાલાતીત કલ્પાંતના વિષચક્રની શરૂઆત જ્યાંથી થઈ, ત્યાંથી જ શરૂ કર!' અજયે અમિતને પોતાની બાજુની ખાલી સીટ ઉપર બેસી જવા ઇશારો કર્યો.

'ત્રેતાયુગ!' પ્રોફેસર સુભ્રતો દાસ સાથે છેલ્લાં ફોન-કૉલમાં અગસ્ત્ય મૂર્તિ અંગે થયેલો સંવાદ યાદ કરતાં કરતાં વિવાને વાત આરંભી, 'આ સમગ્ર ઘટનાની શરૂઆત મહાવિષ્ણુના આઠમા અવતાર ઈક્ષ્વાકુવંશજ શ્રીરામના જન્મ પૂર્વે દંડકારણ્યમાં જ શરૂ થઈ ચૂકી હતી.'

રાજા ઈક્ષ્વાકુના ત્રીજા દીકરા દંડકે શુક્રાચાર્યની પુત્રી ઉપર કરેલો અત્યાચાર અને શુક્રાચાર્યએ આપેલા શાપની વિસ્તૃત વિગતો અજય ડોભાલ સાથે વહેંચી.

વાત આગળ વધે, ત્યાં જ અચાનક અમિત વચ્ચે કૂદી પડ્યો, 'શું ખરેખર શ્રીરામ આ ધરતી ઉપર અવતર્યા હતા?'

વિવાનના હોઠ ઉપર માર્મિક સ્મિત ફરક્યું. મનમાં ને મનમાં તેને અમિત માટે દયા આવી. તેના જેવા બીજા અસંખ્ય ભારતીયો એવા હતા, જેમના માટે રામાયણ અને મહાભારત કોઈ વાસ્તવિક ઇતિહાસ નહીં, પરંતુ માત્ર કપોળકલ્પના હતાં. આવા લોકોને અંદાજ સુધ્ધાં નહોતો કે તેઓના મનમાં કેટલી બધી ભ્રમણાઓ છે!

'મહર્ષિ વાલ્મીકિએ રચેલાં આદિકાવ્ય રામાયણમાં આલેખિત પ્રત્યેક ઘટનામાં દીવા જેવું સત્ય છે.' ગરમ ચા પીવાને કારણે વિવાનનું ગળું થોડું ખૂલ્યું, 'રામાયણમાં આલેખાયેલી તિથિ અને ગ્રહ-નક્ષત્રોની સ્થિતિને સાયન્ટિફિક સૉફ્ટવેરમાં નાંખતાની સાથે જ પુરાતત્ત્વશાસ્ત્રીઓ અને ઇતિહાસકારોને જાણ થઈ ગઈ કે રામાયણનો સમયગાળો ઈસુપૂર્વે ૫૬૭૭ થી ૫૫૭૭ સુધીનો હોવો જોઈએ.'

અમિત એકાગ્રચિત્તે વિવાનના પ્રત્યેક શબ્દને ઝીલી રહ્યો હતો.

'વાલ્મીકિકૃત રામાયણમાં આ અંગે એક શ્લોક છે, જેમાં શ્રીરામના જન્મ વિશે માહિતી આપવામાં આવી છે,

ततो यज्ञो समाप्ते तु ऋतुनाम् षट समत्ययुः ।
ततः च द्वाद्वशे मासे चैत्रे नावमिके तिथौ ॥

नक्षत्रे अदिति दैवत्ये स्वोच्चसंस्थेषु पंचसु ।
ग्रहेषु कर्कटे लग्ने वाक्वता ईंदुना सह ॥

प्रौद्यमाने जगन्नाथम् सर्व लोक नमस्कृतम् ।
कौसल्या अजनयत् रामम् सर्व लक्षण संयुतम् ॥

विष्णौः अर्धम् महाभागम् पुत्रम् एक्ष्वाकु नंदनम् ।

જેનો અર્થ છે કે શ્રીરામનો જન્મ વેદિક-કેલેન્ડરના બારમા માસ - ચૈત્ર - માં નવમીના રોજ થયો હતો, જેને આપણે આજે રામનવમી તરીકે ઊજવીએ છીએ. તેઓ જ્યારે અવતર્યા, ત્યારે આકાશમાં પુનર્વસુ નક્ષત્ર હતું અને કર્કટ લગ્ન! એમના નાના ભાઈ ભરતનો જન્મ પુષ્ય નક્ષત્ર અને મીન લગ્નમાં થયો હતો. અન્ય બે ભ્રાતાઓ શત્રુઘ્ન અને લક્ષ્મણ આશ્લેષા તથા કર્કટ લગ્નમાં જન્મ્યા હતા.'

વિશ્વભરનું સાહિત્ય પચાવી ચૂકેલા ભારતના રાષ્ટ્રીય સુરક્ષા સલાહકાર અજય ડોભાલ માટે પણ આ વિગતો ચોંકાવનારી હતી.

'ફક્ત એટલું જ નહીં, ભગવાન રામ અને મા સીતા જ્યારે વનમાં ગયાં, ત્યારે એમની ઉંમર અનુક્રમે ૨૫ વર્ષ અને ૧૮ વર્ષ હોવાનું વર્ણન એમાંથી મળી આવે છે,

मम भर्ता महातेजा वयसा पंचविंशकः ।
अष्टादश हि वर्षाणि मम जन्मनि गण्यते ॥

માતા કૈકેયીના વચનનું માન રાખવા માટે એમણે જ્યારે અયોધ્યા છોડીને ૧૪ વર્ષ માટે વનવાસ સ્વીકાર્યો, એ સમયની આ વાત છે.'

અમિતને અત્યાર સુધી જાણ જ નહોતી કે રામાયણ ઉપર વિજ્ઞાનજગત આટલું સુદીર્ઘ કામ કરી ચૂક્યું છે!

'રાવણનો જ્યારે વધ કરવામાં આવ્યો, ત્યારે શ્રીરામની ઉંમર ૩૯ વર્ષની હતી. વૈજ્ઞાનિક પુરાવા મુજબ, રામ-રાવણનું યુદ્ધ ઈસુપૂર્વે ૫૬૩૫માં લંકાની ભૂમિ ઉપર ખેલાયું હતું. આ હિસાબે જોવા જઈએ તો, ચૈત્ર શુક્લ નવમી

એટલે શ્રીરામનો જન્મ ૩ ફેબ્રુઆરી, ઈસુપૂર્વે ૫૬૭૪માં થયો હોવાની સાબિતી મળે છે.' વિવાને ખોંખારો ખાધો, 'એવી જ રીતે, માતા સીતાનો જન્મ પુષ્ય નક્ષત્ર - વૈશાખ શુક્લ સપ્તમી - માં થયો હતો. અંગ્રેજી તારીખ પ્રમાણે એ દિવસ ૧૫ અથવા ૧૬ માર્ચ, ઈસુપૂર્વે ૫૬૬૭ હોઈ શકે.'

'એક વાત મને હજુ નથી સમજાઈ રહી.' અજય ડોભાલે વર્ષોથી પોતાના મનમાં ઘૂમી રહેલો પ્રશ્ન વિવાનને પૂછી લીધો, 'રામાયણ એક એવી વાનર-પ્રજાતિની વાત કરે છે, જે લડવા માટે સક્ષમ હતી... હનુમાન, અંગદ જેવા મહાકાય વાનરો મોટાં મોટાં વૃક્ષો ઉખાડીને રાક્ષસો ઉપર ફેંકી શકવા સક્ષમ હતા... આવું શી રીતે શક્ય છે?'

'હકીકતે વૈદિક સંસ્કૃત ભાષામાં એવો એક પણ ઉલ્લેખ નથી મળતો કે રામ-રાવણ વચ્ચેના યુદ્ધમાં ભાગ લેનારી પ્રજાતિ વાસ્તવમાં વાનરો હતી!' વિવાને રહસ્યમય વાત કરી, 'જૂની સંસ્કૃત ભાષામાં હનુમાનને કપિઓના રાજા તરીકે વ્યાખ્યાયિત કરવામાં આવ્યા છે. સમયની સાથે માનવોએ કપિનો અર્થ વાનર એવો કરી નાંખ્યો! આ જ કારણોસર, લૌકિક સંસ્કૃત અસ્તિત્વમાં આવતાંની સાથે જ કપિ શબ્દ વાનરનો સમાનાર્થી બની ગયો.'

થોડા સમય પહેલાં જ વિવાનના અર્ધજાગૃત મન દ્વારા થયેલા હનુમાનનાં દર્શન આ વાતનો પુરાવો હતા. તેણે જે હનુમાનને નજર સમક્ષ નિહાળ્યા હતા, એમનો દેખાવ ટિપિકલ વાનર જેવો નહોતો. આદિમાનવનું વિકસિત રૂપ, જેનો દેખાવ ગોરીલાને મળતો આવે એ પ્રકારના તેઓ હતા!

'મૂળ રામાયણમાં હનુમાન, સુગ્રીવ, વાલી, અંગદ, નળ-નીલને કપિ તરીકે જ સંબોધવામાં આવ્યા છે; વાનર તરીકે નહીં!' વિવાને જણાવ્યું, 'કપિઓની રાજવી વંશાવલિ મૂળ કિષ્કિંધામાં અસ્તિત્વમાં આવી હતી. કેટલાક જૈન ગ્રંથોના મત મુજબ, કપિઓના રાજાના ધ્વજ ઉપર વાનરચિત્ર ચીતરાયેલું હોવાના વર્ણન મળી આવે છે. ઈન ફેક્ટ, જૈન રામાયણ તો હનુમાન સહિત અન્ય કપિઓને માનવજાતિના અલ્પવિકસિત સ્વરૂપ તરીકે જ સંબોધવાનું કામ કરે છે. બસ, આ પ્રકારે જ જટાયુ અને સંપાતિ મહર્ષિ કશ્યપના પુત્ર ગરુડના વંશજો હતા... કોઈ જંગલી પક્ષી નહીં!'

વર્તમાન દિવસ
કોઇમ્બતૂર

'હું ત્યાં પહોંચું, એ પહેલાં જ શુક્રાચાર્ય અને અહિરાવણે રાક્ષસરાજ રાવણના શબને બહાર કાઢી લીધું હતું, ભૈરવી મા...' હનુમાને નિઃસાસો નાંખ્યો, 'સદીઓથી જે રહસ્યને દાટી રાખવાનો પ્રયત્ન અમે કર્યો, એ આજે દૈત્યગુરુના હાથમાં પહોંચી ગયું છે. રાવણનું શબ એમણે ક્યાં અને કોની પાસે મોકલાવ્યું, એની ભાળ મેળવવાનો કોઈ માર્ગ દેખાઈ નથી રહ્યો!'

'પરંતુ આટલી શતાબ્દીઓ સુધી તેનું શબ સાચવી રાખવાનું કોઈ કારણ?' સાધ્વી માએ પૂછ્યું, 'તેનો અગ્નિસંસ્કાર કેમ ન કરવામાં આવ્યો?'

પરશુરામ અને અશ્વત્થામા ગંભીર વિચારોમાં ડૂબેલા હતા.

કઈ રીતે દશાનનને પુનઃજીવિત કરવાનો પ્રયત્ન કરવામાં આવ્યો હતો, તેની વિગતે વાત કર્યા પછી હનુમાને કહ્યું, 'જ્યારે સ્વયં શુક્રાચાર્ય એમના પરમશિષ્યને મૃત સંજીવની મહાવિદ્યા વડે મૃત્યુના મુખમાંથી પાછો ન લાવી શક્યા, ત્યારે એમની પાસે એક જ ઉપાય શેષ બચ્યો હતો.'

'મહર્ષિ માર્કંડેય!' પરશુરામના હોઠ ફફડ્યા.

સૌના કાન સરવા થઈ ગયા.

'મૃત સંજીવની મહાવિદ્યા અર્થાત્ મહામૃત્યુંજય મંત્રને મુખ્યત્વે બે મહાન આત્માઓ દ્વારા જાગૃત કરવામાં આવ્યો હતો...' પરશુરામે નાનકડો વિરામ લીધા પછી કહ્યું, 'એક હતા ભૃગુપુત્ર શુક્રાચાર્ય અને બીજા હતાં ઋષિ માર્કંડેય!'

એમનો ખુલાસો ચોંકાવનારો પુરવાર થયો.

'અધર્મના માર્ગ ઉપર ફંટાઈ જવાને કારણે દૈત્યગુરુ શુક્રાચાર્યની સિદ્ધિઓ ક્ષીણ પડવા માંડી હતી. રાવણને તેઓ જ્યારે પુનઃજીવિત ન કરી શક્યા, ત્યારે એમને જાણ થઈ ગઈ કે આ સૃષ્ટિમાં હવે ઋષિ માર્કંડેય સિવાય અન્ય કોઈ સિદ્ધાત્મા લંકેશને જીવિત કરી શકે એમ નથી.' પરશુરામે ભૂતકાળ યાદ કરતાં કહ્યું, 'પરંતુ ચિરંજીવી બની ચૂકેલા મહર્ષિ માર્કંડેય એ સમયે બ્રહ્માંડના કયા ભાગમાં નિવાસ કરતા હતા, એની માહિતી કોઈ પાસે નહોતી. અતઃ માર્કંડેયની પ્રતીક્ષા કરવા સિવાય એમની પાસે અન્ય કોઈ વિકલ્પ શેષ નહોતો. અંતે, એવું નક્કી થયું કે કળિયુગમાં જ્યારે આસુરી શક્તિઓ બળવત્તર બનશે, એ

વેળા રાવણને પુનઃજીવિત કરવાનો પ્રયત્ન કરવામાં આવશે.'

'... ચિંતાજનક વાત એ છે કે શુક્રાચાર્ય કોઈ નક્કર કારણ વગર એક પણ કાર્ય કરે નહીં! જો એમણે રાવણના શબને બહાર લાવવા માટે જ અહિરાવણના અસુરાત્માને જાગૃત કર્યો હોય, તો એનો અર્થ એ છે કે દશાનનને પુનઃજીવિત કરવાનો માર્ગ પણ એમને ચોક્કસપણે મળી ગયો હોવો જોઈએ.'

'તો શું રાવણ જ કળિયુગનો મહા-અસુર છે, જેનો વધ કરવા માટે વિવાનના દેહમાં કલ્કી અવતારની પરમચેતનાનું પ્રાગટ્ય થશે?' વસુધાએ આશંકા જતાવી.

... જેના પ્રત્યુત્તરમાં કક્ષમાં ઉપસ્થિત સૌ કોઈના ચહેરા પર ગર્ભિત મૌન પથરાઈ ગયું. આ પ્રશ્નનો જવાબ જેટલો દેખાતો હતો, એટલો સરળ બિલકુલ નહોતો.

વર્તમાન દિવસ

શ્રીલંકા-ભારત હવાઈમાર્ગ

'મૈસૂર પૅલેસમાંથી તેં ચોરેલી અગસ્ત્ય મૂર્તિનું રહસ્ય શું હતું?' અજય ડોભાલે પૂછ્યું.

એ જ વખતે વિવાનને અહેસાસ થયો કે હેમરાજ અને લંકન એમની સાથે મુસાફરી નથી કરી રહ્યા!

'મારી સાથે જે લોકો હતા, એ અત્યારે ક્યાં છે?' વિવાન રઘવાયો થયો, 'અને હા, મૈસૂરની ચામુંડી ટેકરીમાં જ્યારે આપણો ટકરાવ થયો, ત્યારે તમે રિયા વિશે પણ કંઈક કહ્યું હતું... એ ક્યાં છે?'

જેમ જેમ સમય પસાર થતો જતો હતો, એમ એમ વિવાન ઘેનની અસર અને આસુરી શક્તિઓના પ્રભાવમાંથી ક્રમશઃ બહાર આવતો જતો હતો.

અજય ચોંક્યો, 'ગુફાની બહાર તું એકલો જ અમને બેભાન હાલતમાં મળ્યો. તારા સિવાય બીજું કોઈ ત્યાં નહોતું.'

'... અને રિયા શક્તિ-આશ્રમમાં ભૈરવી માની છત્રછાયા હેઠળ સુરક્ષિત છે! ચિંતા કરવાની જરૂર નથી.' અમિતે ટાપસી પૂરી.

'સુહાનીની કોઈ ભાળ મળી?' વિવાને પૂછ્યું.

અજય ડોભાલ નીચું જોઈ ગયા, 'ના! હજુ સુધી તો નહીં. મોહમ્મદ બિલાલ સુહાની સિંહાનું અપહરણ કર્યા પછી કયા સાતમા પાતાળમાં ગાયબ થઈ ગયો છે, એની ખબર નથી પડતી.'

આ સાંભળીને હતાશ થઈ ગયેલાં વિવાને માથું પકડી લીધું. વર્ષો બાદ મળેલા પિતાના પ્રેમને તેણે ફરી એકવાર ગુમાવી દીધો હતો. પોતાની સાથે એ હેમરાજ અને લંકન બંનેને નુવારાએલિયાનાં જંગલોમાં લઈ જવાની ભૂલ એણે શા માટે કરી, એ વિચારી વિચારીને જ તેનું મગજ ખરાબ થઈ રહ્યું હતું. અધૂરામાં પૂરું, સુહાનીનો જીવ પણ હવે તેને કારણે જોખમમાં હતો.

તેણે બંને હથેળી એકબીજા સાથે ઘસીને ઝાટકી નાંખી. તેના અંતરમાં ચાલી રહેલું તોફાન વ્યક્ત કરવાની આ રીત હતી!

'એક વાત સ્પષ્ટ છે, વિવાન.' અજય ડોભાલે તેના ખભે હાથ મૂકીને આશ્વાસન આપ્યું, 'અત્યારે આખા દેશને તારી જરૂર છે. ભૈરવી માને કારણે કેટલાક ષડયંત્રો હું જાણી શક્યો છું અને મને અષ્ટસિદ્ધિ તથા તારા મહામહોપાધ્યાય હોવા અંગે પણ જાણ છે!'

વિવાન સીટ પરથી સફાળો બેઠો થઈ ગયો, 'આ બધું તમને કોણે કહ્યું?'

'ભૈરવી મા!' અજય ડોભાલે ટૂંકો જવાબ આપ્યો.

વિવાનના મનમાં નવી મથામણ શરૂ થઈ ગઈ. ભૈરવી મા કોણ હતાં, જેમને તેની મહામહોપાધ્યાય વંશાવલિ ઉપરાંત અષ્ટસિદ્ધિઓનું રહસ્ય પણ જ્ઞાત હતું.

'ઍટ ધિસ મૉમેન્ટ, હું તને એટલું જ કહીશ કે તારા ખભા ઉપર દેશના ૧૪૦ કરોડ લોકોના પ્રાણ બચાવવાની જવાબદારી છે.' અજયે ચિંતાતુર અવાજ સાથે કહ્યું.

'જો તમે ઇચ્છતા હો કે હું તમારા ઉપર પૂરો ભરોસો મૂકું અને અગસ્ત્ય મૂર્તિની વાસ્તવિકતા જણાવું, તો સામે પક્ષે અત્યાર સુધીમાં તમને જે કંઈ પણ જાણવા મળ્યું છે, એ મને કહો.' વિવાને દૃઢપણે કહ્યું, 'રાષ્ટ્રપતિ ભવનમાંથી શરૂ થયેલી આ સફરમાં તમારી ટીમને જાણવા મળેલી એક-એક વિગતો મારે અત્યારે તમારી પાસેથી સાંભળવી છે.'

અજય ડોભાલે ઊંડો શ્વાસ ફેફસાંમાં ભર્યો. તેમણે અમિત સામે જોયું.

અમિત સમજી ગયો કે અજય ડોભાલ વિવાન ઉપર પૂરો ભરોસો મૂકવા માટે તૈયાર છે!

નેશનલ સિક્યોરિટી એડ્વાઈઝરે દિનેશ પૂર્ણૈયાના જેકેટમાંથી મળેલા ઈન્ફ્રાસાઉન્ડ ડિવાઈસની વિગતે વાત કરી. સામે પક્ષે, વિવાને પણ શ્રીરંગપટ્ટનમ્ ખાતેના દરિયાદૌલત બાગમાં અજિતાભ પૂર્ણૈયા સાથે થયેલી વાતચીતનો એક-એક અંશ અજય ડોભાલ સાથે વહેંચ્યો.

'ત્યાંથી જ શરૂ થઈ, અગસ્ત્ય મૂર્તિની કહાણી!' વિવાન મૂળ મુદ્દા પર આવ્યો, 'મરતાં પહેલાં અજિતાભ પૂર્ણૈયાએ મૈસૂર મહેલમાં રાખવામાં આવેલી અગસ્ત્ય મૂર્તિ અને રાવણ તરફ ગર્ભિત ઇશારો કર્યો હતો.'

'અગસ્ત્ય અને રાવણ એકબીજા સાથે કઈ રીતે સંકળાયેલા છે?' અજયે જિજ્ઞાસા વ્યક્ત કરી, 'અગસ્ત્ય તો મહાન ઋષિ હતા અને રાવણ તો રાક્ષસોનો રાજા!'

એ પછીની પાંચ મિનિટ વિવાને એ સમજાવવામાં પસાર કરી કે કઈ રીતે અગસ્ત્ય મુનિ વાસ્તવમાં રાવણના દાદા થાય!

'અગસ્ત્ય મૂર્તિ સાથે મૂળ એક નહીં, પરંતુ બે રહસ્યો સંકળાયેલાં હતાં, એની જાણ અમને પ્રોફેસર સુભ્રતો દાસ સાથે થયેલી ટેલિફોનિક વાતચીત દરમિયાન થઈ.' વિવાને કહ્યું, 'ધર્મગ્રંથોમાં એમના વિશે મંત્રમુગ્ધ કરી દેતી એક રહસ્યમય કથા વાંચવા મળે છે.'

અમિત પણ અદબ વાળીને કહ્યાગરા વિદ્યાર્થીની જેમ ધ્યાનપૂર્વક બધું સાંભળી રહ્યો હતો.

'અહંકારમાં આવીને એક વખત રાવણે એમના જ દાદા ઋષિ અગસ્ત્યને દ્વંદ્વ માટેનો પડકાર ફેંક્યો.' વિવાને ગાથા માંડી, 'પરંતુ આ દ્વંદ્વ તલવાર કે ભાલા વડે રણમેદાનમાં નહીં, પરંતુ એમણે અર્જિત કરેલી વિદ્યા અને કળાના બળ ઉપર એક જગ્યાએ બેસીને રમાવાનું હતું! રાવણે આપેલી ચુનૌતી મુજબ, જે વ્યક્તિ પોતાના વીણાવાદન વડે મહાકાય પહાડને ધ્વસ્ત કરી નાંખશે, એ મહાન સાબિત થશે.'

'શું? વીણાવાદન વડે?' અજય ડોભાલ હસી પડ્યા, 'વીણાના સૂર પહાડોને કઈ રીતે તોડી શકે?'

'મારી પહેલીવહેલી પ્રતિક્રિયા પણ આવી જ કંઈક હતી.' વિવાને કહ્યું, 'પરંતુ આ કથાને વૈજ્ઞાનિક દૃષ્ટિકોણ સાથે જોતાંની સાથે જ મારું મંતવ્ય બદલાઈ

ગયું. ગ્રંથોને કપોળકલ્પના માનતા લોકો સ્વપ્નમાં પણ વિચારી નહીં શકે કે આ કથાની અંદર એક મહાવિધ્વંસક પૌરાણિક ડિવાઈસનો ઉલ્લેખ કરવામાં આવ્યો છે, જેના આધારે રાવણ અને અગસ્ત્ય બંનેએ ચુનૌતી સ્વીકારી!'

'એન્શિયન્ટ ડિવાઇસ?' અમિતની આંખો પહોળી થઈ ગઈ.

'હા. રામાયણમાં ઘણી વખત એ વાતનો ઉલ્લેખ થયો છે કે રાવણે રુદ્રવીણા નામનું એક વાદ્ય બનાવ્યું હતું, જેનું વાદન તે મહાદેવને રીઝવવા માટે કરતો!' વિવાને જણાવ્યું, 'આજે પણ ભારતના કેટલાક ભાગોમાં સામાન્ય વીણાને રુદ્રવીણાનું નામ આપીને ગ્રાહક પાસેથી તોતિંગ ભાવ વસૂલવામાં આવે છે.'

અજય ડોભાલે માથું ઝુકાવીને હામી ભરી.

'અગસ્ત્ય મુનિ અને રાક્ષસરાજ રાવણ બંનેએ એક ગગનચુંબી પહાડ સામે બેસીને પોતપોતાનું વાદ્ય વગાડવાની શરૂઆત કરી.' વિવાને ગ્રંથોમાં આલેખાયેલી કથા વર્ણવી, 'રાવણ દ્વારા પુષ્કળ પ્રયત્નો કરવામાં આવ્યા હોવા છતાં તે પોતાના સંગીતવાદ્ય વડે પહાડની ટોચ સિવાય બીજું કશું ભાંગી શક્યો નહીં. બીજી બાજુ, મહર્ષિ અગસ્ત્યએ જ્યારે વીણા વગાડવાની શરૂ કરી કે ગણતરીના પ્રહરની અંદર પહાડની અંદરથી ગેબી અવાજો સંભળાવા માંડ્યા.'

અમિત અને અજય બંને લગભગ પોતાના શ્વાસોચ્છ્વાસ રોકીને વિવાનના શબ્દે-શબ્દને ઝીલી રહ્યા હતા.

'જોતજોતામાં તો પહાડ મીણની માફક પીગળવા માંડ્યો. અગસ્ત્યની વીણામાં એ શક્તિ હતી કે તેમણે પહાડને ધ્વસ્ત કરવાને બદલે સીધેસીધો પ્રવાહીમાં બદલાવી નાંખ્યો!' વિવાન એક ઉત્તમ વાર્તાકારની માફક જણાવી રહ્યો હતો, 'આ દૃશ્ય જોઈને રાવણ તેના દાદા મહર્ષિ અગસ્ત્યના ચરણોમાં પડી ગયો. પહાડ પીગળવાનું આ રહસ્ય હવે તે કોઈપણ ભોગે જાણવા માંગતો હતો... તેની આજીજીને માન આપીને અગસ્ત્ય મુનિએ રાવણને પોતાની વીણાનું રહસ્ય પણ પ્રદાન કર્યું.'

'... એક મિનિટ!' અજય ડોભાલના કપાળ ઉપર પરસેવો નીતરી આવ્યો, 'રાષ્ટ્રપતિ ભવનમાં બનેલી ઘટના અને આ કથાના વર્ણન વચ્ચે એક જ નોંધપાત્ર તફાવત છે. કથામાં લોકો નહીં, પહાડ પીગળ્યો... અને દિલ્હીમાં પદ્મપુરસ્કૃતોનાં અંગો! તો એનો મતલબ એમ કે...'

અજયના અધૂરા મુકાયેલા વિધાનને અમિતે ઝીલ્યું, 'રાષ્ટ્રપતિ ભવનમાં જે ઇન્ફ્રાસાઉન્ડ-વેપનનો ઉપયોગ થયો છે, એનો જ ઉપયોગ મહર્ષિ અગસ્ત્યએ પહાડ પીગળાવવા માટે કર્યો હતો?'

'એક્ઝેટલી!' વિવાને ચપટી વગાડતાં કહ્યું, 'અગસ્ત્યની મુનિની વીણા જે તાર વડે નિર્માણ પામી હતી, એ કોઈ ધાતુ નહોતી!'

'શું?' અમિતનું જડબું તંગ થયું.

'એ તાર વાસ્તવમાં સિંહયાઝી નામના એક લુપ્ત થઈ ચૂકેલા મહાકાય પ્રાણીની ધોરી નસને કાપીને બનાવવામાં આવી હતી.' વિવાન મૂળ રહસ્ય છતું કરવાની તૈયારીમાં હતો, 'અમુક ચોક્કસ રીતે જ્યારે તેનો ઉપયોગ કરવામાં આવે, ત્યારે તેમાંથી ઉત્સર્જન પામતાં ઈન્ફ્રાસાઉન્ડ તરંગો વડે સજીવ અને નિર્જીવ બંને પદાર્થોને મીણની માફક પીગળાવી શકાય!'

'રાવણે પોતાના જીવનકાળ દરમિયાન અગસ્ત્ય મુનિ અર્પિત વીણાનો ઉપયોગ કર્યો હોવાનું વર્ણન મળે છે ખરું?' અજય ડોભાલે એક નેણ ઊંચો કર્યો.

'અહીંથી શરૂ થાય છે, અગસ્ત્ય મૂર્તિનું બીજું રહસ્ય!' વિવાને તાણાવાણા જોડ્યા, 'પ્રતિમાની પીઠ પાછળ આલેખવામાં આવેલી તકતીમાં રામાયણના એ ગર્ભિત અધ્યાયનું વર્ણન થયું છે, જેની જાણ સંસારને આજ સુધી ક્યારેય નથી થઈ!'

'શું છે એ અધ્યાય?' અમિતને હવે કીડીઓ ચડવા માંડી હતી.

'રામાયણનો આઠમો અધ્યાય અર્થાત્ અષ્ટમ્-કાંડ, જેને ત્રેતાયુગના અંત સમયે જ સમુદ્રમાં પધરાવી દેવામાં આવ્યો હતો!' વિવાનના હોઠ વંકાયા.

વર્તમાન દિવસ

કોઇમ્બતૂર

ભૈરવી માની કુટિરમાં અશ્વત્થામા, પરશુરામ અને હનુમાન પોતપોતાના આસન ઉપર બિરાજમાન હતા. ભૈરવી મા, સાધ્વી મા અને રિયા સોફા ઉપર તથા મનસ્વી જમીન ઉપર લાલ આસન પાથરીને નમસ્કાર મુદ્રામાં બેઠી હતી.

એમના વચ્ચે ચાલી રહેલી ચર્ચા એક પછી એક રહસ્યો ઉજાગર કરી રહી હતી.

મનસ્વીએ સંપૂર્ણ ભક્તિભાવ સાથે હનુમાનને પ્રશ્ન કર્યો, 'હે મહાવીર, આપની સઘળી સ્મૃતિઓ શા માટે છીનવી લેવામાં આવી હતી? ત્રેતાયુગના અંતિમ દિવસોમાં એવું તે શું બન્યું હતું, જેના કારણે આપની શક્તિઓ તથા સિદ્ધિઓને સીમારેખામાં બાંધી દેવામાં આવી?'

હનુમાને એ પીડાદાયક દિવસ યાદ કર્યો, જ્યારે શ્રીરામે એક નિશ્ચિતકાળ માટે એમની તમામ સ્મૃતિઓ છીનવી લીધી હતી...

ઈસુપૂર્વે ૫૫૭૭

અયોધ્યા

... એ ક્ષણ આવી પહોંચી હતી, જેની જગતને સૌથી વધુ પ્રતીક્ષા હતી!

'હનુમાન, અહીંયાં પધારો...' રામે એમને પોતાની સમીપ બેસવા માટે આમંત્રણ આપ્યું.

અનાદિ-અનંત દેવાધિદેવના અગિયારમા રુદ્રાવતાર તત્કાળ શ્રીરામના સિંહાસન નજીક એમના ઘૂંટણ પાસે પલાંઠી વાળીને બેસી ગયા.

રામે એમના અશ્રુભીનાં દિવ્ય નેત્રો બીડ્યાં... ગાલ ઉપરથી આંસુની ધારા વહેવાની શરૂ થઈ. એમનું ચિત્ત આક્રંદ કરી રહ્યું હતું, પરંતુ સૃષ્ટિની સુખાકારી માટે એમણે હનુમાનને પોતાનાથી અળગા કરવા આવશ્યક હતા.

સ્વયં મહાવિષ્ણુ જાણે મહાદેવ શિવશંભુની અર્ચના કરતા હોય એ રીતે શ્રીરામે હોઠ ફફડાવ્યા,

'હે સંહારકર્તા મહેશ, આપના અંશાવતાર હનુમાનને હું અમરત્વ પ્રદાન કરું છું. માયાના બંધનમાં જકડાયેલા વિશ્વના સર્વે જીવોના ઉદ્ધાર માટે હું મારા હાથો વડે એક પાપ કરવા જઈ રહ્યો છું. આશા રાખું છું કે આપ મને ક્ષમા કરશો...'

હનુમાનના મુખ પર આશ્ચર્યમિશ્રિત ભાવ તરવરી ઊઠ્યા.

એક ક્ષણનો પણ વિલંબ કર્યા વગર શ્રીરામે પોતાના જમણા હાથનો અંગુઠો હનુમાનના લલાટની બરાબર મધ્યમાં મૂકીને શક્તિપાત કર્યો. એમના મુખેથી સર્વપ્રથમ વખત એક એવો મંત્ર સ્ફુર્યો, જેનાથી ભવિષ્યની અસંખ્ય પેઢીઓ હનુમાનનું આહ્વાન કરી શકવા સક્ષમ બનવાની હતી...

ॐ आञ्जनेयाय विद्महे वायुपुत्राय धीमहि

तन्नो हनुमत् प्रचोदयात् ॥

મહાવિષ્ણુના પૂર્ણાવતાર મર્યાદા પુરુષોત્તમ શ્રીરામે પોતાના સમગ્ર જીવન દરમિયાન ક્યારેય નવા મંત્રો સર્જ્યા નહોતા, પરંતુ હનુમાનને અમરત્વ આપવા માટે એમણે આજે એ પરંપરાનું ખંડન કરીને સમષ્ટિને હનુમાન ગાયત્રી મંત્ર પ્રદાન કર્યો!

હનુમાન રામના તેજથી અંજાઈ ગયા.

દશરથનંદન રાજીવલોચનનાં સાતેય ચક્રો - મૂલાધાર, સ્વાધિષ્ઠાન, અનાહત, મણિપુર, વિશુદ્ધિ, આજ્ઞા અને સહસ્રાર - જાગૃત થઈ ગયાં હતાં. એમની આસપાસ એક તેજોમય પ્રકાશપુંજ ધરાવતું આભામંડળ વીંટળાઈ ચૂક્યું હતું.

... અને એકાએક, રામના વિશાળ ભાલ પરથી એમની પવિત્ર ઊર્જા ધરાવતું પ્રચંડ શક્તિપુંજ સ્ફુર્યું અને હનુમાનના આજ્ઞાચક્રમાં સમાહિત થવા માંડ્યું.

સમસ્ત સૃષ્ટિમાં શંખનાદ ગુંજી ઊઠ્યો.

હરિ અને હરનાં દિવ્યસ્વરૂપોની ઊર્જા આજે એકમેક સાથે ચિરકાળ માટે એકાકાર થઈ રહી હતી. વૈકુંઠગમન કરતાં પહેલાં શ્રીરામ પોતાની સમસ્ત ઊર્જા હનુમાનને અર્પણ કરી દેવા માંગતા હતા.

ઊર્જાબિંબ જ્યારે હનુમાનની બે ભ્રુકૂટિઓ વચ્ચે સમાઈ રહ્યું હતું, ત્યારે રામ પુનઃ એક વખત મહાદેવની ભક્તિમાં વિલીન થઈ ગયા,

कर्पूरगौरं करुणावतारं संसारसारं भुजगेन्द्रहारम् ।

सदा बसन्तं हृदयारविन्दे भवं भवानीसहितं नमामि ॥

પ્રકૃતિના પ્રત્યેક કણમાં મહાદેવ અને મહાવિષ્ણુની ઊર્જાઓના આ અભૂતપૂર્વ-અલૌકિક-અવિશ્વસનીય સંગમનો ઉમળકો વ્યાપી ગયો.

હનુમાન આ ક્ષણથી ચિરંજીવી બની ચૂક્યા હતા. એમણે કશુંક કહેવા માટે મોં ઉઘાડવાનો પ્રયાસ કર્યો, પરંતુ અજ્ઞાત કારણોસર એ શક્ય ન બન્યું.

શ્રીરામે ગળગળા થતાં કહ્યું,

'પુત્ર, સમસ્ત જીવન તેં મારી અપાર સેવા કરી છે... સમય આવી ગયો છે કે હું તારી રજા લઉં! હું જાણું છું કે તું મને રાજીખુશીથી સંસારનો ત્યાગ કરવાની મંજૂરી ક્યારેય નહીં આપે. પરિણામે, મારા દ્વારા એક પાપકર્મ થઈ રહ્યું છે... થઈ શકે તો મને ક્ષમા આપજે.

હે પવનપુત્ર હનુમાન, આજથી... આ ક્ષણથી... હું તમારી સમસ્ત સ્મૃતિઓ છીનવી રહ્યો છું. લંકાનો સમુદ્ર લાંઘતી વેળા જે દશરથનંદને તમને તમારી અપાર સિદ્ધિઓ અને શક્તિઓનું સ્મરણ કરાવ્યું હતું, એ જ રામ અત્યારે તમારા દૈહિક શરીરમાંથી સમસ્ત સિદ્ધિઓ પરત ખેંચી રહ્યા છે!

આ ક્ષણથી જ તમારો દેહ પુનઃ એક સામાન્ય વાનર સમાન દુન્યવી બની જશે. મારી સાથે પસાર કરેલો સમય તમને સ્મરણમાં નહીં રહે. તમારું ભૌતિક શરીર અજર અને અમર હોવાને કારણે ઉંમર અને કાળ એના ઉપર બિલકુલ અસરકર્તા નહીં હોય. તદુપરાંત, સૃષ્ટિને આપની દિવ્યતા અને ઈશ્વરત્વનો લાભ સદાય પ્રાપ્ત થતો રહે એ સુનિશ્ચિત કરવું મારું ઉત્તરદાયિત્વ છે...'

હનુમાન આઘાતમાં સરી પડ્યા. ભગવાન રામનો હાથ હજુ પણ એમના લલાટ ઉપર વિદ્યમાન હતો. ફળસ્વરૂપે, તેઓ હલનચલન નહોતા કરી શકતા. એમનાં નેત્રોમાંથી વહેતાં અશ્રુ એટલી તીવ્રતા અને ગતિ સાથે વહી રહ્યાં હતાં કે સમસ્ત અયોધ્યાનગરી આજે એમાં તણાઈ જવાની હતી! પોતાના સ્વામીથી વિખૂટા પડવાનો વિચારમાત્ર એમને હચમચાવી દેતો હતો.

હનુમાનનું અસ્તિત્વ શ્રીરામ સાથે એટલી હદે ગૂંથાઈ ચૂક્યું હતું કે તેઓ પ્રભુના વૈકુંઠગમનને કોઈ કાળે સ્વીકારી શકે એમ નહોતા.

'હા, મને જ્ઞાત છે કે તમે આ વાસ્તવિકતાનો સ્વીકાર કદાપિ નહીં કરી શકો.'

ભગવાન રામે આર્તનાદે કહ્યું,

'આથી જ તમારી સ્મૃતિઓ છીનવી રહ્યો છું, જેથી અમરત્વનું

વરદાન કદાપિ શાપ ન બને! મોટાભાગનો સમય તમે નિદ્રાદેવીને આધીન રહેશો... દિવસમાં માત્ર એક વખત ભોજન કરવા હેતુ તમે જાગૃત થશો.

મારું વરદાન છે કે સુષુપ્ત અવસ્થામાં તમારું આત્મિક શરીર સ્વેચ્છાએ સૃષ્ટિમાં કોઈપણ સ્થાન ઉપર વિચરણ કરી શકશે. ભક્તોના કલ્યાણહેતુ તમે સદૈવ કાર્યરત રહેશો. તમારી દિવ્યચેતના મુક્તપણે સંસારીઓનું ભલું કરશે, પરંતુ નિદ્રામાંથી બહાર આવતાંની સાથે જ તમે પુનઃ વાનરરૂપમાં પરિવર્તિત થઈ જશો.

સંસારમાં જ્યાં સુધી રામ-નામ લેવાતું રહેશે, ત્યાં સુધી આ ધરતી ઉપર આપ ચિરંજીવી બનીને રહેશો.'

'આવો અભિશાપ કેમ, પ્રભુ? રામવિહોણી દુનિયામાં હું કેવી રીતે જીવી શકીશ?' હનુમાનનું અંતર કાળો કલ્પાંત કરી રહ્યું હતું.

'કળિયુગના અંત સમયે હું પુનર્વતાર લઈશ, હનુમાન!

મારા અંતિમ કલ્કી અવતારના આગમનની સાથે તમારી સ્મૃતિઓ પરત ફરશે, પરંતુ જેવી રીતે સીતા વિના રામ અપૂર્ણ છે એવી જ રીતે કલ્કીના અર્ધાંગિની વિના સ્વયં વિષ્ણુઅવતાર અધૂરો હશે!

કળિયુગમાં એક દિવસ એવો આવશે, જ્યારે સ્વયં મહાલક્ષ્મી તમારી સામે પૂર્ણરૂપે પ્રગટ થશે. જે પ્રકારે અશોકવાટિકામાં તમે દેવી સીતાને મારી મુદ્રિકા અર્પણ કરી હતી, એ જ રીતે કળિયુગમાં સ્વયં મહાલક્ષ્મીસ્વરૂપા સ્ત્રી તમને જાગૃત કરવા માટે મારી વીંટીનો ઉપયોગ કરશે... અને તત્ક્ષણ તમારી વિસ્મૃતિઓ દૂર થશે! હું તમને આશ્વસ્ત કરું છું કે મહાલક્ષ્મીના પ્રાદુર્ભાવની સાથે તમારી સઘળી સિદ્ધિઓ અને નિધિઓ પણ પરત ફરશે.

કળિયુગનું અંતિમ મહાયુદ્ધ આજ સુધીનું સૌથી વિકટ, ભયાવહ અને વિધ્વંસક યુદ્ધ પુરવાર થવાનું છે, હનુમાન! ભયંકર નરસંહાર

સૌની પ્રતીક્ષા કરી રહ્યો છે... અને એવા સમયે, તમે અને મહાપરાક્રમી પરશુરામ મારા પૂર્ણાવતાર કલ્કીના ગુરુપદ ઉપર સ્થાપિત થશો.

આર્યાવર્તની લુપ્ત થઈ ચૂકેલી તમામ મહાવિદ્યાઓ પુનઃ આ ધરતી ઉપર ધબકવા માંડશે. તમામ ગુપ્ત-સાધનાઓનું પુનઃ પ્રાગટ્ય થશે... સનાતન ધર્મની મહાન ધરોહર પરત લાવવાનું ભગીરથ પુણ્યકાર્ય આપના હસ્તે થશે!

શુભમ્ ભવતુ!'

... બીજી જ ક્ષણે, હનુમાન મૂર્છિત થઈને ઊંડી નિદ્રામાં સરી પડ્યા. શ્રીરામે અત્યંત વહાલપૂર્વક એમનું માથું પોતાના ખોળામાં મૂકી દીધું. એક પ્રહર સુધી તેઓ ધ્રૂજતા હાથે એમનું મસ્તક પસવારતા રહ્યા.

શ્રીરામને પોતાને પણ જાણ નહોતી કે આવી અદ્‌ભુત ક્ષણ તેઓ ફરી માણી શકશે કે નહીં! કલ્કીના આગમનનો આધાર એ એક ક્ષણ ઉપર ટકેલો હતો, જેનું ભવિષ્ય ભાખી શકવા સ્વયં ત્રિદેવ પણ સક્ષમ નહોતા...

૯૬

ત્રેતાયુગ
અયોધ્યા

આખું નગર આજે એમના પ્રભુના આગમનને વધાવવા માટે એકત્ર થયું હતું. નગરદ્વાર અયોધ્યાના રહેવાસીઓથી હકડેઠઠ હતું. ૧૪ વર્ષના લાંબા વનવાસ પશ્ચાત્ એમને અયોધ્યાનાથનાં દર્શન થવાનાં હતાં. જે ક્ષણની સૌએ કાગડોળે પ્રતીક્ષા કરી હતી, એ આવી પહોંચી હતી.

નગરને સુગંધી પુષ્પોથી શણગારવામાં આવ્યું હતું. મહેલમાં પ્રજાજનો માટે જાતભાતનાં વ્યંજનો સાથેના છપ્પનભોગ રંધાઈ રહ્યા હતા. અમાસની રાત હોવા છતાં અયોધ્યા નગરીમાં પૂરાં ૧૪ વર્ષો પછી સૂર્યોદય થયો હોય એવું વાતાવરણ હતું. ઘર ઘર દીપ પ્રગટાવવામાં આવ્યા હતા. રંગબેરંગી રંગોળીઓ સાથે અયોધ્યાનું પ્રત્યેક આંગણું ઝળહળી રહ્યું હતું. સર્વત્ર ઉમંગ અને ઉલ્લાસ છવાયેલો હતો.

લોકોના હોઠ પરથી એક જ મહામંત્ર વહી રહ્યો હતો...

राम राम जय राजा राम

राम राम जय सीता राम ।

राम राम जय राजा राम

राम राम जय सीता राम ॥

શ્રીરામ, લક્ષ્મણ અને જાનકીની પધરામણીની તૈયારીઓમાં કોઈ કચાશ ન રહી જાય, એ માટે ભરત, શત્રુઘ્ન સહિત પરિવારના તમામ સભ્યો રાત-દિવસ એક કરી ચૂક્યા હતાં. બીજી બાજુ, માતા કૈકેયી પશ્ચાત્તાપની અગ્નિમાં સળગી રહ્યાં હતાં. કયા કાળચોઘડિયે એમણે રાજા દશરથ પાસે રામને વનમાં મોકલવાનું વચન માંગ્યું, એ એમને આજે પણ નહોતું સમજાઈ રહ્યું.

દોઢ દાયકા પછી પણ તેઓ પોતાને માફ નહોતાં કરી શક્યાં. પરિણામસ્વરૂપ, આજે શ્રીરામને સાષ્ટાંગ દંડવત્ પ્રણામ કરી ક્ષમા માંગવા માટે તેઓ તલપાપડ હતાં. રામ, સીતા અને લક્ષ્મણને જે દંડ યોગ્ય જણાય તે સસ્મિત વદન સાથે સ્વીકારી, તેઓ પોતાનું શેષ જીવન મહેલની સુખ-સુવિધાઓથી દૂર વનમાં પસાર કરવા માંગતાં હતાં.

પાછલાં ૧૪ વર્ષોથી કૈકેયી મા મહેલમાં રહેતાં હોવા છતાં રાણી તરીકેનો એક પણ અધિકાર એમણે ભોગવ્યો નહોતો. પોતાના કક્ષમાં ઘાસની પથારી ઉપર ઓશિકાં વગર તેઓ સૂતાં. ઠંડીની ઋતુમાં પણ એમનો દેહ થથરતો. આમ છતાં, કર્મનો ભાર હળવો કરવા માટે તેઓ અગવડ અને બીમારી વેઠ્યે રાખતાં. પોતાની જાતને એમણે મહેલની ચાર દીવાલો વચ્ચે કેદ કરી દીધી હતી.

આટલાં વર્ષોમાં એક પણ રાત એવી નહીં વીતી હોય, જ્યારે એમને પોતાના વેણ ઉપર પસ્તાવો ન થયો હોય! આખી રાત એમની આંખોમાંથી નિરંતર અશ્રુધારા વહ્યા રાખતી. ખાવા-પીવાની સૂધબૂધ અને રાણી તરીકેના ઠાઠમાઠ તેઓ સંપૂર્ણતઃ વીસરી ચૂક્યાં હતાં. નિદ્રાદેવી પણ એમનાથી રિસાઈને સ્વલોકગમન કરી ચૂકી હતી. તંદ્રાવસ્થામાં એમના હોઠ કશુંક બબડ્યા રાખતાં.

આખો દિવસ પૂજાકક્ષમાં બેસીને તેઓ એક જ ધૂન ગણગણ્યે રાખતાં...

श्री रामचन्द्र कृपालु भजुमन

हरण भवभय दारुणं ।

માતા કૌશલ્યા અને માતા સુમિત્રાએ વર્ષો પહેલાં એમને ક્ષમા આપી દીધી હોવા છતાં તેઓ ક્ષણ-પ્રતિક્ષણ વધુ ને વધુ શોકમાં ગરકાવ થતાં જતાં હતાં. આજના શુભ દિવસે કૌશલ્યા માતા પ્રેમાગ્રહપૂર્વક એમને જાજરમાન

વસ્ત્રાભૂષણ તથા અલંકારો પહેરાવીને મહેલની બહાર લાવ્યાં હતાં. રામ જ્યારે અયોધ્યા પધારે, ત્યારે કૈકેયી માતાને આ પ્રકારે વિલાપ કરતાં ભાળીને તેઓ કેટલા દુઃખી થશે એની જાણ કૌશલ્યાને ભલીભાંતિ હતી. સામે પક્ષે, કૈકેયી છેલ્લી વખત શૃંગાર કરીને હંમેશાં માટે રાજમહેલનો ત્યાગ કરવા માટે તત્પર હતાં.

નગરના ભવ્ય લોહદ્વાર પર આસોપાલવના તોરણ શોભી રહ્યાં હતાં. શ્રીરામના પ્રવેશ માટે સાચાં મોતીની કિનારીઓ ધરાવતી લાલ જાજમ પાથરવામાં આવી હતી. રાજપરિવાર અને નગરજન સૌ દૂધમાં સાકર ભળે, એ રીતે એકરસ થઈને એમના રાજા રામની પ્રતીક્ષા કરી રહ્યાં હતાં. નર્તકોના પગ આખરે કેટલાંય વર્ષો પશ્ચાત્ થીરકવા આતુર હતા... સંગીતજ્ઞોના સ્વર અને વાદ્યોમાં તાલ-લયની પુનઃવાપસી થઈ રહી હતી... સમસ્ત સૃષ્ટિ રામ, સીતા અને લક્ષ્મણના અયોધ્યાપ્રવેશથી પુલકિત થવા થનગની રહી હતી.

... અને, દૂરથી એક સોનેરી રથ નગર ભણી આવતો દેખાયો. એકસામટા સહસ્ર સૂર્યોનું તેજ અયોધ્યા તરફ આગળ ધપી રહ્યું હોય, એવું ભવ્ય એ દૃશ્ય હતું. સૌથી આગળ રામ-સીતાનો રથ અને એની બંને બાજુ લક્ષ્મણ તથા હનુમાનના રથ ગતિમાન હતા.

શ્રીરામના ઉન્નત લલાટ ઉપર લાલ તિલક સોહામણું ભાસી રહ્યું હતું. એમના ખભા સુધી લહેરાતા કેશ એટલે જાણે સૂરજ અને ચંદ્રનાં કિરણો! કંચનરૂપી કાયા ઉપર દેદીપ્યમાન વસ્ત્રોની ભવ્યતાનું તો શું કહેવું? હીરા-મોતી, નીલમ અને માણેક નહીં પરંતુ બ્રહ્માંડની આકાશગંગાઓમાંથી ખરી પડેલા તારા જ એમનાં આભૂષણો ઉપર જડવામાં આવ્યાં હતાં. બાવડાં પર સુશોભિત બાજુબંધ એટલે જાણે શનિનાં દિવ્ય વલયો! સહસ્રાબ્દીઓમાં માત્ર એક વખત સર્જન પામતાં છીપલાંનાં સફેદ મોતી એમના કાનના કુંડળ તરીકે શોભાયમાન હતાં. એમના ઉજ્જ્વળ નેત્રોમાં ડોકાતું ગાંભીર્ય અસંખ્ય વિશ્વોના સર્જન અને વિનાશનું દ્યોતક હતું.

એમની પાછળ વાનરસેના પણ ઉજવણી કરતી કરતી પગપાળા આવી રહી હતી. એમના સ્વામીની નગરીને સર્વપ્રથમ વખત નિહાળી રહ્યાની ખુશી સૌના મુખ પર સ્પષ્ટપણે જોવા મળતી હતી.

રામ, લક્ષ્મણ, સીતા અને હનુમાને હાથ જોડીને એમનું સ્વાગત કરવા આવેલાં સૌ નગરવાસી અને રાજકુટુંબના સભ્યોને વંદન કર્યાં.

શ્રીરામનું ઈશ્વરત્વ જોઈને નગરજનના હોઠ પરથી આપોઆપ એમના માટેની સ્તુતિ સ્ફુરી ઊઠી –

शिर मुकुट कुंडल तिलक
चारु उदारु अङ्ग विभूषणं ।
नव कंज लोचन कंज मुख
कर कंज पद कंजारुणं ॥

નર્તકો ભાવવિભોર થઈને ગંધર્વોની માફક નૃત્ય કરવા લાગ્યા. નગરજનોની આંખોમાંથી આંસુની અસ્ખલિત ધારા વહેવાની શરૂ થઈ ગઈ. પામર આત્માનું પરમ આત્મા સાથેનું મિલન હતું આ! શ્રીરામની સાથોસાથ નગરજનોના વિરહરૂપી વનવાસનો પણ આજે અંત આવ્યો હતો.

નગરદ્વારથી વીસેક ડગલાંના અંતરે રથ થોભ્યો. સર્વપ્રથમ શ્રીરામ એમાંથી નીચે ઊતર્યા અને તત્પશ્ચાત્ એમણે દેવી સીતાને ટેકો આપીને નીચે ઉતાર્યાં.

સીતાના ચરણકમળ જેવાં ધરતી ઉપર પડ્યાં કે વર્ષોથી સૂની ધરતી નવપલ્લવિત થઈ ઊઠી. તેઓ ખરા અર્થમાં ભૂમિજા હતાં! વિલાપ અને વ્યથાથી દુષ્કાળગ્રસ્ત જમીન પર આનંદરૂપી ઊર્મિછાંટણાં થયાં! સર્વત્ર કમળની અદ્ભુત સુવાસ પ્રસરી ગઈ, જેણે સૌના નાકને તરબતર કરી દીધું. અગ્નિથી પણ વધુ પવિત્ર એવાં આ સન્નારીએ સતીત્વના અનેરા માપદંડ સૃષ્ટિને આપ્યા હતા.

દેવી લક્ષ્મીના સ્વર્ણવર્ણી દેહમાંથી સ્ફુરી રહેલા પ્રકાશની માફક દેવી સીતા આજે સ્વયંપ્રભા બની ચૂક્યાં હતાં. સૂર્ય અને ચંદ્ર પણ એમના તેજથી પ્રકાશિત હતાં. કમળની પાંદડી સમાન સુંવાળા હોઠ જ જાણે ગુલાબી રંગને વ્યાખ્યાયિત કરી રહ્યાં હતાં! એમની પવિત્ર આભાથી સૌ કોઈ અંજાઈ ગયાં.

તેઓ અનાયાસે જ પદ્મિનીસ્વરૂપા વિષ્ણુપ્રિયા સીતા સમક્ષ નતમસ્તક થઈ ગયા...

सिद्धलक्ष्मीः मोक्षलक्ष्मीः जयलक्ष्मीः सरस्वती ।
श्रीलक्ष्मीः वरलक्ष्मीश्च प्रसन्ना मम सर्वदा ॥
श्री महालक्ष्म्यै च विद्महे विष्णुपत्नीं च धीमहि ।
तन्नो लक्ष्मीः प्रचोदयात् ॥

સાક્ષાત્ મહાવિષ્ણુ અને મહાલક્ષ્મી અમાસની કાળીડિબાંગ રાતે પોતાની સાથે શરદપૂર્ણિમાના ચંદ્ર સમાન આહ્લાદક શીતળ તેજ લઈને અયોધ્યા પરત

ફર્યાં હતાં! આવનારા યુગો આ રાત્રિને દીપાવલીના શુભ પર્વ તરીકે ઊજવશે, એવી એ સમયે કોઈને ક્યાં જાણ હતી!

'પ્રણિપાત, માતા!' રામ-લક્ષ્મણ અને સીતાએ સર્વપ્રથમ કૌશલ્યા અને સુમિત્રાના ચરણસ્પર્શ કરવાને બદલે માતા કૈકેયીના આશીર્વાદ લીધા.

કૈકેયી માતાનાં ડૂસકાં અટકવાનું નામ નહોતાં લઈ રહ્યાં. તેમણે બે હાથ જોડ્યા. ધ્રૂજતા હોઠ અને આંસુથી ખરડાયેલા ગાલ સાથે તેઓ એટલું જ બોલી શક્યા, 'હું પાપી છું... અપરાધી છું...'

તેઓ વધુ કશું કહેવા જાય, એ પૂર્વે જ રામે એમના હોઠ આડે હથેળી ધરી દીધી, 'આવું ન બોલો, મા! આપનું સ્થાન અમારી સગી જનેતા કરતાં પણ ઊંચું છે, કારણ કે ત્રેતાયુગના વિધિચક્રની પૂર્ણાહુતિ આપના વગર શક્ય નહોતી. સમષ્ટિને દશાનન રાવણ જેવા મહા-અસુરના ત્રાસમાંથી મુક્ત કરાવવા માટે આ વનવાસ અત્યંત આવશ્યક હતો.'

'પરંતુ પુત્ર, ભવિષ્યની પેઢીઓ મારી ગણતરી એક મહાસ્વાર્થી અને દુષ્ટા તરીકે...'

'એવું કદાપિ નહીં થાય, માતે!' દેવી સીતાએ મધુર સ્વરે કહ્યું, 'આપ આશ્વસ્ત રહો. આ જગત આપને સદાય એક પ્રેમાળ માતા તરીકે ઓળખશે. હું વચન આપું છું કે, પિતા દશરથ પાસે આપે માંગેલાં બે વચનોને રાવણના વધ હેતુ નિર્માણ પામેલા કારકબળ તરીકે ધ્યાનમાં લેવાશે.'

... આ વિધાન સાંભળીને માતા કૌશલ્યા, માતા સુમિત્રા, ભરત અને શત્રુઘ્ન સહિત સૌ કોઈ ભાવુક થઈ ગયાં.

કુટુંબીજન અને સૌ નગરવાસીઓનાં નમન ઝીલ્યા પછી નગરીમાં અંદર પ્રવેશવાની વેળા આવી પહોંચી, એ સમયે શ્રીરામના ચરણ એકાએક આગળ વધતા અટકી ગયા.

મર્યાદા પુરુષોત્તમે પીઠ ફેરવીને પાછળની દિશામાં દૃષ્ટિપાત કર્યો.

અયોધ્યાવાસીથી થોડે છેટે ઊભા રહીને અયોધ્યાનરેશનાં દર્શન કરી રહેલા કિન્નરો સામે એમણે સ્નેહભર્યું સ્મિત આપ્યું. કથિત શિષ્ટ-સમાજથી

ચોક્કસ અંતર રાખીને અર્ધનારેશ્વર કિન્નરોએ પણ મનોમન શ્રીરામ સમક્ષ મસ્તક ઝુકાવ્યાં. એમના સ્વામીની એક પ્રેમાળ દૃષ્ટિમાત્રથી જ તેઓને પોતાનું જીવન સાર્થક થયાની અનુભૂતિ થઈ.

દશરથનંદને એમની તરફ ડગ માંડ્યા. સૌને આશ્ચર્ય થયું કે અયોધ્યાપતિ રામ કિન્નરસમાજ પાસે શા માટે જઈ રહ્યા છે!

ઘણી શતાબ્દીઓથી કિન્નરોનાં રહેઠાણ સભ્ય-સમાજની વચ્ચે નહીં, પરંતુ નગરીની બહાર ચણવામાં આવતાં હતાં. પ્રસંગોપાત્ત એમને આશિષ ગ્રહણ કરવા માટે નોતરું મોકલવામાં આવતું, પરંતુ એ સિવાય એમની સાથે અછૂત જેવો વ્યવહાર કરવામાં આવી રહ્યો હતો. સામે પક્ષે, કિન્નર સમાજે પણ આ વાસ્તવિકતાને પચાવી લીધી હતી. તેઓ લેશમાત્ર ફરિયાદ વગર સૌને એકસમાન પ્રેમ આપતાં, ખોબલે-ખોબલે આશીર્વાદ આપતાં!

કૌશલ્યાપુત્ર રામે કિન્નરોના મહામંડલેશ્વર પાસે જઈને હાથ જોડ્યા, 'હે માતા... મારા પૂર્વજ ઇક્ષ્વાકુના ત્રીજા પુત્ર દંડક દ્વારા એરાવણી માતા સાથે જે દુષ્કૃત્ય આચરવામાં આવ્યું હતું, એ બદલ હું ક્ષમાપ્રાર્થી છું.'

'હે પ્રભુ...' મહામંડલેશ્વરના મુખમાંથી સિસકારો નીકળી ગયો, 'આવું બોલીને અમને પાપમાં ન નાંખો. અમે તો આપના ચરણોની ધૂળ પ્રાપ્ત કરવાને પણ લાયક ન કહેવાઈએ.'

'અસમાનતાના પૂરક સમા આ વિચારને હું આજથી જ રદ કરવાનો આદેશ આપું છું...' શ્રીરામે કહ્યું, 'મારા પૂર્વજે આચરેલાં પાપકર્મની હૃદયપૂર્વક ક્ષમા માંગીને હું આપને અયોધ્યાનગરીમાં રહેઠાણ બનાવવાનો ભાવભીનો આગ્રહ કરું છું, માતા! મનમાં કોઈ કટુભાવ રાખ્યા વિના આપ આબાલ-વૃદ્ધ સૌને હંમેશાં આશિષ જ આપો છો... આજે આપનો આ પુત્ર રાજસિંહાસન સંભાળતાં પહેલાં આશીર્વાદરૂપે આપના પ્રેમ અને સાથ-સહકારની માંગણી કરે છે. આજથી આ નગરમાં ઊંચ-નીચનો કોઈ તફાવત નહીં રહે... રામરાજ્યમાં લિંગભેદને પણ સ્થાન નથી! આવનારા સમયને સમાનતાનો સંદેશો આપવા માટે હું આપને રામરાજ્યમાં એકસમાન અધિકાર મેળવવા માટે આહ્વાન આપું છું.'

એટલું કહીને એમણે સંપૂર્ણ આદરભાવ સાથે મહામંડલેશ્વરને પોતાની આગળ ચાલવા માટે હાથ વડે સંકેત આપ્યો.

'દેવ...' મહામંડલેશ્વર સહિત સમસ્ત કિન્નર-સમાજની આંખો છલકાઈ ઊઠી, 'મારાથી આ કેવી રીતે...'

'સંતાનની હઠ તો સ્વયં ભગવાનને પણ સ્વીકારવી પડે છે, માતા!' રામે ગળગળા થતાં કહ્યું, 'ભૂતકાળમાં આપના સમાજ સાથે થયેલા દુર્વ્યવહારને ભરપાઈ કરવાનો આ એક જ માર્ગ મારી પાસે છે.'

મહામંડલેશ્વરના અંતરમાંથી રામ માટે આશીર્વાદ સ્ફૂરી ઊઠ્યા –

'આપ સાક્ષાત્ મહાવિષ્ણુ છો, સ્વામી...

સૃષ્ટિના અંતકાળ સુધી આપ યશસ્વી રહેશો... રામ-નામ લેવામાત્રથી જ લોકોનાં કષ્ટ દૂર થશે. આપનું દ્વિ-અક્ષરી નામ સ્વયં એક મહામંત્ર સમાન ઊર્જા બનીને ચિરકાળ સુધી અનંતાનંત બ્રહ્માંડમાં ગુંજતું રહેશે. જે માનવ આપના નામનું સ્મરણ કરશે, એને અવશ્ય વૈકુંઠ પ્રાપ્ત થશે...

કલ્યાણમસ્તુ.'

ભગવાન રામે મસ્તક નમાવીને એમને પ્રણામ કર્યા.

... અને એ રાતે, અયોધ્યાનગરીમાં કિન્નરસમાજના પુનરાગમન સાથે ત્રેતાયુગના એ કાલાતીત અધ્યાયના વિષચક્ર ઉપર અલ્પવિરામ મુકાયું.

૯૭

વર્તમાન દિવસ

શ્રીલંકા-ભારત હવાઈમાર્ગ

'**રામાયણના** એ આઠમા અધ્યાયમાં કુમારીકંદમના વિધ્વંસની ઘટના હનુમાન દ્વારા આલેખવામાં આવી હતી.' ઍરહૉસ્ટેસે પીરસેલી પનીર-સેન્ડવિચ ખાતાં ખાતાં વિવાને વાત આગળ ધપાવી.

'મારા બે પ્રશ્નો છે! કુમારીકંદમ એટલે એ જ પ્રદેશ, જે દ્વારકા નગરીની માફક સમુદ્રમાં ગરકાવ થઈ ગયો હતો અને વૈજ્ઞાનિકો આજે પણ તેને શોધવાનો પ્રયત્ન કરી રહ્યા છે? બીજું... રામાયણ તો આદિકવિ વાલ્મીકિ દ્વારા લખવામાં આવી હતી ને? તો પછી તમે હનુમાનનો ઉલ્લેખ કેમ કર્યો?' અમિત હજુ પણ એક પછી એક ખુલાસા પચાવવાની કોશિશમાં વ્યસ્ત હતો, 'આ તમામ ઘટનાઓના તાણાવાણા અગસ્ત્ય મૂર્તિ સાથે શી રીતે સંકળાયેલા છે?'

વિવાન મલક્યો, 'એવું કહેવાય છે કે સૃષ્ટિની સર્વપ્રથમ રામાયણ ઋષિ વાલ્મીકિ દ્વારા નહીં, પરંતુ પવનપુત્રના હસ્તે પાષાણલેખ સ્વરૂપે લખાઈ હતી, પરંતુ શ્રીરામને સ્વપ્રશસ્તિ મંજૂર ન હોવાથી એમણે પાષાણલેખોને સમુદ્રમાં

પધરાવી દેવાનો આદેશ આપ્યો. વાસ્તવિકતા થોડી અલગ હતી! હનુમાન દ્વારા પાષાણલેખમાં કુમારીકંદમના વિધ્વંસનું વર્ણન કરતો અધ્યાય - કંદમકાંડ - લખાયો હતો. શ્રીરામ નહોતા ઇચ્છતા કે પૌરાણિક કાળનું સૌથી શક્તિશાળી ઇન્ફ્રાસાઉન્ડ હથિયાર તૈયાર કરવાનો કીમિયો માનવજાતને મળે. આથી, કંદમકાંડના પાષાણલેખોને વરૂણદેવના ખોળે પધરાવી દેવામાં આવ્યા, પરંતુ આ રહસ્ય એટલી સરળતાથી સમષ્ટિમાંથી અદશ્ય થઈ જાય એમાંનું નહોતું.'

ફૉરેન્સિક તપાસમાં શા માટે મૃતકોના મૃત્યુ પાછળનું કારણ સરળતાથી ધ્યાનમાં નહોતું આવતું, એનો આભાસ અજય ડોભાલને વિવાનની વાત સાંભળીને થયો. જે કટિંગ-એજ ટેક્નોલૉજીનો ઉપયોગ ઇન્ફ્રાસાઉન્ડ-વેપન બનાવવામાં થયો હતો, એ નિશ્ચિત રૂપે ત્રેતાયુગીન પૌરાણિક અસ્ત્રનો એક અંશ હોવી જોઈએ!

'ઈસુપૂર્વે આઠમી સદી - લગભગ ૭૮૦-૭૦૯ BCE - માં મહાકવિ કાલિદાસને રામેશ્વરમ્‌ના દરિયાકિનારા નજીક એક પાષાણલેખ મળ્યો, જેમાં અતિપ્રાચીન ભાષામાં કશુંક લખાયેલું હતું. મેઘદૂતમ્ કાવ્યના આ રચયિતાએ ઘણા સમય સુધી તેને ઉકેલવાની મથામણ કરી. એમના ઉપર સ્વયં રૌદ્રિણી મહાકાળી માતાના આશીર્વાદ હતા. અંતે, એક દિવસ તેમણે દૈવીય સહાય થકી પાષાણલેખની ભાષા સમજી લીધી.' પ્રોફેસર સુભ્રતો દાસ દ્વારા ફોન ઉપર કહેવામાં આવેલું પ્રત્યેક વાક્ય વિવાનને મોઢે હતું, 'મહાકવિ કાલિદાસને પણ ત્યારે ઝાટકો લાગ્યો, જ્યારે એમને કુમારીકંદમના વિધ્વંસ પાછળની સચ્ચાઈની જાણ થઈ. તમને જાણીને આશ્ચર્ય થશે કે મૈસૂર મહેલમાંથી મળેલી અગસ્ત્ય મૂર્તિની પીઠ ઉપર જે પાષાણ-તકતી હતી, એ બીજું કંઈ નહીં પરંતુ હનુમાન દ્વારા લખવામાં આવેલો રામાયણનો રહસ્યમય અષ્ટમ્-અધ્યાય જ હતો!'

અમિતનું માથું ભમવા માંડ્યું.

'સિંહયાઝીની રક્તવાહિનીઓમાંથી બનાવવામાં આવેલી અગસ્ત્ય મુનિની વીણાનું રહસ્ય અને કુમારીકંદમના વિધ્વંસનું રહસ્ય એકબીજા સાથે કેટલી ગાઢ રીતે સંકળાયેલું છે, એ જણાવવા માટે જ મહાકવિ કાલિદાસે હનુમાનની પાષાણશિલાને અગસ્ત્ય મૂર્તિ સાથે સાંકળી લીધી હતી, જેથી ભવિષ્યમાં માનવજાતને જ્યારે આવશ્યકતા ઊભી થાય, ત્યારે ફક્ત સમજુ અને ચતુર માણસ જ ત્રેતાયુગના મહાવિધ્વંસક રહસ્યને ઉકેલી શકે!' વિવાને કહ્યું.

'તો પછી સવાલ એ થાય કે અગસ્ત્ય મૂર્તિ ટીપુ સુલતાન પાસે કઈ રીતે પહોંચી અને પોતાના સમયમાં તે હાથીઓને ઉન્મત્ત કરી હિંદુઓની કત્લેઆમ

મચાવવાની કળા ક્યાંથી શીખી આવ્યો?' અજય ડોભાલના મગજમાં પઝલના ટુકડા પોતપોતાની જગ્યાએ ગોઠવાતા જતા હતા.

'એવું કહેવાય છે કે ટીપુના સ્વપ્નમાં આવનારા મૌલવી સાહેબે - દૈત્યગુરુ શુક્રાચાર્ય - જ એને અગસ્ત્ય મૂર્તિ સુધી પહોંચાડ્યો હતો!' વિવાને જવાબ આપ્યો, 'ગઝવા-એ-હિન્દના મનસૂબા સાથે સમગ્ર ભારતમાં ઇસ્લામનો વાવટો ફરકાવવા નીકળી પડેલા ટીપુને ખ્યાલ આવી ગયો હતો કે હિંદુઓને સાફ કરવા હશે, તો એક મોટું પગલું ઉઠાવવું પડશે. શુક્રાચાર્યની મદદથી તેણે જ્યારે પાષાણશિલા ઉપર લખાયેલી ભાષાને ઉકેલી, ત્યારે તેને સમજાઈ ગયું કે ભારતને બરબાદ કરવા માટે ત્રેતાયુગનું એ મહાનતમ પૌરાણિક હથિયાર તેની પાસે હોવું આવશ્યક છે!'

'શું તું એ હથિયારની વાત કરે છે, જે તને શ્રીરંગપટ્ટનમ્ ખાતેના દરિયાદૌલત બાગમાંથી મળ્યું હતું?' અજય ડોભાલે ભવાં ચડાવ્યાં, '...જેનો ઉપયોગ તેં અમારી પાછળ હાથી દોડાવવામાં કર્યો હતો?'

વિવાનના ચહેરા પર અપરાધભાવ તરી આવ્યો, 'ચામુંડી ટેકરી ઉપર મેં આચરેલા ગુના માટે હું ફરી વખત તમારી માફી માગું છું, મિસ્ટર ડોભાલ! ત્યાંથી નાસી છૂટવા માટે મને એ વખતે બીજો કોઈ ઉપાય નહોતો સૂઝ્યો.'

તેણે હૃદયપૂર્વક માંગેલી માફીમાં અજય ડોભાલને સચ્ચાઈ દેખાઈ. નેશનલ સિક્યોરિટી એડ્વાઇઝરે હસીને આખી વાત ફગાવી દીધી, 'ઇટ્સ ઑકે!'

'એ રણશિંગુ વાસ્તવમાં ત્રેતાયુગમાં કુમારીકંદમ પ્રદેશમાં જોવા મળતાં પ્રાણી સિંહયાઝીના હાડકાંમાંથી બનાવવામાં આવ્યું હતું! જે ખરા અર્થમાં ઇન્ફ્રાસાઉન્ડ જનરેટ કરી શકવા સક્ષમ છે...' વિવાને ફોડ પાડ્યો, 'આ જ કારણોસર ટીપુ હાથીઓને ઇન્ફ્રાસાઉન્ડની મદદથી પાગલ કરી નાંખતો. ત્યાર બાદ તેમને દરિયાદૌલત બાગના મેદાનમાં કલાકો સુધી દોડાવીને હિંદુઓને કચડવાનો વિકૃત આનંદ ઉઠાવતો!'

'જો તેના હાથમાં ત્રેતાયુગનું આ હથિયાર લાગી ચૂક્યું હતું, તો પછી તે શ્રી અનંતપદ્મનાભસ્વામી મંદિર ઉપર હુમલો શા માટે કરવા માંગતો હતો?' અમિતે પૃચ્છા કરી.

'સિંહયાઝીનાં હાડકાંમાંથી બનાવવામાં આવેલું રણશિંગું તો ત્રેતાયુગના એ મહાનતમ પૌરાણિક હથિયારનુ અંશમાત્ર હતું!' વિવાનનો સ્વર ઘૂંટાયો, 'ટીપુને એ હકીકતનો ખ્યાલ હતો કે મૈસૂરમાં બેઠાં બેઠાં દૂરદૂરનાં રાજ્યોમાં

મોટાપાયે વિધ્વંસ કરવા માટે તેને મૂળ હથિયાર સુધી પહોંચવું જ પડશે, જે અનંતપદ્મનાભસ્વામી મંદિરના વૉલ્ટ-બીમાં સુરક્ષિત મૂકવામાં આવ્યું છે!'

'પ્લીઝ, હવે રહસ્યને વધારે ઘાટું ન બનાવ!' અજય ડોભાલના કપાળ ઉપર કરચલી વળી, 'શું છે એ રહસ્ય, જેના લીધે આજે આખા ભારતના કરોડો લોકોના પ્રાણ સંકટમાં છે?'

વિવાને ઊંડો શ્વાસ લઈને પોતાની જાતને તૈયાર કરી. તે જાણતો હતો કે ભારતીય સમાજ માટે આજ સુધી જે હથિયાર ફક્ત એક કપોળકલ્પના હતું, એને વૈજ્ઞાનિક દૃષ્ટિકોણથી સમજાવવું કેટલું મુશ્કેલ છે!

'રામાયણ અને મહાભારત - ત્રેતાયુગ અને દ્વાપરયુગ - બંનેમાં જેનો વારંવાર ઉપયોગ કરવામાં આવ્યો, એ મહાવિધ્વંસક હથિયાર છે... બ્રહ્માસ્ત્ર!

બ્રહ્માંડની સર્વોચ્ચ ઊર્જાઓને એક અસ્ત્રમાં સમાવી, કરોડો સૈનિકોની સેનાનો એકઝાટકે સફાયો બોલાવી દેવા માટે જેનું આહ્‌વાન કરવામાં આવતું હતું, એ પૌરાણિક બ્રહ્માસ્ત્રના જનક સ્વયં મહર્ષિ બ્રહ્મા છે! અને એટલે જ, શુક્રાચાર્યએ અર્જિત કરેલી આઠ મહાનતમ સિદ્ધિઓમાંની ત્રીજી સિદ્ધિ છે, બ્રહ્માસ્ત્ર!

આતંકવાદીઓ આજે જે અસ્ત્ર પ્રાપ્ત કરી, તેને કટિંગ-એજ ટેક્નોલૉજી તરીકે ઉપયોગમાં લઈ દુનિયાભરમાં હાહાકાર મચાવવા માંગે છે, એ છે બ્રહ્માસ્ત્ર! જો તેઓ સફળ રહ્યા, તો ભારત જ નહીં... પરંતુ સમસ્ત વિશ્વના બિનઇસ્લામિક દેશોના અબજો લોકો ઉપર પળવારમાં મોતની તલવાર ફરી વળશે.

સમગ્ર બ્રહ્માંડનું સર્જન જે દિવ્યઊર્જા વડે સંભવ બન્યું એ મહાશક્તિ જો પુનઃ જાગૃત થઈ તો મહાતાંડવ થશે, મૃત્યુનું... જેને સ્વયં અષ્ટચિરંજીવીઓ પણ રોકી નહીં શકે!'

વર્તમાન દિવસ

કોઇમ્બતૂર

નેત્રોમાં અતુલ્ય તેજ અને સ્વરમાં ગૌરવની ભાવના સાથે હનુમાને ખુલાસો કર્યો, 'એ કોઈ શસ્ત્ર નહીં, પરંતુ અસ્ત્ર છે... બ્રહ્માસ્ત્ર; જેના પ્રભાવથી આપ સૌ સારી પેઠે પરિચિત છો! પ્રત્યેક હિંદુ ધર્મગ્રંથોમાં જેનું વર્ણન જોવા મળે છે, એવા આર્યાવર્તના મહાવિધ્વંસક હથિયાર - બ્રહ્માસ્ત્ર - ને જાગૃત કરવાની વિધિ રામાયણના એ આઠમા અધ્યાય - કંદમકાંડ - માં આલેખાયેલી હતી, જેને છુપાવી રાખવા માટે પ્રભુ શ્રીરામે એ અધ્યાય સંબંધિત પાષાણલેખો સમુદ્રમાં પધરાવી દેવાનો આદેશ આપ્યો હતો.'

'પૌરાણિક કાળમાં બ્રહ્માસ્ત્રનું આહ્‌વાન અને પ્રતિરોધકતા ત્રણ પદ્ધતિ વડે થઈ શકતી... મંત્ર, તંત્ર અને યંત્ર!' પરશુરામે કાળની ગર્તામાં ખોવાઈ ગયેલા મહાજ્ઞાનને ઉજાગર કર્યું, 'શ્રીરામ અને રાવણ બંને મંત્ર વડે નહીં, પરંતુ તંત્ર તેમજ યંત્ર થકી બ્રહ્માસ્ત્ર જાગૃત કરી શકતા.'

'તો ભાવાર્થ એ છે કે બ્રહ્માસ્ત્ર વાસ્તવમાં એક ઇન્ફ્રાસાઉન્ડ-વેપન છે?' મનસ્વીએ પૂછ્યું.

'યથાર્થ વચન.' અશ્વત્થામાએ ધુરા સંભાળી, 'મેં મહાભારતના યુદ્ધમાં કુરુક્ષેત્રની ભૂમિ પર મંત્રની મદદથી બ્રહ્માસ્ત્રને આહ્‌વાન આપી, તેનો પ્રહાર ઉત્તરાના ગર્ભમાં ઊછરી રહેલાં પરીક્ષિત પર કરવાનું પાપકર્મ કર્યું હતું. બ્રહ્માસ્ત્રના મંત્ર, તંત્ર અને યંત્રની અસરકારકતા કેવી છે, એનું એક ઉદાહરણ આપું. જેવી રીતે આજે મિસાઇલને એક ચોક્કસ ટાર્ગેટ આપી અન્ય દેશના નિશ્ચિત સ્થળને ખેદાનમેદાન કરવું સંભવ છે, એવી રીતે બ્રહ્માસ્ત્રનું આહ્‌વાન કરી શકતો સાધક તેને પોતાના લક્ષ્ય ઉપર ત્રાટકવા માટે આદેશ આપી શકે છે. આ કારણોસર, બ્રહ્માસ્ત્ર જ્યારે ઉત્તરાના ભ્રૂણ ઉપર પ્રતાડિત થયું, ત્યારે પરીક્ષિત જ મૃત્યુ પામ્યો... તેની માતા કે અન્ય કોઈ નહીં!'

'રાવણ પાસે કયા પ્રકારનું બ્રહ્માસ્ત્ર હતું?' વસુધાએ પૂછ્યું.

'યંત્ર બ્રહ્માસ્ત્ર... અર્થાત્ ઇન્ફ્રાસાઉન્ડ મશીન!' હનુમાને આંખે દેખ્યો અહેવાલ આપ્યો, 'સિંહયાળીના શારીરિક બંધારણમાં એ પ્રકારની વિશિષ્ટતા હતી કે તેનાં હાડકાં અને નસમાંથી ઇન્ફ્રાસાઉન્ડ પેદા કરી શકાય. યાળીના

દેહમાંથી બ્રહ્માસ્ત્ર કઈ રીતે બનાવી શકાય, એ વિદ્યા રાવણે અગસ્ત્ય મુનિ પાસેથી શીખી લીધી હતી; જેનો ઉપયોગ તેણે કુમારીકંદમના મનુષ્યોને ખતમ કરવામાં કર્યો!'

વર્તમાન દિવસ

શ્રીલંકા-ભારત હવાઈમાર્ગ

પ્રાઈવેટ જેટમાં ઉડ્ડયન શરૂ કર્યાને એક કલાક પસાર થઈ ગયો હતો. હજુ એક કલાકની મુસાફરી પછી તેઓ પોતાના ગંતવ્યસ્થાન ઉપર પહોંચી જવાના હતા.

'કુમારીકંદમનો ખાત્મો તો સમુદ્રમાં ડૂબવાને કારણે થયો હતો ને?' અજય ડોભાલે કુમારીકંદમના વિષયવસ્તુને કેન્દ્રમાં રાખતાં ટાંક્યું, 'એમાં રાવણનો હાથ કઈ રીતે હોઈ શકે? પ્રમુખ પ્રશ્ન તો એ છે કે કુમારીકંદમ પ્રદેશ વાસ્તવમાં અસ્તિત્વ ધરાવતો હતો, એના પુરાવા શું?'

'કુમારીકંદમ ઉપર સુદીર્ઘ શોધખોળ કરી ચૂકેલા સંશોધકોએ પુરવાર કર્યું છે કે ભારત અને શ્રીલંકા ઈસુપૂર્વે ૬૫૦૦ના સમયગાળા દરમિયાન એકબીજા સાથે ભૂખંડથી જોડાયેલા હતા. આ બંને પ્રદેશો વચ્ચે દરિયો નહોતો.' વિવાને પોતાની આગળની બેક-સીટ ઉપર રહેલું લેપટૉપ ઑન કર્યું. પ્રાઈવેટ જેટ હોવાને કારણે તેમાં વાઈ-ફાઈથી શરૂ કરીને તમામ પ્રકારના અત્યાધુનિક ગેજેટ્સ રાખવામાં આવ્યાં હતાં, 'જુઓ, પૌરાણિક આર્યાવર્તનો નકશો.'

ઇન્ટરનેટ પરથી તેણે કુમારીકંદમની તસ્વીર શોધી કાઢી.

'સંશોધકોના મત મુજબ, કુમારીકંદમમાં મોટેભાગે નાગ અને યક્ષ પ્રજાતિઓનો વસવાટ હતો.' વિવાને પ્રાચીન અને અર્વાચીન તંતુઓ જોડ્યા, 'રાવણની જીવનગાથાથી પરિચિત લોકો જાણે જ છે કે લંકાનો મૂળ રાજા કુબેર હતો, પરંતુ રાવણની માતા કૈકસીની કાનભંભેરણીને વશ થઈને દશાનન દ્વારા કુબેરને ઉત્તર ભારત ખદેડી મૂકવામાં આવ્યો. રાવણે કુબેરની અતિસમૃદ્ધ

લંકા પચાવી પાડીને ત્યાં રક્ષ સંસ્કૃતિ - રાક્ષસો - અને આર્ય સંસ્કૃતિ એટલે કે માનવોને રહેઠાણ બનાવવા માટે અનુમતિ આપી. બીજી બાજુ, કુબેરે ઉત્તર ભારતમાં પોતાની અલાયદી નગરી - અલ્કાપુરી - વસાવી હોવાનું વર્ણન ધર્મગ્રંથોમાં મળી આવે છે. આ કારણોસર જ યક્ષ અને નાગ પ્રજાતિની દોસ્તી ગહન હતી!'

અમિતે પાણીનો ગ્લાસ હોઠે માંડ્યો.

'કુમારીકંદમ જેવો એક વિશાળ પ્રદેશ આજથી હજારો વર્ષ પહેલાં અસ્તિત્વ ધરાવતો હતો, તેની પહેલીવહેલી જાણ પંદરમી સદીના તમિલ સંશોધકોને થઈ હતી. કુમારીકંદમને આજે લેમુરિયા નામે ઓળખવામાં આવે છે. ઊંડા અધ્યયન પછી ખ્યાલ આવ્યો કે કુમારીકંદમ કુલ ૪૯ નાડુ - વિસ્તારોમાં વહેંચાયેલો પ્રદેશ હતો.' વિવાને પૌરાણિક ગ્રંથનો રેફરન્સ ટાંકતાં કહ્યું, 'તેનો ઉલ્લેખ સ્કંદપુરાણમાં પણ જોવા મળે છે.'

'તેના આધુનિક નામ લેમુરિયાનો કોઈ સ્પષ્ટ અર્થ ખરો?' અમિતે પૂછ્યું.

'૧૯મી સદીમાં યુરોપિયન જિયોલૉજિસ્ટ ફિલિપ લ્યુટલી સ્કલેટર દ્વારા લેમુર - વાંદરાની પ્રજાતિ - ના સ્થળાંતર પાછળનું કારણ છતું કરવા માટે કુમારીકંદમને લેમુરિયા નામ આપવામાં આવ્યું.' વિવાને કારણ આપ્યું, 'ભારતની *નેશનલ ઇન્સ્ટિટ્યૂટ ઑફ ઑસનોગ્રાફી*ના સંશોધકોના અભ્યાસ મુજબ, હિંદ મહાસાગરનું જળસ્તર આજથી ૧૪,૫૦૦ વર્ષ પહેલાં ૧૦૦ મીટર જેટલું નીચે હતું. સમયની સાથે તેમાં વધારો થતો ગયો અને એક દિવસ સમગ્ર કુમારીકંદમે જળસમાધિ લઈ લીધી! કેટલાય અધ્યયનકર્તાઓ કુમારીકંદમને જ રાવણની મૂળ લંકા માને છે!'

'તો અત્યારે જે લંકા છે, એનું શું?' અજયે પૂછ્યું.

'એક કથા મુજબ, કુમારીકંદમના રહેવાસીઓએ આદિ પેરુક્કુ ઉત્સવ ઊજવવાનો બંધ કરી દીધો. દેવરાજ ઇન્દ્રના સ્મરણમાં ઊજવાતાં આ તહેવાર ઉપર રોક લાગી ગઈ હોવાથી ઇન્દ્ર ક્રોધે ભરાયા અને એમણે કુમારીકંદમ ઉપર અતિવૃષ્ટિ કરી!' વિવાન ઇતિહાસમાં ડૂબકી લગાવી રહ્યો હતો, 'પરંતુ સુભ્રતો દાસ દ્વારા જ્યારે અગસ્ત્ય મૂર્તિના પાષાણલેખની વિગતો જાણી, ત્યારે ખબર પડી કે અતિવૃષ્ટિની આડમાં એ દિવસે રાવણે લંકા સિવાયના આજુબાજુના પ્રદેશ - કુમારીકંદમ - ઉપર બ્રહ્માસ્ત્રનો પ્રહાર કર્યો હતો, જેના લીધે આર્યાવર્તમાંથી સ્થળાંતરિત થઈને આવેલા લાખો મનુષ્યોનો કચ્ચરઘાણ

બોલી ગયો. મારા ખિસ્સામાંથી તમને જે શંખ મળ્યો, એ સિંહગિરિના પહાડ ઉપર રાવણે બનાવેલા મહેલમાંથી મળ્યો હતો.'

શંખ વિશે વધુ વિગતો વહેંચવાનો અત્યારે સમય નહોતો, એટલે વિવાન ઘડીભર મૌન થઈ ગયો.

'કુમારીકંદમ તો રક્ષ સંસ્કૃતિ એટલે રાક્ષસોનું પણ નિવાસસ્થાન હતું, તો એમને કેમ કંઈ ન થયું?' અમિતનો સવાલ વાજબી હતો.

'... કારણ કે બ્રહ્માસ્ત્રનો પ્રયોગ કરતા પહેલાં રાવણે અસુરોને લંકાનગરીમાં પરત ફરવાનો આદેશ આપી દીધો હતો, જેથી એમના પરિવારોના પ્રાણ ઉપર કોઈ સંકટ ન આવે!' વિવાને જણાવ્યું.

'અધ્યયન મુજબ કુમારીકંદમનું ક્ષેત્રફળ શું હોઈ શકે?' અજય ડોભાલ પ્રશ્નોત્તરી કરવાના મૂડમાં હતો.

'આજના કેલિફૉર્નિયા જેટલું! અંદાજે ૧,૬૩,૬૯૬ mi૨!' વિવાને એક ક્ષણ પૂરતો વિરામ લીધા બાદ કહ્યું, 'ઈ.સ. ૧૮૪૦માં ફ્રેન્ચ નેચરલિસ્ટ એટિન જેફ્રોય સેન્ટ-હિલૈરે પણ અનુમાન લગાવ્યું હતું કે ભારત, મડાગાસ્કર અને ઑસ્ટ્રેલિયાની સીમાને જોડતો એક વિશાળ ખંડ પૌરાણિક કાળમાં ચોક્કસપણે અસ્તિત્વ ધરાવતો હોવો જોઈએ.'

'જો કુમારીકંદમ જ પૌરાણિક કાળની મરુભૂમિ હોય, તો એ વિષયક પણ પુરાવા મળવા જોઈએ ને?' અજય ડોભાલ નમતું જોખવા તૈયાર નહોતા.

'કેમ નહીં?' વિવાન પણ ગાંઠે એમ નહોતો, '૧૯મી સદીના અંતભાગમાં થઈ ગયેલી તાંત્રિક સ્ત્રી હેલેના બ્લાવત્સ્કીના પુસ્તક *ધ સિક્રેટ ડૉક્ટ્રિન: ધ સિન્થેસિસ ઑફ સાયન્સ, રીલિજિયન ઍન્ડ ફિલોસોફી*માં આ અંગે એમણે ઉલ્લેખ કર્યો છે. વર્ષ ૧૮૮૮માં આ પુસ્તક પ્રકાશિત થયું હતું. હેલેનાને કોઈ દૈવીય શક્તિ પ્રાપ્ત હોવાની માન્યતા હતી. અસંખ્ય લોકોએ અનુભવ કર્યો હતો કે હેલેના અન્યોનાં મગજ વાંચી શકતી. તેને પૂર્વાભાસ થઈ આવતાં, તે પોતાનાથી હજારો કિલોમીટરના અંતરે બેઠેલી વ્યક્તિ સાથે મનોમન વાતચીત કરી શકતી! અરે, એમણે અનેક મર્ડર-મિસ્ટ્રીનો ઉકેલ લાવવા માટે પણ પોલીસને મદદ કરી હોવાનાં વર્ણનો મોજૂદ છે.'

'હમ્મ, વ્હૉટ ડિડ શી ટેલ અબાઉટ કુમારીકંદમ?' અજયે શુદ્ધ અંગ્રેજીમાં પૂછ્યું.

'તે પુસ્તકમાં લખે છે,

લેમુરિયા વાસ્તવમાં કુલ સાત અલગ અલગ પ્રકારની માનવજાતિઓની જનેતા હતી. આજથી કરોડો વર્ષો પહેલાં ત્યાં પૌરાણિક માનવજાતિ અસ્તિત્વમાં આવી હતી, જે ડાયનોસોરના સમયની હતી. આ જાતિના મનુષ્યોને ચાર હાથ અને આંખો હતી.

તેનું આ વર્ણન ચાર ભુજાઓ ધરાવતાં હિંદુ દેવી-દેવતાના દેખાવ સાથે મળતું આવે છે! હેલેના જેવી મહાન સ્ત્રી જો કુમારીકંદમ વિશે આટલું નક્કર નિવેદન લખીને ગઈ હોય, તો એમાં શંકાને કોઈ સ્થાન રહેતું નથી.' વિવાને સંતોષજનક જવાબ આપ્યો.

વર્તમાન દિવસ

કોઇમ્બતૂર

'મોટાભાગના તમિલ સંગમસાહિત્યો - તોલકપિય્યમ્, સિલાપતિકરમ્ વગેરે - માં કુમારીકંદમનો ઉલ્લેખ મળી આવે છે.' ભૈરવી માએ વર્ષો પહેલાં વાંચેલા ગ્રંથોનું લખાણ યાદ કર્યું, 'જે ઘટના ઘટિત થવા પાછળ ઇન્દ્રનો કોઈ હાથ નહોતો, એ માટે એને જવાબદાર ઠેરવીને દોષી જાહેર કરવામાં આવ્યો. રાવણના કુકર્મને લીધે કુમારીકંદમના અસંખ્ય લોકો મર્યા અને પૌરાણિક કાળના કેટકેટલાં વૈજ્ઞાનિક ઉપકરણોના નિર્માણનું જ્ઞાન સમુદ્રમાં ભળીને લુપ્ત થઈ ગયું.'

ભૈરવી માના સ્વરમાં પડઘાયેલું આક્રંદ રિયાથી અછાનું ન રહ્યું.

'વર્તમાન સમયમાં કન્યાકુમારીનો જેટલો ભાગ બચ્યો છે, એ વાસ્તવમાં કુમારીકંદમનો જ એક અંશ છે.' પરશુરામે સમર્થન આપ્યું.

'શું યાઝી માત્ર કુમારીકંદમમાં જ વસવાટ ધરાવતાં હતાં?' સાધ્વી માએ યાઝી અંગે વધુ જાણવા માટે આતુરતા દર્શાવી.

આ અંગે મહત્તમ જ્ઞાન હનુમાન પાસે હોવાથી પરશુરામ અને અશ્વત્થામાએ મૌન સાધ્યું.

હનુમાન બોલ્યા, 'હા. જોકે, રાવણ માતા સીતાનું અપહરણ કરીને એમને લંકા લઈ ગયો, એનાં કેટલાંક વર્ષો પહેલાં જ તેણે કુમારીકંદમ ઉપર બ્રહ્માસ્ત્રનો પ્રહાર કર્યો હતો. આ કારણોસર કુમારીકંદમ દરિયામાં ડૂબી ચૂક્યું હતું. પરિણામસ્વરૂપ, ભગવાન રામ અને અમારી સેનાએ સેતુ બનાવીને લંકા ભણી કૂચ કરવી પડી હતી.'

હનુમાન રઘુકુળદીપક રાજીવલોચન સાથે વિતાવેલી દિવ્ય ક્ષણોની સ્મૃતિમાં ખોવાઈ ગયા.

'આજની તારીખે પણ દક્ષિણ ભારત - ખાસ કરીને તમિલનાડુ - ના અસંખ્ય મંદિરોમાં યાઝીની પ્રતિમા દ્વાર પાસે કોતરાયેલી જોવા મળે છે.' પરશુરામે ધુરા પોતાના હાથમાં લીધી, 'કુમારીકંદમના વિધ્વંસની સાથોસાથ મોટાભાગના યાઝીઓનો પણ ખાત્મો બોલી ગયો. એમના હાડકામાંથી બ્રહ્માસ્ત્ર યંત્ર બનાવવા માટે રાવણે ગણ્યાગાંઠ્યા યાઝીને લંકાના સૌથી સુરક્ષિત સ્થાન - ચૈત્યપ્રાસાદ - માં કેદ કરીને રાખ્યાં હતાં.'

'સત્ય.' હનુમાન વર્તમાનમાં પરત ફર્યા, 'પ્રભુ શ્રીરામનો લંકા જવાનો ઉદ્દેશ્ય માત્ર માતા સીતા નહીં, પરંતુ યાઝીયંત્રને ત્યાંથી હંમેશાં માટે દૂર ખસેડવાનો હતો. પોતાના પુત્ર મેઘનાદના વધથી ભાન ભૂલી ચૂકેલો લંકેશ ચૈત્યપ્રાસાદમાં અનિષ્ટની અધિષ્ઠાત્રી દેવી - અનિષ્ટાત્રી - ને પુનઃજાગૃત કરે એ પહેલાં જ શ્રીરામે એમનો વધ કરી નાંખ્યો હતો. સાથોસાથ, બ્રહ્માસ્ત્રને જાગૃત કરવા માટે લંકામાં જે એકમાત્ર યાઝીયંત્ર રાખવામાં આવ્યું હતું, તેને પણ શ્રીરામે દક્ષિણ આર્યાવર્તના એક સુરક્ષિત સ્થાન ઉપર ખસેડી દીધું.'

વસુધા ચોંકી, 'હું સમજું છું ત્યાં સુધી એ સ્થાન...'

ભૈરવી માએ મસ્તક ધુણાવીને હકાર ભણ્યો, 'તું જે વિચારે છે, એ સાચું છે વસુધા! આજથી હજારો વર્ષ પહેલાં શ્રીરામે યાઝીયંત્રરૂપી બ્રહ્માસ્ત્રના સંરક્ષણનું ઉત્તરદાયિત્વ ત્રાવણકોર રાજપરિવારના આદિપૂર્વજોને સોંપ્યું હતું. વર્ષ ૧૭૫૦માં જ્યારે પદ્મનાભદાસ માર્તંડ વર્માને લાગ્યું કે વિદેશી આક્રાંતા અને મુસ્લિમ શાસકોની સત્તાલાલસા તથા ધર્માંધતા વધી ગઈ છે, ત્યારે

એમણે મહામહોપાધ્યાય સત્યેન્દ્રનાથ સહિત ભારતવર્ષના મહાન તાંત્રિકો અને સિદ્ધાત્માઓની સહાય વડે યાઝીયંત્રને શ્રી અનંતપદ્મનાભસ્વામી મંદિરના રહસ્યમય વૉલ્ટ-બીમાં નાગપાશ તંત્રપ્રયોગ થકી અભિમંત્રિત કરી દીધું હતું!'

વર્તમાન દિવસ

શ્રીલંકા-ભારત હવાઈમાર્ગ

અજય ડોભાલે કરેલો ઘટસ્ફોટ સાંભળીને વિવાનનું સમગ્ર અસ્તિત્વ હચમચી ગયું.

'હા... ભૈરવી માએ જ મને શ્રી અનંતપદ્મનાભસ્વામીના વૉલ્ટ-બીના રહસ્ય અંગે જાણ કરી હતી!' રાષ્ટ્રીય સુરક્ષા સલાહકાર વિચારમગ્ન અવસ્થામાં બોલ્યા, 'હું એ પણ જાણું છું કે મહામહોપાધ્યાય વંશજના રક્તનું બલિદાન જ એ રહસ્યમય દ્વાર ઉપર થયેલા નાગપાશમ્ તંત્રપ્રયોગને તોડવા માટે સક્ષમ છે! જે કાર્ય શ્રીરામે ત્રેતાયુગમાં કર્યું હતું, એનું તારે હવે પુનરાવર્તન કરવું પડશે, વિવાન...'

વિવાન સ્તબ્ધ હતો.

'મોહમ્મદ બિલાલ અને તેના માણસો તારો ઉપયોગ કઠપૂતળીની માફક કરી રહ્યા છે. જ્યાં સુધી યાઝીયંત્રને ફરી સુરક્ષિત સ્થાન ઉપર મૂકવામાં નહીં આવે, ત્યાં સુધી તેઓ જંપવાના નથી. તારા રક્તનો દુરુપયોગ કરીને જો વૉલ્ટ-બી ખોલી નાંખવામાં આવ્યું, તો આખી દુનિયાનો સફાયો થઈ જશે.' અજય ડોભાલના અવાજમાં પાછલી દોઢ કલાકમાં પહેલી જ વખત ભય ડોકાયો, 'વિશ્વ પર ઇસ્લામનો કાળો-લીલો વાવટો ફરકાવવા માટે એ નરાધમો કોઈ પણ હદ સુધી જઈ શકે એમ છે.'

'... અને, એટલે જ આ પ્રાઇવેટ જેટ અત્યારે સીધું તિરુઅનંતપુરમ્ જ લૅન્ડ થવાનું છે.' અમિતે બાકીની કસર પૂરી કરી આપી.

'પણ સુહાની અને મારા બે અન્ય સાથીદારોનું શું? બિલાલ એમને જીવિત નહીં છોડે.' વિવાનના પ્રશ્નમાં વલોપાત હતો.

'એક વખત યાઝીયંત્ર આપણા હાથમાં આવી જશે, પછી તેઓ તારા ઇશારા

ઉપર નાચશે.' અજય ડોભાલે પોતાની યોજના કહી, 'એક વસ્તુ તો નક્કી છે. જ્યાં સુધી બ્રહ્માસ્ત્ર એમના હાથમાં નહીં પહોંચે, ત્યાં સુધી બિલાલ ભૂલેચૂકેય સુહાની કે તારા અન્ય સાથીદારોને હાનિ પહોંચાડવાની હિંમત નહીં કરે.'

વિવાનનું દિલ માનતું નહોતું. આવનારી આપત્તિ અંગે તેની છઠ્ઠી ઇન્દ્રિય તેને વારંવાર ચેતવી રહી હતી.

૯૮

ત્રેતાયુગનો અંતિમ દિવસ

અયોધ્યા

રાજગાદી સંભાળ્યાને જોતજોતાંમાં વર્ષો પસાર થઈ ગયાં. શ્રીરામને ત્યાં બે પ્રભાવશાળી અને તેજસ્વી પુત્રો - લવ અને કુશ - જન્મી ચૂક્યા હતા. અયોધ્યામાં સ્થાપિત થયેલા રામરાજ્યમાં પ્રજા સુખેથી દિવસો પસાર કરી રહી હતી. અશાંતિ અને ઉચાટ જેવા શબ્દોનું નામોનિશાન ભૂંસાઈ ચૂક્યું હતું.

રોજબરોજની જેમ આજનો દરબાર પૂર્ણાહુતિને આરે હતો. પ્રજાને કોઈ ફરિયાદ ન હોવા છતાં શ્રીરામ નગરના વડીલોના સલાહ-સૂચન લેતા, જેથી અયોધ્યાને વધુ સુખી અને સમૃદ્ધ રાજ્ય બનાવી શકાય. પ્રત્યેક દિવસે રાજદરબાર પૂર્ણ થવાની તૈયારી હોય, ત્યારે પ્રજાજનોના પ્રેમાગ્રહ અને ભાવભરી વિનંતી પર નગરનો નાગરિક અયોધ્યાનરેશ માટે કોઈ સ્તુતિ ગાય અથવા નૃત્ય પ્રસ્તુત કરે. સામે પક્ષે, ભગવાન રામ પણ એમની આસ્થાપૂર્ણ આજીજીને માન આપવાનું ક્યારેય ચૂકતા નહીં.

આજનો દિવસ થોડો ભિન્ન હતો. સામાન્યતઃ હોઠ પર દિવ્ય સ્મિત સાથે સદાય પ્રસન્નચિત્ત રહેતા રામ અત્યારે પ્રમાણમાં થોડા ઉદાસ જણાતા હતા. જો કે, એમના આ ભાવ લક્ષ્મણ, મા સીતા અને હનુમાન સિવાય અન્ય કોઈ કળી નહોતું શક્યું.

દરબારના સર્વોચ્ચ સિંહાસન ઉપર શ્રીરામ બિરાજમાન હતા. એમની નજીકમાં જ દેવી સીતાનું સિંહાસન હતું. એનાથી એક પગથિયું નીચે ભ્રાતા લક્ષ્મણ અને એમના સમીપ પવનપુત્ર હનુમાન આસન જમાવીને પ્રભુની સેવામાં ઉપસ્થિત હતા. થોડા સમય પહેલાં જ ચારણોએ કરેલી વિનંતીને શ્રીરામે સસ્મિત સ્વીકારી હતી. પરિણામસ્વરૂપે, ચારણો મેઘમલ્હાર રાગમાં શ્રીરામ, સીતા, લક્ષ્મણ અને હનુમાનનાં ગુણગાન ગાઈ રહ્યા હતા...

कौशल्या-दशरथ के नंदन, राम ललाट पर शोभित चंदन,

रघुपति की जय बोले लक्ष्मण, राम-सिया का हो श्रीदर्शन;

अंजनिपुत्र बैठे हैं चरण में, राम-सिया जपते तन-मन में...

જેમ જેમ એમની સ્તુતિમાં તીવ્રતા ઉમેરાતી ગઈ, એમ એમ સૌની આંખમાં ઝળઝળિયાં આવવા લાગ્યાં. આકાશ પોક મૂકીને વરસી પડ્યું! દરબારમાં ઉપસ્થિત સૌ પ્રજાજનોના અંતરમાંથી અજાણપણે જ એક અવાજ સ્ફુર્યો, જે જણાવી રહ્યો હતો કે આ અલૌકિક દૃશ્ય હવે પુનઃ ક્યારેય જોવા નથી મળવાનું!

એમની ભાવભીની સ્તુતિના અંતે તો સ્વયં શ્રીરામ અને લક્ષ્મણની આંખો પણ ભીંજાઈ ગઈ. ચારણોએ છેલ્લી પંક્તિઓ ગાઈને સૌને ભક્તિરસમાં તરબોળ કરી દીધા...

मंगल भवन अमंगल हारी
द्रबहु सुदसरथ अजिर बिहारी ॥

રામના વૈકુંઠગમનનો સમય નિર્ધારિત થઈ ચૂક્યો હતો. સમષ્ટિના સર્વ જીવોને નોંધારા છોડીને આજે ભગવાન સ્વધામ પધારવાના હતા. પૃથ્વી એમના નાથ વિના અનાથ થઈ જવાની હતી... અને આ પીડા પ્રકૃતિના કણ-કણમાં વ્યાપ્ત હતી!

દરબાર વિખેરાઈ ચૂક્યો હતો. એકમાત્ર હનુમાન હવે ત્યાં ઉપસ્થિત રહ્યા. જ્યાં સુધી શ્રીરામનો આદેશ ન મળે, ત્યાં સુધી મહાબલી એમના ચરણોમાં જ બેસી રહેતા.

'પ્રભુ, પૃથ્વી પર આપના અવતરણથી શરૂ કરીને રાવણના વધ સુધીની સમસ્ત યાત્રા આ પાષાણલેખોમાં મેં આલેખી છે.' હનુમાને દરબારમાં લાવવામાં આવેલી સેંકડો પાષાણશિલા તરફ ઇશારો કરતાં કહ્યું, 'આવનારા યુગો માટે આપનું જીવનકથન એક પવિત્ર ગ્રંથની ગરજ સારશે...'

રામ સ્નેહભીની દૃષ્ટિ સાથે એમના પરમભક્તના નિર્દોષ મુખ સામે તાકી રહ્યા. હનુમાનને તો અનુમાન સુધ્ધાં નહોતું કે આજે એમના સ્વામીનો દેહ ચિરકાળ માટે પૃથ્વી પરથી વિદાય લઈ લેવાનો છે! આ તથ્યની જાણ એમને જાણીજોઈને કરવામાં નહોતી આવી. કારણ હતું, હનુમાનની રામભક્તિ! જો અંજનિપુત્રને જરાસરખો પણ અંદાજ આવે કે શ્રીરામના દૈહિક શરીરની અંતિમ ક્ષણો સમીપ આવી રહી છે, તો તેઓ પણ એમની સાથે દેહ ત્યજી દેવાની હઠ કરે.

... પરંતુ સમષ્ટિના જીવોને હનુમાનરૂપી દિવ્યચેતનાની તાતી આવશ્યકતા હતી! કળિયુગના હાજરાહજૂર દેવ તરીકે હનુમાન અસંખ્ય જીવોનાં દુઃખ-પીડા અને કષ્ટો દૂર કરવાના હતા. શ્રીરામે પોતાની દિવ્યદૃષ્ટિ વડે ભવિષ્ય જોઈ લીધું હતું.

અધૂરામાં પૂરું, હનુમાનની ભક્તિમાં એ શક્તિ અને સત્તા હતી કે એમના આગ્રહ પર સ્વયં મર્યાદા પુરુષોત્તમે પણ દેહ ત્યાગવાનો નિર્ણય જતો કરવો પડે... આથી, હિતાવહ એ જ હતું કે જ્યાં સુધી શ્રીરામ સરયૂ નદીમાં જળસમાધિ ન લઈ લે, ત્યાં સુધી હનુમાનને આ અંગે જાણ સુધ્ધાં ન થવા દેવી!

'સાધો!' રામ ઉવાચ, 'આ ગ્રંથને તમે નામ શું આપ્યું છે, પ્રિય હનુમાન?'

'મારા પ્રભુ શ્રીરામની યાત્રા જેમાં આલેખવામાં આવી છે, એને સંસાર ઓળખશે... **શ્રીરામાયણ** તરીકે!' હનુમાને બે હાથ જોડીને આદરભાવે દશરથનંદનના ચરણોમાં મસ્તક ઝુકાવ્યું.

'શ્રીરામાયણ શા માટે?' પોતાના પ્રશ્નનો ઉત્તર જાણતા હોવા છતાં રામે હનુમાનની પરીક્ષા લેવાના ઉદ્દેશ્ય સાથે પૂછ્યું.

'શ્રી એ માતા સીતાની ઉપસ્થિતિ સૂચવે છે. જ્યારે જ્યારે સંસારમાં રામનું નામ લેવામાં આવશે, ત્યારે ત્યારે સર્વપ્રથમ માતા સીતાને અચૂકપણે

યાદ કરવામાં આવશે...' હનુમાન પણ માર્મિક સ્મિત સાથે બોલ્યા, 'મહાલક્ષ્મી અને મહાવિષ્ણુ એકમેકના પૂરક છે, અવિભાજ્ય છે... પ્રભુ!'

શ્રીરામ એકાગ્રચિત્તે એમના પ્રિય ભક્તને સાંભળી રહ્યા હતા... આ એવી અંતિમ ક્ષણો હતી, જ્યારે તેઓ સદેહે એમના ભ્રાતા સમાન હનુમાન સાથે સંગોષ્ઠિ કરી રહ્યા હોય!

એ જ સમયે, હનુમાનના મુખેથી કેટલાક મંત્રોચ્ચાર સરી પડ્યા,

'ૐ શ્રીસિદ્ધિબુદ્ધિસહિતાય શ્રીમન્મહાગણાધિપતયે નમઃ

ૐ લક્ષ્મીનારાયણાભ્યાં નમઃ

ૐ ઉમામહેશ્વરાભ્યાં નમઃ

ૐ વાણીહિરણ્યગર્ભાભ્યાં નમઃ

ૐ શચીપુરન્દરાભ્યાં નમઃ

ૐ માતૃપિતૃચરણકમલેભ્યો નમઃ'

બ્રહ્માંડના સર્વ પ્રધાન-દેવતાઓનું સ્મરણ કર્યા પછી હનુમાન સહેજવાર માટે અટક્યા. એમના મુખ ઉપર અદમ્ય ભક્તિભાવ ઝળકી રહ્યો હતો.

'હે પ્રભુ... જેવી રીતે ગણાધિપતિ ગણેશનું સ્મરણ કરતા પહેલાં એમનાં બે અર્ધાંગિનીઓનું સ્મરણ કરવામાં આવે છે; જેવી રીતે ત્રિદેવ – ભગવાન બ્રહ્મા, વિષ્ણુ અને મહેશ – ને નમસ્કાર કરતાં પહેલાં એમનાં અર્ધાંગિનીઓ – સરસ્વતી, લક્ષ્મી અને ઉમા – ને પ્રણામ પાઠવવામાં આવે છે; જેવી રીતે પુરન્દર દેવને નમન કરતા પહેલાં દેવી શચીને પૂજવામાં આવે છે; જેવી રીતે પિતાના ચરણોમાં મસ્તક ઝુકાવતાં પહેલાં માતાના ચરણસ્પર્શ કરવા આવશ્યક છે, એવી જ રીતે ભગવાન રામની આરાધના કરતા પહેલાં માતા સીતાની પ્રસન્નતા પ્રાપ્ત કરવી આવશ્યક છે.

જ્યાં સુધી કાળનું પૈડું ફરતું રહેશે, ત્યાં સુધી જગતના પ્રત્યેક જીવો આપની સાથોસાથ શ્રીલક્ષ્મીસ્વરૂપા માતા સીતાને હંમેશાં સ્મરણમાં રાખશે.

સિયાવર-રામચંદ્ર કી જય...'

આ સાંભળીને શ્રીરામ ગદ્ગદ થઈ ગયા, 'પ્રાણપ્રિય હનુમાન, તમારી અનન્ય ભક્તિ મને સદા આનંદિત કરે છે. આજના દિવસે હું પણ તમને એક વરદાન આપવા માગું છું...'

એટલું કહીને રામે હથેળીમાં જળની અંજલિ ભરી.

'માયારૂપી ભવસાગરને પાર કરવા માટે સૃષ્ટિના સઘળા જીવો આપની ભક્તિ કરશે. તમારી ગણના કળિયુગના હાજરાહજૂર દેવ તરીકે થશે.

જ્યારે જ્યારે સાધક દ્વારા સીતા અને રામનું સ્મરણ કરવામાં આવશે, ત્યારે ત્યારે પવનપુત્ર હનુમાનનું સ્મરણ નિતાંત આવશ્યક ગણાશે. તમારી ભક્તિ કર્યા વગર કોઈ ઉપાસક મને પ્રાપ્ત નહીં કરી શકે. મારા પરમસ્વરૂપ સુધી પહોંચવા માટે સાધકે સર્વપ્રથમ આપનું આહ્‌વાન કરવું પડશે...

મારા અને સીતાના નામનો જયઘોષ આપના સ્મરણ વિના અપૂર્ણ ગણાશે!'

બજરંગ બલીએ ધરતી ઉપર છાતીભેર સૂઈને શ્રીરામને સાષ્ટાંગ દંડવત્ કર્યા. એ વેળા વૈકુંઠમાં બિરાજમાન સમસ્ત દેવગણના મુખેથી ત્રેતાયુગનો સર્વોચ્ચ અનહદ નાદ આકાશવાણીરૂપે પડઘાયો,

'સિયાવર રામચંદ્ર કી જય...

પવનસુત હનુમાન કી જય!'

સહસા રામની મુખમુદ્રા ગંભીર થઈ ગઈ. હનુમાનની ચકોર નજરથી એ પરિવર્તન છાનું ન રહ્યું.

'પરંતુ હનુમાન, પાષાણલેખ પરની આ શ્રીરામાયણમાંથી કુમારીકંદમમાં થયેલા વિધ્વંસની બાદબાકી કરવી પડશે.' રામનો સત્તાવાહી સ્વર દરબારમાં ગુંજી ઊઠ્યો, 'જો ભવિષ્યની પેઢીને એ સત્ય જ્ઞાત થયું કે સિંહયાઝીના કંકાલમાંથી બ્રહ્માસ્ત્ર નામનું મહાવિનાશકારી યંત્ર બનાવવું સંભવ છે, તો પૃથ્વી પર હાહાકાર મચી જશે.

આસુરી-વૃત્તિ ધરાવનારા માનવો અને કળિયુગમાં જન્મ લેતા જઈ રહેલો મહા-અસુર આ ગુપ્તવિદ્યાનો ઉપયોગ કરીને એવા

અદ્યતન યંત્રનો વિકાસ કરશે, જે એકસાથે સેંકડો જીવોને હણી શકવા સક્ષમ હશે!'

'તો પછી કુમારીકંદમના પાષાણલેખનું શું થઈ શકે... આજ્ઞા પ્રભુ!' પરિસ્થિતિની ગંભીરતા સમજવામાં હનુમાનને જરા પણ સમય ન લાગ્યો.

'ભવિષ્યમાં મહર્ષિ વાલ્મિકિ તમારા દ્વારા લિખિત શ્રીરામાયણને કુલ સાત કાંડ – બાલકાંડ, અયોધ્યાકાંડ, અરણ્યકાંડ, કિષ્કિંધાકાંડ, સુંદરકાંડ, યુદ્ધકાંડ અને ઉત્તરકાંડ – માં વિભાજિત કરશે... પરંતુ સૃષ્ટિને કદાપિ જાણ ન થવી જોઈએ કે શ્રીરામાયણ વાસ્તવમાં સાત નહીં, આઠ ખંડોના સમન્વયથી રચાયેલો ગ્રંથ છે!

અષ્ટમ્ કાંડનું નામ હશે... કંદમકાંડ!

લંકામાં થયેલાં કાલાતીત કલ્પાંતનો આ અધ્યાય હંમેશાં માટે કાળની ગર્તામાં ધરબાયેલો રહે, એ સુનિશ્ચિત કરવાની જવાબદારી હું તમને સોંપું છું, પવનસુત!' શ્રીરામે જણાવ્યું, 'કંદમકાંડનો ઉલ્લેખ જે પાષાણલેખમાં કરવામાં આવ્યો છે, તેને તત્ક્ષણ વરૂણદેવ અર્થાત્ સમુદ્રને સમર્પિત કરી દેવાનો હું આદેશ આપું છું!'

૯૯

વર્તમાન દિવસ

કોઇમ્બતૂર

'આપની આજ્ઞા હોય તો હું એક પ્રશ્ન પૂછવા માંગુ છું.' વસુધાએ વિનમ્રભાવે હનુમાનને યાચના કરી.

'અવશ્ય, મા!' હનુમાને ત્વરિત ઉત્તર આપ્યો.

'અગસ્ત્ય મુનિ દ્વારા યાઝીના કંકાલમાંથી બ્રહ્માસ્ત્ર યંત્ર બનાવવાની વિદ્યા રાવણને શીખવવામાં આવી છે, એવું શ્રીરામને ક્યારે જ્ઞાત થયું?' સાધ્વી મા યાઝીયંત્ર સંબંધિત તંતુઓ જોડવાનો પ્રયત્ન કરી રહ્યાં હતાં.

'તેજસ્વી પ્રભુ શ્રીરામ અને લક્ષ્મણે સુતીક્ષ્ણ મુનિના આશ્રમમાં પરત ફર્યા પશ્ચાત્ અગસ્ત્ય મુનિનાં દર્શને જવાની ઇચ્છા પ્રગટ કરી.' હનુમાન સહસ્રાબ્દીઓ પહેલાંનો ભૂતકાળ વાગોળવા માંડ્યા, 'પરંતુ અગસ્ત્ય મુનિ વિશાળ દંડકારણ્યનાં કોઈ અજ્ઞાત ખૂણે નિવાસ કરતા હતા, આથી શ્રીરામે એમના સુધી પહોંચવા માટે પોતાની યાત્રા આરંભી.'

મહર્ષિ અગસ્ત્ય ઋગ્વેદના મંત્રોની રચના કરનારા દસ મહાન ઋષિઓમાંના એક હતા. તેઓ પોતાના જ્ઞાન અને બુદ્ધિક્ષમતા માટે પ્રખ્યાત હતા. કહેવામાં

આવતું કે જો હિમાલય અને વિંધ્યના પહાડોમાં વસવાટ ધરાવતા ઋષિઓની પ્રબુદ્ધતા અને આધ્યાત્મિક ગુણોનો સરવાળો કરીને તેને ત્રાજવાની એક બાજુ તથા મહર્ષિ અગસ્ત્યની મહાનતાને ત્રાજવાની બીજી બાજુ રાખીને તોળવામાં આવે, તો પણ ઋષિ અગસ્ત્યના જ્ઞાનનું પલડું ભારે રહે!

'માર્ગમાં એમણે કટહલ, કદંબ, અશોક, મહુઆ, બિલ્વ વગેરે ફૂલોથી લદાયેલાં વૃક્ષો નિહાળ્યાં.' હનુમાન ઉવાચ, 'એકાએક પ્રભુએ દૂરથી જ એક આશ્રમમાં યજ્ઞનો ધુમાડો અને આહુતિઓના સ્વર સાંભળ્યા. એમણે આસપાસ દૃષ્ટિ કરી. પશુ-પક્ષીઓને ભયરહિત ક્રીડા કરતાં એમણે જોયાં અને પૂજનવિધિ માટે પુષ્પ એકત્ર કરી રહેલાં ઋષિઓ પર પણ એમનું ધ્યાન ગયું.'

દ્વાપરયુગમાં શ્રીકૃષ્ણના નિર્વાણ પશ્ચાત્ આ પહેલીવહેલી એવી ક્ષણ હતી, જ્યારે ત્રણ ચિરંજીવીઓ સદેહે એક સ્થાન ઉપર એકત્ર થયા હોય. ભૈરવી માની પર્ણકુટિર દિવ્યાતિદિવ્ય શક્તિઓનું ઉદ્ગમસ્થાન સમી ભાસી રહી હતી.

'શ્રીરામ તરત સમજી ગયા કે આ સ્થાન પર જ અગસ્ત્ય મુનિનો વાસ હોવો જોઈએ.' હનુમાનની નજર સામે ત્રેતાયુગ દૃશ્યમાન થઈ ઊઠ્યો, 'અગસ્ત્ય મુનિના આશીર્વાદ લીધા પશ્ચાત્ શ્રીરામે એમની સાથે ગોષ્ઠિ શરૂ કરી. આ વાર્તાલાપ દરમિયાન જ શ્રીરામને પ્રચંડ શક્તિશાળી આદિત્યહૃદયમ્ સ્તોત્રની જાણ થઈ હતી, જેનો ઉપયોગ એમણે પછીથી રાવણના વધ સમયે કર્યો. આસુરી શક્તિઓને ક્ષીણ કરવા માટે ભગવાન સૂર્યની જાગૃતવિદ્યા સમા આદિત્યહૃદયમ્ સ્તોત્રને કારણે જ ચૈત્યપ્રાસાદમાં ભગવાન રામ રાક્ષસરાજ રાવણને પરાસ્ત કરી શક્યા હતા.'

સૌ કોઈ મંત્રમુગ્ધ થઈને ભારતના એક મહાનતમ દેવતા અને ચિરંજીવી પાસેથી ઇતિહાસનું પાનું નીરખવામાં વ્યસ્ત હતા.

'શુક્રાચાર્યએ ત્રેતાયુગની શરૂઆતમાં રાજા ઈક્ષ્વાકુના ત્રીજા સંતાન - દંડક - ને જે શાપ આપ્યો હતો, એ સમયની સાથે સત્ય ઠર્યો હતો.' હનુમાનનો સુદીર્ઘ પડછંદ સ્વર ગુંજી રહ્યો હતો, 'દંડકારણ્ય વિકરાળ રાક્ષસોનું નિવાસસ્થાન બની ચૂક્યું હતું. આથી, અગસ્ત્ય મુનિએ શ્રીરામને યંત્ર-મંત્ર-તંત્ર થકી બ્રહ્માસ્ત્રને જાગૃત કરવાની વિધિ જણાવ્યા બાદ અન્ય અસ્ત્ર-શસ્ત્ર અને પાશ પણ ભેટમાં આપ્યાં, જેથી ત્યાંના અસુરાત્માઓનો સંહાર થઈ શકે.'

'અસ્ત્ર, શસ્ત્ર અને પાશ વચ્ચે શો ભેદ છે, એ સમજાવશો?' મનસ્વીએ નિર્દોષભાવે પૂછ્યું.

પ્રત્યુત્તરમાં હનુમાન નિખાલસપણે હસી પડ્યા. એમણે પરશુરામ સામે દૃષ્ટિપાત કર્યો. આ પ્રશ્નનો જવાબ જમદગ્નિપુત્ર જણાવે એવો એમનો સાંકેતિક આગ્રહ હતો.

'અવશ્ય, પુત્રી! પ્રાચીન ભારતમાં યુદ્ધનાં હથિયારોને ત્રણ શ્રેણીમાં વર્ગીકૃત કરવામાં આવ્યાં હતાં - અસ્ત્ર, શસ્ત્ર અને પાશ! ત્રણેય હથિયારોને એકદમ સરળ ભાષામાં સમજાવું.' પરશુરામે કહ્યું.

મનસ્વીની આંખો અહોભાવથી છલોછલ હતી.

'અસ્ત્ર એટલે મૂળત્વે આજના સમયની મિસાઇલ્સ! જેવી રીતે મિસાઇલના પ્રક્ષેપણ માટે લૉન્ચ-પેડ આવશ્યક છે, એવી જ રીતે અસ્ત્રનો પ્રહાર કરવા માટે ધનુષ આદિ લૉન્ચ-પેડનો ઉપયોગ થતો. દાખલા તરીકે, યાળીયંત્ર. દશાનન રાવણને બ્રહ્માસ્ત્રનું આહ્‌વાન કરવા માટે યાળીના કંકાલમાંથી બનાવવામાં આવેલાં યંત્રની જરૂરિયાત રહેતી! જે અસ્ત્રોના વર્ણન ધર્મગ્રંથોમાં જોવા મળે છે, એ છે... મોહનાસ્ત્ર, માનવાસ્ત્ર, માયામય અસ્ત્ર, સંવર્ત અસ્ત્ર, તેજોપ્રભા અસ્ત્ર, આગ્નેયાસ્ત્ર, બ્રહ્માસ્ત્ર વગેરે. તદ્ઉપરાંત, વિભિન્ન અને વિશિષ્ટ તીરનો સમાવેશ પણ અસ્ત્રોમાં થાય છે. ટૂંકમાં, જે હથિયારને મંત્ર, તંત્ર અથવા યંત્રથી આહ્‌વાન આપી શકાય, એને અસ્ત્રની શ્રેણીમાં મૂકી શકાય.'

'બરાબર.' મનસ્વીએ હોંકારો ભણ્યો.

'જે હથિયાર હસ્તસંચાલિત હોય તેનો સમાવેશ શસ્ત્રની શ્રેણીમાં થાય છે. દાખલા તરીકે, મારું આ પરશુ!' જમદગ્નિપુત્રએ બાજુમાં રાખેલું વજનદાર પરશુ ઉઠાવીને કહ્યું, '... જેનો ઉપયોગ કરવા માટે હથિયારને હાથમાં લેવું પડે એ શસ્ત્ર! તલવાર, ગદા, કુહાડી વગેરે આનાં દૃષ્ટાંતો છે.'

'... અને પાશ?' મનસ્વીએ પૂછ્યું.

'માયાવી જાળ અથવા દોરડાના રૂપમાં જે હથિયારનો ઉપયોગ થાય છે, તેનો સમાવેશ પાશ-શ્રેણીમાં થાય છે.' પરશુરામે આગળ જણાવ્યું, 'શેષનાગસ્વરૂપ અવતાર ભગવાન લક્ષ્મણને જે નાગપાશનાં બંધનોમાં બાંધવામાં આવ્યા હતા, એ આ પ્રકારની જ માયાવી જાળ હતી! નાગપાશ ઉપરાંત કાલપાશ અને ધર્મપાશ પણ આનાં ઉદાહરણો છે.'

'ધન્યવાદ, પ્રભુ.' પોતાની જિજ્ઞાસા સંતોષવા બદલ મનસ્વીએ પરશુરામનો આભાર વ્યક્ત કરીને હનુમાનને કહ્યું, 'અગસ્ત્ય મુનિના આશ્રમમાં પછી શું થયું, મહાવીર?'

'અગસ્ત્ય મુનિએ શ્રીરામ પાસે સંકલ્પ લેવડાવ્યો કે તેઓ દંડકારણ્યના એવા અસુરોનો વધ કરશે, જેઓ નિર્દોષોનો આડેધડ નરસંહાર કરી રહ્યા છે!' પવનપુત્રએ જણાવ્યું, 'એ સમયે માતા સીતાનું અપહરણ હજુ નહોતું થયું, પરંતુ અગસ્ત્ય પ્રખર ભવિષ્યવેત્તા અને દીર્ઘદ્રષ્ટા મુનિ હતા. કાળચક્રને એના

નિર્ધારિત સ્થાન ઉપર પહોંચાડવા માટે એમણે શ્રીરામને વનવાસની શેષઅવધિ પંચવટીમાં જઈને વ્યતીત કરવાની સલાહ આપી.'

પરશુરામ અને અશ્વત્થામા પણ હજારો વર્ષો પછી સાંભળવા મળેલી હનુમાનની પાવનવાણીનો લાભ ઉઠાવી રહ્યા હતા.

આકાશમાં ગરજતાં વાદળો સમાન હનુમાનનો સ્વર પર્ણકુટિરમાં ગુંજી ઊઠ્યો,

'શ્રીરામ, સીતા અને લક્ષ્મણ જ્યારે આશ્રમમાંથી વિદાય લઈ રહ્યાં હતાં, એ સમયે અગસ્ત્ય મુનિએ દશરથનંદનને અંતિમ આશીર્વાદ આપતાં કહ્યું,

હે રાજીવલોચન, અરુંધતી સમાન પવિત્ર પત્ની સીતાનું ધ્યાન રાખજો. આપના પ્રત્યે પ્રેમ અને સમર્પણને કારણે જ દેવી સીતા પ્રસન્નતાપૂર્વક આટલી કઠિનાઈઓ સાથે જીવન પસાર કરી રહ્યાં છે. વાસ્તવિકતા એ છે કે આ પ્રકારની સમસ્યાઓ ભોગવવા માટે એમનો જન્મ નહોતો થયો... અને ન તો તેઓ આવા પડકારો ભોગવવા માટે ટેવાયેલાં છે!

હે રામ, આપ લક્ષ્મણ અને સીતા સાથે જે કોઈ સ્થાન ઉપર નિવાસ કરશો, એ આપોઆપ સુંદર બની જશે; પરંતુ પંચવટી એક એવું મનોહર સ્થાન છે, જ્યાં દેવી સીતાનું મન ખૂબ ચોંટશે. આપ બંને રાજકુમારોના સંરક્ષણમાં તેઓ સુખ તથા આરામ સાથે ત્યાં નિવાસ કરી શકશે. એ સ્થાન પ્રચુર માત્રામાં ફળ-ફૂલથી સંપન્ન, પવિત્ર અને રમણીય છે. આપ સૌ ગોદાવરીના તટ ઉપર નિવાસ કરો. આપના વનવાસના સમયની પૂર્ણાહુતિ સમીપ છે!'

'તો એનો અર્થ એમ કે અગસ્ત્ય મુનિ જાણતા હતા કે નજીકના ભવિષ્યમાં જ દેવી સીતાનું અપહરણ થવાનું છે!' વસુધા લગભગ મનોમન બબડી, 'આમ છતાં, એમણે રામ-સીતા-લક્ષ્મણને પંચવટી કેમ મોકલ્યાં?'

ધીમા સ્વરે થયેલો એનો આ ગણગણાટ હનુમાન સાંભળી ગયા, '... કારણ કે જ્યારે જ્યારે આ ધરતી ઉપર મહાવિષ્ણુના અવતારો પ્રગટ થયા છે, ત્યારે ત્યારે એમણે પોતાની લીલાના વિસ્તરણ અને સંકોચન માટે પોતાની આસપાસ એવા મહાન આત્માઓને રાખ્યા છે, જે કાળચક્રને આગળ વધારવાનું કામ કરી શકે. અવતારનો સમય પૂરો થાય અને વૈકુંઠગમનની વેળા નજીક આવે, એ પહેલાં સુનિશ્ચિત કરેલાં તમામ ભગીરથ કાર્યો પૂર્ણ થઈ શકે એ માટે આ પ્રકારના ઋષિ-મુનિઓ અને સિદ્ધાત્માઓ પણ અવતારોની સાથે જ પ્રગટ થતા!'

આટલું કહીને હનુમાને ભૈરવી મા સામે ગર્ભિત સ્મિત આપ્યું. કુટિરમાં ઉપસ્થિત સહુ કોઈ સમજી ગયાં કે કેસરીનંદનનો સંકેત કઈ બાબત તરફ છે!

'આ સુદીર્ઘ મુલાકાત દરમિયાન જ શ્રીરામને અગસ્ત્ય મુનિ દ્વારા જાણ

કરી દેવામાં આવી હતી કે રાવણ પાસે યાઝીયંત્રસ્વરૂપે બ્રહ્માસ્ત્રનું આહ્વાન કરી શકવાની કળા છે.' હનુમાને વાતનું સમાપન કરતાં કહ્યું, '... બસ, એ જ સમયે ભગવાન રામનો લંકા જવાનો હેતુ નિશ્ચિત થઈ ગયો હતો!'

વર્તમાન દિવસ

તિરુઅનંતપુરમ્, કેરળ

પ્રાઈવેટ ઍરપૉર્ટથી તેઓ બુલેટપ્રૂફ ઑડી કારમાં શ્રી અનંતપદ્મનાભસ્વામી મંદિર તરફ જવા રવાના થઈ ગયા હતા. દોઢેક કલાકનો રસ્તો કાપવાનો હતો. સાંજ થવા આવી હોવા છતાં કેરળની હવામાં સુકૂન નહોતું. આજની રાત ભયાનક સાબિત થવાની છે, એવા સંકેતો વારંવાર મળી રહ્યા હતા.

અજય ડોભાલ વિવાનને સૌની નજરોથી છુપાવીને મંદિર લઈ જઈ રહ્યા હતા. જો સામાન્ય લોકો અથવા મીડિયાને જાણ થાય કે રાષ્ટ્રપતિ ભવનમાં થયેલા હુમલાનો કથિત આરોપી એમની વચ્ચે મોજૂદ છે, તો તેઓ કાયદો પોતાના હાથમાં લેતાં ન અચકાય!

સાતેક ગાડીના ખડકલાની વચ્ચેથી પસાર થઈ રહેલી ઑડી કારની વિન્ડૉ પર કાળી ફિલ્મ હતી, જેથી બેક-સીટ ઉપર બેસનારી વ્યક્તિનો ચહેરો કોઈ જોઈ ન શકે. આમ પણ, મોટાભાગની સરકારી ગાડીઓમાં આ પ્રકારનો પ્રૉટોકોલ જળવાતો હોવાથી જનતાને શંકા ઊપજવાનો સવાલ જ પેદા નહોતો થતો.

અજય ડોભાલે આવનારા ચોવીસ કલાક માટે પદ્મનાભસ્વામી મંદિરના પરિસરમાં સામાન્ય શ્રદ્ધાળુઓના પ્રવેશ પર પ્રતિબંધ મુકાવી દીધો હતો. શસ્ત્રધારી પોલીસનાં ધાડેધાડાં ત્યાં ઊતરવા માંડ્યા હતાં. લોકો પ્રશ્નો કરી રહ્યા હતા, મીડિયા-રિપૉર્ટર્સ કેમેરા અને બૂમ-માઈક સાથે આ રહસ્યનો ખુલાસો કરવા માટે અવનવી અટકળો પોતાની ચેનલ પર ટેલિકાસ્ટ કરી રહ્યાં હતાં.

વિવાનને શ્રીલંકામાં બનેલી તમામ ઘટનાઓ તથા દશ્યો માનસપટ ઉપર સ્પષ્ટ થતાં જતાં હતાં, પરંતુ શુક્રાચાર્ય અને અહિરાવણ વચ્ચે થયેલો વાર્તાલાપ રિમોટ પર દબાવવામાં આવેલાં મ્યુટ બટનની માફક મૂક હતો! સિગિરિયાના રાક્ષસ-મહેલ પરથી ખોદી કાઢવામાં આવેલા પુસ્તકના કેટલાક જર્જરિત પૃષ્ઠો

તેની નજર સામે તરવરી રહ્યા હતાં, પરંતુ એ વેળા થયેલી વાતચીત વિવાન યાદ નહોતો કરી શકતો. એવું લાગતું હતું જાણે તેની નજર સામે મૂકબધિર પ્રેક્ષકો માટે ગોઠવાયેલું નાટક ભજવાઈ રહ્યું છે!

કેરળની સુંદરતા નીરખી રહેલા અમિતના હોઠ પરથી ઉદ્ગાર સરી પડ્યા, 'ખરા અર્થમાં, ઈશ્વરનો પોતીકો મુલ્ક - God's own Country!'

નેશનલ જિયોગ્રાફી જેવાં આંતરરાષ્ટ્રીય ખ્યાતિપ્રાપ્ત મેગેઝિન દ્વારા કેરળને પૃથ્વી પરના ૧૦ સ્વર્ગની યાદીમાં આપવામાં આવ્યું હતું; જેના સૌથી મહત્ત્વનાં કારણોમાં ત્યાંનું પ્રાકૃતિક વૈવિધ્ય, ચારેકોર પથરાયેલી લીલોતરીની ચાદર અને ફળદ્રુપ જમીનનો સમાવેશ થતો હતો.

આગળની સીટ ઉપર બેઠેલાં અમિતના ખભા ઉપર હાથ મૂકીને અજય ડોભાલે કહ્યું, 'સદીઓ અગાઉ જ્યારે વિશ્વના જી.ડી.પી.માં ભારતનો હિસ્સો ૮૦-૯૦ ટકા જેટલો હતો, ત્યારે ભારતના એ હિસ્સામાંથી ૯૦ ટકા આવક તો કેરળના મરી-મસાલા અને તેજાનામાંથી જ થતી હતી, અમિત!'

ખેતરો વચ્ચેથી પસાર થઈ રહેલા રસ્તા ઉપર એમની કાર પૂરપાટ વેગે દોડતી હતી.

'કેરળ શબ્દનો અર્થ શું થાય, બૉસ?' અમિતની અંદરનો જિજ્ઞાસુ સળવળ્યો.

'*કેરા* શબ્દનો અર્થ મલયાલમ ભાષામાં નાળિયેર થાય છે.' અજયે વર્ષો પહેલાં વાંચેલાં સાહિત્યની સ્મૃતિઓ ઢંઢોળી, '*આલમ* એટલે ભૂમિ. અલ્ટિમેટલી, *કેરાલમ્* શબ્દનો અર્થ થાય... નાળિયેરની ભૂમિ! રાજ્યની ૮ લાખ હેક્ટર જમીનમાં નાળિયેરીની ખેતી થતી હોવાથી આ ક્ષેત્રને કેરાલમ્ તરીકે ઓળખવામાં આવ્યું.'

'કેરળ જો આટલી જૂની ભૂમિ હોય, તો પછી અહીં મુસ્લિમો અને ખ્રિસ્તીઓની વસ્તી કેમ વધારે છે?' અમિતે પૂછ્યું.

એક હકીકત એ પણ હતી કે કેરળ હવે આઈ.એસ.આઈ.એસ. દ્વારા બ્રેઈનવૉશ થઈ ચૂકેલા ઇસ્લામિક આતંકવાદીઓનો અડ્ડો બનવા માંડ્યું હતું. અહીંયાંના છૂપા કેમ્પ્સમાં તૈયાર થનારા મુસ્લિમ આતંકવાદીઓ ભારતભરમાં ત્રાસવાદ ફેલાવવા માટે બદનામ હતા. અમિતના પ્રશ્ન પાછળનો મૂળ સંદર્ભ આ હતો!

'... કારણ કે એક સમયે કેરળ તેજાનાનું વૈશ્વિક પાટનગર હતું. કોચીનના બંદરગાહ પરથી આખા જગતમાં તેની નિકાસ થતી. અહીંના કાલિકટ ખાતે વાસ્કો-દ-ગામાએ પહેલી વખત પગ મૂક્યો એ પછી આખી દુનિયામાંથી ખ્રિસ્તીઓ, યહૂદીઓ આવ્યા અને મુસ્લિમો પણ ખરાં! એટલે જ, ભારતનું સર્વપ્રથમ ચર્ચ કેરળમાં બન્યું. તદ્દુપરાંત, સર્વપ્રથમ યુરોપિયન ચર્ચ અને ભારતની પહેલીવહેલી

મસ્જિદ અહીં ચણતર પામી! મજાની વાત એ છે કે દેશનું પ્રથમ સિનેગોગ - યહૂદીઓનું મંદિર - પણ અહીંયાં જ નિર્માણ પામ્યું.' અજય ડોભાલ મુદ્દા પર આવ્યા, 'આ કારણોસર કેરળ સેક્યુલારિઝમ - બિનસાંપ્રદાયિકતા - નું ઉદાહરણરૂપ રાજ્ય બન્યું... પરંતુ દર વખતે થાય છે, એ રીતે ધીરે ધીરે બિનસાંપ્રદાયિકતાનો રંગ લીલો થઈ ગયો અને આખું કેરળ ક્રમશઃ ઇસ્લામમય બની ગયું.'

'મેં ક્યાંક સાંભળ્યું હતું કે ટીપુ સુલતાને કેરળના ખ્રિસ્તી અને યહૂદી ધર્મસ્થાનોનો પણ કચ્ચરઘાણ બોલાવી દીધો હતો?' ચાલુ ગાડીએ અમિતે પાછળ ફરીને અજય ડોભાલ સામે જોયું. ડ્રાઇવર એની ગતિએ હાંક્યે જતો હતો. વિવાન આ બંનેની વાતચીત મૂંગા મોઢે સાંભળી રહ્યો હતો. આમ પણ, અત્યારે તેના મગજમાં અન્ય ઘણાં તોફાન પેદા થઈ રહ્યાં હતાં.

'કરેક્ટ!' અજયે સફરજનનું એક બટકું ભરીને ચાવતાં ચાવતાં જવાબ આપ્યો, 'કેરળની પેરિયાર નદીમાં આવેલા પૂરને કારણે સિનેગોગને ભારે નુકસાન પહોંચ્યું હતું અને ત્યાર પછી બાકી બચેલી કસર ધર્માંધ ટીપુ સુલતાને પૂરી કરી. ઈ.સ. ૧૭૮૯માં કેરળનાં વિવિધ રજવાડાંઓ પર તેણે ચઢાઈ કરી. યહૂદી ધર્મસ્થાનોનો વિધ્વંસ કરવામાં તેનો ફાળો સૌથી વધુ હતો.'

એમની આ વાતચીતમાં વિવાનને પણ સામેલ કરવાના હેતુથી અજય ડોભાલે વિષયાંતર કર્યું, 'કેરળના પૌરાણિક ઇતિહાસ વિશે તું કંઈ જણાવી શકે, વિવાન?'

હમણાં સુધી બારીની બહાર શૂન્યમાં તાકી રહેલો વિવાન આ સવાલ સાંભળીને વર્તમાનમાં પાછો ફર્યો.

'કેરળનું સૌથી મોટું રહસ્ય એ છે કે તે અષ્ટચિરંજીવીઓમાંના એક એવા વિષ્ણુઅવતાર પરશુરામની કર્મભૂમિ રહી ચૂકી છે!' વિવાને ખોંખારો ખાધો, 'બ્રહ્માંડપુરાણના સહ્યાદ્રિખંડમાં કેરળનો સમગ્ર ઇતિહાસ વર્ણવવામાં આવ્યો છે. અલબત્ત, આજના ઇતિહાસકારો એને સત્ય સ્વીકારવા તૈયાર નથી. જોકે, એમના માનવા કે ન માનવાથી સત્ય બદલી નથી જવાનું!'

'આ કેટલી શતાબ્દીઓ પહેલાંની ઘટના છે?' અમિતની પ્રશ્નોત્તરી શરૂ થઈ ગઈ.

'જમદગ્નિપુત્ર પરશુરામ ઈસુપૂર્વે ૧૧,૧૭૭માં આ ધરતી ઉપર અવતર્યા હોવાનું વર્ણન મળી આવે છે. વેદવીર આર્ય લિખિત અંગ્રેજી પુસ્તક - *ક્રોનોલૉજી ઑફ ઇન્ડિયા: ફ્રોમ મનુ ટુ મહાભારત* - માં લેખકે પુરાવા સાથે લખ્યું છે કે ઋગ્વેદિક કાળમાં અવતરેલા પરશુરામ અને માહિષ્મતી સામ્રાજ્યના શાસક કાર્તવીર્યઅર્જુન બંને એક જ સમયે આ ધરતી ઉપર વિચરણ કરતા હતા.

પરશુરામે કુલ ૬૪ ગામડાંઓ સ્થાપ્યાં, જેને બાદમાં ૪ જૂથમાં વહેંચી નાંખવામાં આવ્યાં - તુલુ, કુપા, કેરળ અને મુસિકા! ભારદ્વાજ અને કશ્યપ ગોત્રના બ્રાહ્મણો પરશુરામ દ્વારા વસાવવામાં આવેલાં આ સ્થળો ઉપર નિવાસ કરતા હતા.'

'શ્રી અનંતપદ્મનાભસ્વામી મંદિર અને ત્રાવણકોર રાજપરિવાર જો પાંચ હજાર વર્ષ જૂનો હોય, તો એમનો સંબંધ પણ પરશુરામ સાથે હોવાની કોઈ સંભાવના ખરી?' અજય ડોભાલે અગત્યનો સવાલ કર્યો.

'બેશક!' વિવાને ચપટી વગાડી, '*કેરળ મહાત્મ્યમ્* જણાવે છે કે પરશુરામે દક્ષિણ કેરળ અને ઉત્તર કેરળનું શાસન વ્યવસ્થિત રીતે ચાલે, એ માટે બે ભાઈઓ - ભાનુવિક્રમ અને રાણાવિક્રમ - ની રાજા તરીકે નિમણૂક કરી હતી. ભાનુવિક્રમ વાસ્તવમાં ત્રાવણકોર રાજપરિવારના વંશસ્થાપક બન્યા અને રાણાવિક્રમ કોલાતુનાડુ રાજપરિવારના પૂર્વજ!'

વૉલ્ટ-બીમાં બ્રહ્માસ્ત્રને સુરક્ષિત રાખવામાં આવ્યું છે, એ વાત અમિત માટે અત્યંત રોમાંચક અને રહસ્યમય હતી. તે શ્રી અનંતપદ્મનાભસ્વામી મંદિર વિશે વધુ ને વધુ જાણવા માટે આતુર હતો.

'પૌરાણિક પદ્મનાભસ્વામી મંદિરના અસ્તિત્વમાં આવ્યાની મૂળ તારીખ કોઈને ખબર નથી.' વિવાનના ચહેરા ઉપર થાક મિશ્રિત આછું સ્મિત અકબંધ હતું, 'કેટલાક મત મુજબ, કળિયુગ બેઠા પછીના ૯૫૦મા વર્ષે તેનું નિર્માણ થયું, તો અન્ય મત મુજબ કળિયુગના પહેલા દિવસે! પરંતુ વાસ્તવિકતા તો આજ સુધી કાળની ગર્તામાં જ ધરબાયેલી છે. પરશુરામ દ્વારા કેરળમાં માત્ર એક મંદિરમાં ભગવાનના વિગ્રહની પ્રાણ-પ્રતિષ્ઠા કરવામાં આવી છે - શ્રી વરધાનપુરમ્ મંદિર! પરંતુ શ્રી વરધાનપુરમ્ અને શ્રી અનંતપદ્મનાભસ્વામી બંને એક જ મંદિર છે કે કેમ, એ કોઈ નથી જાણતું.'

'એક વાતની તો મને ખાતરી છે કે આ સ્થાન કોઈક વિશિષ્ટ ઊર્જા ધરાવે છે.' અજય ડોભાલે બારીની બહાર દ્રવિડ શૈલીના ઊંચા ગોપુરમ્ ધરાવતાં મંદિરો સામે જોતાં કહ્યું, '૧૦ ઑગસ્ટ, ૧૭૪૧ના રોજ થયેલા કોલાચલ યુદ્ધમાં દરિયાઈમાર્ગેથી ત્રાવણકોર પહોંચેલાં ડચ જાતિના સૈનિકોએ ભોગવેલી કારમી હારનો સિલસિલો છેક હૈદર અલી અને ટીપુ સુલતાન સુધી લંબાયો. શ્રી અનંતપદ્મનાભસ્વામી સ્વયં આ નગરની રક્ષા કરી રહ્યા હોવાના અનેક પુરાવા સમય-સમયાંતરે મળતા રહ્યા છે.'

વર્તમાન દિવસ

કોઇમ્બતૂર

આઠમા દિવસની સંધ્યા ખીલી ચૂકી હતી. શ્રીવિદ્યા સાધના-શિબિરની પૂર્ણાહુતિને આડે હવે ફક્ત એક દિવસ બચ્યો હતો. આદિયોગિની અલયમ્‌માં શ્રીચક્રના આઠમા આવરણની પૂજાવિધિ અંગે ભૈરવી મા આજે સાધકોને માહિતગાર કરવાના હતાં, પરંતુ એ પહેલાં રાબેતા મુજબ એમણે ચક્રની સંપૂર્ણ માર્મિક સમજૂતીને પ્રાધાન્ય આપ્યું.

જોગાનુજોગ, માઘ મહિનાની ગુપ્ત નવરાત્રિનો પણ આજે આઠમો દિવસ હતો. નવદુર્ગાઓનું પ્રાગટ્ય આ રાતે થયું હોવાને કારણે પૌરાણિક કાળથી જ નવરાત્રિના આઠમા દિવસને **દુર્ગાષ્ટમી** તરીકે ઓળખવામાં આવતો હતો.

આસન ઉપર રક્તવર્ણી સાડીમાં બિરાજમાન ભૈરવી માનું મુખારવિંદ આજે સહસ્ર પૂર્ણિમાનું તેજ પોતાની અંદર સમાવીને બેઠું હતું. એમની બંને હથેળીઓ આજે દરરોજ કરતા વધારે ગુલાબી અને રૂ કરતાં પણ વધુ કોમળ ભાસી રહી હતી. સ્વયં આદિ પરાશક્તિ એમની જિહ્‌વા ઉપર બિરાજમાન થયાં હોય, એટલા મધુર સ્વરે તેમણે કહ્યું, 'આઠમા ચક્રમાં માત્ર એક ત્રિકોણની પૂજા થાય છે, જેનું નામ છે - સર્વસિદ્ધિપ્રદ ચક્ર! સાત શક્તિઓ, એક યોગિની અને એક ચક્રેશ્વરી સાથે કુલ ૯ દેવતાઓની અહીં આરાધના કરવામાં આવે છે.'

સભાખંડના વિશાળ સ્ક્રીન પર આઠમા આવરણની આકૃતિ ઝળાહળાં થઈ ઊઠી.

'આઠમા આવરણની ચક્રેશ્વરી છે, ત્રિપુરાંબા!' ભૈરવી માએ કહ્યું, 'જેની યોગિની છે, અતિરહસ્યયોગિની!'

ત્યારબાદ ભૈરવી માએ કેટલાંક એવાં રહસ્યો ઉજાગર કર્યાં, જે તંત્રશાસ્ત્રનાં સર્વોચ્ચ રહસ્યોમાં સ્થાન ધરાવતાં હતાં. ભગવતી આદિ પરાશક્તિની શ્રીવિદ્યા સાધના શા માટે સમગ્ર બ્રહ્માંડની મહાશક્તિશાળી સાધના કહેવાતી હતી, એની પાછળનું કારણ હવે છેક સૌને સમજાયું. દસ મહાવિદ્યાઓમાં એકમાત્ર મહાત્રિપુરસુંદરીને જ કેમ રાજરાજેશ્વરી બ્રહ્માંડસમ્રાજ્ઞીની પદવી આપવામાં આવી હતી, એની વિસ્તૃત સમજૂતી આપ્યા પછી ભૈરવી માએ આઠમા આવરણમાં બિરાજમાન નવ મહાશક્તિઓના નામ જણાવ્યાં.

'બાણિની, ચાપિની, પાશિની, અંકુશિની, મહાકામેશ્વરી, મહાવ્રજેશ્વરી, મહાભગમાલિની, સર્વસિદ્ધિપ્રદચક્રસ્વામિની, અતિરહસ્યયોગિની!' ભૈરવી માએ દસ મહામુદ્રાઓનું જ્ઞાન શ્રીવિદ્યા ઉપાસકોને આપ્યા બાદ જણાવ્યું, 'અષ્ટમાવરણનું વિશેષણ છે - મહામહાશયે! શય અર્થાત્ શયન. શું તમે જાણો છો, આઠમા ચક્રથી આદિ પરાશક્તિ શા માટે શયનકક્ષમાં ચાલી જાય છે? શા માટે તેઓ પોઢી જાય છે?'

સૌના ચહેરા પર પ્રશ્નાર્થચિહ્ન તરી આવ્યાં.

'... કારણ કે, આઠમા આવરણની સિદ્ધિ પશ્ચાત્ સાધક એક એવી અવસ્થામાં પહોંચી જાય છે, જ્યાં તેને કાર્ય કરવાની આવશ્યકતા રહેતી નથી, એ આપોઆપ થવા માંડે છે.' શ્રીવિદ્યાનું આ એવું રહસ્ય હતું, જેને છતું કરવાની શાસ્ત્રોમાં સ્પષ્ટપણે ના પાડવામાં આવી હતી, પરંતુ ભૈરવી મા દૃઢપણે માનતાં હતાં કે તંત્રવિદ્યા એ વાસ્તવમાં નદીના જળ સમાન વહેતી રહેવી જોઈએ. જો તેને કાળપાશમાં સંઘરી રાખવાની કોશિશ કરવામાં આવે, તો તેમાં દુર્ગંધ આવવા માંડે...!

અધૂરામાં પૂરું, સનાતન ધર્મ અત્યારે જે અવસ્થા ઉપર હતો, ત્યાં જો આ પ્રકારની મહાવિદ્યાઓને વહેંચવામાં ન આવી તો તેને લુપ્ત થતાં કોઈ રોકી શકે એમ નહોતું. આથી, શાસ્ત્રોની વિરુદ્ધમાં જઈને પણ તેઓ સૃષ્ટિના હિત માટે શ્રીવિદ્યાના સર્વોચ્ચ રહસ્યોને પોતાની મર્યાદામાં રહીને ઉજાગર કરી રહ્યાં હતાં.

'સર્વસિદ્ધિપ્રદ ચક્રનો અર્થ જ એ છે... સર્વ સિદ્ધિઓ - મનોકામનાઓ - મહેચ્છાઓની પૂર્તિ!' તેમણે સમાપન તરફ આગળ વધતાં કહ્યું, 'આઠમા ચક્રની સિદ્ધિ પશ્ચાત્ સાધકે કશું બોલવાની પણ આવશ્યકતા રહેતી નથી, ફક્ત વિચારમાત્રથી જ તેનાં સઘળાં કામ પાર પડવા માંડે છે. જગતજનની આદિ પરાશક્તિ સ્વયં તેના સંતાનની આસપાસ વિદ્યમાન થઈને સાધકની સઘળી ઇચ્છાઓ પૂરી કરવા માંડે છે. અલબત્ત, અહીં પહોંચતાં સુધીમાં સાધક પોતાની વિચારશીલતા પર પણ સંપૂર્ણ નિયંત્રણ મેળવી ચૂક્યો હોય છે... જેથી તેના ચિત્ત અને મસ્તિષ્કમાંથી બ્રહ્માંડ માટે લાભદાયી વિચારો જ સ્ફુરે!'

બંને હાથ જોડીને તેઓ પોતાના આસન પરથી ઊભા થવા જાય, એ પહેલાં જ એમને કશુંક યાદ આવ્યું.

'જેમણે આઠમા આવરણની મહાશક્તિઓના નામ પર ધ્યાન કેન્દ્રિત કર્યું હશે, એમણે એક વિશિષ્ટતા ચોક્કસપણે અનુભવી હશે.' શ્રીવિદ્યા સાધકો ઉપર એમણે દૃષ્ટિપાત કર્યો, 'બાણ, અંકુશ, પાશ વગેરે આદિ પરાશક્તિનાં આયુધો છે! તો આઠમા ચક્રમાં શસ્ત્રોની પૂજા શા માટે?'

સભાખંડમાં સોપો પડી ગયો. મોટાભાગના ઉપાસકોના મસ્તિષ્કમાં આ પ્રશ્ન ઉદ્ભવ્યો જ નહોતો.

'નવમું ચક્ર, જેમાં સ્વયં શ્રીમત્-સિંહાસનેશ્વરી શ્રીમાતા લલિતામ્બિકા બિરાજમાન છે, એમના સુધી પહોંચતાં પહેલાંનું અંતિમ આઠમા આવરણનું રહસ્ય છે, એમનાં આયુધો!' ભૈરવી માનાં નેત્રોમાં ગૂઢભાવ ઊપસી આવ્યો, 'જગતજનનીનો સાક્ષાત્કાર થાય, એ પૂર્વે આત્માએ તેમના સમક્ષ સંપૂર્ણ ભક્તિભાવ સાથે સમર્પણ કરી દેવું આવશ્યક છે. જેવી રીતે પોલીસની બંદૂક અથવા અન્ય કોઈ હથિયાર સામે વ્યક્તિ હેન્ડ્સ-અપ કરી દે છે, એવી જ રીતે માતાના સાક્ષાત્કાર પૂર્વે એમનાં અસ્ત્રો-શસ્ત્રો અને આયુધો સામે મસ્તક ઝુકાવવું અત્યાવશ્યક છે! એમના આયુધોની પૂજા કર્યા પછી જ સાધક ભુવનેશ્વરી પરામ્બિકાનાં દર્શન કરવા યોગ્ય લાયકાત ધરાવતો થઈ જાય છે.'

ભૈરવી મા કેટલી ગહન વાત કરી રહ્યાં હતાં, એનો અંદાજ દસ હજારમાંથી અમુક ગણ્યાગાંઠ્યા સાધકોને જ હતો!

'હું પહેલા દિવસથી કહેતી આવી છું કે શ્રીચક્ર વાસ્તવમાં એક એમ્ફિ-થિયેટર છે, જે નવ ચક્રો વડે આરક્ષિત છે!' તેઓ બોલ્યાં, 'ષોડશી મહાવિદ્યા અર્થાત્ મહાત્રિપુરસુંદરીની પ્રાપ્તિ માટે સાધકે નવ સુરક્ષાચક્રો - ઝેડપ્લસ સિક્યોરિટી - નું ભેદન કરવું પડે છે! જેવી રીતે પ્રાઇમ મિનિસ્ટરને મળવા જતાં પહેલાં તમે એક પણ હથિયાર તમારી સાથે ન લઈ જઈ શકો, એવી જ રીતે સૃષ્ટિકર્ત્રીને મળવા જતાં પહેલાં તમારે અહંકાર, લોભ-લાલસા, વાસના, ઈર્ષા, દ્વેષ વગેરે જેવાં શસ્ત્રોને હેઠાં મૂકીને સંપૂર્ણ સરન્ડર થઈ જવું પડે છે. શ્રીયંત્રનાં નવ તાળાં ખોલીને જગતમાતાનાં ચિંતામણી-ભુવનમાં પ્રવેશ મેળવતાં પહેલાંનું આ આઠમું આવરણ ખરેખર બ્રહ્માંડનો સૌથી ગૂઢાતિગૂઢ સંદેશ આપે છે... જો સમજી શકો તો!'

... એ જ સમયે આંગળીને વેઢે ગણાય, એટલા ઉપાસકોના મનમાં એક પ્રશ્ન જન્મ્યો!

હજારો સદીઓમાં માત્ર એક વખત ધરતી ઉપર અવતરણ પામનાર આ દિવ્યાત્માની વાસ્તવિક ઓળખ શું હતી? આખરે કોણ હતાં ભૈરવી મા?

૧૦૦

વર્તમાન દિવસ

કોઈમ્બતૂર, તમિલનાડુ

રાત ઢળી ચૂકી હતી. ફરી એક વખત ભૈરવી માની પર્ણકુટિરની બહાર અશ્વત્થામા, પરશુરામ, હનુમાન, મનસ્વી, વસુધા અને રિયા તાપણાની આસપાસ આગામી યોજનાને અંતિમ ઓપ આપવા એકત્ર થયાં હતાં.

... આજની રાત ઘણી બધી રીતે નિર્ણાયક પુરવાર થવાની હતી.

'જો કુમારીકંદમમાં બનેલા ઘટનાક્રમને સંપૂર્ણતઃ સમજવો હોય, તો યાઝી અંગેની તમામ વિગતો જાણવી જરૂરી છે.' અશ્વત્થામાએ કહ્યું.

'ખરું.' હનુમાને પણ હામી ભરી, 'પરંતુ અમારા બધામાં પરશુરામનું અવતરણ ત્રેતાયુગમાં સૌથી પહેલાં થયું હતું હોવાથી એમણે જ યાઝીની વિસ્તારપૂર્વક સમજૂતી આપવી જોઈએ, એવું હું દૃઢપણે માનું છું!'

વસુધાએ પરશુરામ સામે આજીજીભરી દૃષ્ટિ કરી.

'*શિવાગચિંતામણી* નામના દક્ષિણ ભારતીય ગ્રંથમાં મહાકાય યાઝીના રૌદ્ર રૂપનું વિવરણ કરવામાં આવ્યું છે.' સૌની વિનંતીને માન આપીને પરશુરામે

ભૂતકાળમાં ઝાંખી કરી, 'એમાં લખ્યું છે કે યાઝી એટલા ખૂંખાર હતાં કે એમની એક ગર્જનામાત્રથી જંગલના સામાન્ય હાથીઓ ભયભીત થઈને ભાગવા માંડતાં! હું એમના બળનો સાક્ષી છું. કુમારીકંદમના ઊંચા ઊંચા પહાડો ઉપર એમનો નિવાસ હતો.'

'એમનો દેખાવ કેવો રહેતો?' સાધ્વી માએ પૂછ્યું.

'કુલ પાંચ પ્રકારના યાઝીઓ એ સમયે કુમારીકંદમમાં રહેતાં હતાં - સિંહયાઝી, ગજયાઝી, મકરયાઝી, યમલયાઝી અને પેરિયાઝી! આ બધાંમાં કુમારીકંદમના પ્રાણીરાજા તરીકે સિંહયાઝીની ગણના થતી હતી. તેનાથી વધારે ખૂંખાર જીવ સમસ્ત સંસારમાં બીજું કોઈ નહોતું... ડાયનોસોર પણ નહીં! નામ પ્રમાણે જ એમના દેખાવ હતા.' પરશુરામે દરેકના શારીરિક બાંધાનું વર્ણન કરતાં કહ્યું, 'સિંહ જેવું મુખ અને શારીરિક બાંધો ધરાવતાં યાઝીને સિંહયાઝી, સેંકડો ફૂટ ઊંચા હાથી સમાન દેખાવ ધરાવતા ગજયાઝી, મગર સમાન ધડ અને બકરી સમાન શિંગડાં ધરાવતાં મકરયાઝી, બહાર લટકતી જીભ અને શ્વાન સમો દેખાવ ધરાવતાં યમલયાઝી; તેમજ સિંહયાઝી જેવો જ દેખાવ પરંતુ પ્રમાણમાં નાની કદકાઠી ધરાવતાં પેરિયાઝીની કુમારીકંદમમાં બોલબાલા હતી. રાજા-મહારાજા અને ચક્રવર્તી સમ્રાટ સિવાય અન્ય કોઈ પાસે યાઝીને સાચવવાની ત્રેવડ નહોતી. બલિના મહાયજ્ઞમાં જ્યારે પહેલી વખત રાવણ મહાબલિપુરમ્ ખાતે આવ્યો હતો, ત્યારે ભયાનક ગજયાઝી ઉપર થયેલો તેનો પ્રવેશ જોઈને સૌ કોઈ આભા બની ગયા હતા. રાવણ જ આવનારા સમયનો ચક્રવર્તી અસુરસમ્રાટ છે, એવી લોકોને ખાતરી થઈ ગઈ હતી.'

'આજે પણ કેટલાક તમિલ ગ્રંથોમાં **યાઝ** નામના સંગીતવાદ્યનો ઉલ્લેખ જોવા મળે છે.' પાછળથી ભૈરવી મા પોતાના હાથમાં મોટી ટ્રે લઈને આવ્યાં, જેમાં ત્યાં ઉપસ્થિત સૌના માટે એમણે પોતાના હાથો વડે ખીચડી બનાવી હતી, 'એમાંથી ઉત્પન્ન થતો ધ્વનિ લોકોને હણી શકવાની ક્ષમતા ધરાવતો હતો. સંજોગ કહો કે પછી બીજું કંઈ, પણ આ ધ્વનિને ઇન્ફ્રાસાઉન્ડ તરીકે જ વ્યાખ્યાયિત કરવામાં આવ્યો છે. ઐતિહાસિક તમિલિયન લોકો પાસે બેશક ઉચ્ચ દરજ્જાની વૈજ્ઞાનિક સમજ હતી.'

એકદમ પ્રેમ અને મમતાપૂર્વક એમણે પરશુરામ, હનુમાન, રિયા, મનસ્વી, અશ્વત્થામા અને વસુધાને વારાફરતી ખીચડી પીરસવાની ચાલુ કરી.

'*યાઝ* નામના આ સંગીતવાદ્યને યાઝીના હાડકાંમાંથી બનાવવામાં આવતાં હોવાનું સચોટ વર્ણન ઉપલબ્ધ છે.' મૌનાવકાશને ભરવાના હેતુથી હનુમાને કહ્યું, 'કુમારીકંદમના વિધ્વંસ બાદ લોકોને યાઝીના હાડકા સરળતાપૂર્વક મળતા નહોતાં. કેટલાંક ગણ્યાગાંઠ્યાં જંગલોમાંથી એમનો શિકાર થતો અને પછી તો એ

પણ બંધ થઈ ગયો. તત્પશ્ચાત્ રુદ્રવીણા નામનું એ યંત્ર-બ્રહ્માસ્ત્ર ક્રમશઃ સામાન્ય લાકડાંમાંથી બનવા માંડ્યું અને તેનું મૂળ સત્ત્વ કાળની ગર્તામાં ડૂબી ગયું.'

'પરંતુ જો યાળી ડાયનોસોર કરતાં પણ વધુ શક્તિશાળી અને ખૂંખાર હતાં, તો એમનો શિકાર કેવી રીતે થતો?' મનસ્વીએ પૂછ્યું.

'સરસ પ્રશ્ન.' પરશુરામને મનસ્વી માટે માન પેદા થયું, 'કુમારીકંદમના કેટલાક ચુનંદા લોકો યાળીને વશમાં કરી શકે, એ પ્રકારની જડીબુટ્ટી બનાવી શકતા હતા; જેનો પ્રયોગ કર્યા પછી યાળી સભાનાવસ્થામાં હોવા છતાં શિથિલ પડી જતો અને શિકારીઓ તેનો શિકાર ઈજા પામ્યા વગર કરી શકતા.'

'અત્યારે જેવી રીતે વાઘ અથવા સિંહનો શિકાર કરતા પહેલાં તેના શરીરમાં ટ્રેન્કવિલાઇઝર આપવામાં આવે છે, એવી રીતે!' અશ્વત્થામાએ મમરો મૂક્યો.

'કેટલાક સંશોધકોના મત મુજબ, યાળી જ ડાયનોસોર હતાં!' ભૈરવી માએ ખીચડી પીરસતાં પીરસતાં કહ્યું, 'પણ એ સત્ય નથી. તમિલ લોકો મૂર્ખ નહોતા. પ્રાણીઓનો વર્ગ પારખવાની સૂઝ એમનામાં ઘણી વધારે હતી. આજે દક્ષિણ ભારતીય મંદિરોમાં જે યાળી કોતરાયેલાં જોવા મળે છે, એ એમની કલ્પના નહોતી. તેઓ પોતાની આંખોથી જે જોતાં, એને જ પાષાણ ઉપર કોતરતાં! બીજું એ કે યાળી મૂળત્વે સરિસૃપ વર્ગનું પ્રાણી હતું. આથી, શક્ય જ નથી કે યાળી અને ડાયનોસોર બંને એક હોય!'

'શત-પ્રતિશત સહમત.' પરશુરામે પોતાની થાળી હાથમાં લીધી, 'ધ્યાનાકર્ષક વાત એ પણ છે કે એક પણ દેવી-દેવતાના વાહન તરીકે યાળીને ક્યારેય દર્શાવવામાં નથી આવ્યો. કુમારીકંદમમાં વસવાટ ધરાવતા જૂના તમિલ લોકો જ તેના ઉપર અંકુશ લાદી શકતા હતા. વળી, યાળીનો ઇતિહાસ દક્ષિણ ભારત પૂરતો જ સીમિત થઈને રહી ગયો. ઉત્તર ભારતના મોટાભાગના પ્રદેશોમાં આજે પણ લોકો યાળીથી તદ્દન અજાણ છે!'

'ખીચડી અત્યંત સ્વાદિષ્ટ બની છે, મા!' રિયાએ ભૈરવી માનો આભાર વ્યક્ત કર્યો, 'કેટલાં વર્ષો પછી આ રીતે પરિવાર સાથે બેસીને ઘરનું ભોજન આરોગવાનો લહાવો મળી રહ્યો છે...'

તેના ગળે ડૂમો ભરાઈ આવ્યો. વિવાનની અત્યારે શું હાલત હશે, એ વિચારીને વિચારીને જ તેને કમકમાટી છૂટી જતી હતી.

વસુધાએ ઊભા થઈને તેનો વાંસો થપથપાવ્યો, 'બસ... ગણતરીના કલાકો, બેટા! ઈશ્વરે ઇચ્છ્યું તો બહુ જલદી આપણે સાથે હોઈશું.'

અશ્વત્થામાએ આંખ બંધ કરી. મનોમન કેટલાક મંત્રોચ્ચાર શરૂ થયા અને બીજી જ મિનિટે એમનું મોં ઊઘડી ગયું, 'મા... તે મંદિરની અંદર પહોંચી રહ્યો છે!'

'... પરંતુ જો વૉલ્ટ-બી ઉઘાડવાથી આટલી ભયાનક આપદા આવવાની હોય, તો આપણે વિવાનને અત્યારે જ શા માટે અટકાવી ન શકીએ?' વસુધાએ આશંકા જતાવી, 'તેનું રક્ત જ નાગપાશમ્ તંત્રપ્રયોગને તોડી શકવા સક્ષમ છે. ત્રેતાયુગમાં કુમારીકંદમ ખાતે બ્રહ્માસ્ત્રને કારણે રચાયેલા કાલાતીત કલ્પાંતના વિષચક્રને પુનરાવર્તિત થતાં રોકવું હોય, તો વૉલ્ટ-બી ક્યારેય ઊઘડે જ નહીં, એ સુનિશ્ચિત ન કરી શકાય?'

'કાશ... આ એટલું આસાન હોત!' ભૈરવી માથી નિસાસો નંખાઈ ગયો, 'વસુધા, વૉલ્ટ-બીમાં ફક્ત બ્રહ્માસ્ત્ર જ રાખવામાં નથી આવ્યું! એ સિવાય પણ ત્યાં બીજું એવું શક્તિશાળી રહસ્ય દાટવામાં આવ્યું છે, જે કળિયુગના અંતિમ મહાયુદ્ધની પૂર્ણાહુતિ વેળા વિવાન પાસે હોવું અત્યંત જરૂરી છે. એના વગર આ યુદ્ધમાં દૈત્યગુરુ શુક્રાચાર્ય સામે વિજય મેળવવો અસંભવ બની જશે.'

'... હું જે વિચારી રહી છું એની જ વાત થઈ રહી છે, ભૈરવી મા?' રિયાએ પૂછ્યું.

'હા, દીકરી!' ભૈરવી માએ માર્મિક સ્મિત સાથે હકારમાં માથું ધુણાવ્યું, 'અષ્ટસિદ્ધિઓ પણ જેના વગર અપૂર્ણ છે, એવા એ રહસ્યને આજે રાતે વિવાન પોતાની સગી આંખે નિહાળશે! યુગ-યુગાંતરો પછી આજે છેક વિશ્વને જાણ થશે કે એમણે સાંભળેલી કથાઓ કોઈના મગજની ઉપજાવી કાઢેલી કલ્પના નહીં, પરંતુ નરી વાસ્તવિકતા હતી!'

વર્તમાન દિવસ

તિરુઅનંતપુરમ્, કેરળ

ભારતના ૧૦૮ પ્રમુખ વૈષ્ણવમંદિરોમાંના એક એવા શ્રી અનંતપદ્મનાભસ્વામી મંદિરની બહાર અને અંદર પરિસરમાં સી.આર.પી.એફ. અને લૉકલ પોલીસ-ટીમનાં કુલ ૫૦૦થી વધુ જવાનોનો ખડકલો થઈ ચૂક્યો હતો. સર્કિટહાઉસ ખાસ્સું દૂર પડતું હોવાને કારણે મંદિરથી ફક્ત ૧૦૦ મીટરના અંતરે આવેલી ચાર સિતારા હૉટલ રૂપમહલમાં એમને ઉતારો આપવામાં આવ્યો હતો.

પ્રાઇમ મિનિસ્ટર ઑફિસમાંથી અજય ડોભાલે એક એક્ઝિક્યુટિવ ઑર્ડર પાસ કરાવ્યો હતો. પ્રધાનમંત્રી વીરેન્દ્ર મોદી સાથે થયેલી વાતચીતમાં નેશનલ સિક્યોરિટી એડ્વાઇઝરે એમને અત્યાર સુધીની ઘટનાઓનું બ્રિફ આપી દીધું હતું. ભૈરવી માએ પણ પોતાના તરફથી આ ષડયંત્ર સંબંધિત એક સંદેશો પહોંચાડી આપ્યો હતો, જેના કારણે અજયનું કામ વધુ આસાન થઈ ગયું હતું.

... સમસ્યા એક જ હતી! બલિનો બકરો બની ચૂકેલા વિવાન ઉપર મીડિયા-ટ્રાયલ શરૂ થઈ ચૂક્યા હતા. દેશવાસીની નજરમાં તે અપરાધી હતો. સોશિયલ મીડિયા ઉપર તેને *શૂટ એટ સાઇટ* કરવા માટેના હેશટેગ્સ ટ્રેન્ડ કરી રહ્યા હતા. આંતરરાષ્ટ્રીય દબાણ પણ વધતું જતું હતું. આ બધાની વચ્ચે જો કુમારીકંદમ, યાઝીયંત્ર, બ્રહ્માસ્ત્ર, નાગપાશ, વૉલ્ટ-બીની વાતો બહાર આવે તો મામલો નિયંત્રણમાંથી બહાર જતો રહે... રેશનાલિસ્ટ્સ, લિબ્રાન્ડુ અને એથિસ્ટ લોકોને ભારતીય સંસ્કૃતિનો વિરોધ કરવા માટે નવો મસાલો મળી જાય; વિપક્ષી દળના નેતાઓ અને ભારતની જનતા પદ્મનાભસ્વામી મંદિરની બહાર હંગામો કરે, અફડાતફડી મચી જાય; દેશમાં અરાજકતા ફેલાઈ જાય!

આખરે વચેટિયો માર્ગ એ કાઢવામાં આવ્યો કે વિવાનને પદ્મનાભસ્વામી મંદિરના ગુપ્ત માર્ગેથી ગર્ભગૃહમાં લઈ જવામાં આવે, જેથી બહાર ચોકીપહેરો ભરીને પરિસ્થિતિનો તાગ મેળવવાનો પ્રયત્ન કરતી મીડિયાને અંદાજ સુધ્ધાં ન આવે કે દાળમાં કશુંક કાળું છે!

ટેમ્પલના સ્પૉક્સ-પર્સન તરફથી મીડિયાને એક જ કેસેટ પઢાવવામાં આવી રહી હતી, 'મંદિરની સાફસફાઈનો નિર્ણય લેવામાં આવ્યો હોવાથી પરિસરને મધરાત્રિથી શરૂ કરીને કાલે બપોર સુધી સજ્જડ બંધ કરી દેવામાં આવ્યું છે.'

અજય ડોભાલને આ કામ પાર પાડવામાં સૌથી મોટો પડકાર ત્રાવણકોર રાજપરિવારના સભ્યો લાગતાં હતાં. વર્ષ ૨૦૧૧થી કેરળ સરકાર શ્રી પદ્મનાભસ્વામી મંદિરનું દેવદ્રવ્ય - સોનામહોર, ચાંદી, હીરા-મોતી વગેરે - જપ્ત કરવાની ફિરાકમાં હતી. વર્ષો સુધી વર્મા રાજપરિવાર ન્યાયાલયોના ધક્કા ખાતો રહ્યો. પાછલાં પાંચ હજાર વર્ષોથી એમના પૂર્વજોએ ભગવાન પદ્મનાભસ્વામીના ચરણોમાં જે સંપત્તિ દાન કરી હતી, તેને સરકારી મિલકત ગણીને પચાવી પાડવાનું ષડયંત્ર ચાલુ હતું, પરંતુ વર્મા પરિવારે પણ બરાબરની ટક્કર ઝીલી હતી.

સામે પક્ષે, ઈશ્વર પણ એમની ભેરે હતા. કુલ આઠ વૉલ્ટ્સ - એ, બી, સી, ડી, ઈ, એફ, જી, એચ - માંથી પાંચ વૉલ્ટ ખૂલી ચૂક્યાં હતાં. બાકીનાં ત્રણ વૉલ્ટ - બી, જી અને એચ - ખોલાવવા માટેની લડાઈ ચાલી રહી હતી; પરંતુ વર્ષ ૨૦૧૧માં આ વૉલ્ટ ખોલવાની અરજી કરનાર ટી. પી. સુંદરરાજનના રહસ્યમય

મૃત્યુએ સૌને ભયભીત કરી નાંખ્યા હતા. સ્થાનિકોનું કહેવું હતું કે નાગપાશમ્ તંત્રપ્રયોગ સાથે જોડાયેલો અભિશાપ ટી. પી. સુંદરરાજનને ભરખી ગયો!

વૉલ્ટ - એ, સી, ડી, ઈ, એફ - માંથી મળેલાં દેવદ્રવ્યએ સૌની આંખો આંજી નાંખી હતી. શ્રી અનંતપદ્મનાભસ્વામી હવે વિશ્વના સૌથી ધનિક મંદિરોમાં પ્રથમ ક્રમ ઉપર આવી ગયું હતું.

એક સિક્કાની કિંમત પોણા ત્રણ કરોડ રૂપિયા હોય એવા, કુલ ૮૦૦ કિલોગ્રામના સોનાના સિક્કા વૉલ્ટ્સમાંથી પ્રાપ્ત થયા; જે રોમનકાળ તથા નેપોલિયનના સમયના હતા. તદુપરાંત સોનાનાં હજારો વાસણો, વાઝ, ઘરેણાં, ૩૬ કિલોનો સોનાનો ઘૂંઘટ, હજારોની સંખ્યામાં હીરા-માણેક, નીલમ જેવા અતિમૂલ્યવાન સ્ટૉન્સ તો ખરાં જ! લોકોની આંખો ત્યારે ફાટી ગઈ, જ્યારે અંદરથી ૫૦૦ કિલોગ્રામનો સોનાનો પૂળો મળી આવ્યો... હા, જેવી રીતે ઘાસનો પૂળો હોય એવો જ સોનાની સળીઓનો પૂળો!

... અને છેલ્લે પ્રાપ્ત થઈ, શ્રી અનંતપદ્મનાભસ્વામીની ૩.૫ ફૂટની નક્કર સોનાની મૂર્તિ અને એના માટે બનાવવામાં આવેલું ૧૮ ફૂટનું હીરા-નીલમજડિત સિંહાસન!

લોકો માટે જે ખજાનો હતો, એ ત્રાવણકોર રાજપરિવાર માટે દેવદ્રવ્ય હતું. એવું દેવદ્રવ્ય, જેના ઉપર માત્ર ને માત્ર ભગવાન મહાવિષ્ણુનો અધિકાર હતો. આથી, લોકો જ્યારે આ દેવદ્રવ્યને ખજાના તરીકે સંબોધે ત્યારે એમને બહુ લાગી આવતું.

મંદિરમાંથી પ્રાપ્ત થયેલાં કુલ ૧ ટ્રિલિયન ડૉલરના આ દેવદ્રવ્યનું મૂલ્ય મુઘલ વત્તા બ્રિટિશર્સ વત્તા હૈદરાબાદના નિઝામ દ્વારા ભારતમાંથી લૂંટવામાં આવેલા ખજાના કરતા પણ વધુ હતું!

વર્ષ ૨૦૧૧માં ટી. પી. સુંદરરાજન સાથે બનેલી ઘટના પછી લોકો માનવા માંડ્યા હતા કે વૉલ્ટ-બીને જબરદસ્તીથી ખોલવાનો પ્રયત્ન કરનાર વ્યક્તિ કમોતે મરશે! ભૂતકાળમાં ભારતના વૈદિક જ્યોતિષીઓને પણ જો વૉલ્ટ-બી ખોલવામાં સફળતા ન મળી હોય, તો હવે શું બદલી જવાનું હતું!

ટી. પી. સુંદરરાજનના મૃત્યુ પછી ત્રાવણકોર રાજપરિવાર અને પ્રખર જ્યોતિષીઓ વચ્ચે દેવપ્રશ્નમ્નું આયોજન થયું હતું, જેના આધારે તેઓ એ નિષ્કર્ષ પહોંચ્યા હતા કે જો વૉલ્ટ-બી ખૂલ્યું, તો કેરળ જ નહીં પરંતુ સમસ્ત વિશ્વમાં તબાહી આવશે!

આખા ભારતની નજર હવે ત્રણ વૉલ્ટ્સ પર હતી... અને એમાં પણ ખાસ તો વૉલ્ટ-બી! આ કારણોસર વર્મા - ત્રાવણકોર - રાજપરિવારને કોઈના ઉપર ભરોસો નહોતો રહ્યો. તેમને એવું જ લાગતું હતું કે સૌ કોઈ પદ્મનાભસ્વામીનું દેવદ્રવ્ય પચાવી પાડવા માંગે છે!

... પરંતુ અજય ડોભાલે રાજકુમારી ગૌરી લક્ષ્મીબાઈ સાથે રૂબરૂ મળીને બ્રહ્માસ્ત્ર સંબંધિત વિસ્તૃત વાત કરી. આશ્ચર્ય એ વાતનું હતું કે ત્રાવણકોર વંશજો - ગૌરી લક્ષ્મીબાઈ અને આદિત્ય વર્મા - ને મનાવવા માટે નેશનલ સિક્યોરિટી એડ્વાઇઝરે કોઈ જ મહેનત ન કરવી પડી.

'મહામહોપાધ્યાય સત્યેન્દ્રનાથનું અમારા ઉપર ઋણ છે, મિસ્ટર ડોભાલ!' આ કહેતી વખતે વયોવૃદ્ધ રાજકુમારી ગૌરી લક્ષ્મીબાઈની આંખોમાં આંસુ હતાં, 'મારા પૂર્વજ અને મહાન પદ્મનાભદાસ રાજા માર્તંડ વર્માએ આ ક્ષણ માટે જ તો નાગપાશમ્ તંત્રપ્રયોગ વડે એ ભોંયરાને બંધ કરાવ્યું હતું.'

અજય ડોભાલની હાલત કાપો તો લોહી ન નીકળે એવી થઈ ચૂકી હતી. તેમણે તો એવી અપેક્ષા રાખી હતી કે ત્રાવણકોર રાજપરિવારને મનાવવામાં દમ નીકળી જશે... અને કદાચ એક્ઝિક્યુટિવ ઑર્ડરનો પણ આધાર લેવો પડે! પરંતુ એવું કશું જ થયું નહીં.

જોકે, મહામહોપાધ્યાય સત્યેન્દ્રનાથે મૃત્યુને વહાલું કરતા પહેલાં કરેલી એક ભવિષ્યવાણી અંગે તેઓ જાણતા નહોતા,

'હે પદ્મનાભદાસ માર્તંડ વર્મા, સ્મરણ રહે! મહામહોપાધ્યાય વંશનું અંતિમ સંતાન જ ભગવાન મહાવિષ્ણુનો દસમો અવતાર - કલ્કી - હશે.

ત્રાવણકોર રાજ્યની ધૂળને તેમના ચરણકમળનો સ્પર્શ થતાંની સાથે જ શ્રી અનંતપદ્મનાભસ્વામી મંદિરની સમીપ આવેલા પદ્મતળાવમાં દસ કમળનાં પુષ્પો એકસાથે ખીલી ઊઠશે... એની સુગંધથી સમગ્ર મંદિર અને તેની આસપાસનો વિસ્તાર મઘમઘી ઊઠશે!

તારા વંશજો માટે આ સંદેશ છે... જ્યારે પદ્મતળાવમાં પુષ્પો ખીલી ઊઠે, ત્યારે સમજી જજો કે ભગવાન કલ્કી અષ્ટસિદ્ધિ રૂપે સચવાયેલું બ્રહ્માસ્ત્ર લેવા માટે પરત ફરી ચૂક્યા છે. એમના દ્વારા ફૂંકવામાં આવેલા પંચજન્ય શંખના શુભોનાદ અને ગરુડમંત્રના દિવ્ય-ઉચ્ચારણથી નાગપાશમ્ તંત્રપ્રયોગનો પ્રભાવ ઓસરી જશે..

... અને એ ક્ષણ હશે, જ્યારે સમષ્ટિને આર્યાવર્તના મહાશક્તિશાળી દિવ્યાસ્ત્રનાં દર્શન થશે!'

સાંજના સમયે પદ્મતળાવ પાસે ત્રિકાળસંધ્યા કરવા પહોંચેલાં રાજકુમારી ગૌરી લક્ષ્મીબાઈ અને કુંવર આદિત્ય વર્મા બંનેએ એકસાથે દસ કમળોના પ્રાદુર્ભાવની દિવ્યાતિદિવ્ય ઘટના પોતાની સગી આંખે નિહાળી હતી. તેમને એ સમજવામાં બિલકુલ વાર ન લાગી કે કલ્કી અવતાર એમના રાજ્યમાં સદેહે પધારી ચૂક્યા છે!

... તેઓ મહામહોપાધ્યાય વિવાન આર્યનાં દર્શન કરવા તલપાપડ હતાં!

બહારથી સોનેરી ઝાંય ધરાવતા મંદિરના ગુપ્તમાર્ગમાંથી બહાર આવીને તેઓ મંદિરમાં પહોંચ્યા. ત્રાવણકોર રાજપરિવારમાં દિવાળીના તહેવાર સમયે વર્ષમાં એક વખત આ ગુપ્તમાર્ગનો ઉપયોગ થતો હતો.

પરિસર ખાસ્સું મોટું હતું.

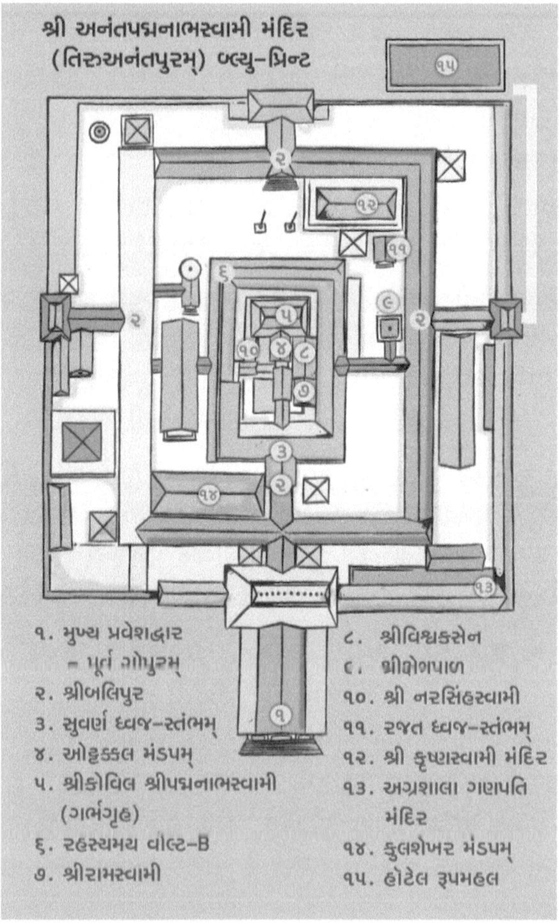

સૌથી આગળ અજય ડોભાલ, અમિત અને વિવાન ચાલી રહ્યા હતા. એમની ઠીક પાછળ પાછળ રાજકુમારી ગૌરી લક્ષ્મીબાઈ અને આદિત્ય વર્મા અહોભાવ સાથે કદમથી કદમ મિલાવવાનો પ્રયત્ન કરી રહ્યાં હતાં. લક્ષ્મીબાઈના પગલાંમાં યુવાનને શરમાવે એવી સ્ફૂર્તિ હતી.

મંદિરનું માળખું સમજાવતાં સમજાવતાં તેઓ આગળ વધી રહ્યાં હતાં. જોકે, વિવાનને અત્યારે વૉલ્ટ-બી સુધી પહોંચવાથી મતલબ હતો. પારંપરિક વેશભૂષામાં તે વધુ સોહામણો લાગતો હતો. દિવસોનો થાક એકઠો થયો હોવા છતાં તેના આત્માનું તેજ પ્રબળ હોવાને કારણે તે ઝગારા મારતો હતો.

તેની ચાલમાં અજબ જ ખુમારી હતી. સફેદ રંગની ધોતી અને છાતી ઉપર અર્ધપારદર્શક ઉપવસ્ત્ર ઓઢીને તે મુખ્ય પ્રવેશદ્વાર - પૂર્વ ગોપુરમ્ - ની ભવ્યતાને નિહાળી રહ્યો હતો.

મંદિરના અંદરના ભાગમાં ખૂબ જૂજ સંખ્યામાં જવાનો તૈનાત હતા. વૉલ્ટ-બી ખૂલવાની ઘટનાની જાણ વિશ્વાસુ વ્યક્તિઓ સિવાય અન્ય કોઈને ન થાય, એ સુનિશ્ચિત કરવું પણ જરૂરી હતું.

સર્વપ્રથમ અગ્રશાલા ગણપતિ મંદિરના દર્શન કરવાની ત્યાં પરંપરા હતી. વિવાન સહિત નેશનલ સિક્યોરિટી એજન્સીના બંને ગવર્નમેન્ટ ઑફિશિયલ્સએ ગણાધિપતિ ગજાનનના ચરણોમાં મસ્તક ઝુકાવ્યું. કાર્યસિદ્ધિ અને વિઘ્નવિનાશ માટે વિશેષ પ્રાર્થના કરવામાં આવી. ત્યાર બાદ, શ્રી બલિપુરના માર્ગે ચાલીને ગરુડમૂર્તિજડિત સુવર્ણ ધ્વજસ્તંભમ્ પર માથું ટેકવવામાં આવ્યું.

આદિકાળથી એવી પ્રથા હતી કે મહાવિષ્ણુના મંદિરમાં દર્શને જતાં પહેલાં તેની બહાર ઊભા કરવામાં આવેલાં ગરુડસ્તંભના દર્શન અત્યંત આવશ્યક છે.

'જેવી રીતે શિવમંદિરમાં જતાં પહેલાં એમના વાહન નંદીની આજ્ઞા લેવી પડે છે, એવી જ રીતે મહાવિષ્ણુના સાક્ષાત્કાર પહેલાં એમના વાહન ગરુડદેવની અનુમતિ લેવી જરૂરી છે.' ગૌરી લક્ષ્મીબાઈએ દક્ષિણ ભારતીય છાંટ ધરાવતી અંગ્રેજી ભાષામાં કહ્યું, 'આ વિધિને કહેવાય છે, ગરુડવંદનમ્!'

ગયા વર્ષે નંદીદર્શનથી શરૂ થયેલી યાત્રા સોમસૂત્ર પર આવીને અટકી હતી... પરંતુ આજ વખતે ગરુડવંદનમ્થી આરંભાયેલી યાત્રા ક્યાં જઈને અટકશે?

વિવાનના મગજમાં વિચાર ચમકી ગયો. તેણે આછા સ્મિત સાથે એમની વાત ઝીલી તો ખરા, પણ વાસ્તવમાં તે પડી ભાંગ્યો હતો. ચાવી દીધેલા રમકડાંની માફક તે બસ પોતાનું કામ કર્યે જતો હતો, પરંતુ તેની અંગત

જિંદગીમાં દાવાનળ ફાટી નીકળ્યો હતો. રિયાને જોયાને અમુક જ દિવસો વીત્યા હોવા છતાં એવું લાગતું હતું જાણે વર્ષો પસાર થઈ ગયાં છે! સુહાની સિંહા, લંકન વાશ્રવી અને પિતા હેમરાજ આર્યના પ્રાણ પોતાની ભૂલને કારણે સંકટમાં હતાં, એ હકીકત તેને ચેનનો શ્વાસ નહોતી લેવા દેતી.

... આ બધું જ એક દુઃસ્વપ્નની માફક તે ભૂલી જવા માંગતો હતો, પણ કિસ્મતને મંજૂર નહોતું. વિધિના વિધાનથી સેંકડો માઈલ્સ દૂર ભાગીને વનવગડામાં તે સુકૂનભરી જિંદગી જીવવા માટે તરસી રહ્યો હતો, પરંતુ દાદા સુધીર આર્ય અને મૃત માતા સુમતિ આર્યનો ચહેરો નજર સામે ઝળકી ઊઠતાં જ તેના પગ પૂર્વવત્ ચાલવા માંડતા... રોબોટની માફક!

'આવો, આપને એ સ્થાનનાં દર્શન કરાવું, જેની સાથે આપના મહામહોપાધ્યાય પૂર્વજોનો ઇતિહાસ જોડાયેલો છે.' ગૌરી લક્ષ્મીબાઈના જીર્ણશીર્ણ ઉચ્ચારણમાં ધ્યાનાકર્ષક સ્પષ્ટતા હતી. એમના એક પણ શબ્દો ગળામાં ખવાઈ નહોતા જતા! પેઢી દર પેઢી ઊતરી આવેલી ક્ષત્રિય-વીરતા અને સાત્ત્વિક જીવનશૈલીનું આ પરિણામ હતું.

રજત ધ્વજસ્તંભને વંદન કર્યા પછી તેઓ સીધા શ્રી કૃષ્ણસ્વામી મંદિરના પ્રાંગણમાં પહોંચ્યાં. શ્રી અનંતપદ્મનાભસ્વામીના ગર્ભગૃહની બરાબર પાછળના ભાગે સહેજ જમણી બાજુ આવેલું આ નાનકડું મંદિર ગુજરાત અને કેરળ વચ્ચેના અતૂટ ઈશ્વરીય સંબંધોનું રૂપક હતું. ચક્રધારી શ્રીકૃષ્ણના આદેશથી દિવાકર મુનિ જે દિવ્ય-વિગ્રહને ગુજરાતથી પોતાની સાથે લઈ આવ્યા હતા, એની પ્રાણ-પ્રતિષ્ઠા અહીં કરવામાં આવી હતી.

રાતનો સમય હોવાથી મંદિરમાં દીવડાનો જ પ્રકાશ હતો. વિવાને આંખ ઝીણી કરીને વિગ્રહની આંખોમાં જોયું.

એ સમયે, ગૌરી લક્ષ્મીબાઈને એક ક્ષણ માટે એવું લાગ્યું જાણે શ્રીકૃષ્ણ અત્યંત સ્નેહ સાથે પોતાના પુનર્વતારને અભિવાદન આપી રહ્યા છે! વિગ્રહના હોઠ પ્રેમાળ સ્મિત પાથરવા માટે ડાબી અને જમણી બાજુ ખેંચાયા હોય, એવી એ અનુભૂતિ હતી.

'નિખાલસપણે એક વાત કહું, વિવાન?' ગૌરી લક્ષ્મીબાઈ માતૃભાવમાં જણાતાં હતાં, 'નાનપણથી આ વિગ્રહનાં હું દર્શન કરતી આવી છું. તમારા ગુજરાતમાંથી સેંકડો કિલોમીટરની યાત્રા ખેડીને ત્રાવણકોર સુધી પહોંચેલાં રણછોડરાયની આ જાગૃત પ્રતિમા જોઈને મને હંમેશા એવો જ ભાસ થયો છે, જાણે દિવાકર મુનિ બીજું કોઈ નહીં.. પણ તારા પૂર્વજોમાંના જ કોઈ એક

દિવ્યાત્મા હતા! મારા માટે દિવાકર મુનિ અને મહામહોપાધ્યાય પૂર્વજ વચ્ચે કોઈ તફાવત નથી...'

'ગૌરીજી...' વિવાનના અવાજમાં ભારોભાર ગ્લાનિ હતી, 'મને તો એ પણ ખબર નથી કે આટલા મહાન વારસાને આગળ ધપાવવા માટે હું લાયક છું કે નહીં! ઘણી વખત મને મારા મહામહોપાધ્યાય હોવા ઉપર શંકા નીપજે છે.'

પ્રત્યુત્તરમાં કંઈ જ બોલ્યા વગર ગૌરી લક્ષ્મીબાઈએ વહાલથી પોતાનો કરચલીવાળો કૃષકાય હાથ વિવાનના ગાલ ઉપર ફેરવ્યો. રાજપરિવારનું ફરજંદ હોવાને નાતે ભૂતકાળમાં એમણે પણ આ પ્રકારની દુવિધાઓનો અસંખ્ય વખત સામનો કર્યો હતો. તેઓ ભલીભાંતિ જાણતાં હતાં કે સ્વયં ઉપરથી આત્મવિશ્વાસ ડગમગી જાય, ત્યારે ઈશ્વર સિવાય કોઈની સહાય કામ નથી આવતી... શબ્દો ખોખલા પુરવાર થતા જાય છે અને આશ્વાસન પોકળ!

મંદિરના દ્વારપાળ સમા ભૈરવ - શ્રીક્ષેત્રપાળ - નાં દર્શન કર્યા પછી તેઓ મુખ્ય મંદિરમાં પ્રવેશ્યાં. જ્યાં દસ ફૂટ ઊંચી બે મહાકાય પ્રતિમાઓ - કાળભૈરવ અને હનુમાનસ્વામી - એ એમનું સ્વાગત કર્યું. આ બંને પ્રતિમાઓને પણ ચમત્કારિક ગણવામાં આવતી હતી. બંને હાજરાહજૂર દેવોની ચેતના એમાં નિવાસ કરતી હોવાની માન્યતા હતી. અસંખ્ય શ્રદ્ધાળુઓ એનો પરચો પણ મેળવી ચૂક્યા હતા.

ડાબી બાજુ કાટખૂણે વળીને તેઓ જેવા પદ્મનાભસ્વામીના ગર્ભગૃહની બહારની દીવાલ પાસે પહોંચ્યા કે એમને શ્રીનરસિંહસ્વામીનો ગોખ નજરે ચડ્યો. મૂળ કથા એવી હતી કે ભગવાન નરસિંહ સ્વયં મહાવિષ્ણુની સેવામાં ત્યાં ઉપસ્થિત હતા. આ કારણોસર જ સાંજે આઠ વાગ્યાથી શરૂ કરીને સવારે ત્રણ વાગ્યા સુધી મંદિરના ગાર્ડ્સ પણ ગર્ભગૃહની આસપાસ ભટકી શકતાં નહોતાં. પાછલાં દાયકાઓમાં મંદિરમાં તૈનાત કંઈકેટલાય પોલીસમેનને મધરાતે સિંહની ગર્જના સંભળાયાનો અનુભવ થયો હતો. આગ સાથે અખતરા કરવાના શોખીન લોકોએ તો નજર સમક્ષ સિંહમુખ ધરાવતાં સાત ફૂટ ઊંચા વિકરાળ ભગવાન નરસિંહને પણ નિહાળ્યા હતા. ભગવાન નરસિંહને શાંત રાખવા માટે ત્યાં સવારથી સાંજ સુધી રામાયણના પાઠ થતા હતા.

મહાવિષ્ણુના ચતુર્થ અવતારના ચરણોમાં દંડવત્ પાઠવ્યા પછી વિવાને જમણી બાજુ નજર કરી. બે વ્યક્તિ એકસાથે જઈ શકે એવું પ્રવેશદ્વાર શ્રીનરસિંહસ્વામીના ગોખને અડોઅડ હતું. શ્રી અનંતશયનમ્‌ના ગર્ભગૃહમાં જવાનો સમય આવી ચૂક્યો હતો.

રીતિ-રિવાજ પ્રમાણે, વિવાને ઉપવસ્ત્ર ઉતારી નાંખ્યું. તેનો કમર સુધીનો ભાગ ઉઘાડો પડી ગયો. છાતીથી શરૂ કરીને નાભિ સુધી ઊગી નીકળેલાં પૌરુષી વાંકડિયા કાળા વાળની વચ્ચેથી પસાર થતી તેની સફેદ જનોઈ હિમાલયના ઉન્નત શિખરમાંથી ધરતી પર ઉતરી રહેલી ગંગા સમાન તેજોમય ભાસી રહી હતી. તેની બે ભુજાઓ વચ્ચે નાળિયેર રાખીને દબાણ આપો, તો એના છોતરા ઊડી જાય એટલું બાહુબળ વિવાન પાસે હતું. સુંવાળી અને પડછંદ પીઠ ઉપર ૐકાર ચિતરાયેલો હતો. નેપાળની ગંડકી નદીમાંથી મળેલી પાષાણશિલાને નિરાંતે કોતરીને એમાંથી પ્રભાવશાળી અને પવિત્ર શાલિગ્રામ બનાવવામાં આવ્યું હોય, એવા દિવ્યદેહનો વિવાન સ્વામી હતો!

તેનું શરીરસૌષ્ઠવ જોઈને ગૌરી લક્ષ્મીબાઈ અને આદિત્ય વર્મા બંને મનોમન એને વંદન કર્યા વગર ન રહી શક્યા.

ઉપવસ્ત્રને કમર ઉપર ધોતી સાથે વીંટાળ્યા પછી વિવાને ગર્ભગૃહમાં પ્રવેશ કર્યો. સ્મશાનવત્ શાંતિ અને કાળાડિબાંગ અંધકાર વચ્ચે દેવદેવોત્તમ શાંતસ્વરૂપ પરમાનંદ યોગમૂર્તિ અખિલકોટિબ્રહ્માંડનાયક ભગવાન શ્રી પદ્મનાભસ્વામીનો ૧૮ ફૂટ લાંબો વિગ્રહ અનંતશયનમ્ મુદ્રામાં ઓટ્ટક્કલ મંડપમ્ પર વિદ્યમાન હતો.

સમસ્ત બ્રહ્માંડની રાજસિક ઊર્જાને પ્રચંડ આહ્‌વાન આપીને એ વિગ્રહમાં પ્રાણ-પ્રતિષ્ઠા કરવામાં આવી હતી.

૧૮ ફૂટની આ મૂર્તિનાં દર્શન કરવા માટે ત્રણ નાની બારીઓ જેવાં દ્વાર હતાં. ડાબી બાજુના પ્રથમ દ્વારમાંથી નજર કરીએ તો પદ્મનાભસ્વામીના જમણા હાથ અને શિવલિંગનાં દર્શન થવા સંભવ હતાં. એમના મુખારવિંદ ઉપર પથરાયેલું તેજ જોઈને વિવાન નતમસ્તક થઈ ગયો. વિગ્રહના મસ્તક ઉપર ફેણ પાથરીને સેવારત ભગવાન અનંત શેષનાગ સમસ્ત સૃષ્ટિના પાલનહારને છત્ર પૂરું પાડી રહ્યાં હતાં. અર્ધખુલ્લા નેત્રો સાથે મહાવિષ્ણુ યોગનિદ્રામાં પોઢેલા હતાં. સમસ્ત સંસાર એમની અંદર હિલોળા લઈ રહ્યો હતો. ઘૂઘવતા ક્ષીરસાગરમાં ઊઠતાં મોજાંનો ધીમો સ્વર સમગ્ર ગર્ભગૃહમાં મધુર પડઘો પાડી રહ્યો હતો. સંપૂર્ણપણે મંત્રમુગ્ધ થઈ જવાય એવું દૃશ્ય હતું એ!

સૌએ પોતાની નજર પ્રથમ દ્વાર પરથી હટાવીને મધ્યદ્વાર ઉપર સ્થિર કરી. પુંડરિકાક્ષની નાભિમાંથી પ્રાદુર્ભાવ પામેલાં કમળ ઉપર ભગવાન બ્રહ્મા ધ્યાનમગ્ન અવસ્થામાં સૃષ્ટિના સર્જનકાર્યને વેગ આપી રહ્યા હતા. અભિભૂત કરી દે એવી એક નાની અભિષેકમ્ મૂર્તિ ત્યાં રાખવામાં આવી હતી, જેમાં નાના કદના ભગવાન વિષ્ણુ, ભૂદેવી અને વરાહદેવીની ત્રિ-પ્રતિમા સામેલ હતી. વારેતહેવારે જ્યારે મહાઅભિષેકમ્નો સમય થાય, ત્યારે આ મૂર્તિઓ ઉપર પંચામૃત - દૂધ, દહીં, મધ, સાકર અને ઘી - સ્નાન કરાવવામાં આવતું હતું.

સૃષ્ટિના સર્જનહારને મહાવિષ્ણુની નાભિમાંથી પ્રાદુર્ભાવ પામતાં જોઈને અજય ડોભાલને શ્રી અનંતપદ્મનાભસ્વામીની વિરાટ અને અસીમિત પરમચેતનાનો અહેસાસ થયો. બ્રહ્માના જીવનના અનેક દાયકાઓ બરાબર મહાવિષ્ણુનો એક શ્વાસોચ્છ્વાસ! માનવજિંદગીની ક્ષણભંગુરતા સમજવા માટે કદાચ આનાથી વધુ સચોટ દૃષ્ટાંત બીજું એક પણ નહોતું!

ત્રીજા દ્વારમાંથી દર્શન થયાં, શ્રી પદ્મનાભસ્વામીનાં ચરણકમળોનાં!

આજથી હજારો વર્ષો પહેલાં જ્યારે અનંત-અફાટ બ્રહ્માંડની વિશાળતા અંગે કોઈને કલ્પના પણ નહોતી, એ સમયે ક્ષીરસાગરમાં નિવાસ કરતા મહાવિષ્ણુએ આર્યાવર્તના સિદ્ધાત્માઓને પોતાની દિવ્ય ચેતના સાથે જોડીને અસંખ્ય બ્રહ્માંડોનાં

દર્શન કરાવ્યાં હતાં. જે સમયે વિશ્વની અન્ય સંસ્કૃતિઓના અનુયાયીઓ પૃથ્વી સ્થિર હોવાનું જણાવી રહ્યા હતાં, એ વેળા સનાતન સંસ્કૃતિએ નવ ગ્રહોની પરિભાષા અને સૂર્ય ફરતે એમના ભ્રમણની સમજણ પૂરી પાડી હતી.

શ્રી અનંતશયનમ્‌ના ચરણો સૃષ્ટિની ભવ્યતાનું રૂપક હતાં.

ભગવાનના દિવ્ય-વિગ્રહ સામે જોતાંવેંત વિવાનની અંદર ઊમટી રહેલી તમામ લાગણીઓ ધડાકાભેર બહાર નીકળી અને તે ધબ્બ દેતાંક જમીન ઉપર ઘૂંટણભેર બેસીને ચોધાર આંસુએ પોતાનું હૃદય ઠાલવવા માંડ્યો. એવું લાગતું હતું જાણે સ્વયં મહાવિષ્ણુ પ્રગટ થઈને તેના શોક-વિષાદને પોતાની અંદર શોષી રહ્યા છે!

કોઈએ વિવાનને રોક્યો નહીં... કારણ કે, તેની મનોસ્થિતિથી જાણે-અજાણે સૌ પહેલેથી જ વાકેફ હતાં. પાછલાં છ મહિનામાં આ યુવાને જેટલું સહન કર્યું હતું, એટલું દુઃખ અને પીડા કદાચ લોકો આખી જિંદગીમાં ક્યારેય નથી ભોગવતાં હોતાં! ઈશ્વરે સનાતન સંસ્કૃતિના વહનનું ઉત્તરદાયિત્વ એવા મજબૂત ખભાને સોંપ્યું હતું, જે પરિસ્થિતિને કારણે કદાચ નબળા પડી શકે... પરંતુ ભાંગી ન શકે!

... આટઆટલું બન્યા પછી આજે પણ તેના ઉરમાં વિશ્વકલ્યાણની જ ભાવના હતી. બ્રહ્માસ્ત્રનો કાળો કેર દુનિયાએ ન વેઠવો પડે, એ માટે પોતાની કે આપ્તજનોની ચિંતા કર્યા વગર તે આ ષડયંત્રને રોકવામાં ગળાડૂબ વ્યસ્ત હતો. જો તે ઇચ્છત, તો શક્તિ-આશ્રમમાં ભૈરવી માના આશ્રયમાં સુરક્ષિત રિયાને મળવા પહોંચી શક્યો હોત! પરંતુ નાનપણથી પોતાના કરતાં વધારે અન્યો માટે પ્રેમ, કરુણા અને દયા દાખવવાની શીખ તેને સુધીર આર્ય દ્વારા આપવામાં આવી હતી.

અત્યારે પ્રાથમિકતા હતી, ભારતવર્ષ અને એમાં વસતાં સનાતનીઓના પ્રાણ!

માનવતાની રક્ષા કાજે અત્યારે તેણે પોતાની જાત કરતાં વધુ પ્રાધાન્ય સ્વધર્મને આપવાનું હતું. ભાવવાહી સ્વરે તેણે પ્રધાનપુરુષ પરબ્રહ્મને સાષ્ટાંગ નમસ્કાર કરીને એમનું ધ્યાન ધર્યું,

नारायणं नमस्कृत्य नरं चैव नरोत्तमम् ।
देवीं सरस्वतीं व्यासं ततो जयमुदीरयेत् ॥

વિવાનનો સ્વર આખા ગર્ભગૃહની પાષાણશિલાઓ સાથે પડઘાઈને મંદિરના અન્ય ભાગોમાં કંપન પેદા કરવા લાગ્યો.

शुक्लाम्बरधरं विष्णुं शशिवर्णं चतुर्भुजम् ।
प्रसन्नवदनं ध्यायेत् सर्वविघ्नोपशान्तये ॥

ચતુર્ભુજ પુંડરિકાક્ષના દિવ્યવિગ્રહમાં અલૌકિક પરિવર્તનો આવવા માંડ્યા. સૌને લાગ્યું જાણે મહાવિષ્ણુનાં અડધા ઉઘાડાં નેત્રો સંપૂર્ણપણે ખૂલી ગયાં. એમની કીકીમાં હલનચલનનો ભાસ થવા માંડ્યો. જેમ જેમ વિવાનની સ્તુતિ આગળ વધતી ગઈ, એમ એમ ભુવનમોહિનીસ્વરૂપની નાભિમાંથી ઉત્સર્જિત કમળમાં પ્રકાશપુંજ ઉત્પન્ન થવા માંડ્યો. સ્વપ્રકાશા-આત્મયોનિ-અજન્મા મહાવિષ્ણુ સમષ્ટિના કલ્યાણ માટે યોગનિદ્રામાંથી જાગૃત થઈ રહ્યાં હતાં.

... સાતમા મનવંતરના કળિયુગની એ ક્ષણ આવી પહોંચી હતી, જ્યારે ક્ષીરસાગરની અસીમિત રાજસિક ઊર્જાનો પ્રભાવ પૃથ્વી પર ઝળકવા માંડ્યો હતો.

ॐ शान्ताकारं भुजगशयनं पद्मनाभं सुरेशं
विश्वाधारं गगनसदृशं मेघवर्णं शुभाङ्गम् ।

लक्ष्मीकान्तं कमलनयनं योगिभिर्ध्यानगम्यं
वन्दे विष्णुं भवभयहरं सर्वलोकैकनाथम् ॥

વિવાનના સ્વમુખેથી શ્રીવિષ્ણુસહસ્રનામનો આ ધ્યાનમંત્ર સાંભળતાંની સાથે જ ગૌરી લક્ષ્મીબાઈનું હૃદય ભક્તિભાવથી છલકાઈ ઊઠ્યું. તેઓ ભાવવિભોર થઈને રડી પડ્યાં. આજ સુધી એમણે પોતાના વડવાઓ પાસેથી મહામહોપાધ્યાયની મહાનતા અંગેની માત્ર કથાઓ જ સાંભળી હતી. કહેવાતું હતું કે મહામહોપાધ્યાય વંશાવલીનો કોઈ આત્મા જ્યારે સ્વમુખેથી હિરણ્યગર્ભ સર્વેશ્વરની સ્તુતિ કરે, ત્યારે બ્રહ્માંડના પ્રત્યેક અણુની ઊર્જા સક્રિય થઈ ઊઠતી!

ગૌરી લક્ષ્મીબાઈ કલ્પના કરી શકતાં હતાં કે અઢારમી સદીમાં જ્યારે મહામહોપાધ્યાય સત્યેન્દ્રનાથના મુખેથી મહાવિષ્ણુ માટે પ્રાર્થના સ્ફુરી રહી હશે, ત્યારે કેવું અદ્ભુત દૃશ્ય જોવા મળ્યું હશે!

પાષાણ અને ધાતુથી નહીં, પણ ખાસ સામગ્રીઓ સાથે કાદુશર્કરાયોગમ્ પદ્ધતિથી નિર્મિત શ્રી અનંતશયનમ્‌નો વિગ્રહ જીવંત થઈ ચૂક્યો હતો. નિર્માણપ્રક્રિયા સમયે નેપાળની ગંડકી નદીમાંથી લાવવામાં આવેલાં ૧૨,૦૦૮ શાલિગ્રામ ઉપર દેવદાર ચંદન અને તાંબાના તારથી એક ઢાંચો તૈયાર કરવામાં આવ્યો હતો. તેના ઉપર ગુંદ, ગોળ, ગૂગળ, વૃક્ષોના સુગંધી રસનો લેપ કર્યા પશ્ચાત્ નાળિયેરના છોતરાંમાંથી ભગવાનના દેહ ઉપર રુધિરવાહિનીઓને આકાર આપવામાં આવ્યો હતો. ત્રણ પ્રકારની દુર્લભ માટીથી દસ દિવસ સુધી ચાલતી પ્રક્રિયા બાદ નદીની રેતી, ત્રિફળા, ઘઉં-જવ, ગંગાજળ વગેરે જેવા પવિત્ર દ્રવ્યોનું તેમાં મિશ્રણ કરવામાં આવ્યું હતું. વિધિ-વિધાન પૂર્ણ થયા પછી આ મિશ્રણમાં ફણસના વૃક્ષનો ગુંદર ઉમેરવામાં આવતો હતો અને તત્પશ્ચાત્ એ લેપ વડે વિગ્રહને અંતિમ ઓપ આપવામાં આવતો.

જે ઘરમાં પૂજાવિધિથી સંપન્ન માત્ર ૧૨ શાલિગ્રામ રાખવામાં આવ્યા હોય, તેની આસપાસનો વિસ્તાર પણ જો સિદ્ધક્ષેત્ર બની જતો હોય, તો શ્રી અનંતપદ્મનાભસ્વામીના દિવ્ય-વિગ્રહમાં તો કુલ ૧૨,૦૦૮ શાલિગ્રામની વિધિવત્ પ્રાણપ્રતિષ્ઠા કરવામાં આવી હતી! તિરુઅનંતપુરમ્ સહિત સમસ્ત કેરળ - નૈમિષારણ્ય - ને મહાસિદ્ધક્ષેત્ર ગણવા પાછળનું તાત્પર્ય આ જ હતું.

... વાસ્તવમાં આ ભૂમિ ઉપર ઈશ્વરની પ્રગટઊર્જા વિદ્યમાન હતી!

વિવાને ઊભા થઈને પોતાની કમરે ટીંગાડેલી ગોમુખીમાંથી દિવ્ય શંખ બહાર કાઢ્યો. મંદિરના મુખ્ય પૂજારી - નામ્બુદિરી બ્રાહ્મણ - ના હાથમાં શંખ સોંપવામાં આવ્યો.

નામ્બુદિરી બ્રાહ્મણે જેવો એ શંખ શ્રી અનંતપદ્મનાભસ્વામીના ડાબા હાથ ઉપર મૂક્યો, કે બીજી જ ક્ષણે તેમાં નિહિત સુષુપ્ત ઊર્જા જાગૃત થઈ હોય એવી રીતે તેમાંથી શુભોનાદ સંભળાવા માંડ્યો.

... હા, આદિકાળથી માત્ર ગ્રંથોમાં જેનો ઉલ્લેખ વાંચવા મળ્યો હતો, એવા ભગવાન વિષ્ણુના **પંચજન્ય શંખ**નો સ્પર્શ શ્રી અનંતશયનમ્‌ના દિવ્ય-વિગ્રહ સાથે કરાવવામાં આવ્યો હતો!

આ એ જ શુભોનાદ હતો; જે મત્સ્ય, કૂર્મ, વરાહ, નરસિંહ, વામન, પરશુરામ, રામ, કૃષ્ણ અને બુદ્ધના અવતરણ સમયે સમસ્ત બ્રહ્માંડમાં પડઘાયો હતો.

આ એ જ શુભોનાદ હતો, જે મહાભારતના યુદ્ધ સમયે કુરુક્ષેત્રમાં સ્વયં મુરલીધર કૃષ્ણ પાસેથી છેલ્લે સાંભળતા મળ્યો હતો.

આ શુભોનાદ હતો, કળિયુગના અંતિમ મહાયુદ્ધની શરૂઆતનો!

આ શુભોનાદ હતો, મહાવિષ્ણુના દસમા અને અંતિમ પ્રધાનાવતાર - કલ્કી - ના પ્રાગટ્યનો!

વર્તમાન દિવસ
કોઈમ્બતૂર

'બ્રહ્માંડની પ્રચંડ ધ્વનિઊર્જા જેમાં સમાહિત છે, એવા શુદ્ધાતિશુદ્ધ પવિત્રોત્તમ પંચજન્ય શંખ વિવાનને આટલી સરળતાપૂર્વક સોંપી દેવા પાછળ શુક્રાચાર્યનો શો હેતુ હોઈ શકે?' વસુધાએ પૃચ્છા કરી.

એમની ચર્ચા હવે અંતિમ ચરણમાં પહોંચી ચૂકી હતી.

'... જેથી વિવાન શ્રી અનંતપદ્મનાભસ્વામીના વૉલ્ટ-બીને ખોલી એમાંથી યાઝીનું કંકાલ કાઢી શકે!' પરશુરામે ઉત્તર આપ્યો, 'સમયની સાથે શુક્રાચાર્યના ચૈતસિક કે યોગિક-દેહની ઊર્જા નાશ પામતી ગઈ, આથી મંત્રસ્વરૂપે બ્રહ્માસ્ત્રનું આહ્વાન કરી શકવાની પરમસિદ્ધિ તેઓ ગુમાવી બેઠાં! પરિણામસ્વરૂપે, અષ્ટ-સિદ્ધિઓમાંની તૃતીય સિદ્ધિ - યંત્ર બ્રહ્માસ્ત્ર - ની પુનઃપ્રાપ્તિ એમના માટે અત્યંત આવશ્યક બની ગઈ. આ કારણોસર જ, પાછલી એક સદીમાં આવિષ્કાર પામેલાં વિજ્ઞાનનો આશરો લઈને એમણે આતંકવાદી સંગઠન પાસે એક એવું મશીન તૈયાર કરાવ્યું, જે બ્રહ્માસ્ત્રની ઊર્જાને પ્રક્ષેપિત કરી શકવા સક્ષમ હોય!'

'એટલે?' મનસ્વી ચોંકી, 'દૈત્યગુરુ પોતાની મલિન મહેચ્છાને પૂરી કરવા માટે વીસમી સદીથી બ્રહ્માસ્ત્ર-યંત્ર તૈયાર કરી રહ્યા છે? કઈ રીતે?'

'બિલકુલ!' અશ્વત્થામાએ ચર્ચા આગળ ધપાવી, 'આખી દુનિયામાં પથરાયેલાં આઈ.એસ.આઈ.એસ.ના પાંચથી છ જેટલા ખૂંખાર આતંકવાદીઓ શુક્રાચાર્યના વશમાં છે. મોહમ્મદ બિલાલ પણ એમાંનો એક છે, જે એમના ઇશારે કઠપૂતળીની માફક નાચી રહ્યો છે.'

રિયાએ તાપણા પરથી નજર હટાવીને અશ્વત્થામા સામે જોયું. તેની આંખોમાં મૂક સંમતિ ડોકાતી હતી. મોહમ્મદ બિલાલની ક્રૂરતાને તે પોતાની

સગી આંખોથી નિહાળી ચૂકી હતી. એમાં શંકાને કોઈ જ સ્થાન નહોતું કે તે આસુરી-શક્તિના વશમાં હતો!

'નવેમ્બર, ૨૦૧૬ની આ વાત છે! ક્યુબા ખાતેની ઘટના.' અશ્વત્થામાએ શુક્રાચાર્યના ભયાનક ષડયંત્રનો ચિતાર આપતાં કહ્યું, 'હવાનાની અમેરિકન એમ્બેસીમાં કામ કરી રહેલાં ૨૪ અમેરિકન કર્મચારીઓનું મગજ ઇન્ફ્રાસાઉન્ડની મદદથી લાંબા ગાળા માટે ડેમેજ કરી નાંખવામાં આવ્યું.'

'શું હતી એ ઘટના?' વસુધાનો જીવ તાળવે ચોંટી ગયો હતો.

'નોકરી પૂરી કરીને ઘરે ગયા પછી તમામ ૨૪ અમેરિકનોને વિચિત્ર સ્વર સંભળાતો, જેના લીધે પોતાના ઘરના તમામ બારી-બારણાં એમણે બંધ રાખવા પડતાં.' ભૈરવી માએ છણાવટ કરી, 'પરંતુ ઇન્ફ્રાસાઉન્ડને કોઈ સીમા કે આવરણો રોકી શકતાં નથી. આથી, ચોવીસે-ચોવીસ અમેરિકન કર્મચારીઓ ધીરે ધીરે સ્મૃતિભ્રંશ, મેન્ટલ પેરેલિસિસ, બેચેની અને કાનમાં બહેરાશ જેવી ભયંકર વ્યાધિઓથી પીડાવા લાગ્યા. આ કિસ્સાથી સાવચેત થઈ ગયેલી અમેરિકન સરકારે તમામ કર્મચારીઓને પોતાના દેશમાં પાછા બોલાવી લીધા. એમણે ક્યુબા ઉપર આરોપ મૂક્યો કે અમેરિકન કર્મચારીઓ ઉપર ઇન્ફ્રાસાઉન્ડ-વેપનનો ઉપયોગ કરવામાં આવ્યો છે!'

તાપણાની ગરમી ઉપરાંત આ ઘટનાની ભયાવહતાનો તાપ પણ મનસ્વી, વસુધા અને રિયા અનુભવવા લાગ્યા.

'સામે પક્ષે, ક્યુબાએ ઇન્ફ્રાસાઉન્ડ હથિયાર વડે થયેલાં આવા હુમલાની ઘટનાને નકારી કાઢી; પરંતુ ૨૪ અમેરિકન દર્દીઓના મગજ ઉપર કરવામાં આવેલી સુદીર્ઘ મેડિકલ-તપાસમાં ખુલાસો થયો કે એમના ઉપર ખરેખર ઇન્ફ્રાસાઉન્ડ વડે હુમલો કરવામાં આવ્યો છે. અમેરિકા પાસે હવે પૂરતા પુરાવા હતા!' અશ્વત્થામાએ તાપણામાં સૂકાં લાકડાં ઉમેરતાં કહ્યું.

'આ હુમલો કરવા પાછળનું કોઈ નક્કર કારણ?' વસુધાએ પૂછ્યું.

'વર્ષ ૨૦૧૬માં અમેરિકામાં ચૂંટણીઓ યોજાઈ હતી, જેમાં ડૉનાલ્ડ ટ્રમ્પ ભારે મત સાથે વિજયી થયા હતા.' અશ્વત્થામાએ ભૂતકાળ યાદ કર્યો, 'એ સમયે હું ફૈઝા સાથે અમેરિકાની મુલાકાતે ગયો હતો, જ્યાં જેહાદી વિચારધારા ધરાવતાં વિશ્વના કટ્ટર ઇસ્લામિકોની ગુપ્ત-મીટિંગ રાખવામાં આવી હતી. શુક્રાચાર્યના તમામ પ્યાદાં એ વખતે ત્યાં એક છત નીચે ભેગા થયા હતાં. એ સિક્રેટ-મીટિંગમાં જ હવાનાની અમેરિકન એમ્બેસી ઉપર કટિંગ-એજ ટેક્નોલૉજીની

મદદ વડે ઇન્ફ્રાસાઉન્ડ-અટેક કરવાનો નિર્ણય લેવામાં આવ્યો હતો. કારણ હતું, ડૉનાલ્ડ ટ્રમ્પનું આતંકવાદવિરોધી વલણ!'

'ડૉનાલ્ડ ટ્રમ્પની જીત સામે વિરોધ નોંધાવવા માટે અને મિની-બ્રહ્માસ્ત્રનું ટેસ્ટિંગ કરવા માટે હવાનાની અમેરિકન એમ્બેસીને નિશાનો બનાવવામાં આવી.' ભૈરવી માએ કહ્યું, 'શુક્રાચાર્યનું ઇસ્લામ તરફી વલણ હવે સર્વવિદિત છે. સનાતન ધર્મ વિરુદ્ધ આખી એક નકારાત્મક વિચારધારા ઊભી કરવામાં પૌરાણિક કાળથી જ એમનો સિંહફાળો રહ્યો છે. જે ટેક્નોલૉજીનો ઉપયોગ રાષ્ટ્રપતિ ભવનમાં કરવામાં આવ્યો, તેનું પહેલુંવહેલું ટેસ્ટિંગ હવાનામાં આ ૨૪ અમેરિકન નાગરિકો ઉપર કરવામાં આવ્યું હતું.'

'પરંતુ તેમાં કોઈનું મૃત્યુ તો નહોતું થયું ને?' મનસ્વીએ પૂછ્યું.

'ના.' અશ્વત્થામાએ કહ્યું, 'અને એટલે જ વર્ષ ૨૦૧૬થી શરૂ કરીને વર્ષ ૨૦૨૨ સુધીના છ વર્ષના સમયગાળામાં એમના ઇન્ફ્રાસાઉન્ડ હથિયાર - મિની બ્રહ્માસ્ત્ર - ઉપર ઘણાં સંશોધનો અને પ્રયોગો થયા; જેથી ભારત ઉપર જ્યારે હુમલાની ઘડી આવે, ત્યારે નરસંહાર કરી શકાય!'

'વર્ષ ૨૦૧૪થી ભારતમાં પણ સનાતન વિચારધારા ધરાવતી વીરેન્દ્ર મોદીની કેન્દ્ર-સરકાર સત્તામાં છે.' ભૈરવી માએ કહ્યું, 'ભારત અને વિશ્વમાં જો અસુરાધિપત્યની સ્થાપના કરવી હોય, તો સનાતન સંસ્કૃતિનો ખાત્મો બોલાવવો શુક્રાચાર્ય માટે અત્યંત આવશ્યક છે! આથી, અસુરગુરુ લાગલગાટ એવા પ્રયત્નો કરી રહ્યા છે, જેથી સનાતન ધર્મનો સફાયો બોલી જાય.'

'ડૉનાલ્ડ ટ્રમ્પ અને અમેરિકાને ઇસ્લામની તાકાત દેખાડવા માટે જ શુક્રાચાર્યએ ૨૦૧૬ની સાલમાં હવાના ઉપર હુમલો કરાવ્યો.' અશ્વત્થામાના માનસપટ ઉપર આખી ઘટના સ્પષ્ટ હતી, 'અમેરિકાને એવું લાગ્યું કે ક્યુબાની સરકારે અમેરિકન નાગરિકો ઉપર હુમલો કરાવ્યો છે! સમાચારપત્રોમાં પણ આ વાત ખૂબ ચગી. આખી દુનિયાએ ક્યુબા માથે માછલાં ધોયાં! પરંતુ હકીકત તો એ છે કે ક્યુબા અમેરિકાની સરખામણીમાં અત્યંત ગરીબ દેશ છે. તેની પાસે આવી કોઈ અત્યાધુનિક કટિંગ-એજ ટેક્નોલૉજી હોય, એવી સંભાવના નહીંવત્ છે.'

'શુક્રાચાર્યના ષડયંત્રનું જાળું કેટલે દૂર દૂર સુધી પથરાયેલું છે, એનું બીજું ઉદાહરણ ચીન છે!' ભૈરવી માએ ઘટસ્ફોટ કર્યો, 'ચીન જેવા સ્વાર્થી, મહત્ત્વાકાંક્ષી, સામ્યવાદી દેશમાં પણ અસુરગુરુએ પોતાના માણસો રોકી રાખ્યા છે, જે ત્યાંની સરકારમાં ઘણા ઉચ્ચ સ્થાન ઉપર બેસીને સત્તા ભોગવી રહ્યા છે.'

'આર યુ સીરિયસ?' મનસ્વીનું મોં ખૂલી ગયું.

'સેન્ટ-પરસેન્ટ!' ભૈરવી માએ કારણ આપતાં જણાવ્યું, 'ચીનની સરકારે એક અત્યાધુનિક માઈક્રોવેવ વેપન વિકસાવ્યું છે, જેનું નામ છે - **ધ એક્ટિવ ડિનાયલ સિસ્ટમ**! દેશમાં ચાલી રહેલાં વિરોધો અને બૉર્ડર ઉપર ચાલતાં વિખવાદોનો સામનો કરવા માટે ***ચાઈના પૉલીગ્રૂપ કૉર્પોરેશન*** દ્વારા ૧ મિલીમીટર વેવ-બીમ - તરંગ પ્રક્ષેપણ - કરતું હથિયાર ડેવલપ કરવામાં આવ્યું. આ મશીન કેટલું ખતરનાક છે, જાણે છે?'

મનસ્વીના ગળામાંથી એક શબ્દ સુધ્ધાં ન નીકળ્યો.

'માઈક્રોવેવ-ફ્રિકવન્સીનો ઉપયોગ કરીને આ મશીન પોતાના ટાર્ગેટ ઉપર કેટલાક નુકસાનરહિત પ્રકાશપુંજ ફેંકે છે!' અશ્વત્થામાએ ભૈરવી માની વાતને ઝીલી, 'પરંતુ આ પ્રકાશપુંજ જ્યારે માણસની ચામડીની અંદર રહેલાં પાણીના અણુઓનો સ્પર્શ કરે, ત્યારે વ્યક્તિ દાહકપીડા અનુભવવાનું શરૂ કરે. જેવી રીતે માઈક્રોવેવ મશીનમાં ખોરાક મૂકવામાં આવે, ત્યારે તેમાં રહેલાં પાણીના અણુઓ ગરમ થઈને ભોજનને તપાવવાનું કામ કરે; એવી જ રીતે ચીનનું આ માઈક્રોવેવ-વેપન માણસની ચામડીમાં રહેલાં પાણીના અણુઓને સો ડિગ્રી સેલ્શિયસ કરતાં પણ વધુ તાપમાને ઉકાળી નાંખે... પરિણામસ્વરૂપ, જેની ઉપર આ હથિયારનો પ્રયોગ થયો હોય, એ માણસ કાળી ચીસો પાડતો મૃત્યુને ભેટી જાય!'

'રાષ્ટ્રપતિ ભવનમાં થયેલા હુમલા સાથે આ હથિયારની અસરો મેળ ખાતી હોય એવું કેમ લાગે છે?' વસુધાએ શંકા જતાવી.

'એ મુદ્દા ઉપર જ હું આવી રહ્યો છું.' અશ્વત્થામાએ કહ્યું, '**ધ એક્ટિવ ડિનાયલ સિસ્ટમ** તરીકે જાણીતાં આ ઘાતક હથિયારને વર્ષ ૨૦૧૦માં અફઘાનિસ્તાન મોકલવામાં આવ્યું હતું. ત્યાંના કટ્ટર ઇસ્લામિકોએ દૈત્યગુરુ શુક્રાચાર્ય સુધી આ બાતમી પહોંચાડી. ૨૫૦ ફીટથી શરૂ કરીને ૦.૬ માઈલ સુધીની અટેક-રેન્જ ધરાવતાં આ હથિયારને જોઈને શુક્રાચાર્યના મગજમાં યંત્ર-બ્રહ્માસ્ત્રના ઉપયોગનો પ્લાન ઘડાઈ ચૂક્યો હતો.'

'કઈ રીતે?' મનસ્વી સમગ્ર ઘટનાનાં મૂળિયાં સુધી પહોંચવા માટે અત્યંત આતુર હતી.

'માઈક્રોવેવ ફ્રિકવન્સી ઉપર કામ કરતી *ધ એક્ટિવ ડિનાયલ સિસ્ટમ* અને ઇન્ફ્રાસાઉન્ડ ફ્રિકવન્સી ઉપર કામ કરતાં ડિવાઈસની ટેક્નોલૉજીનો સમન્વય

કરીને એમણે તૈયાર કરાવ્યું, મિની-બ્રહ્માસ્ત્ર... જેમાં ઉપયોગ કરવામાં આવ્યો, યાઝીના હાડકાનાં ભુક્કાનો!' અશ્વત્થામાએ ધડાકો કર્યો, 'રાષ્ટ્રપતિ ભવનના દરબાર હૉલમાં આત્મઘાતી દિનેશ પૂર્ણૈયાએ જેવું એ હથિયાર ઑન કર્યું, કે તરત ૨૫૦ ફીટની રેન્જમાં રહેલાં તમામ લોકોના શરીર ફાટી પડ્યાં! ટૂંકમાં, રાષ્ટ્રપતિ ભવન ઉપર થયેલાં આતંકવાદી હુમલામાં ખરેખર એક નહીં, બે હથિયારોના મિશ્રણ વડે ડેવલપ થયેલી ટેક્નોલૉજીનો ઉપયોગ કરવામાં આવ્યો હતો. આ કારણોસર જ, દરબાર હૉલની બહારના એક પણ કર્મચારી કે નાગરિકોના જીવને હાનિ ન પહોંચી. સુહાની સિંહા અને રિયાના બચી જવા પાછળ પણ આ બાબત જવાબદાર હતી!'

'... તો પછી વિવાન કઈ રીતે આ બધાની વચ્ચે બચી ગયો?' રિયાએ પ્રશ્ન કર્યો, 'તે પણ દરબાર હૉલમાં જ હાજર હતો!'

જવાબમાં અશ્વત્થામાના હોઠ વંકાયા. એમના ચહેરા ઉપર ગૂઢાતિગૂઢ સ્મિત તરી આવ્યું,

'... કારણ છે, વિવાન પાસે રહેલી દ્વિતીય અષ્ટસિદ્ધિ! ગયા વર્ષે વિવાનના દેહમાં ભગવાન શેષનાગનું ઝેર ચડ્યા પછી, જે મણિની સહાય વડે તે પુનઃ સ્વસ્થ થયો હતો એ મણિ દેવાધિદેવ મહાદેવને પ્રિય એવા વાસુકી નાગની અલૌકિક શક્તિઓ ધરાવે છે.'

મધ્યપ્રદેશના બુરહાનપુર ખાતે આસીરગઢના કિલ્લામાં વિવાન સમક્ષ પોતાની વાસ્તવિકતા ઉજાગર કરતી વેળાના ખુલાસા અશ્વત્થામાને યાદ આવી ગયા,

'બ્રહ્માંડના તમામ અસ્ત્રો-શસ્ત્રો અને ઝેર સામે રક્ષણ પૂરું પાડવાની ક્ષમતા એ મણિમાં છે, એની જાણ મેં વિવાનને મહિનાઓ પહેલાં કરી દીધી હતી.

આથી જ, રાષ્ટ્રપતિ ભવનમાં થયેલાં ઇન્ફ્રાસાઉન્ડ-અટેક એટલે કે બ્રહ્માસ્ત્રના લઘુપ્રયોગ પછી પણ વિવાનને કંઈ જ ન થયું. મણિની સૌથી મોટી વિશેષતા એ છે કે જ્યારે જ્યારે કોઈ શસ્ત્ર-અસ્ત્ર અથવા ઝેરનો પ્રયોગ આસપાસમાંથી થશે, ત્યારે તેની અસરરૂપે વિવાનને નાગનો હિસ્સકારો સંભળાશે... જે વાસ્તવમાં ચેતવણી આપવાનું કામ કરે છે!

ફક્ત એટલું જ નહીં, કોઈપણ તીવ્ર આસુરીઊર્જા જ્યારે તેની નજીક

જવાની કોશિશ કરશે, ત્યારે પણ તેના કાનમાં સાપનો ફૂંફાડો ખૂબ મોટેથી પડઘાશે.

મને ખાતરી છે કે રાષ્ટ્રપતિ ભવનમાં પણ તેને સાપનો તીવ્ર હિસ્સકારો સંભળાયો જ હોવો જોઈએ, પરંતુ મણિની અમાપ શક્તિઓથી હજુ તે પૂર્ણતઃ વાકેફ નથી. જેમ જેમ તેને અષ્ટસિદ્ધિઓની પ્રચંડ ઊર્જાનો અંદાજ આવવા માંડશે, એમ એમ તેને અહેસાસ થશે કે તેના ખભા ઉપર લાદવામાં આવેલી જવાબદારી કેટલી મોટી છે!'

રિયાને હવે છેક સમજાયું કે સોમનાથની હૉસ્પિટલમાં વસીમ ખાન ઉર્ફે અશ્વત્થામાએ વિવાનના લલાટ ઉપર રોપેલાં મણિની વાસ્તવિકતા શું હતી!

અશ્વત્થામાએ ભૈરવી મા સામે સાંકેતિક દષ્ટિ કરી. એકબીજાને તેઓ શું કહેવા માંગતા હતાં, એની જાણ એમના સિવાય કોઈને ન થઈ.

મૈસૂર ખાતે ચામુંડી ટેકરી પર હેલિકૉપ્ટર જ્યારે ટેક-ઑફ થતું હતું, ત્યારે નેશનલ સિક્યોરિટી એજન્સીના ગુપ્તચર દ્વારા વિવાનને લાગેલી બે ગોળીઓ શા માટે તેને કોઈ નુકસાન નહોતી પહોંચાડી શકી, એ રહસ્ય પણ અજાણતાં જ છતું થઈ ચૂક્યું હતું! જેવી રીતે બુલેટપ્રૂફ જેકેટને બંદૂકની ગોળી ભેદી ન શકે, એવી રીતે વિવાનના દેહને પણ હવે કોઈ અસ્ત્રો-શસ્ત્રો અસરકર્તા નહોતાં.

વિવાનનો ભૌતિક દેહ તમામ પ્રાચીન અને અર્વાચીન ટેક્નોલૉજી તેમજ હથિયારો સામે અભેદ્ય કવચ બની ચૂક્યો હતો.

વર્તમાન દિવસ

તિરુઅનંતપુરમ્, કેરળ

વિવાન, અજય ડોભાલ, અમિત, ગૌરી લક્ષ્મીબાઈ અને આદિત્ય વર્મા ભગવાન પદ્મનાભસ્વામીના ગર્ભગૃહની બહાર આવીને અત્યારે વેદ વ્યાસ અને અશ્વત્થામાના વિગ્રહની સામે હાથ જોડીને ઊભાં હતાં.

'અમારા પૂર્વજોના કથન મુજબ, વર્ષમાં એક વખત દ્રોણપુત્ર અશ્વત્થામા

શ્રી અનંતપદ્મનાભસ્વામીના દર્શન હેતુ અહીં પધારે છે.' ગૌરી લક્ષ્મીબાઈ ગોખમાં રાખવામાં આવેલાં અશ્વત્થામાના વિગ્રહનું માહાત્મ્ય સમજાવી રહ્યાં હતાં, 'મોટેભાગે દિવાળીના સમયગાળા દરમિયાન ઉજવાતાં દીપ-આરાધના મહોત્સવમાં તેમનું આગમન થાય છે. મહાભારતના યુદ્ધમાં ઉત્તરાનાં ગર્ભ ઉપર બ્રહ્માસ્ત્રનો પ્રહાર કરવાની અક્ષમ્ય ભૂલ કરવા બદલ તેઓ ક્ષમા માંગે છે અને ત્યાર બાદ પુનઃ અંતર્ધ્યાન થઈ જાય છે.'

'પરંતુ વેદ વ્યાસની સાથે જ એક જ ગોખમાં એમની પ્રતિમાને બાજુ-બાજુમાં રાખવાનું કોઈ વિશેષ કારણ?' વિવાને જિજ્ઞાસા દર્શાવી.

'વેદ વ્યાસ જ્ઞાનનો અખૂટ ભંડાર છે.' આદિત્ય વર્માના સ્વરમાં નમ્રતા હતી, 'દ્વાપરયુગના અંત સમયે શ્રીકૃષ્ણએ અશ્વત્થામાને આમંત્રણ મોકલાવ્યું હોવાની લોકવાયકા છે. કહેવાય છે કે અશ્વત્થામાએ એમની પાસે પોતાની ચિરપીડા અને શાપનું નિવારણ માંગ્યું હતું. એ વેળા શ્રીકૃષ્ણએ એમને કળિયુગના અંતકાળ સુધી વેદ વ્યાસના સાંનિધ્યમાં રહેવાનું સૂચન કર્યું હતું. જ્ઞાનનો આશરો લેવાથી પહાડ સમા દુઃખનું પણ નિરાકરણ આવી જતું હોય છે! આ વિચારને કેન્દ્રમાં રાખીને જ શ્રીકૃષ્ણએ એમને વેદ વ્યાસની આસપાસ રહેવા જણાવ્યું હતું. અમારા પૂર્વજોએ આ લોકવાયકાને કેન્દ્રમાં રાખીને અશ્વત્થામાના વિગ્રહની પ્રાણ-પ્રતિષ્ઠા મહર્ષિ કૃષ્ણદ્વૈપાયન વેદ વ્યાસના દિવ્ય-વિગ્રહની બરાબર બાજુમાં કરી હતી.'

વિવાને મનોમન અશ્વત્થામા અને વેદ વ્યાસ પાસે આગળ વધવા માટેનું માર્ગદર્શન માંગ્યું. ગર્ભગૃહમાં હૃદય ઠાલવ્યા પછી તે પંખીના પીંછા સમાન હળવો થઈ ગયો હતો. ભગવાન શ્રીહરિએ તેની સઘળી દુવિધાઓ એક જ ક્ષણમાં નષ્ટ કરી નાંખી હતી!

જેવી તેણે આંખ ખોલી કે તરત જમણી આંખના ખૂણે તેને કશીક હલનચલન થતી દેખાઈ. ગરદન ફેરવીને તેણે જમણી બાજુ નજર કરી.

... અશ્વત્થામા તેનાથી વીસ ડગલાં દૂર ઊભા હતા.

ગુફાના ઊંડાણમાંથી પડઘાતાં એક ઘોઘરા સ્વરે તેના મનોમસ્તિષ્ક પર સ્થાન જમાવી લીધું. એવું લાગતું હતું, જાણે અશ્વત્થામા તેને કશુંક કહેવાનો પ્રયત્ન કરી રહ્યા છે!

'મહાભારતના યુદ્ધમાં મેં જે અપરાધ કર્યો હતો, એને પુનરાવર્તિત ન થવા દઈશ... વિવાન! જો સાવચેત ન રહ્યો તો, કાળના ખપ્પરમાં કરોડો પ્રાણોની આહુતિ હોમાશે!'

વિવાનના શરીરમાંથી લખલખું પસાર થઈ ગયું. તેણે આંખ ચોળીને બીજી જ સેકન્ડે ફરી એ દિશામાં નજર કરી. અશ્વત્થામા અદૃશ્ય થઈ ચૂક્યા હતા.

યંત્ર બ્રહ્માસ્ત્ર અંગે એમણે આપેલી ચેતવણીનો મર્મ વિવાનને સમજાયો નહીં!

ગર્ભગૃહની બિલકુલ પાછળના ભાગે આવી પહોંચેલાં ગૌરી લક્ષ્મીબાઈના કદમ અટકી ગયાં. ભગવાન મહાવિષ્ણુનું વિશાળ ભીંતચિત્ર ત્યાં શોભાયમાન હતું, જેની લંબાઈ ઓછામાં ઓછી ૨૪-૨૫ ફૂટની હોવી જોઈએ.

ભીંતચિત્રની જમણી બાજુ સફેદ ચૂનાથી ઘોળેલો એક ભાગ હતો, જેનું પ્રવેશદ્વાર દેખાતું નહોતું. ડાબી બાજુ એક અંધકારમય કારાવાસ જેવી કોઈ જગ્યા હતી, જ્યાં સુધી પ્રકાશ પહોંચી શકતો નહોતો.

'જમણી બાજુએ ચૂનાથી ઘોળેલી આ જે દીવાલ છે, એ વૉલ્ટ-સી છે!' ગૌરી લક્ષ્મીબાઈએ ફોડ પાડ્યો, 'ન્યાયાલય દ્વારા મંદિરના વૉલ્ટ્સ ખોલવાનો આદેશ આપવામાં આવ્યો, એ સમયે એટલે કે આજથી દસેક વર્ષ પહેલાં વૉલ્ટ-સી ખોલીને તેમાંથી દેવદ્રવ્ય કાઢી લેવામાં આવ્યું હતું. ત્યારથી જ અમે તેના પ્રવેશદ્વારને સજ્જડ ચણી નાંખ્યું છે. હવે ત્યાં કશું જ નથી!'

'અને ડાબી બાજુએ આ કારાવાસ જેવી અંધારી ઓરડી દેખાય છે, એ કયું સ્થાન છે?' અજય ડોભાલનું ધ્યાન પાછલી બે મિનિટથી એ ઓરડી પર જ હતું.

'વૉલ્ટ-બી!' આદિત્ય વર્માએ ફટાક દેતાં કહ્યું.

અમિતના પગ નીચેથી જમીન ખસી ગઈ, 'અમે તો ધાર્યું હતું કે વૉલ્ટ-બી મંદિરથી દૂર કશેક નિર્જન-ઉજ્જડ વિસ્તારમાં ધરતીની નીચે હોવો જોઈએ! પરંતુ આ તો આંખની બરાબર સામે છે. આનો અર્થ એવો થયો કે મંદિરમાં રોજબરોજ દર્શનાર્થે આવતાં ભક્તજન પણ તેની બાજુમાંથી પસાર થઈને પ્રદક્ષિણા કરતાં હશે... અને છતાં, એમને અંદાજ સુધ્ધાં નહીં આવતો હોય કે તેઓ કેટલા મહાનત્તમ રહસ્યની સમીપ ઊભા છે!'

'એક દાયકાથી અમે મંદિરના સિક્યોરિટી-પર્સનલ્સને સૂચના આપી દીધી છે કે અહીં મુલાકાતે આવનારા એકપણ દર્શનાર્થીને વૉલ્ટ્સના વાસ્તવિક લૉકેશનની જાણ ન કરવામાં આવે.' ગૌરી લક્ષ્મીબાઈએ કહ્યું, 'ખજાનો જોવાની

લાલચે આવનારા શ્રદ્ધાળુઓને અહીંના પોલીસમેન વૉલ્ટ્સ અંગે કોઈ જવાબ આપતા નથી. બીજી સૌથી મહત્ત્વની વાત એ છે કે તમે જે જોઈ રહ્યા છો, એ વાસ્તવમાં વૉલ્ટ-બીનો ઉપલો ભાગ છે!'

ચોંકવાનો વારો હવે વિવાનનો હતો, 'એટલે? તમે એમ કહેવા માંગો છો કે વૉલ્ટ-બી એક નહીં, પરંતુ બે ભાગમાં વહેંચાયેલો છે?'

'એક્ઝેક્ટલી!' ગૌરી લક્ષ્મીબાઈએ હોંકારો ભણ્યો, 'વૉલ્ટ-બી અબૉવ અને વૉલ્ટ-બી બિલો... એટલે કે જમીનની ઉપર આવેલું ભોંયરું અને ધરતીની અંદર દટાયેલું ખૂફિયા ભોંયરું!'

પોતાના ખિસ્સામાંથી વર્ષો જૂની લોઢાની ચાવી કાઢીને આદિત્ય વર્મા વૉલ્ટ-બી તરફ આગળ વધ્યા. મનોમન તેમણે મહાવિષ્ણુને ચરણસ્પર્શ કર્યા અને વિષ્ણુ ગાયત્રીમંત્રનું ઉચ્ચારણ કર્યું,

ॐ नारायणाय विद्महे वासुदेवाय धीमहि
तन्नो विष्णु प्रचोदयात् ॥

એ ક્ષણ આવી પહોંચી હતી, જેની આગાહી આજથી લગભગ અઢીસો વર્ષ પહેલાં મહામહોપાધ્યાય સત્યેન્દ્રનાથે કરી હતી.

ઘડીના છઠ્ઠા ભાગમાં લોઢાનું દળદાર તાળું જમીનદોસ્ત થઈ ગયું. વૉલ્ટ-બી ખૂલી ચૂક્યો હતો. આદિત્ય વર્માએ પાછળ ફરીને ગૌરી લક્ષ્મીબાઈની સામે જોયું. એમના સજળ નેત્રોએ આ પળના સાક્ષી બનવા માટે દાયકાઓથી ઈશ્વરને રાત-દિવસ પ્રાર્થના કરી હતી. કલ્કી અવતારનું પ્રાગટ્ય ક્યારે થશે, એ વિશેની ચોક્કસ માહિતી તો ત્રાવણકોર રાજપરિવાર પાસે પણ નહોતી. આથી, દરેક પેઢીના સભ્યો મનોમન ઈશ્વરને પ્રાર્થના કરતાં રહેતાં, જેથી એમને સાક્ષાત્ મહાવિષ્ણુના દસમા અવતારની લીલાને નિહાળવાનો લાભ મળે.

... ગૌરી લક્ષ્મીબાઈ ખરેખર ભાગ્યવાન હતાં!

એમણે વિવાનને વૉલ્ટ-બીમાં પ્રથમ પ્રવેશ કરવા માટેનું આમંત્રણ પાઠવ્યું. ભોંયરામાં જેમની અમાનતને સાચવીને રાખવામાં આવી હતી, એમના જ પગલાં ત્યાં સૌથી પહેલાં પડે એવું તેઓ ઇચ્છતાં હતાં.

આદિત્ય વર્માના હાથમાંથી ટૉર્ચ લઈને વિવાન ધડકતાં હૈયે વૉલ્ટ-બીમાં પ્રવેશ્યો. કાળાડિબાંગ અંધકાર વચ્ચે પણ તેને ત્યાં અજુગતું ન લાગ્યું. આ ઊર્જાના પ્રભાવથી તે પહેલેથી જ પરિચિત હોય એવું લાગતું હતું. ચારે બાજુથી બંધ એવા વૉલ્ટ-બીની દીવાલો પર પ્રકાશનો શેરડો પથરાયો. ધૂળના થર જામી ચૂક્યાં હતાં. આમ છતાં, કરોળિયાં કે અન્ય જીવાતોનું ત્યાં નામોનિશાન નહોતું.

મહામહોપાધ્યાય સત્યેન્દ્રનાથના દિવ્ય મંત્રોચ્ચારનો આ પ્રભાવ હતો. રાજસિક ઈશ્વર - મહાવિષ્ણુ - ના સ્થાનમાં દરિદ્રતાનો એક અંશ પણ ન પ્રવેશી શકે, એ માટે સમગ્ર સ્થાનને એમણે પોતાની પવિત્ર ઊર્જાથી અભિમંત્રિત કરી રાખ્યું હતું.

વીસ બાય વીસ ફૂટના એ ઓરડામાં અમાસની કાળી રાતનો માહોલ હતો. વિવાનની પાછળ પાછળ અંદર આવેલા અજય ડોભાલ અને અમિતે ત્યાંની હવા સૂંઘવાનો પ્રયત્ન કર્યો. બંધિયાર હવાની દુર્ગંધને બદલે ત્યાં પુષ્પોનો મઘમઘાટ અનુભવી શકાતો હતો.

'આ ઓરડો તો ખાલી છે, ગૌરીજી!' વિવાને ચિંતા વ્યક્ત કરી, 'અંડરગ્રાઉન્ડ જવા માટે કોઈ છૂપો માર્ગ પણ નથી દેખાઈ રહ્યો.'

'તમે જ્યાં ઊભા છો, એની ઠીક નીચે છે... નાગપાશમ્ તંત્રપ્રયોગ વડે અભિમંત્રિત વૉલ્ટ-બી!' ગૌરી લક્ષ્મીબાઈએ વિવાનના જૂતાં તરફ ઇશારો કરતાં કહ્યું.

વિવાન તરત જ આઘો ખસી ગયો. પગ નીચે પથરાયેલી ધૂળને તેણે કમરેથી વાંકા વળીને દૂર કરી. આવું કરતી વખતે તેણે પોતાની ટૉર્ચ અમિતને પકડાવી દીધી હતી.

ધૂળની મોટી ઢગલી ત્યાંથી સાફ કર્યા પછી વિવાનને માર્બલના સ્લેબ જેવું કશુંક નજરે ચડ્યું. હકીકતે એ એક એવી પાષાણશિલા હતી, જેનો દેખાવ ધૂળ જેવો હતો. વૉલ્ટ-બીમાં આવનારી વ્યક્તિને સ્વપ્ને પણ અંદાજ આવે એમ નહોતો કે મૂળ દ્વાર ક્યાં હોઈ શકે!

આદિત્ય વર્માએ સ્ક્રૂ-ડ્રાઇવર જેવું દેખાતું સાધન અજય ડૉભાલને આપ્યું. પોતે તેમની સામે જમીન ઉપર બેસી ગયા. અજય માટે પણ આ નીચે બેસી જવાનો સંકેત હતો.

અમિતે હાથમાં પકડેલી ટૉર્ચમાંથી રેલાતાં પ્રકાશની મદદથી બંનેએ સ્ક્રૂ-ડ્રાઇવરને પાષાણશિલાની બાજુમાં દેખાતી ઝાંખી તિરાડ જેવી જગ્યામાં બેસાડી દીધું. જિગ્સૉ-પઝલનો છેલ્લો ટુકડો જ્યારે કાર્ડબૉર્ડ ઉપર ગોઠવાય, ત્યારે જેવી રીતે ચિત્ર સ્પષ્ટ બને... એવી જ રીતે સ્ક્રૂ-ડ્રાઇવરના આગળના તીક્ષ્ણ ભાગ પાષાણશિલાના સામસામા ખાંચામાં બંધ બેસી ગયાં! તેને વૃત્તાકાર ફેરવતાંની શરૂઆત કરતાં જ વૉલ્ટ-બીમાં આછી ધ્રુજારી અનુભવાઈ. નાના સ્કેલનો ભૂકંપ ક્ષણવાર માટે આવીને શમી ગયો હોય એવું કંપન!

જેમ જેમ સ્ક્રૂ-ડ્રાઇવર જેવું દેખાતું એ સાધન ગોળ ગોળ ફરતું ગયું, એમ એમ ત્રણેક ફૂટની લંબચોરસ પાષાણશિલા જમીનથી ઉપર ઊંચકાવા માંડી.

એક ઇંચ... બે ઇંચ... ત્રણ ઇંચ... ચાર ઇંચ!

આદિત્ય વર્મા અને અજય ડોભાલના હાથ ગજબનાક સ્પીડ સાથે ફરી રહ્યા હતા. સદીઓ જૂની પાષાણશિલાને અનલૉક કરવા માટે એમણે ખાસ્સા બાહુબળનો ઉપયોગ કરવો પડતો હતો. એમના બાવડાં પરની નસો ફાટફાટ થઈ રહી હતી. કપાળ ઉપરથી પરસેવાના ટીપેટીપાં નીતરવા માંડ્યાં હતાં. આમ છતાં, એક સેકન્ડ માટે પણ તેઓ અટક્યા નહીં. થાક ખાવાનો સમય જ ક્યાં હતો?

ક્લિક...

લગભગ પાંચેક મિનિટની આકરી મજૂરી પછી પાષાણશિલા એક હળવા આંચકા સાથે સંપૂર્ણપણે બહાર ધસી આવી. ચાર પુરુષો - આદિત્ય, અજય, અમિત અને વિવાન - એ સાથે મળીને જ્યારે એ સ્લેબ ઊંચક્યો, ત્યારે છેક એમને ધાર્યું પરિણામ મળ્યું. સ્લેબને દીવાલના ટેકે મૂકીને એમણે ધૂળ ધૂળ થઈ ગયેલા પોતાના હાથ ખંખેર્યા.

મેલાઘેલાં થઈ ગયેલાં ઉપવસ્ત્ર કે ધોતીની પરવા કર્યા વગર વિવાન ઊઘડી ચૂકેલાં ગુપ્ત ભોંયરામાં નજર નાંખવા માટે દોડ્યો. સ્લેબની નીચે પથ્થરની સીડી કોતરાયેલી હતી, જે કેટલે નીચે સુધી જતી હતી તેનો અંદાજ લગાવવો મુશ્કેલ હતો.

'આ પગથિયાં જ આપણને નાગપાશમ્ દ્વાર સુધી લઈ જશે!' ગૌરી લક્ષ્મીબાઈએ માર્ગદર્શન આપ્યું.

સાચવી-સંભાળીને હળવે હળવે પગથિયાં ઊતરીને તેઓ વધુ ઊંડી અને અંધારી ખીણમાં આગળ ધપી રહ્યાં હોય, એવું લાગતું હતું. પગથિયાંની તીખી ધાર કાળક્રમે બુઠ્ઠી થઈ ચૂકી હતી. કાંકરા, ધૂળ અને ખરબચડા પથ્થરના મિશ્રણ સમાં વીસેક પગથિયાં સુધી તો એમને વાંધો ન આવ્યો; પરંતુ ત્યાર બાદ સૌથી આગળ હાથમાં મશાલ પકડીને ઊતરી રહેલાં અમિતનો પગ એક પગથિયું ચૂકી ગયો. પીઠભેર ઘસડાતો ઘસડાતો તે સીધો ભોંયભેગો થઈ ગયો. નસીબજોગે, તીક્ષ્ણ અથવા વાગે એવા કાંકરા ન હોવાને કારણે તે થોડો ઘણો છોલાયો... પણ એ સિવાય વધુ ઈજા ન થઈ.

વિવાને સાવચેતીપૂર્વક નીચે ઊતરીને અમિતને બેઠો કર્યો. એટલામાં એમની પાછળ બાકીના લોકોના પગ પણ ભોંયરાની જમીનને સ્પર્શી ચૂક્યાં હતાં.

ચાર મશાલોના અજવાળાએ સમગ્ર ભોંયરાને ઝળાહળાં કરી દીધો. કૉરિડોર ઝાઝો લાંબો નહોતો. પચાસેક ડગલાં દૂર એમને પોતાની સામે એક પાષાણશિલા હોવાની અનુભૂતિ થઈ, પરંતુ પ્રકાશ ત્યાં સુધી પહોંચતો ન હોવાને લીધે દૃશ્ય સ્પષ્ટ ન થયું.

કમરમાં સહેજ દુખાવા સાથે અમિત ઊભો થયો.

'આર યુ ઑલરાઇટ?' વિવાનના પ્રશ્નમાં હમદર્દી હતી.

જવાબમાં અમિતે ફિક્કું સ્મિત આપીને હોંકારો ભણ્યો. હકીકત તો એ હતી કે કમરના મણકા હલબલી જાય, એવી રીતે તે પછડાયો હતો... પરંતુ અજય ડોભાલની ધાકને કારણે તે એકદમ ઠીક હોવાનો ઢોંગ કરી રહ્યો હતો!

અમિતની મશાલ વિવાને પોતાના હાથમાં લઈ લીધી. તેના ડાબા અને જમણા બંને હાથોની પકડ મશાલો ઉપર મજબૂત થઈ. એકદમ ધીમા ડગલે, આજુબાજુ નજર કરતા કરતા, પરિસ્થિતિનો તાગ મેળવતાં મેળવતાં તે આગળ વધ્યો. રાજા માર્તંડ વર્માએ નાગપાશમ્ દ્વારની બહાર કદાચ કોઈક જાનલેવા જાળું પાથર્યું હોય, એ શક્યતાને નકારી શકાય એમ નહોતી.

વિવાને અજય, અમિત, ગૌરી લક્ષ્મીબાઈ અને આદિત્ય વર્માને એમના સ્થાન ઉપર જ ઊભા રહેવાની સૂચના આપી. જ્યાં સુધી તે દ્વાર પાસે સુરક્ષિત ન પહોંચી જાય, ત્યાં સુધી અન્યોના જીવને જોખમમાં નાંખવાનો સવાલ જ પેદા નહોતો થતો!

અંદાજે ત્રણેક મિનિટ સુધી પોતાની તમામ ઇન્દ્રિયોને સાબદી કરીને ચાલ્યા પછી તે ભોંયરાના સામા છેડે પહોંચ્યો.

... મશાલનો અજવાસ ભીંત ઉપર પથરાતાંની સાથે જ દેદીપ્યમાન થઈ ઊઠ્યું એ દ્વાર, જેના વિશે પાછલા એક દાયકામાં એમણે માત્ર કથાઓ જ સાંભળી હતી!

નાગબંધમ્ વડે અભિમંત્રિત દ્વાર!

વિવાને પાછળ ફરીને બાકીના લોકોને આગળ વધવા માટેનો સંકેત આપ્યો.

ગણતરીની સેકન્ડ્સમાં જ પાંચેય લોકો એ રહસ્યમય દ્વારની નજીક આવીને ઊભા રહી ગયા. અઢીસો વર્ષ પહેલાં અભિમંત્રિત આ દ્વાર એમના માટે આઠમી અજાયબીથી કમ નહોતું!

પાંચ ફેણ ધરાવતાં શેષનાગની આકૃતિ દ્વાર ઉપર કોતરાયેલી હતી. આકૃતિની બરાબર વચ્ચોવચ એક વૃત્ત કોતરાયેલું હતું. નાગપાશમ્ તંત્રપ્રયોગ કઈ રીતે એ ભોંયરામાં રાખવામાં આવેલાં રહસ્યની રક્ષા કરી રહ્યો હતો, એના રૂપક સમી આ આકૃતિ હતી!

હિસ્સ્સ્સ્સ....

વિવાને કાન બંધ કરી દેવા પડ્યા, 'તમને સંભળાયો આ ફૂંફાડો?'

સૌએ નનૈયો ભણ્યો.

હિસ્સ્સ્સ્સ....

આ જ વખતે વિવાન પેટથી વાંકો વળી ગયો. અત્યાર સુધીના તમામ હિસ્સકારની સરખામણીમાં પાછલો ફૂંફાડો સૌથી વધુ તીવ્ર હતો... કાનના પડદા ફાડી નાંખે એવો!

એવું લાગતું હતું જાણે દ્વારની પાછળથી જ આ સ્વર આવી રહ્યો છે!

ઘૂંટણિયે બેઠા થઈને વિવાને નાગપાશમ્ ઉપર જમણા હાથની હથેળી મૂકી. એકાએક ચમત્કાર થયો હોય એ રીતે ફૂંફાડા બંધ થઈ ગયા.

પોતાના દૃષ્ટિપટલ સમક્ષ વિવાનને અઢારમી સદીનાં દૃશ્યો દેખાઈ આવ્યાં, જે તેને પાછલાં વર્ષોમાં સ્વપ્નોમાં અલપઝલપ દેખાતાં હતાં. હાથમાં અસ્થિકળશ લઈને ઊભેલા મહામહોપાધ્યાય સત્યેન્દ્રનાથનું પ્રભાવશાળી મુખારવિંદ, સાત સિદ્ધયોગીઓ અને પદ્મનાભદાસ માર્તંડ વર્માના ચહેરા સ્પષ્ટ થઈ ગયા.

તેના દેહમાં ઊર્જાનો સંચાર થયો. નાગબંધમ્‌ને એટલા શક્તિશાળી મંત્રો વડે અભિમંત્રિત કરવામાં આવ્યું હતું કે શતાબ્દીઓ વીતી ચૂકી હોવા છતાં વિવાન તેના પ્રભાવને અનુભવી શકતો હતો. મહામહોપાધ્યાય સત્યેન્દ્રનાથ કેટલા મહાન તાંત્રિક અને સિદ્ધાત્મા હોવા જોઈએ, એ પામવા માટે નાગબંધમ્‌નો એક સ્પર્શ જ પૂરતો હતો! જીવનભરના તપોબળને એકત્ર કરીને એમણે આ ભોંયરામાં જે ઊર્જા રોપી હતી, એ અભૂતપૂર્વ હતી. એમની પ્રાણઊર્જા હજુ પણ ત્યાં વિદ્યમાન હતી. સૃષ્ટિમાં એક પણ આસુરી શક્તિ એવી નહોતી, જે એમના રક્ષાકવચનું ખંડન કરીને અંદર સુધી પહોંચી શકે... અને આનો પરિચય વિવાનને બીજી જ ક્ષણથી મળવા માંડ્યો.

અંતઃસ્ફુરણાને આધારે કમરની પોટલીમાં રહેલો જાગૃત પંચજન્ય શંખ તેણે પોતાના હાથમાં લીધો અને હોઠે મૂક્યો. ફેફસાંમાં સમાય એટલો ઊંડો શ્વાસ લઈને તેણે પોતાનું સઘળું શારીરિક બળ શંખ ફૂંકવામાં ખર્ચ્યું...

વૉલ્ટ-બી ધણધણી ઊઠ્યો.

પાંચ હજાર વર્ષ પશ્ચાત્ કળિયુગમાં પહેલી જ વખત મહાવિષ્ણુના આભૂષણ સમો શંખ એમના જ પૂર્ણાવતાર દ્વારા ફૂંકવામાં આવી રહ્યો હતો. તેના પ્રચંડ નાદે સમયની ગતિને ધીમી કરી નાંખી. પૃથ્વી તરફ ધસી રહેલા ઉલ્કાપિંડો અવકાશમાં સ્થિર થઈ ગયાં. શનિના વલયો બમણા તેજ સાથે દેદીપ્યમાન થઈ ઊઠ્યા. સૂર્યની સપાટી પરથી હજારો જ્વાળામુખીનો લાવારસ ઝરવા માંડ્યો. ચંદ્રના ખાડા આપોઆપ ભરાવા માંડ્યા.

... સહસા, પૃથ્વી સહિતના તમામ ગ્રહો એક સુરેખ રેખામાં વિદ્યમાન થઈ ગયાં. અનંતાનંત બ્રહ્માંડની બધી જ આકાશગંગામાં એકસાથે અબજો સૂર્યોનો પ્રાદુર્ભાવ થયો! એમના દિવ્ય પ્રકાશથી સમસ્ત અવકાશ પ્રજ્વલિત થઈ ઊઠ્યું. અસંખ્ય ગ્રહો ઉપર જીવસૃષ્ટિ ધબકી ઊઠી. જે ગ્રહો ઉપર નહીંવત્ જળ હતું, ત્યાં વિપુલ માત્રામાં જળરાશિ વહેવા માંડી.

... દેવદેવોત્તમ અખિલકોટિબ્રહ્માંડનાયકનું નિર્મળ અને પવિત્રોત્તમ સ્મિત શંખના નાદરૂપે સમષ્ટિને નવપલ્લવિત કરતું ગયું. વૈકુંઠમાં પ્રભુને છત્રછાયા આપી રહેલા શેષનાગને સંકેત મળી ચૂક્યો હતો!

કુલ ત્રણ વખત ફૂંકાયેલા પંચજન્ય શંખના અલૌકિક સ્વરે બ્રહ્માંડના પ્રત્યેક પરમાણુમાં દૈવી અસર ઊભી કરી.

વિવાનની રુધિરવાહિનીઓમાં ઉમળકો વ્યાપી ગયો. બ્રહ્માંડની મહારચના અને શરીરની સંરચના વચ્ચેની ભેદરેખા નામશેષ થઈ ગઈ!

યત્ પિંડે તત્ બ્રહ્માંડે..!

માયાનાં બંધનોમાંથી મુક્ત થઈને થોડી ક્ષણો માટે તે સમાધિમાં સરી પડ્યો. પરમાનંદની અનુભૂતિ તેના ચિત્તનો મહાભિષેક કરવા માંડી. સુખની પરાકાષ્ઠા કહી શકાય એવી અવસ્થામાં ખાસ્સો સમય ધ્યાનમગ્ન રહ્યા પછી તેણે આંખો ખોલી.

ગૌરી લક્ષ્મીબાઈ અને આદિત્ય વર્માને તેના નેત્રોમાં ત્રિભુવનનાં દર્શન થયાં! ક્ષણમાં સર્જાતાં અને પલકારાની અંદર નષ્ટ થઈ જતાં બ્રહ્માંડોનું નિરંતર-નિતાંત ચાલતું ચક્ર એમાં પ્રતિબિંબિત થઈ રહ્યું હતું...

વિવાનના હોઠ પરથી સિદ્ધ ગરુડમંત્રનું ઉચ્ચારણ થવા માંડ્યું. સ્વયં શ્રીબ્રહ્માના મુખમાંથી આવિર્ભાવ પામેલા વેદોની માફક આ મંત્રો વાસ્તવમાં અનહદ નાદ બની ચૂક્યા હતા! તેના પ્રત્યેક વર્ણમાં ન્યુક્લિયર-બૉમ્બ જેટલી ઊર્જા સમાહિત હતી.

ॐ तत्पुरूषाय विद्महे सुवर्णपक्षाय धीमहि
तन्नो गरूडः प्रचोदयात् ॥

જમણા હાથની અનામિકા આંગળીને વિવાને નાગપાશમ્ આકૃતિના મધ્યમાં દેખાતાં વર્તુળના બિંદુ ઉપર મૂકી.

ॐ पक्षिराजाय विद्महे पक्षिदेवाय धीमहि
तन्नो पक्षिः प्रचोदयात् ॥

વર્ષ ૧૭૫૦માં જેવી રીતે મહામહોપાધ્યાય સત્યેન્દ્રનાથના મંત્રોચ્ચાર થકી દ્વાર બંધ થઈને તેના ઉપર નાગની આકૃતિ ઊપસી આવી હતી, એવી જ રીતે વિવાનના મુખમાંથી વહી રહેલી સિદ્ધ ઋચાઓ થકી નાગબંધમ્ તૂટી રહ્યું હતું... અરસપરસ ભીડાયેલાં અંકોડા ક્રમશઃ છૂટવા માંડ્યા! ગરુડમંત્રના પ્રભાવથી આદિ શેષનાગ સળવળી ઊઠ્યા હોય એવું એ દૃશ્ય હતું.

ॐ वैनतेयाय विद्महे सुवर्णपक्षाय धीमहि
तन्नो गरूडः प्रचोदयात् ॥

ત્રણ જુદા જુદા ગરુડ-ગાયત્રીમંત્ર વિવાનના ઉચ્ચારણમાત્રથી જાગૃત થઈ ગયાં!

ઘરરરરરર.... ઘરરરરરર...

નાગપાશમ્ દ્વાર હળવા આંચકા સાથે ખૂલવા માંડ્યું. અંદરનું દૃશ્ય જોઈને સૌ કોઈ હેબતાઈ ગયાં. ગણ્યા ગણાય નહીં એટલા નાના-મોટા કોબ્રા

ભોંયરામાં ચારેબાજુ આંટા મારી રહ્યા હતા. તેમની સંખ્યા એટલી વધારે હતી કે ભોંયતળિયું દેખાવાનું બંધ થઈ ગયું હતું. બધી ભીંતો પર પણ એમનું સામ્રાજ્ય પથરાયેલું હતું. કાળા, પીળા, સફેદ, લીલા, લાલ, સોનેરી રંગના જાતભાતના ચટ્ટાપટ્ટા ધરાવતાં કાળોતરાના વિષને એકત્ર કરવામાં આવે, તો કદાચ ઝેરની નદીઓ વહેવા માંડે! આખા વિશ્વના તમામ જીવોને ખતમ કરવા માટે જેટલા હળાહળની જરૂર પડે, એટલું હળાહળ આ એક ભોંયરામાંથી આસાનીથી મળી જાય એમ હતું!

ભોંયરાની વચ્ચોવચ હતું બ્રહ્માંડનું એ સર્વોચ્ચ હથિયાર, જેની અપાર ઊર્જા કંઈકેટલાય ગ્રહો અને આકાશગંગાઓને નષ્ટ કરી શકવા સક્ષમ હતી!

... તમામ અસ્ત્રોનો દેવતા, પ્રધાનઊર્જાનું વાહક – બ્રહ્માસ્ત્ર!

ડાયનોસોરના કંકાલ જેવું દેખાતું એક મહાકાય હાડપિંજર ભોંયરાની ઠીક મધ્યમાં ઝગારા મારતું હતું... કુમારીકંદમના આખરી સિંહયાળીની એકમાત્ર નિશાની! ભોંયરાની છતને આંબતું એ કંકાલ જોઈને જ યાળીની ભયાવહતાનો અંદાજ લગાવી શકાય એમ હતો. આજથી હજારો વર્ષ પહેલાં જ્યારે યાળી કુમારીકંદમની ધરતી ઉપર વિચરણ કરતાં હશે, ત્યારે એમનો ઠાઠ કેવો હશે એ પારખવું મુશ્કેલ નહોતું. પાંચ-દસ સિંહ અને વાઘને તો યાળી ચણાં-મમરાંની જેમ ઊંચકીને જોજનો દૂર ફેંકી દેતાં હોવા જોઈએ. સેંકડો હાથીઓની બુદ્ધિ અને હજારો સિંહોનું બળ ધરાવનારા યાળી અકલ્પનીય સામર્થ્યના સ્વામી હતાં! આટલા વર્ષો પછી પણ યાળીના હાડપિંજરને સમયનો ક્ષાર નહોતો લાગ્યો. પંચમહાભૂતમાં ભળવાની વાત તો દૂર, પરંતુ કંકાલના મધ્યમાં પ્રસ્ફુટન પામી રહેલો ભૂરા રંગનો પ્રકાશ પણ અઢી શતાબ્દી પછી ઝાંખો નહોતો પડ્યો! મહામહોપાધ્યાય સત્યેન્દ્રનાથે જે સ્થિતિમાં યાળીયંત્રને અભિમંત્રિત કર્યું હતું, એ જ અવસ્થામાં તે આજે પણ અડીખમ ઊભું હતું. તેના ઉપર ધૂળ, માટી કે જીવાત સુધ્ધાં નહોતી ચોંટી!

... પરંતુ એક વસ્તુ ત્યાં એવી હતી, જેના વિશે કોઈ જાણતું નહોતું!

સાત અસ્થિકળશ!

હાડપિંજરની ફરતે ગોળાકાર સાત અસ્થિકુંભ ગોઠવાયેલાં હતાં. ૧૭૫૦ની સાલમાં મહામહોપાધ્યાય સત્યેન્દ્રનાથ સાથે ત્રાવણકોર રાજ્યમાં પધારેલાં સાત મહાન તાંત્રિકોએ આ અસ્થિકળશને પણ અભિમંત્રિત કર્યા હતા, પરંતુ એમાં કોનાં અસ્થિ હતાં?

દ્વાર ઊઘડતાંવેંત બધા જ નાગની ફેણ એકસાથે વિવાનની દિશામાં ઘૂમી!

ઇયળ જેવડું કદ ધરાવતાં સાપથી માંડીને પાંચ-પાંચ હાથની લંબાઈના નાગ ભોંયરાની બહાર આવવા માંડ્યા. ગૌરી લક્ષ્મીબાઈ, આદિત્ય વર્મા, અજય

ડોભાલ અને અમિતના જીવ તાળવે ચોંટી ગયા. આ એવા સાપ હતા, જેમના એક દંશમાત્રથી વ્યક્તિ નર્કતુલ્ય પીડા ભોગવીને મૃત્યુ પામે!

જમીન પર વીજળીવેગે સરકી રહેલાં કાળોતરા અને એમની વચ્ચે માત્ર દસ કદમની દૂરી રહી ગઈ હશે, ત્યારે વિવાન નિર્ભીકપણે બે ડગલાં આગળ આવી ગયો. મહામહોપાધ્યાય સત્યેન્દ્રનાથની ભવિષ્યવાણી સાચી પુરવાર થવાનો સમય આવી ચૂક્યો હતો...

બંને હાથ પહોળા કરીને તેણે મોટા સ્વરે શ્રી વિષ્ણુસહસ્રનામમાળાનું ભાવવાહી ગાયન શરૂ કર્યું,

हरिः ॐ ।

विश्वं विष्णुर्वषट्कारो भूतभव्यभवत्प्रभुः ।
भूतकृद्भूतभृद्भावो भूतात्मा भूतभावनः ॥

पूतात्मा परमात्मा च मुक्तानां परमा गतिः ।
अव्ययः पुरुषः साक्षी क्षेत्रज्ञोऽक्षर एव च ॥

વિવાનથી પાંચ ડગલાં દૂર ભયગ્રસ્ત હાલતમાં થથરી રહેલાં આદિત્ય વર્મા, અજય ડોભાલ, અમિત અને ગૌરી લક્ષ્મીબાઈએ મનોમન પોતાના મૃત્યુની ઘડી ગણી લીધી હતી.

... પરંતુ મંત્રોચ્ચાર શરૂ થતાંની સાથે જ બધા સાપ એમના તરફ આગળ વધતાં અટકી ગયા. પોતાની દિશા બદલીને હવે એમનું ધ્યેય વિવાન આર્ય સિવાય બીજું કોઈ નહોતું. જેવી રીતે લોહચુંબક લોખંડના ભુક્કાને પોતાની તરફ આકર્ષી લે, એવી રીતે મંત્રોચ્ચારને કારણે ભોંયરાના કરોડો નાગનું કેન્દ્રબિંદુ વિવાન આર્ય હતો!

અને એ દશ્ય પુનરાવર્તન પામ્યું, જેની આગાહી અઢીસો વર્ષ પહેલાં થઈ હતી!

એકસામટા સેંકડો સાપ વિવાનના શરીરને ઘેરો ઘાલીને ઊભા રહી ગયા. બંને પગ વાટે થઈને તેઓ તેના મસ્તકની દિશામાં ઉપર ચડવા માંડ્યા. વિવાનની આંખો બંધ થઈ ચૂકી હતી. તેના ચહેરા ઉપર અભૂતપૂર્વ શાંતિ અને સૌમ્યતા ઝળકતાં હતાં. ડરનું તો નામોનિશાન તેના હાવભાવમાં નહોતું. તેના સિવાયના ચારેય લોકો મંત્રમુગ્ધ થઈ, આ ઘટનાને સાક્ષીભાવે નિહાળી રહ્યાં હતાં.

દ્વારના ઉંબરે ઊભો રહી ગયેલો વિવાન અડગ મન સાથે ભગવાનની સ્તુતિ ગાઈ રહ્યો હતો. શરીર ઉપર સરકી રહેલાં સરિસૃપની હાજરીથી અલિપ્ત તે પોતાના ભાવવિશ્વમાં રમમાણ હતો.

એક સમય એવો આવ્યો, જ્યારે તેના શરીર ઉપર ચામડી દેખાવાની બંધ થઈ ગઈ. સર્પદંશના કારણે તમામ અંગો લોહીલુહાણ થઈ ચૂક્યાં હતાં. કાનથી માંડીને નાક અને આંખમાં પણ નાના નાના નાગ પોતાનો અડ્ડો જમાવી ચૂક્યાં હતાં. વિવાનના શરીર ઉપર તલ મૂકવા જેટલી જગ્યા નહોતી બચી! બે હોઠ વચ્ચેની જગ્યામાંથી આરપાર સરકીને જિહ્વા અને ગલોફાંમાંથી રક્ત શોષી રહેલાં ઝીણા કાળોતરાથી તેનું શરીર ઊભરાવા માંડ્યું હતું. શ્વાસનળી અને અન્નનળીમાં પણ એમણે કબજો જમાવી લીધો હતો! ટૂંકમાં આંતરિક કે બાહ્ય, એક પણ અંગ એવું નહોતું જ્યાં નાગ ન પહોંચ્યા હોય!

રક્ત બલિદાન હતું આ!

મહામહોપાધ્યાય સત્યેન્દ્રનાથે પોતાની વંશાવલીના અંતિમ સંતાન માટે ભાખેલું ભવિષ્ય!

વિવાનના દેહમાંથી સઘળું રક્ત ચૂસી લેવામાં આવ્યું! એનીમિયાથી પીડાઈ રહેલાં દર્દીની માફક તેની ચામડી ઉપર ઠેકઠેકાણે સફેદ ધબ્બા ઊપસી આવ્યા. આમ છતાં, મક્કમ મનોબળ સાથે તે મંત્રોચ્ચારણ કરતો રહ્યો,

कायेन वाचा मनसेन्द्रियैर्वा ।
बुद्ध्यात्मना वा प्रकृतिस्वभावात् ॥
करोमि यद्यत्सकलं परस्मै ।
नारायणयेति समर्पयामि ॥

તે મન-વચન-કર્મથી આદિનારાયણને સમર્પિત થઈ ચૂક્યો હતો. અબઘડી મૃત્યુ આવી જાય, તો પણ તેને કોઈ વાતનો રંજ નહોતો! અસહ્ય પીડા અને તીવ્ર બળતરા વચ્ચે તે ગમે તેમ કરીને પોતાની જાતને બે પગ ઉપર ઊભા રાખવાનો પ્રયત્ન કરી રહ્યો હતો; પરંતુ ધીમે ધીમે તેના સ્નાયુ શિથિલ થતાં ગયા. મગજ સુધી પહોંચી ગયેલા સાપ હવે તેના શરીરના પ્રમુખ અંગની જયાફત માણી રહ્યાં હતાં.

વિવાનનું ચેતાતંત્ર ક્રમશઃ નબળું પડતું ગયું. તેનું સમતોલન હલબલવા માંડ્યું. હાથ અને પગમાં ધ્રુજારી આવવાની સાથે તે ગમે ત્યારે ધરતી ઉપર ઢળી પડશે એવું લાગતું હતું.

આ દૃશ્ય જોઈ રહેલાં અજય ડોભાલ અને અમિતે એના તરફ દોટ મૂકી, પરંતુ વિષ્ણુસહસ્રનામમાળાના પ્રભાવથી એ ચારેય લોકોની આસપાસ એક રક્ષાકવચનું નિર્માણ થઈ ચૂક્યું હતું. એમાંથી બહાર પગ મૂકવો કોઈના માટે સંભવ ન બન્યો. લોખંડની જાડી પારદર્શક દીવાલ સાથે અથડામણ થઈ હોય, એવી રીતે અજય અને અમિત અદૃશ્ય રક્ષાકવચ સાથે જોરથી ટકરાઈને ભોંયભેગા થઈ ગયા.

ગૌરી લક્ષ્મીબાઈ અને આદિત્ય વર્માની હાલત કાપો તો લોહી ન નીકળે એવી હતી. કયા કાળચોઘડિયે એમણે વિવાનને મોતના મુખમાં ધકેલવાનો નિર્ણય લીધો, એ એમને સમજાઈ નહોતું રહ્યું.

... ગણતરીની ક્ષણોમાં જ, વિવાન ધબ્બ દેતાંક મૂર્છિત થઈને ઢળી પડ્યો.

'મિસ્ટર... ડો..ભા..લ..' તે ત્રુટક અવાજે બોલ્યો, 'મારા વતી લો..કો..ની માફી માંગજો. એમને જાણ કરજો કે મેં... મેં મારી... બનતી કોશિશ કરી હતી, પણ ઈશ્વરને મંજૂર ન..ન..નહોતું! બ્રહ્માસ્ત્રના કાળા કેરથી આ દુનિયાને બચાવી લેજો. સર્વમંગલમ્ ભવતુ!'

તેના મોંમાંથી લોહીનો છેલ્લો કોગળો બહાર નીકળ્યો, જેમાં સેંકડો ઝીણા ઝીણા સાપ પણ સામેલ હતા!

... બરાબર એ જ ક્ષણે, અસ્થિકળશમાંથી સુગંધી ધૂમ્રસેર નીકળવાની શરૂઆત થઈ. જેવી રીતે લીમડાના પાનના ધુમાડાથી નાના-મોટા મચ્છર દૂર ભાગવા માંડે, એવી જ રીતે એમાંથી અસ્થિકળશની ધૂમ્રસેરને કારણે ભોંયરાના તમામ સાપ વિવાનનો દેહ ત્યાગીને ભોંયરાના કેન્દ્રમાં સ્થાપિત યાઝીયંત્ર તરફ સરકવા માંડ્યા. કોઈક અજ્ઞાત શક્તિનો આદેશ છૂટ્યો હોય, એ રીતે સુરેખ દિશામાં સંપૂર્ણ શિસ્ત સાથે તેઓ પોતાના ગંતવ્યસ્થાન તરફ આગળ ધપી રહ્યા હતા.

યાઝીના હાડપિંજરની એકદમ સમીપ મહામહોપાધ્યાય સત્યેન્દ્રનાથનો આઠમો કળશ હજુ પણ યથાસ્થાને જોવા મળતો હતો! તમામ નાગ એમાં સંકેન્દ્રિત થવા લાગ્યા. આ દૃશ્ય જોઈને કોઈ એવું કહી ન શકે કે બે ક્ષણ પહેલાં સુધી ભોંયરામાં એકસાથે અબજો સાપ આંટા મારતા હશે!

એક નાનકડા લોટામાં આટઆટલા સાપ કઈ રીતે સમાઈ રહ્યાં હતાં, એ આશ્ચર્યમાંથી સૌ બહાર આવે એ પહેલાં તો પ્રચંડ વિસ્ફોટ સાથે કળશ ફાટ્યો...

અને પ્રગટ થયા... સર્પાધિપતિ અનંત શેષનાગ!

ઉપરનો દેહ માનવ સમાન અને છાતી નીચેનો ભાગ સાપ જેવો! આદિ શેષનાગના પ્રાગટ્ય સાથે ફરી એક વખત પદ્મનાભસ્વામી મંદિરમાં ફૂંફાડા પડઘાવા લાગ્યા. અઢારમી સદીમાં બે વખત એમનું આહ્‌વાન કરવામાં આવ્યું હતું અને ત્યાર બાદ સવા બસ્સો વર્ષ પછી આજે પુનઃ એમનું પ્રાગટ્ય થયું!

અજય ડોભાલ અને અમિત માટે તો આ બધું પરીકથા સમાન ભાસી રહ્યું હતું. એમના માટે સ્વપ્ન અને વાસ્તવિકતા વચ્ચેની ભેદરેખા સાવ ભૂંસાઈ ચૂકી હતી.

ગૌરી લક્ષ્મીબાઈ અને આદિત્ય વર્માએ આદિ શેષનાગને સાષ્ટાંગ દંડવત્ કર્યા. કિંકર્તવ્યમૂઢ બની ચૂકેલા અજય અને અમિતે પણ એમનું અનુકરણ કર્યું.

શંકા વગરની વાત હતી... જ્યાં મહાવિષ્ણુ સદેહે પ્રગટ થયા હોય, ત્યાં એમની સેવા હેતુ આદિ શેષનાગ ન પધારે એ અશક્ય છે! દરેક યુગમાં વિષ્ણુવતારની ચાકરી માટે સર્પાધિપતિએ પણ અવતાર ધારણ કર્યા હતા... એ પછી ત્રેતાયુગમાં લક્ષ્મણ તરીકે હોય કે દ્વાપરયુગમાં બલરામ તરીકે!

અનંત શેષનાગે જમીન ઉપર ચત્તાપાટ પડેલા વિવાન સામે દૃષ્ટિપાત કર્યો. સાપ જેવી ચામડી ધરાવતા એમના બંને હાથ આપોઆપ નમસ્કાર મુદ્રામાં જોડાઈ ગયા. પોતાના સ્વામીની એમણે ભાવવાહી સ્વરે સ્તુતિ ગાઈ,

अच्युतं केशवं रामनारायणं कृष्णदामोदरं वासुदेवं हरिम् ।
श्रीधरं माधवं गोपिकावल्लभं जानकीनायकं रामचन्द्रं भजे ॥

વિવાન હજુ પણ બેહોશ જ હતો!

આદિ શેષનાગે એમની ક્ષમાયાચના માંગતાં કહ્યું,

'હે કલ્કીસ્વામી, આપની દિવ્યચેતનાને મારા કોટિ કોટિ પ્રણામ! આપે ભોગવવા પડેલાં કષ્ટ બદલ હું ક્ષમાપ્રાર્થી છું, પ્રભુ... પરંતુ આ સમગ્ર ગોઠવણ આપની જ તો લીલા છે! અમે તો એનો સૂક્ષ્મભાગ માત્ર છીએ. આપના આ દેહમાં ભલે હજુ સુધી મહાવિષ્ણુની સંપૂર્ણ ઊર્જાનો પ્રાદુર્ભાવ ન થયો હોય, પરંતુ મારા માટે તો આપ પ્રગટ થઈ ચૂક્યા છો.

આપનો આ દાસ – અનંત શેષનાગ – આપની સેવા કરવા માટે તત્પર છે. મને પ્રતીક્ષા રહેશે એ ક્ષણની, જ્યારે આપની પરમચેતના આ દેહમાં સંપૂર્ણપણે પ્રગટી ચૂકી હશે! યાઝીયંત્ર હવે આપની અમાનત છે, દેવ...

જ્યાં સુધી આપનો આદેશ નહીં થાય, ત્યાં સુધી હવે હું પડછાયાની જેમ આપના અસ્તિત્વ સાથે ઐક્ય સાધીને નિવાસ કરીશ. કળિયુગી મહાયુદ્ધ જ્યારે તેના અંતિમ ચરણમાં પહોંચશે, ત્યારે આપની છત્રછાયા બનીને હું શત્રુઓનો સફાયો કરીશ!

હે સર્વભૂતાત્મા – પરમાત્મા – પ્રધાનપુરુષેશ્વર આદિનારાયણ, સદાકાળ મને આપની ચરણરજ બની રહેવાની અનુમતિ આપજો, સ્વામી!'

કેટલીક વિશિષ્ટ અને ગર્ભિત મુદ્રાઓ વડે નમન કર્યા પછી શેષનાગે તદ્દન બારીક સાપનું સ્વરૂપ ધારણ કર્યું. પોતાના સ્થાન પરથી ગરિમાભેર સરકતાં સરકતાં તેઓ વિવાનના નિશ્ચેતન દેહ પાસે પાસે પધાર્યા. બ્રહ્મરંધ્રના ભાગે કુંડળી મારીને તેઓ એના દેહની અંદર પ્રવેશી ગયા!

વિવાનના સહસ્રાર ચક્રમાં હવે સદા સદા માટે સ્વયં આદિ શેષનાગ બિરાજી ચૂક્યા હતા!

વૉલ્ટ-બીનું જોખમ હવે ટળી ચૂક્યું હતું. ભોંયરામાં એક પણ સાપની ઉપસ્થિતિ ન હતી. ખંડના ઉંબરે સુધબુધ ખોઈ બેઠેલા વિવાનનો દેહ, તેની મધ્યમાં યાઝીયંત્ર અને ફરતે સાત અસ્થિકળશ મૂળ સ્થિતિમાં હતાં.

રક્ષાકવચનો પ્રભાવ ક્ષીણ થતાંની સાથે જ સર્વપ્રથમ ગૌરી લક્ષ્મીબાઈ દોડીને વિવાન પાસે પહોંચી ગયાં. એમનો મમતાથી ભરેલો સ્પર્શ વિવાનના ગાલ પર થતાંની સાથે જ તેના દેહમાં થોડો સળવળાટ થયો હોય એવું લાગ્યું. અજય, અમિત અને આદિત્ય પણ વિવાનની આસપાસ ગોઠવાઈ ગયાં.

વિવાનના દેહમાં રાતાશ પરત ફરી. ફિક્કાશ પડતાં સફેદ રંગમાં જેવી રીતે લાલ રંગ ઉમેરતાંની સાથે જ ગુલાબી ઝાંય પેદા થાય, એવી રીતે અદૃશ્ય સ્રોતમાંથી ઉમેરાઈ રહેલાં રક્તને કારણે વિવાનના શરીરમાં ગુલાબીપણું પરત ફર્યું. સ્વયં પરમેશ્વર તેના દેહને રુધિર પૂરું પાડી રહ્યા હતા!

... અને એક ઝાટકા સાથે વિવાન સફાળો બેઠો થઈ ગયો. કશું થયું જ ન હોય એવી રીતે તેણે પોતાની આસપાસ નજર કરી. નાગનું નામોનિશાન નહોતું. પોતે જ્યારે બેભાન હતો, એટલી ક્ષણોમાં શું ખેલ રચાઈ ગયો એનો તેને અંદાજ સુધ્ધાં નહોતો. પહેલાં કરતાં પણ વધુ ઊર્જા અને જુસ્સા સાથે તે બેઠો થયો અને ભોંયરાની અંદર દોટ મૂકી.

સાત અસ્થિકળશ વડે નિર્મિત ગોળાકાર વૃત્ત ભેદીને તેણે બ્રહ્માસ્ત્રનો સ્પર્શ કર્યો. પૌરાણિક કાળનાં એ દિવ્યાસ્ત્રએ તેને ઝણઝણાવી મૂક્યો!

પાછળ ફરીને તેણે સૌને ઉદ્દેશીને કહ્યું, 'બ્રહ્માસ્ત્ર હવે સુરક્ષિત છે! ભારત ઉપરથી ખતરો ટળી ગયો છે... મોહમ્મદ બિલાલ અને શુક્રાચાર્યના ષડયંત્રને વિફળ બનાવવામાં આપણે કામયાબ...'

તેનું વિધાન પૂરું થાય એ પહેલાં જ ગૌરી લક્ષ્મીબાઈ, આદિત્ય વર્મા, અજય ડોભાલ અને અમિતના બંને હાથ એમના કાન સુધી પહોંચી ગયાં...

શરીરમાં કંપન આવવાની સાથે એમના કાનમાં તડતડાટી બોલવા માંડી.

સૌથી પહેલી ચીસ વયોવૃદ્ધ ગૌરી લક્ષ્મીબાઈની સંભળાઈ, 'ઈલ્લે! આને કોઈ બંધ કરો, પ્લીઝ. મારાથી આ અવાજ સહન નથી થતો.'

આદિત્ય, અમિત અને અજય ડોભાલ તો જમીન ઉપર લાંબા જ થઈ ગયા! એમના આખા શરીરમાં હજારો વીંછીએ ડંખ મારવાની શરૂઆત કરી દીધી હોય એવું દર્દ થતું હતું.

વિવાન તરત જ પરિસ્થિતિની ગંભીરતા પારખી ગયો. રાષ્ટ્રપતિ ભવનમાં જોયેલું ભયાનક દૃશ્ય તેના માનસપટ પરથી ક્યારેય ભૂંસાયું જ નહોતું. તેને પોતાના બ્રહ્મરંધ્રના ભાગે સહેજ સંવેદનાનો અનુભવ થયો. તેના અંતઃકરણમાંથી આદેશ સ્ફુર્યો.

બીજી જ ઘડીએ, તેણે પોતાના જમણા હાથનો અંગૂઠો ગૌરી લક્ષ્મીબાઈના આજ્ઞા ચક્ર ઉપર મૂકી દીધો.

ॐ शांतिः शांतिः शांतिः ॥

તેના હોઠ પરથી અનાયાસે જ ઉચ્ચારણ થયું.

એવી જ રીતે, ક્ષણનો પણ વિલંબ કર્યા વગર તેણે બાકીના ત્રણ સાથીદારોના લલાટની મધ્યમાં પોતાની શક્તિનો એક અંશ રોપી દીધો; જેની અસરને લીધે ચારેય પીડિતોની પીડા ધીરે ધીરે ઓસરવા માંડી. એમના કાનમાં સંભળાઈ રહેલી તીણી સિસોટીઓનો સ્વર સાવ ધીમો પડી ગયો. શરીરના અંગોમાં શરૂ થઈ ચૂકેલી ધ્રુજારી શાંત થઈ ગઈ.

વિવાનને પણ ખબર નહોતી કે તેને થયેલી આ અંતઃસ્ફુરણા પાછળનું રહસ્ય શું હતું!

... પરંતુ ગૌરી લક્ષ્મીબાઈ સહિત બાકીના તમામ લોકો સમજી ચૂક્યાં હતાં કે અનંત શેષનાગે ભોંયરામાં ઉપસ્થિત સૌની સુખાકારી અને સ્વાસ્થ્ય માટે કૃપા વરસાવી છે!

થોડી ક્ષણો પહેલાં બનેલા આ ઘટનાક્રમની વાસ્તવિકતા જાણવા માટે એમનું ભોંયરામાંથી બહાર નીકળવું જરૂરી હતું. વિવાન, આદિત્ય વર્મા અને અજય ડોભાલે સાથે મળીને યાળીના કંકાલને ફરી ટુકડાઓમાં વિભાજિત કરી નાંખ્યું, જેના કારણે તેને ઊંચકવામાં આસાની રહે. સામે પક્ષે, ગૌરી લક્ષ્મીબાઈએ ત્રણ કળશ પોતાની કાંખમાં સાચવીને ઊંચક્યા અને અમિતે ચાર કળશ!

ઝટપટ ડગ માંડતાં તેઓ પગથિયાં ચડીને ઉપર પહોંચ્યા. વૉલ્ટ-બીને પૂર્વવત્ તાળાં વડે લૉક કરી દેવામાં આવ્યું.

'મહેશ...!' ગર્ભગૃહની બહાર ઊભા રહીને ગૌરી લક્ષ્મીબાઈએ પોતાના પર્સનલ આસિસ્ટન્ટને ધીમા સાદે બોલાવ્યો.

... પરંતુ કોઈ જવાબ ન મળ્યો.

સુવર્ણ ગરુડસ્તંભને વટાવી તેઓ ફરી શ્રી બલિપુર કૉરિડોર સુધી પહોંચ્યાં. ગૌરી લક્ષ્મીબાઈને બરાબર યાદ હતું કે તેમણે પોતાના પી.એ.ને શ્રી બલિપુર પાસે રાહ જોવાનું કહ્યું હતું. જ્યાં સુધી તેઓ વૉલ્ટ-બી ઉઘાડીને પરત ન ફરે, ત્યાં સુધી આસપાસ નજર રાખવાનું કામ તેને સોંપવામાં આવ્યું હતું.

શ્રી બલિપુરના માર્ગની પ્રદક્ષિણા કરીને પૂર્વ ગોપુરમ્ પાસે આવી પહોંચેલાં ગૌરી લક્ષ્મીબાઈની આંખો ફાટી ગઈ. વિવાન, અજય, અમિત અને આદિત્ય હજુ એમનાથી ત્રીસેક ડગલાં દૂર હતાં. મહેશને સાદ પાડતાં પાડતાં તેઓ પણ પૂર્વ ગોપુરમ્ પર આવી પહોંચ્યાં.

પાંચેય લોકો હતપ્રભ બનીને ઊભા રહી ગયાં. એમના મોઢામાં કોકડું વાળીને બેઠેલી જીભ પરથી લાળ સુકાઈ ગઈ. ગળામાં એકાએક શોષ પડવા માંડ્યો. ઠંડી ન હોવા છતાં હોઠ ફાટવા માંડ્યા. કપાળ ઉપરથી પરસેવાના રેલા નીતરવાની શરૂઆત થઈ ગઈ. પેટમાં કોઈકે જોરદાર મુક્કો માર્યો હોય એવી વીંટ આવવા માંડી.

અમિતથી રહેવાયું નહીં અને તેણે અસ્થિકળશને બાજુ ઉપર મૂકીને મંદિરના એક સ્તંભને ટેકે ઊભા રહી ઊલ્ટી કરી! તેણે જે દૃશ્ય જોયું હતું, એ ચીતરી ચડાવનારું હતું.

ક્ષત-વિક્ષત હાલતમાં આઠ મૃતદેહો!

એકની ઉપર એકનો ઢગલો કરીને ઓશીકાંની માફક ગોઠવવામાં આવેલાં એ મૃતદેહો મંદિરમાં તૈનાત સી.આર.પી.એફ. ઑફિસર્સના હતા! પેટમાંથી બહાર લટકી રહેલાં આંતરડાં, આજુબાજુ ગબડી પડેલાં પંદર-સોળ આંખના ડોળા, જોરથી ભીંચાવાને કારણે તૂટી પડેલા દાંત, બે કટકા થઈ ચૂકેલી લોહિયાળ જીભથી એ વિસ્તાર ખદબદતો હતો.

મોહમ્મદ બિલાલ!

વિવાનના મગજમાં એક જ નામ ચમક્યું!

'સાચો જવાબ!' મંદિરના મુખ્યદ્વારમાંથી ગાંડાની માફક તાળીઓ પાડતો બિલાલ ધીમા ડગલે એમના તરફ આવી રહ્યો હતો.

પોતાના કાનમાં તેણે ખાસ કહી શકાય એવા હેડફોન પહેરી રાખ્યા હતા. આ પ્રકારની ડિઝાઇન ધરાવતાં હેડફોન આજ સુધી કોઈએ માર્કેટમાં નહોતાં જોયાં. કદાચ ઇન્ફ્રાસાઉન્ડ-વેપનની અસરથી બચવા માટે આઈ.એસ.આઈ.એસ. દ્વારા તેનું મેન્યુફેક્ચરિંગ થયું હોવું જોઈએ.

हमें तुमसे प्यार कितना... ये हम नहीं जानते,
मगर जी नहीं सकते, तुम्हारे बिना !

બંને નેણ ઉપર-નીચે નચાવતાં નચાવતાં તે ગાઈ રહ્યો હતો. દુનિયાભરની બેફિકરાઈ તેના વર્તનમાં ડોકાતી હતી. ક્રૂર ચહેરા ઉપર ડોકાતું નિર્મમ અટ્ટહાસ્ય જોઈને નાના બાળકને પણ ખ્યાલ આવી જાય કે બિલાલ કોઈ જેવો તેવો માણસ નહીં, પરંતુ તાલીમબદ્ધ ત્રાસવાદી જ હોવો જોઈએ!

'સ્વાગત નહીં કરોગે હમારા?' બિલાલે ગૌરી લક્ષ્મીબાઈ સામે ખિખિયાટા કરતાં કહ્યું, 'કેરળ જ તો મારી તાલીમભૂમિ રહી છે! વર્ષો સુધી અહીંના જંગલોમાં મેં કાફિરોનો સફાયો કરવાની ટ્રેનિંગ લીધી હતી. આજે આપ સૌની રહેમતને કારણે ફરી એક વખત ખુદાએ મને આ જગ્યા ઉપર પાછો બોલાવ્યો છે. કેટલું સરસ કહેવાય, નહીં? જ્યાંથી શરૂ કર્યું હતું, ત્યાં જ ક્લાઇમેક્સ પણ લખાઈ રહ્યો છે! યા અલ્લાહ... મૈં તેરા શુક્રગુઝાર હૂં!'

બિલાલનો એક-એક શબ્દ વિવાનના કાનમાં સીસું બનીને રેડાઈ રહ્યો હતો.

'ખેર, તમે લોકો તો મારું સ્વાગત નહીં કરો એની મને જાણ હતી!' બિલાલે કટાક્ષ કર્યો, 'એટલે મેં જાતે જ મારી આગતાસ્વાગતાની વ્યવસ્થા કરી લીધી હતી...'

અજય ડોભાલ દુશ્મનની નબળાઈનો તાગ મેળવવાનો પ્રયત્ન કરી રહ્યા હતાં. અમિતનું મગજ પણ સક્રિય થઈ ચૂક્યું હતું.

'ઝાઝું મગજ કેમ દોડાવો છો, નેશનલ સિક્યોરિટી એડ્વાઇઝર?' બિલાલ એમના વિચારો વાંચી શકતો હોય એટલા વિશ્વાસ સાથે બોલ્યો, 'બહાર જે સાડા ચારસો જવાન તૈનાત હતા, એને મેં મારા ઇન્ફ્રાસાઉન્ડ હથિયાર... ઉપ્સ, લઘુ બ્રહ્માસ્ત્ર વડે ખત્મ કરી નાંખ્યા છે. આ તો વિવાનના લલાટમાં જે મણિ છે, એણે તમને બધાને બચાવી લીધા, બાકી અત્યારે તમારી લાશ પણ આવી જ રીતે ઢગલો થઈને મારી સામે પડી હોત!'

વિવાનનો ક્રોધ સાતમા આસમાને પહોંચી ગયો. તેણે મુઠ્ઠી વાળીને બિલાલ તરફ દોટ મૂકી.

'ના... ના... બેટા!' બિલાલ જમણા હાથથી વિવાનને થોભી જવાનો સંકેત આપ્યો, 'હું તારી જગ્યાએ હોઉં, તો આવી મૂર્ખામી બિલકુલ ન કરું.'

વિવાનના નાકનાં નસકોરાં ફૂલી ચૂક્યાં હતાં.

'કેમ આટલો ઉતાવળો થાય છે, ભાઈ?' બિલાલ હજુ પણ તેની ઠેકડી જ ઉડાવી રહ્યો હતો. તેણે પોતાની પાછળ ઊભેલા બે સાગરીતો સામે ડોક ફેરવીને ત્રાંસી આંખે જોયું.

તેઓ આ ઇશારાને બરાબર પારખતા હતા.

ત્રીજી જ સેકન્ડે, ભરાવદાર અને તગડી કાયા ધરાવતા બે ગુંડા એક યુવતીને બાવડેથી ઢસડીને મંદિરમાં લઈ આવ્યા.

'સુહાની..!' વિવાનના હોઠ પરથી આઘાતમિશ્રિત પીડાનો ભાવ સરી પડ્યો.

દિવસોથી બિલાલની કેદમાં સપડાયેલી સુહાનીની હાલત અત્યંત દયનીય હતી. તેના હોઠ અને ચહેરા પર ઠેકઠેકાણે ચીરા દેખાતા હતા. ઢોરમાર મારવામાં આવ્યો હોવાની શક્યતાને નકારી શકાય એમ નહોતી. ફક્ત એટલું જ નહીં, ઘૂંટણથી સહેજ લાંબા કહી શકાય એવા ડ્રેસના છેડે દેખાતા ખૂનના ડાઘા તેની સાથે થયેલા બળાત્કારની ચાડી ખાતા હતા. તેના શરીરમાંથી નૂર ગાયબ થઈ ચૂક્યું હતું. જીવતી લાશની માફક તે અત્યારે વિવાનની સામે આવીને ઊભી હતી. ખોરાક અને પાણીના અભાવને કારણે ચામડી સંકોચાઈને તેમાં કરચલીઓ પડવા માંડી હતી.

વિવાનને જોતાંની સાથે જ દિવસોથી સંઘરી રાખેલું અશ્રુજળ તમામ સીમાડા વટાવીને ધોધમાર વરસવા માંડ્યું.

સુહાનીની આવી દુર્દશા જોઈને વિવાનનો જીવ કપાઈ ગયો. આ પ્રહાર તેના દેહ ઉપર નહીં, પણ આત્મા ઉપર કરવામાં આવ્યો હતો. પોતાના કારણે જ સુહાની આ ઘટનાનો ભોગ બની હોવાનું તથ્ય તેને ભીતરથી કોતરી ખાવા લાગ્યું.

... આટલાં વર્ષોમાં પહેલી જ વખત વિવાનના મનમાં આત્મહત્યા કરી લેવાનો વિચાર ઝળકી ગયો. પોતાનું જીવન સમાપ્ત કર્યા સિવાય આ અપરાધભાવમાંથી બહાર આવવાનો કોઈ માર્ગ તેને સૂઝી નહોતો રહ્યો! સુહાનીનો નિસ્તેજ ચહેરો, શરીર ઉપર દેખાતા ઘા અને તેના આંસુને હવે એ જીવનભર ક્યારેય ભૂલી શકે એમ નહોતો. આ દૃશ્ય ચાકુની ધાર વડે તેના આત્મા ઉપર કોતરાઈ ચૂક્યું હતું!

'મને માફ...' તે આગળ કશું જ ન બોલી શક્યો. માફી માંગવા માટે ખૂલેલું મોં ગળે ભરાઈ આવેલાં ડૂમાને કારણે ફરી બંધ થઈ ગયું.

'તારે માફી માંગવાની જરૂર નથી!' સુહાનીએ સજળ નેત્રે કહ્યું, 'આ રાક્ષસને હું મારા હાથે મોતને ઘાટ ઉતારું, એ જ મારી અંતિમ ઇચ્છા ગણજે... વિવાન!'

'એક્સક્યુઝ મી!' બિલાલે સુહાનીના ગાલ ઉપર હાથ ફેરવતાં કહ્યું, 'મેરી બિલ્લી મુઝ હી સે મ્યાઉં?'

'છોડી દે એને, બિલાલ!' વિવાન થોડો નરમ પડ્યો હોય એવું લાગ્યું, 'સુહાનીએ તારું શું બગાડ્યું છે?'

'રિયા નહીં, તો સુહાની!' બિલાલે આસુરી સ્મિત આપ્યું, 'મને તો રમવા માટે રમકડું જોઈએ! રિયા મારી કેદમાંથી છૂટી ગઈ, તો એની જગ્યા કોઈકે તો ભરવી જ પડે ને?'

વિવાન સમસમી ઊઠ્યો.

'તમારા બંનેનો ઈમોશનલ ડ્રામા પૂરો થયો હોય, તો કામની વાત કરીએ?' બિલાલે વિવાનને આંખ મારી.

'શું જોઈએ છે તારે?' વિવાને સીધો મુદ્દાનો સવાલ પૂછ્યો.

'યે હુઈ ન બાત!' બિલાલે ચપટી વગાડી, 'હું પણ સીધો મુદ્દા પર જ આવું. બ્રહ્માસ્ત્ર મને સોંપી દે!'

'પણ તારે એની શું જરૂર? તારી પાસે તો ઑલરેડી સેંકડો લોકોને મોતને ઘાટ ઉતારી શકે એવું હથિયાર છે જ!' વિવાને વાતના ગર્ભમાં ઊતરવાની શરૂઆત કરી.

જવાબમાં બિલાલ ખડખડાટ હસી પડ્યો. આંજળ ભરેલી કાળી આંખોમાં ડોકાતા શૈતાની ઇરાદાને વાચા મળી, 'આજે અહીંયાં મંદિરની બહાર અને થોડા દિવસ પહેલાં રાષ્ટ્રપતિ ભવનમાં તેં જે નજારો જોયો, એ તો અમારું વૉર્મ-અપ હતું!'

વિવાનની આંખમાં દ્વિધા સળવળી ઊઠી.

'આઈ.એસ.આઈ.એસ.નો મૂળ હેતુ આવા છૂટકપૂટક હુમલા કરવાનો નથી.' બિલાલના અવાજમાં અભિમાન છલકાયું, 'અમે તો આખા ભારતને એકઝાટકે તબાહ કરવા માંગીએ છીએ, જેના માટે જરૂર છે યાઝીયંત્ર સ્વરૂપે સચવાયેલા બ્રહ્માસ્ત્રની!'

'તો અત્યારે જે ટેક્નોલૉજી વડે તમે કત્લેઆમ મચાવી રહ્યા છો, એ શું છે?' અજય ડોભાલે વેધક નજરે પ્રશ્ન પૂછ્યો.

'પરીક્ષણ, ડોભાલ સાહેબ... પરીક્ષણ!' બિલાલ રાજી થતાં બોલ્યો, 'અત્યારના આ બંને હુમલામાં વપરાયેલી ટેક્નોલૉજીની એક સીમા છે. તમે નોંધ્યું હોય તો, રાષ્ટ્રપતિ ભવનમાં અમારે દિનેશ પૂર્ણૈયાને આત્મઘાતી સ્લીપર-સેલ તરીકે મોકલવો પડ્યો હતો. દરબાર હૉલમાં તેની હાજરીને લીધે જ ૨૫૦ ફીટના વિસ્તારમાં રહેલા લોકો મૃત્યુને ઘાટ ઊતર્યા. બીજી બાજુ, હમણાં આ મંદિરની બહાર થયેલા એક હુમલામાં પણ અમારા સંગઠનના જ એક હોનહાર આતંકવાદીએ પોતાના પ્રાણનો ભોગ આપીને સાડા ચારસો જવાનોને ઇન્ફ્રાસાઉન્ડની મદદથી રહેંસી નાંખ્યા.'

'તો દહેશત ફેલાવવા માટે આટલું પૂરતું નથી?' વિવાનની જીભ ઉપર કડવાશ તરી આવી.

'નહીં મિયાં! પિક્ચર અભી બાકી હૈ, મેરે દોસ્ત.' બિલાલની વિચારસરણી ખરેખર દરિંદા જેવી હતી, 'અમારી પાસે જે ટેક્નોલૉજિકલ મિની-બ્રહ્માસ્ત્ર છે, તેની એક સીમા છે. આ હથિયાર પોતાની આસપાસના થોડા મીટરમાં હરતાંફરતાં લોકોને જ ઇન્ફ્રાસાઉન્ડની મદદથી મોતને ઘાટ ઉતારી શકે છે... પરંતુ મૂળ બ્રહ્માસ્ત્ર આનાથી અનેકગણું શક્તિશાળી છે!'

'કઈ રીતે?' અજય ડોભાલે આંખ ઝીણી કરી.

'વ્લાદિમીર ગોવરુના ઇન્ફ્રાસાઉન્ડ ડિવાઈસ અને ચીનના ધ એક્ટિવ ડિનાયલ સિસ્ટમના સમન્વયથી અમે એક એવું મશીન ડેવલપ કર્યું છે, જેમાં એક વિશિષ્ટ ધાતુ ઉમેરતાંની સાથે જ તે દેશ-દેશાવર દૂરના કોઈ ચોક્કસ ટાર્ગેટ પર ઇન્ફ્રાસાઉન્ડ-અટેક કરી શકવા સક્ષમ બને છે. યાઝીના હાડકામાં આખા બ્રહ્માંડમાં ક્યાંય ન હોય, એવી ધાતુ મળી આવી છે... જે અમારા ઉદ્દેશ્યને પૂરો કરવામાં મદદરૂપ થઈ શકે છે. ટૂંકમાં કહેવું હોય તો, હવે પછીના સમયમાં અમે અફઘાનિસ્તાન, પાકિસ્તાન કે ઇરાક-ઈરાનમાં બેઠાં બેઠાં પણ જુદા જુદા દેશો ઉપર હુમલો કરી શકીશું. કમ્પ્યુટરમાં અમારે માત્ર એક આદેશ આપવો પડશે. નિશ્ચિત રેખાંશ અને અક્ષાંશના આંકડાનું ઇનપુટ નાંખ્યા પછી અડધી કલાકની અંદર હજારો કિલોમીટર દૂરના એ સ્થાન ઉપર ઇન્ફ્રાસાઉન્ડ પ્રક્ષેપિત થશે અને લાખો લોકો ખુદાને પ્યારા થઈ જશે!'

ગૌરી લક્ષ્મીબાઈ અને આદિત્ય વર્મા તો આ બધું સાંભળીને હચમચી ઊઠ્યાં હતાં.

'આજના સમયમાં જેવી રીતે મિસાઇલને એક ચોક્કસ ટાર્ગેટ ઉપર હુમલો કરવા માટે એક્ટિવેટ કરી શકાય છે, એવી જ રીતે બ્રહ્માસ્ત્ર પણ પોતાના ટાર્ગેટનો સફાયો બોલાવી નાંખશે.' બિલાલ પોરસાયો, 'બ્રહ્માસ્ત્રની સામે તો બોર્ડર ઉપર ગોઠવાયેલાં ન્યુક્લિયર-બૉમ્બ પણ પાણી ભરશે! ભવિષ્યમાં અમેરિકાનાં ટ્વિન-ટાવર ઉડાડવા માટે અમારે પ્લેન હાઈજેક કરવાની જરૂર નહીં પડે. તંબુમાં બેઠાં બેઠાં જ અમે ટ્વિન-ટાવર ઉપરથી ઊડી રહેલા ઍરોપ્લેન પર બ્રહ્માસ્ત્રનો પ્રહાર કરીશું, જેના લીધે પાઇલટનું માનસિક સંતુલન ખોરવાઈ જવાથી તે જાતે જ ટ્વિન-ટાવરમાં ઍરોપ્લેન ટકરાવશે!'

વિવાનનાં રુંવાડાં ઊભા થઈ ગયાં. ઇસ્લામનો વાવટો ફરકાવવા માટે રેડિકલ મુસ્લિમો બ્રહ્માસ્ત્રનો કેટલી ભયાવહ રીતે ઉપયોગ કરશે, એની કલ્પનામાત્રથી જ તેના રોમેરોમમાં કંપારી છૂટી ગઈ.

'પણ રાષ્ટ્રપતિ ભવનમાંથી બરામત થયેલા દિનેશ પૂર્ણેયાના જેકેટમાં ઑલરેડી અજાણી ધાતુ મળી આવી છે.' અજય ડોભાલના મગજમાં ઘૂમી રહેલા પ્રશ્નને એમણે વ્યક્ત કર્યો, 'અમારી ફૉરેન્સિક તપાસમાં જ આનો ખુલાસો થયો છે. તારા કહેવા મુજબ, જો યાઝીનું હાડપિંજર અત્યારે ત્રાસવાદીના હાથમાં આવ્યું હોય તો પછી ત્યાંથી મળેલી ધાતુ કઈ હતી?'

'એ પણ યાઝીના હાડકામાંથી કરવામાં આવેલા ભુક્કાની ધાતુ જ હતી!' બિલાલે ફોડ પાડ્યો, 'પરંતુ એ મર્યાદિત માત્રામાં હતી. ફક્ત બે જ વખત તેનો ઉપયોગ થઈ શકે એમ હતું. રાષ્ટ્રપતિ ભવન અને અહીં પદ્મનાભસ્વામી મંદિરમાં ખેલાયેલા ખૂની ખેલ પછી હવે અમને ફરી યાઝીનાં હાડકાંની જરૂરિયાત ઊભી થઈ છે, જેથી તેના ભુક્કામાંથી અમે નવી નવી જગ્યાઓએ આતંકવાદી હુમલાનાં ષડયંત્રો ઘડી શકીએ.'

'એક મિનિટ!' વિવાન ચોંક્યો, 'તારી પાસે યાઝીનું હાડકું કઈ રીતે પહોંચ્યું?'

'ઓહ સૉરી!' બિલાલે બે કાન પકડ્યા, 'બે દાયકા પહેલાં બનેલી ઘટનાનું રહસ્ય જણાવ્યા વગર આ સમગ્ર ઘટનાક્રમ સમજાવી શકાય એમ નથી. લેટ મી હેવ અ સીટ!'

એટલું કહીને તે પ્રવેશદ્વાર પાસેના સ્તંભની પાળી ઉપર પલાંઠી વાળીને બેસી ગયો.

'શરૂઆત કરવી છે, ડાર્લિંગ ગૌરી લક્ષ્મીબાઈનો આભાર માનવા સાથે!' તેણે વયોવૃદ્ધ પ્રિન્સેસ સમક્ષ બીભત્સ ઇશારો કર્યો, 'જો તમે ન હોત, તો આ કશું શક્ય ન બન્યું હોત!'

પરિસ્થિતિવશ આદિત્ય વર્માના હાથ બંધાયેલા હતા, નહીંતર બિલાલની ગરદન તેના ધડથી અલગ થઈ ગઈ હોત!

'વર્ષ ૨૦૦૦માં તારી મા અને બાપના હાથમાં ગૌરી લક્ષ્મીબાઈએ એક રહસ્યમય દાબડી સોંપી હતી, વિવાન.' બિલાલે બે દાયકા જૂના ભૂતકાળમાં ડૂબકી લગાવી, 'ત્રણસો વર્ષથી મારું ખાનદાન જેની શોધમાં હતું, એ ગૌરી લક્ષ્મીબાઈ થકી અમને મળ્યું.'

'ખાનદાન?' બિલાલે અજાણતાં જ તેના પરિવારના ભૂતકાળ અંગે પરિચય આપી દીધો છે, એવું ખબર પડતાંની સાથે જ અજય ડોભાલે તકનો લાભ ઉઠાવવાનું નક્કી કર્યું, 'તારું ખાનદાન ત્રણસો વર્ષ જૂનું કઈ રીતે હોઈ શકે?'

'એમાં એવું છે, મિસ્ટર ડોભાલ...' બિલાલ વાત મમળાવવા માંડ્યો, 'તમે ટીપુ સુલતાનનું નામ તો સાંભળ્યું જ હશે?'

અજય ડોભાલે કોઈ પ્રતિભાવ ન આપ્યો.

'હું એનો જ વંશજ છું! મારી નસમાં ટીપુ સુલતાનનું જ રક્ત વહે છે.' બિલાલે ધડાકો કર્યો, 'હૈદર અલીથી શરૂ કરીને ટીપુ સુલતાન સહિતના મારા વડવાઓએ આ મંદિર ઉપર હુમલો કરવાની ઘણી બધી વખત કોશિશ કરી, પણ કોઈ ને કોઈ કારણોસર તેમને નિષ્ફળતા જ મળતી રહી. આથી, મારા પૂર્વજોનું નામ રોશન કરવા માટે મેં એમનાથી થોડો હટકે રસ્તો પસંદ કર્યો. વિવાનના જીવનમાં એવી પરિસ્થિતિ ઊભી કરી, જેથી તેણે આપોઆપ આ મંદિરમાં આવીને વૉલ્ટ-બીમાંથી બ્રહ્માસ્ત્રને બહાર કાઢવું પડે! એક તીર સે દો નિશાન! કઠપૂતળીની માફક હું આ અબુધ યુવકને મારી આંગળીના ટેરવે નચાવતો ગયો. આ બહાને મારે મંદિરનો વિધ્વંસ કરવાની જરૂર ન પડી અને બ્રહ્માસ્ત્ર પણ સરળતાથી મારા હાથમાં આવી ગયું.'

વૉલ્ટ-બીમાં જતાં પહેલાં અશ્વત્થામાએ આપેલી ચેતવણીનો મર્મ વિવાનને હવે છેક સમજાયો.

'હા...' પોતે બહુ મોટો વિચારક હોય એ રીતે બિલાલે હડપચી ઉપર આંગળી રાખી, 'તો હું ક્યાં હતો? અરે, યાદ આવ્યું. આપણે દાબડીની ચર્ચા કરતાં હતાં.'

... અને એકાએક, હેમરાજે કહેલી વાત વિવાનને યાદ આવી ગઈ. તેઓ રામનવમીની રાતે તિરુઅનંતપુરમ્‌ના રાજવી પરિવાર સાથે મુલાકાત કરીને પરત આવવા નીકળતાં હતાં, ત્યારે સુમતિ પાસે એક દાબડી હતી. સત્યમંગલમ્‌ના જંગલોમાંથી ભાગતી વેળા પણ સુમતિએ એ દાબડી જીવની જેમ સાચવીને રાખી હતી, પરંતુ હેરપિન-બેન્ડ પાસે થયેલા અકસ્માત પછી એ દાબડી બિલાલના હાથમાં પહોંચી ગઈ હતી.

'એ દાબડીમાં યાઝીનું એક હાડકું હતું, જે ત્રાવણકોર રાજપરિવારને સદીઓ પહેલાં વારસામાં મળ્યું હતું. તારી મા - સુમતિ આર્ય - આખરી શ્વાસ ગણતી હતી. તેનું ઉપરનું અડધું શરીર આગમાં ભડથું થઈ ચૂક્યું હતું. ભસ્મીભૂત થઈ ગયેલી તેની સાડીમાંથી દેખાતાં ભરાવદાર સ્તન ઉપર-નીચે થઈ રહ્યાં હતાં, એ નજારો ખરેખર અદ્‌ભુત હતો!'

પોતાની સ્વર્ગવાસી મા વિશે બિલાલના મોઢેથી આવું અશ્લીલ વર્ણન સાંભળીને વિવાનની સંયમની પાળ તૂટી ગઈ. બીજી જ સેકન્ડે, તેણે બિલાલના નાક ઉપર જોરથી એક મુક્કો મારી દીધો. પરિણામસ્વરૂપે, બિલાલ બેવડો વળી ગયો. તેના નાકનું હાડકું બટકી ગયું અને બંને છિદ્રોમાંથી લોહી ટપકવા માંડ્યું!

'ક્યા બાત હૈ!' બિલાલ કણસતાં કણસતાં હસ્યો, 'દમ તો હૈ બંદે મેં!'

વિવાને તરત જ તેના ગાલ ઉપર થપ્પડ ચોડી દીધી. અજય ડોભાલ અને અમિત તરત તેની પાસે ધસી આવ્યા. વિવાનને કાબૂમાં રાખવો જરૂરી હતો. બહાર કેટલા લોકોને બિલાલે બાનમાં રાખ્યા છે, એની જાણ ન થાય ત્યાં સુધી સાવચેત રહેવું પડે એમ હતું. વિવાનનું બાવડું ઝાલીને તેઓ એને બિલાલથી દૂર લઈ ગયા.

'મારી મા વિશે તારા ગટર જેવા ગંધાતાં મોંમાંથી હવે એક શબ્દ પણ નીકળ્યો છે, તો તને અહીં જ દાટી દઈશ... યાદ રાખજે!' વિવાન બરાડ્યો. તેની આંખોમાં લોહી ઊભરાઈ આવ્યું હતું.

બિલાલનું જડબું હચમચી ગયું હતું. મોઢું ખોલ-બંધ કરવાની કસરત કર્યા પછી તેણે અટ્ટહાસ્ય કર્યું અને ગીતની એક પંક્તિ ગણગણી,

दुश्मन ना करे दोस्त ने वो काम किया है
उम्र भर का गम हमें इनाम दिया है

'બહુ જ મોટી ભૂલ કરી નાંખી, દોસ્ત!' બિલાલના અવાજમાં કાતિલ ઠંડક ભળી, 'હવે સજા પણ ભોગવવી પડશે!'

તેણે પોતાના બંને સાગરીતોને આંખોથી આદેશ આપ્યો.

બેમાંથી એક ગુંડાએ પેન્ટના ખિસ્સામાંથી જાડું પકડ કાઢ્યું. બીજા ગુંડાએ સુહાનીના જમણા હાથને બળપૂર્વક પકડી રાખ્યો. તેની પહેલી આંગળીને સીધી કરવામાં આવી અને ઘડીના છઠ્ઠા ભાગમાં પકડ વચ્ચે રાખીને મૂળિયાંમાંથી અલગ કરી નાંખવામાં આવી...

'આઆઆઆઆઆઆ.....' સુહાનીની કાળી ચીસો શ્રી અનંતપદ્મનાભસ્વામી મંદિરના પ્રત્યેક ખૂણાને ગજાવવા માંડી.

'આઈ એમ સૉરી... પ્લીઝ! મને માફ કરી દે.' વિવાનનો ગુસ્સો એકાએક ઓસરી ગયો. તેણે બિલાલ સામે બે હાથ જોડીને માફી માંગી.

'એક મુક્કો અને એક થપ્પડ...' બિલાલ આટલેથી અટકે એમ નહોતો, 'બે વખત થયેલી ભૂલોનો દંડ પણ બે વખત ચૂકવવો પડે ને!'

એ જ વખતે, તેના ગુંડાએ સુહાનીની જમણી હથેળીની બીજી આંગળી કાપી નાંખી! લોહીનો ફુવારો ઉડ્યો. સહનશીલતાના ચરમસીમા કરતા વધુ પીડા ભોગવી લેવાને લીધે સુહાની જમીન ઉપર ફસડાઈ પડી. લોહીનું નાનું ખાબોચિયું તેના હાથની આસપાસ ભરાવા માંડ્યું.

'તારી દરેક શરતો માનવા માટે હું તૈયાર છું.' વિવાને કાકલૂદી કરી, 'પણ સુહાનીનું લોહી વહેતું અટકે, એવું કંઈક કર... નહીંતર એ છોકરી મરી જશે!'

'જો હુકમ મેરે આકા...' બિલાલે ફરી તેના ગુંડા સામે વેધક નજરે જોયું.

સંકેતોમાં જ વાત કરવા ટેવાયેલાં તેના બંને માણસોએ સુહાનીની કપાયેલી આંગળીઓ ફરતે કચકચાવીને રૂમાલ બાંધી દીધો. લોહી વહેવાની ગતિ ધીમી થઈ, પણ બંધ નહીં!

'સુહાનીને જલદીથી જલદી મેડિકલ સારવાર આપવી પડશે.' વિવાને ફરી એક વખત આજીજી કરી, 'એનો ઇલાજ હૉસ્પિટલમાં જ શક્ય છે, બિલાલ.'

'ખરી વાત છે.' બિલાલે હોંકારો ભણ્યો, 'હું જેમ કહું, એમ કરતા જશો તો બે કલાકની અંદર આપણે સુહાનીને સારામાં સારી મેડિકલ ટ્રીટમેન્ટ આપી શકીશું. બોલ, છો તૈયાર?'

વિવાને એક ક્ષણનો પણ વિચાર કર્યા વગર હા પાડી દીધી.

એ પછીની પાંચેક મિનિટ સુધી બિલાલ એમને પોતાનો પ્લાન સમજાવવામાં વ્યસ્ત થઈ ગયો.

મંદિરનાં ગોપુરમ્ ઉપર આર્મી-હેલિકૉપ્ટર મંડરાઈ રહ્યાં હતાં. આખી દુનિયાની નજર પાછલી અડધી કલાકથી પદ્મનાભસ્વામી મંદિર ઉપર જ હતી. મંદિરનું ન્યૂઝ-કવરેજ લઈ રહેલા વીસેક જેટલા રિપોર્ટર્સ પણ સાડા ચારસો જવાનોની સાથે મૃત્યુ પામી ચૂક્યાં હતાં. મંદિરના આંગણમાં લાશોનો ઢગલો પથરાયેલો હતો. ભયંકર દુર્ગંધને કારણે આકાશમાં ગીધ ચકરાવો લેવા માંડ્યા હતાં. રસ્તા પર ચારે બાજુ લોહી જ લોહી દેખાતું હતું. સો-બસ્સો જેટલા કૂતરા અચાનક લાશ પાસે આવીને એમનું માંસ આરોગવા માંડ્યાં હતાં.

આ જુગુપ્સાપ્રેરક વાતાવરણમાં પ્રવેશ કરવાની હિંમત હવે એક પણ વ્યક્તિમાં નહોતી. ન્યૂઝ-ચેનલ્સના માણસો પણ દૂર દૂરની બિલ્ડિંગમાં હાઈ-રેન્જ કેમેરા ગોઠવીને ઘટનાસ્થળનું કવરેજ લઈ રહ્યાં હતાં. દિલ્હીની ઘટના પછી ગણતરીના દિવસોની અંદર જ કેરળના પદ્મનાભસ્વામી મંદિરમાં થયેલાં આ લોહિયાળ તાંડવે પ્રશાસન અને પ્રજા બંનેની ઊંઘ હરામ કરી નાંખી હતી.

હેલિકૉપ્ટર થકી મંદિરમાં ચાલી રહેલી ગતિવિધિઓનો તાગ મેળવવાનો પ્રયત્ન કરવામાં આવી રહ્યો હતો, જેમાં નિષ્ફળતા જ પ્રાપ્ત થઈ હતી.

... અને એટલામાં, બિલાલનો અવાજ ભૂંગળામાં પડઘાયો, 'ભારતના નેશનલ સિક્યોરિટી એડ્વાઈઝર અજય ડૉભાલ સહિત અન્ય ત્રણ લોકો

અમારી કેદમાં છે. જો એમના જીવની સલામતી ઇચ્છતા હો, તો હેલિકૉપ્ટરને તાત્કાલિક પોતપોતાના બેઝ-કેમ્પની દિશામાં ઘુમાવી લો! નહીંતર દિલ્હી અને કેરળ પછી ભારતનાં અલગ અલગ શહેરોમાં એક-એક કલાકના અંતરે આવો લોહિયાળ નરસંહાર જોવાની તૈયારી રાખજો.'

બિલાલ હળાહળ ખોટું બોલી રહ્યો હતો. તેની પાસે વાસ્તવમાં હવે યાઝીના હાડકાનો ભુક્કો હતો જ નહીં! જ્યાં સુધી વૉલ્ટ-બીમાંથી મળેલા હાડપિંજર ઉપર લૅબોરેટરીમાં રાસાયણિક પ્રક્રિયા ન કરવામાં આવે, ત્યાં સુધી કશું થઈ શકે એમ નહોતું.

પછીની ત્રણેક મિનિટ સુધી હૉટલાઇન પર નેશનલ સિક્યોરિટી એજન્સીના હેડક્વાર્ટર અને વડાપ્રધાન સાથે ચર્ચા-વિચારણા ચાલી. અજય ડોભાલ, અમિત અને વિવાનના મોં ઉપર પટ્ટી બાંધીને એમને બહાર લઈ આવવામાં આવ્યા હતા. સુહાની હજુ પણ બેભાન જ હતી. બિલાલના ગુંડાએ રમકડાંની જેમ તેને પોતાના ખભા ઉપર ઊંચકી રાખી હતી.

પ્રત્યેક ફાયદા અને નુકસાનને ધ્યાનમાં રાખ્યા પછી, આતંકવાદીની માંગ સામે નમતું જોખી દેવાનો નિર્ણય સર્વસંમતિથી લેવાયો.

ચોથી મિનિટે, આકાશમાંથી હેલિકૉપ્ટર ગાયબ થવા માંડ્યાં.

બિલાલના ચહેરા ઉપર વિજયનું સ્મિત ફરકી ઊઠ્યું. જે કામ તેના પૂર્વજો નહોતા કરી શક્યા, એ કામને તેણે અઢી દાયકાની મહેનત પછી સફળતાપૂર્વક અંજામ આપ્યો હતો.

101

વર્તમાન દિવસ

વારાણસી, ઉત્તરપ્રદેશ

દશાશ્વમેધ ઘાટ ઉપર અંદાજે બે લાખ લોકોનો માનવ-મહેરામણ એકત્ર થયો હતો. દરરોજ સવાર-સાંજ જ્યાં ભવ્ય ગંગા-આરતી થતી હતી, એ સ્થળને શપથવિધિ માટેના સ્ટેજમાં પરિવર્તિત કરી દેવાયું હતું. કેબિનેટ મિનિસ્ટર્સથી શરૂ કરીને અમેરિકા-રશિયા-બ્રિટન જેવા મોટા-મોટા દેશોના મંત્રીઓએ પોતપોતાનું સ્થાન ગ્રહણ કરી લીધું હતું. ક્ષેત્રફળની દૃષ્ટિએ ભારતના સૌથી મોટા રાજ્ય ઉત્તરપ્રદેશના મુખ્યમંત્રી યોગી એકનાથ ઉપર ત્યાંની જનતાએ બીજી વખત પસંદગીનો કળશ ઢોળ્યો હતો. વડાપ્રધાન વીરેન્દ્ર મોદી, ગૃહમંત્રી નમિત શાહ બાદ ભારતીય જનસેવક પક્ષ - ભાજપક્ષ - ના ત્રીજા કદાવર નેતા તરીકે યોગી એકનાથનો ડંકો દેશભરમાં વાગવા માંડ્યો હતો. ઉત્તરપ્રદેશમાં ખત્મ થયેલા ગુંડારાજ પાછળ તેઓ કારણભૂત હતા.

શાસનનાં ગણતરીનાં વર્ષોની અંદર એમણે દેવાધિદેવ મહાદેવની નગરી - કાશી - ની છબી બદલાવી નાંખી હતી. એક સમયે મવાલીઓ અને જેહાદીઓથી ઊભરાતાં યુ.પી.ને એમણે પોતાના દૃઢ નિશ્ચય અને મક્કમ મનોબળ તડે ફરી સનાતન સંસ્કૃતિનું કેન્દ્રસ્થાન બનાવી દીધું હતું. તમામ અખાડાના મહંતો, પીઠાધિશ્વરો, મઠાધિશ્વરો, મહાયોગીઓ, મુનિઓ અને સંન્યાસીઓ એમનાથી ખૂબ ખુશ હતા.

યોગી એકનાથે દાયકાઓ પહેલાં સંન્યાસ લઈ લીધો હતો. નાથ સંપ્રદાયમાં દીક્ષિત થવાની કપરી કસોટીઓમાંથી પાર પડ્યા પછી તેઓ લોકકલ્યાણ માટે પુનઃ સામાજિક

જીવનમાં પ્રવેશ્યા હતા. ભારતને પહેલો એવો ભગવાધારી નેતા મળ્યો હતો, જે મહાન યોગી હોવાની સાથોસાથ કુશળ રાજનીતિજ્ઞ પણ હતો. ચાણક્યની કૂટનીતિ અને આદિ શંકરાચાર્યના તપનો સમન્વય હતો આ માણસની અંદર!

સતત બીજી વખત પ્રચંડ બહુમત સાથે ચૂંટાઈને આવેલા યોગી એકનાથને ફરી મુખ્યમંત્રી તરીકેના શપથ લેતાં જોવા માટે આખા દેશમાંથી લોકો ઊમટી પડ્યા હતા. ઘાટ ઉપર હકડેઠઠ ભીડ હતી. ગંગા નદીમાં બોટ ફેરવવાનો ધંધો કરનારાઓને પણ આજે બખ્ખમબખ્ખાં હતાં! ઘાટની સામેનો આખો ભાગ સેંકડો વહાણોથી ઘેરાયેલો હતો. એમાં સવાર થયેલા પ્રેક્ષકો ઘાટ ઉપર લગાવવામાં આવેલા વિશાળ એલ.ઈ.ડી. સ્ક્રીન્સમાં ઉત્તરપ્રદેશના મુખ્યમંત્રી અને ભારતના કદાચ આગામી વડાપ્રધાનની એક ઝલક જોવા માટે તલપાપડ હતા.

વીરેન્દ્ર મોદી અને નમિત શાહનો કાફલો દિવસો અગાઉથી આ જગ્યાની સિક્યોરિટી તપાસવામાં વ્યસ્ત થઈ ચૂક્યો હતો. દિલ્હી અને તિરુઅનંતપુરમ્ ખાતે થયેલા ત્રાસવાદી હુમલા બાદ ભારતની ગુપ્તચર સંસ્થાઓ, સિક્યોરિટી એજન્સીઝ અને આર્મી-પર્સનલ્સ સહિત સૌ કોઈ સાબદા થઈ ચૂક્યા હતા. ઝીણામાં ઝીણી વિગતો અને આગંતુકોની પ્રત્યેક હરકતો ઉપર બાજ નજર રાખવામાં આવી રહી હતી. આકાશમાં ડ્રોનની ભરમાર હતી. સેટેલાઈટના માધ્યમથી પળેપળનો ડેટા મેળવવામાં આવી રહ્યો હતો. વડાપ્રધાન વીરેન્દ્ર મોદી ખુદ શપથ-સમારોહમાં હાજર રહેવાના હોવાથી સુરક્ષા-વ્યવસ્થામાં થોડીઅમથી કચાશને પણ સ્થાન નહોતું.

... એક પછી એક બુલેટપ્રૂફ ગાડીઓ આવવાની શરૂઆત થઈ ગઈ. મુખ્યમંત્રી અને વડાપ્રધાનના કાફલાના આગમનનો આ સંકેત હતો.

અફસોસ, ત્યાં ઉપસ્થિત એક પણ વ્યક્તિને બિલકુલ અંદાજ નહોતો કે ગણતરીની મિનિટોમાં ગંગા નદીનો આ ઘાટ મણિકર્ણિકાનું સ્મશાન બની જવાનો છે!

વર્તમાન દિવસ

અજ્ઞાત સ્થળ

'લૉકેશન – દશાશ્વમેધ ઘાટ.' બિલાલનો આદેશાત્મક અવાજ આખા બંકરમાં પડઘાઈ રહ્યો હતો, 'કૉર્ડિનેટ્સ – ૨૫.૩૦૬૨ ડિગ્રી ઉત્તર અને ૮૩.૦૧૦૩ ડિગ્રી પૂર્વ!'

'ટાર્ગેટની પસંદગી થઈ ચૂકી છે, જનાબ!' ધ્વનિ-ઉપકરણોથી ઘેરાયેલો તેનો ટેક્નિશિયન સુપર-કમ્પ્યુટર જેટલું કદ ધરાવતી મોટી સિસ્ટમમાં માથું ઘાલીને અત્યાર સુધીના સૌથી મોટા ષડયંત્રને આકાર આપી રહ્યો હતો.

વિવાન હજુ પણ ઘેનમાં હતો. તેને પોતાની આજુબાજુમાંથી આ બધા અવાજો

સંભળાઈ રહ્યા હતા. વચ્ચે વચ્ચે બિલાલ ખિખિયાટા કાઢી લેતો હતો. તેનું ગાંડપણ આજે ચરમસીમા ઉપર પહોંચી ચૂક્યું હતું.

દોરડાંથી કચોકચ બંધાયેલાં હાથ ખાસ્સા સમયથી અકળામણ અનુભવી રહ્યા હતા. હળવે રહીને તેની આંખો ખૂલી. ફ્લડ-લાઇટ્સ અને હેલૉજન્સનો પ્રકાશ તેની કીકી સોંસરવો ઊતરી ગયો. પાછલા ચારેક કલાકથી તે બેભાન હતો. બિલાલે ગૌરી લક્ષ્મીબાઈ અને આદિત્ય વર્માને શ્રી પદ્મનાભસ્વામી મંદિરના કુલશેખર મંડપમ્ પર મુશ્કેટાટ બાંધી દીધાં હતાં, એ દૃશ્યનું તેને સ્મરણ થઈ આવ્યું. હેબતાઈને ફરી એક વખત તેણે આંખ ખોલવાનો પ્રયત્ન કર્યો. આજુબાજુ નજર કરતાંની સાથે જ તેને અજય ડોભાલ, અમિત, હેમરાજ અને લંકન વાશ્રવી બેભાન હાલતમાં પડેલાં જોવા મળ્યા.

સાઠ-સિત્તેર ચોરસફૂટના એ બંકરમાં ઉપરથી ધડામ-ધડામના અવાજો આવી રહ્યા હતા. કદાચ કન્સ્ટ્રક્શનનું કામ ચાલતું હતું અથવા મશીનરીની ગોઠવણ થઈ રહી હોવી જોઈએ! જોકે, એ વિશે વધુ વિચારવાનો સમય નહોતો.

ઓરડાના એક ખૂણે એમને કોથળાંની માફક ફેંકી દેવામાં આવ્યા હતા. આખો ખંડ જુદા જુદા ધ્વનિ ઉપકરણો – ધ એક્ટિવ ડિનાયલ સિસ્ટમ, ઇન્ફ્રાસાઉન્ડ ડિવાઇસ, લૉન્ગ-રેન્જ અકૉસ્ટિક ડિવાઇસ (LRAD), મેગ્નેટિક અકૉસ્ટિક ડિવાઇસ, ધ મૉસ્કિટો સૉનિક ડિવાઇસ વગેરે – થી ખીચોખીચ ભરાયેલો હતો. બાજુમાં કાચનું દ્વાર ધરાવતી એક લેબોરેટરી હતી, જેમાં પાંચેક જેટલા વૈજ્ઞાનિકો કામ કરી રહ્યા હતા. એમના મોઢા પરથી સ્પષ્ટ કળી શકાતું હતું કે તેઓ કોઈ તાલીમબદ્ધ આતંકવાદી નહીં, પરંતુ સીધાસાદા નાગરિકો છે! એમના મગજ અને આધુનિક વિજ્ઞાનનો દુરુપયોગ કરવાના હેતુથી બિલાલ જેવા રાક્ષસે એમને અહીં કેદમાં રાખ્યા હતાં.

ખંડની ડાબી બાજુના ભાગમાં નાનકડું ઑપરેશન-થિયેટર ઊભું કરવામાં આવ્યું હોય એવો માહોલ હતો. મેડિકલ-બેડ ઉપર સૂતેલી સુહાનીને પણ ધીરે ધીરે કળ વળી રહી હોય એવું લાગ્યું. તેના જમણા હાથ ઉપર પાટાપિંડી જોવા મળતી હતી.

'આજથી સાત હજાર વર્ષો પહેલાં જે સ્થળ પરથી બ્રહ્માસ્ત્રનું આહ્‌વાન કરવામાં આવ્યું હતું, એ જ સ્થાન ઉપરથી અસુરાધિપત્યની સ્થાપનાનું પ્રથમ ચરણ શરૂ થવા જઈ રહ્યું છે, મૌલવી સાહેબ!' મુખ્ય ખંડની બાજુમાં એક નાનકડી ઓરડી જેવા કક્ષમાંથી બિલાલનો અવાજ વિવાનના કાને પડ્યો. તેની બોલચાલની ભાષા સહેજ જુદી હતી.

... અને વિવાનના મગજમાં ઝબકારો થયો કે શ્રી પદ્મનાભસ્વામી મંદિરમાંથી હૉસ્ટેજ સાથે ભાગી છૂટેલો બિલાલ ક્યાં આવ્યો હોવો જોઈએ!

શ્રીલંકા!

સહસા તેની બાજુમાં થોડો સળવળાટ થયો. વિવાને ચોંકીને ડાબી બાજુ નજર કરી. ઘેનમાંથી બહાર આવી ચૂકેલો હેમરાજ અવાજ ન થાય, એ રીતે વિવાન તરફ ખસી રહ્યો હતો.

'એ બીજું કોઈ નહીં, પણ દૈત્યગુરુ શુક્રાચાર્યને અરજી કહી રહ્યો છે.' હેમરાજે ઔપચારિક અભિવાદનની તસ્દી લીધા વગર કહ્યું, 'શુક્રાચાર્ય તેના સીધા સંપર્કમાં છે અને ઘણી મદદ કરી રહ્યા છે!'

'તમે ઠીક તો છો ને? આ નપાવટે તમને કોઈ ઈજા તો નથી પહોંચાડી ને?' વિવાન માટે અત્યારે તેના પિતાની સુખાકારી વધુ અગત્યની હતી.

હેમરાજે તેના પ્રશ્નને ઝાઝી તવજ્જુ આપ્યા વગર ફક્ત માથું ધુણાવ્યું. તેનું આ વર્તન વિવાનને મૂંઝવણમાં મૂકી દેતું હતું. આઠ વર્ષ સુધી માણેલાં પિતાના વાત્સલ્ય સાથે આ નવા હેમરાજની વર્તણૂક બંધ બેસતી નહોતી.

નકામા વિચારો ખંખેરીને વિવાને પોતાનું ધ્યાન બંકરમાંથી ભાગવાનો ઉપાય શોધવામાં કેન્દ્રિત કર્યું.

'જે શક્ય જ નથી, એવી બાબતો પર મગજ કસીને તને કયું સુખ મળી જશે?' પોતાની નાની ઓરડીમાંથી બિલાલ નખ ચાવતો ચાવતો બહાર આવ્યો, 'તમારા સૌના પ્રિય વીરેન્દ્ર મોદી, નમિત શાહ, એકનાથ શિંદે અને ભારતની કેન્દ્ર સરકારના મોટાભાગના મંત્રીઓના લોહિયાળ દેહ તારે આજે નજર સમક્ષ નિહાળવાના છે, વિવાન આર્ય!'

'સિક્વન્સ કમ્પ્લીટ!' વિવાનની બરાબર સામેની બાજુ પથરાયેલી તોતિંગ કમ્પ્યુટર-સિસ્ટમ્સ પર બેઠેલાં ટેક-એક્સપર્ટનો સ્વર સંભળાયો, 'એક્ટિવેશન ટાઇમ સ્ટાર્ટેડ! તમારા આદેશ પર બ્રહ્માસ્ત્ર એક્ટિવેટ થઈ જશે, જનાબ.'

'નેકી ઔર પૂછ પૂછ?' બિલાલે જોકરની જેમ ઠેકડા મારતાં મારતાં કહ્યું, 'થ્રી... ટુ... વન! લૉન્ચ બ્રહ્માસ્ત્ર.'

બિલાલના ગુંડાએ કમ્પ્યુટર-સિસ્ટમ પરના કૉડ એક્ટિવેટ કરીને લૉન્ચ-કી પ્રેસ કરી દીધી. વિવાનને કશું જ સમજાઈ નહોતું રહ્યું. તેના હૃદયના ધબકારા તેજ થઈ ચૂક્યા હતાં. ૧૦ સેકન્ડનું કાઉન્ટડાઉન પૂરું થયા પછી એકાએક ભૂકંપ આવ્યો હોય એ રીતે આખું બંકર ધ્રૂજવા માંડ્યું, જેના લીધે લંકન, સુહાની, અજય અને અમિત પણ સફાળા જાગી ગયાં. વિશાળ કમ્પ્યુટર સ્ક્રીન્સ પર વારાણસીના દશાશ્વમેધ ઘાટના દશ્યો જોઈ શકાતાં હતાં. કમ્પ્યુટર-સિસ્ટમ પર ઇન્ફ્રાસાઉન્ડ તરંગોની આડીઅવળી અને ઊંચી-નીચી થતી ડિજિટલ રેખાઓ ઘણું બધું બયાન કરી રહી હતી.

'૩૦ મિનિટમાં શરૂ થશે, મોતનું મહાતાંડવ!' બિલાલે જોરજોરથી તાળીઓ પાડી, 'યાઝીનાં હાડકામાંથી મળી આવેલી અજ્ઞાત ધાતુની મદદ થકી બનાવવામાં આવેલાં આ હાઈ-ટેક ઇન્ફ્રાસાઉન્ડ બ્રહ્માસ્ત્રને રોકવાનું ગજું કોઈ પાસે નથી. સાયન્સ અને ટેક્નોલૉજીનો આવો ખતરનાક સંગમ આજ પહેલાં કોઈએ ક્યારેય જોયો નહીં હોય.'

... અને પછી, સાપની જેમ વિવાન પાસે સરકીને તેણે તેની હડપચી પકડી લીધી.

'તું જ છો ને, મહામહોપાધ્યાય વંશાવલીની છેલ્લી આશા?' બિલાલના બે દાંત વચ્ચે ડોકાતી કાળાશ દુર્ગંધ પેદા કરતી હતી. તેની આંખોમાં ઝળકતી હૈવાનિયત ડરાવનારી હતી, 'હિંદુઓનો મસીહા... મહામહોપાધ્યાય વિવાન આર્ય! તારામાં હોય હિંમત, તો પ્રક્ષેપિત થયેલાં આ બ્રહ્માસ્ત્રને તારી સિદ્ધિઓ થકી રોકી બતાવ. હિંદુઓના પૂર્વજ રામ પણ જો એક સમયે બ્રહ્માસ્ત્રનું શમન ન કરી શક્યા, તો તારી શું વિસાત મગતરાં?'

તેનો ઇશારો લંકા જઈ રહેલાં રામ તરફ હતો. દરિયો પાર કરવા માટે એમણે શરૂઆતમાં બ્રહ્માસ્ત્રનું આહ્વાન કર્યું હતું, પરંતુ સમુદ્રી જીવસૃષ્ટિને હાનિ ન પહોંચે એ હેતુથી એમણે પોતાનો વિચાર બાદમાં બદલી નાંખ્યો હતો; પરંતુ બ્રહ્માસ્ત્રનું આહ્વાન થઈ ગયા પછી તેને પુનઃ શાંત કરવાની વિદ્યા તો સ્વયં શ્રીરામ પાસે પણ નહોતી! પરિણામસ્વરૂપે, એમણે પોતાનું જાગૃત બ્રહ્માસ્ત્ર એ સમયના નિર્જન-ઉજ્જડ ગણાતાં દ્રુમાતુલ્ય પ્રદેશ અને આજના રાજસ્થાન ઉપર છોડવુ પડ્યુ હતું. આ કારણોસર જ, રાજસ્થાનમાં અફાટ રણની રચના થઈ હોવાનું વર્ણન ગ્રંથોમાં મળી આવતું હતું.

વિવાને પોતાના મોંને ઝાટકો મારીને બિલાલની ચુંગાલમાંથી છૂટવાનો પ્રયત્ન કર્યો.

બંકરની ઉપરથી આવતાં અવાજોમાં વધારો થયો. વિવાનને હવે સમજણ પડી કે ભોંયરાની ઉપર ગોઠવાયેલાં અત્યાધુનિક ઉપકરણો બ્રહ્માસ્ત્રનું પ્રક્ષેપણ કરી રહ્યાં હતાં. ક્ષણવારમાં જ કાન ફાટી જવાને કારણે બંકરની આસપાસના વિસ્તારમાં ફરતાં નાના નાના જીવો મૃત્યુ પામ્યા. વનરાજી આક્રંદ કરવા માંડી. ભયાનક અવાજ સાથે ગરજી રહેલાં વાદળોએ બાકીની કસર પૂરી કરી આપી. બ્રહ્માસ્ત્રના પ્રાદુર્ભાવથી સર્વત્ર હાહાકાર મચી ગયો હતો!

બિલાલ પોતાના લવારામાં વ્યસ્ત હતો, એ સમયગાળા દરમિયાન અમિતની મદદથી અજય ડોભાલે પોતાનો એક હાથ દોરડાંનાં બંધનમાંથી મુક્ત કરી નાંખ્યો હતો. એમને કોણ જાણે શું ખુન્નસ ચડ્યું કે પોતાની પાસે ઊભેલાં ગુંડાના પગનાં મોજાંમાં ખોંસાયેલાં ચપ્પુને એમણે ખેંચી કાઢ્યું! બિલાલના સાગરીતની કોઈ પ્રતિક્રિયા નોંધાય એ પહેલાં વીજળીની ગતિએ એમણે પોતાના હાથનું દોરડું પણ કાપી નાખ્યું અને ઘડીના છઠ્ઠા ભાગમાં ગુંડાના પગ ઉપર છ-સાત વખત ચપ્પુ ઘોંપી દીધું.

આ બધું એટલા ઓછા સમયમાં બની ગયું કે બિલાલને કશું સમજવાનો મોકો જ ન મળ્યો. ગાર્ડ્સ સાવચેત થાય એ પહેલાં જ અજય ડોભાલે ઊભા થઈને બિલાલના મોં ઉપર જોરદાર લાત ઝીંકી દીધી. પોતાના હાથમાં પકડેલું ચાકુ તેણે વિવાન તરફ ઘા કર્યું.

ક્ષણનો પણ વિલંબ કર્યા વગર વિવાને પોતાના બંધનો કાપી નાંખ્યાં. આ દરમિયાન એક સમયના કરાટે ચેમ્પિયન રહી ચૂકેલાં અજય ડોભાલની લાતો બિલાલની પાંસળીઓ પર ઝીંકાતી રહી.

બિલાલે સામા વાર ચાલુ કરી દીધાં. અજય ડોભાલ સાથેની ઝપાઝપીમાં ક્યારેક તેનું પલડું ભારે થઈ જતું હતું, તો ક્યારેક નેશનલ સિક્યોરિટી એડ્વાઈઝરનું! બંનેમાંથી કોઈ એકબીજાને મચક નહોતાં આપી રહ્યા. બંકરમાં તૈનાત દસથી બાર ગુંડાઓ દોડીને એમના સુધી પહોંચે એ પહેલાં તો વિવાને અમિત અને લંકનના હાથ પણ બંધનમુક્ત કરી દીધાં હતાં. તે જેવો હેમરાજ તરફ વળવા જાય, એ પહેલાં તો તેના પિતા પોતાની મેળે પગ ઉપર ઊભા થઈ ગયા! હેમરાજનું પોતાનાં બંધનોમાંથી આપોઆપ મુક્ત થવું એ વિવાન માટે કોયડો હતો, પણ તેણે પોતાના વિચારને બે ક્ષણથી વધારે મગજમાં ટકવા ન દીધો.

અમિતના હાથમાં જકડાયેલી બંદૂકે બિલાલના સાત-આઠ ગુંડાઓને મોતને ઘાટ ઉતારી દીધા! શૂટિંગમાં એક્સપર્ટ એવા અજયનો આ આસિસ્ટન્ટ માત્ર એક ગોળીમાં જ દુશ્મનને મોતને ઘાટ ઉતારી શકતો હતો.

ઘડીભરમાં તો બંકર યુદ્ધનાં મેદાનમાં તબદીલ થઈ ચૂક્યું હતું! ગણતરીની મિનિટ્સ પહેલાં પોતાનો વિજયોત્સવ મનાવી રહેલો બિલાલ હવે અજય ડોભાલના પ્રહાર ખાળવા માટે ઝઝૂમી રહ્યો હતો. અમિત અને લંકન પણ પોતપોતાની ક્ષમતા અનુસાર ખિસકોલીફાળો આપી રહ્યા હતા! એકમાત્ર હેમરાજ બંકરના ખૂણે ઊભો રહીને રહસ્યમય અંદાજમાં આખો ખેલ નિહાળી રહ્યો હતો.

જોતજોતામાં બિલાલના સૌથી કદાવર અને તાકતવર ગુંડાએ પાછળથી આવીને વિવાનના હાથમાંથી બંદૂક છીનવી લીધી. બીજી જ ઘડીએ, વિવાને પોતાની કોણી તેના જડબા ઉપર મારી. હાથી સામે મગતરું યુદ્ધે ચડ્યું હોય એવો માહોલ હતો. મોટાભાગના કિસ્સામાં એક નાનકડી કીડી પણ હાથીને હેરાનપરેશાન કરવા માટે કાફી હોય છે, એ શીખને ધ્યાનમાં રાખી વિવાને બળને બદલે કળ વાપરી. દોઢસો કિલોની કાયા ધરાવતાં

ગુંડા તરફ દોટ મૂકીને તે એની પીઠ ઉપર ચડી ગયો. પેલો માણસ સાવધ થઈને પ્રતિકાર કરવા જાય, એ પહેલાં વિવાને તેની ગરદન જોરથી પકડીને ૧૮૦ ડિગ્રીએ ઘુમાવી દીધી! એ જ ક્ષણે બિચારાના પ્રાણપખેરું ઉડી ગયા!

'હેન્ડ્સ અપ એન્ડ સરન્ડર!' બિલાલે ગળું ફાડી નાંખતી બૂમ પાડીને સૌને અટકી જવા કહ્યું.

અવાજની દિશામાં નજર કરતાં જ વિવાન, અમિત અને લંકનના પગ જમીન સાથે ખોડાઈ ગયા. અજય ડોભાલના કપાળ પરથી ખૂન વહી રહ્યું હતું અને તેના લમણાં પર બંદૂક તાકીને બિલાલ ઊભો હતો.

'હું તમને બધાને શાંત મોત આપવા માંગતો હતો, પણ તમે એને લાયક નથી!' બિલાલના શ્વાસોચ્છ્વાસ ધમણની માફક ચાલી રહ્યા હતા.

જમણા હાથમાં પકડેલી બંદૂક ઉપર તેણે હાથ કસ્યો અને ટ્રિગર દબાવવા માટે તેની પહેલી આંગળી સક્રિય થાય એ પહેલાં જ મેડિકલ-બેડ પરથી કૂદકો મારીને બિલાલ પાસે પહોંચી ચૂકેલી સુહાનીએ અજય ડોભાલને પીઠથી દૂર ધકેલી દીધા!

ધૂંધવાયેલાં બિલાલે આંખના પલકારામાત્રમાં ટ્રિગર દબાવી દીધું, પણ અજય ડોભાલના લમણે નહીં... સુહાનીની છાતી પર!

સામે પક્ષે, સુહાનીએ પોતાની મુઠ્ઠી વચ્ચે પકડેલું ઇંજેક્શન સીધું બિલાલના ગળામાં ઘોંપી દીધું!

બંને લથડિયાં ખાઈને ભોંયભેગા થઈ ગયા. સુહાનીના શ્વાસ ફૂલી ચૂક્યાં હતાં. તે હવે ગણતરીની ક્ષણોની મહેમાન હતી! તેની છાતી પરથી દડદડ વહેતું રક્ત સુહાનીનાં પ્રાણને પણ પોતાની સાથે વહાવી રહ્યું હતું. ચહેરા પર આછા, પરંતુ સંતોષજનક સ્મિત સાથે તેણે વિવાનને ડચકાં ખાતાં ધીમા સ્વરે કહ્યું, 'પ..પ.. પ્રૉપોફોલ હ..હ.. હંમેશા કામ લાગે છે, ન..ન.. નહીં?'

બિલાલની આંખના ડોળા ઉપર ચડી ગયા. તેના મગજને લોહી પહોંચાડતી નસમાં પ્રૉપોફોલનો ડૉઝ ભારે માત્રામાં ઠલવાયો હતો, જેને લીધે તે બ્રેઈન-ડેડ બનવાની તૈયારીમાં હતો. મૃત્યુના દરવાજે ઊભો હોવા છતાં તેના હોઠ પરથી વિકૃત સ્મિત ગાયબ થયું નહીં. ચેતાતંત્ર અને મગજ વચ્ચેનું ઐક્ય ખોરવાઈ ચૂક્યું હોવાને લીધે તેનો ચહેરો કોઈ પેરેલિસીસના દર્દીની માફક આડો થવા માંડ્યો. સભાનાવસ્થાની આખરી ક્ષણોમાં તેણે જે કહ્યું, એ સાંભળીને સુહાની સહિત દરેકના પગ નીચેથી જમીન ખસી ગઈ.

'તારી મા - લલિતા - ને મેં દિલ્હીમાં એકદમ લિજ્જત લેતાં લેતાં મોતને ઘાટ ઉતારી હતી, સુહાની!' તેણે ત્રુટક અવાજે કહ્યું, 'એ..એ.. એ ત..ત.. તરફડતી રહી. એની નજર સામે હું એના ૧૬ વર્ષના દીકરાના હાથ-પગ બાંધી, મોઢે ડૂચો ભરાવી ઉપાડી ગયો. હું તો મ..મ.. મરીશ, પણ તારો ભાઈ - કૃપાલ - ક્યાં છે અને તેની સાથે શું..શું થયું, એનું ર..રહસ્ય મારી અંદર ધરબીને જઈશ! તને મોત પછી પણ હું જંપવા નહીં દઉં, છોકરી..!'

આટલું બોલ્યા પછી બિલાલને જોરદાર આંચકી ઉપડી. તેનું આખું શરીર તંગ થઈ ગયું અને મોંમાંથી સફેદ ફીણ નીકળવા માંડ્યા.

વિવાન દોડીને સુહાની પાસે પહોંચી ગયો. તેનું માથું પોતાના ખોળામાં લીધું, 'આટલી જિદ્દી છોકરી મેં મારા જીવનમાં ક્યારેય નથી જોઈ! શું જરૂર હતી દિલ્હીથી મારો સાથ આપવાની? મરવા દેવો'તો મને...'

'આજથી વર્ષો અગાઉ પહેલી વખત તને જ્યારે ન્યૂઝચેનલ ઉપર જોયો હતો, ત્યારથી જ હું તારા ગળાડૂબ પ્રેમમાં પડી ગઈ હતી... વિવાન!' સુહાનીની આંખો ભરાઈ આવી, 'દિલ્હીથી બેંગ્લૉર સુધી તારી સાથે પસાર કરેલી ક્ષણો મારા જીવનની સૌથી યાદગાર અને આહ્લાદક પળો હતી! આપણો સાથ અહીંયાં સુધીનો જ હતો. આ જન્મમાં આમ પણ તું મારો નહોતો થવાનો, એટલે જ ઈશ્વરે મને વહેલાં ઉપર બોલાવી લેવાનો નિર્ણય કર્યો હશે.'

વિવાનથી ડૂસકું છૂટી ગયું, 'મારા લીધે તારી આ હાલત...'

'શટ અપ!' સુહાની કણસતાં કણસતાં ફિક્કું હસી, 'તું તારા મેલૉડ્રામામાંથી જ ઊંચો નહીં આવે!'

'આઈ એમ સૉરી!' એનાથી વધારે વિવાન કશું જ ન બોલી શક્યો.

'એક વચન આપ...' સુહાનીની આંખો બંધ થવાની તૈયારીમાં હતી, 'મારા ભાઈને તું પાતાળમાંથી પણ શોધી લાવીશ! એ નશેડી ચોક્કસ છે, પણ દિલનો સાફ છે. એને યોગ્ય રસ્તે લાવવાની જવાબદારી હું તને સોંપું છું. કૃપાલને ભણાવી-ગણાવીને ભવિષ્યમાં મોટો માણસ બનવામાં મદદ કરજે, એટલી મારી અંતિમ ઇચ્છા છે...'

ધ્રુસકે ને ધ્રુસકે રડી રહેલાં વિવાને હકારમાં માથું ધુણાવ્યું. સુહાનીની કરુણાથી ભરેલી નમણી આંખોમાં વિવાન માટે ભારોભાર પ્રેમ ઊભરાઈ આવ્યો. અંતે, તેના શ્વાસ ખૂટવા માંડ્યા, આંખો ભારે થવા માંડી, હાથની પકડ ઢીલી થઈ ગઈ અને માથું ઢળી પડ્યું.

પરસ્પરની લાગણીના રૂપક સમું એક અશ્રુબૂંદ વિવાનની આંખમાંથી સરી પડ્યું... અને સુહાનીએ હરખભેર આભની કેડી ભણી ડગ માંડ્યા!

એક પ્રેમ-કહાણી આજે શરૂ થતાં પહેલાં જ પૂરી થઈ ગઈ.

ફરી એક વખત પુરવાર થઈ ગયું કે ગોપીના નસીબમાં કૃષ્ણ સાથેનું મિલન સદેહે શક્ય નહોતું!

સુહાનીના આત્માએ વિવાનના હૃદયમાં હંમેશા માટે પોતાનું એક ઘર બાંધી લીધું...

અજય ડોભાલ કમ્પ્યુટર-સિસ્ટમની ચકાસણીમાં મશગુલ હતાં. જાગૃત થઈ ચૂકેલાં બ્રહ્માસ્ત્રને પાછા ખેંચવાનો અથવા તેની અસરને ખાળવાનો રસ્તો શોધવા માટે તેમણે મહેનત શરૂ દીધી હતી.

'વારાણસી ઉપર બ્રહ્માસ્ત્રનો પ્રહાર કેટલી મિનિટ્સમાં થશે?' અમિતે રાઇફલની અણી પર બિલાલના ટેક્નિશિયનને સવાલ કર્યો.

'પંદર મિનિટમાં...!' બિલાલના બ્રેઈન-ડેડ થયા પછી એના સાગરીતે હથિયાર હેઠાં મૂકી દીધાં હતાં. લૅબોરેટરીમાં કેદ વૈજ્ઞાનિકો અને સંશોધકોની ટીમને રેસ્ક્યુ કરી લેવામાં આવી હતી. તેમની સાથે પણ સવાલ-જવાબ થઈ રહ્યાં હતાં.

'એક વાત કાન ખોલીને સાંભળી લે!' અજય ડોભાલે ટેક્નિશિયનને માથાના વાળથી પકડીને હચમચાવી નાંખ્યો, 'એવું ન માનતો કે હું તને જેલમાં મોકલીને જલસા

કરવાનો મોકો આપીશ. અહીં જ, આ ઘડીએ તને એવો રિબાવી-રિબાવીને મારીશ કે તું જન્નતનશીન થવા માટેની ભીખ માંગીશ!'

બંકરના ખૂણામાં પડેલાં સરસામાનમાંથી અમિતે લોઢાનું પકડ શોધીને અજય ડોભાલને આપ્યું. કોઈ જાતનો દયાભાવ દાખવ્યા વગર અજયે પેલા ટેક્નિશિયનના જમણાં હાથના નખને પકડથી ઉખાડવાની શરૂઆત કરી, 'બોલ... આ અટેકને કઈ રીતે અટકાવવો? જ્યાં સુધી મોં નહીં ખોલે, ત્યાં સુધી તારા નખ ઉખડતાં રહેશે. હાથ-પગના થઈને કુલ વીસ નખ ઉખાડ્યા પછી તારી ચામડીનો વારો આવશે!'

ટેક્નિશિયન કાળી ચીસો પાડી રહ્યો હોવા છતાં અજય ડોભાલનું રુંવાડું સુધ્ધાં ફરકતું નહોતું!

'સાહેબ... સાહેબ!' પેલા માણસે ધ્રૂજતા ધ્રૂજતા કહ્યું, 'અમ્મીના કસમ ખાઈને કહું છું કે બ્રહ્માસ્ત્રને અટકાવવાનો કોઈ રસ્તો નથી. ઇન્ફ્રાસાઉન્ડ તરંગોને હથિયાર તરીકે ઉપયોગમાં લેવાયા છે! તમે જ કહો, ધ્વનિતરંગોને હવામાં અધવચ્ચે કેવી રીતે અટકાવી શકાય? પંદર મિનિટમાં વારાણસીના દશાશ્વમેધ ઘાટ ઉપર બ્રહ્માસ્ત્ર ત્રાટકીને રહેશે. મરતો માણસ જૂઠ્ઠું ન બોલે, સાહેબ! ભરોસો રાખો, હું સાચુ કહું છું.'

આજ સુધીમાં અજય ડોભાલે ભલભલા ખૂંખાર આતંકવાદીઓને જોયા હતા! વ્યક્તિની આંખ ફરકે એના ઉપરથી તેઓ કહી શકતાં કે માણસ સાચું બોલે છે કે ખોટું! ટેક્નિશિયનની આંખોમાં ડોકાતી સચ્ચાઈ અજય ડોભાલે પારખી લીધી.

સુહાનીના પાર્થિવ શરીરને મેડિકલ-બેડ ઉપર મૂકીને વિવાન પણ કમ્પ્યુટર-સિસ્ટમ પાસે પહોંચી ગયો. બધા ચિંતામાં મૂકાઈ ગયા હતાં. ઓછામાં ઓછા બે લાખ લોકો દશાશ્વમેધ ઘાટની આસપાસ એકત્ર થઈ ચૂક્યા હતાં.

... વિશ્વના સૌથી મોટા અને મહાવિધ્વંસક નરસંહાર આડે હવે માત્ર ૧૫ મિનિટ બચી હતી!

હિસ્સ્સ્સ્સ...

વિવાનના કાનમાં ફરી વખત ફૂંફાડો સંભળાયો. અત્યાર સુધીમાં તો તે સમજી ગયો હતો કે આસપાસમાં જ્યારે સંકટ ઘેરાઈ રહ્યું હોય, ત્યારે જ આવી અનુભૂતિ થતી હતી.

તે જેવો પીઠ ફેરવીને પાછળ જોવા ગયો કે તરત એક અણીદાર ચાકુ તેના ગાલથી માત્ર એક ઇંચ દૂરથી પસાર થઈને ટેક્નિશિયનની આંખોમાં ઘૂસી ગયું!

વિવાનની સાથોસાથ અજય ડોભાલ અને અમિત પણ સાવધ થઈ ગયા.

'પપ્પા... આ શું કરો છો?' વિવાન સ્તબ્ધ હતો, 'જો હું ફર્યો ન હોત, તો આ ચાકુ સીધું મારી ખોપરી ફાડીને આરપાર થઈ ગયું હોત!'

અજય ડોભાલ અને અમિતને ઝાટકો લાગ્યો. વિવાન જે દિશામાં ફરીને વાત કરી રહ્યો હતો, ત્યાં એમણે નજર કરી. કોઈ જ નહોતું! તો પછી વિવાન **પપ્પા** તરીકેનું સંબોધન કોને કરતો હતો?

'વિવાન...' સુહાનીના મૃત્યુથી કદાચ હેબતાઈ ચૂકેલાં વિવાનના મગજ ઉપર અસર થઈ છે, એવું માની બેઠેલાં અજય ડોભાલે તેને ખભેથી હલબલાવ્યો, 'કોની સાથે વાત કરે છે?'

'અરે, મિસ્ટર ડોભાલ! આર યુ બ્લાઇન્ડ?' વિવાનને ક્ષણવાર માટે ક્રોધ આવી

ગયો, 'આ સામે ઊભેલાં મારા પપ્પા તમને દેખાતા નથી? તમારી સાથે જ તો તેઓ કેદ હતાં. હેમરાજ આર્ય નામ છે એમનું!'

અમિતે ખાતરી કરવા માટે આખા બંકરમાં નજર દોડાવી. કોઈ ભૂત જોઈ લીધું હોય, એ રીતે તે થરથર ધ્રૂજી રહ્યો હતો.

'વિવાન... આ બંકરમાં અત્યારે હું, તું, લંકન, અમિત અને આંગળીને વેઢે ગણાય એટલા આ વૈજ્ઞાનિકો જ હાજર છે! એ સિવાય કોઈ નહીં.' અજય ડોભાલના સ્વરમાં ચિંતા ભળી, 'તારી તબિયત તો ઠીક છે ને? તારા પિતાના અવસાનને બે દાયકા વીતી ચૂક્યા છે.'

અમિતની આંખોમાં પણ વિવાન માટેનો અવિશ્વાસ તરી આવ્યો.

'વ્હૉટ રબ્બીશ!' વિવાનનો અવાજ ઊંચો થઈ ગયો, 'હાડમાંસનો બનેલો આ જીવતોજાગતો માણસ તમને દેખાતો નથી? શું થઈ ગયું છે બધાને?'

... અને, અચાનક હેમરાજનો અવાજ બંકરમાં પડઘાઈ ઊઠ્યો,

'એ લોકો ખોટા નથી. તારા બાપને મર્યાને ખરેખર બે દાયકા વીતી ચૂક્યા છે! હું તો માત્ર એમનું પ્રતિરૂપ છું. હેમરાજ આર્યના છદ્મવેશમાં તારી સાથે ફરી રહેલો અમાનવીય આત્મા!

તારા સિવાય મને કોઈ જોઈ શકે એમ નથી, મૂર્ખ છોકરા! કારણ કે, હું ભૌતિક શરીર ધરાવતો કોઈ માણસ નહીં, પણ ધુમાડાદેહ ધરાવતો યક્ષ છું... નામ છે, કાલકેતુ!

તારા કારણે સમસ્ત સૃષ્ટિ ઉપર જોખમના વાદળ મંડરાઈ રહ્યા છે. તારો વધ કરવા માટે મને અહીં મોકલવામાં આવ્યો છે. અત્યાર સુધી હું શ્રી અનંતપદ્મનાભસ્વામી મંદિરના ગુપ્ત ભોંયરાની રક્ષા કરી રહ્યો હતો, પરંતુ તારા માતા-પિતાએ શતાબ્દીઓથી સ્થાપિત સંતુલન ડગમગાવી નાંખ્યું. બિલાલ જેવા નિર્મમ ત્રાસવાદીઓ માટે એમણે વૉલ્ટ-બીનાં દ્વાર ઉઘાડી નાંખ્યા, એમ કહી શકાય... જેનું પરિણામ અત્યારે તારી સામે છે!

જેની રક્ષા હેતુ તારા પૂર્વજ મહામહોપાધ્યાય સત્યેન્દ્રનાથે ઊર્ધ્વલોકમાંથી મારું આહ્‌વાન કર્યું હતું, એ રહસ્ય તારી બેદરકારી અને મૂર્ખામીને લીધે દુનિયા સામે ઉઘાડું પડી ચૂક્યું છે. બ્રહ્માસ્ત્ર તો હજુ શરૂઆત છે... જો આમ ને આમ તું આગળ વધતો રહ્યો, તો તારા જેવા બેજવાબદાર માણસના હાથમાં આવનારી બાકીની અષ્ટસિદ્ધિઓ આ સંસારનો ખાત્મો બોલાવી નાંખશે.

બ્રહ્માસ્ત્રને રોકવાનો એક જ ઉપાય છે... તારો વધ! યંત્ર બ્રહ્માસ્ત્રને ભોંયરામાંથી બહાર કાઢનારી વ્યક્તિનું મૃત્યુ જ બ્રહ્માસ્ત્રને શાંત કરી શકશે, એવું વિધાન છે. શ્રીરામ, અશ્વત્થામા, અર્જુન જેવા મહાન યોદ્ધાઓ પણ આ કારણોસર જ બ્રહ્માસ્ત્રને શાંત નહોતા કરી શક્યા...

કાલાતીત કલ્પાંતનાં વિષચક્રનું પુનરાવર્તન હું ક્યારેય નહીં થવા દઉં! તારે મરવું પડશે, વિવાન આર્ય.'

આટલું કહીને તેણે પોતાની માયાવી શક્તિ વડે વિવાનની આસપાસ કાળા રંગનો ઘેરો બનાવી દીધો.

વિવાનની હાલત કાપો તો લોહી ન નીકળે એવી થઈ ગઈ. તેનો ચહેરો સફેદ પડી ગયો હતો. મૈસુરના રાજમહેલમાં હેમરાજ આર્ય સાથે થયેલી પ્રથમ મુલાકાતથી

શરૂ કરીને આજ દિન સુધી તેને પોતાના પિતાના વર્તનમાં જે બાબત અજુગતી લાગી રહી હતી, એ અંગે અત્યારે ખુલાસો થયો હતો.

મનોમન મંત્રો બબડ્યા પછી કાલકેતુ પોતાના વાસ્તવિક સ્વરૂપમાં પ્રગટ થયો. ગ્રંથોમાં તેને જુદા જુદા નામ આપવામાં આવ્યા હતાં... બ્રહ્મપિશાચ, અગ્નિવૈતાળ, યક્ષ, જિન્ન વગેરે! સ્વરૂપ તો એકસમાન જ હતું... વહેલી સવારમાં છવાયેલાં હાનિકારક ધુમ્મસ જેવું... ગુંગળામણ પેદા કરનારું... ધુમાડાની કાળાશ પોતાની સાથે લઈને ફરનારું!

કાલકેતુ તાડુક્યો,

'ન રહેગા બાંસ, ન બજેગી બાંસુરી!

જો તું ન હોત, તો શુક્રાચાર્ય ક્યારેય યંત્ર બ્રહ્માસ્ત્ર સુધી પહોંચી જ ન શક્યા હોત. મને તારા સુધી પહોંચવાનો આદેશ આપનારા મહાત્માના જીવનનો એક જ ઉદ્દેશ્ય છે... તારું મૃત્યુ!'

વિવાનની આસપાસના કાળા રંગના ચક્રએ તેને હવામાં અધ્ધર કર્યો અને જીવનઊર્જા શોષવા લાગ્યો. કુલ પાંચ પ્રકારના વાયુ - પ્રાણ, અપાન, વ્યાન, ઉદાન, સમાન - થી બનતાં દેહમાંથી ધીરે ધીરે પ્રાણ શોષાવા લાગ્યા.

... નિઃશંકપણે, વિવાનને અસ્ત્રો-શસ્ત્રો અને ઝેર અસરકર્તા નહોતાં... પરંતુ આ પ્રકારની મલિન ઊર્જાથી તે સુરક્ષિત નહોતો. તેનું શરીર ખેંચાવા માંડ્યું. હાથ-પગ હમણાં મૂળમાંથી છૂટાં પડી જશે, એટલું તીવ્ર ખેંચાણ હતું એ!

ૐ ક્લીં...

ભોંયરાના સામે છેડે ઊભા રહીને પરિસ્થિતિનો તાગ મેળવી રહેલો લંકન વાશ્રવી ફ્લડ-લાઇટ્સના અજવાસમાં આવ્યો અને તેના હોઠ પરથી મહાકાળીનો બીજમંત્ર સરી પડ્યો. પોતાના હાથમાં તેણે જળની અંજલિ ભરી રાખી હતી. કાલકેતુના ધુમાડાદેહ ઉપર તેણે અભિમંત્રિત જળ છાંટ્યું!

કાલકેતુને સહેજ ઝાટકો લાગ્યો. કોઈકે ઉકળતાં ગરમાગરમ તેલના ટીપાંનો છંટકાવ તેના દેહ ઉપર કર્યો હોય એવી અનુભૂતિ હતી!

'વિભીષણ, બહુ થયું...' કાલકેતુનો ક્રોધ ચરમસીમા પર પહોંચી ગયો, 'અત્યાર સુધી મેં તને સહન કર્યો, પણ હવે નહીં! તારા લીધે આ છોકરો હજુ સુધી મારાથી બચી શક્યો, નહીંતર મારો ઇરાદો તો તેને એ અંધારી મધરાતે અશોકવાટિકા પાસે જ મોતને ઘાટ ઉતારી દેવાનો હતો... પણ એ દિવસે કોણ જાણે, તું કઈ રીતે હવામાંથી પ્રગટ થયો અને વિવાનનો પડછાયો બની ગયો.'

વિવાનની આંખો ફાટી ગઈ. તેણે લંકન સામે દૃષ્ટિપાત કર્યો. લંકન જ ત્રીજા ચિરંજીવી તરીકે શ્રીલંકામાં તેના માર્ગદર્શક બનીને ભ્રમણ કરી રહ્યા હતાં, એ વાત જાણીને વિવાનને આંચકો લાગ્યો હતો. જોકે, લંકનમાં પહેલેથી જ કંઈક એવું હતું, જે વિવાનને રહસ્યમય લાગતું હતું. ચામુંડી ટેકરી પર હેલિકૉપ્ટરના પાઇલટ તરીકે એનો ભેટો થવો, બે બુલેટ્સ શરીરમાં ઘૂસી ગઈ હોવા છતાં સહીસલામત રીતે પોતાને શ્રીલંકા સુધી લઈ આવવો, કોઈ નકશા કે દિશાની જાણકારી વગર જ નુવારા એલિયાના જંગલો - માતંગવન - માં અનાયાસે એમનું માતંગબાબાના આશ્રમ સુધી પહોંચી જવું... આ બધું સંયોગમાત્ર નહોતું!

સેંકડો વખત લંકનની ***વાશ્રવી*** અટકનું ઉચ્ચારણ કર્યું હોવા છતાં વિવાનને આ શબ્દ ઉલટાવવાનું સૂઝ્યું નહોતું...

લંકન વાશ્રવીના નામમાં જ તેની ઓળખનું રહસ્ય છુપાયેલું હતું... **લંકન** અર્થાત્ શ્રીલંકાનો રાજા અને **વાશ્રવી** અર્થાત્ વિશ્રવાપુત્ર.

વિભીષણે ક્ષત્રિયને શોભે એવી સિંહગર્જના કરતાં કહ્યું,

'હું એવું કદાપિ નહીં થવા દઉં, કાલકેતુ! સાતમા મનવંતરના કળિયુગને સુરક્ષિત કરવા માટે વિધિના વિધાન સાથે ચેડાં ન કરી શકાય. આપણા દરેકથી જીવનમાં ક્યારેક ને ક્યારેક ભૂલો થઈ છે. એનો અર્થ એવો તો નથી કે ઈશ્વરે આપણો વધ કરી નાંખ્યો! અરે, શિશુપાલ જેવા શિશુપાલને પણ શ્રીકૃષ્ણએ સો ભૂલ કરવાની અનુમતિ આપી હતી.. તો પછી તું અને હું કોણ છીએ, વિવાનના ભાગ્યનો ફેંસલો કરવાવાળા?

જેણે તને મોકલ્યો છે, એની પાસે પાછો ફરી જા... કાલકેતુ! હું તને આગોતરી ચેતવણી આપું છું. જો મારી વાત ન માન્યો તો, તારું અસ્તિત્વ નામશેષ થઈ જશે.'

લંકનના સ્વરૂપમાં પ્રગટ થયેલાં વિભીષણ અને હેમરાજના સ્વરૂપમાં આવેલાં કાલકેતુની આંખોમાં એકબીજા માટે અવારનવાર શા માટે શત્રુભાવ ઝળકી જતો હતો, એની પાછળનું કારણ હવે વિવાનના મનમાં સ્પષ્ટ થઈ ચૂક્યું હતું.

... એ બંને પહેલાં દિવસથી જ એકબીજાની વાસ્તવિકતા જાણતાં હતાં! અને એટલે જ, કદાચ વિભીષણ સિવાય અન્ય કોઈ વ્યક્તિ કાલકેતુને જોઈ નહોતી શકતી. હેમરાજ સાથે મુલાકાત થઈ, ત્યારથી શરૂ કરીને આજ દિન સુધી બનેલી તમામ ઘટનાઓના દશ્યો વિવાનના દષ્ટિપટલ સામે ફરી વળ્યા. એકપણ દશ્ય એવું નહોતું, જ્યાં હેમરાજે કોઈ સાથે વાર્તાલાપ કર્યો હોય!

... એનો અર્થ એમ કે આટલા દિવસોમાં વિવાન સિવાય હેમરાજને કોઈ જોઈ જ નહોતું શકતું! તે ખરેખર ધુમાડા સાથે જ વાત કરી રહ્યો હતો.

'આઆઆહહ...' એકાએક વિભીષણ કણસી ઊઠ્યો. તેના દેહમાં અગનપીડા શરૂ થઈ ગઈ.

'તું હજુ સુધી મારી સિદ્ધિઓથી અજાણ છે, વિભીષણ!' કાલકેતુએ વ્યંગાત્મક સ્મિત આપ્યું, 'તું ભલે ચિરંજીવી હોય, પણ મને અહીં મોકલનાર મહાત્મા પણ મહાન સિદ્ધ-ઉપાસક છે! એમની શક્તિઓને ઓછી આંકવાની ભૂલ કરવા જેવી નથી. મારા એ સ્વામીએ જ વિવાનને યંત્ર બ્રહ્માસ્ત્ર સુધી પહોંચતો અટકાવવા માટે પ્રૉફેસર સુભ્રતો દાસનું ખૂન કરાવી નાંખ્યું હતું, જેથી વિવાન બ્રહ્માસ્ત્રનું સંપૂર્ણ વિજ્ઞાન જાણી ન શકે!'

પોતાના માલિક પાસેથી ઉધાર લઈ આવેલી શક્તિઓની સહાય થકી કાલકેતુએ લંકાનરેશને કાળપાશમાં બાંધી દીધો. તત્ક્ષણ, વિભીષણના દેહમાંથી પણ પ્રાણઊર્જા શોષાવા માંડી! સામે પક્ષે, એક સામાન્ય માનવી હોવાને કારણે યક્ષની અપાર શક્તિઓનો વિવાન પ્રતિકાર ન કરી શક્યો અને મૂર્છિત થઈને ઢળી પડ્યો. તેના પ્રાણપખેરું ઊડવાની તૈયારીમાં હતાં.

નજર સામે એ બંનેને તરફડતાં જોઈને અજય ડોભાલ અને અમિતનો જીવ કચવાતો હતો, પણ આ પ્રકારની પરાલૌકિક શક્તિઓ સામે તેમનું શું ગજું! અધૂરામાં પૂરું, કાલકેતુનો દેહ જ દશ્યમાન નહોતો, તો પછી તેઓ વળતો હુમલો પણ કોના ઉપર કરે?

હાથમાં શસ્ત્ર હોવા છતાં પરિસ્થિતિવશ લાચાર યોદ્ધાની માફક દિગ્મૂઢ થઈને ઊભા રહેવા સિવાય એમની પાસે બીજો કોઈ વિકલ્પ નહોતો!

... પરંતુ પ્રકૃતિને આ મંજૂર નહોતું.

વિવાનના તમામ અંગોમાંથી ઊર્જા શોષાઈ ગયા બાદ જ્યારે તેના હૃદયનો વારો આવ્યો, ત્યારે તેના અંતરે પોતાની માતાનું સ્મરણ કર્યું, 'મા... હું આવી રહ્યો છું તારી પાસે!'

અને, એકાએક ભોંયરામાં શંખનાદ ગુંજી ઊઠ્યો! અમિત અને અજય બંનેની નજર પ્રવેશદ્વારની દિશામાં કેન્દ્રિત થઈ ગઈ.

હજાર સૂર્યોનું તેજ ધરાવતો એક તેજસ્વી પ્રકાશપુંજ એમના તરફ વાવાઝોડાંની ગતિએ ધસી રહ્યો હતો! સ્મશાનકાલીની સાધના પૂર્ણ થયા પછી પડઘાતો ડાકલાંનો સ્વર ભોંયરાની દીવાલોને ગજાવવા માંડ્યો! અસહ્ય પીડા વચ્ચે તરફડી રહેલાં વિભીષણનું માથું અનાયાસે જ નમસ્કાર મુદ્રામાં ઝૂકી ગયું. તેના હોઠ પરથી ત્રુટક સ્વરે મહિષાસુરમર્દિની સ્તોત્રનું ઉચ્ચારણ શરૂ થઈ ચૂક્યું હતું,

अयि गिरिनन्दिनि नन्दितमेदिनि विश्वविनोदिनि नन्दिनुते
गिरिवरविन्ध्यशिरोऽधिनिवासिनि विष्णुविलासिनि जिष्णुनुते ।
भगवति हे शितिकण्ठकुटुम्बिनि भूरिकुटुम्बिनि भूरिकृते
जय जय हे महिषासुरमर्दिनि रम्यकपर्दिनि शैलसुते ॥

જમણાં હાથમાં ત્રિશૂળ, ઉન્નત લલાટ ઉપર રક્તતિલક, ખુલ્લા કેશ, બ્રહ્માંડની તમામ કાળરાત્રિઓને પોતાની આંખમાં આંજીને એક અલગ જ છટા સાથે ચાલી રહેલી એ સ્ત્રીના દેહની આસપાસ દિવ્ય તેજોપુંજ પથરાયેલું હતું. હિમાલયના ઉત્તુંગ શિખરરૂપી ભવ્ય સિંહાસન ઉપર બિરાજમાન બ્રહ્માંડ-અધિષ્ઠાત્રીની ઊર્જા તેમનામાં સમાહિત હતી! વિંધ્યાચળ પર્વત સમાન વિરાટ વ્યક્તિત્વના તેઓ સ્વામિની હતાં.

આદિજનનીનું આગમન થઈ ચૂક્યું હતું!

એમના ચહેરા સામે અજય અને અમિત વધુ સમય સુધી એકધારું જોઈ જ ન શક્યા. એમની પાંપણો ઝૂકી ગઈ. બે હાથ જોડી નતમસ્તક થઈને એમણે એ દિવ્યસ્વરૂપાને દંડવત્ પ્રણામ કર્યા. થોડા દિવસ પહેલાં જ, બંનેને એમના દર્શનનો લાભ મળ્યો હતો. અજય ડોભાલની તો જિંદગી જ ત્યારથી બદલી ચૂકી હતી!

'ભૈરવી મા...' ભાવવિભોર થઈ ચૂકેલાં અમિતના હોઠ પરથી શક્તિસ્વરૂપાનું નામ ભક્તિભાવ સાથે લેવાયું.

આંખના પલકારામાત્રમાં અનેક કોટિ બ્રહ્માંડોનું સર્જન અને વિનાશ કરવાનું સામર્થ્ય ધરાવતાં ભૈરવી મા જાજરમાન લાલ સાડીમાં સાક્ષાત્ રાજરાજેશ્વરી મહાત્રિપુરસુંદરી ભાસી રહ્યાં હતાં.

વિભીષણના મુખમાંથી હજુ પણ અવિરતપણે મહિષાસુરમર્દિની સ્તોત્ર વહી રહ્યું હતું

सुरवरवर्षिणि दुर्धरधर्षिणि दुर्मुखमर्षिणि हर्षरते
त्रिभुवनपोषिणि शङ्करतोषिणि किल्बिषमोषिणि घोषरते ।
दनुजनिरोषिणि दितिसुतरोषिणि दुर्मदशोषिणि सिन्धुसुते
जय जय हे महिषासुरमर्दिनि रम्यकपर्दिनि शैलसुते ॥

મધુકૈટભનાશિની અને મહિષાસુરનો વધ કરનાર આદિ પરાશક્તિ આજે પુનઃ પોતાના રૌદ્ર સ્વરૂપમાં પ્રગટ થયાં હતાં. સૃષ્ટિના સર્જનનાદ સમો એમનો ઘેરો સ્વર કાલકેતુ ઉપર ફિટકાર વરસાવવા માંડ્યો,

'દુષ્ટ! પ્રકૃતિનાં નિયમોથી પરિચિત હોવા છતાં તે કુદરતના ન્યાયને પોતાના હાથમાં લેવાનું દુઃસાહસ કર્યું છે. અસુરાધિપત્યની પુનઃસ્થાપના અટકાવવા તેમજ કાળચક્રને નિરંતર ગતિમાન રાખવા માટે વિવાનનું જીવિત હોવું કેટલું મહત્ત્વપૂર્ણ છે, એ તને જ્ઞાત હોવા છતાં આ અપરાધ કરવાની હિંમત તારામાં કઈ રીતે આવી?

અરે, તું તો મદનાતુર થઈને એ પણ વિસરી ગયો કે લંકાધિપતિ વિભીષણ કોઈ સામાન્ય આત્મા નહીં, પણ ચિરંજીવી છે! સ્વયં પ્રધાનપુરુષેશ્વર શ્રીકૃષ્ણએ એમને કળિયુગનાં અંત સુધી આ ધરતી ઉપર વિચરણ કરવાનું વરદાન આપ્યું છે. સર્વભૂતાત્મામાં નિવાસ કરનારા પરમેશ્વરની વાણીનું તેં આજે ઘોર અપમાન કર્યું છે.

મહામહોપાધ્યાય વંશાવલીના અંતિમ સંતાન અને મારા અર્થાત્ સુમતિ આર્યનાં એકમાત્ર પુત્ર વિવાનને કષ્ટ પહોંચાડવાનું દુષ્પરિણામ તારે ભોગવવું પડશે, કાલકેતુ!

હું, ૩૩ કોટિ દેવોની જનની, સચરાચર જગતનાં તમામ પવિત્ર જીવોની જન્મદાત્રી, મહર્ષિ કશ્યપનાં ધર્મપત્ની અદિતિનો પુનર્વતાર, મહાવિષ્ણુના તમામ માનવ-અવતારો - વામન, પરશુરામ, રામ, કૃષ્ણ અને બુદ્ધ - ને મારા ગર્ભમાંથી જન્મ આપનારી બ્રહ્માંડયોનિસ્વરૂપા, શ્રી અનંતપદ્મનાભસ્વામીના અંતિમ અવતાર કલ્કીની જનેતા સુમતિ... તારા દુષ્ટાત્માને અધોલોકમાં જવાનો અભિશાપ આપું છું!

હેમરાજનો છદ્મવેશ ધારણ કરીને તેં માત્ર વિવાનની જ નહીં, પરંતુ મારી ભાવનાઓને પણ ઠેંસ પહોંચાડી છે. આજથી શરૂ કરીને કળિયુગના અંતિમ દિવસ સુધી યક્ષપ્રજાતિનો એકપણ પુરુષ આ ધરતી ઉપર પગ નહીં મૂકી શકે. તમામ યક્ષો માટે સમસ્ત સૂર્યમંડળના દ્વાર આજથી બંધ રહેશે.'

હા... ભૈરવી મા બીજું કોઈ નહીં, પણ વિવાન આર્યની સગી જનેતા અને આદ્યશક્તિનું એક સ્વરૂપ ગણાતાં દેવમાતા અદિતિનો પુનર્વતાર હતાં! મહર્ષિ ભૃગુએ પોતાના અંતકાળમાં અદિતિને આપેલું વરદાન સત્ય ઠર્યું હતું. સુમતિએ જ કળિયુગના છેલ્લા વિષ્ણુવતાર - કલ્કી - અર્થાત્ વિવાનને જન્મ આપ્યો હતો.

હાથમાં પકડેલાં ત્રિશૂળને એમણે હવામાં અદ્ધર કર્યું અને તેનો પ્રહાર દૈત્યવૃત્તિ ધરાવનારા કાલકેતુ પર કર્યો! કાલકેતુનો દેહ પ્રચંડ ધડાકા સાથે પંચમહાભૂતમાં વિલીન થઈ ગયો. તેની રાખ આખા બંકરમાં ધૂમ્રસેર રૂપે પ્રસરી ગઈ.

વિવાન હજુ પણ હોંશમાં નહોતો આવ્યો.

યક્ષના મંત્રપાશમાંથી મુક્ત થયેલાં વિભીષણે દૈત્યસંહારિણી ભૈરવી મા પ્રત્યે કૃતજ્ઞતા વ્યક્ત કરવા માટે અંતિમ સ્તુતિ ગાઈ,

अयि जगदम्ब मदम्ब कदम्ब वनप्रियवासिनि हासरते
शिखरि शिरोमणि तुङ्गहिमलय शृङ्गनिजालय मध्यगते ।

मधुमधुरे मधुकैटभगञ्जिनि कैटभभञ्जिनि रासरते
जय जय हे महिषासुरमर्दिनि रम्यकपर्दिनि शैलसुते ॥

સુમતિએ વિભીષણના મસ્તક ઉપર મમતાસભર હાથ ફેરવતાં કહ્યું, 'યશસ્વી ભવ, પુત્ર!'

ભૈરવી માની પાછળ પાછળ ભોંયરામાં આવી પહોંચેલી રિયા, મનસ્વી, સાધ્વી માએ વિવાનને ટેકો આપીને બેઠો કર્યો.

વિવાનનું માથું ખોળામાં લઈને રિયા તેનું કપાળ પસવારી રહી હતી.

'તો વામન અવતારને જન્મ આપતી વેળા, માતા અદિતિની સાથે જે દાઈ મા એમની કુટિરમાં ઉપસ્થિત હતાં એ જ સાધ્વી મા છે?' અજય ડોભાલ સુમતિ અને વસુધાના પુનર્જન્મની કથા સાંભળી રહ્યાં હતાં.

'ખરું!' ભૈરવી માએ ખુલાસો કર્યો, 'વામનના અવતરણ સમયે રચાયેલાં સર્વપ્રથમ મંત્રોક્ત દેવી રક્ષાકવચની અસરથી દાઈ મા અને મારા દીકરાના જીવને સુરક્ષા મળી. એ જ વખતે વિધાતાના લેખમાં મારા અને દાઈ માનાં પુનર્જન્મનો કિસ્સો પણ આલેખાઈ ચૂક્યો હતો. દાઈ માએ ત્રેતાયુગમાં મારી ઉપર કરેલાં ઉપકારનું ઋણ ચૂકવવા માટે એમના આત્માએ કળિયુગમાં વસુધાના દેહની પસંદગી કરી, જે પદ્મિની અર્થાત્ મહાલક્ષ્મીસ્વરૂપા રિયાના અવતરણ માટે કારણભૂત બન્યો!'

ભૈરવી મા પુનર્જન્મનું ગૂઢ જ્ઞાન આપી રહ્યાં હતાં.

'... અને મેં જન્મ આપ્યો, વિવાનને!' તેઓ બોલ્યા, 'ત્રેતાયુગથી ચાલ્યા આવતાં બે આત્માઓને કારણે કળિયુગમાં પ્રકૃતિ અને પુરુષના બે સર્વોચ્ચ દૈવીય સ્વરૂપોના અવતરણ શક્ય બન્યાં. કર્મની ગતિ માણસ ધારે છે, એના કરતાં ઘણી વધુ ન્યારી છે. પૂર્વજન્મોમાં ક્યારેક કરેલાં પુણ્યો મનુષ્યના આત્માને કેટલો બળવાન બનાવી દે છે, એનું આ દૃષ્ટાંત છે. દાઈ માએ ત્રેતાયુગમાં સાત વર્ષ સુધી વામનનો જે પ્રેમ અને માતૃભાવ સાથે ઉછેર કર્યો હતો, એની નોંધ કર્મના ચોપડે અવશ્ય લેવાઈ હતી. પરિણામ સ્વરૂપે, આ જન્મમાં વસુધાનો દેહ મહાલક્ષ્મીઊર્જાના ગર્ભને પોતાની અંદર સમાવવાને કાબિલ બન્યો.'

વસુધા પ્રસંગોપાત સુમતિને મા તરીકેનું સંબોધન શા માટે કરતી હતી, એ રહસ્ય અત્યારે ઊઘડ્યું.

'પાછલાં ઘણા મહિનાઓથી મારા મનમાં એક પ્રશ્ન ઘૂમરાઈ રહ્યો છે, મા...' મનસ્વીનો સવાલ અત્યાર સુધીના સૌથી મહાન રહસ્યનો દ્યોતક બનવાનો હતો, 'પરશુરામ આપને મા તરીકે સંબોધે છે, એની પાછળ આપનું દેવજનની હોવું જવાબદાર છે કે પછી બીજું કોઈ કારણ?'

ભૈરવી મા મંદ મંદ મુસ્કુરાયા. તેઓ જાણતાં હતાં કે એક દિવસ એવો આવશે, જ્યારે મનસ્વીના મનમાં આ પ્રશ્ન આવશે!

'તારા એ પ્રશ્નનો ઉત્તર હું સ્વયં આપવાનું પસંદ કરીશ, પુત્રી!' હાથમાં પરશુ સાથે ભાર્ગવરામ ત્યાં પ્રગટ થયા. સૌએ મસ્તક નમાવીને એમને વંદન પાઠવ્યા, 'સુમતિ માએ અદિતિ તરીકે ધારણ કરેલાં અવતારમાં સૃષ્ટિનાં તમામ પવિત્ર જીવો અને ૩૩

કોટિ દેવતાઓને જન્મ આપ્યો હોવાથી તેમનું સ્થાન જગતમાતા સમાન છે... પરંતુ મારું એમને માતા તરીકે સંબોધવા પાછળનું કારણ તદ્દન ભિન્ન છે!'

સૌના કાન સરવા થઈ ગયાં.

'અદિતિ માએ ત્રેતાયુગમાં મારી જનેતા - રેણુકા - ના દેહમાં જન્મ લીધો હતો. પિતા જમદગ્નિ દ્વારા પોતાના સંતાનોની પરીક્ષા કરવા હેતુ એક વખત એમણે અમને કહેણ મોકલાવ્યું. હું અને મારા ચાર ભાઈઓ સહિત કુલ પાંચ પુત્રરત્ન એમની પાસે પહોંચ્યા, ત્યારે એમણે એક એવો આદેશ આપ્યો જેનું પાલન કરવું કોઈપણ સંતાન માટે કઠિન નહીં પરંતુ અશક્ય છે!

એ સમયે માતા રેણુકાથી કોઈ જઘન્ય અપરાધ થઈ ગયો હતો. મહર્ષિ જમદગ્નિએ માતાનું ધડ એમના મસ્તકથી અલગ કરી દેવાનો આદેશ અમને આપ્યો. મારા ચાર ભાઈઓના હાથમાં વારાફરતી શસ્ત્રો સોંપવામાં આવ્યા, પરંતુ તેઓ લાગણીવશ થઈને માતા રેણુકાનો વધ ન કરી શક્યા.

... પરંતુ પિતા પાસેથી નિર્મોહી અને કહ્યાગરા પુત્ર તરીકેની પદવી પ્રાપ્ત કરવા માટે મેં એકઝાટકે માતાનું મસ્તક એમના ધડથી અલગ કરી નાંખ્યું હતું. હું સ્વીકારું છું કે મારા હાથો વડે પાપકર્મ થયું હતું. અને કદાચ એટલે જ, અપરાધભાવને કારણે હું ભટકતો રહ્યો, ચિરંજીવી બની ગયો! મેં કરેલાં આ મહાપાપને ધોવા માટે સમગ્ર ત્રેતાયુગ અને દ્વાપરયુગમાં હું શ્રીવિદ્યા ઉપાસના કરતો રહ્યો, પરંતુ ચિત્તમાં શાંતિ નહોતી. છેવટે જ્યારે કળિયુગમાં માતા સુમતિનો પ્રાદુર્ભાવ થયો, ત્યારે એમને જાણ ન થાય એ રીતે ક્યારેક હું માતાના દર્શન કરી આવતો.

વર્ષ ૨૦૦૦માં સત્યમંગલમ્‌ના જંગલો પાસે એમની ગાડી ભડકે બળી રહી હતી. હું ઘટનાસ્થળ ઉપર પહોંચ્યો, ત્યાં સુધીમાં પિતા જમદગ્નિ - કળિયુગમાં હેમરાજ આર્ય તરીકે પુનર્જન્મ પામેલાં મહર્ષિ કશ્યપ - વૈકુંઠ સિધાવી ગયા હતા. સુમતિ માનાં શ્વાસોચ્છ્‌વાસ બંધ પડવાની તૈયારીમાં હતાં. માતા રેણુકાના વધનો પશ્ચાત્તાપ કરવા માટે મેં એમના પુનર્વતાર સુમતિ આર્યને બચાવવાનો નિશ્ચય કર્યો.

આટલા હજારો વર્ષોમાં પહેલી જ વખત સૃષ્ટિના નિયમને મેં તોડ્યો. સુમતિ માનાં મૃત્યુની ક્ષણ આવી પહોંચી હોવા છતાં મેં એમને મારા તપોબળ વડે જીવિત રાખ્યા! મસ્તકથી શરૂ કરીને પગની પાની સુધીનો એમનો દેહ સળગી ચૂક્યો હોવાને કારણે માતાને એક નવા દેહની આવશ્યકતા હતી. આથી, કારચાલક સ્ત્રીના નિષ્પ્રાણ દેહને મેં વનૌષધિની મદદથી પરકાયાપ્રવેશ માટે તૈયાર કર્યો.'

ત્રેતાયુગથી ચાલ્યા આવતાં અપરાધભાવનો અંત આશરે સાત હજાર વર્ષો બાદ મળ્યાની ખુશી પરશુરામના મુખારવિંદ પર ઝળકતી હતી.

'હેમરાજનો વેશ ધારણ કરીને આવેલાં કાલકેતુએ જ્યારે કારચાલક પુરુષ હોવા અંગે વિવાનને વાત કરી, એ સમયે જ મને ખ્યાલ આવી ગયો હતો કે દાળમાં નક્કી કંઈક કાળું છે.' વિભીષણે થોડા દિવસ પહેલાંનો ભૂતકાળ વાગોળ્યો, 'એ કઈ પ્રજાતિનો યક્ષ છે અને કયા હેતુથી વિવાન પાસે મોકલવામાં આવ્યો છે, એની તપાસ મેં આદરી દીધી હતી.'

'તને કશી જાણ થઈ, વિભીષણ?' શુક્રાચાર્ય ઉપરાંત કયા નવા અને શક્તિશાળી શત્રુએ માથું ઊંચક્યું છે, એ વિચારીને પરશુરામ પણ ચિંતામાં મૂકાઈ ગયા હતાં.

'ના... ખૂબ પ્રયત્નો કર્યા હોવા છતાં હું હજુ પણ વાસ્તવિકતાથી અજાણ જ છું, હે બ્રહ્મક્ષત્રિય!' વિભીષણના સ્વરમાં નિરાશા હતી.

આ કોયડાનો ઉત્તર કદાચ સમયના ગર્ભમાં જ છુપાયેલો હતો!

પરશુરામ મૂળ મુદ્દા પર આવ્યા, 'સુમતિ માનાં પવિત્રાત્માને સંપૂર્ણ તંત્રોક્ત વિધિ સાથે પરકાયાપ્રવેશ કરાવ્યા પછી મેં એમને જન્મ-જન્માંતરો અને યુગ-યુગાંતરોથી ચાલી આવતી મહાવિષ્ણુની મહાગાથાથી પરિચિત કરાવ્યાં. સાથોસાથ, પ્રચંડ શક્તિપાત થકી એમને પોતાના તમામ પૂર્વભવોનું સ્મરણ પણ કરાવ્યું.'

'આ જન્મમાં કલ્કીની રક્ષા કરવા હેતુ મેં મારી જાતને કટિબદ્ધ કરી.' ભૈરવી માએ વાતની કમાન હાથમાં લીધી, 'પરશુરામ પાસેથી શ્રીવિદ્યાનું ગૂઢાતિગૂઢ જ્ઞાન લઈ, મેં શ્રીચક્રની તીવ્ર સાધના આરંભી દીધી. પાછલાં જન્મમાં તેની માતા રહી ચૂકેલી હું, આ જન્મમાં તેની શિષ્યા બની... અને પરશુરામના પ્રાચીનતમ સંપ્રદાય સાથે જોડાઈને યંત્રાધિષ્ઠાત્રી રાજરાજેશ્વરી મહાત્રિપુરસંદરીની દિવ્યઊર્જાને મારા દેહમાં જાગૃત કરી દીધી. બસ, એ સમયથી વિવાનના ઉછેર અને તેની સુખાકારી ઉપર મારી સતત નજર રહેતી. ઘણી વખત તેને બાથમાં ભરવાની માતૃસહજ ઇચ્છા થઈ આવતી, પરંતુ લાગણીઓ ઉપર નિયંત્રણ આવશ્યક હતું. આ સંસારને સુરક્ષિત રાખવા માટે મેં મારી મહેચ્છાઓનો ત્યાગ કરી દીધો.'

... એટલામાં, વિવાનની પાંપણો ફરકી રહ્યાનો અનુભવ રિયાને થયો. તેણે કહ્યું, 'મા, વિવાનને હોંશ આવી રહ્યો છે.'

ભાનમાં આવ્યા બાદ ધારણા કરતા વિપરીત પ્રતિક્રિયા વિવાન પાસેથી મળી, 'માફ કરશો, પણ દૂધનો દાઝ્યો છાશ પણ ફૂંકી ફૂંકીને પીએ! મારા માટે હવે કોઈના ઉપર ભરોસો મૂકવો સહેલો નથી રહ્યો. અધૂરામાં પૂરું, આપનો અવાજ અને દેખાવ બંને મારી મા - સુમતિ આર્ય - થી ભિન્ન છે. તમે જે કહો છો, એ સાચું જ છે એવું હું કઈ રીતે સ્વીકારી શકું?'

રિયાને સુદીર્ઘ આલિંગન આપ્યા પછી વિવાન થોડો સ્વસ્થ જણાતો હતો. પ્રિયતમાને સંપૂર્ણ સ્વસ્થ અને પહેલાં કરતાં પણ વધુ તેજોમય ભાળીને તે અંતરથી સંતુષ્ટ હતો, પરંતુ ભૈરવી માને તેની સગી જનેતા તરીકે હજુ સુધી સ્વીકારી નહોતો શક્યો.

ભૈરવી માએ વહાલપૂર્વક પોતાના દીકરા સામે નજર કરી. વિવાનનું હૃદય આર્તનાદ સાથે કહી રહ્યું હતું કે તેની સમક્ષ ઊભેલી સ્ત્રી બીજું કોઈ નહીં, પણ સુમતિ આર્ય જ છે! આમ છતાં, કસોટી લીધા વગર આ વખતે તે કોઈ કાળે માનવાનો નહોતો.

પરશુરામે હતાશ વદન સાથે કહ્યું, 'તને પુરાવો આપવા માટે મારે એ ભૂતકાળને પુનર્જીવિત કરવો પડશે, જેને અમે સૌ પાછળ છોડીને આવ્યા છીએ, વિવાન!'

એટલું કહીને એમણે ભૈરવી માનાં બ્રહ્મરંધ્ર ઉપર હાથ મૂકીને મનોમન કશાક મંત્રોચ્ચાર કર્યા. જેમ જેમ એમના ઉચ્ચારણની તીવ્રતા વધતી ગઈ, એમ એમ સુમતિનો પ્રભાવશાળી જણાતો દેહ તેના બે દાયકા જૂના મૂળ સ્વરૂપમાં પરત ફરવા માંડ્યો.

... પરશુરામ પરકાયાપ્રવેશની વિધિને ઉલટાવી રહ્યા હતાં, જેથી વિવાન તેની જનેતાનો વાસ્તવિક ચહેરો જોઈ શકે!

સુમતિ આર્યનો ભડથું થઈ ગયેલો દેહ અને કાળોમેશ ચહેરો ઉજાગર થયો. વિવાનનું હૃદય આક્રંદ કરવા માંડ્યું. બે દાયકા પહેલાં તેની માએ કેટલી અસહ્ય પીડાનો સામનો કરવો પડ્યો હશે, એની કલ્પના તે હવે કરી શકતો હતો. સુમતિના બળી ગયેલાં ગાલની ચામડી ઉપર હાથ ફેરવીને તે એટલું જ બોલી શક્યો, 'મને ક્ષમા આપજે, મા... મેં તારા અસ્તિત્વ ઉપર શંકા કરી! તારા પીડાદાયક ભૂતકાળની સાબિતી માંગીને હું કુપુત્ર પુરવાર થયો છું.'

'ચાર મિનિટ!' અમિતે બંકરમાં ઉપસ્થિત સૌને બ્રહ્માસ્ત્ર-અટેક આડે બચેલાં સમયની જાણ કરી, 'મને નથી લાગતું કે કોઈ બચશે, સર!'

અજય ડોભાલનો બરડો નીતરી ચૂક્યો હતો.

'બ્રહ્માસ્ત્રને હવે દુનિયાનું એકપણ વિજ્ઞાન અથવા ટેક્નોલૉજી પરત નહીં ખેંચી શકે, અમિત!' ભૈરવી મા પણ ચિંતાતુર હતાં, 'યંત્ર-બ્રહ્માસ્ત્રને શાંત કરવા માટે મંત્ર-બ્રહ્માસ્ત્ર અથવા તંત્ર-બ્રહ્માસ્ત્રનો આશરો લેવો પડે એમ છે, પરંતુ એ વિદ્યા આજથી હજારો વર્ષ પહેલાં જ લુપ્ત થઈ ચૂકી છે. એ સિદ્ધવિદ્યાને કોઈ અર્જિત કરી શકે એમ નથી.'

'કોઈ તો ઉપાય હશે, મા?' વૉલ્ટ-બીમાંથી યંત્ર-બ્રહ્માસ્ત્ર બહાર લાવવાની ભૂલને વિવાન કોઈપણ ભોગે સુધારવા માંગતો હતો.

'જે ઉદ્દેશ્ય સાથે પ્રૉફેસર સુભ્રતો દાસ તને શ્રીલંકા મોકલવા માંગતા હતાં, એની પૂર્ણાહુતિનો સમય થઈ ગયો છે.' સુમતિએ માર્મિક વાત કરી, 'અગસ્ત્ય મૂર્તિ ઉપર બ્રહ્માસ્ત્રને શાંત કરવાનો ઉપાય જણાવવામાં આવ્યો હતો, પરંતુ તને એની જાણકારી પ્રાપ્ત થાય એ પહેલાં જ કાલકેતુના અજ્ઞાત સ્વામીએ સુભ્રતો દાસને મોતને ઘાટ ઉતારી દીધાં. તેમના કથન મુજબ, એકમાત્ર હનુમાન પાસેથી જ આ સમસ્યાનું સમાધાન મળી શકે એમ છે. પવનપુત્ર કળિયુગના હાજરાહજૂર દેવ છે. બ્રહ્માંડના આ પરિમાણમાં ચાલી રહેલી તમામ ગતિવિધિઓથી તેઓ સંપૂર્ણપણે વાકેફ છે. વળી, ત્રેતાયુગમાં થયેલાં લંકાના યુદ્ધને કારણે તેઓ બ્રહ્માસ્ત્રના વિજ્ઞાનનું અગાધ જ્ઞાન પણ ધરાવે છે. જો વારાણસીમાં થનારો નરસંહાર અટકાવવો હશે, તો અંજનિપુત્ર જ આપણી અંતિમ આશા છે!'

બીજી જ ક્ષણે, વિવાને અત્યંત શ્રદ્ધા અને આસ્થાભાવ સાથે અમોઘ પાઠનું ઉચ્ચારણ શરૂ કર્યું. દુન્યવી અને પરદુન્યવી આધિ-વ્યાધિ-ઉપાધિમાંથી છુટકારો મેળવવા માટે હનુમાનને બજરંગબાણનું ઉચ્ચારણ કરીને આહ્‌વાન આપવામાં આવતું હતું...

निश्चय प्रेम प्रतीति ते, बिनय करैं सनमान
तेहि के कारज सकल शुभ, सिद्ध करैं हनुमान

દોહાનું સ્મરણ કર્યા પછી હનુમાને એવી ચોપાઈઓનું ભાવવાહી સ્વરે ગાન શરૂ કર્યું, જેમાં ભક્ત દ્વારા હનુમાનને એમની અરજ સાંભળવાની પ્રાર્થના કરવામાં આવતી હતી.

जय हनुमंत संत हितकारी सुन लीजै प्रभु अरज हमारी
जन के काज बिलंब न कीजै आतुर दौरि महा सुख दीजै

બજરંગબાણમાં હનુમાનના કેટલાક સિદ્ધ અને જાગૃત બીજમંત્રોનો સમાવેશ થતો હોવાથી તેને મહાશક્તિશાળી માંત્રિક-શસ્ત્ર માનવામાં આવતું હતું.

ॐ ह्रीं ह्रीं ह्रीं हनुमंत कपीसा ॐ हुं हुं हुं हनु अरि उर सीसा
जय अंजनि कुमार बलवंता शंकरसुवन बीर हनुमंता

બજરંગબાણના સમાપન સમયે હનુમાનના આગમનના સંકેતો મળવા માંડ્યા. ચારેબાજુથી જડબેસલાક બંધ એવા બંકરમાં પણ મંદ મંદ સુગંધી પવન આહ્‌લાદક ગતિએ વહેવા માંડ્યો. મહાવીર્યના બ્રહ્મચર્યનું તેજ અછાનું ન રહ્યું. એમના પરાક્રમોની ગાથાનાં સ્મરણમાત્રથી ત્રિભુવન ગુંજવા માંડ્યા, ધરતી અને પાતાળ દુષ્ટભંજનની સ્તુતિ ગાવા માંડ્યા. શ્રીલંકાનો અશાંત દરિયો તેના સ્વામીના ચરણસ્પર્શથી એકદમ શાંત પડી ગયો. સમસ્ત બ્રહ્માંડના સર્વે ગુણીજનો જેનું ત્રિકાળ-સદાકાળ ભજન કરતાં હતાં, એ હનુમાન સદેહે ઉપસ્થિત થયા.

સૌએ એમને ભાવભીના વંદન કર્યા. અહિરાવણથી મુક્તિ અપાવવા બદલ વિવાને એમના પ્રત્યે કૃતજ્ઞતા વ્યક્ત કરી. સામે પક્ષે, હનુમાને કશું જ બોલ્યા વગર વિવાનની એ દિવ્ય ચેતનાને નમન પાઠવ્યા, જે ભવિષ્યમાં કલ્કીરૂપ ધારણ કરવાની હતી.

બે મિનિટ! બ્રહ્માસ્ત્ર ત્રાટકવાને માત્ર ૧૨૦ સેકન્ડની વાર હતી.

'પ્રભુ, કોઈ તો ઉપાય હશે...' વિવાને આજીજીભર્યા સ્વરે કહ્યું.

'ભગવાન રામ, રાક્ષસરાજ રાવણ, અશ્વત્થામા જેવા મહાન યોદ્ધાઓ બ્રહ્માસ્ત્રને શા માટે શાંત નહોતાં કરી શકતાં, એની પાછળના વાસ્તવિક કારણની સૃષ્ટિને હજુ સુધી જાણ જ નથી, વિવાન!' હનુમાને ઘટસ્ફોટ કર્યો, 'શાસ્ત્રોમાં અપાયેલી સમજૂતી મુજબ, બ્રહ્માસ્ત્રને ત્રણ પ્રકારે આહ્‌વાન આપી શકાતું... મંત્ર-યંત્ર અને તંત્ર! યાઝીના હાડકાંમાંથી બનેલાં આ યંત્ર-બ્રહ્માસ્ત્રને શાંત કરવા માટે મંત્રરૂપી બ્રહ્માસ્ત્રનો આશરો લઈ શકાય, પરંતુ એ બધા માટે શક્ય નથી... કારણ છે, મંત્રના છ અંગ અર્થાત્ ષડ-અંગ! કોઈ પણ મંત્રને જાગૃત કરવા માટે છ પાસાં - મંત્રદ્રષ્ટા ઋષિ, મંત્રદેવતા, બીજ, શક્તિ, છંદ અને કીલક - ની માહિતી હોવી જરૂરી છે.'

હનુમાન ભારતની વૈદિક સંસ્કૃતિના મહાનતમ પૌરાણિક વિજ્ઞાનનું પ્રમુખ રહસ્ય છતું કરી રહ્યા હતાં.

'એકમાત્ર મંત્ર-બ્રહ્માસ્ત્રમાં એ શક્તિ છે કે સાધક તેનું આહ્‌વાન કર્યા પછી તેને શાંત પણ કરી શકે, પરંતુ એ માટે સર્વપ્રથમ બ્રહ્માસ્ત્ર મંત્રનું જાગૃત હોવું અત્યાવશ્યક છે.' હનુમાને કહ્યું.

'એ મંત્ર કયો છે, જે બ્રહ્માસ્ત્રને જાગૃત તથા સુષુપ્ત અવસ્થામાં લાવવા માટે સક્ષમ છે?' વિવાને પૃચ્છા કરી, 'શું આજના સમયમાં પણ તે પ્રચંડ ઊર્જા ધરાવે છે?'

'જે મંત્રનું ઉચ્ચારણ પૃથ્વી પરના તમામ સનાતનીઓ આદિકાળથી કરતાં આવ્યા છે, એ ૨૪-અક્ષરીય ગાયત્રીમંત્ર જ છે... મૂળ મંત્ર-બ્રહ્માસ્ત્ર!'

ॐ भूर्भुवः स्वः तत्सवितुर्वरेण्यं भर्गो देवस्य धीमहि धियो यो नः प्रचोदयात् ।

ધ્યાનપૂર્વક હનુમાનની વાત સાંભળી રહેલાં અજય, અમિત, મનસ્વી, રિયા, વસુધા અને વિવાનના શરીરમાં ઉત્તેજનાની લહેર દોડી ગઈ. નાનપણથી અભાનપણે કે સભાનપણે તેઓ જે મંત્રનું ઉચ્ચારણ કરી રહ્યાં હતાં, એ આટલો શક્તિશાળી હોઈ શકે એનો એમને અંદાજ સુદ્ધાં નહોતો.

'ગાયત્રીમંત્રના ખરા સામર્થ્યની જાણ આપણા ઋષિ-મુનિઓને હતી.' હનુમાને વાત આગળ ધપાવી, 'અને એટલે જ, ભારતમાં ત્રણ કાળ - પ્રાતઃ, મધ્યાહ્‌ન અને સંધ્યા - દરમિયાન ગાયત્રીમંત્રનું ઉચ્ચારણ કરવાનો નિયમ બનાવવામાં આવ્યો... જેને નામ આપવામાં આવ્યું, **ત્રિકાળ સંધ્યા!** ગાયત્રીમંત્ર સિદ્ધ કરનારા અનેક ઋષિઓએ પોતાના અનુભવને ટાંકતાં જણાવ્યું છે કે સવિતુર્‌ ગાયત્રીની સિદ્ધિ પ્રાપ્ત કર્યા પછી એમના દેહમાં કંપન આવવા માંડતું! મંત્રની ઊર્જા એટલી પ્રચંડ છે કે શરીરના દરેક અંગો ઉપર તેની અસર જોઈ શકાતી. આજની તારીખે પણ હિમાલયમાં વસતાં મહાયોગીઓ એકમાત્ર ગાયત્રીમંત્રના ઉચ્ચારણને કારણે ત્યાંના બર્ફીલા વાતાવરણમાં જીવી શકે છે. જાગૃત ગાયત્રીમંત્ર શરીરનું આંતરિક તાપમાન વધારે છે, જેના લીધે મહાયોગીઓ સંપૂર્ણ નગ્નદેહે ત્યાં વસવાટ કરી શકવા સક્ષમ બને છે! બ્રહ્માસ્ત્ર-જાગરણ સાથે જોડાયેલાં આ પાસાંને કારણે જ જ્યારે દિલ્હીના રાષ્ટ્રપતિ ભવન અને તિરુઅનંતપુરમ્‌ના શ્રી અનંતપદ્મનાભસ્વામી મંદિરમાં લોકો ઉપર લઘુ-બ્રહ્માસ્ત્રનો પ્રયોગ કરવામાં આવ્યો, ત્યારે એમના શરીરના તાપમાન વધી જવાથી શરૂ કરીને અંગોમાં ધ્રુજારી આવીને ફાટી પડવા સુધીની અસરો જોવા મળી હતી.'

હનુમાને ઉજાગર કરેલું આ મહાન રહસ્ય સાંભળીને વિવાન મંત્રમુગ્ધ થઈ ગયો હતો, 'જો ગાયત્રીમંત્ર વડે જ બ્રહ્માસ્ત્ર શાંત થઈ શકતું હોય, તો પછી રામ અને રાવણ કેમ આવું નહોતાં કરી શક્યા? ગાયત્રીમંત્ર તો એમની પાસે પણ હતો જ ને?'

'બિલકુલ હતો... પરંતુ તે સિદ્ધ નહોતો થઈ શક્યો!' હનુમાન સવિતુર્‌ ગાયત્રીમંત્રના ગર્ભિત રહસ્યો પરથી પડદો ઊંચકી રહ્યા હતા, 'કોઈ પણ મંત્રને સિદ્ધ કરવા માટે સાધકની પ્રકૃતિ જે-તે મંત્ર અને પંચમહાભૂતના તત્ત્વ સાથે મેળ ખાતી હોવી જોઈએ. પ્રત્યેક સાધકને એમના ગુરુ દ્વારા જુદા જુદા મંત્રો આપવાનું કારણ હતું, ઉપાસકનું મંત્ર સાથેનું અનુકૂલન અને સંબંધ!'

એકાએક એમના હાથમાં એક તામ્રપત્ર ઉપસી આવ્યું, જેની ઉપર કોષ્ટક જોવા મળતું હતું:

વાયુ	અગ્નિ	પૃથ્વી	જળ	આકાશ
અ	ઇ	ઉ	ઋ	ળ
આ	ઌ	ઊ	ૠ	ૡ
ઈ	ઐ	ઓ	ઔ	અં
ક	ખ	ગ	ઘ	ङ
ચ	છ	જ	ઝ	ञ
ટ	ઠ	ડ	ઢ	ણ
ત	થ	દ	ધ	ન
પ	ફ	બ	ભ	મ
ય	ર	લ	વ	સ
શ	ક્ષ	ળ	ષ	હ

'મંત્ર સાથે સાધકની સુસંગતતા તપાસવા માટે મંત્રના પ્રથમ વર્ણ અને ઉપાસકના નામના પહેલાં અક્ષરને સરખાવવામાં આવે છે.' હનુમાન બોલ્યા, 'જો આ બંને વર્ણ અથવા અક્ષરો એક જ તત્ત્વ ધરાવતાં હોય તો, અચૂકપણે મંત્રસિદ્ધિ પ્રાપ્ત થાય છે.'

'જો એવું ન હોય તો?' વિવાને જાણવાની જિજ્ઞાસા દર્શાવી.

'તો પછી તેને બે વર્ગમાં વહેંચીને મંત્ર સાથે સાધકની સંગતતા તપાસવામાં આવે છે.' હનુમાને પ્રત્યુત્તર વાળ્યો, 'મિત્રવર્ગ અને શત્રુવર્ગ! જળ-પૃથ્વીની જોડી અને અગ્નિ-વાયુની જોડીનો સમાવેશ મિત્રવર્ગમાં થાય છે, જ્યારે અગ્નિ-પૃથ્વીની જોડી, જળ-વાયુની જોડી તેમજ વાયુ-પૃથ્વીની જોડીનો સમાવેશ શત્રુવર્ગમાં થાય છે. હવે આ કોષ્ટક ઉપર નજર કર!'

વિવાને પોતાનું ધ્યાન તામ્રપત્ર ઉપર કેન્દ્રિત કર્યું.

'સવિતુર્ ગાયત્રીમંત્રનો પહેલો વર્ણ છે, **ભ!** જેનું પ્રધાન-તત્ત્વ છે, જળ. વાસ્તવમાં ૐ પ્રણવનાદ હોવાથી તેને પહેલો અક્ષર ગણી શકાય નહીં, એ સ્મરણમાં રહે.' હનુમાને છણાવટ કરી, 'રામ અને રાવણના નામનો પહેલો અક્ષર એટલે કે - **ર** - નું પ્રધાન તત્ત્વ છે, વાયુ!'

'ઓહ...!' વિવાનને ઝબકારો થયો, 'જળ અને વાયુની જોડીનો સમાવેશ શત્રુવર્ગમાં થતો હોવાને લીધે રામ-રાવણ બંને મંત્ર-બ્રહ્માસ્ત્ર સિદ્ધ નહોતાં કરી શક્યા!'

'યથાર્થ વચન.' હનુમાને સંમતિ દર્શાવી, 'શ્રીરામ અને રાવણે ઇચ્છ્યું હોત, તો પણ ગાયત્રીમંત્ર થકી તેઓ બ્રહ્માસ્ત્રનો પ્રહાર ન કરી શક્યા હોત... કારણ કે સાધક અને મંત્ર વચ્ચેની સુસંગતતા નહોતી. એવી જ રીતે, ફરી એક વખત કોષ્ટક ઉપર ધ્યાન આપ. શુક્રાચાર્યના નામના પહેલા અક્ષર - શ - નો સમાવેશ પણ વાયુતત્ત્વમાં થાય છે. આથી રામ-રાવણની માફક શુક્રાચાર્ય પણ મંત્ર-બ્રહ્માસ્ત્ર ઉર્ફે ગાયત્રીમંત્ર સિદ્ધ નહોતાં કરી શક્યા. આથી જ, કળિયુગમાં પણ એમનું ધ્યાન યાઝીના હાડકાંરૂપે પ્રાપ્ત થનારા યંત્ર-બ્રહ્માસ્ત્ર પર જ રહ્યું!'

અજય અને અમિતનું તો મગજ ભમી ગયું! સનાતન સંસ્કૃતિ પાસે આટલા ગહન જ્ઞાન અને વિજ્ઞાનની સમજ છે, એ જોઈને તેઓ ચકરાઈ ગયા હતાં.

'અને આકાશ તત્ત્વ? તે અન્ય કયા તત્ત્વ સાથે સુસંગતતા ધરાવે છે?' વિવાનને પ્રશ્ન થયો.

'આકાશ તત્ત્વ બાકીના ચારેય તત્ત્વો સાથે સુસંગતતા ધરાવે છે. આને લીધે જે સાધકના નામના પહેલા અક્ષર અથવા મંત્રના પ્રથમ વર્ણનું પ્રધાન-તત્ત્વ આકાશ હોય, એ દરેક મંત્રોને સિદ્ધ કરી શકે છે... કોઈ પણ મંત્રોના સ્વામી બની શકે છે!'

કોષ્ટકને એકીટશે તાકી રહેલાં વિવાનના મુખ પર અત્યંત માર્મિક અને ગૂઢ સ્મિત તરી આવ્યું, 'આપના નામનો પહેલો અક્ષર - **હ** - છે, પ્રભુ; જેનું પ્રધાનતત્ત્વ આકાશ છે! તો એનો અર્થ એવો થાય કે સવિતુર્ ગાયત્રીમંત્ર આપને સિદ્ધ છે.'

વિવાનની કુશાગ્ર બુદ્ધિક્ષમતા જોઈને હનુમાન અત્યંત પ્રસન્ન થયા.

હવે વિવાનને સમજાયું કે યંત્ર-બ્રહ્માસ્ત્રને શાંત કરવાનું રહસ્ય માત્ર હનુમાન પાસે હોવાની વાત અગસ્ત્ય મૂર્તિમાં શા માટે આલેખવામાં આવી હતી! ચિરંજીવી હોવાને નાતે તેઓ એકમાત્ર એવા દેવ હતાં, જેમની પાસે મંત્ર-બ્રહ્માસ્ત્ર અર્થાત્ ગાયત્રીમંત્રને જાગૃત તેમજ શાંત કરવાની મહાવિદ્યા હતી!

... સહસા, અમિતને સમયનું ભાન થયું. તેઓ પાછલી પંદર-વીસ મિનિટથી વાત કરી રહ્યા હતાં. તેનું હૃદય એક ધબકારો ચૂકી ગયું. શું બ્રહ્માસ્ત્ર વારાણસીની ધરતી ઉપર પ્રક્ષેપિત થઈ ગયું હશે?

ફફડતાં હૈયે તેણે કમ્પ્યુટર-સ્ક્રીન ઉપર ઝબૂકતી સ્ટૉપ-વૉચ ઉપર નજર કરી.

૧૧૦ સેકન્ડ!

આ કઈ રીતે શક્ય હતું? હનુમાને આટલું મોટું રહસ્ય જણાવવા માટે લાંબો સમય લીધો હોવા છતાં માત્ર ૧૦ જ સેકન્ડ્સ પસાર થઈ હોય, એવું કઈ રીતે સંભવ બને? તેને ઘડીભર માન્યામાં ન આવ્યું. ખાતરી કરવા માટે કેમેરા-સ્ક્રીન પર તેણે નજર કરી. દશાશ્વમેધ ઘાટ ઉપર યોગી એકનાથ આવી પહોંચ્યા હતાં અને મંચ પર શપથવિધિ લેવાની તૈયારી કરી રહ્યા હતાં.

અમિત હનુમાન સામે નતમસ્તક થઈ ગયો... આ એમની દિવ્યાતિદિવ્ય લીલા હતી! સમય પણ પવનપુત્ર સમક્ષ મસ્તક ઝુકાવતો હતો, એ પુરવાર થઈ ગયું.

હનુમાનનો પુરુષત્વથી છલોછલ પડછંદ સ્વર ભોંયરામાં પડઘાયો,

'મારા ઉત્તરદાયિત્વના નિર્વહનનો સમય થઈ ગયો છે, વિવાન... ગયા વર્ષે અશ્વત્થામા પોતાના ઉત્તરદાયિત્વમાંથી મુક્ત થયા, એવી રીતે આજે હું મારા ઉત્તરદાયિત્વમાંથી મુક્ત થઈશ. ભગવાન રામે મને આપેલાં અંતિમ આદેશ મુજબ, મહામહોપાધ્યાય વંશાવલીના અંતિમ સંતાનના ગુરુપદે સ્થાપિત થવાનું મારા ભાગ્યમાં લખાયેલું છે!'

'હે બજરંગ બલી, હું આપને મારા ગુરુપદ ઉપર સ્થાપિત થવા માટે પ્રાર્થના કરું છું.' વિવાને જમીન ઉપર સાષ્ટાંગ દંડવત્ કરતાં કહ્યું, 'શિષ્ય તરીકે હું સંપૂર્ણ નિષ્ઠા, દયા અને સમર્પણભાવ સાથે મારા કર્તવ્યનું પાલન કરવાનો પ્રયાસ કરીશ.'

એની પ્રાર્થનાથી હનુમાન સંતુષ્ટ થયા,

'ત્રેતાયુગમાં રાવણ દ્વારા યંત્ર-બ્રહ્માસ્ત્રના પ્રયોગ થકી શરૂ થયેલાં કાલાતીત કલ્પાંતના વિષચક્રને અટકાવવાનો સમય આવી ગયો છે. હું, અનાદિ-અનંત દેવાધિદેવ મહાદેવનો અગિયારમો રુદ્રાવતાર, માતા અંજનિ અને પિતા કેસરીનું સંતાન, બાળબ્રહ્મચારી, અષ્ટસિદ્ધિઓ અને નવનિધિઓનો સ્વામી - હનુમાન, તને મારા શિષ્ય તરીકે સ્વીકારું છું...

સમગ્ર જીવનકાળ દરમિયાન મેં કરેલી પ્રમુખ-સાધનાઓમાંની સૌથી પ્રભાવશાળી ગાયત્રીસાધનાનું ફળ હું તને અર્પણ કરું છું. સવિતુર્ ગાયત્રીમંત્ર આજથી એક જાગૃત મંત્ર તરીકે તારા આત્મિક-શરીરમાં એકાકાર થઈ જશે. તારી પાસે ઇચ્છાનુસાર બ્રહ્માસ્ત્રનું આહ્વાન, પ્રતિરોધ અને શાંત કરવાનું સામર્થ્ય હશે...

કલ્યાણમસ્તુ.'

એટલું કહીને એમણે વિવાનના લલાટ ઉપર પોતાના જમણાં હાથનો અંગૂઠો મૂકીને શક્તિપાત દીક્ષા આપી, જેમાં તેમણે ગાયત્રીમંત્રના ષડ-અંગનું ઉચ્ચારણ કર્યું,

ॐ कारस्य ब्रह्माऋषिः गायत्री छन्दः परमात्मा देवता
ॐ भूर्भुव्ह स्वरिति महाव्याहृतीनां परमेष्ठी प्रजापतिऋषिः गायत्र्युष्णिग अनुष्टुपश्छन्दांसि
अग्निवायुसूर्या देवताः ॐ तत्सवितुरित्यस्य विश्वामित्रऋषिः
गायत्री छन्दः सविता देवता जपे विनियोगः ।

એમનો સમગ્ર દેહ ગાયત્રીમંત્રની પ્રચંડ ઊર્જાથી કંપન કરવા લાગ્યો. વિવાનના દેહનું તાપમાન પણ વધવા માંડ્યું. ત્રેતાયુગીન હનુમાન સ્વયં કલ્કી-અવતારના ગુરુપદ ઉપર સ્થાપિત થઈ રહ્યા હતાં. હજારો વર્ષોની તીવ્ર સાધના થકી અર્જિત કરેલું ફળ તેઓ વિવાનને આપી

રહ્યા હતાં... બે પ્રચંડ પૌરુષી મહાશક્તિઓ આજે એકમેક સાથે ઐક્ય સાધી રહી હતી. બ્રહ્માંડમાં ઘંટારવ સંભળાવા માંડ્યો. શૂન્યાવકાશ અવનવી આકાશગંગાથી ઊભરાવા માંડ્યો. સહસ્ર શતાબ્દીઓ પશ્ચાત્ સમષ્ટિ આજે ગાયત્રીમંત્રને પુનઃ જાગૃત થતાં નિહાળી રહી હતી... અભૂતપૂર્વ અને અનન્ય ક્ષણ હતી આ!

'મારી સાથે હવે ગાયત્રીમંત્રનું ત્રણ વખત ઉચ્ચારણ કરજે...' હનુમાને આદેશાત્મક સ્વરે કહ્યું.

બે પ્રધાનપુરુષેશ્વરના પડછંદ સ્વરે ભોંયરાની ધરા ધ્રૂજાવવાનું શરૂ કર્યું,

ॐ भूर्भुवः स्वः तत्सवितुर्वरेण्यं भर्गो देवस्य धीमहि धियो यो नः प्रचोदयात् ।

અમિતે સ્ટૉપ-વૉચ પર નજર કરી. માત્ર વીસ સેકન્ડ બાકી હતી... એકાએક તેણે નોંધ્યું કે લોકોને ઊલટીઓ થવાની શરૂઆત થઈ ગઈ. પોતપોતાના પેટ ઉપર હાથ મૂકીને તેઓ ગંગા તરફ દોટ મૂકી રહ્યા હતાં.

ॐ भूर्भुवः स्वः तत्सवितुर्वरेण्यं भर्गो देवस्य धीमहि धियो यो नः प्रचोदयात् ।

બીજી વખત ગાયત્રીમંત્રનું ઉચ્ચારણ પૂરું થાય, ત્યાં સુધીમાં તો દશાશ્વમેધ ઘાટ ઉપર અફડાતફડી મચી ગઈ હતી. યંત્ર-બ્રહ્માસ્ત્ર પ્રક્ષેપિત થવાની તૈયારીમાં હતું, જેની અસરો દેખાવાની શરૂ થઈ ગઈ હતી. વીરેન્દ્ર મોદી, નમિત શાહ, યોગી એકનાથ સહિત તમામ વરિષ્ઠ નેતાઓ મંચ ઉપર ઘૂંટણિયે બેસી ગયા હતાં. બંને કાન ઉપર હાથ રાખીને તેઓ ચીસો પાડી રહ્યા હતાં...

વિવાન અને હનુમાને ત્રીજી વખત ગાયત્રીમંત્રનું ઉચ્ચારણ શરૂ કર્યું,

ॐ भूर्भुवः स्वः तत्सवितुर्वरेण्यं भर्गो देवस्य धीमहि धियो यो नः प्रचोदयात् ।

... અને, સમય થંભી ગયો. હનુમાનના અંગુષ્ઠમાંથી વહેતી ઊર્જા વિવાનના દેહમાં સમાઈ ગઈ. એકસાથે સેંકડો સૂર્યોની ગરમી તેણે પોતાના ઉપર લઈ લીધી હોય, એમ મોટેથી ચીસ પાડીને તે બેભાન થઈ ગયો.

વિવાનના નામનો પહેલો અક્ષર - **વ** - અને ગાયત્રીમંત્રનો સર્વપ્રથમ વર્ણ - **ભ** - બંને એક જ શ્રેણીમાં હોવાને કારણે મંત્ર-બ્રહ્માસ્ત્ર પૂર્ણ સ્વરૂપમાં તેના દેહની અંદર જાગૃત થઈ ચૂક્યું હતું.

બીજી બાજુ, વારાણસીમાં લોકો ધીરે ધીરે પૂર્વવત્ થવા માંડ્યા. ઊલટીઓ બંધ થયા પછી ક્રમશઃ એમના કાનમાં તીણી સિસોટીઓ વાગવાની પણ બંધ થઈ.

યંત્ર-બ્રહ્માસ્ત્રના દુષ્પ્રભાવને વિવાનના શરીરે ગ્રહણ કરી લીધો...

મહામહોપાધ્યાય વિવાન આર્ય હવે ત્રણ અષ્ટસિદ્ધિઓ - મૃત સંજીવની મહાવિદ્યા, દિવ્યાસ્ત્રરોધક મણિ અને બ્રહ્માસ્ત્ર - નો સ્વામી બની ચૂક્યો હતો!

શ્રીલંકાનું દુનુવિલે આજે અવિસ્મરણીય ક્ષણનું સાક્ષી બન્યું હતું!

અનંતશયનમ્

વર્તમાન દિવસ
લંડન, યુનાઈટેડ કિંગ્ડમ

વિશ્વની **મોંઘામાં મોંઘી** સિગાર – ગુરખા બ્લેક ડ્રેગન – ફૂંકતો ફૂંકતો એ શખ્સ ઈંગ્લેન્ડની **રોયલ એશિયાટિક સોસાયટી ઑફ ગ્રેટ બ્રિટન**ના હેડક્વાર્ટરની બહાર નીકળ્યો. બસ્સો કરોડ રૂપિયાની કસ્ટમાઈઝ્ડ લેમ્બોર્ગિની કારનો દરવાજો શૉફરે ખોલી આપ્યો. હાથમાં સાચા મોતીનું બેક-કવર ધરાવતો આઈફોન અનલૉક કરીને એ શખ્સે મુંબઈ કોઈકને ઇન્ટરનેશનલ-કૉલ કર્યો!

બીજી જ રિંગે સામે છેડેથી ફોન ઉપડ્યો.

'ય..ય.. યસ્સ સર! ગૂડ મૉર્નિંગ.' એ માણસ ભયંકર થોથવાયો.

'તારા ગૂડ મૉર્નિંગની ઐસી કી તૈસી, આદિલ શેખ!' સાઉન્ડપ્રૂફ લેમ્બૉર્ગિનીમાં બેઠેલાં એ કદાવર પુરુષે ત્રાડ પાડી, 'મારા પ્લાનની પથારી ફેરવી નાંખવામાં તેં કંઈ બાકી નથી રહેવા દીધું. ભૈરવી માએ કાલકેતુને આપેલો શાપ ક્યારેય મિથ્યા નહીં જાય! શક્તિશાળી યક્ષોની મારી આખી સેનાનો એકઝાટકે સફાયો થઈ ગયો. જો હવે તે એક પણ ભૂલ કરી છે, તો પછીના દિવસનો સૂર્યોદય નહીં જોઈ શકે.'

'સ્સૉરી... સૉરી, સર!' આદિલ માફી માંગે એ પહેલાં જ સામે છેડેથી ફોન કપાઈ ચૂક્યો હતો.

વિવાનના બિઝનેસ પાર્ટનર – આદિલ શેખ – ઉપર બહુ મોટી આપત્તિના વાદળ મંડરાવા માંડ્યા હતાં. જો હવે તેણે કોઈ નક્કર પગલું ન ઉઠાવ્યું તો લંડનમાં બેઠેલો ખૂંખાર શખ્સ તેનું ધનોતપનોત કાઢી નાંખશે, એ નક્કી હતું!

બે મહિનાના અંતરાલ પશ્ચાત્
મદુરાઈ, તમિલનાડુ

સમી સાંજથી આરંભાયેલી લગ્નની તૈયારીઓને અંતિમ ઓપ અપાઈ રહ્યો હતો. ચારે દિશાઓમાં થઈ રહેલાં ગુલાબજળનો છંટકાવ વાતાવરણમાં પોતાની મીઠીમધુરી આહ્લાદક સુવાસ ઘોળી રહ્યો હતો. સદીઓ પૂર્વે સંપન્ન થયેલો વિવાહ-સમારોહ કળિયુગમાં પુનરાવર્તન પામવા માટે થનગની રહ્યો હતો. સ્મશાનનિવાસી મહાદેવ દ્વારા કદંબવનવાસિની પાર્વતીનું પાણિગ્રહણ કર્યાનો ભવ્ય ઇતિહાસ પુનઃ યશોગાન ગાવા આતુર હોય, એટલા ઠાઠ સાથે મદુરાઈનું મીનાક્ષી અમ્મન મંદિર શણગારવામાં આવ્યું હતું. ચોમેર પોતાનો ઉજાસ પાથરવા આવી પહોંચેલી સૂર્યનારાયણની સવારી આ દિવ્ય ક્ષણને વધાવી રહી હતી. મીનાક્ષી સુંદરેશ્વરનું વિશાળ પાવન સ્થાન સોનેરી ઝાંય ધરાવતાં સૂર્યકિરણોથી સજીવન થઈ ઊઠ્યું.

હા... વિવાન અને રિયાનું ગૃહસ્થજીવન આજે મદુરાઈના સિદ્ધસ્થાન ગણાતાં મીનાક્ષી અમ્મન મંદિરના પ્રાંગણમાં આરંભ થવા જઈ રહ્યું હતું!

કેળના પાનથી સુશોભિત ગોપુરમ્ મહાલક્ષ્મીને દુલ્હન તરીકે નિહાળવા આતુર હતાં. ૧૫ એકરના પ્રાંગણને સજાવવા માટે ભારતભરમાંથી અલભ્ય પુષ્પો મંગાવવામાં આવ્યા હતાં. બે મહિનાથી સુમતિ મા પોતાના એકના એક પુત્રના વિવાહ માટે રાત-દિવસ જોયા વગર કામ કરી રહ્યાં હતાં.

શ્રીલંકાથી પરત ફરીને સર્વપ્રથમ સૌએ સુહાની સિંહાના અગ્નિસંસ્કારની વિધિ પૂર્ણ કરી હતી. દેશ માટે તેણે આપેલાં બલિદાનને ભારત સરકારે મરણોપરાંત પદ્મપુરસ્કાર વડે નવાજ્યું હતું. બ્રહ્માસ્ત્ર અંગેની વિગતો જાહેર ન થાય, એ રીતે વિવાનની ખરડાયેલી છબીને ફરી સ્વચ્છ કરી દેવામાં આવી હતી. રિયા સાથેના વિરહ પશ્ચાત્ તેને સમજાઈ ચૂક્યું હતું કે એમના સંબંધને હવે નવા અને સૌથી મહત્ત્વપૂર્ણ પડાવ પર લઈ જવાનો સમય આવી ગયો છે!

વસુધા અને સુમતિ સમક્ષ બંનેએ જ્યારે સામે ચાલીને આ પ્રસ્તાવ મૂક્યો, ત્યારે શક્તિ-આશ્રમમાં ખુશીની લહેર દોડી ગઈ હતી. એ જ ઘડીથી ભૈરવી મા અને સાધ્વી માએ એમના સંતાનોને પરિણયના તાંતણે બાંધવા માટેની જવાબદારી પોતાના ખભા ઉપર ઉપાડી લીધી હતી. મહાશિવરાત્રિના અતિપાવન અવસર પર બંનેના શુભ વિવાહનું મુહૂર્ત નિશ્ચિત થયું. ભૈરવી માની ખાસ વિનંતીને કારણે મદુરાઈ સરકારે એમને એક દિવસ માટે મીનાક્ષી અમ્મન મંદિરમાં સમારોહ યોજવાની મંજૂરી આપી. ગઈકાલે સાંજથી જ તૈયારીઓ શરૂ કરી દેવામાં આવી હતી... વહેલી સવારના લગ્ન હતાં, અને સાંજે વિદાય!

ધ્રબાંગ... ધ્રબાંગ... ધ્રબાંગ...

ઢોલ ઢબૂકી ઊઠ્યા.

એકાએક નાદસ્વરમ્ તરીકે પ્રચલિત દક્ષિણ ભારતના પ્રસિદ્ધ વાજિંત્રના સૂર રેલાઈ ઊઠ્યા. બ્રહ્મ-મુહૂર્તમાં થયેલાં જાન આગમન બાદ વિવાન પારંપરિક વેશભૂષામાં સીધો ભગવાન સુંદરેશ્વર શિવના મંદિરમાં દર્શન હેતુ પહોંચી ગયો હતો. તેના ઉઘાડા પગની છાપ આજે દૈવીય ભાસી રહી હતી. વેષ્ઠી તરીકે ઓળખાતી સફેદ ધોતી અને ઉપર એકદમ સાદગીપૂર્ણ સફેદ શર્ટમાં તે આજે પોતાના જીવનની સૌથી સુખદ ક્ષણ માણવા જઈ રહ્યો હતો. તેના ધોતીની પાટલી પર જડિત સોનેરી કોર સૂર્યના પ્રકાશને પરાવર્તિત કરી રહી હતી. ભ્રુકૂટિની વચ્ચે કંકુનું નાનું શાક્તતિલક અને લલાટ ઉપર વૈષ્ણવતિલક તેને દેખાવને દિવ્યતા અર્પણ કરી રહ્યાં હતાં. પુરુષ અને પ્રકૃતિના આ અલૌકિક સમન્વયના ઓવારણાં આજે કુદરત દ્વારા લેવામાં આવી રહ્યાં હતાં. ડાબા ખભા પરનાં રક્તવર્ણી અંગવસ્ત્રને કારણે કામદેવ પણ બે ઘડી શરમાઈ જાય, એવો તેનો મોભો હતો.

ભગવાન સુંદરેશ્વરના શિવલિંગના દર્શન કરતી વેળા વિવાનની આંખ સામે હજારો વર્ષ જૂનો ઇતિહાસ જીવંત થઈ ઊઠ્યો. ત્યાંથી બહાર આવીને દેવી મીનાક્ષીના મંદિરમાં પગ મૂકતાંની સાથે જ તેના દેહમાંથી ઝણઝણાટી પસાર થઈ ગઈ. દેવી મીનાક્ષીનાં સ્વયંભુ વિગ્રહની સામે તે નતમસ્તક થઈ ગયો. રાજા મલયધ્વજ અને રાણી કાંચનમાલાની તપસ્યાનું ફળ સમા કુમારી મીનાક્ષી એમની દીકરી તરીકે ત્યાં અવતર્યા. મીન અર્થાત્ માછલી જેવાં સુંદર નેત્રો અને ચૌદ ભુવનને મોહી લે એવો જાજરમાન એમનો દેખાવ!

... પરંતુ રૂપરૂપનો અંબાર સમા રાજકુમારી મીનાક્ષી માટે જગતના તમામ પુરુષો ભાઈ સમાન હતાં! એમણે તો મનોમન શિવને પોતાના ભરથાર માની લીધાં હતાં. વિરુપાક્ષને પામવા માટે દેવી મીનાક્ષીએ ઘોર તપસ્યા આદરી, જેના પરિણામસ્વરૂપ સ્વયં કૈલાશનિવાસી મહાદેવે જાન લઈને દક્ષિણ ભારત પધારવું પડ્યું... વિવાહ માટે!

ભૂત-પ્રેત-પિશાચ-યક્ષ-ગાંધર્વ-રાક્ષસ-અસુર-દૈત્યો સહિતના એમના ગણ પોતાના સ્વામી શંકર સાથે આજના દિવસે એટલે કે મહાશિવરાત્રિના પાવન અવસર પર દેવી મીનાક્ષી પાસે પહોંચ્યા હતાં. આ કારણોસર જ, મહાશિવરાત્રિને શિવ-પાર્વતીના વિવાહનો પ્રસંગ ગણવાની શરૂઆત કરવામાં આવી. જે સ્થાન ઉપર એમના વિવાહ થયાં હતાં, એ જ સ્થાન ઉપર આજે મીનાક્ષી અમ્મન મંદિર ઊભું હતું. સૃષ્ટિના આ સર્વપ્રથમ પ્રેમવિવાહમાં સહભાગી થવા માટે સ્વયં મહાવિષ્ણુ અને એમના અર્ધાંગિની મહાલક્ષ્મી સહિત બ્રહ્મા-સરસ્વતી, ઇન્દ્ર-ઇન્દ્રાણી અને સમસ્ત દેવગણ ઉમંગોલ્લાસ સાથે પધાર્યા હતાં. આજથી હજારો વર્ષ પહેલાં એ એકમાત્ર લગ્ન હતાં, જ્યાં રક્ષ - યક્ષ - દેવ અને આર્ય સંસ્કૃતિના તમામ જીવો પરસ્પરના રાગદ્વેષ ભૂલીને એમના આરાધ્યના પ્રસંગને હરખભેર ઉજવવા માટે એકત્ર થયાં હતાં!

પ્રાંગણમાં મીનાક્ષી માતાનો જયજયકાર ગુંજી ઊઠ્યો,

'કાંચી તું કામાક્ષી, મદુરાઈ તું મીનાક્ષી
દક્ષિણે તું કન્યાકુમારી, શક્તિરૂપેણ ભગવતી...'

એક હાથમાં શુક અર્થાત્ પોપટ અને બીજા હાથમાં પુષ્પ સાથે પ્રાણ-પ્રતિષ્ઠિત દેવીનો વિગ્રહ એટલો આકર્ષક હતો કે મંત્રમુગ્ધ થઈ જવાય! એમની આંખો નીચેની તરફ ઢળેલી હતી. લલાટ ઉપર મોટું ત્રિપુંડ અને આજ્ઞા ચક્ર પાસે શાક્તતિલક! મોટાભાગના દેવી-દેવતાના કરકમળો અભયમુદ્રામાં જોવા મળતાં હતાં, પરંતુ દેવી મીનાક્ષી એમનાથી ભિન્ન હતાં. તેમના મીન સમા કામણગારા નેત્રોમાંથી આશિષ અને ઐશ્વર્યની વર્ષા થતી હતી.

ભૈરવી માએ એક અત્યંત વિશેષ કારણથી વિવાન અને રિયાના લગ્ન મીનાક્ષી અમ્મન મંદિરમાં કરાવવાનું નક્કી કર્યું હતું...

મીનાક્ષી દેવી બીજું કોઈ નહીં, પરંતુ શ્રીચક્રના પ્રધાનદેવી રાજરાજેશ્વરી મહાત્રિપુરસુંદરી હતાં... જેમને દક્ષિણ ભારતીયો લલિતામ્બિકા તેમજ મીનાક્ષી અમ્માના નામથી ઓળખતાં હતાં!

કરેણના ફૂલમાંથી બનેલી લાંબી વેલમાંથી વિવાને લગ્નમંડપમાં પ્રવેશ મેળવ્યો. આરતીના થાળ સાથે વસુધા અને અન્ય પંડિતો એમના સ્વાગત માટે ઊભા હતાં. ભૂદેવે પ્રાચીન કોતરણીકામ ધરાવતાં પાટલાને વિવાન પાસે મૂક્યો. બીજી જ ઘડીએ, સૌના કાને સુમતિ આર્યનો સ્વર સંભળાયો,

'વીર પધાર્યા તોરણ સ્વાગત કરી લેજો,
વીરની સાસુ જમાઈ પોંખવા વેલેરા પધારજો!'

લગ્નમંડપની બહાર ઊભેલી સ્ત્રીઓએ સુમતિના લગ્નગીતને ઝીલી તેનું સુમધુર અવાજે પુનરાવર્તન કર્યું. પ્રાંગણમાં હાસ્યની છોળો ઊડવા માંડી. વસુધાએ વિવાનના ભાલ ઉપર તિલક કર્યા પછી ચોખા ચોળ્યા અને આરતી ઉતારી, બંને લમણે ટચાકાં ફોડીને ઓવારણાં લેવામાં આવ્યા.

સહસ્ર મંડપમાં પ્રવેશ કરતી વેળાની તમામ વિધિ પૂર્ણ થયા પછી વિવાન પોતાના આસન પર બિરાજમાન થયો. માતા સીતા અને શ્રીરામના વિવાહ સમયે જે રીતે અયોધ્યાને નિતનવા શણગાર સાથે સજાવવામાં આવી હતી, એટલી જ નયનરમ્યતા સાથે મીનાક્ષી અમ્મન મંદિરના ખૂણે ખૂણે દીવા પ્રગટાવવામાં આવ્યા હતાં. કમળ, ગુલાબ, સૂરજમુખી, રાતરાણી સહિતના પુષ્પોનો મઘમઘાટ નાકને તરબોળ કરી દેનારો હતો.

હજાર સ્તંભ ધરાવતો સહસ્ર મંડપ મંદિરના સૌથી વિશાળ અને ભવ્યાતિભવ્ય ભાગોમાંનો એક હતો. દક્ષિણાભિમુખ મંડપનો વ્યાપ અંદાજે ૬૦ હજાર ચોરસફૂટ જેટલો હતો. લાંબા અને પહોળા ગલિયારાની બંને બાજુએ સ્થિત સ્તંભ તથા તેના પર કોતરાયેલાં યાઝીની પ્રતિકૃતિઓ જીવંત જણાતી હતી. પ્રાચીન સુશોભનોથી સજ્જ જાજરમાન છત પર લટકતાં ખાસ પ્રકારના ઝુમ્મર અને શણગાર પ્રાસંગિક હતાં. કાષ્ઠની થાંભલીઓ ફરતે વીંટળાયેલાં ગલગોટા, વેલ, ચમેલી અને જુઈના પુષ્પો મેઘધનુષી ઝાંય રચી રહ્યાં હતાં.

પ્રથમપૂજ્ય ગજાનન ગણપતિની આરાધના સાથે લગ્નવિધિ આરંભાઈ. એટલામાં, સંગીતના સ્વર વિવાનના કાને સંભળાયા. તેણે સહેજ પાછળ ફરીને જોયું. કેટલીક નવયૌવના બનારસી દુપટ્ટાના ચારે ખૂણાનાં લટકણિયાં પકડીને ચાલી રહી હતી. તેની છત્રછાયા હેઠળ ઝાંઝરના રણકાર સાથે મંડપ તરફ આવી રહેલી રિયાને જોઈને વિવાનનું હૃદય એક ધબકારો ચૂકી ગયું. કાંજીવરમ્ સાડી, મીનાક્ષી માતાને ધરાવવામાં આવેલાં અલંકારનો શણગાર, હાથમાં નાળિયેર અને લલાટમાં નાનકડી લાલ બિંદી! સમસ્ત ત્રિભુવનમાં જોવા ન મળે એવી બેનમૂન સુંદરતા આજે તેના રોમેરોમમાંથી ઝરી રહી હતી. વાળમાં લટકતી વેણી તેના ખભા સુધી ઝૂલી રહી હતી. તેના બંને હાથ અને પગમાં લગાવવામાં આવેલી સૌભાગ્યદાયક મહેંદીની સુવાસ વિવાનના સમગ્ર અસ્તિત્વ ઉપર સંમોહન કરવા લાગી. સ્વયં ગૌરીસ્વરૂપા પાર્વતી ભગવાન આદિયોગીને પરણવા જઈ રહ્યાં હોય એવી નમણાશ સાથે તે મંડપમાં વિવાનની બાજુના આસન પર આવીને બિરાજમાન થઈ.

બંનેએ એકબીજાની આંખમાં જોયું. વર્ષોથી સેવેલાં સ્વપ્નના ગગનમાં બે પંખી આજે મુક્તપણે વિહરી રહ્યાં હતાં. તીવ્ર ઝંખના અને અંતરની પ્રાર્થના પછી એમનું મિલન શક્ય બન્યું હતું. યમરાજ પાસેથી જેવી રીતે સાવિત્રી પોતાના પતિ સત્યવાનના પ્રાણ પાછા લઈ આવી હતી, એવી રીતે કળિયુગમાં રિયાને મૃત્યુશૈયા પરથી પુનર્જીવિત કરીને વિવાને પત્નીપરાયણ હોવાનો પુરાવો આપ્યો હતો. બે દેહમાં વિભાજીત થઈ ગયેલાં એક આત્માને આજે પોતાનું ગંતવ્યસ્થાન મળી ગયું હતું. તેઓ ખરા અર્થમાં એકબીજાનું અડધું અંગ હતાં. એમની આંખોના ખૂણા ભીંજાઈ ગયા.

સૃષ્ટિના અનન્ય વિવાહ-સમારોહને વ્યાખ્યાયિત કરતાં મંત્રોચ્ચાર આરંભાયા. વસુધા અને સુમતિ બંનેની આંખો પોતાના સંતાનો ઉપર અમી વરસાવી રહી હતી. મંડપમાં પૂજાવિધિ કરાવી રહેલાં અગિયાર પ્રકાંડ પંડિતોના મુખમાંથી લગ્નમંત્રો વહેવાની શરૂઆત થઈ.

मङ्गलम् भगवान विष्णुः मङ्गलम् गरुणध्वजः ।
मङ्गलम् पुण्डरीकाक्षः मङ्गलाय तनो हरिः ॥

જૂજ મહાનુભાવોને આ લગ્નમાં સામેલ થવાનો મોકો મળ્યો હતો. સાતમા મનવંતરમાં કદાચ છેલ્લી વખત શ્રીમાતા અને ત્રિપુરારી વિષ્ણુ પોતપોતાના માનવ-અવતારમાં પરણી રહ્યાં હતાં. યુગમાં માત્ર એક જ વાર સર્જાતી આ ક્ષણના સાક્ષી અષ્ટચિરંજીવીઓ પણ હતાં. પોતાના આત્મિક શરીરમાં તેઓ વહેલી સવારથી જ પધારી ચૂક્યાં હતાં.

લગ્નવિધિ આગળ વધતી ગઈ. વિવાન અને રિયાએ યજ્ઞકુંડની સામે રાખવામાં આવેલી - સુધીર આર્ય, હેમરાજ આર્ય અને આલોક ચૌધરી - ની તસવીરો પર દૃષ્ટિપાત કર્યો. એ આત્માઓના ચહેરા પર અલગ જ સ્મિત હતું! વિવાનને પરણતો જોવાનું સુધીર અને હેમરાજ આર્યનું સ્વપ્ન તેમજ રિયાનું કન્યાદાન કરવાની આલોક ચૌધરીની મહેચ્છા આજે પૂરી થઈ રહી હતી... તેઓ જ્યાં પણ હતાં, ત્યાંથી એમને જોઈ રહ્યા હતાં અને ખોબલે-ખોબલે આશિષ આપી રહ્યાં હતાં.

વર-વધૂ ઊભા થયાં અને સપ્તપદીનાં સૂર છેડાયાં... એ દિવ્ય ક્ષણ આવી પહોંચી હતી!

ભૈરવી મા, સાધવી મા, મનસ્વી સહિત તમામ અષ્ટચિરંજીવીઓએ પ્રચંડ શંખનાદ કર્યો. ત્રિભુવનની તમામ પવિત્રોત્તમ ઊર્જાઓ જાગૃત થઈ ચૂકી હતી. મીનાક્ષી અમ્મન મંદિરની આસપાસ વૈકુંઠની સર્વોચ્ચ રાજસિક ઊર્જાનું કવચ વિદ્યમાન થઈ ગયું.

વિવાન અને રિયાના ફેરા શરૂ થઈ ગયાં. હાથમાં હાથ નાંખીને તેમણે એકબીજાને સાત વચન આપવાની શરૂઆત કરી. ભગવાન શિવ અને માતા પાર્વતીના વિવાહ-પ્રાંગણમાં પ્રધાનપુરુષેશ્વર શ્રીવિષ્ણુ અને સર્વભૂતેશ્વરી શ્રીલક્ષ્મીના લગ્ન થતાં જોઈને અનંતાનંત બ્રહ્માંડના તમામ જીવોના મુખમાંથી શુભોનાદ સમી સ્તુતિ વહેવા માંડી,

सर्वमङ्गलमाङ्गल्ये शिवे सर्वार्थसाधिके ।
शरण्ये त्र्यम्बके गौरि नारायणि नमोऽस्तुते ॥

નારાયણ અને નારાયણીનાં અંતિમ અવતાર એક થઈ રહ્યાં હતાં. લગ્નમંડપમાં એકાએક પુષ્પવર્ષા થવા માંડી. દસે દિશાઓમાંથી શરણાઈના સૂર સંભળાવા માંડ્યા. પાંચ હજાર વર્ષો પછી પહેલી જ વખત સમસ્ત દેવગણ વૈકુંઠ છોડીને ધરતી ઉપર ઉતરી આવ્યા. ઇન્દ્ર, વરૂણ, વાયુ, અગ્નિ, વસુ, રુદ્રો, ધનવંતરી, અશ્વિનીકુમારો ભગવાન કલ્કી અને માતા પદ્મિનીના દિવ્યદર્શન માટે પ્રાંગણમાં પધાર્યા. વિવાન અને રિયાનાં દેહમાંથી પ્રસ્ફુટન પામી રહેલું તેજ સૂરજને પ્રકાશિત કરવા માંડ્યું. વિવાનના ગળામાં વૈજયંતી માલા અને રિયાના ગળામાં જયમાલા શોભી રહી હતી. સૃષ્ટિનું પાલન કરનારી અને પોષણ પૂરું પાડનારી બે મહાઊર્જાઓના સંગમનું આ દશ્ય અત્યંત દુર્લભ હતું!

સમષ્ટિના કલ્યાણ માટે સચરાચર જીવોના કષ્ટોને નિઃસ્વાર્થભાવે હરી લેતાં શ્રીહરિ પ્રસન્નવદન સાથે સ્મિત કરી રહ્યા હતાં... આખું જગત જેમની યોનિમાંથી પ્રગટ થયું હતું, એવા મહામહારાજ્ઞી પણ સહસ્રાબ્દીઓ પછી આ ક્ષણને માણી રહ્યાં હતાં...

સાત ફેરાં પૂર્ણ થયા પછી જ્યારે વિવાને રિયાના ગળામાં મંગળસૂત્ર અને સેંથામાં સિંદૂર પૂર્યો, ત્યારે મનસ્વી ધ્રુસકે ને ધ્રુસકે રડી પડી... કોને ખબર, આ ક્ષણ માટે તેણે કેટલા વર્ષો સુધી પ્રતીક્ષા કરી હતી!

લગ્નવિધિ પૂર્ણ થવામાં રાતે દસ વાગી ગયાં. માતાઓના આશિષ લેવા માટે વર-વધૂ લગ્નમંડપની બહાર આવ્યા.

સર્વપ્રથમ એમણે વસુધાનાં ચરણસ્પર્શ કર્યા.

'આયુષ્યમાન ભવઃ' પહેલાં વિવાન અને પછી રિયાને એમણે આશીર્વાદ આપ્યાં, 'સૌભાગ્યવતી ભવઃ'

ત્યાં ઉપસ્થિત સર્વેની આંખો આંસુને કારણે ધૂંધળી થઈ ચૂકી હતી. વિષ્ણુ અને લક્ષ્મીનું મિલન કોઈ વિઘ્ન વગર થયું હતું, એ ઈશ્વરીય કૃપા હતી.

ભૈરવી માએ પણ નવયુગલના મસ્તક ઉપર હાથ મૂકીને હૃદયપૂર્વક આશીર્વાદ પાઠવ્યા, 'સંસારના તમામ સુખ તમારા ચરણોમાં રહે અને બંને આજીવન એકમેકના પડછાયા બનીને રહો, એવી હું અંતરથી શુભેચ્છા પાઠવું છું...'

સુમતિ અને વસુધાએ એકબીજા સામે જોયું. એ સમય આવી ગયો હતો, જેની પ્રતિક્ષા તેમણે બે દાયકાથી કરી હતી! ભૈરવી માએ પોતાના ઉરમાં મહાત્રિપુરસુંદરીને પ્રગટ થવા માટે પ્રાર્થના કરી... એમની દિવ્યવાણી સમગ્ર પ્રાંગણમાં ગુંજવા માંડી,

श्रीविद्यां शिववामभागनिलयां ह्रींकारमन्त्रोज्जवलां
श्रीचक्रांकितबिन्दुमध्यवसतिं श्रीमत्-सभानायिकाम् ।
श्रीमत्-षण्मुखविघ्नराजजननीं श्रीमज्जगन्मोहिनीं
मीनाक्षीं प्रणतोस्मि सन्ततमहं कारूण्यवारांनिधिम् ॥

'હે કરૂણાનિધિ રાજરાજેશ્વરી મહાત્રિપુરસુંદરી, અઘોરાધિપતિ શિવના વામભાગ - ડાબા અંગ - માં બિરાજમાન, હ્રીંકાર મંત્રના ઉચ્ચારણ સાથે પ્રજ્વલિત થનારા હે મહાદેવી મીનાક્ષી... આપના શ્રીવિદ્યા-સ્વરૂપને હું દંડવત્ નમસ્કાર કરું છું. શ્રીચક્રનાં મધ્યમાં બિંદુસ્વરૂપે ચિંતામણિગૃહમાં આસનસ્થ... હે બિંદુવાસિની ભગવતી પરામ્બિકા, આપ જ સમસ્ત દેવતાઓની સભાનાયિકા છો.

શ્રીષણ્મુખ - ભગવાન કાર્તિકેય - અને સ્વયં વિઘ્નરાજ શ્રીગણેશના જનની, સમસ્ત જગતને મોહી લેનાર હે મહેશ્વરી - મહાકાલ - મહાતાંડવસાક્ષિણી... હું આપને કોટિ કોટિ પ્રણામ કરું છું!

મારા ચિત્તમાં પ્રગટ થવા માટે હું આપનું આહ્‌વાન કરું છું, હે બ્રહ્માંડ-અધિષ્ઠાત્રી!'

... એમનું ધ્યાન પૂરું થતાંની સાથે જ, માર્ચ મહિનો ચાલતો હોવા છતાં આકાશમાં વાદળો ઘેરાઈ ગયાં. ભયંકર વીજગર્જના થવા લાગી. સમસ્ત બ્રહ્માંડની સર્વોચ્ચ વિદ્યાના પ્રધાનદેવી - ભુવનેશ્વરી મહાત્રિપુરસુંદરી - ને આર્તનાદે આપવામાં આવેલાં આહ્‌વાનનો આ પ્રભાવ હતો!

ભૈરવી માએ પોતાની આત્મિકઊર્જાનો ઉપયોગ કરીને મંદિરના ગોપુરમ્‌ની ઉપર ખુલ્લા આકાશમાં મહાકાય શ્રીયંત્રનું નિર્માણ કર્યુ. સોનેરી ઝાંય ધરાવતાં શ્રીયંત્રના પ્રાદુર્ભાવથી રાત્રિકાળમાં પણ સૂર્ય ઝળહળી ઊઠ્યો હોય, એટલો દિવ્ય પ્રકાશ છવાઈ ગયો. વિવાન અને રિયાની આંખો ક્ષણવાર માટે અંજાઈ ગઈ.

'પરશુરામ પાસેથી દીક્ષા લઈને ૨૦ વર્ષ સુધી કરેલી કઠોરતમ શ્રીવિદ્યા-સાધનાનાં ફળને ગ્રહણ કરવાનો

સમય આવી ગયો છે. દરેક મા પોતાના સંતાનના લગ્નની વેળાએ વિશેષ ઉપહાર આપતી હોય છે. હું પણ એ જ પરંપરાનું અનુસરણ કરવા જઈ રહી છું, પુત્ર!

આઠમાંથી ત્રણ અષ્ટસિદ્ધિઓનો હવે તું સ્વામી છો... હજુ ઘણી લાંબી ચાલનારી આ મહાયાત્રા આગામી ભવિષ્યમાં અનેક પડકારો અને પરિસ્થિતિઓનો સામનો કરશે, પરંતુ તું અને રિયા ક્યારેય હિંમત નહીં હારતાં! અમારા આશિષ સદાકાળ માટે તમારી સાથે રહેશે.'

અદિતિસ્વરૂપા સુમતિએ કલ્કી અને પદ્મિનીને બ્રહ્માંડની મહાનતમ ભેટ આપવાનો નિર્ણય કર્યો હતો.

'અષ્ટસિદ્ધિઓમાંની સૌથી મૂલ્યવાન શક્તિ છે, શ્રીવિદ્યા! મહાદેવ જ્યારે સ્વયં મહાદેવીને શ્રીવિદ્યાનું જ્ઞાન આપી રહ્યાં હતાં, ત્યારે એમણે ચેતવણી આપતાં કહ્યું હતું...

वरानने... राज्यम् देहि शिरो देहि न देयम् षोडशाक्षरी ।

અર્થાત્ હે વરાનને, સાધકની ભક્તિથી પ્રસન્ન થઈને જ્યારે આપ વરદાન આપવાની તત્પરતા દર્શાવો ત્યારે સમરણ રહે; આવશ્યકતા પડે તો સાધકને રાજ્યો ભરીને ધન-સંપદા દાનમાં આપો... એનાથી પણ જો તે સંતુષ્ટ ન થાય, તો તમારું મસ્તક કાપીને એના ચરણોમાં ધરી દો... પરંતુ અયોગ્ય વ્યક્તિને ષોડશાક્ષરી મંત્રનું વરદાન ન આપશો... અનર્થ થઈ જશે!

ઓછામાં ઓછા ૨ કિલોમીટરની ત્રિજ્યા ધરાવતું દેદીપ્યમાન શ્રીચક્ર વિવાન અને રિયાના મસ્તક ઉપરના આકાશમાં વૃત્તાકાર ભ્રમણ કરી રહ્યું હતું!

'આટલી પ્રચંડ ઊર્જા જેમાં સમાહિત છે, એવી શ્રીવિદ્યા જ વાસ્તવમાં ચોથી અષ્ટસિદ્ધિ છે; જે હું તને ભેટમાં આપવા જઈ રહી છું, વિવાન!'

એટલું કહીને ભૈરવી માએ વિવાનને શ્રીચક્રના પ્રથમ આઠ આવરણો, તેમાં નિવાસ કરતી યોગિનીઓ - નિત્યાઓ - ચક્રેશ્વરીઓ અને અધિષ્ઠાત્રીઓની વિસ્તૃત સમજણ પૂરી પાડી. થોડા જ મહિના પહેલાં શ્રીવિદ્યા સાધના-શિબિરમાં એમણે જે મહાજ્ઞાન પોતાના ઉપાસકોને મૌખિક રીતે વહેંચ્યું હતું, એ જ જ્ઞાન અત્યારે તેઓ વિવાનને આપી રહ્યાં હતાં. નવમા ચક્રની સમજૂતી આપ્યા પછી તેઓ શ્રીવિદ્યાનું પ્રમુખ રહસ્ય ઉજાગર કરવાના હતાં.

'અંતિમ ચક્ર છે, બિંદુ!' ભૈરવી માએ સુદીર્ઘ સમજણ આપવાની શરૂઆત કરી, 'નવમા આવરણમાં એક શક્તિ, એક યોગિની અને એક ચક્રેશ્વરી બિરાજમાન છે.'

'આ ચક્રનું નામ છે, સર્વાનંદમય ચક્ર!' ભૈરવી માનાં સ્વરમાં રહસ્ય ઘૂંટાયું, 'જે દેવી અહીંયા વસવાટ કરે છે એ બીજું કોઈ નહીં, પરંતુ સ્વયં મહાદેવી મીનાક્ષી અર્થાત્ મહાત્રિપુરસુંદરી છે; જેમના મંદિરમાં આપણે અત્યારે ઊભા છીએ... અને યોગિની છે, પરાપરરહસ્યયોગિની!'

વિવાન બે હાથ જોડીને શિષ્યભાવે માતા પાસેથી શ્રીવિદ્યાની દીક્ષા ગ્રહણ કરી રહ્યો હતો.

'શ્રીવિદ્યાના નવમા અને અંતિમ એવા ચક્રનું વિશેષણ છે... મહામહા શ્રીચક્રનગરસામ્રાજ્ઞી!' ભૈરવી માએ છણાવટ કરી, 'શ્રીચક્રના નવ સુરક્ષાચક્રોનું ભેદન કર્યા પછી સાધક પહોંચે છે, શ્રીચક્રનગર અર્થાત્ ચિંતામણિગૃહમાં; જ્યાં નિવાસ કરે છે આદિ પરાશક્તિ લલિતામ્બિકા દેવી! અહીં સુધી પહોંચી ચૂકેલાં સાધકને શેની પ્રાપ્તિ થાય છે, જાણે છે?'

વિવાન પાસે કોઈ ઉત્તર નહોતો.

'શ્રી શ્રી મહાભટ્ટારિકે સર્વાનંદમયચક્રસ્વામિની પરાપરરહસ્યયોગિનીને સિદ્ધ કર્યા પછી પ્રાપ્ત થાય છે, બ્રહ્માંડની સર્વોચ્ચ સિદ્ધિ...'

તેઓ પોતાનું વિધાન પૂરું કરવા જાય, એ પહેલાં જ મંદિરના ગોપુરમ્‌માંથી આધેડ વયના એક પુરુષે પ્રવેશ કર્યો. સામાન્ય જિન્સનું પેન્ટ અને ખાદીના શર્ટમાં મોટા ડગલાં ભરતો તે રિયા પાસે પહોંચી ગયો.

'દીકરી...!' આલોક ચૌધરીએ રિયાને સંબોધીને કહ્યું.

ભૈરવી મા, મનસ્વી, વિવાન અને વસુધાની ડોક ઝાટકાભેર અવાજની દિશામાં ઘૂમી. આલોક ચૌધરીને જોઈને એમના પગ નીચેથી જમીન ખસી ગઈ! માથા ઉપર પ્રચંડ જળપ્રપાત થયો હોય એવા હથોડા વાગવાની શરૂઆત થઈ.

'લગ્ન કર્યા પછી તું બાપના આશીર્વાદ નહીં લે?' આલોકે લાગણીસભર અવાજે કહ્યું, 'મારી પાસે આવ... હું તને શણગાર સજેલી નવોઢા તરીકે જોવા માટે તલપાપડ થઈ રહ્યો હતો.'

'પપ્પા...' રિયાની આંખો ભરાઈ આવી.

સારા-નરસાની સમજણ નેવે મૂકીને તેણે આલોક તરફ દોટ મૂકી.

'રિયાઆઆઆઆ... નહીંઈઈઈઈઈ..!' વિવાન, સુમતિ અને વસુધાએ એકસાથે કાનના પડદા ફાટી જાય એટલા મોટા અવાજે ચીસ પાડી.

... પરંતુ મોડું થઈ ચૂક્યું હતું. રિયા આલોકને આલિંગન આપી ચૂકી હતી!

જેવા બંને બાપ-દીકરી ભેટ્યા કે તરત આલોકના હોઠ પર કુટિલ સ્મિત તરી આવ્યું, 'વેલકમ હૉમ, રિયા!'

જોરજોરથી વાદળો ગરજવાની સાથે સાંબેલાધારે વરસાદ ત્રાટક્યો. આવનારી અનિષ્ટ ક્ષણોનો આ સંકેત હતો!

આલોકે રિયાને બાવડેથી પકડીને બળજબરીપૂર્વક ઘુમાવી. રિયા ડઘાઈ ગઈ. આલોકે તેના ગળા ઉપર કાષ્ઠ શ્રીયંત્ર રાખીને ભૈરવી માને સંબોધીને કહ્યું,

'આટલી શું ઉતાવળ છે, સુમતિ? વિવાનને અષ્ટસિદ્ધિઓમાંની સૌથી પ્રચંડ ઊર્જા સાવ આવી રીતે દાનમાં થોડી આપી દેવાય? છોકરાને થોડી મહેનત કરવા દે... જે પરાપરરહસ્યને પ્રાપ્ત કરવા માટે તારે આટઆટલા જન્મો લેવા પડ્યાં, જે મહાસિદ્ધિને પામવા માટે મારે સદીઓ સુધી હિમાલયની કંદરાઓમાં ભટકવું પડ્યું એ આટલી સરળતાથી એક જુવાનિયાના હાથમાં આવી જાય, એ તો હું કેમ ચલાવી લઉં?'

મનસ્વી તો આ બધું જોઈને જ ડઘાઈ ગઈ હતી.

ભૈરવી માએ મનોમન કેટલાક જાગૃત બીજમંત્રોનું ઉચ્ચારણ કર્યું. તેના ફફડી રહેલાં હોઠ આ વાતની ચાડી ખાતાં હતાં. બે ક્ષણ માટે આંખ બંધ કરીને એમણે હાથમાં અંજલિ ભરી અને શુક્રાચાર્ય ઉપર છાંટી.

કંઈ જ અસર ન થઈ! શુક્રાચાર્યએ અટ્ટહાસ્ય કરતા કહ્યું,

'તું જેટલો ધારે છે, હું એટલો દુર્બળ નથી... દેવજનની અદિતિ! તારા પતિ – મહર્ષિ કશ્યપ – ને ત્રેતાયુગમાં આત્મવિલોપન માટે વિવશ કરનાર દૈત્યગુરુ આજથી હજારો વર્ષ પહેલાં પણ મહાન હતો અને હજુ પણ છે! તારા બીજમંત્રો બીજા ઉપર પ્રભાવ પાડી શકે, મારા ઉપર નહીં! આ શ્રીયંત્ર જ મને તારી શક્તિઓ સામે રક્ષણ પૂરું પાડી રહ્યું છે...'

રિયાને ભયંકર પસ્તાવો થઈ રહ્યો હતો. ક્ષણિક ભાવાવેશમાં આવીને તેણે બહુ મોટી ભૂલ કરી નાંખી હતી.

'દૈત્યગુરુ, આખરે શું જોઈએ તમારે?' વિવાનનો સ્વર ઊંચો થઈ ગયો.

શુક્રાચાર્ય વ્યંગમાં હસ્યા, 'તારા આ પ્રશ્નનો જવાબ સમય જ આપી શકે એમ છે! હાલ પૂરતું, લગ્નની ખૂબ ખૂબ ખૂબ શુભકામનાઓ. માફ કરજે, પણ તારી પત્નીને અહીંથી લઈ જવાનો સમય આવી ગયો છે! બહુ જલદી ફરી મુલાકાત થશે.'

ક્ષણનો પણ વિલંબ કર્યા વગર શુક્રાચાર્યએ પોતાના હાથમાં રહેલાં શ્રીચક્રને આભ તરફ ઉછાળ્યું. એમાંથી ઉત્પન્ન થનારી મહાઊર્જાએ ધરતી ઉપર એક વમળ પેદા કરી દીધું.

... રિયાને પકડીને તેઓ જેવા વમળમાં કૂદવા જાય, એ પહેલાં સુમતિએ શુક્રાચાર્ય ઉપર છલાંગ મારી. એના ધક્કાથી રિયા દૂર હડસેલાઈ ગઈ અને ભૈરવી મા શુક્રાચાર્યની સાથે વમળમાં ગરકાવ થઈ ગયાં!

'માઆઆઆઆ...' વિવાન વમળ તરફ દોટ મૂકી, પણ જેવો તે પોતાના ગંતવ્ય સુધી પહોંચે એ પહેલાં વમળ અદૃશ્ય થઈ ચૂક્યું હતું. ગાંડાતુર થઈને મુશળધાર વરસી રહેલાં વરસાદ વચ્ચે એક આકાશવાણી સંભળાઈ...

એ સ્વર ભૈરવી માનો હતો,

'શ્રીવિદ્યાનું મહાનત્તમ રહસ્ય જાણ્યા વિના તું મારા સુધી નહીં પહોંચી શકે, વિવાન... આ કપરી કસોટીમાંથી પાર પડવા માટે એક જ મહામાનવ તારી મદદ કરી શકે એમ છે... જમદગ્નિપુત્ર પરશુરામ!

મારા સિવાય સમગ્ર બ્રહ્માંડમાં એકમાત્ર મહાતાંત્રિક પરશુરામ જ છે, જેને શ્રીવિદ્યા – રાજરાજેશ્વરી બ્રહ્માંડાધિષ્ઠાત્રી મહાત્રિપુરસુંદરી – નું સંપૂર્ણ પ્રધાનરહસ્ય જ્ઞાત છે. હું તને વરદાન આપું છું કે સ્વયં કુલયોગિની - કૌલિની - મહામાયા તારી આસપાસ હંમેશા રક્ષાકવચ બનીને વિદ્યમાન રહેશે...

ૐ નમશ્ચંડિકાયૈ...'

॥ कालो हि दुरतिक्रमः ॥

મહા-અસુર શ્રેણી

(ભાગ-૩)

ત્રિપુરભૈરવી

શ્રીવિદ્યાનું મહાનત્તમ રહસ્ય ઉજાગર થશે,

વર્ષ ૨૦૨૪માં!

Bibliography

Books

1) The chronology of India - From Manu to Mahabharata by Vedveer Arya (English)
2) The chronology of India - From Mahabharata to Medieval Era by Vedveer Arya (English)
3) The Hidden Power of Gayatri Mantra by Om Swami (English)
4) The Ancient Science of Mantras by Om Swami (English)
5) Tiger - The life of Tipu Sultan by Kate Brittlebank (English)
6) Sree Padmanabhaswamy Temple by Aswathi Thirunal Gouri Lakshmi Bayi (English)
7) History of Travancore by P. Shangoonny Menon (English)
8) The State Manual of Travancore - Original version of Keralopathi and V. Nagam Aiya (English)
9) Punya Sankethangal by T. N. Gopinathan Nair (English)
10) History of the Sri Padmanabhsvami Temple Till 1758 by Dr. A. G. Menon (English)
11) Valmiki Ramayana by Lt. Nhanubhai Kalidas Tank (English)
12) 'Kumari Kandam: Land of Lost' by Dhanraj (English)
13) Ramayana retold with Scientific evidences by Saroj Bala (English)
14) Living Hanuman by Pawan Kumar Mishra (English)
15) The Tyrant of Mysore - Tipu Sultan by Sandeep Balakrishna (English)
16) Catalogue of Roman Gold Coins by T. Satyamurthy (Department of Archaeology - Government of Kerala) (English)
17) Padmanabhapuram Palace by Dr. G. Premkumar (Department of Archaeology - Government of Kerala) (English)
18) If Truth be told by Om Swami (English)
19) Mysuru: The Tourists' Paradise by Amshi Prasannakumar (Translated by Dr. R. Nagabhushana) (English)
20) Historical Place - Srirangpatna by V. C. Keshava M.A. (English)
21) The Great Temple of Madurai Meenakshi (English)
22) Monuments and museum of Sri Rangapatna (English)
23) Valmiki Ramayana by Geeta Press (Gorakhpur) (Hindi)
24) Adbhut Ramayana by Geeta Press (Gorakhpur) (Hindi)
25) Asli Prachin Raavan Samhita by Acharya Pandit Shivkant Jha (Hindi)
26) Shree Kalki Puranam by Dr. Pushpa Gupta (Hindi)
27) Mysuru - Mahalo ki Nagari by V. C. Keshava M.A. (Hindi)
28) Mysore ka Raj Mahal (Hindi)
29) Aghor Nagara Vaage 2 by Mohanlal Agrawal (Gujarati)
30) Athashree by Jignesh Adhyaru (Gujarati)
31) Tadafadi by Kinner Aacharya (Gujarati)
32) Scientific Dharma by Parakh Bhatt (Gujarati)
33) Black Box by Parakh Bhatt (Gujarati)
34) Shree Raavan Samhita by Hasmukhlal Zaveri (Gujarati)
35) Tantra Vidya by Subhash Bhatt (Gujarati)
36) An article by Jwalant Chhaya in Chitralekha gujarati magazine - Deepotsavi Edition 2021 (Gujarati)
37) Dwaadas Jyotirlinga by Vipul Shukla (Gujarati)

Rare Documentary Films

1) Sree Padmanabha Puranam (VCD)
2) Navarathri Festival - Padmanabha Arattu (VCD)
3) The Mysore: Pride of Nation (DVD)

Websites, Blogs & Articles

1) https://www.telegraphindia.com/7-days/i-know-what-is-in-vault-b-but-what-is-the-necessity-for-everyone-to-know-about-it/cid/417324
2) https://en.m.wikipedia.org/wiki/Mysorean_invasion_of_Malabar
3) https://en.m.wikipedia.org/wiki/Battle_of_Nedumkotta
4) https://www.thebetterindia.com/40240/rashtrapati-bhavan-tour/
5) Durbar Hall | RashtrapatiBhavan
6) https://www.aegisanesthesiapartners.com/common-medications-used-anesthesia/
7) How to Say Hello in Different Indian Languages: Top 20! - Leverage Edu
8) Jagadguru Sri ShivarathriRajendraMahaswamigalu | Founder
9) https://geetmanjusha.com/lyrics/271-aao-huzoor-tumko
10) https://www.livemint.com/news/india/bipin-rawat-chopper-crash-mishap-due-to-unexpected-change-in-weather-says-military-court-11642207046566.html
11) https://frontline.thehindu.com/the-nation/tragedy-at-coonoor-cds-general-bipin-rawat-12-others-die-in-helicopter-crash/article37935889.ece
12) https://isha.sadhguru.org/mahashivratri/hi/shiva/shiv-tandav-stotram-lyrics-in-hindi/
13) https://www.thedivineindia.com/hi/shri-ganesh-stuti.html
14) https://www.ndtv.com/india-news/onam-the-story-of-legendary-king-mahabalis-homecoming-2514812
15) https://www.jagran.com/spiritual/religion-onam-2020-know-significance-of-this-festival
16) https://hindi.webdunia.com/religious-stories/king-mahabali-story-118082200055_1.html
17) https://hi.wikipedia.org/wiki/%E0%A4%93%E0%A4%A3%E0%A4%AE

18) https://www.aajtak.in/religion/festivals/story/onam-festival-2019-importance-and-history-about-onam-know-worship-method-tlifd-959834-2019-09-10
19) https://www.tv9hindi.com/spiritual/onam-2021-know-its-date-auspicious-time-worship-date-and-importance-of-this-special-day-788932.html
20) https://www.hindu-blog.com/2010/10/gujarati-ashvin-mahina-2010-aso-month.html
21) https://hindi.news18.com/news/dharm/onam-2022-know-date-muhurat-history-and-importance-kar-4494097.html
22) https://hindi.webdunia.com/sanatan-dharma-history/ahiravana-117110200080_1.html
23) https://greenmesg.org/stotras/vishnu/venkatesa_suprabhatam.php
24) https://en.wikipedia.org/wiki/Devayani
25) https://www.patrika.com/dharma-karma/hanuman-ji-ki-ashta-siddhi-in-hindi-6057367/
26) https://www.amarujala.com/photo-gallery/spirituality/religion/hanuman-chalisa-ashta-siddhi-nav-nidhi-secret-and-mahatva-in-hindi?pageId=4
27) https://hi.wikipedia.org/wiki/%E0%A4%93%E0%A4%A3%E0%A4%AE
28) apnahindi.com/essay-on-onam-in-hindi/
29) https://vignanam.org/devanagari/venkateswara-stotram.html
30) https://templesinindiainfo.com/sri-venkateswara-stotram-lyrics-in-english-with-meaning/
31) https://en.wikipedia.org/wiki/Daria_Daulat_Bagh
32) https://en.wikipedia.org/wiki/Srirangapatna_Fort
33) https://en.wikipedia.org/wiki/Sringa
34) https://en.wikipedia.org/wiki/Nizam-ul-Mulk,_Asaf_Jah_I
35) https://en.wikipedia.org/wiki/Muhyi_ad-Din_Muzaffar_Jang_Hidayat
36) https://en.wikipedia.org/wiki/Sniper_rifle#Telescopic_sight
37) https://lyricspandits.blogspot.com/2020/01/vayu-dev-gayatri-mantra-lyrics.html
38) https://astroupdate.com/agni-gayatri-mantra/
39) https://www.patrika.com/dharma-karma/24-gayatri-mantra
40) https://www.speakingtree.in/allslides/varun-mantras-in-sanskrit-for-peace-and-prosperity/varuna-gayatri-mantra
41) https://www.aajtak.in/religion/spirituality/photo/ramayana-know-the-untold-story-of-surpanakha-tlifd-1144208-2020-10-13-6
42) https://greenmesg.org/stotras/shiva/shiva_shadakshara_stotram.php
43) https://www.sanatangroup.org/shri-shiva-shadakshara-stotra/5988/
44) http://aghorpath.blogspot.com/2009/11/blog-post_22.html
45) https://www.jagran.com/spiritual/puja-path-extraordinary-and-proficient-mantras-of-lord-shiva-for-tremendous-results-online-hindi-news-14328323.html
46) https://en.wikipedia.org/wiki/Mysore_Palace
47) https://en.wikipedia.org/wiki/Dharma_Raja
48) https://en.wikipedia.org/wiki/Jaganmohan_Palace
49) https://sanskritslokas.com/durga-mantra3.html
50) https://www.jagran.com/bihar/nawada-or-goddess-sarva-bhuteshu-mother-rupane-sanstita-namastasainamastasainamastasai-namo-namo-20900661.html
51) https://hindi.speakingtree.in/allslides

YouTube Links

1) https://youtu.be/2rKw2TB8yls
2) https://youtu.be/HsoWuncavUg
3) https://youtu.be/-rKvaluuSbs
4) https://youtu.be/Ish68k5wCd4
5) https://youtu.be/Zo1c7hJqnB4
6) https://youtu.be/nplylKjv328
7) https://youtu.be/BeczZlAnnQM
8) https://youtu.be/GaglROrt_0k
9) https://youtu.be/paMWesFk5UM
10) https://youtu.be/617xXVfVd6g
11) https://youtu.be/NDwoee_9jRs
12) https://youtu.be/yUXkNMlV0O4
13) https://youtu.be/yUXkNMlV0O4
14) https://youtu.be/NDwoee_9jRs
15) https://youtu.be/9I2hBer91Gw
16) https://youtu.be/X7Z3uj_NWDA
17) https://youtu.be/ngGHwmpNPdg
18) https://youtu.be/MqlGiLfQkDE
19) https://youtu.be/Z2_f3YXGGuA
20) https://youtu.be/Z052mKakdvA
21) https://youtu.be/9h2C_h0JpvQ
22) https://youtu.be/YYTgRUy92ng
23) https://youtu.be/f-ie--DoR2k
24) https://youtu.be/GiI54MeMVLE
25) https://youtu.be/cOwQUq0vRbI
26) https://youtu.be/0uBYomUSOoM
27) https://youtu.be/fsCVYhehdQk
28) https://youtu.be/ekFCsaHsz_o
29) https://youtu.be/O6HjFgBF1Do
30) https://youtu.be/SS_4bMYjtOk
31) https://youtu.be/TPw_rKPrKG0
32) https://youtu.be/MeqARJyhJic
33) https://youtu.be/kjwgETCyHZM
34) https://youtu.be/sEvX_j6PMxM
35) https://youtu.be/wv-aai4rw5I
36) https://youtu.be/ObdGKFkSJTw
37) https://youtu.be/HLezCs6IGtE
38) https://youtu.be/v4JYFXbWon8
39) https://youtu.be/qS8Hks-MIeA
40) https://youtu.be/nQ739hiCrVA
41) https://youtu.be/Xfdi8k5A-VY
42) https://youtu.be/-W05PADQbCE
43) https://youtu.be/Xfdi8k5A-VY
44) https://youtu.be/ICMfseFhE-E
45) https://youtu.be/I7VzrVOVQIA
46) https://youtu.be/kTKG-D8jG1Q
47) https://youtu.be/aLMjUk9utaU
48) https://youtu.be/KBGjNQJXg6o
49) https://youtu.be/Vgkd6WuSi6Q
50) https://youtu.be/3cTjEdI2NkA

51) https://youtu.be/0ixwESqOSac
52) https://youtu.be/L3EPHLfzrRw
53) https://youtu.be/9IFcsDVEmHI
54) https://youtu.be/hJp7YsRXvgA
55) https://youtu.be/Xq0nmsC5gwg
56) https://youtu.be/A1hmjolvyyA
57) https://youtu.be/zdoetaVejK0
58) https://youtu.be/zjwqO50WmQI
59) https://youtu.be/AVgGg5WtkEw
60) https://youtu.be/DSXp1VyusPQ
61) https://youtu.be/hhbGX8VGeq0
62) https://youtu.be/YQd7oyTf3tA
63) https://youtu.be/IDeOTSV0kGA
64) https://youtu.be/JvObl8cFhd4
65) https://youtu.be/tViQZENMdWI
66) https://youtu.be/_miP7-VrIXU
67) https://youtu.be/Mle1rbpCbI0
68) https://youtu.be/7W5T-qOQF50
69) https://youtu.be/xREqTjfjHuI
70) https://youtu.be/6Y1zynX5x_4
71) https://youtu.be/oNDJd5vCA-4
72) https://youtu.be/39eCTTLNZWw
73) https://youtu.be/m4DZjBsEZgo
74) https://youtu.be/aZa05kQrdw0
75) https://youtu.be/uMpb16zC3Xc
76) https://youtu.be/cj71jgwf6xU
77) https://youtu.be/nQ739hiCrVA
78) https://youtu.be/GVWOA5pZG6o

Field Research

1) Karnataka

a) Outskirts of Bangalore

b) Mysore

• JSS Hospital • Mysore Palace • Jaganmohan Palace, Art Gallery • Lalita Mahal & Auditorium • Chamundi Hill • Shri Chamundeshwari Temple • Mandi Mohalla • Chamrajanagar

c) Sri Rangpatna

• Dariya Daulat Bagh • Summer Palace • Tomb of Tipu Sultan • Tomb of Haider Ali & her Begum • Vaidyesvara Temple, Talkadu • Sri Maraleshwara Swamy Temple • Sri Keerti Narayana Swamy Temple • Archaeological Department

2) Tamilnadu

a) Coimbatore

• Isha Foundation • Dindigul

b) Madurai

• Meenakshi Amman Temple • Arulmigu Koodalalagar Thirukoil Temple

c) Tamilnadu

• Outskirts of Rameshwaram • Villondi Theertham • Ramanathapuram • Kothandaramar Temple • Agni Theertham • Rameshwaram Jyotirlinga Temple • Pamban Bridge • Sri Ramar Theertham • Rama Setu • Shri Panchamukhi Hanuman Roof – Thulasi Baba Mutt

d) Kanyakumari

• Padmanabhapuram Palace & Museum of Antiquities • Kumari Amman Temple (Bagavathi Amman Kovil) • Vivekananda Rock Memorial • Ramayana Darshanam & Bharatmata Sadanam • Sunset point • Thiruvalluvar Statue

3) Kerala

a) Thiruvananthapuram

• Shri Padmanabha Swamy Temple • House of Uma Maheshwari (Well-known Historian)

4) Uttar Pradesh – UP

a) Kashi – Varanasi

• Dasawamedh Ghat • Durga Ghat • Manikarnika Ghat • Assi Ghat • Banaras Hindu University – BHU • Kashi Vishwanath Temple • Sankat Mochan Hanuman Temple • Sri Kaal-Bhairav Temple • Sri Vishalakshi Temple • Sri-Vidya Sadhana Peeth • Aghora Peeth • Sri Annapurna Temple

5) Sri Lanka

a) Outskirts of Chilaw

b) Dambulla

• Munishwaram Temple • Manavari Temple • Sigiriya Rock Fortress

c) Trincomalee

• Koneswaram temple • Shankari Temple • Dunuvile • Laggala

d) Kandy

• Temple of Tooth Relic of Buddha • City Tour

e) Nuwara Eliya

• Peradeniya Royal Botanical Garden • Ramboda Waterfalls • Tea Factory • Sri Bhakta Hanuman Temple • City Tour • Seetha Amman Temple • Hakgala Botanical Garden

f) Ella – Kathargama

• Divurumpola Temple • Kataragamam Temple • Ussangoda

g) Galle

• Heritage City Tour • Dutch Fort

h) Colombo

• Tree-lined Residential – Cinnamon Gardens • Colombo Fort • Former British Administrative Centre & Military Garrison • Sea Street The Goldsmith's Quarters in the heart of Pettah • The Bazaar Area • The Dutch Church of Wolfendhal • Historic Dawatagaha Mosque • Sri Anjaneyar Temple - First ever in Lanka • Kalyani Temple

www.ingramcontent.com/pod-product-compliance
Ingram Content Group UK Ltd.
Pitfield, Milton Keynes, MK11 3LW, UK
UKHW042059021026
15589UKWH00001B/65

9 789395 339414